கொரில்லா யுத்தம் பற்றிய குறிப்புகள்

அன்ரன் பாலசிங்கம்

Made with ♥ on the Notion Press Platform
www.notionpress.com

பொருளடக்கம்

1

காப்பியா வாசிப்பகம்

உயிரைக் காக்க ஓடாத நாள் வேண்டும்

ஆயிரத்து தொள்ளாயிரத்து எண்பத்தி மூன்று- இனப்படுகொலைக்கு முன் அறவழிப் போராட்டமும், ஆயுதப் போராட்டமும் கலந்திருந்த காலத்திலேயே தலைமறைவு வாழ்க்கைக்கு தயார் என ஒவ்வொருவரும் தனக்குத் தானே கட்டளை இட்டுக் கொண்டனர். உலகின் விடுதலைக்காக போராடும் இயக்கங்களுக்கெல்லாம் மிகச் சிறந்த காத்திரமான கட்டுப்பாட்டுடனும், ஒழுக்கத்துடனான வாழ்வுப் போருக்கும் முன்னுதாரணமாக திகழும் எல்டிடிஇ வருகை, வளர்ச்சி எண்பத்தி மூன்றில் மக்களோடு இரண்டறக் கலந்து மக்கள்தான் எல்டிடிஇ எல்டிடிஇ தான் மக்கள் என்கிற விடுதலைப் போராட்டத்திற்கு பெருவாரியான மக்கள் *மண்ணுக்காக மரணிப்போம் என கிளர்ந்தெழுந்தார்கள்.

எல்லாவற்றையும் இழந்துவிட்ட நானும் எனது பதினோறாவது அகவையில் நண்பர்களுடன் சேர்ந்து சாவதற்கு சத்தியம் செய்தேன். பாலர் வகுப்பு முதல் பல்கலைக்கழகம் வரை என்னோடு நெருங்கிய நண்பர்கள் யாரும் உயிரோடு இல்லை. இராணுவ மொழியில் சொல்வதென்றால் அவர்கள் காணாமல் போனார்கள். கடந்த முப்பத்தி மூன்று ஆண்டுகளாக இடப்பெயர்வான சுற்றோடி வாழ்வும் - புலம் பெயர்ந்த வாழ்வும் என் பின்னால் தொடர்ந்த வண்ணம் இருக்கின்றன. வாழ்வின் நீள் பாதையில் எல்லாவற்றுக்கும் முகம் கொடுத்து வாழப் பழகிக் கொண்டேன்.

மறைந்து வாழவும், இழந்து வாழவும், இறந்து வாழவும், பழகிக் கொண்ட நான், இந்த இகழ் வாழ்வில் இன்று பதுங்கி வாழவோ, நிமிர்ந்து வாழவோ பலமும் இல்லை பயமமுமில்லை என்ற நிலையில் உள்ளேன். உடலும் உள்ளமும் தளர்ந்து போனாலும் ஏதோ ஒரு நம்பிக்கையில் வாழவும் தமிழ் சமூகத்துக்கு ஒன்றைச் செய்ய முடியும் என்ற விருப்பவியல் குருதித் தொனியில் தோணியில் வந்த காலம் கரைகிறது.

ஆயிரத்து தொள்ளாயிரத்து எண்பத்தி ஐந்து முதல் இன்று வரை ஓடித்திரியும் வாழ்வில் பல கவிதைகளும் கட்டுரைகளும் காணாமல் போனது. இதழ்களை தேடுவதும் சாத்தியமில்லை. இதழ் நடத்தியவர்களும் சேகரிப்பாளர்களும் உயிரோடு இருந்தால்தானே தேடுவதற்கு. வாழ்வதற்கே போராடும் மனிதர்களிடத்தில் எதைத் தேடி அலைவது. நான் சேகரித்த நூலகமும் எழுதியவைகளும் காலப்போக்கில் அனலிலும் புனலிலும் கரைந்தது ஒரு பக்கம் என்றால், பேரினவாத அரசால் பத்திரிகை சுதந்திரமும் எழுத்தாளர்களும் தடை செய்யப்படுவதும், கொல்லப்படுவதும், நூல்கள் எரியூட்டப்படுவதும் இன்று வரை தொடர்ந்த வண்ணம் இருக்கையில், நானும் என் கவிதைகளும் தப்புவது எம்மாத்திரம்?நானும் எல்லாவற்றுக்கும் ஆளானேன். எல்லாவற்றையும் ஞாபகப்படுத்தி எழுதி விடலாம் என்ற நம்பிக்கை மட்டும் இன்னும் முகிலாய் இருக்கிறது.

தமிழக மக்களுக்கு ஈழப் போர் குறித்த வாழ்வையும் பேரினவாத அரசால் நாளாந்தம் மக்கள் படும் பேரவலத்தையும் ஒரு நூறு கவிதைகளாகவும் கதைகளாகவும் சொல்லியிருக்கிறேன். புலம்பெயர் வாழ்வில் தமிழகப் பார்வையை உரை நடையாகவும், காதல் கவிதைகளாகவும், நாட்டுப்புறவியல் களச் சேகரிப்புகளாகவும், பத்திகளாகவும், இலக்கண இலக்கிய அகராதிக் காப்பியமாகவும், நாடகக்கலையாகவும், நுண்கலைப் பிரதிகளாகவும், நாடோடிப் பயணங்களாகவும், கலா சாலை போதகனாகவும், முற்போக்கில்லா கற்போக்கு விருந்தாளனாகவும், தொகுப்பதிகாரமாகவும் பதிவு செய்திருக்கிறேன். மேலும் ஆங்கிலத்தில் மூத்தகுடி கலாச்சாரப் பயணங்கள் மற்றும் கல்விப் புலக்கலைப் பேரதிகார நுட்பவியல் குறித்தும் மனைவி தமிழ் இனியா சொற்களை விதைத்து வருகிறார். புகார்க் காண்டத்திலிருந்து மதுரைக் காண்டம் வந்துள்ள கொடை மகன் இமயக்காப்பியன்(5) படைப்பாக்கப் பணியில் முந்நீர் போல் எமக்கு பேருதவியாக இருக்கிறான். துயரங்களின் சாட்சிகள் மரணிப்பதில்லை என்கிற காத்திரச் சொல்லின் சாட்சிகளாய் நாங்கள். கீழடி / உலகின் / மூத்த காலடி

எனக்கான உதவிகளை செய்யும் குழந்தைகள் சக்தி என்கிற விடுதலை வெண்பா, சூரிய வாசன் என்கிற இலக்கியப் புரட்சியாளன், ரித்திஷா, விதுஷி, பார்பி என்கிற மோனலிக்கும், பாரா முகமாகவே போய்விட்ட ஜேர்மனியில் வாழும் குழந்தைகளான பூர்த்திகா, அரிகர சுதன் ஆகியோருக்கும் நன்றி சொல்ல தேவையில்லை. எக்காலத்திலும் நன்றிக்குரியவர்களாக இருக்கும் என் சின்னத்தாய் செல்வி கிருஷ்ணமூர்த்தி குடும்பத்தாருக்கும் மற்றும் எனது அக்கா பத்மாவதி, தீபாவிற்கும் நன்றிகள் பல.

இன்று நாளை நான் கொல்லப்படலாம் என்ற நம்பிக்கையுடனேயே வாழ்கிறேன்.

- தமிழ்த்தேசன் இமயக்காப்பியன்

0

உன்னையும் என்னையும் போன்ற
இளம்பிள்ளைகள் சிலர் வாழ்ந்தனர்...
நம் சம காலத்தில்
உனக்கு தெரியுமா..?

உன் நாவிலும் என் நாவிலும்
நாள்தோறும் பேசும்
தாய் தமிழைத்தான் அவர்களும் பேசினர்.
உன்னையும் என்னையும் போல்
அந்த இளம்பிள்ளைகள்
வானுயர்ந்த புகழ்மிக்க பல்கலைகழகங்களில்
பட்டம் பெற்றவர்கள் அல்ல...

வானத்தைவிடவும் புகழ்மிக்க
இலட்சியங்களோடு அவர்கள் வாழ்ந்தனர்.
எந்த நடிகரையும் அவர்கள் தலைவராக கொண்டாடியதில்லை.
ஆனால் உன்னதமான ஒருவனை
அவர்கள் தலைவனாக கொண்டிருந்தனர்.

அவர்கள் திரையரங்குகளில் சத்தம் போட்டதில்லை.
பதுங்கு குழிகளின் நிசப்தம் அறிந்தவர்கள்..

விக்கெட்கள் விழுந்துவிட்டதற்காக
பொறுமியவர்கள் அல்ல.
விழும் பிணங்களுக்கு இடையே
ரவைகளை பொறுக்கி கொண்டிருந்தவர்கள்...

அவர்கள் பொறியியல் படித்தவர்கள் அல்ல.
மின்சாரம் உற்பத்தி செய்யவும்
வாகனங்களை தயாரிக்கவும் அவர்களுக்கு தெரியும்.
விடுதலை வேள்விக்கான மூலப்பொருட்களிலிருந்து
முழுமையான தளவாடங்கள் வரை அவர்களே தயாரித்தனர்.

அவர்கள் மாலுமிகள் அல்ல.
கப்பலோட்டினர்...
அவர்கள் விமானிகள் அல்ல.

விமானம் இயக்கினர்...
அவர்கள் தத்துவம் படித்தவர்கள் அல்ல.
தத்துவமாகவே வாழ்ந்தனர்...
அவர்களில் பலர் பள்ளிப்படிப்பையே
முடித்தது கிடையாது.
ஆனாலும் அவர்களைப்போல் களத்தில்
யாரும் பாடம் கற்பிக்க முடியாது...

அவர்கள் வாழ்வின் அர்த்தம் அறிந்தவர்கள் அல்ல.
ஆனால் அவர்களைப்போல் அர்த்தமுடைய வாழ்வை
யாரும் வாழ்ந்துவிட முடியாது...

அவர்கள் புனித நூல்களின் வார்த்தைகளை ஓதியவர்கள் அல்ல.
ஆனால் அவர்கள் உச்சரித்த
மண் விடுதலை என்ற வார்த்தையை விட
புனிதமானது வேறில்லை...

எந்த துறவியைவிடவும்
அவர்களுடைய துறவறம் உயர்ந்தது.
எந்த தவசிகளின் தவங்களை விடவும்
அவர்களின் விடுதலை தவம் உயர்ந்தது..
அவர்கள் ஒவ்வொரு நாளும்
அடிபட்டு வாழ்ந்தனர்.
ஒரு நாளும் அடிமையாய் வாழ்ந்ததில்லை...

அவர்கள் இருந்தவரை
அவர்களுடைய மண்
அவர்களுடையதாக இருந்தது...
அவர்கள் இருந்தவரை
அவர்களுக்கென்று ஒரு தேசம் இருந்தது...
அவர்கள் மண் அவர்களிடம் இல்லாமல் போனபோது
அவர்கள் இந்த மண்ணிலேயே இல்லாமல் போயினர்.

0

ஓ மரணித்த வீரனே!
உன் சீருடைகளை எனக்குத்தா
உன் பாதனிகளை எனக்குத்தா

உன் ஆயுதங்களை எனக்குத்தா

ஓ மரனித்த வீரனே!
உன் சீருடைகளை எனக்குத்தா
உன் பாதனிகளை எனக்குத்தா
உன் ஆயுதங்களை எனக்குத்தா

உன் இறுதிப்பார்வையை பகையைவெல்லும் உன் துணிவை
எவருமே காணாத உன்னிரு துளி கண்ணீரை
உன் இறுதிப்பார்வையை பகையைவெல்லும் உன் துணிவை
எவருமே காணாத உன்னிரு துளி கண்ணீரை
தப்பியோடும் உன்விருப்பை தனித்து நிற்கும் தீர்மானத்தை
உன்தோழன் இருகூறாய் துண்டாடப்பட்டதனால்
தப்பியோடும் உன்விருப்பை தனித்து நிற்கும் தீர்மானத்தை
உன்தோழன் இருகூறாய் துண்டாடப்பட்டதனால்
உன் துன்பம் என்னவென்று நான் அறிந்து கொள்வதற்கு...

ஓ மரனித்த வீரனே!
உன் சீருடைகளை எனக்குத்தா
உன் பாதனிகளை எனக்குத்தா
உன் ஆயுதங்களை எனக்குத்தா

உன் வீட்டு முகவரியை இறுதி மூச்சில் எனக்குத் தா
எஞ்சிய வீடுகளில் பிழைத்தவர்கள் மத்தியிலே
உன் வீட்டு முகவரியை இறுதி மூச்சில் எனக்குத் தா
எஞ்சிய வீடுகளில் பிழைத்தவர்கள் மத்தியிலே
உற்றாரைக் கண்டுபிடித்து உன்னைப் பற்றிச் சொல்வதற்கு
இன்னுயிரை உவந்தளித்த உன் துணிவைப் போற்றுதற்கு
உற்றாரைக் கண்டுபிடித்து உன்னைப் பற்றிச் சொல்வதற்கு
இன்னுயிரை உவந்தளித்த உன் துணிவைப் போற்றுதற்கு
வார்த்தைகள் போதவில்லை வரலாறு பாடுமுன்னே.

ஓ மரனித்த வீரனே!
உன் சீருடைகளை எனக்குத்தா
உன் பாதனிகளை எனக்குத்தா
உன் ஆயுதங்களை எனக்குத்தா

ஓ மரனித்த வீரனே!

உன் சீருடைகளை எனக்குத்தா
உன் பாதனிகளை எனக்குத்தா
உன் ஆயுதங்களை எனக்குத்தா

ஒரு புலியின் கதை - டி . பி. எஸ். ஜெயராஜ்

விடுதலைப்புலிகளின்தலைவரான வேலுப்பிள்ளை பிரபாகரன் 11 ஆண்டுகளுக்கு முன்பு இலங்கை ஆயுதப் படைகளுடன் போராடி 19 மே 2009 அன்று கொல்லப்பட்டார். வடஇலங்கையின் முல்லைத்தீவு மாவட்டத்தில் நந்திக்கடல் கரையில் புலிகள் இராணுவரீதியாக தோல்விகண்டதையடுத்து தெற்காசியாவின் மிக நீண்ட யுத்தம் முடிவுக்கு வந்தது.
பிரபாகரன் இல்லை என்றாலும், புலிகள் நடத்திய நீண்ட யுத்தத்தின் அழிவுகளிலிருந்து இலங்கை தமிழ் மக்கள் இன்னும் முழுமையாக மீளவில்லை. கோவீட் -19 தொற்றுநோய் மற்றும் நிலுவையாக இருந்துவரும் அரசியலமைப்பு நெருக்கடி பற்றிய செய்திகளால் இலங்கை ஊடகங்கள் கவனத்தை குவித்திருக்கும் ஒரு காலகட்டத்தில் பல ஆண்டுகளாக தீவு தேசத்தின் அரசியல்-இராணுவ போக்கை நிர்ணயித்த ஒரு மனிதனின் வாழ்க்கை மற்றும் காலகட்டத்தை இந்த கட்டுரை மையமாகக் கொண்டுள்ளது. .

குடும்பம் மற்றும் குழந்தைப் பருவம்

திருவேங்கடம் வேலுப்பிள்ளை பிரபாகரன் 1954 நவம்பர் 26 இல் பிறந்தார். குடும்பத்தில் இரண்டு ஆண் பிள்ளைகளும் இரண்டு பெண்பிள்ளைகளும். அவர் நான்கு குழந்தைகளில் இளையவர் என்பதால், பிரபாகரனின் செல்லப் பெயர் "தம்பி" ஆனது. அந்த செல்லப் பெயர் "தம்பி" அவரது வாழ்நாள் முழுவதும் ஒட்டிக்கொண்டது.
பிரபாகரனின் தந்தை வீராசாமி திருவேங்கடம் வேலுப்பிள்ளை . பிரபாகரனின் தாயின் பெயர் பார்வதிபிள்ளை. அவரது இயற்பெயரும் வேலுப்பிள்ளை . அவர்களிருவரும் இயற்கையாக மரணமடைந்துவிட்டனர்.
பிரபாகரனின் குடும்பம் வடக்கு கடலோர நகரமான வல்வெட்டித்துறை பகுதியைச் சேர்ந்தது. பொதுவாக வி.வி.டி என்று அது குறிப்பிடப்படுகிறது. அவர்கள் "திருமேனி குடும்பம்" அல்லது திருமேனி குடும்பத்தைச் சேர்ந்தவர்கள் என்று அறியப்பட்டனர். பிரபாகரனின் தந்தை வேலுப்பிள்ளை .அரசாங்க எழுதுவினைஞர் சேவையில் சேர்ந்தார். இறுதியில் மாவட்ட நில அதிகாரியாக ஆனார். மறைந்த காமினி திசாநாயக்க காணி அமைச்சராக இருந்தபோது அவர் அரசாங்க சேவையில் இருந்து ஓய்வு பெற்றார் என்று நினைக்கிறேன்.
பிரபாகரனின் தந்தை தொடர்ந்து இடமாற்றம் செய்யப்பட்டதால் யாழ்ப்பா-

ணம், வவுனியா மற்றும் மட்டக்களப்பு என வெவ்வேறு பாடசாலைகளில் அவர் கல்வி பயின்றார். அவர் ஒரு முன்னுதாரணமான மாணவர் அல்ல. மேலும் அவர் க.பொ.த சாதாரணதரத்தில் கூட தேர்ச்சி பெறவில்லை. இது அவர் புத்திசாலித்தனம் இல்லாதவர் என்றோ அல்லது அறிவுத்தேடலை கொண்டிருக்கவில்லையென்றோ அர்த்தப்படுத்த வில்லை. முறையான கல்வியைக் காட்டிலும் பிற விட யங்களில் பிரபாகரன் அதிக அக்கறை காட்டியதே இதற்கு காரணம். தெளிவான ஞாபக சக்தியும் ஆர்வமும் கொண்ட வாசகர்.

வரலாற்றுப் போர்கள் மற்றும் வரலாற்றில் பிரபலமானவர்கள் பற்றியும் - வரலாற்றைப் படிப்பதிலும் அவர் மிகவும் விருப்பம் கொண்டவர் . இந்திய சுதந்திரப் போராட்டம் அவரைக் கவர்ந்தது. அவர் தனது இளம் வயதிலேயே மகாத்மா காந்தியின் சுயசரிதை நூலான 'சத்தியசோதனை ' தமிழ் பதிப்பைப் படித்திருந்தார் . ஆனால் அதிலும் அகிம்சைகொள்கையிலும் அவர் அதிகளவு ஈர்க்கப்படவில்லை.

பிரபாகரன் சிறந்த தலைவராக வரித்துக்கொண்டவர் நேதாஜி என்று அழைக்கப்படும் சுபாஷ் சந்திரபோஸ் ஆவார். ஒரு கட்டத்தில் நேதாஜி , காந்தியின் "அகிம்சை" யை மறுத்து, ஆங்கிலேயர்களுக்கு எதிராக ஆயுதப் போராட்டத்தைத் தொடங்க இந்திய தேசிய இராணுவத்தை (ஐ.என்.ஏ) உருவாக்கினார். நேதாஜியின் புகழ்மிக்க அறிவிப்பு: "எனது கடைசி சொட்டு இரத்தம் சிந்தும் வரை எனது மண்ணின் சுதந்திரத்திற்காக போராடுவேன்." என்பதாகும். இந்த உணர்வுகளுக்கு பிரபாகரன் முழு மனதுடன் இடமளித்திருந்தார்.

பலருக்கு நம்புவது கடினம், ஆனால் பிரபாகரனிடமும் ஒரு அமைதியான, ஆன்மீக அம்சம் இருந்தது. "இதிஹாசமான " 'மகாபாரதம்' அவரை கவர்ந்தது. அவர் அடையாளம் காட்டிய கதாபாத்திரங்கள் பீமன் மற்றும் கர்ணன் ஆகியோராவர் . 'குருஷேத்ரா' போர்க்களத்தில் அலைந்து திரிந்த அர்ஜுனனுக்கு கிருஷ்ணர் அறிவுரை வழங்கிய கதையை விவரிக்கும் 'மகாபாரதம்' இது. பாண்டவர்கள் மற்றும் கௌரவர்கள் (ஒன்றுவிட்ட சகோதரர்கள்) போர் செய்ய கூடியிருந்தனர். ஆனால், அர்ஜுனன் தனது உறவினர்களுக்கு எதிராகப் போராடத் தயங்கி. தனது வில்லான 'காண்டீபத்தை ' நழுவ விடுகிறார்.

ஒவ்வொரு நபரும் தனது கடமையை நிறைவேற்ற விதிக்கப்பட்டுள்ளதாக கிருஷ்ணர் அவருக்கு அறிவுரை கூறுகிறார். உறவை பொருட்படுத்தாமல் தனது எதிரியைக் கொல்வது போர்வீரனின் கடமையாகும். எதிரியின் "உடலை" கொல்வது வீரத்தின் ஒரு பகுதி என்பது பகவான் கிருஷ்ணரின் கீதோபதேசத்தின் சாராம்சம். பிரபாகரனை 'கீதையில்' கூறப்பட்ட கொள்கைகள் பெரிதும் கவர்ந்திருந்தது.

'மகாபாரதத்தை' அடிப்படையாகக் கொண்ட 'கர்ணன்' என்ற தமிழ் படத்தில் கிருஷ்ணராக நடித்தவர் என்.டி. ராம ராவ். முத்துராமன் அர்ச்சுனனாக நடித்திருந்தார். கீதையின் ' கிளைக்கதை "மரணத்தை எண்ணி கலங்கிடும் விஜயா "பாடலாக சித்தரிக்கப்பட்டுள்ளது. இது பிரபாகரனின் விருப்பமான பாடல்களில் ஒன்றாகும். இதை சீர்காழி கோவிந்தராஜன் பாடியுள்ளார்.
கீதையின் தத்துவத்தை மிக ஆழமாக பிரபாகரன் மனதில் பதித்திருந்தார் என்ற அப்பிராயத்தை தெரிவித்த ஒருவர் இலங்கையின் முன்னாள் இந்திய உயர்ஸ்தானிகர் ஜிதேந்திரநாத் தீட்சித் ஆவார். விடுதலைப்புலிகள் இந்திய இராணுவத்துடன் சண்டையிட்டுக் கொண்டிருந்த காலத்தில் இது நடந்தது. இதைச் சொன்னபோது தீட்சித் அதை ஒரு "பாராட்டாக "குறிப்பிடுவதை என்னால் காண முடிந்தது.

அனைத்து உயர்மட்ட தமிழ் போராளித் தலைவர்களிடமும் பிரபாகரன் மட்டுமே கிளர்ந்தெழும் தன்மையை கொண்டிருந்தார் என்று முந்தைய சந்தர்ப்பத்தில் தீட்சித் என்னிடம் கூறியிருந்தார். புளொட்- உமாமகேஸ்வரன் ,டெலோ - சிறி சபாரத்தினம் , ஈ .பி .ஆர் . எல் . எப் -பத்மநாபா ,ஈரோஸ் - பாலகுமார் , விடுதலைப்புலிகள்-பிரபாகரன் ஆகிய ஐந்து உயர்மட்ட போராளிகள் குழுக்களின் தலைவர்களையும் சந்தித்தபின்னரே தீக்ஷித் இதனை கூறியிருந்தார்.
1985 ஆம் ஆண்டின் முற்பகுதியில் முன்னாள் தேசிய பாதுகாப்பு அமைச்சர் லலித் அதுலத் முதலியுடனான உரையாடலையும் நினைவு கூர்கிறேன். 1987 ஆம் ஆண்டு இலங்கை- இந்திய உடன்படிக்கைக்கு நீண்ட காலத்திற்கு முன்பே அனைத்து தமிழ் குழுக்களும் போராட்டத்தை கைவிட்டு விடுவார்கள் என்று அத்துலத்முதலி எதிர்வுகூறியிருந்தார். ஆனால், பிரபாகரன் அல்ல எனவும் அப்போது லலித் கூறினார். "அவர் ஒருபோதும் சமரசம் செய்ய மாட்டார், கடைசிவரை போராடுவார்" என்று அவர் கூறியிருந்தார். எவ்வளவு உண்மை!

பிரபாகரன் தமிழ் நாவல்களைப் படிக்க குறிப்பாக வரலாற்று பின்னணி கொண்டவற்றை படிக்க விரும்பினார் . அவருக்குப் பிடித்த வரலாற்று நாவல் 'பொன்னியின் செல்வன்', 'கல்கி' (ஆர். கிருஷ்ணமூர்த்தி) இன் மகத்தான படைப்பு. அகிலன் மற்றும் சாண்டில்யன் ஆகியோரின் வரலாற்று நாவல்களும் அவருக்குப் பிடித்திருந்தன . விடுதலைப்புலிகள் தமது முதல் கப்பலை வாங்கியபோது, சாண்டில்யன் எழுதிய நாவலுக்குப் பிறகு அதற்கு கடல்புறா என்று பெயரிடப்பட்டது. ஆனால் ர . சு. நல்லபெருமாள் எழுதிய 'கல்லுக்குள் ஈரம் ' நாவல் பிரபாகரனால் திரும்ப திரும்ப பலமுறை வாசிக்கப்பட்டிருந்தது. இது ஆங்கிலேயருக்கு எதிரான இந்தியாவின் சுதந்திரப் போராட்டத்தின் பின்னணியை கொண்டதாகும். பிரதான கதாநாயகன் ரங்கமணி காந்தியின் "அஹிம்சை " போராட்ட முறையை நம்பாதவர். மற்-

றும் இந்தியாவை விடுவிப்பதற்கான பொருத்தமான முறையாக வன்முறையை ஆதரிக்கிறார். பிரபாகரன் இந்த நாவலை நேசித்ததில் ஆச்சரியமில்லை. ஆனால், இறுதியில் மன மாற்றம் உள்ளது, ஆனால், நிஜ வாழ்க்கை கதாநாயகனுக்கு கல்லில் ஈரப்பதன் இல்லை.

சமகால விவகாரங்கள் மற்றும் சர்வதேச அரசியலில் பிரபாகரன் மிகவும் ஆர்வமாக இருந்தார். பிரபாகரனின் படைக்கல முன்னாள் தோழர் தளையசிங்கம் சிவகுமார் அல்லது அன்டன் மாஸ்டர் அந்த நாட்களில் விடுதலைப்புலிகள் எவ்வாறு 'டைம்' மற்றும் 'நியூஸ் வீக்' சஞ்சிகைகளுக்கு சந்தா செலுத்தினர் என்பது பற்றி என்னிடம் கூறினார். கட்டுரைகளை மொழிபெயர்க்கவும் விளக்கவும் பிரபா ஆங்கிலத்தில் அறிவுள்ள நண்பர்களைக் கேட்பார்.

விடுதலைப்புலிகள் முழுமையான அமைப்பாக வளர்ச்சியடைந்திருந்த பிற்காலங்களில் பிரபாகரனுக்காக பத்திரிகைகள் மற்றும் முக்கியமான கட்டுரைகள் தமிழில் மொழிபெயர்க்கப்பட்டன. இராணுவ விவகாரங்கள் மற்றும் போர் பற்றிய பல புத்தகங்கள் தமிழில் மொழிபெயர்க்கப்பட்டன.

பிள்ளைப்பராய நாட்டங்கள்

ஒரு பள்ளி மாணவனாக, பிரபாகரன் தனது பராய பெரும்பாலான இளைஞர்களைப் போலவே சைக்கிள் ஓடுதல் மற்றும் கரப் பந்து மற்றும் கால்பந்து விளையாடுவதை விரும்பினார். ஆனால் அவர் எந்த விளையாட்டு வீரராகவும் இல்லை. அதிரடி படங்களை பார்க்க விரும்பினார். கிளின்ட் ஈஸ்ட்வுட் திரைப்படங்களிலிருந்து தனது சண்டை நுட்பங்களை கற்றுக்கொண்டதாக ஒரு அமெரிக்க பத்திரிகையாளரிடம் கூறியதற்காக அவர் அடிக்கடி கேலி செய்யப்படுகிறார். ஆனால் உண்மையில் நடந்தது என்னவென்றால், அவர் கியூபாவில் பயிற்சி பெற்றாரா என்று அமெரிக்க எழுத்தாளர் அவரிடம் கேள்வி எழுப்பி இருந்தார். அதற்கு ஈஸ்ட்வுட் டைமேற்கோள் காட்டி பிரபாகரன் பதிலளித்தது நகைச்சுவையாக இருந்தது.

சிறுவயதில் அவருக்கிருந்த மற்றொரு நாட்டம் அணில், பல்லி, அறனை பச்சோந்திகள் மற்றும் சிறிய பறவைகளை ஒரு கவண் கொண்டு குறிவைப்பதாகும். அவரது நினைவாற்றல் வியப்புணர்வை ஏற்படுத்துவதாகும். பல வருடங்களுக்கு முன்பு கடைசியாக யாரையாவது பார்த்த முகங்களும் பெயர்களும் நேரமும் பிரபாகரன் நினைவில் வைத்து இருப்பார். அவரது கண்கள் எப்பொழுதும் கூர்மையாகவும் சுற்றி சுழன்றவாறும் எப்போதும் எச்சரிக்கையாகவும் இருந்தன. அவரது கண்கள் பெரியதாகவும், கூர்மையாகவும் இருந்தன.

அதனால், "முழி யன்" என்றும் கிண்டல் செய்யப்பட்டது .

ஒழுக்கத்தை இறுக்கமாக கடைப்பிடிப்பவர்.

பிரபாகரனும் பல வழிகளில் ஒரு "கடும்கண்டிப்பாளர் " ஆவார். இயக்கத்தின் ஆரம்ப நாட்களில் அவர் குடிப்பழக்கம் அல்லது, புகைத்தல் என்பனவுக்கு எதிராக மற்றும் பாலியல் தவிர்ப்பு போன்றவற்றை பின்பற்றுமாறு அறிவுறுத்தியிருந்தார். ஒழுங்கு மற்றும் தூய்மை கிட்டத்தட்ட ஒரு ஆவேசமாகவே அவரிடம் இருந்தது. அவர் ஒழுக்கத்தில் கடும் கண்டிப்பானவராக இருந்தார். அவர் எப்போதும் "நீள சட்டைகள்" மற்றும் கட்டைக்கை சட்டைகளை விரும்புவார். மறைக்கப்பட்ட துப்பாக்கிகளை மூடி வைத்திருப்பதற்கு நீளச் சட்டை உதவியாக இருந்தது. போராட்டத்தின் ஆரம்ப கட்டங்களில் கடுமையான நிதி பற்றாக்குறை இருந்தபோது, பிரபாகரன் தனது சில துணிகளை தவறாமல் கழுவி சலவை செய்வார். எப்போதும் மிடுக்கான தோற்றத்தை பேணுவார் என்று கூறப்படுகிறது.

அவர் ஒரு நல்ல சமையல்காரர் மற்றும் நல்ல உணவை விரும்பினார். அவர் சீன உணவு வகைகளை விரும்புபவர். பிரபாகரன் பிட்டு, தேங்காய் சம்பல் மற்றும் பொரித்த இறால் போன்றவையும் அவருக்கு பிடிக்கும். உடும்பு மற்றும் ஆமை இறைச்சியை அவர் விரும்பினார். பழங்கள் மற்றும் இயற்கை தேனும் அவருக்கு விருப்பம்.

வழக்கமாக விடுதலை புலி உறுப்பினர்களுக்கு தண்டனையின் கீழ் சமையலறையில் கடமைகள் ஒதுக்கப்படுகின்றன. "ஒரு நல்ல சமையல்காரர் மட்டுமே ஒரு நல்ல கெரில்லாவாக இருக்க முடியும்" என்று பிரபாகரன் கேடர்களை சமைக்க ஊக்குவிப்பார். அவர் வீட்டில் இருக்கும்போது சமையலறையில் அடிக்கடி சமைப்பார் அல்லது உதவுவார். ஒருமுறை அவரைச் சந்தித்த ஒரு நெருங்கிய உறவினர், அஞ்சப்பட்ட கெரில்லா தலைவர் சமையலறையில் தேங்காய்களை பரபரப்பாக துருவுவதை கண்டு குழப்பமடைந்து உள்ளார்.

அரசியல் உந்துதல்

வல்வெட்டித்துறையில் பிரபாகரன் முந்தைய நூற்றாண்டின் அறுபதுகளின் பிற்பகுதியிலும் எழுபதுகளின் ஆரம்பத்திலும் அரசியல் உந்துதல் பெற்றார். முன்னாள் ஊர்காவற்றுறை எம்.பி. வ. நவரத்தினம் தமிழரசுக்கட்சியிலிருந்து வெளியேறிய காலகட்டத்தில் இது நிகழ்ந்திருந்தது

ஒரு காலத்தில் தமிழரசுக்கட்சியின் "தங்க மூளை" என்று வர்ணிக்கப்பட்ட நவரத்னம், 1968 ஆம் ஆண்டில் "தமிழர் சுயாட் சி கழகம்" அல்லது தமிழ் சுய-ஆட்சி கட்சியை உருவாக்கினார் . நவரத்னம் கூட்டாட்சி கோரிக்கையை கைவிட்டு அதற்கு பதிலாக "சுயாட் சி " அல்லது "சுய-ஆட்சி" கோரிக்கையை முன்வைத்திருந்தார். சுயாட்சி என்பது ஒரு தனிஅரசுக்கான

தன்மையை கொண்டதாகும் .
வேணுகோபால் மாஸ்டர் என்ற ஒரு கல்வியாளர் இருந்தார். அவர் மீது பிரபாகரனுக்கு மிகுந்த மரியாதையும் அன்பும் இருந்தது. வேணுகோபால் மாஸ்டர் நவரத்தினத்தின் தீவிர ஆதரவாளராக இருந்தவர். பிரபாகரன் உட்பட பல மாணவர்கள் அவரைப் பின்பற்றுபவர்களாக மாறி, தமிழ் சுயராஜ்யத்தின் தீவிர விசுவாசிகளாக மாறினர். சுயாட் சிக் கழகம் விடுதலை (சுதந்திரம்) என்ற செய்தித்தாளையும் ஆரம்பித்திருந்தது. லியோன் யூரிஸ் எழுதிய புகழ்பெற்ற நாவலான 'எக்ஸோடஸை' நவரத்தினம் தானே மொழிபெயர்த்து தொடர்ச்சியாக வெளியிட்டிருந்தார். அதற்கு 'நமக்கென்றொரு நாடு' (எங்கள் சொந்த நாடு) என்று பெயரிடப்பட்டது. இளம் பிரபாகரன் அதை ஆவலுடன் உள்வாங்கி கொண்டதுடன் , தமிழர்களுக்கான ஒரு நாட்டின் கனவில் இணைந்துவிட்டார் .

1970 தேர்தலில் தமிழ் சுயராஜ்யக் கட்சி தோற்கடிக்கப்பட்டது. நவரத்னம் உட்பட எந்த வேட்பாளரும் வெற்றி பெறவில்லை. ஆனால், பிரசாரத்தில் விதைக்கப்பட்ட சுயராஜ்யத்தின் விதைகள் "தம்பி" பிரபாகரனின் இதயத்திலும் மனதிலும் உறுதியாக வேரூன்றின.

புலிகளின் தோற்றம்

பிரபாகரன் வேறு சிலருடன் இணைந்து 1972 இல் தமிழ் புதிய புலிகளை உருவாக்கினார். தமிழ் புதிய புலிகள் தங்களை டி.என்.டி என்று அழைத்தனர். டி.என்.டி என்ற சுருக்கெழுத்து "டிரினிட்ரோடோலூயீன்" என்ற வெடிபொருள் கலவைக்கும் பொருந்தும்.

1975 ஆம் ஆண்டு ஜூலை மாதம் முன்னாள் யாழ்ப்பாண எம்.பி.யும் மேயருமான அல்பிரட் துரையப்பா பொன்னாலை வரதராஜபெருமாள் (விஷ்ணு) கோவிலில் வழிபட சென்றிருந்தபோது படுகொலை செய்யப்பட்டதன் மூலம் டி.என்.டி தனது அடையாளத்தை வெளிப்படுத்தியது. பிரபாகரன் உட்பட நான்கு இளைஞர்கள் இந்த கொலையில் ஈடுபட்டனர். இந்த கொலை அவரது "முதல் இராணுவ நடவடிக்கை" என்று பின்னர் பிரபாகரன் பதிவு செய்தார்.

டி.என்.டி 5 மே 1976 அன்று தமிழீழ விடுதலைப் புலிகளாக உருமாறியது. தமிழ் ஐக்கிய முன்னணி (டி.யு.எப்) அதன் புகழ்பெற்ற வட்டுக்கோட்டை மாநாட்டை ஒன்பது நாட்களுக்குப் பிறகு 14 மே1 976 அன்று நடத்தியது. அப்போதுதான் தமிழர் ஐக்கிய முன்னணி , தமிழர் விடுதலை கூட்டணியாக மாறியதுடன் தமிழீழ கோரிக்கையையும் முறையாக ஏற்றுக்கொண்டது.

பிரபாகரன் 8 ஆம் வகுப்பில் இருந்தபோது, அவரது பாடப் புத்தகங்களில் 'திருமாவளவன்' பற்றி படித்திருந்தார் . சோழப் பேரரசர் கரிகாலன், திருமாவளவன் என்று அழைக்கப்படுபவர்.அவரின் ஆட்சியில் "புலிக்கொடி" "இமயம் முதல் குமரி வரை " (இமயமலை முதல் குமரிமுனை வரை) பறந்ததாகக்

பெருமையுடன் கூறப்படுகிறது. இதனால் பிரபாகரன் கரிகாலன் மற்றும் புலி கொடியால் ஈர்க்கப்பட்டார். தமிழில் "புலி" என்பது புலியைக் குறிக்கிறது, ஆனால், சோழக் கொடியில் புலி "வேங்கை" அல்லது சிறுத்தை இருந்துள்ளது. விடுதலைப் புலிகளின் கொடியில் வங்காள புலி பொறி ககப்பட்டிருந்தமை மிகவும் வேறுபட்டதொன்றாகும். மணி மற்றும் மணியம் என்று அழைக்கப்படும் பிரபாகரன் விரைவில் கரிகாலன் என்ற புனை பெயரை எடுத்துக் கொண்டார். சோழ சக்கரவர்த்திக்கு கரிகாலன் என்ற பெயர் அவர் தீயில் சிக்கி கால்கள் எரிந்திருந்ததால் வந்திருந்தது. கரிகாலன் என்றால் "இருண்ட அல்லது கறுப்பு கால்கள்" உடையவர் என்று பொருள். தனது இளமைப் பருவத்தில் வெடிபொருட்களை பரிசோதிக்கும் போது பிரபாகரனுக்கும் இதே போன்ற அனுபவம் ஏற்பட்டது. அங்கு ஒரு வெடிப்பு ஏற்பட்டது. மற்றும் அவரது கால்கள் எரிந்துவிட்டது . தோல் பல ஆண்டுகளாக கறுப்பாக இருந்தது. இதனால் "கரிகாலன்" என்ற பெயர் அவருக்குப் பொருத்தமாக அமைந்தது. பின்னர் பிரபாகரனின் வயர்லெஸ் குறியீட்டு பெயர் எச்.ஏ அல்லது ஹோட்டல் அல்பா. இது கரிகாலனில் இருந்து பெறப்பட்டது. அங்கு கரி ஹரியாகவும் பின்னர் எச்.ஏ.யாகவும் மாறியிருந்தது.

1976 இல் விடுதலை புலிகள் உருவாக்கப்பட்டபோது, பிரபாகரன் அதன் இராணுவத் தளபதி மட்டுமே. விடுதலைப் புலிகளின் ஐந்து உறுப்பினர்களைக் கொண்ட மத்திய குழுவின் தலைவர் உமாமகேஸ்வரன் ஆவார். பிரபாவும் மத்தியகுழு உறுப்பினராக இருந்தார். 1980 இல் விடுதலைப்புலிகள் அமைப்பு உடைந்தது. உமாமகேஸ்வரன் புளோட்டை உருவாக்கினார். பிரபாகரனின் கீழ் உள்ள விடுதலைப் புலிகள் தங்கத்துரை மற்றும் குட்டிமணி தலைமையிலான டெலோவுடன் பணிபுரியும் உறவைக் கொண்டிருந்தனர். 1981 ஆம் ஆண்டில் பிரபாகரனின் முழுமையான தலைமையின் கீழ் விடுதலைப்புலிகள் மீண்டும் குழுவாக அமைந்தது.

திருமணம் மற்றும் குழந்தைகள்

"மன்மதன்" 1983-'84 இல் தனது 'மலர்' அம்புகளால் பிரபாகரனின் இதயத்தைத் துளைத்தார். 1983 இல் 'கறுப்பு ஜூலை' க்குப் பிறகு இடம்பெயர்ந்த சில பல்கலைக்கழக மாணவர்கள் 1983 செப்டம்பரில் யாழ்ப்பாண பல்கலைக்கழக வளாகத்தில் உண்ணா விரதத்தில் ஈடுபட்டனர் . சில பெண் பிள்ளைகளின் நிலை மோசமடைந்தபோது, விடுதலைப் புலிகள் உண்ணாவிரதம் இருந்தவர்களைக் கடத்திச் சென்றனர். அவர்கள் தமிழகத்திற்கு கொண்டு செல்லபட்டனர்.

ஒரு கட்டத்தில் கடத்தப்பட்ட பெண்பிள்ளைகளில் நான்கு பேர் அன்டன் மற்றும் அடே ல் பாலசிங்கம் ஆகியோரின் இல்லத்தில் தங்கி அவர்களுடன்

இந்திராநகரில் உள்ள விடுதலைப் புலிகளின் அலுவலகத்திற்குச் செல்வது வழக்கம். அவர்கள் அனைவரையும் விட மிக அழகானவர் மதிவதனி ஏரம்பு. அவரது தந்தை ஏரம்பு யாழ்ப்பாணத்தில் புங்குடுதீவை சேர்ந்த பாடசாலை ஆசிரியராக இருந்தார்.
இந்திய பண்டிகைகளில் ஒன்றான கோலி பண்டிகையின் போது வல்வெட்டித்துறை இளைஞனுக்கும் புங்குடுதீவு பெண்ணுக்கும் இடையில் புதிய உறவு மலர்ந்தது. பிரபாகரன், பாலசிங்கம் இல்லத்திற்கு அடிக்கடி செல்லத் தொடங்கினார். அவர் மதிக்கு பூக்கள் மற்றும் இனிப்புகளைக் கொண்டு வந்தார். பிரபாகரன் ஒரு கூச்ச சுபாவமுள்ளவராக இருந்தவர். இதற்கு முன்பு தனது குடும்பத்திற்கு வெளியே இருந்த பெண்களுடன் ஒருபோதும் பழகியிருக்கவில்லை. இது ஒரு புதிய அனுபவம். அன்டன் பாலசிங்கம் காதலை ஊக்குவித்தார். அவர்கள் 1984 இல் திருமணம் செய்து கொண்டனர். மதிவதனி-பிரபாகரனுக்கு மூன்று குழந்தைகள் இருந்தன. மூத்தவர் சார்ள்ஸ் அன்டனி 1985 இல் பிறந்தார். அவருக்கு பிரபாவின் சிறந்த நண்பரும் இராணுவத் தளபதியுமான சார்ள்ஸ் அன்டனி அல்லது சீலனின் பெயரிடப்பட்டது. சார்ள்ஸ் அன்டனி சாவகச்சேரி மீசாலையில் பிறந்திருந்தார். அடுத்தவர் 1986 ஆம் ஆண்டில் பிறந்த மகள் துவாரகா. அவருக்கு பிடித்த மெய்க்காப்பாளர் மயூரனின் பெயர் இடப்பட்டது. மயூரனின் உண்மையான பெயர் துவாரகன். மூன்றாவது 1997 இல் பிறந்த ஒரு மகனாவார். மதிவதனியின் சொந்த சகோதரரின் பெயர் அவருக்கு பாலச்சந்திரன் என்று சூட்டப்பட்டது. அவர் மதிவதனியின் சகோதரர். விடுதலைப்புலிகள் அமைப்பில் சேர்ந்து போரில் இறந்தார். மே 2009 இல் நடந்த போரின் இறுதிக் கட்டத்தில் பிரபாகரனும் அவரது குடும்ப உறுப்பினர்களும் கொல்லப்பட்டனர்.

அவரை பின்பற்றுவோரால்' ' சூரிய தேவன் '' சூரியக்கடவுள் என்ற அந்தஸ்துக்கு உயர்த்தப்பட்டிருந்தவரும் சிலசமயம் உலகிலேயே மிகவும் சக்திவாய்ந்த கெரில்லா அமைப்பொன்றை தனது கட்டுப்பா ட்டின் கீழ் வைத்திருந்தவருமான பிரபாகரனின் மரணத்தால் அதிகாரத்தின் நிலையற்றதன்மை தெளிவாக விளக்கப்பட்டுள்ளது. பல ஆண்டுகளாக அதிகாரத்தின் உச்சத்தில் இருந்தபோதிலும் விருப்பமின்மை அல்லது நெகிழ்வுத்தன்மையின்மை காரணமாக பிரபாகரன் தனது இயக்கம், குடும்பம் மற்றும் எல்லாவற்றிற்கும் மேலாக அவரது வாழ்க்கையை இழந்தார்.
தமிழீழ விடுதலைப் புலிகளின் அதிஉயர் தலைவரான திருவேங்கடம் வேலுப்பிள்ளை பிரபாகரனின் 54 வயது உடல் மே 19 செவ்வாய்க்கிழமை 'நந்திகடல்' என அழைக்கப்படும் முல்லைத்தீவு கடல்நீரேரிக்கு அருகே கண்டெடுக்கப்பட்டது.

மதியூகிப் போராளி - டி. பி. எஸ். ஜெயராஜ்

- இராணுவத்தினரும் கூட மெச்சிய மிகவும் சிறந்த தளபதி

"பிரிகேடியர்" பால்ராஜ் என்ற தமிழீழ விடுதலை புலிகள் இயக்கத்தின் பிரதி இராணுவத் தளபதி கந்தையா பாலசேகரன் அந்த இயக்கத்திடம் இருந்த மிகவும் சிறந்த இராணுவ தளபதியாக கருதப்பட்டவர். பால்ராஜ் போர்க்களத்தின முன்னரங்கத்தில் நின்று தலைமைதாங்குவதில் புகழ்பெற்ற, மிகவும் மெச்சப்பட்ட இராணுவ மதியூகி.

1965 ஆம் ஆண்டில் பிறந்த பால்ராஜ் 17 வருடங்களுக்கு 2008 மே 20 ஆம் திகதி மாரடைப்பால் காலமானார். அவரது 60 வது பிறந்ததினம் இவ்வருடம் நவம்பர் 20 ஆம் திகதி நினைவு கூரப்படும். இந்த கட்டுரை எனது முன்னைய எழுத்துக்களின் அடிப்படையாகக் கொண்டு பால்ராஜையும் அவரது போராட்ட வரலாற்றின் பக்கங்கள் மீதும் கவனம் செலுத்துகிறது.

இராணுவக் களத்தில் விடுதலை புலிகளின் தலைவர் வேலுப்பிள்ளை பிரபாகரனுக்கு அடுத்ததாக இரண்டாவது தளபதியாக விளங்கிய பால்ராஜ் வலிந்து தாக்கும் போர்முறையிலும் தற்காப்பு போர்முறையிலும் அபார திறமையை வெளிக்காட்டியவர். பால்ராஜின் இராணுவ ஆற்றலை இலங்கை ஆயுதப்படைகளில் உள்ள அவரது எதிராளிகள் கூட மெச்சினார்கள். ஆயுதப்படைகள் பால்ராஜை விடுதலை புலிகள் இயக்கத்தில் மிகவும் சிறந்த மதியூகிப் போராளியாக (தலைவர் பிரபாகரனுக்கு மேலாகக்கூட) கருதியதாக கூறப்படுகிறது.

ஒரு சந்தர்ப்பத்தில், முன்னரங்க நிலையில் இருந்து தலைமையகத்துக்கு அனுப்பப்பட்ட " பால்ராஜ் களத்தில் நிறக்கிறார்" என்ற இராணுவச் செய்தியை விடுதலை புலிகள் இடைமறித்துக் கேட்டனர். அதற்கு தலைமையகத்தில் இருந்து " மிகவும் எச்சரிக்கையாக இருங்கள்.பால்ராஜ் பிரபாகரனை விடவும் மிகவும் ஆபத்தானவர் " என்றே பதில் அனுப்பப்பட்டது. இடைமறித்துக் கேட்கப்பட்ட அந்த செய்தியை அறிந்தபோது பிரபாகரன் மகிழ்ச்சியடைந்தார். கூச்ச சுபாவமுடைய பால்ராஜிடம் பிறகு பிரபாகரன் " இப்போது உன்னை முதல் எதிரியாக இராணுவம் கருதுகிறது. அதனால் எனக்கு ஆபத்தில்லை" என்று கூறிக் குறும்பு செய்தாராம்.

பால்ராஜ் தொடர்பில் பெரிதாக தெரியவராத இன்னொரு சம்பவம் 2003 ஆம் ஆண்டில் இடம்பெற்றது. இலங்கை அரசாங்கத்துக்கும் விடுதலை புலிகளுக்கும் இடையில் நோர்வே அனுசரணையுடன் சமாதான முயற்சி முன்னெடுக்கப்பட்டுக் கொண்டிந்த நாட்கள் அவை. இருதய நோயினால் பாதிக்கப்பட்டிருந்த பால்ராஜுக்கு சிங்கப்பூரில் அவசர சத்திரசிகிச்சை செய்ய வேண்டியிருந்தது.

கட்டுநாயக்க

அப்போது ஜனாதிபதி சந்திரிகா பண்டாரநாயக்க குமாரதுங்க. பிரதமர் ரணில் விக்கிரமசிங்க. ஒஸ்லோ அனுசரணையுடனான போர்நிறுத்தம் நடைமுறையில் இருந்ததால், பால்ராஜ் சத்திரசிகிச்சைக்காக கட்டுநாயக்கா ஊடாக சிங்கப்பூருக்கு விமானத்தில் செல்வதற்கு கொழும்பு அரசாங்கம் அனுமதித்தது. நோர்வே அதிகாரிகள் சகிதம் இரு மெய்க்காவலர்களுடன் சிங்கப்பூருக்கு பால்ராஜ் சென்றார். வெற்றிகரமான சத்திரசிகிச்சைக்கு பிறகு சில வாரங்கள் கழித்து சிங்கப்பூரில் இருந்து இலங்கைக்கு திரும்பி பயணம் செய்தார்.

நாடு திரும்பியதும் பால்ராஜ் கட்டுநாயக்க சர்வதேச விமான நிலையத்தில் காப்படன், மேஜர் மற்றும் லெப்ரினண்ட் கேணல் தரங்களைச் சேர்ந்த சுமார் 15 இராணுவ அதிகாரிகள் தன்னைச் " சூழ்ந்துகொண்டதை " கண்டார். பால்ராஜுடன் கூடவந்த நோர்வே அதிகாரிகளுக்கு பெரும் குழப்பம் . பால்ராஜுக்கு ஊறுவிளைவிக்கும் நோக்கத்தை இராணுவத்தினர் கொண்டிருக்கிறார்களோ என்று அந்த அதிகாரிகள் அஞ்சினார்கள். ஆனால், அவ்வாறு எதுவும் நேரவில்லை.

வடக்கில் போர்க்கள அனுபவத்தைக் கொண்ட அந்த இராணுவ அதிகாரிகள் பால்ராஜின் துணிச்சலையும் வீரச்செயல்களையும் அறிந்தவர்களாக இருந்தனர். போர்க்களத்தில் எதிரிகளாக இருந்தாலும், பால்ராஜை முதல்தரமான போராளியாக கருதிய அவர்கள் அவருக்கு ஒரு மதிப்புக் கொடுத்தனர். பால்ராஜ் சிங்கப்பூரில் இருந்து திரும்பி வருவதை அறிந்த அவர்கள் தங்களது எதிரியை நேரில் பார்ப்பதற்காக அங்கு கூடியிருந்தனர். சில அதிகாரிகள் அவரிடம் மகிழ்ச்சி தெரிவித்து கைகுலுக்கிக் கொண்டனர். சிலர் சந்தோசமாக அவருடன் பேசினர். அதற்கு பிறகு பால்ராஜ் ஹெலிகொப்டரில் பாதுகாப்பாக வன்னிக்கு திரும்பினார். கெடுதி எதுவும் நேரவில்லை என்று நோர்வே அதிகாரிகள் நிம்மதியடைந்தனர்.

கட்டுநாயக்காவில் இடம்பெற்ற அந்த குறுகிய நேரச் சம்பவம் சில இராணுவ அதிகாரிகள் பால்ராஜ் மீது கொண்டிருந்த மதிப்பை தெளிவாக வெளிக்காட்டியது. அதற்கு காரணம் பால்ராஜிடமிருந்த வியப்பைத்தரும் இராணுவத் திறமையேயாகும். மேற்படி சம்பவம் அன்று இராணுவத்தில் இருந்த சில அதிகாரிகள் பால்ராஜ் மீது வைத்திருந்த மதிப்பையும மரியாதையையும் வெளிக்காட்டியது.

கொக்குத்தொடுவாய்

பால்ராஜ் என்ற கந்தையா பாலசேகரன் முல்லைத்தீவு மாவட்டத்தின் கரையோரப் பகுதியான கொக்குத்தொடுவாய் பகுதியில் 1965 நவம்பர் 27 ஆம் திகதி பிறந்தார்.நான்கு ஆண் பிளளைகளையும் ஒரு பெண் பிள்ளையையும்

கொண்ட குடும்பத்தில் அவர் நான்காவது பிள்ளை. அவர் தனது ஆரம்பக்-கல்வியை கொக்குத் தொடுவாயிலும் இரண்டாம் நிலைக் கல்வியை திருகோ-ணமலை மாவட்டத்தின் புல்மோட்டையிலும் பெற்றார். பால்ராஜ் குடும்பத்தில் மிகவும் விவேகமானவராக இருந்ததால் தந்தையார் கந்தையாவும் தாயார் கண்ணகியும் பாலசேகரனை பல்கலைக்கழகத்துக்கு அனுப்பவேண்டும் என்ப-தில் மிகுந்த அக்கறை கொண்டிருந்தனர். க.பொ.த. சாதாரண தரப் பரீட்-சையில் சிறந்த பெறுபேறுகளுடன் அவர் சித்தியெய்தினார்.

பெற்றோரின் நோக்கம் அவ்வாறு இருந்தது. ஆனால் மகனின் தெரிவு அதுவாக இருக்கவில்லை. க.பொ.த. உயர்தர வகுப்பில் படிக்கும்போது அவர் தமிழ் ஆயுதப்போராட்ட இயக்கத்தில் இணைந்து கொண்டார்.1984 ஆம் ஆண்டில் விடுதலை புலிகள் இயக்கத்தில் முறைப்படியாக இணைத்துக் கொள்ளப்பட்ட பாலசேகரனுக்கு இயக்கத்தின் ஒன்பதாவது அணியின் ஒரு உறுப்பினராக தமிழ்நாட்டில் இராணுவப் பயிற்சி அளிக்கப்பட்டது. பால்ராஜ் என்று இயக்கப் பெயர் கொடுக்கப்பட்டது. தமிழ்நாட்டு பயிற்சிக்கு பிறகு அவர் இலங்கை திரும்பினார். அன்றைய வன்னி தளபதியான மாத்தையா என்ற கோபாலசுவாமி மகேந்திரராஜாவினால் இயக்கத்திற்குள் எடுக்கப்பட்ட பால்ராஜ் முதலில் அவரின் மெய்க்காவலர் பிரிவிற்குள் உள்வாங்கப்பட்டார். படிப்படியாக பால்ராஜ் கிரமமான சண்டைகளுக்கு பயன்படுத்தப்பட்டார்.

கிளிநொச்சி இராணுவ முகாமை சுற்றிவளைப்பதற்கு மாத்தையாவினால் மேற்கொள்ளப்பட்ட தோல்விகண்ட ஒரு முயற்சியின்போது கிளிநொச்சியில் கரடிப்போக்கு சந்தியைக் கைப்பற்றுவதில் வகித்த துடிப்பான பாத்திரத்தின் மூலமாக 1986 நடுப்பகுதியில் பால்ராஜ் முதன்முதலாக தனது திறமையை வெளிக்காட்டினார்.

1987 ஆம் ஆண்டில் விடுதலை புலிகளின் பிரதி தலைவராக்கப்பட்ட மாத்தையா யாழ்ப்பாணத்துக்கு நகர்ந்தார். ஆனால், அவரே வன்னியில் இயக்கத்தின் முழுமையான பொறுப்பில் அவரே தொடர்ந்தும் இருந்தார் ஜெயம், சுசீலன் மற்றும் பசீலன் ஆகியோர் முறையே வவுனியா, கிளி-நொச்சி, முல்லைத்தீவு ஆகிய மாவட்டங்களுக்கு பொறுப்பான இராணுவத் தளபதிகளாக நியமிக்கப்பட்டனர். பசீலனின் பிரதி தளபதியாக வந்த பால்ராஜ் முல்லைத்தீவு மாவட்டத்தில் இயங்கினார். முந்திரிக்கைக்குளத்தில் பசீலன், பால்ராஜ் தலைமையில் நன்கு திட்டமிடப்பட்ட ஒரு கெரில்லா தாக்குதலில் விடுதலை புலிகள் 14 படையினரைக் கொன்றனர். நிலப்பகுதியை நன்கு தெரிந்தவர் என்பதால் மணலாறு - வெலிஓயா பிரதேசத்தில் பால்ராஜ் பணி-யில் அமர்த்தப்பட்டார்.

இந்திய இராணுவம்

1987 ஜூலையில் கைச்சாத்திடப்பட்ட இந்திய - இலங்கை சமாதான உடன்படிக்கை ஒரு தற்காலிக ஓய்வமைதியைக் கொண்டுவந்தது. வடக்கு, கிழக்கு மாகாணங்களில் இந்திய அமைதிகாக்கும் படை நிலைவைக்கப்பட்டது. அந்த சஞ்சலமான அமைதி இந்திய படையினருக்கும் விடுதலை புலிகளுக்கும் இடையில் சண்டை மூண்டபோது தகர்ந்து போனது.

யாழ்ப்பாணத்தில் விடுதலை புலிகளுக்கு எதிராக இந்திய இராணுவம் " ஒப்பரேசன் பவான்" என்ற நடவடிக்கையை தொடங்கியது. இந்திய படைகளுடன் சண்டையிடுவதற்காக பசீலனினதும் அவரது பிரதி தளபதியாக பால்ராஜினதும் தலைமையில் விடுதலை புலிகள் போராளிகள் அவசரமாக யாழ்ப்பாணத்துக்கு அனுப்பப்பட்டனர். அப்போதுதான் பால்ராஜ் கோப்பாயில் முன்னேறிக் கொண்டிருந்த டாங்கிப் படையணியை ஆர்.பி.ஜி..லோஞ்ரை பயன்படுத்தி மிகுந்த துணிச்சலுடன் தாக்கி பெருமளவு சேதத்தை இந்தியப் படையினருக்கு ஏற்படுத்தினார்.

இந்திய இராணுவத்துடன் போர் தீவிரமடையவே விடுதலை புலிகளின் தலைவர் பிரபாகரன், மாத்தையா மற்றும் சிரேஷ்ட தலைவர்கள் வன்னிக்கு சென்றனர். முல்லைத்தீவு மாவட்டத்தின் நித்திக்காய்க்குள காடுகளுக்கும் பிரபாகரன் முகாமிடத் தொடங்கினார். லெப்டினண்ட கேணல் நவம் பொதுவில் முல்லைத்தீவின் பாதுகாப்பு ஏற்பாடுகளுக்கும் குறிப்பாக பிரபாகரனின் பாதுகாப்புக்கும் முழுமையாக பொறுப்பாக இருந்தார். நவத்தின் பிரதி தளபதியாக பால்ராஜ் இயங்கினார்.

அந்த வேளையில்தான் பால்ராஜ் தனது தலைவர் பிரபாகரனுடன் நெருக்கமாக பழகத் தொடங்கினார். பால்ராஜின் தன்னடக்கமான எளிமையும் செயற்திறமையும் பிரபாகரனை பெரிதும் கவர்ந்தன.

பிரபாகரனைப் பிடிப்பதற்கு இந்தியப் படையினர் 1988 ஆம் ஆண்டில் " ஒப்பரேசன் செக்மேற்" நடவடிக்கையை ஆரம்பித்தபோது இந்திய துருப்புக்களுடன் நேருக்கு நேர் மோதி அவர்களின் முயற்சியை முறியடித்ததில் முறியடித்ததில் பால்ராஜ் முக்கிய பாத்திரத்தை வகித்தார். அந்த தாக்குதலில் பல கூர்க்கா படையினர் கொல்லப்பட்டதாக அறிவிக்கப்பட்டது.. இந்திய படையினருக்கு எதிரான சண்டைகளில் தனித்தனியான மூன்று சந்தர்ப்பங்களில் பால்ராஜ் காயமடைந்ததாக கூறப்பட்டது.

இலங்கையில் இருந்து இந்திய இராணுவம் வெளியேறிய பிறகு விடுதலை புலிகளின் தலைவர் தனது பரிவாரங்களுடன் மீண்டும் யாழ்ப்பாணத்துக்கு நகர்ந்தார். ஒருவகையான கொள்கை மாற்றமும் ஏற்பட்டது. அந்தந்த பகுதிகளில் இருக்கும் போராளிகளே தலைமைத்துவ பதவிகளை எடுப்பதை இயக்கம் ஊக்கப்படுத்தியது.

வன்னி இராணுவத் தளபதி

இந்த கொள்கையின் பிரகாரம் வன்னி மண்ணின் மைந்தனான பால்ராஜ் 1990 ஆம் ஆண்டில் வன்னிக்கு பொறுப்பான இராணுவத் தளபதியாக நியமிக்கப்பட்டார்.தனது இராணுவ மதிக்கூர்மையையும் ஆற்றல்களையும் காட்டுவதற்கு இத்தகைய ஒரு சந்தர்ப்பத்துக்காக பால்ராஜ் காத்துக் கொண்டிருந்தார்.

அப்போது யாழ்ப்பாணம் - கண்டி வீதி (ஏ 9) வவுனியாவில் இருந்து ஆனையிறவு வரை " பெயரளவில் " இராணுவத்தின் கட்டுப்பாட்டில் இருந்தது. கேந்திர நிலைகளில் இராணுவத்துக்கு முகாம்கள் இருந்தன. பால்ராஜ் தலைமையில் விடுதலை புலிகள் தொடுத்த இரு தாக்குதல்களில் கொக்காவில் மற்றும் மாங்குளம் பகுதிகளில் இருந்த இராணுவ முகாம்கள் முற்றாக நிர்மூலம் செய்யப்பட்டன. அடுத்து கிளிநொச்சி முகாமுக்கு எதிராக இன்னொரு தாக்குதல் தொடுக்கப்பட்டது. அதை முற்றுமுழுதாக நிர்மூலம் செய்யமுடியவில்லை என்ற போதிலும், அங்கிருந்து படையினர் அப்புறப்படுத்தப்பட்டு பரந்தன் முகாம் பலப்படுத்தப்பட்டது.

இந்த வெற்றிகள் விடுதலை புலிகளின் மதிப்பை உயர்த்தின. தீவிரமான மோதல்களில் முன்னரங்கத்தில் நின்று துணிச்சலுடன் போராளிகளுக்கு தலைமைதாங்கி வழிநடத்துவதன் மூலமாக அவர்களை ஊக்கப்படுத்திய ஒரு இராணுவத் தளபதி என்று பால்ராஜ் பெயரெடுத்து பிரபல்யமானார்.

தரை - கடல் - ஆகாயம்

1991 ஆனையிறவு ஒப்பரேசன் பால்ராஜ் தனது இராணுவத் திறமையையும் துணிச்சலையும் நிரூபித்த இன்னொரு இராணுவ நடவடிக்கையாகும். ஆனையிறவு இராணுவத்தளத்தை முற்றுகையிட்டு நிர்மூலம் செய்வதற்காக மாத்தையா தலைமையில் மேற்கொள்ளப்பட்ட அந்த நடவடிக்கைக்கு " தரை - கடல் - ஆகாயம் " என்று பெயரிடப்பட்டது. குறிஞ்சாத்தீவு பகுதியில் இருந்து ஆனையிறவு இராணுவ தளத்திற்குள் ஊடுருவும் இலக்குடனான பணி பால்ராஜுக்கும் தீபன் உட்பட அவரது போராளிகளுக்கும் ஒப்படைக்கப்பட்டது.

பால்ராஜும் அவரது போராளிகளும் ஏரியின் ஊடாக ஊடுருவியதன் மூலமாக (முன்னைய விருந்தினர் விடுதி வளாகத்தில் அமைக்கப்பட்டிருந்த) இராணுவ நிலைகளை கைப்பற்றி அந்த நடவடிக்கை கைவிடப்படும் வரை தங்கள் கட்டுப்பாட்டில் வைத்திருந்தனர். வாபஸ் பெற்றுச் சென்றபோது அந்த இராணுவ நிலைகளை அவர்கள் நிர்மூலம் செய்தனர். விடுதலை புலி-

கள் இயக்கத்தின் மற்றைய போராளிகள் தங்களின் இலக்குகளைச் சாதிக்கத் தவறியதன் விளைவாக ஆனையிறவு இராணுவத் தளத்தை முற்றாக நிர்மூலம் செய்யும் நடவடிக்கை தோல்வியடைந்தது. அந்த சண்டகளில் 673 விடுதலை புலிகள் கொல்லப்பட்டனர். ஆனால், தனிப்பட்ட ரீதியில் பால்ராஜுக்கு அது வெற்றியாகும்.

முதலாவது காலாட்படை அணியின் தளபதி

விடுதலை புலிகள் 1991 ஆம் ஆண்டில் தங்களது முதலாவது காலாட்படை அணியை அமைத்தனர். அந்த படையணிக்கு 1983 ஜூலையில் மீசாலையில் இறந்த பிரபாகரனின் நெருங்கிய தோழனும் நம்பிக்கைக்குரிய சகாவுமான சார்ள்ஸ் அன்ரனியின் பெயர் சூட்டப்படடது. அந்த சார்ள்ஸ் அன்ரனி படையணியின் முதலாவது விசேட தளபதியாக பிரபாகரன் பால்ராஜையே தெரிவு செய்தார். அதன் தளபதியாக 1993 ஆம் ஆண்டு வரை பால்ராஜ் பணியாற்றினார்.

இராணுவத் தாக்குதல்களுக்கு தலைமை தாங்குவதற்கு புறம்பாக பால்ராஜ் கேந்திர பாதுகாப்பு(Strategic defense) நடவடிக்கைகளிலும் தனது திறமையை வெளிக்காட்டினார். இலங்கை ஆயுதப்படைகளினால் மேற்கொள்ளப்பட்ட பல தாக்குதல்களை தோற்கடிப்பதற்கு, தடுப்பதற்கு, கட்டுப்படுத்துவதற்கு அல்லது செயலிழக்கச் செய்வதற்கு பால்ராஜ் பிரதானமாக பொறுப்பாக இருந்தார்.

வவுனியாவில் " ஒப்பரேசன் வன்னிவிக்கிரம " , மணலாறு /வெலிஓயாவில் " ஒப்பரேசன் லைற்னிங் ", யாழ்ப்பாணத்தில் " ஒப்பரேசன் லீப் போர்வாட்", கிளாலி/புலோப்பளையில் "ஒப்பரேசன் யாழ்தேவி" மற்றும் ஆனையிறவில் " ஒப்பரேசன் அக்னி கீல " ஆகியவை அத்தகைய இராணுவ நடவடிக்கைகளில் சிலவாகும்.

யாழ்ப்பாண குடாநாட்டுக்கு தெற்கே 1993 ஆம் ஆண்டில் இராணுவத்தினால் முன்னெடுக்கப்பட்ட " ஒப்பரேசன் யாழ்தேவியை" பால்ராஜும் அவரது பிரதி தளபதி தீபனும் எதிர்த்துப் போரிட வேண்டியிருந்தது. புலோப்பளையில் நடந்த சண்டையில் பால்ராஜ் கடுமையாகக் காயமடைந்தார்.ரி - 55 தாங்கி ஒன்றை நோக்கி ஆர்.பி.ஜி. லோஞ்சரை பயன்படுத்த தாக்குதல் தொடுத்த வேளை பால்ராஜுக்கு ஒரு காலில் காயமேற்பட்டது. அந்த காயம் காரணமாக அவர் சற்று நொண்டி நொண்டி நடக்க வேண்டியதாயிற்று. நீண்ட தூரம் நடக்கும்போது அவரது காலில் நோவு ஏற்படத் தொடங்கியது.

1994 ஆம் ஆண்டில் சந்திரிகா பண்டாரநாயக்க குமாரதுங்க ஜனாதிபதியாக பதவியேற்றதை தொடர்ந்து போர்நிறுத்தம் செய்யப்பட்டு சமாதானப் பேச்சுவார்த்தைகளை தொடங்கின.1995 ஏப்ரிலில் போர்நிறுத்தம் முறிவ-

டைந்து மீண்டும் போர் மூண்டது. தொடக்கத்தில் குடாநாட்டில் " லீப் போர்-வாட் " ஒப்பரேசனை முன்னெடுத்த இராணுவம் வலிகாமம் பிரதேசத்தில் முன்னேறியது. அதை எதிர்த்து விடுதலை புலிகள் "ரைகர் லீப்" என்று பெயரிடப்பட்ட தாக்குதலை மேற்கொண்டனர். இராணவம் பின்வாங்கியது. இதில் பால்ராஜ் முக்கியமான ஒரு பாத்திரத்தை வகித்தார். ஆனால், இரா-ணுவம் விரைவாகவே " ஒப்பரேசன் றிவிரச " என்ற நடவடிக்கையை முன்-னெடுத்தது. அதன் விளைவாக பின்வாங்க நிர்ப்பந்திக்கப்பட்ட விடுதலை புலிகள் 1996 ஆம் ஆண்டில் வன்னிக்குள் சென்றனர்.

பிரதி இராணுவ தளபதி

1996 ஆம் ஆண்டில் தான் பிரபாகரன் பால்ராஜுக்கு தனது மிகப்பெரிய இராணுவ கௌரவத்தை வழங்கினார். அவர் பால்ராஜை பிரதி இராணுவ தளபதியாக நியமித்தார்.பிரபாகரன்தான் விடுதலை புலிகளின் இராணுவ தளபதி. விடுதலை புலிகளின் இராணுவ கடடமைப்பு படிநிலையில் இரண்-டாவது ஆளாக பால்ராஜ் வந்தார். விடுதலை புலிகளின் இந்த பிரதி இரா-ணுவ தளபதி சண்டைகளில் தனது கைவரிசையைக் காட்டத்தொடங்கினார்.

முல்லைத்தீவு இராணுவ முகாமை விடுதலை புலிகள் 1996 ஜூலை 18 ஆம் திகதி நிர்மூலம் செய்தனர். ஒரு ஆயிரம் படையினர் அதில் கொல்லப்பட்டனர்." ஓயாத அலைகள் " என்ற நடவடிக்கையை பால்ராஜ் ஒருங்கிணைத்து நடத்தினார். 1997 " ஒப்பரேசன் ஜெயசிக்குரு" இராணுவ நடவடிக்கையின் முதல் கட்டம் பால்ராஜினால் தடுக்க முடியாமல்போன ஒரு முக்கியமான இராணுவத் தாக்குதலாகும். அதில் ஆயுதப்படைகள் ஓமந்தை-யையும் நெடுங்கேணியையும் கைப்பற்றினர். புளியங்குளம் வீழ்ச்சி காணும் வரை ஜெயசிக்குருவின்போது விடுதலை புலிகளின் பாதுகாப்பு நிலைகளுக்கு பால்ராஜே முழுமையாக பொறுப்பாக இருந்தார். அதற்கு பிறகு தீபனுடன் சேர்ந்து பாதுகாப்பு நிலைகளின் ஏற்பாடுகளை விடுதலை புலிகளின் கிழக்கு பிராந்தியத்தின் முன்னாள் தளபதி " கேணல் " கருணா பொறுப்பேற்றார்.

1998 பெப்ரவரியில் ஓயாத அலைகள் - 2 நடவடிக்கையில் விடுதலை புலிகள் கிளிநொச்சியை தாக்கினார்கள். பெரும் இழப்புக்களைச் சந்தித்த பிறகு படையினர் வாபஸ் பெற்றனர். அந்த நடவடிக்கைக்கு முழுமையாக பொறுப்பாக இருந்த பால்ராஜ் ஒரு இராணுவ தந்திரோபாயமாக உளவியல் போர்முறையை கடைப்பிடித்ததாக கூறப்பட்டது. அந்த நடவடிக்கை இலங்-கையின் 50 வது சுதந்திர தினக் கொண்டாட்ட நேரத்தில் நடத்தப்பட்டது. பிறகு 1999 நவம்பரில் ஓயாத அலைகள் - 3 நடவடிக்கையின்போது ஒருங்-கிணைந்த தொடர்ச்சியான தாக்குதல்களில் விடுதலை புலிகள் ஒட்டிசுட்டான், கரிப்பட்டமுறிப்பு, மாங்குளம், கனகராயன்குளம், புளியங்குளம் மற்றும் பல

இடங்களில் இருந்த இராணுவ முகாம்களை நிர்மூலம் செய்தனர். இலங்கை இராணுவத்தினர் 18 மாதகால கட்டத்தில் மொத்தமாகப் பெற்ற ஜெயசிக்குருவின் பயன்களை ஒன்பது நாட்களில் விடுதலை புலிகள் தலை கீழாக்கினார்கள்.

ஆனையிறவு தளம்

ஓயாத அலைகள் தொடர்ச்சியான ஒரு நடவடிக்கை. யாழ்ப்பாணக் குடாநாட்டிலும் பல சண்டைகள் தொடர்ந்து மூண்டன. இவற்றில் மிகப்பெரியது. ஆனையிறவில் அமைந்திருந்த கேந்திர முக்கியத்துவமுடைய இராணுவ தளத்தை கைப்பற்றுவதற்கு தொடர்ச்சியாக முன்னெடுக்கப்பட்ட நீண்ட நடவடிக்கைகளாகும். ஏ-9 நெடுஞ்சாலை ஓரமாக எழுதுமட்டுவாளுக்கும் இயக்கச்சி / ஆனையிறவுக்கும் இடையில் விநியோகங்களை துண்டிப்பதே ஆயுதப் படையினரைச் " சுற்றிவளைத்து பலவீனப்படுத்துவதற்கு " விடுதலை புலிகள் கடைப்பிடித்த முக்கிய தந்திரோபாயமாக அமைந்தது. துண்டிப்பின் மூலமாக ஆனையிறவு தளத்தை தனிமைப்படுத்த வேண்டியிருந்தது.

அவ்வாறு இடம்பெறுவதை தடுக்கும் ஒரு முயற்சியாக ஆயுதப்படைகள் குடாநாட்டில் வடமராட்சி கிழக்கு கரையோரமாக தாளையடி - மருதங்கேணியில் இருந்து யாழ்ப்பாணம் - கண்டி வீதியில் புதுக்காட்டு சந்திவரை விரிவடையும் ஒரு நாற்கோணப் பகுதியை பலப்படுத்தின. இந்த பகுதி வத்திராயன், புல்லாவெளி, சோரன்பற்று மற்றும் மாசார் உள்ளடங்கிய "வத்திராயன் பெட்டி" என்று அறியப்பட்டது. அதன் மூலமாக நாட்டுப் பகுதிக்குள் எழுதுமட்டுவாள் தொடங்கி கரையோரத்தில் தாளையடியில் இருந்து ஆனையிறவுக்கு தொடர்ச்சியான விநியோகங்கள் உறுதிப்படுத்தப்பட்டன.

பால்ராஜின் தலைசிறந்த சாதனை

ஊடுருவ முடியாத இந்த பாதுகாப்பு நிலைகளை விடுதலை புலிகள் உடைத்தெறிந்த விதம் ஒரு நவீன இராணுவ அதிசயமாகும். அது பால்ராஜின் தலைசிறந்த சாதனையாகும். 2000 மார்ச் 26 ஆம் திகதி கடலில் இருந்து தரைநோக்கி மேற்கொள்ளப்பட்ட ஒரு நடவடிக்கையில் " கேணல் " சூசை தலைமையிலான கடற்புலிகள் பிரதான நிலப்பகுதி கரையோரத்தில் இருந்து குடாநாட்டுக் கரையோரத்துக்கு 1200 போராளிகளை கொண்டுவந்து இறக்குவதில் வெற்றிகண்டனர். பால்ராஜ் தலைமையிலான இந்த போராளிகள் குடாரப்பு - மாமுனையில் தரையிறங்கி " கண்டல் " என்று கூறப்படும ஏரி மற்றும் சதுப்பு நிலப்பகுதிகள் ஊடாக நடந்து இரகசியமாக உட்பகுதிக்குள் நகர்ந்தனர். சோரன்பற்றிலும் மாசாரிலும் இருந்த இராணுவ நிலைகள் இரா-

ணுவ நிலைகள் நிர்மூலம் செய்யப்பட்டன.அடுத்து விடுதலை புலிகள் புதுக்-காட்டு சந்திக்கு அண்மையாக ஏ - 9 வீதியை அடைந்தனர்.

அதையடுத்து பால்ராஜ் தலைமையிலான விடுதலை புலிகள் பளைக்கு அண்மையாக இத்தாவில் என்று அழைக்கப்படும் ஒரு இடத்தில் தங்களது நிலைகளை அமைத்து இயக்கச்சி / ஆனையிறவுக்கான இராணுவ விநி-யோகங்களை தடுத்தனர். அடுத்த சில வாரங்கள் தீவிரமான மோதல்கள் இடம்பெற்றன. பால்ராஜும் அவரது துணிச்சல்மிக்க போராளிகள் அணியி-னரும் பெரும் இடர்பாடுகளுக்கு மத்தியில் இத்தாவிலை தங்களது கட்டுப்-பாட்டில் தொடர்ந்து வைத்திருந்தனர். பல நெளிவு சுழிவுகளுக்கு மத்தியில் பால்ராஜ் விட்டுக்கொடுக்காமல் போரிட்டு அவரைத் தோற்கடிப்பதற்கான தொடர்ச்சியான பல முயற்சிகளை முறியடித்தார்.

24 நாட்கள் தொடர்ச்சியான சண்டைகளுக்கு பிறகு இராணுவம் பின்-வாங்கியது ஏப்ரில் 19 இராணுவம் ஆனையிறவைக் கைவிட்டது. ஏப்ரில் 22 வைபவரீதியாக விடுதலை புலிகள் தங்களின் கொடியை ஆனையிறவில் பறக்கவிட்டனர். பால்ராஜின் நம்பமுடியாத சாதனை இராணுவ கையேடு-களில் நுணுகி ஆராயப்பட்டது. எதிரியின் பிராந்தியத்துக்குள் ஆழமாகச் சென்று வலிந்துதாக்கும் தாக்குதல்களையும் தற்காப்பு தாக்குதல்களையும் தங்களால் நடத்த முடியும் என்பதையும் மிகவும் பலம்பொருந்திய ஆயுதப்ப-டைகளுக்கு எதிராக ஆகாயமார்க்க ஆதரவு இல்லாமல் சண்டையிட்டு தங்-களால் வெற்றிபெற முடியும் என்பதையும் பால்ராஜின் தலைமையின் கீழ் விடுதலை புலிகள் நிரூபித்தனர். அது " மட்டுப்படுத்தப்பட்ட போர்களை " நடத்துவதில் ஒரு முன்னுதாரணமான மாற்றம் என்று பாராட்டப்பட்டது.

அது நடந்து 25 வருட இடைவெளிக்குப் பிறகு 2013 ஆம் ஆண்டில் எனது பிறந்த மண்ணுக்கு நான் சென்றபோது இத்தாவிலைப் பார்க்க வேண்-டும் என்பதில் மிகுந்த ஆர்வமாக இருந்தேன். ஏ - 9 வீதியில் இத்தாவிலில் எமது வாகனத்தில் இருந்து இறங்கிய நாம் வீதியை விட்டிறக்கி உட்பகு-திக்கு செல்ல முடியவில்லை. சுற்றவர இருந்த பகுதிகளில் கண்ணி வெடிகள் இருந்ததே அதற்கு காரணமாகும். அப்போது அந்த பகுதியில் கண்ணிவெடி அகற்றும் பணிகள் முன்னெடுக்கப்பட்டுக் கொண்டிருந்தன.

ஒப்பரேசன் அக்னிகீல

ஆனையிறவு வீழ்ச்சிக்கு பிறகு ஒரு வருடம் கழித்து தற்காப்பு போர்முறை-யில் பால்ராஜின் உன்னதமான சாதனை நிகழ்ந்தது.2001 ஏப்ரில் 24 ஆம் திகதி இராணுவம் " ஆரம்பித்த ஒப்பரேசன் அக்னிகீல " நடவடிக்கையை விடுதலை புலிகள் எதிர்க்க வேண்டியிருந்தது. ஆனையிறவை மீளக்கைப்-பற்றும் ஒரு முயற்சியாக கிளாலி - எழுதுமட்டுவாள் - நாகர்கோவில் முன்-

னரங்கப் பாதுகாப்பு நிலைகளில் இருந்து ஆயுதப்படைகள் நகர்ந்தன. இரா-ணுவத்துக்கு கடுமையான இழப்புக்களை விடுதலை புலிகள் ஏற்படுத்தினர். ஆனையிறவு வெற்றியையும் ஆனையிறவை தொடர்ந்தும் கட்டுப்பாட்டில் வைத்திருப்பதற்காக " ஒப்பரேசன் அக்னிகீலவை" எதிர்த்து நிற்பதில் காட்-டிய மகத்தான சாதனையையும் அடுத்து விடுதலை புலிகளின் பிரதி இரா-ணுவ தளபதியின புகழ் மேலோங்கியது. பால்ராஜ் ஒரு காவிய நாயகனா-னார்.

உடல்நிலை பாதிப்பு

ஆனால், பால்ராஜின் உடல்நிலை குன்றத் தொடங்கியது. அவரது இருதயத்-தின் ஆரோக்கியம் எப்போதுமே பாதிக்கப்பட்டிருந்தது. அது மேலும் மோச-மடையத் தொடங்கியது. அதற்கு மேலதிகமாக நீரிழிவுடன் சிறுநீரக சிக்க-லும் இருந்தது. போர்நிறுத்தம் நடைமுறையில் இருந்தபோது நவீன மருத்துவ சிகிச்சைக்காக இரு மெய்க்காவலர்களுடன் பால்ராஜ் 2003 ஆம் ஆண்டில் சிங்கப்பூர் சென்றார். அங்கு அவருக்கு இருதய சத்திரசிகிச்சைக்கு உள்-ளானார். நாடுதிரும்பி வரும் வேளையிலேயே சில இராணுவ அதிகாரிகள் அவரை கட்டுநாயக்க விமான நிலையத்தில் சந்தித்தனர். வழமைக்கு மாறான இந்த சந்திப்பு குறித்து இந்த கட்டுரையின் முற்பகுதியில் விபரிக்கப்பட்டிருக்-கிறது.

உடல்நிலை மோசமடைந்ததன் விளைவாக பால்ராஜ் ஒப்பீட்டளவில் ஒரு எழுச்சியற்ற வாழ்க்கையை தொடர வேண்டியதாயின்று. விடுதலை புலிகளின் இராணுவ அகாடமியில் அதிகாரிகளுக்கு விரிவுரையாளராகவும் பயிற்றுன-ராகவும் அவர் செயற்பட்டார். இராணுவ தந்திரோபாயம், திட்டமிடல் மற்றும் வியூகங்கள் குறித்து அவர் போதித்தார். விடுதலை புலிகளின் கமாண்டோக்-களுக்கும் விசேட படைகளுக்கும் அவர் விசேட பயிற்சிகளையும் வழங்கி-னார். இதற்கு முன்னதாக பால்ராஜ் விடுதலை புலிகளின் பல்வேறு பயிற்சி முகாம்களில் வருகைதரு பயிற்றுநராகவும் பணியாற்றினார். இயக்கத்தில் சேர்க்கப்படுபவர்கள் பால்ராஜிடம் படிப்பதற்கும் பயிற்சி பெறுவதற்கும் விரும்-பினார்கள்.

உடல்நிலை மேலும் பாதிக்கப்பட்டுவந்த நிலையில், பால்ராஜ் படிப்படியாக தனது நேரத்தை புதுக்குடியிருப்பு வைத்தியசாலை ஒன்றிலேயே செலவிட்டார். ஆனால் , இராணுவ முனையில் அவரது சேவைகள் எந்த வகையிலும் முடிவுக்கு வர முடியவில்லை. 59 வது படையணியை திரட்டுவதும் அதை மணலாறு / வெலிஓயாவில் நிலைவைப்பதும் விடுதலை புலிகளுக்கு புதிய சிக்கல்களை தோற்றுவித்தன. இந்த கேந்திர முக்கியத்துவ நிலப்பரப்பில் இலங்கை ஆயுதப்படைகளை கட்டுப்படுத்தி வைத்திருக்க வேண்டியது மிக-வும் முக்கியமானதாக இருந்தது.

மீண்டும் ஒரு தடவை பிரபாகரன் பால்ராஜின் சேவையை நாடினார். தனது சுகவீனத்துக்கு மத்தியிலும் ஒரு நீண்டகாலத்துக்கு பால்ராஜ் முன்னரங்க நிலைகளில் தங்கியிருந்தார். அதனால் உடல்நிலை மேலும் மோசமடைந்தது. இருந்தாலும், வைத்தியசாலையில் இருந்து வெளியேறி பாதுகாப்பு நிலைகளை மேற்பார்வை செய்வதற்கு முன்னரங்க நிலைகளுக்கு நீண்ட பயணங்களை அவர் மேற்கொண்டார். அதற்கு பிறகு விடுதலை புலிகளின் சிரேஷ்ட தளபதிகளான சொர்ணம், பானு ஆகியோர் பால்ராஜின் சுமையைக் குறைப்பதற்கு உதவ மணலாறுக்கு அனுப்பி வைக்கப்பட்டனர்.

இறுதிப்போரில் விடுதலை புலிகள் வெற்றியடைவர் என்று நம்பிக்கை தளராத பால்ராஜ் 2006 மே மாதத்தில் ஊடகங்களுக்கு பகிரங்கமாகக் கூறினார் . " நான்காவது ஈழப்போரே இறுதிப் போராக இருக்கும். அது ஒரு பயங்கரமான போராகவும் இருக்கும். அது எமது மககளுக்கும் எமது தாயகத்துக்கும் நீண்டகாலமாக எதிர்பார்க்கப்படும் விடுதலையைக் கொண்டுவரும். நாம் நிசசயமாக வெற்றியாளர்களாக விளங்குவோம். மக்கள் எங்களுடன் நிற்கிறார்கள்.எமது தலைவர் வெற்றிக்கு எம்மை வழிநடத்திச் செல்வார்" என்று பால்ராஜ் கூறினார்.

மாரடைப்பு

பால்ராஜ் எதிர்வு கூறியதைப் போன்று நிலைவரம் அமையவில்லை மூன்று வருடங்களுக்கு பிறகு 2009 மே மாதத்தில் விடுதலை புலிகள் இராணுவ ரீதியாக தோற்கடிக்கப்பட்டனர். முல்லைத்தீவில் பால்ராஜின் சொந்த மண்ணிலேயே இறுதிக்கட்டப் போர் நடந்தது. அப்போது அவர் உயிருடன் இருக்கவில்லை. ஒரு வருடம் முன்னதாக அவர் இறந்துவிட்டார். புதுக்குடியிருப்பில் உள்ள வைத்தியசாலை ஒன்றில் சிகிச்சை பெற்றுக் கொண்டிருக்கும்போது 2008 மே 20 ஆம் திகதி பிற்பகல் 2 மணியளவில் அவர் மாரடைப்பினால் மரணமடைந்தார். விடுதலை புலிகள் இராணுவ ரீதியாக தோற்கடிக்கப்பட்டதை காணும் அவமானம் பால்ராஜுக்கு ஏற்படவில்லை. இறந்த பிறகு அவரை பிரபாகரன் " பிரிகேடியர் " தரத்துக்கு பதவியுயர்த்திக் கௌரவித்தார்.

2

புலிக்கொரில்லா

1. உடைந்துபோன ஒப்பந்தமும், உறுதி தளராத புலிகளும்

பத்து ஆண்டுகளுக்கு முன்னரே இறந்துபோன இந்திய-இலங்கை ஒப்பந்தம் மீது இப்பொழுது புதிதாக ஒரு பிரேத பரிசோதனை நடைபெற்றிருக்கிறது. இந்தப் பரிசோதனையை நடத்தியிருப்பவர் முன்னாள் இந்தியத் தூதுவர் ஜே.என்.டிக்சிட். 'கொழும்புப் பணி' (Assignment Colombo) என்ற தலைப்பில் அவர் எழுதி வெளியிட்டிருக்கும் இந்நூல், ஒப்பந்தம் பிறந்த காலத்திலிருந்து இறந்த காலம் வரையிலான ஒரு நீண்ட மரண விசாரணையை நடத்துகிறது. காலம் கடந்த விசாரணையாகவே இந்த நூல் பலராலும் விமர்சிக்கப்படுகிறது. ஒப்பந்தம் என்ற ராஜதந்திர நாடகம் அரங்கேற்றப்பட்டு ஒரு தசாப்தம் கழிந்து விட்டது. இந்த நாடகத்தின் பிரதான இயக்குனர்களும், கதாநாயகர்களும் இப்போது உயிருடனில்லை. அப்போது ஒப்பந்தம் கடும் சர்ச்சையைக் கிளப்பி, வடகிழக்கில் கொடும் யுத்தத்தையும், தெற்கில் பெரும் வன்முறைப் புயலையும் தோற்றுவித்தபோது வாய்மூடி மௌனம் சாதித்த டிக்சிட் அவர்கள், நீண்டகால இடைவெளியின் பின்னர் இந்திய வரலாற்றின் கறைபடிந்த பக்கங்களைத் திருப்பிப் பார்க்க முனைவது வேடிக்கையான விடயமே. பற்றற்ற நிலையில் நின்று, நிதானமாகச் சிந்தித்து, புறநிலைப் பார்வையுடன் தெளிவாக எழுதக் காலம் தேவைப்பட்டதாக அவர் காரணம் சொல்கிறார். இந்தக் காரணத்தை யாரும் ஏற்றுக் கொண்டதாகத் தெரியவில்லை. இந்தியத் தலையீட்டால் எழுந்த அரசியற் சூறாவளி அடங்கிப் போகும்வரை அவர் காத்திருந்தார் என்பதுதான் உண்மை. இந்த அரசியற் சூறாவளியில் ஒப்பந்தப் பிதாமகர்கள் பலர் அள்ளுப்பட்டுச் சென்றதும் அவருக்கு வாய்ப்பாக அமைந்தது எனலாம்.

நீண்ட காலம் தவமிருந்து, மாண்டுபோன நிகழ்வுகளை இரைமீட்டுப் பார்த்து, டிக்சிட் எழுதியிருக்கும் இந்நூல் வரலாற்று உண்மையின் சுயதரிசனமாக அமையவில்லை. உண்மைக்கு முகம்கொடுக்க அவர் தயாராக இல்லை. இந்திய ராஜதந்திரத்தின் இமாலயத் தோல்விகளுக்கு நியாயம் கற்பிக்கும் வாத விளக்கமாகவே அவரது நூல் அமையப் பெறுகிறது. இந்தியத் தலையீடானது தவிர்க்க முடியாத வரலாற்றுத் தேவையாக எழுந்ததென்பதும், இந்தியாவினதும், இலங்கையினதும் நீண்டகால நலனைப் பேணுவதே அதன் நோக்கமாக இருந்ததென்பதும் அவரது வாதம். இந்த 'உன்னதமான' ராஜரீக முயற்சியைச் சுயநலம் கொண்ட தீயசக்திகள் குழப்பிவிட்டதாக அவர் ஆதங்கப்படுகிறார். இந்தியத் தலையீடு பற்றிய வரலாற்றுப் பதிவேட்டில் தவறுகளும், தப்பபிப்பிராயங்களும் பொதிந்து கிடப்பதாகக் குறிப்பிடும் அவர், சீரற்றுக் கிடக்கும் இந்த வரலாற்றுப் பதிவினைச் சீர்செய்து விடுவதே தனது எழுத்தின் நோக்கம் என்கிறார்.

டிக்சிட்டின் நோக்கம் இங்கு தெளிவாகப் புலனாகிறது. விழுந்தவன் மீசையில் மண் ஒட்டவில்லை என்ற வாதமாக, தோல்வி கண்ட இந்திய ராஜதந்திர வரலாற்றுக்கு 'வெற்றிமாலை' அணிந்துவிட அவர் முயற்சிக்கிறார். இந்த முயற்சியால் சரிந்துபோன வரலாற்றுப் போக்கினை நிமிர்த்திவிடலாமென அவர் எண்ணுகிறார் போலும். இந்தியத் தலையீடானது 1983இலிருந்து 1990 வரையிலான வரலாற்றுக் காலத்தையும், அந்தக் காலத்தில் கட்டவிழ்ந்த பூகம்ப நிகழ்வுகளையும், திருப்பங்களையும் கொண்டது. அரசியல், ராஜதந்திர, இராணுவப் பரிமாணங்களைக் கொண்ட இந்நிகழ்வுகளும், அவற்றால் எழுந்த வரலாற்றுத் திருப்பங்களையும், மாற்றங்களையும், ஒரு தனிநபரின் சுயவிமர்சனக் குறிப்பேட்டால் மாற்றிவிட முடியாது. இக் காலவிரிப்பின் ஒரு காலகட்டத்தில் ராஜதந்திரக் காய்நகர்த்தும் சூத்திரதாரியாக டிக்சிட் செயற்பட்டார் என்பது உண்மை. ஒப்பந்தத்தின் சிருஸ்டி கர்த்தாக்களில் ஒருவராகவும் அவர் பணிபுரிந்திருக்கிறார். தனது கொழும்பு ராஜதந்திரப் பணியின் உச்ச பெறுபேறாகப் பெற்றெடுக்கப்பட்ட ஒப்பந்தக் குழந்தை, குறைமாதத்தில் இறந்து போனது அவருக்கு ஆழ்ந்த ஏமாற்றத்தைக் கொடுத்திருக்கிறது. இந்த மரணத்திற்குக் காரண காரியத்தை ஆராயும் அவர், அதனை இந்திய ராஜதந்திரத்தின் தோல்வியாக ஏற்றுக் கொள்ள மறுக்கிறார். இது அவரது நேர்மையின்மையைப் புலப்படுத்திக் காட்டுகிறது. அவரது ஆய்வு நூலின் தோல்வியும் அதுதான்.

டிக்சிட்டின் நூல் கனமானதாக இல்லை. அரசியல் பிரச்சினைகள் ஆழமானதாக அலசப்படவில்லை. ஒரு பழுத்த ராஜதந்திரிக்கு இருக்க வேண்டிய விவேகமும், சாணக்கியமும் அவரது எழுத்தில் காணக்கூடியதாக இல்லை. சுயசரிதச் சித்திரமாகத் தனது கொழும்புப் பணியைச் சித்தரித்து, தனது உறவுகளையும், உரையாடல்களையும் விபரித்து, தான் உறவாடியவர்களின் தனிமனிதப் பண்புகளை விளக்கி, பத்திரிகைப் பாணியில், கால வரி-

சையில் நிகழ்வுகளை நகர்த்திச் செல்கிறார். இந்த விபரணச் சித்தரிப்பில் அடிப்படைப் பிரச்சினைகள் ஆழமாகப் பார்க்கப்படவில்லை. மாறாக ஆட்களும், அவர்களது ஆளுமைகளும், அவர்களது விருப்பு, வெறுப்புகளுமே மேலோங்கி நிற்கின்றன. அதிகாரத்திலுள்ள ஆட்களைப் பகடைக் காய்களாக நகர்த்தும் சதுரங்க ஆட்டமாக டிக்சிட்டின் ராஜதந்திரம் நிகழ்கிறது. பிரச்சினைகளின் புறநிலைகளைப் பார்க்காது, பிரமுகர்களைக் கைக்குள் போட்டுக் காரியத்தைச் சாதிக்க முயன்றதால்தான் இந்திய ராஜதந்திரம் தோல்வி கண்டது எனலாம்.

தமிழரின் இனப்பிரச்சினையின் ஆழம், அகலம் பற்றியும், அப் பிரச்சினையானது தன்னாட்சி கோரும் தேசியப் போராட்டமாக வடிவம் எடுத்த வரலாற்றுப் புறநிலை பற்றியும் டிக்சிட் மட்டுமல்ல அன்றைய இந்தியத் தலைவர்களும் செம்மையாகப் புரிந்துகொள்ளவில்லை. அதே சமயம் சிங்கள தேசத்தில் விஸ்வரூபப் பரிமாணம் பெற்றிருந்த பேரினவாதத்தின் தமிழர் விரோதப் போக்குப் பற்றியும் அவர்கள் சரியாக எடைபோட்டதாகத் தெரியவில்லை. ஒட்டுமொத்தத்தில் தமிழ் — சிங்கள தேசங்கள் மத்தியில் கூர்மைபெற்றிருந்த முரண்பாட்டைத் தெளிவாகப் புரியாமல், பிளவுபட்டு நின்ற இரு தேசிய சக்திகளை, தனது புவியியல் நலனுக்காக ஒன்றிணைய நிர்ப்பந்தித்ததன் காரணமாகவே இந்தியத் தலையீடு தோல்வியில் முடிந்தது. இந்த வரலாற்று உண்மையை டிக்சிட் ஏற்றுக் கொள்ள மறுக்கிறார். டிக்சிட்டின் பார்வையில் இந்திய — இலங்கை ஒப்பந்தம் புனிதமான நோக்கைக் கொண்டது. தமிழரின் அபிலாசைகளைப் பூர்த்தி செய்யும் வகையில் அரசியல் தீர்வு அதிலுண்டு என்கிறார். சிங்களவரின் அபிலாசைகளை நிறைவு செய்யும் வகையில் ஒற்றையாட்சியும், நில ஒருமைப்பாடும் அதில் வலியுறுத்தப்பட்டிருப்பதாகக் கூறுகிறார். இப்படியாக, இவ்வொப்பந்தம் தமிழரதும், சிங்களவரதும் நலனைப் பேணும் ஒரு தலைசிறந்த உடன்பாடாக அமைந்திருக்கிறது என்பது டிக்சிட்டின் வாதம். இது மேலோட்டமான, சிறுபிள்ளைத்தனமான ஒரு கண்ணோட்டம். உருப்படியான அரசியல் அதிகாரம் எதுவுமற்ற மாகாணத் திட்டமானது, தனியரசு கோரிப் போராடி வரும் தமிழினத்தின் அபிலாசைகளைத் திருப்திப்படுத்தி விடும் என டிக்சிட் நினைப்பது அபத்தமானது. அதே சமயம் பிரதேச ஒருமைப்பாட்டை வலியுறுத்தும் ஒற்றையாட்சியின் கீழும் தமிழருக்கு உரிமை வழங்கச் சிங்களத் தலைமை தயாராக இல்லை என்பதையும் அவர் உணரவில்லை. தமிழரின் தேசியப் போராட்டத்தின் அடிப்படைகள் பற்றியோ, தமிழர்கள் மீது சிங்கள-பௌத்த பேரினவாதம் கொண்டிருந்த விபரீதமான பகையுணர்வு பற்றியோ அவர் ஆழமாகப் புரிந்திருக்கவில்லை என்பதுதான் உண்மை. இந்த அறியாமை இருள் கொழும்பிலுள்ள இந்தியத் தூதரகத்தில் மட்டுமன்றி, டில்லி அரச நிர்வாகத்திலும் பரந்து கிடந்தது.

இந்தியா இலங்கையில் தலையிட்டமைக்கு இரண்டு காரணங்களைக் கூறுகிறார் டிக்சிட்.

முதலாவதாக, தீவிரமடைந்து வந்த தமிழரின் இனப்பிரச்சினை. தமிழர்கள் மிக மோசமான அரச ஒடுக்குமுறைக்கு ஆளாகி வந்தனர். இந்த ஒடுக்குமுறை இன அழிப்புப் பரிமாணத்தை எட்டியது. இதன் எதிர்வினையாகத் தமிழகத்தில் கொந்தளிப்பான அரசியல் நிலைமை தோன்றியது. ஈழத்தமிழர்களுக்கு இந்தியா உதவ வேண்டுமென்ற கோரிக்கையும் வலுத்தது. இந்தியா தலையிடாது போனால் தமிழகத்தில் தமிழ்த் தேசியவாதம் மீண்டும் உயிர்பெற்றெழுந்து பிரிவினைவாதத்திற்கு வழிகோலியிருக்கும். இது பாரத நாட்டின் ஐக்கியத்திற்கும், பிரதேச ஒருமைப்பாட்டிற்கும் அச்சுறுத்தலாக முடியும் என்கிறார்.

இரண்டாவதாக, தமிழரின் உரிமைப் போராட்டத்தை நசுக்கும் நோக்கில் ஜெயவர்த்தனா அரசு இந்தியாவுக்கு விரோதமான அந்நிய சக்திகளின் ஊடுருவல்களுக்கு இடமளித்து வந்தது. சீனா, பாகிஸ்தான், இஸ்ரேல் போன்ற நாடுகளிலிருந்து உதவியைப் பெற்று வந்தது. 'அமெரிக்காவின் குரல்' என்ற அமெரிக்க ஒலிபரப்பு நிறுவனம் சிலாபம் கடலோரமாகத் தளம் அமைக்க இடமளித்திருந்தது. திருகோணமலை எண்ணெய்க் குதங்களைத் திருத்தியமைக்கும் வேலைத்திட்டத்தை அமெரிக்க நிறுவனம் ஒன்றிற்கு கையளித்திருந்தது. இப்படியாக, அமெரிக்க வல்லரசு இலங்கையில் காலூன்றுவதற்கு ஜெயவர்த்தனா அரசு வழிவகுத்துக் கொடுத்தது. சோவியத் யூனியன், ஆப்கானிஸ்தானை ஆக்கிரமித்து நின்ற காலமது. இச்சூழலில் ரஸ்ய ஆக்கிரமிப்பை முறியடிக்க அமெரிக்கா, சீனா, பாகிஸ்தான், இஸ்ரேல் போன்ற நாடுகள் கூட்டாகச் செயற்பட்டன. சோவியத் யூனியனின் நட்பு நாடு என்ற ரீதியில் இந்தியா மீது நெருக்குதல் கொடுக்கவும் இந்நாடுகள் முயன்றன. இந்த அந்நிய சக்திகள் இலங்கையில் ஊடுருவிக் கேந்திர முக்கியத்துவம் வாய்ந்த தென்பிராந்தியத்தில் ஒரு 'அழுத்த முனையை' உருவாக்க முயன்றன. இது இந்தியாவின் தேசிய பாதுகாப்பிற்கு பெரும் அச்சுறுத்தலாக அமைந்தது என்கிறார்.

டிக்சிட் கூறும் இவ்விரு காரணங்களையும் பரிசீலனை செய்து பார்க்கும் போது, இந்தியா தனது சொந்த நலனைப் பேணவே இலங்கையில் தலையிட்டது என்பது தெட்டத் தெளிவாகிறது. இன அழிவை எதிர்கொண்டு நின்ற தமிழர்களுக்கு உதவி செய்து இனப்பிரச்சினையைத் தீர்த்து வைக்கும் நோக்குடன் இத்தலையீடு நிகழவில்லை. இலங்கையில் காலடி எடுத்து வைக்க, தமிழர் பிரச்சினையை ஒரு இறங்கு தளமாகவே இந்தியா பயன்படுத்தியது எனலாம். இன அழிவைத் தடுக்கும் ஒரு மனிதாபிமான நல்லெண்ண முயற்சியில் இறங்குவதாகச் சர்வதேச உலகிற்குக் காட்டிக் கொண்டு, தனது புவிசார் கேந்திர நலனை நிலைநிறுத்திக் கொள்ளவே இந்தியா இலங்கையில் குறுக்கிட்டது. இந்திய-இலங்கை ஒப்பந்த இணைப்பிலுள்ள விதிகள்

இதனைத் தெளிவாகப் புலப்படுத்திக் காட்டுகின்றன. அமெரிக்கா, பாகிஸ்தான், இஸ்ரேல் போன்ற நாடுகள் இந்திய நலனுக்கு விரோதமான செயற்பாடுகளில் ஈடுபடுவதற்கு இலங்கை அரசு தளம் அமைத்துக் கொடுக்கக் கூடாதென இவ்விதிகள் கட்டுப்பாடுகளை விதிக்கிறது.

இந்திய-இலங்கை ஒப்பந்தம் 'சமத்துவத்தின் அடிப்படையில்' இரு நாடுகளினதும் பரஸ்பர நலன்களைப் பேணுகிறது என்கிறார் டிக்சிட். இந்தப் பரஸ்பர நலன்கள் யாவை? இந்தியாவுக்கு விரோதமான அந்நிய சக்திகளின் ஊடுருவல்களை இலங்கை தடுத்து நிறுத்த வேண்டும். இது இந்திய நலனைப் பேணும். இதற்குப் பிரதிபலனாகத் தமிழரின் விடுதலைப் போருக்கு முடிவு கட்டி, தமிழரின் பிரிவினைப் போக்கை இந்தியா தடுத்து நிறுத்தும். விடுதலைப் புலிகளிடமிருந்து ஆயுதங்களைப் பறித்து, மாகாணத் தீர்வை தமிழர்கள் மீது திணிப்பதன் மூலம் இது சாத்தியமாகும். இதனால் இலங்கையின் ஒற்றையாட்சி பலப்படும். அத்தோடு இலங்கையின் ஐக்கியத்திற்கும், பிரதேச ஒருமைப்பாட்டிற்கும் இந்தியா உத்தரவாதமளிக்கும். இவ்விதம் இலங்கையின் தேசிய நலனை இந்தியா பேணிப் பாதுகாக்கும். எனவே இந்திய-இலங்கை ஒப்பந்தமானது சாரம்சத்தில் இரு தரப்பினரதும் தேசிய நலன்களைப் பேணுவதாக அமைகிறது என விளக்குகிறார் டிக்சிட். இந்த விளக்கத்திலிருந்து இந்தியாவின் ராஜதந்திரத் தந்திரோபாயம் தெளிவாகிறது. தமிழரின் தேசிய நலனை விலையாகக் கொடுத்து, தனது நலனையும், சிங்களத்தின் தேசிய நலனையும் பேண முனைந்தது இந்தியா. தமிழரின் தன்னாட்சி உரிமையை இவ்வொப்பந்தம் சமாதிகட்ட முனைந்தது என்பதால்தான் விடுதலைப் புலிகள் இயக்கம் ஒப்பந்தத்தை எதிர்த்தது. இவ்வொப்பந்தமானது இலங்கைத்தீவின் சுயாதீனத்தையும், இறைமையையும் கட்டுப்படுத்துகிறது என்பது ஜெயவர்த்தனாவுக்குத் தெரியாததல்ல. ஆயினும் அவர் ஒப்பந்தத்தில் கைச்சாத்திடத் துணிந்தார். இலங்கையின் சுதந்திரம் பாதிக்கப்பட்டாலும் தமிழர்கள் சுதந்திரமாக வாழக்கூடாது என்பதில் அவர் கண்ணும் கருத்துமாக இருந்தார். இந்தியாவைப் பயன்படுத்தித் தமிழரின் தன்னாட்சிப் போருக்கு முதலில் முடிவு கட்ட வேண்டும். பின்னர் ஒப்பந்தத்தைச் செயலிழக்கச் செய்து இந்திய ஆதிக்கப் பிடியிலிருந்து விடுபட வேண்டும் என்பதே அவரது திட்டம். ஜெயவர்த்தனாவின் தந்திரம் இந்திய ராஜதந்திரத்தை மிஞ்சி நின்றது என்பதை டிக்சிட் புரிந்து கொள்ளவில்லை.

விடுதலைப் புலிகளின் தலைவர் பிரபாகரன் ஒப்பந்தத்தை எதிர்த்தார் என்றும், பிரேமதாசா, லலித் போன்றோர் ஒப்பந்தத்தை முறியடிக்கச் சதி செய்தனர் என்றும், ஜெயவர்த்தனா ஒப்பந்தத்தை அமுல்படுத்த மறுத்தார் என்றும் ஒப்பந்தத்தின் தோல்விக்குக் காரணம் கற்பிக்கிறார் டிக்சிட். இந்த வாதம் தவறானது. ஒப்பந்தத்திலுள்ள குறைபாடுகளே ஒப்பந்தத்தின் தோல்விக்குக் காரணம் என்பதை ஏற்றுக் கொள்ள மறுக்கும் டிக்சிட், எல்லோருக்கும் நன்மை பயக்கும் ஒரு நல்ல காரியத்தை எல்லோரும் சேர்ந்த கெடுத்து

விட்டார்களே எனப் புலம்புவது கேலிக்கூத்தானது. இந்த ஒப்பந்தமானது இந்தியாவின் மேலாதிக்கப் பசியைத் திருப்திப்படுத்தியதே தவிர தமிழரையோ, சிங்களவரையோ திருப்திப்படுத்தவில்லை என்பதுதான் உண்மை. பிணக்குப்பட்ட இரு பூனைகளுக்கு அப்பத்தைப் பிரித்துக் கொடுப்பதாகக் கூறி, தான் பசியாறிய குரங்கின் கதைதான் இங்கு நினைவுக்கு வருகிறது.

இரு நாடுகளது வெளியுறவையும், தமிழ்-சிங்கள தேசிய இனங்களின் நீண்டகால சிக்கலையும் தீர்மானிக்க முயன்ற ஒரு முக்கிய ஒப்பந்தம் வெகுசனக் கருதாடலுக்கு விடப்படாது, திரைமறைவில், அவசரமாக, இரகசியமாக செய்து கொள்ளப்பட்டது. இந்த உண்மையை மறுதலிக்கிறார் டிக்சிட். ஒப்பந்தம் பற்றி விடுதலைப் புலிகள் உட்பட எல்லாத் தரப்பினருடனும் ஆழமாக, விரிவாகக் கலந்தாலோசிக்கப்பட்டதாகக் கூறும் அவர், விசமத்தனமாக ஒரு பொய்யையும் புனைந்து விடுகிறார். விடுதலைப் புலிகளின் தலைவர் பிரபாகரன் ஆரம்பத்தில் ஒப்பந்தத்தை ஏற்றுக் கொள்வதாக வாக்களித்துவிட்டுப் பின்னர் ஒப்பந்தத்தை எதிர்த்து நம்பிக்கைக் கேடு செய்தார் என்பது டிக்சிட்டின் குற்றச்சாட்டு. எந்தக் காலத்திலும், எந்தக் கட்டத்திலும் தலைவர் பிரபாகரன் ஒப்பந்தத்தை ஏற்றுக் கொள்ளவில்லை. மாறாக, ஆரம்பத்திலிருந்து இறுதிவரை ஒப்பந்தத்தை அவர் எதிர்த்து நின்றார் என்பதுதான் உண்மை. இது டிக்சிட்டுக்கு மட்டுமன்றி உலகத்திற்கே நன்கு தெரியும். ஒப்பந்தத்தை எதிர்த்து நின்றது மட்டுமல்லாமல் ஒப்பந்தத்தை நடைமுறைப்படுத்த வந்த இந்திய இராணுவத்திற்கு எதிராகவும் ஆயுதமேந்திப் போராடினார் என்பதும் உலகறிந்த உண்மை. இந்திய-இலங்கை ஒப்பந்தமானது தமிழரின் தன்னாட்சி உரிமைக்கு ஆப்பு வைக்கும் ஒரு அடிமைச் சாசனம் என்பது தலைவர் பிரபாகரனின் நிலைப்பாடு.

1987 ஜூலையில் இந்திய உதவித் தூதர் பூரி யாழ்ப்பாணம் வருகை தந்து, ஒப்பந்தம் பற்றிப் புலிகளோடு கலந்துரையாடி, தலைவர் பிரபாகரனின் ஒப்புதலைப் பெற்று அவரை புதுடில்லிக்கு அழைத்து வந்தாரென இன்னொரு கட்டுக்கதையையும் அவிழ்த்துவிடுகிறார் டிக்சிட். உதவித் தூதர் பூரி யாழ்ப்பாணம் வருகை தந்தது உண்மை. ஆனால் அவர் ஒப்பந்தம் பற்றிப் புலிகளோடு கலந்துரையாடவில்லை. ஏதோ முக்கிய விடயமாகப் பாரதப் பிரதமர் சந்திக்க விரும்புவதாகப் பொய் சொல்லி, ஏமாற்றி, தலைவர் பிரபாகரனை புதுடில்லிக்கு அழைத்துச் செல்லவே அவர் வந்தார்.

புதுடில்லியில், அசோகா விடுதியில், தடுப்புக் காவலில் வைக்கப்பட்ட நிலையில்தான் புலிகளுக்கு முதன் முதலாக ஒப்பந்தம் அறிமுகம் செய்யப்பட்டது. இந்த அறிமுகத்தைச் செய்தவரும் டிக்சிட்தான். ஒப்பந்தத்தில் நிறையக் குறைபாடுகள் இருப்பதாக சுட்டிக் காட்டி, ஒப்பந்தத்தை ஏற்க மறுத்தார் தலைவர் பிரபாகரன். டிக்சிட் விளக்கங்கள் கொடுத்தார்; அழுத்தங்கள் கொடுத்தார்; மிரட்டியும் பார்த்தார். முடியவில்லை. தலைவர் பிரபாகரன் தனது நிலைப்பாட்டில் உறுதி தளராது நின்றார். பின்னர் இந்தியப் பிரதமர்

ரஜீவ் காந்தியுடனான சந்திப்பின் போதும் தலைவர் பிரபாகரன் ஒப்பந்தத்தை ஏற்க மறுத்துத் தனது நிலைப்பாட்டில் இறுக்கமாக நின்றார். இறுதிவரை ஒப்பந்தத்தை அவர் ஏற்கவில்லை. இதுதான் உண்மை.

இந்திய-இலங்கை ஒப்பந்தம் சம்பந்தமாக விடுதலைப் புலிகள் இயக்கத்தின் நிலைப்பாட்டைத் தெளிவுபடுத்தி 4.8.1987 இல் சுதுமலையில் தலைவர் பிரபாகரன் நிகழ்த்திய உரையிலிருந்து சில பந்திகள்:

"திடீரென மிகவும் அவசரமாக, எமது மக்களையோ, எமது மக்களின் பிரதிநிதிகளாகிய எம்மையோ கலந்தாலோசிக்காமல், இந்தியாவும், இலங்கையும் செய்து கொண்ட ஒப்பந்தம் இப்பொழுது அவசர அவசரமாக அமுலாக்கப்பட்டு வருகிறது என்பதை நீங்கள் அறிவீர்கள். நான் டெல்லி செல்லும் வரை இந்த ஒப்பந்தம் பற்றி எனக்கு ஒன்றுமே தெரியாது. பாரதப் பிரதமர் என்னை சந்திக்க விரும்புவதாகச் சொல்லி என்னை டெல்லிக்கு அவசரமாக அழைத்துச் சென்றார்கள். அங்கு சென்றதும் இந்த ஒப்பந்தம் எமக்குக் காண்பிக்கப்பட்டது. இந்த ஒப்பந்தத்தில் பல சிக்கல்கள் இருந்தன. பல கேள்விக்குறிகள் இருந்தன. இந்த ஒப்பந்தத்தால் எமது மக்களின் பிரச்சினைக்கு ஒரு நிரந்தரத் தீர்வு ஏற்படுமா என்பது பற்றி எமக்குச் சந்தேகம் எழுந்தது. ஆகவே இந்த ஒப்பந்தத்தை நாம் ஏற்றுக் கொள்ள முடியாது என்பதை இந்திய அரசுக்குத் தெட்டத் தெளிவாக விளக்கினோம்.

இந்த ஒப்பந்தம் நேரடியாக எமது இயக்கத்தைப் பாதிக்கிறது; எமது அரசியல் இலட்சியத்தைப் பாதிக்கிறது; எமது போராட்ட வடிவத்தைப் பாதிக்கிறது; எமது ஆயுதப் போராட்டத்திற்கு ஆப்பு வைப்பதாகவும் அமைகிறது. பதினைந்து வருடங்களாக, இரத்தம் சிந்தி, தியாகங்கள் புரிந்து, சாதனைகள் ஈட்டி, எத்தனையோ உயிர்ப்பலி கொடுத்துக் கட்டி எழுப்பப்பட்ட ஒரு போராட்ட வடிவம் ஒரு சில தினங்களில் கலைக்கப்படுவதென்றால் அதை எம்மால் ஜீரணிக்க முடியாமல் இருக்கிறது...

தமிழீழத் தனியரசே தமிழீழ மக்களின் பிரச்சினைக்கு நிரந்தரத் தீர்வை அளிக்கும் என்பதில் எனக்கு அசையாத நம்பிக்கையுண்டு. தமிழீழ இலட்சியத்திற்காகவே நான் தொடர்ந்து போராடுவேன் என்பதை நான் இங்கு திட்டவட்டமாக உங்களுக்கு எடுத்துக்கூற விரும்புகிறேன்..."

பத்து ஆண்டுகளுக்கு முன்னர், ஒப்பந்தம் கைச்சாத்தி ஒரு சில நாட்களின் பின்னர், தலைவர் பிரபாகரன் வெளியிட்ட பகிரங்கப் பிரகடனம் இது. ஒப்பந்தம் பற்றிய இவரது நிலைப்பாடு என்ன என்பது இக்கூற்றுக்களிலிருந்து தெளிவாகிறது அல்லவா?

விடுதலைப் புலிகள் சம்பந்தமாகப் பல பொய்களும், புரட்டுக்களும் டிக்சிட்டின் நூலில் மலிந்து கிடக்கின்றன. சிறீலங்கா அரசின் 'ஒப்பரேசன் லிபரேசன்' இராணுவ நடவடிக்கையால் தோல்வியின் விளிம்பிற்குத் தள்ளப்பட்ட விடுதலைப் புலிகள் இயக்கம் ஒரு அரசியல் இணக்கப்பாட்டிற்கு முன்வந்தது என்று ஒரு புரளியைக் கட்டவிழ்த்து விடுகிறார் டிக்சிட். இந்தத் தகவ-

லைப் புலிகளின் சிங்கப்பூர் பிரதிநிதி 'இந்து' பத்திரிகை ஆசிரியர் ராமிற்குத் தெரிவித்தாராம். ராம் அதனை இந்திய அரசுக்கு அறிவித்தாராம். இந்தத் தகவலை நம்பியே இந்திய அரசு சிறீலங்கா அரசுடன் பேசியதாம். இந்தப் பேச்சின் பயனாகவே ஒப்பந்த யோசனைகள் பிறந்ததாம். இப்படியானதொரு புனை கதையை சோடிக்கிறார் டிக்சிட். யார் இந்தப் பூடகமான சிங்கப்பூர் புலி என்பதை அவர் சொல்லவில்லை. விடுதலைப் புலிகளின் தலைமைப்பீடத்திலிருந்து அதிகாரபூர்வமாக வெளிவராமல், வெளிநாடு ஒன்றில் பெயர் தெரியாத மனிதர் ஒருவர் தெரிவித்ததாகக் கூறும் தகவலை ஆதாரமாகக் கொண்டு இந்திய அரசு சமசரப் பேச்சுக்களில் இறங்கியதென்றால், இது ஒரு கேலிக்கூத்தான விடயமே. இந் நிகழ்வு இந்திய ராஜதந்திரத்தின் திறனாற்றலையே கேள்விக் குறியாக்குகின்றது. அன்று யாழ். மீதான இராணுவ நடவடிக்கையால் புலிகள் இயக்கம் ஆட்டம் கண்டுவிடவில்லை. வடமராட்சியில் மில்லரின் தற்கொடைத் தாக்குதலால் சிங்கள இராணுவம்தான் கதிகலங்கி நின்றது. இந்தத் தாக்குதலின் அதிர்ச்சியால் சிங்கள அரசுதான் பேச்சுக்குப் பணிந்து வந்தது. புலிகள் பயந்துபோய்ப் பணிந்து வந்தார்கள் என்பது டிக்சிட்டின் கற்பனையில் உதித்த கட்டுக்கதை.

விடுதலைப் புலிகளின் இலட்சியம் தமிழீழமல்ல, 'பெரும்ஈழம்' என்கிறார் டிக்சிட். இலங்கைத் தீவின் வடகிழக்கும், தமிழ்நாடும், தென்கிழக்கு ஆசியாவின் தமிழ்ப் பிரதேசங்களும், மொரிசியஸ் தீவுமாக, அகன்று பரந்த தமிழ் இராச்சியம் ஒன்றைக் கட்டியெழுப்புவதே விடுதலைப் புலிகளின் இலட்சியக் கனவு என்கிறார். பெரும் ஈழமாக, அகன்ற தமிழ் சாம்ராஜ்யத்தைக் காட்டும் இந்தக் கருத்து வடிவம் புலிகளின் பரப்புரை ஏடுகளில் பூடகமாகச் சொல்லப்படுவதாகவும் குறிப்பிடுகிறார். இது டிக்சிட்டின் சொந்தக் கற்பனையா, அன்றி இந்திய மத்திய அரசின் ஆதாரமற்ற ஒரு பீதிக்கு இவர் எழுத்து வடிவம் கொடுத்தாரா என்பது தெரியவில்லை. இப்படியான கட்டுக்கதைகளை இவர் அவிழ்த்து விடவேண்டிய அவசியம் என்ன என்பது புரியவில்லை. இந்திய ராஜதந்திரத்தின் தோல்வியை நியாயப்படுத்த இப்படியுமா பொய் சொல்ல வேண்டும்?

முன்பெல்லாம் தலைவர் பிரபாகரன் பற்றி மிகவும் இழுக்கான முறையில் எழுதியும், பேசியும் வந்த டிக்சிட்டிற்கு, பத்தாண்டு காலச் சுடலை ஞானத்தின் பின்பு ஒரு புதிய வெளிச்சம் ஏற்பட்டிருக்கிறது போலத் தெரிகிறது. ''தமிழீழ விடுதலைப் புலிகள் இயக்கம் தமிழ் மக்களின் நலனைப் பிரதிபலிக்கும் பலம் பொருந்திய அரசியல்-இராணுவ சக்தியாக எழுச்சி பெற்று நிற்பதற்குப் பிரபாகரனின் தலைமைத்துவம்தான் காரணம்'' என்கிறார். தலைவர் பிரபாகரன் பற்றிக் குறிப்பிடும் பொழுது:

''முதலாவதாகப் பிரபாகரனின் ஆளுமையையும், குணாம்சத்தையும் குறிப்பிட வேண்டும். அவர் கட்டுப்பாடுடைய ஒழுக்க சீலர்; எளிமையானவர்; ஈழத்தமிழ் மக்களின் விடுதலையில் ஆழமான பற்றுறுதி கொண்டவர். அவர்

மீது எத்தகைய குற்றச்சாட்டுக்கள் சுமத்தப்பட்ட போதிலும் அந்த மனிதரிடம் ஒரு உள்ளீட்டான இலட்சிய நெருப்பும், கொள்கை உறுதியும் உண்டு என்பதை மறுக்க முடியாது. போர்த்திட்டங்களை வகுப்பதிலும், போர் உக்திகளை அறிமுகம் செய்வதிலும் அவரிடம் இயற்கையாகவே இராணுவத் திறனாற்றல் இருக்கிறது. அவர் அரசியல் சுழியோட்டங்களையும் உன்னிப்பாக அவதானிப்பவர். அரசியல் நிகழ்வுகளைச் செம்மையாக மதிப்பீடு செய்து, அதற்கேற்ப காய்நகர்த்தும் மதிநுட்பம் உடையவர்...''

நூலின் இன்னொரு இடத்தில் தலைவர் பிரபாகரன் பற்றிக் குறிப்பிடும் பொழுது, தமிழீழத் தனியரசை உருவாக்கும் பிரபாகரனின் இலட்சிய உறுதியை எவராலும், எப்பொழுதுமே மாற்ற முடியாது என்கிறார் டிக்சிட்.

இது தலைவர் பிரபாகரன் பற்றிய ஒரு சரியான மதிப்பீடு. புலிகள் பற்றிப் பொய்களும், புனை கதைகளும் செறிந்து கிடக்கும் இந் நூலில் இப்படியான சில உண்மை வரிகளும் இருப்பது திருப்தியைத் தருகிறது. காலம் கடந்தாவது டிக்சிட்டிற்கு இவ்விதம் ஞானோதயம் ஏற்பட்டிருப்பது வரவேற்கத்தக்கது. பத்து ஆண்டுகளுக்கு முன்னரே இந்த விழிப்பு அவருக்கு ஏற்பட்டிருந்தால், இந்திய-புலிகள் உறவில் விழுந்த பல விரிசல்களையும், முரண்பாடுகளையும் ராஜதந்திரச் சாணக்கியத்துடன் தவிர்த்திருக்கலாம் அல்லவா?**விடுதலைப் புலிகள் மாசி, பங்குனி 1998**

2. *மேல்நோக்கிய பயணி*

பிரேமிள் (தர்மு சிவராமு) ஒரு புதுமைக் கவிஞர். புதுக் கவிதையில் புதிய பரிமாணங்களைத் தொட்டுக் காட்டியவர். படிம உலகில் புதுமைகள் செய்தவர். அவர் படைத்த கவிதை உலகம் தனித்துவமானது. அபூர்வமான உணர்வுகளைக் கிளறிவிடும் வீச்சும், வேகமும் அவரது கவிதைகளுக்குண்டு.

படிமவாதி என்றும், குறியீட்டுக் கவி என்றும், கனவுலகக் கற்பனாவாதி என்றும், மிகையுணர்ச்சிக் கவி என்றும் தனது படைப்பிலக்கியத்திற்குக் குத்தப்படும் அடையாள முத்திரைகள் எதையும் அவர் ஏற்றுக் கொள்ளவில்லை. காவியத்தனமான ஆன்மீகச் சுயதேடலிலிருந்து தனது கவிதைகள் உருவகம் பெறுவதாக அவர் கூறுவார். 'நான் என்னையே தேடிச் செல்கிறேன். இந்தத் தேடலில்தான் என்னுடைய சாராம்சம் உள்ளது. தேடலின்போது நான் நடந்து செல்லும் பாதை கவிதையினுடையது' என்று ஒரு பேட்டியில் குறிப்பிட்டிருக்கிறார்.

1939ஆம் ஆண்டு, திருகோணமலையில், ஒரு ஏழைக் குடும்பத்தில் பிறந்த பிரேமிள், அறுபதுகளில் சி.சு.செல்லப்பாவின் 'எழுத்து' பத்திரிகை மூலம் பிரபல்யமானார். எழுபதுகளின் ஆரம்பத்திலிருந்து தமிழ் நாட்டில் வசித்து வந்தார். 'எழுத்து'வில் அவர் படைத்த புதுக் கவிதைகள் சொற்பம். ஆனால் புதுக் கவிதைபற்றி நிறைய எழுதினார். 'எழுத்து'விற்குப் பின் சிறு

பத்திரிகைகளில் அவரது கவிதைகள் வெளிவந்தன. குறுநாவல், சிறுகதைகள், இலக்கியத் திறனாய்வுக் கட்டுரைகளாக அவரது படைப்பிலக்கியம் விரிகிறது. எனினும் கவிதையிலக்கியம் அவரது சிருஸ்டி களம். கவிதையில்தான் புதுமை செய்திருக்கிறார்.

புரிய முடியாதவாறு பூடகமாக எழுதுகிறார் என அவர் பற்றிக் கண்டன விமர்சனங்கள் எழுப்பப்படுவதுண்டு. தனது கவிதைகளைப் புத்தி பூர்வமாகப் புரிந்து கொள்வதைவிட, உணர்வுபூர்வமாக உணர்ந்து கொள்வதுதான் முக்கியம் என்பது அவரது வாதம். 'வாசகனை உணர்வுபூர்வமாக ஒரு உன்னத நிலைக்கு இட்டுச் செல்வதுதான் எனது நோக்கம்' எனக் கூறுவார்.

'மேல் நோக்கிய பயணம்' என்ற நீண்ட கவிதையை நூலாக வெளியிட்டு எனக்கு ஒரு பிரதியை அனுப்பியிருந்தார். பின்பு நேரில் சந்தித்த பொழுது அக்கவிதை பற்றி எனது கருத்தைக் கேட்டார். 'அகவெளியின் ஆழங்களைத் தொடும் "மெட்டாபிசிக்கல்" கவிதை' என்றேன். அவர் ஒன்றும் சொல்லவில்லை. அவரது மௌனத்தில் ஒரு இணக்கப்பாடு தெரிந்தது.

இளம் பராயத்திலிருந்தே நிறைய வாசித்தவர். ஆங்கிலம், சமஸ்கிருதத்தில் பாண்டித்தியம் பெற்றவர். மேலைத்தேய, கீழைத்தேய நாகரீகங்கள், இதிகாசங்கள், இலக்கியங்கள், தத்துவங்கள் என்ற ரீதியில் உலகளாவிய சிந்தனைப் போக்குகளைக் கிரகித்துத் தெளிவுபெற, விடாது முயற்சி செய்தவர். அவரது கவிதைகளில் காணப்படும் படிமச் செறிவுக்கு இந்தப் பரந்த வாசிப்பு உதவியது. தமிழுக்கும் அது புதிய செழிப்பை அளித்தது.

ஆழ்நிலை அனுபவங்களுக்கு இட்டுச் செல்லும் படிமச் சித்திரங்களாக அவரது கவிதைகள் அமைவதைக் காணலாம். படிமங்களில் பரிசோதனை செய்து, புதுக் கவிதைக்குப் புதுமை சேர்த்தார். படிமப் பிரயோகத்தில் அவரது ஆற்றலை வெளிப்படுத்தும் இந்தக் கவிதையைப் பாருங்கள். 'முதுமை' என்ற தலைப்பில் வெளியான சிறு கவிதை:

காலம் பனிந்து விழுந்து
கண்களை மறைக்கிறது.
கபாலத்தின் கூரையுள்
ஒட்டியிருந்து
எண்ணவலை பின்னிப் பின்னி
ஓய்கிறது மூளைச் சிலந்தி.
உணர்வின் ஒளிப்பட்டில்
புலனின் வாடைக்காற்று
வாரியிறைத்த பழந்தூசு.
உலகை நோக்கிய
என் விழி வியப்புகள்
உயிரின் இவ் அந்திப் போதில்

திரைகள் தொடர்ந்து வரும்
சவ ஊர்வலமாகிறது.
ஒவ்வொரு திரையிலும்
இழந்த இன்பங்களின்
தலைகீழ் ஆட்டம்.
அந்தியை நோக்குகிறேன்;
கதிரிக் கொள்ளிகள் நடுவே
ஏதோ எரிகிறது...
ஒன்றுமில்லை
பரிதிப் பிணம்.

'முடிச்சுக்கள்' என்ற கவிதையின் ஒரு அலகாக இந்த வரிகள்:

மண்ணைப் பிடித்தான் கடவுள்
மனிதனாயிற்று. ஆகி
அது என்ன உளிச் சத்தம்?
கல்லைச் செதுக்கிச் செதுக்கி
கடவுளைப் பிடிக்கிறது
மண்.

கிரகிக்கும் மனதின் நேரடி அனுபவத்திற்கு அப்பால் உணர்வுலக விழிப்புநிலைகளைத் தூண்டிவிடும் படிமக் குறியீட்டுக் கவிதைகள் நிறைய எழுதியிருக்கிறார். விபரிக்க முடியாத ஒரு வசீகரம் அவற்றில் இழையோடும். அந்த வரிசையில் இதுவும் ஒரு குட்டிக் கவிதை:

சிறகிலிருந்து பிரிந்த
இறகு ஒன்று
காற்றின்
தீராத பக்கங்களில்
ஒரு பறவையின் வாழ்வை
எழுதிச் செல்கிறது.

பிரேமிளின் கவிதைகளில் வெளிப்பாடு காணும் சுய தரிசனத்தை நோக்கிய தேடல் ஆன்மீக ரீதியானது. இந்த ஆன்மீகம் மதம் சம்பந்தப்பட்டதல்ல. சத்தியத்தை நோக்கிய மனிதத் தேடலையே அது குறிக்கும். இந்த மெய்ஞானத் தேட்டத்தில் நாட்டம் கொண்டவரான பிரேமிள், ஜிட்டு கிருஸ்ணமூர்த்தி, ரமண மகரிசி போன்றோரை ஆழமாகப் புரிந்து கொண்டவர். அவரிடம் கிருஸ்ணமூர்த்தியின் தாக்கம் அதிகமாகத் தென்படும். கிருஸ்ணமூர்த்தி கூறும்

அகன்ற பிரபஞ்ச விழிப்புணர்வைக் கலாரீதியான உணர்வாகக் கொள்கிறார் பிரேமிள். இதனை ஒரு பேட்டியில் கீழ்க்கண்டவாறு விளக்குகிறார். 'கலாரீதியான உணர்வு என்பது, எல்லாவிதமான மனத்தடைகளையும், சமூக ரீதியான தடுப்புக்களையும், வேலிகளையும், தேசங்கள், மொழிகள் சம்பந்தமான எல்லைகளையும், நம்பிக்கைகளையும் தாண்டி, மனிதனை மனிதன் தொற்றக்கூடிய தன்மையுள்ள ஒரு வீர்யம்.' இதுதான் தனது பார்வையின் அத்திவாரம் என்கிறார் பிரேமிள்.

தமிழ் இலக்கிய உலகில் பிரேமிள் ஒரு சர்ச்சைக்குரிய படைப்பாளியாக விளங்கினார். அவரது இலக்கியத் திறனாய்வு எழுத்துக்கள், தமிழ் இலக்கிய உலகில் பெரும் சலசலப்பை ஏற்படுத்தியது. மிகவும் கடுமையான தொனியில் கண்டன விமர்சனங்களை எழுதி, முதுபெரும் எழுத்தாளர்களை ஈவிரக்கமின்றிச் சாடினார் பிரேமிள். விமர்சகர்களைக் கடுமையாக விமர்சித்தார். இதனால் பல எழுத்தாளர்களையும், விமர்சகர்களையும் பகைத்துக் கொண்டார். தமிழ் இலக்கிய உலகில் பிரேமிளின் கவித்துவத் திறனாற்றல் ஓரங்கட்டப்பட்டு அந்நியமானதற்கு இதுவும் ஒரு காரணம்.

பிரேமிள் ஒரு விசித்திரமான தனிப்போக்குடையவர். தன்னைச் சுற்றி ஒரு தனியுலகை சிருஸ்டித்து வாழ்ந்தவர். அந்தத் தனித்துவ அறிவுலகில் சகிப்புத்தன்மைக்கும், சமரச மனப்பான்மைக்கும் அவர் இடமளிப்பதில்லை. இது பிரேமிளின் ஆளுமைச் சிக்கலாக இருக்கலாம். ஆயினும் இக் குறைபாட்டை மிகைப்படுத்தி, அவரது படைப்பாற்றலை இழிவுபடுத்துவதோ, அவரது கவிதைகளின் மகத்துவத்தை மதிப்பிறக்க முனைவதோ தவறானதாகும்.

எண்பதுகளின் நடுப்பகுதியில் சென்னையில் பிரேமிளை ஒரு தடவை சந்தித்த போது 'தமிழீழ ரணகளம்' என்ற புகைப்பட நூலுக்கு ஒரு கவிதை எழுதித் தருமாறு கேட்டேன். மறுநாளே கவிதையுடன் வந்தார். 'உதிர நதி' என்ற தலைப்பில் வெளியான கவிதை இது:

அச்சிட்ட எழுத்துக்களின்
அறிவிப்புப் பவனி
ஸ்தம்பிக்கிறது.
செய்தித் தாளில்
பிரதிபலிக்கும்
வாசக முகத்துக்குள்
அலறுகின்றன
ஓராயிரம்
கபாலங்கள்.
அலறும் ஒவ்வொரு
அச்செழுத்திலும்
குரல்பெறுகிறது ஓர்
மூதாதை இனம்.

மனித வர்க்கத்தின்
மனச்சாட்சியினுள்
பாய்கிறது அதன்
உதிர நதித் துடிப்பு.
நேற்றிலிருந்த முற்றத்தில்
மழலை விளைத்து இன்று
குற்றுயிரில் துடிக்கும்
குழந்தையின் நாளத்தில்
நேற்றைக்கும் மிகமுந்தி
எகிப்தின் பிரமிட்கள்
எழுமுன்னாடி ஒரு
யுகத்தின் வாசலில்
இமயம் உருகி
ஏழு கிளை விரித்து
பிரவஹித்த சப்த
சிந்து துடிக்கிறது.
துடித்துக் கொடுங்கோலின்
துப்பாக்கி ரவை மழையில்
உடைந்து சொரிகிறது.

பிரேமிள் இன்று உயிருடனில்லை. உணர்வுத் தூரிகையால் அவர் வரைந்த படிம ஓவியங்கள் உயிர்க் கவிதைகளாகத் தமிழுலகில் என்றும் நிலைத்திருக்கும்.**வெளிச்சம் சஞ்சிகை Feb 1, 1997**

3. போரும் சமாதானமும்

நீண்ட காலமாகவே தமிழீழத்தின் சமாதானக் கதவுகள் திறந்து வைக்கப்பட்டிருக்கின்றன. சமாதானத் தூதுவர்கள் எவராக இருப்பினும், எந்த நேரத்திலும், எந்தச் சூழ்நிலையிலும் இங்கு வந்து செல்ல வாய்ப்பளிக்கும் வகையில் அமைதியான பாதையை அகலத் திறந்து விட்டிருக்கிறார் தலைவர் பிரபாகரன்.

இந்தச் சமாதானக் கதவுகள் ஊடாகப் பலர், பல தடவைகள் இங்கு வந்து சென்றிருக்கிறார்கள்; புலிகளின் சமாதானச் செய்தியை தென்னிலங்கைக்குக் கொண்டு சென்றிருக்கிறார்கள். ஆனால் சிங்கள தேசம் இதுவரை சமாதானத்தின் கதவுகளைத் திறந்துவிட மறுத்து வருகிறது; சண்டையை நிறுத்தி, சமாதானச் சூழ்நிலையை உருவாக்கப் பின்னடித்து வருகிறது.

புலிகளின் சமாதானக் கதவுகள் ஊடாக முதன் முதலாக நுழைந்தது நோர்வே அரசாங்கமாகும். 1990ஆம் ஆண்டின் இறுதிப் பகுதியில் நோர்வே வெளிவிவகார அமைச்சைச் சேர்ந்த ஒரு உயர் அதிகாரி யாழ்ப்பாணம் வந்-

தார்; எம்முடன் பேச்சுக்களை நடத்தினார்; சர்வதேச சமூகம் சமாதானப் பேச்சுக்களை விரும்புவதாகக் கூறினார். நோர்வே மத்தியத்துவம் வகிக்க விரும்புகிறது; நோர்வேயின் தலைநகரான ஒஸ்லோவில் பேச்சுக்களை ஒழுங்கு செய்யலாம்; சமாதானப் பேச்சுக்களுக்கு முதற்படியாக இரு தரப்பினரும் போர்நிறுத்தம் செய்ய வேண்டும் என வலியுறுத்தினார். நாம் அதற்கு இணக்கம் தெரிவித்தோம். ''உண்மையில் நீங்கள் சமாதானத்தை விரும்புவதாக உலகிற்கு நிரூபித்துக் காட்ட வேண்டும் என்றால் நீங்கள்தான் முதலில் போர்நிறுத்தம் செய்ய வேண்டும். ஒருதலைப்பட்சமாகப் பிரகடனப்படுத்த வேண்டும். நீங்கள் அப்படிச் செய்தால் சிறீலங்கா அரசு மீது நாம் அழுத்தத்தைப் பிரயோகித்து அவர்களையும் போர்நிறுத்தத்திற்கு இணங்க வைக்கலாம்'' என்றார். நாம் அதற்கும் இணக்கம் தெரிவித்தோம்.

1991ஆம் ஆண்டு ஜனவரி முதலாம் திகதியிலிருந்து போர்நிறுத்தம் கடைப்பிடிப்பதாக விடுதலைப் புலிகள் இயக்கம் ஒருதலைப்பட்சமாக அறிவித்தது. ஆனால் சிங்கள அரசு போர்நிறுத்தத்தை நிராகரித்தது; யுத்தத்தை மேலும் தீவிரமாகத் தொடர்ந்தது. ஒன்றும் தெரியாதது போல நோர்வே அரசாங்கம் மௌனம் சாதித்தது. அந்த ஆண்டு மேற்குலகம் அதிகப்படியான உதவியை சிறீலங்காவுக்கு வாரி வழங்கியது.

அடுத்ததாகப் புலிகளின் சமாதானக் கதவுகள் ஊடாக குவேக்கர்ஸ் நல்லெண்ணக் குழு பிரவேசித்தது. பல தடவைகள் வந்து சென்றது. பிரிட்டனின் ஆசியுடன் லண்டனில் பேச்சுக்களை நடத்தலாம் என்று சொன்னது. கிட்டுவுடன் சேர்ந்து ஒரு விரிவான சமாதானத் திட்டத்தைத் தயாரிப்பதாகக் கூறியது. உபகண்டம் ஊடாகப் போக்குவரத்துச் செய்ய இந்தியாவும் இணங்குவதாகத் தெரிவித்தது. எல்லா வகையிலும் ஒத்துழைப்பு வழங்க நாமும் ஒப்புதல் கொடுத்தோம். இறுதியில் என்ன நடந்தது? குவேக்கர்ஸின் சமாதான முயற்சி முடிவில் கிட்டுவின் உயிரை அநியாயமாகப் பலிகொண்டது. இந்தத் துயரமான கதைபற்றி நாம் ஏற்கனவே விளக்கியிருக்கிறோம். வங்கக் கடலில் வைத்துப் புலிகளின் சமாதானப் படகு இந்தியாவால் மூழ்கடிக்கப்பட்ட போது, பிரிட்டனோ அல்லது மேற்குலகமோ வாய்திறக்கவில்லை. சமாதானத் தூதுவனாகவே கிட்டு தமிழீழம் நோக்கிப் பயணம் செய்தார் என குவேக்கர்ஸ் நிறுவனம் வெளியிட்ட ஆட்சேப அறிக்கையையும் உலகம் இருட்டடிப்புச் செய்தது.

இது ஒருபுறமிருக்க 1992ஆம் ஆண்டு ஏப்ரல் 22ஆம் திகதி பௌத்த பிக்குகள் அடங்கிய சமாதானக் குழுவொன்று யாழ்ப்பாணம் வந்தது. இக்குழுவிற்கு அமரபுர பௌத்த பீடத்தைச் சேர்ந்த வண.சித்தாதிய மகாநாயக்க தேரர் தலைமை வகித்தார். இவர்கள் புலிகளின் பாதுகாப்புடன் யாழ். குடாநாடு முழுவதும் சுற்றிப் பார்த்தனர். தமிழ் மக்களின் அபிலாசைகளைக் கேட்டறிந்தனர். யுத்த அனர்த்தங்களைக் கண்டறிந்தனர். மக்களின் அவலநிலை கண்டு அதிர்ந்து போன இவர்கள், போருக்கு முடிவுகட்டி, சமாதானச்

சூழலை உருவாக்கத் தம்மாலான முயற்சி செய்வோம் என வாக்குறுதிகள் அளித்தனர். இந்தப் பௌத்த சமாதானக் குழுவினர் சில யோசனைகள் அடங்கிய திட்டத்தோடு வந்திருந்தனர். இத்திட்டத்தில் தமிழர் தாயகக் கோட்பாடு நிராகரிக்கப்பட்டிருந்தது. நாம் இவர்களைச் சந்தித்துப் பேசினோம். எந்தத் தீர்வுக்கும் 'தமிழர் தாயகம்' அடிப்படையானது என வலியுறுத்தி-னோம். பேச்சுக்களுக்கு சமாதானச் சூழ்நிலை உருவாக்கப்படுவது அவசியம் எனவும் எடுத்துரைத்தோம். சிங்கள அரசியல் தலைமையுடன் பேச்சுக்களை நடத்தி, சமாதானச் சூழலை உருவாக்குவோம்; புதிய தீர்வுத் திட்டதோடு யாழ்ப்பாணம் வருவோம் என்று சொன்னார்கள். ஆனால் போனவர்கள் வரவில்லை. கொழும்பு திரும்பிய இவர்களை ஆட்சிபீடத்திலிருந்த சிங்களத் தலைவர்கள் எவரும் சந்திக்க விரும்பவில்லை. இதனால் இவர்களது சமா-தான முயற்சி பிசுபிசுத்துப் போனது.

இந்த நிகழ்வுகளுக்கு அப்புறமும் சமாதானக் கதவுகளைப் புலிகள் சாத்-திவிடவில்லை.

அடுத்ததாக சென்ற ஆண்டு முற்பகுதியில் அங்கிளிக்கன் ஆயர் கெனத் பெர்னாண்டோ யாழ்ப்பாணம் வந்தார். சமாதானத்தின் பருவகாலம் வந்து-விட்டது என்றார். புலிகளின் தலைவரை நேரில் சந்திக்க வேண்டும்; அவரது வாயால் அவர் என்ன சொல்கிறார் என்பதைக் கேட்டறியவே சிங்கள தேசம் விரும்புகிறது; ஏனையோரைச் சந்திப்பதில் அர்த்தமுமில்லை, அவசியமு-மில்லை என்றார். ஆயரின் அபிலாசையையும், வற்புறுத்தலையும் நாம் தலைவரிடம் எடுத்துரைத்தோம். ஆயரைச் சந்திக்கத் தலைவர் இசைந்தார். 1993 ஜனவரி 10ஆம் திகதி சந்திப்பு நிகழ்ந்தது. இரண்டரை மணி நேரமா-கத் தலைவர் பிரபாகரன் ஆயருடன் கலந்துரையாடல் நிகழ்த்தினார்; எல்லா விடயங்கள் பற்றியும் மனம் திறந்து பேசினார்.

தமிழீழம் சமாதானத்தை வரவேற்கிறது. அமைதி வழியில் பிரச்சினையைத் தீர்க்க நாம் தயார். சிங்கள தேசத்திற்கு நாம் நேசக்கரம் நீட்டி நிற்கிறோம். ஆனால் அதைப் பற்றிக்கொள்ள சிங்கள அரசு மறுக்கிறது. சண்டையை நிறுத்தி, பொருளாதாரத் தடைகளை நீக்கி, சகஜ நிலையைத் தோற்றுவித்-தால் சமாதானப் பேச்சுக்களை ஆரம்பிக்கலாம். இப்படிச் சொன்னார் தலை-வர்.

தமிழர் தாயகத்தைத் துண்டாடிவிடும் சிங்கள அரசின் முயற்சியையும் தலைவர் கண்டித்தார். தமிழர் தாயகம் என்பது எமது அடிப்படையான கோரிக்கை. அதனைச் சிங்கள தேசம் ஏற்றுக் கொள்ளாத பட்சத்தில் தமிழ-ரின் தேசியப் பிரச்சினைக்கு அரசியல் தீர்வு காண முடியாது என்பதனையும் தலைவர் ஆணித்தரமாக வலியுறுத்தினார்.

''நீங்கள் உண்மையில் சமாதானத்தை விரும்புவதாக இருந்தால், உங்கள் நல்லெண்ணத்திற்குச் சான்றாக இரு போர்க் கைதிகளை விடுதலை செய்து என்னிடம் ஒப்படைப்பீர்களா?'' என்று கேட்டார் ஆயர். எவ்வித தயக்-

கமுமின்றித் தலைவர் பிரபாகரன் அதற்கு இணங்கினார். ஆச்சரியத்தால் ஆயரின் முகம் மலர்ந்தது.

போருக்கு ஒரு முடிவு கொண்டுவர முயற்சிப்பேன். பொருளாதாரத் தடையால் தமிழ் மக்கள் படும் தாங்கொணாத் துயரைத் தென்னிலங்கையில் எடுத்து விளக்குவேன். சமாதானச் சூழலை உருவாக்கும்படி அரசிடம் வற்புறுத்துவேன். இவ்விதம் வாக்குறுதி அளித்தார் ஆயர்.

தலைவர் பிரபாகரனின் நேர்மைக்கு அறிகுறியாகவும், புலிகளின் சமாதானத் தேடுதலுக்குச் சாட்சியாகவும் விடுதலை பெற்ற இரு போர்க்கைதிகளை அழைத்துக் கொண்டு ஆயர் கெனத் பெர்னாண்டோ கொழும்பு திரும்பினார். கொழும்பில் பத்திரிகையாரிடம் பேசும் பொழுது, ''பிரபாகரனிடம் மனிதத்தின் முகத்தைக் கண்டேன்'' என்று கூறினார். அவ்வளவுதான், சிங்களப் பேரினவாதம் கொதித்து எழுந்தது; ஆயர் மீதும், புலிகள் மீதும் சேற்றை வாரி வீசியது. ''ஆயரிற்குப் பைத்தியம் பிடித்துவிட்டது. அதனால்தான் பிரபாகரனை மனிதனாகக் கண்டார்'' என ஒரு பத்திரிகை எழுதியது.

ஆயர் எவ்வளவோ முயற்சித்தும் அன்றைய ஜனாதிபதி பிரேமதாசா அவரைச் சந்திக்க மறுத்துவிட்டார்.

சிங்களப் பேரினவாதம் சமாதானத்தை விரும்பாததால் மீண்டும் ஓராண்டு யுத்தத்தில் கழிந்தது. என்றுமில்லாதவாறு இராணுவத்திற்கு அடிமேல் அடிவிழுந்து, பூநகரியில் பேரடி விழுந்தது. ''அடிமேல் அடிவிழுந்தால் அம்மியும் நகரும்'' என்பார்கள். ஆனால் சிங்களப் பேரினவாத அம்மி சிறிதேனும் நகரவில்லை.

வழமைபோல வருட ஆரம்பத்தில் சமாதானப் பருவகாலம் பிறந்ததைத் தொடர்ந்து யாழ்ப்பாணத்தை நோக்கிய ஆன்மீக யாத்திரைகளும் தொடங்கின. இம்முறை கிறீஸ்தவத்தின் மூன்று முக்கிய மதபீடத் தலைமைகளும் இங்கு வந்து, நிலைமையைக் கண்டறிந்து சென்றன. இவர்களைத் தொடர்ந்து பௌத்த மகா சங்கத்தின் பிக்குகள் குழு ஒன்றும் யுத்தத்தால் சிதைந்த யாழ்ப்பாணத்தின் முகத்தைத் தரிசித்துச் செல்ல இருக்கிறது.

கத்தோலிக்க, மெதடிஸ்த், அங்கிலிக்கன் திருச்சபைத் தலைவர்களை நாம் சந்தித்து எமது நிலைப்பாட்டை விளக்கினோம்.

சமாதானப் பேச்சுக்கள் சமாதானச் சூழ்நிலையில் நிகழ்வதுதான் நியாயம். அப்பொழுதுதான் அது வலுக்கட்டாயமற்ற, சுதந்திரமான பேச்சாக அமையும். இராணுவ, பொருளாதார அழுத்தங்களைப் போட்டவாறு, தமிழரின் தொண்டையை நெரித்துக் கொண்டு பேசச் சொல்வது நியாயம் ஆகாது. நெருக்குவாரத்தின் பிடிக்குள் நின்றுகொண்டு, நட்புறவுடன், நல்லெண்ணத்துடன், நம்பிக்கையுடன் பேச முடியாது. எனவே, அழுத்தம் போட்டு, மிரட்டிப் பயமுறுத்தி, தமிழர் மீது ஏதோ தீர்வு ஒன்றைத் திணித்துவிடலாம் என்று அரசு எண்ணுவது அடிப்படையிலேயே தவறானது. முதற்படியாகச் சமாதானச் சூழ்நிலை உருவாக வேண்டும். இதற்குப் போர்நிறுத்தம் அவசியம்; பொருளாதார

நெருக்குதல் நீக்கப்படுவது அவசியம். தமிழர் மீது தனது நல்லெண்ணத்தைக் காண்பிக்கும் வகையில் அரசு இவற்றைச் செய்யலாம். இப்படியாக ஒரு சமாதானச் சூழ்நிலை பிறப்பிக்கப்பட்டால் நாம் பேச்சுக்களுக்குத் தயார். இவ்வாறு நாம் எமது நிலைப்பாட்டை எடுத்து விளக்கினோம். எமது யோசனைகளில் நியாயம் இருப்பதை ஆயர்களும் உணர்ந்து கொண்டனர்.

அங்கிலிக்கன் ஆயர் தலைவர் பிரபாகரனை மீண்டும் சந்திக்க விருப்பம் தெரிவித்தார். ஆனால் வற்புறுத்தவில்லை. ஏற்கனவே ஒரு தடவை தலைவரைச் சந்தித்தாகிவிட்டது. நேரில் வந்து, நேசக்கரம் நீட்டி, சமாதானத்திற்கு சமிக்ஞையும் காட்டியிருக்கிறார் தலைவர். அப்படியிருந்தும் சிங்கள தேசம்தான் சமாதானக் கதவுகளை இறுகப் பூட்டி வைத்திருக்கிறது. இந்தச் சூழ்நிலையில் மீண்டும் மீண்டும் சந்தித்து, மீண்டும் சொன்னதையே சொல்லிக் கொண்டிருப்பதில் அர்த்தமில்லை. கொழும்பிலுள்ள அரசியல் செவிடர்களுக்கு இங்கிருந்து எத்தனை தடவைகள் சங்கை ஊதினாற்போலும் கேட்கவா போகிறது? ஆயர் விசயமறிந்தவர். அதனால் அவர் மீண்டும் சந்திப்பை வற்புறுத்தவில்லை.

ஆயர்கள் இங்கு வந்தபோது சர்வோதயத் தலைவர் ஆரியரத்தினாவும் இங்கு வந்தார். அவரைப் புலிகளின் சார்பில் அரசியல் துணைப் பொறுப்பாளர் கரிகாலன் சந்தித்தார். ஆயருக்குச் சொல்லப்பட்டதே அவருக்கும் சொல்லப்பட்டது.

வந்தவர்கள் திரும்பிவிட்டார்கள். அவர்கள் எதையுமே புதிதாகக் கொண்டு வரவில்லை; எதையுமே புதிதாகக் கொண்டு செல்லவுமில்லை. தமிழ் மக்கள் சமாதானத்தை விரும்புகிறார்கள்; புலிகளும் சமாதானத்தையே விரும்புகிறார்கள். இந்தப் பழைய செய்தியைத்தான் கொண்டு சென்றிருக்கிறார்கள். இதைத்தான் கொழும்பிலும் சொல்லப் போகிறார்கள். கொழும்பிலும் புதிதாக எவ்வித திருப்பமும் ஏற்படப் போவதில்லை.

போரை முடிவுக்குக் கொண்டுவர அரசாங்கம் விரும்பவில்லை; பொருளாதார நெருக்குதலைத் தளர்த்தவும் விரும்பவில்லை. போரையும், பொருளாதார நெருக்குதலையும் அரசியல் அழுத்தமாகவே அரசு கணிக்கிறது. இந்த அழுத்தங்களோடு பேச்சு என்ற பொறியை வைக்க அரசு விரும்புகிறது. புலிகள் எந்த அளவிற்கு விட்டுக் கொடுப்பார்கள், எந்த அளவிற்கு இறங்கி வருவார்கள் என்பதை நாடிபிடித்துப் பார்ப்பதே அரசாங்கத்தின் நோக்கம். இந்த நோக்கில்தான் சமாதானத் தூதுவர்களையும் அரசாங்கம் ஊக்குவிப்பதுபோலத் தெரிகிறது.

இனி வருவது தேர்தல் யுகம். இந்தக் காலகட்டத்தில் கவனமாகக் காய்களை நகர்த்த வேண்டும் என்பது ஆட்சிபீடத்தில் அமர்ந்திருப்பவர்களுக்கு நன்கு தெரியும். இந்தக் காலத்தில், சிங்கள பேரினவாதத்திற்குத் தீனி போடுவதையே அரசியல்வாதிகள் விரும்புவார்கள். தமிழர்களுக்கு நீதி வழங்குவது என்பது அரசியற் தற்கொலையாக முடியும். எனவே இந்தக் கட்டத்தில் புலி-

களுடன் பேச்சுக்களை நடத்தி, தமிழர் பிரச்சினையைத் தீர்க்க உருப்படியான தீர்வுத் திட்டம் ஒன்றை முன்வைப்பது அரசாங்கத்தின் நோக்கமல்ல.

போருக்கு ஓய்வு கொடுப்பதை அரசு விரும்பாததற்குப் பல காரணங்கள் உண்டு. இராணுவம் இன்னும் மேலாதிக்க நிலையை எட்டிவிடவில்லை. தோல்விக்கு மேல் தோல்வியைச் சந்தித்துப் படையினரின் மனவுறுதி தளர்ந்திருக்கிறது. இன்றைய சூழலில் இராணுவச் சமபலம் புலிகளுக்குச் சார்பாக இருக்கிறது. இந்த நிலைமையில் போரை நிறுத்திக் கொள்வது புலிகளுக்கே அனுகூலமாக அமையும் என அரசு அஞ்சுகிறது. பலத்தின் ஆசனத்தில் அமர்ந்து கொண்டு, ஆதிக்க வலிமையுடன் — அதிகார தோரணையில் — பேசுவதையே அரசு விரும்புகிறது. அதற்கு இன்னும் சந்தர்ப்பமும், சூழ்நிலையும் சரியாக வரவில்லை. அதற்கு வெற்றிகள் வேண்டும்; போர்ச் சாதனைகள் புரிய வேண்டும்; ஆக்கிரமிப்பு வேலைகளைச் செய்ய வேண்டும்; புலிகளை இராணுவ ரீதியில் பலவீனப்படுத்த வேண்டும். இதை எல்லாம் செய்துகாட்டலாம் என இராணுவத் தலைமை நம்புகிறது; அதற்கான தயாரிப்புக்களையும் செய்கிறது. ஆகவே போருக்கு ஓய்வு கொடுப்பதை இராணுவம் விரும்பவில்லை. போரைத் தொடர்வதால் தேர்தல் அனுகூலங்கள் இருப்பதாகவும் அரசு நினைக்கிறது. தமிழர் பிரச்சினைக்கு தீர்வு காணாது தட்டிக் கழிக்கலாம்; 'தமிழரின் பயங்கரவாதம்' என்ற கோசத்தின் கீழ் சிங்களவரின் தேசியவாதத்தில் குளிர் காயலாம்; பேரினவாதச் சக்திகளைத் தனக்குச் சார்பாக அணிதிரட்டிக் கொள்ளலாம்; சமூக, பொருளாதாரப் பிரச்சினைகளையும் திசை திருப்பிவிடலாம். இதனால் போரைத் தொடர அரசு விரும்புகிறது.

படைகளுக்கு ஏற்பட்டு வரும் பேரிழப்புக்கள் காரணமாக யுத்தத்திற்கு எதிரான குரல் ஒன்றும் தென்னிலங்கையில் எழுகிறது. இது பாமர மக்கள் மட்டத்திலிருந்து எழும் அங்கலாய்ப்பு; பணத்திற்காகப் பிள்ளைகளை இராணுவத்திற்கு அனுப்பி, பிணத்தைக்கூட பார்க்க முடியாத பெற்றோரின் அவலக் குரல். இது மெல்ல மெல்லப் பலம் பெற்று வருகிறது. அத்துடன் உதவி வழங்கும் நாடுகளும் ஓரளவு அழுத்தம் போடுகின்றன. புலிகளை வெல்ல முடியாத ஒரு போரில் பெருந்தொகைப் பணம் விரயமாகிறது. யுத்தமும் முடிவில்லாத கதையாகத் தொடர்கிறது. அரசின் வலுவுக்கு இது அச்சுறுத்தலாக அமைகிறது. இலங்கையில் பெருமளவு முதலீடு செய்வதற்கோ, அன்றி இத்தீவை உலக முதலாளியத்தின் ஒரு வர்த்தக வலயமாக மாற்றுவதற்கோ, முடிவில்லாமல் தொடரும் இப்போர் ஒரு முட்டுக்கட்டையாக இருக்கிறது. இதனால் சமாதான வழியில் பிரச்சினையைத் தீர்க்க முயலுமாறு மேற்குலகம் சிறீலங்காவுக்கு அழுத்தம் போடுகிறது. போருக்கு எதிராக எழும் இந்த ஆட்சேபக் குரல்களைத் திருப்திப்படுத்துவதற்காக, சமாதானப் பேச்சில் அக்கறை காட்டுவது போல அரசாங்கம் நடிக்கிறது. சமாதானப் பேச்சுக்களுக்கு அரசு தயாராக இருக்கிறது; ஆனால் புலிகள் பேச்சை விரும்பவில்லை என்ற பொய்ப் பிரச்சாரத்தையும் மேற்கொண்டு வருகிறது. எந்தச் சூழ்நி-

லையிலும் தலைவர் பிரபாகரன் கொழும்பிற்கு வரமாட்டார் என்பதை நன்கு தெரிந்திருந்தும், அவர் கொழும்பு வந்து தன்னுடன் பேசலாம் என ஜனாதிபதி அழைப்பு விடுவதும், ''அழைத்தாலும் அவர் வருகிறார் இல்லையே'' எனப் பின்பு புலம்புவதும், விசமத்தனமான பிரச்சாரமன்றி வேறொன்றுமல்ல. உலகத்திடமிருந்து கடன் வாங்கும் பருவகாலம் நெருங்கி விட்டது. இந்தப் பருவகாலத்தில்தான் சமாதானத் தூதுக்களை ஊக்குவிப்பதும், சமாதானத்திற்கான பொய்ச் சமிக்ஞைகளைக் காட்டுவதும் வருடா வருடம் சிறீலங்கா அரசு மேடையேற்றும் அரசியல் நாடகமாகும். புளித்துப்போன இந்த நாடகத்தை மேற்குலகத் தனவந்தர்கள் சலிப்புறாமல் ரசித்துக் கொண்டிருப்பதுதான் எமக்கு வியப்பாக இருக்கிறது.

2

ஈழநாதம், 01.01.1993

ஒரு யுத்தத்தின் போக்கை நிர்ணயிப்பது ஆட்பலமோ அல்லது ஆயுத பலமோ அல்ல. மிகவும் நுட்பமாகத் தயாரிக்கப்படும் போர்முறைத் திட்டங்களே ஒரு போரின் விளைவுகளைத் தீர்மானித்து விடுகிறது.

நில எதார்த்தத்தையும், மற்றும் புறநிலை உண்மைகளையும் மிகவும் துல்லியமாகக் கணிப்பிட்டு, எதிரியின் பலத்தையும், பலவீனத்தையும் சரியாக எடைபோட்டு, எதிர்விளைவுகளை மதிப்பீடு செய்து, இவற்றின் அடிப்படையில் நெறிப்படுத்தப்படும் போர்த்திட்டங்கள் ஒரு யுத்தத்தை நகர்த்திச் செல்ல உறுதுணையாக அமைகின்றன. இந்த வகையில் போர்முறைத் திட்டங்களை வகுப்பது ஒரு பிரத்தியேகமான, நுணுக்கம் மிக்க கலைத்திறன்.

எதிரியின் யுத்த நோக்குகளையும், உபாயங்களையும் முன்கூட்டியே தீர்க்க தரிசனத்துடன் அனுமானித்தறிந்து, இதற்கேற்ப போர்த் திட்டங்களை வகுப்பது போர்க்கலையில் ஒரு சிறப்பம்சம். எதிரியின் போர்த் திட்டங்களை முறியடித்து, எதிரியை நிலைகுலையச் செய்வதற்கு இது இன்றியமையாதது. கடந்த பத்தாண்டுப் போரை ஒட்டுமொத்தமாக மதிப்பீடு செய்கையில், சிங்கள படைத்துறைத் தலைமையின் போர்த்திட்டங்களை நடைமுறைச் சாத்தியமற்றதாக்கிச் செயலிழக்கச் செய்தமையே விடுதலைப் புலிகள் ஈட்டிய மிக முக்கிய போர்ச்சாதனை எனலாம். இந்தப் போர் இலக்கை அடையும் வகையில், கடந்தாண்டு புலிகளின் தாக்குதற் திட்டங்கள் அமைந்தன. இந்த நுட்பமான போர்த்திட்டத்தை வகுத்து, அதை மிகவும் சாதுரியமாக நடைமுறைப்படுத்திய பெருமை தலைவர் பிரபாகரனைச் சாரும். 1991ஆம் ஆண்டின் இறுதிப் பகுதியிலேயே யாழ் குடாநாடு மீது படையெடுப்பதற்கான பாரிய போர்த்திட்டம் ஒன்று தயாரிக்கப்பட்டது.

புலிகளின் கோட்டை எனக் கருதப்படும் யாழ் குடாநாட்டைக் கைப்பற்றி, அங்கு சிங்கள ஆட்சியதிகாரத்தை நிறுவினால்தான் தமிழீழத்தில் விடுதலைப்

புலிகளின் இராணுவ மேலாதிக்கத்தைத் தகர்த்து விடலாம் எனப் பிரேமதாசா அரசு எண்ணியது. ஆனையிறவு, மணலாறு சமர்களில் பெரும் உயிரிழப்பைச் சந்தித்து நின்ற புலிகளால், மரபுவழிப் போர்முறையில் முப்படைகளின் பெரும் கூட்டுத்தாக்குல்களை ஈடுகொடுத்துப் போரிடுவது கடினம் என அரசு தரப்பில் மதிப்பீடு செய்யப்பட்டது.

சிங்கள இராணுவத் தலைமையின் இந்தத் தாக்குதல் திட்டம் பற்றித் தலைவர் பிரபாகரன் அறிந்திருந்தார். இராணுவத்திடம் முன்முனைப்புச் செயற்பாட்டை விட்டுக் கொடுத்து, ஆபத்துக்கள் நிறைந்த தற்காப்புப் போரில் சிக்கிக் கொள்வதைத் தவிர்ப்பதானால், முன்முனைப்பைத் தன் கையில் வைத்துக் கொள்ள வேண்டும் எனக் கருதிய அவர், அதற்கேற்ப புதிய உத்திகளைக் கொண்ட போர்த்திட்டம் ஒன்றை வகுத்து, உடனடியாகவே அதனைச் செயற்படுத்தினார். இராணுவத்தின் போர்த்திட்டத்தை முறியடித்துச் செயலிழக்கச் செய்வதே தலைவர் பிரபாகரனின் போர்த் தந்திரோபாயமாக அமைந்தது.

கடந்தாண்டின் ஆரம்பத்திலிருந்தே இந்தத் தாக்குதல் திட்டம் முழுமுனைப்புடன் செயலாக்கம் பெற்றது. எதிரியின் நிலைகள் மீது ஓயாத, தணியாத, இடைவிடாத தாக்குதல்கள் தொடுக்கப்பட்டன. எதிரி தன்னைச் சுதாகரித்துக் கொண்டு உதவிபெற்று எதிர்த் தாக்குதல்களைத் தொடுப்பதற்கு இடமளியாத வண்ணம், புலிகளின் இராணுவ நடவடிக்கைகள் பெரும்பாலும் இரவில் மின்னல் வேகத்தில் இடம்பெற்றன. பெரும் தாக்குதல்கள்கூட ஒரு சில மணிநேரமே நீடித்தன. எதிரியின் முன்னணிப் பாதுகாப்பு நிலைகள், காவலரண்கள், இராணுவ வேலிகள் தொடர்ச்சியாக மாறி, மாறித் தாக்கி அழிக்கப்பட்டன. ரோந்து அணிகள் நிர்மூலம் ஆக்கப்பட்டன. எதிரியின் எல்லைவரை போர் விரிவாக்கம் கண்டது. தரைப் போருடன் நிற்காது, கடற்பரப்பிலும், ஆகாயத்திலும் புலிகளின் தாக்குதல் நீண்டது. எதிரி இராணுவம் என்றுமில்லாதவாறு இரத்தம் சிந்தியது.

தலைவர் பிரபாகரனின் புதிய போர்த் தந்திரோபாயம் சிங்களப் படைகளை நிலைகுலையச் செய்தது.

இராணுவம் முன்முனைப்பை இழந்தது. படையெடுப்புத் திட்டங்கள் செயலிழந்தன. விடுதலைப் புலிகள் முன்னெடுத்த இந்த யுத்த தந்திரோபாயம், கெரில்லாப் போர்முறைப்பாணியிலான அதிரடித் தாக்குதல்களாக மட்டும் அமையவில்லை. பெரும் படையணிகள் ஒழுங்கமைக்கப்பட்ட பாரிய தாக்குதல்களைக் கொண்டதாகவும் இப்போர்முறை அமைந்தது. இத் தாக்குதல் வடிவத்தை நகர்வுப் போர்முறை என முன்னைய வியட்னாமிய தளபதி ஜெனரல் ஜியாப் வர்ணிக்கிறார். பெரும் படையுடன் திடீர் தாக்குதலை நடத்திவிட்டுத் துரித கெதியில் படைகளை இடம் நகர்த்தும் இப்போர்முறையானது, கெரில்லாப் போரின் பரிணாம வளர்ச்சியையும், உயர்வடிவ விரிவாக்கத்தையும் குறித்துக் காட்டுகின்றது. கெரில்லாப் போர் உத்திகளும், மரபு

வழிப்படை நகர்த்தல் அம்சங்களும் ஒன்றிணைத்த இப்புதிய போர்முறைத் திட்டம், கடந்தாண்டில் முதன் முதலாகத் தலைவர் பிரபாகரனால் அறிமுகம் செய்யப்பட்டது. இது எமது போர் வரலாற்றில் புதிய திருப்புமுனையாகவும் அமைந்தது.

எதிரிக்குப் பெரும் உயிர்ச் சேதத்தை விளைவித்தல், போராளிகளின் உயிரிழப்பை வெகுவாகக் குறைத்தல், எதிரியின் ஆயுதங்களைப் பறித்தெடுத்தல், எதிரியின் முன்முனைப்பை சிதறடித்தல், எல்லாவற்றிற்கும் மேலாக எதிரியின் தாக்குதல் திட்டங்களைச் செயலிழக்கச் செய்தல் — இவ்வாறான போர் இலக்குகளைக் கொண்ட இத் தாக்குதல்முறை, விடுதலைப் புலிகளுக்குப் பெரும் வெற்றியை ஈட்டிக் கொடுத்தது. சிறிய அளவு கெரில்லா அதிரடிகளாகவும், பெரிய அளவிலான நகர்வுத் தாக்குதல்களாகவும் தொடர்ச்சியாக இடம்பெற்ற இத்தாக்குதல்களில் எதிரியின் ஆட்பலத்தில் பாரிய அளவு சிதைவு ஏற்பட்டது. பெருமளவு உயிரிழந்து, ஊனம் அடைந்தவர்கள் ஒருபுறமிருக்க, மனமுடைந்து படையிலிருந்து விலகி ஓடியவர்களின் தொகையும் பெரிதாக வீங்கியதால், எதிரியின் எதிர்த் தாக்குதல் சக்தி வலுக்குறைந்தது. இதனால் எதிரி இராணுவம் படையெடுப்புக்களைத் தவிர்த்து, பாதுகாப்புத் தேடிக் கொள்ளும் நிர்ப்பந்தத்திற்குள் தள்ளப்பட்டது.

எமது இயக்கப் போர்ச் சக்தியின் வரம்புகளுக்கு உட்பட்டதாக, எமது தனித்துவமான பூகோள-அரசியல் புறநிலை எதார்த்தத்திற்கு அமைய, முழுக்க முழுக்கத் தாமாக வரித்துக் கொண்ட போர்த் திட்டங்கள், தந்திரோபாயங்களின் அடிப்படையில் நாம் எமது விடுதலை யுத்தத்தைக் கட்டம் கட்டமாக முன்னோக்கி நகர்த்துகிறோம். இந்நிலையில் போர்வடிவ விரிவாக்கம் என்பது எமது ஆயுத, ஆட்பல வளங்களின் தன்மையில் மட்டுமன்றி, மிகவும் நுட்பமாக நெறிப்படுத்தப்படும் போர் யுக்திகளின் திண்ணியமான விளைவுகளிலும், போராளிகளின் அபாரமான உறுதிப்பாட்டிலுமே தங்கி நிற்கிறது.

உலக விடுதலைப் போராட்டங்களின் வளர்ச்சி நிலைகளும், போர்வடிவ விரிவாக்கங்களும், அப்போராட்டங்களில் அரசியல் ஆதிக்க அக்கறையும், பொருண்மிய நலனும் கொண்ட வெளிநாடுகளின் நேரடி அல்லது மறைமுக ஆயுத உதவிகளால் நிச்சயிக்கப்படுகின்றன. எமது விடுதலைப் போராட்டத்தின் நிலையோ வேறு. எந்த ஒரு நாட்டினதும் ஆயுத உதவியோ அல்லது அரசியல் ஆதரவோ அல்லது தார்மீகப் பக்கபலமோ இன்றி தனித்து நின்று, தனது கால்களில் நிலைத்து நின்று, எதிரியின் ஆயுதங்களைப் பறித்தெடுத்து, அந்த ஆயுத பலத்தையே ஆதாரமாகக் கொண்டு உலகம் திகைத்து நிற்கும் வகையில் ஒரு தேசிய விடுதலைப் போரை முன்னோக்கி நகர்த்திச் செல்வது என்பது நினைத்துப் பார்க்க முடியாத இமாலய கைங்கரியம். இந்த மலையான பழுவைத் தனியாகச் சுமந்து தமிழரின் விடுதலைப் போரை வழிநடத்தி வருகிறார் தலைவர் பிரபாகரன்.

இந்த ஆண்டு யுத்தத்தில் எதிரியின் ஆயுத தளபாட வளத்தில் ஒரு பகுதி அழிவுக்கு உள்ளாகி இருக்கிறது.

இன்னொரு பகுதி புலிகளுக்குக் கைமாறி இருக்கிறது. கோடிக்கணக்கில் பணத்தைக் கொட்டி, உலகெங்கும் இருந்து ஆயுதங்களைத் தருவித்து, அதில் கணிசமான தொகையை எதிரியானவன் புலிகளிடம் ஒப்படைத்து விடுகிறான். எதிரியின் ஆயுதங்களைப் பாவித்து, எதிரியின் ஆயுதங்களைப் பறித்தெடுத்து, அந்த ஆயுத பலத்தின் ஆதாரத்தில் தனது இராணுவ பலத்தைக் கட்டி எழுப்பும் புலிகளின் போர் உத்தி தனக்கே உரித்தான தனிச்சிறப்பு வாய்ந்ததாகும். இந்தத் தந்திரோபாயத்தின் அடிப்படையில் பார்க்குமிடத்து, எந்த அளவிற்குப் புலிகள் எதிரியின் இராணுவ பலத்தை வலுவிழக்கச் செய்தார்களோ, அந்த அளவுக்குப் புலிகளின் இராணுவ பலம் வலுப்பெறும் எனத் திட்டவட்டமாகச் சொல்லலாம். புலிகளின் அடுத்த கட்ட வளர்ச்சிப் பரிமாணம் இந்தத் தந்திரோபாயத்தில் தங்கியிருக்கிறது.

புலிகளின் தேசத்தில் அகலக் கால் நீட்டுவதும், நீட்டிய காலை நிலையாக வைத்திருப்பதும் மிகவும் ஆபத்தான விவகாரம் என்பதைச் சென்றாண்டுப் போரிலிருந்து சிங்கள அரசு உணர்ந்திருக்கலாம். ஊடுருவிய பகுதிகளில் பெருந்தொகையான படைகளை முடக்கி வைத்து, ஆளில்லாப் பிரதேசங்களில் 'ஆட்சி' புரிந்து வரும் இராணுவத்துக்குப் போதாக்குறைக்கு ஆட்பற்றாக்குறையும் ஏற்பட்டிருக்கிறது. இந்நிலையில் நில ஆக்கிரமிப்பு என்ற பொறியில் மீண்டும் விழுந்து கொள்ள சிங்கள இராணுவம் முனைகிறது. இதன் பாரதூரமான விளைவுகளை அது சந்தித்தே ஆக வேண்டி வரும்.

புலிகளை அழிக்கும் இலக்குடன், ஒருபுறம் போரைத் தீவிரமாக முடுக்கிவிட்டு, மறுபுறம் தமிழரின் பிரச்சினைக்கு அரசியல் தீர்வைக் காண்பது என்ற பிரேமதாசாவின் கேலிக்கூத்தான அணுகுமுறை, சென்ற ஆண்டு படுதோல்வியைச் சந்தித்திருக்கிறது. இந்தப் போரும், தீர்வும் என்ற அரசியல் இரட்டை அணுகுமுறை அடிப்படையிலேயே தவறானது. எந்தப் போராட்ட சக்தியுடன் பேசிப் பிரச்சினையைத் தீர்க்க வேண்டுமோ, அந்தப் போராட்ட சக்தியை அந்நியப்படுத்தி அழித்துவிட்டுப் பிரச்சினைக்குத் தீர்வு காணலாம் என்ற இந்த அணுகுமுறை சாத்தியமற்றது என்பது ஒருபுறம் இருக்க, இது சிங்களப் பேரினவாதிகளின் அரசியல் அசட்டுத்தனத்தையே வெளிக்காட்டுகின்றது.

போர்நிறுத்தத்துக்குத் தயார்; பேச்சுவார்த்தைக்குத் தயார்; சமாதானக் கரங்களைப் பற்றிக் கொள்ளத் தயார் எனக் காலத்திற்குக் காலம் தொடர்ச்சியாகப் புலிகள் இயக்கம் பகிரங்கப் பிரகடனங்கள் மூலம் நல்லெண்ண சமிக்ஞைகளைக் காட்டிய போதும், பிரேமதாசா அரசு அதனைச் செவிசாய்க்கவில்லை.

பிரேமதாசா அரசு போரைத் தொடர விரும்புகிறது. தமிழரைப் போர் அழுத்த நெருக்கடிக்குள் திணற வைத்துப் பேரம்பேச விரும்புகிறது. அதனால்

போர்நிறுத்தம் செய்து, சமாதானச் சூழ்நிலையை உருவாக்காமல், யுத்தத்தைத் தொடர்ந்தபடி யாருக்கும் தெரியாமல், இரகசியமாகப் புலிகளுடன் அந்தரங்கப் பேச்சை நடத்த விரும்புகிறது. இந்த யோசனையை நாம் ஏற்க முடியாது. தொடரும் யுத்தத்தில் எமது போராளிகளும், பொதுமக்களும் சாவையும், அழிவையும் சந்தித்து நிற்க, நாம் எதிரியுடன் கைகோர்த்து நின்று சமரசப் பேச்சுக்களை நடத்த முடியாது.

இது ஒருபுறமிருக்க சிங்கள அரசுடன் பேச்சுவார்த்தைகளை நடத்துவதற்கு ஒரு அடிப்படை வேண்டுமல்லவா? அப்படியான ஒரு அடிப்படையை சிங்கள தேசம் இதுவரையும் முன்வைக்க மறுத்து வருகிறது. எமது இலட்சியம் என்னவென்பது உலகறிந்த விவகாரம். எனவே மாற்றுத்திட்டத்தை எமது பரிசீலனைக்கு முன்வைப்பது சிங்கள அரசியல்வாதிகளின் பொறுப்பு அல்லவா? ஆனால் அவர்களுக்கு இன்னும் அந்த அக்கறையோ, துணிவோ பிறக்கவில்லை.

விக்கிரமாதித்தனின் வேதாளம் போல, பிரேமதாசாவின் தெரிவுக் குழுவும் மீண்டும் பேரினவாத முருங்கையில் ஏறி இருக்கிறது. ஒரு வருடத்திற்கு மேலாகக் கூடிப்பேசிக் கலந்தாலோசித்து, விசாரணை செய்து, விவாதங்கள் நடத்தி இறுதியில் தமிழரின் தேசியப் பிரச்சினையின் அடிப்படைகள் எதையுமே தொடாது தெரிவுக் குழு கேலிக்கூத்தான ஒரு தீர்வை வழங்கியிருக்கிறது. இந்தத் தீர்வு தமிழ் மக்களுக்கு ஒரு உண்மையைத் தெளிவாகப் புலப்படுத்தியது. சிங்களப் பேரினவாதம் ஒருபொழுதும் தமிழருக்கு நீதி வழங்கப் போவதில்லை என்ற உண்மையை வலுப்படுத்தியது. நாமாகவே போராடி எமது உரிமையை வென்றெடுக்க வேண்டும் எனக் காலம் காலமாகப் புலிகள் இயக்கம் பிரகடனம் செய்துவந்த கூற்று, இன்று அரசியல் மெய்யுண்மையாகித் தமிழ் மக்களை ஆழமாகச் சிந்திக்க வைத்திருக்கிறது. - **விடுதலைப் புலிகள், மாசி 1994**

4. பூநகரிப் பாதை விவகாரமும், ஐ.நா. தூதரகத்தின் ஒப்பந்தமும்

தனது குடிமக்கள் எனக் கூறிக்கொள்ளும் ஒரு மக்கள் சமூகம் மீது ஒரு அரசானது அநீதியான யுத்தம் ஒன்றைத் தொடர்ந்து நடாத்தி வருவதும், பொருளாதாரத் தடைகளை விதிப்பதும், போக்குவரத்துச் சுதந்திரத்தை மறுப்பதும் ஐ.நா. சாசனத்திற்கும், சர்வதேச மனித உரிமை நியமங்களுக்கும் மாறானது. மனித உரிமை, ஜனநாயகம் என்ற கோட்பாடுகளுக்கு முதன்மை கொடுத்து, அதனைப் பொருளாதார உதவியுடன் தொடர்புபடுத்தி, மூன்றாம் உலகைக் கட்டுபடுத்த முனையும் மேற்குலகிற்கு சிறீலங்காவில் என்ன நடந்து கொண்டு இருக்கிறது என்பது தெரியாததல்ல.

தமிழ் மக்கள் தமது சொந்த மண்ணில் சுதந்திரமாக நடமாடுவதற்கு சிறீலங்கா விதித்துள்ள தடையும், கிளாலி நீரேரியில் கடற்படை நிகழ்த்திய படுகொலைகளும், மேற்குலக மனித உரிமை அரங்குகளில் கண்டனத்திற்கு உள்ளாகின. இதனைத் தொடர்ந்து போக்குவரத்துத் தடைகளைத் தளர்த்தி, மக்கள் சுதந்திரமாக நடமாடுவதற்கு வழியமைத்துக் கொடுக்குமாறு சில மேற்குலக நாடுகள் சிறீலங்கா அரசு மீது அழுத்தத்தைப் பிரயோகிக்கத் தொடங்கின. இதன் பெறுபேறாக அகதிகளுக்கான ஐ.நா. உயர் ஸ்தானிகர் காரியலம் இப்பிரச்சினையில் தலையிட்டு உதவிபுரிய முன்வந்தது. சிறீலங்கா அரசுடனும், விடுதலைப் புலிகள் இயக்கத்துடனும் பேச்சுக்களை நடாத்தி, இரு தரப்பினரதும் ஒப்புதலுடன் தனது நேரடியான கண்காணிப்பின் கீழ் பூநகரிப் பாதையைப் போக்குவரத்திற்குத் திறந்து விடுவதற்கு ஐ.நா. தூதரகம் முயன்றது. இது சம்பந்தமான பேச்சுவார்த்தைகள் கடந்த ஜனவரியில் ஆரம்பமாகி யூன் வரை தொடர்ந்தன.

முதற்கட்டப் பேச்சுக்களின் போது ஐ.நா. கண்காணிப்பின் கீழ் பூநகரிப் பாதையைத் திறந்து விடுவதற்குக் கொள்கையளவில் விடுதலைப் புலிகள் இயக்கம் இணங்கியது. எனினும் பூநகரியில் நிலைகொண்டுள்ள இராணுவம் அகற்றப்பட்டு, ஐ.நா. அதிகாரிகளின் கண்காணிப்பின் கீழ் மக்கள் சுதந்திரமாகப் போக்குவரத்து நடாத்துவதற்கு வசதிகள் செய்து கொடுக்கப்பட வேண்டும் என்று வலியுறுத்தியது. விடுதலைப் புலிகளின் இந்த நிபந்தனையை அரசாங்கம் ஏற்றுக் கொள்ள மறுத்தது. பூநகரியில் உள்ள முகாமை அகற்றுவதற்கு இராணுவம் தயாராக இல்லையென ஐ.நா. உயர்ஸ்தானிகராலயப் பாதுகாப்பு அதிகாரியான டாக்டர் நிக்கலஸ் விடுதலைப் புலிகளுக்குத் தெரிவித்தார். இதனையடுத்துப் புலிகள் இயக்கம் மாற்று யோசனை ஒன்றைத் தெரிவித்தது. சங்குப்பிட்டிப் பகுதியில் இருந்து ஒரு மைல் தூரத்திற்காவது இராணுவம் விலகி நின்று ஒரு மனிதப் போக்குவரத்து வழியை உருவாக்கி, தடையின்றி, சோதனையின்றி மக்கள் சுதந்திரமாகப் பயணம் செய்ய ஒழுங்குகள் செய்யப்பட வேண்டும் எனப் புலிகள் ஒரு திட்டத்தைக் கொடுத்தனர். இராணுவத் தலைமையுடன் பேசிவிட்டு மீண்டும் யாழ்ப்பாணம் வந்த ஐ.நா. பிரதிநிதிகள், இராணுவம் ஓர் அங்குலத்திற்கும் நகரத் தயாராக இல்லை என்றும், பூநகரியால் போக்குவரத்தை மேற்கொள்ளும் பொதுமக்கள் சகலரும் இராணுவப் பரிசோதனைக்கு ஆளாக வேண்டும் என இராணுவத்தினர் நிர்ப்பந்திப்பதாகவும் கூறினர். இராணுவத்தின் இந்தக் கடும்போக்குக் காரணமாகப் பேச்சுக்களில் இழுபறி ஏற்பட்டது. இந்த நிலையில் புலிகள் இயக்கம் இன்னொரு யோசனையை ஐ.நா.விடம் தெரிவித்தது. கேரதீவு-சங்குப்பிட்டிப் பாதையூடாக ஐ.நா.வின் கண்காணிப்பின் கீழ் உணவு வாகனங்களை அனுமதிக்குமாறு புலிகள் கேட்டுக் கொண்டனர். வாகனங்களை இராணுவ சோதனைக்குட்படுத்தவும் இணங்கினர். ஆனால் இராணுவம் உணவுப் பொருட்களை சூறையாடாது பார்த்துக் கொள்வது ஐ.நா. தூத-

ரகத்தின் பொறுப்பு எனவும் வலியுறுத்தினர். உணவு வாகனங்கள் மட்டுமன்றி, நோயாளிகளும் இப்பாதையூடாகப் பயணம் செய்ய அனுமதிக்கப்பட வேண்டுமெனவும் கேட்டுக் கொண்டனர். முதற்கட்டமாக யாழ்ப்பாணத்தின் மீதான பொருளாதாரச் சுமையை இறக்குவதற்கு உணவு வாகனங்களை அனுமதித்து, இப்போக்குவரத்து சீராக நடைபெறுகிறதா எனக் கண்காணித்து, அடுத்த கட்டமாக மக்களின் போக்குவரத்துப் பற்றிப் பேசலாமெனப் புலிகளின் பிரதிநிதிகள் எடுத்து விளக்கினர். இந்த யோசனை நடைமுறைச் சாத்தியமானது என ஐ.நா. அதிகாரிகள் ஏற்றுக் கொண்டனர்.

ஆனால் இந்த யோசனையைச் சிறீலங்கா அரசு வரவேற்றது போலத் தெரியவில்லை. கிளாலிப் பாதையை மூடிவிட்டு, பூநகரிப் பாதையால் இராணுவ சோதனையுடன் பொதுமக்களை அனுப்புவதில்தான் அரசு அக்கறை காட்டியது. புலிகளையும், மக்களையும் பிரித்துப் புலிகளின் நடமாட்டத்தைத் தடுத்து நிறுத்துவதில்தான் இராணுவமும் சிரத்தை காட்டியது. இந்த நிர்ப்பந்தங்கள் காரணமாக ஐ.நா. தூதரகத்தின் நிலைப்பாட்டிலும் மாற்றம் தெரிந்தது. இராணுவச் சோதனையுடன் மக்கள் போக்குவரத்தை மேற்கொள்ளலாம் என்ற நிலைப்பாட்டை ஐ.நா. தூதரகம் வலியுறுத்தத் தொடங்கியது.

இந்தச் சூழ்நிலையில்தான் கடந்த யூன் 01ஆம் திகதி பூநகரிப் பாதையைத் திறப்பது சம்பந்தமாக ஒரு நகல் ஒப்பந்தத்தை ஐ.நா. உயர்ஸ்தானிகர் காரியாலயம் எம்மிடம் கையளித்தது. இந்த ஒப்பந்தத்தில் பல சிக்கல்கள் இருந்தன. இதுபற்றிப் புலிகள் இயக்கத்தின் மத்திய குழு நன்கு பரிசீலனை செய்து முடிவு எடுக்குமென ஐ.நா. அதிகாரிகளிடம் நாம் கூறினோம். எனினும் இந்த ஒப்பந்தத்தில் உள்ள சில விதிகள் தமிழ் மக்களின் நலனுக்குப் பாதகமாகவும், புலிகளின் போராட்டத்திற்குக் குந்தகமாகவும் அமைந்திருப்பதை ஐ.நா. அதிகாரிகளுக்கு நாம் சுட்டிக் காட்டினோம்.

முதலாவதாக, இந்த ஒப்பந்தம் முத்தரப்பு உடன்பாடாக அமையவில்லை. அதாவது சிறீலங்கா அரசு, விடுதலைப் புலிகள் இயக்கம், ஐ.நா. உயர்ஸ்தானிகர் காரியாலயம் ஆகிய மூன்று தரப்பினர் மத்தியில் ஆன ஒப்பந்தமாக வரையப்படவில்லை. விடுதலைப் புலிகளுக்கும், ஐ.நா. தூதரகத்திற்கும் மத்தியில் ஆன ஒரு ஒப்பந்தமும், அரசுக்கும், ஐ.நா.வுக்கும் மத்தியிலான இன்னுமொரு ஒப்பந்தமுமாக இரு ஒப்பந்தங்கள் தனித்தனியே அவரவருக்குரிய கடப்பாடுகளுடன் நெறிப்படுத்தப்பட்டிருக்கிறது. இதுபற்றி நான் வினவிய பொழுது முத்தரப்பு ஒப்பந்தமாக இந்த உடன்பாட்டைச் செய்துகொள்ள அரசு விரும்பவில்லையென ஐக்கிய நாடுகள் அதிகாரிகள் தெரிவித்தனர். அப்படியாக ஒரு உடன்பாடு செய்துகொள்வதாயின், ஆட்சி அதிகாரம் படைத்த ஒரு சக்தியாக விடுதலைப் புலிகள் இயக்கத்தை அங்கீகரிக்க முடியும் என்றும், இதனால் புலிகளுக்குச் சர்வதேச சட்ட அங்கீகாரம் வழங்குவதாக அமையும் என்றும் சிறீலங்கா அரசு அஞ்சுவதாகவும் அவர்கள் தெரிவித்தனர். புலிகளின் கட்டுப்பாட்டுப் பிரதேசத்தின் ஒரு பகுதியை, அதுவும்

தமிழர் தாயகத்தின் நிலத்துண்டை ஆக்கிரமித்து நிற்கும் அரசு, புலிகளின் ஆட்சி அதிகாரத்தை ஏற்க மறுப்பதும், அதன் காரணமாக முத்தரப்பு ஒப்பந்தத்தை நிராகரிப்பதும், புலிகளின் சர்வதேச அங்கீகாரம் பற்றிக் கவலைப்படுவதும் எமக்கு நியாயமாகத் தெரியவில்லை. அரசின் இந்த நிலைப்பாட்டை ஐ.நா. தூதரகமும் ஏற்றுக் கொண்டமை எமக்கு ஏமாற்றத்தைக் கொடுத்தது.

அடுத்து, இந்த ஒப்பந்தத்தின் மையப்பகுதியாக இராணுவச் சோதனைகள் பற்றிய விதிகள் அமைகின்றன.

இந்தப் பாதையால் பயணம் செய்யும் சகல குடிமக்களும் தமது அடையாளத்தை நிரூபிக்கும் சான்றிதழ்களைக் காண்பிக்க வேண்டும்./சகல மக்களையும், அவர்களது மூட்டை முடிச்சுக்களையும், வாகனங்களையும் சோதனையிடும் பிரத்தியேக அதிகாரம் பாதுகாப்பு படைகளுக்கு உண்டு.

தடைசெய்யப்பட்ட பொருள்களோ, ஆயுதங்களோ கொண்டு செல்லும் நபர்களை இராணுவம் கைது செய்யும்.

ஒரு தனிநபர் இந்தப் பாதையைப் பாவிக்கும் உரிமை உள்ளவரா? இல்லை? என்பதை இராணுவத்தினரே தீர்மானிப்பர்.

ஒரு தனிநபர் இந்தப் பாதையைப் பாவிப்பதற்குத் தகுதியற்றவர் எனப் படையினர் தீர்மானிக்கும் பட்சத்தில் அவரைத் திருப்பி அனுப்பிவிடும் அதிகாரம் படையினருக்கு உண்டு.

இப்படியாக இராணுவத்தினருக்கு விசேட அதிகாரங்களை வழங்கும் விதிகள் இந்த ஒப்பந்தத்தில் உள்ளன. இதுபற்றி நாம் கடும் ஆட்சேபம் தெரிவித்தோம். இந்த விதிகளின்படி படையினருக்கு ஏகபோக அதிகாரங்கள் வழங்கப்பட்டிருக்கிறது. 'தகுதியற்றவர்' என இராணுவம் கருதும் எவரும் திருப்பி அனுப்பப்படலாம். தடைசெய்யப்பட்ட பொருள்கள் என்ற போர்வையில் மக்கள் கைதாகலாம். பாதையைப் பாவிக்கும் சுதந்திரம் மக்களுக்கு உண்டு என்று சொல்லிவிட்டு, பாதையைப் பாவிக்கும் உரிமை ஒருவருக்கு உண்டா? இல்லையா? என இராணுவம் தீர்மானிக்கும் எனக்கூறுவது கேலிக்கூத்தானது. இந்தக் கட்டுப்பாட்டுப் பிரமாணங்கள் மக்களின் பாதுகாப்பான, சுதந்திரமான போக்குவரத்துக்குக் குந்தமாக அமையும். இப்படியான அதிகாரங்கள் இராணுவத்திற்கு வழங்கப்படும் பட்சத்தில், ஐ.நா. கண்காணிப்பு அர்த்தமற்றதாகிவிடும் என நாம் எடுத்து விளக்கினோம்.

வவுனியா எல்லைப் பிரதேசத்தில் தமிழர்கள் இராணுவச் சோதனைக்கு ஆளாகி வருகின்றனர். இது சிங்கள தேசத்தின் எல்லை என்பதால் இதுபற்றி நாம் ஆட்சேபிக்க முடியாது. ஆனால் பூநகரிப் பிரதேசம் தமிழர் மாநிலத்தின் ஒரு பகுதி. தமது சொந்த மண்ணாகிய ஒரு நிலப்பரப்பைச் சுதந்திரமாகக் கடந்து செல்லும் உரிமை தமிழர்களுக்கு உண்டு அல்லவா? இப்பகுதியை இப்பொழுது ஆக்கிரமித்து நிற்கும் இராணுவம் இதன் ஊடாகச் செல்ல விரும்பும் மக்களை சோதனை செய்வதோ, தடுத்து வைப்பதோ, கைது செய்வதோ நியாயமானதல்ல. விடுதலைப் புலிப் போராளிகள் இந்தப் பாதையைப்

பயன்படுத்தப் போவது இல்லை. ஆயுதங்களைக் கடத்திச் செல்லப் போவதில்லை. அவர்கள் போக்குவரத்துச் செய்ய ஏராளமான பாதைகள் இருக்கின்றன. பொதுமக்கள் ஆயுதங்களைக் கடத்திச் செல்வார்களென இராணுவம் அஞ்சினால், ஐ.நா. அதிகாரிகள் இதனைக் கண்காணிக்கலாம் அல்லவா? உதாரணமாக, யாழ்ப்பாணத்திலிருந்து கொழும்பு புறப்படும் ஒரு பயணி, பூநகரியில் இராணுவச் சோதனைக்கு உள்ளாகி, மீண்டும் வவுனியாவில் இராணுவ சோதனைக்கு ஆளாகி, அதுவும் போதாமல் கொழும்பிலும் சிங்களப் பொலிசாரின் சோதனைக்கும், கெடுபிடிகளுக்கும் ஆளாக வேண்டிய பரிதாப நிலை ஏற்படும் அல்லவா? தமிழர்களின் போக்குவரத்துக் கஸ்டங்களை நீக்கப் போவதாகக் கூறிக் கொள்ளும் ஒரு உலக நிறுவனம், அதுவும் மனித உரிமைகள் பற்றி அக்கறை காட்டும் ஒரு அமைப்பு, இதற்கு இடமளிப்பது நியாயமா? என நாம் தெரிவித்தோம். ஆனால் ஐ.நா. அதிகாரிகள் எமது நிலைப்பாட்டை ஏற்றுக் கொண்டதுபோலத் தெரியவில்லை. ஒரு அரசு என்ற ரீதியில் சிறீலங்காவுக்கு இலங்கை பூராகவும் இறைமையும், நில ஆட்சி உரிமையும் உண்டு என்பதை அவர்கள் மறைமுகமாக எடுத்துக்கூற விளைந்தனர். அத்துடன் தமிழர் தாயகம் என்பதையோ, புலிகளின் கட்டுப்பாட்டுப் பிரதேசம் என்பதையோ தாம் அங்கீகரிக்க முடியாது என்பதையும் சூசகமாக எடுத்துக்கூறினர். அப்படியானால் சிங்கள இராணுவம் தனக்குச் சொந்தமெனக் கருதும் தமிழர் மண்ணில், தமிழரை விரட்டிவிட்டு நில ஆக்கிரமிப்புச் செய்வதை அரசின் உரிமைப்பாடு என இவர்கள் எண்ணுகிறார்கள் போலும். இந்த நிலைப்பாட்டை நாம் எப்படி ஏற்றுக் கொள்வது?

இந்த ஒப்பந்தத்தில் வேறு பல சிக்கலான விதிகளும் இருக்கத்தான் செய்கின்றன. இவை இப்பிரதேசத்தில் இராணுவ நடவடிக்கைகள் சம்பந்தப்பட்டவை. இப்பிரச்சினைகள் பற்றி நான் இங்கு விபரிக்க விரும்பவில்லை. இந்த ஒப்பந்தத்தில் இன்னும் ஒரு அம்சம் எமக்கு ஏற்புடையதாக அமையவில்லை. இது ஐ.நா. கண்காணிப்புப் பங்கு பற்றியது. இழப்பீட்டு நடைமுறை சம்பந்தமானது. அதாவது இப்பாதையைப் பாவிக்கும் பயணிகளுக்கு சேதம் ஏற்பட்டாலோ, மரணம் நேர்ந்தாலோ, அல்லது வேறு எத்தகைய இழப்புக்கள் ஏற்பட்டாலோ ஐ.நா. தூதரகம் அதற்குப் பொறுப்பாளியாக இராது என்றும், நஸ்ட ஈடுகளும் வழங்காது என்றும் ஒரு விதி தெட்டத் தெளிவாக எடுத்துக் கூறுகிறது.

அப்படியானால் பாதிக்கப்படும் மக்களுக்கு யார் பொறுப்பு? பயணி ஒருவர் கைது செய்யப்பட்டுக் காணாமல் போனால், அல்லது சுடுபட்டு மரணித்தால், அல்லது பொருட்கள் சூறையாடப்பட்டால் அவருக்காகக் குரல்கொடுப்பது யார்? அவரது அல்லது அவரது குடும்பத்துக்கு நஸ்ட ஈடு கொடுப்பது யார்? இந்த முக்கியமான விவகாரத்தில் எந்தவொரு பொறுப்பையும் தான் எடுப்பதற்குத் தயாராக இல்லையென ஐக்கிய நாடுகள் கைவிரித்து நின்றால் தமிழ் மக்கள் யாரிடம் சென்று முறையீடு செய்வது? அப்படியாயின் ஐ.நா.வின்

கண்காணிப்பு எதற்கு? கண்களை மூடிக் கொண்டு, கைகளைக் கட்டிக் கொண்டு கண்காணிப்பு நடத்துவதாயின் ஐக்கிய நாடுகள் இதில் தலையிடு-வதில் என்ன அர்த்த இருக்கிறது?

இந்தக் கேள்வியை நாம் எழுப்பவதை நியாயமற்றது என யாராவது சொல்லலாமா?-ஈழநாதம், 16.07.1993

5. சுவர்க்கம்போல அழகான தீவும், அங்கு வசிக்கும் அசிங்கமான மனிதர்களும்

புத்தபிரான் போதித்தார்.

தோற்றம், மாற்றம், மறைவு என்ற சூட்சுமச் சுழற்சியில் காலம் நகர்கிறது. ஓய்வு இல்லாமல் ஓடிக் கொண்டிருக்கும் கால நதியில், கணத்திற்குக் கணம் தோன்றி மறையும் குமிழிகள் போன்றது மனித வாழ்க்கை. இந்த நிலையற்ற வாழ்க்கையில், பிறப்பிலிருந்து இறப்பு வரை தேகத்தின் பளுவைச் சுமந்து நிற்கிறான் மனிதன். நோயும், பிணியும், உடல்நலிந்த முதுமையும், சாவுமாக மனித வாழ்வு சோகத்தில் தோய்ந்து கிடக்கிறது. மனிதத் துயரங்கள் எல்லாம் ஆசையிலிருந்து பிறப்பு எடுக்கின்றன. ஆசைகள் எல்லாம் அறியாமையிலி-ருந்து தோற்றம் கொள்கின்றன. ஆசையின் பிடியிலிருந்து மீட்சிபெறாதவரை சோகத்தின் சுமையிலிருந்து மனிதன் விடுபட முடியாது. உனக்கு உள்ளே, உனது அக உலகத்தில் பொய்யாகக் கவிந்து கிடக்கும் அறியாமை இரு-ளிலிருந்து நீ விடுதலை பெறுவதாயின், மெய்ஞான வெளிச்சத்தைத் தேடிக் கொள். அந்த ஞானோதயத்தில்தான் உனக்கு விடிவு உண்டு.

தர்மத்தின் மகத்துவம் பற்றியும் சித்தார்த்த முனிவர் போதித்தார். இந்தப் பிரபஞ்சமும் சரி, மனித வாழ்வியக்கமும் சரி தர்மத்தின் சக்கரத்திலேயே சுழல்கிறது. பிரபஞ்ச ஒருங்கிசைவிற்கும், இன்னிசைவான மனித வாழ்விற்கும் தர்மம் ஆதாரமானது. அன்புறவில், சகோதரத்துவப் பண்புறவில் பின்னப்படும் மனித உறவுகளில் சமூக தர்மம் தழைத்தோங்கும். பௌத்தம் ஓர் ஆழமான ஆன்மீக தரிசனம். அன்பையும், அறத்தையும், ஆசைகள் அகன்ற பற்றற்ற வாழ்வையும், தர்மத்தையும் வலியுறுத்தி நிற்கும் தார்மீக தத்துவம். இந்தத் தார்மீக மரபில், இந்த ஆன்மீகக் கருத்துலகில் இரண்டாயிரம் ஆண்டுக-ளுக்கு மேலாக வேரூன்றி வளர்ந்த சிங்கள மனிதனின் மன அமைப்பில், மிகவும் கொடிய இனவாத விசம் புகுந்து கொண்டது எப்படி? மிருகத்தனமான வன்முறைக் கோரத்தாண்டவம் ஆடுவது எங்ஙனம்?

இந்தக் கேள்விக்கு விடைகாணும் முயற்சியாக அண்மையில் ஒரு நூல் வெளிவந்திருக்கிறது. 'மனிதன் மட்டுமே இழுக்கானவன்' என்ற விசித்திரமான தலைப்பில் அமெரிக்கப் பத்திரிகையாளரான வில்லியம் மக்கோவன் இந்த நூலை எழுதியிருக்கிறார்.

சுவர்க்கம்போல இது ஒரு அழகான தீவு. இங்கு எல்லாம் நிறைவாக இருக்கிறது. ஆனால் இங்கு வசிக்கும் மனிதர்கள் அசிங்கமானவர்கள். இழுக்கானவர்கள். இப்படியாக கிறிஸ்தவ ஆயர் ஒருவர் அன்றொரு காலம் ஆயிரத்து எண்ணூறுகளில் சிங்களவர்களின் குணவியல்பு பற்றிக் குறிப்பிட்டு இருந்தார். இந்தப் பண்புருவ சித்திரத்தைச் சமகால, கடந்தகால வரலாற்று நிகழ்வுகளை ஆதாரமாகக் காட்டி எடுத்து விளக்க முயல்கிறார் மக்கோவன். இந்த நூலை ஒரு சீரியஸான வரலாற்று ஏடாகக் கொள்ள முடியாது. அந்த ஆய்வு முறைமையில் இது எழுதப்படவில்லை. இதனை ஒரு அங்கத சித்திரமாக ரசிக்கலாம். ஒரு வெளிநாட்டுப் பத்திரிகையாளன், அதுவும் ஒரு இளம் அமெரிக்க எழுத்தாளன், தனது பண்பாட்டு உலகின் வரம்பிற்குள் நின்றபடி சிங்களவர்களின் சிதைந்துபோன நாகரீகத்தையும், அவர்களின் இன்றைய அவல நிலையையும் மிகவும் வியப்புடனும், திகைப்புடனும் பார்ப்பதுபோல இந்நூல் எழுதப்பட்டிருக்கிறது. இலங்கையின் இனப்பிரச்சினையின் அடிப்படைகள் எதையும் ஆழமாகத் தொடாமல், சிங்களப் பேரினவாதக் கருத்துநிலை ஆதிக்கத்தையும், அதன் தோற்றப்பாடாகத் தலைவிரித்தாடும் சிங்கள அரசியல் வன்முறையின் அசிங்கமான முகத்தையும் வரைந்துவிட முனைகிறார் ஆசிரியர்.

மகாவம்சம் புனைந்துவிட்ட புரளிகளால் சிங்கள இனம் வழிதவறிச் சென்று பேரினவாதப் படுகுழிக்குள் விழுந்துவிட்டதாக எழுதுகிறார் நூலாசிரியர். பௌத்தத்தின் புராணக் கதைகளைப் புகுத்திக் கௌதமரின் மெய்யியல் தரிசனத்தை சிதைத்தது மட்டுமல்லாமல், சிங்களவர்களின் வரலாற்றையும் மகாவம்சம் தலைகீழாகத் திரித்துவிட்டு இருக்கிறது. ஆதித் திராவிட மக்கள் கூட்டம் ஒன்றைத் தூய ஆரிய இனக்குழுவெனத் திரிவுபடுத்தி ஒரு பொய்யான எண்ணக்கருவை ஆழமாக விதைத்துவிட்டது. பரிசுத்தமான மதம், பரிசுத்தமான இனம், பரிசுத்தமான பூமி என்ற ரீதியில் மதவாதமும், இனவாதமும், தேசியவாதமும் ஒன்றுகலந்த ஒரு விபரீதமான பேரினவாதக் கருத்துலகம் படைக்கப்பட்டது. சிங்கள இனம் தனது மூலத்தையும், தனித்துவத்தையும் தவறாகக் கற்பிதம் செய்வதற்கு மகாவம்சம் வழிகோலியது. இந்தப் புராணத்துப் பொய்யை இன்றைய சிங்கள புத்திஜீவிகளும், வரலாற்று ஆசிரியர்களும் ஆதாரமின்றி, விசாரணையின்றி விழுங்கிக் கொண்டதாக நூலாசிரியர் விமர்சிக்கிறார்.

சிங்கள-பௌத்த பேரினவாதம் இன்றொரு தேசிய சித்தாந்தமாக சிங்கள தேசத்தில் மேலாதிக்கம் செலுத்தி வருகிறது என்கிறார் நூலாசிரியர். இந்தக் கருத்தாதிக்க எழுத்திற்கும், மறுமலர்ச்சிக்கும் வித்திட்டவர்களில் முதன்மையானவர் அனகாரிக தர்மபாலா. இவர் மகாவம்ச புராணத்திற்கு உயிர் ஊட்டி, ஒரே நாடு, ஒரே இனம், ஒரே மதம் என்ற ரீதியில் பேரினவாதப் பூதத்தைத் தட்டி எழுப்பினார். பண்டாரநாயக்கா பேரினவாதத்தை அரசியல் மயப்படுத்தினார். இன்று இந்தக் கருத்தாதிக்கம் பாடசாலைகள், பல்கலைக் கழகங்-

களிலிருந்து, பத்திரிகைத்துறை வரை ஊடுருவி நிற்கிறது. மாணவனோ, புத்திஜீவியோ, எழுத்தாளனோ சுயமாகச் சிந்திக்க முடியாதவாறு சிங்கள மூளையத்தை இந்தக் கருத்துலகம் சிறைப்பிடித்து வைத்திருக்கிறது. பௌத்த பண்பாடு என்ற பெயரில் இங்கு பெரியதொரு கலாச்சார சீரழிவு ஏற்பட்டு இருக்கிறது எனக் குறிப்பிடும் நூலாசிரியர், அன்றொரு காலம் தர்மத்தின் இருப்பிடமாகத் திகழ்ந்த இந்தத் தீவு இன்று இனவாத நரகமாக மாறிவிட்டது என்கிறார். இந்திய-இலங்கை ஒப்பந்த காலகட்டத்தில் இலங்கையில் தங்கியிருந்த சமயத்தில் தான் நேரில் கண்டவற்றையும், மற்றவர்கள் மூலம் அறிந்து கொண்டதையும் சம்பவக் கோவையாகத் தொகுத்துக் கதை சொல்லும் நடையில் சுவாரசியமாக இந்நூலை எழுதியிருக்கிறார் மக்கோவன். வடக்குக் கிழக்கில் இந்திய-புலிகள் யுத்தமும், தெற்கில் ஜே.வி.பியின் கிளர்ச்சியும் நேரில் கண்ட விபரணையாக சித்தரிக்கப்படுகின்றன. இந்திய இராணுவம் யாழ்ப்பாணம் மீது நிகழ்த்திய படையெடுப்பும், விடுதலைப் புலிகளின் துணிவுமிக்க எதிர்ப்பியக்கமும், மக்களின் அவலங்களும் இந்நூலில் மேலெழுந்தவாரியாகச் செய்தி அறிக்கை போலப் பதிவாகிறது. யாழ்ப்பாண யுத்தச் செய்திகளைத் திரட்ட வேண்டும் என்ற ஆவலில் குடாநாடு வந்தபோது, போர்ச் சூழலைக் கண்டு பயந்து அவசர அவசரமாகத் திரும்பிச் சென்றுவிட்டதால் இந்திய-புலிகள் யுத்தத்தின் காரணிகளையோ, அன்றி இந்திய இராணுவ அட்டூழியங்களையோ இவரால் செம்மையாகச் சித்தரித்துக் காட்ட முடியவில்லை.

21.10.1987 அன்று நானும், யோகியும் இந்த நூலாசிரியரை வெளிநாட்டுப் பத்திரிகையாளர் சிலருடன் வடமராட்சியில் ஒரு வீட்டில் சந்தித்தோம். போர் நிலைமையை விளக்கிப் பேட்டி நடந்து கொண்டிருந்த போது யாழ் போதனா வைத்தியசாலையில் அன்று நிகழ்ந்த படுகொலைச் சம்பவம் பற்றி எமக்குத் தகவல் கிடைத்தது. இந்திய இராணுவத்தின் இந்த அட்டூழியத்தை நாம் இப்பத்திரிகையாளர்களுக்குக் கூறியபோது, எவருமே அதை நம்பவில்லை. இந்தச் செய்திக்கு தகுந்த சான்றுகள் வேண்டும் என மக்கோவன் வலியுறுத்தினார். இந்தச் சம்பவத்தை நேரில் கண்ட வைத்தியர் ஒருவரை அழைத்துப் பேட்டி கொடுக்க நாம் ஏற்பாடு செய்தோம். ஆனால் அதுவரை தம்மால் காத்திருக்க முடியாது என்றும், உடனடியாகக் குடாநாட்டை விட்டு வெளியேற வேண்டும் என்றும் இப்பத்திரிகையாளர்கள் அடம்பிடித்தனர். நாம் மன்றாட்டமாகக் கேட்டும் பயன் ஏற்படவில்லை. அன்று யாழ்ப்பாண நிலத்தில் கால்வைக்காது பறக்க வேண்டும் என்று துடித்துக் கொண்டு நின்றவர் இந்த அமெரிக்கப் பத்திரிகையாளர். இந்திய இராணுவத்தின் படுகொலைகள் பற்றி வதந்திகள் கிடைத்ததே தவிர சான்றுகள் கிடைக்கவில்லையென ஐயப்பாட்டுடன் இந்த நூலில் இவர் குறிப்பிட்டிருக்கிறார். பயத்தில் பறக்கும் பத்திரிகையாளருக்கு சான்றுகள் எப்படிக் கிடைக்கும்?

தமிழரின் தேசியப் பிரச்சினையும், விடுதலைப் புலிகளின் ஆயுதப் போராட்டமும், அவற்றின் ஆழமான பரிமாணங்களில் அலசப்படாமல், மேல்-புல் மேய்ச்சலாகத் தொடப்பட்டிருக்கிறன. தனது அவதானிப்பைவிட மற்ற-வர்களின் பதிப்புகள், மதிப்பாய்வுகளை ஆதாரமாகக் கொண்டே மக்கோவன் இந்த நூலை எழுதியிருக்கிறார். பௌத்த பேரினவாதத்தின் கோரத்தாண்ட-வமும், அது பிரவாகம் எடுக்கும் சிங்கள மனிதனின் மனவியல்பும் நூலா-சிரியரின் கவனத்தை ஈர்த்து இருக்கிறது. இது ஒரு கனமான ஆய்வு நூல் அல்ல. சாதாரண வாசகரைக் கவரக்கூடிய இலகுமொழியில் எழு-தப்பட்டிருக்கும் இந்நூல், சிங்கள-பௌத்த பேரினவாதத்தை மேற்குலகிற்கு அறிமுகப்படுத்தி வைக்கிறது. சாதாரண மேற்குலக வாசகர், சிங்கள வன்-முறை அரசியலின் பின்னணியைப் புரிந்துகொள்ள இது உதவும். இந்த நூல் கொழும்பு அரசியல் வட்டத்தில் ஒரு சிலுசிலுப்பை ஏற்படுத்தி விட்டிருக்கி-றது. புனித மதத்தையும், தூய ஆரியக் கோட்பாட்டையும் இந்நூல் நகைப்-பிற்கு இடமாக்கி இருப்பதால், பேரினவாதிகள் கொதிப்படைந்து இருக்கிறார்-கள்.

"இது ஒரு அபத்தமான குப்பை. வாசித்து முடிந்ததும் இந்தப் புத்தகத்தைக் குப்பைத் தொட்டிக்குள் வீசிவிட்டேன்" என்று பிரபல சிங்கள எழுத்தாளர் தனது மதிப்பாய்வில் கோபத்தைக் கொட்டியிருக்கிறார். என்றாலும், மேற்குல-கில் தமிழர்கள் இந்நூலை தேடிப்பெற்று வாசித்து இரசிப்பதாக எனது நண்பர் ஒருவர் கூறினார்.ஈழநாதம், 16.07.1993

6. சீதன விவாதம்: ஏன் இந்த மௌனம்?

சீதனம் பற்றிய விவாதத்தை மிகவும் உன்னிப்பாகப் படித்து வரும் வாசகர் என்ற ரீதியில் இந்த விவாதம் பற்றி எனது தனிப்பட்ட மதிப்பாய்வை முன்-வைக்க விரும்புகிறேன். சீதனம் பற்றிய பிரச்சினையைப் பல கோணங்களில் பார்த்திருக்கிறார்கள். ஆனால் எவருமே முழுமையாக இப்பிரச்சினையை அணுகியதாகத் தெரியவில்லை. சீதனப் பிரச்சினையால் பாதிக்கப்படுவது யார்? இது எங்கிருந்து, எப்படி, ஏன் தோற்றம் கொண்டது? இது ஒரு குடும்-பப் பிரச்சினையா? வர்க்கப் பிரச்சினையா? சமூகப் பிரச்சினையா? இது போன்ற கேள்விகளை ஆராய்ந்து பார்ப்பதில்தான் விவாதத்தின் பெரும் பகுதி விரயமாகி இருக்கின்றது. வேறு சிலர் சீதனப் பிரச்சினையை ஒழிப்பதற்கு ஆலோசனைகளை வழங்கியிருக்கிறார்கள். காதலை ஊக்குவிக்க வேண்டும், சமுதாயத்தை மாற்றியமைக்க வேண்டும், சட்டத்தைக் கொண்டுவர வேண்-டும், கலாச்சாரப் புரட்சியை நடத்த வேண்டும் என்ற ரீதியில் பல்வேறு பரிந்துரைகளை வழங்கியிருக்கிறார்கள். ஒரு சிலர் சீதனத்தை ஆதரித்தும் எழுதியிருக்கிறார்கள். பெண்ணின் முதலீடு இருந்தால்தான் குடும்பம் நடத்த முடியும் என்று மிகவும் பிற்போக்கான கருத்துக்களையும் முன்வைத்திருக்-

கிறார்கள். இன்னொருவர் 'தலைவிதியில்' நம்பிக்கை தெரிவித்திருக்கிறார். திருமணங்கள் சொர்க்கத்தில் நிச்சயிக்கப்படுவதாகப் புராண காலக் கதையைச் சொல்லியிருக்கிறார். இப்படியாக விவாத மேடை நகைச்சுவையாகவும், இடைக்கிடையே 'சீரியஸ்' ஆகவும், பரவலாக அபத்தமாகவும் அமைந்திருக்கிறது என்பதே எனது கருத்து.

இந்த விவாத அரங்கில் பெண்ணிலைவாதக் கருத்துக்கள் ஆணித்தரமாக எடுத்துச் சொல்லப்படவில்லை. சீதன முறைமை என்பது ஒரு பெண் ஒடுக்குடுறை வடிவம் என்பதைச் சமூகவியல் கண்ணோட்டத்துடன் இதுவரை எவராவது எடுத்து விளக்கவில்லை. ஒரு சில பெண் எழுத்தாளர்களின் ஆக்கங்கள் வெளிவந்த போதும் அவற்றில் கருத்தாழத்தைக் காண முடியவில்லை. பிரச்சினையைப் பெண்ணிய நோக்கில் தெளிவாக, ஆழமாக விளக்காமல், சீதனத் தடைச்சட்டம் வேண்டுமென இவர்கள் முன்வைக்கும் கருத்துக்கள் நுனிப்புல் மேய்ச்சலான பார்வையாக அமைந்துள்ளன. சீதனம் வாங்குவது ஆண்மையின் ஆளுமைக்கு இழுக்குத்தேடும் செயல் என ஒரு பெண்மணி வாதிடுகிறார். இந்தப் பார்வையில் ஆண்நிலைவாதம்தான் மேலோங்கி நிற்கிறது என்பதை அவர் புரிந்து கொள்ளவில்லை போலும். பெண்கள் ஆயுதம் ஏந்திப் போராடும் ஒரு புரட்சிகரச் சூழலில், பெண்ணிலைவாதக் கருத்து நிலையில் ஏன் இந்த வறுமை ஏற்பட்டதோ தெரியவில்லை. அனேகமாக ஓய்வு பெற்ற ஆசிரியர்களும், மாணவர்களும் ஒரு சில அனாமதேய எழுத்தாளர்களும் இந்தப் பிரச்சினை பற்றி எழுதியிருக்கிறார்கள். சொந்த அனுபவம் என்றும், நட்பியல் எதார்த்தம் என்றும் இவர்கள் முன்வைக்கும் கருத்துக்கள் சனரசனையை ஏற்படுத்திய பொழுதும், பிரச்சினையைத் தீர்க்கமாக அணுகவில்லை. பாதிக்கப்படுபவர்கள் யார்? பயனடைபவர்கள் யார்? என்ற வகையில் ஒருவரை ஒருவர் விமர்சித்துக் கருத்துப் போர் நடைபெற்றுள்ளதே தவிர, பிரச்சினையை ஆழமாக அலசிப் பார்க்கும் புலமை இவர்களிடம் இருப்பதாகத் தெரியவில்லை. எந்த விதமான உருப்படியான தீர்வையும் இவர்கள் முன்வைக்கவில்லை. காதலுறவுக்கு சுதந்திரம் வழங்கிவிட்டால் சீதனத் திருமணங்கள் ஒழிந்துவிடும் என்பது சிலரது கருத்து. ஏதோ யாழ்ப்பாணத்தில் காதல் உணர்வு செத்துப் போய்விட்டது என இவர்கள் எண்ணுகிறார்கள் போலும். ஆனால் இங்கு காதல் மலிந்து போய்க் கிடக்கிறது. இந்தக் காதல் எல்லாம் திருமணத்தில் போய் முடிகிறதா? என்பதுதான் கேள்வி. திருமணத்தில் முடிந்த காதல் உறவுகளும் சீதனப் பிரச்சினையிலிருந்து விடுபட்டுள்ளனவா? என்பதும் கேள்விக் குறிதான். மேற்குலக சுதந்திரத்தை சிலர் உதாரணமாகக் கொள்கின்றனர். இந்தக் 'காதல் சுதந்திரம்' எந்த அளவிற்கு விபரீதக் கோலங்கள் கொண்டுள்ளன என்பதோ, அல்லது தாம்பத்திய உறவுகள் சிதைந்து திருமணங்கள் எந்த அளவுக்கு முறிந்து வருகின்றன என்பதோ இவர்களுக்குத் தெரியாது போலும். காதல் என்பது பாலெழுச்சியின் தோற்றப்பாடான ஓர் உணர்ச்சிநிலை என்பதால் அது எல்லா

மனித சமூகங்களிலும், எல்லா மனிதர்களையும் ஆட்டிப் படைக்கிறது. ஆயி-னும் அது பண்பாட்டு உலகத்தால் பண்படுத்தப்பட்டு, தாம்பத்திய அன்பு-றவிற்கு அத்திவாரமாக அமையும் பொழுதுதான் அது மகத்துவம் பெறுகி-றது. இனக்கவர்ச்சியின் அப்பட்டமான உணர்ச்சி வெளிப்பாடாகத் தோற்றம் கொள்ளும் காதலுக்கும், இல்லற வாழ்வின் இதயமாக அமைந்துவிடும் காத-லுக்கும் வேறுபாடு உண்டு. திராவிடர் பண்பாடு இல்லற வாழ்வுக்கு நிறைவு-தரும் அன்பு உறவாகவே காதலைக் கௌரவிக்கிறது.

காதலை ஊக்குவித்துச் சீதனத்தை விரட்டிவிடலாம் என எண்ணுவது தவறு. சீதனத்தை ஒழித்துவிட்டால்தான் உண்மையான காதல் உறவு, அதா-வது தாம்பத்திய வாழ்வுக்கு ஆதாரமான காதல் உறவு, தோற்றம் கொள்ள வாய்ப்புண்டு.

சீதனம் ஒழிந்து போவதற்குச் சமுதாயம் மாற வேண்டும் எனச் சிலர் எழு-துகிறார்கள். ஆனால் சமுதாய மாற்றம் என்றால் என்ன என்ற தெளிந்த பார்வையுடன் இவர்கள் இந்தக் கருத்தைக் கூறுவதாகத் தெரியவில்லை. சமுதாய மாற்றம் என்றால் பழைய சமூக உறவுகள் ஒழிக்கப்பட்டுப் புதிய சமூக உறவுகள் கட்டி எழுப்பப்படுவதையே குறிக்கும். எமது சமூகத்தின் பொருளாதார உற்பத்தி வடிவம், பொருளுற்பத்தி உறவுகள், சாதியக் கட்ட-மைப்பு, அதன் உறவு முறை என்பன போன்ற எமது சமூக வாழ்வின் அடிப்-படைகளை ஆழமாகப் பார்க்காமல், மேலெழுந்தவாரியாகச் சமூக மாற்றம் எனக் கோருவது சிறுபிள்ளைத்தனமானது. அத்துடன் நிலநிதர்சனத்தையும் நாம் பார்க்க வேண்டும். இங்கு ஒரு விடுதலைப் போர் நடந்து கொண்டிருக்-கிறது. எமது தாயக பூமியை மீட்டெடுத்து, ஒரு தனி அரசை நிறுவ நாம் போராடிக் கொண்டிருக்கிறோம். எமது இலட்சியம் நிறைவேறி, ஆட்சி அதி-காரம் எமது கைக்கு வரும்போதுதான் அடிப்படையான சமூக மாற்றம் பற்றி நாம் சிந்திக்கலாம்.

அந்தக் காலம் வரை நாம் காத்திருக்கத் தேவையில்லை. இப்பொழுது உள்ள புரட்சிகரச் சூழ்நிலையில் எமது கட்டுப்பாட்டின் கீழுள்ள பிரதேசத்தில் சமூக சீரமைப்பு வேலைகளை நாம் மேற்கொள்வது சாத்தியம். இந்தச் சந்-தர்ப்பத்தில் சட்டம் மூலம் சீதனத்தை ஒழித்துக் கட்ட நடவடிக்கைகள் எடுக்-கப்பட வேண்டுமென சிலர் யோசனைகள் தெரிவித்திருக்கிறார்கள். இந்தச் சட்டவாக்க நடவடிக்கை சம்பந்தமாக இதுவரை எவரும் ஆக்கபூர்வமான கருத்துக்களைத் தெரிவிக்காதது விசனத்துக்குரியது.

தனியார் சொத்துடமை, சாதியம், சீதனம், பெண்ணடிமைத்தனம் போன்-றவற்றுக்குக் காப்பரணாக நின்று அநீதியில் அமைந்த யாழ்ப்பாண சமூக உறவுகளை நியாயப்படுத்தி வரும் தேச வழமைச் சட்டம் செயல்பட்டு வரு-கிறது. இந்தத் தேச வழமைச் சட்டத்தை மாற்றியமைப்பது எப்படி? இச்சட்-டத் தொகுப்பில் உள்ள தேவையற்ற, நடைமுறைக்கு ஒவ்வாத, சமூக அநீ-திக்கு மாறான அம்சங்கள் என்ன? இவற்றைக் களைந்து, எத்தகைய புதிய

சட்ட விதிகளை ஆக்கம் செய்வது? சீதனத் தடைச் சட்டம் எப்படியாக அமைய வேண்டும்? அதை நடைமுறைப்படுத்துவது சாத்தியமா? தடைச்சட்டத்தை நடைமுறைப்படுத்துவதில் எத்தகைய சிக்கல்கள் ஏற்படும்? இந்தச் சட்டவாக்கப் பிரச்சினை பற்றி எவருமே விவரமாக, ஆழமாக எழுதவில்லை. தேச வழமைச் சட்டத்தில் புலமை பெற்றவர் எனக் கருதப்படும் சட்டத்தரணி ஒருவர் எழுதியிருக்கிறார்: 'சொர்க்கத்தில் நீதி பரிபாலனம் நடக்கிறது; அங்குதான் தலையெழுத்தும் எழுதப்படுகிறது; திருமணங்களும் அங்குதான் நிச்சயிக்கப்படுகின்றன' என்றவாறு இவர் எழுதுகிறார். சீதனத் தொகையும் சொர்க்கத்தில்தான் நிச்சயிக்கப்படுகிறது என இவர் எண்ணுகிறார் போலும். சட்டத்தரணிகளே இப்படி மூட நம்பிக்கைகளில் புதைந்துபோய் கிடந்தால், சாதாரண மக்கள் மத்தியில் மனப்புரட்சியை ஏற்படுத்துவது எப்படி? சீனப் பாணியில் தமிழீழத்திலும் ஒரு கலாச்சாரப் புரட்சி ஏற்பட வேண்டும் என ஒரு நண்பர் எழுதியிருக்கிறார். வரவேற்கப்பட வேண்டிய யோசனை. காலத்தின் தேவையும் அதுதான். ஆனால் இந்த இமாலயச் சாதனையை எப்படிச் சாதிப்பது? யாழ்ப்பாண இராச்சியம் இன்னும் புராண யுகத்தில் உறங்கிக் கிடக்கிறது; இருண்ட காலத்து இதிகாசங்களில், தாலாட்டுப் பாடல்களில் நிம்மதியாகத் தூங்குகிறது. யாழ்ப்பாணத்து மனிதனைத் தட்டியெழுப்புவது யார்? படித்தவர்களும், புத்திஜீவிகளும் கும்பகர்ணர்களாகத் தூங்கும் போது, யாழ்ப்பாண சமூகத்தின் விழிப்புணர்வை செயற்படுத்துவது எங்ஙனம்?

சீதனப் பிரச்சினை பற்றி அறிவுசார் உலகத்தில் இருந்து எவரும் எழுதியதாகத் தெரியவில்லை. ஒரு பிராரம்ப உசாவலாகத்தன்னும் இந்தப் பிரச்சினையைத் தொட்டுப் பார்க்க எவரும் துணியவில்லை. இது சாதாரண மனிதர்களின் சாதாரணப் பிரச்சினை எனக் கருதி உலகம் அக்கறை காட்டவில்லை போலும். சாதாரண மனிதனின் சமூகப் பிரச்சினைகளை, சாதாரண மனிதன் புரிந்து கொள்ளும் வகையில் சாதாரண மொழியில் எழுதி விளக்குவது, சமூக ஆய்வின் தரத்தைக் குறைத்துவிடும் என இவர்கள் சிந்திக்கிறார்களோ தெரியவில்லை.

இன்றைய சமூகவியல் இரண்டு திசைகளில் செல்கிறது. இதன் அடிப்படையில்தான் சமூக ஆய்வியல் முறைமையும் அமைகிறது. ஒன்று சமூக முரண்பாடுகளையும், அதன் காரணிகளையும் ஊடுருவிப் பார்க்கும் ஆய்வு முறைமை. இதனை conflictual model என்பார்கள். மற்றது சமூகத்தை ஒரு உடற்கூற்றுக் கட்டமைப்பாக, பல்வேறு உறுப்புக்கள் ஒன்றுடன் ஒன்று தொடர்புள்ளதாக இயங்கும் கட்டமைப்பாகக் கொள்ளும் அணுகுமுறை. இதனை consensus model என்பார்கள். இந்த இரண்டாவது அணுகுமுறையில் சமூக நிறுவனங்களும், அவற்றின் ஒத்திசைவான செயற்பாடும் சமூக இயக்கத்திற்கு அவசியமானதாகக் கருதப்படுகிறது. அமெரிக்க சமூகவியல்துறை இந்தக் கோட்பாட்டிற்கு முதன்மை கொடுக்கிறது. இது சமூக முரண்பாட்டுத் தத்துவத்தை நிராகரித்துவிடுகிறது. புரட்சிகரமான சமூக மாற்-

றத்தை எதிர்த்து நிற்கிறது. எல்லா சமூக அலகுகளும் ஒத்திசைவான சமூக இயக்கத்திற்கு ஆதாரமானவை என்ற பார்வையில் சமூக நிறுவனங்களின் சீரமைப்பை மறுக்கிறது. சமூக மாற்றத்தை எதிர்க்கும் பழமைவாதிகள் இந்தச் சமூக தத்துவத்தைப் பற்றிக் கொள்வதில் ஆச்சரியப்படுவதற்கு ஒன்றுமில்லை. யாழ்ப்பாண சமூகச் சிந்தனைத்துறையிலும் இந்தத் தத்துவம் ஆழமாக வேரூன்றி நிற்கிறது. இந்தத் தத்துவார்த்தப் பார்வையும், அடிப்படையில் சமூக அநீதியின் வடிவங்களான சாதியம், சீதனம் போன்றனவும் சமூக வாழ்வியக்கத்திற்கும், அதன் ஸ்திரமான நிலையாக்கத்திற்கும் உறுதுணையானவை என நியாயப்படுத்தப்படுகின்றன. உதாரணமாகக் கலாநிதி சிற்றம்பலத்தின் 'யாழ்ப்பாண இராச்சியம்' என்ற நூலில் மிகவும் நுட்பமான முறையில் சாதியம் நியாயப்படுத்தப்படுவதைக் கீழ்க்கண்ட பந்தியில் காணலாம்.

"இத் தேச வழமைச் சட்டங்கள் வேளாண் சமூகத்தினரதும், அவர்களது அடிமைகள், குடிகள் ஆகியோரதும் வழக்கங்களை எடுத்துக் காட்டுவதால் சாதிய அமைப்பு என்ற வட்டத்துக்குள்ளேதான் இவை செயற்பட்டன எனலாம். இத்தகைய அமைப்பு அக்கால, மத்திய காலப் பொருளாதாரப் பின்னணியிற் சமூகத்தின் பல்வேறு பிரிவினர் பிணக்குகள் இன்றி இயங்குவதற்கும், சமூகத்தில் ஸ்திரமான நிலை காணப்படுவதற்கும் உறுதி செய்வதாக அமைந்திருந்தது (137ஆம் பக்கம்)."

இங்கு சமூக ஒத்திசைவுத் தத்துவம் சாதிய முரண்பாட்டை மூடிமறைத்து விடுவது மட்டுமல்லாது, நிலையான சமூக இயக்கத்திற்குச் சாதியம் ஆதாரமாக அமைவதாகவும் நியாயப்படுத்த முனைகிறது.

யாழ்ப்பாண அறிவுலகம் சீதனம் பற்றியோ, சாதியம் பற்றியோ உண்மையை எழுத ஏன் துணிவதில்லை என்பதைப் புத்தி கூர்மையுள்ளவர்கள் புரிந்து கொள்வார்கள்.

"அறிவு புகட்டுபவர்களுக்கு முதலில் அறிவு புகட்டப்பட வேண்டும்" என்று ஒரு சமூக சிந்தனையாளன் கூறியது இங்கு நினைவிற்கு வருகிறது.ஈழநாதம், 18.06.1993

7. குடாநாட்டு முற்றுகையை முறியடித்த கடற்புலிகளின் கடல் ஆதிக்கம்

இரண்டாவது கட்ட ஈழப்போரின் பிரதான இராணுவ-கேந்திர இலக்கு, யாழ்ப்பாணக் குடாநாட்டின் முற்றுகையாகும். இந்த இலக்கு வெற்றி கண்டால், விடுதலைப் புலிகளின் அசைவியக்க ஆற்றலைத் துண்டித்து, புலிப்படை வீரர்களைக் குடாநாட்டுக்குள் முடக்கி, போரைத் தமக்குச் சாதகமான முறையில் நகர்த்திச் செல்லலாமென சிங்கள இராணுவத் தலைமை திட்டம் தீட்டியது.

ஆனையிறவுச் சமரைத் தொடர்ந்து இந்தத் திட்டம் செயல்வடிவம் பெறத் தொடங்கியது. வெற்றிலைக்கேணி இராணுவ முகாம் விஸ்தரிக்கப்பட்டது. வெற்றிலைக்கேணியில் இருந்து ஆனையிறவுத் தளம் வரை, கிட்டத்தட்ட எட்டு மைல் தூரத்திற்கு நீண்டதொரு இராணுவ வேலி அமைக்கப்பட்டது. பல கோடி செலவில், பல ஆயிரம் இராணுவத்தினரைக் குடியமர்த்தி, பிரமாண்டமான இராணுவ முற்றுகை வலயம் நிறுவப்பட்டது. இதன் உடன் விளைவாக ஊரியான் பாதைக்கு மூடுவிழா நடந்தது.

இது ஒருபுறமிருக்க, சிங்கள இராணுவம் பூநகரிப் பிரதேசத்தை ஆக்கிரமித்து, சங்குப்பிட்டி-கேரதீவுப் பாதையை மூடியது. நாகதேவன்துறையிலிருந்து கல்முனை வரை, கிட்டத்தட்ட 10 மைல் வரை இன்னுமொரு இராணுவ வேலி நிறுவப்பட்டது. அத்துடன், நீரேரிப் பிரதேசத்தில் போக்குவரத்தை முறியடிப்பதற்காக நாகதேவன்துறையில் ஒரு சிறிய கடற்படைத் தளமும் அமைக்கப்பட்டது. கடற்பரப்பு நகர்வுகளைக் கண்காணிக்க ராடர் நிலையமும், பீரங்கித் தளமும் நிறுவப்பட்டதுடன், கடல் ரோந்திற்காகப் பல நீருந்து விசைப் படகுகளும் சேவையில் ஈடுபடுத்தப்பட்டன.

யாழ்ப்பாணத்தின் கழுத்தைச் சுற்றி முள்வேலி இறுக்கப்பட்டது. முற்றுகை வலயம் முழுமைபெற்று விட்டதாக இராணுவத் தலைமை எண்ணிக் கொண்டது. வெற்றிலைக்கேணியிலிருந்து கல்முனைவரை யாழ்ப்பாணத்திற்கு விலங்கிடப்பட்டு விட்டதாகச் சிங்களப் பேரினவாதம் திமிர்கொண்டது. இந்த நீண்ட நெடுந்தூர முற்றுகையில் பத்தாயிரத்திற்கும் மேற்பட்ட துருப்புக்கள் முடக்கப்பட்டன. போராளிகளின் நடமாட்டமும், பொதுமக்களின் போக்குவரத்தும் துண்டிக்கப்பட்டு விடுமென கொழும்பு எதிர்பார்த்தது. போருக்கு ஒரு புதிய திருப்பத்தை ஏற்படுத்தும் கேந்திர நுட்பம் வாய்ந்த ஒரு பாரிய திட்டத்தை செயற்படுத்தி விட்டதாக முப்படைத் தலைமையகம் திருப்தி கொண்டது.

ஆனால் நடந்ததோ வேறு. முற்றுகை முறியடிக்கப்பட்டதுடன், கிளாலிக் கடற்பரப்பில் புலிகள் இயக்கம் புதிய பாதையைத் திறந்து விட்டது.

கிளாலிக் கடலில் கடற்புலிகள் தமது கடலாதிக்கத்தை நிலைநாட்டினர். வரலாற்றில் முதற்தடவையாகத் தமிழீழ விடுதலைப் போரில் எமது கடற்பிரதேசத்தின் ஒரு பகுதியில், அதுவும் கேந்திர முக்கியத்துவம் வாய்ந்த யாழ் கடல் நீரேரியில், கடற்புலிகளின் மேலாதிக்கம் நிலைநாட்டப்பட்டுள்ளது.

இந்த அதிசயம் எப்படி நிகழ்ந்தது? புலிகளின் போராட்டப் படிநிலை வளர்ச்சிப் போக்கில் ஒரு முக்கிய வரலாற்றுத் திருப்பமாக இந்த நிகழ்வு எப்படி இடம்பெற்றது?

நீண்ட கடற்பரப்பும், நீரிணையும், நீரேரிகளும் கொண்ட எமது பிரத்தியேகமான பூகோள சூழலில் கடலாதிக்கத்தின் முக்கியத்துவத்தைத் தலைவர் பிரபாகரன் நன்கு உணர்ந்திருந்தார். போராட்டம் முதிர்ச்சி பெற்று இறுதிக் கட்டத்தை நெருங்கும் பொழுது, யுத்தத்தின் போக்கை நிர்ணயிப்பது கடலாதிக்கப் போர் என்பதையும் அவர் அறிந்திருந்தார். இந்த மதிநுட்பமான தூரநோக்-

குப் பார்வையின் பெறுபேறாகக் கடற்புலி அமைப்பு உருவாக்கம் பெற்றது. போராட்ட நிர்ப்பந்தங்களுக்கு ஏற்ப துரித வளர்ச்சியும் கண்டது. கடற்போர்க் கலையில் அனுபவமும் பெற்றது. தரை யுத்தங்களின் வேகம் தணிந்து போக, குடாநாட்டு முற்றுகை இறுக, கிளாலிக் கடற்பரப்பு போர்க்களமாக மாறியது. கடற்புலிகளின் வரலாற்றுச் சிறப்பு மிக்க யுத்தகாண்டம் தொடங்கியது.

கடந்த பத்து மாதங்களாகத் தமிழீழப் போர் கிளாலிக் கடலில் மையம் கொண்டிருக்கிறது. அங்கு உக்கிரமான கடற்சண்டை நிகழ்ந்து வருகிறது. 5 கடல் மைல் அகலமும், 15 கடல் மைல் நீளமும் கொண்ட விரிந்த கடற்பரப்பில், சிங்களக் கடற்படையும், தமிழ்க் கடற்படையும் மாறிமாறித் தொடர்ச்சியாக மோதி வருகின்றன. இரவில் வாண வேடிக்கை போன்று நடைபெறும் இந்தக் கடற்சமர்களை எமது மக்கள் கண்டு களிப்பதும் உண்டு.

கிளாலிக் கடற்சண்டைகளில் சிங்களக் கடற்படைக்குக் கணிசமான இழப்பு ஏற்பட்டிருக்கிறது. இரண்டு மிக நவீனமான நீருந்து விசைப் படகுகள் கடற்புலிகளால் நாசமாக்கப்பட்டுள்ளன. 25 அடி நீளமான ரோந்துப் படகு ஒன்றும் அழிக்கப்பட்டிருக்கிறது. கடற்படையிடமிருந்து ஆயுதங்களும் கைப்பற்றப்பட்டிருக்கின்றன. கடற்படையினருக்குப் பலத்த உயிர்ச் சேதமும் ஏற்பட்டிருக்கிறது. உயிர்ச் சேத விபரத்தைக் கடற்படைத் தலைமையலுவலகம் வெளியிட மறுத்து வருகிறது. கடற்படையினரின் மனவுறுதி தளர்ந்துவிடும் என்ற அச்சத்தினாலோ தெரியவில்லை.

இந்த இழப்புக்களால் கடற்படை ஆட்டங்கண்டிருக்கிறது. இதனால் கடற்புலிகளுடன் நேரடி மோதலைத் தவிர்த்துக் கொள்வதிலேயே கடற்படையினர் தீவிர அக்கறை காட்டி வருகின்றனர்.

“கடற்சண்டை பெரும்பாலும் பத்து அல்லது பதினைந்து நிமிடங்கள் வரைதான் நீடிக்கும். அதுவும் தூரத்திலிருந்தே சண்டை பிடிப்பார்கள். எமது சண்டைப் படகுகள் நெருங்கியதும் தப்பினோம், பிழைத்தோம் என்று ஓட்டம் பிடிக்கிறார்கள். நாங்கள் கலைத்து அடிப்பதும், அவர்கள் ஓடுவதுமாக கடற்சண்டை இடம்பெறுவது வழக்கம்,” என்று பெருமிதத்துடன் கூறினார் ஒரு கடற்புலிவீரன்.

“கடற்புலிகள் எந்த ஆபத்தையும் பொருட்படுத்தாது துணிந்து, முன்னோக்கி எம்மை நெருங்கி வருகிறார்கள். இது எமக்குப் பெரும் அச்சுறுத்தலாக இருக்கின்றது.” இவ்வாறு சமீபத்தில் ஒரு கடற்படை அதிகாரி கூறியிருப்பது கடற்புலிகளின் அபாரமான துணிவை எடுத்துக் காட்டுவதாக இருக்கிறது.

“மக்களின் பாதுகாப்பு அரணாகவே நாம் கிளாலிக் கடற்பரப்பில் செயற்படுகிறோம். எதிரியின் பிரதான நோக்கம் மக்களைத் தாக்கி அழிப்பதுதான். மக்களுக்குப் பாதுகாப்பு அளிப்பதுதான் எமது முக்கிய நோக்கம். மக்களின் பயணப் படகுகளுக்கும், எதிரியின் கொலைப் படகுகளுக்கும் மத்தியில் நாம் நடுவே நின்று போராடுகின்றோம். இந்தக் கடற்போரில் நாமும் இழப்புக்களை

சந்திக்கிறோம். எமது போராளிகள் தமது உயிரைப் பணயம் வைத்தே மக்களுக்குப் பாதுகாப்பு அளிக்கிறார்கள்'' என்று கூறினார் கடற்புலிகளின் சிறப்புத் தளபதி சூசை. கிளாலிக் கடற்போரில் இதுவரை 8 கடற்புலி வீரர்கள் வீரச்சாவைத் தழுவிக் கொண்டார்கள். சமீபத்தில் கூட 24.05.1993இல் சாஜகான், சேகர், மணியரசன் ஆகிய வீரர்கள் மக்களுக்காக மடிந்திருக்கிறார்கள். தமது உயிரைப் பணயம் வைத்துப் புலிகள் மக்களுக்குப் பாதுகாப்பு அளித்து வருகிறார்கள் என்ற சூசையின் கூற்றை இந்தத் தற்கொடைச்சாவுகள் நிரூபித்து நிற்கின்றன. இந்தக் கடற்போர் ஆபத்து நிறைந்தது. எதிரியின் விசைப்படகுகள் வேகம் மிகுந்தவை. 50 கலிபர் கனரக இயந்திரத் துப்பாக்கிகள் பொருத்தப்பட்டவை. கடற்படைக்குப் பின்தள வசதிகள் உண்டு. ஆகாயப் படையின் பக்கபலமும் உண்டு. கடற்புலிகளின் தாக்குதலுக்கு இலக்காகி நிலைகுலையும் போதெல்லாம், விமானப் படையின் உதவியைப் பெற்றுக் கொள்ளலாம். தேவையேற்படும் பொழுது தரைத்தளப் பீரங்கிகளும் கைகொடுத்துதவும். இந்தக் கடற்போரில் படையாற்றல் சம பலம் எதிரிக்குச் சாதகமாகவே அமைந்திருக்கிறது. பல நெருக்கடிகள் மிகுந்த போர்ச் சூழலில், வசதிகள் எதுவுமற்ற நிலையில், வரையறுக்கப்பட்ட வளத்தில் கட்டப்பட்ட தொழில்நுட்ப பலத்தில், ஒரு சக்தி வாய்ந்த எதிரிக்குச் சவாலாகக் கடற்புலிகள் வளர்ந்து நிற்பதும், இக் கடற்பிரதேசத்தை எமது கட்டுப்பாட்டு ஆதிக்கத்தின் கீழ் வைத்திருப்பதும் வியக்கத்தக்க விடயமாகும்.

இது எப்படிச் சாத்தியமானது என்று சூசையிடம் கேட்டபொழுது, ''விடா முயற்சி, துணிவு, தன்னம்பிக்கை, போர்த்திறன், எல்லாவற்றிற்கும் மேலாக மக்களுக்காகத் தம் உயிரை ஈர்க்கும் அலாதியான அர்ப்பணிப்பு'' என்று உறுதியான பதலிறுத்தார்.

கடற்புலிகளின் பாதுகாப்புக் கவசம் இருப்பதால் கிளாலிப் பயணம் தொடர்கிறது. யாழ் குடா முற்றுகையின் முதுகெலும்பு கடற்புலிகளால் முறியடிக்கப்பட்டு விட்டது.

கிளாலிக் கடற்பயணத்தில் பொதுமக்கள் கொலையுண்ட சம்பவங்கள் பற்றி சூசையிடம் கேட்டேன். ''கடற்புலிகளின் பாதுகாப்பு இல்லாத சமயத்தில் இந்தப் படுகொலைகள் நடந்திருக்கின்றன. எமது பாதுகாப்பு இருக்கும் வேளையில் எந்தவித அசம்பாவிதங்களும் நிகழவில்லை. இப்பொழுது மிகவும் கட்டுப்பாடான ஒழுங்கமைப்பில் பயணிகள் போக்குவரத்து நடக்கிறது'' என்று விளக்கினார் கடற்புலிகளின் சிறப்புத் தளபதி.

இப்பொழுது கிளாலிப் பயண நாட்களை நிதித்துறையினர் முற்கூட்டியே அறிவித்து விடுகின்றனர். அந்த நாட்களில் கடற்புலிப் படகுகள் வியூகம் அமைத்துக் காவல்புரிய, கிளாலிப் பயணம் நிகழும். அந்த நாட்கள் எந்த நாட்கள் என்று கடற்படைக்குத் தெரியும். நூற்றுக்கணக்கான படகுகள் நகர்வதும் ராடர் திரையில் வெண்ணிறப் புள்ளிகளாக அசையும். பகிரங்கப் பிரகடனம் செய்து புலிகள் இயக்கம் கடல் முற்றுகையை உடைப்பதைக்

காண சிங்களக் கடற்படைக்கு சினம் எழும். நாகதேவன் துறையில் இருந்து நீருந்து விசைப்படகுகள் புறப்படும். அவற்றின் வரவை எதிர்பார்த்துப் புலிகளின் கடற்குருவிகள் காத்து நிற்கும். கடற்போராளிகளுடன் மோதுவதைத் தவிர்த்துக் கடற்பயணிகளைத் தாக்குவதற்குக் கடற்படை முயற்சிக்கும். அந்த நகர்வுகளை இனங்கண்டு கடற்குருவிகள் கடுகதி வேகத்தில் பறக்கும். கால் மணிநேரம் கடற்சண்டை நடக்கும். அதன் பின்னர் ஓட்டப் போட்டி நிகழும். புலிகள் விரட்ட, நீருந்துப் படகுகள் பின்வாங்கி ஓட, பூநகரி முகாமில் இருந்து பீரங்கிகள் முழங்க, கிளாலிக் கடல் விழாக் கோலம் கொள்ளும்.

தரையுத்தம் போல அல்லாது கடற்போர் வித்தியாசமானது. தரையின் பொருண்மியப் புறநிலைகளைக் கண்டறிந்து செயற்படலாம். இயற்கையின் கோடுகளைக் கண்டு கொள்ளலாம். பாதைகளை வரித்துக் கொள்ளலாம். விழுப்புண் ஏற்பட்டு விழும்பொழுது நிலம் தாங்கிக் கொள்ளும். கடல் அப்படியல்ல. எல்லையற்றதாக விரிந்து கிடக்கும். குறிப்புகள் புலப்படாது. இருள் கவிந்து கொண்டதும் பாதைகள் தெரியாது. சதா அசைந்து கொண்டிருக்கும் அதன் முதுகில் சவாரி செய்து கொண்டு சண்டை பிடிப்பது சிரமம். உலுக்கித் தூக்கி எறிந்தபடி படகு கடுகதியில் விரைந்து செல்லும்பொழுது குறிபார்த்துச் சுடுவது இலகுவான காரியம் அல்ல. படகு தீப்பற்றி எரிந்து வெடித்தால் காயம் அடைந்தவர்களைக் கடல் விழுங்கிக் கொள்ளும்.

கடற்போர்க்கலை மிகவும் நுட்பமானது. அதற்கு நிறையப் பயிற்சியும், அனுபவமும் தேவை. மீன்போலக் கடலோடு வாழப் பழகிக் கொள்ள வேண்டும். அத்துடன் கடற்போருக்கு அபாரமான நெஞ்சுரமும் வேண்டும். எந்த நேரமும் தயார் நிலையில் இருக்க வேண்டும். எல்லையற்றதாக விரிந்து கிடக்கும் கடற்பரப்பில், எந்த நேரத்தில், எந்த மூலையிலிருந்து எதிரி தலையெடுப்பான் என்று அனுமானிப்பது கடினம்.

''எமது போராளிகள் கடற்போர்க்கலையில் வல்லவர்கள். அபாரமான துணிச்சல் கொண்டவர்கள். எமது துணிவிற்கே எதிரி பயப்படுகின்றான்'' என்றார் சூசை.

கடற்புலிகளின் வளர்ச்சி பற்றியும், கிளாலிக் கடற்பரப்பில் அவர்கள் நிலைநாட்டியுள்ள கடலாதிக்கத்தின் முக்கியம் பற்றியும் எமது மக்கள் உணராமல் இருக்கலாம். ஆனால் எதிரி நன்கு உணர்ந்திருக்கிறான். கடற்புலிகளின் வளர்ச்சியும், எழுச்சியும் சிங்கள ஆதிபத்தியத்திற்குப் பெரியதொரு அச்சுறுத்தலாக எழுந்திருப்பது எதிரிக்குக் கலக்கத்தைக் கொடுத்திருக்கிறது.

யாழ்ப்பாணக் குடாநாட்டு முற்றுகை என்ற எதிரியின் போருபாயத் திட்டம், கடற்புலிகளால் உடைக்கப்பட்டு இருக்கிறது. இதனால் இரண்டாவது கட்ட ஈழப்போரைக் குறித்த இலக்கில் நகர்த்த முடியாது எதிரி திணறிப்போய் நிற்கிறான்.ஈழநாதம், 04.06.1993

8. அன்றைய அரச பாரம்பரியமும் இன்றைய போராட்டமும்

யாழ்ப்பாண பல்கலைக் கழகத்தின் வெளியீடாகப் பல்வேறு ஆய்வாளரின் ஆக்கங்களைக் கொண்ட தொகுப்பாக ஆரியச் சக்கரவர்த்திகளின் காலத்தில் வாழ்ந்த யாழ்ப்பாண மனிதனையும், அவனது சமூகப் பண்பாட்டு வாழ்வையும் சித்தரிக்கும் வரலாற்றுப் பதிவேடாக 'யாழ்ப்பாண இராச்சியம்' என்ற நூல் வெளியாகி இருக்கிறது.

புதிய ஆய்வுகள் மூலம் எமது இருண்ட பழமைக்கு ஒளியேற்றும் முயற்சிகள் வரவேற்கத்தக்கது; பாராட்டுக்குரியது.

வரலாறு பற்றிய ஒரு தெளிந்த தரிசனம், வரலாற்று ஆய்வு முறைமை பற்றிய ஒரு திண்ணியமான அறிவியல் பார்வை, சுயவிருப்புச் சலனங்களற்ற புறநிலைநோக்கு, சமூகவியல் பற்றிய ஒரு ஆழமான கண்ணோட்டம், இவை ஒரு வரலாற்று ஆசிரியனுக்கு இருக்க வேண்டிய அறிவுசார் பண்பியல்புகள். காலத்தில் யாத்திரை செய்து, கடந்தகால மெய்யுண்மைகளைக் கண்டு கொள்வதற்கு இந்தப் புலமைத் தகமைகள் இன்றியமையாதவை. இல்லாது போனால் ஒரு வரலாற்றுக் காலகட்டத்தை அதன் ஆழத்திலும், அகலத்திலும், அதன் எதார்த்தக் கோலத்திலும் தரிசித்துக் கொள்வது கடினம். வரலாறு என்பது செத்துப் போன காலத்தின் புதைகுழிக்குள் உக்கிப் போன எலும்புகளைத் தேடுவதல்ல. கடந்தபோன நிகழ்வுகளைக் காலவரிசையில் நிரைப்படுத்திவிடுவதும் வரலாறு ஆகிவிடாது. வரலாறு என்பது மனித சமூக வாழ்வியக்கம் பற்றியது. அந்த அசைவியக்கத்திற்கும், மாற்றத்திற்கும் உந்தியல்பான தன்மைகள், சக்திகள், விதிகள் பற்றியது.

'யாழ்ப்பாண இராச்சியம்' எந்த வகையில், எந்த அளவிற்கு, எந்த ஆழத்திற்கு இந்த வரலாற்றுப் பதிவைச் செய்து கொள்கிறது எனப் பார்ப்பது இக்கட்டுரையின் நோக்கமல்ல. அதாவது, இந்நூலை அதன் முழுமையில், அதன் பல்பரிமாண அம்சங்களில் விசாரணை செய்து விமர்சிப்பது எனது குறிக்கோள் அல்ல. இந்த நூலின் வரலாற்று அறிமுகத்தில், ஈழத்து வரலாற்றுப் பின்னணியில் சமகால அரசியல் பற்றிப் பதிப்பாசிரியர் எடுத்தியம்பும் கருத்துக்கள் பற்றி விமர்சிப்பதே எனது நோக்கம்.

'யாழ்ப்பாண இராச்சியம்' பற்றிச் சில குறிப்புகள்

பல்வேறு ஆய்வாளரின் கூட்டு ஆக்கமாகப் படைக்கப்படும் ஒரு வரலாற்றுக் குறிப்பேட்டிற்கு அறிமுகம் எழுதுவதில் சில அறிவியல் பண்புநெறிகள் பேணப்படுவது அவசியம். இந்தப் பண்பு நெறிகளை உதாசீனம் செய்து, நூலின் உள்ளடக்கத்திற்கு அப்பால் சென்று, வரலாற்றுக் காலத்து வரம்புகளைக் கடந்து நின்று, சமீபகால அரசியல் பற்றி சுயவியாக்கியானம் செய்வது

பதிப்பாசிரியரின் புறநிலை நோக்கைக் கேள்விக் குறிக்கு இலக்காக்கியுள்ளது. இந்தத் தனிமனித அரசியல், நூலின் தகைமையையும், புலமைத்துவத்தையும் பங்கப்படுத்தலாம் என்பதால் பதிப்பாசிரியர் இதனைத் தவிர்த்திருக்கலாம். ஆயினும் ஆரியச் சக்கரவர்த்திகளின் அரச பாரம்பரியத்துடன் அமிர்தலிங்கத்தின் அரசியலைத் தொடர்புபடுத்திக் காட்ட வேண்டும் என்ற அங்கலாய்ப்பில் அவரது நிதானம் தளம்பிவிடுகிறது. படிநிலைகளாகப் பரிணாம வளர்ச்சி கண்ட தமிழ்த் தேசியத்தின் உருவாக்கத்திற்கு அகிம்சை முறையிலும், ஆயுதவழியிலும் எழுச்சி கொண்ட அரசியல் போராட்டங்கள் உந்துசக்தியாக அமைந்தன. இந்த வகையில் ஒரு வரலாற்றுக் கட்டத்தில் திரு.செல்வநாயகத்தின் தலைமையில் செயற்பட்ட தமிழரசுக் கட்சி, தமிழ்த் தேசியத்தின் வளர்ச்சிக்கு குறிப்பிட்ட பங்களித்தது. அக்கால கட்டத்தில் வரலாற்றுப் புறநிலைகள், நிர்ப்பந்தங்கள், வெளி உலக நிலைமைகளுக்கு அமைய இந்தப் பங்கினை மதிப்பாய்வு செய்ய வேண்டும். ஆனால் யாழ்ப்பாண இராச்சியத்தினதும், திரு.செல்வநாயகத்தினதும் அரசியல் பாரம்பரியத்தினை அமிர்தலிங்கம் முன்னெடுத்துச் சென்றார் என்ற தொனியில் ஒரு கருத்து நிலையை உருவாக்க முனைவது தவறானதாகும். இந்தப் பாரம்பரியத் தொடர்பினை நிலைநாட்ட யாழ்ப்பாண அரசின் மகிமையும், பெருமையும் பற்றி அமிர்தலிங்கம் பாராளுமன்றத்தில் நிகழ்த்திய உரையொன்றை நீண்டதொரு பந்தியாக கலாநிதி சிற்றம்பலம் மேற்கோள்காட்டுகிறார். இந்த உரையில் அமிர்தலிங்கம் தமிழ் இராச்சியத்தின் பண்டைய புகழ்பாடிய போதும், நல்லூர் இராஜதானியை புனரமைப்பதற்கு மாவட்ட சபைக்கு ஓரளவதிகாரமாவது தருமாறு ஜெயவர்த்தனாவிடம் மன்றாடுகிறார் என்பதைப் பதிப்பாசிரியர் உணரவில்லை போலும். இந்தப் பாராளுமன்ற உரையின் ஒரு பந்தியில் "அதி உத்தம ஜனாதிபதி அவர்களே! தங்களுடைய அரசாங்கம் மாவட்ட அபிவிருத்திச் சபைகள் மூலம் மக்களுக்கு ஓரளவு அதிகாரத்தைக் கொடுத்து, அதிகாரத்தைப் பரவலாக்க அச்சபைகளை மாவட்டம் மாவட்டம் தோறும் நிறுவியிருக்கிறது. எனவே யாழ்ப்பாண மாவட்ட அபிவிருத்திச் சபைக்கு இந்த நல்லூர் இராஜதானியைப் பாதுகாத்துப் புனரமைக்கும் அதிகாரத்தை, வாய்ப்பை வழங்க வேண்டும்..." என்று இரங்குகிறார் அமிர்தலிங்கம். தமிழரசுக் கோரிக்கையை விட்டு, மாவட்ட சபையை ஏற்று, அதற்கு அதிகாரம் போதாது என அமிர்தலிங்கம் புலம்புவதைத் தமிழர் ஆட்சியின் பாரம்பரியத் தொடர்பாகக் காட்டுவது கேலிக்கூத்தாக இருக்கிறது.

1983இல் 6ஆவது சட்டத் திருத்தத்தைக் கொண்டு வந்து, தமிழர் விடுதலைக் கூட்டணிக்கு அரசாங்கம் பாராளுமன்றக் கதவுகளை அடைத்து விட்டதாகக் கூறும் கலாநிதி சிற்றம்பலம், எவ்வாறு அமிர்தலிங்கம் 6ஆவது சட்டத்திருத்த நிபந்தனைகளை ஏற்று, 1989இல் மீண்டும் பின்கதவால் பாராளுமன்றம் நுழைந்தார் என்ற விசித்திரமான கதையைக் கூறத்துணியவில்லை. 1985இல் திம்பு மகாநாட்டில் முன்வைக்கப்பட்ட தமிழர் தாயகம், தமிழர்

தேசியம், தமிழர் தன்னாட்சி உரிமை என்ற கோட்பாடுகள் 1949இல் தமிழரசுக் கட்சியின் அங்குரார்ப்பணக் கூட்டத்தில் கருப்பெற்றது எனத் தொல்லியல் ஆராய்ச்சிக் கண்டுபிடிப்பு நிகழ்த்திவிடும் கலாநிதி சிற்றம்பலம், "இதன் பெறுபேறுதான் 1987இல் ஏற்பட்ட இலங்கை-இந்திய ஒப்பந்தம் ஆகும்" என்ற ஒரு அபத்தமான கருத்தை முன்வைக்கிறார்.

திம்பு மகாநாட்டில் உண்மையில் என்ன நிகழ்ந்ததென்பதும், இந்திய-இலங்கை ஒப்பந்தம் எவ்வாறு, ஏன் கைச்சாத்தாகியது என்பதும் வரலாற்றுத்துறைத் தலைவருக்குத் தெரியாமல் இருந்திருக்கலாம். ஆயினும் நல்லூர் அரச பாரம்பரியத்தைத் தமிழரசுக் கட்சியுடன் தொடர்புபடுத்தித் தமிழரசுக் கட்சியின் அரசியல் பாரம்பரியத்தை அமிர்தலிங்கத்துடன் தொடர்புபடுத்தி, 1949இல் இருந்து 1987வரை கிட்டத்தட்ட நான்கு தசாப்தங்கள் வரை தமிழரசுக் கட்சிக்குத் தொடர்ச்சியான ஒரு அரசியல் வரலாற்று மரபைச் சிருஸ்டித்துவிட முனைகிறார் பதிப்பாசிரியர். மிகவும் நுட்பமாகச் செய்யப்பட்ட இந்த வரலாற்றுத் திரிபில் விடுதலைப் புலிகள் இயக்கத்தின் அரசியல்-ஆயுதப் போராட்ட வரலாறு இருட்டடிப்புச் செய்யப்படுகிறது.

திம்பு மகாநாடு பற்றி ஒரு விடயத்தை இங்கு குறிப்பிட விரும்புகிறேன். திம்பு மகாநாடு ஆரம்பிப்பதற்கு முன்னராக ஈழத்தமிழினத்தின் ஏகோபித்த கோரிக்கையாகத் திம்புவில் முன்வைப்பதற்காகத் தமிழீழ சுதந்திர சாசனம் ஒன்றை விடுதலைப் புலிகள் இயக்கம் தயாரித்தது. இந்தச் சாசனத்தில் தாயகம், தேசியம், தன்னாட்சி உரிமை ஆகிய கோட்பாடுகளுக்குத் தெளிவான வரைவிலக்கணமும், தமிழர் தேசியப் பிரச்சினையில் அவை பெறும் முக்கியத்துவமும் விளக்கப்பட்டன. திம்புவில் இந்தச் சுதந்திர சாசனம் தமிழர் விடுதலைக் கூட்டணி உட்பட எல்லாத் தமிழ் அமைப்புகளுக்கும் கொடுக்கப்பட்டது. சில தமிழ் அமைப்புக்கள் இந்தச் சுதந்திர சாசனத்தை ஏற்றுக் கொள்ள முன்வந்தபோதும், கூட்டணித் தலைவர்கள் இதைக் கடுமையாக எதிர்த்தார்கள். இந்த எதிர்ப்பும், அதன் பின்புலத்தில் தலைதூக்கிய இந்திய அழுத்தமும் காரணமாகப் புலிகளின் இந்தச் சுதந்திர சாசனம் கைவிடப்பட்டது. எனினும் புலிகளின் வற்புறுத்தல் காரணமாக இந்தச் சாசனத்தின் அடிப்படைக் கோட்பாடுகளை ஏற்றுக் கொள்ள சகல அமைப்புகளும் முன்வந்தன. இப்படியாகத்தான் திம்புக் கோட்பாடுகள் வரலாற்றுப் பதிவைப் பெற்றதே தவிர, கலாநிதி சிற்றம்பலம் கற்பிதம் செய்வது போல 1949இல் கருப்பெற்று, 1985இல் உருப்பெறவில்லை.

இந்திய அரசின் தெற்கு நோக்கிய வல்லாதிக்க அகர்ச்சியின் வெளிப்பாடாக உருவகம்பெற்ற இந்திய-இலங்கை ஒப்பந்தத்தை அதன் ஆழத்திலும், அகலத்திலும் பார்க்காமல் ஏதோ ஈழத்தமிழரின் நலனுக்கும், நல்வாழ்விற்குமாக ராஜீவும், ஜே.ஆரும் கூட்டுச்சேர்ந்து கொடுத்த நன்கொடையாகக் கருதுகிறார் பதிப்பாசிரியர். இரு அரசுகள் கைச்சாத்திட்டுள்ளதால், ஒன்றின் ஒப்புதல் இன்றி மற்றது கிழித்தெறிய முடியாததாயும் வலிமை பெற்றிருப்ப-

தோடு, நடைமுறைச் செயலாக்க சக்தி பெற்றிருப்பதாகவும் ஒப்பந்தம் பற்றி அவர் புகழ்பாடுவது நகைப்புக்கிடமாக இருக்கிறது. இந்திய-இலங்கை ஒப்பந்-தம் செத்துப் பொய் நீண்டகாலம் ஆகிறது. அதன் சாவுக்கு அதுவே கார-ணமாய் இருந்தது. அது கிழிக்கப்படாமலே உக்கிப் போன தாளாகி உருக்கு-லைந்து போனது. அதன் ஈமக்கிரியைகளுக்காக பிரேமதாசா டில்லி சென்று வந்ததும் பதிப்பாசிரியருக்குத் தெரியவில்லை போலும். நிலைமை அப்படியி-ருக்க அதன் வலிமை பற்றியும், வீரியம் பற்றியும் பேசுவது அபத்தமானது.

இந்திய-இலங்கை ஒப்பந்தம் வடக்குக் கிழக்கு மாகாணங்களைத் தமிழ் பேசும் மக்களின் வரலாற்று குடிநிலமென குறிப்பிட்ட போதும், இலங்கைத் தீவின் பூகோள முழுமையையும், இறைமையையும், ஐக்கியப்பாட்டையும் வலியுறுத்தத் தவறவில்லை. அத்துடன் இலங்கையின் பல்லினப் பன்மைக் கோட்பாட்டை அங்கீகரித்து, தமிழரின் தேசியத் தனித்துவத்தை நிராகரித்து விடுகிறது. இந்த ஒப்பந்தம் வடக்குக் கிழக்கு மாகாணங்களைத் தற்காலிகமாக இணைத்தபோதும், கிழக்கில் சர்வசன வாக்கெடுப்பிற்கு இடமளித்துத் தமிழர் தாயகத்தை நிரந்தரமாகப் பிரித்துவிடும் ஆபத்தான விதியையும் கொண்டி-ருந்தது. இந்தப் பாரதூரமான குறைபாட்டினைக் கருத்தில் கொள்ளாமல், தற்-காலிக இணைப்பைத் தமிழர் தாயகத்திற்குக் கிடைத்த அங்கீகாரம் எனப் பதிப்பாசிரியர் பெருமிதம் கொள்வதில் அர்த்தமில்லை.

மாகாண சபைத் திட்டமானது தமிழரின் தேசியப் பிரச்சினையின் அடிப்-படைகள் எதையும் தொட்டு நிற்கவில்லை என்பதாலும், தமிழரின் அரசியல் அபிலாசைகளைப் பூர்த்தி செய்யும் வகையில் அதிகாரப் பகிர்வு அமைய-வில்லை என்பதாலும் விடுதலைப் புலிகள் இயக்கம் இதனை ஏற்க மறுத்தது. இத்திட்டத்தை சட்டமாக்கிய பதின்மூன்றாவது யாப்புத் திருத்தத்தின் அதிகார வெறுமை பற்றி விடுதலைப் புலிகள் இயக்கம் நிறைய எழுதியிருக்கிறது.

மாகாண சபையின் சட்டவாக்கம், நிறைவேற்று அதிகாரங்கள் மிகவும் வரையறுக்கப்பட்டவை என்பதைச் சுட்டிக் காட்டியிருக்கிறது. மைய அரசி-டம், குறிப்பாக ஜனாதிபதியிடம், ஏகபோக அதிகாரங்கள் குவிக்கப்பட்டிருப்-பதால் மாகாண சுயாட்சிக்கு அது வழிகோலப் போவதில்லை என்பதை-யும் எடுத்துக் காட்டியிருக்கிறது. நீண்ட காலமாய் இரத்தம் சிந்திப் போராடி, எலும்பும் சதையுமற்ற வெறும் ஓடாக ஒரு தீர்வுத் திட்டத்தை ஏற்பது அர்த்-தமில்லை என்பதையும் எடுத்து விளக்கியிருக்கிறது. எனவே இந்தியாவின் அழுத்தத்திற்குப் பணிந்து, தமிழரின் தேசிய நலனை மறுதலிக்கப் புலிகள் இயக்கம் விரும்பவில்லை. சிங்களப் பேரினவாதம் தமிழர் தாயகத்திற்குச் சுயாட்சி கொடுத்துத் தமிழருக்கு நீதி வழங்கும் எனப் புலிகள் நம்பவில்லை.

‘‘விடுதலைப் புலிகள் ஆதரவுடன் பரீட்சார்த்தமாகவேனும் இதனைச் சிறிது காலம் அமுல்நடாத்தித் தமிழ் மக்களின் நியாயபூர்வமான அபிலா-சைகளை இது எவ்வாறு பூர்த்தி செய்யவில்லை என்பதை எடுத்துக் காட்-டும் வாய்ப்பையும் இது இழந்து விட்டது’’ எனக் கவலைப்படுகிறார் பதிப்-

பாசிரியர். புலிகள் அப்படிச் செய்திருந்தால், மண்குதிரையை நம்பி ஆற்றில் இறங்கியவன் கதைபோல அது முடிந்திருக்கும். இந்தியாவின் ஒரு இலட்சம் இராணுவத்தின் பக்கபலத்தோடு இரு அரசுகள் உடன்பாட்டு வலிமையோடும், எட்டப்பர் குழுக்களின் ஒத்துழைப்போடும் இந்த ஒப்பந்தம் ஒரு வருடத்திற்கு மேலாகப் பரீட்சார்த்தச் செயலாக்கம் பெற்றும், தமிழரின் அபிலாசைகள் எதையும் அது பூர்த்தி செய்யவில்லை. இதனை வரதராஜப் பெருமாள் மட்டுமன்றி ஒப்பந்தத்தின் சிருஸ்டிகர்த்தாவான ராஜீவ் காந்தியுமே ஒப்புக் கொண்டிருக்கிறார். நிலைமை அப்படியிருக்கப் பதிப்பாசிரியர் இப்படி ஒரு கற்பிதக் கனவு காண்பது விந்தையாக இருக்கிறது.

செயலாக்க விவகாரத்தில் இந்திய அரசு கொழும்பு மீதும் அழுத்தம் பிரயோகிக்கப் பின்னின்றது எனக்கூறும் கலாநிதி சிற்றம்பலம், ''புலிகளுடன் கொண்டிருந்த முரண்பாடும், தொடர்ந்து கொண்டிருந்த இராணுவ நடவடிக்கைகளும், இந்திய அரசின் அணுகுமுறைக்கு ஒரு காரணமாயும் இருக்கலாம்'' என்கிறார். மிகவும் நுட்பமாகச் செதுக்கிய வார்த்தைகளில் இங்கு புலிகள் மீது மறைமுகமாகப் பழிசுமத்தப்படுகிறது. அதாவது இந்தியாவின் அசமந்தப் போக்கிற்கும், ஒப்பந்தச் செயலாக்கத் தோல்விக்கும் புலிகளே காரணகர்த்தாக்கள் என்பதுபோல அவரது கருத்து அமைகிறது.

இந்தியாவின் இதயத்தில் இன்னும் காந்திய ஆன்மாவைக் கண்டுகொள்ளும் பாரத பக்தர் ஒருவரின் அங்கலாய்ப்பு இங்கு தெரிகிறது. நவ இந்தியாவின் நரசிம்மக் கோலத்தைப் புரிந்து கொள்ள முடியாது பழமையில் புதைந்து போன வரலாற்று ஆசிரியர்களால் சமகால அரசியலின் சுழிவு-நெளிவுகளைத் துல்லியமாகக் கிரகித்தறிவது சிரமம். ஈழத்தமிழரின் தேசிய விமோசனத்திற்கு இந்தியாவை நம்பி ஏமாந்துபோன விரக்தியில் பதிப்பாசிரியர் புலிகளைச் சாடுகிறார். ஆனால் ஒப்பந்தத்தின் சாவுக்குப் புலிகள் காரணமல்ல. ஒப்பந்தத்தைப் பீடித்திருந்த நோயே காரணம். ஒப்பந்தத்தை எழுதியவர்களே ஒப்பந்தத்தின் சமாதியையும் கட்டிவிட்டார்கள். இலங்கையில் இந்தியாவின் தலையீடு தோல்வியடைந்தமைக்கு இந்திய விமர்சகர்கள் கூட இந்தியா மீதே பழியைச் சுமத்துகிறார்கள். புலிகளின் தாயக நேசத்தை இந்தியா புரிந்து கொள்ளவில்லை எனச் சாடுகிறார்கள். ஒப்பந்தத்தில் உள்ள ஓட்டைகளும், இந்தியாவின் விவேகமற்ற அணுகுமுறையும், சிங்களப் பேரினவாதத்தின் சூழ்ச்சிகளுமே இந்தியத் தலையீட்டின் தோல்விக்குக் காரணிகளாக இருந்ததாக விமர்சிக்கிறார்கள். இந்திய புத்திஜீவிகளின் ஆய்வுகளைக்கூட கலாநிதி சிற்றம்பலம் கருத்தில் எடுத்துக் கொண்டதாகத் தெரியவில்லை.

தமிழர் ஒருவர் முதலமைச்சராகக் கொலுவீற்றிருக்கும் வாய்ப்பை ஒப்பந்தம் அளித்ததாகப் பேராசிரியர் பெருமைப்படுகிறார். தமிழர் ஒருவருக்கு அந்த வாய்ப்புக் கிடைத்தது. அந்தப் பெருமாளுக்கு முதலமைச்சராக நீடிக்கும் அரசியல் பசி இருந்த போதும், மாகாண சபைக்கு அதிகார வறுமை இருந்ததால் அது சாத்தியமாகவில்லை. அதற்குப் புலிகளைக் குறைகூறிப் பிரயோ-

சனமில்லை. - ஈழநாதம் 19.03.1993

9. புலிகளின் தலைவரும் பிரேமதாசாவும்

"இலங்கைத் தீவின் அரசியலை ஆட்டிப்படைக்கும் இரு சக்திவாய்ந்த மனிதர்கள் இருக்கிறார்கள். ஒருவர் பிரபாகரன். மற்றவர் பிரேமதாசா. இருவரும் இருவேறுபட்ட அரசியல் உலகங்களைப் பிரதிபலிக்கும் தலைவர்கள். இருவரிடமும் சில ஒருமைப்பாடுகளும், அதே சமயம் முரண்பாடுகளும் இருக்கத்தான் செய்கின்றன. இனப்பிரச்சினைக்கு அரசியல் தீர்வு காண்பதென்பது இவர்கள் இருவரின் கையில்தான் தங்கியிருக்கிறது." இப்படியாக ஒரு வெளிநாட்டு அரசியல் விமர்சகர் இங்குள்ள அரசியல் யதார்த்தத்தைச் சித்தரிக்கிறார். இன்னொரு அரசியல் விமர்சகர் இன்னொரு பரிமாணத்தில் தமிழர் பிரச்சினையைப் பார்க்கிறார். பிரபல சிங்கள எழுத்தாளரான றோகன் குணரத்தினா சமீபத்தில் வெளியிட்ட தமது நூலின் (சிறீலங்காவில் இந்தியத் தலையீடு) முடிவுரையில் கீழ்க்கண்டவாறு எழுதியிருக்கிறார்.

"சிறீலங்காவிலும் சரி, இந்தியாவிலும் சரி ஆட்சிபீடம் ஏறும் எவரும் விடுதலைப் புலிகள் இயக்கத்திற்கு முகம்கொடுத்துத்தான் ஆக வேண்டும். இராணுவ ரீதியாகப் போரில் நாம் வெற்றிகொள்ள முடியாது என்ற கசப்பான உண்மையை நாம் ஜீரணிக்க வேண்டும். ஆனால் அரசியல் ரீதியாக இப்போரில் நாம் வெற்றிகாண முடியும். ஒரு நியாயமான, நிரந்தரமான சமாதானத்தை நிலைநாட்ட வேண்டிய பாரிய பொறுப்பு இன்று சிறீலங்காவின் அதிகாரபீடத்தில் உள்ள பிரேமதாசாவைச் சார்ந்திருக்கிறது. பிரபாகரனுடன் அரசியல் பேச்சுக்களை நடத்தும் வாய்ப்பு என்றுமில்லாபடி இப்பொழுது அவருக்கு ஏற்பட்டிருக்கிறது...

விடுதலைப் புலிகள் இயக்கத்துடன் ஒரு சமாதான உடன்பாட்டைச் செய்துகொள்வதென்பது எந்த ஒரு தனிநபரோ, அரசியல் கட்சியோ, அரசாங்கமோ எதிர்கொள்ள வேண்டிய மிகக் கடினமான சவால் ஆகும். தற்போதைய நிலையில் இராணுவத் தீர்வு என்பது இதைவிட மிகவும் கடினமானதாகும். கடந்த நான்கு தசாப்தங்களாக மாறி மாறி ஆட்சிக்கு வந்த சிங்கள அரசுகள் தமிழர் தேசியப் பிரச்சினைக்குத் தீர்வு காண மேற்கொண்ட முயற்சிகளைப் புறநோக்காக ஆராய்ந்து பார்த்தால் இப்பிரச்சினை மிகவும் சிக்கல் வாய்ந்தது என்பது புலனாகும். இத்தகைய பாரிய முயற்சிகளின் பின்னரும் இன்றுவரை தனிநபர்களும் சரி, அமைப்புகளும் சரி இனப்பிரச்சினைக்கு நடைமுறைச்சாத்தியமான ஒரு தீர்வைக்காணத் தவறிவிட்டன. மிகவும் சிக்கலான பிரச்சினைகளுக்கு இலகுவான தீர்வுகளைக் காண முடியாது. மதிநுட்பம், விடாமுயற்சி, அரசியல் துணிவு, ராஜரீக விவேகம் ஆகிய பண்புகள்தான் ஒரு நிரந்தரத் தீர்வைக் காண்பதற்கு இன்றியமையாதவை. ஆனால் இத்தகைய பண்புகளை எமது சிங்களத் தலைவர்களிடம் காண்பது அரிது.

சிறீலங்கா அரசாங்கமும், சிங்கள அரசியல் உலகமும் தமிழர்களுடன் ஒரு சமரசமான அரசியல் உடன்பாட்டைச் செய்து கொள்வதில்தான் இந்திய-இலங்கை உறவுகளின் எதிர்காலம் தங்கியிருக்கிறது. நாம் விரும்பினாலும், விரும்பாத போதும் விடுதலைப் புலிகளின் தலைவர் பிரபாகரனே இலங்கைத் தமிழர்களின் உண்மையான தலைவராவார். விடுதலைப் புலிகள் இயக்கத்தின் முக்கியத்துவத்தை நாம் நிராகரிக்க முடியாது. தமிழ்நாட்டின் 6 கோடித் தமிழர்கள் இலங்கைத் தமிழர்கள் மீது கொண்டுள்ள தார்மீத இரத்த உறவையும், வரலாற்றுப் பற்றுணர்வையும் பார்க்குமிடத்து விடுதலைப் புலிகள் அல்லது அவர்களது எதிர்கால வாரிசுகள் இந்திய-இலங்கை உறவில் பிரதான பாத்திரத்தை வகிப்பார்கள் என்பது திண்ணம்.''

இந்த அரசியல் விமர்சனங்கள் சிங்களப் பேரினவாத உலகத்திற்கும் ஒரு செய்தியைச் சொல்கிறது. அழுத்தம் திருத்தமாக ஒரு உண்மையைச் சொல்கிறது. அதாவது தமிழ்த் தேசத்தின் தலைவர் பிரபாகரன் என்பதையும், அவரையும் அவரது இயக்கத்தையும் ஒதுக்கிவிட்டுத் தமிழர் பிரச்சினைக்குத் தீர்வுகாண முடியாது என்பதையும் தெட்டத்தெளிவாக எடுத்துச் சொல்கிறது. சிங்களப் பேரினவாதம் இந்த எதார்த்த உண்மையை ஜீரணிக்க மறுத்து வருவதால்தான் இந்த யுத்தம் முடிவில்லாமல் தொடர்கிறது. தமிழரின் தேசியப் பிரச்சினை தீர்வில்லாமல் இழுபடுகிறது. சமாதானத்தின் கதவுகள் மூடப்பட்டுக் கிடக்கிறது.

தமிழீழ மக்களின் போராட்ட சக்தியாக எழுச்சி பெற்றுள்ள விடுதலைப் புலிகள் இயக்கத்தின் உண்மையான வரலாற்றுப் பங்கை இந்தியா மறுதலித்தது. இந்த இமாலயத் தவறினால் தமிழர் பிரச்சினைக்கு இந்தியாவினால் தீர்வு காண முடியவில்லை. இந்தக் குருட்டுத்தனமான அரசியல் போக்கைத்தான் பிரேமதாசா அரசும் கடைப்பிடித்து வருகிறது. தமிழர் பிரச்சினையிலும், தமிழரின் தேசியப் போராட்டத்திலும் எவ்வித தொடர்பும் இன்றி, பங்கும் இன்றி அந்நியமாகி நிற்கும் தமிழ் குழுக்களுக்கு முக்கியத்துவம் கொடுத்துவிடுவதால் புலிகளின் முக்கியத்துவத்தைக் குறைத்துவிடலாம் எனப் பிரேமதாசா எண்ணுகிறார். இந்தியாவும் இந்த மண்குதிரைகளை நம்பித்தான் அரசியல் ஆற்றில் இறங்கி அவமானப்பட்டது. இது பிரேமதாசாவுக்கு தெரியாதது அல்ல. ஆனால் பிரேமதாசாவுக்கு எட்டப்பர்கள் தேவைப்படுகிறார்கள். வன்முறையைத் துறந்து, ஜனநாயக நீரோட்டத்தில் தீட்சை பெற்ற புனிதவாளர்களாக இவர்களுக்குப் புதுமுலாம் பூசிக்காட்டுவதன் மூலம் புலிகளின் ஆயுதப் போராட்டத்தை அர்த்தமற்ற பயங்கரவாதமாகச் சித்தரித்துப் புலிகள் இயக்கத்திற்குக் களங்கம் ஏற்படுத்திவிடலாம் எனப் பிரேமதாசா நினைக்கிறார் போலும். ஆனால் வன்னி எல்லையிலும், தீவகத்திலும், கிழக்கிலும் ஆயுதங்களைத் தாங்கி நின்ற அரச படைகளுக்கு சேவகம் புரிந்து வரும் இந்தக் குழுக்களின் ஜனநாயக அரசியல் பற்றி இன்று உலகம் நன்கறியும்.

தமிழர் பிரச்சினைக்கு ஒரு நியாயமான தீர்வைக் காணும் விடயத்தில் சிங்களத் தலைவர்களுக்குத் துணிவும், ஆற்றலும், நேர்மையும், அரசியல் விவேகமும் இல்லையென றோகன் குணரட்ண முன்வைக்கும் விமர்சனம் ஒரு உண்மையான கணிப்பு. பண்டாரநாயக்கா தொடக்கம் பிரேமதாசா வரை இந்த மதிப்பீடு பொருந்தும். சிங்கள அரசியல்வாதி தனது பதவி ஆசனத்தையே காதலிக்கிறான். இந்தப் பதவி ஆசனம் சிங்கள-பௌத்த பேரினவாதத்தின் நன்கொடையாக அவனுக்குக் கிட்டுகிறது. ஆகவே இந்த இருக்கையில் நீடித்திருப்பதென்றால், பேரினவாதத்திற்கு மண்டியிட்டுக் கிடக்க வேண்டும். ஜனாதிபதி என்ற அதியுயர் ஆசனத்தில் அமர்ந்திருக்கும் பிரேமதாசாவும் இதற்கு விதிவிலக்கானவர் அல்லர். தமிழருக்குக் காருண்யம் காட்டி அவர் தமது பதவி ஆசனத்தை இழக்கத் தயாராக இல்லை. அதுவும் அடுத்த தேர்தலில் கண்ணாயிருக்கும் அவர் பேரினவாதத்திற்கு காவடி எடுப்பதில்தான் காலத்தையோட்டுகிறார். தலைவர் பிரபாகரன் சமாதானத்தின் கதவுகளைத் திறந்து வைத்திருக்கிறார். போரை ஒரு முடிவுக்குக் கொண்டு வரத் தயாராக இருக்கிறார். பேச்சுவார்த்தைக்கு இணங்கியிருக்கிறார். அரசியல் தீர்வுக்கு வழிகோலும் ஒரு யோசனையையும் தெரிவித்திருக்கிறார். இதற்கு மேலாக சிங்கள தேசமும், உலகமும் அவரிடமிருந்து எதையும் எதிர்பார்க்க முடியாது.

பிரித்தானிய ஒலிபரப்பு நிறுவனம் (பி.பி.சி) என்றும் இல்லாதவாறு ஒரு நல்ல காரியத்தைச் செய்திருக்கிறது. இலங்கையின் அரசியலை ஆட்டிப் படைக்கும் இரு தலைவர்களையும் உலகத்தின் முன்னிலையில் நிறுத்தி விசாரணை செய்திருக்கிறது. பிரபாகரன் தனது நிலைப்பாட்டை நேர்மையாக, தெட்டத்தெளிவாக எடுத்துக் கூறியிருக்கிறார். அரசியல் தீர்வை நோக்கி நகரக்கூடிய ஒரு இடைவெளியையும் காட்டியிருக்கிறார். ஆனால் பிரேமதாசா இழுவல் மொழியில் நழுவியிருக்கிறார். அரசியல் கண்ணாம்பூச்சி விளையாடியிருக்கிறார். இரு தலைவர்களது நேர்மையையும், துணிவையும், விவேகத்தையும் உலகம் எடைபோட்டுக் கொள்வதற்கு பி.பி.சி இப்படியானதொரு கருத்து மேடையை அமைத்துக் கொடுத்தது பாராட்ட வேண்டிய விடயம்.

எந்தவொரு பிரச்சினைக்கும் முகம்கொடுக்காமல் தட்டிக் கழிக்க விரும்பினால் ஒரு விசாரணைக் கமிசன் அல்லது ஒரு சர்வகட்சி மாநாடு அல்லது ஒரு வட்டமேசைக் கூட்டம் அல்லது ஒரு பாராளுமன்றத் தெரிவுக் குழு இப்படியாக எதையோ ஆரம்பித்துவிட்டு, அதனை முடிவில்லாமல் இழுத்தடிப்பது சிங்கள ஆட்சியாளரின் அரசியல் தந்திரோபாயம். பிரேமதாசாவும் இந்தச் சிங்கள அரசியல் மரபுக்கு அமைய அதே தந்திரோபாயத்தைக் கடைப்பிடித்து வருகிறார். இரண்டு வருடத்திற்கு மேலாகச் சர்வகட்சி மாநாட்டிற்குள் ஒழிந்திருந்து, அது செயலிழந்து, செத்துப் போக, இப்பொழுது பாராளுமன்றத் தெரிவுக்குழுவிற்குள் பதுங்கி நிற்கிறார். இருட்டிற்குள் கறுப்புப் பூனை-

யைத் தேடியவன் போல் இந்தத் தெரிவுக்குழு இன்னமும் தமிழர் பிரச்சினை-யைத் தேடியலைந்து கொண்டிருக்கிறது. பிரேமதாசாவே அல்லது சிறீமாவோ அம்மையாரோ இன்னும் இந்தத் தெரிவுக்குழுவிடம் தமது தீர்வுத் திட்டத்தை முன்வைப்பதற்குத் துணியவில்லை. இந்த இலட்சணத்தில் தெரிவுக்குழுவிடம் யோசனையைச் சமர்ப்பிக்குமாறு தலைவர் பிரபாகரனுக்கு ஆலோசனை கூறுகிறார் பிரேமதாசா.

நாடு எப்படித்தான் சீரழிந்து போனாலும் தனது பதவி ஆசனத்தைக் கட்டிக் காக்க வேண்டும் என்பதுதான் பிரேமதாசாவின் இன்றைய அங்கலாய்ப்பு. புலிகளுடன் சமாதானம் செய்து கொள்வதோ, சமரசப் பேச்சுக்களை நடத்துவதோ, அல்லது பிரபாகரனின் ஆக்கபூர்வமான யோசனைக்கு அனுகூலமான பதிலைச் சொல்வதோ சிங்களப் பேரினவாதத்தைத் தீண்டுவதாக முடியும். எனவே பிரேமதாசா இதுவொன்றையும் செய்யப் போவதில்லை. தெரிவுக் குழுவை சாகாமல் வைத்திருப்பதிலும், யுத்தத்தைத் தொடர்வதிலுமே அவர் அக்கறை காட்டுவார். தமிழருக்குச் சார்பான தீர்வும், சமாதானமும் அவரது ஆசனத்திற்கு ஆபத்தைத் தேடிக் கொடுத்துவிடலாம் என அவர் அஞ்சுகிறார்.

தலைவர் பிரபாகரனைப் பொறுத்தவரை தமிழர் தாயகம் அடிப்படையானது; அந்த அடிப்படையில்தான் தமிழர் தேசியப் பிரச்சினைக்குத் தீர்வு காணப்பட வேண்டும் என்பது அவரது நிலைப்பாடு. அதனால்தான் தமிழர் தாயகத்தின் பூகோள முழுமையை அவர் வலியுறுத்துகிறார். இது இலங்கையின் நில ஒருமைப்பாட்டையும், பெரும்பான்மைச் சமூகத்தினரின் இறைமையையும், பௌத்தத்தின் முதன்மைப்பாட்டையும் இறுக்கமாக வலியுறுத்தி நிற்கும் ஒற்றையாட்சி அரசியல் அமைப்பின் கீழ் சாத்தியமாகாது என்பது அவருக்குத் தெரியும். எனவேதான் அவர் சமஸ்டி ஆட்சிமுறை முன்மொழியப்பட்டால் அதனைப் பரிசீலனை செய்யத் தயாராக இருப்பதாகச் சொல்லியிருக்கிறார்.

சமீப காலமாகச் சமஸ்டி என்ற பதம் கொழும்பு அரசியல் அரங்கில் அடிபட்டு வருகிறது. யாழ்ப்பாண மக்கள் என்றும் அறிந்திராத யாழ்ப்பாண எம்.பி. என்பவர் மூலம் அரசாங்கம் இந்தச் சொற்பதத்தை அறிமுகம் செய்திருக்கிறது. இந்தத் தனிமாகாண சமஸ்டி யோசனை வடக்கையும், கிழக்கையும் துண்டாடும் சதித்திட்டம் என அமைச்சர் தொண்டமான் தலைவர் பிரபாகரனுக்கு எழுதியிருக்கிறார். இந்தச் சதியை மூடிமறைத்து, சமஸ்டித் தத்துவத்தின் மகிமை பற்றிப் பறைசாற்றி வந்த கொழும்பு அரசியல் உலகில் பிரபாகரன் போட்ட சமஸ்டிக் குண்டு எல்லோரையும் திணறடித்துவிட்டது. அத்துடன் சிங்களப் பேரினவாதத்தின் முகமூடியையும் அது கிழித்து விட்டது. பிரேமதாசா தடுமாறி நொண்டிச்சாட்டு சொல்கிறார். அரசியல் அமைப்பை மாற்றியமைப்பது நடைமுறைச் சாத்தியம் அல்ல என்பதுபோல ஒப்பாரி வைக்கிறார்.

ஒற்றையாட்சியை மேலும் இறுக்குவதற்காக சர்வசன வாக்கெடுப்புப்பின்றி புதிய புதிய அரசியலமைப்புக்களையும், ஏராளமான திருத்தங்களையும் காலத்திற்குக் காலம் கொண்டுவந்த சிங்களப் பேரினவாதிகள், இன்று உலகத்தை ஏமாற்றக் கட்டுக்கதைகள் புனைகிறார்கள். வடக்குக் கிழக்கு இணைந்த தமிழர் தாயகத் தன்னாட்சியை ஏற்றுக் கொள்ளச் சிங்களப் பேரினவாதம் தயாராக இல்லை. இதனைத் தெளிவாக, வார்த்தைகளில் உலகத்திற்கு எடுத்துச் சொல்லத் துணிவற்ற பிரேமதாசா, சொற்சிலம்பாடிச் சுற்றிவளைத்து மழுப்புகிறார். சிங்களத் தலைவர்களிடம் நேர்மையும், நெஞ்சுரமும் இல்லையென்பதற்குப் பிரேமதாசாவின் இந்த மழுப்பல் ஒரு நல்ல உதாரணம்.
- ஈழநாதம், 12.03.1993

10. தலைவர் பிரபாகரனும், அங்கிலிக்கன் ஆயரும்

தலைவர் பிரபாகரனை நேரில் சந்திக்கும் வாய்ப்பு ஏற்படுமென அவர் எதிர்பார்க்கவில்லை போலும். அதனால்தான் என்னவோ தலைவரை நேரில் சந்தித்த பொழுது அங்கிலிக்கன் ஆயர் தனது ஆச்சரியத்தை வார்த்தைகளில் வடித்து விட்டார். ''நீங்கள்தான் உண்மையில் பிரபாகரனா? அல்லது பிரபாகரனின் ஆவிதான் இங்கு காட்சி தருகிறதா?'' என்றார்.

இது ஆவி உலகம் இல்லை என்பது போல தலைவர் பிரபாகரனும் அங்கிருந்தவர்களும் சிரித்தார்கள்.

''பிரபாகரன் பற்றி எத்தனையோ புரளிக் கதைகளையும், பொய்களையும் தென்னிலங்கையில் சிங்கள மக்கள் மத்தியில் திரித்து விடுகிறார்கள். பிரபாகரன் உயிருடன் இல்லை என்பதும் இப்படியான ஒரு கட்டுக்கதை'' என்று கொழும்பு ஆயர் விளக்கம் கூறினார்.

சிங்கள தேசம் எத்தகைய மாயையில் வாழ்ந்து வருகிறது என்பதை நன்கு புரிந்து கொண்டவர் போல் தலைவர் மெல்லிய புன்முறுவலுடன் தலையசைத்தார். அன்றைய சந்திப்பு வரலாற்றில் பதிந்த ஒரு நிகழ்வு.

மூன்று முக்கிய திருச்சபைகளின் ஆயர்களும் அவர்களது பிரதிநிதிகளும் ஒன்றாகக் கலந்து கொண்டது இந்நிகழ்வின் சிறப்பம்சமாக அமைந்தது.

அங்கிலிக்கன் திருச்சபை ஆயர் கிளாலிக் கடலில் பௌத்த தர்மத்தின் காருண்யத்தை நேரில் தரிசித்து வந்திருக்கிறார். தலைவர் பிரபாகரனின் அரசியல் நாடியைத் தொட்டுப் பார்க்க வேண்டும் என்பது அவரது ஆவல். மற்றைய இருவரும் யாழ்ப்பாணத்தைத் தளமாகக் கொண்டவர்கள். குடாநாட்டு மக்கள் சுமக்கும் துன்பச் சிலுவையின் பளுவை நன்கறிந்தவர்கள். இவர்கள் மூவரும் தலைவரை நேரில் சந்தித்துக் கலந்து உரையாடிய இச்சம்பவம் விசேடமானது.

''நேரில் வந்து நிலைமையைக் கண்டறியும் பொழுதுதான் உண்மை புரிகிறது. எதார்த்தம் விளங்குகிறது. மக்களின் அவலங்களையும், ஏக்கங்களை-

யும் உணர முடிகிறது. தமிழர் வாழும் உலகத்தை, அவர்களது வாழ்வுநிலை உண்மைகளைத் தென்னிலங்கை அரசியல்வாதிகள் சரியாகப் புரிந்து கொள்ளவில்லை'' என்று ஆரம்பித்த அங்கிலிக்கன் ஆயர், சிங்கள தேசத்தில் ஒரு பெரிய மனமாற்றம் ஏற்பட்டு வருவதாகக் கூறினார்.

''சிங்கள மக்கள் யுத்தத்தை வெறுக்கிறார்கள். தமிழர் பிரச்சினைக்கு ஒரு முடிவு கட்ட விரும்புகிறார்கள். இதனால் சிங்களவரிடையே சிந்தனை மாற்றம் தோன்றியிருக்கிறது. சமஸ்டிக் கோட்பாடு பற்றி சிந்திக்கும் அளவிற்கு ஒரு முற்போக்கான மாற்றம் நிகழ்ந்திருக்கிறது'' என்று உடனடியாகவே அரசியல் உலகத்தில் பிரவேசித்தார் அங்கிலிக்கன் ஆயர்.

''சமஸ்டி அமைப்பு முறை ஒரு புதிய சிந்தனையோட்டம். இது பாராளுமன்ற தெரிவுக் குழுவில்தான் உருவாக்கம் பெற்றது. முக்கிய சிங்களக் கட்சிகள் இந்தக் கோட்பாட்டை ஏற்றுக் கொண்டமை ஒரு பெரிய அரசியல் திருப்பத்தை சுட்டிக் காட்டுகிறது அல்லவா?'' என்று கூறிய ஆயர், தலைவர் பிரபாகரனைக் கேள்விக்குறியுடன் பார்த்தார்.

தலைவர் மிகவும் நிதானமாகப் பதில் அளித்தார்.

''சமஸ்டிக் கோட்பாடு தமிழ் அரசியலுக்குப் புதிய விடயமல்ல. சமஸ்டி என்ற கோசத்தின் அடிப்படையில் தமிழர் தாயகம் இரு மாகாணங்களாகப் பிரிக்கப்படுவதைக் கொழும்பிலுள்ள தமிழ் அரசியல் குழுக்களே வன்மையாக எதிர்க்கின்றன என்பதை நீங்கள் அறிவீர்கள். எம்மைப் பொறுத்தவரை தாயகக் கோட்பாடு தமிழரின் தேசியப் பிரச்சினைக்கு அடிப்படையானது. தமிழ்த் தாயகத்தைக் கூறுபோடும் எந்த ஒரு திட்டத்தையும் தமிழ் மக்கள் அங்கீகரிக்கப் போவதில்லை'' என்று விளக்கினார் தலைவர் பிரபாகரன்.

தெரிவுக் குழுவின் அரசியல் தீர்வுத் திட்டம் பற்றிய சிக்கலான சர்ச்சையை இந்தச் சந்திப்பில் தவிர்ப்பது நல்லது எனப் புலிகள் தரப்பில் கூறப்பட்ட யோசனையைச் சகலரும் ஏற்றுக் கொண்டனர். தெரிவுக் குழுவின் தீர்க்கமான முடிவு இன்னும் தெரியவில்லை. அப்படியிருக்க உத்தேச திட்டங்கள் பற்றி விவாதிப்பதில் பயனில்லை. தமிழ் மக்களைப் பாதிக்கும் பொதுப் பிரச்சினைகள் பற்றியும், சமாதானச் சூழ்நிலையை உருவாக்குதற்கான வழிவகைகள் பற்றியும் கலந்துரையாடுவது பொருத்தமானது என எல்லோரும் இணங்கியதை அடுத்து கிளாலி விவகாரம் பற்றிப் பேசப்பட்டது.

''அரசாங்கத்தின் நடவடிக்கைகளையும், இராணுவத்தின் அட்டூழியங்களையும் உன்னிப்பாகக் கவனித்தால் ஒரு உண்மை புலனாகும். அதாவது இந்த யுத்தம் என்பது மக்களுக்கு எதிராகவே ஏவிவிடப்படுகிறது. கிளாலிப் பாதை விவகாரம் இதற்கு நல்ல உதாரணம். போக்குவரத்துப் பாதைகளைத் தடை செய்து குடாநாடு மீது திணிக்கப்பட்டுள்ள முற்றுகை பொதுமக்களையே பெரிதும் பாதிக்கிறது. குடாநாட்டுப் பாதைகளைத் தடை செய்ததால் விடுதலைப் புலிகளின் நகர்வுகள், போக்குவரத்துக்கள் எவ்வகையிலும் பாதிப்பிற்கு உள்ளாகவில்லை. ஆனால் மக்கள்தான் பெரும் துன்பத்திற்கும், அவலத்திற்-

கும் ஆளாகியுள்ளார்கள். எனவே இந்த யுத்தம் தமிழ் மக்களுக்கு எதிரானதாகவே திட்டமிட்டு நடத்தப்படுகிறது'' என்று விளக்கினார் தலைவர் பிரபாகரன்.

''போரின் கொடூரத்தை மக்களுக்கு எதிராகத் திருப்பிவிட்டு, மக்கள் மீது தாங்கொணாத் துன்பப் பளுவைச் சுமத்தி, மக்களைப் புலிகள் இயக்கத்திற்கு எதிராக மாற்றிவிடலாம் என அரசு திட்டமிட்டுச் செயற்படுகிறது. குடாநாட்டு முற்றுகையும், பாதைத் தடைகளும், கண்மூடித்தனமான குண்டுவீச்சுக்களும் இதைத்தான் எடுத்துக் காட்டுகின்றன. இந்த நடவடிக்கைகளால் எமது மக்கள் அரசு மீது வெறுப்பும், ஆத்திரமும் அடைந்து வருகிறார்கள்'' என்றார் தலைவர்.

குடாநாட்டு மக்களின் அவலநிலை பற்றி ஏனைய திருச்சபையின் ஆயர்களும், குருவானவர்களும் எடுத்து விளக்கினார்கள். இந்தக் கலந்துரையாடலை அடுத்து ஆயர்களைத் தனித்தனியே சந்தித்துப் பேசினார் தலைவர். விடுதலைப் புலிகளின் நிலைப்பாடு பற்றி அங்கிலிக்கன் ஆயரிடம் தலைவர் கூறியதாவது:

''அரசியல் தீர்வு நோக்கிய பாதைக்கு முதற்படியாகச் சமாதானச் சூழல் அவசியம். பரஸ்பர நல்லெண்ணம் அவசியம். ஆனால் அரசாங்கமோ இராணுவ நெருக்குதலையும், பொருளாதார நெருக்கடியையும் எமது மக்கள் மீது திணித்தபடி தீர்வுத் திட்டங்கள் பற்றி ஆராய்ச்சிகளை நடத்துகிறது. போரைத் தொடர்ந்தபடி பேச்சுக்களை ஆரம்பிக்க விரும்புகிறது. இந்த அணுகுமுறை நியாயமானதல்ல. நடைமுறைக்குச் சாத்தியமானதுமல்ல.

அரசாங்கம் உண்மையில் எமது மக்களின் பிரச்சினைக்குத் தீர்வு காண விரும்பினால் மக்களின் நம்பிக்கையைப் பெறும் வகையில் சில நல்லெண்ண முயற்சிகளை மேற்கொள்ளலாம் அல்லவா? போக்குவரத்துப் பாதைகளுக்கு தடை போடுவது ஒரு அநீதியான செயல். மிகவும் சிரமத்துடன் அப்பாதையூடாகப் பயணம் செய்பவர்களை படுகொலை செய்வது மிகவும் கொடுமையானது. இந்த அட்டூழியங்களை நிறுத்திப் பூநகரிப் பாதையை அரசு திறந்து விட வேண்டும். பூநகரியிலிருந்து இராணுவத்தை விலக்கிக் கொண்டு மக்கள் பாதுகாப்பாகப் போக்குவரத்துச் செய்ய அரசு நடவடிக்கை எடுத்தால் என்ன? சமாதானத்திற்கு வழியமைக்கும் நல்லெண்ண முயற்சியாக இதனை அரசு செய்யலாம் அல்லவா?'' என்று கூறினார் பிரபாகரன்.

''போர்நிறுத்தம் செய்து, சமாதானச் சூழலை உருவாக்க அரசு தயங்குகிறது என்பது உண்மை. ஏனென்றால் இந்தப் போர் ஓய்வு இடைவெளியைப் பயன்படுத்தி நீங்கள் உங்களை ஆயுத ரீதியில் பலப்படுத்திக் கொள்ளலாம் என அரச வட்டாரங்களில் சந்தேகம் நிலவுகிறது'' என்றார் ஆயர்.

''நாம் ஆயுதப் படைகளிடம் இருந்து ஆயுதங்களைப் பறித்து எம்மைப் பலப்படுத்திக் கொள்கிறோம். இந்த வகையில் போர் ஓய்வு எமக்கு இராணுவ ரீதியில் அனுகூலமானது என எண்ணுவது தவறு. அரசுக்குத்தான் இது

அனுகூலமாக அமையலாம். தொடர்ந்தும் அரசாங்கம் வெளிநாடுகளிலிருந்து ஆயுதங்களைத் தருவித்துத் தன்னைப் பலப்படுத்திக் கொள்ளவே செய்யும். போர் தொடர்ந்தாலும், போர் நிறுத்தப்பட்டாலும் அரசு தனது இராணுவ இயந்திரத்தைப் பலப்படுத்தவே முயற்சிக்கும். இதனை யாராலும் தடுக்க முடியாது'' என்று பதிலளித்தார் பிரபாகரன்.

''அரசாங்கம் நல்லெண்ணம் காட்ட வேண்டுமெனக் கூறுகிறீர்கள். ஆனால் நீங்கள் முதலில் ஒரு நல்லெண்ண முயற்சியை மேற்கொண்டால் என்ன?'' என்று கேட்டார் அங்கிலிக்கன் ஆயர்.

''என்ன செய்ய வேண்டும் சொல்லுங்கள்'' என்றார் பிரபாகரன்.

''உங்களின் பாதுகாப்பில் உள்ள ஒரு சில யுத்தக் கைதிகளை விடுதலை செய்வீர்களா? அரசினதும் சிங்கள மக்களினதும் நல்லெண்ணத்தைப் பெற இது பெரிதும் உதவும்'' என்றார் ஆயர்.

''நாளைக்கே இரண்டு போர்க் கைதிகளை விடுதலை செய்கிறேன். உங்களிடமே அவர்களை ஒப்படைத்து விடுகிறேன். நீங்கள் கொழும்பு திரும்பும்போது அவர்களை அழைத்துச் செல்லலாம்'' என்றார் தலைவர்.

ஆச்சரியத்தில் அதிர்ந்து போனார் ஆயர்.

''உங்கள் கருணை உள்ளத்தைப் பாராட்டுகிறேன். இது சமாதானத்திற்குக் கிடைத்த வெற்றி'' என மகிழ்ச்சி பொங்கக் கூறினார் ஆயர்.

''சிங்கள தேசத்திலிருந்து சமாதானத் தூதுவர்களாக யாழ்ப்பாணம் வர விரும்புகிறவர்களை அனுமதிப்பீர்களா? நான் அடுத்த தடவை வரும்பொழுது சில முக்கிய பௌத்த குருமார்களையும், புத்திஜீவிகளையும் அழைத்து வர விரும்புகிறேன்'' எனக் கேட்டார் ஆயர்.

''நிச்சயமாக எமது சமாதானக் கதவுகள் திறந்திருக்கின்றன'' என்று சிரித்தபடியே கூறினார் தலைவர்.

ஆயர் தனது உள்ளங்கனிந்த நன்றியைத் தெரிவித்தார்.

அன்றைய சந்திப்பு இனிதே முடிந்தது. மறுநாள் இரு சமாதானப் புறாக்கள் சிறைக்கூட்டிலிருந்து சுதந்திரமாக வெளியே பறந்தன. அதேநாள் இரு போர்க்கழுகுகள் மட்டுவில் கிராமம் மீது இராட்சதக் குண்டுகளை வீசிவிட்டுச் சென்றன. - ஈழநாதம், 15.01.1993

11. புலிகளும், மத சுதந்திரமும்

மதம் சம்பந்தமான விடுதலைப் புலிகள் இயக்கத்தின் நிலைப்பாடு என்ன? விடுதலைப் புலிகள் மதத்திற்கு விரோதமானவர்களா? மதவழிபாட்டுச் சுதந்திரத்திற்கு எதிரானவர்களா? மதம் பற்றி விடுதலைப் புலிகளின் சித்தாந்தக் கருத்துப் பார்வை என்ன? இவ்விதமாக மக்கள் மத்தியில் எழுப்பப்படும் கேள்விகளுக்குத் தெளிவான கொள்கை விளக்கத்தை அளிக்க முயல்கிறது இக் கட்டுரை.

மதம் சம்பந்தமான விடுதலைப் புலிகள் இயக்கத்தின் நிலைப்பாடு என்ன என்பதை எமது கொள்கைத் திட்டப் பிரகடனம் தெட்டத்தெளிவாக எடுத்து விளக்குகிறது. அதில் கீழ்க்கண்டவாறு சொல்லப்படுகிறது:

"தமிழீழ விடுதலைப் புலிகள் இயக்கம் மத சார்பற்ற நிலைப்பாட்டைக் கடைப்பிடிக்கும். அதேவேளை சகல மதங்களையும் சார்ந்த மக்களினதும் அடிப்படை உரிமையான வழிபாட்டுச் சுதந்திரத்திற்கு எமது இயக்கம் உத்தரவாதமளிக்கும். சகல மதத்தவர்களும் தமது ஆன்மீக அபிலாசைகளைப் பூர்த்தி செய்யவும், மத-கலாசாரப் பண்புகளைப் பேணி வளர்க்கவும் எமது இயக்கம் ஊக்கமளிக்கும்."

புலிகளின் கொள்கைப் பிரகடனத்தில் இரத்தினச்சுருக்கமாகத் தரப்பட்டுள்ள இந்த விளக்கம் மதம் சம்பந்தமான மூன்று முக்கிய அம்சங்களை முதன்மைப்படுத்துகிறது.

ஒன்று மதசார்பற்ற நிலை. இரண்டாவது, மக்களின் வழிபாட்டுச் சுதந்திரம். மூன்றாவது, தமிழரின் தேசியப் பண்பாட்டு வாழ்வு. இந்த மூன்று அம்சங்களையும் இனி விரிவாகப் பார்ப்போம்.

விடுதலைப் புலிகள் இயக்கம் மத சார்பற்றது எனும் பொழுது, எந்த ஒரு குறிப்பிட்ட மதத்தையும் சார்ந்ததாக அது இருக்கவில்லை என்பதுதான் அர்த்தம். தமிழீழ மக்கள் தழுவிக் கொண்ட சகல மதங்களையும் அரவணைத்து, கௌரவித்து, சகல மதத்தவர்களுக்கும் பொதுவாக நின்று நிடுநிலையைக் கடைப்பிடிப்பதுதான் மத சார்பற்ற நிலையாகும்.

தமிழ் இன ஒருமைப்பாட்டையும், தேசிய சுதந்திரத்தையும் இலட்சியமாக வரித்துக் கொண்ட ஒரு விடுதலை இயக்கம், மதசார்பான கொள்கைகளைக் கடைப்பிடிப்பது தவறானதாகும். இந்தக் குறுகிய மதவாதப் போக்கு தமிழ் இன ஒற்றுமைக்கும், தமிழ்த் தேசிய ஒருமைப்பாட்டிற்கும் பெரும் முட்டுக்கட்டையாக அமையும். இதனைக் கருத்திற்கொண்டுதான் எமது இயக்கம் ஆரம்ப காலத்திலிருந்தே மதசார்பற்ற நடுநிலையைத் தழுவிக் கொண்டது.

சிங்கள அரசு மத சார்பானது. ஒரு குறிப்பிட்ட மதத்திற்கு, அதாவது பௌத்த மதத்திற்குத் தேசிய அந்தஸ்தும், கௌரவமும் வழங்கி, ஏனைய மதங்கள் சார்ந்த மக்களை அந்நியப்படுத்தியது. இந்தக் குறுகிய மதவாதப் போக்கு சிங்கள-பௌத்த பேரினவாதத்திற்கு வழிகோலி, சிங்கள-தமிழ் தேசிய இன முரண்பாட்டைத் தீவிரமடையச் செய்தது. சிங்கள தேசத்து மதவாத, இனவாத ஒடுக்குமுறையைச் சந்தித்து நிற்கும் தமிழ்த் தேசிய இனம், மத நம்பிக்கைகளின் அடிப்படையில் பிளவுபட்டு நிற்க முடியாது; அது எமது தேசியப் போராட்டத்தைப் பலவீனமடையச் செய்யும். எமது மக்களின் தேசிய விடுதலைப் போராட்டத்தை வழிநடத்திச் செல்லும் விடுதலை இயக்கம் மதசார்பற்ற நிலையைத் தழுவி, மதங்களுக்கு அப்பால் நின்று, இன ரீதியில் — தேசிய ரீதியில், எமது மக்களை அணிதிரட்டி ஐக்கியப்படுத்தும் அணுகுமுறையைக் கடைப்பிடித்து வருகிறது.

தமிழீழ மக்களின் சுதந்திர இயக்கம் என்ற ரீதியில் நாம் எமது மக்களின் அடிப்படையான சுதந்திரங்களுக்காகவும், உரிமைகளுக்காகவும் போராடி வருகிறோம். இதில் வழிபாட்டுச் சுதந்திரம் முக்கியமானது. இறை வழிபாடு மனிதர்களின் அடிப்படையான உரிமை. புனிதமான இந்த உரிமையை எமது இயக்கம் கௌரவிக்கிறது.

மெய்யுண்மையைத் தரிசிக்க விழையும் மனிதனின் ஆன்மீகத் தேடுதலானது எல்லாக் காலங்களிலும், எல்லாச் சமூகங்களிலும் ஒரு முடிவில்லாத இலட்சியப் பயணமாகத் தொடர்கிறது. வாழ்வியக்கத்தின் அர்த்தத்தையும், பிரபஞ்சத்தின் அற்புதத்தையும் புரிந்துகொள்ள விழையும் மனிதத்தின் மிகவும் ஆழமான அபிலாசையாக இந்த விழைதல் தொடர்கிறது. ஆன்மீகமும் சரி, விஞ்ஞானமும் சரி, இந்த விழைதலின் தோற்றப்பாட்டையே குறித்து நிற்கின்றன.

எந்த வழியிலோ, எந்த வடிவத்திலோ உண்மையைத் தேடும் உரிமை மனிதனுக்கு உண்டு. இது அவனது ஆன்மீக உரிமை. தனது ஆன்மீக அபிலாசைகளுக்குத் திருப்திகாணும் வகையில் ஒரு மனிதன் சிந்திப்பதும், செயற்படுவதும், தேடுவதும், நம்புவதும், நம்பாமல் விடுவதும், வழிபடுவதும், வழிபடாமல் விடுவதும் அவனுக்கே உரித்தான தனிமனித சுதந்திரமாகும். இந்த வகையில் வழிபாட்டு உரிமையானது மனிதனின் சிந்தனைச் சுதந்திரத்தைச் சார்ந்து நிற்கிறது. இந்த உரிமையை எமது விடுதலை இயக்கம் மதிக்கிறது; கௌரவிக்கிறது. ஏனென்றால் இது சுதந்திரமான மனித வாழ்விற்கும், உன்னதமான மனித வளர்ச்சிக்கும் இன்றியமையாதது.

மத வழிபாடு எமது மக்களின் பண்பாட்டு வாழ்வுடன் இழையோடி நிற்கிறது. பண்பாட்டு வாழ்வு எமது தேசியத்திற்கு ஆதாரமானது. எமது தேசியம் ஒரு சுதந்திர அரச நிர்மாணத்திற்கு அத்திவாரமானது.

தேசிய உரிமைப்பாட்டின் அடிப்படையில், தன்னாட்சி கோரி ஒரு வீரசுதந்திரப் போரை நடத்தி வரும் விடுதலை இயக்கம் என்ற ரீதியில், எமது மக்களைத் தேசிய ரீதியில் அணிதிரட்டுவது எமது அடிப்படை அரசியல் இலட்சியம். இந்த இலட்சியத்தை நிறைவேற்றுவதாயின் எமது தேசியத்திற்கு ஆதாரமாகவும், எமது தேசியக் கட்டுமானத்திற்குத் தூண்களாகவும் விளங்கும் எமது பண்பாட்டு வடிவங்களைப் பேணிப் பாதுகாப்பது அத்தியாவசியமானது. இந்த வகையில் தமது பண்பாட்டுக் கோலமாக எமது மக்கள் வரித்துள்ள மத வாழ்வுக்கு நாம் மதிப்பளிக்கிறோம். அவர்களது மத வழிபாட்டு வாழ்வின் மேம்பாட்டுக்காக எமது இயக்கம் உழைக்கும்.

அடிப்படையான தனிமனித உரிமைகளும், சுதந்திரங்களும் பேணப்படும் சமூக உலகில்தான் மனித வாழ்வு சிறப்புறும்; முழு மனித விடுதலை சாத்தியமாகும்; மனிதமும், தர்மமும் தழைத்தோங்கும். தனிமனித சுதந்திரங்கள் பேணப்படாமல், சமூக நீதியுடைய சமத்துவ சமுதாயத்தைக் கட்டி எழுப்ப முடியாது. தனிமனித தனித்துவத்தை மறுதலித்துவிட்டு, பொருளுல-

கத்தைச் சீரமைக்க முயன்ற சமூகப் பரிசோதனைகள் தோல்விகளையே சந்திக்க முடிந்தது.

தமிழீழ சமுதாயம் அந்நிய ஆதிக்கத் தளைகளிலிருந்து தன்னை விடுவித்துக் கொள்ள விழைகிறது. விடுதலையை நோக்கிய இந்த விழைதல், மண் விடுதலையை மட்டும் நோக்காகக் கொண்டதல்ல. தனிமனிதத் தமிழன் ஒவ்வொருவனும் தனது ஆன்மீக அபிலாசைகளைப் பூர்த்தி செய்யக்கூடிய ஒரு சுதந்திர தேசத்தைக் கட்டி எழுப்புவதுதான் எமது விடுதலைப் புரட்சியின் இறுதி இலட்சியமாகும்.

வழிபாட்டு உரிமையைக் கௌரவித்து, எமது மக்களின் அடிப்படைச் சுதந்திரங்களுக்காகப் போராடும் எமது விடுதலை இயக்கத்தின் இலட்சியப் போருக்கு மதங்களும் துணை நிற்க வேண்டும். ஒடுக்கப்பட்ட மனிதர்களின் விடிவிற்காக எமது தேசத்தில் ஒரு தர்மப் போர் நிகழ்ந்து வருகிறது. இந்த சத்திய யுத்தத்திற்கு ஆதரவாக எமது மத நிறுவனங்கள் குரலெழுப்ப வேண்டும். சகல மதங்களதும் தவிர்க்க முடியாத தார்மீகக் கடப்பாடு இது.

மக்களின் விடிவிற்காகத் தனது உயிரை அர்ப்பணிக்கும் ஒரு சுதந்திர வீரனின் தியாகமும் சாராம்சத்தில் புனிதமானது; ஒரு ஆழமான பரிமாணத்தில் ஆன்மீகமானது என்றும் சொல்லலாம். - **விடுதலைப் புலிகள் பத்திரிகை, ஆடி-ஆவணி 1992**

12. பெண் விடுதலையும், புலிகளும்

பெண் விடுதலை என்றால் என்ன? பெண் விடுதலை சம்பந்தமான விடுதலைப் புலிகள் இயக்கத்தின் நிலைப்பாடு என்ன? பெண் விடுதலை என்ற குறிக்கோளை அடைவதற்கு விடுதலைப் புலிகள் நெறித்துள்ள கொள்கைத் திட்டங்கள் என்ன? இந்தக் கேள்விகளுக்குத் தெளிவாக விடை அளிக்கும் வகையில் இந்தக் கொள்கை விளக்கக் கட்டுரை அமைகிறது.

எமது இயக்கத் தலைவர் பிரபாகரன் அண்மையில் அனைத்துலகப் பெண்கள் நாளை முன்னிட்டு ஒரு அறிக்கையை வெளியிட்டிருந்தார். இந்த அறிக்கையில் பெண் விடுதலை சம்பந்தமாகப் புலிகள் இயக்கத்தின் தத்துவார்த்த நோக்கினை, குறிக்கோள்களை, போராட்ட அணுகுமுறையை இரத்தினச் சுருக்கமாக எடுத்துக் கூறியுள்ளார். இந்தக் கருத்துக்களை அடிப்படைக் கருவாகக் கொண்டு இந்தக் கட்டுரை மேலும் விளக்கங்களைத் தர முயற்சிக்கின்றது.

'பெண் ஒடுக்குமுறை என்பது யுகம் யுகமாக எல்லாச் சமூகங்களிலும், எல்லாப் பண்பாடுகளிலும் நிலவி வந்த ஒரு சமூக அநீதி. இந்தச் சமூக அநீதிமுறை இன்னும் இந்தப் பூமியிலிருந்து அகன்றுவிடவில்லை' என்கிறார் தலைவர் பிரபாகரன்.

பெண் ஒடுக்குமுறை என்பது உலகளாவிய ஒரு சமூகப் பிரச்சினை. இந்தச் சமூக அநீதிமுறை இன்னும் இந்தப் பூமியிலிருந்து அகன்றுவிடவில்லை. இன்னும் மனித உலகத்திலிருந்து ஒழிக்கப்படவில்லை என்பதைப் பிரபாகரன் சுட்டிக் காட்டுகிறார்.

பெண் ஒடுக்குமுறை மனித சமூகங்கள் தோன்றிய இருண்ட யுகங்களிலிருந்து தோற்றம் கொண்டு, நீண்ட நெடுங்காலமாக நீடித்து வந்தபோதும், இன்னும் இந்த நவயுகத்திலும் இப்பிரச்சினை தீர்ந்தபாடில்லை. இந்த ஒடுக்குமுறையானது இன்றும், காலத்திற்கு ஏற்ற கோலங்களில், புதிய தோற்றப்பாடுகளாக, மிகவும் நுட்பமான வடிவங்களில், முன்னடைந்த நாடுகளிலும் சரி, பின்னடைந்த நாடுகளிலும் சரி, மேற்கிலும் சரி, கிழக்கிலும் சரி, முதலாளித்துவ உலகிலும் சரி, மூன்றாம் உலகிலும் சரி, எங்கும், எல்லாச் சமூகக் கட்டமைப்புக்களிலும் தொடர்ந்து ஒரு சமூக நோயாக இருந்து வருகிறது. மனித இனத்தின் சரிபாதிச் சனத்தொகையான பெண்ணினம், தொடர்ந்தும் ஒடுக்குமுறை விலங்குகளால் பிணைக்கப்பட்டிருக்கின்றதென்ற எதார்த்த உண்மை நிலையை யாராலும் மறுக்க முடியாது.

கடந்த ஒரு நூற்றாண்டு காலகமாக, குறிப்பாக மேற்குலகிலும், சோசலிச உலகிலும் பெண் விடுதலை அமைப்புகள் தோற்றம் கொண்டு பெண் உரிமைப் போராட்டங்களை முன்னெடுத்தன. பெண்ணினம் விழிப்புற்றுத் தனது விடுதலை நோக்கிய இலட்சியப் பயணத்தை ஆரம்பித்தது; இதில் குறிப்பிடத்தக்க சாதனைகளையும் ஈட்டியது.

'நீண்ட காலமாக வளர்ச்சி கண்ட நாடுகளில் தொடர்ச்சியாக நடந்து வந்த உரிமைப் போராட்டங்களின் பலாபலனாகப் பெண்ணினம் குறிப்பிடத்தக்க சில வெற்றிகளை மட்டும் ஈட்டிக் கொள்ள முடிந்தது. அடிப்படையான மனித உரிமைகளையும், அரசியல் சுதந்திரங்களையும் பெண்கள் வென்றெடுக்க முடிந்தது. கலை வாய்ப்பும், தொழில் வாய்ப்பும் பெற்றுக் கொள்ள முடிந்தது. எனினும் இந் நாடுகளில் பெண்ணின் பிரச்சினைகள் தீர்ந்தபாடில்லை. இங்கு பழைய பிரச்சினைகள் புதிய வடிவங்களில் தோற்றங்கண்டு வருகின்றன' என்கிறார் பிரபாகரன்.

முதலாளிய உலகில் பெண்ணினம் ஈவிரக்கமற்ற முறையில் சுரண்டப்படுகிறது. தொழிலில் சமத்துவமின்மை நிலவுகிறது. ஆணாதிக்க வன்முறை தாண்டவமாடுகிறது. மிகவும் ஆபாசமான விளம்பரப் படிமங்களாகப் பெண்கள் சித்தரிக்கப்படுகிறார்கள். குடும்பச் சீரழிவு, விவாகரத்துப் போன்ற பிரச்சினைகள் மேலோங்கி வருகின்றன. இப்படியாக மேற்குலகிலும் பெண் பிரச்சினை புதிய வடிவங்கள் எடுத்து வருகிறது.

பெண் ஒடுக்குமுறைக்கு மூலகாரணம் முதலாளித்துவ உற்பத்தி முறை என சோசலிசவாதிகள் வாதாடினர். தனியார் சொத்துடமையின் தோற்றமும், வளர்ச்சியும் ஆணாதிக்க அதிகார உறவுகளை உருப்பெறச் செய்து, பெண் அடிமைத்தனத்திற்கு வழிகோலியதாக வரலாற்று ஆய்வுகளை வைத்து

வாதாடினார் ஏங்கெல்ஸ். தனியார் சொத்துடமை ஒழிக்கப்பட்டு, சமத்துவமான பொருள் உற்பத்தி அமைப்புக் கட்டியெழுப்பப்பட்டால் பெண் ஒடுக்குமுறை அகன்றுவிடும் என்றார் லெனின். பெண்ணின் விடிவிற்குச் சோசலிச சமுதாய மாற்றமே ஒரே வழி என்ற கருத்து வலுப்பெற்றது. அன்றைய சோசலிச பெண்நிலைவாதிகளும் இந்தத் தத்துவக் கோட்பாட்டை ஏற்றுக் கொண்டனர். விரக்தி அடைந்து, விடுதலை வேண்டி நின்ற பெண்ணினம், சோசலிசப் புரட்சிப் போராட்டங்களில் அணிசேர்ந்து கொண்டது. பெண்ணினத்தின் முழு-மையான பங்களிப்போடு பல நாடுகளில் சோசலிசப் புரட்சிகள் நிகழ்ந்தன. தனியார் சொத்துடமை ஒழிக்கப்பட்டது. முதலாளியப் பொருள் உற்பத்தி முறை மாற்றியமைக்கப்பட்டது; சோசலிசப் பொருளாதாரம் நிர்மாணிக்கப்பட்-டது. என்றுமில்லாதவாறு பெண்ணினம் பொருள் உற்பத்தித் துறையில் ஈர்க்-கப்பட்டது.

சோசலிச நாடுகளில் பெண்ணின் பொருளாதார வாழ்க்கைநிலை உயர்ந்து, சமூக அந்தஸ்தும் மேம்பட்டது என்பது உண்மை. வீட்டுக்குள் முடங்கிப் போயிருந்த பெண்ணினம் கல்வி வாய்ப்புப் பெற்று, தொழில் வாய்ப்புப் பெற்று, பொருளாதார தங்குநிலையிலிருந்து விடுதலை பெற்று, தனித்துவ-மாகத் தனது வாழ்க்கையைத் தானே நிர்ணயித்துக் கொள்ளும் அளவிற்குச் சுதந்திரமான வாழ்வுநிலையைப் பெற்றுக்கொள்ள முடிந்தது.

'ஆயினும் இந்த நாடுகளில் பெண் ஒடுக்குமுறை முற்றாக நீங்கியபா-டில்லை. சமதர்ம சமூக உலகத்திலும் பெண்ணிற்குச் சமநீதி கிடைத்ததாகக் கூறிவிட முடியாது' என்ற உண்மை நிலையைச் சுட்டிக் காட்டுகிறார் பிரபா-கரன்.

சோசலிச உலகில் பெண்ணின ஒடுக்குமுறை புதிய பரிமாணங்களில் தோற்றப்பாடு கண்டது. தேச நிர்மாணம் என்ற புதிய இலட்சியத்துடன், சுயா-தீனப் பொருளாதார வாழ்வைப் பெறப் பொருள் உற்பத்திக் களத்தில் குதித்த பெண்களுக்குக் குடும்பச் சுமை அதிகரித்தது. வீட்டுத் தொழிலும், வெளித் தொழிலுமாகப் பெண்கள் இரட்டைப் பழுவைச் சுமக்க வேண்டியிருந்தது. குடும்பப் பொறுப்புக்களைப் பகிர்ந்து கொள்ள 'கம்யூனிஸக் கணவர்கள்' மறுத்தனர். தாய்மை என்ற கோட்பாட்டை வலியுறுத்திச் சோசலிச அரசுகள் இன உற்பத்தியை ஊக்குவித்தன. பொருள் உற்பத்தியும், இன உற்பத்தியும், வீட்டுப் பொறுப்புகளுமாகச் சோசலிசப் பெண்ணின் மீது சுமை ஏறியது.

பொதுவுடமைச் சமதர்மம் ஆணாதிக்கத்தையும், அதனால் எழும் அதிகார அடக்குமுறை உறவுகளையும் அசட்டை செய்தது. இதனால் வீட்டு நிர்வா-கத்திலும், நாட்டு நிர்வாகத்திலும் ஆணின் சர்வாதிகாரத்தைப் பெண்ணினம் எதிர்கொண்டது. இதனால் சமதர்ம உலகில் பெண்ணிற்குச் சமநீதி கிட்ட-வில்லை.

'இந்த சமூகப் பரிசோதனை அனுபவங்களிலிருந்து நாம் ஒரு உண்மை-யைக் கண்டுகொள்ளலாம். அதாவது பொருளுலகத்தை எந்த வடிவங்களில்

சீரமைத்தாலும் ஆண்களின் மனோவுலகில், பெண்மை பற்றிய அவர்களின் கருத்துலகில் ஆழமான மாற்றங்கள் நிகழாமல் பெண் சமத்துவம் சாத்தியமாகப் போவதில்லை.

பெண்ணினத்தின் விடுதலை நோக்கிய பாதையில் அவர்களது சமூக, பொருளாதார வாழ்வு மேம்படுவது அவசியம் என்பதை யாரும் மறுக்க முடியாது. ஆயினும் அதேவேளை ஆண்-பெண் உறவிலும், அந்த மானசீக உலகிலும் மாற்றங்கள் தேவை. உண்மையான சமத்துவம் என்பது ஆண்-பெண் உறவில் எழும் ஆழமான புரிந்துணர்வில்தான் சாத்தியமாகிறது' என்கிறார் பிரபாகரன்.

சமத்துவம் என்ற இலட்சியத்தை அடைய அடிப்படையான மனித உரிமைகளையும், சுதந்திரங்களையும் பெண்ணினம் வென்றெடுப்பது அவசியம். அத்துடன் கல்வியும், வேலை வாய்ப்பும் அவர்களது சமூக அந்தஸ்தையும், பொருளாதார வாழ்வையும் உயர்வடையச் செய்யும் என்பது உண்மை. பெண் விடுதலைக்கு இவை அடிப்படையானவை. ஆயினும், சமத்துவத்திற்கு இவை மட்டும் போதாது. ஆணின் மேலாதிக்கம் அகல வேண்டும்; ஆண்-பெண் உறவில் முரண்பாடுகள் நீங்கள் வேண்டும். இதற்கு ஆழமான புரிந்துணர்வு வேண்டும். சோசலிசச் சமுதாயப் பரிசோதனைகள் இந்த எதார்த்த உண்மையை உணர்த்தத் தவறவில்லை என்பதே பிரபாகரனின் வாதம்.

மூன்றாம் உலகில் பெண்களின் நிலைமை மிகவும் மோசமானது. இங்கு பெண்கள் மிகவும் அநாகரிகமான முறையில் அடக்கப்படுகிறார்கள். வறுமையும், அறியாமையும், புராதனக் கருத்துலகின் மூடநம்பிக்கைகளும் பெண்ணினத்தை விலங்கிட்டு வைத்திருக்கின்றன. இங்குதான் பெண் விடுதலை மிகவும் முனைப்புடன் முன்னெடுக்கப்பட வேண்டிய ஒரு வரலாற்றுத் தேவையாக எழுந்திருக்கிறது. தமிழீழமும் இந்த மூன்றாம் உலகின் ஒரு அங்கமாக இருக்கின்றது.

தமிழீழ மக்கள் ஒரு தனித்துவமான வரலாற்றுப் புறநிலைக்கு முகம்கொடுக்க வேண்டியுள்ளனர். இங்கு பெண்ணினம் எதிர்கொள்ளும் ஒடுக்குமுறை வடிவங்கள் பிரத்தியேகமானவை; தனக்கே உரித்தான எதார்த்த புறநிலைகளால் உருவாக்கப்பட்டவை.

'எமது சமூகக் கட்டமைப்பில் பெண்ணினம் மிகவும் மோசமான ஒடுக்குமுறை வடிவங்களை எதிர்கொண்டு நிற்கிறது. மிகவும் பின்தங்கிய சமூகப் பொருளாதார வாழ்வு ஒரு புறமும், அரச அடக்குமுறை அழுத்தங்கள் மறுபுறமும், ஆணாதிக்கக் கொடுமைகள் இன்னொரு புறமுமாகப் பல பரிமாணங்களில் எமது பெண்கள் ஒடுக்குமுறையைச் சந்திக்கிறார்கள்.

நீண்ட நெடுங்காலமாக எமது சமூகத்தில் வேரூன்றி வளர்ந்த மூட நம்பிக்கைகளும், இந்த மூட நம்பிக்கைகளிலிருந்து தோற்றம் கொண்ட சமூக வழக்குகளும், சம்பிரதாயங்களும், எமது பெண்களின் வாழ்க்கையைச் சீரழித்து வருகின்றன. ஆணாதிக்க அடக்குமுறையாலும், வன்முறையாலும், சாதியம்,

சீதனம் என்ற கொடுமைகளாலும் தமிழீழப் பெண்ணினம் விபரிக்க முடியாத துன்பங்களை அனுபவித்து வருகிறது.' இவ்வாறு தமிழீழப் பெண்ணினத்தின் பிரச்சினைகளைக் குறிப்பிட்டுக் காட்டுகிறார் பிரபாகரன்.

எமது தனித்துவமான சமூகச் சூழலிலிருந்தும், எம்மை வியாபித்து நிற்கும் வரலாற்றுப் புறநிலை நிர்ப்பந்தங்களிலிருந்தும் எமது பெண்ணினம் எதிர்நோக்கும் ஒடுக்குமுறையின் தன்மைகள் இங்கு சுட்டிக் காட்டப்படுகின்றன. இதில் பிரதான முரண்பாட்டு வடிவமாகப் பிரத்தியேகத்தன்மை பெற்றிருப்பது பேரினவாத அரச அடக்குமுறையாகும். அரச ஒடுக்குமுறையின் பேரழுத்தங்கள், தேசிய ரீதியில் முழு இனத்தையுமே பாதித்த போதும், பெண்ணினமே மிக மோசமான கொடுமைகளுக்கு ஆளாகின்றது. விதவைகளாக, அகதிகளாக, அனாதைகளாக அல்லற்படுவதும், எதிரியின் பாலியல் வன்முறைக்கு ஆளாகி மானபங்கப்படுவதும், குடும்ப வாழ்வு சீரழிந்து அவலப்படுவதும் பெண்ணினமே. இந்த இனவாத அடக்குமுறையானது, பெண் சமூகத்தின் அடிப்படையான வாழ்வுரிமைக்கே பெரும் அச்சுறுத்தலாக அமைந்திருக்கிறது.

எனவே ஆக்கிரமிப்பிற்கும், அடக்குமுறைக்கும் ஆளாகியுள்ள எமது தேசத்தின் சுதந்திரத்திற்காகப் போராடுவது தமிழீழப் பெண்ணினத்தின் முதன்மையான தேசியப் பணியாக அமைகிறது. எமது தாயக பூமி மீட்டெடுக்கப்படாமல் பெண்ணினம் சுதந்திரமாக, கௌரவமாக வாழ்வதென்பது சாத்தியமில்லை.

'எதிரியால் ஆக்கிரமிக்கப்பட்டிருக்கும் எமது மண்ணை முதலில் மீட்டெடுப்பது இன்றைய வரலாற்றுத் தேவை. இந்த வரலாற்று நிர்ப்பந்தத்தை நாம் அசட்டை செய்ய முடியாது. எமது மண்ணின் விடுதலை, பெண்ணின் விடுதலைக்கு மட்டுமன்றி எமது இனத்தின் விடுதலைக்கும் அத்திவாரமானது' என்கிறார் பிரபாகரன்.

எமது தேசம் எதிர்கொண்டு நிற்கும் எதார்த்தப் புறநிலை உண்மைகள், வரலாற்று நிர்ப்பந்தங்கள் ஆகியவற்றின் அடிப்படையிலும், எமது சமுதாயத்தில் பெண்ணினம் முகம்கொடுக்கும் ஒடுக்குமுறை வடிவங்களையும் கருத்திற்கொண்டே பெண் விடுதலைக்கான தனது போராட்டத் திட்டத்தைப் புலிகள் இயக்கம் நெறிப்படுத்தி உள்ளது. பெண் விடுதலை நோக்கிய இப்போராட்டத் திட்டம், எமது விடுதலை இயக்கத்தின் பிரதான அரசியற் குறிக்கோள்களில் ஒன்றாக முன்னெடுக்கப்படுகிறது. அரசியல், சமூக, பொருளாதாரப் பரிமாணங்களைக் கொண்டதாக, மிகவும் சிக்கலான பிரச்சினையாக வடிவங்கொண்டுள்ள பெண் ஒடுக்குமுறை, பல முனைகளில், ஒரே காலகட்டத்தில் எதிர்கொள்ள வேண்டிய போராட்டமாக அமைந்துவிட்டது. இதன் அடிப்படையில் பெண் விடுதலை என்ற புலிகளின் இலட்சியக் குறிக்கோளுக்கு ஒரு வரைவிலக்கணம் கொடுக்கிறார் பிரபாகரன்.

'பெண் விடுதலை எனும் பொழுது அரச அடக்குமுறையில் இருந்தும், சமூக ஒடுக்குமுறைகளில் இருந்தும், பொருளாதாரச் சுரண்டல்களில் இருந்தும் பெண்ணினம் விடுதலை பெறுவதையே குறிக்கின்றோம். எனவே, எமது இயக்கம் வடிவமைத்துள்ள பெண் விடுதலைப் போராட்டமானது தேச விடுதலை, சமூக விடுதலை, பொருளாதார விடுதலை என்ற குறிக்கோள்களைக் கொண்ட மும்முனை விடுதலைப் போராட்டமாக முன்னெடுக்கப்படுகின்றது.'

தேசிய ரீதியில், சமூக ரீதியில், பொருளாதார ரீதியிலாக மும்முனைகளில் பெண் விடுதலைக்கான போர் முனைப்புறுவதாயின், பெண்ணினம் முதலில் மனோ ரீதியாகச் சமூகத்தின் கருத்துலக மாயையிலிருந்து விழிப்படைய வேண்டும் என்பதையும், பிரபாகரன் வலியுறுத்தத் தவறவில்லை.

பெண்ணடிமைவாத மூட நம்பிக்கைகளில் பிறப்பிடம் கருத்துலகம்.

எமது சமூகத்தின் பழமைவாதக் கருத்துலகம், பெண்மையின் தன்மை பற்றிப் பொய்மைகளைப் புனைந்து விட்டிருக்கிறது; பெண்மையை இழிவுபடுத்தும் படிமங்களைப் படைத்திருக்கிறது. பெண்மை பற்றிய தவறான எண்ணக் கருக்களை விதைத்து விட்டிருக்கிறது. இந்தச் சித்தாந்த உலகம் சிருஸ்டித்து விட்டிருக்கும் மனவுலகச் சுவர்களுக்குள் பெண்ணினம் சிறைபட்டுக் கிடக்கிறது.

'இந்த ஒடுக்குமுறைச் சிறையிலிருந்து விடுதலை பெறுவதானால், பெண்ணினம் முதலில் தனக்கெதிராக ஏவப்பட்டு வரும் ஒடுக்குமுறையின் தன்மைகளைப் புரிந்து கொள்ள வேண்டும். தனது சீரழிந்த வாழ்க்கை நிலையைச் சீரமைத்துக் கொள்வதானால், பெண்ணினம் தனது இழிநிலை பற்றி விழிப்புக் கொள்ள வேண்டும். தலைவிதி என்றும், கர்மவினை என்றும், தனக்காக விதிக்கப்பட்ட மனுநீதி என்றும், பழமை என்றும், பண்பாட்டுக் கோலமென்றும் காலங்காலமாக மனவுலக இருளுக்குள் முடங்கிக் கிடந்த பெண்ணினம் விழித்தெழ வேண்டும்' என விளக்கம் கொடுக்கிறார் பிரபாகரன்.

பெண்ணினத்தின் விடுதலைக்குப் பெரும் முட்டுக்கட்டையாக இருப்பது பெண்ணினத்தின் அறியாமையாகும். இது பெண்ணடிமைத்தனத்திற்கு ஒரு பிரதான காரணியாக இருந்து வருகிறது. எனவே பெண்ணினம் முதலில் தன்னைப் பற்றி, தனது வாழ்க்கை நிலையைப் பற்றி, தனது சுதந்திரத்திற்கும், கௌரவத்திற்கும் இடையூறாக இருந்து வரும் சக்திகள் பற்றிப் புரிந்து கொள்ள வேண்டும். இந்த அரசியல், சமூக விழிப்புணர்வு பெண் விடுதலைப் போராட்டத்திற்கு அத்திவாரமாகிறது.

'விழிப்படைந்து எழுச்சிக் கொள்ளும் பெண்ணினமே ஒரு போராட்ட சக்தியாக உருப்பெற முடியும்; அந்தப் போராட்ட சக்தியால்தான் ஒடுக்குமுறை விலங்குகளை உடைத்தெறிய முடியும்' என்கிறார் பிரபாகரன்.

பொருளுலகம், அரசியல் உலகம், சமூக உலகம், கருத்துலகம் என்ற வகையில் பல்வேறு பரிமாணங்களில் பெண் ஒடுக்குமுறையின் சிக்கலான அம்சங்களைச் சுட்டிக் காட்டும் பிரபாகரன், இறுதியாக ஆண்-பெண்

உறவின் அர்த்தத்தையும், அதன் முக்கியத்துவத்தையும் எடுத்து விளக்குகிறார்.

'மனித உறவுகளில் அடிப்படையானது ஆண்-பெண் உறவு. இந்த உறவு சாதாரண சமூக உறவு அல்ல. இது மனித உயிர் இயக்கத்திற்கும், மனித இன விருத்திக்கும் மூலமானது. மனித இனத்தின் வளர்ச்சிக்கும், உயர்ச்சிக்கும் ஆதாரமானது' எனக் குறிப்பிடும் பிரபாகரன், 'ஆண்-பெண் உறவில் எழும் அபசுரங்களாகவே இன்று பெண்ணினம் எதிர்கொள்ளும் பல அவலங்கள் தோற்றம் பெறுகின்றன' என்கிறார்.

பெண் ஒடுக்குமுறை என்பது ஒரு சமூகப் பிரச்சினை. பாலியல் ரீதியான ஒரு அதிகார உறவுப் பிரச்சினை. இதில் உள்ள சமூக, அரசியல், பொருளாதார உறவுகளின் முரண்பாட்டுக் கோலங்களையும், சமூக எண்ணவியக்கத்தின் ஆதிக்கத்தையும் யாரும் மறுக்க முடியாது. ஆயினும் இப் பிரச்சினையில் இன்னும் ஒரு பிரதான அம்சமாக ஆண்-பெண் உறவும், அதன் அகவுலகப் பரிமாணங்களும் இருக்கத்தான் செய்கின்றன.

தாம்பத்திய உறவு என்பது மனித உறவுகள் எல்லாவற்றிற்குமே மூலாதாரமானது. குடும்பமே சமுதாயத்தின் மூலக்கூறு.

ஆண்-பெண் உறவும், அந்த உறவால் பின்னப்படும் குடும்ப வாழ்வும் ஒரு முரண்பாட்டுத் தளமாக மாறும் பொழுது, அந்த முரண்பாடுகளின் பூதாகர வெளிப்பாடுகளாகப் பெண் ஒடுக்குமுறை வடிவங்கள் தோற்றப்பாடு கொள்கின்றன.

ஆணாதிக்கமும், அதனால் எழும் அதிகார உறவுகளும் நீங்கிப் பெண் சமத்துவம் நிலவுவதானால், ஆண்-பெண் உறவில் அடிப்படையான மாற்றங்கள் தேவை. மனவுலகப் புரட்சி தேவை. ஆண்களின் அக உலகில்தான் இந்தப் புரட்சிகரமான மாற்றம் அவசியமாகிறது. ஆணினத்தின் விழிப்புணர்விலும், புரிந்துணர்விலும் இது தங்கியிருக்கிறது.

'ஆணும், பெண்ணும் ஒத்திசைவாக, ஒருவர் மற்றவரின் சுதந்திரத்தையும், சமத்துவத்தையும், கௌரவத்தையும் மதித்து, குடும்ப வாழ்வின் பொறுப்புக்களைப் பகிர்ந்து, சமூகத்தின் மேம்பாட்டிற்கு உழைத்து, பரஸ்பர புரிந்துணர்வுடன் பற்றுக் கொண்டு வாழ்ந்தால், இந்தப் பால் வேறுபாட்டால் எழும் பல்வேறு முரண்பாடுகள் நீங்கும். இந்த அன்புறவின் ஆழமான அர்த்தத்தையும், முக்கியத்துவத்தையும் ஆண் இனம் புரிந்துகொள்ளும் பொழுதுதான் ஆணாதிக்கமும், அதனால் எழும் அதிகார அடக்குமுறைகளும் அகன்றுவிட வாய்ப்புண்டு' என்கிறார் பிரபாகரன்.

பெண் விடுதலை சம்பந்தமாகப் பிரபாகரனின் தத்துவார்த்தக் கண்ணோட்டத்தை இங்கு பார்த்தோம். பிரபாகரனின் கருத்துக்கள் பெண் பிரச்சினை சம்பந்தமாக விடுதலைப் புலிகள் இயக்கம் வரித்துள்ள குறிக்கோள்களையும், கொள்கைத் திட்டங்களையும் எடுத்து விளக்குவதாகவும் அமையப் பெற்றிருக்கிறது. ஒரு விடுதலை இயக்கத்துடன் அணிசேர்ந்து கொள்வதன் மூலமே

பெண்ணினம் தனது விடுதலை நோக்கிய இலட்சியப் பாதையில் வெற்றி-பெற முடியும் என்பதும், அப்பொழுதுதான் போராட்டமும் முதிர்ச்சி பெற்று, முழுமை பெறும் என்பதும் தலைவர் பிரபாகரனின் கருத்து.

பெண் விடுதலை சம்பந்தமாகத் தத்துவார்த்தக் கோட்பாடுகளை மட்டும் வரித்துக் கொள்வதில் அர்த்தமில்லை. கொண்ட கொள்கையை உருப்படியான முறையில் நடைமுறைப்படுத்தி வெற்றிகாண வேண்டும் என்பதில் பிரபாகரன் உறுதியான நம்பிக்கை உடையவர். இதன் பிரகாரம் 1984ஆம் ஆண்டிலி-ருந்தே விடுதலைப் புலிகள் இயக்கம் பெண் விடுதலை அமைப்புக்களைக் கட்டியெழுப்பியது.

பெண் விடுதலைக்குக் களம் அமைத்துக் கொடுத்த புலிகள் இயக்கத்து-டன், ஆயிரமாயிரம் புரட்சிப் பெண்கள் அணிசேர்ந்து கொண்டனர். தேசிய விடுதலை, சமூக விடுதலை என்ற மூலாதாரக் கொள்கையின் அடிப்ப-டையில், இராணுவ-அரசியல் கட்டமைப்புக்களாக மகளிர் படைப் பிரிவும், மகளிர் முன்னணியும் உருவாக்கப்பட்டடு விரிவாக்கப்பட்டது. தென்னாசிய வரலாற்றிலேயே முதன் முதலாக, முழுமையான மகளிர் படையணி தோற்றங் கொண்டது. போர்த் திறனும், துணிவும், தியாகமும் மிக்க பெண் போராளிகள் போர்க்களத்தில் பிரமிக்கத்தக்க சாதனைகளை ஈட்டினர்; தமிழரின் தேசிய விடுதலைப் போராட்டத்தில் ஒரு வரலாற்றுத் திருப்புமுனை ஏற்பட்டது.

'மண்மீட்புப் போர்க்களத்தில் இன்று தமிழ் இளம் பெண்கள் ஆயுதம் ஏந்தி நிற்கின்றார்கள். முழு உலகமுமே வியக்கும் வகையில் அபாரமான அர்ப்ப-ணிப்புக்களைச் செய்து வருகிறார்கள். விடுதலைப் புலிகளின் மகளிர் படைப் பிரிவின் தோற்றமும், வளர்ச்சியும், எழுச்சியும் எமது இயக்கம் படைத்த மாபெரும் சாதனைகளில் ஒன்று என்பதை நான் பெருமிதத்துடன் கூறமுடி-யும். தமிழீழப் பெண்ணினத்தின் விடுதலைப் போராட்ட வரலாற்றில் இது ஒரு புரட்சிகரமான திருப்பத்தைக் குறித்து நிற்கிறது' என்கிறார் பிரபாகரன்.

இவ்விடயத்தில் தலைவர் பிரபாகரன் மட்டுமன்றி, முழுத் தமிழினமுமே பெருமை கொள்ள வேண்டும். - **விடுதலைப் புலிகள் பத்திரிகை, பங்குனி - சித்திரை 1992**

13. பிரேமதாசா எப்படிப்பட்ட மனிதர்?

ஜனாதிபதி பிரேமதாசா எப்படிப்பட்ட மனிதர்? அவரது அரசியற் பார்வையும், அணுகுமுறையும் எவ்வகையானது? தமிழரின் இனப்பிரச்சினை குறித்த அவரது கண்ணோட்டம் என்ன? அவரது ஆட்சிக்காலத்தில் தமிழர் பிரச்சி-னைக்குத் தீர்வு ஏற்படுமா? தமிழ் மக்களின் மனதை உறுத்திவரும் கேள்வி-கள் இவை.

பிரேமதாசாவின் அந்தரங்க மனோ உலகத்தை இனங்கண்டு விமர்சிப்பது கடினம்.

ஏனென்றால் அவர் ஒரு முகமூடி மனிதர். காலத்திற்குக் காலம், தேவைகளுக்கேற்ப முகமூடிகளை அணிந்து நடிப்பவர். மிகவும் திறமையாக நடிப்பவர். இளம்பராயத்தில் ஒரு கவிஞனாக, எழுத்தாளனாக, சிறந்த பேச்சாளராக, அரசியல் களம் புகுந்து கொழும்பு நகர சபை உறுப்பினராக, எம்.பியாக, அமைச்சராக, பிரதமராக, ஜனாதிபதியாகச் சிம்மாசனம் ஏறும் வரை அவர் ஏற்று நடித்த பாத்திரங்கள் பலவகையானவை. இந்த நீண்ட அரசியல் யாத்திரையில் எங்குமே இடர்பட்டு விழாமல் மிகவும் சாணக்கியத்துடன், மிகவும் நுட்பமாகக் காய்களை நகர்த்தி அரசியல் சதுரங்க விளையாட்டில் வெற்றிகண்டவர். ஒரே சமயத்தில் ஒன்றுக்கொன்று முரண்பட்ட பாத்திரங்களை ஏற்று நடிப்பதில் வித்தகர். ஒரு புறத்தில் ஆட்கடத்தல் அதிரடிப் படையின் தளபதியாகவும், மறுபுறத்தில் அன்புமார்க்கத்தின் போதிசத்துவராகவும் வேடங்கள் பூணுவதில் விற்பன்னர். அவர் அணிந்த முகமூடிகளைக் கண்டு ஏமாந்தவர்கள் பலர். நம்பி நடந்து நட்டாற்றில் கைவிடப்பட்டவர்கள் பலர். அரசியல் வாழ்விலிருந்து வேரோடு பிடுங்கி எறியப்பட்டவர்கள் பலர்.

சூறாவளிகள் சதா சீற்றமெடுத்தாடும் அரசியற் கடலில் நெடுங்காலமாக படகேறியவர் என்பதால் எதார்த்த அரசியலின் கோரமான சுழிவு நெளிவுகளைப் பிரேமதாசா நன்கறிவார். அரசியல் என்பதே ஈவிரக்கமற்ற அதிகாரப் போட்டி என்பதும், குத்துவெட்டுக்கள் நிறைந்த போர்க்களம் என்பதும் அவருக்குத் தெரியாதது அல்ல. ஆபத்துக்கள் நிறைந்த இந்த நீரோட்டத்தில் நிலைத்து நின்று நீச்சல் அடிப்பது என்றால் எதிரிகளைக் கையாளும் அபார திறன் இருக்க வேண்டும். பிரேமதாசாவிற்கு இது கைவந்த கலை. ஒரு சாதாரண நாடக ஆசிரியரிலிருந்து பெரும் புரட்சி மன்னர்கள் வரை பிரேமதாசாவை எதிர்த்தவர்கள் மிகவும் மர்மமான சூழ்நிலையில் மரணத்தைச் சந்தித்திருக்கிறார்கள். இந்த வரிசையில் தடயம் எதுவும் இல்லாமலே பரிநிர்வாணம் பெற்றவர்கள் பலர். பிரேமதாசாவின் வாழ்க்கை வரலாற்றில் புதிர்கள் நிறைந்த, துப்புத் துலக்க முடியாத பல இருண்ட அத்தியாயங்கள் உண்டு.

நண்பன் என்றால் நண்பன், எதிரி என்றால் எதிரி என்ற வைராக்கியத்துடன் வாழ்க்கையை நடத்தும் பிரேமதாசாவிற்கு மிகவும் நெருங்கிய நண்பர்கள் இருக்கத்தான் செய்கிறார்கள். இவர்களில் பலர் தமிழர்கள். குறிப்புப் பார்க்கும் சோதிடர்களில் இருந்து, கணக்குப் பார்க்கும் பணமுதலைகள் வரை பல கொழும்புத் தமிழர்கள் பிரேமதாசாவின் நெருங்கிய வட்டத்து நண்பர்களாக இருந்து வருகிறார்கள். பிரேமதாசா சோதிட சாஸ்திரத்தில் நம்பிக்கை கொண்டவர். சகுனங்களுக்கும், சனித் தோசத்திற்கும், சூனியத்திற்கும் அஞ்சி நடப்பவர். திருமதி பண்டாரநாயக்காவை ஒரு சூன்யக்காரி என எண்ணுபவர். பிசாசுகளுக்கும், பில்லி சூன்யத்திற்கும், சனி பகவானின் சதிச் செயலுக்கும் அஞ்சி வாழும் பிரேமதாசாவிற்கு மந்திரவாதிகள் தேவைப்பட்டனர். மிகவும் அந்தரங்கமான மனக்குகை இரகசியங்களைப் பகிர்ந்து கொள்ளும் நம்பிக்கைக்குரிய ஆட்கள் தேவைப்பட்டார்கள். இந்த அந்தப்புரத்து விவகாரங்கள்

அரசியல் உலகிற்கு அம்பலமாகக் கூடாது என்பதற்காகப் பிரேமதாசா தமிழர்களைத் தேர்ந்தெடுத்தார். சோதிட உலகத்து விவகாரத்தில் மட்டுமல்லாமல் கறுப்புப் பண விசயத்திலும் தமிழர்களே பிரேமதாசாவின் அந்தரங்கக் காரியதரிசிகளாகச் செயற்பட்டு வருகிறார்கள். முதலாளித்துவ பாதாள உலகில் கைமாறப்படும் பண முடிச்சுக்களில் இருந்து, திறைசேரி நிதி நிர்ணய விவகாரம் வரை தமிழர்களே பிரேமதாசாவின் கையாட்களாகக் கடமை செய்கிறார்கள். இவ்வாறு தமிழர்களைத் தனது அந்தரங்க கருமங்களுக்குப் பயன்படுத்தி வரும் பிரேமதாசா, தமிழரின் இனப்பிரச்சினையில் கொண்டிருக்கும் நிலைப்பாடு முற்றிலும் வித்தியாசமானது.

1983 யூலைக்கு முந்திய காலகட்டத்தில் தமிழர் இனப்பிரச்சினை தொடர்பாக பிரேமதாசா தனிப்பட்ட ரீதியில் குறிப்பிட்டுச் சொல்லும் அளவுக்குத் தலையிடவில்லை. கிழட்டு நரி ஜே.ஆரின் நிழலுக்குள் மறைந்து நின்று கட்சியின் முடிவுகளுக்குக் கட்டுப்பட்டு இயங்கி வந்தார். யூலைக் கலவரத்தின் போது பிரேமதாசாவின் குண்டர் படையும் களத்தில் குதித்துக் கொழும்பில் தமிழர்களைத் தாக்கியதாகச் சொல்லப்படுகிறது. இதில் ஓரளவுக்கு உண்மை இருக்கலாம். ஏனென்றால் யூலைக் கலவரத்தைத் திட்டமிட்டதும், செயற்படுத்தியதும் பச்சைச் சேட்டுக் கட்சிக்காரர்களே.

யூலைக் கலவரத்தை அடுத்து தமிழரின் இனப்பிரச்சினையில் இந்தியா தலையிட்டது. கிழட்டு நரியின் கொட்டத்தை அடக்க இந்திரா காந்தி அம்மையார் திட்டம் தீட்டினார். தமிழ்ப் போராளிகளுக்கு ஆயுதப் பயிற்சி கொடுக்க முடிவெடுக்கப்பட்டது. தமிழர் பிரச்சினையில் இந்தியா குறுக்கிட்டதை பிரேமதாசாவால் பொறுத்துக் கொள்ள முடியவில்லை. இந்திரா காந்தி அம்மையாரைப் பாராளுமன்றத்தில் வைத்துப் பகிரங்கமாகத் திட்டினார். அம்மையாருக்கு இது பிடிக்கவில்லை. பிரேமதாசாவின் இந்தியத் துவேசம் இரு நாடுகள் மத்தியிலான உறவைப் பாதிக்கும் என எச்சரித்து ஜே.ஆருக்கு ஒரு காத்திரமான கடிதத்தை எழுதினார். இந்த மறைமுக மிரட்டலுக்கு பிரேமதாசா பணிந்து விடவில்லை. தொடர்ந்து இந்திய எதிர்ப்புக் கோசங்களை எழுப்பினார். குடும்பச் சண்டையில் அயல்வீட்டுக்காரன் தலையிடக் கூடாதென இந்தியாவைச் சாடினார். இந்தியாவுக்கு எதிரான பிரேமதாசாவின் துணிச்சலான பிரகடனங்கள் அவரை ஒரு தீவிர சிங்களத் தேசாபிமானி என்ற அந்தஸ்திற்கு உயர்த்தியது. சிங்கள-பௌத்த பேரினவாத சக்திகள் பிரேமதாசாவிற்குப் பின்னால் அணிதிரண்டனர். ஜே.ஆரின் வாரிசுக்கான அதிகாரப் போட்டியில் பிரேமதாசா முதலிடத்தைப் பிடித்துக் கொண்டார். இந்தியாவின் ஆசியைப் பெற்றால் ஆட்சிபீடம் ஏறலாமென எண்ணியிருந்த கண்டியப் பிரபுத்துவ வர்க்கத்திருக்கு பிரேமதாசாவின் நுட்பமான காய்நகர்த்தல்கள் புரியவில்லை போலும்.

1987 யூலை கொழும்பில் டிக்சிட்டின் இராசதந்திர சாணக்கியம் கொடிகட்டிப் பறந்த காலம். வடக்கில் கரும்புலி மில்லர் எரிமலையாய் வெடித்ததால்

ஒபரேசன் லிபரேசன் ஆட்டம் கண்டது. கிடுகிடுத்துப் போன கிழட்டு நரி, டிக்சிட்டின் பொறிக்குள் விழுந்தது. தமிழ், சிங்கள மக்களின் இறைமைக்குச் சாவுமணி அடிக்கும் அடிமைச் சாசனமாக ஒரு ஒப்பந்தம் தயாராகிறது. இந்த ஒப்பந்தம் மூலம் இலங்கையின் இறைமைக்குப் பங்கம் ஏற்பட்டாலும் பரவாயில்லை, தமிழரின் சுதந்திர இயக்கத்திற்கு முடிவுகட்டி விடலாம் எனத் திருப்தி கொள்கிறது ஜெயவர்த்தனா அரசு. ஆனால் பிரேமதாசா மட்டும் டிக்சிட்டின் இராசதந்திர சூன்யத்திற்குப் பலிக்கடா ஆக விரும்பவில்லை. பூனைகளுக்கு அப்பத்தைப் பிரித்துக் காட்டிய குரங்கு போல இந்தியா இலங்கையின் உள்நாட்டுச் சண்டையில் தலையிடப் போவதாக எண்ணினார். ரஜீவ் காந்தி ஒரு புனிதமான பசு அல்ல என்பதைப் பிரேமதாசா அறிந்திருந்தார். இதனால் இந்த ஒப்பந்த விவகாரத்தில் இருந்து ஒதுங்கிக் கொள்ள விரும்பினார். இந்திய நல்லுறவுக்கு மேலாகச் சிங்கள தேசாபிமானத்தில் அரசியல் அனுகூலங்கள் நிறைய உண்டு என்பதைச் சரியாக எடை போட்டார் போலும்.

பெரிய அரசியல் கொந்தளிப்புகள் மத்தியில் கொழும்பில் ஜே.ஆர்-ரஜீவ் ஒப்பந்தம் கைச்சாத்திட்ட போது பிரேமதாசா அங்கிருக்கவில்லை. சிங்களத் தீவிரவாத இயக்கங்கள் ஜெயவர்த்தனாவை தேசத்துரோகி என வசைபாடி ஆர்ப்பரித்த போது தேசாபிமானி பிரேமதாசா யப்பானில் சுற்றுப் பயணம் செய்து கொண்டிருந்தார்.

பிரேமதாசாவின் அரசியல் சதுரங்க ஆட்டத்தைப் புதுடில்லிப் பிராமணர்களால் சரியாகப் புரிந்து கொள்ள முடியவில்லை. பிரேமதாசா ஒரு இந்திய எதிர்ப்பாளர் என்பதை மட்டும் உணர்ந்திருந்தனர். ஆனால் பிரேமதாசா ஜனாதிபதி ஆசனத்தைக் குறிவைத்துச் செயல்படுகிறார் என்பதையும், அதற்கேற்றால் போல காய்களை நகர்த்தி வருகிறார் என்பதையும் இந்திய இராசதந்திரத்தால் கணிப்பிட முடியவில்லை. கண்டியப் பிரபுத்துவ ஆளும் வர்க்கத்தில் இருந்து ஆட்சி மாறப் போவதில்லை என இந்தியா கருதியது. இந்த வர்க்கத்தின் ஏகபோகப் பிரதிநிதியாகவும், ஜே.ஆரின் வாரிசாகவும் காமினி பதவியேறலாம் என புதுடில்லி தப்புக் கணக்குப் போட்டது. இந்த மதிப்பீட்டுக்கு அமைய டில்லி ஆட்சிப்பீடம் காமினியுடன் நட்புறவை வளர்த்து, பிரேமதாசாவை ஒதுக்கியது. இந்தியாவைப் பகைத்துக் கொள்வதையிட்டு பிரேமதாசா கவலைப்படவில்லை. இலங்கையின் அரசியல் சக்கரத்தைச் சுழற்றுவது இந்தியப் பிராமணிய தந்திரம் அல்ல, சிங்கள தேசியவாத மந்திரம்தான் என்பதைப் பிரேமதாசா நன்கறிவார். இதனால் காமினி டில்லியின் அதிகார மாளிகைக்குச் சென்று ரஜீவின் ஆசிபெற்ற போது பிரேமதாசா கண்டியில் தலதா மாளிகைக்குச் சென்று மகாதேரர்களை வழிபட்டார். பௌத்த பீடத்தின் ஆசிபெற்ற சிங்கள தேச பக்தர் என்ற பாத்திரத்தை சிறப்பாக நடித்ததால் சிங்கள முதலாளியத்தின் முதுகெலும்பான ஐக்கிய தேசியக் கட்சி தனது நீண்ட கால வரலாற்றில் முதன் முதலாக ஒரு பாட்டாளி மகனைத்

தலைவனாகத் தெரிவு செய்தது. இந்த நிகழ்வு பிரேமதாசாவின் சூத்திரதார அரசியலுக்கு மகுடம் வைப்பதாக அமைந்தது. அடுத்த கட்டமாக பிரேமதாசா ஜனாதிபதியாகப் பதவியேறினார். தீவிர இந்திய எதிர்ப்பாளர் ஒருவரோடு அரசியல் வர்த்தகம் செய்ய வேண்டிய நிர்ப்பந்தத்துக்குள் இந்தியா தள்ளப்பட்டது.

2

பிரேமதாசா ஜனாதிபதியாகச் சிம்மாசனம் ஏறியபொழுது இலங்கைத் தீவு வன்முறைச் சுவாலைகளால் எரிந்து கொண்டிருந்தது. வடகிழக்கில் அமைதி கலைக்க வந்த அனுமார் படை, புலிகளுடன் போரிட்டுக் கொண்டிருந்தது. தெற்கில் விஜயவீராவின் செம்படை இரத்தக் களரியை ஏற்படுத்தி வந்தது. புதிதாகப் பதவியேற்ற பிரேமதாசா இந்த வன்முறைப் புயலுக்குள் சிக்கித் தத்தளித்தார்.

இலங்கைத் தீவு ரண களமாய் மாறியதற்கு இந்தியத் தலையீடே காரணம் எனப் பிரேமதாசா எண்ணினார். இருட்டில் கறுப்புப் பூனையைத் தேடிய குருடன் போல ரஜீவின் இராணுவம் பிரபாகரனைத் தேடி அலைகிறது. தெற்கில் இந்திய ஆக்கிரமிப்புக்கு எதிராகக் கிளர்ந்த இயக்கம் சிங்களவர் மத்தியில் ஒரு சகோதர யுத்தத்தைத் தோற்றுவித்திருக்கிறது. இப்படியாக வடகிழக்கிலும், தெற்கிலும் வன்முறைப் பேய் நர்த்தனமாடுவதற்கு இந்திய இராணுவ ஊடுருவல்தான் காரணமெனப் பிரேமதாசா ஊகித்தார்.

போர்க்கலையில் மேதையான பிரபாகரனை ரஜீவின் அதிரடிப் படைகளாலும் அணுகிவிட முடியவில்லை. புலிவேட்டையில் இறங்கிய இராணுவத்தைப் புலிகள்தான் வேட்டியாடி அழிக்கின்றனர். இந்த யுத்தம் முடிவில்லாமல் தொடர்ந்தால் இந்திய இராணுவம் இலங்கையில் நிரந்தரமாகக் குந்திவிடும். இதனால் தென்னிலங்கையிலும் கலகக்காரர்களின் கை ஓங்கிவிடும். இந்த நெருக்கடியில் இருந்து மீளுவதானால் இந்திய இராணுவத்தை வெளியேற்ற வேண்டும். இந்திய இராணுவத்தை வெளியேற்றுவதானால் பிரபாகரனுக்கு நேசக்கரம் நீட்ட வேண்டும். இப்படியாகச் சிந்தித்த பிரேமதாசா விடுதலைப் புலிகளைப் பேச்சுக்கு அழைத்தார். ஜனாதிபதி ஆசனத்தைக் கெட்டியாகப் பிடித்துக் கொள்ள பிரேமதாசாவுக்கு வேறு மார்க்கம் இருக்கவில்லை.

இலங்கைத் தீவை இந்தியா ஆக்கிரமித்துள்ளது என்றும், இறைமையை விழுங்கிவிட்டது என்றும் போர்முரசு கொட்டி வந்த ஜே.வி.பி இயக்கம், இந்தியாவுக்கு எதிராக ஒரு கல்லை வீசவும் துணியவில்லை. சிங்கள இராணுவமும் பெட்டிப் பாம்பு போல அடங்கிக் கிடந்தது. தென்னிலங்கைத் தேச பக்தர்கள் இந்திய இராணுவப் பூதத்திற்கு நடுங்கி நிற்க, பிரபாகரன் மட்டும் துணிந்து நின்று பாரதப் போரை நடத்தியது பிரேமதாசாவை வியக்க வைத்தது. இதனால் உண்மையான தேசாபிமானி யார் என்பதை அவர் உணரத்

தவறவில்லை. அது மட்டுமன்றி ஆணவம் பிடித்த பிராமணிய சாம்ராஜ்யத்தை எதிர்த்து நிற்பதனால் அவருக்கு ஒரு பலமான, திடமான ஊன்றுகோல் தேவைப்பட்டது. எனவே பிரபாகரனுடன் சமரசம் செய்யப் பிரேமதாசா விரும்பினார்.

இந்திய அரக்கர் படையைத் தமிழ் மண்ணிலிருந்து விரட்டியடிக்க விரும்பிய புலிகளுக்கு, நல்லெண்ணக் கைநீட்டல் நழுவிட முடியாத நல்லதொரு சந்தர்ப்பமாக அமைந்தது. இலங்கைத் தீவின் இரு வரலாற்று எதிரிகளும் கொழும்பில் கைகோர்த்துக் கொண்டிருந்தபோது, இந்து சமுத்திரத் தென்பிராந்தியத்தில் ரஜீவ் கட்டிய இராஜதந்திரக் கோட்டை தளர்ந்து விழுந்தது. வன்னிக் காட்டில் கெரில்லாப் போரையும், கொழும்பு நகரில் இராஜதந்திரப் போரையும் ஒரே சமயத்தில் புலிகள் முடுக்கிவிட்டதால் இந்தியா செய்வதறியாது திணறியது. எதற்காக இங்கே வந்தோம் என்பது புரியாது இந்திய அமைதிப் படைத் தளபதிகள் அங்கலாய்த்தனர். புளியங்கொப்பைப் பிடித்த துணிவில் பிரேமதாசா இந்திய வல்லாதிக்கத்திற்குச் சவால்விடத் தொடங்கினார். இந்திய துருப்புக்கள் வெளியேற வேண்டுமென காலக்கெடுக்களை விதித்தார். தனது படைகளை வெளியேற்றிக் கொள்வதைத் தவிர இந்தியாவுக்கு வேறு வழியிருக்கவில்லை.

ஆரம்பத்தில் கொழும்புப் பேச்சுக்கள் அமைதியான சுமூகச் சூழலில், அந்தரங்கமாக நடந்தன. இந்திய இராணுவத்தை வெளியேற்ற வேண்டும் என்ற பொதுநோக்கில் ஈர்க்கப்பட்டதால், இரு தரப்பினரும் முரண்பாட்டுக் களத்தில் பிரவேசிக்க விரும்பவில்லை. தமிழீழத்தில் இந்திய இராணுவம் புரிந்து கொண்ட அட்டூழியங்களைக் கொழும்புத் தகவல் தொடர்பு சாதனங்கள் வாயிலாக உலகிற்கு அம்பலப்படுத்துவதில் புலிகள் அக்கறை காட்டினர். இதற்கு வலுவூட்டும் வகையில் அரசு-புலிகள் கூட்டறிக்கைகளும் வெளிவந்தன. பிரேமதாசா புலிகளைச் சந்திக்கும் பொழுதெல்லாம் தனது கட்சியின் தேர்தல் விஞ்ஞாபனத்தைத் திருப்பித் திருப்பி வாசித்துக் காட்டினாரே தவி, தமிழர் பிரச்சினையின் அடிப்படைகள் எதையும் தொடவில்லை. இரு தரப்பினரும் மிகவும் சாதுரியமாகத் தத்தமது நலன்களைப் பேணுவதில் கவனத்தைச் செலுத்தினர்.

ஒருபுறம் புலிகளுடன் சமாதானப் பேச்சுக்களை நடத்திக் கொண்டு, மறுபுறம் ஜே.வி.பி இயக்கத்திற்கு எதிராக ஈவிரக்கமற்ற யுத்தமொன்றை ஏவிவிட்டிருந்தார் பிரேமதாசா. ஆயுதப் போர்க்கலையில் அனுபவமற்ற, வலதுகுறைந்த இடதுசாரியான ரோகண விஜயவீரா, தவறான போர்முறைத் திட்டங்களைப் பகிரங்கமாக அறிவித்து வந்தார். சிங்களப் பொலிஸ்-இராணுவக் குடும்பங்கள் மீது அவர் பிரகடனம் செய்த விபரீதப் போர் அவரது வீழ்ச்சிக்கு வழிகோலியது. விஜயவீரா உயிரோடு பிடிபட்ட போது அரசிடமிருந்து கருணை பெறும் நோக்கில் தனது தோழர்களின் இருப்பிடங்களை எல்லாம் காட்டிக் கொடுத்தார். இறுதியில் பிரேமதாசாவை நேரில் சந்தித்து மன்னிப்புக்

கேட்க விரும்பினார். ஆனால் பிரேமதாசா இவரைச் சந்திக்கவுமில்லை, மன்னிப்பு வழங்கவுமில்லை. இரவோடிரவாக நடந்த இந்த மர்மக் கதை வெளியுலகிற்கு இருட்டடிப்புச் செய்யப்பட்டது.

விஜயவீராவின் அகால மரணத்தோடு அவரது இயக்கமும், இயக்க ஆதரவாளர்களும், ஆதரவாளர்களின் ஆதரவாளர்களும் ஈவிரக்கமின்றி அழித்தொழிக்கப்பட்டனர். புனித பௌத்த பூமியில் இரத்தப் பிரளயம் எடுத்தது. இந்தக் கொடுமைகளையெல்லாம் கண்டும் கணாதது போல போதிசத்துவர் புலிகளுக்குத் தர்மம் போதித்தார். சாந்தி, சமாதானம், சத்தியம் பற்றிப் பேசினார். இன ஐக்கிய பற்றிக் கூறினார்.

இந்தியப் படைகள் வெளியேறியது. தென்னிலங்கையில் அமைதி தோன்றியது. பிரேமதாசாவின் சகுனங்கள் நீங்கியது. இனித் தமிழர் பிரச்சினைதான் எஞ்சி நின்றது.

தமிழர் பிரச்சினையை எவ்வாறு அணுகுவது? புலிகளிடம் எது பற்றிப் பேசுவது? புலிகள் இயக்கத்தை எப்படிக் கையாள்வது? பிரேமதாசாவுக்கு ஒரு புதிய சவால் எழுந்தது.

3

தமிழீழ மக்களின் தேசிய இனப்பிரச்சினைக்கு எந்தவொரு உருப்படியான தீர்வுத் திட்டத்தையும் பிரேமதாசா முன்வைக்கப் போவதில்லை என்பதைப் புலிகள் நன்கறிவார்கள். கொழும்பு மாளிகாவத்தை வாசஸ்தலத்தில் இரவிரவாகப் பிரேமதாசா நடத்திய அரசியல் பிரித் ஓதுதல்களிலிருந்து இதை அவர்கள் உணர்ந்து கொண்டார்கள். ஒற்றையாட்சியின் மகத்துவம் பற்றியும், விட்டுக்கொடுப்பின் முக்கியத்துவம் பற்றியும், ஆயுத வன்முறையின் அர்த்தவீனம் பற்றியும், அமைதியான மென்முறையின் ஆத்மீகச் சிறப்புப் பற்றியும் தொடர்ந்து நடந்த போதனைகள் புலிகளின் சந்தேகத்தை மேலும் வலுப்படுத்தியது. பிரபாகரன் ஒரு தேசிய வீரர். அவர் இலங்கை இராணுவத்தின் பிரதம தளபதியாக பதவியில் அமர்த்தப்பட வேண்டியவர். புலிப்படை சிங்கள இராணுவத்துடன் சங்கமமானால் இந்திய வல்லாதிக்கப் பூதம் இலங்கையை அச்சுறுத்த முடியாது என்று பிரேமதாசா பொறிகள் வைத்துப் பேசியதன் அர்த்தத்தையும் புலிகள் உணராமல் இல்லை.

கலந்தாலோசனை, கருத்தொற்றுமை எனப்படும் போதிசத்துவரின் தத்துவப் பாதையால் சென்று, விட்டுக் கொடுப்பு எனும் சமாதானப் பொறியில் விழுந்துவிடப் புலிகள் தயாராக இல்லை. பிரேமதாசா தத்துவம் பேசிக் காலத்தைக் கடத்தி வருகிறார் என்பதையும் அவர்கள் உணர்ந்து கொள்ளத் தவறவில்லை. தமிழரின் அடிப்படைப் பிரச்சினைகள் பற்றிப் பிரேமதாசாவுடன் பேச்சுக்களை நடத்தி ஒரு நியாயமான, நிரந்தரத் தீர்வைக் காண முடியாது என்பதை நன்கு புரிந்துகொண்ட புலிகள் ஒரு இடைக்காலத் தீர்வுக்காவது முயற்சி செய்ய-

லாமென்ற முடிவுக்கு வந்தனர். இந்த நோக்கில் இரண்டு கோரிக்கைகளைப் பிரேமதாசாவிடம் முன்வைத்தனர். அரசியல் யாப்பின் ஆறாவது திருத்தச் சட்டத்தை நீக்கி, மாகாண சபைத் தேர்தலை நடத்துமாறு பிரேமதாசாவைக் கேட்டுக் கொண்டனர். தற்காலிகமான முறையில் வடக்குக் கிழக்கு மாகாண ஆட்சிப் பொறுப்பை ஏற்று, புனர்வாழ்வு, புனர்நிர்மாண வேலைகளில் இறங்கி மக்களின் மேம்பாட்டிற்கு உருப்படியான சில கருமங்களைச் செய்யலாமெனப் புலிகள் எண்ணினர்.

புலிகளின் யோசனையைப் பிரேமதாசாவால் நிராகரிக்க முடியவில்லை. புலிகளும் சாதுரியமாகக் காய்களை நகர்த்துகிறார்கள் என்பதை உணர்ந்து கொண்ட அவர் இந்தச் சிக்கலில் இருந்து நழுவிவிட வேறு உபாயங்களைப் பற்றிச் சிந்தித்தார். ஆறாவது திருத்தச் சட்டத்தை நீக்க யாப்பு திருத்தப்பட வேண்டும். அதற்கு மூன்றில் இரண்டு பெரும்பான்மை வாக்குகள் தேவை. இது கலந்தாலோசனை, கருத்தொற்றுமைப்பாட்டின் அடிப்படையில் சகல கட்சிகளினதும் அனுசரணையுடன் மேற்கொள்ளப்பட வேண்டிய விவகாரம் என்ற ரீதியில் புலிகளுக்கு நழுவல் கதை சொல்லிவந்த பிரேமதாசா, சர்வ-கட்சி மாநாடு ஒன்றைக் கூட்டினார்.

கட்சி என்ற பெயரில் அரசியல் விபச்சாரம் செய்துவந்த தனிமனிதத் தலைவர்கள், குழுக்கள் எல்லோருக்கும் சர்வகட்சி மாநாடு என்ற மேடை அமைத்துக் கொடுக்கப்பட்டது. அரசியல் அஞ்ஞாதவாசத்தில் ஒதுக்கப்பட்-டிருந்த அநாமதேயக் குழுக்களும் மக்கள் பிரதிநிதிகளாக இம்மாநாட்டில் கலந்து கொண்டன. கலந்தாலோசனை என்ற போர்வையின் கீழ் ஒன்றுக்-கொன்று முரண்பட்ட, பலதரப்பட்ட கருத்துக்களையுடைய ஒரு ‘சாம்பார்’ மாநாட்டில் கருத்தொற்றுமை ஒருபொழுதும் ஏற்படாது என்பதைப் போதிசத்-துவர் நன்று அறிவார். தமிழர் பிரச்சினையை முடிவில்லாமல் இழுப்பதற்-கும், புலிகளின் தனித்துவத்தையும், முக்கியத்துவத்தையும் குறைத்து விடுவ-தற்கும் இது ஒரு சிறந்த ‘சனநாயக வழி’ எனப் பிரேமதாசா எண்ணினார். இந்த நோக்கில் சர்வகட்சி மாநாட்டிற்கு முதல் உரிமை வழங்கிய பிரேம-தாசா, புலிகளையும் இம்மாநாட்டில் பங்குபற்றுமாறு அழுத்தம் போட்டார். இந்தப் பொறிக்கிடங்கில் விழுந்துவிடப் புலிகள் விரும்பவில்லை. அத்து-டன் இதனைப் பிரச்சினைக்குள்ளாக்கிப் பேச்சுக்களை முறித்துக் கொள்ள-வும் விரும்பவில்லை. இதனால் சர்வகட்சி மாநாட்டில் அவதானிகளாக மட்-டும் பங்குகொள்ளப் புலிகள் இணங்கினர். அவதானிகள் என்ற அந்தஸ்துடன் புலிகள் வெறும் பார்வையாளர்களாக ஒதுங்கிக் கொண்டது பிரேமதாசாவுக்கு மகிழ்ச்சியைக் கொடுக்கவில்லை. அத்துடன் நேரடிப் பேச்சுக்களை நடத்-தித் தமது கோரிக்கைகளை நிறைவேற்றுமாறு நெருக்குதல் போட்டு வந்ததும் பிரேமதாசாவுக்குத் தலையிடியைக் கொடுத்தது.

மெல்ல மெல்லப் புலிகளுக்கும், பிரேமதாசாவுக்கு மத்தியில் முரண்பாடு தலைதூக்கத் தொடங்கியது. அரசியல் பிரச்சினைகளைக் கைவிட்டு ஆயுதக்

களைவுப் பிரச்சினைக்குப் பிரேமதாசா முதலிடம் கொடுத்த போது முரண்பாடு மேலும் இறுகியது. புலிகளைப் புண்படுத்திவிடக் கூடிய ஆயுதக் களைவுப் பிரச்சினையைப் பிரேமதாசா நேரடியாகப் புலிகளுடன் பேசவில்லை. தனது ஊதுகுழல்களாக அமைச்சர் ஹமீத்தையும், ரஞ்சனையும் பாவித்தார்.

அமைச்சர் ஹமீத் மிகவும் மென்மையாக, பக்குவமாக, நிதானமாக, இராஜதந்திர மதிநுட்பத்துடன் சிக்கலான பிரச்சினைகளையும் இலகுவாகக் கையாளும் அரசியல் வித்தகர். இதற்கு முற்றிலும் மாறான ஆளுமை படைத்தவர் அமைச்சர் ரஞ்சன். பண்பான கடிவாளங்கள் எதுவுமின்றிக் காத்திரமாகப் பேசுபவர். மூர்க்கமாக மோதுபவர். எண்ணத்தைச் சொல்லாடைகளால் அலங்கரிக்காமல் நிர்வாணமாக வெளிக்காட்டுபவர். இந்த இரண்டு எதிரும் புதிருமான நாக்குகளால் பிரேமதாசா பேசினார்.

அமைச்சர் ஹமீத் மிகவும் சாதுரியமாக ஆயுதப் பிரச்சினையைத் தொட்டார். ஆயுதப் போராளிகளின் எதிர்காலம் பற்றித் தொடங்கி, ஆயுதபாணிகளாகப் புலிகள் நடமாடினால் நிராயுதபாணிகளான ஏனைய குழுக்கள் சுதந்திரமாகத் தேர்தலில் பங்குகொள்ள முடியாது எனச் சுட்டிக் காட்டி, சிறீலங்கா இராணுவத்தில் புலிப்படை இணைந்து கொள்ள வேண்டிய அவசியத்தை வலியுறுத்தினார். மாகாண சபைத் தேர்தல் நடத்துவதென்றால் விடுதலைப் புலிகள் இயக்கம் ஆயுதங்களை ஒப்படைத்து, இராணுவ அமைப்பைக் கலைத்துவிட வேண்டுமென்பதைச் சுற்றிவளைத்துச் சொற்சிலம்பம் ஆடிப் பக்குவமாகப் போட்டார் ஹமீத். பிரேமதாசா என்ற அரசனை நம்பி, ஆயுதம் என்ற கணவனைக் கைவிடுவதால் ஏற்படக் கூடிய ஆபத்துக்களைப் புலிகள் விளக்கினர். கல்லில் நார் உரித்தாலும் புலிகளிடமிருந்து ஆயுதங்களைக் களைவது சாத்தியமில்லை என்பதை அமைச்சர் ஹமீத் நன்கு உணர்ந்து கொண்டார்.

அமைச்சர் ரஞ்சனின் அணுகுமுறை வித்தியாசமானது. ஆயுதப் பிரச்சினை பற்றி அவர் புலிகளுடன் நேரடியாகப் பேசவில்லை. பத்திரிகையாளர் மாநாடுகளில் புலிகள் இயக்கத்தைப் பகிரங்கமாக மிரட்டினார். புலிகள் ஆயுதங்களைக் கையளிக்க வேண்டும், அல்லாது போனால் ஆயுதங்களைப் பறிக்க வேண்டிய நிர்ப்பந்தம் எழும் என்ற ரீதியில் பேசினார். ரஞ்சனின் இந்த ஆத்திரமூட்டும் அறிக்கைகள் பற்றிப் புலிகள் பிரேமதாசாவிடம் முறையிட்டனர். ''அவர் கரடுமுரடாகத்தான் பேசுவார். ஆனால் மென்மையான உள்ளம் படைத்தவர். அவர் கூறுவதைப் பற்றி வீணாக அலட்டிக் கொள்ள வேண்டாம்'' என்று பிரேமதாசா புலிகளைச் சாந்தப்படுத்தினார். யாருடைய கருத்துக்கள், யாரால், எந்த நாக்கினால், எதற்காகச் சொல்லப்படுகிறது என்பதைப் புலிகள் புரிந்து கொண்டதால் அவர்கள் இதுபற்றிப் பெரிதாக அலட்டிக் கொள்ளவில்லை.

இது இவ்வாறிருக்க கொழும்பு அரசியல் அரங்கில் இன்னொரு புதிய திருப்பம் ஏற்பட்டது. இத்தனை காலமும் இந்திய அரசின் கைப்பொம்-

மைகளாகச் செயற்பட்டு, வடகிழக்கு மாகாண ஆட்சிபீடம் ஏறி, திருமலை நகரில் அரை மைல் விஸ்தீரணமுடைய முள்ளுக்கம்பி வேலிக்குள் ஆட்சியை நடத்தி விரக்தி கண்ட ஈ.பி.ஆர்.எல்.எவ். இயக்கம் பிரேமதாசாவின் காலடியில் விழுந்தது. ஈ.பி. தலைவர்களுடன் பிரேமதாசா இரகசியப் பேச்சுக்களை நடத்தியது புலிகளுக்குச் சினத்தை ஊட்டியது.

சர்வகட்சி மாநாட்டில் அவதானியர் என்ற அந்தஸ்தில் இருந்து விடுதலைப் புலிகள் விலகிக் கொண்டனர். புலிகளுக்கு எதிரான தமிழ் விரோதக் குழுக்கள் பிரேமதாசாவின் மாய வலைக்குள் சிக்குப்பட்டன.

4

கருத்தொற்றுமை என்ற நடைமுறைக்கு ஒவ்வாத அரசியல் தத்துவத்தின் கீழ் அனைத்துக் கட்சிகளுக்கும் மேடை அமைத்துக் கொடுத்து, புலிகளை அந்நியமாக்கிவிட பிரேமதாசா மேற்கொண்ட சூத்திரதார முயற்சிகள் கொழும்புப் பேச்சுக்களை முடக்கியது. ஒரு குறைந்தபட்ச இடைக்கால தீர்வைத்தானும் வழங்குவதற்குப் பிரேமதாசா தயாரில்லை என்பதைப் புலிகள் உணர்ந்து கொண்டனர்.

இது ஒருபுறமிருக்க வடகிழக்கில் சிங்கள ஆயுதப் படைகளின் அடாவடித்தனங்களும் அதிகரித்தன. தென்னிலங்கையில் விஜயவீராவின் செம்படைகளை வேரோடு வெட்டி வீழ்த்திய இறுமாப்பில் சிங்கள இராணுவம் புலிகளுடன் சீண்டத் தொடங்கியது. பனிப்போர் தீவிரமடைந்து நிஜப்போர் வெடிக்கும் ஆபத்து எழுந்தது. கிழக்கிலங்கையில் நிலைமை மோசமடைந்தது. மட்டக்களப்பு மாவட்டத்தில் சிங்கள காவல்துறையின் எண்ணிக்கையைக் குறைக்குமாறு புலிகள் கேட்டுக் கொண்டனர். ஆனால் அதற்கு மாறாகச் சிங்களப் பொலிஸாரின் எண்ணிக்கை கூட்டப்பட்டது. சிங்கள காவல்துறையினர் தமிழர் மீது தாக்குதல்களை நடத்த, முஸ்லிம் தீவிரவாத ஜிகாத் இயக்கம் புலிகளின் ஆதரவாளர்களைக் கொன்று குவிக்க, இராணுவம் புலிகளுடன் மோத, வன்முறை கட்டுக்கடங்காமல் வெடித்துப் பரவிப் போர்வடிவம் எடுத்தது. இராணுவம் ஒத்துழைக்கத் தவறியதால் போரை நிறுத்த எடுக்கப்பட்ட முயற்சிகள் தோல்விகண்டன.

இராணுவம் யுத்தத்தை விரும்பியது. இந்தியத் தலையீட்டினால் ஏற்பட்ட இடைவெளியில் ஆட்பலம், ஆயுத பலத்தால் கொழுத்துப் பருத்துத் திமிர்பிடித்த சிங்கள இராணுவம் முகாம்களுக்குள் முடங்கிக் கிடக்க விரும்பவில்லை. புலிப்படை பற்றியும் தவறாக மதிப்பிட்டது. இரண்டரை ஆண்டுகளாக உலகின் மிகப்பெரிய இராணுவத்துடன் கொடும் யுத்தம் புரிந்ததால் புலிகள் பலவீனமடைந்திருக்கலாமெனக் கணிப்பிட்டது. விஜயவீராவின் பகுதிநேர புரட்சிவாதிகளுடன் வீரவேங்கைகளை ஒப்பிட்டது. இந்தப் பிழையான கணிப்பீடுகளுடன் இராணுவம் போரில் குதித்தது.

பிரேமதாசா புலிகளுக்கு எதிராகப் போர்க்கொடி உயர்த்தினார். பேச்சுவார்த்தைகளை முறித்துக் கொண்டதாகப் பழிசுமத்தினார். முதுகில் குத்திவிட்டதாக முறைப்பட்டுக் கொண்டார். பிரேமதாசாவின் வசைபாடலுக்குப் பக்கவாத்தியம் வாசிப்பது போல தென்னிலங்கைப் பத்திரிகைகளும் புலிகளைச் சாடின. தூங்கிக் கிடந்த சிங்கள தேசத்தைப் பேரினவாதப் போர்ப்பறை தட்டியெழுப்பியது. புலிகளுடன் எழுந்த முரண்பாடு தமிழினத்திற்கெதிரான யுத்தமாக விஸ்வரூபம் எடுத்தது.

தொலைபேசித் தொடர்புகள் அறுக்கப்பட்டு வடக்கு துண்டிக்கப்பட்டதால் புலிகளின் ஆட்சேபக் குரல் தென்னிலங்கைக்குக் கேட்கவில்லை. போதாக்குறைக்கு இந்தியாவும் புலிகளின் தொலைத்தொடர்பு 'செட்டு'க்களை மௌனமாக்கியது. இதனால் வெளியுலகிற்கு அரசின் அபசுரங்கள் மட்டும் கேட்டது. பிரேமதாசாவுக்கு பிரசாரம் கைவந்த கலை. கருத்து உற்பத்திச் சாதனங்களைக் கையாள்வதில் அவர் ஒரு வித்தகர். யாருக்கு, எந்த நேரத்தில், எப்படி மகுடி ஊத வேண்டும் என்பது அவருக்கு நன்கு தெரியும். அத்துடன் சிங்கள சமூகப் பிரக்ஞையின் அடிமனக் கோலங்களையும் அவர் அறிவார்.

போதிசத்துவர் போதித்தார். நன்மை, தீமை என்ற இரு சக்திகளின் போராட்டமாகவே இந்த யுத்தம் நடக்கிறது. நன்மையின் திருவடிவமாக இராணுவமும், தீமையின் பேயுருவமாகப் புலிகளும் இந்த யுத்தத்தில் சமரிடுகின்றனர். இது ஒரு தர்ம யுத்தம். அதர்மத்திற்கு எதிரான இந்த யுத்தத்தில் தர்மத்தின் காவலனாக அரசு செயற்படும். இப்படியான ஒரு தத்துவ விளக்கம் சிங்கள மக்களுக்குக் கொடுக்கப்பட்டது. இந்தத் தத்துவார்த்தப் பார்வையில் தீமையின் குறியீடு ஒருபுறம் புலிகளையும், மறுபுறம் தமிழர்களையும் குறித்து நின்றது. சிங்கள இனத்தின் இரண்டாயிரம் ஆண்டுகால 'தர்ம யுத்தத்தின்' ஒரு தொடர்ச்சியான வெளிப்பாடாகவும் இந்தப் போர் சித்தரிக்கப்பட்டது.

பிரேமதாசா ஒரு யுத்தத்தை விரும்பினார். தமிழ்த் தேசத்திலும், சிங்கள தேசத்திலும் பெருவெள்ளம் போல பிரவாகம் எடுத்த பிரச்சினைகளுக்கு முகம்கொடுக்க முடியாது திணறிய அவருக்கு ஒரு யுத்தம் தேவைப்பட்டது. தென்னிலங்கையில் ஓடிய இரத்த ஆறு காய்ந்துவிடவில்லை. ஜே.வி.பியின் கல்லறைகளுக்குள் புரட்சியின் துடிப்புகள் அடங்கிவிடவில்லை. மண்டையோடுகளைத் தேடி மக்கள் ஆவேசம் கொண்டு அலைந்தனர். நீறுபூத்த நெருப்பாகத் தென்னிலங்கை வெந்தது. வடக்கே தமிழர் தன்னாட்சி கோரி ஆயுதமேந்தி நின்றனர். இரு முனைகளிலும் எழுந்த நெருக்குதல்களைச் சமாளிப்பதற்கு யுத்தம் தேவைப்பட்டது. சிங்கள — தமிழ் தேசங்கள் மத்தியிலான ஒரு யுத்தம் அவசியமாகியது. சிங்கள மக்களின் ஆவேசத்தைத் திசைதிருப்பவும், தமிழரின் சுதந்திர எழுச்சியை நசுக்கவும் யுத்தம் ஒரு சிறந்த மார்க்கமாக அமைந்தது. சிங்கள தேச பக்தர் என்ற முகமூடியை அணிந்து கொண்டு தர்மத்தின் தளபதியாக யுத்தத்தைத் தொடர்ந்தார் பிரேமதாசா.

விடுதலைப் புலிகளை இராணுவ ரீதியில் வென்றுவிடுவது சாத்தியமில்லை என்ற எதார்த்த உண்மையைப் பிரேமதாசா நன்கறிவார். இந்திய அனுபவம் இந்தப் பாடத்தை அவருக்குப் புகட்டியிருக்கும். இந்திய இராணுவ பூதம் சாதிக்க முடியாததொன்றைச் சிங்கள இராணுவம் சாதித்து விடுமென அவர் எண்ணிவிடவில்லை. புலிப்படையின் இராணுவ சாணக்கியம் பற்றியும் அவருக்கு நன்கு தெரியும். பிரபாகரன் மீது அவருக்கு ஒரு அலாதியான மதிப்பு. அதேவேளை அச்சமும் இருக்கத்தான் செய்தது. சிங்கள இராணுவம் ஒரு கட்டுப்பாடான அமைப்பாக இயங்கவில்லை என்பதைப் புலிகளுடன் நடத்திய அந்தரங்கப் பேச்சுக்களின் போது பிரேமதாசா ஒப்புக் கொண்டிருக்கிறார். தலைசிறந்த கட்டமைப்பும், கட்டுக்கோப்புமுடைய ஒரு விடுதலை இராணுவத்தைப் பிரபாகரன் எப்படி உருவாக்கினார்? எப்படி அதனைத் தலைமை தாங்கி வழிநடத்துகிறார்? என்பது பற்றியெல்லாம் பிரேமதாசா வியப்புடன் விசாரிப்பார்.

விடுதலைப் புலிகளின் தலைமை, அதன் இராணுவக் கட்டமைப்பு, புலிகளின் போராட்டத் திறன், இலட்சியப் பற்று, இவை பற்றியெல்லாம் பிரேமதாசா நன்கறிவார். இதனால் ஒரு யுத்தத்தில் புலிகளை அழிப்பதோ, அல்லது புலிகளின் தலைமையைப் பணிய வைப்பதோ முடியாத காரியமென்பது அவருக்கு நன்கு தெரியும். ஆனால் அவருக்கு யுத்தம் தேவைப்பட்டது. தமிழரின் இனப்பிரச்சினையைத் தட்டிக் கழிக்கவும், தனது பதவியைக் கெட்டியாகப் பற்றிக் கொள்ளவும், தென்னிலங்கையின் புரட்சிகர எழுச்சிகளைத் திசைதிருப்பவும் பிரேமதாசாவுக்கு யுத்தம் ஒரு நிர்ப்பந்தமாக, ஒரு மாற்று வழியாக, ஒரு தேவையாக எழுந்தது.

5

சிறீலங்காவின் அரசியல் யாப்பின் பிரகாரம் பிரேமதாசாவே சிங்கள ஆயுதப் படைகளின் பிரதம தளகர்த்தா ஆவார். எனினும் படையினரை அவர் முழுமையாக நம்பிவிடவில்லை. அவர் இயல்பாகவே ஒரு சந்தேகப் பிராணி. நிலத்தைப் பார்த்து நிதானமாக நடப்பார். விலங்குகளும், விச ஜந்துக்களும் வாழும் அரசியல் காட்டினுள் அவதானமாக அடியெடுத்து வைக்க வேண்டும் என்பது அவருக்குத் தெரியும். நீண்ட காலமாகவே கண்டிய ஆளும் வர்க்கத்தின் கைப்பொம்மையாக இராணுவம் செயற்பட்டு வந்திருக்கிறது. வெளிநாட்டு, உள்நாட்டு ஊடுருவல்களின் தளமாகத் திகழ்ந்த இராணுவ அமைப்பிலிருந்து ஆபத்துக்கள் எழலாமெனப் பிரேமதாசா அஞ்சினார். தனது அரசியல் எதிரிகளான லலித், காமினி போன்றோரின் ஊடுருவல் இராணுவத்திற்குள் இருந்ததை அவர் அறிவார். சுதந்திரக் கட்சியின் ஆதிக்கமும் இராணுவத்தின் அடிமட்டத்திலிருந்தது. விஜயவீராவின் ஆட்களும் முகம்தெரியாத மனிதர்களாக இயங்கி வந்தனர். அத்துடன் இந்திய உளவுப்படையான

'றோ'வினது அரூப கரமும் இராணுவத்திற்குள் ஊடுருவி இருந்தது.

ஆரம்ப காலத்தில் ஜெனரல் ஆட்டிகலையும், ரஞ்சன் விஜயவர்த்தனாவும் பிரேமதாசாவின் நம்பிக்கைக்குரிய பிரதிநிதிகளாக இராணுவத்தின் கடிவாளத்தைக் கெட்டியாகப் பிடித்திருந்தனர். அவர்களுக்குப் பின்னர் ஜெனரல் ரணதுங்காவிடமும், ஹமில்டன் வணசிங்காவிடமும் இந்தப் பொறுப்புக்கள் ஒப்படைக்கப்பட்டன. ஜெனரல் ரணதுங்கா பிரேமதாசாவின் மனைவியின் நெருங்கிய உறவினர். ஹமில்டன் பிரேமதாசாவின் விசுவாசி. இவர்கள் இருவர் மூலம் இராணுவ இயந்திரத்தை இயக்கி வந்த பிரேமதாசா தனது சொந்தப் பாதுகாப்புப் போன்ற அந்தரங்க விவாகரங்களில் இராணுவத்தை நெருங்க விடுவதில்லை. ஜனாதிபதி பதவியில் ஏறிய காலத்தில் இருந்து இன்று வரை விசேட பொலிஸ் அதிரடிப் படையினரே பிரேமதாசாவின் மெய்ப்பாதுகாவலர்களாக செயற்பட்டு வருகின்றனர்.

லலித், காமினி கோஸ்டியினர் இந்திய உளவுப் படையுடனும், இராணுவ அதிகாரிகள் சிலருடன் சேர்ந்து தமக்கெதிராகச் சதிசெய்து வந்ததைப் பிரேமதாசா நீண்ட காலத்திற்கு முன்னரே மோப்பம் பிடித்தார். இதனால் காமினியைப் பதவியிலிருந்து ஒதுக்கி வைத்த பிரேமதாசா, லலித் மீது விழிப்பாக இருந்தார். ஆனால் சதிகாரர்கள் நல்லதொரு சந்தர்ப்பத்திற்காகக் காத்திருந்தனர்.

கொழும்புப் பேச்சுவார்த்தைக் காலத்தில் பிரேமதாசா புலிகளுக்கு ஆயுதம் வழங்கினார் என்ற தகவல் லலித்திற்கு எட்டியது. இந்த விவகாரத்தைப் பூதாகரமாக்கிப் பிரேமதாசாவுக்குக் குழிபறித்து விடலாமென லலித் கோஸ்டி திட்டம் தீட்டியது. கொழும்பில் உள்ள இந்தியத் தூதுவரின் வாசஸ்தலத்தில் சதி ஆலோசனைகள் நடைபெற்றன. தேசத்துரோகக் குற்றப்பத்திரிகை சபாநாயகரிடம் தாக்கல் செய்யப்பட்டது. கொழும்பில் ஒரு அரசியல் சூறாவளி எழுந்து பிரேமதாசாவின் ஆட்சிப் படகை ஆட்டம் காணச் செய்தது. புற்றிலிருந்த பாம்புகள் எல்லாம் ஒரே நேரத்தில் படமெடுத்து ஆடியதால் பிரேமதாசா அதிர்ந்து போனார். என்றாலும் மிகவும் சாணக்கியத்துடன் அவர் காய்களை நகர்த்தினார்.

புலிகளுக்கு ஆயுதம் வழங்கியதைப் பிரேமதாசா மறுக்கவில்லை. தமிழ்த் தேசிய இராணுவத்துடன் சமர் புரிவதற்குப் புலிகளுடன் ஆயுதங்களைப் பகிர்ந்து கொண்டதாக அறிக்கை வெளியிட்டார். இராணுவத் தலைமையும் பிரேமதாசாவின் கூற்றை மறுக்கவில்லை. ஏதோ தமிழனைத் தமிழன் அழிக்க ஆயுதங்கள் கைமாறப்பட்டதாக நினைத்துச் சிங்கள வெகுசனம் திருப்தி அடைந்தது. அமைதிப் படையை அழிக்கவே ஆயுதம் வழங்கப்பட்டது என இந்தியத் தரப்பிலிருந்து எழுந்த ஆட்சேபக் குரலும் பிசுபிசுத்துப் போயிற்று.

இந்த ஆயுத விவகாரச் சர்ச்சைக்குள் தலையிட்டுக் குட்டையைக் குழப்பப் புலிகள் விரும்பவில்லை. எப்பொழுது, எதற்காக, எவ்விதம், எந்தளவு ஆயுதங்கள் பிரேமதாசாவிடமிருந்து அள்ளப்பட்டது என்பது பற்றிப் புலிகள் எது-

வுமே கூறவில்லை. பெருந்தன்மையுடன் மௌனத்தைக் கடைப்பிடித்தார்கள் போலும். எனவே எல்லோரையும் மிஞ்சிய சாணக்கியர்கள் என்பதைப் புலிகள் நிரூபித்துவிடத் தவறவில்லை.

பிரேமதாசாவின் ஆயுதங்களைக் கொண்டோ அல்லது சிங்கள இராணுவத்தின் உதவியுடனோ தமிழ்த் தேசிய இராணுவத்தை நிராயுதபாணிகளாக்கவில்லை என விளக்கிப் புலிகளின் சர்வதேசப் பிரிவு வெளியிட்ட அறிக்கை கொழும்பில் இருட்டடிப்புச் செய்யப்பட்டது.

இது இவ்வாறிருக்க பிரேமதாசாவுக்குச் சார்பாக சபாநாயகர் திடீரெனக் குத்துக்கரணம் அடித்ததால் நம்பிக்கையில்லாப் பிரேரணை செத்துப் போனது. அரசியல் சூறாவளியை எழுப்பியவர்கள் அந்தப் புயற்காற்றிலேயே அடித்துச் செல்லப்பட்டனர்.

தென்னிலங்கையில் அரசியல் கொந்தளிப்புத் தணிய வடகிழக்கில் யுத்தம் உக்கிரமடைந்தது.

சிங்கள இராணுவம் வெற்றிப் பாதையில் வீறுநடைபோடுவதாக எண்ணியதால் சமாதானத்தின் கதவுகளைத் திறந்துவிடப் பிரேமதாசா விரும்பவில்லை. தொண்டமான் விடுத்த சமாதானப் புறாவையும் சிங்களப் பேரினவாதக் கழுகு இடைமறித்து வீழ்த்தியது.

நீண்ட காலப் போரினால் புலிகள் இயக்கம் பலவீனமடைந்திருக்கிறது என்ற தப்பான மதிப்பீடும், இந்திய — தமிழ்நாடு அரசுகளின் அடக்குமுறை நடவடிக்கைகளால் புலிகளின் பின்தளமும், கடற்பாதையும் மூடப்பட்டு விட்டது என்ற நம்பிக்கையும் தமிழீழ மக்கள் மத்தியில் புலிகள் இயக்கம் ஆதரவை இழந்து விட்டது என்ற பொய்யான கணிப்பும் இராணுவவாதிகளை ஊக்குவித்து வருகிறது.

இரண்டாவது தடவையும் ஜனாதிபதியாகச் சிம்மாசனம் ஏற வேண்டும் என்பது பிரேமதாசாவின் அந்தரங்க ஆசை. தமிழருக்கு உருப்படியான சுயாட்சி அதிகாரங்கள் வழங்கி இனப்பிரச்சினையைத் தீர்க்க முயற்சித்தால் சிங்கள-பௌத்த பேரினவாத சக்திகளின் பகைமையைத் தேடிக் கொள்ள நேரிடும். இதனால் அடுத்த தடவையாக ஆட்சிபீடம் ஏறும் அரிய சந்தர்ப்பங்கள் கெட்டுவிடும். ஆகவே போரைத் தொடர்ந்து பிரச்சினையை இழுத்தடிப்பதே சாலச் சிறந்த வழியெனப் பிரேமதாசா எண்ணுகிறார். இரண்டரை ஆண்டுகளாக எதுவித கருத்தொற்றுமையும் இல்லாமல் இழுபட்டு வந்த அனைத்துக் கட்சி மாநாட்டிலிருந்து அதே கட்டமைப்புடைய இன்னொரு கூட்டுக் குழுவிடம் (பாராளுமன்றத் தெரிவுக் குழுவிடம்) தமிழர் பிரச்சினையை ஒப்படைத்துவிட்டதால் இன்னும் இரண்டரை வருடங்களுக்கு இவ்விவகாரத்தை இழுத்தடிக்கலாம் என்பது பிரேமதாசாவின் திட்டம்.

தொண்டமானின் சமாதான முயற்சிக்கு பிரேமதாசாவின் ஆசீர்வாதம் இருப்பதாகப் பலர் எண்ணியதுண்டு. ஆனால் உண்மையில் தொண்டமானின் தீர்வுத் திட்டமும், அவர் யாழ்ப்பாணம் வந்து புலிகளுடன் கலந்தாலோசிக்க

மேற்கொண்ட முயற்சிகளும் பிரேமதாசாவுக்குப் பெரும் சங்கடத்தையே ஏற்படுத்தியது. புலிகளுடன் போரைத் தொடர்ந்து, புலிகளைத் தமிழ் மக்களிடமிருந்து அந்நியப்படுத்தி அழிக்க வேண்டுமென பிரேமதாசா கங்கணம் கட்டிநிற்க, புலிகளைத் தமிழர்களின் பிரதிநிதிகளாக அங்கீகரித்துப் புலிகளுடன் நேரடிப் பேச்சுக்களை நடாத்தத் தொண்டமான் முனைந்தது பிரேமதாசாவுக்குப் பெரிய சிக்கலை ஏற்படுத்தியது. எனினும் மலையகத்தின் முடிசூடா மன்னரை, தோட்டப் பாட்டாளி வர்க்கத்தின் பெரும் தலைவரை நேரடியாகப் பகைத்துக் கொள்ளும் துணிவு பிரேமதாசாவுக்கு ஏற்படவில்லை. அதுமட்டுமன்றி வடக்குக் கிழக்கு நிரந்தரமாக இணைந்த தமிழர் தாயகத்தை அங்கீகரிக்கும் தொண்டமானின் முற்போக்கான தீர்வுத் திட்டத்தையும் பிரேமதாசாவால் ஜீரணிக்க முடியவில்லை. எனவே பௌத்த பீடத்தை முடுக்கிவிட்டுத் தொண்டமானுக்கு எதிராகச் சிங்களப் பேரினவாதப் பூதத்தை ஏவிவிட்டதில் போதிசத்துவருக்கு நிறையப் பங்குண்டு. இறுதியில் பாராளுமன்றத் தெரிவுக் குழுவின் அதிகாரத்தைப் பயன்படுத்தித் தொண்டமானுக்கு வாய்ப்பூட்டுப் போட்டதும் அவரது திருவிளையாடல்களில் ஒன்றுதான்.

தமிழர் பிரச்சினை குறித்துப் பிரேமதாசா தொடர்ச்சியாக நிகழ்த்தி வரும் கதாகலாச்சேபங்களில் இருந்து அவர் எதைச் சொல்ல வருகிறார் என்பதைக் கிரகித்தறிவது மகா சிரமம். சொற்களின் அர்த்த பரிமாணங்களில் இருந்து அவரது செயற்பாடுகளை ஊகித்துக் கொள்ள முடியாது.

"யுத்தம் அர்த்தமற்றது. அசட்டுத்தனமானது. யுத்தத்தில் எவருமே வெற்றி கொள்வதில்லை" என்று அவர் உயிர்க்கும் தத்துவ முத்துக்களில் முரண்பாடான அர்த்தத்தைத்தான் நாம் இனங்கண்டு கொள்ளலாம். சமாதானம், ஐக்கியம், இன ஒருமைப்பாடு என அவர் மீட்டும் இராகங்கள் கேட்டுக் கேட்டுப் புளித்துப் போன சினிமா பாட்டுப் போல சுவையிழந்து போய்விட்டன.

பிரேமதாசாவின் உண்மையான கருத்துக்களை அறிய வேண்டுமென்றால் அவர் சொற்சிலம்பாடும் வில்லுப் பாட்டுக்களைக் கேட்காது, அவரது 'ஆவி' எழுத்தாளர்களின் ஆக்கங்களை நுணுக்கமாகப் பார்க்க வேண்டும். 'டெய்லி நியூஸ்', 'ஒப்சேவர்' பத்திரிகை ஆசிரியர்களான ஜெகான் பெரேரா, தயான் ஜெயதிலகா போன்றோரின் எழுத்துக்களில் இருந்து பிரேமதாசாவின் எண்ணவோட்டத்தை இனங்கண்டு கொள்ளலாம். இனப்பிரச்சினை குறித்து இவர்கள் என்ன சொல்கிறார்கள்? பிரேமதாசாவின் அந்தரங்க ஆவி என்ன சொல்கிறது?

"யுத்தத்தால் இனப்பிரச்சினைக்குத் தீர்வு காண முடியாது. யுத்தத்தால் நாட்டின் செல்வம் நாசமாகிப் போகிறது. ஆனால் யுத்தம் அவசியம். புலிகளுக்கு எதிரான யுத்தம் தவிர்க்க முடியாதது. ஏனென்றால் பாசிசப் புலிகளின் பயங்கரவாதத்திலிருந்து தமிழ் மக்களைக் காப்பாற்ற வேண்டும். தாயகத்தை விடுவிக்க வேண்டும். புலிகளை ஒழித்துக் கட்டும் யுத்தத்தைத் தொடர்ந்து நடத்தும் அதேவேளை இனப்பிரச்சினைக்கு அரசியல் தீர்வு காணும் வழி-

வகைகள் ஆராயப்பட வேண்டும். சனநாயகச் சக்திகளாக ஒற்றையாட்சியை ஏற்று அரசாங்கத்தை அரவணைத்து நிற்கும் தமிழ்க் குழுக்களுடன் கலந்தாலோசித்து ஒரு தீர்வுத் திட்டத்தை வகுக்க வேண்டும். நாட்டில் சனநாயகம் தழைத்தோங்க, இன ஐக்கியம் வளர இதுவே சிறந்த வழி.''

பிரேமதாசாவின் குருட்டுத்தனமான அணுகுமுறை இதிலிருந்து தெட்டத் தெளிவாகத் தெரிகிறது. இராணுவ அடக்குமுறை மூலம் புலிகளை அழித்து, தமிழர்களைப் பாதுகாத்து, எட்டப்பர் கோஸ்டிகளுக்கு ஆட்சியதிகாரம் கொடுத்துத் தமிழர் பிரச்சினையைத் தீர்த்துவிட இந்திய அரசு கையாண்ட அதே அணுகுமுறையைத்தான் பிரேமதாசாவும் கடைப்பிடிப்பது போலத் தெரிகிறது.

அமைதியென்று, பாதுகாப்பென்று, ஐக்கியமென்று அன்புக்கரங்களை நீட்டும் ஆக்கிரமிப்பாளர்கள் பற்றித் தமிழ் மக்கள் நன்கறிவார்கள். பிரேமதாசாவின் முகமூடி நடனங்கள் தமிழீழத்தில் அரங்கேறப் போவதில்லை. - ஈழநாதம், 03.02.1992 - 08.02.1992

14. தொண்டமானின் சமரச முயற்சியும், சிங்களப் பேரினவாதமும்

புத்தபெருமான் காருண்யத்தைப் போதித்தார். கொல்லாமையைப் போதித்தார். அன்பையும், அறத்தையும், தர்மத்தையும் போதித்தார். இரண்டாயிரம் ஆண்டுகளுக்கு முன்னரே இந்துமத ஞானியாகிய புத்தரின் போதனைகள் சிங்கள தேசத்தின் வேதமாக மாறியது. அரச மரம் அங்கு வேர்விட்டு வளர்ந்தது. புனித மதமாகப் பௌத்தம் அங்கு நிலைகொண்டது.

மனுநீதியின் தத்துவப் பொக்கிசமான பௌத்த மதத்தில் காலப்போக்கில் பேரினவாத விசம் கலக்கப்பட்டது. மகாவம்ச காலத்தில் இருந்தே தமிழ்த் துவேசம் சிங்கள-பௌத்த வரலாற்று ஏடுகளில் புகுத்தப்பட்டது. புத்தரின் அறநெறித் தத்துவங்களுக்கு வியாக்கியானம் செய்ய விளைந்த மதகுருக்கள் அதில் புராணக் கதைகளைப் புகுத்தினர். இனவாதக் கருத்துருவங்களைத் திணித்தனர். தமிழர் விரோத எண்ணங்களைக் கற்பித்தனர்.

இலங்கைத் தீவு பௌத்தத்திற்கெனப் படைக்கப்பட்ட புனித பூமி: சிங்களவரின் தாயகம். தமிழர்கள் அந்நியர்கள்: சிங்களவரின் புனித பூமியை ஆக்கிரமித்து நிற்பவர்கள். சிங்களவர்கள் அதி உயர்ந்த ஆரிய குலத்தவர்; தமிழர்கள் தாழ்ந்த திராவிடர்கள். சிங்களவர்கள் நாகரீகமானவர்கள்; தமிழர்கள் காட்டுமிராண்டிகள். சிங்களவர்கள் ஆளப் பிறந்தவர்கள்; தமிழர்கள் அழிக்கப்பட வேண்டியவர்கள். இப்படியான சிங்களப் பேரினவாதக் கருத்துக்கள் பௌத்த வேதாகமங்களில் புகுத்தப்பட்டது. பௌத்தம் சிங்களப் பேரினவாதத்துடன் கலந்து களங்கமடைந்தது. புத்தரின் தர்மக் கோவிலுக்குள் அதர்மப் பிசாசு புகுந்து கொண்டது.

காலனித்துவ சகாப்தத்தில், குறிப்பாக ஆங்கிலேயர் ஆட்சிக் காலத்தில், சிங்கள-பௌத்த பேரினவாதம் அரசியல் களத்தில் பிரவேசித்தது; பிரித்தானிய ஏகாதிபத்தியப் பூதமும், திராவிடக் காட்டுமிராண்டிகளுமாகச் சேர்ந்து சிங்கள இனத்தை அடக்கி ஆளுவதாகக் குரல் எழுப்பியது. அந்நியரின் ஆதிக்கத்தால் சிங்களவரின் புனித பூமி அழுக்குப் படிந்துவிட்டதாக ஆத்திரப்பட்டது. ஆங்கிலேயரின் வெளியேற்றத்தின் பின் இலங்கையின் அரசியல் வாழ்வை ஆட்டிப் படைக்கும் ஆதிக்க சக்தியாகச் சிங்களப் பேரினவாதம் வளர்ச்சி கண்டது. மதபீடங்களில் இருந்து, கல்விக் கூடங்களிலும், கட்சி அரசியலிலும் ஊடுருவி வளர்ந்தது. சிந்தனை உலகிலிருந்து, சித்தாந்த உலகிலிருந்து, திண்ணியமான நிறுவனமயம் பெற்றது. சிங்களப் பெரினவாதத்தின் பேயுருவங்களாக அரசியல் அமைப்புக்கள் வடிவம் எடுத்தன. அரசியல்வாதிகளும் இனவாதத்தால் ஆட்டப்படும் பொம்மைகளாக மாறினர். சிங்கள இனவாதத்தின் பேரெழுச்சி தமிழருக்கு எதிரான ஒடுக்குமுறையை வலுப்படுத்தியது. சிங்கள-தமிழ் தேசிய இனங்கள் மத்தியில் முரண்பாட்டை முற்றச் செய்தது. தமிழரின் தன்னாட்சி உரிமைப் போராட்டத்தை முனைப்புறச் செய்தது. தமிழீழ மக்களின் அரசியல் போராட்ட வரலாற்றில் காலத்திற்குக் காலம் சமரச முயற்சிகள் மேற்கொள்ளப்பட்ட போது, ஒப்பந்தங்கள், உடன்பாடுகள் காணப்பட்டபோது, சிங்கள-பௌத்த பேரினவாதம் தலைதூக்கி அதற்கெல்லாம் ஆப்புவைத்து விடுவது தொடர்ந்து நடைபெறும் சரித்திர நிகழ்வு. பண்டா-செல்வா ஒப்பந்தத்திலிருந்து, தொண்டமானின் சமரச முயற்சிவரை சிங்களப் பேரினவாதம் இந்தக் காரியத்தைத் தவறாது செய்து வருகிறது. எனவே இந்தக் கசப்பான வரலாற்று அனுபவத்தைப் பெற்றுக் கொண்ட எமது மக்களுக்கு இன்று தென்னிலங்கையில் தலைவிரித்தாடும் இனவாதம் ஆச்சரியத்தைக் கொடுக்கப் போவதில்லை.

திரு.தொண்டமானின் தீர்வுத் திட்டம் பகிரங்கப்படுத்தப்பட்டதுமே சிங்கள-பௌத்த பீடம் போர்க்கொடியை உயர்த்தியது. சிங்கள இனவாத சக்திகள் தமிழ்த் துவேசத்தைக் கக்கின. சிங்கள அரசியல்வாதிகள் கூச்சல் போட்டனர். ஜனாதிபதி பிரேமதாசா, திருமதி பண்டாரநாயக்கா, அனுரா, தினேஸ் குணவர்த்தனா, மற்றும் ஆளும் கட்சியின் மூத்த உறுப்பினர்கள், எதிர்க்கட்சி தலைவர்களாகியோருடன் கலந்தாலோசித்துக் கருத்துப் பரிமாறி, அவர்களது ஆலோசனை கேட்டு, அனுசரணையைப் பெற்று, எல்லோரது கருத்து ஒத்திசைவுக்கும் ஏற்ப இந்தத் தீர்வுத் திட்டத்தை உருவாக்குவதாகத் திரு.தொண்டமான் எமக்கு எழுதியிருந்தார். அப்படியிருந்தும் அவர் வகுத்த திட்டத்திற்குச் சிங்கள அரசியல்வாதிகளிடமிருந்து இத்தகைய கடும் எதிர்ப்பு எழுந்தது ஏன்?

தமிழரின் இனப்பிரச்சினையின் தீர்வுக்குத் திரு.தொண்டமான தமிழீழத் தனியரசைப் பரிந்துரைக்கவில்லை. ஒற்றையாட்சியை மாற்றியமைக்க வேண்டும் எனக் கேட்கவில்லை. சமஸ்டி அமைப்பைத்தானும் கோரவில்லை. யுகம்

யுகமாகத் தமிழர்கள் வாழ்ந்து வந்த வரலாற்றுப் பிரதேசத்தில் அவர்களுக்கு ஓரளவு சுயாட்சி உரிமை கொடுக்கப்பட வேண்டும் என்ற கருத்தில் ஒரு தீர்வுத் திட்டத்தை முன்வைத்தார். இதற்குத்தான் இத்தகைய எதிர்ப்புக் கிளம்பியிருக்கிறது.

பௌத்த மதபீடம் போர்க்கொடி உயர்த்திவிட்டது. அதனால் தாங்களும் அந்தப் போர்க்களத்தில் குதித்தாக வேண்டும் என்ற நிர்ப்பந்தத்தில் ஆளும் கட்சியும், எதிர்க்கட்சிகளும் திரு.தொண்டமானின் திட்டத்தை எதிர்க்கின்றன. தமிழரின் இரத்தத்தில் வேரூன்றி வளர்ந்த பேரினவாதம், கட்சி வேறுபாடின்றி சிங்கள அரசியலில் ஆழமாக வேரூன்றி விட்டதையும், மதம், அரசியல் என்ற எல்லைக்கோடுகளை மீறி இனவாதம் பரவலாக நிறுவனமயப்பட்டிருக்கிறது என்பதையுமே சிங்கள அரசியல்வாதிகளின் இந்தப் போக்கு சித்தரித்துக் காட்டுகிறது.

திரு.தொண்டமானின் சமரச முயற்சிக்கும், அவரது தீர்வுத் திட்டத்திற்கும் பிரேமதாசாவின் ஆசீர்வாதம் கிடைத்திருக்கலாமெனக் கருதுவது தவறு. பிரேமதாசாவினதும், ஆளும் கட்சியினதும் அனுசரணை பெற்ற தீர்வுத் திட்டத்திற்குப் பௌத்த பீடம் இத்தகைய எதிர்ப்பைக் கிளப்பியிராது.

பிரேமதாசா பௌத்த பீடத்தின் தீவிர ஆதரவாளர்; பௌத்த சாசனத்தின் பாதுகாவலர். பௌத்த கோட்பாடுகளை அரசியல் பிரமாணங்களாக மாற்ற முயல்பவர். தினமும் பௌத்த ஆலயங்களுக்குச் சென்று பிரித் ஓதுபவர். பௌத்த குருமாரின் காலடியைப் பூசிப்பவர். மதமும், அரசியலும் சங்கமமாகிய நீரோட்டத்தில் குளிப்பவர். அடிப்படியான சிங்கள-பௌத்தத் தலைவரின் ஆசிபெற்ற ஒரு தீர்வுத் திட்டத்தைப் பௌத்த பீடம் இப்படியொரு வெறிகொண்டு எதிர்த்திராது. திரு.தொண்டமானின் சமரச முயற்சிக்குப் பிரேமதாசாவின் ஆசீர்வாதம் கிடைக்கவில்லை என்பதுதான் உண்மை. பௌத்த பீடத்தின் எதிர்ப்புக்குப் பிரேமதாசா ஆசி வழங்கியிருக்கலாம் எனத்தான் நம்ப வேண்டியிருக்கிறது. மல்வத்தை மகாநாயக்கரைப் பலாலிக்கு அனுப்பி இராணுவத்தினருக்கு ஆசி வழங்கக் கேட்டுக் கொண்ட பிரேமதாசா, தொண்டமானின் சமாதான முயற்சிக்கு எப்படி ஆசி வழங்குவது? கிட்டத்தட்ட ஒன்றரை வருடங்களாக விடுதலைப் புலிகளுக்கும், அரசுக்கும் மத்தியில் கொழும்பில் பேச்சுவார்த்தை நடைபெற்ற பொழுது எந்த உருப்படியான தீர்வுத் திட்டத்தையும் முன்வைக்காமல் பிரேமதாசா காலத்தைத் தட்டிக் கழித்து வந்தார். கலந்தாலோசனை, கருத்தொற்றுமை, விட்டுக்கொடுப்பு என்ற தத்துவத்தைப் பேசி வந்தாரே தவிர, தமிழரின் பிரச்சினைகளைப் பேசவில்லை. அந்த நேரத்தில் புலிகளின் கோரிக்கைக்கு மாகாண சபைத் தேர்தலை நடத்தக்கூட அவர் முன்வரவில்லை.

மற்றவர்கள் மூலமாகத் தனது கருத்துக்களைத் தெரிவிப்பதில் பிரேமதாசா ஒரு வித்தகர். அப்பொழுது அமைச்சர் ரஞ்சனும், இப்பொழுது மகாநாயக்க தேரர்களும் பிரேமதாசாவின் மொழியில் பேசுகிறார்கள்.

அமைச்சர் தொண்டமானின் தீர்வுத் திட்டம் அமைச்சரவையில் விவாதிக்கப்படவில்லை. ஆளும் கட்சியின் பாராளுமன்றக் குழுக் கூட்டத்தில் பேசப்படவில்லை. தனிநபரின் முயற்சிகளுக்குத் தடை விதித்துவிட்டுப் பல தரப்பினரின் கருத்தொற்றுமை மூலமே இனப்பிரச்சினைக்குத் தீர்வு காணப்பட வேண்டுமென ஒரு தீர்மானம் நிறைவேற்றப்பட்டிருக்கிறது.

இனப்பிரச்சினை பற்றிய தீர்வுகளை ஆராயும் பாராளுமன்றத் தெரிவுக் குழுவிலும் ஆளும் கட்சியே ஆட்சி புரிகிறது. இங்குதான் திரு.தொண்டமானின் தீர்வுத் திட்டத்திற்கு இறுதியான ஆப்பு வைக்கப்பட்டது. பாராளுமன்றத் தெரிவுக் குழுவிற்குச் சமர்ப்பிக்கப்பட்ட யோசனைகள் வெளியே பேசப்படக் கூடாது; பகிரங்க விவாதத்திற்கு எடுத்துக் கொள்ளக் கூடாதென நிறைவேற்றப்பட்ட தீர்மானம் தொண்டமானின் சமாதான முயற்சிகளுக்கான கதவுகளை மூடிவிட்டது. எனவே இந்தச் சமரச முயற்சிக்கு முட்டுக்கட்டை போட்டதற்கு பிரேமதாசா அரசே காரணகர்த்தா என்று திடமாகச் சொல்லலாம். தமிழீழ மக்களுக்கு மிகக் குறைந்தபட்ச சுயாட்சியை வழங்கத்தானும் சிங்கள தேசம் தயாராக இல்லை. திரு.தொண்டமானின் சமரச முயற்சியும், அதற்கெதிராக வெடித்த சிங்களப் பேரினவாத எழுச்சியும் இந்த அரசியல் உண்மையையே எடுத்தியம்புகிறது.

நீண்ட நெடுங்காலமாகத் தமிழ் மக்கள் சிந்திய இரத்தமும், கண்ணீரும், அவர்கள் அனுபவித்த தாங்கொணாத் துயரும் சிங்களப் பேரினவாதிகளின் மனதிலும், உணர்விலும் எவ்வித மாற்றத்தையும் கொண்டு வரவில்லை என்பது மிகவும் கவலைக்குரிய விடயமாகும். - **ஈழநாதம், 27.01.1992**

15. தமிழீழ தேசியக் கொடி

தேசிய சுதந்திரத்தை வேண்டி நிற்கும் ஒரு மக்கள் சமுதாயத்திற்கு ஒரு தேசியக் கொடி இன்றியமையாதது. தேசிய தனித்துவத்தையும், ஒருமைப்பாட்டையும், இறைமையையும் ஒரு தேசியக் கொடி சித்தரித்துக் காட்டுகிறது. தேசாபிமானத்தின் சின்னமாகவும் அது திகழ்கிறது. அரசியல் சுதந்திரத்தின் ஆணிவேரான குறியீடாகவும் தேசியக் கொடி அமைகிறது.

தேசிய விடுதலையை இலட்சியமாகக் கொண்டு போராடி வரும் தமிழீழ மக்களுக்கு ஒரு தேசியக் கொடி உண்டு. சென்ற ஆண்டு இரண்டாவது மாவீரர் நாளன்று (27.11.1990) புலிக்கொடி தமிழீழத்தின் தேசியக் கொடியாகப் பிரகடனப்படுத்தப்பட்டிருக்கிறது.

எமது தேசியக் கொடியைச் சித்தரித்து நிற்கும் புலிச்சின்னம் எப்படித் தோற்றம் கொண்டது? யாரால் தோற்றுவிக்கப்பட்டது? அந்தக் குறியீட்டின் அர்த்த பரிமாணங்கள் என்ன? என்பதைப் பிரகடனப்படுத்துகின்றோம்.

சரியாக 19 ஆண்டுகளுக்கு முன்னர், 1972ஆம் ஆண்டு எமது தேசியத் தலைவர் பிரபாகரன் தமிழீழ சுதந்திர இயக்கத்திற்கு அத்திவாரமிட்டார்.

அன்று அவர் ஆரம்பித்த ஆயுத எதிர்ப்பு இயக்கத்திற்கு புதிய தமிழ்ப் புலிகள் எனப் பெயரிட்டார். பின்னர் 1976ஆம் ஆண்டில் புதிய தமிழ்ப் புலிகள் என்ற எமது அமைப்பு தமிழீழ விடுதலைப் புலிகள் எனத் தலைவரால் பெயர் மாற்றம் செய்யப்பட்டது. அன்றிலிருந்து தமிழீழ தேசத்தின் தனித்துவத்தையும், தமிழீழ விடுதலை இலட்சியத்தையும் சித்தரிக்கும் சின்னமாகப் புலிச்சின்னம் விளங்கியது.

புலிச் சின்னத்தைத் தமிழீழத்தின் தேசிய சின்னமாகப் பிரபாகரன் தேர்ந்தெடுத்ததற்குக் காரணமுண்டு. புலிச்சின்னம் திராவிடர் நாகரீகத்தில் வேரூன்றி நிற்கும் ஒரு படிமம். தமிழரின் வீர வரலாற்றையும், தேசிய எழுச்சியையும் சித்தரித்துக் காட்டும் குறியீடு. வலிமையையும், வீரத்தையும், தன்னம்பிக்கையையும் குறித்துக் காட்டும் சின்னம். அன்று வீரவரலாறு படைத்த சோழ மன்னர்களும், புலிக்கொடியின் கீழ் தமிழனை எழுச்சி கொள்ளச் செய்தனர். தமிழுணர்வை, இன உணர்வை, தேசியப் பற்றுணர்வை, பகைவனுக்கு அஞ்சாத வீரவுணர்வைப் பிரதிபலிக்கும் ஆழமான, அற்புதமான குறியீடாகத் திகழ்கிறது புலிச்சின்னம்.

ஐநூறு ஆண்டு காலத்திற்கு மேலாக அந்நியர்களாலும், அயல்நாட்டுச் சிங்களவர்களாலும் அடிமைப்பட்டுக் கிடந்த ஈழத்தமிழினத்தை ஆயுதப் போராட்டப் பாதையில் வழிநடாத்த முன்வந்த எமது தலைவன், அன்று புலியைத் தேசிய விடுதலை இயக்கச் சின்னமாகத் தேர்ந்தெடுத்தது மிகவும் மதிநுட்பம் வாய்ந்த ஒரு முடிவு. வரலாற்று முக்கியத்துவம் வாய்ந்த ஒரு நிகழ்வு.

புலிச்சின்னம் தேசிய சின்னமாக மக்களின் உணர்வுகளில் ஆழமாகப் பதிந்தது. செத்துப் போய்க் கிடந்த தமிழ்த் தேசிய ஆன்மா புத்துயிர் பெற்றது. இன்று எமது தேசியக் கொடியாகிய புலிக்கொடியின் கீழ் தமிழீழ தேசிய இனம் ஒன்றுபட்டு நிற்கிறது. எழுச்சி கொண்டு நிற்கிறது.

எமது தலைவர் பிரபாகரன், தாம் உருவாக்கிய விடுதலை இயக்கத்திற்குப் புலிகள் என்ற பெயரைத் தேர்ந்தெடுத்ததற்கு இன்னுமொரு காரணமும் உண்டு.

நீண்ட கால அடிமைத்தனத்தில் ஊறிப்போன ஒரு சிறிய தேசிய இனம், ஒரு பெரிய தேசிய இனத்தின் நவீனமான, பலம் மிக்க ஆயுதப் படைகளை எதிர்த்துப் போராடுவது எப்படி? இராணுவ பலம் மிக்க ஒரு அரசுக்கு எதிராக ஆயுதப் போராட்டத்தை வெற்றிப் பாதையில் முன்னெடுத்துச் செல்வதாயின் சிறப்பான, விசேடமான போர்க்குணங்களைக் கொண்ட ஒரு விடுதலைப் படை உருவாக்கப்பட வேண்டும். அபாரமான துணிவும், சாவுக்கும் அஞ்சாத வீரமும், விடுதலை வேட்கையும் கொண்ட வீரர்களை உருவாக்க வேண்டும். மனித வேங்கைகளை உருவாக்க வேண்டும். புலிபோல வேகத்துடனும், மூர்க்கத்துடனும் போராடும் தலைசிறந்த வீரர்களை உருவாக்க வேண்டும். இந்த நோக்கில்தான் புலிப்படையைக் கட்டி எழுப்பினார் பிரபாகரன். பிரபாகரனின் புலிப்படை இன்று உலகின் தலைசிறந்த விடுதலை இராணுவமாகப் போற்-

றப்படுகிறது.

இன்று எமது தேசியக் கொடியில் பொறிக்கப்பட்டிருக்கும் புலிச்சின்னத்தின் உருவப்படம் பிரபாகரனின் கருத்திற்கு அமையவே வரையப்பட்டது. பிரபாகரனின் நண்பரும், மதுரையைச் சேர்ந்த பிரபல ஓவியருமான நடராஜன் என்பவர் 1977ஆம் ஆண்டு புலிச்சின்னத்தின் உருவப்படத்தை வரைந்தார். பிரபாகரனின் யோசனைக்கு அமையப் பல தடவைகள் வரைந்து, இறுதியில் எமது தலைவரின் எண்ணப்படம் புலிச்சின்னமாக உருவகம் பெற்றது. இந்தப் புலிச் சின்னம் இன்று எமது தேசியக் கொடியை அலங்கரிக்கிறது. சுதந்திரத் தமிழீழத்தின் தேசியக் கொடியாகவும் ஒரு நாள் உயர்த்தப்படவிருக்கும் இக்கொடியில் சித்தரிக்கப்பட்டுள்ள குறியீடுகளின் அர்த்தங்களை இனிப் பார்ப்போம்.

எமது தேசியக் கொடியை மூன்று நிறங்கள் அலங்கரிக்கின்றன: மஞ்சள், சிவப்பு, கறுப்பு ஆகிய நிறங்கள்.

தமிழீழ மக்களுக்கு ஒரு தாயகம் உண்டு. அந்தத் தாயகம் அவர்களது சொத்துரிமை. தமிழீழ மக்கள் ஒரு தனித்துவமான தேசிய இனம் என்பதால், அவர்களுக்குத் தன்னாட்சி (சுயநிர்ணய) உரிமை உண்டு. இந்தத் தன்னாட்சி உரிமை அவர்களது அடிப்படை அரசியல் உரிமை. தமது தாயகத்தை மீட்டெடுத்து, தன்னாட்சி உரிமையை நிலைநாட்டுவதற்காகத் தமிழீழ மக்கள் மேற்கொண்டுள்ள தேசிய விடுதலைப் போராட்டம் அறத்தின்பாற்பட்டது, மனித தர்மத்தை அடிப்படையாகக் கொண்டது என்பதை மஞ்சள் நிறம் சுட்டி நிற்கிறது.

தேசிய சுதந்திரம் பெற்றுத் தமிழீழத் தனியரசை அமைத்துவிட்டாற்போல நாம் முழுமையாக விடுதலை பெற்றதாகக் கொள்ள முடியாது. தமிழீழ சமுதாயத்திலுள்ள ஏற்றத்தாழ்வுகள் ஒழிக்கப்பட வேண்டும். வர்க்க, சாதிய முரண்பாடுகள் அகற்றப்பட வேண்டும். பெண் அடிமைத்தனம் நீக்கப்பட வேண்டும். இதற்கு சமுதாய அமைப்பில் புரட்சிகரமான மாற்றங்களைக் கொண்டு வர வேண்டும். சமத்துவமும், சமதர்மமும், சமூக நீதியும் நிலைநாட்டப்பட வேண்டும். இப்படியான புரட்சிகரமான சமுதாய மாற்றத்தை வேண்டும் எமது அரசியல் இலட்சியத்தைச் சிவப்பு நிறம் குறியீடு செய்கிறது.

விடுதலைப் பாதை கரடுமுரடானது. சாவும், அழிவும், தாங்கொணாத் துன்பங்களும் நிறைந்தது. இத்தனையையும் தாங்கிக் கொள்ள இரும்பு போன்ற இதயம் வேண்டும். அசைக்க முடியாத நம்பிக்கை வேண்டும். என்றும் தளராத உறுதி வேண்டும். கறுப்பு நிறம் மக்களின் மன உறுதியைக் குறித்துக் காட்டுகிறது.

தேசியக் கொடியின் மையத்தில் புலிச் சின்னம் அமையப் பெற்றிருக்கிறது. ஆவேசத்துடன் பாயும் புலியைக் குறிப்பதாகப் புலித்தலையும், முன்னங்கால்களும் சித்தரிக்கப்பட்டுள்ளன. புலிச் சின்னத்தின் அர்த்தம் பற்றி மேலே விளக்கியிருந்தோம். தமிழ்த் தேசாபிமான எழுச்சியை மட்டுமன்றி, வலிமை-

யையும், வீராவேசத்தையும் புலிச்சின்னம் குறித்து நிற்கிறது. பாயும் புலியை ஒத்த எமது வீர விடுதலைப் போரையும் அது சித்தரிக்கிறது. புலித்தலையைச் சுற்றி வட்டமாக ரவைகளும், இருபுறத்திலும் கத்திமுனையுடைய துப்பாக்கிகளும் எமது ஆயுதம் தரித்த விடுதலைப் போராட்டத்தைக் குறியீடு செய்கின்றன.

ஒட்டுமொத்தத்தில் எமது தேசியக் கொடி, சுதந்திரத்தையும், சமதர்மத்தையும் வேண்டி நாம் நடாத்தும் வீரவிடுதலைப் போரை அற்புதமாகச் சித்தரிக்கிறது. தமிழரின் வீர மரபில் வேரூன்றி நின்று, பிறப்பிக்கப் போகும் தமிழீழத் தனியரசின் குறியீட்டு வடிவமாகவும் எமது தேசியக் கொடி திகழ்கிறது. - **விடுதலைப் புலிகள் பத்திரிகை, மாசி - பங்குனி 1991**

16. சாதியமும் புலிகளும்

காலங்காலமாக, தமிழீழ சமூகத்தின் உணர்வுடன் கலந்திருந்த - வெறுக்கத்தக்க - ஒடுக்குமுறையாகிய சாதியப் பேய் இன்று தனது பிடியை இழந்து வருகின்றது. எமது 18 வருட கால ஆயுதப் போராட்டம் இதைச் சாதித்துள்ளது.

தமிழீழ விடுதலைப் போராட்டம் முனைப்படைந்து வர வர, சாதியத்தின் முனையும் மழுங்கி வருகின்றது.

அப்படியிருந்த பொழுதிலும் சாதிய ஒடுக்குமுறையின் வெளிப்பாடுகளைச் சிற்சில இடங்களில் இன்றும் காணக்கூடியதாகவே உள்ளது. அவ்விதம் நாம் சந்தித்த ஒரு முக்கிய சம்பவத்துடன் கட்டுரை ஆரம்பமாகின்றது.

சாதியம் தொடர்பான புலிகளின் கருத்தை இக்கட்டுரை தொட்டுச் செல்கின்றது.

யாழ்ப்பாண நகருக்குச் சமீபமாக ஒரு கிராமம். அந்தக் கிராமத்தில் ஒரு நல்ல தண்ணீர்க் கிணறு இருக்கிறது. அந்தக் கிணறு அமைந்திருக்கும் காணி ஒரு தனிநபருக்குச் சொந்தமானது. அந்த மனிதர் தன்னை ஒரு 'உயர்சாதிக்காரர்' என எண்ணிக் கொள்பவர். அந்தக் கிராமத்தில் தாழ்த்தப்பட்டோர் எனப்படும் ஒரு மக்கள் பிரிவும் இருக்கிறது. இந்த மக்களுக்குக் குடிதண்ணீர் வசதியில்லை. இவர்கள் இந்த நல்ல தண்ணீர்க் கிணற்றிற்கு வருகிறார்கள். தண்ணீர் அள்ளுவதற்கு முயற்சிக்கிறார்கள். இதைக் கண்டதும் கிணற்றுக் காணியின் சொந்தக்காரர் ஓடி வருகிறார். தண்ணீர் எடுப்பதற்குத் தடை விதிக்கிறார். தாழ்த்தப்பட்டோர் தனது கிணற்றைத் தீண்டக்கூடாது என்கிறார்.

இதேபோன்று வடமராட்சியில் ஒரு சம்பவமும், காரைநகரில் ஒரு சம்பவமும் நடக்கிறது.

பாதிக்கப்பட்ட அந்த ஏழை மக்கள் விடுதலைப் புலிகள் இயக்கத்திடம் வந்து முறையிடுகின்றார்கள். விடுதலைப் புலிகள் அந்த 'உயர்சாதிக்காரர்'

என்பவரை அழைத்து நியாயம் கேட்கின்றார்கள். சமூகநீதி - சமத்துவம் பற்றி விளக்குகின்றார்கள். மாறும் உலகத்தைப் பற்றியும் - மனித நாகரீகத்தைப் பற்றியும் பேசுகின்றார்கள். கிணற்றுச் சொந்தக்காரர் இலகுவில் மசிவதாக இல்லை.

தனது காணி, தனது கிணறு, தனது சாதி என அகம்பாவம் பேசுகின்றார். உழுத்துப்போன சமூக மரபுகளை நியாயமாகக் காட்ட முனைகின்றார்.

இவை உண்மையில் நடந்த சம்பவங்கள். இப்படிச் சில சம்பவங்களை யாழ்ப்பாணத்தில் விடுதலைப் புலிகள் இன்றும் சந்திக்கின்றார்கள்.

சாதிவெறி என்ற பிசாசு எமது சமூகத்திலிருந்து இன்னும் ஒழிந்துவிடவில்லை என்பதற்கு இந்தச் சம்பவங்கள் நல்ல உதாரணம்.

ஒரு காலத்தில் யாழ்ப்பாணத்தில் சாதிப்பேய் கோரத்தாண்டவம் ஆடியது. அதுதான் சமூக நீதியாகவும் பேணப்பட்டு வந்தது. பின்னர் அதற்கெதிராக நியாயம் கேட்டு அடக்கப்பட்ட மக்கள் போர்க்குணம் கொண்டார்கள்.

'அடங்காத் தமிழர்' ஒரு புறமும், அடக்கப்பட்ட தமிழர்கள் ஒரு புறமுமாகக் களத்தில் இறங்கினார்கள்.

தாழ்த்தப்பட்டோர் எனப்படும் மக்களுக்குக் கோவில்கள் திறந்துவிடப்பட வேண்டும். தேனீர்க் கடைகளில் பாகுபாடு காட்டப்படக்கூடாது என்பதுதான் இந்தச் சாதிய எதிர்ப்புப் போராட்டத்தின் குறிக்கோள்.

இதற்காக மோதல்கள் நடந்தன. இரத்தம் சிந்தப்பட்டது. உயிர் இழப்புக்களும் நடைபெற்றன.

இது அன்றைய காலகட்டத்தின் ஒரு முற்போக்கான போராட்டமாகும். அடக்கப்பட்ட அந்த மக்களின் போர்க்குணம் புரட்சிகரமானது.

ஆனால் தீண்டாமையைக் கடைப்பிடிப்போரின் மனம் திறபடாமல் கோவில்களைத் திறப்பதிலோ, தேனீர்க் கடைகளில் சமவுரிமை கிடைப்பதிலோ சாதியம் ஒளிந்துவிடப் போவதில்லை.

அதே சமயம் 'தீண்டாமை ஒழிப்பு' என்ற பெயரில் சாதிய ஒழிப்பிற்காகக் கூட்டணித் தலைவர்கள் நடாத்திய போராட்டம் கேலிக்கூத்தானது மட்டுமல்ல, சாதியத்திற்கு எதிரான அடக்கப்பட்ட மக்களின் போர்க்குணத்தைத் தமக்கே உரிய 'புத்திசாதுரியத்துடன்' மழுங்கடிக்கும் ஒரு சதிச்செயலுமாகும்.

இவர்கள் நடாத்திய 'சமபந்திப் போசனம்' என்ற நாடகம் தங்களை 'உயர்சாதிக்காரர்' எனத் தம்பட்டம் அடித்து விளம்பரப்படுத்தத்தான் பயன்படுத்தினார்கள். கூட்டணியினரின் இந்தப் போராட்டங்கள் அரசியல் இலாபங்களுக்காக நடாத்தப்பட்ட விளம்பரங்களேயல்லாமல் சாதிய முரண்பாட்டை அழித்துவிடும் புரட்சிகர நோக்கத்தைக் கொண்டதல்ல.

'சாதியம்' என்பது காலம் காலமாக எமது சமுதாய அமைப்பில் வேரூன்றிக் கிடக்கும் ஒரு சமூகப் பிரச்சினை. வேதகால ஆரிய நாகரீகத்தின் வர்ணகுல அமைப்பிலிருந்து சாதிப் பிரிவுகள் தோற்றம் கொண்டன என்றும், பின்னர் திராவிட சமுதாயத்தில் சாதியம் வேரூன்றிப் பரவியது என்றும் சில

ஆராய்ச்சியாளர்கள் கூறுகிறார்கள். பிராமணர்கள் வேத நூல்களை எழுதினார்கள். மனுநீதி சாஸ்திரங்களைப் படைத்தார்கள். இவற்றில் எல்லாம் பிராமணரை அதி உயர்ந்த சாதியாகக் கற்பித்துச் சாதிய அமைப்பை இறைவனின் படைப்பாக நியாயப்படுத்தினார்கள் என்றும் சில ஆய்வுகள் கூறுகின்றன. சாதியத்தின் மூலத்தை ஆராய்ந்தபடி செல்வது இங்கு அவசியமில்லை. எங்கிருந்தோ, எப்படியோ இந்த சமூக அநீதிமுறை தமிழீழ சமுதாயத்திலும் வேரூன்றி, விருட்சமாகிவிட்டது. தமிழீழ மக்களின் சமூக உறவுகளுடனும், சம்பிரதாயங்களுடனும், பொருளாதார வாழ்வுடனும், கருத்துலகப் பார்வையுடனும் பின்னிப் பிணைந்ததாகச் சாதியம் உள்ளது என்பது யதார்த்த உண்மை. சாதிய முறை, தொழிற் பிரிவுகளை அடிப்படையாகக் கொண்டதால் பொருளாதார உறவுகளிலிருந்து எழுகிறது. மத நெறிகளும், சித்தாந்தங்களும், சட்டங்களும் சாதிய முறையை நியாயப்படுத்தி வலுவூட்ட முனைகின்றன.

கிராமியப் பொருளாதார வாழ்வை எடுத்துக் கொண்டால் தொழிற் பிரிவுகளின் அடிப்படையில் சாதிய முறை அமையப் பெற்றிருப்பதைக் காணலாம். ஒவ்வொரு தொழிலுக்கும் ஒவ்வொரு சாதி என்ற முத்திரை குத்தப்பட்டிருக்கிறது. ஒரு தொழில் உன்னதமானது. மற்றைய தொழில் உன்னதம் குறைந்தது, அல்லது இழுக்கானது என்ற மூடநம்பிக்கையின் அடிப்படையில் தொழில் செய்து வாழும் மக்கள் சாதிகளாகப் பிரிக்கப்பட்டிருக்கின்றார்கள். இந்தத் தொழிற் பிரிவுகளிலிருந்தும், அவற்றிற்குக் கொடுக்கப்பட்ட பொய்யான அந்தஸ்துக்களிலிருந்தும் 'உயர்சாதி', 'தாழ்ந்த சாதி' என்ற மூடத்தனமான சமூக உறவுகளும், அவற்றைச் சூழவுள்ள சடங்குகள், சம்பிரதாயங்களும் தோற்றம் கொண்டுள்ளன.

செய்யும் தொழில் எல்லாம் உயர்ந்தது. உழைப்பில் உன்னதமானது, இழுக்கானது எனப் பாகுபாடு காட்டுவது மூடத்தனம். தொழிலின் மகத்துவத்தை சாதியம் இழிவுபடுத்துகிறது. உழைக்கும் வர்க்கத்தை, உண்மையான பாட்டாளி வர்க்கத்தைத் தாழ்த்தப்பட்டோர் என்றும், தீண்டாதார் என்றும் அவமானப்படுத்துகிறது. மனித அடிமைத்தனத்திற்கும், படுமோசமான ஒடுக்குமுறைக்கும், சுரண்டல் முறைக்கும் சாதியம் காரணியாக இருந்து வருகிறது.

நீண்ட காலமாக எமது சமுதாயத்தில் நிலவி வந்த சாதிய வழக்குகளையும், சம்பிரதாயங்களையும் தொகுத்து, அந்நிய காலனித்துவ ஆட்சியாளர் அதனைச் சட்டமாக்கினார்கள். இதுதான் தேச வழமைச் சட்டம் எனப்படும். இச் சட்டங்கள் சாதியப் பிரிவுகள் பற்றியும், சாதிய வழக்குகள் பற்றியும் விளக்குகின்றன. சாதியத்தை நியாயப்படுத்தி வலுப்படுத்த முனைவதோடு, 'உயர்சாதிக்காரர்' எனக் கருதப்படும் ஆளும் வர்க்கத்தின் அபிலாசைகளைப் பேணும் வகையிலும் இந்தச் சட்டத் தொகுப்பு அமைந்திருக்கின்றது.

பிரித்து ஆளும் கலையில் கைதேர்ந்த அந்நிய காலனித்துவவாதிகள், மூடநம்பிக்கைகளிலிருந்து பிறந்த சமூக வழக்குகளை சட்டவடிவமாக்கிச்

சாதிய முரண்பாட்டை வலுப்படுத்தினார்கள். சாதியத்தால் பயனடைந்த ‘உயர் சாதியினர்’ எனப்படுவோர் சாதியத்தை எதிர்க்கவில்லை. இந்தப் பழைய, பிற்போக்கான ஆளும் வர்க்கம் அரசியல் அதிகாரத்தை நாடியதே தவிர எமது சமூகத்தில் நிலவும் அநீதிகளையும், ஒடுக்குமுறைகளையும் எதிர்த்துப் போராடத் துணியவில்லை.

பதவிகளைக் கைப்பற்றிக் கொள்வதற்காகக் காலத்திற்குக் காலம் சாதிய எதிர்ப்புப் போராட்டம் என்ற போர்வையில் சில கேலிக்கூத்துக்களை நடாத்தி, அப்பாவிகளான பாதிக்கப்பட்ட மக்களின் ஆதரவுகளைப் பெற்றுப் பதவிக் கட்டில் ஏறினார்கள்.

விடுதலைப் புலிகள் இயக்கத்தின் தோற்றமும், வளர்ச்சியும், அவர்கள் முன்னெடுத்த தேசிய விடுதலைப் போராட்டமும், தமிழீழ சமுதாயத்தில் ஒரு யுகப் புரட்சியை உண்டு பண்ணியது எனலாம். அரச பயங்கரவாத அட்டூழியங்களும், அதனை எதிர்த்து நின்ற ஆயுதம் தரித்த விடுதலைப் போராட்டமும், எமது சமூக அமைப்பில் என்றுமில்லாத தாக்கங்களை விழுத்தின. பழமையில் தூங்கிக் கொண்டிருந்த எமது சமுதாயம் விடுதலை வேண்டி விழித்தெழுந்தது. வர்க்க, சாதிய காழ்ப்புணர்வுகளுக்கு அப்பால் தேசாபிமானப் பற்றுணர்வு தோன்றியது. தமிழீழ மக்கள் ஒரே இன மக்கள் என்ற இனவுணர்வும் பிறந்தது. சாதிய வேர்களை அறுத்தெறிந்து எல்லாச் சமூகப் பிரிவுகளிலிருந்தும் சகோதரத்துவத்தின் அடிப்படையில் ஒரு தேசிய விடுதலை இராணுவத்தை விடுதலைப் புலிகள் இயக்கம் கட்டி எழுப்பியது. ஒரு தேசிய விடுதலை இயக்கமாகப் புலிகள் கண்ட வளர்ச்சியும், அவர்களது புரட்சிகர அரசியல் இலட்சியங்களும், சாதியத்திற்கு ஒரு சவாலாக அமைந்தன. தேசிய சுதந்திரத்தை மட்டுமன்றி, சாதியம் ஒழிக்கப்பட்ட ஒரு சமதர்ம சமுதாயத்தைக் கட்டி எழுப்பும் உறுதியான கொள்கையில் எமது இயக்கம் செயற்பட்டு வருகின்றது.

புலிகள் இயக்கத்தின் தோற்றமும், வளர்ச்சியும், அவர்களது இலட்சியப் போராட்டமும், சாதிவேறுபாட்டிற்கு அப்பாற்பட்ட புலிகளின் செயற்பாடுகளும் சாதிய அமைப்பின் அடித்தளத்தில் ஒரு பெரிய உடைவை ஏற்படுத்தியிருக்கின்றன. இது சமூக உணர்வுகளிலும் பாரிய மாற்றத்தை ஏற்படுத்தியுள்ளது.

இன்று சாதி குறித்துப் பேசுவதோ, செயற்படுவதோ குற்றமானது என்பதைவிட அது வெட்கக் கேடானது, அநாகரீகமானது என்று கருதும் ஒரு மனப்பாங்கு எமது சமூகத்தில் உள்ளது.

இது சாதியம் தொடர்பாகக் காலம் காலமாக இருந்து வந்த சமூக உணர்வில் ஏற்பட்ட பிரமாண்டமான மாற்றமாகும்.

இருந்தாலும் சாதியப் பேயை எமது சமூகத்திலிருந்து முற்றாக ஓட்டிவிட முடியவில்லை. சாதிய வழக்குகள் இருக்கத்தான் செய்கின்றன. சாதிய வெறியர்களும் இருக்கத்தான் செய்கின்றார்கள். சாதியப் பிரச்சினைகளையும் நாம் சந்திக்கத்தான் செய்கின்றோம்.

காலம் காலமாக எமது சமூகத்தில் வேரூன்றி வளர்ந்து, மக்களின் ஆழ்மனதில் புரையோடிவிட்ட ஒரு சமூக நோயை எடுத்த எடுப்பில் குணமாக்கிவிடுவதென்பது இலகுவான காரியமல்ல. அப்படி நாம் அவசரப்பட்டுச் சட்டங்கள் மூலமாகவோ, நிர்ப்பந்தங்கள் வாயிலாகவோ சாதியப் பேயை விரட்ட முனைவதும் புத்திசாலித்தனமானது அல்ல.

இன்றைய நிலையில் இந்தப் பிரச்சினைகளை நாம் இவ்விதமாகப் பார்க்கலாம்.

உயிர் வாழ்வுக்கு தேவையான அத்தியாவசியப் பொருட்களில் சாதி வெறிகாட்டி, அடக்கப்பட்ட மக்களைச் சாவின் விளிம்புக்கு இட்டுச் செல்ல வைத்தல். இது கொடூரமானது; அனுமதிக்க முடியாதது.

மற்றையது சாதி ரீதியான ஏனைய முரண்பாடுகள். இவற்றை அதனதன் தன்மைகளுக்கு ஏற்றவிதத்தில் பல்வேறு அணுகுமுறைகள் மூலம் கால ஓட்டத்தில் செயலிழக்கச் செய்யலாம்.

புலிகளின் விடுதலைப் போராட்டமும், அதனால் எழுந்த புரட்சிகரப் புறநிலைகளும் சாதிய அமைப்பைத் தகர்க்கத் தொடங்கியிருக்கிறன. எனினும் பொருளாதார உறவுகளிலும், சமூகச் சிந்தனைகளிலும் அடிப்படையான மாற்றங்கள் நிகழாமல் சாதியம் முற்றாக ஒழிந்து விடப் போவதில்லை. எனவே சாதிய ஒழிப்புக்குச் சமுதாயப் புரட்சியுடன், மனப்புரட்சியும் அவசியமாகிறது.

பொருளாதாரச் சமத்துவத்தை நோக்கமாகக் கொண்ட சமுதாயப் புரட்சியை முன்னெடுப்பது விடுதலைப் புலிகளின் அடிப்படையான கொள்கைத் திட்டமாகும். தேசிய விடுதலையைப் பெற்று, ஆட்சியதிகாரத்தைக் கைப்பற்றிய பின்னரே இந்தக் கொள்கைத் திட்டத்தைச் செம்மையாகச் செயற்படுத்த முடியும். ஆயினும் விடுதலைக்கு முந்திய காலத்திலிருந்தே கட்டுப்பாட்டுப் பிரதேசங்களில் புரட்சிகரமான பொருளாதாரத் திட்டங்களைச் செயற்படுத்தி, கூட்டுத்தொழில் முயற்சிகளை அமுல்படுத்தி, சாதிய உறவுகளைப் படிப்படியாக உடைத்தெறிவது சாத்தியமானதொன்று.

சமூகச் சிந்தனையில் அடிப்படையான மாற்றத்தைக் கொண்டு வருவது சாதிய ஒழிப்புக்கு அத்தியாவசியமானது. ஏனெனில் சாதிய வழக்குகளும், சம்பிரதாயங்களும் மூட நம்பிக்கைகளில் தோற்றம் கொண்டிருக்கின்றன. இந்த அறியாமையைப் போக்க மனப்புரட்சி அவசியம். மன அரங்கில் புரட்சிகரமான விழிப்புணர்வு ஏற்படுவது அவசியம். இங்குதான் புரட்சிகரக் கல்வி முக்கிய இடத்தைப் பெறுகிறது.

எமது இளம் பரம்பரையினருக்குப் புரட்சிகரக் கல்வி போதிக்கப்பட வேண்டும். பழமையான, பிற்போக்கான கருத்துக்கள், கோட்பாடுகள், மூட நம்பிக்கைகளிலிருந்து விடுபட்டு, புதிய முற்போக்கான உலகப் பார்வையைப் புதிய இளம் பரம்பரையினர் பெற்றுக்கொள்ள வேண்டும். அறியாமை இருள் நீங்கிப் புதிய விழிப்புணர்வும், புரட்சிகர சிந்தனைகளும் இளம் மனங்களைப்

பற்றிக் கொண்டால் சாதியம் என்ற மனநோய் புதிதாகத் தோன்றப் போகும் புரட்சிகர சமுதாயத்திலிருந்து நீங்கிவிடும். - **விடுதலைப் புலிகள் பத்திரிகை, தை 1991**

17. மக்கள் யுத்தமும், புரட்சிகர சித்தாந்தமும்

கெரில்லா வடிவமான ஆயுதப் போராட்டத்தை மக்கள் யுத்தம் என முதலில் வர்ணித்தவர் மாவோ. வெகுசன அரங்கில், வெகுசனப் பங்களிப்போடு நடத்தப்படும் போர் என்பதால், இப்போராட்ட முறை மக்கள் யுத்தமெனக் கொள்ளப்படுகிறது. ஆசிய, ஆபிரிக்க, லத்தீன் அமெரிக்க விடுதலைப் போராட்ட அனுபவங்களை நாம் பரிசீலிக்குமிடத்து, கெரில்லாப் போர்முறைத் திட்டத்தின் வெற்றிக்கு மக்களின் பங்களிப்புத்தான் மூலமாக இருந்தது என்பதை அறிந்து கொள்ளலாம். போராட்ட களத்தில் மக்கள் நேரடியாகக் குதிக்கும் பொழுதே கெரில்லா வடிவ ஆயுதப் போராட்டம் மக்கள் யுத்தமாகப் பரிணமிக்கிறது.

கெரில்லாப் போரின் ஆரம்ப கட்டங்களில் மக்கள் வெறும் பார்வையாளர்களாக, அவதானிகளாக மட்டும் இருந்து வருவர். காலப் போக்கில் அவதானிகள் என்ற நிலையிலிருந்து அனுதாபிகளாக, ஆதரவாளர்களாக மக்களின் நிலைப்பாடு மாறுகிறது. ஆனால் இந்த அனுதாபமும், ஆதரவும் நேரடிப் பங்களிப்பாக மாற்றம் கொள்ளும் பொழுதுதான் போராட்டத்தில் ஒரு புதிய திருப்பம் ஏற்படுகிறது; உண்மையான மக்கள் போராட்டம் உதயமாகிறது.

ஆதரவு நல்கும் நிலையிலுள்ள வெகுசனத்தை ஆயுதப் போராட்டத்தில் நேரடிப் பங்குதாரர்களாக மாற்றுவதென்பது இலகுவான காரியமல்ல. இந்தக் கைங்கரியத்தை எந்த ஒரு விடுதலை இயக்கமும் உடனடியாக, எடுத்த எடுப்பில் சாதித்துவிட முடியாது. இது நீண்ட காலக் கடின உழைப்பின் மூலம் படிப்படியாகச் சாதிக்க வேண்டிய விசயம். இது மக்களின் அரசியல் விழிப்புணர்வை, தேசாபிமானவுணர்வை தட்டி எழுப்புவதில் தங்கியிருக்கிறது. இங்குதான் ஒரு புரட்சிகர விடுதலைச் சித்தாந்தத்தின் பங்கு முக்கியமானது.

புரட்சிகர சித்தாந்தம் என்பது வெறும் கற்பனாவாதத்திலிருந்து பிறப்பதல்ல. ஏற்கனவே எழுதி வைக்கப்பட்ட தத்துவார்த்த நூல்களிலிருந்து பெறப்படுவதல்ல. புரட்சிகர சித்தாந்தமானது வாழ்வனுபவத்திலிருந்து பிறப்பெடுக்கிறது. வாழ்வோட்டத்தின் நிதர்சனத்திலிருந்து கருக்கொள்கிறது. நாளாந்த நடைமுறைப் பிரச்சினைகளிலிருந்து பிரசவம் கொள்கிறது. புரட்சிகர சித்தாந்தமானது புரட்சியின் மையத்திலிருந்து, புரட்சியின் யதார்த்த களத்திலிருந்து பிரவாகமெடுக்கிறது.

உலக விடுதலை இயக்கங்கள் பல மார்க்சீய-லெனினியத்தைத் தமது தத்துவார்த்த வழிகாட்டியாகத் தழுவிக் கொண்ட போதும், போராட்ட களத்தில் பெறப்பட்ட அனுபவத்தின் அடிப்படையிலேயே தமது புரட்சிகர சித்-

தாந்தத்தை நெறிப்படுத்திக் கொண்டன. மொசாம்பிக் விடுதலை இயக்கத் தலைவர் சமோரா மாசேல் சொல்கிறார்:

"செயலில் இருந்தே சிந்தனை தோன்றுகிறது. நாம் ஆரம்பத்தில் மக்களுக்கு விடுதலை பெற்றுக் கொடுக்க விழைந்தோம். ஆனால், மக்களே தங்களை விடுவித்துக் கொள்ள வேண்டும் என்பதைப் பின்புதான் அனுபவ வாயிலாக அறிந்து கொண்டோம். விடுதலைப் போராட்ட களத்தில் நேரடியாகப் பங்களிக்காமல் மக்கள் தங்களை விடுவித்துக் கொள்ள முடியாது என்பதை நாம் உணர்ந்து கொண்டோம். நாம் அனுபவ வாயிலாக நிறையக் கற்றறிந்தோம். நாம் தவறுகள் இழைப்பதுண்டு. ஆனால் அந்தத் தவறுகளிலிருந்து நாம் எம்மைத் திருத்திக் கொண்டோம். நாம் வெற்றிகளும் ஈட்டுவதுண்டு. அந்த வெற்றி அனுபவங்களிலிருந்து எம்மை மேலும் செழுமைப்படுத்திக் கொண்டோம். இவ்விதம் செயற்பாட்டு அனுபவங்களிலிருந்தே எமது விடுதலைச் சித்தாந்தம் பரிணாமம் பெற்றது. இவ்விதம் நாம் வரித்துக் கொண்ட எமது புரட்சிகர சித்தாந்தம், ஏற்கனவே வேறொரு சூழ்நிலையில், வேறொரு காலத்தில், வேறொரு இடத்தில் செயற்பாட்டுத் தத்துவமாக நெறிப்படுத்தப்பட்டிருக்கிறது என்பதை நாம் பின்பு அறிய முடிந்தது. அந்தத் தத்துவம்தான் மார்க்சீய-லெனினியம்."

புரட்சிகர செயற்பாட்டிற்கு ஒரு பொதுவான சித்தாந்த வழிகாட்டியாகவே மார்க்சீய-லெனினியத்தைப் புரட்சிகர இயக்கங்கள் தழுவிக் கொள்கின்றன. ஆயினும் தமது பிரத்தியேக வரலாற்றுச் சூழ்நிலைக்கேற்ப தமது தனித்துவ யதார்த்த வாழ்வனுபவங்களின் அடிப்படையிலேயே ஒவ்வொரு விடுதலை இயக்கமும் தனது புரட்சிகர சித்தாந்தத்தை உருவாக்கிக் கொள்கிறது.

மார்க்சீயம் ஒரு சமூக, வரலாற்று விஞ்ஞானம் என்ற ரீதியில் சமுதாயக் கட்டமைப்புப் பற்றியும், மனித வரலாற்றின் போக்குப் பற்றியும் உலகளாவிய விஞ்ஞான விதிகளை எடுத்தியம்புகிறது. இந்த விஞ்ஞானக் கோட்பாடுகள் சமூகப் புரட்சிவாதிகளுக்கு இன்றியமையாத தத்துவ வழிகாட்டியாக விளங்குகின்றன. பொருள் உற்பத்தி வடிவத்தினை நிச்சயிக்கவும், சமூக, வர்க்க முரண்பாடுகளை ஆய்வு செய்யவும், சமுதாயப் புரட்சிக்கான செயற்திட்டத்தை வகிக்கவும் மார்க்சீய சமூகவியல் அடிப்படை அறிவியல் கோட்பாடுகளைத் தந்துதவுகிறது. ஆயினும், அதேவேளை ஒவ்வொரு புரட்சிகரச் சூழ்நிலையும் தனித்துவமான விசேட குணாம்சங்களையும், அதற்கேயுரிய சிக்கலான பரிமாணங்களையும் கொண்டிருப்பதை நாம் காணலாம். ஒரு சமூக தத்துவத்தின் பொது விதிகளை மட்டும் கொண்டு ஒரு புரட்சிகர சூழலின் முழுமையை நாம் தரிசித்துக் கொள்வது கடினம். அந்தச் சூழலில் செயற்பட்டு, அந்தச் செயற்பாட்டுப் பரிசோதனை அனுபவங்களின் அடிப்படையில் ஒரு புரட்சிகர கொள்கைத் திட்டத்தை நெறிப்படுத்துவது அவசியமாகிறது. ஆசிய, ஆபிரிக்க, லத்தீன் அமெரிக்க புரட்சிகள் இந்த உண்மையைப் பகர்கின்றன. மார்க்சீயத்தை அடிப்படை வழிகாட்டியாகக் கொண்ட

போதும், ஒவ்வொரு புரட்சியும் அதற்கான சிறப்பு வரலாற்றை, அதற்கான புதிய புரட்சி அனுபவத்தை, அதற்கான புரட்சிகர சித்தாந்தத்தை சிருஸ்டிக்கத் தவறவில்லை.

ஒரு புரட்சிகர சித்தாந்தமானது வெகுஜனத்தின் நடைமுறை வாழ்வைத் தழுவி நிற்க வேண்டும். மக்களின் அபிலாசைகளை, தேவைகளை, எதிர்பார்ப்புகளை நிறைவெய்தும் இலக்குகளைக் கொண்டிருக்க வேண்டும். மக்களின் வாழ்க்கைப் பிரச்சினைகளின் நிதர்சனத்தில் வார்க்கப்படும் சிந்தனைகளே மக்களைக் கவர்கின்றன. ஒரு புரட்சிகர சித்தாந்தமானது செயலின் மூச்சாக, மக்களை ஈர்க்கும் சக்தியாக, மக்களை இயக்கும் சக்தியாக உருவெடுக்கும் பொழுதே விடுதலைப் போராட்டத்தில் வெகுசனப் பங்களிப்பு சாத்தியமாகிறது. சாதாரண வாழ்க்கை ஓட்டத்திற்குப் புறம்பான, மக்களின் ஜீவாதாரப் பிரச்சினைகளைத் தொட்டு நிற்காத, பூடகமான, புதிரான சிந்தனைகள் மக்களைத் தீண்டப் போவதில்லை. புரட்சிச் சிந்தனையாளர் கப்ரால் இதுபற்றிக் குறிப்பிடுகையில், 'வெறுமையான கருத்துக்களுக்காகவோ அல்லது யாரோ ஒருவனின் மண்டைக்குள் வெடிக்கும் எண்ணங்களுக்காகவோ மக்கள் ஒரு பொழுதும் போராடப் போவதில்லை. மக்கள் வேண்டுவதெல்லாம், உருப்படியான, பயன்தரும் நலன்களையே. தமது வாழ்க்கை நிலை மாறும், மேம்பட்டதாக அமையும் என்பதற்காகவும், தமது வாழ்க்கை நிம்மதியாகக் கஸ்டமின்றி முன்னேற்றப் பாதையில் செல்லும் என்பதற்காகவும், தமது பிள்ளைகளின் எதிர்காலம் சுபீட்சமாக அமையும் என்பதற்காகவுமே மக்கள் போராட முன்வருவார்கள்' என்கிறார்.

தமிழீழ தேசிய விடுதலைப் போராட்டம் இன்று மக்கள் யுத்தமாக விஸ்தரிக்கப்படும் புரட்சிகர வரலாற்றுக் காலகட்டத்தை அண்மித்துள்ளது. இதுவரை காலமும் அனுதாபிகளாக, ஆதரவாளர்களாக இருந்து வந்த எமது மக்கள், இனி நேரடிப் பங்குதாரர்களாக மாறும் பொழுதே இந்த மக்கள் யுத்தம் சாத்தியமாகும். ஆனால் புரட்சிகர விழிப்புணர்வு தோன்றாமல் மக்கள் போராளிகளாக மாறப் போவதில்லை. இந்த விழிப்புணர்வைத் தட்டியெழுப்பக் கூடிய ஒரு புரட்சிகர விடுதலைச் சித்தாந்தம் எவ்வாறு அமையப் பெற்றிருக்க வேண்டும்?

எமது மக்களின் நிதர்சன வாழ்க்கை நிலைகளைப் பிரதிபலிக்காத, அவர்களது ஜீவாதாரப் பிரச்சினைகளைத் தொட்டு நிற்காத வரண்ட கருத்துக்கள், அந்நிய சிந்தனைகள், புதிரான கோட்பாடுகள் மக்களை ஒரு பொழுதும் போராட்ட களத்திற்கு ஈர்க்கப் போவதில்லை. எமது மக்கள் எதிர்கொள்ளும் பிரச்சினைகளின் சிக்கலான பரிமாணங்களும், அதற்கான வரலாற்றுக் காரணிகளும் தனித்தன்மை வாய்ந்தவை. எமது மக்கள் அந்தக் காலத்து ரஸ்யாவிலோ, சீனாவிலோ, கியூபாவிலோ வாழ்ந்து கொண்டிருக்கவில்லை. பழைய மரபு மார்க்சீயவாதிகள் அப்படித்தான் நினைத்தார்கள். அதனால் அந்நிய புரட்சி வடிவங்களையும், அவற்றின் தத்துவார்த்தக் கோட்பாடுகளை-

யும் அளவு கோலாக வைத்து எமது மக்களின் பிரச்சினைகளை அளந்து பார்க்க முனைந்தார்கள். அதனால் மக்களிடமிருந்து அந்நியப்பட்டார்கள். இந்தப் பழமைவாத மார்க்சீயவாதிகள் சிலர் இன்று 'விடுதலை இயக்கம்' என்ற போர்வையில் எமது புரட்சிகர சூழ்நிலைக்கு ஒவ்வாத புராதன மார்க்சீயக் கருத்துக்களை விதைத்து வருகிறார்கள். மக்கள் கிரகித்துக் கொள்ள முடியாத, மக்களுக்கு அனாவசியமான, அரூபமான, அந்நியக் கருத்துக்களை மக்களுக்குத் திணித்துவிட்டால், மக்கள் புரட்சிவாதிகளாக மாறிவிடுவார்கள் என்று எண்ணுகிறார்கள் போலும்.

எமது மக்கள் வாழும் உலகம் வேறு. அவர்களது சமூக நிதர்சனம் வேறு. அவர்களது வரலாற்றுச் சூழ்நிலைகள் வேறு. நாம் எமது மக்கள் வாழும் உலகத்தில் பிரவேசிக்க வேண்டும். அந்த நிதர்சனத்தை நேரடியாகக் கிரகித்துக் கொள்ள வேண்டும். அதன் வரலாற்று ஓட்டத்தைக் கண்டுகொள்ள வேண்டும். இந்த முழுமையான தரிசனத்திலிருந்துதான், அந்தப் புரட்சிகரப் பிரக்ஞையிலிருந்துதான் நாம் எமது விடுதலைப் பாதையை நெறிப்படுத்த முடியும். ஒரு புரட்சிகர சித்தாந்தத்தைச் சிருஸ்டிக்க முடியும்.

அரச பயங்கரவாதப் பூகம்பத்தால் எமது சமூகக் கட்டுமாணம் ஆட்டம் காண ஆரம்பித்திருக்கிறது. சமூகப் பிரச்சினைகள் சிக்கலடைந்து, முரண்பாடுகள் கூர்மையடைந்துள்ளன. எமது மக்களின் சாதாரண வாழ்க்கைப் பிரச்சினைகள் ஜீவமரணப் போராட்டமாகப் பேருருவம் பெற்றுள்ளன. முழுச் சமுதாயமுமே ஒரு கொந்தளிப்பான, நெருக்கடியான சூழ்நிலைக்குத் தள்ளப்பட்டிருக்கிறது. இன்னொரு விதத்தில் சொல்லப் போனால், எமது சமூகத்தில் புரட்சிகரப் போருக்கான புறநிலைகள் முற்றி வருகின்றன. இந்தப் புரட்சிகரமான வரலாற்றுக் காலகட்டத்தில் நிற்கும் எமது மக்கள், ஒரு புரட்சிகர விடுதலைப் போரில், அதுவும் ஆயுதம் தரித்த போராட்டத்தில் நேரடிப் பங்குகொள்ளும் தயார்நிலையில் இருக்கிறார்களா? அப்படி இல்லாத பட்சத்தில் அவர்களைத் தயார் நிலைப்படுத்துவது எங்ஙனம்?

மக்கள் விடுதலையை விரும்புகிறார்கள். தேசிய ரீதியில், இன ரீதியில் அடக்குமுறை தாண்டவமாடுவதால், முழுத் தேசிய இனத்தின் ஒட்டுமொத்தமான ஏகோபித்த விளைச்சலாக இந்தச் சுதந்திர தாகம் பிறக்கிறது. ஆனால் இந்த விடுதலையை வென்றெடுப்பது எப்படி? இந்த விடுதலையின் தன்மை எப்படியாக இருக்க வேண்டும்? என்ற விசயத்தில் மக்களிடையே வேறுபட்ட அபிலாசைகளும், கண்ணோட்டங்களும் இருப்பதைக் காணலாம். இங்கு வேறுபட்ட பார்வைகளுக்கும், அபிலாசைகளுக்கும் சாதிய நலன்களே பிரதான காரணிகளாக விளங்குகின்றன. இந்தக் குழப்பத்திலிருந்து மக்களை விடுவித்து, அவர்களது சுயநல அபிலாசைகளுக்கு மேலான பொதுநல சமூக விழிப்புணர்வை ஏற்படுத்தி, அவர்களின் விடுதலை எழுச்சியைப் புரட்சிகரப் போராட்டப் பாதையில் இட்டுச் செல்வதற்கு ஒரு புரட்சிகர சித்தாந்தத்தின் பங்கு முக்கியமாகிறது.

பல நூற்றாண்டுகால அந்நிய காலனித்துவ ஆதிக்கத்தால் ஊறிய அடிமைத்தனமும், அதைத் தொடர்ந்து சிங்கள அரச அடக்குமுறையால் ஊட்டப்பட்ட பயங்களும் எமது மக்களிடையே போர் உணர்ச்சியை மழுங்கச் செய்தன. ஆயினும் அண்மைக் காலத்தில் எழுந்த ஆயுத எதிர்ப்பியக்கம், புதிய பரம்பரையைப் போர்க்குணம் கொள்ளச் செய்தது. இளைஞரின் ஆயுத எதிர்ப்பியக்கத்திற்கு மக்கள் ஆதரவு நல்கிய போதும், போராட்டத்தில் தமது பங்களிப்பின் முக்கியத்துவம் பற்றி அவர்கள் உணர்ந்து கொண்டதாகத் தெரியவில்லை. ஆயுதப் போராட்டத்தை முன்னெடுத்து, விடுதலையை வென்றெடுப்பது இளைஞரின் பொறுப்பு, இயக்கங்களின் பொறுப்பு என்ற எதிர்பார்ப்பில் தமது பங்களிப்பிலிருந்து, தமது தேசியக் கடமையிலிருந்து மக்கள் விலகி நிற்கின்றனர். விடுதலை என்பது மற்றவர்கள் பெற்றுத் தரும் விவகாரம் என்ற ரீதியில் மக்களிடையே தவறான கருத்தோட்டம் வலுப்பெற்றது. இந்தப் போலி நம்பிக்கை விதைக்கப்பட்டதற்கு எமது பழைய பாராளுமன்றப் பிற்போக்குத் தலைமையும் காரணமாக இருந்தது. இந்திய உதவிக்கு இவர்கள் மண்டியிட்டு, மக்களின் சுயநம்பிக்கையைக் கொன்றனர்.

விடுதலையின் அர்த்தமென்ன? விடுதலையின் பயனாய் சமூக மாற்றத்தால் கிட்டும் அளப்பரிய பயன்கள் என்ன? என்ற ரீதியில் மக்களுக்கு விழிப்புணர்வும், தெளிவும் ஏற்படாத பட்சத்தில், அவர்களை அமைப்பு ரீதியாக அணிதிரட்டிப் போராட்டக் களத்தில் இயக்குவது இலகுவான காரியமல்ல. வெறும் அரசியல் சுதந்திரத்தைக் குறித்து நிற்கும் தமிழீழக் கோசத்தை எழுப்பி வந்தால் மட்டும் சமூகத்தின் அடித்தளத்திலிருந்து சதா நசுக்கப்பட்டுச் சுரண்டப்படும் உழைக்கும் மக்களை விடுதலைப் போராளிகளாக மாற்றிவிட முடியாது. தமிழீழத் தனியரசை அமைத்து, அரசியல் சுதந்திரம் பெறுவதை உயர்சாதி, மேற்தட்டு வர்க்கப் பிரிவினர் விரும்பலாம். இப்படியான குறுகிய வரையறுக்கப்பட்ட விடுதலையானது இவ்வர்க்கப் பிரிவினரின் அபிலாசைகளைப் பூர்த்தி செய்வதாக அமையும். தமது அரசியல் அதிகாரத்தை நிலைநாட்டவும், பொருளாதார ஆதிக்கத்தை வலுப்பெறச் செய்யவும், சாதிய சுரண்டலை நீடிக்கவும் இவ்வகையான விடுதலை இவர்களுக்கு வாய்ப்பை அளிக்கும். இம்மாதிரியான அரசியற் சுதந்திரம், இவ்வர்க்கப் பிரிவினரின் அபிலாசைகளைப் பூர்த்தி செய்யலாம் என்றாலும், இவர்கள் இந்த இலட்சியத்தை அடைவதற்குப் போர்க்களத்தில் குதிக்கப் போவதில்லை. ஏனெனில் இவர்கள் போராடும் புரட்சிகர வர்க்கத்தைச் சேர்ந்தவர்கள் அல்லர். இவர்கள் தம்மை ஆளும் வர்க்கம் எனக் கருதுபவர்கள். மற்றவர்கள் போராடி விடுதலையை அடைய வேண்டும்; தாம் ஆள வேண்டும் என எண்ணுபவர்கள்.

உழைக்கும் பாட்டாளி வர்க்கமே புரட்சிகர வர்க்கம். சமூகத்தின் கீழ்மட்டத்திலிருந்து திணறிக் கொண்டிருக்கும் இந்த ஏழைப் பாட்டாளிகளின் அபிலாசைகளோ வேறு. இவர்களது நாளாந்த வாழ்க்கையில் எதுவித மாற்றத்தையும் விளைவிக்காத அரச அதிகார மாற்றங்களில் இவர்களுக்கு அக்-

கறை இருக்கப் போவதில்லை. இவர்கள் நாடும் விடுதலை வேறு. இந்த விடுதலையானது அரசியற் சுதந்திரத்தோடு நில்லாது, சமூகப் பொருளாதார வாழ்க்கை நிலைகளிலும், புரட்சிகரமான அடிப்படை மாற்றங்களை ஏற்படுத்தி, உழைக்கும் மக்களின் விடிவுக்கு வழிகோலும் பரந்த இலட்சியங்களைக் கொண்டதாக இருக்க வேண்டும். இந்த விடுதலை முழுமையான மனித விடுதலையைக் குறித்து நிற்க வேண்டும். சுரண்டல், ஒடுக்குதல் போன்ற சமூக அநீதிகளால் விலங்கிடப்பட்டுக் கிடக்கும் சாதாரண மனிதன், உழைக்கும் மனிதன், இந்தப் புறநிலை அழுத்தங்களிலிருந்து பூரணமாகச் சுதந்திரம் பெறுவதே உண்மையான, முழுமையான விடுதலையைக் குறிக்கும். இப்படியான முழு மனித விடுதலையைத் தழுவி நிற்கும் புரட்சிகர விடுதலை இலட்சியமே பரந்துபட்ட வெகுசனத்தைக் கவரும். - **விடுதலைப் புலிகள் பத்திரிகை, மே 1985**

18. புலிகளின் ஆயுதப் பாதை

தமிழீழ தேசிய விடுதலைப் போராட்ட வரலாற்றையும், எமது புரட்சி இயக்கத்தின் ஆயுதப் போராட்ட வடிவத்தையும் புரிந்து கொள்ள முடியாமல் குழம்பும் பழைய மரபு மார்க்சியவாதிகளும், எமது போராட்டத்தை 'சேகுவாராயிசம்' என்று விமர்சிக்க முனைகிறார்கள். நாம் வரித்துக் கொண்ட கெரில்லாப் போராட்ட வடிவம் எந்தவொரு தனிமனிதரினதோ, அன்றி ஒரு நாட்டினதோ கோட்பாட்டினைத் தழுவியதாக நெறிப்படுத்தப்படவில்லை. உலகளாவிய ரீதியில் குமுறி வரும் விடுதலைப் போராட்டங்களையும், புரட்சிகளையும் நாம் உன்னிப்பாகக் கற்றறிந்து, இந்த உலகானுபவத்திலிருந்து எமது பார்வையைக் கூர்மைப்படுத்தி வருகிறோம். உலகத்தின் பல முனைகளில் ஒடுக்கப்படும் மக்களால் தொடுக்கப்படும் புரட்சிகரப் போர்முறைகளிலிருந்து நாம் கற்றுக்கொள்வதற்கு நிறையவுண்டு. எனினும் எமது போராட்டத்தின் தனித்துவத்தை உணர்ந்து, எமது வரலாறு மற்றும் யதார்த்தப் புறநிலைகளுக்கு ஏற்ப எமது ஆயுதப் போர் வடிவத்தை நிர்மாணித்திருக்கிறோம். ஆயுதப் போராட்ட வடிவங்களில் ஒன்றான கெரில்லாப் போர்முறை கியூபா புரட்சியில் மட்டும் பரீட்சிக்கப்படவில்லை. அன்றி சேகுவாரா மட்டும் அதனைச் செழுமைப்படுத்தவில்லை. உலகளாவிய ரீதியில் ஒடுக்கப்பட்ட மக்கள் கையாண்டு வரும் போர்வடிவம் அது. உலக ஏகாதிபத்தியமானது இன்று அப்பட்டமான பலாத்காரம் மூலமாகவே தனது ஆதிக்கத்தை மூன்றாம் உலகில் நிலைநிறுத்தி வருகிறது. சர்வாதிகார இராணுவ அரசுகளை உருவாக்கி, அடக்குமுறையை அதிதீவிரப்படுத்திச் சுரண்டப்படும் மக்களினத்தின் புரட்சிகர எழுச்சிகளை நசுக்கி வருகிறது. இந்த வன்முறையான அரச இயந்திரத்தையும், அதன் பலாத்கார ஒடுக்குமுறையையும் சமாதான, சாத்வீக மார்க்கங்களால் எதிர்கொண்டு போராட முடியாதென உணர்ந்து கொள்ளும்

மக்கள், வன்முறையை வன்முறையாலேயே எதிர்கொள்ளும் நிலைக்குத் தள்ளப்படுகிறார்கள். ஒரு பலம் பொருந்திய இராணுவ சக்திக்கு எதிராக நிராயுதபாணிகளாக நிற்கும் மக்கள், தமது வன்முறைப் போரைத் தொடங்குவதற்கு கெரில்லாப் போர்த் தந்திரோபாயம் இன்றியமையாததாக அமைந்து விடுகிறது. இந்த வகையில் கெரில்லாப் போர்வடிவமானது ஒடுக்கப்படும் மக்களின் புரட்சிகர வன்முறைப் போராக மாறிவிடுகிறது. ஒரு தேசிய விடுதலைப் போராட்டத்தை முன்னெடுத்துச் செல்வதற்கு இன்றியமையாததான இப் போர்வடிவம், தென் ஆசிய, ஆபிரிக்க, லத்தீன் அமெரிக்க நாடுகளில் வெற்றியைப் பெற்றிருக்கிறது. வெற்றிப் பாதையில் வீறுநடை போட்டு வருகிறது.

கார்ல் மார்க்ஸ், லெனின் ஆகியோரது மறைவுக்குப் பின்னராகவே தேசிய விடுதலைப் போராட்டங்கள் பரந்த அளவில் உலக அரங்கில் குமுறி வெடித்தன. தேசிய விடுதலை இயக்கங்கள் தத்தம் நாடுகளின் வரலாறு, புறநிலைகளுக்கு ஏற்ப போராட்டப் பாதையை நெறிப்படுத்திக் கொண்டன. இந்தப் போராட்ட நடைமுறைகள் பழைய மரபு மார்க்சீய-லெனினிய கோட்பாடுகளுக்குச் சவால் விடுவதாகவும் அமைந்தன. வெகுசன அமைப்பை (கட்சியை) உருவாக்கி, வெகுசனங்களை ஸ்தாபன ரீதியில் அணிதிரட்டி, அவர்களைப் புரட்சிக்குத் தயார்படுத்தி, அதன் பின்னர் ஒரு புரட்சிகர இராணுவத்தைக் கட்டி எழுப்பி, அதற்கப்புறம் போராட்டத்தை நடத்துவது என்ற பழைய மரபுக் கோட்பாடு நடைமுறைச் சாத்தியமற்றது எனப் பல புரட்சி அனுபவங்களிலிருந்து தெளிவாகியிருக்கிறது. அடக்குமுறை ஆட்சியதிகாரம் அதிகொடூரமாகத் தாண்டவமாடும் சூழ்நிலைகளில், அரசுக்கு எதிரான ஒரு புரட்சி இயக்கம் வெகுசன அமைப்புகளைக் கட்டி எழுப்புவதென்பது இலகுவான காரியமல்ல. கட்சி அமைப்பிற்குப் பதில், தலைமறைவான ஒரு கெரில்லா இயக்கம் தோற்றுவிக்கப்பட்டு, அவ்வியக்கம் படிப்படியாக வெகுசன அரங்கில் ஆயுதப் போரை விரிவுபடுத்தி, மக்கள் சமூகத்தில் வேரூன்றி வளர்ந்து, மக்கள் இயக்கமாகப் பரிணாமம் பெறுவது என்பது சில புரட்சி அனுபவங்கள் மூலம் நிரூபணமாகியிருக்கிறது. கியூபா புரட்சியிலும் இந்த வழிமுறையே கடைப்பிடிக்கப்பட்டது. ஒரு கெரில்லா அணி, மக்கள் விடுதலை இராணுவமாக, மக்கள் விடுதலை இயக்கமாக மாறலாம்; புரட்சிவாதிகளும், மக்களுமாக ஒரு புரட்சியைத் தோற்றுவிக்கலாம் என்பது சேகுவாரா, காஸ்ட்ரோ போன்றோரின் நிலைப்பாடு. வரலாற்று முக்கியத்துவம் வாய்ந்த ஒரு புரட்சி அனுபவத்தில் எழுந்த இந்தப் புதிய அணுகுமுறையைப் பழைய மரபு மார்க்சியவாதிகளும், ரொட்சியவாதிகளும் ஜீரணித்துக் கொள்ள மறுக்கின்றனர். இந்தப் போராட்ட அணுகுமுறையை சேகுவாராயிசம், இராணுவவாதம், மார்க்சீய விரோதத் தத்துவம் என்று எல்லாம் வாய்க்கு வந்தபடி பிதற்றி வருகிறார்கள். எமது விடுதலை இயக்கத்தின் கெரில்லாப் போராட்டமும் இந்தப் பிழையான தத்துவத்தில் நெறிப்படுத்தப்பட்டிருக்கிறது என்பது இவர்களது வாதம்.

எமது தேசிய விடுதலைப் போராட்டமும், அதனை முன்னெடுக்க நாம் வரித்துக் கொண்ட ஆயுதப் போர்வடிவமும், எமது வரலாற்றுச் சூழ்நிலைகள், யதார்த்தப் புறநிலைகள் ஆகியனவற்றை அனுசரித்தே நெறிப்படுத்தப்பட்டிருக்கிறது. நாம் குருட்டுத்தனமாக எந்த அந்நியப் புரட்சி வடிவங்களையோ, புரட்சித் தத்துவத்தையோ, அன்றிப் போர்த் தந்திரோபாயங்களையோ பின்பற்றவில்லை. அதேபோல பழைய மரபு மார்க்சீயக் கோட்பாடுகளை, அதாவது லெனின், ரொட்ஸ்கி காலத்து ரஸ்ய சூழ்நிலையில் வார்க்கப்பட்ட தத்துவார்த்தக் கருத்துக்களைப் புதிய சூழ்நிலையில் அப்படியே திணித்து விடலாம் என நம்பவும் இல்லை. ஒவ்வொரு புரட்சியும் அதற்கேயுரிய வரலாற்றைக் கொண்டிருக்கிறது. அதற்கேயுரிய தனித் தன்மைகளைப் பெற்றிருக்கிறது; அந்தந்த வரலாற்றுச் சூழ்நிலைகளை அனுசரித்தே அந்தந்தப் புரட்சியை முன்னெடுக்க கொள்கைத் திட்டம், செயற்திட்டம் வகுக்கப்பட வேண்டும் என்பது எமது கருத்து. இந்த வகையில் தமிழீழத் தேசிய விடுதலைப் போராட்டமும், எமது இயக்கத்தின் போராட்டப் பாதையும் எமக்கே உரித்தான வரலாற்றுச் சூழ்நிலைகளால் பிரசவமான தனித்தன்மைகளைக் கொண்டது.

லெனினின் கட்சியமைப்புக் கோட்பாட்டின் அடிப்படையில் நாம் ஒரு மக்கள் இயக்கத்தைக் கட்டி எழுப்புவது என்பது எமது சூழ்நிலைக்குச் சாத்தியமாகாத காரியம். சிங்கள இனவாதப் பாசிச அரசின் அடக்குமுறையின் கீழ் ஒரு புரட்சிகரக் கட்சியை, அதுவும் தேசிய விடுதலையையும், சோசலிசப் புரட்சியையும் இலக்காகக் கொண்ட ஒரு கட்சியைக் கட்டி எழுப்புவதென்பது இலகுவான காரியமல்ல. தேசிய விடுதலைக் கோரிக்கையைத் தேசத்துரோகம் எனக் கொள்ளும் இந்தச் சர்வாதிகார அரசு, தேசிய விடுதலையை இலட்சியமாகப் பூணும் எந்தவொரு மார்க்சீயக் கட்சியையும் ‘சட்ட ரீதியான’ வெகுசன அமைப்புகளைக் கொண்ட மக்கள் இயக்கமாக வளரவிடப் போவதில்லை. தேசிய விடுதலைக்கு ஆதரவளித்து வந்த தமிழ் அகதிகள் புனர்வாழ்வு இயக்கம், காந்தீயம், ஈழ மாணவர் மன்றம் ஆகிய அமைப்புக்கள் செயலிழந்த கதையை யாவரும் அறிவர்.

அடுத்ததாக, தமிழீழமானது முதலாளித்தும் முதிர்ச்சி கண்ட ஒரு முன்னேறிய பிரதேசம் அல்ல. முதலாளித்துவ பொருள் உற்பத்தி உறவுகளின் முரண்பாட்டால் தோற்றம் கொள்ளும் புரட்சிகரப் பாட்டாளி வர்க்கம் என்ற ஒரு வர்க்கம் வடக்குக் கிழக்கில் இன்னும் வளர்ந்து விடவில்லை. மலையகத் தோட்டப் பாட்டாளி வர்க்கத்தை எடுத்துக் கொண்டால், அவர்களோ இன்னும் தொண்டமானின் தொழிற்சங்க அமைப்பில் சிறைபட்டுக் கிடக்கிறார்கள். இந்த நிலையில், தமிழீழத்தில் தொழிற் சங்க அமைப்புகளை உருவாக்கி, பாட்டாளி வர்க்கப் புரட்சியைச் செய்துவிடலாம் என்ற ரொட்சியவாதிகளின் கற்பனாவாதத்தை ஏற்றுக் கொள்ள நாம் தயாராக இல்லை.

தமிழர் தேசியப் பிரச்சினையின் வரலாற்று நிர்ப்பந்தங்கள் காரணமாக ஆயுத எதிர்ப்பு இயக்கம் தோன்றியது. ‘சட்ட ரீதியான’, சமாதான வழி தழு-

விய போராட்டங்கள் நசுக்கப்பட்டதாலும், அரசியல் போராட்டத்தை முன்னெடுக்க எமது மக்களுக்கு வேறெந்த மார்க்கங்களும் இல்லாததாலும், அரச பயங்கரவாத வன்முறையை எதிர்கொண்டு போராட வேண்டிய நிர்ப்பந்தம் எழுந்ததாலும், புரட்சிகர ஆயுத எதிர்ப்பு இயக்கம் (revolutionary armed resistance movement) பிறப்பெடுத்தது. இந்த ஆயுத எதிர்ப்பு இயக்கத்திற்கு முன்னோடியாகத் தோன்றிய விடுதலைப் புலிகள் இயக்கம், தலைமறைவு இயக்கமாகவே அன்றும், இன்றும் இயங்கி வருகிறது. தலைமறைவான ஒரு ஆயுத எதிர்ப்பு இயக்கமாக இயங்கிய எமக்கு, நகர்ப்புற கெரில்லாப் பாணியிலான போர்வடிவம் எமது பிரத்தியேகச் சூழ்நிலைக்கு இன்றியமையாததாக விளங்கியது. நீண்டகால கெரில்லாப் போர்முறைத் திட்டத்தை வகுத்துக் கொண்ட நாம், மறைமுகமான மைய நிலையங்களை மக்கள் மத்தியில் உருவாக்கினோம். இம் மைய நிலையங்கள் தலைமறைவான மக்கள் அமைப்புகளன்றி வேறொன்றுமல்ல. விவசாயிகள், தொழிலாளர்கள், இளைஞர்கள், மாணவர்கள், புத்திஜீவிகள் ஆகிய அனைவர் மத்தியிலும் எமது இயக்க அமைப்புகள் வேரூன்றி வருகின்றன.

சோசலிசப் புரட்சி என்ற இலக்கில் தேசிய விடுதலையை முன்னெடுத்துச் செல்லும் ஒரு புரட்சி இயக்கம் என்ற ரீதியில் மக்கள் போராட்டத்தையும், வர்க்கப் போராட்டத்தையும் ஒன்றிணைத்த வேலைத்திட்டத்தில் எமது இயக்கம் செயல்பட்டு வருகிறது. தேசிய விடுதலை எனும் பொழுது அது மக்கள் போராட்டத்தையும் (mass struggle) சோசலிசப் புரட்சி எனும் பொழுது அது வர்க்கப் போராட்டத்தையும் (class struggle) தழுவி நிற்கிறது. முன்னதில் பரந்துபட்ட மக்கள், வர்க்க, ஜாதி வேறுபாடற்ற முறையில், ஒரு தேசிய மக்கள் கூட்டமாக அணி திரட்டப்படுதல் அவசியமாகிறது. பின்னதில் புரட்சிகர வர்க்கத்தின் தலைமை முக்கியமாகிறது.

ஒரு பரந்துபட்ட வெகுசனப் போராட்டமான தேசிய விடுதலைப் போராட்டத்தில், தமிழ்த் தேசிய முதலாளி வர்க்கத்தின் பங்களிப்பும் அவசியமாயினும், விடுதலைப் போராட்டத்திற்குத் தலைமை தாங்கி, போராட்டத்தை முன்னெடுக்கும் தகைமையோ, தகுதியோ இவ் வர்க்கத்திடம் இல்லை என்பதை எமது விடுதலை வரலாறு நிரூபணமாக்கியுள்ளது. இவர்கள் சிங்கள தரகு முதலாளி வர்க்கத்துடன் பேரம் பேசி, தமிழினத்தின் விடுதலையை விற்றுவிடவே சதா முனைந்து வந்தனர். உலக முதலாளித்துவ, ஏகாதிபத்திய சக்திகளின் ஊடுருவல்களுக்கு இடமளித்து வரும் இன்றைய தேசிய முதலாளித்துவ வர்க்கத்தை ஒரு சனநாயக சக்தியாகக் கொள்ள முடியாது. இவர்கள் தமது அரசியல் ஆதிக்கத்தை நிலைநாட்டி வரத் தேசிய விடுதலைக் கோசம் எழுப்பிய போதும், சமுதாயப் புரட்சியின் விரோதிகளாகவே விளங்குவர். சமூகத்தின் அடித்தளத்திலிருந்து சதா சுரண்டப்பட்டு, ஒடுக்கப்படும் மக்களின் சமூக, பொருளாதார சுபீட்சத்திற்கு இவர்கள் ஒரு போதும் இடமளிக்கப் போவதில்லை. எனவே சோசலிசப் புரட்சியை இலக்காகக் கொண்ட

ஒரு தேசிய விடுதலைப் போராட்டத்தில் முதலாளி வர்க்கத் தலைமைக்கு இடமேயில்லை. புரட்சிகரப் பாட்டாளி வர்க்கத் தலைமையைக் கொண்ட ஒரு விடுதலை இயக்கமே சோசலிசப் புரட்சியை முன்னெடுக்கும் தகைமையைக் கொண்டது. தமிழீழத்தில் புரட்சிகர வர்க்கம் எனும் பொழுது, முதலாளிய சுரண்டலுக்கும், சாதியமைப்பு ஒடுக்குமுறைக்கும் ஆளாகியிருக்கும் சமூகத்தின் கீழ்மட்டத்து மக்களையே குறிக்கிறோம். சமூக ரீதியாக, பொருளாதார ரீதியாகத் தாழ்ந்த நிலைக்குத் தள்ளப்பட்டிருக்கும் தொழிலாள, விவசாயப் பாட்டாளி வர்க்கங்களின் அபிலாசைகளையே எமது இயக்கத் தலைமை பிரதிபலிக்கிறது.

தேசிய விடுதலை என்ற இலக்கை அடைவதற்கு நாம் வரித்துக் கொண்ட ஆயுதப் போராட்டப் பாதையானது எமது அறிவியல் போராட்டத்தின் முன்னேற்றமான ஒரு விரிவாக்கமேயாகும். தேசிய முரண்பாட்டால் எழுந்த அரசியல் நெருக்கடியானது, வன்முறை வடிவத்தில் வளர்ச்சியும், முதிர்ச்சியும் கண்டிருக்கிறது. பிற்போக்கான வன்முறைக்கு எதிராகத் தொடுக்கப்பட்ட புரட்சிகர வன்முறையாக, தர்மத்தையும், சமாதானத்தையும் வேண்டி ஒடுக்கப்படும் மக்கள் நடாத்தும் புரட்சிகர விடுதலைப் போராகவுமே எமது ஆயுதப் போராட்டம் அமையப் பெற்றது எனலாம். சிங்கள இனவாத அடக்குமுறையின் அதர்மத்திற்கு எதிராக வரித்துக் கொள்ளப்பட்ட கெரில்லா வடிவத்திலான எமது ஆயுதப் போராட்டம், படிப்படியாக ஒரு மக்கள் யுத்தமாக, பரந்துபட்ட வெகுசன ஆயுதப் போராக மாற்றப்படும். உறுதியான, கட்டுப்பாடான அரசியல் - இராணுவ அமைப்பையும்,புரட்சிகரத் தலைமையையும்,தெளிவான சித்தாந்த தரிசனத்தையும் கொண்ட முன்னணிப் படையாக விளங்கும் எமது இயக்கம், இந்த மக்கள் யுத்தத்தை வெற்றிகரமாக முன்னெடுத்துச் செல்லும் என்பதில் ஐயமில்லை. - **விடுதலைப் புலிகள் பத்திரிகை, ஆகஸ்ட் 1984**

19. கடவுளும் மனிதனும்

புத்தர் மகான் நிஷ்டையிலிருந்து விழித்துக் கொள்கிறார். அவர் முன்பாக ஒரு தாய் தலைவிரி கோலமாக நிற்கிறாள். இறந்து போன தனது புதல்வனின் பிணத்தைக் கையில் ஏந்தியவாறு.

தனது புதல்வனுக்குப் புத்துயிர் கொடுத்து, தனது துயரத்தைத் துடைத்து விடும்படி அவள் மன்றாடினாள். கருணை வள்ளல் அவளிடம் சென்னார், “பெண்ணே உனது கிராமத்திற்குப் போய், அங்குள்ள ஒவ்வொரு வீடாகச் சென்று, சாவு நிகழாத வீட்டிலிருந்து ஒரு மிளகு வாங்கி வா,” என்று.

அவளும் அப்படியே அந்தக் கிராமத்திற்குச் சென்று, வீடு வீடாக அலைந்து விசாரித்தாள். ஒவ்வொரு வீட்டிலும் சாவு சதி செய்திருந்தது. சாவு எவரையும் விட்டு வைப்பதில்லை. கிழண்டும் வரை காத்திருப்பதில்லை.

காலப் புயற்காற்று ஓயாமல் அடிக்கிறது. வாழ்க்கை மரத்தில் மனித இலைகள் சிதறிப் பறக்கின்றன. பிஞ்சாய், பச்சையாய், பழுத்ததாய் ஒவ்வொரு இடத்திலும், ஒவ்வொரு சோகத்தைச் சொன்னார்கள். அவளுக்கு அப்போது தான் வெளிச்சம் ஏற்பட்டது. சாவின் நிதர்சனத் தோற்றத்தைக் கண்டு கொண்டாள்.

அவள் திரும்பி வந்தாள், வெறும் கையுடன். உண்மை நிலையை உணர்ந்து கொண்டதால் அவள் அற்புதத்தைக் கேட்கவில்லை.

அறிவைக் கொண்டு உலகத்தை அறிந்து கொள்பவனுக்கு அற்புதங்கள் தேவையில்லை. அவன் அதிசயங்களை நாடுவதில்லை. அறிவொளியில், அந்த மெஞ்ஞான வெளிச்சத்தில் அவனுக்குத் தெளிவான உலகாதர்சனம் கிட்டுகிறது.

அறிவைப் பாவியாதவர்களுக்கு, அறியாமையில் முடங்கிக் கிடப்பவர்களுக்கு அற்புதம் தேவைப்படுகிறது. இயற்கைக்கு அப்பால், பிரபஞ்ச நியதிகளுக்கு அப்பால், வாழ்வின் ஜதார்த்த நிலைக்கு அப்பால், ஏதோவொரு தெய்வீக ஆட்சி நடைபெறுவதாக எண்ணி அவர்கள் அற்புதத்தைக் கேட்கிறார்கள். வாழ்க்கையில் தோல்வி ஏற்படும் சமயம், வாழ்வின் அழுத்தங்கள் திணறடிக்கும் சமயம் இவர்கள் அறிவை நாடுவதில்லை. அற்புதத்தைத் தேடுகிறார்கள். வாழ்க்கையில் எழும் சவால்களை எதிர்நோக்கத் திராணியற்று மனமானது பயந்து, பதட்டப்படும் சமயங்களில் இவர்களுக்கு மாயாஜாலம் தேவைப்படுகிறது, மந்திர சக்திகள் தேவைப்படுகின்றன. யாகம் செய்து, பூசை செய்து, பிரார்த்தனை செய்து, வாழ்க்கையில் அற்புதங்களை நிகழ்த்தப் பார்க்கிறார்கள். எமக்கு எதிராக, எம்மைச் சூழ, எம்மைச் சதா அழுத்தும் இந்த நிஜமான மனிதவுலகத்தை மறந்து, மனிதானுபவத்தைத் துறந்து, தேவர்கள், தேவதைகள், பூதங்கள், பிசாசுகள் நிறைந்த ஒரு இருண்ட பேயுகத்தில் இவர்களது மனமானது விமோசனம் பெற விழைகிறது.

நாம் விழித்துக் கொண்டு கனவு காண்கிறோம். வானத்தின் சூன்யத்தில் கடவுள் வதிகிறார், வரங்களை வழங்குவார், கொடைகளைக் கொட்டுவார் என்று. முகட்டைப் பிய்த்துக் கொண்டு புதையல் விழப் போகிறது எனக் காத்திருப்பவன் போல, அற்புதங்களை நாடும் அசட்டு நம்பிக்கை எம்மை விட்டு இன்னும் அகன்றுவிடவில்லை.

புராதன மனிதனுக்கு இந்த உலகம் புதிராகத் தோன்றியது. ஆகாயத்திலும், பூமியிலும் நடைபெறும் இயற்கையின் செப்படி வித்தைகளை அவனால் புரிந்து கொள்ள முடியவில்லை. பூமியைச் சுற்றி ஒழித்து விளையாடும் சூரியன், பகலைச் சதா துரத்தி வரும் இரவு, செத்துச் செத்துப் பிறக்கும் சந்திரன். பூமியை நடுங்க வைக்கும் பூகம்பம், வானத்தைப் பிளக்கும் மின்னல் பேரிடி, பெருமழை, பேய்க்காற்று இவையெல்லாம் அவனுக்கு வியப்பாகவும், விபரீதமாகவும் தோன்றின. ஏதோ பிரமாண்டமான சக்திகள் தன்னை ஆட்டிப் படைப்பதாக ஆதிமனிதன் பயந்தான். அவனது பயத்திலிருந்து பிசாசுகள் பிறந்தன. தேவர்கள், தேவதைகள் தோன்றினர். ஜட உலகத்தில் தெய்வீகம்

புகுந்தது. நதிகள், மலைகள், விருட்சங்கள், விலங்குகள், சூரியன், சந்திரன், காற்று, மழை எல்லாவற்றிலும் தெய்வங்கள் குடிபுகுந்து கொண்டன. அறியாமையினால் ஆதிமனிதன் அற்புதங்களை நாடினான். தெய்வங்களிடம் தஞ்சம் புகுந்து தேறுதல் பெற விழைந்தான்.

காலப்போக்கில் காட்டுமனிதன் நாடு அமைத்து நாகரீகமடைய, இயற்கையின் இரகசியங்கள் அவனுக்குப் புலப்படத் தொடங்கியது. இந்தப் புதிய விழிப்பில் புராதன வழிபாடுகள் பல மடிந்து போயின. இயற்கையின் இயல்புகளாய் இயங்கி வந்த எண்ணற்ற தெய்வங்கள் பூமியிலிருந்து விரட்டப்பட்டன. புராதன நம்பிக்கைகள் சிதைய அவற்றின் புதைகுழியிலிருந்து புதிய மதங்களை மனிதன் கட்டி எழுப்பினான். மனித உருவில், மனிதனின் உன்னதவடிவமாய் மகத்தான சக்திகள் கொண்டதாய் ஒன்றையும் படைத்தன். தனது ஏலாமை, பலவீனம், அர்த்தமின்மையை ஏற்றுக் கொள்ள விரும்பாத மனிதன், தனது வாழ்விற்கு அற்புதமான அர்த்தத்தைக் கொடுக்கும் அதைப் படைத்தான். தனக்கு எட்டாத இயல்புகளை, கிட்டாத ஆசைகளை அதைக் கொண்டு பூர்த்தி செய்ய விரும்பினான்.

பூமியில் நடைபெறும் மனித நாடகத்திற்கு இந்தக் கடவுள் தானாம் இயக்குநர். "விதியென்ற முடிவிலா பெருங்கதையில் நாமெல்லாம் சிறு நாடக பாத்திரங்கள்; வந்து வந்து நடித்து விட்டுப் போகின்றோம். எம்மைச் சாவு தீண்டுவதில்லை. உடல்களை உடையாக உரிந்து விட்டுச் செல்கிறோம். பிறப்பு, இறப்புச் சக்கரத்திலிருந்து விடுபட்டதும் எமக்கு ஆன்மீக விடுதலை கிட்டும். தெய்வீக சமுத்திரத்தில் சங்கமமாவோம். இந்தப் பூமியில் எமக்கு விமோசனம் இல்லை. மனித வாழ்க்கை என்பது பெரியதொரு மனோமாயை. இந்த வாழ்க்கையைத் துறந்தால் விடிவிற்கு வழி பிறக்கும்." எமது மதமானது இப்படியொரு விபரீதமான புராணக் கதையைப் புனைந்து விட்டிருக்கிறது. இந்தப் பெரிய பொய்யில், இந்த அசட்டுக் கனவில் சிறைபட்டுக் கிடக்கும் மனித மனதை நாம் விடுதலை செய்ய வேண்டும். ஆகாயத்தில் ஆண்டவனை நோக்கித் திசைதெரியாது திரிபவர்களைப் பூமியை நோக்கித் திசை திருப்ப வேண்டும். வானத்தின் வெறுமையிலல்ல, பூமியில் தான் எமது சுவர்க்கம் இருக்கிறது.

அறியாமை என்ற தூக்கத்திலிருந்து நாம் இன்னும் விழித்துக் கொள்ளவில்லை. கனவுகளின் இனிய சொப்பனங்களில் மனித மனமானது நிறைவுகொள்ளப் பார்க்கிறது. வாழ்க்கையை கனவாக்கி அர்த்தமற்றதாக்கி விட்டுக் கனவை வாழ்க்கையாக்கி அர்த்தம் காண விழைகிறோம்.

கடவுள் என்பதை நாம் தேடுவதை விடுத்து மனிதன் யார் என்பதை முதலில் கண்டறிய வேண்டும். மனிதன் என்பவன் வானத்திலிருந்து விழவில்லை. பூமியின் புழுதியிலிருந்து பிரசவித்தவன். மனித விதியை மனிதனுக்கு மீறிய சக்திகள் நிச்சயிப்பதில்லை. மனிதன் தன்விதியைத் தானே, தன் சிந்தனையால், செயலால் நிர்ணயிக்கிறான்.

நீச்சே என்ற தத்துவஞானியின் எழுத்திலிருந்து ஒரு சுவையான பகுதியை இங்கு சுருக்கித் தருகிறேன்.

சராதுஷ்ரன் தனது வனவாசத்தை முடித்துக் கொண்டு நாடு நோக்கி அந்த மலையிலிருந்து இறங்கி வருகிறான். மலையடிவாரத்திலுள்ள காட்டில் அந்த வயோதிப் துறவியைச் சந்தித்தான்.

"சராதுஷ்ரா, நீ தனிமையில் வாழ்ந்து தவத்தினால் ஞானமடைந்துள்ளாய், விழித்துவிட்டாய். கடலின் தனிமையிலிருந்து மீண்டும் ஏன் கரைக்குப் போகப் பார்க்கிறாய்? சதா தூக்கத்திலிருக்கும் மனிதர்களிடம் உனக்கு என்ன வேண்டியிருக்கிறது?" என்று கேட்டான் அந்தத் துறவி.

"நான் மனித குலத்தை நேசிப்பவன்," என்றான் சராதுஷ்ரன்.

"நான் சமுதாயத்தைத் துறந்து ஏன் இந்தக் காட்டில் தஞ்சம் புகுந்திருக்கிறேன் தெரியுமா? நான் கடவுளை நேசிப்பவன். மனித சமுதாயத்தை அல்ல. மனிதன் தூய்மையற்றவன், ஒழுக்கமற்றவன். மனித குலம் மீதான உனது அன்பு உன்னை அழித்து விடும்," என்றான் அந்த முனிவன்.

சராதுஷ்ரன் சொன்னான்: "நான் மனித குலத்திற்கு ஒரு நன்கொடையைக் கொண்டு செல்கிறேன்."

"மனிதர்களை நாடிப் போகாதே. இந்தக் காட்டில் தங்கியிரு. மனிதர்களை விட இந்தக் காட்டு மிருகங்கள் மேலானவை. மிருகங்களை அண்டிப் போ. என்னைப் போல உன்னால் சீவிக்க முடியாதா? கரடிகளில் ஒரு கரடியாக, பறவைகளில் ஒரு பறவையாக?" என்றான் துறவி.

"முனிவரே இந்தக் காட்டில் இத்தனை காலமும் என்ன செய்து வருகிறீர்கள்?"

"நான் பாட்டுகள் இயற்றுவேன். பாடுவேன். நான் பாட்டுக்கள் புனைகையில், பாடுகையில், சிரிப்பேன், அழுவேன், எனக்குள் முணுமுணுப்பேன். இவ்வாறு நான் கடவுளைத் துதிக்கிறேன். எனது பாட்டில், சிரிப்பில், அழுகையில், முணுமுணுப்பில் நான் எனது கடவுளைப் போற்றிப் புகழுவேன். அது இருக்கட்டும், எமக்காக என்ன நன்கொடை கொண்டு வந்திருக்கிறாய்?" என்று கேட்டான் முனிவன்.

"நான் உங்களுக்கு எதையும் கொடுக்கவும் தேவையில்லை. உங்களிடமிருந்து நான் எதையும் பெறவும் தேவையில்லை," என்று கூறிவிட்டு அங்கிருந்து கிளம்பினான் சராதுஷ்ரன்.

மனிதன் பிறக்கிறான், இறக்கிறான். பிறப்புக்கும் இறப்புக்கும் இடையே ஒரு குறுகிய இடைவெளி, காலத்தின் ஒரு துளி, வாழ்க்கையாக விரிகிறது. முடிவற்று, எல்லையற்றதாய் நகரும் கால விசாலத்தில் ஒரு கண வாழ்க்கை, காளான் வாழ்க்கை.

இதில் பாதிநேரம் தூக்கத்தில் நழுவுகிறது. மறுபாதியை விழித்தபடி தூங்கிக் கொன்று விடுகிறோம். மிஞ்சுவது என்ன? கனவுகள், நிஜமற்ற நினை-

வின் நிழல்கள். கடவுகள் என்ற கனவு. சுவர்க்கம் என்ற கனவு.

மனித வாழ்க்கை காலவெள்ளத்தில் அடிபட்டுச் செல்கிறது. மனிதனது இந்தக் கனவுகளோ சாகாது நிலைத்து விடுகின்றன. ஆதிதொட்டு, பரம்பரை பரம்பரையாக நிலைக்கும் கனவுகள். பிறந்த கணத்திலிருந்தே மனிதப் பிரக்ஞையை சாகடித்து விடும் கனவுகள்.

விவேகம்தான் மனிதனுக்கு விடிவைத் தரும். வெற்றியைத் தரும்.

சிந்திப்பவன்தான் கடவுள். சிருஷ்டிப்பவன்தான் கடவுள். அவன் கலைத்தொழிலாளியானால் என்ன, கமத்தொழிலாளியானால் என்ன? படைக்கும் மனிதன் எவனோ அவன்தான் கடவுள்.

ஒரு பைத்தியக்காரன் ஏதோ பிதற்றியடி அந்த வீதியால் வருகிறான். ஒரு சனக்கூட்டம் அவனை வேடிக்கை பார்த்தபடி நிற்கிறது. திடீரென அவன், அக்கூட்டத்திற்கு முன்னால் ஓடிச்சென்று ஆத்திரத்தில் கத்தினான், “விழியுங்கள், விழியுங்கள்,” என்று. எல்லோரும் சிரிக்கிறார்கள்.

வெளியீடு: சிரித்திரன், ஆனி 1977 (பிரம்மஞானி என்ற புனைபெயரில் எழுதப்பட்டது)

20. கெரில்லா யுத்தம் பற்றிய குறிப்புகள்

ஒரு அரசியற் போராட்டத்தின் அதியுச்ச கட்டமாக, அப்போராட்டத்தின் வளர்ச்சியும், முதிர்ச்சியும் அடைந்த நிலையில் புரட்சிகர ஆயுதப் போராட்டம் தோற்றம் கொள்கிறது. இது உலகளாவிய வரலாற்று உண்மை. உலக சோசலிசப் புரட்சிகளும், தேசிய விடுதலைப் போராட்டங்களும் ஆயுதம் தரித்த புரட்சிகரப் பரிணாமம் பெற்றவையே.

ஒடுக்குமுறையாளன் தனது அடக்குமுறைச் சாதனமாக ஆயுத பலாத்காரத்தையே பிரயோகிக்கிறான். இந்த அநீதியான ஆயுத பலாத்கார அடக்குமுறைக்கு எதிராகக் கிளர்ந்தெழும் மக்கள், ஆரம்பத்தில் அமைதிவழிப் போராட்டங்களை நடத்துகின்றனர். ஆனால் இந்த அமைதி வழி மென்முறைப் போராட்டங்களை நசுக்க ஒடுக்குமுறையாளன் ஆயுத வன்முறையை அதிதீவிரப்படுத்துகிறான். இதனால் சட்ட ரீதியான, சமாதான, சனநாயகப் போராட்ட முறைகளில் மக்கள் நம்பிக்கை இழக்கின்றனர். அதே சமயம் ஒடுக்குமுறையோ நீடிக்கிறது; சாதாரண வாழ்க்கையின் சகல பரிமாணங்களிலும் ஊடுருவிச் செல்கிறது. மனித உரிமைகள் இழந்த அடிமைத்தனத்திற்கு மக்கள் தள்ளப்படுகின்றனர். அடக்குமுறையின் அழுத்தம் அதிகரிக்க, மக்களிடம் ஆவேசம் பிறக்கிறது. விடுதலை வேட்கை எழுகிறது. ஆயுதப் பலாத்கார அடக்குமுறையை ஆயுதம் தாங்கி எதிர்கொள்ள மக்கள் தயாராகின்றனர். இந்தப் புரட்சிகர வரலாற்றுச் சூழ்நிலையிலேயே ஆயுதம் தரித்த எதிர்ப்பு இயக்கம் (armed resistance movement) ஒரு வெகுசனப் போராட்ட வடிவத்தை எடுக்கிறது. எனவே, அடக்குமுறைக்கு எதிராகச் சகல

விதமான சமாதான வழி தழுவிய போர்முறைகளையும் கையாண்டு தோல்விகண்ட மக்கள், வேறெந்த வழியுமற்ற சூழ்நிலையில், ஆயுதம் தாங்கிய புரட்சிகரப் போராட்டத்தில் குதிப்பது தவிர்க்க முடியாத வரலாற்று நியதியாகிவிடுகிறது. தமிழீழத் தேசிய சுதந்திரப் போராட்ட வரலாற்றை எடுத்துக் கொண்டால் இந்த உண்மை புலனாகும்.

எமது போராட்டம் 35 வருட கால வரலாற்றைக் கொண்டது. இந்த வரலாற்றுக் காலத்தில் எமது விடுதலைப் போராட்டம் பல திருப்புமுனைகளை அடைந்திருக்கிறது; புதிய வடிவங்களைப் பெற்றிருக்கிறது; புதிய பரிமாணங்களை உள்ளடக்கியதாக விரிவுபெற்றிருக்கிறது. சம உரிமை கோரி, சமஸ்டி ஆட்சி கோரி, ஈற்றில் சுயநிர்ணய உரிமையின் அடிப்படையில் தனியாட்சி கோரும் அளவிற்கு எமது போராட்டம் முதிர்ச்சியும், வளர்ச்சியும் கண்டது. ஆரம்பத்திலிருந்து கால் நூற்றாண்டு காலத்திற்கு மேலாக நாம் அகிம்சைத் தத்துவத்தின் அடிப்படையில் அமைதிவழிப் போராட்டங்களை நடத்தினோம். வர்க்க, சாதி வேறுபாடற்ற ரீதியில் முழுத் தமிழீழச் சமூகமுமே இந்தத் தேசியப் போராட்டத்தில் எழுச்சி கொண்டது. சகல விதமான சமாதான, சனநாயக மார்க்கங்களிலும் மக்கள் தமது விடுதலையுணர்வுக்கு வெளிப்பாடு கண்டனர். தமிழ்த் தேசாபிமான எழுச்சியைக் கண்டு மிரண்ட சிங்கள இனவாத அரசு தனது பாசிச அடக்குமுறை இயந்திரத்தை முடுக்கிவிட்டது. அகிம்சை வழி மென்முறைக்கு எதிராக ஆயுத வன்முறை விஸ்வரூபம் எடுத்தது. அடக்குமுறையாளனின் ஆயுத பலத்திற்கு அகிம்சைப் போரின் தார்மீக பலத்தால் ஈடுகொடுக்க முடியவில்லை. தமிழீழச் சுதந்திரப் போராட்ட வரலாற்றின் ஒரு சகாப்தம் முடிவுற்றது. அகிம்சைப் போராட்டத்திலும், அப்போராட்ட யுக்தியைக் கையாண்ட தலைமையிலும் தமிழ் பேசும் மக்கள் நம்பிக்கையை இழந்தனர். எழுபதின் ஆரம்பத்தில் ஒரு புதிய யுகம் பிறக்கிறது. இது புதிய பரம்பரையின் சகாப்தம். புரட்சிகர ஆயுத வன்முறைப் போராட்டம் வரலாற்று ரீதியாகப் பிறப்பெடுத்த காலகட்டம்.

சட்ட ரீதியான, சனநாயகப் போராட்ட வடிவங்கள் படுதோல்வி கண்ட சூழ்நிலையில், இன அழிப்பு அட்டூழியங்களிலிருந்து எமது மக்களைப் பாதுகாக்க வேறெந்த வழியுமற்ற சூழ்நிலையில்தான் புரட்சிகர ஆயுத எதிர்ப்பு இயக்கம் தமிழீழத்தில் தலைதூக்கியது. இந்த ஆயுதப் புரட்சி இயக்கத்திற்கு அன்று முன்னோடியாக விளங்கியதும், இன்று முன்னணி வகித்து வருவதும் விடுதலைப் புலிகள் இயக்கம் என்பதை யாராலும் மறுக்க முடியாது. ஆயுதப் போராட்டத்தை ஒரு புரட்சிகர இலட்சியத்தின் அடிப்படையில் வரித்து, ஒரு கட்டுக்கோப்பான இரகசிய இயக்க அமைப்பை உருவாக்கி, கெரில்லாப் போர் முறையை மக்கள் போராட்ட வடிவமாகத் தமிழீழத்தில் அறிமுகம் செய்த பெருமை எமது இயக்கத் தலைவரான பிரபாகரனையே சாரும். இவர் கட்டி வளர்த்த புலிகள் இயக்கத்தின் தோற்றமும், வளர்ச்சியும் தமிழீழ சுதந்திரப் போராட்டத்தை ஒரு புரட்சிகரமான புதிய சகாப்தத்தில் பிரவேசிக்கச் செய்-

தது. திசை தெரியாது தடுமாறிய தமிழரின் அரசியல் போராட்டம், ஆயுதப் போர் வடிவப் பரிணாமம் பெற்று ஒரு உயர்ந்த நிலைக்கு முன்னேற்றம் கண்டது.

உலகெங்கும் கெரில்லாப் போர்முறையானது ஒரு விடுதலைப் போராட்ட வடிவமாக வலுப்பெற்று வருகிறது. இரண்டாவது உலக யுத்தத்தை அடுத்து இன்று வரை கிட்டத்தட்ட 50 நாடுகளில் கெரில்லாப் பாணியிலான ஆயுதப் புரட்சிப் போராட்டங்கள் தலைதூக்கியிருக்கிறது. காலனிய, ஏகாதிபத்திய சக்திகளின் அடக்குமுறையை உடைத்தெறிய கெரில்லாப் போர்முறையைக் கையாண்டு எத்தனையோ நாடுகள் வீரசுதந்திரம் பெற்றுள்ளன. சீனா, வியட்னாம், கியூபா, அல்ஜீரியா, அங்கோலா, மொசாம்பீக், கினி, சிம்பாவே, நிகராக்குவா போன்ற நாடுகள் கெரில்லாப் போர்முறைத் திட்டத்தைக் கையாண்டே வெற்றிகளை ஈட்டின. இன்னும் எத்தனையோ நாடுகளில் கெரில்லாப் போர்முறை தழுவிய விடுதலைப் போராட்டங்கள் வெற்றிப் பாதையில் வீறுநடை போடுகின்றன. புரட்சிகர ஆயுதப் போராட்ட யுக்திகளில் கெரில்லாப் போர்முறையானது ஒரு தலைசிறந்த போர்க்கலை. ஒரு பலம் வாய்ந்த அடக்குமுறை அமைப்புக்கு எதிராக, பலம் குன்றிய மக்களால் தொடுக்கப்படும் மிகச் சக்தி வாய்ந்த போராயுதம். எந்தவொரு பிரமாண்டமான இராணுவ இயந்திரத்தையும் நிலைகுலைந்து நடுங்க வைக்கும் போர்த் தந்திரோபாயம். இந்தக் கெரில்லாப் போர்முறையானது உலகளாவிய ரீதியில் ஒடுக்கப்படும் மக்களிடத்தில் பிரபல்யம் பெற்றிருப்பினும், இப்போர்முறையை அதன் திட்ப நுட்பங்களுடன் தமிழீழ அரசியல் போர் அரங்கில் அறிமுகம் செய்து, அதனை முன்னெடுத்துச் செல்வது எமது விடுதலை இயக்கமாகும்.

கெரில்லாப் போராட்டம் பற்றியோ, அல்லது உலக விடுதலை இயக்கங்களின் போர்முறைகள் பற்றியோ எவ்விதமான விளக்கத் தெளிவற்ற அரசியல்வாதிகளும், பழைய மார்க்சீயவாதிகளும், ரொட்சியவாதிகளும் எமது புரட்சிகர ஆயுதப் போராட்டத்தைத் 'தனிநபர் பயங்கரவாதம்' என்னும் கோட்பாட்டில் விமர்சித்து வருகிறார்கள். கெரில்லாப் போர்முறையைக் கண்டிக்கும் வேறு சிலர், தாம் மக்கள் போராட்டம் நடத்தப் போவதாகப் பிதற்றி வருகிறார்கள். இவர்கள் எல்லோரினதும் குழப்பத்திற்குப் பிரதான காரணம் கெரில்லாப் போராட்டம் பற்றிய விளக்கக் குறைவாகும். இவர்கள் இன்னும் பழைய மரபு மார்க்சியக் கோட்பாடுகளில் சிறையுண்டு கிடப்பதால், நவயுகப் புரட்சிப் போராட்ட வரலாறுகளையும், அப் போராட்ட அனுபவங்களை அடிப்படையாகக் கொண்ட புதிய மார்க்சியப் புரட்சிச் சிந்தனைகளையும் கிரகித்துக் கொண்டதாகத் தெரியவில்லை.

ஒவ்வொரு தேசிய விடுதலைப் போராட்டமும் தனக்கே உரித்தான வரலாற்று வளர்ச்சியையும், தனித்துவமான எதார்த்த சூழ்நிலைகளையும், இவற்றை எல்லாம் அனுசரித்து வரிக்கப்பட்ட போராட்ட வடிவத்தினையும் கொண்டிருக்கிறது. எமது விடுதலைப் போராட்டமும் அதற்குரிய தனித்துவ-

மான புறநிலைகளையும், வரலாற்றையும் கொண்டது. இந்தச் சூழ்நிலைகளின் நிதர்சனத்திற்கு ஏற்பவே எமது போராட்ட வடிவமும் நெறிப்படுத்தப்பட்டிருக்கிறது. எமது பூகோளச் சூழ்நிலைகள், எமது எதிரியின் நிலைப்பாடு, சதா புதிய திருப்பங்களை அடைந்து வரும் அரசியல் சூழ்நிலை, இவற்றையெல்லாம் ஆய்வு செய்தே எமது போர்முறை முன்னெடுத்துச் செல்லப்படுகிறது. இதன் காரணமாகவே எமது ஆயுதப் போராட்டமானது வெற்றிப் பாதையில் விரிவடைந்து முன்னேறியிருக்கிறது. இதன் காரணமாகவே மக்கள் எமக்குப் பக்க பலமாக நிற்கிறார்கள். மக்களின் ஆதரவின்றி, மக்களின் நேரடிப் பங்களிப்பின்றி ஆயுதப் போராட்டம் நிலைத்து நிற்காது என்பது எமக்கு நன்கு தெரியும். கெரில்லாப் போர் என்பதே ஒரு வெகுசனப் போராட்டம். தேசிய விடுதலைப் பரிணாமம் பெற்ற எமது ஆயுதப் போராட்டத்தில் மக்களை அணிதிரட்டி, ஒரு வெகுசன ஆயுதப் புரட்சிப் போர்மூலம் விடுதலையை வென்றெடுப்பதே எமது அரசியல்-இராணுவத் திட்டமாகும்.

புரட்சிகர ஆயுதப் போரின் ஒரு வடிவமான கெரில்லாப் போராட்டம் பற்றிச் சோசலிசத் தத்துவார்த்த விளக்கங்களைக் கொண்ட படைப்புக்கள் நிறையவுண்டு. கெரில்லாப் போரின் தன்மை, போர்முறைத் திட்டம், போராட்ட யுக்திகள், பொதுமக்களுக்கும், போராளிகளுக்கும் மத்தியில் நிலவ வேண்டிய உறவுகள்,இராணுவப் போரின் அரசியல் முக்கியத்துவம் ஆகியன பற்றிப் புரட்சித் தலைவர்கள் தமது போராட்ட அனுபவங்களின் அடிப்படையில் ஆழமான கருத்துக்களை முன்வைத்திருக்கிறார்கள்.இக் கருத்துக்களும், கோட்பாடுகளும் அந்தந்த நாடுகளின் வரலாற்றுச் சூழ்நிலைக்குப் பொருந்துவன.ஆயினும் உலகப் புரட்சி அனுபவங்களைப் படித்தறிவதன் மூலம் தமிழீழப் போராளிகளின் பார்வைகள் கூர்மையடையும். - **விடுதலைப் புலிகள் பத்திரிகை, ஜூலை 1984**

3

கொரில்லா கூர்

1. ஒரு உண்மை நாயகனின் வீர வரலாறு

1612 இல் நடந்தஐரோப்பிய ஆக்கிரமிப்பு வெள்ளையருக்கு எதிரான விடுதலைப்போரில் வீர மரணம் அடைந்த தமிழ் நாட்டில் இருந்து போய் யாழ்பாணத்தில் அத்தமிழ் மக்கள் விடுதலைக்காக போரிட்டு இன்னுயிர் நீத்த வீர வருணகுல ஆதித்தன் காத்தனின் நினைவு நாள் இன்று!

இப்போது வருணகுலத்தானின்வரலாற்றை அறிய இருக்கிறோம்.

வருணகுல ஆதித்தன் காத்தான் பற்றி நமக்கு கிடைத்திருக்கும் வரலாற்று தரவுகள்மிக சிலவேஆனால் அவைகள் அழுத்தம் திருத்தமானவை. கிடைத்திருப்பதைக்கொண்டு வரைவை தொடங்கலாம்.

முதலில் ஒரு பழம்பாடலைக்காணலாம்

வரலாறு என்பது இலக்கியம், கல்வெட்டு, அகழாய்வு இவைகளை ஆதாரமகக்கொண்டே எழுப்படுகிறது

அது கவி காளமேகம்என்பவர் காத்தான் சத்திரம் பற்றி இயற்றிய பாடல்

14 நூற்றாண்டில் முக்கிய வணிகத்துறைமுகங்களை இணைக்கும் சிறப்பான ஒரு வணிகப்பாதையாக இப்போதைய கிழக்கு கடற்க்கரை சாலை விளங்கி வந்திருந்தது.அதில் இப்போதும் காத்தான் சத்திரம் என்ற பெயரில் பல ஊர்கள் வருணகுல காத்தனின் புகழைஇன்றும் சொல்லி "காத்தான் சத்திரம் "" காத்தான் சாவடி "என்பது போன்று ஊர் பெயராக வழங்கி வருகிறது. ஆனால் நம் குலமக்களே அதன் பொருளை, அது குறிப்பிடும் வீரனை, வள்ளலை யார் என்று அறியவில்லை.

நாகப்பட்டினம் காத்தான் சத்திரத்தில் கவி காளமேகம் சோற்றுக்குக் காத்திருந்தபோது பாடிய பாடல். இது. காளமேகம் சிலேடை எனும் இரட்டை பொருள் கூறும்வகையில் தனி விதமான பாடல்களை இயற்றுவதில் வல்ல-

வர். ;ஆமணக்குக்கும் யானைக்கும், வைக்கோலுக்கும் யானைக்கும் போன்ற பல சிலேடைகள் கொண்ட பாடல்கள் பாடியவர்

கடல் சூழ்ந்த செல்வம் மிகுந்த ஊர் நாகப்பட்டினம். அது ஒரு முக்கிய வணிக நகரம், துறைமுகம்

அங்குக் காத்தான் சத்திரம். என்று ஒரு சத்திரம், அங்கு வருபவர் அனைவருக்கும் வந்தவர்கெல்லாம்ஓயாது சோறு போடுவாகள்.

சோற்றுக்காகக் காளமேகப் புலவர்பசியுடன் காத்திருந்தார்.

அப்போது ஒரு பாடல் எழுந்தது

கத்துகடல் சூழ்நாகைக் காத்தான்றன் சத்திரத்தில்
அத்தமிக்கும் போதி லரிசிவரும் - குத்தி
உலையிலிட வூரடங்கு மோரகப்பை யன்னம்
இலையிலிட வெள்ளி யெழும்...

பொழுது இறங்கும் போதுதான் அரிசி வரும்.
அதனைத் தீட்டி உலையில் போடும்போது
ஊரே அடங்கிப் போயிருக்கும்.
ஒர் அகப்பைச் சோறு இலையில் போடும்போது
விடிவெள்ளி முளைத்துவிடும். என்று தான் பொருள் கொள்வர்.
பாடியவர் காளமேகம் என அறிந்த சத்திரத்தார்
காளமேகத்திடம் மன்னிப்புக் கேட்டபோது
காளமேகம் அந்தப் பாடலுக்கு
வேறு வகையில் விளக்கம் கூறினாராம்.

அத்தமிக்கும் போது என்பதன்பொருள் அத்தமிக்கும் போது என்பது அல்ல.

நாட்டுவளம் அத்தமிக்கும் போதிலும்
உங்கள் சத்திரத்தில் அரிசி வரும் என்பதாகும்.
நீங்கள் குற்றி உலையில் போடும்போது
சோறுசிடைக்கும் என்னும் நம்பிக்கையில்
ஊரே அடங்கிவ்விடும்.
இலையில் இட அதில் இருக்கும் சோறு
வெள்ளி எழுவது போல் தகதகவென மின்னும் - என்றாராம்.

இது இப்போதும் கிடைக்கும் காலமேகபுலவரின் பழைய பாடல். இதில் முக்கியம் சுமார் ரு௦௦ ஆண்டுகளுக்கு முன் காத்தான் என்பவர் பெயரில் பல சத்திரங்களும், சாவடிகளும் இருந்திருக்கின்றன என்பதுவே.

அந்த காத்தான் என்பவர் நாகபட்டினத்தில் வாழ்ந்து வந்த ஒரு போர்ப்படை தளபதி, தனியாக நாடு கொண்டிருந்த மன்னர், பெருவணிகர் பல வணிக பெரிய கப்பல்களுக்கு சொந்தக்காரார், வள்ளல், தாய்நாட்டு பாசம் கொண்டவர், தமிழ் மேல் தீராத பற்று கொண்டவர் இவ்வாறு பெருமைகளுக்கு சொந்தக்காரார்.நாகையின் கோன்,வருணகுல ஆதித்தன்,

சங்கம் காலம் முதல் 14 ஆம் நூற்று ஆண்டுவரை பரதவர்பலர் சோழ கடற்படை தளபதியாகவும் தன்னாட்சி செய்யும் அரசர்களாகவும் இருந்து இருக்கிறார்கள்.

அது வழி வந்த முக்கிய வீரன்அப்போது நாகையில் வாழ்ந்த வருணகுல ஆதித்தன் காத்தான் ஆகும்.

அவர் 14 ஆம் நூற்றாண்டில் தஞ்சையிலிருந்து அரசாண்ட விசயநகர மன்னன் திருமலைராயன் எனும்மன்னருடன் நெருங்கிய தொடர்பில் இருந்-தார்

நிறைய வெற்றிகளையும் ஈட்டி, வள்ளல் தன்மையுடன், பெரும் புகழுடன் வாழ்ஞ்திருக்கிறார்,அப்போது அவர் வாழ்ந்த வாழ்கையின் பண்புகளை சிறப்-புற விவரிக்கிறது அப்போது எழுந்த, இப்போதும் கிடைக்கும் சிறந்த சிற்றி-லிக்கியம் வருணகுல ஆத்தின் மடல். என்பது.அது,

வென்றி திறள்புருஷன் நாகையர்கோன்
செங்கைக் கொடை போல் சுரபிதனை அஞ்சத் துறந்து.....,
வருணகுலாதித்தன் மடல் கண்ணி எண் 209

ஏற்றுக் கொடியோன் தனக்கு குலக்கொடியை நல்கி வாடியாப் புகழ்ப-டைத்த வள்ளல்(265)

பார்வதி பரதவ ராஜகுமரியாகப் பிறந்த மீனவ குலதில் வற்றாத புகழ் படைத்த வள்ளல் என்கிறது மேலும்,

கோமான் என வாழ் குருகுலத்தார் கோத்திரத்தில் மாமால் அனைய மநு-துங்கன்.(267), உலகத்தை ஆண்ட அரசர் என வாழ்ந்த குருகுலத்தாரின் கோத்திரத்த்தில் பிறந்தவன்.

கண்ணனை போல மக்களில் சிறந்தவன், குருகுலத்தார் என்பது பரதவ இனத்தின் பெருமை மிகு தொன்மம் ஆகும்.

பூமீது மண்டலீகர் கொண்டாடும் மானகுல சீலபரன் தண்டமிழ்வல் லோர்-கிளையத் தாங்குவன்(268)

பூமியில் உள்ள அனைத்து மன்னர்கள் தன்னை கொண்டாடும்படியான மேம்பட்ட மானத்தையும் ஒழுக்கத்தையும் உடையவன்.அத்தகைய தமிழ் வல்-லோர் கிளைதாங்கும் புகழ் கொண்டவன் என்கிறது

எனவே இத்தனை பெருமைகொண்ட மாவீரனான நாகை வருணகுலாதித்-தன் காத்தான் என்பவரை யாழ்பாணத்தில் தமிழர் ஆட்சிக்கு வந்த இடுக்-கண் களைய அப்போது ஆண்ட நாயக மன்னர் தமிழர் வரலாறு அறிந்த, தொடர்பை அறிந்த, குலத்தையும், மரபையும் அறிந்து வருணகுல ஆதித்தன் காத்தானை இலங்கைக்கு மீட்பதற்காக அனுப்பபடுகிறார்.

இராஜராஜ சோழன் காலம்முதல் வளர்ச்சியடைந்துவந்தஇலங்கை வல்-வெட்டித்துறை போத்துக் கேயர் காலத்தில் முழுஅழிவினுக்குள்ளாகியது.

தொடர்ந்த 1619ஜூன் ஐந்தாம் தீதி யாழ்ப்பாணத்தின் இறுதிமன்னனான சங்கிலி குமாரன் போத்துக்கீசரால் கைப்பற்றப்பட்டு கோவா விற்கு கொண்டு-

செல்லப்பட்டான். அத்துடன் யாழ்ப்பாண தமிழரசரின் ஆட்சி முடிவுக்குவந்தது.

1505இல் கொழும் பில் (அன்றைய கோட்டைஇராச்சியம்) கரையொதுங்கிய போத்துக்கீச தளபதியான DoLorenzo de Almieida இலங்கை யில் முதன்முதல் காலடிவைத்த போத்துக்கீசனாவான்ஆனால் 114 ஆண்டுகளில் அது அவர்கள் வசமானது. வரலாற்றில் அறிய வேண்டிய பாடங்கள் அதிகம் உண்டு.சரிவர அலுவலகமே இல்லாத ஒரு அயல் நாட்டு நிறுவனம், ஆட்சியை பிடிக்க முடிகிறது.

1505 க்கும் 1616 இடையில் நடந்த போராட்டங்களை சுருக்கமாக அறிந்தால் அங்கு நிலவிய சூழல் புலப்படும்.பல்வேறு உக்திகளை பயன்படுத்தி,

இலங்கையின் கரையோரப் பகுதிகள் பலவும் போத் துக்கீசரின் ஆட்சியில் கீழ்வந்த ன. எனினும் 1519இல் யாழ்ப்பாணத்தில் ஆட்சிக்கு வந்த சங்கிலியன் எனப்படும் 7ம் செகராசசேகரன் 1561 வரை போத்துக்கீசரின் ஆணையை ஏற்கமறுத்துவந்தான். அத்துடன் இவர்களிற்கு எதிரான பலதாக்குதல்களை கடலிலும் தரையிலும் நடத்திவந்தான். (இவனுடைய தாயார் மங்காத்தா வல்வெட்டித்துறை மணல்குடியை சேர்ந்தவரும் அன்றையஅரசனான பரராசசேகர னின் மனைவியரில் ஒருத்தி என்பதும் குறிப்பிடத்தக்கது) குறிப்பாக 1544 டிசம்பரில் மன்னாரில் இவன் நடத்திய தாக்குதல் மிகப்புகழ்பெற்றது. இத்தாக்குதலில் போத் துக்கீச படை களுடன் மக்களை மதமாற்றத்திற்குள்ளாக் கிவந்த பிரான்சிஸ் எனும் மதகுருவும் மதம்மாறிய பலரும் கொல்லப்பட்டனர்.

இதன் முக்கியத்துவம் உணர்ந்த தமிழ் நாட்டில் ஆட்சி செய்த தஞ்சை மன்னர் உதவிக்கு விரைந்தார். தமிழர் ஆட்சி அங்கே இல்லை என்பது நீடித்தால் தனது ஆட்சிக்கும் தீமை பரவும் என்று உணர்ந்திருந்தார்

இந் நிகழ்ச்சியை தொடர்ந்து இலங்கையின் கரையோரப் பகுதிகள் பலவும் போத் துக்கீசரின் ஆட்சியில் கீழ்வந்த ன. எனினும் 1519இல் யாழ்ப்பாணத்தில் ஆட்சிக்கு வந்த சங்கிலியன் எனப்படும் 7ம் செகராசசேகரன் 1561 வரை போத்துக்கீசரின் ஆணையை ஏற்கமறுத்துவந்தான். அத்துடன் இவர்களிற்கு எதிரான பலதாக்குதல்களை கடலிலும் தரையிலும் நடத்திவந்தான். (இவனுடைய தாயார் மங்காத்தா வல்வெட்டித்துறை மணல்குடியை சேர்ந்தவரும் அன்றையஅரசனான பரராசசேகர னின் மனைவியரில் ஒருத்தி என்பதும் குறிப்பிடத்தக்கது) குறிப்பாக 1544 டிசம்பரில் மன்னாரில் இவன் நடத்திய தாக்குதல் மிகப்புகழ்பெற்றது. இத்தாக்குதலில் போத் துக்கீச படை களுடன் மக்களை மதமாற்றத்திற்குள்ளாக் கிவந்த பிரான்சிஸ் எனும் மதகுருவும் மதம்மாறிய பலரும் கொல்லப்பட்டனர்.

போத்துக்கீசஏகாதிபத்தியத்திற்கு எதிரான சங்கிலிய னின் இத்தாக்குதல் பின்னாட் களில் மதவெறிகொண்ட வனாக சிலரால் வர்ணிக்கப்பட்டது. இச்சம்பவத்தைத் தொடர்ந்து புனிதசவேரியர் என்ற மதகுருவான பிரான் சிஸ்

போத்துக்கீச அரசுக்கு 20.01.1545 இல் எழுதிய கடித த்தில் தமக்கு அடங்காத சங்கிலியை யாழ்ப்பாண அர சில் இருந்து விரைவில் அகற்றுமாறும் அவ்வாறு அகற்றி னால் யாழ்ப்பாணத்தில் பெரும் ஆன்மீக அறுவடை(கிறிஸ்தவ மதமாற்றம்) காத்திருப்பதாக வேண்டுகோள் விடுத்திருந் தார். அந்நிய ஏகாதிபத்தி யத்திற்கு எதிரான சங்கிலியனின் இப்போர்க்கால நடவ டிக்கையினை தொடர்ந்து மேலும் பதினேழு ஆண்டுகள் யாழ்ப்பா ணம் தமிழரின் முழுமை யான கட்டுப்பாட்டிலிருந்தது.

இக் காலத்தில் மன்னார் முல்லைத்தீவு உட்பட வன்னியின் பலபகுதிகளும் யாழ்ப் பாண அரசின் கீழிருந்து வந்தன. போத்துக்கீசரின் இத்தகைய பலத்த எதிர்ப்புகளைமீறி 1561 வரை சங்கிலியனது முழுமை யான கட்டுப்பாட்டில் யாழ்ப்பாணம் விளங்கி வந்தமை குறிப்பி டத்தக்கது.

இறுதியாக போத்துக்கேயரின் கடுமையான எதிர்ப்பா லும் உள்ளி ருந்து கொல்லும் தொடர்ச்சியான துரோகத் தினாலும் நாற்பத்திஇரண்டு வருடங்கள் அரசாண்ட சங்கிலியன் என்ற 7ம் செகராச செகரன் 1561 இல் வன்னிக்கு தப்பிச் செல்ல யாழ்ப் பாணம் போத்துக் கீசரின் மேலாண்மைக்குட்பட்டது.

சங்கிலியனைப்பற்றி ஆராய்ந்த ‘இலங்கையில் தமிழர் ஒருமுழுமையான வரலாறு’ நூலின் ஆசிரியரான கலாநிதி முருகர் குணசிங்கம்

யாழ்ப்பாண மன்னன் முதலாவதுசங்கிலி போத்துக் கீசரையும் அவர்கள் மதத் தையும் தமிழ்ப்பிரதேசத்தில் நிலைகொள்ளாமல் தடுத்துநிறுத்துவதற்கு தன்னாலான முயற்சிகளை எல்லாம் மனவுறுதியோடு செய்தான். ஆனால் அவனுடைய மரணத் திற்குப்பின்னர் சங்கிலி போல் துணிவும் தேசப்பற்றும் மதப்பற்றுமுள்ள மன்னன் போத்துக்கீசர் அட்சிக்காலத்தில் தமிழ்தேசத்திற்கு கிடைக்காமற் போய்விட்டதை காணமுடிகின்றது.

என தனதுநூலின் 184 ம்பக்கத்தில் கூறுவது இவ்விடத்தில் சுட்டிக்காட்டத்தக்கது.

யாழ்ப்பாணத்தில் சங்கிலியனுக்கு பின்வந்த சிலஅர சர்க ளும் அந்நியரான போத்துக் கீசரின் மேலாண் மையை ஏற்றுக்கொண்ட போதும் இறுதியாக 1616 இல் ஆட்சி க்கு வந்த சங்கிலிகுமாரன் சிலகாலத்திலேயே போத்துக் கீசருக்கு மாறாக செயற்படத் தொடங்கி னான். அத்துடன் அவர்களின் எதிரியான தஞ்சாவூரின் இரகுநாத நாயக்க மன்னனுடன் நட்புக்கொண்டான்.

இதனால் வெகுண்டெ ழுந்த போத்துக்கீசர் சங்கிலி குமா ரன் மீது போர்தொடுத் தனர். இவர்களுக்கு யாழ்ப்பா ணத்தில் இருந்த பல முதலி மார்களின் ஆதரவும் கிடைத்திருந்தது. குறிப்பாக கத்தோ லிக்கமதத்திற்கு மாறியிருந்த மீகாப்பிள்ளையின் மகனான சின்ன மீகாப்பிள்ளை என்பவன் டொம் லூயிஸ்(

Domlouis) முதலி என்ற பெயருடன் ஏனைய முதலிகளு டன் இணைந்து 1618இல் சங்கிலிகுமாரனது ஆட்சிக்கு எதிராக தொடர்ச்சியாக கிளர்ச்சிசெய்து வந்தான். இக் காலத்தில் தஞ்சாவூர் நாயக்கரிடமிருந்து

உதவிபெற்ற சங்கிலிகுமா ரன் இக்கிளர்ச்சியை முறியடித்தான்.

அப்போது தஞ்சை நாயக்க மன்னரால் 5000 தமிழர் படைகளுடன் வருணகுல ஆதித்தன் தலைமையில் உதவிக்கு அனுப்பபடார்..

வருணகுலத்தான் எனும் கரையார்தலைவனின் கீழ் போராடிய அரசனின் படைகள் வெற்றிபெற்றன. இக்காலத்தில் தேவிக்கோட்டை யிலிருந்த தஞ்சாவூர் அரசனான இரகுநாதநாயக்கனே தனதுபடைகளுடன் யாழ்ப்பாணம் வந்ததாக 'தஞ்சாவூர்நாயக்கர் வரலாறு' நூலின் 161ம் பக்கத்தில் குறிப் பிடப்பட்டுள்ளது. தோல்வியடைந்த டொம்லூயிஸ் முதலி மன்னாருக்கு போத்துக்கீசரிடம் தப்பியோடினான்.

இவ்வாறு தனது ஆட்சிக்காலம் முழுமையும் எதிர்ப் போராட்டத்துடன் வாழ்ந்த சங்கிலிகுமாரன் இறுதியாக பருத்தித்துறையிலிருந்து இந்தியாவிற்கு தப்பிச்செல்ல முயன்றான். இவ்வேளையில் 1619 ஜூன் 5ந்தேதி கடல் மீது இவன் கைது செய்யப்பட்டான்.

பின்பு கோவாவிற்கு கொண்டுசெல்லப்பட்ட சங்கிலிகுமாரன் சிரச்சேதம் செய் யப்பட்டு கொல்லப்பட்டான்.

பிலிப் டி ஒலிவேரா யாழ்ப்பாணத்தின் அதிகாரமிக்க தளபதியாக போத்துக்கேய அரசினால் நியமிக் கப்பட்டான்.

இதனால் சங்கிலி குமாரனை அகற்றிவிட்டு ஆட்சியுரிமையை பெற்று விடலாம் என போத்துக்கீசருடன் இணைந்து செயற்பட்ட டொம்லுயிஸ் எதிர்பார்த்த அதிகாரம் கிடைக்கா மையினால் தஞ்சாவூர் படைகளுடன் இணைந்தமையும் குறிப்பிடத்தக்கது.

மேற்படி சங்கிலிகுமாரன் கைதுசெய்யப்பட்டதும் போத் துக்கேயரின் நேரடிஆட்சிக்குள் யாழ்ப்பாணம் வந்தது.

இந்நிலையில் ஆரம்பம்முதலே அந்நியரான போத்துக் கீசரை எதிர்த்துவந்தவனும் கரையோரத் தளபதியுமான வருணகுலத்தான் அவர்களுக்கு அடங்காது அவர்களை தொடர்ச்சியாக தாக்கிவந்தான்.

தஞ்சாவூர்நாயக்கரின் உதவியுடன் கரந்தடி முறை யிலான இத்தாக்குதல்களை நடத்திவந்த இவனை 'கரையாரத்தலைவன்' என சுவாமி ஞானப்பிரகாசர் தனது 'யாழ்ப்பாண வைபவ விமர் சனம் ' நூலில் பக்கம்160 இல் குறிப்பிடுகின்றார். கரந்தடி போர்முறைதான் கொரில்லா போர்முறை என்று அழைக்கப்பட்டது.

கரையாளர் களின் படைகளுக்கு வருணகுலத்தானும் தஞ்சாவூர் படைகளுக்கு கெம நாயக்கன் என்பவரும் தலைமை தாங்கினர் என தஞ்சாவூர் நாயக்கர் வரலாறு நூலின் 164ம் பக்கத்து குறிப்பு கவனிக்கத்தக்கது.

வல்வெட்டித்துறை சமூகத்தை சேர்ந்த இவ்வீரனை மூல நூலான Conquest of Ceylon என்னும் நூலை எழுதிய Fernando De Oueyroz (குவரேஸ்பாதிரியார்) அறிமுகப் படுத்தும் விதமே அலாதியானது. Kinglet Of the careaz called VarnaGullata a Great

Enemy of the Portuguese. (Page 468) அத்துடன் மீண்டும் அவனைப்பற்றி கூறவரும் அவர் Kinglet Of the careaz With the men Tanjour by night hid themselves in the house of the Fising Pepole.(Page633)

05.06.1619 இல் போத்துக்கீசரின் நேரடிஆட்சிக்குள் யாழ்ப்பாணம் உட்பட்டிருந்த இந்நிலையில் 1620 இன் தபசு காலம் (இது யேசு உயிர்த்தெழுந்த ஞாயிறுக்கு (ஈஸ்டர் ஞாயிறு) முன்வரும் நாற்பது நாட்களாகும்) என கூறப் படும் நாட்களொன்றில் வருணகுலத்தா னின் முதலாவது அதிரடித்தாக்குதல் ஆரம்பமாயிற் று. பலம் கூடிய எதிரி யை பலம்குறைந்தவர்கள் திடீரெனத் தாக்கும் இத்தாக்குதல் முறையின கரந் தடித்தாக்குதல் எனவும்வர்ணிப்பர்.

இவ்வகையில் இத்தகைய தாக்கு தலை இம் மண்ணில் முதன்முதல் நடத்திய வரலாற்று வீரன் வருணகுலத்தான் என்பது போத்துக்கீசவரலாறு அதாவது கொரில்லா போர் முறை எனும் உலகின் புதிய போர்முறையை இலங்கையில் அறிமுகப்படுத்தியவர்

கரந்தடி எனும் தமிழ் முறையை இப்போதைய கொரில்லா போர்முறை என மாற்றியவர் வருண குல ஆதித்தன் காத்தான் ஆகும்.

யாழ் பண்ணைத் துறையில் அமைந்திருந்த மாதாகோவிலுக்குள் பதுங்கி யிருந்த போத்துக் கீசரின் மேல் இத்தாக்குதல் நடத்தப் பட்டது.

யாழ்ப் பாணத்தை கைப்பற்றிய போத்துக்கீசர் அங்கிருந்த பல கோவில்களையே தமது உறைவிடமாக்கியிருந் தமை இவ்விடத்தில் குறிப்பிடத்தக்கது. எனினும் ஆலயத்தின் பின்புறமாக நுழைந்து போத்துககீச ருடன் இணைந்து போராடிய எம்மவர்களின் செயலி னால் பலம் பெற்ற போத்துக்கேயர் அத்தாக்குலை முறியடித்தி ருந்தனர்.

மனம் தளராத வருணகுலத் தானினால் மீண்டும் அடுத்த நாள் நல்லூரில் தங்கியிருந்த போத்துக் கீசரின் புகழ்பெற்ற தளபதியான பிலிப் டி ஒலிவேரா வின் மீது மற்றுமொரு தாக்குதல் நடத்தப்பட்டது. நவீன துப்பாக்கிகள் சகிதம் போராடிய போத்துக் கீசர் மீண் டும் வெற்றி பெற்றனர்.

தொடர்ந்த நாட்க ளொன்றில் தஞ்சாவூர் படைகளுடன் வந்த வருண குலத்தான பூநகரியில் ஈழவூர் என்னும் இடத்தில் ஏற்பட்ட மோத லிலும் வெற்றிகரமாக தப்பிக் கொண்டான். இன்று சர்ச்சைக்குள்ளாகும் ஈழம் என்னும் பெயர்கொணட பிரதேசம் போத்துக் கீசர் இலங்கைக்கு வந்தகாலத் தில் இருந்ததனை குவரேஸ் பாதிரியாரின் 634 ம் பக்கக் குறிப்பு ஆதாரமாக தருகின்றது.

மீண்டும் 1620 நவம்பர் மாதம் ஆயிரம் தஞ்சாவூர் படைக ளுடன்வந்த வருண குலத்தான் தெண்டைமானாற்றில் தரைஇறங்கினான். நல்லூர் வரை முன்னேறிச் சென்று போராடியபோதிலும் இம்முறையும் இவனுக்கு தோல்வியே கிடைத்தது. எனினும் பிலிப் டி ஒலிவேராவை காயப்படுத்திய வருண குலத்தான் மீண்டும் அடுத்த தாக்குதலுக்கு தயாராகினான்.

போத்துக்கீசருக்கு எதிரான இத்தகைய கெரில்லாத் தாக்குதல்களை தனது சமூகத் தின் உதவியுடனும் கடல் கடந்துவந்த தஞ்சைப்படைகளின் துணை-யுட னும் தொட ர்ச்சியாக வருணகுலத்தான் மேற் கொண்டு வந்தான். மேற்-படி அதிரடித்தாக்குதல்களை தலைமையேற்று நடத்தி வந்த அவன் இறுதி-யாக

2 February 1621 இல் தோற்கடிக்கப்பட்டான்.

நாகபட்டி னத்திலிருந்து புதிதாக வந்து ஓய்வெடுத்துக்கொண் டிருந்த உதவிப்படைகளுடன் வல்வெட்டித்துறை குளக்கரையில் அமைந்திரு ந்த பனந்தோப்பில் பதுங்கியிருந்த வருணகுலத்தானையும் அவன் படை களையும் எதிர்பாராமல் போத்துக்கீசப் படைகள் முற்றுகயிட்டுதாக்கின.

எதிரியின் இம்முற்றுகையை முறிய டிக்க போராடிய அவ்வேளையில் தனது சொந்த மண்ணில் இம்மாவீரன் வீரமரணமடைந் தான்.

நள்ளிரவில் நடந்த இத்தாக்குதலில் பருத்தித்துறை க்கு மேற்கேயிருந்த குளக்கரையில் மூன்று மணியளவில் எண்ணூறு போர்வீரர்களும் வருண குலத்தானும் அழிக்கப்பட்டதாக குவரேஸ் பாதியார் 643ம் பக்கத்தில் குறிப்-பிடுகின்றார்.

முள்ளிவாய்க் காலுக்கு முன்பாக 2009 ஏப்ரல் ஆரம்ப நாட்களில் நடந்த ஆனந்தபுரம் தாக்குதலுக்கு இணையான தாக்குதல் இதுவாகும்.

இத்தாக்குதலை Antonio de Mota Galuao எனும் போத்துக்கீசதளபதி நடத்தியதாகவும் இவன் கட்டளை அதிகாரி பிலிப் டி ஒலிவேராவின் மரும-கன் எனவும் மேலும் பல தகவல்களை அவர் தருகின்றார்.

இதனைத்தமிழரின் கடைசிக்கலகம்என வர்ணிக்கும் யாழ்ப்பாண வைபவ-கௌமுதி அதன் 67ம்பக்கத்தில் பின்வருமாறு தொடர்கின்றது.

தஞ்சாவூர் நாயக்கன் யாழ்ப்பாணத்தை ஜெயிக்க இன்னுமொரு கடைசிப் பிரயத்தனஞ் செய்வானாயினான். அவனனுப்பிய சேனை பருத்தித்துறையில் இறங்கவிருக்கிறதென கேள்வியுற்ற ஒலி வேரா தெமற்றே என்பவனோடு ஒரு-பறங்கியர்சேனையை அங்கனுப்பினான். ஆயின் தஞ்சாவூர்ச்சேனை வல்-லுவெட்டித்துறை கரையிலிறங்கி ஓர்குளக்கரையிலுள்ள பனந் தோப் பில் பாளையமிட்டிருக்கிறதென அறிந்து தெமொற் றா அங்கு இரகசியமாக சென்றுமறைவாக பதுங்கி இருந்து மூன்றாம் சாமமாகும்போது போர்ப்பறை அறைந்து கூக்குரலிடத் தமிழர் திகிலடிபட்டு குதிரைகளில் ஏறிப்போவோரும் திசைதப்பி அலைவோருமாய்க கலைவுற பறங்கியர் பின்தொடர்ந்து சிரங்-கொய் தனர். விழுத்தப்பட்டவர்களுள் யாழ்ப் பாண சிங்காசனம் வகிக்கும் நோக்கமாய் வந்திருந்த சேனநாயகமும்(தளபதி) ஒருவனாவன். என வருண-குலத்தானின் வீரமரணத்தை கூறுகின்றது.

05.06.1619 முதல் 02.02.1621 இல் தான் மரணமடையும் வரை போத்-துக்கீசரின் படைகளுக்கெதிராக ஆறு தடவைகள் இவன்தாக்குதலை மேற் கொண்டதாக முன்கூறிய Conquest of Ceylon நூலில் குறிப்பிடப் பட்-

டுள்ளது.

இலங்கையிலே தொடர்ந்து ஆறுமுறை போராடி வீரமரணம் அடைந்தவர் வருண குல ஆதித்தன் காத்தான் ஆவார்.

நவீன துப்பாக்கிகள் மற்றும் வெடி மருந்துகள் கொண்ட பீரங்கிகளுக்கு எதிராக துணிச்சலை மட்டும் துணையாகக் கொண்ட வருணகுலத்தானின் தொடர்ச்சியான இப்போராட்டமானது என்றும் மெச் சத்தக்கது.

தமிழரின் இறுதிப்போரென வரலாற்றா சிரியர்களால் வர்ணிக்கப்படும் இப்போராட்டமானது The battle between the Portuguese and Tamils at valvedditurai. Which ends in the defeat of the latter என Johan H Martyn எழுதிய Norts of Jaffna நூலில் 3ம் பக்கத்தில் குறிக்கப்பட்டுள்ளது.

மேற்படி இறுதிப்போர் நிகழ்ந்தஇடம் வல்வெட்டித் துறையில் அமைந்திருந்த புட்கரணிக் குளக்கரை யாகும். புட்கரணி' என்பது தாமரை அல்லது தாம ரைக்குளம் எனத்தமிழில் பொருள்தருவதால் அதற்கு அண்மையில் அமைந்திருந்த பிள்ளையார் கோவில் காரணப்பெயர்கொண்டு புட்கரணிப்பிள்ளையார் என அழைக்கப்பட்டு வந்துள்ளது. எனினும் புட்கரணி என்பது புட்டணி என பின்நாட்களில் திரிபடைந்துள் ளமை இன்று கவனிக்கத்தக்கது.

வருணகுலத்தானின் தோற்றத்தை வர்ணிக்கும் ஆசிரி யர் Then an aracheset (தளபதி) before him on a sheet a large head, half bald, With a long and beautiful beard, which was turning grey, saying 'This is the head of the Captain-General என கூறு கின் றார்.

இத்தகைய முன்புறம் சவரம் செய்யப்பட்டு நீண்டகூந்தலுடன் அழகான தாடியுடனும் காணப்பட்ட அவனுடைய பெரிய தலை வெட்டப்பட்டு மரக்கிளை யொன்றில் குத்தப்பட்டு காட்சிப்படுத்தப்பட்டது. அத் துடன் அவனுடன்வந்த மேலும் 800 போர்வீரர்களும் அவ்விறுதியுத்தத்தில் மாண்டுபோயினர்.

பிலிப் டீ ஒலிவே ராவை புகழ்ந்துரைக்கும் 'யாழ் திருச்சபை வரலாறு' எனும் நூலின் 47 ம்பக்கத்தில் அதன்ஆசிரியர் 'போத் துக்கேய அதிகாரிகளில் குறிப்பி டத் தக்கவர் 1921ம் ஆண்டு வல்வெட்டித்துறையில் யாழ்ப்பாணஅரசன் தோற்கடிக் கப்பட்டபின் யாழ்ப்பாண ஆளுநரான பிலிப் டீ ஒலிவேராவும் அவர்காட்டிய ஆன்மீக வாஞ்சையுமா கும் எனக் கூறுமிடத்து யாழ்ப்பாண அரசன் தோற்கடிக் கப்பட்ட இடமென வல்வெட்டித் துறையை மீண்டும்அவர் சுட்டிக்காட்டுகின்றார்.

இங்கு யாழ்ப்பாண அரசனென வருணகுலத்தானை குறிப்பிடும் மேற்படி நூலின் ஆசிரி யர் 'சுவாமி J.E..ஜெயசீலன' மகாவம்சத்தில் துட்டகை முனுவின் புகழைக் கூறவந்த மகாநாமா அவனது எதிரி யான ஈழாளனை குறிப்பிடுவதுபோல் பிலிப் டி ஒலி வேரா வின் புகழைக்கூறவந்து அவனது எதிரி-

யான வருண குலத்தானை குறிப்பிட்டுள்ளமை கவனிக்கப் படவே ண்டும்.

போத்துக்கேயரின் இலங்கை வரலாற்றை எழுதிய குவரேஸ் பாதிரியாரும் வருணகுலத்தானை Kinglet Of the careaz கரையார்களின் தலைவன் அல்லது மன்னன் என்றே குறிப்பிட்டிருப்பது இங்கு கூர்ந்து நோக்கத்தக்கது.

வருணகுலத்தான் வீரமரணமடைந்ததும் அதுவரை யாழ் பண்ணைத்துறை-யில் வசித்துவந்த பிலிப் டி ஒலி வேரா தலைநகரான நல்லூருக்கு தனது

இருப்பி டத்தை மாற்றிக் கொண்டான். இக்காலத்தில் தலை நகரான நல்-லூரில் அமைந்திருந்த கந்தசாமி கோவில் உட்பட யாழ்ப்பாணத்தில் அமைந்-திருந்த பலகோவில் களும் போத்துக்கேயரால் இடித்தழிக்கப்பட்டன. மக்-களின் விருப்பத்திற்கு மாறாக கோவில்கள் இடிக் கப்பட்டதாக மேற்படி குவரேஸ் பாதிரியார் தனதுநூா லின் 642ம் பக்கத் தில் கூறி யிருக்கின்றார். இதுபோல வே இறுதிப்போர் நடந்த வல் வெட்டித் துறையில் அமைந்திருந்த வருணகுலத்தான் வணங்கியதாக நம்பப்படும் பழமைவாய்ந்த முத்துமாரியம்-மன் கோவிலும் போத்துக் கேய தளபதியான பிலிப் டி ஒலிவேராவினால் இக்காலத்தில் அழிக்கப்பட்டது.

இந நாள் பிப்ருவரி 11, 1621

இன்றுதான் நாகையின்கோன். வருணகுல ஆதித்தன் வழி வந்த, தஞ்சை தளபதி, நெய்தல் நில சிங்கம், வருனகுலதான் காத்தான் தன் தாய் மண் காக்க இன்னுயிர் நீத்து வரலாற்றில் வீரமாக, கலலாகிப்போனார்

இனி மறவோம் ! இனத்தின் குறியீடாக கொள்வோம் !

(1617 முதல் 1688 வரை தனது வாழ்கைக்காலமாக கொண்ட Fernao de Queyroz எனும் கத்தோலிக்க பாதிரி யார் The Temporal and Conquest of Ceylon எனும் நூலை எழுதியிருந்தார். போத்துக்கீசமொ-ழியில் எழுதப்பட்ட இந்நூல் அவர் மறைவிற்குப்பின் 1689இல் போத்துக்-கீசரின் தலைநகரான லிஸ்பனில் வெளி யிடப் பட்டது. போத்துக்கீசர்கால இலங்கையைப் பற்றிய குறிப்பாக அன்றைய யாழ்ப்பாணஅரசு மற்றும் மக்-கள்பற்றிய பலவிபரங்கள் இந்நூலில் அடங்கி யிருந்தன.

1930 SG.Perera என்பவரால் இந்நூல் ஆங்கில மொழி க்கு மாற்றப்-பட்டது. எனினும் நானூறு வருடங்களிற்கு முன் நடந்த சம்பவங்களும் முன்-னூற்றைம்பது வருட ங் களிற்கு முந்திய அகராதியில் தேடமுடியாத மொழி ப் பாவனையும் கொண்ட இந்நூலை ஆதாரமாகக் கொண்டு யாழ்ப்பாண வைபவகௌமுதி, யாழ் திருச் சபை வரலாறு, Nortes of Jaffna மற்றும் சுவாமி ஞானப் பிரகாசர் எழுதிய யாழ்ப்பாண வைபவ விமர்சனம் History of Jaffna under Portugses எனும் நூல்களில் வல் வெட் டித்துறையில் நடந்த போத்துக் கீசருடனான இறுதிப் போர் மற்றும் அதன் நாயகனான வருண குலத்தான் பற்றிய பலவிபரங்கள் குறிப்பிடப் பட்டுள்ளன. எனினும் மேற்படி வெள்ளையின ஐரோப்பி யரின் ஆக்கரமிப் புக்கு எதிராக போராடிய வருண குலத்தானின் வீர சாகசத்தைதையும் ஏன் அவனின் பெயரையும்-

கூட பின்வந்த யாழ்ப்பாண சரித்திர ஆசிரியர்கள் பலரும் ஏனோ குறிப்பிடாமல் விட்டுச்சென்றுள்ளனர். எனினும் அண்ணாமலை பல்கலைக் கழகத்தால் வெளியிடப்பட்ட Nayaks of Tanjore நூல் மற்றும் தஞ்சாவூர் நாயக்கர் வரலாறு போன்றநூல்களிலும் இதுபற்றிய பல விபரஙகளை காணலாம்.)

2. கொரில்லா போர்

கொரில்லா போர் முறையை (Guerrilla Warfare) உலகளவில் அறிமுகப்படுத்தியதாகப் பரவலாகக் கருதப்படுபவர் பண்டைய சீன ஜெனரல் மற்றும் வியூக நிபுணர் சன் சூ (Sun Tzu), அவருடைய "போர் கலை" (The Art of War) நூலில் இதைப் பற்றி குறிப்பிட்டிருந்தார்; ஆனால், இந்தியாவில் இந்த முறையை வெற்றிகரமாகப் பயன்படுத்தியதில் சத்ரபதி சிவாஜி மகாராஜ் மிக முக்கியமானவர், அவர் பெரிய படைகளை எதிர்த்து சிறிய, திடீர் தாக்குதல்கள் மூலம் வெற்றி கண்டார்.

முக்கிய நபர்கள் மற்றும் பங்களிப்புகள்: சன் சூ (Sun Tzu): கிமு 6-ஆம் நூற்றாண்டில், கொரில்லா போர் நுட்பங்களை முதன்முதலில் முன்மொழிந்தவர்.

குவின்டஸ் பேபியஸ் மேக்ஸிமஸ் (Quintus Fabius Maximus): ரோமர்களுக்கு எதிராக 'பேபியன் உத்தி' (Fabian strategy) மூலம் கொரில்லா போர் முறையைப் பயன்படுத்தியதால், இவர் "கொரில்லா போரின் தந்தை" என்று அழைக்கப்படுகிறார்.

சத்ரபதி சிவாஜி மகாராஜ்: இந்தியாவில் 17-ஆம் நூற்றாண்டில், பெரிய படைகளை எதிர்த்து, மலைகள் மற்றும் நிலப்பரப்பை சாதகமாகப் பயன்படுத்தி கொரில்லா போர் முறையை வெற்றிகரமாகப் பயன்படுத்தியதன் மூலம் நவீன கொரில்லா போரின் முன்னோடியாகக் கருதப்படுகிறார்.

"கொரில்லா" என்ற சொல்லின் தோற்றம்: "கொரில்லா" (Guerrilla) என்ற சொல்லானது, ஸ்பானிய மொழியில் "சிறிய போர்" (Small War) என்று பொருள்படும், மேலும் 19-ஆம் நூற்றாண்டில் நெப்போலியனுக்கு எதிரான ஸ்பானிஷ் எதிர்ப்புப் போரிலிருந்து (Peninsular War) உருவானது.

0

விண்வெளியில் நடைபெறும் அல்லது அல்லது விண்வெளியில் இருந்து தொடுக்கப்படும் போர் விண்வெளிப் போர் எனப்படும். இலக்குகளும் ஆயுதங்களும் எங்கு உள்ளன என்பதைக் கொண்டு விண்வெளிப் போரை மூன்று வகைப்படுத்தலாம்.

விண்வெளியில் இலக்கு, விண்வெளியில் ஆயுதம்

விண்வெளியில் இலக்கு, புவியில் ஆயுதம்

விண்வெளியில் ஆயுதம், புவியில் இலக்கு

மூன்றாவது வகை விண்வெளிப் போர் என கருதத் தக்கது எனினும், ஐக்கிய அமெரிக்கவில் முன்வைக்கப்படும் வரைவிலக்கணம் ஆவ்வாறு வரையறுப்பதை தவிர்த்துள்ளன.

வேதிப் போர் எனப்படுவது பேரழிவு விளைவிக்க வேதியியல் ஆயுதங்கள் பயன்படுத்திப் போர் செய்வதாகும். வேதியியல் ஆயுதங்கள் தமது பாதிப்பை சுவாசிக்கும் போதோ, தோலுடன் தொடுகை ஏற்படுத்தும் போதோ அல்லது நச்சூட்டப்பட்ட உணவின் மூலமோ நடைபெறலாம்.

செயற்படுத்தும் முறைகள் - இவை பல வழிகளில் செயற்படுத்தப்படலாம். மிகப்பொதுவான முறை வளியில் தூவுவதாகும். இதைவிட நடு வானில் வெடித்து சிதறக் கூடிய எறிகணைகளைப் பயன்படுத்தலாம் அல்லது விமானம் மூலம் தேவையான இடத்தின் மீது தூவலாம். 20 ம் நூற்றாண்டிலே முதலாம் உலக யுத்தம் மற்றும் ஈரான் - ஈராக் யுத்தம் என்பனவே வேதியியல் உயிரியல் யுத்த கள முனைகளாக இருந்தன.

பிரயோகங்கள் - இரசாயண ஆயுதங்கள் முதலில் உலக யுத்தம் ஒன்றில் பாவிக்கப்பட்டது. இதன் பின்பு ஈரான் - ஈராக் யுத்தத்தில் பயன்படுத்தப்பட்டது. பின்பு பேர்சியன் வளைகுடா யுத்தத்திலும் பாவிக்கப்பட்டது. இவையனைத்தின் பின்பு ஜப்பானில் அண்மைக் காலத்தில் சுரங்க இரயிலில் பாதையில் இராசாண ஆயுத தாக்குதல் நடத்தப்பட்டது. 2001 இல் அமேரிக்காவில் அந்திராக்ஸ் பக்ரீரியா கடிதம் மூலம் அரச நிறுவனங்களுக்கு அனுப்ப பட்டமை ஒரு வகை உயிரியல் தாக்குதலாகும்.

உடன் படிக்கைகள் - 1972 வேதியியல் ஆயுதங்களுக்கு எதிரான உடன்படிக்கையும் 1993 ஆண்டின உயிரியல் ஆயுதங்களுக்கு எதிரான உடன்படிக்கையும் குறிப்பிடத்தக்கனவாகும். பல நாடுகள் இந்த உடன் படிக்கையில கைச்சாத்திட்டுள்ள போதும் இன்னும் சில நாடுகள் இரகசியமாக இந்த ஆராய்ச்சிகளில் ஈடுபட்டுள்ளன. அண்மையில் ஈராக்கை அமேரிக்காவும் பிருத்தானியாவும் ஆக்கிரமிக்க இதுவே காரணமாக இருந்தது.

சேணேவி (artillery) என்பது காலாட்படையின் துப்பாக்கிகளால் தாக்க முடியாத வரம்புகளையும் ஆற்றலையும் தாண்டி தாக்கக்கூடிய தன்மை கொண்ட கனரக இராணுவ ஆயுதங்களாகும். ஆரம்ப கால சேணேவிகள் இராணுவ முற்றுகையின் போது தற்காப்புச் சுவர்களையும், கோட்டைகளையும் தகர்க்கும் திறன் கொண்டதாக இருந்ததோடு, கனரக, அசைவிலா ஆயுதங்களின் உருவாக்கத்திற்கும் வழி வகுத்தது.

உண்மையில், "சேணேவி" என்ற சொல் சுடுகலன் (Gun) மற்றும் கவசம் கொண்ட எந்தவொரு படைவீரர்களையும் குறிக்கிறது. [not in citation given] துப்பாக்கி குண்டு மற்றும் தெறோச்சி அறிமுகப்படுத்தப்பட்டதிலி-

ருந்து, "சேணேவிகள்" என்பது பெரும்பாலும் தெறோச்சிகளைக் குறிக்கிறது. மேலும் தற்கால பயன்பாட்டில், பொதுவாக எறிகணை பயன்படுத்தும் பெருந்துப்பாக்கிகள், தெறோச்சிகள் கணையெக்கி மற்றும் உந்துகணை சேணேவிகள் ஆகியவற்றைக் குறிக்கிறது.

பொதுவான பேச்சில், **"பீரங்கி"** என்ற சொல் பெரும்பாலும் தனிப்பட்ட சாதனங்களைக் குறிக்க பயன்படுகிறது. இந்த பீரங்கி என்னும் சொல்லின் உண்மையான அடிப்படைப் பொருள் அயலான் என்பதே ஆகும். எறிகணையினைச் செலுத்தும் பொறி அல்ல. அயலான் என்னும் பொருள்படும் போர்த்துக்கீசரின் விரங்கி (firangi) என்னும் சொல்லின் தமிழ்ப்படுத்தப்பட்ட வடிவமான பீரங்கி என்பதை இதற்கான தமிழ்ச்சொல்லாக வழங்கினர். இச்சொலானது தெலுங்கு, கன்னடம் ஆகிய மொழிகளிலும் இதே பொருளிலே வழங்கப்படுகிறது. அவற்றின் பாகங்கள் மற்றும் பொருத்துதல்களுடன் கூட்டாக, "உபகரணங்கள்" என்றழைக்கப்படுகின்றன.

வான் ஆளுமை (Air Supremacy) வான்படைகளுக்கிடையேயான் போரில் ஒரு நாட்டின் வான்படை எதிரி நாட்டு வான்படையின் மீது முழு அதிக்கம் செலுத்தும் நிலையைக் குறிக்கும். நேட்டோ மற்றும் அமெரிக்க பாதுகாப்புத் துறை அமைச்சகத்தின் வரையறையின் படி "எதிரி நாட்டு வான்படை எந்த பயனுடைய குறுக்கீடும் செய்ய இயலாத நிலை"யை அடைவது வான் ஆளுமை நிலையை அடைவதாகக் கருதப்படுகிறது.

பொதுவாக போரியலில் வான்படைப் போர் நிலவரம் மூன்று வகையாக பிரிக்கப்பட்டுள்ளது:

வான் சமநிலை (Air Parity) : இரு தரப்பு வான்படைகளும் சமமான பலமுள்ளவையாக உள்ள நிலை. வான்படைகளால் தமது நாட்டு வான்வெளியில் மட்டும் ஆதிக்கம் செலுத்த முடியும்

வான் ஆதிக்கம் (Air Superiority) : ஒரு தரப்பு வான்படைக்கு ஓரளவு சுதந்திரமாக எதிரி நாட்டு வான்வெளியில் நடவடிக்கைகள் மேற்கொள்ள இயலும். ஆனால் எதிர் தரப்பு வான்படையின் தலையீட்டால் இழப்புகள் நேரலாம்.

வான் ஆளுமை (Air Supremacy) : ஒரு தரப்பு வான்படைக்கு பொர்க்களத்தின் அனைத்து வான்பகுதிகளிலும் முழு ஆதிக்கம் செலுத்தும் வன்மை கிட்டுகிறது. எதிர்தரப்பு வான்படையால் பயனுள்ள குறுக்கீடு எதுவும் செய்ய இயலாத நிலை உருவாகிறது.

கடற்பகுதியில் வான் ஆளுமைக்கு இணையான நிலை கடல் ஆளுமை எனப்படுகிறது.

வானூர்தி எதிர்ப்புப் போர் (Anti-aircraft warfare) அல்லது வான் பாதுகாப்பு (Air defence) என்பது வான் போருக்கான போர்வெளி பதில் நடவடிக்கையாகும். இது வட அத்திலாந்திய ஒப்பந்த அமைப்பினால் 'எதிரி-

யின் வான் நடவடிக்கையின் செயல் திறனைக் குறைக்க அல்லது பயனற்ற-தாக்க வடிவமைக்கப்பட்ட அனைத்து நடவடிக்கைகளும் ஆகும்' என வரை-யறுக்கப்படுகிறது. இதில் மேற்பரப்பு அடிப்படையிலான, நிலத்தடி (நீர்மூழ்கிக் கப்பல் மூலம் ஏவுதல்), வான் சார்ந்த ஆயுத அமைப்புகள், தொடர்புபடுத்தப்-பட்ட உணரி அமைப்புகள், கட்டளையும் கட்டுப்பாட்டு ஏற்பாடுகளும் மற்றும் முனைப்பற்ற நடவடிக்கைகள் ஆகியவை அடங்கும். இது எந்த இடத்திலும் உள்ள கடல், தரை, வான் படைகளைப் பாதுகாக்க பயன்படுத்தப்படலாம்.

வான்வழித்தாக்குதல் அல்லது விமானத் தாக்குதல் என்பது வானூர்தி மூலம் மேற்கொள்ளப்படும் தாக்குதல் நடவடிக்கையாகும். வான்வழித்தாக்கு-தல்கள் வேவு வானூர்திகள், ஊதுபைகள், சண்டை வானூர்திகள், கனரக குண்டுவீச்சு வானூர்திகள், தரைத் தாக்குதல் வானூர்திகள், தாக்குதல் உலங்கு வானூர்திகள், ஆளில்லாத வானூர்திகள் போன்ற வானூர்திகளிலி-ருந்து மேற்கொள்ளப்படுகின்றன. வான்வழித்தாக்குதல் என்பதற்கான உத்தி-யோகபூர்வ வரையறையானது அனைத்து வகையான இலக்குகளையும் உள்-ளடக்கியது. இதில் எதிரியின் வான் இலக்குகளும் உட்படும். ஆனால் பிரபலமான பயன்பாட்டில் இது பொதுவாக தரை அல்லது கடற்படை இலக்-குகள் மீதான தந்திரோபாய தாக்குதல் முதல் (சிறிய அளவிலான) பொது-வான தாக்குதலான தரைவிரிப்பு குண்டுவீச்சு போன்ற பெரிய தாக்குதல் வரை அமைந்துள்ளது. வான்வழித்தாக்குதலில் பயன்படுத்தப்படும் ஆயுதங்-கள் நேரடிச்சூட்டுக்கு பயன்படுத்தப்படும் வானூர்தியில் பொருத்தப்பட்ட பீரங்-கிகள், இயந்திரத் துப்பாக்கிகள், உந்துகணைகள், வானிலிருந்து தரையைத்-தாக்கும் ஏவுகணைகள் முதல் பல்வேறு வகையான வான்வழிக் குண்டுகள், சறுக்குக் குண்டுகள், சீர்வேக ஏவுகணைகள், கண்டம் விட்டு கண்டம் பாயும் ஏவுகணைகள், நேரடி ஆற்றல் ஆயுதங்களான சீரொளிகள் போன்றவை வரை இருக்கலாம். **வான் போர்** எனப்படுவது போர்க்காலத்தில் படைத்-துறை வானூர்திகளையும் பிற பறக்கும் சாதனங்களையும் பயன்படுத்துவதா-கும். நாட்டுநலனுக்காக பொருட்களை வான்வழி கொண்டுசெல்வதும் இதன்-பாற்படும்.

வகைகள்

எதிரியின் வளங்கள் மீது குண்டுவீச்சு வானூர்திகள் மூலம் தாக்குவது போர்த்தந்திர வான் திறன் (Strategic air power) எனப்படுகிறது;

வான்வெளியைத் தங்கள் கட்டுப்பாட்டில் இருத்திக்கொள்ள போர் வானூர்திகள் மூலம் சண்டையிடுவது உத்திசார் வான் திறன் (tactical air power) எனப்படுகிறது;

தரைப்படையினருக்கு நேரடி உதவியாக இருப்பது அண்மித்த வானாதரவு (close air support) எனப்படுகிறது;

வானூர்தி தாங்கிக் கப்பல்களைப் பயன்படுத்துவது கடற்படை வானூர்தித் திறன் (naval aviation) என்றழைக்கப்படுகிறது.

3. படையியங்கு அரவம்

போருக்கு அணி வகுத்துச் செல்வோர் வீர உணர்வு பெற வேண்டி, பேரிசை முழங்கும் கருவிகளை இசைவாணர்கள் முழக்கிக் கொண்டு முன்னே செல்வது அக்கால வழக்கம். இதனைப் படையியங்கு அரவம் என்று நூல்கள் குறிப்பிடுகின்றன.

போரிசைக் கருவிகள்

இந்திரசித்தன் போருக்குச் செல்லும்போது படையியங்கு அரவ முழக்கக் கருவிகளாக பயன்படுத்தப்பட்டனவற்றைக் கம்பர் பட்டியலிடுகிறார்.

அம்பலி - ஆகுளி (பெருந்துடி)
உறுமை (உருமி) - ஊமை
கணுவை - கண்டை - கம்பலி
கரடிகை - காளம் (கொம்பு)
கும்பிகை - குறடு - கொட்டி
சகடை - சங்கம் - செண்டை
தக்கை - தார் - திமிலை
துடி (உடுக்கை) - தூரி - பணவம்
பம்பை - பறை - பாண்டில்
பேரி (பேரிகை) - மணி (தேரில்)
முரசம் - வயிர் - வேய்

தொல்காப்பியம்

வெட்சித் திணையின் 14 துறைகளில் ஒன்றாகத் தொல்காப்பியம் படை இயங்கு அரவத்தைக் குறிப்பிடுகிறது.

நெடிபடு கானத்து நீள்வேல் மறவர்
அடிபடுத்து ஆர் அதர் செலவான் - துடி படுத்து
வெட்சி மலைய விலவார் மணி நிரைக்
கட்சியுள் காரி எழும்.

என்னும் பாடல் இதற்கு எடுத்துக்காட்டாகத் தரப்பட்டுள்ளது.

0

தாக்குதல் வானூர்தி அல்லது தாக்குதல் குண்டுவீச்சு வானூர்தி என்பது ஒரு தந்திரோபாய படைத்துறை வானூர்தியாகும். இது குண்டுவீச்சு வானூர்திகளைவிட அதிக துல்லியத்துடன் வான்வழித்தாக்குதல்களை மேற்கொள்வதில் முதன்மையான பங்கைக் கொண்டுள்ளது. அத்துடன் தாக்குதல் நடத்தும்போதே வலுவான குறை நிலை வான் பாதுகாப்புகளை எதிர்கொள்ளவும் தயாராகவுள்ளது. இவ்வகை வானூர்திகள் பெரும்பாலும் தந்திரோபாய குண்-

டுவீச்சுப் பணியை மேற்கொண்டபடி, நெருங்கிய வான் ஆதரவு, கடற்படை வானிலிருந்து தரைக்கான பணிகளுக்காக வடிவமைக்கப்பட்டுள்ளன. கடற்படை அல்லாத பங்களிப்புகளுக்கு வடிவமைக்கப்பட்டவை பெரும்பாலும் தரைத் தாக்குதல் வானூர்திகள் என்று அழைக்கப்படுகின்றன.

போர்த் தந்திரங்களில் நெருக்கமான வான் ஆதரவு என்பது நட்புப் படைகளுக்கு அருகிலுள்ள எதிரி இலக்குகளுக்கு எதிராக நிலைத்த இறக்கை வானூர்தி அல்லது சுழலும் இறக்கைகள் கொண்ட வானூர்தி வான்வழித்தாக்குதல்கள் போன்ற வான்வழி நடவடிக்கைகளைக் குறிக்கிறது.

ஒவ்வொரு வான் நடவடிக்கையும் விளக்கமான ஒருங்கிணைப்பு தேவையைக் கொண்டிருக்கிறது. இதற்கு படைகளின் நடமாட்டம் மற்றும் வான்வழி குண்டுகள், சறுக்கு குண்டுகள், ஏவுகணைகள், உந்துகணைகள், தானியக்க பீரங்கி, இயந்திரத் துப்பாக்கிகள் மற்றும் சீரொளி போன்ற இயக்கிய-ஆற்றல் ஆயுதங்கள் கொண்டு தாக்குதல் நடத்தல் ஆகியன உள்ளடங்கும்.

படைத்துறை உளவியல் - இராணுவ உளவியல் அல்லது படைத்துறை உளவியல் (Military psychology) என்பது ஆராய்ச்சி, வடிவமைப்பு, உளவியல் கோட்பாடுகள் மற்றும் புரிதல் மற்றும் ஊகம் நோக்கிய அனுபவத் தரவின் பயன்பாடு, இராணுவ நடவடிக்கைகள் முன்னெடுக்கப்படுவதவை விரும்பாத, அச்சுறுத்தக்கூடிய அல்லது குறிப்பிடத்தக்க ஆபத்தாகக் கருதப்படும் நட்பு அல்லது எதிரிப் படைகள் அல்லது குடிமக்களின் நடத்தையை ஊகித்து நடத்தையை எதிர்கொள்ளல் ஆகும். இராணுவ உளவியல் படைத்துறையினரால் பயன்படுத்தப்பட்ட கருவிக்குள் வேறுபட்ட உளவியல் ஒழுங்குமுறைகளின் உபக்கிளை குழுக்களை மாற்றுகிறது. அத்துடன் படைத்துறைக் கருவிகள் எல்லாம் போரின் மன அழுத்தங்களில் இருந்து படைகள் மீண்டு சிறப்பாக இருக்கும் அதேவேளை, எதிரிப்படைகள் எளிதாக வெற்றியடையாது நிரந்தரமற்ற தன்மையில் வைக்கும் உளவியல் கொள்கைகளைப் பயன்படுத்துகிறது.

உளவியற் போர் - திட்டமிட்ட முறையில் பரப்புரை உத்திகளைக் கையாண்டு போர் இலக்குகளுக்கு உதவுவது அல்லது அடைவது உளவழிப்போர் ஆகும். உளவழிப்போர் போரில் நேரடியாக ஈடுபடுவோரை, பொதுமக்களை உளவியில் ரீதியாக அணுகிப் போரியல் இலக்குளை முன்னெடுப்பதை நோக்காக கொண்டது. உளவழிப்போரில் ஊடகங்களின் பங்கு முதன்மையானது.

4. உயிரியல் போர்முறை

உயிரியல் போர்முறை, உயிரிப்போர் அல்லது கிருமி போர்முறை (Biological warfare) என்ற போர்முறையானது உயிரியல் கொல்லிகள் அல்லது தொற்றும் காரணிகளான பாக்டீரியா, வைரஸ் அல்லது பூஞ்சை-

களைப் பயன்படுத்தி மனிதர்களையோ,விலங்குகளையோ அல்லது தாவரங்களையோ கொல்லும் நோக்கதோடு அல்லது செயல்படாதவாறு செய்யும்படி தாக்குவது ஆகும். உயிரியல் ஆயுதங்கள் என்பது ஓம்புயிருக்குள் சென்றவுடன் அதிவிரைவாக இனப்பெருக்கம் செய்து வளர்ச்சியடையும் ஒரு உயிரினம் அல்லது தானே பெருக்கிக் கொள்ளும் திறம் படைத்த உருப்படி (வைரஸுகள் உயிருள்ளவையாக கருதப்படுவதில்லை) ஆகும். பூச்சியியல் போர்முறையும் உயிரிப்போரில் ஒருவகையாக கருதப்படுகிறது.நால்வகைப் பேரழிவு ஆயுதங்களுள் இதுவும் ஒன்று.கதிரியக்கப் போர், அணுஆயுத போர் மற்றும் வேதியியல் போர் ஏனையவையாகும்.

உயிரி ஆயுதங்கள் ஒரு தனி நபரையோ, ஒரு கூட்டத்தாரையோ அல்லது ஒரு முழு இனத்தையோ அழிக்கும் படி பிரத்யேகமாக உருவாக்கபடலாம். இவை ஒரு நாட்டினாலோ அல்லது நாடு சாராத தனிக் கூட்டத்தாரலோ உருவாக்கப்படவும், வாங்கவும், சேர்ப்பில் வைத்து பின்னர் உபயோகப்படுத்தப்படவும் முடியும். நாடு சாராத தனிக் கூட்டத்தாரால் உபயோகப்படுத்தப்படின், அது உயிரித்தீவிரவாதம் என்றழைக்கப்படும்.

உயிரிப்போர்முறையும் வேதிப்போர்முறையும் ஒன்றையொன்று தழுவியவாறே உள்ளது. உயிரியாயுதங்களால் வெளிப்படுத்தப்படும் நச்சு, உயிரியல் ஆயுதங்கள் பட்டியலிலும் அதே சமயம் வேதியியல் ஆயுதங்கள் பட்டியலிலும் இடம்பெறும்.

உயிரியல் ஆயுதங்கள் பயன்படுத்துவது உலகளவில் தடை செய்யப்பட்டுள்ளது. மீறி பயன்படுத்துவது போர்க் குற்றமாக கருதப்படும்.

மேற்பார்வை - 1972 இல் நடந்த உயிரியாயுதக் கூட்டத்தொடரில் தாக்குதலுக்கான உயிரியல் ஆயுதங்களின் உருவாக்கம், சேமிப்பு மற்றும் பயன்பாடு சட்டவிரோதமாக்கப்பட்டது. 2013 ஆம் ஆண்டு ஏப்ரல் மாதத்தில் 170 நாடுகள் கையொப்பமிட்ட இந்த ஒப்பந்தத்தின் நோக்கமானது, உயிரியாயுத தாக்குதலினால் இராணுவமல்லாத குடிகளின் உயிர்கள் அதிகளவில் பாதிக்கப்பட்டு, நாட்டின் பொருளாதாரம் மற்றும் உள்ளாட்சி குலையும் நிலையை தவிர்ப்பதே ஆகும்.

வரலாறு - உயிரியாயுதங்களின் பயன்பாடு ஆதிமுதலே இருந்திருப்பதாக தெரிகிறது. கி.பி. ஆறாம் நூற்றாண்டிலேயே அசீரியர்கள் தங்கள் எதிரிகளுக்கு பித்துப் பிடிக்கும் படி, பூஞ்சைகளினால் நஞ்சு வைத்ததாக அறியப்படுகிறது. பிரித்தானியர்கள் பெரியம்மை நோயை உயிரியாயுதமாக 1763 மற்றும் 1789 களில் அமேரிக்கா ம்ற்றும் நியூ தெற்கு வேல்ஸ் போன்ற இடங்களில் உபயோகித்தாக கூறப்படுகிறது. ஆயினும் போதிய சான்றுகள் இல்லாதபடியால் இவை உறுதிசெய்யப்படவில்லை.

1900 களில் நோய் நுண்மைக்கோட்பாடு மற்றும் பாக்டீரியா பற்றிய புதிய கண்டுபிடிப்புகள் உயிரியாயுதக் காரணிகளை, போரில் கையாளும் முறையில் வேறு கட்டத்துக்கு எடுத்து சென்றது.

இரண்டாம் உலகப்போர் - இரண்டாம் உலகப்போரின் ஆரம்ப காலகட்டத்தில், ஐக்கிய இராஜ்யத்தின் போர்டன் டோவுன் என்ற இடத்தில், பால் பில்டேஸ் என்ற நுண்ணுயிர் வல்லுநர் தலைமையில் ஒரு உயிரியாயுத திட்டத்தை தொடங்கியது, அந்நாட்டின் சேமிப்பு அமைச்சகம். இதுவே பின்னாளில் வின்ஸ்டன் சர்ச்சில் தலைமையில் துலரெமியா, ஆந்திராக்சு மற்றும் புருசெலுசிஸ் போன்றவற்றை ஆயுதாமாக்கி வெற்றிகண்டது.இதே சமயத்தில் ஜப்பான், பிரான்சு போன்ற நாடுகள் தங்களின் தனி தனி உயிரியாயுதத் திட்டத்தை தொடங்கின.

ஐக்கிய அமேரிக்க அரசு போரில் நுழைந்ததும், நேச நாடுகளின் வளங்கள் அனைத்தும் பிரித்தானிய வேண்டுகோளின் பேரில் ஒன்றினைக்கப்பட்டன. இதை தொடர்ந்து ஐக்கிய அமேரிக்க அரசு, மேரிலாந்தில் ஜார்ஜ மெர்க் என்பவரின் தலைமையில் ஒரு பெரிய ஆராய்ச்சி கழகத்தை தொடங்கியது. இங்கே உருவாக்கப்பட்ட உயிரியாயுதங்கள் உடா பாலைவனத்தின் டக்வே சோதனை மையத்தில் சோதிக்கப்பட்டன. விரைவிலேயே ஆந்திராக்சு, புருசெலுசிஸ் மற்றும் போட்டுலிசம் போன்ற உயிரியாயுதங்கள் பெருமளவில் தயாரிக்கப்பட, ஆங்காங்கே ஆராய்ச்சிக் கழகங்களும் சோதனை மையங்களும் தொடங்கப்பட்டன. ஆனாலும் இவை எல்லாம் போரில் பயன்படுத்தப்படும் முன்னரே போர் முற்றிற்று.

Shiro Ishii, இராணுவப்பிரிவு 731 தளபதி ஷிரோ இஷீ.

மிகவும் பேர்போன உயிரியாயுத ஆராய்ச்சி 'ஏகாதிபத்திய ஜப்பானின் இராணுவ பிரிவு 731' ஆல் மிகவும் ரகசியமாக செய்யப்பட்டது. தளபதி ஷிரோ இஷீ வழிநடத்த, மஞ்சூரியாவை மையமாக கொண்டு மனிதர் மீது ஆராய்ச்சி செய்து போரில் பயன்படுத்தக்கூடிய உயிரியாயுதங்களை தயாரித்துக் கொண்டிருந்தது இந்த பிரிவு. அமேரிக்க பிரித்தானிய தொழில்நுட்பங்கள் இல்லாதபோதும், இவர்களின் தீவிர ஆராய்ச்சி முறையால் இவர்களின் உயிரியாயுதங்கள் தரத்திலும் பயன்பாட்டிலும் சற்றே உயர்ந்துதான் காணப்பட்டது. சீனப்படையின் மீதும் பொதுமக்கள் மீதும் உயிரியாயுத தாக்குதலையே நடத்தியது ஜப்பான். 1940இல் நிங்போவின் மீது கொடூர பிளேக் நோயைக்கொண்ட உண்ணிகள் நிறைந்த செராமிக் குண்டுகளை வீசியது. பெரும்பாலான இவ்வகை தாக்குதல்கள் சரியான விநியோக முறையில்லாததால் பெரிதான ஒரு தாக்கத்தை ஏற்படுத்த முடியாமற்போயிற்று. இருந்தும்கூட 4 லட்சம் பேர் உயிரிழந்தனர். சரிவர கட்டுப்படுத்த முடியாததால் தன் வீரர்கள் பலரையும் இவ்வகை தாக்குதல்களில் பலி கொடுத்தது ஜப்பான்.

போரின் கடைசி காலத்தில் பிளேக் நோயை உயிரியாயுதமாகக் கொண்டு அமெரிக்காவின் சான் டியாகோ, கலிபோர்னியா போன்ற இடங்களில் தாக்குதல் நடத்தத் திட்டமிட்டது ஜப்பான். செப்டம்பர் 22, 1945 இல் இந்தத் தாக்குதலை நடத்த முடிவு செய்து, இத்திட்டத்துக்கு " இரவு நேர செர்ரி பூக்கள் " என பேரிட்டது ஷிரோ இஷீ யின் இராணுவப்பிரிவு. ஆனால்,

ஆகஸ்ட் மாதத்தில் நடந்த எதிர்பாராத தாக்குதல்களினால் அம்மாதம் 15 ஆம் தேதி நிபந்தனையற்ற சரணடைந்தது ஜப்பான். இதனால் உயிரியாயுதத் தாக்குதல்கள் நடக்காமலேயே போர் முடிவுக்கு வந்தது.

இந்தியாவும் உயிரியாயுதமும் - இந்திய குடியரசு பேரழிவு ஆயுதங்களை அணு ஆயுத வடிவில் வைத்திருப்பதாக தெரிகிறது. அதிகாரப்பூர்வ வெளியீடுகள் ஏதும் இல்லை என்றாலும் இந்திய அரசானது உயிரித் தொழில்நுட்பங்களில் நல்ல திறம் படைத்ததாகவே கருதப்படுகிறது.

உலகளாவிய 'உயிரியல் தீங்கு' எச்சரிக்கை குறியீடு - நுண்ணுயிரி வல்லுநர்கள் மற்றும் தொற்றுநோய் வல்லுநர்கள் பலரிருந்துங்கூட இந்திய அரசு உயிரியாயுதத்தை முதற்கட்ட தாக்குதல் ஆயுதமாக பயன்படுத்த எவ்வித முனைப்பாடு காட்டவோ அல்லது அதற்கென்று தனித்திட்டமோ செயல்படுத்தவில்லை. உயிரியாயுதக் கூட்டத்தொடரின் ஒப்பந்தத்தில் கையொப்பமிட்ட நாடுகளில் இந்தியாவும் ஒன்று. இந்திய உயிரியாயுதத்தில் எவ்வித ஆராய்ச்சியிலும் ஈடுபடுகிறது என்று நிரூபிக்க எந்த விதமான சான்றுகளும் இல்லை. இதை தெளிவு படுத்தும் பொருட்டு, அக்டோபர் 2002இல், அன்றைய இந்தியக் குடியரசுத் தலைவர் திரு.அ.ப.ஜெ.அப்துல் கலாம் அவர்கள், " இந்தியா உயிரியாயுதங்களை தயாரிக்காது. உயிரியாயுதம் மனித இனத்திற்கே பெருங்கேடு விளைவிக்கும்." என்று தெரிவித்துள்ளார்.

5. கரந்தடிப் போர்முறை

கரந்தடிப் போர்முறை அல்லது கொரில்லாப் போர்முறை (Guerrilla warfare) என்பது ஒருவகை ஒழுங்கில்லாப் போர்முறை ஆகும். இந்தப் போர்முறை ஆயுதம் தாங்கிய குடிமக்கள் அடங்கிய ஓர் சிறிய போராளிக் குழு பெரிய விரைவாக இயங்க இயலாத வழமையானப் படைகளை எதிர்கொள்வதாகும். இதற்கு பதுங்கித் தாக்குதல், நாசமாக்கல், திடீர்த் தாக்குதல், எதிர்பாராத தன்மை, மிக விரைவான இயக்கம் போன்ற படைத்துறை செய்முறைகளைப் பயன்படுத்தி வெற்றி கொள்வதும் தாக்கப்படக்கூடிய இலக்குகளை தாக்கி விரைவாகத் திரும்பிவிடுதலும் ஆகும்.

இது உலகின் பல மொழிகளிலும் கொரில்லாப் போர் என்று வழங்கப்படுகிறது. எசுப்பானிய மொழியில் இந்தச் சொல்லிற்கு சிறிய போர் என்ற பொருளாகும். 18ஆம் நூற்றாண்டு அல்லது அதற்கு முன்பிருந்தே இந்தச் சொல் இத்தகைய போர்வகையைக் குறிக்கப் பயன்படுத்தப்படுகிறது. கொரில்லா என்ற சொல் ஆங்கிலத்தில் 1809 முதல் புழக்கத்தில் உள்ளது.

வரலாறு - ஸ்பானிய மொழியில் குடிப்போர் என்பதே கொரில்லா போரின் அர்த்தமாகும். இம்முறை பதினெட்டாம் நூற்றாண்டிலிருந்து வழக்கில் உள்ளது. ஆண் என்பதற்கு கொரில்லா எனவும்,பெண் என்றால் கொரில்லிரா எனவும் இப்போர் முறையில் அழைப்பர். பெனின்சுலர் போரில் நெப்போலி-

யன் துருப்புகளுக்கு எதிராக ஸ்பானிய மக்கள் கொரில்லா போரில் ஈடுபட்டனர். ஆங்கிலத்தில் கொரில்லா என்பது அப்போர் புரிபவர்களைக் குறிக்கும்.

கொரில்லா தந்திரங்களை எகிப்து மற்றும் மெசபடோமியாவில் பொ.ஊ.மு. 3100 முன்னரே பழங்குடி மக்களுக்கு மத்தியில் நடைபெற்று உள்ளது. தேசியவாதம், தாராளவாதம், சோசலிசம், மற்றும் மத அடிப்படைவாதம் போன்ற கொள்கைகள் கிளர்ச்சிகள் மற்றும் கரந்தடிப் போர்கள் வடிவம்பெற்றன.

எதிர்ப்புரட்சிகர கரந்தடிப் போர்

கோட்பாடுகள் - கரந்தடிப் போர் ஓர் ஒழுங்கு முறைக்கேற்ப நடைபெறாததால் அதைத் தோற்கடிக்கக் கடினமாக இருக்கக்கூடும், ஆனால் 1950 கள் மற்றும் 1960 களில் நடந்த சில எதிர்ப்புரட்சிகர கரந்தடிப் போர்களில் சில கோட்பாடுகள் வெற்றிகரமாகப் பிரயோகிக்கப்பட்டன.

உத்திகள், செய்முறைகள் மற்றும் அமைப்பு - கரந்தடிப் போர்முறையில் உத்திகளும் செய்முறைகளும் சிறிய விரைந்தியங்கும் போராளிக்குழு பெரிய படையை எதிர்ப்பதைக் குவியப்படுத்துகின்றன. உள்ளூர் மக்களின் ஆதரவுடன் சிறியக் குழுக்களை ஒழுங்குபடுத்துவதும் அவர்கள் இயங்கக்கூடிய நிலப்பரப்பு வழங்கும் வாய்ப்புகளைப் பயன்படுத்திக் கொள்வதும் கொரில்லாக்களின் நோக்கமாகும்.

எதிரிப் படைகளை பெரும் எண்ணிக்கையில் கரந்தடிப் படை எதிர்கொள்வதில்லை; சிறிய குழாமாக இருக்கும் எதிரி வீரர்களை தேடி ஒழிப்பதன் மூலம் தங்கள் இழப்புகளைக் குறைப்பதுடன் எதிரிக்கு எரிச்சல் மூட்டவும் முடிகிறது. எதிரி ஆட்களை மட்டுமல்லாது ஆயுதக் கிடங்கு போன்ற எதிரியின் வளங்களையும் தங்களது இலக்காக கொள்கிறார்கள். இதனால் எதிரியின் பலம் குறைகிறது; இந்தப் போர்முறையில் நீண்ட காலம் தாக்குப்பிடிக்க இயலாது எதிரிப்படை பின்வாங்குகிறது.

பொதுவாக கொரில்லாப் போர்முறையில் குடிமக்கள் போல நடித்து எதிரிப்படையால் இனம் காண முடியாத போர்முறை இது என தவறாகப் புரிந்து கொள்ளப்பட்டுள்ளது. ஆனால் இது இந்தப் போர்முறையின் முதன்மை சிறப்புக் கூறு இல்லை. எங்கெல்லாம் போராளிகள் மறைந்திருந்து தாக்க முடியுமோ தவிர அந்த வாய்ப்பு பெரிய வழமையான எதிரிப்படைக்கு இல்லாதிருக்கிறதோ அங்கு இந்தப் போர்முறையை கையாள முடியும்.

மா சே துங் மற்றும் வடக்கு வியத்நாமிய ஹோ சி மின் போன்ற பொதுவுடமைத் தலைவர்கள் கரந்தடிப் போர்முறைக்கு அறிமுறை அடிப்படை வழங்கி செயலாக்கினர். இந்த உத்திமுறைகளே கூபாவின் போகோ கோட்பாட்டுக்கும் ஆப்கானித்தானில் சோவியத் படைகளுக்கு எதிரான முஜாஹிதீன் படைகளுக்கும் முன்மாதிரியாக விளங்கின.

சங் கை செக்குடனான சீன உள்நாட்டுப் போரின்போது மா சே துங் கரந்தடிப் போரின் அடிப்படை உத்திகளை பின்வருமாறு சுருக்கமாகக் கூறினார்: "எதிரி முன்னேறுகிறான், நாம் பின்வாங்குகிறோம்; எதிரி தங்குகிறான், நாம்

துன்புறுத்துகிறோம்; எதிரி களைப்படைகிறான், நாம் தாக்குகிறோம்; எதிரி பின்வாங்குகிறான், நாம் துரத்துகிறோம்."

இந்தப் போர்முறை உத்திகள் இருபதாம் நூற்றாண்டில் தான் துவங்கின என்றபோதும் தற்கால கரந்தடிப் போரை ஒத்த சண்டைகள் பழங்காலங்களி-லும் சிறிய அளவுகளில் நடைபெற்றுள்ளன. தற்கால வளர்ச்சிக்குத் தூண்-டலாக 19ஆம் நூற்றாண்டில் மத்தியாசு ரமன் மெல்லாவின் மானுவல் டெ கொர்ரா டெ கொரில்லாசு என்ற நூல் வகுத்த அறிமுறை வடிவமும் தங்க-ளின் புரட்சிகள் வெற்றி பெற்ற பின்னர் எழுதப்பட்ட மா சே துங்கின் புத்தக-மும், செ குவாரவின் நூலும் பரணிடப்பட்டது 2012-01-24 at the வந்தவழி இயந்திரம் லெனினின் நூலும் அமைந்தன. செ குவாராவின் வார்த்தைக-ளில் கரந்தடிப் போர் "பெரும்பான்மையினரால் ஆதரவளிக்கப்படும் ஆனால் சிறிதளவே ஆயுதபலம் கொண்ட தரப்பினர் தங்கள் பாதுகாப்பிற்காக அடக்-குமுறையாளர்களுக்கு எதிராகப் பயன்படுத்தும் போராகும்".

இந்தியாவில் மராட்டிய இந்துப் பேரரசர் சிவாஜியின் தலைமையில் கரந்-தடிப்போர்கள் 17-ஆம் நூற்றாண்டில் நடத்தப்பட்டுள்ளன.

யுத்த நெறி புத்தகம் - புகழ் பெற்ற க்யூப போராளி எர்னெஸ்ரோ சேகு-வேரா கரந்தடிப்போரில் ஈடுபட்ட வீரர் ஆவார். இவர் கரந்தடிப் போரின் நுணுக்கங்கள் பற்றி எழுதிய புத்தகமே யுத்த நெறியாகும்.

கரந்தடிப் போர்கள் நடைபெற்ற புகழ் பெற்ற யுத்தங்கள்
ஸ்பெயினில் நெப்போலியனுக்கு எதிராக
வியட்னாமில் அமெரிக்காவுக்கு எதிராக
முஜாகிதீன் போராளிகள் சோவியத் யூனியனில்
பிடல் காஸ்ட்ரோவின் தலைமையில் க்யூபாவில்
மாவோவின் செம்படை
சோவியத்தின் செஞ்சேனைகள்.
தமிழீழ விடுதலைபுலிகள் இந்திய இராணுவத்திற்கு எதிராக

0

இந்த கொரில்லாப் போர்முறையை (Guerrilla warfare) கரந்தடிப் போர்-முறை என்று அழகிய தமிழில் சொல்கிறார்கள்..ஏனைய போர்முறைக-ளிலிருந்து வேறுபட்டது. மரபுவழி இராணுவப் படை, பொலிஸ் படை, சில சமயங்களில் எதிராக இயங்கும் போராளிப் படைகளுடன் சிறிய அளவில் வேகமான,எதிர்பாராத தாக்குதல்களை நடாத்தி விட்டு அதே வேகத்தில் மறைந்து விடுபவர்கள்தான் இந்த கொரில்லாப் போராளிகள். இந்த கொரில்லா என்ற பெயரை, நாம் காட்டு விலங்கான கொரில்லா என்ற குரங்கினத்துடன் இணைத்தே பேசி வருகிறோம்.

"guerra" என்பது யுத்தம் என்பதைக் குறிக்கும் ஸ்பானிய மொழிச் சொல்...ஐபீறியன் தீபகற்பத்தில்(Iberian Peninsula) நிலைகொண்டிருந்த (1808 - 14) பிரெஞ் இராணுவத்தை விரட்ட, ஓர் அணி திரண்டது. இதில் ஸ்பானிய, போர்த்துக்கேய பொதுமக்களே இணைந்து கொண்டனர். இவர்களை guerrilleros என்ற ஸ்பானிய மொழியில் அழைத்தார்கள்..இன்று அது தமிழில் கொரில்லாப் போர்முறையாக உருமாறி விட்டது..

இவர்களை பல நூற்றாண்டுகளாக பல பெயர்களில் அழைத்து வந்தார்கள்.. போராளிகள், பிரிவினைவாதிகள், புரட்சிப் படையினர், பயங்கரவாதிகள், கொள்ளைக்காரர்கள், காட்டுமிராண்டிகள், கூலிப்படையினர்....
என்றெல்லாம் திட்டப்பட்டிருக்கிறார்கள்.

ஆர்ஜென்டீனாவின் சேகுவேரா ஒரு மாக்சியவாதி, மருத்துவர், இலக்கியவாதி,, யுத்த வல்லுநர், இராஜதந்திரி எனும் பல்வேறு பரிணாமங்களை தன்னகத்தே கொண்ட புரட்சியாளர் மட்டுமல்ல அவர் ஒரு கரந்தடிப் போராளியும் கூட!

அமெரிக்க வியட்னாம் போரில், நடந்த கொரில்லாத் தாக்குதல்கள் உலகப் பிரபல்யமானவை..

இப்போரில் காடுகளில் மறைந்து வந்து தாக்கிய வியட்காங் கொரில்லா போராளிகளின் மறைவிடங்களை அழிக்க, அமெரிக்க இராணுவம் வியட்நாம் காடுகளை அழிக்க "ஏஜன்ட் ஆரஞ்ச்"(Agent Orange) எனும் நச்சு அமிலத்தை வான் வழியாக காடுகளின் மீது பொழிந்து, இரசாயணத் தாக்குதல் நடத்தினர். இந்த நச்சு அமிலத்தால் வியட்நாம் காடுகள் அழிந்ததுடன், வியட்நாம் மக்களின் உடல் நலமும் பேரழிவைக் கண்டது

கொரில்லா போர் முறை (Guerrilla warfare) என்பது சிறிய, ஒழுங்கற்ற குழுக்களால், பெரிய, வழக்கமான இராணுவப் படைகளைத் தாக்க, பதுங்கிப் பாய்தல் (hit-and-run), திடீர் தாக்குதல், நாசவேலை போன்ற தந்திரங்களைப் பயன்படுத்தி, எதிரிகளைத் தாமதப்படுத்தி, குழப்பி, இடையூறு விளைவிக்கும் ஒரு போர்க்குணம் ஆகும்; இது பொதுவாக மக்களின் ஆதரவுடன், மறைவான இடங்களில், விரைவான இயக்கத்தின் மூலம் நடத்தப்படுகிறது.

கொரில்லா போர் முறையின் முக்கிய அம்சங்கள்:

சிறு குழுக்கள்: ஒழுங்கற்ற அல்லது தன்னார்வப் போராளிக் குழுக்களால் நடத்தப்படுகிறது.

பதுங்கிப் பாய்தல் (Hit-and-run): தாக்கிவிட்டு, எதிரிகள் பதிலடி கொடுக்கும் முன் விரைவாக மறைந்துவிடுதல்.

நாசவேலை மற்றும் உளவு: எதிரிகளின் தளவாடங்கள், தகவல் தொடர்பு, மற்றும் தளங்களை அழித்தல்.

மறைவான இயக்கம்: மலைகள், காடுகள், நகரங்கள் போன்ற மறைவான இடங்களில் இருந்து செயல்படுதல்.

மக்கள் ஆதரவு: உள்ளூர் மக்களின் ஆதரவு, உளவு, மற்றும் மறைவிடங்கள் முக்கியம்.

திடீர் தாக்குதல்: எதிர்பாராத நேரத்திலும் இடத்திலும் தாக்குதல் நடத்துதல்.

எதிரிகளைப் பலவீனப்படுத்துதல்: பெரிய போர்களில் ஈடுபடாமல், எதிரிகளின் வளங்களைச் சுரண்டி, அவர்களை மனதளவில் சோர்வடையச் செய்தல்.

வரலாற்று உதாரணங்கள்:

ஸ்பெயின் போர்கள் (19ஆம் நூற்றாண்டு): "Guerrilla" என்ற சொல்லே ஸ்பானிஷ் மொழியிலிருந்து வந்தது, இது தீபகற்பப் போரில் பிரெஞ்சுப் படைகளைத் தாக்கியது.

அமெரிக்கப் புரட்சி: பிரிட்டிஷ் படைகளைத் தாக்க கொரில்லா தந்திரங்கள் பயன்படுத்தப்பட்டன.

வியட்நாம் போர்: வட வியட்நாமியப் படைகள் அமெரிக்கப் படைகளுக்கு எதிராக கொரில்லா போர் முறையைப் பயன்படுத்தினர்.

மாவோ சே-துங்: மக்கள் போரின் தத்துவங்களை வகுத்து, கொரில்லாப் போரை ஒரு புரட்சிகரமான போராட்ட வடிவமாக மாற்றினார்.

சுருக்கமாக, கொரில்லா போர் என்பது, பலம் குறைந்த தரப்பினரால், பலம் வாய்ந்த எதிரியை வெல்லப் பயன்படுத்தப்படும் ஒரு புத்திசாலித்தனமான, ஒழுங்கற்ற போர் உத்தி ஆகும்.

6. போர்க்கால இலக்கியம் - ஈழப்போருக்கு முன்பும் பின்னரும்! - முருகபூபதி.

அவுஸ்திரேலியத் தமிழ் இலக்கிய கலைச்சங்கம் நடத்திய இணையவழி காணொளி அரங்கில் சமர்ப்பித்த உரை !.... முருகபூபதி

போர்க்கால இலக்கியம்பற்றி பேசுவதற்கும் நாம் மற்றும் ஒரு கண்ணுக்குத் தெரியாத எதிரியுடன் போராடும் காலத்திலும் தயாராகியிருக்கின்றோம்.

இனி கொரோனா கால இலக்கியம் என்பதும் பேசுபொருளாகிவிடும். சமகால போராட்டத்தில் எம்மை பாதுகாத்துக்கொள்ள சமூக இடைவெளி தேவைப்பட்டிருந்தமைபோன்று, ஈழவிடுதலைப்போரில் எமது மக்களின் பாதுகாப்பிற்கு பதுங்கு குழிகள்தான் தேவைப்பட்டன. அப்படியிருந்தும் பதுங்கு குழிகளை நோக்கியும் எறிகணை வீச்சுக்கள் நிகழ்ந்தன. குண்டுகள் பொழியப்பட்டன.

அவ்வாறு 1937 ஏப்ரல் 26 இல், நாஜி விமானப் படை, குவர்னிக்கா நகர் மீது குண்டுவீசித் தாக்கியது. இதுவே உலக வரலாற்றிலேயே முதலாவது சர்வாதிகாரக் குண்டுவீச்சு என்பதை அடையாளப்படுத்தும் ஓவியர் பிக்காசோ வரைந்த குவார்னிக்கா ஓவியத்தில் போரின் கொடுமை சித்திரிக்கப்பட்டவாறு,

உலகெங்கும் நிகழ்ந்திருக்கும் - நீடித்திருக்கும் போரின் கொடுமைகளை - மக்கள் சுமந்த வலிகளை போர்க்காலத்திலும் போர்கள் முடிவுற்ற பின்னரும் இலக்கியங்கள் வரைந்துள்ளன.

2003 ஆம் ஆண்டு, ஐக்கியநாடுகள் பாதுகாப்புச்சபையிலும்கூட அமெரிக்க ஏகாதிபத்தியத்தின் தயக்கத்தின் வெளிப்பாட்டை - குறிப்பிட்ட குவார்னிக்கா ஓவியத்தையும் தற்காலிகமாக மறைக்க முயன்ற செய்தியையும் நாம் கடந்துவந்துள்ளோம்.

ஒரு ஓவியத்திற்கே இந்தக்கதி என்றால், இலக்கியத்திற்கும் அந்தத் துர்ப்பாக்கியம் நேராது என்பது என்ன நிச்சயம்..? அதனால் போர்க்கால இலக்கியம் பற்றி தொடர்ந்தும் பேசப்படுகிறது.

போர்க்காலத்தை எமது கீழைத்தேய காவிய மரபிலிருந்தும் தமிழ்மரபிலிருந்தும், மேற்கத்தைய உலக வரலற்றிலிருந்தும் அவதானித்திருக்கின்றோம்.

மகாபாரதமும், இராமாயணமும் போரைச் சித்திரித்தவை. சேர, சோழ, பாண்டிய மன்னர்களின் வரலாற்றிலும் போர்க்காலம் தவிர்க்கமுடியாதது.

இலங்கையில் எள்ளாலன் - துட்டைகைமுனு தொடக்கம், போர்த்துக்கீசிய - ஒல்லாந்தர் - பிரிட்டிஷார் காலம் வரையில் நீடித்த போர்க்காலத்தை வரலாற்று ஏடுகள் மட்டுமல்ல, சிங்களத் திரைப்படங்களும் சித்திரித்துள்ளன.

லெஸ்டர் ஜேம்ஸ் பீரிசின் சந்தேசிய - மற்றும் வீரபுரன் அப்பு முதலான திரைப்படங்கள் உதாரணம்.

அலெக்ஸாண்டர் - நெப்போலியன் காலமும் போர்க்காலம்தான். மனிதகுலம் தோன்றியது முதல் போரும் இணைந்திருக்கிறது.

கண்ணகி காவியத்திலும் மதுரை மீதான தீவைப்பும் ஒருவகை போர்க்குணம்தான்.

ஈழத்தமிழ் இலக்கியத்தின் வளர்ச்சியிலும் போர்க்கால இலக்கியம் முக்கிய பேசுபொருளாகியது.

கதைக்குள் கதைசொல்தல் என்பார்களே - அவ்வாறு இக்கட்டுரைக்குள் ஒரு கதை சொல்கின்றேன்.

1971 - 1972 காலப்பகுதி இலங்கை வரலாற்றில் மிகவும் முக்கியத்துவம் வாய்ந்தது.

இக்காலகட்டத்தில் யாழ்ப்பாணம் பொலிஸ் நிலையத்தில் ஒரு இளைஞர் தடுத்துவைக்கப்பட்டிருந்தார். அதேசமயம் மற்றும் ஒரு பாடசாலை ஆசிரியரும் அங்கே தடுத்துவைக்கப்பட்டிருந்தார்.

மீசை அரும்பும் பருவத்திலிருந்த அந்தத் தமிழ்இளைஞன், அந்த ஆசிரியரைப்பார்த்து, " அய்யா... உங்களைப் பார்த்தால் அப்பாவியாக தோற்றமளிக்கிறீர்கள். எதற்காக உங்களை இங்கே தடுத்துவைத்து விசாரிக்கிறார்கள்...? " எனக்கேட்கிறான்.

அதற்கு அவர். நான் புங்குடுதீவில் ஒரு பாடசாலையின் ஆசிரியர். அங்கிருக்கும் கண்ணகி அம்மன் கோயில் கிணற்றில் தாழ்த்தப்பட்ட அடி-

நிலை மக்களுக்கு குடிநீர் வழங்குவதற்கு மேல்சாதிக்காரர் மறுக்கிறார்கள். அதனைக்கண்டித்து, அந்தக் கோயில் முற்றத்தில் நான் உண்ணாவிரத அகிம்சைப்போராட்டம் நடத்தினேன்.

அந்தச் சாதிமான்கள் பொலிஸை ஏவிவிட்டு, என்னை அடித்து இழுத்து-வந்து இங்கே விசாரிக்கிறார்கள். " எனச்சொல்கிறார்.

உடனே அந்த இளைஞர், " சேர்... உங்களுக்கு என்ன விசரா... பைத்-தியமா... உதுக்குப்போய் அகிம்சை - உணவு மறுப்பு சத்தியாக்கிரகம் என்று ஏதோவெல்லாம் செய்து உங்களை வருத்தி மினக்கெட்டுள்ளீர்கள். நீங்கள் என்ன செய்திருக்கவேண்டும் தெரியுமா....? அந்த மேல்சாதிக்காரன்களின் வீடுகளிலிருக்கும் கிணறுகளில் எல்லாம் கிருமிநாசினி, பொலிடோல் ஊற்றி-யிருக்கவேண்டும். அவ்வாறு அவர்களுக்கு எதிராக போராடாமல் செத்துப்-போன காந்தீயத்தை உவங்களுக்கு போதிக்கப்போனீர்களா..? " எனக்கேட்-டான்.

உடனே அந்த ஆசிரியர், "தம்பி... நீர் யார்... உமது பெயர் என்ன.? எதற்காக உம்மை இங்கே தடுத்துவைத்துள்ளார்கள்..?" எனக்கேட்கிறார்.

"நான் யாழ்ப்பாணம் மேயர் அல்பிரட் துரையப்பாவின் காருக்கு குண்டு பொறுத்தினேன். இன்ஸ்பெக்டர் சந்திரசேகராவின் பொலிஸ் வாகனத்திற்கு கைக்குண்டு எறிந்தேன்.. " என்று அந்த இளைஞர் சொன்னார்.

அந்த இளைஞரின் பெயர் உரும்பராய் சிவகுமாரன்.

அந்த ஆசிரியரின் பெயர் மு. தளையசிங்கம்.

பொலிஸ் நிலையத்திலிருந்து வெளியே வரும் தளையசிங்கம் தனது தம்பி பொன்னம்பலத்திடம், " எதிர்கால இளைஞர்கள் இனிமேல் அகிம்சைப்பா-தையை தெரிவுசெய்யமாட்டார்கள். அவர்களுக்கு ஆயுதம்தான் போராயுத-மாக இருக்கும். " எனச்சொல்கிறார்.

தளையசிங்கம் ஏற்கனவே பொலிஸ்தாக்குதலுக்கு இலக்காகியிருந்தமை-யால், உட்காயங்களின் பாதிப்பில் 1973 ஆம் ஆண்டு இறந்தார்.

உரும்பராய் சிவகுமாரன் அடுத்த 1974 ஆம் ஆண்டு சயனைற் அருந்தி தற்கொலை செய்துகொண்டார்.

ஆனால், மு.தளையசிங்கம் இந்தச்சம்பவங்களுக்கு முன்னர் எழுதிய ஒரு தனி வீடு இலங்கையில் 1958 ஆம் ஆண்டு தென்னிலங்கையில் நடந்த இனக்கலவரத்தின் பின்னணியை சித்திரிக்கும் நாவலாக அமைந்தது. அது நகரும் காலம்: 1950 - 1960.

அவரது முதல் நாவல், தனி வீடு 1962 இல் எழுதப்பட்டு 1984 இல் அவர் இறந்து 22 வருடங்களுக்குப் பிறகு தான் வெளிவந்தது.

ஈழத்தமிழருக்கு தனிநாடுதான் அர்த்தமுள்ள தீர்வாக அமையும் என்ற செய்தியைக்கூறும் படைப்பாகவும், இன ஐக்கியம், தேசிய ஒருமைப்பாடு முதலான மார்க்ஸீய - கம்யூனிஸ சுலோகங்களை விமர்சிக்கும் நாவலாகவும்

அமைந்தது.

ஈழத்தின் இடதுசாரி முற்போக்கு இலக்கிய விமர்சகர்கள் பலரின் எதிர்வினைகளுக்கு ஆளாகிய மு. தளையசிங்கம், பொலிஸ் நிலையத்தில் அடக்குமுறைக்கு ஆளாகியிருந்தபோது சந்தித்த முதல் ஈழ தற்கொலைப் போராளி பற்றியும் சொல்லிவிட்டுத்தான் மறைந்துள்ளார்.

அவர் இறப்பதற்கு முன்னர், இலங்கையில் ஆயுதப்போராட்டம் ஆரம்பமாகும் அறிகுறியை, தான் சிவகுமாரன் என்ற இளைஞரிடம் கண்டுகொண்டதாக சொல்லியிருக்கிறார்.

இதேவேளை, இலங்கையின் வடபுலத்தில் அடிநிலை மக்களின் ஆலயப்பிரவேசப்போராட்டம், தேநீர்க்கடை பிரவேசப்போராட்டம் என்பன, ஈழத்தின் மூத்த எழுத்தாளர்கள் கே. டானியல், செ. கணேசலிங்கன், என். கே. ரகுநாதன், டொமினிக்ஜீவா, முதலானோரின் மக்களின் பாதிக்கப்பட்ட மக்களின் போர்க்குணம் பற்றிய படைப்புகள் தமிழ் ஈழப்போருக்கு முன்னரே வெளியாகிவிட்டன.

டானியலின் பஞ்சமர், போராளிகள் காத்திருக்கின்றனர், அடிமைகள், செ. கணேசலிங்கனின் நீண்டபயணம், சடங்கு, மண்ணும் மக்களும் முதலான நாவல்கள் முக்கியமானவை. காலங்கள் உருண்டோடின. அகிம்சையில் ஆரம்பித்த போராட்டம், ஆயுதப்போராட்டமாக பல்லாயிரம் மக்களை பலிகொடுத்துவிட்டு, தற்போது கடந்த இரண்டுவருடகாலமாக, போரின்போது சரணடைந்து காணாமல் போனவர்களை மீட்டுத்தாருங்கள் என்ற கோசத்துடன் தாய்மாரின் கவனஈர்ப்பு போராட்டமாக மாறி, மீண்டும் அகிம்சைப்போராட்டங்களின் பாதைக்கு திரும்பியிருக்கிறது.

இந்தப்பின்னணியில் போருக்கு முந்திய - பிந்திய போர்க்கால இலக்கியம் பற்றி நாம் பேசிக்கொண்டிருக்கின்றோம்.

எனது இந்த உரையில் நான் பிரதானமாக எடுத்துக்கொண்டது, ஈழத்தில் போருக்கு முந்திய போர்க்கால இலக்கியம் என்ற தலைப்புத்தான்.

ஈழத்தில் (இலங்கையின் மறுபெயர் ஈழம்) தமிழ் இளைஞர்கள் மாத்திரம் ஆயுதம் ஏந்திப்போராடவில்லை. அவர்களது விடுதலைப்போராட்ட வரலாறு இலக்கியமானது போன்று, தென்னிலங்கையில் மக்கள் விடுதலை முன்னணி என்ற சிங்கள இளைஞர்களினால் தொடங்கப்பட்ட ஜே.வி.பி என்ற அமைப்பு 1971 ஆம் ஆண்டில் நடத்திய போராட்டம் குறித்தும் சிங்களத்தில் இலக்கியங்கள், நாடகங்கள், திரைப்படங்கள் வெளியாகியுள்ளன.

இவை பற்றிய பொதுவான புரிதல் தமிழர் தரப்பில் இன்னமும் இல்லை என்பதையும் நாம் கவனத்தில் கொள்ளவேண்டும்.

கிருஷாந்தி குமாரசுவாமி என்ற 19 வயதுள்ள யாழ்ப்பாணம் சுண்டிக்குளி மகளிர் கல்லூரியைச் சேர்ந்த மாணவி கைதடி இராணுவ காவலரணில் தடுக்கப்பட்டு மானபங்கப்படுத்தப்பட்டு கொலைசெய்யப்பட்டு புதைக்கப்பட்டது போன்று 1971 ஆம் ஆண்டில் தென்னிலங்கையில் புனிதத்தலம் எனக்கரு-

தப்படும் கதிர்காமத்தில் பிரேமாவதி மனம்பேரி என்ற இளம் யுவதியும் இரா-ணுவத்தினரால் மானபங்கப்படுத்தப்பட்டு கொலை செய்யப்பட்டு புதைக்கப்-பட்டார்.

செல்வி கிருஷாந்தி பற்றிய உஷ்- இது கடவுள்கள் துயிலும் தேசம் என்ற சிறுகதையை நாம் இந்த 2020 ஆம் ஆண்டில் வாசிக்கின்றோம்.

இச்சிறுகதையை எழுதியிருப்பவர்: இன்றைய அரங்கில் பங்கேற்றிருக்கும் எழுத்தாளர் ஜே.கே. ஜெயக்குமாரன்.

இதுவும் ஈழத்திற்கான இறுதிப்போருக்கு முந்திய கதைதான். எழுதப்பட்டது பிற்காலத்தில்.

ஈழத்தவரின் ஈழப் போராட்ட வரலாற்றுடன் தொடர்புபட்ட முக்கியமான-தொரு நாவல் லங்காராணி. கடந்த ஆண்டு இலங்கையில் மறைந்துவிட்ட அருளர் 1978 இல் எழுதி சென்னையில் வெளியிடப்பட்ட நாவல். இதன் இரண்டாவது பதிப்பு பத்து ஆண்டுகளின் பின்னர் 1988 இல் அவர் சார்ந்-திருந்த ஈரோஸ் இயக்கத்தினால் வெளியிடப்பட்டது.

இலங்கையில் 1977 ஓகஸ்டில் நடந்த இனக்கலவரத்தின் போது கொழும்-பிலிருந்த தமிழர்களை அகதிகளாக ஏற்றி, வடபுலத்திற்குக் கொண்டு வந்த கப்பலின் பெயர்தான் லங்காராணி. அந்த கடற்பயணத்தின் பின்னணியில் தென்னிலங்கையிலிருந்து புறபபட்ட தமிழ் அகதிகளின் உணர்வலைளை வெளிப்படுத்தி, எரியத்தொடங்கிய ஈழத்தவரின் உயிர்பாதுகாப்பிற்கான பிரச்-சினையின் முகங்களையும் விடுதலைப் போராட்டத்தின் தேவையையும் இந்த நாவல் சித்திரித்தது.

1981 இலும் ஒரு கலவரம் வெடித்தது. இதில் தென்னிலங்கையிலும் மலையகத்திலும் பலர் கொல்லப்பட்டதுடன், தமிழர்களின் சொத்துக்களும் அழிக்கப்பட்டன.

மலையத்திலிருந்து அகதிகளாக வெளியேறிய இந்திய வம்சாவளி மக்கள், வவுனியா - முல்லைத்தீவு உட்பட்ட வன்னிப்பிரதேசங்களில் தஞ்சமடைந்-தனர். அந்த வன்னி பெருநிலப்பரப்பில் முள்ளிவாய்க்காலில்தான் இறுதிக்-கட்ட ஈழப்போர் முடிவுக்கு வந்தது.

1983 ஆம் ஆண்டில் யாழ்ப்பாணம் திருநெல்வேலியில் 13 இராணுவத்-தினர் கொல்லப்பட்டதுடன் மற்றும் ஒரு இனக்கலவரம் கொழும்பில் ஆரம்-பித்தது. அந்தக்கலவரம் வெலிக்கடை சிறை படுகொலையிலும் இரண்ட-றக்கலந்திருந்தது. அந்தச்சிறையிலிருந்து உயிர்தப்பிய போராளிகள் மீண்டும் அரசியல் பிரவேசம் செய்து ஜனநாயக நீரோட்டத்தில் கலந்து, வடக்கு - கிழக்கு முதலமைச்சரானது முதல் இன்றைய அரசின் அமைச்சராகியிருக்கும் செய்திகளையும் நாம் கடக்கின்றோம்.

போர்க்கால இலக்கியத்தில் இச்செய்திகளும் பேசுபொருளாகும் !

1983 இற்குப்பின்னர், ஈழவிடுதலைப் போராட்டம் பல்வேறு இயக்கங்க-ளால் முன்னெடுத்துச் செல்லப்பட்டதன் பின்னணியில் புதியதோர் உலகம்

என்ற நாவல் கோவிந்தன் என்ற போராளியால் எழுதப்பட்டு சென்னையில் வெளியானது.

1977 - 1981 காலப்பகுதியில் தென்னிலங்கை மற்றும் மலையகத்திலிருந்து மன்னார் - வன்னிப்பகுதிக்கு அகதிகளாகச்சென்று குடியேறிய மக்களின் தேவைகளை கவனித்த உமாமகேஸ்வரனின் புளட் என்ற இயக்கத்திலிருந்து வெளியேறிய கோவிந்தன், அவ்வியக்கத்தின் உள்முரண்பாடுகளை அதில் சித்திரித்திருந்தார். சகோதரப் படுகொலைகளின் தொடக்கப்புள்ளியை இந்த நாவல் காண்பித்தது.

அந்த கோவிந்தனும் பின்னர் கொல்லப்பட்டார்.

முறிந்த பனை என்ற மற்றொரு நூலும் ஈழப்போராட்டத்தின் பின்புலத்தில் எழுதப்பட்டது. அது நாவல் அல்ல. எனினும் அதனை எழுதியவர்களில் ஒருவரான மருத்துவ விரிவுரையாளர் ராஜினி திரணகம அவர்கள் யாழ்ப்பாணத்தில் இனந்தெரியாத இளைஞர்களால் படுகொலை செய்யப்பட்டார்.

இலங்கையின் போர்க்காலத்தில் இராணுவத்தினர் மற்றும் பாதுகாப்புத் தரப்பினரான பொலிஸ், கடற்படை, விமானப்படை,

அதிரடிக் கொமான்டோ படையினரால் கொல்லப்பட்டவர்கள் பற்றியும், அதே சமயம் இனந்தெரியாதவர்கள் என்ற நாமத்திற்குரியவர்களினாலும் கொல்லப்பட்டவர்கள் பற்றியும் படைப்பு இலக்கியங்கள் வெளிவந்துள்ளன. இந்த இனந்தெரியாதவர்கள் யார் என்பதை என்போன்ற போர்க்காலச்செய்திகளை எழுதியவர்கள் கூர்ந்து அவதானித்தால் யார் அவர்கள்...? என்பதை துல்லியமாக அடையாளம் கண்டுவிடுவார்கள்.

எனினும் அவர்கள் தங்கள் தற்காப்பிற்காக பாவிக்கும் புனிதமான சொல்தான் இனந்தெரியாதவர்கள்..!

சோசலிசத் தமிழீழத்தை நோக்கி

அரசியலும் இராணுவமும் - ஒன்றிணைந்து போராடுவோம் - சோசலிசத் தத்துவமும் கெரில்லா யுத்தமும் - தமிழ்த் தேசியமும் சமுதாயக் கொந்தளிப்பும்

முதலான பல வரலாற்று நூல்களும்

மரணத்துள் வாழ்வோம் - மரணம் -

ஆளற்ற தனித்த தீவுகளில் நிலவு, ஈரமற்ற மழை -

இரண்டாவது சூரிய உதயம் - யமன் - கானல் வரி - எலும்புக்கூடுகளின் ஊர்வலம் - நீ இப்பொழுது இறங்கும் ஆறு - மீண்டும் கடலுக்கு - ஈழத்து மண்ணும் எங்கள் முகங்களும் - சூரியனோடு பேசுதல் -

நமக்கென்றொரு புல்வெளி - ஒரு அகதியின் பாடல் - இரத்த புஷ்பங்கள் - பூவரசம் வேலியும் புலுனிக் குஞ்சுகளும் - வியாசனின் உலைக்களம் - இனி ஒரு வைகறை - இந்த மண்ணும் எங்கள் நாட்களும்

உட்பட ஏராளமான கவிதைத் தொகுப்புகளும் இறுதி ஈழப்போருக்கு முன்னரே வெளியாகிவிட்டன.

கவிஞர்கள் சேரன், செழியன், வ.ஐ.ச. ஜெயபாலன், காசி ஆனந்தன், புதுவை இரத்தினதுரை, கி.பி. அரவிந்தன், மு.புஷ்பராஜன்,, க.ஆதவன், எம்.ஏ.நுமான், ஹம்சத்வனி, கவியரசன், சு.வில்வரத்தினம், அ.யேசுராசா, சிவரமணி, செல்வி உட்பட பலர் ஈழப்போரியல் வரலாற்றை கவிதைகளாக வடித்தவர்களில் குறிப்பிடத்தகுந்தவர்கள்.

கவிஞர் செல்வியும் காணாமல்போனார். கவிஞர் சிவரமணி தற்கொலை செய்துகொண்டார். !

வலிசுமந்தவர்கள், பரதேசிகளாய் உலகெங்கும் அலைந்துழல்பவர்கள் படைப்புகளில் ஈழக்கனவு முன்பும் இருந்தது. தற்பொழுதும் இருக்கிறது.

புனைவு இலக்கியமான சிறுகதைகள் - நாவல்களிலும் எதிரொலித்தது.

வாசல் ஒவ்வொன்றும் என்ற பெயரில் புதுவை இரத்தினதுரை - கருணாகரன் இணைந்து வெளியிட்ட சிறுகதைத் தொகுதி - போர்க்காலத்தில் வெளிச்சம் இதழின் ஆசிரியர் கருணாகரன் தொகுத்து வெளியிட்ட வெளிச்சம் சிறுகதைகள் - சிறுகதைகள் கொண்ட தொகுதி மற்றும் அம்மாளைக் கும்பிடுறானுகள் என்ற உண்மைக் கதைகள் சிலவற்றைக் கொண்ட தொகுதி, தாமரைச் செல்வியின் அழுவதற்கு நேரமில்லை - பச்சை வயல் கனவு - வீதியெல்லாம் தோரணங்கள் ஷோபாசக்தியின் தேசத் துரோகி, கொரில்லா, மலைமகள் எழுதிய

புதிய கதைகள் என்ற தொகுதி செங்கை ஆழியானின்

யாழ்ப்பாணத்து இராத்திரிகள்,

அக்கினிக் குஞ்சு (குறுநாவல்) இரவு நேரப் பயணிகள், (ராத்திரிய நொனசாய் என்ற தலைப்பில் சிங்களத்திலும் மொழிபெயர்க்கப்பட்டது) கொழும்பு லொட்ஜ், தீம்தரிகிட தித்தோம், மரணங்கள் மலிந்த பூமி, வானும் கனல் சொரியும் என்பன குறிப்பிடத்தகுந்தன.

பிரான்ஸில் வதியும் ஷோபாசக்தி எழுதி 2004 ஆம் ஆண்டு வெளியான ம் என்ற நாவலும் யாழ்ப்பாணம் கந்தன் கருணை இல்லத்தில் நிகழ்ந்த சகோதரப்படுகொலைகள் பற்றி சித்திரித்த படைப்புத்தான்.

“ முப்பது வருடங்களாகக் கொடிய யுத்தம். ஒரு இலட்சம் மனிதர்கள் கொல்லப்பட்டார்கள். அய்ம்பதினாயிரம் அங்கவீனர்கள். இருபதினாயிரம் விதவைகள். பத்தாயிரம்பேருக்கு பயித்தியம். பூசா, மகசீன், களுத்துறை, பாரிய இடப்பெயர்வுகள், புலப்பெயர்வுகள், இயக்கங்கள், மாவீரர்கள், தமிழீழ ஒறுப்புச்சட்டம், தமிழீழச்சிறை, துரோகிகள், பேச்சுவார்த்தைகள், மனுட ஒன்றுகூடல்கள், பொங்கு தமிழ், தமிழ்க்கதைகளும் பெருங்கதைகளும் சொல்லப்பட்டுக்கொண்டேயிருக்கின்றன. எல்லாக்கதைகளையும் கேட்டுக்கேட்டு, ‘ ம் ‘ சொல்லிக்கொண்டேயிருக்கும் எம் சனங்களுக்கு.... “ என்று ஷோபாசக்தி தனது ‘ ம் ‘ நாவலை மக்களுக்கு சமர்ப்பித்துள்ளார்.

ஈழப்போர்க்காலக்கதைகளின் குறியீடாக இந்த சமர்ப்பணம் அமைந்துள்ளது.

கனடாவில் வதியும் தேவகாந்தன், ஈழப்போராட்ட வரலாற்றை முழுமையாக படைக்க முயன்றவர். அவர் எழுதிய பெரிய நாவல் கனவுச்சிறை.

இனி வானம் வெளிச்சிடும், ஊழிக்காலம் முதலான படைப்புகளை எழுதிய தமயந்தி என்ற இயற்பெயர்கொண்ட தமிழ்க்கவி, சந்திரகலா என்ற இயற்பெயர்கொண்ட வெற்றிச்செல்வி எழுதிய போராளியின் காதலி, வெண்ணிலா, தமிழ்நதியின் பார்த்தீனியம் என்று பல நாவல்களை சொல்லிக்கொண்டே போகலாம்.

போராளிகள் இனத்தை, மக்களை, மொழியை, போர்க்களத்தில் ஏந்திய ஆயுதங்களை எவ்வாறு நேசித்தார்களோ அதேயளவு நேசிப்பு காதலிலும் அவர்களுக்கு இருந்திருக்கிறது என்பதையும் இந்த புனைவுகள் சித்திரித்துள்ளன.

தமிழ்நதியின் பார்த்தீனியம் 1987 இல் கொழும்பில் கைச்சாத்தான இலங்கை - இந்திய ஒப்பந்தத்துடன் இந்திய அமைதிப்படையின் பிரவேசம் முதல் அது வெளியேறிய காலப்பகுதிவரையில் சித்திரித்த நாவல்.

அமைதிப்படை என்ற பெயரில் வந்தவர்கள் விடுதலைப்புலிகளை தேடி அழிக்கும் வேட்டையில் ஈடுபட்டபோது, ஒரு வீட்டின் சுவரில் தொங்கிய மகாத்மா காந்தியின் படமும் சுடுபட்டு சிதறி விடுகிறது.

தமிழக எழுத்தாளர் வாசந்தியும் நிற்க நிழல்வேண்டும் என்ற பெயரில் ஒரு புதினம் ஈழப்போராட்டம் குறித்து எழுதியிருக்கிறார். அத்துடன் ராஜம் கிருஷ்ணனும் நீடித்த ஈழப்போரினால் அகதிகளாகி இராமேஸ்வரம் மண்டபம் முகாமில் தஞ்சமடைந்த ஈழ அகதிகள் பற்றி மாணிக்க கங்கை என்ற நாவலை எழுதியுள்ளார்.

செங்கை ஆழியானின் கதைகள் ஜனரஞ்சகமாக அமைந்திருந்தமையினால் அதில் இசங்கள் தேடுவோரும் நவீனத்துவத்திற்கு பல பெயர்களை சூட்டியிருப்போரும், இவரை அலட்சியப்படுத்தியிருக்கிறார்கள். ஆனால், அவர் தனக்கென பெரிய வாசகர் கூட்டத்தை வைத்திருந்தார். அவருடைய கையெழுத்தும் அழகானது. விரைந்து எழுதும் ஆற்றல் அவருக்கு கைவந்த கலை. யாழ். நூலகம் எரிக்கப்பட்ட வேளையிலும் அதன் பின்னர் அங்கு நடந்த அநியாயங்களையும் ஒரே இரவில் கண்விழித்து இவர் புனைபெயரில் நூல்கள் எழுதியிருக்கிறார்.

மூத்த இலக்கியவாதி வரதரின் வேண்டுகோளை ஏற்று அவர் அந்தப்பணியை செய்தார். இவருடைய அண்ணன் புதுமைலோலன் என்ற எழுத்தாளர் தமிழரசுக்கட்சி கொழும்பு காலிமுகத்திடலில் 1961 இல் நடத்திய சத்தியாக்கிரகப் போராட்டத்தின்போது பொலிசாரின் குண்டாந்தடி பிரயோகத்திற்கு இலக்காகி கைமுறிந்து சிகிச்சை பெற்றவர். பின்னாளில் அவருடைய ஒரு மகன்.

இயக்கப்போராளியாக களத்தில் மரணமுற்றார். சாத்வீகத்தையும் ஆயுதப்-போராட்டத்தையும் இணைத்து தீம் தரி கிட தித்தோம் என்ற நாவலையும் செங்கை ஆழியான் எழுதியுள்ளார்.

ஈழப்போராட்டத்தில் புலிகள், பிரபாகரன் தலைமையில் நடத்திய ஒரு முக்கியமான கெரில்லாத்தாக்குதல் கொக்குவில் பிரம்படி என்ற இடத்தில் நடந்தது. அதில் பல இந்தியப்படையினர் கொல்லப்பட்டனர். இந்தத் தாக்கு-தல் பற்றி புலிகளிடம் மாற்றுக்கருத்துக்கொண்டிருந்த புஷ்பராசாவும் ஈழப்போ-ராட்டத்தில் எனது சாட்சியம் என்ற தமது நூலில் குறிப்பிட்டுள்ளார். இச்சம்-பவத்தின் பின்னணியில் செங்கை ஆழியான் ஒரு வித்தியாசமான சிறுகதை எழுதியிருந்தார். அச்சம்பவத்தில் கொல்லப்பட்ட இந்தியத் தளபதியின் மகள் ஒருத்தி தனது தந்தை கொல்லப்பட்ட இடத்தை தேடிவந்து பார்ப்பது பற்றிய சிறுகதை.

அத்துடன் இரவுப்பயணிகள் என்ற தலைப்பில் மல்லிகையில் சில போர்க்-காலச் சிறுகதைகளையும் கிளாலிப்பாதை ஊடாக மக்கள் அனுபவித்த சொல்லொனா துயர் பற்றிய கதைகளும் எழுதியவர் செங்கை ஆழியான்.

விடியலைத் தேடி என்ற அவருடைய மற்றும் ஒரு நாவல், நம்பி நம்பி ஏமாற்றமடைந்த தமிழ்மக்களின் ஏக்கப்பெருமூச்சுகளை சித்திரித்தது.

தமிழ் ஈழத்திற்காக ஆயுதம் ஏந்திய போராளிகளினாலும் அவர்களை முறியடிக்க இலங்கை பேரினவாத அரசுகளும் இந்திய அரசும் தொடர்ச்-சியாக மேற்கொண்ட பாரிய நடவடிக்கைகளினால் தோன்றிய போர்க்கால இலக்கியம் பற்றி பேசும்போது, ஆயுதம் ஏந்தாத தமிழ்த் தலைவர்கள் சிலர் இன்று திருவாய் மலர்ந்தருளி சொல்லும் வார்த்தைகளையும் கவனத்தில் கொள்வோமாக...

அவர்கள் சொல்கிறார்கள்: “ முன்னர் மூத்த தலைமுறையினரின் அகிம்-சைப்போர் நடந்தது. பின்னர் இளம் தலைமுறையினரின் ஆயுதப்போர் நடந்-தது. இரண்டும் தோல்வியில் முடிந்தது. அதனால், நாம் இப்போது இராஜ-தந்திரப்போரில் இறங்கியிருக்கின்றோம். “

இந்த இராஜதந்திரப்போர் குறித்து இன்று பேசுவோர், பத்து ஆண்டுக-ளுக்கு முன்னர் முள்ளிவாய்க்கால் பேரழிவின் பின்னர் “ ஐ.நா. சபையின் அனுசரணையுடன் போர்க் குற்றவாளிகளை மின்சாரக்கதிரைகளில் அமர-வைப்போம். “ என்று சூளுரைத்தார்கள்.

ஆனால், பத்து ஆண்டுகளுக்கு முன்னர் அவர்கள் யாரைப்போர்க்குற்ற-வாளிகள் எனச்சொன்னார்களோ, அவர்களை காலம் இன்று அரசியல் அரி-யாசனத்தில் ஏற்றிவைத்துள்ளது.

இந்தக் காணொளி அரங்கு நடந்துகொண்டிருக்கும் இவ்வேளையிலும் யாழ்ப்பாணம் புதைகுழிகளிலிருந்து மனித எச்சங்கள் வெளிக்கிளம்பிக்-கொண்டிருக்கின்றன..!

இந்தக்காலம் குறித்தும் பிந்திய போர்க்கால இலக்கியம் பேசும் என நம்புவோமாக.

இங்கு எனது உரையின் முடிவற்ற முடிவிலிருந்து ஐக்கிய நாடுகள் சபை பற்றி மீண்டும் ஏன் சொல்கின்றேன் என்றால் - இந்த உரையின் தொடக்கத்தில் நான் குறிப்பிட்ட,

"2003 ஆம் ஆண்டு, ஐக்கியநாடுகள் பாதுகாப்புச்சபையிலும்கூட அமெரிக்க ஏகாதிபத்தியத்தின் தயக்கத்தின் வெளிப்பாட்டை - குறிப்பிட்ட குவார்னிக்கா ஓவியத்தையும் தற்காலிகமாக மறைக்க முயன்ற செய்தியையும் நாம் கடந்துவந்துள்ளோம். " என்ற வரிகளை நினைவுபடுத்துவதற்காகத்தான் !

இறுதியாக அடல்ப் ஹிட்லர் சொன்ன வாசகத்துடன் எனது உரையை நிறைவுசெய்கின்றேன்:

அவர் அந்த இரண்டாம் உலகப்போர் முற்றுப்பெறுவதற்கு முன்னர்,

"போரில் நீ வென்றால், அதை நீ விபரிக்க வேண்டியதில்லை. தோற்றால், அதை விபரிக்க நீ அங்கிருக்கக்கூடாது " எனச்சொல்லியிருந்தார்.

எமது படைப்பாளிகள் போருக்கு முந்திய காலத்தையும் பிந்திய காலத்தையும் எழுதிக்கொண்டிருக்கிறார்கள்.

நாம் அவைபற்றி பேசிக்கொண்டிருக்கின்றோம்.!

7. 'மை லாய்' படுகொலை!

(வரிகளில் வடிக்க முடியாத, உலகை உலுக்கிய கொடூர படுகொலைகளில் மிக மிலேச்சத்தனமாக கருதப்படும் 'மை லாய்' படுகொலை 55 வருடங்களுக்கு முன்னர் தெற்கு வியட்நாமில் மார்ச் 16, 1968 நடந்தேறியது)

55 வருடங்களுக்கு முன்னர், உலகை உலுக்கிய கொடூர படுகொலைகளில் மிக மிலேச்சத்தனமாக கருதப்படும் 'மை லாய்' படுகொலையின் வடுக்கள் இன்னமும் மாறவில்லை.

தெற்கு வியட்நாமில் மார்ச் 16, 1968 ஆம் ஆண்டு அமெரிக்கப் படைகளினால் 347 முதல் 504 வரையான பொது மக்கள் படுகொலை செய்யப்பட்ட நிகழ்வைக் குறிக்கும் இப்படுகொலைகளின் கோரம் வரிகளில் வடிக்க முடியாது.

இக்கொடூரத்தில் மிக மிலேச்சத்தனமாக கொல்லப்பட்டவர்களில் பெரும்பாலானோர் அப்பாவி பெண்களும் குழந்தைகளுமாவர்.

பாலியல் வதை துன்புறுத்தல் : கொல்லப்பட்ட அல்லது காயமடைந்த பெரும்பாலானோர் பாலியல் வதை, அடிக்கப்பட்டு, அல்லது துன்புறுத்தப்பட்டனர். பெரும்பாலானோரின் உடல்கள் பெரும் சிதைவுக்குள்ளாகிக் கண்டுபிடிக்கப்பட்டன.

இப்படுகொலைகள் வியட்நாம் போரின் போது சோன் மை என்ற கிராமத்தில் மை லாய் (My Lai Massacre) மற்றும் மை கே ஆகிய பகுதிகளில் இடம்பெற்றது. ஆரம்பத்தில் 26 அமெரிக்கப் போர்வீரர்கள் இப்படுகொலைகளுக்குக் குற்றம் சுமத்தப்பட்டிருந்தாலும், 2ம் லெப். வில்லியம் கேலி என்பவனுக்கு மட்டுமே தண்டனை கிடைத்தது. முதலில் ஆயுள் தண்டனை வழங்கப்பட்டாலும், இது பின்னர் 3 ஆண்டுகளாகக் குறைக்கப்பட்டு, அத்தண்டனையை தனது வீட்டிலேயே கழித்தான்.

அமெரிக்க எதிர்ப்பலை ஆரம்பம்: இப்படுகொலை நிகழ்வானது உலகின் பல இடங்களிலும் அமெரிக்காவுக்கு எதிராக எதிர்ப்பலைகளை ஏற்படுத்தியது மட்டுமல்லாமல் வியட்நாம் போரில் ஐக்கிய அமெரிக்காவின் ஈடுபாடு குறித்து உள்நாட்டிலும் பெரும் எதிர்ப்புகள் தோன்றின.

இத்தாக்குதலின் பின்னணியை ஆராய்ந்தால், டிசம்பர் 1967 இல் தெற்கு வியட்நாமில் அமெரிக்க இராணுவத்தின் ஒரு பகுதி தரையிறங்கியது. முதல் ஒரு மாதம் பெரிதாக எந்தத் தாக்குதலும் இடம்பெறவில்லை. ஆனாலும் அடுத்தடுத்த மாதங்களில் இடம்பெற்ற கண்ணிவெடித் தாக்குதல்களில் 28 அமெரிக்க இராணுவத்தினர் படுகாயமடைந்தனர். இவர்களில் 5 பேர் கொல்லப்பட்டனர்.

ஜனவரி 1968 இல் வியட் கொங் படைகள் அமெரிக்கப் படைகள் மீது தாக்குதலில் இறங்கினர். அவர்களில் பெரும்பாலானோர் சோன் மை கிராமத்தில் ஒளிந்திருப்பதாக அமெரிக்கப் படைகளுக்கு தகவல் எட்டியது.

அமெரிக்கப் படைகள் இக்குக்கிராமங்கள் மீது பெரும் தாக்குதல் ஒன்றை நடத்தத் திட்டமிட்டனர். அக்கிராமத்தைப் பலமாகத் தாக்கி அனைவரையும் கொன்று விடும்படி கேணல் "ஒரான் ஹெண்டர்சன்" என்பவன் தனது படைகளுக்கு உத்தரவிட்டான்.

அநேகமாக பொது மக்கள் காலை 07:00 மணிக்கு முன்னர் சந்தைகளுக்கு சென்று விடுவரென்றும் மீதமுள்ளோர் வியட் கொங் தீவிரவாதிகளாகவோ அவர்களின் ஆதரவாளர்களாகவோ இருப்பர் என்றும் தாக்குதல் தொடங்க முன்னர் கப்டன் ஏர்னெஸ்ட் மெடினா என்பவன் தனது படைகளுக்குக் கூறினான்.

கோரமான வியட்நாம் படுகொலை: மார்ச் 16 இல் சார்லி கம்பனி என்ற அமெரிக்க முதலாம் பட்டாலியன் முதலில் ஹெலிகப்டர் தாக்குதலை ஆரம்பித்துத் தரையிறங்கியது. அங்கு எதிர்ப்பு எதுவும் இருக்கவில்லை.

அமெரிக்கப் படைகள் முதலில் சந்தேகத்துக்கிடமான பகுதிகளைத் தாக்கினர். முதலாவது பொதுமக்கள் தொகுதி ஒன்று சுட்டுக் கொல்லப்பட்டனர்.

அதன் பின்னர் சந்தேகத்திக்கிடமாக அசையும் எதனையும் சுட்டுக் கொல்லப் பணிக்கப்பட்டனர். தானியங்கித் துப்பாக்கிகள் மூலம் பல பொது மக்கள் சுட்டுக் கொல்லப்பட்டனர்

கிட்டத்தட்ட 70 முதல் 80 வரையான கிராம மக்கள் கிராமத்தின் நடுவில் வளைத்துப் பிடிக்கப்பட்டு இரண்டாம் லெப்டினண்ட் வில்லியம் கலி என்பவனினால் சுட்டுக் கொல்லப்பட்டனர்.

மேலும் இரண்டு தொகுதி மக்களைச் சுட்டுக் கொல்ல மறுத்த அமெரிக்கப் படையினன் ஒருவனின் துப்பாக்கியைப் பறித்து வில்லியம் கலி தன் கையால் அவர்களைச் சுட்டுக் கொன்றான்.

வியட்டு கொங் அதிரடி: இப்போரானது அதிகாரப்பூர்வமாக வியட்நாம் சனநாயகக் குடியரசான வட வியட்நாமுக்கும் ஐக்கிய அமெரிக்காவின் ஆதரவுடன் வியட்நாம் குடியரசான தென் வியட்நாமுக்கும் இடையில் இடம்பெற்றது.

வியட்நாம், லாவோசு மற்றும் கம்போடியாவில் (Vietnam Conflict) 1965 இலிருந்து ஏப்ரல் 30, 1975ல் சைகானின் வீழ்ச்சி

வரை நடைபெற்ற போரில் பல நூற்றுக்கணக்கான மக்கள் கொல்லப்பட்டனர்.

வட வியட்நாம் படை சோவியத் ஒன்றியம், சீனா மற்றும் பிற கம்யூனிச நாடுகளால் ஆதரிக்கப்பட்டது, தெற்கு வியட்நாமியப் படை அமெரிக்கா, தென்கொரியா, ஆஸ்திரேலியா, தாய்லாந்து மற்றும் பிற கம்யூனிச எதிர்ப்பு அணியால் ஆதரிக்கப்பட்டது. எனவே இப்போர் பனிப்போர் காலத்திய பதிலிப்போர் என்று கருதப்படுகிறது.

வியட்டு கொங் (தேசிய விடுதலை முன்னணி என்றும் அறியப்படுகிறது), வடக்கினால் ஆதரிக்கப்பட்ட ஒரு தெற்கு வியட்நாமிய கம்யூனிச முன்னணி, அப்பகுதியில் இருந்த கம்யூனிச எதிர்ப்பாளர்களுக்கு எதிராக கொரில்லா போர் முறையில் சண்டையிட்டது.

அதேவேளையில், வியட்நாமின் மக்கள் படை, வடக்கு வியட்நாமிய இராணுவம் என்றும் அழைக்கப்படுகிறது, பெரும் படைகளுடன் வழக்கமான போர்முறையில் சண்டையிட்டது. போர் தொடர்ந்த போது வியட்டு கொங்கின் இராணுவ நடவடிக்கைகள் குறைந்தது.

ஏனெனில் வடக்கு வியட்நாமிய இராணுவத்தின் பங்கு மற்றும் செயல்பாடுகளின் அதிகமாகின. அமெரிக்கா மற்றும் தெற்கு வியட்நாமிய படைகள், தேடி அழிக்கும் செயல்பாடுகளுக்கு, வான் வலிமை மற்றும் தரைப்படைகள், ஆட்டிலரி, வான்வழித் தாக்குதல்கள் போன்றவற்றைச் சார்ந்திருந்தன.

பிரான்சு காலனியாதிக்கம்: போரின் போக்கில், அமெரிக்கா வட வியட்நாமின் மீது மிகப் பெரிய அளவில் திட்டமிட்ட வெடிகுண்டுத் தாக்குதல்களை நடத்தியது.

பிரான்சு காலனியாதிக்க1850 களின் இறுதியில் இந்தோசீனத்தைக் கைப்பற்றத் தொடங்கியதுடன், 1893 ஆம் ஆண்டளவில் சமாதானத்தை நிறைவு செய்தது. 1884 ஆம் ஆண்டில் சாயல் உடன்படிக்கையின் அடிப்படையில் வியட்நாமில் ஏழு தசாப்தங்களுக்கு பிரெஞ்சுக் காலனித்துவ ஆட்சியை

மேற்கொண்டது. தற்போது கம்போடியா மற்றும் வியட்நாம் நாடுகளை உள்ளடக்கிய பிரதேசம் 1888 இல் பிரெஞ்சு இந்தோ சீனக் குடியேற்றமாக்கப்பட்டது. பின்னர் இக்குடியேற்றத்தில் லாவோசும் இணைக்கப்பட்டது.

வட வியட்நாமிய படைகள் மற்றும் வியட்டு கொங், வியட்நாமை மீண்டும் ஒருங்கிணைக்கப் போரிட்டன. அவர்கள் இப்பிரச்சினையை ஒரு காலனியாதிக்க போராகவும் பிரஞ்சு மற்றும் அமெரிக்கப் படைகளுக்கு எதிராக நடைபெற்ற முதலாவது இந்தோசீனா போரின் தொடர்ச்சியாகவும் பார்த்தனர்.

அமெரிக்கா அரசு இப்போரில் தங்களின் பங்கெடுப்பை தெற்கு வியட்நாமை கம்யூனிச அரசு கைப்பற்றுவதைத் தடுக்கும் ஒரு வழியாகப் பார்த்தது. மேலும் இது உலகம் முழுவதும் கம்யூனிசப் பரவலைத் தடுக்கும் ஒரு ஒடுக்குதல் கொள்கையாகும்.

1950 களின் தொடக்கத்தில் அமெரிக்க இராணுவ ஆலோசகர்கள் அப்போதைய பிரஞ்சு இந்தோசீனாவிற்கு வந்தனர். 1960களில் அமெரிக்க படைகளில் பங்கு, 1961 மற்றும் 1962இல் படைகளை மும்மடங்காக்கியதுடன் அதிகமாகியது.

பாரிஷ் அமைதி ஒப்பந்தம்: அமெரிக்கா படைகளில் பங்கு 1964இல் டோகின் வளைகுடாவில் வடக்கு வியட்நாமியப் படையின் விரைவுப் படகுடன் அமெரிக்காவின் அழிப்பு போர்க்கப்பல் மோதிய நிழ்வுக்குப் பின் இன்னும் அதிகமாகியது.

அதைத் தொடர்ந்து வியட்நாமில் அமெரிக்கப் படைகளின் இருப்பை அதிகப்படுத்தும் அதிகாரத்தை அமெரிக்க அதிபருக்கு வழங்கும் டோகின் வளைகுடாத் தீர்மானம் நிறைவேற்றப்பட்டது.

1965இன் தொடக்கத்தில் அமெரிக்க தாக்குதல் படைகள் தொடர்ந்து வியட்நாமில் நிலைநிறுத்தப்பட்டன.

அவற்றின் தாக்குதல்கள் பன்னாட்டு எல்லைக்கோட்டையும் தாண்டியது. 1968 இல் அமெரிக்காவின் பங்கெடுப்பு உச்சத்தில் இருந்தபோது லாவோசு மற்றும் கம்போடியாவின் எல்லைப் பகுதிகளிலும் கடுமையாக வெடிகுண்டுகள் வீசப்பட்டன.

அதேவேளையில் வியட்நாமிய கம்யூனிசப் படை எதிர் தாக்குதல்களைத் (Tet Offensive) தொடங்கியது. இந்த எதிர்தாக்குதல்கள் அதன் இலக்கான தெற்கு வியட்நாம் அரசை பதவியிலிருந்து விலக்குவதில் தோல்வியுற்றது, ஆனால் இது போரின் மிக முக்கியத் திருப்புமுனையாக அமைந்தது. தெற்கு வியட்நாமிற்கு பல ஆண்டுகள் இராணுவ உதவி செய்திருந்தாலும், இந்தப் போரில் அமெரிக்க அரசு வெற்றியை நோக்கி நகர்கிறது என்ற அரசின் வாதம் கற்பனையானது என்பதை இந்த எதிர்தாக்குதல் பெரும்பான்மையான அமெரிக்க மக்களுக்கு உணர்த்தின.

வடக்கு வியட்நாமின் கம்யூனிசிப் படையினை எதிர்த்துப் போர் புரிவதை தெற்கு வியட்நாமிடமே ஒப்படைக்கும், "வியட்நாமியமாக்கல்" கொள்கையின்

ஒரு பகுதியாக அமெரிக்கப் படைகள் படிப்படியாக பின்வாங்கின.

1973இல் அனைத்து தரப்பினரும் கையெழுத்த பாரிசு அமைதி ஒப்பந்தத்திற்குப் பின்னும் போர் தொடர்ந்தது. அமெரிக்கா மற்றும் மேற்கத்திய உலகில் ஒரு எதிர்ப்புக் கலாச்சாரமாக வியட்நாம் போர் எதிர்ப்பு இயக்கம் பெருமளவில் தோன்றியது.

அமெரிக்கா முழு பின்வாங்கல்: 1973, ஆகஸ்ட் 15 அமெரிக்கப் படைகள் முழுமையாகப் பின்வாங்கின. 1975 வடக்கு வியட்நாம் படை சைகானைக் கைப்பற்றயதுடன் போர் முடிவுக்கு வந்தது. அதை அடுத்த ஆண்டில் வடக்கு மற்றும் தெற்கு வியட்நாம் ஒன்றிணைந்தது.

இப்போர் பெருமளவும மனித உயிர்களைப் பலிவாங்கியது. இப்போரின் போது இறந்த வியட்நாமிய வீரர்கள் மற்றும் மக்களின் எண்ணிக்கை 966,000 இலிருந்து 3.8 மில்லியன்கள் வரை இருக்கும்.

240,000 - 300,000 கம்போடியர்களும்,20000 - 62,000 லாவோசு மக்கள், 58,220 அமெரிக்க வீரர்களும் இப்பிரச்சினைகளில் கொல்லப்பட்டனர், மேலும் காணாமல் போன 1626 நபர்கள் இன்றும் கிடைக்கவில்லை.

போர்க்குற்றங்கள் வியட்நாம் போரின் போது பாரிய எண்ணிக்கையான போர்க்குற்றங்கள் நடைபெற்றன.

இப் போரின்போது கற்பழிப்பு, குடிமக்கள் படுகொலை, பொதுமக்களை குறிவைத்து குண்டு வீச்சுகள், பயங்கரவாதம், சித்திரவதை மற்றும் போர்க் கைதிகள் கொலை போன்ற பரவலான போர்க்குற்றங்கள் இழைக்கப்பட்டன. அத்துடன் மேலதிக பொதுக் குற்றங்களான திருட்டு, தீ வைப்பு, மற்றும் சொத்துக்களை அழித்தல் போன்றவையும் இடம்பெற்றன.

இப்போரில் காடுகளில் மறைந்து வந்து தாக்கிய வியட்காங் கொரில்லா போராளிகளின் மறைவிடங்களை அழிக்க, அமெரிக்க இராணுவம் வியட்நாம் காடுகளை அழிக்க ஏஜன்ட் ஆரஞ்ச் எனும் நச்சு அமிலத்தை வான் வழியாக காடுகளின் மீது பொய்து, வேதி தாக்குதல் நடத்தினர்.

இந்த நச்சு அமிலத்தால் வியட்நாம் காடுகள் அழிந்ததுடன், வியட்நாம் மக்கள் உடல் அளவில் பெரும் பாதிப்புக்கு உள்ளாகினர்.

அமெரிக்காவின் இந்த நச்சு வேதித் தாக்குதல்களால் பாதிக்கப்பட்ட வியட்நாமியர், பிரான்சு நீதிமன்றத்தில் இன்னமும் வழக்கு தொடுத்து நட்ட ஈடு கோரி வருகின்றனர்.

8. 'கம்யூனிசம் யாருக்கு சொந்தம்'

மாவோ சேதுங் முதன்முறையாக சோவியத் யூனியனுக்கு சென்றபோது, ஜோசப் ஸ்டாலின் அவரைச் சந்திப்பதற்கு முன் மாஸ்கோவின் புறநகரில் உள்ள விருந்தினர் மாளிகையில் பல வாரங்கள் காத்திருக்கச் செய்தார்.

ஆனால் இந்த வாரம் ஷி ஜின்பிங் ரஷ்யா சென்றபோது, நிலைமை முற்றிலும் மாறுபட்டிருந்தது.

1950இல் மாவோவும் ஸ்டாலினும் சீனாவிற்கும் சோவியத் யூனியனுக்கும் இடையிலான நட்பு, கூட்டணி மற்றும் பரஸ்பர ஒத்துழைப்பு ஒப்பந்தத்தில் கையெழுத்திட்ட 73 ஆண்டுகளுக்குப் பிறகு, ஷி ஜின்பிங், விளாதிமிர் புதின் இருவரும் இரு நாடுகளுக்கும் இடையில் 'முன்னெப்போதும் இல்லாத நட்பை' உலகுக்கு வெளிப்படுத்தினார்கள்.

ஆனால் இரு நாடுகளும் சித்தாந்த வேறுபாடுகள், பிரிவினைகள், நல்லிணக்கம், ஆயுத மோதல்கள் என நீண்ட தூரம் கடந்து இங்கு வந்துள்ளன.

இந்த இரண்டு அண்டை நாடுகளின் வரலாறு நீண்டது மற்றும் சுவாரஸ்யமான பல சம்பவங்கள் நிறைந்தது. பல தசாப்தங்களாக, சோவியத் யூனியனும் சீனாவும் கம்யூனிசத்தின் இரண்டு பெரிய துருவங்களாக இருந்தன. கொள்கைகள் மற்றும் அவற்றின் உலகளாவிய செல்வாக்கு குறித்துப் பலமுறை மோதல்களும் ஏற்பட்டன.

ஆனால் 1950களின் ஆரம்ப ஆண்டுகளில் இரு நாடுகளுக்கும் இடையே நல்லுறவு இருந்தது.

சீன உள்நாட்டுப் போர், 1927 முதல் 1936 வரை நீடித்தது. 1945இல் மீண்டும் தொடங்கி, 1949 வரை தொடர்ந்தது. தேசியவாதிகளும் கம்யூனிஸ்டுகளும் உலகின் அதிக மக்கள்தொகை கொண்ட நாட்டைக் கட்டுப்படுத்தப் போராடினர்.

பனிப்போரின் பின்னணியில், சீன உள்நாட்டுப் போரில் அமெரிக்காவும் சோவியத் யூனியனும் எடுத்த சார்பு நிலையில் ஆச்சரியப்பட எதுவுமில்லை.

சியாங் காயீ-ஷேக்கின் அரசியல் கட்சியான குவோமிதாங், அமெரிக்காவிடமிருந்து நிதி உதவி மற்றும் ஆயுதங்களைப் பெற்றது. சில கேந்திர முக்கியத்துவம் வாய்ந்த இடங்களைப் பாதுகாக்க அமெரிக்கா தனது 50,000 வீரர்களை அனுப்பியது. அதே நேரத்தில், மாவோ சேதுங்கின் சீன கம்யூனிஸ்ட் கட்சி சோவியத் ரஷ்யாவின் ஆதரவைப் பெற்றது.

கம்யூனிஸ்ட் கட்சியின் சக்திகள் வலிமையானவையாக உருவெடுத்து, தேசியவாதிகளை தைவான் தீவிற்குத் தள்ள முடிந்தது. 1949ஆம் ஆண்டு சீனக் குடியரசு பிறந்ததாக மாவோ அறிவித்தார்.

ஸ்டாலினை பொறுத்தவரை, அமெரிக்காவின் செல்வாக்கை எதிர்கொள்ளவும், ஆசியாவில் சோசலிச கூட்டணியை விரிவுபடுத்தவும் கம்யூனிஸ்ட் சீனா சரியான பங்காளியாக இருந்தது.

ஜப்பானியர்களுடன் (1937-1945) பல ஆண்டுகளாகப் போராடி உள்நாட்டுப் போரால் சீரழிந்த நாட்டை மீண்டும் கட்டியெழுப்ப வேண்டிய மாவோவுக்கு சோவியத் உதவி தேவைப்பட்டது.

சீனாவை விட்டு வெளியேறாத மாவோ, நிதி உதவி கேட்க முதல் முறையாக சோவியத் யூனியனுக்குச் சென்றார். அவர் தனது வாழ்நாளில், இரண்டு

முறை மட்டுமே வெளிநாடுகளுக்குச் சென்றார். இரண்டாவது பயணமும் மாஸ்கோவிற்குத் தான் செய்தார்.

ஆனால் ஸ்டாலின் அதை எளிமையானதாக இருக்கவிடவில்லை.

சீன அரசியல் குறித்து பேராசிரியரும், கேம்பிரிட்ஜ் பல்கலைக்கழகத்தின் புவிசார் அரசியல் மையத்தின் துணை இயக்குநருமான வில்லியம் ஹர்ஸ்ட் பிபிசியிடம், "மாவோ, ஸ்டாலினின் அணுகுமுறையால் அதிருப்தி அடைந்தார், அவரைக் காத்திருக்கவும் வைத்து, சீனாவுக்குத் தேவையானதைக் கொடுக்கவுமில்லை," என்றார்.

உண்மையில், புதிதாக உருவாக்கப்பட்ட சீன மக்கள் குடியரசின் தலைவரைச் சந்திக்க ஸ்டாலினுக்கு பல வாரங்கள் ஆனது. மாஸ்கோவின் புறநகரில் உள்ள விருந்தினர் மாளிகையில் அவர் மாவோவை தங்க வைத்தார். அப்போது மாவோவின் நடமாட்டத்திற்கும் சில கட்டுப்பாடுகள் விதிக்கப்பட்டன.

அந்த நேரத்தில் சோவியத் யூனியன் ஒரு வல்லரசாக இருந்ததுடன் சீனாவை ஓர் 'அடிமை நாடாக'வும் பார்த்தது, இதுபோன்ற அவமானகரமான அணுகுமுறையையும் அவர் பொறுத்துக்கொண்டார்.

இருப்பினும், சில வாரங்களுக்குப் பிறகு, இரு தலைவர்களும் 'சீன-சோவியத் நட்பு, கூட்டணி மற்றும் பரஸ்பர உதவி ஒப்பந்தத்தில்' கையெழுத்திட்டனர். இது சீனாவுக்குத் தேவையான ஆதரவை வழங்கியது. இதுவொரு வகையான கம்யூனிச 'மார்ஷல் திட்டம்' ஆகும், இது மேற்கு நாடுகளின் தடைகளை முறியடிக்கச் சீனாவுக்கு உதவியது.

மாஸ்கோ ஒரு பெரிய சக்தியாகவும் முன்னோடியாகவும் இருந்தது. மாவோ சேதுங் அவர்களிடமிருந்து கற்றுக்கொள்ள விரும்பினார். இது அவர்களின் அப்போதைய பிரசாரத்திலும் எதிரொலித்தது.

"இன்றைய சோவியத் யூனியன் நமது நாளை (எதிர்காலம்) போன்றது" என்பது அந்த ஆண்டுகளில் அடிக்கடி திரும்பத் திரும்பக் கேட்கப்பட்ட முழக்கம்.

அந்த நேரத்தில் மாஸ்கோ, சீனாவிற்கு ராணுவ மற்றும் நிதி உதவியை வழங்கியது. மாணவர்களுக்குக் கல்வி உதவித்தொகை மற்றும் தொழில்நுட்ப உபகரணங்களையும் வழங்கியது. இதுதவிர, ஆயிரக்கணக்கான பொறியாளர்களை சீனாவுக்கு அனுப்பி, அந்நாட்டில் தொழில்துறை வலையமைப்பை உருவாக்கப் பெரிதும் உதவியது.

இருப்பினும், 1958க்கு பிறகு, இரு நாடுகளுக்கும் இடையிலான உறவுகள் மோசமாகத் தொடங்கின.

இதுகுறித்து ஹர்ஸ்ட் விளக்குகிறார், "அந்த நேரத்தில் சீனா தனது 'கிரேட் லீப் பார்வேர்ட்' (முன்னோக்கிய பெரும்பாய்ச்சல்) உத்தியுடன் மிகவும் தீவிரமான பொருளாதார வளர்ச்சித் திட்டத்தைத் தொடர முடிவு செய்திருந்தது. அதே நேரத்தில் சோவியத் யூனியனின் தலைவரான க்ருஷேவ்

தனது அதிகாரத்தை ஒருங்கிணைத்து, உறுதியான ஸ்டாலின் ஆதரவாளர்களை ஓரங்கட்டினார்.''

ஸ்டாலின் 1953இல் உயிரிழந்தார். அதன் பிறகு ஆட்சி அதிகாரம் நிகிதா க்ருஷேவின் கைகளுக்கு வந்தது. அவர் ஒரு மிதமான சீர்திருத்தவாத தலைவராகக் கருதப்பட்டார்.

'அவர் (க்ருஷேவ்) ஸ்டாலின் கொண்டு வந்த பொருளாதார மாற்றங்களைச் சீர்திருத்தி சந்தை அடிப்படையிலான சோசலிசத்தை நோக்கி இட்டுச் செல்ல விரும்பினார். மாவோ இதற்கு நேர்மாறாக இருந்தார்.'' என்கிறார் ஹர்ஸ்ட்.

கிரேட் லீப் பார்வேர்ட் கொள்கை பின்னர் வரலாற்றாசிரியர்களாலும் சீன கம்யூனிஸ்ட் கட்சியாலும் மிகப்பெரிய தவறு என்று விமர்சிக்கப்பட்டது. இந்தக் கொள்கையால் லட்சக்கணக்கான மக்கள் உயிரிழந்தனர். இந்தக் கொள்கையானது நாட்டின் விரைவான தொழில்மயமாக்கலை முன்வைத்தாலும், நடைமுறையில் எகு உற்பத்தியை மட்டுமே வலியுறுத்தியது.

விவசாய உற்பத்தியைப் புறக்கணித்து லட்சக்கணக்கான விவசாயிகள் திரட்டப்பட்டுத் தொழில் துறையில் ஈடுபடுத்தப்பட்டனர். இதனால், நாட்டில் பெரும் பஞ்சம் ஏற்பட்டது.

அமெரிக்க பல்கலைக் கழகப் பேராசிரியர் ஜோசப் டோரிசியன் 'சீனா பவர்' பாட்காஸ்டில், "மூலோபாய மற்றும் அரசியல் வேறுபாடுகளுக்கான ஆழமான காரணங்களைத் தேடும் பழக்கம் மாவோவுக்கு இருந்தது, எப்போதும் கருத்தியல் நோக்கங்களைத் தேடும் பழக்கம் மாவோவுக்கு இருந்தது. எனவே, க்ருஷேவின் நடத்தையைப் பார்த்து, சோவியத் யூனியனின் கம்யூனிஸ்ட் கட்சியில் ஏதோ தவறு உள்ளது என்று கருதினார் அவர்,'' என்று குறிப்பிட்டுள்ளார்.

மேற்கு நாடுகளுடன் "அமைதியான சகவாழ்வு'' கொள்கைக்கான புதிய சோவியத் தலைவரின் விருப்பம், "ஏகாதிபத்திய லட்சியங்களின்'' விளைவாக மாவோ கருதினார்.

ஒருவரையொருவர் வெறுத்த மாவோவுக்கும் க்ருஷேவுவுக்கும் இடையே வளரத் தொடங்கிய இடைவெளி, இறுதியில் சீனாவுக்கும் சோவியத் யூனியனுக்கும் இடையிலான உறவில் முறிவு என்பதில் வந்து முடிந்தது.

இதன் விளைவாக, அந்த இரு நாடுகளும் ராஜதந்திர உறவுகளை முறித்துக் கொண்டன. சர்வதேச கம்யூனிஸ்ட் இயக்கத்தின் மேலாதிக்கத்திற்காக இரு நாடுகளுக்கும் இடையிலான போட்டியும் அதிகரித்தது.

வில்லியம் ஹர்ஸ்ட் கூறுகிறார், "1960களின் பிற்பகுதியில், சீனா சோவியத் யூனியனை குறைந்தபட்சம் அமெரிக்காவை போலவே பெரிய அச்சுறுத்தலாகக் கண்டது.''

அந்த நேரத்தில் மாஸ்கோவில்கூட சீனாவை பற்றி இதே கருத்துதான் நிலவியது.

1966ஆம் ஆண்டில், சீனா கலாசாரப் புரட்சியைத் தொடங்கியது. அதன் காரணமாக பெரிய அளவிலான மாற்றங்கள் ஏற்பட்டன. இது க்ருஷெவின் வாரிசான லியோனிட் ப்ரெஷ்நேவ் -ஆல் 'நிலையற்றது மற்றும் ஆபத்தானது'' என்று கருதப்பட்டது.

இந்த பரஸ்பர அவநம்பிக்கை இரு நாடுகளுக்கும் இடையிலான எல்லையில் பல மோதல்களுக்கு வழிவகுத்தது. 1969ஆம் ஆண்டில் இந்த மோதல்கள் இரு நாடுகளுக்கும் இடையிலான மிகப்பெரிய ஆயுத மோதலில் முடிந்தது. இந்த மோதல் இரு நாடுகளின் எல்லையான ஜென்பாவ் தீவின் சிறிய ஆற்றில் நடந்தது.

அந்த ஆண்டு மார்ச் மாதம் சோவியத் யூனியனை சீன துருப்புகள் தாக்கியதற்குத் தெளிவான காரணம் எதுவும் இல்லை. இருப்பினும், சில வரலாற்றாசிரியர்கள் மாவோ இந்த மோதலின் மூலம் ஒரு சமூக அணிதிரட்டலை விரும்பினார் என்று கருதுகிறார்கள்.

இது கலாசாரப் புரட்சியால் பல தசாப்தங்களாக ஏற்பட்ட குழப்பங்களுக்கு மத்தியில் ஒற்றுமையை மீட்டெடுக்க முடியும் என்பது அவர்கள் நம்பிக்கையாக இருந்தது. இந்த மோதலில், இரு தரப்பிலும் உயிர்ச் சேதங்கள் ஏற்பட்டன.

சோவியத் யூனியன் இந்தத் தாக்குதலை எதிர்பார்க்கவில்லை. அந்த ஆண்டின் ஆகஸ்ட் மாதத்திற்குள், நாட்டின் மறுபுறம், அதாவது ஷின்ஜியாங் எல்லையில் ஒரு புதிய மோதல் எழும் என்றும் நினைக்கவில்லை.

"அணு ஆயுதத் தாக்குதல் நடக்கலாம் என்றும், அது சாத்தியமில்லையென்றாலும், அதற்கு அவர்கள் தயாராக இருக்க வேண்டும் என்றும் சீனர்கள் நம்புவதற்கு சோவியத் ஒன்றியம் தொடர்ச்சியான சமிக்ஞைகளை அனுப்பத் தொடங்கியது,'' என்கிறார் கேம்பிரிட்ஜ் பேராசிரியர் ஜோசப் டோரேசியன்.

இதற்குப் பிறகு சீனாவின் மனநிலையில் மாற்றம் ஏற்பட்டது.

கேம்பிரிட்ஜ் பேராசிரியர் டோரிசியன் கூறுகிறார், "அப்போதிருந்து, சீனா ஒரு 'மூன்றாவது முன்னணி' கொள்கையைத் தொடங்கியது. அதில் அமெரிக்கா மற்றும் சோவியத் யூனியனின் அணு ஆயுதத் தாக்குதலுக்கு எதிராகத் தன்னைத் தற்காத்துக் கொள்வதும் அடக்கம். இது தவிர, அதன் தொழில் திறனை நாட்டின் தென்மேற்குப் பகுதிக்கு மாற்றுவதுடன், அனைத்து வகையான பாதுகாப்பு அமைப்புகளையும் உருவாக்குவதும் இந்தக் கொள்கையின் ஒரு பகுதியாக இருந்தது.

ஆனால் இந்த உத்தி நீண்ட காலம் நீடிக்கவில்லை. இரண்டு வல்லரசு நாடுகளை ஒரே நேரத்தில் சமாளிப்பது சாத்தியமில்லை என்பதை சீனா

உணர்ந்துள்ளது. வில்லியம் ஹர்ஸ்ட் விளக்குவது போல், "சோவியத் யூனியனுக்கு எதிராக அமெரிக்காவுடன் இணைந்திருப்பதே பொருத்தமானது என்று சீனா கண்டறிந்தது, இது 1970கள் மற்றும் 1980களில் சோவியத் யூனியனுடனான உறவுகளில் மேலும் வீழ்ச்சியை விளைவித்தது"

"அமெரிக்க ஜனாதிபதி ரிச்சர்ட் நிக்சன், மற்ற அமெரிக்க அரசியல்வாதிகளைப் போலல்லாமல், இதை ஒரு வாய்ப்பாகக் கருதினார்," என்று ஹர்ஸ்ட் கூறுகிறார்.

சோவியத் ஒன்றியத்தின் சர்வதேச செல்வாக்கைக் கட்டுப்படுத்த, ஐக்கிய நாடுகள் சபையில் சீனக் குடியரசின் இருக்கையை - தைவானில் குவோமிதாங்கை உருவாக்கியதும், பல நாடுகள் சீன அரசாங்கமாகக் கருதும் சீனக் குடியரசின் இருக்கையை, மக்கள் சீனக் குடியரசுக்கு வழங்க அமெரிக்கா ஒப்புக்கொண்டது.

ஓர் ஆண்டு கழித்து, 1972இல், நிக்சன் சீனாவிற்கு ஒரு வரலாற்று விஜயத்தை மேற்கொண்டார், மேலும் 1979இல் இரு நாடுகளும் ராஜ்ஜீய உறவுகளை மீண்டும் நிறுவின.

1976ஆம் ஆண்டு மாவோவின் மரணம் நாட்டிற்கு ஒரு புதிய திசையைத் திறந்தது. டெங் ஷியோபிங்கின் தலைமையின் கீழ், சந்தை முன்பைவிட அதிகமாகத் திறக்கப்பட்டது. ஷியோபிங்க் "சீன குணாதிசயங்களுடன்" கூடிய, சோசலிசம் பற்றிய நடைமுறையில் இருந்த கருத்தை ஊக்குவித்தார்.

சீன-சோவியத் உறவு பிரச்னையின் தாக்கம் உலகெங்கிலும் உள்ள கம்யூனிஸ்ட் கட்சிகளில் காணப்பட்டது.

இருப்பினும், கம்யூனிச சித்தாந்தத்தின் மீதான மேலாதிக்கத்திற்கு சோவியத்துகளுக்கும் சீனாவிற்கும் இடையிலான போரின் பெரும்பகுதி ஒரு கருத்தியல் முன்னணியில் நடத்தப்பட்டது. இரு சக்திகளும், கம்யூனிஸ்ட் கட்சிகள் மற்றும் போர்க்குணமிக்க குழுக்கள் அல்லது உலகின் பல்வேறு பகுதிகளில் இந்தக் கட்சிகளில் இருந்து தோன்றிய கொரில்லாக்கள் மீது செல்வாக்கு செலுத்த முயன்றன.

மெக்சிகோவின் மிச்சுவோகானா பல்கலைக்கழகத்தைச் சேர்ந்த மிகேல் ஏஞ்சல், தனது கட்டுரை ஒன்றில், இரு நாடுகளுக்கும் இடையே வளர்ந்து வரும் இந்த விரிசல் கம்யூனிஸ்ட் கட்சிகளின் இதயத்தில் நுழைந்து விட்டதால், பல தீவிரவாதக் குழுக்கள் அமெரிக்காவுடனான "அமைதியான உறவை" நிராகரித்துள்ளன என்று எழுதுகிறார்.

எடுத்துக்காட்டாக, கொலம்பியாவில், கம்யூனிஸ்ட் கட்சி நெருக்கடியில் சிக்கி, அதிலிருந்து பிரிந்து மாவோயிசத்தின் செல்வாக்கின் கீழ் மார்க்சிஸ்ட்-லெனினிஸ்ட் கொலம்பிய கம்யூனிஸ்ட் கட்சியை உருவாக்கியது. இந்தக் குழு, பின்னர் தேசிய விடுதலை ராணுவம் என்ற கொரில்லா குழுவை உருவாக்கியது.

அர்ஜென்டினா, ஈக்வடார், சிலி, பிரேசில், வெனிசுலா மற்றும் மெக்சிகோ போன்ற பிற நாடுகளில், மார்க்சிஸ்ட்-லெனினிஸ்ட் பிரிவிலும் இந்தப் பிளவு காணப்பட்டது. பெருவில் மாவோயிசம் செந்தெரோ லூமினோஸோ போன்ற குழுக்களை உருவாக்கியது.

தென்கிழக்கு ஆசியாவில் சீனாவுக்கும் சோவியத்துக்கும் இடையே கருத்தியல் மோதல்கள் காணப்பட்டன. பேராசிரியர் டோரிசியன், "சோவியத் யூனியன் மிகவும் ஆபத்தானதாகக் கருதிய கம்போடியாவில் அத்தகைய குழுவிற்கு அந்த நேரத்தில் சீனா ஆதரவாக இருந்தது." என்கிறார்.

"1980 களில் சோவியத் யூனியன் சீனாவிற்கு மிகப்பெரிய அச்சுறுத்தலாக இருந்தது. அது அமெரிக்கா-ஜப்பானுடன் நெருக்கமாக ஒத்துழைக்க சீனாவை ஊக்கப்படுத்தியது," என்று ஹர்ஸ்ட் கூறுகிறார்.

ஆனால் 1991இல், சோவியத் யூனியன் சிதைந்து சர்வதேச அளவில் மீண்டும் ஒரு மறுசீரமைப்பு ஏற்பட்டது.

ரஷ்யாவின் புதிய அதிபரான போரிஸ் யெல்ட்சின் சீனாவில் நம்பிக்கை கொள்ளவில்லை, அவருடைய தலைமையின் கீழ் பெரிய அளவிலான தனியார்மயமாக்கல் நடந்து பெரும் சக்தி வாய்ந்த வர்க்கத்தின் கைகளுக்கு அதிக அதிகாரம் வந்தது. ரஷ்யா முழு முதலாளித்துவத்திற்குள் நுழைந்தது.

ஆனால், சீனாவுக்கும் அமெரிக்காவுக்கும் இடையே உருவான கூட்டணி அப்போது அர்த்தமற்றதானது.

2001இல், ரஷ்யாவும் சீனாவும் நல்ல அண்டை நாடு மற்றும் நட்பு ஒத்துழைப்புக்கான ஒப்பந்தத்தில் கையெழுத்திட்டன.

வில்லியம் ஹர்ஸ்ட், "அப்போதிருந்து, பல்வேறு சக்திகளுக்கு இடையில் சமநிலையைக் கண்டறியவும், அந்த இடத்தை அமெரிக்கா, ரஷ்யா, ஜப்பான் மட்டுமின்றி இந்தியா அல்லது ஐரோப்பாவிற்கும்கூட தர சீனா தொடர்ந்து முயன்று வருகிறது," என்று கூறுகிறார்.

கடந்த 30 ஆண்டுகளில், அமெரிக்கா மற்றும் ஜப்பானுடனான சீனாவின் உறவுகள் தொடர்ந்து பலவீனமடைந்து, கடந்த பத்தாண்டுகளில் அவை மோசமடைந்து வருகின்றன.

"இதனால், சீனா ரஷ்யாவின் நட்பு நாடாக இல்லாவிட்டாலும், ரஷ்யாவுடன் நேர்மறையான உறவைப் பேணுவது முக்கியமானது. சீனாவுக்கு உலகில் ஒரே ஒரு அதிகாரப்பூர்வக் கூட்டணி நாடுதான் உள்ளது. அது வட கொரியா," என்று கூறுகிறார் ஹர்ஸ்ட்.

இருப்பினும், கூட்டாளியாக இருந்தாலும் இல்லாமல் போனாலும் "ரஷ்யா சீனாவிற்கு மிகவும் பயனுள்ளதாக இருக்கிறது," என்பதை நிபுணர்கள் ஒப்புக்கொள்கிறார்கள்.

ரஷ்யா தற்போது சீனாவின் முக்கிய நட்பு நாடாக மாறியுள்ளது. கடந்த 20 ஆண்டுகளாக, விமானத் துறையை மேம்படுத்த பல முக்கிய தொழில்-

நுட்பங்களை சீனாவுக்கு வழங்கி வருகிறது ரஷ்யா.

எடுத்துக்காட்டாக, ரஷ்யாவில் இருந்து பெறப்படும் தடையில்லா எரிசக்தியால், சீனா, மத்திய கிழக்கு மற்றும் அமெரிக்காவிலிருந்தான் சீனா தனது இறக்குமதியைப் பல்வகைப்படுத்தவும் சமநிலைப்படுத்தவும் முடிகிறது.

சீனாவும் ரஷ்யாவும் மீண்டும் நெருக்கமாகிவிட்டன, ஆனால் இப்போது ரஷ்யாவிற்கு சீனாவின் ஆதரவு அதிகம் தேவைப்படுகிறது. சீனா நுகர்வோர் பொருட்களின் முக்கிய சப்ளையர் மற்றும் தற்போது ரஷ்யாவின் வர்த்தக பங்காளியாகவும் உள்ளது. யுக்ரேன் போருக்குப் பிறகு ரஷ்யா மீது விதிக்கப்பட்ட பொருளாதாரத் தடைகளை முறியடிப்பதில் சீனா முக்கியப் பங்காற்றுகிறது.

மாவோவின் வரலாற்றுச் சிறப்புமிக்க ரஷ்ய பயணத்திற்கு எழுபது ஆண்டுகளுக்குப் பிறகு, இரு நாடுகளின் நிலைகளும் இன்று தலைகீழாக மாறியுள்ளன.

ஷி ஜின்பிங் ரஷ்யா சென்றார். ஆனால் இப்போது விருந்தினர் மாளிகையில் நீண்ட காத்திருப்பு இல்லை. புன்னகையும் சிவப்புக் கம்பள வரவேற்பும் மட்டுமே இருந்தன.

9. குவேரா எனும் புரட்சிமுகம்

ஒரு மாவீரனின் இறுதி மூச்சுக்கான வரலாறு எழுதப்பட தயாராகி கொண்டிருக்கின்றது என்பதை எவருமே அறிந்திருக்க வாய்ப்பில்லை.

மக்களின் விடிவிற்காக : இலத்தீன் அமெரிக்க மக்களின் விடிவிற்காக ஒரு புரட்சி வீரனின் இறுதிக்கணங்கள் இங்கே தான் எழுதப்படப் போகிறது என்பதை யாருமே அறியவில்லை.

1966ம் ஆண்டு மார்ச் மாதம் காங்கோவை விட்டு வெளியேறும் சூழ்நிலை ஏற்பட்டதன் பின்னர்

மார்ச் முதல் ஜூன் வரையிலான கால கட்டத்தில் உருகுவே, பிரேஸில், பராகுவே, அர்ஜெண்டைனா, பொலிவியா நாடுகளில் பயணம் செய்தார் அந்த புரட்சியின் ஒளிர்முகம்.

1966ம் ஆண்டின் கடைசிகளில் கொரில்லாப் போரை வழி நடத்தும் பொருட்டு பொலிவியா நாட்டுக்குள் நுழைந்த அந்த மாவீரன் அங்கு நிலவிய சமூக மற்றும் பொருளாதார நிலைகளும் எந்நேரமும் அங்கு புரட்சி வெடிக்க சாதகமாக இருந்தது. அத்துடன் பொலிவியா ஐந்து பிற நாடுகளுடன் தன் எல்லையை பகிர்ந்து கொண்டிருந்தது.

பொலிவியாவில் கொரில்லாப் போராட்டம் வெற்றி பெறுமேயானால் அதை மற்ற ஐந்து நாடுகளுக்கும் பரவச் செய்துவிடலாம் என்றே அவர் நினைத்தார்.

பொலிவியாவில் புரட்சி : எதற்காக பொலிவியா நாட்டைத் தேர்ந்தெடுத்தார் என்றால்,

அமெரிக்கா பொலிவியாவைவிட கரிப்பியன் தீவு நாடுகளே தங்கள் பாதுகாப்பிற்கு பங்கம் விளைவிக்கக்கூடும் என்று நம்பியதும், அதனால் அமெரிக்காவின் பார்வை பொலிவியா மீது அவ்வளவு தீர்க்கமாக விழவில்லை என்பதும் ஒரு காரணமாகும்.

பொலிவியாவில் நடந்த கொரில்லாப் புரட்சியின் போது பொலிவியக் காடுகளில் நீண்ட காலமாக மக்களோடு மக்களாக பதுங்கி இருந்து மக்களுக்காக மரணத்தை மகிழ்வோடு ஏற்ற மாவீரனே 'சே குவாரா' !

மிகுந்த மனவேதனையுடன் ஆஸ்துமாவும் சேர்ந்து 'சே'யை வாட்டி வதைத்தது. போதிய வீரர்கள் இல்லாதது மற்றும் உணவின்மை போன்ற பிரச்னைகளுடன் 'சே' காடுகளில் அலைந்தார். சேயை தேடித் திரிந்த சி.ஐ.ஏ. ஏற்கனவே பொலிவியாவுக்குள்ளும் புகுந்து விட்டது.

புரட்சியாளர்கள் புதைக்கப்படுவதில்லை விதைக்கப்படுகின்றார்கள் எனும் சே குவேராவின் கூற்றுக்கிணங்க மக்களின் நலனுக்காக தன்னையே தியாகித்த வீரன் தான் சே குவாரா.

இப்பூமிப் பந்தில் பலர் உதிக்குன்றனர், பலர் மறைகின்றனர். ஆயினும் ஒருசிலரே இன்றுவரை நீடித்து நிலைத்து சாதனை படைக்கிறார்கள். அந்தவகையில் வரலாற்றின் பொன் எழுத்துக்களால் பதிக்கப்பட்ட பெயரில் ஒன்றே சே குவேரா.

மருத்துவ பட்டதாரி : 1928 ஜுன் 14இல் ஆர்ஜென்டினா, ரொசாரியோவின் செல்வந்த குடும்பத்தில் பிறந்து,ஒரு மருத்துவராக பட்டம் பெற்ற இவர் நினைத்திருந்தால் தன் காலம் முழுவதும் வசதியான வாழ்க்கையை மேற்கொண்டிருக்க முடியும்.

ஆனால் அனைத்தையும் துறந்து ஒடுக்கப்பட்ட மக்களுக்காக அதுவும் வேறு நாட்டு மக்களுக்காக போராடிய இவரது போராட்டம் அளப்பரிய ஒன்றாகும்.

பூமியின் நடுவினில் ஆழப்பதிந்த பெயர் பெற்ற சேகுவாரா தனது இறுதிக்கணங்கள் கூட ஒரு பரட்சி வீரனின் உன்னத தியாகத்தை உலகறியச் செயத்து.

'சே'யின் இறுதிக் கணங்கள் : 1967 அக்டோபர் 8 தென் அமெரிக்கச் சரித்திரத்தில் ஓர் இருண்ட தினம்.

காலை 10.30 யூரோ கணவாயை ஆறு கெரில்லா வீரர்களுடன் 'சே' கடந்து செல்கிறார். வழியில் தென்பட்ட ஆடு மேய்க்கும் குண்டுப் பெண்ணின் மேல் பரிதாபப்பட்டு ஐம்பது பெஸோக்களை பரிசாகத் தருகிறார்.

நண்பகல் 1.30 அந்தக் குண்டுப் பெண் பொலிவிய ராணுவத்துக்கு 'சே'வின் இருப்பிடத்தைக் காட்டிக் கொடுக்கிறாள். அலறிப் புடைத்துப் பறந்து வந்த பொலிவிய ராணுவம் சுற்றி வளைத்துச் சரமாரியாகச் சுடத் தொடங்குகிறது. பதிலுக்கு கெரில்லாக்களும் துப்பாக்கியால் சுடுகின்றனர்.

பிற்பகல் 3.30 காலில் குண்டடிபட்ட நிலையில், தன்னைச் சுற்றித் துப்பாக்கியுடன் சூழ்ந்த பொலிவிய ராணுவத்திடம், ''நான்தான் 'சே'. நான்இறப்பதைக் காட்டிலும், உயிருடன் பிடிப்பது உங்களுக்குப் பயனுள்ளதாக இருக்கும்'' என்கிறார்.

காலில் குண்டு அடிபட்ட நிலையில் சே குவேரா மாலை 5.30அருகிலிருந்த

லா ஹிகுவேராவுக்கு வீரர்கள் கைத்தாங்கலாக சே'வை அழைத்து வருகின்றனர்.

அங்கிருக்கும் பழைய பள்ளிக்கூடம் ஒன்றில் 'சே' கைகால்கள் கட்டப்பட்ட நிலையில் சிறைவைக்கப்படுகிறார்.

இரவு 7.00... 'சே பிடிபட்டார்' என சி.ஐ.ஏவுக்குத் தகவல் பறக்கிறது.. அதே சமயம், 'சே' உயிருடன் இருக்கும் போதே இறந்துவிட்டதாகப் பொய்யான தகவல் பொலிவிய ராணுவத்தால் பரப்பப்படுகிறது.

தனக்கு உணவு வழங்க வந்த பள்ளி ஆசிரியையிடம், ''இது என்ன இடம்?'' என்று 'சே' கேட்கிறார். பள்ளிக்கூடம் என அந்தப் பெண் கூற, ''பள்ளிக்கூடமா... ஏன் இத்தனை அழுக்காக இருக்கிறது?'' என வருத்தப்படுகிறார். சாவின் விளிம்பிலும் 'சே'வின் இதயத்தை எண்ணி அப்பெண் வியந்து போகிறார்.

அக்டோபர் 9 அதிகாலை 6.00 - லாஹிகுவேராவின் பள்ளிக்கூட வளாகத்தில் ஒரு ஹெலிகாப்டர் வட்டமடித்தபடி வந்து இறங்குகிறது. அதிலிருந்து சக்திவாய்ந்த ரேடியோ மற்றும் கேமராக்களுடன் பெலிக்ஸ் ரோட்ரிக்ஸ் எனும் சி.ஐ.ஏ. உளவாளி இறங்குகிறார்.

பிடிபட்டிருப்பது 'சே'தான் என அமெரிக்காவுக்குத் தகவல் பறக்கிறது. 'சே'வின் டைரிகள் மற்றும் உடைமைகள் கைப்பற்றப்படுகின்றன. தான் கொண்டுவந்த கேமராவில் 'சே'வை பல கோணங்களில் புகைப் படங்கள் எடுக்கிறார் பெலிக்ஸ். கைவிடப்பட்ட ஏசு கிறிஸ்துவைப் போலக் காட்சி தரும் 'சே'வின் அப் புகைப்படங்கள் இன்றளவும் வரலாற்றின் மிச்சங்கள்.

கசங்கிய பச்சைக் காகிதம் போல கைகால்கள் கட்டப்பட்ட நிலையில், அழுக்கடைந்த ஆடைகளுடன் 'சே'வைப் பார்த்ததும், அவருக்கு அதிர்ச்சி.

அமெரிக்காவுக்கு சிம்ம சொப்பனமான மாவீரன் : அமெரிக்காவுக்குச் சிம்ம சொப்பனமாக இருந்த ஒரு மாவீரனா இந்தக் கோலத்தில் இங்கே நாம் காண்பது என அவருக்கு வியப்பும் திகைப்பும்! பிடிபட்டிருப்பது 'சே'தான் என அமெரிக்காவுக்குத் தகவல் பறக் கிறது. 'சே'வின் டைரிகள் மற்றும் உடைமைகள் கைப்பற்றப்படுகின்றன.

தான் கொண்டுவந்த கேமராவில் 'சே'வை பல கோணங்களில் புகைப் படங்கள் எடுக்கிறார் பெலிக்ஸ். கைவிடப்பட்ட ஏசு கிறிஸ்துவைப் போலக் காட்சி தரும் 'சே'வின் அப் புகைப்படங்கள் இன்றளவும் வரலாற்றின் மிச்சங்கள்.

காலை 10.00 'சே'வை உயிருடன் வைத்துக்கொண்டு விசாரணை நடத்தினால், அது உலகம் முழுக்க அவர் மேல் பரிதாபத்தையும், நாயகத் தன்மையையும் உருவாக்கிவிடும் என்பதால், அவரை உடனடியாகத் தீர்த்துக்கட்டி விடுவதுதான் சரி என சி.ஐ.ஏவிடம் இருந்து தகவல் வருகிறது.

காலை 11.00 'சே'வைச் சுட்டுக் கொல்வது என முடிவெடுக்கப்படுகிறது. யார் அதைச் செய்வது எனக் கேள்வி வருகிறது. 'மரியோ ஜேமி' (Mario Jemy) என்னும் பொலிவிய ராணுவ சர்ஜன் அக்காரியத்துக்காகப் பணியமர்த்தப்படுகிறார்.

மரியோ ஜேமி' (Mario Jemy) - கைகள் கட்டப்பட்ட நிலையில், 'சே'வை பள்ளிக்கூடத்தின் மற்றொரு தனியிடத்துக்கு மரியோ அழைத்துச் செல்கிறார். "முட்டி போட்டு உயிர் வாழ்வதைவிட நின்று கொண்டே சாவது எவ்வளவோ மேல்!" என்பார் 'சே'. ஆனால், மரியோ அவரை ஒரு கோழையைப் போலக் கொல்லத் தயாராகிறார்.

வீரனாய் வீழ்ந்த சே : தன்னை நிற்க வைத்துச் சுடுமாறு 'சே' கேட்க, அதை அலட்சியப்படுத்துகிறார். "கோழையே, சுடு! நீ சுடுவது 'சே'வை அல்ல ஒரு சாதாரண மனிதனைத்தான்!" இதயம் கிழிக்கும் விழிகள் மின்ன, உலகம் புகழும் மனிதன் சொன்ன கடைசி வாசகம் இதுதான்!

மணி 1.10 மனித குல விடுதலைக்காகத் தன் வாழ்நாளெல்லாம் போராடிய மாமனிதனை நோக்கி துப்பாக்கி குண்டுகள் பாய்கின்றது. ஒன்பது தோட்டாக்களில் ஒன்று, அவரது இதயத்துக்குள் ஊடுருவியது. இனம், மொழி, தேசம் என எல்லைகள் கடந்து பாடுபட்ட உலகின் ஒரே வீரன் இதோ விடை பெறுகிறான்.

சேவின் மார்புகளைத் தோட்டாக்களால் துளைத்தது. ஆனால் அந்த வீரனின் கண் இமைகள் அப்போதுகூட மூடிக்கொள்ளவில்லை. கண்கள் திறந்தபடியேதான் அவர் உயிர் அவரை விட்டுப் பிரிந்தது.

எந்த மண்ணிலோ பிறந்து எந்த மண்ணிற்காகவோ போராடி எந்த மண்ணிலோ துணிச்சலாக மரணத்தை சந்தித்த சே குவேரா இந்த யுகத்தின் ஒப்பற்ற தலைசிறந்த விடுதலைப்போராளி. எக்காலமும் முகிழும் வீரத்தின் வித்தான சே குவேரா, எல்லா யுகங்களிலும் ஒளிரும் புரட்சிமுகமானார்.

10. வெனிசுலாவின் வீரப்புதல்வன்

யோ ஸா சாவேஸ்" (நானே சாவேஸ்) என்று கண்களில் நீர் வழிய முழங்கியபடியே இருபது இலட்சம் மக்கள் தங்களுடைய தேசத்தின் வீரப்புதல்வனது உடலை ஏந்திச் சென்றனர். அரியதொரு தலைவனைத் திடீரென்று இழந்த அதிர்ச்சியில் தவிக்கின்றனர் வெனிசுலா மக்கள்.

அமெரிக்காவை மண்டியிட வைத்த வீரப் புதல்வன் - அமெரிக்காவை மண்டியிட வைத்த வீரப் புதல்வன் வெனிசுலாவின் அதிபர் ஹியுகோ

சாவேஸ் மார்ச் 5-ஆம் தேதியன்று மறைந்தார். அவருக்கு வயது 58.

தமது அன்புக்கும் மதிப்புக்கும் உரிய அதிபர் ஹியுகோ சாவேஸின் மரணச் செய்தியைக் கேள்வியுற்றுக் கதறியழுத வெனிசுலா மக்கள், "வாழ்வதும் மரிப்பதும் வேறுவேறல்ல. வாழ்தலின் மரித்தல் சிறந்ததாகவும் இருக்கலாம் - வாழும் காலத்தில் செயவேண்டியதை ஒருவன் செய்திருந்தால்" என்று கூறினார் கியூபாவின் மறைந்த விடுதலைப் போராளியும் கவிஞனுமான ஜோஸ் மார்ட்டி.

இவ்வண்ணமே செய்ய வேண்டியதைச் செய்தவர்தான் சாவேஸ் என்ற போதிலும், அரியதொரு தலைவனைத் திடீரென்று இழந்த அதிர்ச்சியில் தவித்தனர் வெனிசுலா மக்கள்.

வெனிசுலாவின் எண்ணெய் வளம் - வெனிசுலாவின் எண்ணெய் வளம் முழுவதையும் தம் கட்டுப்பாட்டில் வைத்திருந்த அமெரிக்காவின் எக்சான் மொபில் உள்ளிட்ட நிறுவனங்கள் தம் இலாபத்தில் ஒரு வீதத்தை மட்டுமே கொடுத்து வந்ததை 13 சதவீதமாக உயர்த்திச் சட்டமியற்றியவுடன், சாவேஸுக்கு எதிரான இராணுவ ஆட்சிக் கவிழ்ப்பை அமெரிக்கா அரங்கேற்றியது.

ஆனால், உலகம் முழுவதும் பல நூறு ஆட்சிக்கவிழ்ப்புகளை நடத்திய அனுபவம் கொண்ட அமெரிக்கா, வெனிசுலாவில் மண்ணைக் கவ்வியது. பல்லாயிரக்கணக்கான மக்கள், குறிப்பாகப் பெண்கள் இராணுவத்தை முற்றுகையிட்டுப் பணிய வைத்தனர். 28 மணி நேரத்தில் ஆட்சிக்கவிழ்ப்பு தோற்றது. சாவேஸ் மீண்டும் பதவியில் அமர்ந்தார்.

தமக்குச் சொந்தமான எண்ணெய் நிறுவனங்களில் வேலை நிறுத்தத்தை அமெரிக்க முதலாளிகளே தூண்டிவிட்டனர். பொருளாதாரம் நிலைகுலைந்தது. உள்நாட்டிலேயே மக்களுக்கு எரிபொருள் இல்லை. "முதலாளிகளிடம் பணியாதே சாவேஸ். நாங்கள் தாக்குப்பிடிக்கிறோம்" என்று கூறி அத்தனை துன்பங்களையும் சகித்துக் கொண்டார்கள் மக்கள்

அமெரிக்க மேலாதிக்க எதிர்ப்பின் சின்னம் : அமெரிக்க மேலாதிக்க எதிர்ப்பின் வலிமையான குறியீடாக சாவேஸ் இருந்தார். சாவேஸின் மீது கொலைவெறி கொள்வதற்கான எல்லா முகாந்திரங்களும் அமெரிக்காவுக்கு இருந்தன.

2001-இல் இராக்கிற்கு எதிராகப் பொருளாதாரத் தடை விதித்து, சதாமுடன் எவ்விதத் தொடர்பும் வைத்துக் கொள்ளக்கூடாது என்று உலக நாடுகள் அனைத்தையும் அமெரிக்கா மிரட்டிவைத்திருந்தபோது, சாவேஸ் ஈராக் சென்றார்.

அப்போது புஷ் கண்டனம் தெரிவித்தபோது, "வெனிசுலா இறையாண்மை கொண்ட ஒரு நாடு என்பதை புஷ்ஷுக்கு நினைவுபடுத்துகிறேன்" என்று அலட்சியமாக பதிலளித்தார்.

ஆப்கான், இராக் ஆக்கிரமிப்புகளை வெளிப்படையாக எதிர்த்துக் குரல் கொடுத்தார். 2008-இல் காசாவின் மீது இசுரேல் படையெடுத்த மறுகணமே, தூதரக உறவைத் துண்டித்துக் கொண்டார் அவர்.

ஏழைகளுக்காகப் போரிட்ட சாவேஸ் : 1954-இல் மிகவும் வறிய குடும்பத்தில் பிறந்த அவர், இளம் வயதிலேயே இராணுவத்தில் சேர்ந்தவர் சாவேஸ். இராணுவத்தில் சேர்ந்தவுடன், செங்கொடி இயக்கம் என்றழைக்கப்பட்ட மாவோயிஸ்டு கொரில்லாக்களை ஒடுக்குவதற்கான படைப்பிரிவுக்குத்தான் அனுப்பப்பட்டார்.

ஏழைகளுக்காகப் போரிட்ட மாவோயிஸ்டுகள் மீது அரசு ஏவிய சித்திரவதைகளும் படுகொலைகளும் அவரைச் சிந்திக்கத் தூண்டின.

1989-இல் சர்வதேச நாணய நிதியத்தின் ஆணைக்கேற்ப வெனிசுலாவில் அதிரடியாக அமல்படுத்தப்பட்ட மானியவெட்டுகள் மற்றும் தனியார்மய நடவடிக்கைகளுக்கு எதிராகக் கிளர்ந்தெழுந்த மக்கள் போராட்டம் ஒடுக்கப்பட்டு, நாடு முழுவதும் 3000 பேர் கொல்லப்பட்டனர்.

1973-இல் சிலியில் நிகழ்ந்த ஆட்சிக்கவிழ்ப்பு, அலண்டே கொலை, இலத்தீன் அமெரிக்க நாடுகள் அனைத்திலும் அமெரிக்காவால் திணிக்கப்பட்ட இராணுவ சர்வாதிகார ஆட்சிகள் என்ற பின்புலத்தில் தென் அமெரிக்கக் கண்டம் முழுவதும், அமெரிக்க எதிர்ப்பும் சோசலிச நாட்டமும் கொண்ட பலவிதமான ஆயுதக் குழுக்கள் தோன்றியிருந்தன.

1998இல் அதிபராக வெற்றி: அத்தகைய குழுவொன்றை இராணுவத்திற்குள் சாவேஸும் உருவாக்கியிருந்தார். 1992-இல் ஒரு ஆட்சிக்கவிழ்ப்பை நடத்த முயன்றும் தோற்றார். “தோழர்களே, துரதிருஷ்டவசமாக எங்கள் இலட்சியத்தில் வெற்றி பெற இயலவில்லை - இப்போதைக்கு” என்று தொலைக்காட்சியில் பேசினார் சாவேஸ்.

“இப்போதைக்கு” என்ற அந்த ஒரு சொல் மக்கள் நினைவில் பதிந்திருந்தது. சிறைத்தண்டனை முடிந்து வெளியே வந்த பின்னர், 1998-ஆம் ஆண்டு நடந்த அதிபர் தேர்தலில் போட்டியிட்ட சாவேஸ் வெற்றி பெற்றார்.

சாவேஸின் வெற்றிக்கு காரணம்: நாட்டின் எண்ணெய் வளம் தந்த வருவாயை மக்கள் நலத்துக்குப் பயன்படுத்தி அவர்களின் வாழ்க்கைத் தரத்தை உயர்த்தியதுதான் சாவேஸின் வெற்றிக்கு காரணம் ஆகும்.

2005-இலேயே நூறு விகித கல்வியறிவு சாதிக்கப்பட்டுவிட்டது. மக்களுக்கு உணவு உத்திரவாதம் செயப்பட்டிருக்கிறது. சுமார் 3 இலட்சம் பேருக்கு நிலம் விநியோகிக்கப்பட்டிருக்கிறது. ஆயிரக்கணக்கான கூட்டுறவுக் கழகங்கள் எல்லாத் துறைகளிலும் உருவாக்கப்பட்டிருக்கின்றன.

கியூபாவிலிருந்து சுமார் 25,000 மருத்துவர்கள் பணியிலமர்த்தப்பட்டு மக்களுக்கு தரமான மருத்துவம் இலவசமாக வழங்கப்படுகிறது. முதல் வகுப்பு முதல் பல்கலைக் கழகம் வரையில் கல்வி இலவசமாக வழங்கப்படுகிறது. வீடற்றவர்களுக்கு 5 இலட்சம் வீடுகள் கட்டித் தரப்பட்டுள்ளன.

வெனிசுலாவில் வீடற்றவர்களே இல்லை ! - வெனிசுலாவில் வீடற்றவர்களே இல்லை என்று கூறும் விதத்தில், சாவேஸின் ஆட்சியில் 6 ஆண்டுகளில் மேலும் 20 இலட்சம் வீடுகள் கட்டப்பட்டன. மற்ற உற்பத்தி சார்ந்த உழைப்புகளைப் போலவே பெண்களின் குடும்ப உழைப்புக்கும் ஊதியம் வழங்கப்படவேண்டும் என்று கூறி, குடும்ப உழைப்பில் ஈடுபடும் பெண்களுக்கு அரசு ஓய்வூதியம் அளிக்கப்படுகிறது.

ஏழை, எளிய உழைக்கும் மக்கள் மீது இயல்பிலேயே அவரிடம் ததும்பிய நேசத்தையும், உண்மையான அக்கறையையும் அவரது எதிரிகள்கூட மறுக்க முடிந்ததில்லை. சாவேஸ் மக்களுடன் நேருக்குநேர் உரையாடி, அவர்கள் கேள்விகளுக்குப் பதிலளிக்கும் “ஹலோ பிரசிடென்ட்” என்ற தொலைக்காட்சி நிகழ்ச்சி இதற்கு சான்றாக அமைந்தது.

கல்வி, மருத்துவம் போன்றவற்றை மக்களின் அடிப்படை உரிமைகளாக சாவேஸ் மாற்றியதை எதிர்க்கவும் முடியாமல், இத்துறைகளிலிருந்து தனியார் முதலாளிகள் விரட்டப்பட்டதை ஏற்கவும் முடியாமல் தவித்தனர் அமெரிக்க சார்பு முதலாளிகள், “மாதம் 25,000 ரூபாய் (450 டாலர்) தருகிறோம். நீங்கள் விரும்பிய வண்ணம் தரமான சேவையை விலை கொடுத்து வாங்கிக் கொள்ளலாம்” என்று ‘உங்கள் பணம் உங்களை கையில்’ திட்டத்தைப் போலவே தனியார்மயத்தின் தந்திரத்தை கடைவிரித்துப் பார்த்தனர். மக்கள் மசியவில்லை.

வெனிசுலா மருத்துவத் துறை: சாவேஸ் மருத்துவ சேவைகளைத் தேசியமயமாக்கினார். சாவேஸின் திட்டங்கள் வெனிசுலாவின் கஜானாவைக் காலியாக்கிவிடும் என்றும் பொருளாதார வீழ்ச்சிக்கு வழிவகுக்கும் என்றும் முதலாளித்துவ ஊடகங்கள் கூக்குரலிட்டுப் பார்த்தன.

வெனிசுலாவின் பொருளாதாரம் கடந்த பத்து ஆண்டுகளில் சராசரியாக 5.8 % வளர்ச்சியைக் கண்டது. மானியவெட்டு, மக்கள் மீது வரிவிதிப்பை அதிகப்படுத்துவது, தனியார்மயம் போன்ற வழிமுறைகள் மூலம்தான் பொருளாதார நெருக்கடியிலிருந்து மீள முடியும் என்ற சர்வதேச நிதி நிறுவனங்களின் தீர்வை சாவேஸ் பொய்ப்பித்தார்.

எண்ணெய், மின்சாரம், தொலைபேசி, சிமென்டு உற்பத்தி உள்ளிட்ட கேந்திரத் தொழில்துறைகளை பொதுச்சொத்தாக்குவது, மற்ற தென் அமெரிக்க நாடுகள் மற்றும் ஆசிய ஆப்பிரிக்க நாடுகளுடனான வணிகத்துக்கு முதன்மை முக்கியத்துவம் கொடுப்பதன் மூலம் வணிகத்துக்கு அமெரிக்க-ஐரோப்பிய நாடுகளைச் சார்ந்திருப்பதிலிருந்து விடுவிப்பது, தென் அமெரிக்காவைத் தனது சுதந்திர வர்த்தக வலையத்துக்குள் கொண்டு வர முயன்ற அமெரிக்காவின் சதியை முறியடித்து, தென் அமெரிக்கக் கண்டத்தின் நாடுகளுக்கான தனி வர்த்தக வலையத்தை உருவாக்கியது சாவேஸ் நிகழ்த்திய சாதனைகளாகும்.

சாவேஸ் நிகழ்த்திய சாதனைகள்: உலக வங்கிக்குப் போட்டியாக தென் அமெரிக்க நாடுகளுக்கான ஒரு பொது வங்கியை உருவாக்கியது, தேசிய எல்லைகளைக் கடந்து தென் அமெரிக்கக் கண்டம் என்ற முறையில் ஏகாதிபத்தியச் சுரண்டலுக்கு எதிராக நாடுகளை ஒன்றுபடுத்தியது,

வணிகம்-இலாபம் என்ற முதலாளித்துவ அளவுகோல்களை நிராகரித்து வெனிசுலாவின் எண்ணெய், எரிவாயுவை கியூபாவுக்கும் பிற தென் அமெரிக்க நாடுகளுக்கும் மலிவு விலையில் வழங்கியது போன்றவையெல்லாம் மிகவும் குறுகிய காலத்தில் சாவேஸ் நிகழ்த்திய சாதனைகள் ஆகும்.

அமெரிக்க ஆதரவுடன் நடந்த ஆட்சிக் கவிழ்ப்பை எதிர்த்து வெனிசுலா மக்கள் கார்கஸ் நகரில் நடத்திய ஆர்ப்பாட்ட ஊர்வலத்தின் பின்னர் வெனிசுலா இராணுவத்தால் கைது செய்யப்பட்டிருந்த சாவேஸ், மக்களின் போராட்டத்தையடுத்து விடுதலை செய்யப்பட்டார்.

இவையனைத்தும் வெனிசுலாவின் முதலாளித்துவ அரசமைப்புக்கு உட்பட்டு, முதலாளித்துவக் கட்சிகளையும், பெரும் தனியார் முதலாளிகளையும், அவர்களால் அவர்களுக்காக உருவாக்கப்பட்ட அரசு இயந்திரத்தையும், 95% அவர்களின் கட்டுப்பாட்டில் இருக்கும் ஊடகங்களையும் வைத்துக்கொண்டே செயப்பட்ட சீர்திருத்தங்கள் ஆகும்.

வெனிசுலா ஆட்சிக் கவிழ்ப்பு: மென்மேலும் மக்களிடம் செல்வதன் மூலமும், தங்களுடைய கோரிக்கைக்கான போராட்டத்தில் அவர்களையும் ஈடுபடுத்துவதன் மூலமும் சாவேஸ் அவற்றை எதிர்கொண்டிருக்கிறார்.

முதலாளித்துவத்தைக் கட்டுப்படுத்துகின்ற, அதிகாரவர்க்கத்தின் அதிகாரங்களைக் குறைத்து மக்களின் அதிகாரத்தை அதிகப்படுத்துகின்ற சட்டங்கள், திட்டங்களைக் கொண்டுவரும்போது, அவை குறித்துத் தேசம் தழுவிய வாக்கெடுப்பு நடத்தி முடிவெடுப்பது என்ற முறையின் மூலம், எதிரிகளை அரசியல்ரீதியில் பலமிழக்கச் செய்திருக்கிறார்.

தேர்ந்தெடுத்தவர்களைத் திருப்பி அழைக்கும் உரிமை என்பதை வெனிசுலாவின் அரசியல் சட்டத்தில் சாவேஸ்தான் அறிமுகப்படுத்தினார். சாவேஸ் ஒரு சர்வாதிகாரி என்ற அவதூறு பிரச்சாரத்தில் தொடங்கி ஆட்சிக்கவிழ்ப்பு வரையில் அனைத்தையும் முயன்று பார்த்த அமெரிக்கா திருப்பி அழைக்கும் உரிமையையும் பயன்படுத்திப் பார்த்தனர். அதிலும் தோற்றனர்.

சாவேஸின் உற்ற தோழர் நிக்கோலஸ் மாதுரோ: வெனிசுலாவின் புதிய அதிபராகத் தேர்ந்தெடுக்கப்பட்டுள்ள சாவேஸின் உற்ற தோழர் நிக்கோலஸ் மாதுரோ.

சாவேஸ் தன்னை ஒரு சோசலிஸ்டு என்றும் கிறித்தவர் என்றுமே சொல்லிக் கொண்டார். அவருடைய கட்சி பல்வேறு விதமான குட்டி முதலாளித்துவ, தேசியவாத, சோசலிச சக்திகளின் கூட்டணியாகவே இருந்தது.

19-ம் நூற்றாண்டைச் சேர்ந்த வெனிசுலாவின் விடுதலைப் போராளியான சைமன் டி பொலிவாரையே தனது வழிகாட்டியாக அவர் அறிவித்துக்

கொண்டிருந்தார்.

ஏகாதிபத்திய எதிர்ப்பு, தென் அமெரிக்க ஒற்றுமை, சகோதரத்துவம் ஆகியவை இணைந்த, கம்யூனிசத்தின்பால் பெருமதிப்பு கொண்ட ஒரு கண்ணோட்டம் சாவேஸை வழிநடத்தியது.

தான் படைக்க விரும்புவது 21-ஆம் நூற்றாண்டின் சோசலிசம் என்று அவர் கூறிக்கொண்டபோதும், அதனை அவர் விளக்கவுமில்லை. ரசிய - சீன சோசலிசங்களுக்கு எதிராக நிறுத்தவுமில்லை.

“சாவேஸ் ஒரு புரட்சிகரமான தேசியவாதி. அவருடைய ஏகாதிபத்திய எதிர்ப்பு தேசியத்தின் புரட்சிகரமான தன்மை அவரை சோசலிசத்தை நோக்கித் தள்ளிக்கொண்டே இருந்தது. அமெரிக்க ஏகாதிபத்தியத்துக்கு எதிராக, தேசிய எல்லை கடந்து தென் அமெரிக்க கண்டத்தை ஒற்றுமைப்படுத்த முயன்ற பொலிவார், ஜோஸ் மார்டி ஆகியோர் விதைத்த மரபு சாவேஸின் பின்புலமாக அமைந்தது” என்று மதிப்பிடுகிறார் அஜாஸ் அகமது.

தனது கொல்லைப்புற சோதனைச்சாலையாக தென் அமெரிக்க நாடுகளைப் பயன்படுத்தி வரும் அமெரிக்கா, 1970-களில் தனது கைப்பாவை ஆட்சிகளைப் பல நாடுகளில் நிறுவியதுடன், 1980-களிலேயே தனியார்மய தாராளமயக் கொள்கைகளை அந்த நாடுகளில் சோதிக்கத் தொடங்கியது.

இதன் விளைவாக, 1980-களின் இறுதியில், ஆசிய நாடுகளில் புதிய தாராளவாதக் கொள்கை தீவிரமாக கடைவிரிக்கப்பட்ட காலத்தில், அங்கே “ஏகாதிபத்தியங்களின் கடையை மூடுவதற்கான” மக்கள் கலகங்கள் வெடிக்கத் தொடங்கி விட்டன.

ஏகாதிபத்திய எதிர்ப்பு ஆளுமை: இந்தப் பின்புலம் வலிமையானதொரு கம்யூனிஸ்டு கட்சியை அதிகாரத்துக்குக் கொண்டுவரும் அளவுக்கு மக்களைப் புரட்சிகரமான மாற்றத்துக்கு உள்ளாக்கவில்லை என்ற போதிலும், சாவேஸ் என்ற ஏகாதிபத்திய எதிர்ப்பு ஆளுமையைத் தோற்றுவித்திருக்கிறது.

“நானே சாவேஸ்” என்ற கதறியபடியே அவரது உடலைப் பின்தொடர்ந்து செல்லும் வெனிசுலாவின் உழைக்கும் மக்கள், சாவேஸ் தங்களைக் காலத்தால் முந்திக் கொண்டுவிட்டதைத் தம் கண்ணீரால் உணர்த்தியுள்ளனர்.

11. கொரில்லாப் போரின் முன்னொடி

- ஐங்கரன் விக்கினேஸ்வரா.

(கற்சிலைமடு மூங்கில் மரக் காடுகளில் புகுந்து, ஒவ்வொரு மரத்தின் நுனியிலும் கருங்கற்களைக் கட்டி, அதன் நுனியை பின்புறமாகக் கயிறு மூலம் இழுத்து வேறொரு மரத்தில் கட்டியிருந்தனர். ஆங்கிலேயப் படை வரும் நேரமாகப் பார்த்து கட்டியிருந்த கயிறை அவிழ்த்துவிட மூங்கில் மரங்கள் நிமிர்ந்து கற்கள் எகிறி விழுந்தன. கொரில்லாப் போரின் முன்னொடி-

யான மாவீரன் பண்டாரவன்னியனின் 212 ஆவது நினைவு நாள் 31/10/1811)

ஆங்கிலேய மேலாதிக்கத்திற்கு எதிராய் பண்டார வன்னியன் நடத்திய வெற்றிகளின் உச்சம் எதுவென்றால் ஆங்கில வெள்ளையர்களின் முல்லைத்தீவு கோட்டையை அவன் முற்றாகத் தாக்கியழித்து நிர்மூலம் செய்ததுதான் அது. அதே முல்லைத்தீவில் ஈழத்தமிழரின் போராட்டம் சாதித்த வெற்றியும் 1996இல் மீள நிறுவப்பட்டது.

முல்லைப் பெரு வெற்றி: தமிழருக்கான ராணுவ வளங்கள் யாவும் தகர்ந்துபோய்க் கிடந்த ஓர் தருணத்தில் பண்டார வன்னியனின் வீரத்தை சமகால வெற்றிக்கு குறியீடாய் நிறுத்த ஓயாத அலைகள் ஒன்று சாட்சிப்படுத்தியது.

பண்டாரவன்னியன் முல்லைத்தீவிலிருந்து வற்றாப்பளை அம்மன் கோயில் வரையிலுள்ள இரண்டாயிரம் சதுரமைல் நிலபரப்பை ஆட்சி செய்து வந்தான். அமைச்சராக தனது தம்பி கயிலாய வன்னியனையும், தளபதியாக கடைசி சகோதரன் பெரிய மைனரையும் கொண்ட குழுவையும் அமைத்து அரசமைப்பை பேணி வந்தான்.

அவனது ஒரே சகோதரி பெயர் நல்ல நாச்சாள். அவளுக்கு கலைகள் கற்பிக்கும் அவை புலவன் மீது காதல் கொண்டான். அதே நேரத்தில் வன்னிநிலத்தில் ஆண்டு வந்த இன்னொரு குறுநில மன்னாக காக்கை வன்னியன் அவளை மணம் புரிய ஆசைப்பட்டான். அதற்காக பலமுறை பண்டார வன்னியனிடம் ஓலை அனுப்பிய போதும் அவன் அதற்கு சம்மதிக்கவில்லை.

வன்னி நிலப்பரப்பில் பண்டாரவன்னியன் திறை செலுத்தமறுத்த காரணத்தினால் படையெடுத்து வந்து வெற்றி காண முடியாமால் வெள்ளையர்கள் புறமுதுகாட்டி பின் வாங்கினர். தனிப்பட்ட காரணத்தினால் பண்டார வன்னியன் மேல் ஆத்திரம் கொண்ட காக்கைவன்னியன் வெள்ளை தேசாதிபதியுடன் கூட்டு சேர்ந்தான்.

பல முறை படையெடுத்து வெள்ளையர் தோல்வி அடைகின்றனர். அத்தருணத்தில் காக்கை வன்னியன் பண்டரா வன்னியனை தந்திரமாகத்தான் வெல்லலாமென்று ஆலோசனை கூறுகிறான். அந்த திட்டத்தின் ஒரு அங்கமாக தான் தவறை திருந்தி விட்டதாக நாடகமாடி பண்டராவன்னியனிடம் வருகிறான்.

ஆயினும் தம்பிமார்களான மந்திரியும் தளபதியும் காக்கைவன்னியனை சேர்க்கவேண்டாமென்ற ஆலோசனையையும்மீறி மறப்போம் மன்னிப்போம் என்ற அடிப்படையில் அவனை சேர்த்துக்கொள்கிறான். ஆனால் தருணங்களை காத்திருந்து தருணங்கள் வர நம்பவைத்து தனிய கூட்டிவந்து ஒட்டுசுட்டான் என்னுமிடத்தில் வைத்து வெள்ளையரின் படைகளிடம் தந்திரமாக அகப்படவைக்கிறான் இந்த காக்கை வனனியன். இதனாலேயே இன்றும் நம்பி ஏமாற்றுவர்களை நீ காக்கை வன்னியன் பரம்பரையோ என்று ஈழத்தில் கேட்கும் வழக்கு உள்ளது.

பண்டார வன்னியன் வரலாறு: வரலாற்று ரீதியில் யாழ்ப்பாண வைபவ மாலைப் பதிவுகளின்படி சோழப் பேரரசின் காலத்தில் இலங்கையை ஆட்சி-புரிய அனுப்பப்பட்ட வட தமிழகத்து வன்னியகுல தளபதியர்களின் வழி வந்-தவன்தான் பண்டார வன்னியன். முழுப்பெயர் குலசேகரம் வைரமுத்து பண்-டார வன்னியன்.

வன்னியர் என்பதற்கு வலிமையுடையோர் எனப் பொருள் கொள்ளலாம். 1621-ம் ஆண்டு போர்த்துக்கீசியர்கள் யாழ்ப்பாணத்தைக் கைப்பற்றிய போதும்கூட வன்னிப் பகுதிக்குள் கால்பதிக்க முடியவில்லை. கடைசிவரை வன்னிக்குள் காலூன்ற முடியாமலேயே இலங்கையில் போர்த்துக்கீசிய அதி-காரம் முடிவுக்கு வந்தது. உண்மையில் வன்னி வணங்கா மண்தான், வன்னி-யர்கள் வீர மறவர்கள் தான்.

இதன்பின் வன்னிக்குள் முதலில் வெற்றிகரமாக நுழைந்தவர்கள் ஒல்லாந்-தர்கள் (டச்சுக்காரர்கள்).

1782-ல் வன்னியை கைப்பற்ற அவர்கள் நடத்திய போர் பற்றி எழுதும் லூயி என்ற வரலாற்று ஆசிரியர் பின்வருமாறு குறிப்பிட்டுள்ளார். "ஒல்லாந்தர்-கள் எத்தனையோ நாடுகளில் போர் நடத்தியிருக்கிறார்கள். ஆனால் இப்-படி வீரத்துடன் போரிட்டவர்களை உலகில் எங்கும் அவர்கள் காணவில்லை என்று.

வன்னி வணங்கா மண்ணின் வீர மறவர்: ஒல்லாந்தர் காலத்திலும் பின்னர் ஆங்கிலேயர் ஆட்சியை எதிர்த்தும் மன்னார், திரிகோணமலை வன்னிக்கா-டுகள் என வன்னியர்கள் இடைவிடா கொரில்லா போர் நடத்தி வந்தனர். அவர்களில் ஒளிவிடும் மாணிக்கமாய் வந்த மாவீரன்தான் பண்டார வன்னி-யன்.

ஒல்லாந்தர் ஆட்சிக்காலத்தின் பிற்பகுதியிலும் ஆங்கிலேயர் ஆட்சிகா-லத்தின் முற்பகுதியிலும். வன்னிராச்சியத்தை ஆண்ட மன்னன் குலசேகரம் வைரமுத்து பண்டாரவன்னியன்.

வெள்ளையரிற்கு அடிபயணியாது வன்னிராச்சியத்தை ஆண்டு வந்ததான். முல்லைத்தீவு கோட்டையில் வெள்ளையர்களிடம் இருந்து மீட்டு பிரங்கிகளை கைப்பற்றிய முதல் மன்னன் கற்பூரபுல் வெளியில் ஒரே வாழ்வீச்சில் 60 பேரை கான்ற வரலாற்று நாயகன்தான் பண்டாரவன்னியன்.

ஒல்லாந்தருக்கும்-ஆங்கிலேயருக்கும் வரிகட்ட மறுத்த காரணத்தினால் பல யுத்த களங்களைக் கண்டான் பண்டாரவன்னியன்.அக்காலத்தில் வன்னிப் பகுதியில் கிடைக்கும் சாயவேர்கள் ஒல்லாந்தரால் ஏற்றுமதி செய்யப்பட்டு, நாகப்பட்டினம் துறைமுகத்துக்கு வந்து அங்கு சாயம் தயாரிக்கப் பயன்படுத்-தப்பட்டது.

ஒல்லாந்தரிடமிருந்து ஆங்கிலேயரிடம் வன்னிப்பகுதி நிர்வாகம் மாற்றம் பெற்றதும் ஒல்லாந்தரான கேப்டன் வான்டெரிபேக் ஆங்கிலேயப் படையில் சேர்ந்து கொண்டான்.

1803-இல் கண்டி மன்னனுக்கும் ஆங்கிலேயருக்கும் பெரும் யுத்தம் ஏற்பட்டது. இந்தப் போரைப் பயன்படுத்திக் கொண்டு பண்டாரவன்னியன் ஆங்கிலேயர் வசமிருந்த ஆனையிறவுக் கோட்டை, இயக்கச்சி பைல் கோட்டை, வெற்றிலைக்கேணி பெஸ்சூட்டர் கோட்டை ஆகியவற்றை மூன்று தனித் தனி படைப் பிரிவுகளை அனுப்பி தாக்கினான்.

முள்ளியவளையிலிருந்து சுண்டிக்குளம் வழியாகச் சென்ற ஒரு படைப்பிரிவு பெஸ்சூட்டக் கோட்டையைக் கைப்பற்றியது. கண்டாவளை ஊரின் வழியாக இயக்கச்சிக்குச் சென்ற படைப்பிரிவு குமாரசிங்க முதலியார் தலைமையில் இயக்கச்சி “பைல்' கோட்டையைத் தாக்கி கைப்பற்றினர். இங்கிருந்த வீரர்களில் ஒரு பகுதியினர் யாழ்ப்பாணத்துக்கு தப்பி ஓடினர்.

தாங்கள் கைப்பற்றிய கோட்டைகளைத் தகர்த்துவிடுமாறு பண்டாரவன்னியன் உத்தரவிட்டிருந்தமையால், படைப் பிரிவினர் அக்கோட்டைகளின் ஒரு பகுதிகளைத் தகர்த்து விட்டனர்.

ஆனையிறவு கோட்டை தகர்ப்பு: அதே போன்று ஆனையிறவுக் கோட்டையை தகர்க்கும் முயற்சியில் அதன் நான்கு கொத்தளங்கள் சிதைக்கப்பட்ட நிலையில் பெரும் திரளாக வந்த ஆங்கிலேயப் படைப்பிரிவினரிடமிருந்து தப்பிக்க வன்னியன் படைகள் பின்வாங்கி கற்சிலை மடுவுக்கு திரும்பினர்.

அதே ஆண்டில் கேப்டன் வான்டெரிபேக் முல்லைத்தீவில் கட்டிய கோட்டையை பண்டாரவன்னியன் தகர்த்தான். இந்த முயற்சியில் கண்டி மன்னன் படைப்பிரிவும், நுவரவெலியா திசாவையின் படைப்பிரிவும் சேர்ந்து கொண்டன. இந்தப் போரில் வான்டெரிபேக் தோல்வியுற்று யாழ்ப்பாணம் நோக்கி, படகில் தப்பினான்.

ஆனாலும் திரிகோணமலையில் இருந்து வந்த ஆங்கிலேயப் படை 19-வது கர்னல் எட்வர்ட் மெட்ஜின் தலைமையில் முல்லைத்தீவைக் கைப்பற்றிக் கொண்டது. பின்னாளில் பண்டாரவன்னியனுக்கு உதவி புரிந்த குற்றத்தை குமாரசேகர முதலியார் மீது பழி சுமத்தி அவரும் அவரைச் சேர்ந்தவர்களும் தூக்கிலிடப்பட்டனர்.

குமாரசேகர முதலியாரையும் அவரது நண்பர் குழாத்தையும் காப்பாற்ற முடியாமல் போன பண்டாரவன்னியன் பெரும் வருத்தமுற்று, இதற்குப் பழிக்குப் பழி வாங்க ஆனையிறவுக்கோட்டை, இயக்கச்சிக்கோட்டை முதலியவற்றை கடுமையாகத் தாக்கினான். 1803 அக்டோபரில் யாழ்ப்பாணத்தில் இருந்து ஜான் ஜவல் தலைமையிலும், மன்னாரிலிருந்து கேப்டன் வான்டெரிபேக் தலைமையிலும் வன்னிப் பகுதியை நோக்கி விரைந்தன.

கொரில்லாப் போரின் முன்னொடி வன்னியன்: கற்சிலைமடுவில் கேப்டன் வான்டெரிபேக் படைகள் காட்டுப் பகுதியில் வந்தபோது கடும் தாக்குதலுக்கு ஆளாயின. எங்கிருந்தோ கற்கள் பெருமளவில் பறந்து வந்து தாக்கின. பண்டாரவன்னியன் படைப்பிரிவு முந்தைய நாளில், அங்கிருந்த மூங்கில் மரக் காடுகளில் புகுந்து, ஒவ்வொரு மரத்தின் நுனியிலும் கருங்கற்களைக் கட்டி,

அதன் நுனியை பின்புறமாகக் கயிறு மூலம் இழுத்து வேறொரு மரத்தில் கட்டியிருந்தனர். ஆங்கிலேயப் படை வரும் நேரமாகப் பார்த்து கட்டியிருந்த கயிறை அவிழ்த்துவிட மூங்கில் மரங்கள் நிமிர்ந்து கற்கள் எகிறி விழுந்தன.

இந்தச் செயலே கொரில்லாப் போரின் முதல் யுக்தியாக இன்றும் கருதப்படுகிறது. பண்டாரவன்னியன் இப்போரில் தோற்றபோதிலும். அந்தப் பகுதியில் இருந்து தப்பினான். உயிருடனோ, கொன்றோ பண்டாரவன்னியனைப் பிடிக்க விரும்பிய வான்டெரிபேக் அவமானமுற்றான். இருப்பினும் கற்சிலை மடுவில் நடுகல் ஒன்றை நட்டு, 1803 அக்டோபர் 31-இல் கேப்டன் வான்டெரிபேக் பண்டாரவன்னியனைத் தோற்கடித்தான் எனப் பொறித்தான்.

வன்னிராச்சியத்தில் என்றுமே தோற்கடிக்கப்படாத மன்னாக திகழ்ந்த பண்டாரவன்னியன் காக்கவன்னியனின் காட்டிக்கொடுப்பினால் ஆங்கிலேய தளபதி கப்டன் றிபேக்கினால் தோற்கடிக்கப்பட்டதன் நினைவுநாள் 31/10/1811 இன்றாகும்.

வன்னியில் ஒட்டிசுட்டானில் உள்ள கைச்சிலைமடு என்னும் இடத்தில் வைத்து பண்டாரவன்னியன் வெள்ளையர்களினால் தோற்கடிக்கப்பட்டான். இதன் நினைவாக கற்சிலைமடுப்பகுதியில் பண்டாரவன்னியனிற்கு நினைவுச்சின்னம் அமைக்கப்பட்டது. பின்னர் அது ஸ்ரீலங்காப் படையினரால் அழிக்கப்பட்டது.

12. யார் நீதிமான்கள்

வியட்நாம் நாட்டின் மீது வல்லரசுகள் என்று கூறும் சர்வதேசங்கள் அமெரிக்கா தலைமையில் அன்று எழுதிய தீர்ப்புகளும் நீதிகளும்...இன்று வல்லரசாக முதன்மை நிலையில் இருக்கும் அமெரிக்காவுக்கு போராட்டத்தின் நுணுக்கங்களை கற்றுக் கொடுத்து ஒரு சிறிய நாடு வியட்நாம்...அது வியட்நாமின் போராட்ட வெற்றிப்பாதை காலங்கள்...காலங்கள் கடந்தும் மறக்க முடியாத வலிகளை அமெரிக்கா இன்று சுமந்து கொண்டிருந்தாலும் தங்களை வெற்றியாளர்களாக தான் அடையாளப்படுத்துகிறார்கள் சர்வதேச மட்டத்தில் கடந்து போகும் வரலாற்றில்...

ஏஜென்ட் ஆரஞ்ச் என்பது மிகக் கொடிய நச்சுத்தன்மை உள்ள தாவரக் கொல்லி வேதிப் பொருள்...

வியட்நாம் மீது அமெரிக்கா படையெடுத்து ஆக்கிரமித்தபோது அதை எதிர்த்துப் போராடிய வியத்காங் என்ற உள்நாட்டுப் படையினர் கொரில்லா தாக்குதலில் ஈடுபட்டனர்.வியத்காங் படையினர் காடுகளில் ஒளிந்திருந்தது அமெரிக்காவின் வலிமையான ராணுவத்துக்குப் பெரும் சவாலாக இருந்தது. விமானத் தாக்குதல் நடத்துவதென்றால் வியத்காங்குகள் எங்கே பதுங்கியிருக்கிறார்கள் என்பது தெரியவேண்டும். ஆனால் வியட்நாமின் அடர்ந்த காடுகள் விமானத்தில் இருந்து கண்காணித்து அவர்கள் பதுங்கியிருக்கும் இடத்தைப்

பார்க்கத் தடையாக இருந்தது.

அதற்காக ஏஜென்ட் ஆரஞ்ச் என்ற தாவரக் கொல்லியை அந்தக் காடுகள் மீது விமானம் மூலம் தூவியது அமெரிக்கா.இதனால் அடர்ந்து சடைத்த தாவரங்கள் மரங்கள் கருகி வியத்காங்குகள் பதுங்கியிருந்த இடங்கள் தெரியத் தொடங்கின...

1962 முதல் 1971 வரை போரில் பயன்படுத்தப்பட்ட இந்த ஏஜென்ட் ஆரஞ்ச் தாவரக் கொல்லியில் டயாக்சின் என்ற கொடிய நச்சுப் பொருள் அனுமதிக்கப்பட்ட அளவுக்கு மேல் மிக அதிகமாக இருந்ததாக குற்றம்சாட்டப்பட்டது. இந்த ஏஜெண்ட் ஆரஞ்ச் பயன்படுத்தப்பட்ட பகுதிகளில் புற்றுநோயும் குழந்தைகள் பிறவிக் குறைபாடுகளுடன் பிறப்பதும் அதிகரித்ததற்கு இந்த டயாக்சின்தான் காரணம் என்று கூறப்பட்டது. பத்து லட்சக் கணக்கான மக்கள் இந்த ஏஜென்ட் ஆரஞ்ச் தாக்குதலில் பாதிக்கப்பட்டதாகவும் 1. 5 லட்சம் குழந்தைகள் மோசமான பிறவிக் குறைபாடுகளோடு பிறந்ததாகவும் வியட்நாம் கூறுகிறது.வியட்நாம் போரில் அமெரிக்கப் படையினர் மொத்தம் 8 கோடி லிட்டர் ஏஜென்ட் ஆரஞ்ச் வேதிப் பொருளை தூவியிருப்பார்கள் என்று மதிப்பிடப்படுகிறது.

இந்த வேதிப் பொருளை நுகர நேர்ந்ததால் 1960களில் இருந்து வியட்நாமில் பிறவிக் குறைபாடு புற்றுநோய் போன்றவை பெரிய அளவில் அதிகரித்ததை அந்நாட்டு மருத்துவர்கள் கவனித்தநர்.இந்த ஏஜென்ட் ஆரஞ்ச் பயன்பாட்டை அமெரிக்கா 1971ம் ஆண்டு நிறுத்தியது 1975ம் ஆண்டு வியட்நாமில் இருந்தே பின்வாங்கியது. இது முடிந்து கிட்டத்தட்ட அரைநூற்றாண்டுக்குப் பிறகும் பல்லாயிரம் குழந்தைகள் ஒவ்வோர் ஆண்டும் பிறவிக் குறைபாடுகளோடு பிறப்பதாக வல்லுநர்கள் கூறுகிறார்கள்.இது வியட்நாமியர்களை மட்டுமல்ல அங்கிருந்த அமெரிக்க ராணுவத்தினரையும் அவர்களது சந்ததிகளையும்கூட கடுமையாகப் பாதித்தது.

இந்த ரசாயன தாக்குதலில் முழுமையாக பாதிக்கப்பட்ட வியட்நாம் பெண்மணி ஒருவர் இன்று காலங்கள் கடந்தும் பிரான்ஸ் நாட்டில் ஒரு வழக்கை தாக்கல் செய்துள்ளார்.வியட்நாம் போர் முழுவதையும் ஒரு பத்திரிகையாளராகப் பார்வையிட்டு எழுதிய டிரான் டோ ங்கா என்ற 78 வயது வியட்நாமிய - பிரெஞ்சு பெண் இந்த வழக்கைத் தொடர்ந்துள்ளார். ஏஜென்ட் ஆரஞ்ச் தாவரக் கொல்லியை போரில் பயன்படுத்தியது தனக்கும் தன் குழந்தைகளுக்கும் தீங்கு விளைவித்ததாக அவர் வழக்குத் தொடர்ந்துள்ளார்.

ஏஜென்ட் ஆரஞ்ச் பயன்படுத்தியதற்கு எதிராக பாதிக்கப்பட்ட குடிமக்களில் ஒருவரது வழக்கை நீதிமன்றம் விசாரணை செய்வது இதுவே முதல் முறை. நான் எனக்காக மட்டும் போராடவில்லை என் குழந்தைகளுக்காகவும் பாதிக்கப்பட்ட பல பத்துலட்சம் பேருக்காகவும் நான் போராடுகிறேன் என்று வழக்கு விசாரணைக்கு முன்பாக கூறினார் ட்ரான் டோ ங்கா.புற்றுநோய்

நீரிழிவு நோய் உள்ளிட்ட பல உடல் நலப் பிரச்சனைகளால் இவர் பாதிக்கப்பட்டுள்ளார்.இதயம் கோளாறான முறையில் அமைந்திருந்த காரணத்தால் இவரது சகோதரி ஒருவர் இறந்துவிட்டார்.

இந்த வேதிப் பொருளின் பயன்பாட்டால் தமது உடல் நலம் பாதிக்கப்பட்டதற்காகவும் தனது குழந்தைகள் உள்ளிட்ட மற்றவர்களின் உடல் நலப் பாதிப்புகளுக்காகவும் இழப்பீடு கேட்டுள்ளார் ட்ரான் டோ ங்கா. இந்த ஏஜென்ட் ஆரஞ்ச் தாக்குதலால் தாவரங்கள் அழிந்தன விலங்குகள் உடலில் நஞ்சு ஏறியது வியட்நாமின் மண்ணும் ஆறுகளும் மாசுபட்டன.எனவே இந்த தாவரக் கொல்லியால் ஏற்பட்ட சுற்றுச்சூழல் பாதிப்பை அங்கீகரிக்கவேண்டும் என்றும் தனது வழக்கில் கோரியுள்ளார் அவர். 50 ஆண்டுகளுக்கு முன் தாங்கள் நடத்திய தவறுக்கு இன்றுவரை தீர்ப்பை எழுத முடியாதவர்கள் தங்களின் கடந்த கால தவறுகளை மறைத்து மறந்து பிற நாடுகள் மீது ஆதிக்கத்தை செலுத்தி தீர்ப்புகளை வழங்க தீர்ப்பை எழுத ஆசைப்படுகிறார்கள்.

வல்லரசுகள் என்றுமே தங்களது தோல்விகளை ஏற்றுக் கொள்வதற்கு முன்வருவதில்லை...எனக்கு சிறுவயதில் இருந்து ஆங்கிலப் படங்கள் பார்ப்பது மிகவும் பிடித்தமான ஒன்று அதிலும் போராட்டங்கள் சம்பந்தப்பட்ட படங்களை அதிகம் பார்த்துள்ளேன்...அமெரிக்கா வியட்நாம் போராட்டங்கள் சம்பந்தமாக அமெரிக்காவால் உருவாக்கப்பட்ட திரைப்படங்கள் அனைத்தையும் பார்த்திருக்கிறேன் முடிந்த வரை ஆனால் எந்தப் திரைப்படத்திலும் முடிவில் தமது தோல்வியை சித்தரிப்பதை ஏற்றுக்கொண்டு எடுக்கப்பட்ட திரைப்படத்தை நான் இதுவரை பார்க்கவில்லை...சாதாரணமாக ஒரு வரலாற்று திரைப்படத்தில் கூட தமது தோல்வியை ஏற்றுக்கொள்ளும் மனப்பான்மை இல்லாத சர்வதேசத்திடம் நாங்கள் அதிகம் எதிர்பார்க்கிறோம்...

எனது மனதில் தோன்றும் கேள்விகள் சில...இன்று சர்வதேசத்தின் குரல்கள் ஓங்கி ஒலிக்கத் தொடங்கியுள்ளன இலங்கை விடயத்தில் வரவேற்க வேண்டிய விடயம் தான்...ஆனால் இவர்கள் கைகளில் 2009 முன் இதே அதிகாரங்கள் இருந்தன...சிறிய நாடுகளை அடக்கி ஆளும் தன்மை கொண்ட மனப்பான்மை பொருளாதாரத் தடைகளை ஏற்படுத்தி சாதகத் தன்மையை உருவாக்கும் தன்மை இப்படிக் கூறிக் கொண்டே போகலாம்...அன்று

(2009)அன்றாடம் உயிர்கள் பறிபோய் கொண்டிருக்கும்பொழுது வேடிக்கை பார்த்தவர்கள் தானே இவர்கள் அனைவரும்...தடுப்பதற்கு யாரும் வரவில்லை நாங்கள் அழிந்து கொண்டிருக்கும் பொழுது...

அதிகமானவர்களுக்கு ஒன்றை நினைவு படுத்துகிறேன் யுத்தம் முடிந்ததும் உடனடியாக ஐக்கிய நாடுகளின் தலைவர் எமது இலங்கைக்கு சிறப்பான தேனீர் விருந்துபசாரத்துக்கு வருகை தந்தார்....ஏன் அவரால் மூன்று வாரங்களுக்கு முன்னர் ஒரு மாதத்துக்கு முன் ஒரு விஜயத்தை மேற்கொள்ள முடியவில்லை உயிர்கள் பறி போய் கொண்டிருக்கும் பொழுது...ஆம் சர்வதேசம்

வேடிக்கை பார்த்தது எங்களுடைய அழிவுக்காக காத்திருந்தது....

தனக்கு தொகுக்கப்பட்ட நிகழ்ச்சிநிரலில் ஒரு மாற்றத்தை உண்டு பண்ணி உடனடியாக இலங்கை வர முடிந்த அவரால்.யுத்தத்தில் மக்களைக் காப்பாற்ற ஐக்கிய நாடுகள் சபை அதன் தலைமை வல்லரசுகள் சர்வதேசங்கள் நினைத்திருந்தால் எங்களை காப்பாற்றி இருக்க முடியும்.ஆம் நாங்கள் சிலரின் நிகழ்ச்சிநிரல்களுக்கும் தேவைகளுக்கும் பயன்படுகிறோம் பயன்படுத்தப்படுகிறோம் என்பதை நாங்கள் புரிந்து கொள்ளாதவரை இன்றைய வாழ்வு தொடர்ந்துகொண்டுதான் இருக்கப்போகிறது...

எங்களிடம் கையேந்த வேண்டியவர்களிடம் நாங்கள் கையேந்தி நிற்க வேண்டிய நிலைமை இன்று ஆனால் உண்மையான வரலாறு 100 ஆண்டுகளுக்கு முன் அல்லது அதற்கு முன் ஆபிரிக்கா தொடங்கி ஆசிய நாடுகள் வரை பொருளாதார வளங்கள் சார்ந்த ஆக்கிரமிப்புகள் கொள்ளைகளை சர்வதேச நாடுகள் நிகழ்த்தாமல் இருந்திருந்தால்.இன்று வசதி படைத்த அதிகமான சர்வதேச நாடுகள் எமது நாடுகளில் கையேந்த வேண்டிய நிலைமை உருவாகி இருக்கும். யுத்தத்திற்கு முன் வடக்கு கிழக்கில் தமது தேவைகளை நிறைவேற்றிக் கொள்ள முடியாத சர்வதேச சக்திகள் நாங்கள் அழிந்து கொண்டிருக்கும் பொழுது கண்டு கொள்ளாதவர்கள் வேடிக்கை பார்த்தவர்கள் இன்று தமது கழுகுப்பார்வைகளை வடக்கு கிழக்கு பக்கம் திருப்ப தொடங்கி உள்ளார்கள்....ஏன் எதற்கு என்பதை சிந்திக்க தொடங்குங்கள்.

13. கறுப்பு ஜ்லையும் ஈழப்போர் இலக்கியமும்

- ஐங்கரன் விக்கினேஸ்வரா

போரின் கொடுமைகளும், தமிழரின் நீண்டகால துயரமும் அவலமும் துயரங்களும் அகதனுள்ளே வலிகள் நெருப்பாக இன்னும் நீண்டு கொள்கிறது. 1956 இல் தொடங்கிய தமிழர் இனவழிப்பு மே 2009 இல் முள்ளிவாய்க்கால் இனவழிப்பின் உச்சமாக நடைபெற்று, இன்னமும் தமிழர் மீதான அடக்குமுறைகள் தொடரும் நிலையில் இழந்துபோன ஓர் தேசத்தின் கனவுச் சிதறல்களாக பதிந்து நிற்கும் கவிதைகளும், ஆக்கங்களுமே ஈழப் போர் இலக்கியத்தில் முதன்மையாகிறது.

1992 இல் வெளியான முகம்கொள் கி.பி.அரவிந்தனின் இரண்டாவது கவிதைத் தொகுப்பு ஆகும். கனவின் மீதி. இவரது மூன்றாவது கவிதைத் தொகுதியாகும். கி.பி.அரவிந்தனின் கவிதைகள் வரலாற்று அனுபவங்களில் தோய்ந்து எழுந்தவை மட்டுமல்ல, அவ்வனுபவங்கள் அலாதியான ஒரு கற்பனைத் திறத்தால் பளிங்கு போன்றதொரு தெளிவான மொழியால் சீரமைக்கப்பட்டு பண்படுத்தப்பட்டு கவிதைகளாக வார்த்தெடுக்கப் பட்டுள்ளன எனக்கூறலாம்.

செங்கை ஆழியானின் ஈழப் போர் இலக்கியம்: ஈழத்து போர்க்கால நாவல் இலக்கிய வரலாற்றில் படைப்பாளுமை மிக்கவர் செங்கை ஆழியான் ஆவார். மிகப்பெருமளவு நூல்களை வெளியிட்ட ஈழத்து எழுத்தாளர் எனும் பெருமைக்குரிய செங்கை ஆழியானின் புதினங்கள், சிறுகதைகள், புவியியல் நூல்கள், வரலாற்று ஆய்வுகள், தொகுப்பு முயற்சிகள் மற்றும் பதிப்புத்துறை எனப் பல துறைகளிலும் என அவரின் பங்களிப்பு குறிப்பிடத்தக்கதாகும்.

1977 இனக்கலவர ஆவணம்: 1977 ஆம் ஆண்டு ஆகஸ்ட் மாத இனக்கலவரத்தின் போது யாழ்ப்பாணத்தில் நடைபெற்ற அரச வன்முறைகள் பற்றி செங்கை ஆழியான் எழுதிய "24 மணி நேரம்"என்கிற நூல் முக்கியமான வரலாற்று ஆவணமாகும். ஈழத்து போர்க்கால வரலாற்றினை சிறுகதை, நாவல் இலக்கியமாக எதிர்கால சந்ததிக்கு வெளிப்படுத்திய படைப்பாளுமை மிக்க செங்கை ஆழியானின் பணி ஈழ வரலாற்றில் என்றும் போற்றப்படும்.

செங்கை ஆழியானின் இலக்கியச் செயற்பாடுகளில் அவரது ஆவணப்படுத்தல் முயற்சி மிக முக்கியமானது ஆகும். மட்டக்களப்பில் ஏற்பட்ட சூறாவளியைப் பற்றி அவர் எழுதிய "12 மணி நேரம்" என்கிற நூல் இயற்கை இடரின் துயரத்தை வரலாற்று வரிகளாக்கிய நூலாகும். இந்த இரண்டு நூல்களையும் நீல வண்ணன் என்ற புனைபெயரில் எழுதியுள்ளார்.

'தீம்தரிகிடதித்தோம்' நாவல்: ஈழப்போராட்டத்தின் மூல வேர் எது என்பதை அரசியல் பின்னணியோடு தொட்டுக் காட்டுகிறது 'தீம்தரிகிடதித்தோம்' எனும் நாவல். இந்நாவலில் இலங்கை அரசாங்கம் 1956 ஆம் ஆண்டு தனிச்சிங்கள மொழிச் சட்டம் கொண்டுவந்த போது மலர்ந்த கற்பனை காதல் கதையை சொல்கிறது.

சிங்களம் ஆட்சி மொழியாக்கப்பட்ட போது தந்தை செல்வா, ஜி.ஜி. பொன்னம்பலம், சி. சுந்தரலிங்கம் போன்ற முதுபெரும் தலைவர்கள் சாத்விக முறையில் கிளர்ச்சி நடத்தி, தமிழ் மக்களின் எதிர்ப்பைத் தெரிவித்ததை வெளிப்படுத்தும் இந்நாவலும் ஓர் வரலாற்று நூலாக எழுகிறது. இந்நாவலில் புதுமை என்னவென்றால் தனிச்சிங்கள மொழிச் சட்ட விவாதம் நடந்த போது எடுக்கப்பட்ட குறிப்புகளும், விவாதமும் காட்டப்பட்டிருக்கும் களம் ஒரு பக்கம் போய்க் கொண்டிருக்க, இன்னொரு பக்கம் தமிழ் இளைஞனுக்கும் சிங்களப் பெண்ணுக்குமான காதல் களம் காட்டப்பட்டிருக்கும். நாவல் முடியும் போது இனக்கலவரம் ஆரம்பிக்க அவர்களின் காதலும் இனவெறியில் எரிந்து போகும்.

அத்தோடு அறவழியில் நடந்த போராட்டத்தை 'சிங்கள மக்களுக்கும் தமிழ் மக்களுக்கும் இடையிலான போர்' என்று திசைதிருப்பு, அன்றைய இலங்கைப் பிரதமர் பண்டாரநாயக்கா, காவல்துறையின் துணையோடு சிங்கள சமூக விரோதிகளை ஏவிவிட்டு போராடிய ஈழத்தமிழர்களை அடித்து நொறுக்கினார். பரம்பரை பரம்பரையாக தமிழ் மக்கள் வாழக்கூடிய தமிழ்ப்பிரதேசங்களில் சிங்களவர்களை வலுக்கட்டாயமாக குடி அமர்த்தினார். பொரு-

ளாதார, சமூக நெருக்கடிகளை ஏற்படுத்தினார். தமிழ் மக்களின் அனைத்து எதிர்ப்புகளை மீறி சிங்களத்தை மட்டுமே ஆட்சி மொழியாக்கினார்.

தமிழ் பேசும் மக்களை அடக்கி ஒடுக்கி இரண்டாந்தர குடிமக்களாக்கும் பிரிவினை உணர்வை ஏற்படுத்தினார். சிங்கள ஆட்சியின் கொடுமையை இனியும் சகிக்க முடியாது என்ற சூழ்நிலையில் தமிழ் இளைஞர்கள் ஆயுத-மேந்தி போராட நிர்ப்பந்திக்கப்பட்டனர் என்பதையும் இந்நாவல் சித்தரிக்கிறது.

திட்டமிட்ட இனப் படுகொலைகள்: சிங்கள அரசுகளால் 1977, 1983 ஆண்டுகளில் திட்டமிட்டு மேற்கொள்ளப்பட்ட இனக்கலவர வன்முறைகளும் தமிழ் மக்களுக்கான சுயநிர்ணய உரிமைக்கான அவசியத்தையும் தனி நாடு ஒன்றிற்கான தேவையையும் வலியுறுத்தின. இந்த காலகட்ட போராட்ட வாழ்வே ஈழ இலக்கியப் படைப்புகளில் ஏற்பட்ட மாற்றம் என்றும் கருத இடமுண்டு.

1981இல் யாழ்ப்பாண மண்ணில் யாழ்ப்பாணப் பொது நூலகம், ஈழநாடு பத்திரிகை அலுவலகம், பூபாலசிங்கம் புத்தகசாலை ஆகிய தமிழரின் அறி-வியல், ஊடகவியல் நிறுவனங்களை சிங்கள அரசின் கூலிப்படைகளால் பகிரங்கமாகத் தீயிட்டுக் கொழுத்தப்பட்ட சம்பவமானது, அதுவரை காலமும் கொரில்லாப் போராட்டமுறைகளை இளைஞர்கள் மட்டுமே பங்கேற்றி வந்த சூழல் மாறி, அறிவுசார் புத்திஜீவிகளையும் விடுதலைப் போராட்டத்தின்பால் ஈர்த்தது.

ஈழத்தின் போரியல் வரலாற்றுக் காலகட்டத்தில் வெளியான அனைத்து இலக்கியப் படைப்புக்களும் போராட்டம் சார்ந்தவையல்ல. போராட்டத்தின் வலிகள், உடன்பிறப்புக்களின் இழப்புக்கள், கொடூர வன்மங்கள், உடமை-களின் அழிப்புக்கள், இடப்பெயர்வின் அவலங்கள், புலம்பெயர்ந்து சென்ற உறவுகளின் பிரிவுத் துயர், போராளிகளின் வீரதீரங்கள், மானிடத்தையும் பெண்மையையும் இழிவுபடுத்தும் சித்திரவதை என ஒரு போராட்ட வாழ்வின் பல்வேறு பக்கங்களையும் போரியல் இலக்கியங்கள் தொட்டுச் செல்கின்றன

புதுவை இரத்தினதுரை கவியுகம்: கவிஞர் புதுவை இரத்தினதுரை 'வியா-சன்' என்ற புனைபெயரில் எழுதிய கவிதைகளின் தொகுப்பு "வியாசனின் உலைக்களம்" எனும் நூலாகும். போரியலையும் அது சார்ந்திருக்கும் அரசி-யலின் ஆழப்பாடுகளையும் சுழியோடி, நுகர்ந்து, மென்று விழுங்கி, அதை அக்கு வேறு ஆணி வேறாகத் தனது பேனாமுனையால் உலைக்களத்தின் மூலம் வெளிக்கொண்டு வந்துள்ளார்.

பூவரசம் வேலியும் புலுனிக் குஞ்சுகளும் என்ற புதுவை இரத்தினதுரையின் கவிதைத் தொகுப்பு யாழ்ப்பாணம் நங்கூரம் வெளியீடாக, பங்குனி 2005இல் வெளியானது. இத்தொகுப்பில், வெளிச்சம் இதழில் கார்த்திகை 1993இல் வெளிவந்த "தூரப் பறந்துவிட்ட துணிவுப் பறவைகளே" என்ற கவிதையில் தொடங்கி, வெளிச்சம் சஞ்சிகையின் மாசி 2005இல் வெளியான "இருந்த-

தும் இல்லையென்றானதும்" என்ற கவிதை வரை 12 ஆண்டுகளில் கவிஞர் புதுவை இயற்றிய மொத்தம் 155 கவிதைகள் இடம் பிடித்திருக்கின்றன.

1981 யாழ் நூலகம் எரிப்பு: ஈழ ஈழவிடுதலைப் போராட்டத்துக்கு முன்னோடியாக பல நூல்கள் ஆரம்பகாலத்தில் வெளிவந்திருந்தன. பண்டிதர் க.பொ.இரத்தினம், கவிஞர் காசி ஆனந்தன் போன்றேரின் விடுதலை உணர்ச்சிமிக்க படைப்புகளை சுதந்திரன், தீப்பொறி போன்ற அரசியல் ஏடுகள் எழுபதுகளில் தாங்கி வந்தன.

சிறிலங்கா அரசின் பாரிய வன்முறை கெடுபிடிகளுக்கு மத்தியில் ஈழ விடுதலைப் போராட்டம் பற்றிய பிரசுரங்களை தாயக மண்ணில் வெளிப்படையாக அச்சிட முடியாத நிலை அக்காலத்தில் காணப்பட்டது. அத்துடன் ஆரம்பகால விடுதலைப்போராட்டத்தில் ஈடுபட்டிருந்த பல்வேறு போராட்ட அமைப்புக்களும் தமது தளங்களை தமிழகத்திலும் கொண்டியங்கியதால் அக்காலகட்ட வெளியீடுகள் அதிகளவில் தமிழகத்தில் அச்சிடப்பெற்று, தாயகத்துக்குக் கொண்டுவரப்பட்டு விநியோகிக்கப்பட்டன. அதேவேளை இனவிடுதலைப் போராட்டத்தின் முக்கியத்துவத்தை வலியுறுத்த துணிச்சலுடன் முன்வந்த பல ஈழத்துப் படைப்பாளிகளும் அந்நாட்களில் புனைபெயரினுள் மறைந்திருந்தே இத்தகைய இலக்கியங்களைப் படைக்கவேண்டிய நிர்ப்பந்தம் ஏற்பட்டிருந்தது என்பதும் உண்மையே.

ஈழத்தின் போரியல் வரலாறு: ஈழத்தின் போரியல் வரலாற்றுக் காலகட்டத்தில் வெளியான அனைத்து இலக்கியப் படைப்புக்களும் போராட்டம் சார்ந்தவையல்ல. போராட்டத்தின் வலிகள், உடன்பிறப்புக்களின் இழப்புக்கள், கொடூர வன்மங்கள், உடைமைகளின் அழிப்புக்கள், இடப்பெயர்வின் அவலங்கள், புலம்பெயர்ந்து சென்ற உறவுகளின் பிரிவுத் துயர், போராளிகளின் வீரதீரங்கள், மானிடத்தையும் பெண்மையையும் இழிவுபடுத்தும் சித்திரவதை என ஒரு போராட்ட வாழ்வின் பல்வேறு பக்கங்களையும் போரியல் இலக்கியங்கள் தொட்டுச் செல்கின்றன.

சர்வதேச வரலாற்றில் ஈழத்தமிழரின் தனித்துவமான இலக்கியமாக உலகளாவிய தமிழ் இலக்கியப் படைப்புக்களில், நின்று நிலைத்திருக்கப்போகும் வலிமைபெற்ற போரியல் இலக்கியத்தின் நீட்சி இன்னமும் தொடர்கிறது. பத்தொன்பதாம் நூற்றாண்டுக்கு பிறகு இலங்கை சுதந்திரத்தின் பின்னர்,சின்னஞ்சிறு மாங்காய்த் தீவில் பல மாற்றங்கள் நிகழ்ந்தன. இந்த கால கட்டத்தின் தமிழர்களின் அடையாள அரசியல் என்பது இலக்கியம், கவிதைகளின் மூலம் தெறித்து வந்தது. மேலும் முற்போக்கு சார்ந்த இலக்கியங்கள் ஏராளமாக வரத்தொடங்கின. இந்த இலக்கியங்கள் சமுதாய மாற்றத்தை உள்ளடக்கியும் இருந்தன. இந்த காலகட்டத்தில் வந்த இலக்கிய படைப்புகள் இலங்கை தமிழ்ச் சூழலில் பெரிய வெளிச்சத்தை மக்களுக்கு ஏற்படுத்தின.

குறிப்பாக 1958 ஆம் ஆண்டுக்குப் பிறகு தமிழ் இலக்கிய போக்குகளில் பல மாற்றம் அடைந்திருக்கின்றன. தமிழரின் பிரதிநிதிகளாகப் பாராளுமன்றம்

சென்ற தமிழ் அரசியல்வாதிகள் சாத்விகப் போராட்டங்களின் வழியாக அடக்குமுறைகளுக்குத் தீர்வுகாண முயன்று தோல்வி கண்டமை இன்று வரலாறாகி விட்டது. இலங்கையில் தமிழரின் விடுதலைப் போராட்டம் சாத்வீகப் போராட்ட நிலையிலிருந்து ஆயுதப் போராட்டமுறைக்குப் பரிணாம வளர்ச்சி பெற்ற எழுபதுகளின் இறுதிப்பகுதிகளிலேயே போரியல் சார்ந்த நூல்கள் ஆங்காங்கே வெளிவர ஆரம்பித்து விட்டன.

செம்மணி கோரம்: 'செம்மணி'என்ற தலைப்பில் வெளியான நூலி;ல் 24 கவிஞர்களின் கவிதைகள் இடம்பெற்றிருந்தன. வெளிச்சம் வெளியீடாக தமிழீழ விடுதலைப் புலிகளின் பண்பாட்டுக் கழகத்தின் நடுவப் பணியகம், செப்டெம்பர் 1998இல் இத்தொகுப்பை வெளியிட்டது. யாழ்ப்பாணத்தில் இராணுவ முற்றுகையின் போது கடத்திச் செல்லப்பட்டு காணாமற் போனோராக்கப்பட்டு வதையின் பின் புதைக்கப்பட்ட எம் உறவுகளுக்கான கவிதைகள் இவை.

1995இல் ரிவிரச என்ற யாழ்ப்பாண ஆக்கிரமிப்புப் போரின்பின், தென்மராட்சியிலும்; வடமராட்சியிலும் தஞ்சமடைந்த தமிழ்மக்களை மீண்டும் ஒரு இராணுவ நடவடிக்கைமூலம் சிறைப்படுத்திச் சொந்த இடங்களுக்கு அழைத்துச் சென்றது. அக்காலகட்டத்தில் சிங்கள இராணுவம் அவர்களை யாருங்காணாமற் பிடித்துச்சென்று படுகொலைசெய்து செம்மணியிற் புதைத்த வஞ்சகச்செயலை அம்பலப்படுத்தும் பதிவுகளாக இவை அமைகின்றன. செம்மணிப் புதைகுழிகள் எம்மக்களிடையே ஏற்படுத்திய கொதிப்புணர்வின் அடையாளமாகவே இக்கவிதைகள் அமைகின்றன.

சிறுகதை, நாவல் இலக்கியத் துறையில் போரியல் பதிவுகள் ஏராளமாக ஈழத்தமிழர்களால் மேற்கொள்ளப்படுகின்றன. 1980களிலிருந்து ஈழத்தில் வெளியாகும் சிறுகதைகளில் இதன் பாதிப்பு பெரிதளவில் இருப்பதை அவதானிக்கலாம். குறிப்பாக வன்னி மண்ணிலிருந்து வெளியாகும் படைப்பிலக்கியங்கள் அனைத்திலும் இதன் பாதிப்பு துலக்கமாகத் தெரிகின்றது.

இலங்கை அரசுகள் கொண்டு வரும் கொடூர சட்டங்கள் மூலம் தமிழ் மக்களுக்கு பாதிப்பு ஏற்படும்போது இலக்கியத்தில் மாற்றங்கள் ஏற்பட்டது. 1980 ஆண்டுக்கு பிறகு போர் சூழல் குறித்த இலக்கியங்கள் ஏராளமாக வந்தன. போர் அவலம் என்பது 30 ஆண்டுகாலமாக தவிர்க்க முடியாததாக இருந்தது. இந்த கால கட்டத்தில் ஏராளமான ஆண், பெண் படைப்பாளர்கள் உருவாகி போர் சூழல், தமிழ் மக்களின் துயரம் குறித்த படைப்புகளை உருவாக்கினர். போரில் ஈடுபட்டவர்களும், போரை வெளியில் நின்று பார்த்தவர்களும் ஏராளமான புதிய படைப்புகளை உருவாக்கினர். போருக்குப் பிறகு இப்போது ஏராளமான புலம் பெயர் இலக்கியங்கள் உருவாகின.

14. தேசியத் தலைவர் பிரபாகரனும், கொரில்லா போர் முறையும்!

- தி. திபாகரன்

ஈழத் தமிழ்ச் சமூகத்தை வரலாறு எங்கு கொண்டுவந்து நிறுத்தியிருக்கிறதோ அங்கிருந்துதான் அது தனது அடுத்த அடியெடுத்து பயணத்தைத் தொடர முடியும். வரலாறு எதனை எம்மிடம் கையளித்ததோ அதனை வைத்துக்கொண்டுதான் அதிலிருந்து புதிய வரலாற்றைப் படைக்க முடியும். இல்லாததில் இருந்து புதிதாக எதனையும் உருவாக்கிட முடியாது. எது எம்மிடம் உள்ளதோ அதுவே எமது செயலையும் அதன் விளைவையும் தீர்மானிக்கின்றது. அந்த வகையில்தான் தமிழீழ விடுதலைக்கான சாத்வீக வழியிலான போராட்டத்தின் தோல்வி ஆயுத வழியிலான கொரில்லா போர்முறை வழியிலான ஆயுதப் போராட்டத்தை இளைஞர்களின் கையில் திணித்துவிட்டது.

1619 - 1621 வரை போர்த்துக்கேய தளபதி பிலிப் டீ ஒலிவேராவினால் யாழ்ப்பாண இராச்சியத்தை ஆக்கிரமிக்கும் நோக்கில் மேற்கொள்ளப்பட்ட படையெடுப்புக்கு எதிராக போரிட்ட தமிழர் சேனையின் நல்லூர் இராச்சியத்தின் தளபதிகளில் ஒருவரான வருணகுலத்தான் போர்க்களத்தில் வீரச்சாவை தழுவியபோது தமிழர்களின் இறைமை தமிழ் மக்களிடம் இருந்து கைநழுவி அந்நியர்களிடம் சென்றுவிட்டது.

இதனால், ஐரோப்பிய காலனித்துவ ஆட்சியாளரிடம் இலங்கைத்தீவு 400 ஆண்டுகளுக்கு மேலாய் அடிமைப்பட்டுக் கிடந்தது. போர்த்துக்கேய, ஒல்லாந்தகளின் இலங்கைத்தீவிற்கான நிர்வாகம் என்பது தமிழர் தாயகம் தனியாகவும், சிங்கள தேசம் தனியாகவுமென வேறுபட்ட நிர்வாக அலகுகளாக ஆளப்பட்டு வந்தன. ஆனால் 1833 இல் கோல்புரூக் கமருன் அரசியல் திட்ட சீர்திருத்தத்தின் மூலம் இலங்கைதீவு ஒற்றையாட்சி நிர்வாக அலகின் கீழ் பிரித்தானியரால் பிணைக்கப்பட்டுவிட்டது.

காலனித்துவ ஆட்சியாளர்களிடமிருந்து இலங்கைத்தீவு சுதந்திரம் அடைந்தபோது தமிழ் தேசிய இனம் தனது இறைமையை தனித்துவமாக பெற்றிருக்க வேண்டும். ஆனால் அன்றையகால நீண்டதூர அரசியல் தரிசனமற்ற அரசியல் தலைவர்களினால் இலங்கைத்தீவில் தமிழ் தேசிய இனம் தனது இறைமையை சிங்கள தேசத்திடம் பறிகொடுத்துவிட்டது.

சிங்கள தேசத்திடம் தமிழ்த் தேசிய இனம் தனது இறமையை மீண்டும் பெற்றுக்கொள்வதற்காக மேற்கொண்ட சாத்வீக வழியிலான போராட்டங்கள் அனைத்தும் தோல்வி அடைந்தன. சாத்வீகப் போராட்டத்தின் தோல்வியின் விளைவாக 1970களில் இளைஞர்கள் ஆயுதப் போராட்டத்தை ஆரம்பித்தனர். இந்த இளைஞர்கள் பல்வேறு குழுக்களாக பிரிந்து ஆயுதப் போராட்டத்தை முன்னெடுத்தனர். அந்த வகையில் ஒவ்வொருவரிடமும் வேறுபட்ட

போராட்ட வடிவங்களும், சிந்தனைகளும், யுத்திகளும் தோன்றலாயின. சில இயக்கங்கள் போராளிகளை பயிற்றுவித்து ஒரேநாளில் எதிரிக்கு எதிரான போரை நடத்துவது என்றும் ஒரே நேரத்தில் விடுதலையை பெற்றுவிடலாம் என்றும் கற்பனாவாதத்தில் திளைதிருந்தன.

ஆனால் தமிழீழ விடுதலைப் புலிகள் இயக்கம் போராளிகளை தொடர்ந்து போராட்டத்தில் ஈடுபடுத்தி எதிரியிடமிருந்து ஆயுதங்களை கைப்பற்றவும், பெரும் எதிரிப் படைகளுக்கு எதிராக தாக்கிவிட்டு ஆயுதங்களைக் கைப்பற்றிக்கொண்டு தப்பியோடும் தந்திரங்களை தொடர்ந்து கடைப்பிடிப்பதன் மூலம் ஒரு நீண்ட போர்ப் பயிற்சியை போராளிகளுக்கு வழங்கவும், அவர்களுடைய போராடும் திறனை அதிகரிக்கவும், உளவரணை அதிகரிக்கவும் முடியும்.

அதே நேரத்தில் மக்களையும் விடுதலைப் போருக்கு தயார்படுத்தலாம். இதன் மூலம் மக்களை விடுதலைக்கு தகுதியானவர்களாக மாற்றிவிடலாம் என்ற சித்தாந்தத்தையும் அதன்பால் உறுதியான நம்பிக்கையையும் கொண்டிருந்தனர்.

“வரலாற்றில் தனி நபர்களுக்கு என்று ஒரு எல்லைக்குட்பட்ட ஒளிப்பான துலக்கமான ஒரு வகிபாகமுண்டு. துலக்கமான வகிபாகம் இருக்கின்றது என்பதற்காக எத்தகைய அசகாய சூரன் ஆயினும், வீராதி வீரன் ஆயினும் மக்களின் திராட்சி இன்றி அவர்களின் ஒருமித்த இயங்கு சக்தியின்றி தனித்து நின்று எதனையும் சாதித்துவிட முடியாது” என்று வரலாறு பற்றிய ஒரு கூற்று உண்டு.

இந்த வகையில் திரளாக திரண்ட ஈழத்தமிழ் இளைஞர்களின் மனித ஆற்றலை தேசியத் தலைவர் வே.பிரபாகரன் அவர்கள் அந்தக் காலத்தின் சூழலுக்கு இசைவாக பெரும் சக்தியாக உருத்திரட்டினார். அதேவேளை இன்னொரு புறம் தமிழீழ மக்களின் விடுதலைக்காகவும், வளமான, செழுமையான எதிர்காலத்திற்காகவும் தமது வாழ்நாளை அர்ப்பணித்து போராடப் புறப்பட்ட இளைஞர்களில் ஒரு தொகுதியினர் அவர்கள் பின்பற்றிய தலைமைகளினால் வழிதவறிப்போயினர்.

ஆனால் தமிழீழ விடுதலைப் புலிகள் இயக்கத்தின் தலைவர் “சுதந்திர தமிழிழம்” என்ற உன்னத இலட்சியத்தை வரித்துக்கொண்டு ஆயுதப் போராட்டத்தை வழிமுறையாக ஏற்று, கொரில்லாப் போரியல் முறையை தேர்தெடுத்து தமிழர் தாயத்தின் பெரும் பகுதியை தமது பட்டுப்பாட்டின் கீழ் கொண்டுவந்தார். சுமார் 363 ஆண்டுகால அந்நியப் படைகள் மற்றும் அரசுகளின் அதிகாரத்தின் கீழ் இருந்த யாழ். குடாநாடு 1985 ஆம் ஆண்டு மீண்டும் தமிழர் சேனையின் அதிகாரத்தின் கீழ் கொண்டு வரப்பட்டது.

இந்த அதிகார மாற்றத்தை செய்து காட்டியது தலைவர் பிரபாகரன் கைக்கொண்ட கொரில்லாப் போர் உத்தியின் படிமுறை வளர்ச்சிதான். ஒரு கட்டுப்பாட்டுப் பிரதேசத்தை முதலில் உருவாக்கும் நோக்கோடுதான் கொரில்லா

போர் முறையை தலைவர் பிரபாகரன் தெரிவு செய்து இருந்தார்.

அன்றைய காலத்தில் ஈழத்தமிழர்களின் விடுதலைக்கு பொருத்தமான ஆயுதப் போராட்ட வழியாக கொரில்லாப் போர்முறை உத்தியே (Hit and run tactics) பொருத்தமானதாகவும் இருந்தது.

காலச் சூழ்நிலைக்குப் பொருத்தமான தெரிவை தலைவர் பிரபாகரன் தெரிவு செய்ததன் மூலம் தமிழீழ விடுதலைப் போராட்ட அரங்கில் தன்னை முதன்மையானவராகவும், நம்பிக்கைக்கு உரியவராகவும், தமிழீழ மக்களின் விசுவாசத்துக்கு உரியவராகவும் முன்நிறுத்தியது. எதிரியைத் தாக்கிக் கொன்றுவிட்டு அவனது ஆயுதத்தை கைப்பற்றிக் கொண்டு தப்பி ஓடுவது என்ற கொரில்லாப் போர் உத்தி போராளிகளின் இழப்பை பெருமளவு தவிர்த்தது.

அதேநேரத்தில் எதிரியை வீழ்த்தி அவனை உளரீதியாக அச்சம் அடையச் செய்தது. சில போராளிகளினால் இலங்கைத்தீவு முழுவதையும் ஆட்டங்காணச் செய்ய முடிந்தது. அரச இயந்திரத்தை முடக்கவும் முடிந்தது. பெரும் காவல்துறை, இராணுவ படையோடு அதிகாரம் செலுத்தும் அரசை சில போராளிகளினால் அதன் நிர்வாக இயந்திரத்தை முடக்கவும் ஸ்தாபிதம் அடையச் செய்யவும் முடியும். இதனை தமிழீழப் போர் அரங்கில் விடுதலைப்புலிகள் செய்து காட்டினர்.

எதிரிகளை தொடர்ந்து அச்ச நிலையில் வைத்திருக்க போராளிகளால் முடிந்தது. அதே நேரத்தில் கொரில்லா போராளிகளினால் சர்வ சாதாரணமாக மக்கள் மத்தியில் நிம்மதியாகவும் அமைதியாகவும் எந்த தங்கு தடையும் இன்றி தமது கருமங்களை ஆற்றவும் முடிந்தது.

"கொரில்லா போராளி எதிரியைக் கொல்வதற்கு அதிர்ஷ்டம் ஒருமுறை கிடைத்தால் போதும். ஆனால் எதிரிக்கோ தப்பித்து வாழ எப்போதும் அதிர்ஷ்டம் இருக்க வேண்டும்" என கொரில்லாப் போர்முறைத் தந்திரம் கூறுகிறது. இதுவே தமிழீழப் போர் அரங்கில் சிங்களப் பேரினவாத அரச இயந்திரத்துக்கும், இராணுவத்துக்கும் நேர்ந்தது.

விடுதலைப் புலிகள் எப்போது தாக்குவார்கள், எங்கு தாக்குவார்கள் என்ற பயப்பீதியில் அரச படைகளை வைத்திருப்பது என்பது ஒரு பெரும் உளவியல் யுத்தம். அதனை கொரில்லா போர்முறை நிரூபித்தது. நடந்தும், சைக்கிளிலும் வந்து செவியை பிடித்து அதிகாரம் செலுத்திய காவல்துறை படை, பின்னர் ஜீப் வண்டிகளில் வரவேண்டிய நிலையும், அது பின்னர் ஜீப்வண்டித் தொடர் அணியாக வரவேண்டிய நிலையும் ஏற்பட்டது.

யாழ் காவல்நிலை நிலையத் தாக்குதலுடன் காவல்துறை படையின் யுகம் தமிழர் தாயக மண்ணில் ஏறக்குறைய முடிவுக்கு வந்தது. அதனைத் தொடர்ந்து காவல்துறை தொடர் வண்டிகள் நிறுத்தப்பட இராணுவ கவச வாகனங்களுடன் அரசபடைகள் நடமாட வேண்டிய நிலைக்கு இந்தக் கொரில்லா போர் உத்தி ஒரு பெரும் வளர்ச்சியை நோக்கிச் சென்றது.

தமிழீழப் போர் அரங்கில் கொரில்லா போர் உத்தி ஒரு தொடர் படி முறையான வளர்ச்சிக்கும் மாற்றத்துக்கும் உட்பட்டது. இராணுவத்தை நேருக்கு நேர் நின்று மோதி தடுத்து நிறுத்தவும், துரத்தி அடிக்கும் நிலைக்கும் உயர்ந்தது. கொரில்லாப் போர்முறை உத்தியின் உச்சகட்டமாக 1985 ஆம் ஆண்டு நடுப்பகுதியில் யாழ் கோட்டை, பலாலி, காங்கேசந்துறை, வல்வெட்டித்துறை, நாவற்குழி இராணுவ முகாம்கள் என்பன போராளிகளினால் முற்றுகையிடப்பட்டன.

அத்தோடு ஆனையிறவு இராணுவ முகாமில் இருந்து யாழ் நோக்கி நகர முடியாது தடுப்பு தாக்குதல் நடவடிக்கையும் மேற்கொள்ளப்பட்டதன் மூலம் யாழ் குடாநாடு போராளிகளின் கட்டுப்பாட்டின்கீழ் வந்தது.தமிழீழப் போர் அரங்கில் கொரில்லாப் போர் உத்தி தனது முதலாம், இரண்டாம் கட்டங்களை பூர்த்தி செய்து மூன்றாம் கட்டத்தில் ஒரு பிரதேசத்தை தன் கட்டுப்பாட்டின் கீழ் கொண்டு வரும் நிலைக்கு பரிணாம வளர்ச்சி ஏற்பட்டது.

இந்திய - இலங்கை ஒப்பந்தமும், அதனைத் தொடர்ந்த இந்திய இராணுவ - விடுதலைப் புலிகள் யுத்தமும் தொடர்ந்து கொரில்லாப் போர் உத்தியின் மூன்றாம் கட்ட நிலையிலேயே இருந்ததை வரலாறு நிரூபிக்கிறது.

ஆனால் உலக அரசியலில் ஏற்பட்ட மாற்றமும், பனிப் போர் முடிவும், அதன் தாக்கம் சர்வதேச ரீதியிலும் இலங்கை - இந்திய உள்நாட்டு அரசியலிலும் ஏற்பட்ட மாற்றங்கள் இந்தியப்படை வெளியேற்றத்துடன் தமிழீழத்தில் மேற்கொள்ளப்பட்ட கொரில்லாப் போர் உத்தியானது அதன் நான்காம் கட்டமாக இறுதிநிலை வடிவத்தை எட்டியது.

1990ஆம் ஆண்டுக்கு பின்னர் கொரில்லாப் போராளிகள் என்ற நிலையிலிருந்து மாற்றமடைந்து ஒரு நிரந்தர இராணுவ சீருடை தரித்த தமிழர் இராணுவமாக தமிழீழ விடுதலைப் புலிகளை வளர்ச்சி அடையச் செய்தது.

தமிழர் தாயகத்தின் 70 வீதமான நிலப்பரப்பு தமிழர் சேனையின் கட்டுப்பாட்டின்கீழ் கொண்டுவரும் அளவிற்கு அது வளர்ந்து சென்றது.

1991ஆம் ஆண்டு ஆனையிறவு மீட்புச் சண்டையை “ஆகாய கடல் வெளி இராணுவ நடவடிக்கை” என விடுதலைப்புலிகள் பெயரிட்டு நடாத்திய யுத்தம் என்பது இலங்கைத்தீவில் இரண்டு இராணுவங்கள் உள்ளன என்பதை சர்வதேசரீதியில் நிரூபித்துக் காட்டியது.

அது உலகெங்குமுள்ள அடக்கப்பட்ட ஒடுக்கப்பட்ட தேசிய இனங்களின் விடுதலைக்கான போராட்டப் பாதையில் நம்பிக்கையை ஊட்டியது.

தமிழீழ விடுதலைப் போராட்டத்தை விடுதலைப் புலிகள் இயக்கம், கொரில்லாப் போர் யுத்தியின் அடிப்படையில் ஆரம்பித்து படிமுறை வளர்ச்சியினூடாக ஒரு மரபுவழி இராணுவமாக கட்டமைத்தது. அது தொடர்ந்து ஒரு தேசக்கட்டுமானத்தை நோக்கி வளர்த்து சென்றது.

தமிழ் மக்களை ஒன்றிணைந்து, அரவணைத்து, சிறந்த நிர்வாகக் கட்டமைப்புக்களை உருவாக்கி ஒரு முன்னுதாரணமான சிறந்த ஆட்சி

அமைப்பை நிர்வகிக்கும் திறனை வெளிக்காட்டியது.

"தனது மக்களையும், மண்ணையும், பண்பாட்டையும், ஜனநாயகத்தையும், பாதுகாப்பையும், வாழ்க்கைமுறையும், அறிவியலையும், சமூக சமத்துவத்தையும், சமூக ஒருமைப்பாட்டையும் ஒருங்கிணைந்த வளர்ச்சிக்கான பாதையில் ஒரு தேசிய திரட்சியாய் முன்னெடுக்க வல்லவன் எவனோ அவனே தேசியத் தலைவனாவான்"

அத்தகைய தலைவன் உள்ளும் புறமும் அனைத்துவகை ஆதிக்கத்திலிருந்தும் மக்களைக் காக்கவல்ல கவசமும் ஆவான்

இத்தகைய அனைத்து அம்சங்களையும் தன்னகத்தே கொண்டு கொரில்லாப் போர் முறையின் அடிப்படையிலான படிமுறை வளர்ச்சியால் தமிழீழ மக்களினால் தமிழீழ விடுதலைப்புலிகள் இயக்கத்தின் தலைவர் வே.பிரபாகரன் அவர்கள் "தமிழீழ தேசியத் தலைவர்" என்ற உயரிய ஸ்தானத்தில் வைத்து மதிக்கத் தக்கவரானார்.

15. துருதுருவென திரியும் பாலச்சந்திரன்

"பாலசந்திரன்" இந்த பெயரை உச்சரிக்காதவர்கள் யாரும் இல்லை. தமிழீழ விடுதலைப் போராட்டத்தில் சிங்களக் கொடியவர்களின் இனவழிப்புக்கு செத்துப் போன குழந்தைகளின் குறியாக மார்பில் குண்டேந்தி வீழ்ந்த பாலகன். சர்வதேசத்துக்கு இருக்கும் கண்களுக்கு இரத்த சிதறலின் வலிமையை உணர்த்திச் சென்ற சின்னவன். அவனை எம் சிறுவர்களின் குறியீடாக எடுத்துக் கொண்டு இந்த பத்தியை எழுத வேண்டி துர்ப்பாக்கிய நிலைக்கு நான் தள்ளப்பட்டுள்ளேன்.

இன்று அனைவரது மனங்களிலும் வாழ்ந்து கொண்டிருப்பான் அந்தக் குழந்தை. துரு துரு என ஓடும் அவன் கால்களும் எந்நேரமும் அறிவார்ந்த சிந்தனையும் கற்றவர்களை கூட ஒரு நிமிடம் யோசிக்க வைக்கும் கேள்விக் கணைகளால் துளைக்கும் அவனது கற்றார்ந்த திறமையும், அவனை அனைவராலும் கவரப்பட்டவனாக வெளிகாட்டியது என்றால் அதில் எந்த மிகையும் இல்லை.

1996 ஐப்பசி திங்கள் பத்தாவது நாள் முல்லைத்தீவு மண்ணில் இருந்து கொடியவர்களை விரட்டியடித்த வெற்றி செய்தியை தாயகம் கொண்டாடி கொண்டிருந்த தருணம் தேசிய தலைவருக்கு முள்ளியவளை மண்ணில் இருந்து ஒரு செய்தி வருகிறது.

"ஆண் பிள்ளை பிறந்துள்ளது"

ஒரு பெரும் வெற்றி செய்தியோடு வந்து உதித்தவன் தான் பாலச்சந்திரன். ஆனால் பெரும் வரலாற்று முடிவு நேரத்தில் அதே முல்லை மண்ணில் கொடியவர்களால் பலிகொள்ளப்பட்டு விட்டான் என்பதை ஏற்க மறுக்கிறது

மனது. பிறந்தது முதல் ஒரு மகா வீரனின் மகனாக மட்டும் அல்லாது ஒரு மாவீரனின் (தாயின் சகோதரன் பாலச்சந்திரன்) நாமத்தையும் தன்னகத்தே கொண்டு ஒரு சிறந்த குழந்தையாக வளர்ந்து வந்தான். ஒரு சகோதரனோ-டும் செல்லமான ஒரு அக்காவோடும் கூட பிறந்த பாலச்சந்திரன் அனை-வரையும் விட தனது தந்தையில் அதிக பாசமும் அன்பும் கொண்டவனாக வளர்ந்தான். எதையும் ஆய்வு செய்வதிலும் அவை குறித்து தெரிந்தவர்களி-டம் கேட்டு தெரிந்து கொள்வதும் அவனுள் சிறுவயது முதல் வளர்ந்த ஒரு சிறப்பம்சம்.

பாலச்சந்திரன் குறித்து அவனது பாதுகாப்பணியில் இருந்த ஒரு போராளி தனது அனுபவத்தை பகிர்ந்து கொண்ட போது

“தம்பி சரியான சுட்டி எதை பார்த்தாலும் எதையாவது செய்து கொண்டே இருப்பான். சும்மா இருக்க மாட்டான். எடுத்து காட்டாக கூறின் அண்ண எப்போதாவது ஒரு நாள் வீட்டுக்கு இவர்களை பார்க்க வருவார். வரும் போது அவருடனே எப்போதும் இருக்கும் அவருடைய கைத்துப்பாக்கி யாரும் எடுத்து விடக்கூடாது என்ற கட்டளையுடன் அதற்காக அமைக்கப்பட்டிருந்த இடத்தில் வைக்கப்பட்டிருக்கும். அப்போது அதையாரும் எடுக்க மாட்டார்-கள். அவரின் வீட்டில் கட்டுப்பாடுகள் நிறைய. அதனால் அனைவரும் கட்-டளைகளுக்கு கட்டுப்பட்டே இருப்பார்கள் ஒரே ஒருவனைத் தவிர... பாலா ஒருநாள் பிஸ்டலை எடுத்து வந்து அதைப் பற்றி தந்தையிடமே “இது எப்பிடி அப்பா பயன்படுத்துவது “ என்று வினவுகிறான். அதைப் பார்த்த அண்ண அவனிடம் இருந்து பிஸ்டலை வாங்கி அது தொடர்பாக வயது வரும்போது கற்றுக் கொள்ளலாம் எனக் கூறுகிறார். அப்போது பாலாவுக்கு 2 அல்லது 3 வயது இருக்கும் என பகிர்ந்து கொள்கிறார்.

எதையும் தேடும் முயற்சியுடைய பாலா தலைவரை போன்ற உருவம் மட்-டுமல்ல அவரது அனைத்து பண்புகளையும் கொண்டு முள்ளியவளை மண்-ணில் வளரத்தொடங்கினான். அனைவருடனும் சந்தோசமாக பழகுவதற்கும் விரும்பும் இடத்திற்கெல்லாம் எம்மை போல விரும்பிய நேரத்தில் கிளம்பி செல்வதற்கும் பாதுகாப்பு சிக்கல்கள் பாலச்சந்திரனுக்கு இடமளிக்காது

சிறு வயது முதல் குறித்த சில நண்பர்களுடனும் போராளிகளுடனும் பழகி வந்த பாலாவுக்கு பாடசாலை கல்வி என்பது பலத்த மகிழ்ச்சியை கொடுத்தது என்பது உண்மை இந்த நிலையில் அங்கு தன்னுடன் கற்ற சக மாணவர்கள் அனைவரையும் சம உரிமையுடன் பழகுவதும் ஆசிரியர்கள் அனைவர் மீதும் அதீத மரியாதையுடன் நடப்பதும் அவனது சிறப்பம்சம்.

தலைவன் மகன் என்ற பெருமையில்லாத நட்பு அவன் பள்ளியில் அனைவராலும் கவரப்படுவதற்கு ஒரு காரணம். வெளியில் இருப்பவர்களுக்கு அவன் யார் என்று தெரியாத நிலையில் இருந்தாலும், அவரது பண்புகளும் செயற்பாடுகளும் அவரை இனங்காட்டி விடும், இது சாதாரண குழந்தை

அல்ல மிகப்பெரிய அறிவாற்றல் நிறைந்த குழந்தை என அனைவரும் நினைக்கும் வண்ணம் அவனது செயல்பாடுகள் மனதை கவரும்.

சாதாரணமாக எம்மில் பலர் அவர்களது தந்தை உயர் நிலையில் இருந்தால் பிறரை மதிக்க மாட்டார்கள். மற்றவர்களை தூக்கி எறிவதும், அவர்களை அவமதிப்பதும் பலரது கீழ்த்தரமான நடத்தைகளில் ஒன்று, இது அனைத்துக்கும் இடையில் இந்த புனிதன் வேறுபட்டவனாக தான் இருந்தான், நான் தலைவரது மகன் என்று பெருமைப்பட வேண்டிய அவன் அதை பெருமையாக பேசியதே கிடையாது. அத்தனை அடக்கமும் நட்பும் மிகுந்தவன் பாலா.

“ஒருநாள் அவன் கல்வி கற்ற பாடசாலையில் வைகப்பட்டிருந்த தலைவரது புகைப்படத்தை பார்த்து கொண்டு நிற்கிறான் வேறொரு சிறுவன். அவன் அருகில் வந்த பாலா

யார் இது ? என்று வினவ

இவர் எங்கட மாமா எனக்கு இவரை ரம்ப பிடிக்கும் என்று சொல்ல. எந்த உணர்ச்சியையும் காட்டாது சிரித்துவிட்டு சென்று விடுகிறான். அதைத் தவிர அவர் என் தந்தை என்பதை அவன் கூறிப் பெருமைப்படவில்லை. அப்படியான பெருமை இல்லாதவன் எங்கள் தம்பி.

எதற்கும் அடிபணியாத அண்ணனை போன்ற உருவம் மட்டுமல்ல அண்ணனின் அனைத்து பண்புகளையும் கொண்டவன் தலைவர் வீட்டில் இருக்கும் போது என்ன எல்லாம் செய்கிறாரோ அத்தனையையும் தானும் செய்து பார்க்க வேண்டும் என்று முயலுவான்.

அண்ணைக்கு சமையல் என்றால் மிக விருப்பம். அத்தனை வேலைப்பழுக்களுக்கு இடையிலும் நிறைவாகவும் சுவையாகவும் சமைத்து தன்னுடன் நிற்கும் போராளிகளுக்கு உணவு கொடுப்பார் அந்த நேரத்தில் பாலாவும் அவரை போலவே சமையல் பழகுவதில் முனைப்பு காட்டுவான். சாதாரணமாக சமையலறையில் செய்யும் சமையல் தொடக்கம் ஆயுத கையாள்கை வரைக்கும் தானும் செய்ய வேண்டும் என்று அனைத்திலும் தனது ஆர்வத்தை காட்டி அண்ணனை போலவே தன்னை வளர்த்து கொள்ள முனைப்பு காட்டியவன். ஆனால் இறுதி வரைக்கும் அவன் துப்பாக்கிகள் தொடர்பாக கற்றது இல்லை அவனுக்கு அதுக்கான வயது வரவில்லை.

பாலச்சந்திரனது இசை ஆற்றல் மற்றும் ஆர்வம் பற்றியும் கட்டாயமாக பதிவிட வேண்டும். பாலச்சந்திரனுக்கு தலைவனை போலவே மிக அதிகமாக விரும்பி கேட்கும் பாடல்களில் தேனிசை செல்லப்பாவின் தமிழீழ எழுச்சி காணங்கள் முக்கிய இடம் பிடிக்கும்.

வெளியிடங்களுக்கு செல்ல கிளம்பும் போது வாகனத்தில் ஏறியவுடனே தமிழீழ எழுச்சி கானங்களை போட்டு கேட்க தொடங்கி விடுவான். தனது முயற்சிகளில் எப்போதும் தோற்று விடக்கூடாது என்ற நினைப்பு உள்ளவன். அதனால் அனைத்து விடயங்களிலும் அதிக அக்கறை எடுத்து செயல்படு-

வான். விளையாட்டுக்களில் ஈடுபடும் போது இவரது அணி தோற்று விட்டால் தான் வெற்றியடையும் வரை அனைவரும் தன்னுடன் விளையாடும் படி அன்பு கட்டளையிடும் பாலச்சந்திரன் தான் வெற்றியடைந்தவுடன் தான் விளையாட்டை முடிக்க அனுப்பதிப்பான்.

பாலச்சந்திரனுக்கு அப்போது 6 வயது, மரத்தில் இருந்து கீழே தவறி விழுந்த அணில் குஞ்சு ஒன்றை தூக்கி தன் நெஞ்சோடு அனைத்து கொண்டவன் பாத்திரத்தில் எடுத்து வைத்திருக்கும் பாலினை ஒரு துணியில் நனைத்து நனைத்து எடுத்து அணிலுக்கு ஊட்டி விட்டதும். அதை தடவி கொடுத்து வளர்த்ததும் இப்போது என் கண்களில் மறையாமல் நிற்கிறது, அன்று முதல் அணில் பாலாவின் நண்பனாகி அவருடனே கூட இருந்து விளையாடும். பறவைகள் நாய் என்று அனைத்து மிருகங்களிலும் பாசம் வைத்து கவனிக்கும் இந்த குழந்தையை. வெறி நாயை விட மிக கேவலமாக சுட்டு கொலை பண்ணி இருக்கிறது கொடிய சிங்களம்.

குறித்த ஒரு கல்லூரி நிகழ்வு. அங்கே தாயுடனும் செஞ்சோலை பொறுப்பாளர் ஜனனி அக்காவுடனும் வந்திருந்தான் பாலச்சந்திரன். அங்கே தொழில்நுட்பம் சார்ந்த பல புதிய உருவாக்கங்களை மாணவர்கள் காட்சிப்படுத்தி இருந்தார்கள். ஒவ்வொன்றையும் மிக துல்லியமாக ஆராய்ந்து கொண்டிருந்தான் அவன். அங்கே காட்சிப்படுத்தி இருந்த மாணவர்களை கலங்கடிக்கும் புரியாத பல வினாக்களை கேட்கிறான். முதலில் யார் இந்த சிறுவன் என்று தெரியாது இருந்தாலும் கூட வந்திருந்த தாயை கண்டவுடன் பலர் புரிந்து கொள்கின்றனர். அவர்களும் அவனிடம் நெருங்கி அதற்கான விடைகளை அல்லது விளக்கத்தைக் கொடுத்து கொண்டிருந்தனர்.

அப்போது தான் அந்த சங்கடம் அரங்கேறியது. அங்கு இருந்த மாணவி ஒருத்தியிடம் வந்த பாலா கேட்ட வினாவுக்கான விடை அவளுக்கு தெரியவில்லை ஆனால் அவனுக்கு அது தொடர்பான சிறு அறிமுகம் தெரிந்திருந்தது. அதனை அவளுக்கு உரைத்து இது தொடர்பாக இன்னமும் நீங்க படிக்க வேண்டும் படியுங்கோ என்று கூறி நகர்ந்தான். அவளுக்கோ அவனை தூக்கி முத்தமிட தோன்றியது ஆனால் அண்ணனின் பிள்ளையை எப்படி...? மனதில் எழுந்த தாள்புனர்ச்சி அவளை தடுத்தது.

அதைத் தாண்டிச் சென்று அடுத்த காட்சிப்படுத்திய மாணவியிடம் சென்றவன் E-Medicien என்ற உயர் தொழில்நுட்ப உற்பத்தியைப் பார்க்கிறான். இரண்டு மடிக்கணனிகள் மற்றும் இணையத் தொடர்பின் மூலம் நோயாளிகளுக்கான சிகிச்சையை எங்கோ தூர இருந்தே செய்ய முடியும் என்பதை அந்த மாணவி கண்டு பிடித்திருந்தாள்.

அது பற்றி பாலா நிறையக் கேள்விகளை அந்த மாணவியிடம் கேட்கிறான். கேள்விகளுக்கு சரியான விளக்கம் கொடுத்துக் கொண்டிருக்கிறாள். ஆனாலும் பாலா வேகமாக அடுத்தடுத்து கேள்விகளைக் கேட்ட போது சமாளிக்க முடியாமல் அந்த மாணவி சிரிக்கிறாள். தாயை நிமிர்ந்து பார்க்கிறாள்.

தாய் சிறு புன்னகையுடன் விளக்கம் கொடுத்துக் கொண்டிருந்த மாணவி-யையே பார்த்துக் கொண்டி நிற்கிறார். அது வேறு யாரும் இல்லை பாலா-வின் சகோதரி துவாரகா தான். அமைதியின் உச்சம். புன்னகையின் மறு உருவம். பழகும் போது அன்பும் மகிழ்வும் பொங்கி வரும் தாயின் உருவம்.

தம்பி... என்ன நீங்கள் இப்பிடி அக்காவ கேள்வி கேட்கிறீங்கள்? அக்கா வீட்டை வந்து தம்பிக்கு சொல்லித்தாறன். சரியா?

அவளுக்கு வேறு வழி தெரியவில்லை. தன் தம்பியிடம் வேண்டுகோள் விடுக்கிறாள். பாலாவும் புன்னகையோடு சரி அக்கா என்று நகர்கிறான். இவற்றை பார்த்துக் கொண்டிருந்தவர்கள் அனைவருமே

சரியான சுட்டி....

முனுமுனுத்துக் கொண்டார்கள்.

வீட்டில் இருக்கும் போது சாதாரணமாக சகோதர சண்டை வரும் அக்-காவும் தம்பியும் எதற்காக என்றாலும் சண்டை பிடிப்பார்கள். ஆனால் மறு நிமிடம் பாலா

“அக்கா மன்னிச்சு கொள்ளுங்கோ மன்னிச்சு கொள்ளுங்கோ “

என்று அக்காவை சமாதானப்படுத்துவதும், துவாரகா தம்பியை பார்த்து சிரிப்பதும். வழமையாக நடக்கும். தனது மடிக்கணனி திரையில் அதிகமாக தானும் தம்பியும் சேர்ந்தெடுத்த படத்தையே திரையின் பின்னணியில் வைத்-திருக்கும் துவாராவுக்கு அதிகம் பிடித்த உறவென்றால் பாலாதான். எப்போ-தும் தம்பி தம்பி என்று அவனில் உயிரையே வைத்திருப்பாள். அதைப் போலவே பாலாவும் அக்காவில் சரியான பாசமுள்ளவன்.

அணில் குஞ்சை கூட காப்பாற்ற நினைத்த இந்த பிஞ்சு உள்ளத்தை. நாயை கூட தனது உறவு என்று நினைத்து பாசம் காட்டும் இந்த பண்பா-ளனை வெற்றிக்காக என்றும் முனைப்புடன் செயற்படும் இந்த குழந்தையை சிங்களவன் வெற்றுடலாக்கியதை நினைக்க ஒவ்வொரு தமிழன் மட்டுமல்ல இந்த உலகமே கண்ணீரில் இருண்டு கிடந்தது.

கையில் சிற்றுண்டியை கொடுத்து உண்ண சொல்லும் சிங்களத்தின் கொலைகார கூட்டத்தின் சுயரூபத்தை கூட உணர்ந்திருப்பான் இந்த பிள்ளை. தன்னை கொல்லப்போகிறார்கள் என்பதை கூட புரிந்து கொண்-டிருப்பான் ஏனெனில் அவன் தலைவரை மாதிரி தீர்க்கதரிசனமானவன். ஆனாலும் நாயை கூட உண்ண கொடுத்து அடிக்காத தமிழனின் பிள்ளை, தனக்கு சாப்பிட சொல்லி கொடுத்த உணவு தொண்டை வழி உள்நுழையும் முன்பே தன்னை கொல்வான் இந்த சிங்களவன் என்று நினைத்து கூட பார்த்திருக்க மாட்டான். பசித்திருந்த குழந்தைக்கு பசிக்கு துப்பாக்கி ரவை-களை உணவாக கொடுத்த சிங்கள தலைமைகளும், சிப்பாய்களும் இன்று சுதந்திரமாக மீண்டும் மீண்டும் தமிழனது தலைமுறையை அழிப்பதற்காக முனைப்பு காட்டி வருவது ஒவ்வொரு தமிழனுக்கும் எத்தகைய ஆபத்து என்-பது வெளிப்படை உண்மை.

இவனைப் போலவே பல ஆயிரம் குழந்தைகளை சிங்களப் படைகள் அழித்தது என்பதை உலகம் ஏன் ஏற்க மறுக்கிறது என்பது புரியவில்லை. தாய்ப்பால் வற்றி பசியில் துடித்த சிறுவர்களுக்கு வாய்ப்பனும், பால் மாவும் கொடுப்பதற்குத் தானே வலைஞர்மடத்தில் வரிசைப்படுத்தி வைத்திருந்தார்கள். அவர்களுக்கு மேலே எப்படி இந்த சிங்களத்தால் எறிகணைகளை ஏவ முடிந்தது. சாகப்போகிறேன் எனத் தெரிந்தும் தான் சாப்பிட்ட வாய்ப்பனை இறுகப் பற்றிக் கொண்டருந்த 3 வயது சிறுமி ஒருத்தியின் கைகளைக்குள் இருந்த வாய்ப்பன் இந்த சர்வதேசத்துக்கு இனியும் எதை உரைக்க வேண்டும்...?

கால் கைகளை இழந்து கண் பார்வை இழந்து இன்னும் துயரப்படும் என் தேசக் குழந்தைகளுக்கு இந்த சர்வதேசம் என்ன பதிலைத் தரப் போகிறது? பாலாவைப் போல கொல்லப்பட்ட என் தேசக் குழந்தைகளுக்கான நீதியை இனியும் இந்த சர்வதேசம் தராதுவிடின் நாம் எங்கே சென்று முறையிடுவது? சர்வதேசமே அதி உச்ச நம்பிக்கையில் தான் உன் முன்னே செந்த இந்தப் பிஞ்சுகளின் உயிரற்ற உடல்களை கிடத்தியுள்ளோம். அவர்களுக்கான நீதியை அவர்களின் பாதங்களில் பரிசளிப்பாய் என்றே எதிர்பார்த்துக் காத்திருக்கிறோம்.

16. போரில் மரணித்தவர்களை...

இலங்கைப் போரில் பலியானவர்களை நினைவுகூருவதற்கான காலப்பகுதி நெருங்குகின்றது. தமது உறவினர்களை, நண்பர்களை, முன்னாள் போராளிகளை நினைவுகூருவதற்கு வடக்கு, கிழக்கு தமிழ் மக்கள் இந்தக் காலப் பகுதியை பயன்படுத்துகிறார்கள்.

இறந்தவர்களை, அதுவும் ஒரு குறிப்பிட்ட பெரும் அனர்த்தத்தில் இறந்தவர்களை நினைவுகூருதல் பலவகைகளில் பயந்தரக்கூடிய ஒன்றுதான். முக்கியமாக தமது உறவுகளை இழந்தவர்களுக்கு மன ஆறுதலுக்கு இது பெரிதும் உதவும். அவர்கள் தமது மனவடுக்களை முடிந்தவரை ஆற்றிக்கொள்ள நீத்தாரை நினைவூரல் உதவும்.

இந்த நினைவுகூரலை முன்பு அரசாங்கத்தரப்பு எதிர்த்து வந்தது. ஆனால், ஒப்பீட்டளவில் அது இப்போது குறைந்துவிட்டது.

ஆனால், இப்போது இங்கு தமிழ் மக்கள் மத்தியில் பிரச்சினை, இதனை யார் ஏற்பாடு செய்வது, யார் தலைமை தாங்குவது என்பதில் காணப்படும் இழுபறிகள்.

இந்தப் பிரச்சினை முன்னதாக புலம்பெயர் நாடுகளில் பெரிதாக இருந்துவந்த ஒன்று. யார் நடத்துவது என்ற போட்டிக்கு காரணமாக, விடுதலைப்புலிகளின் பிரதிநிதிகளாக தம்மைக் காண்பித்துக்கொள்ளல், புலம்பெயர் தமிழர் மத்தியில் தமக்கு ஒரு அங்கீகாரத்தை தேடிக்கொள்ளல், முடிந்தவரை அந்த

நிகழ்ச்சி ஏற்பாட்டில் நிதி திரட்டிக்கொள்ளல் என்பதுவரை பல காரணங்கள் அதற்கு அங்கு இருக்கின்றன.

இங்கும் அரசியலில் ஆதாயம் தேடிக்கொள்வதற்காக அரசியல்வாதிகள் அதனை பயன்படுத்த முற்பட, அதனால், மனமுடைந்த, பாதிக்கப்பட்டவர்களின் உறவுகள் எதிராகக் குரல்கொடுக்கத் தொடங்கினார்கள். இந்த நிலைமையை இந்திய இராணுவத்துக்கு எதிராக உண்ணாவிரதம் இருந்து உயிர் நீத்த அன்னை பூபதி விடயத்திலும் மட்டக்களப்பில் அண்மையில் காணக்கூடியதாக இருந்தது. ஆனாலும் பின்னர் அவரது குடும்பத்தினருக்கு ஏற்பாட்டாளர்களுடன் இணக்கம் ஏற்பட்டதாகக் கூறப்பட்டது. நல்ல விடயம். ஆனால், முள்ளிவாய்க்கால் நினைவேந்தல் விவகாரம் வேறு பல வடிவங்களை பெற்றிருக்கிறது.

கடந்த வருடங்களில் நடந்த இழுபறிகளை அடுத்து தாமே அதனை முன்னின்று நடத்தப்போவதாக யாழ். பல்கலைக்கழக மாணவர்கள் கூறினார்கள், ஆனால், வடக்கு முதலமைச்சர் மாகாண சபைக்கு இருக்கும் அதிகாரத்தின் அடிப்படையில் இதனை தாமே ஏற்பாடு செய்யப்போவதாக கூறியிருக்கிறார். இந்த நிலைமையும் பின்னர் ஒருவாறு தீரலாம், அல்லது இருதரப்பும் பிணக்குப்பட்டு, முரண்பாடு தொடரலாம். எது எப்படி இருந்தாலும் இந்த இழுபறிகள் அனைத்தும் தமது உறவுகளை பலிகொடுத்து, கொடும் துயரில் இருக்கும் தமிழ் மக்களுக்கு இனிப்பான நடப்புகளாக இருக்கப்போவதில்லை. தமது உறவுகளை நினைவுகூரும் நிகழ்வு குறைத்து மதிக்கப்படும் ஒரு நிலையாகவே அவர்களால் இது பார்க்கப்படும்.

உண்மையில் பொதுமக்கள் அரசியல் வேறுபாடின்றி இந்த நிகழ்வை அனுட்டிப்பதற்கு ஏற்பாடு செய்துகொடுப்பதன் மூலமே இந்த விடயத்தில் அவர்களுக்கு ஒரு மன ஆற்றுப்படுத்தலை ஏற்படுத்திக்கொடுக்க முடியும். அதுவே அவர்கள் அழிவுகளில் இருந்து மனதளவிலும், ஏனைய வடிவங்களிலும் வெளிவர உதவும். அதனை விடுத்து இதனை வைத்து இன்னமும் அரசியல் நடத்த யாராவது முயற்சித்தால், அது பாரதூரமான விளைவுகளை குறித்தவர்களுக்கு எதிராகவே ஏற்படுத்திவிடும்.

இதில் இன்னுமொரு விடயமும் எவராலும், குறிப்பாக அரசியல்வாதிகளால் கவனிக்கப்படாமலேயே அல்லது வேண்டும் என்று புறக்கணிக்கப்பட்டே வருகின்றது. அது, போரில் பாதிக்கப்பட்டவர்களுக்கு புனர்வாழ்வு அளிக்கும் நடவடிக்கை. அவர்களுக்கான மீள்குடியேற்றம், மன அமைதியை ஏற்படுத்தல், வாழ்வை மீளக்கட்டியெழுப்பல், போர் அழிவுகளைக் கடந்து அவர்களை அடுத்த கட்டத்துக்கு கொண்டு போவதற்கான ஏற்பாடுகள் என்பனவாகும்.

போரில் இறந்தவர்களுக்கான நினைவுகூரலைச் செய்வது எந்த அளவுக்கு முக்கியமோ அதனைவிட முக்கியம், போரில் உயிர் தப்பியவர்களுக்கான, அதனால் காயமடைந்தவர்களுக்கான புனர்வாழ்வு.

அவர்களது வாழ்க்கைக்கான உதவிகள், அவர்களுக்கான ஜீவனோபாய ஏற்பாடுகள், தேவைப்படுபவர்களுக்கு தொடர்ச்சியான மருத்துவ சிகிச்சை, மன ஆற்றுப்படுத்தல் என்பன இதில் மிக முக்கியமானவை.

போரில் பலியானவர்களை நினைவுகூர்தலைவிட அதில் தப்பிப் பிழைத்தவர்களை வாழ வைத்தல் மிகவும் முக்கியமான செயற்பாடாகும். போரில் இறந்தவர்களை நினைவுகூர்தல் கூட தப்பிப் பிழைத்தவர்களை ஆற்றுப்படுத்துவதின் ஒரு பகுதியே.

உண்மையில் போரில் தப்பிப் பிழைத்தவர்களின் புனர்வாழ்வுக்கு எவர் உண்மையாக உதவுகிறார்களோ அவர்களே போர் நினைவுகூரலை ஏற்பாடு செய்யவும் அருகதை உடையவர்கள். இது அரசியல்வாதிகளுக்கும், அரசியல் கட்சிகளுக்கும் மிகவும் பொருந்தும். வெறுமனே ஒரு நாள் மாத்திரம் போரில் பலியானவர்களை, போராளிகளை நினைத்துவிட்டு, அதனை முன்னிட்டு அரசியல் உரைகளை நிகழ்த்திவிட்டுப் போவதல்ல நியாயம்.

போரில் இறந்தவர்களின் குடும்பங்களில் வீழ்ந்துகிடக்கும் குடும்பங்கள் எழுந்து நிற்க உதவ வேண்டும், போரில் காயமடைந்த போராளி எழுந்து நடக்க உதவவேண்டும். அதுவே இங்கு முதற்தர்மம்.

முதலில் இந்த விடயங்களில் அரசியல் கட்சிகள், அதுவும் தமிழ் தேசியம் பேசும் அரசியல் கட்சிகள் தம்மை மீளாய்வு செய்துகொள்ள வேண்டும். வெறுமனே பாராளுமன்றத்திலும், ஏனைய மேடைகளிலும், பொதுமக்களுக்கு புனர்வாழ்வு வேண்டும் என்று உரத்துப் பேசுவதல்ல புனர்வாழ்வு. அது அதற்கும் அப்பாலானது. உங்கள் கட்சி மட்டத்தில் தொடங்கி அது பூரணப்படுத்தப்பட வேண்டும். வருடங்கள் 9 கடந்தோடியும் இன்னமும் போரில் பாதிக்கப்பட்ட மக்கள் வீழ்ந்தே கிடக்கிறார்கள். இந்த அளவுகாலத்தில் அவர்களை தூக்கி நிறுத்தாமல், நீங்கள் அரசாங்கம் செய்யவில்லை, வேறு யாரும் கண்டுகொள்ளவில்லை என்று வெற்றுப் பேச்சு பேசிக்கொண்டிருக்கமுடியாது.

எவரும் செய்யவில்லை என்று உணர்ச்சிப் பேச்சு பேசுவதல்ல அரசியல் கட்சிகளின் கடமை, புனர்வாழ்வை செய்து முடிப்பதே உங்கள் கடமை. கடந்துபோன 9 வருடங்கள் உங்களின் செயற்திறனின்மைக்கு சான்று பகர்கின்றன. இப்படி கூற நேர்ந்ததற்கு மன்னிக்கவும்.

2

புனர்வாழ்வின் பின் விடுவிக்கப்பட்ட ஒரு மூத்த புலிகள் இயக்க உறுப்பினர் சொன்னார் ;நினைவு கூர்தல் தொடர்பாக நடக்கும் இழுபறிகளைப் பார்க்கும் போது முன்பு சிரித்திரன் சஞ்சிகையில் வந்த ஒரு கேலிச்சித்திரம் ஞாபகத்திற்கு வருகிறது என்று. அந்த கேலிச் சித்திரத்தில் ஒரு கூட்டம் எதற்காகவோ ஆளுக்காள் பிச்சுப்பிடுங்கிக் கொண்டு நிற்பார்கள். ஒரு பிச்சைக்காரர் தூரத்திலிருந்து அதைப் பார்த்துக் கொண்டிருப்பார். அவரிடம் ஒருவர்

கேட்பார் அவர்கள் எதற்காகச் சண்டை போடுகிறார்கள் என்று. அதற்கவர் சொல்வார் எங்களுக்கு யார் தலைமை தாங்குவது என்பதற்காக அவர்கள் வாக்குவாதப்படுகிறார்கள் என்று.

இக்கேலிச்சித்திரத்தைச் சுட்டிக்காட்டிக் கதைத்த அம் முன்னாள் இயக்கத்தவர் என்னிடம் கேட்டார் போரின் இறுதிவரை சென்று அதிகம் பாதிக்கப்பட்டு சாவினால் சப்பித்து துப்பப்பட்ட சனங்களை வைத்து யார் நினைவு கூர்வது என்பதற்காக ஆளுக்காள் முரண்பட்டுக் கொள்வதைப் பார்க்கும் போது அக்கேலிச்சித்திரத்தில் வரும் பிச்சைக்காரனின் நிலையில் தான் நாங்கள் இருக்கின்றோமா என்று தோன்றுகிறது.என்று.

கடந்த பத்தாண்டுகளாக நினைவு கூர்தல் தொடர்பில் ஒரு பொதுக்கருத்தை உருவாக்கி அந்த அடிப்படையில் ஒரு பொது அமைப்பை உருவாக்கி நினைவு கூர்தலை முன்னெடுப்பதற்குத் தமிழ் மக்களால் முடியவில்லை. அதைத் தான் கடந்த சில வாரங்களாக நடந்து வரும் சம்பவங்கள் உணர்த்துகின்றன.

மே பதினெட்டு மட்டுமல்ல மாவீரர் நாளும் உட்பட நினைவு தினங்களை அனுஷ்டிப்பது தொடர்பில் புதிது புதிதாகச் சர்ச்சைகள் கிளப்பி வருகின்றன. அண்மையில் நடந்த அன்னை பூபதியின் நினைவு நாளிலும் இதே நடந்தது. அன்னை பூபதியின் பிள்ளைகள் தமது தாயை அரசியல் வாதிகள் நினைவு கூர்வது தொடர்பாக ஆட்சேபனை தெரிவித்திருந்தார்கள். ஆனால் அன்னையின் பிள்ளைகள் மத்தியில் இரு வேறுபட்ட கட்சிச் சாய்வுகள் இருப்பதாகத் தகவலறிந்த வட்டாரங்கள் தெரிவிக்கின்றன. முடிவில் பொலிஸ் பாதுகாப்புடன் பூபதியின் நினைவிடத்தில் நிகழ்வு அனுஷ்டிக்கப்பட்டது.

அன்னை பூபதி ஒரு குடும்பப் பெண்தான். அவருடைய குடும்பத்திற்கு அவர்மீது உரித்து உண்டு. ஆனால் அவர் ஒரு பொது இலட்சியத்துக்காக உண்ணாவிரதமிருந்து தனது உயிரைத்தியாகம் செய்தவர். எனவே அவருக்கு ஒரு பொதுப் பரிமாணம் உண்டு. அவர் தமிழ் மக்களின் பொதுச் சொத்து. அவரை நினைவு கூர்வது என்பது ஒரு பொது நிகழ்வு. அதை ஒரு பொது அமைப்பே ஒழுங்குபடுத்த வேண்டும். கட்சி வேறுபாடுகளுக்கு அப்பால் அப்பொது அமைப்பு அன்னையின் நினைவுகளை பேணிப் பாதுகாப்பதோடு நினைவு கூர்தலை ஒழுங்குபடுத்தவும் வேண்டும். ஆனால் இங்குள்ள பிரச்சனை என்னவென்றால் அப்படியொரு பொது அமைப்பு எதுவும் நாட்டில் இல்லை என்பதுதான்.

இதுதான் அடிப்படைப் பிரச்சினை தமிழ் மக்களின் ஒட்டுமொத்த அரசியலைக் குறித்து ஓர் ஒட்டுமொத்தத் தரிசனத்தைக்கொண்ட ஒரு பொது அமைப்போ அல்லது மக்கள் இயக்கமோ தமிழ் மக்கள் மத்தியில் பலமாக இல்லையென்பதுதான்.

அரங்கில் இருப்பவை அனேகமானவை தேர்தல் மையக் கட்சிகள்தான். இவை தமது தேர்தல் வியூகத்தின் ஒரு பகுதியாக நினைவு கூர்தலையும்

முன்னெடுத்து வருகின்றன. நினைவு கூர்தல் எப்பொழுதும் உணர்ச்சிகரமானது. அவ்வுணர்ச்சிகரமான நிகழ்விற்குத் தலைமை தாங்குவதன் மூலம் ஒரு பொதுத் துக்கத்தை வாக்குகளாக மாற்றலாமா? என்றே ஒரு தொகுதி அரசியல்வாதிகள் சிந்திக்கிறார்கள். மாறாக அப்பொதுத் துக்கத்தை அதாவது கூட்டுத்துக்கத்தை ஒரு கூட்டுக் கோபமாக மாற்றி எப்படி இனப்படுகொலைக்கு எதிரான நீதியைப் பெற்றக்கொள்ளலாம் என்று சிந்திக்கும் தலைவர்கள் தமிழ் மக்கள் மத்தியில் மிகச்சிலரே உண்டு. ஈழத்தலைவர்களைப் பொறுத்தவரை நினைவு கூர்தல் எனப்படுவது ஓர் உணர்ச்சிகரமான சடங்கு அல்ல. மாறாக இனப்படுகொலைக்கு எதிரான நீதியைப் பெற்றுக்கொள்வதற்கான நீண்ட ஒரு போராட்டத்தின் ஒரு பகுதியே அது. அதை இந்த அடிப்படையில் விளங்கி வைத்திருக்கும் ஒரு கட்சி, அல்லது மக்கள் அமைப்பு அல்லது ஒரு செயற்பாட்டியக்கம், அல்லது அரசியல் வாதிகள் நினைவு கூர்தலை முன்னெடுப்பதற்குத் தகுதியானவர்களே.

இப்படிப்பார்த்தால் வடமாகாணசபை இனப்படுகொலைத் தீர்மானத்தை நிறைவேற்றியிருக்கின்றது. மே பதினெட்டை தமிழினஅழிப்பு நாளாகவும் தேசிய துக்க நாளாகவும் பிரகடனப் படுத்தியிருகிறது. எனவே அந்த அமைப்பு நினைவு கூர்தலை முன்னெடுப்பதற்கு உரித்துடையதுதானே என்று ஒரு கேள்வி எழும். ஆனால் தமிழ்த்தேசிய மக்கள் முன்னணி கூறுகிறது மாகாணசபைக்கு அந்தத் தகுதி இல்லை என்று. வடமாகாணசபை நிகழ்வுகூர்தலை முன்னெடுக்கக் கூடாது என்று கடந்த ஆண்டிலேயே மக்கள் முன்னணி தெரிவித்திருந்தது. தமிழ் மக்களால் ஏற்றுக்கொள்ள முடியாத ஒரு கட்டமைப்பாகிய மாகாணசபையானது அந்நிகழ்வை முன்னெடுக்கக் கூடாது என்று அக்கட்சி தெரிவித்திருந்தது. மாகாணசபையை ஏற்றுக்கொள்ள மறுத்து தொடர்ந்து போராடிய காரணத்தினாலேயே நந்திக்கடற்கரையில் தமிழ் மக்கள் பெருமெடுப்பில் இனப்படுகொலை செய்யப்பட்டார்கள். எனவே இனப்படுகொலையை மாகாணசபை நினைவு கூர்வது பொருத்தமாக இருக்காது என்று அக்கட்சி கூறியது. இப்பொழுது பல்கலைக்கழக மாணவர் ஒன்றியமும் கூறுகிறது மாகாணசபைக்கு அந்தத் தகுதி இல்லை என்று.

அதேசமயம் முதலமைச்சர் விக்கினேஸ்வரனின் தலைமையில் தமிழ் மக்கள் பேரவை போன்ற ஏதும் ஓர் அமைப்பு அதை முன்னெடுத்தால் தாம் அதை ஆதரிப்பதாக மக்கள் முன்னணி கடந்த ஆண்டே கூறிவிட்டது. தமிழ் மக்கள் பேரவைக்குள் உள்ள சில தரப்புக்களும் அதை விரும்புவதாகத் தெரிகிறது. இது தொடர்பாக ஒரு மாதத்திற்கு முன்பு விக்கினேஸ்வரனுக்குக் கூறப்பட்டுள்ளது. ஆனால் அவர் அதற்கு தயாரில்லை என்று தெரிகிறது. மாகாண சபைக்குள் உள்ள சில தரப்புக்கள் அதைக் கடந்த ஆண்டைப்போல மாகாண சபையே நடாத்த வேண்டும் என்று விரும்புவதாகத் தெரிகிறது. ஆனால் கடந்த ஆண்டு குறைந்தளவு சனத்தைத் திரட்டியதிற்கும், அதில் கூட்டமைப்பு முக்கியஸ்தர்களை முன்னுக்குக்; கொண்டுவரப்போய்

ஏற்பட்ட குழப்பங்களுக்கும் ஏற்பாட்டாளர்களே பொறுப்பு என்ற தொனிப்பட யாழ் பல்கலைக்கழக மாணவர் ஒன்றியம் கூறுகிறது.

வடமாகாண சபை உறுப்பினர்கள் சிலர் நிகழ்வைத் தமது கட்டுப்பாட்டிற்குள் வைத்திருக்க முற்படுவதாக ஒரு குற்றச்சாட்டு உண்டு. வாக்குவேட்டை அரசியல்வாதிகளிடமிருந்து நிகழ்வை ஒரு பொது ஏற்பாட்டுக்குழுவிடம் கையளிப்பதே அதிகம் பொருத்தமாயிருக்கும் என்பதே கடந்த பத்தாண்டுகளில் கிடைத்த அனுபவம்;. ஆனால் அப்படியொரு பொது ஏற்பாட்டுக்குழுவை உருவாக்குவது பற்றி வடமாகாண சபையோ அல்லது முதலமைச்சரோ முன்கூட்டியே சிந்தித்துச் செயற்பட்டிருக்கவில்லை.

கடைசிக்கட்டப்போரில் அதிகம் இழப்புக்களைச் சந்தித்த ஒருவர் கேட்டார் ‘வடமாகாண சபை கடந்த மூன்றாண்டுகளாக நினைவு கூர்தலை எப்படி ஒழுங்கு செய்து வந்திருக்கிறது? குறைந்த பட்சம் இறந்தவர்களின்; தொகையைக் கூட அவர்களால் ஒப்பீட்டளவில் சரியாகக் கணக்கிடமுடியவில்லை.கடைசிக்கட்டப் போரில் மட்டுமல்ல ஈழப்போர் முழுவதிலும் கொல்லப்பட்ட பொதுமக்கள் தொடர்பாக ஒப்பீட்டளவில் திருத்தமான ஒரு புள்ளிவிபரம் வடமாகாண சபையிடம் உண்டா? அப்படியொரு புள்ளிவிபரத்தை ஏன் அவர்களால் திரட்ட முடியவில்லை? கடந்த சில அண்டுகளாக ஒரு பொது நினைவுச் சின்னத்தைக் கட்டியெழுப்புவது பற்றிக் கதைக்கப்பட்டு வருகிறது. முன்னைய ஆண்டுகளில் அதற்கென்று ஒரு குழுவும் நியமிக்கப்பட்டதாக ஒரு ஞாபகம். ஆனால் இன்று வரையிலும் ஒரு நினைவாலயத்தைக் கட்டியெழுப்ப அவர்களால் முடியவில்லை. மாறாக கத்தோலிக்க மதகுருமார்களால் உருவாக்கப்பட்ட நினைவுச் சின்னம் மட்டும்தான் அங்கேயுண்டு. இவற்றையெல்லாம் கூட்டிக்கழித்துப்பார்த்தால் வடமாகாண சபையானது இது விடயத்தில் விசுவாசமாகச் செயற்படுகிறதா என்ற கேள்வி எழுகிறது என்று

அதில் உண்மையும் உண்டு. ஏனெனில், முள்ளிவாய்க்கால் நினைவு கூர்தலை ஒழுங்குபடுத்தி வரும் வடமாகாண சபைப் பிரமுகர்களில் பெரும்பாலானவர்கள் கூடுதலான பட்சம் சம்பந்தர் சுமந்திரனுக்கு விசுவாசமானவர்கள்தான். எதிர் காலத்தில் மாகாணசபைக்குள்ளும் அதற்கப்பால் நாடாளுமன்றத்திலும் பிரதிநிதிகளாக வர வேண்டும் என்று ஆசைப்படும் பலரும் பாதிக்கப்பட்ட மக்களுக்கு விசுவாசமாக இருப்பதை விடவும் கட்சித் தலைமைக்கு தமது விசுவாசத்தை எண்பிக்கவே முற்படுவர். இவ்வாறான தரப்புக்களால் ஏற்பாடு செய்யப்படும் நினைவு கூர்தலில் கட்சித் தலைமைக்கு முதன்மை தரப்படும்.

ஆனால் சம்பந்தரின் அரசியலின் மீது அதிருப்தியும் ஆத்திரமும் கொண்டிருக்கும் தரப்புக்கள் நினைவு கூருமிடங்களில் அவர்களைக் காணும் போது தமது எதிர்ப்பைக் காட்ட முற்படுகிறார்கள். ஏனெனில் நினைவு கூர்தல் எனப்படுவது அதிக பட்சம் உணர்ச்சிகரமான ஒரு நிகழ்வாகும். அவ் உணர்ச்சிகரமான ஒரு சூழலில் எதிர்ப்பு எப்படிக் கிழம்பும்? எங்கிருந்து

கிளம்பும்? என்று தர்க்கபூர்வமாக முன்னனுமானிப்பது கடினம். இதுதான் கடந்த ஆண்டு நடந்தது. இம்முறையும் இப்படி நடக்கக் கூடாது என்றால் மாகாண சபை உரிய முன்னாயத்த ஏற்பாடுகளைச் செய்ய வேண்டியிருக்கும்.

எனவே வடமாகாண சபையால் ஏற்பாடு செய்யப்படும் நினைவுகூர்தலில் இது போன்ற குழப்பங்களுக்கு அதிகம் வாய்ப்புண்டு என்பதால் அதைத் தாங்களே முன்னெடுப்பது நல்லது என்று யாழ் பல்கலைக்கழக மாணவர் ஒன்றியம் கூறுகிறது. வடமாகாணசபை நினைவேந்தலை அரசியலாக்கப் பார்;க்கிறது என்று மாணவர்கள் குற்றஞ்சாட்டியுள்ளார்கள். ஆனால் நினைவேந்தல் என்பதே முழுக்க முழுக்க அரசியல்தான். அதன் அரசியலை நீக்குவதும் ஓர் அரசியல்தான். யாழ்ப்பாணத்திலிருந்து வரும் சில பத்திரிகைகள் மாணவர்களுக்கும் மாகாணசபைக்கும் இடையிலான முரண்பாட்டை ரசிப்பது போலவும் தெரிகிறது.

ஆனால் இது ரசிக்கத்தக்க ஒரு முரண்பாடு அல்ல என்று இக்கட்டுரையின் தொடக்கத்தில் குறிப்பிடப்பட்ட முன்னாள் இயக்கத்தவர் கூறுகிறார். முதலமைச்சரின் பதவிக்காலம் முடிவடைவதற்கு இன்னும் சில மாதங்களே உண்டு. எனவே இம்முறையாவது நினைவுகூர்தலுக்கான ஒரு பொது ஏற்பாட்டுக் குழுவை அவர் உருவாக்க வேண்டும் என்றும் அவர் கூறினார். தமிழ் மக்கள் பேரவைக்குள்ளும் இப்படியொரு அபிப்பிராயம் இருப்பதாகத் தெரிகிறது. மாகாணசபைக்குள் முதலமைச்சருக்கு ஆதரவான அணிக்குள்ளும் இப்படியொரு அபிப்பிராயம் இருப்பதாகத் தெரிகிறது. இது ஒரு பொதுக்கருத்து. இக்கட்டுரை ஆசிரியரும் உட்பட தமிழில் எழுதிக்கொண்டிருக்கும் பெரும்பாலானவர்களின் பொதுக்கருத்தும் இது தான். தமிழ் சிவில்ச்சமூகங்கள், செயற்பாட்டு இயக்கங்கள், மத நிறுவனங்கள் முக்கியமாகப் பாதிக்கப்பட்ட மக்கள் போன்ற எல்லாத் தரப்புக்களினதும் விருப்பமும் இதுதான். ஆனால் பூனைக்கு யார் மணியைக் கட்டுவது?

இது விடயத்தில் புலிகள் உறுப்பினர் மூத்த உறுப்பினர்கள் மூவர் தலையிட்டு ஓர் அறிக்கையை வெளியிட்டிருப்பது நிலமைகளில் தாக்கத்தை ஏற்படுத்தலாம் என்று தோன்றுகிறது. யாழ்ப்பாணம், திருமலை, மட்டக்களப்பு ஆகிய மூன்று மாவட்டங்களையும் பிரதிபலிக்கும் விதத்தில் புலிகள் இயக்கத்தின் மூத்த உறுப்பினர்கள் மூவர் சேர்ந்து ஓர் அறிக்கை வெளியிட்டிருக்கிறார்கள். இவ்அறிக்கையை வெளியிட்டு நடாத்திய ஊடகவியலாளர்கள் சந்திப்பில் பசீர் காக்கா என்று அழைக்கப்படும் புலிகள் இயக்கத்தின் மூத்த உறுப்பினர் ஒருவர் ஒரு கட்டத்தில் மனமுடைந்து அழுதிருக்கிறார். அவர் சிந்திய கண்ணீர் தமிழ் அரசியல் பரப்பில் குறிப்பாக முகநூற் பரப்பில் தாக்கத்தை ஏற்படுத்தியிருக்கிறது. கடந்த மாவீரர் நாளை முன்னிட்டு வெளியிடப்பட்ட அறிக்கை போல இம்முறையும் இவர்கள் மூன்று பேரும் வெளியிட்டிருக்கும் அறிக்கை சம்பந்தப்பட்டவர்கள் மத்தியில் தாக்கத்தை ஏற்படுத்துமா?

ஒரு லேடிஸ் சைக்கிளில் வந்து பத்திரிகையாளர் மாநாட்டை நடத்திவிட்டுப் போன முதல் மனிதனாக காக்கா அண்ணைதான் இருப்பார் ; என்று யாழ் ஊடக அமையத்தைச் சேர்ந்த ஒரு ஊடகவியலாளர் சொன்னார். கடந்த மாவீரர் நாளன்று பசீர் காக்கா யாழ் ஊடக அமையத்தில் ஊடகவியலாளர் சந்திப்பு ஒன்றை நடாத்தினார். மாவீரர் நாளை யார் அனுஷ;டிப்பது என்பது தொடர்பாக சர்ச்சைகள் நிலவிய ஒரு காலச்சூழலில் அந்த ஊடகலவியலாளர் சந்திப்பு தாக்கம் மிகுந்ததாக இருந்தது. இம்முறையும் நினைவுகூர்தல் தொடர்பிலும் இம் மூன்று மூத்த உறுப்பினர்களுடைய அறிக்கை தாக்கத்தை ஏற்படுத்துமாக இருந்தால் சம்பந்தப்பட்ட தரப்புக்கள் ஒற்றுமையாக நினைவு கூர்தலை அனுஷ;டிக்கக் கூடும்.

ஆனால் இம்மூன்று பேர்களைக் குறித்தும் வெளியிடப்பட்ட அறிமுகக் குறிப்பில் ஒருவர் விவசாயி என்று கூறப்பட்டுள்ளது. ஒருவர் ஆலயம் ஒன்றில் தொண்டராக இருக்கிறார் என்று கூறப்பட்டிருக்கிறது. மற்றொருவருக்குத் தொழில் போடப்படவில்லை. பல தசாப்தகாலம் தமது வாழ்வை இளமையை கல்வியை சொத்துச் சுகங்களை பிள்ளைகளை உறவினர்களை போராட்டுத்துக்காக இழந்த இம்மூன்று பேர்களுடையதும் தற்போதைய தொழில்கள் இவை. இவர்களைப் போல பலர் கவனிக்கப்படாது உதிரிகளாக விடப்பட்டிருக்கிறார்கள.; உயிரோடிருக்கும் மூத்த போராளிகளின் நிலை இதுவென்றால் இறந்தவர்களை அதற்குரிய புனிதத்தோடு நினைவு கூரப்போவது யார்?

நிச்சயமாக வாக்குவேட்டை அரசியல் வாதிகள் அதைச் செய்யப்போவதில்லை. நினைவு கூர்தல் எனப்படுவது இனப்படுகொலைக்கு எதிரான நீதியைப் பெறும் நீண்ட பயணத்தின் ஒரு பகுதிதான் என்பதை ஏற்றுக்கொள்ளாத அரசியல்வாதிகள் அதைச் செய்யப்போவதில்லை. கட்சி சார்பற்ற ஒரு பொது ஏற்பாட்டுக் குழுவே அதைச் செய்ய வேண்டும்.

தனது பதவிக்காலம் முடிவதற்கிடையில் விக்கினேஸ்வரனாவது அப்படியொரு ஏற்பாட்டுக்குழுவை உருவாக்க வேண்டும்.இம்முறை நினைவுகூர்தல் அவருடைய தலைமைத்துவத்திற்கு ஒரு சவாலாக எழுந்திருக்கிறது. மாகாண சபைக்கும் தமிழ் மக்கள் பேரவைக்கும் இடையே கிழிபடப் போய் அவருடைய தலைமைத்துவம் மீண்டும் ஒரு தடவை சோதனைக்குள்ளாகி இருக்கிறது. முரண்பட்டு நிற்கும் எல்லாத் தரப்புக்களையும் அரவணைத்து ஒரு பொதுக்கருத்தை உருவாக்கி ஒரு பொது ஏற்பாட்டுக்குழுவை உருவாக்க வேண்டிய பொறுப்பு அவருக்கும் உரியது. இல்லையென்றால் இறந்தவர்களின் பெயராலும் ஒற்றுமைப்படமுடியாத கேவலமான ஒரு மக்கள் கூட்டமாக ஈழத்தலைவர்கள் பழிக்கப்படுவார்கள்.

17. மரணங்கள், குற்றசாட்டுக்கள், சரிவுகளை...

- தீபச்செல்வன்

வகுப்பறைக்குச் சென்றவுடனேயே சில மாணவர்களைத் தேடுவதுண்டு. அந்த மாணவர்கள் கல்வியில் ஆகக் குறைந்த நிலையிலும் ஏரத்தாழ 50 வீதத்தை தொடுபவர்களாகவும் இருந்தார்கள். அவர்களில் ஒருவர் முழுமையாக எழுதவோ, வாசிக்கவோ தெரியாதவர். இந்த மாணவர்களின் இயல்புகளாலும் கல்வி நிலையினாலும் வகுப்பறைக்குச் சென்றதும் முதலில் இவர்களை தேடுவது வழக்கமாக கொண்டிருப்பேன். அப்படித்தான் அன்றைக்கு அந்த மாணவியை விசாரித்தேன். "அவள் பிறசர் கிளினிக்குக்கு போயிட்டாள் சேர்" என்றாள் இன்னொரு மாணவி.

நான் அதிர்ந்தே போய்விட்டேன். அவளின் அழுத்தம் நிறைந்த பேச்சும் பார்வையும் திடீர் திடீர் என கலங்கும் கண்களும் நினைவுக்கு வந்தன. ஒருநாள் தந்தை மகனுக்கு எழுதிய கடிதம் என்றொரு பாடம் கற்பித்தேன். ஏதோவொரு தருணத்தில் திடீரென எழுந்து "எனக்கு அப்பாவும் இல்லை. அவர் போட்ட கடிதமும் இல்லை" என்றாள். அப்படிச் சொன்னபோது கண்கள் கலங்கின. அவளது தந்தை முள்ளிவாய்க்காலில் கொல்லப்பட்டு விட்டார். தந்தை மகனுக்கு எழுதிய கடித என்ற அந்தப் பாடம் கூட அவளுக்கு அழுத்தத்தை தந்திருக்கும். அந்த மாணவி பிறசர் கிளின் சென்றுவிட்டாள் என்பதை எனக்கு சொன்ன மாணவி சொன்னாள், சேர் எனக்கு சுகர் இருக்குது. இப்ப 87 என்று.

பொம்மைகளையும் பறவைகளையும் பற்றி அறிந்தும் பேசியும் கொண்டிருக்க வேண்டிய எங்கள் குழந்தைகள் நோய்மைகள் பற்றி பேசிக் கொண்டிருக்கிறார்கள். ஒரு காலத்தில் இந்த வயதில் உள்ள குழந்தைகளுக்கு தடிமனையும் காய்ச்சாலையும்கூட சொல்லத் தெரியாமல் இருந்தது. நாற்பது வயது கடக்கத்தான் இந்த நோய்களை பற்றி அறியும் உணரும் காலம் ஒன்று இருந்தது. ஆனால் ஆரம்ப வகுப்பு வயதிலேயே இந்தப் பிள்ளைகள் தொற்றாத உடல் நோய்களைப் பற்றி பேசுகிறார்கள் என்பது எவ்வளது துயரமானது?

பிறசர் கிளினிக் சென்ற அந்த மாணவி மறுநாள் பாடசாலைக்கு வந்திருந்தாள். தனியே அழைத்து, எனக்கு எல்லாம் தெரியும். நேற்று வைத்தியசாலையில் என்ன கூறினார்கள் என்று கேட்டேன். 137இல் இருந்தது. இப்ப 127இல் இருக்குது என்றாள். எனது நடுகல் நாவலை வாசித்த தமிழக எழுத்தாளர் அம்பை ஒரு எனக்கு கடிதம் எழுதியிருந்தார். அந்த நாவலில் வரும் சிறுவன் "குழந்தையாக இருக்கும்போதே பெரியவனாக்கப்பட்டவன்." என்று எழுதியிருந்தார். இந்தப் பிள்ளைகளைப் பார்க்கும்போதும் அப்படித்-

தான் தோன்றுகிறது. ஆம், இவர்கள் குழந்தைகளாக இருக்கும்போதே பெரியவர்களாக்கப்பட்டு விட்டார்கள்.

யுத்தமும் யுத்தத்திற்குப் பிந்தைய சூழலும் அவர்களின் உலகத்தை பாதித்து விட்டது. அவர்களுக்கு பொம்மை இல்லை என்ற கவலைகள் இல்லை. தந்தை இல்லை என்ற கவலையே உள்ளது. அவர்களுக்கு பிஸ்கட் வேண்டும் என்ற கவலை இல்லை. அவர்களுக்கு சோறு வேண்டும் என்ற கவலையே உண்டு. குழந்தமை பருவத்திலேயே பெரியவர்களாக்கப்பட்ட இந்தக் குழந்தைகளுக்கு பெரியவர்களுக்கு வரவேண்டிய நோய்கள் வருகின்றன.

வகுப்பில் உள்ள பிள்ளைகளில் சுமார் ஐந்துபேர் ஆஸ்துமா நோயினால் பாதிக்கப்பட்டவர்கள். அவர்களில் ஒருவன் எப்போதுமே ஆஸ்துமா நோயை கட்டுப்படுத்தும் பம் உடன் இருப்பவன். இவர்கள் எல்லோருமே 2007ஆம் ஆண்டு பிறந்தவர்கள். தம்முடைய இரண்டாவது வயதில் முள்ளிவாய்க்காலை சந்தித்தவர்கள். இது ஒரு வகுப்பறையின் நிலமைதான். ஏனைய பாடசாலைகளில் கல்வி கற்பிக்கக்கூடிய சில ஆசிரிய நண்பர்களுடன் பேசியபோதும் இத்தகைய நோய்களுடன் சில மாணவர்கள் இருப்பதையும் சந்தித்ததையும் கூறினார்கள்.

இதைப்போலவே எமது பாடசாலையில் கல்வி கற்கும் சிறுவன் ஒருவன் மிகவும் வறுமைப்பட்ட குடும்பத்தை சேர்ந்தவன். ஒருநாள் பாடசாலையில் தவறுதலாக விழுந்தபோது அவன் வைத்தியசாலையில் அனுமதிக்கப்பட்டான். அப்போது அவனது சிறுநீரகம் செயலிழந்திருப்பது தெரியவந்தது. இப்போது அவன் கண்டி வைத்தியசாலையில் சிகிச்சைக்காக அனுமதிக்கப்பட்டிருக்கிறான். அறியக்கூடிய இந்த தகவல்களும் நிகழ்வுகளும் சாதாரணமானவை என்று கடந்து செல்ல முடியவில்லை. எங்களை சுற்றி நடக்கக்கூடிய இந்த நிகழ்வுகள் அல்லது பிரச்சினைகள் அதிகமும் சிந்திக்கவும் விவாதிக்கவும் வேண்டிய அவசியத்தை தூண்டுவதாகவே அமைகின்றது.

ஏனெனில், இலங்கை அரசு நிகழ்த்திய யுத்தம் என்பது வெறுமனே யுத்த களத்தில் மாத்திரம் இன அழிப்பை நோக்கமாக கொண்டதல்ல. ஈழப் போராட்டத்தில் பங்கெடுத்த போராளிகளாக இருந்தாலும் சரி, யுத்த களத்தில் வாழ்ந்த சாதாரண மக்களாக இருந்தாலும் சரி அவர்களை இந்த யுத்தம் தெளிவாகவே அழித்திருக்கிறது. அதாவது யுத்த களத்தில் தமது உடல் அவயங்கள் பாதிப்புக்கு உள்ளாக்கப்பட்டவர்கள் பின்னாளில் தொற்றாத கடும் நோய்களுக்கு ஆளாகியுள்ளதைதான் இந்த நிகழ்வுகள் உணர்த்துகின்றன.

யுத்தம் முடிந்த தருவாயில், சுவாசம் தொடர்பான வைத்தியதுறை நிபுணர் கலாநிதி யமுனானந்தா இந்த விவகாரம் குறித்து பகிரங்கமாகவே எச்சரித்திருந்தார். யுத்தத்தின்போது பொதுமக்கள் மீது வீசப்பட்ட குண்டுகள் தடைசெய்யப்பட்ட குண்டுகள். குண்டுகள் என்றாலே அழிவை உருவாக்குபவை. தடைசெய்யப்பட்ட குண்டுகள் எனில் அவை எத்தகைய அழிவை உருவாக்குபவை? கொத்துக் குண்டுகளும் நஞ்சுக் குண்டுகளும் அத்தகையவே.

அவற்றை இலங்கை அரசு தமிழ் மக்கள்மீது வீசியதற்கான ஆதாரங்கள் பகிரங்கமாக வெளியாகியுள்ளது.

இந்த யுத்த களத்தில் இருந்த மக்கள் சுவாசம் சம்பந்தப்பட்ட நோய்களுக்கு ஆளாகுவார்கள் என்று அவர்கள் நீரிழிவு, இரத்த அழுத்தம் சம்பந்தப்பட்ட நோய் தாக்கத்திற்கு உட்படலாம் என்றோ கலாநிதி யமுனானந்தா 2010ஆம் ஆண்டில் எச்சரித்திருந்தார். அதற்கான மருத்துவ ஆய்வுகளை நடவடிக்கைகளை மேற்கொள்ள வேண்டும் என்றும் அவர் கூறியிருந்தார். மேற்குறித்த மதிப்பீடுகளை ஆய்வு ரீதியாகவே உறுதி செய்ய முடியும் என்பதே இப் பத்தியின் கருத்து. மருத்துவ ரீதியாக இந்தப் பிரச்சினைகள் குறித்து ஆய்வுகளும் இந்தப் பாதிப்பு பற்றிய புள்ளி விபரங்களும் சமூகத்தை பாதிக்காத வகையில் கையாளப்பட வேண்டும்.

யுத்தத்திற்குப் பிந்தைய காலத்தில் கிளிநொச்சி மாவட்டத்தில் உள்ள பாடசாலைகளில் தரம் ஒன்றுக்கு சேரும் மாணவர்களின் எண்ணிக்கை குறைவடைந்து செல்வதாக கிளிநொச்சி வலயக் கல்விப் பணிப்பாளர் ஞானம்ஜோன் குயின்ரஸ் ஒருமுறை கூறியிருந்தார். தொடர்ச்சியாக மூன்றவாது வருடமாகவும் இந்த எண்ணிக்கை குறைந்து செல்வதாகவும் அவர் கூறியிருந்தார். இதுவும் அதிர்ச்சியூட்டக் கூடிய மற்றொரு புள்ளி விபரமாகும்.

அதன்படி 2016ஆம் ஆண்டில் 2ஆயிரத்து 565 மாணவர்களும் 2017ஆம் ஆண்டில் 2ஆயிரத்து 319 மாணவர்களும் 2018 ஆம் ஆண்டில் 2ஆயிரத்து 180 மாணவர்களும் தரம் ஒன்றில் இணைந்துள்ளனர். இன விருத்தியின் வீழ்ச்சியை இந்த புள்ளி விபரம் கட்டுவதையும் அவர் சுட்டிக்காட்டியிருந்தார். வடக்கு மாகாணத்திலேயே இந்த நிலமைதான் காணப்படுவதாகவும் யாழ்ப்பாணப் பாடசாலைகளிலும் தரம் ஒன்றில் சேரும் மாணவர்களின் எண்ணிக்கை வீழ்ச்சியடைந்து செல்வதாகவும் யாழ்ப்பாணத்தை சேர்ந்த ஒரு ஊடகவியலாளர் கூறினார்.

அண்மையில் இந்தியாவிலிருந்து யாழ்ப்பாணம் வந்திருந்த பிரசாந்த் குழந்தையின்மை சிகிச்சை மற்றும் ஆராய்ச்சி மையத்தின் கருவாக்கல் விசேட வைத்திய நிபுணர் கீதா ஹரிப்பிரியா மகப்பேறின்மை தொடர்பாக இரண்டாயிரம் பேருக்கும் அதிகமானவர்கள் தன்னை வந்து சந்திருப்பதாக கூறினார். இந்த எணிக்கை தனக்கு அதிர்ச்சியளிப்பதாகவும் அவர் குறிப்பிட்டிருந்தார். யாழ்ப்பாணத்தில் இந்த நிலமை காணப்பட்டால் வடக்கு கிழக்கில் நிலமை என்னவாக இருக்கும் என்பதையும் சிந்தித்து பார்க்க வேண்டும்.

இலங்கையில் தமிழர்கள் இன விருத்தியில் மூன்றாவது இடத்திற்கு தள்ளப்பட்டுள்ளார்கள். போரில் கணிசமானவர்கள் அழிக்கப்பட்டு விட்டனர். பல ஆயிரக்கணக்கானவர்கள் காணாமல் ஆக்கபட்டு உடைந்த குடும்பங்கள் ஆகிவிட்டனர். போரை கடந்து வந்த மனிதர்களின் நிலமையும் போருக்குள் பிறந்த குழந்தைகளின் நிலமையும் ஒருபுறம் நோய்மை நிறைந்துவிட்டது. பிறந்து பள்ளிசேரும் குழந்தைகளின் எண்ணிக்கையும் குறைந்துவிட்டது. இப்-

போது குழந்தைகள் பிறப்பதும் குறைந்துவிட்டது.

தமிழ் இனம் எல்லாவகையிலும் இன அழிவை, இன அழிப்பை ஒடுக்கு-முறையை சந்திக்கிறது. எமது நிலங்கள் எவ்வளவு வேகமாக அபகரிக்கப்படு-கின்றதோ, எமது உரிமைகள் எவ்வளவு வேகமாக பறிக்கப்படுகிறதோ அந்த அளவுக்கு இனத்தின் வீழ்ச்சியும் காணப்படுகின்றது. எல்லையில் ஒரு துண்டு நிலத்தை இழக்கும்போது எம் மண்ணில் ஒரு மனிதர் இல்லாமல் போகிறார். நிலமும் சரி, இனமும் சரி சுருங்கி வருவதையே இந்த நிகழ்வுகளும் விபரங்-களும் காட்டுகின்றன.

இந்த மரணங்கள், குற்றசாட்டுக்கள், சரிவுகளை எவரும் எளிதில் புறந்-தள்ளிவிட முடியாது. இலங்கை அரசு நிகழ்த்திய யுத்தம் என்பது அவ்வளவு சாதாரணமானதல்ல. விடுதலைப் புலிகளை மத்திரம் அழிப்பது அதன் நோக்-கமல்ல. யுத்தத்தை சாதாரணமாக மதிப்பிட முடியாது. அதிலும் கடுமை-யான பேரினவாத ஒடுக்குமுறை நோக்கம் கொண்ட இலங்கை அரசின் யுத்தம் அவ்வளவு சாதாரணமானதல்ல. ஈழத் தமிழர்களை அழித்தொழிப்ப-தையே நோக்காக கொண்டு முன்னெடுக்கப்பட்ட யுத்தத்தினால் தமிழ் உடல்-கள் அடைந்த பாதிப்பை இலங்கை அரசு சீர் செய்யுமென எதிர்பார்க்கவே முடியாது. அதற்கான முயற்சிகளில் நாமே ஈடுபடவேண்டும்.

18. சாதிப் பாகுபாடு கலிபோர்னிய நீதிமன்றம்

கார்திகேயன் S.சான்-ஹொஸே, கலிபோர்னியா
அருள்மொழி சியாட்டில், வாஷிங்டன்

அமெரிக்காவில், ஹிந்து அமெரிக்கன் பவுண்டேசனுக்கும் (HAF) கலி-போர்னிய மாகாணத்தின் சிவில் உரிமை ஆணையத்துக்கும் (CRD) நடந்த வழக்கில், கடந்த ஜூலை 18 அன்று ஒரு முக்கியத் தீர்ப்பு வந்துள்ளது. உலக அரங்கில் சமூகநீதி சார்ந்த அமைப்புகளால் பரவலாக கவனிக்கப்பட்-டுவரும் சாதிப்பாகுபாடு சார்ந்த இவ்வழக்கின் தீர்ப்பானது, அமெரிக்காவில் இந்துத்துவ வல்லாதிக்க சக்திகளின் முடிவுக்கான ஆரம்பமாக அமைகிறது. சாதிப் பாகுபாடுகளுக்கு எதிராக சட்ட ரீதியான பாதுகாப்பை அடைவதற்-கான ஒரு முக்கியப் படிக்கல்லாக அமைவதோடல்லாமல், இத் தீர்ப்பு, இந்-துத்துவ வல்லாதிக்க சக்திகள் தங்கள் அரசியல் ஆதாயத்துக்காக எப்படி மத உரிமைகளை ஒரு ஆயுதமாகப் பயன்படுத்துகிறது என்பதையும் அம்பலப்ப-டுத்தியுள்ளது.

CRD தனது புகாரில், சாதியையும் இந்துமதத்தையும் இணைத்து வழங்கிய குறிப்புகளை நீக்கியபிறகும் — HAF தனது இரண்டாவது திருத்தப்பட்ட புகாரில், சிஸ்கோவிற்கு எதிரான CRDயின் சாதிப்பாகுபாட்டு வழக்கை “அரசியலமைப்பிற்கு விரோதமானது” என்றும், இனிமேல் இத்தகைய பணி-யிடப் பாதுகாப்பு சார்ந்த நடவடிக்கைகளை மேற்கொள்ள கலிபோர்னிய

சிவில் உரிமைத் துறையை அனுமதிக்கக் கூடாது எனவும் வாதிட்டது. இத்தகைய காட்டுமிராண்டித்தனமான கோரிக்கையை முரட்டுத் துணிச்சலுடன் பொது நீதிமன்றத்திலேயே வைக்கக் காரணம், தான் சொல்லுவதுதான் இந்து மதம், புலம்பெயர் இந்தியர்களுக்கும் அவர்கள் சமூக வாழ்வுக்கும் தானே அதிகாரி என்கிற ஏகபோக உரிமை தனக்கிருப்பதாக HAF எண்ணுவதாய்க்கூட இருக்கலாம்.

ஜூலை 18: வரலாற்றுச் சிறப்புமிக்க தீர்ப்பு

ஜூலை 18 அன்று வெளிவந்த இத் தீர்ப்பு, அமெரிக்காவில் வசிக்கும் சாதியால் ஒடுக்கப்பட்ட சமூகங்களைச் சேர்ந்தவர்களுக்கு ஒரு புது நம்பிக்கையை அளிக்கிறது. சாராம்சமாகப் பல நல்ல கருத்துக்களை நிறுவும்போதும், இத்தீர்ப்பு இரண்டு முக்கிய விஷயங்களுக்கு முன்னோடியாக அமைகிறது.

சாதி பாகுபாட்டிற்கு எதிரான CRDயின் இந்த வழக்கு ஒரு முழுமையான சட்டபூர்வமான அரசு நடவடிக்கையாகும் என்பதை நீதிமன்றம் எள்ளளவும் சந்தேகமின்றி நிலைநாட்டியிருக்கிறது. இந்த வழக்கில் சிஸ்கோவை சேர்த்திருப்பது ஒரு நிறுவனமாகவே தவிர, வெறும் ஒரு தனிப்பட்ட (சிஸ்கோ) ஊழியருக்காக அல்ல.

இரண்டாவதாக, HAF ஒன்றும் அனைத்து இந்துக்களுக்குமான பிரதிநிதி அல்ல என்று சட்டப்பூர்வமாகத் தெரிவித்துள்ளது. தீர்ப்பில் சொல்லப்பட்டிருப்பதாவது: “இந்து அமெரிக்கன் பவுண்டேசன் எவ்வாறு ‘எல்லா இந்து’க்களையும் ஒருங்கிணைக்கும் செயல்களை செய்கிறது என்பதற்கும், அவ்வாறு செய்திருப்பின் அதற்கான நிதி எங்கிருந்து வருகிறது, அது எவ்வாறு மொத்த இந்து அமெரிக்க சமூகத்துடனும் தொடர்புகொள்கிறது என்பதற்கான சான்றுகள் எதுவுமில்லை”

தொடர்புள்ள வழக்குகள்:

தீர்ப்பு வந்துள்ள தற்போதைய வழக்கு (HAF vs CRD) மூன்று குறிப்பிடத்தக்க வழக்குகளுடன் நேரடித் தொடர்புள்ளதாகும். அவையாவன:

Cisco vs. CRD

Kumar vs. CSU (California State University),

Bagal vs. Sawant and City of Seattle

இவ்வழக்கை முழுமையாகப் புரிந்துகொள்ள Cisco vs. CRD வழக்கையும் Kumar vs. CSU வழக்கையும் அதன் கால வரிசையில் புரிந்துகொள்வது முக்கியமானதாகும். காலக் கிரமமாகப் பிரித்தால் இதை மூன்று கட்டங்களாகப் பிரிக்கலாம்.

ஜூன் 2020 முதல் ஆகஸ்டு 2022 வரை

செப்டம்பர் 2022 முதல் ஜனவரி 2024 வரை

ஜனவரி 2024 முதல் இன்றுவரை.

ஜூன் 2020 — ஆகஸ்டு 2022: வழக்கின் ஆரம்பம் கட்ட அடிப்படை சவால்கள்:

ஜூன் 2020: கலிபோர்னியாவின் CRD, ஒரு தலித் ஊழியருக்கு எதிராக சாதிப் பாகுபாடு காட்டியதாக, சிஸ்கோ நிறுவனத்தின் மீது ஒரு தனித்துவம்வாய்ந்த வழக்கை மத்திய பெடரல் நீதிமன்றத்தில் பதிவு செய்தது. கலிபோர்னியாவின் பரந்துபட்ட மாநில சட்ட வரையறைகள் காரணமாக, அது அக்டோபர் 2020 இல் சாண்டா கிளாரா மாகாண உயர் நீதிமன்றத்திற்கு அவ்வழக்கு மாற்றப்பட்டது.

நவம்பர் 2020: சிஸ்கோ நிறுவனம் இந்தப் புகாரை நீதிமன்றத்துக்கு வெளியே, பாதிக்கப்பட்டவருடன் நேரடியாக நடுவர்மன்றம் மூலம் தீர்த்துக்கொள்ளவும், CRDயை இவ் வழக்கிலிருந்து நீக்கவேண்டும் எனவும் மேல்முறையீடு செய்தது. அதற்கான காரணமாக, இவ்வழக்கு பொதுவெளிக்கு வருமானால் பாதிக்கப்பட்டவர் வேலை செய்த புராஜெக்டுகள் தொடர்பான கம்பெனி ரகசியங்களை வெளியிட வேண்டிவரும். எனவே இவ்வழக்கு நீதிமன்றத்துக்கு வெளியில் தான் தீர்த்துக்கொள்ளப்பட வேண்டும் எனவும் கோரியது.

ஜனவரி 2021: ஹிந்து அமெரிக்கன் பவுண்டேசன் (HAF) — சிஸ்கோ வழக்கில் CRDக்கு எதிராளியாக தன்னையும் வழக்கில் இணைத்துக்கொள்ளவேண்டும் எனக் கோரியது. அதற்குக் காரணமாக "இந்துமதத்தை சாதியுடன் இணைத்து வழக்கில் கருதுவதால், அமெரிக்க இந்துக்களின் அரசியலமைப்பு உரிமைகள் பாதிக்கப்பட்டதாக" கூறியது.

பிப்ரவரி 2021: சிஸ்கோவின் மத்தியஸ்த கோரிக்கையை மாகாண நீதிமன்றம் தள்ளுபடி செய்தது. அதனால் சிஸ்கோ உச்ச நீதிமன்றத்தில் அப்பீலுக்கு சென்றது.

ஆகஸ்டு 2022: கிட்டதட்ட 18 மாதங்களுக்குப் பின், உச்ச நீதிமன்றம் சிஸ்கோவின் அப்பீலை மீண்டும் தள்ளுபடி செய்தது. மாகாணத்தின் பொதுவான கொள்கை, வேலை வாய்ப்பு மற்றூம் வீட்டுவசதி உரிமைகளைப் பாதுகாக்கும் வகையில் — மத, இன, பாலின, தேசிய இனம் போன்ற அடிப்படைகளில் பாகுபாடு காட்டப்படாமல் அனைத்து மக்களுக்குமான சமமான உரிமைகளை நிலைநாட்டுவதேயாகும். சிவில் உரிமைத்துறை அதற்காகவே ஏற்படுத்தப்பட்டது. எனவே, ஒருவர் உரிமை மீறலுக்குள்ளாகும்போது, அதுசார்ந்த வழக்கை அரசுத்துறை எடுத்து நடத்த முற்படும்போது, அந்த அரசுத்துறையை மத்தியஸ்ததுக்கு செல்லவேண்டும் என நிர்பந்திக்க முடியாது. ஏனெனில், அவர்கள் அதற்கான ஒப்பந்தத்தில் கையெழுத்திடவில்லை எனவும் நீதிமன்றம் உறுதிபடத் தெரிவித்தது.

வழக்கு நீதிமன்றப் பொதுவெளிக்கு வருமா என முடிவு செய்ய, நீதிமன்றத்துக்கு 18 மாதங்கள் ஆகியிருக்கிறது.

செப்டம்பர் 2022 — ஜனவரி 2024: மத்திய நீதிமன்ற வழக்கு மற்றும் கொள்கைசார் சவால்கள்:

செப்டம்பர் 2022: HAF, CRD மீது மத்திய நீதிமன்றத்தில் மீண்டுமொ-ருமுறை வழக்குத் தொடர்ந்தது. இந்து மதத்துடன் சாதியை இணைப்பது, நிறுவனங்கள் இந்து விண்ணப்பதாரர்களுக்கு எதிராகப் பாகுபாடு காட்டவும் பணியிடங்களில் பதட்டங்களை உருவாக்கவும் வழிவகுக்கும் என்று வாதிட்-டது. மேலாளர்கள் தெற்காசிய ஊழியர்களிடம் அவர்களின் மத நம்பிக்கை-கள் குறித்து சட்டவிரோதமாகக் கேட்கக்கூடும் என்றும், இது அரசியலமைப்-பின் முதல் திருத்தச் சட்டத்தின் மத சுதந்திரப் பாதுகாப்புகளை மீறுவதாகவும் அவர்கள் வாதிட்டனர்.

அதே நேரத்தில், அக்டோபர் 2022 இல், கலிபோர்னியா மாநில பல்க-லைக்கழகப் (CSU) பேராசிரியர்கள் — சுனில் குமார் (சான்-டியாகோ)மற்-றும் பிரவீன் சின்ஹா (லாங் பீச்) — ஜனவரி 2022 இல் செயல்படுத்-தப்பட்ட பல்கலைக்கழகத்தின் பாகுபாடு எதிர்ப்புக் கொள்கையில் 'சாதி'யைச் சேர்த்ததற்காக தங்கள் பல்கலைக்கழகத்தின் மீதே வழக்குத் தொடர்ந்தனர்.

கலிபோர்னியா முழுவதும் உள்ள 23 வளாகங்களில், CSU, சுமார் 500,000 மாணவர்களுக்குக் கல்வியளிக்கிறது. 29,000 ஆசிரியர்கள் மற்-றும் பிற உறுப்பினர்களைப் பணியமர்த்தியுள்ளது. CSUவின் கொள்கை சாதியை இந்து மதத்துடன் வெளிப்படையாக இணைக்கவில்லை என்றாலும், கொள்கை வடிவமைப்பாளர்கள் சாதி இயல்பாகவே இந்து மதத்துடன் இணைக்கப்பட்டுள்ளது என்ற "அனுமானத்தால்" பாதிக்கப்பட்டுள்ளதாக இப் பேராசிரியர்கள் குற்றம் சாட்டினர்.

ஏப்ரல் 2023: கலிபோர்னியா சட்டப்படி நிறுவனங்களின் அதிகாரப்பூர்வ வேலைவாய்ப்பு நடவடிக்கைகளில் பாகுபாடு காட்டுதலும் துன்புறுத்தலும் ஒன்றல்ல. வேலைவாய்ப்பு பாகுபாடு நடந்தால் அதற்கு நிறுவனமே பொறுப்-பேற்கவேண்டும். துன்புறுத்தல் எனில், தனிப்பட்ட நபர்களும் பொறுப்பேற்-கவேண்டும். எனவே, சிஸ்கோ வழக்கில் பாதிக்கப்பட்டவரின் மேலாளர்கள் சுந்தர் மற்றும் ரமணா ஆகியோர் பாகுபாட்டு நடவடிக்கையில் ஈடுபட்டிருந்த-போதும், அதற்கு நிறுவனமே பொறுப்பேற்கவேண்டும் என்கிற அடிப்படையில் வழக்கிலிருந்து தள்ளுபடி செய்யப்பட்டனர்.

ஆகஸ்ட் 2023: நீதிபதி டேல் ட்ரோஸ்ட், CRDக்கு எதிரான HAF இன் வழக்கை நிராகரித்து, "சாதி அடிப்படையிலான பாகுபாட்டைத் தடுப்-பதற்கான முயற்சிகள் இந்து தொழிலாளர்களின் உரிமைகளை மீறவில்லை" என்று தீர்ப்பளித்தார். சாதிப்பாகுபடு குறித்தான சட்ட அமலாக்கம் பணி-யிடங்களில் உரிமைகளை மீறும் வகையிலான மதரீதியான கேள்விகளுக்கு வழிவகுக்கும் என்ற HAF இன் வாதம் நம்பமுடியாததாகவும் ஊகத்தினடிப்-படையில் இருக்கிறது எனவும் அத்தீர்ப்பில் தெரிவித்துள்ளார். மேலும் தனி-மனிதரின் உரிமை சார்ந்த வாதங்களை, HAF ஒரு அமைப்பாக முன்வைக்க

முடியாது எனவும் தள்ளுபடி செய்தது

உடனடியாக, HAF, மேலும் எட்டு தனிப்பட்ட நபர்களை சேர்த்து ஒரு திருத்தப்பட்ட புகாரை CRD மீது பதிவு செய்தது. அந்த எட்டுபேரில் சிஸ்கோ வழக்கில் குற்றமிழைத்திருந்தபோதும் தள்ளுபடி செய்யப்பட்ட சுந்தர் மற்றும் ரமணாவும் இணைந்திருப்பது குறிப்பிடத்தக்கது. அதுமட்டுமல்லாமல், இத்தகைய 'சிலவகையான' பணியிடப் பாகுபாடுகளை CRD விசாரிப்பதே அரசியலமைப்பை மீறுவதாகும் என்கிற அயோகியத்தனமான வாதத்தையும் அத் திருத்தத்தில் சேர்த்தது.

நவம்பர் 2023: குமார் vs CSU வழக்கை பெடரல் நீதிபதி கேரி கிளாஸ்னர் தள்ளுபடி செய்தார். பல்கலைகழகம், தனது கொள்கையில் 'சாதி' என்பதற்குப் பதிலாக 'வர்க்கம்' பயன்படுத்த வேண்டும் என்று அப்பேராசிரியர்கள் வாதிட்டனர். அதற்கான காரணங்களாக அவர்கள் முன்வைத்தது HAF இன் அதே வாதங்கள் தான். இந்த வழக்கிலும், "சாதி" என்ற வார்த்தையைப் பயன்படுத்துவது எவ்விதத்தைலும் மதவிரோதமானது அல்ல எனத் தீர்ப்பளித்தார். ஏனெனில் சாதியை இந்து மதத்தைக் குறிப்பிடாமலும் வரையறுக்க முடியும். CSUவின் சாதிப்பாகுபாட்டுக்கு எதிரான கொள்கை, இந்து மதத்தை சாதியின் அடிப்படையில் வரையறுக்கவோ அல்லது இந்துமதத்தை ஏற்கவோ மறுக்கவோ முயற்சிக்கவில்லை என்பதையும் அவர் அத்தீர்ப்பில் தெளிவுறத் தெரிவித்துள்ளார்.

நவம்பர் 2023: CRD — பணியிடத்தில் நடக்கும் பாகுபாடுகளைக் களைவதுதான் தன் வேலையே தவிர, மதக் கட்டமைப்புகள் மூலமாக சாதியை விளக்குவது தங்கள் வேலை அல்ல என்று தீர்மானித்து, Cisco-வுக்கு எதிரான தன் புகாரிலிருந்து சாதியையும் இந்து மதத்தையும் இணைக்கும் குறிப்புகளை நீக்கியது.

ஜனவரி 2024: மாநில நீதிமன்றம் Cisco vs CRD வழக்கில் தன்னையும் பிரதிவாதியாக சேர்க்கவேண்டும் என HAF பதிவு செய்த கோரிக்கையை நிராகரித்தது. சாதி அடிப்படையிலான பாகுபாட்டை முடிவுக்குக் கொண்டுவருவது இந்து மத நடைமுறைக்கு தடையாகவோ சுமையாகவோ இருக்காது என்று தீர்ப்பளித்தது. CRD-யின் பணியிட சமத்துவத்தை நிலைநாட்டும் நடவடிக்கையை, இந்து மதத்தை வரையறுப்பதாக HAF தவறாக வகைப்படுத்தியதாக நீதிமன்றம் அத்தீர்ப்பில் தெரிவித்துள்ளது. அவ்வாறாக சட்டப்பூர்வ மனுக்களில் தவறான முறையில் ஒரு மதத்தை வரையறுத்திருந்தால் கூட, அது மத நடைமுறைகளை சட்டவிரோதமாக கட்டுப்படுத்துவதாக ஆகாது என்பதையும் குறிப்பிட்டது.

ஜனவரி 2024 முதல் இன்றுவரை: கண்டறிந்த உண்மைகளும் இறுதி முடிவும்: பணியிட அமைப்புகளில் நடைபெறும் கலந்துரையாடல்கள் வெளிப்பார்வைக்குக் கலாச்சாரம், திருவிழாக்கள், திரைப்படங்கள், தேசிய கொள்கை மற்றும் நடப்பு விவகாரங்களை அலசுவது போலத் தோன்றலாம்

ஆனால் கவனமாகப்கவனமாகப் பார்த்தால், அவை பெரும்பாலும் சாதியின் கூறுகளைக் கொண்டிருப்பதைக் காணலாம். இத்தகைய விவாதங்கள் தன்னி-யல்பாக சாதிப்பாகுபாட்டைக் கொண்டதாக இல்லாவிட்டாலும், அதே இடத்-திலிருக்கும் ஒடுக்கப்பட்ட சாதியைச் சேர்ந்த நபர்களுக்குள் பணியிட நச்சு உளவியலையும் பகையுணர்ச்சியையும் விதைக்கும் சூழல்களை உருவாக்கு-வதற்கான சாத்தியக்கூறுகளை நாம் முற்றிலுமாக நிராகரித்துவிட முடியாது. சில நேரங்களில் இத்தகைய உரையாடல்கள் சாதியச்சூழலை கட்டமைப்பதா-கக்கூட அமைந்துவிடுகிறது

சாதியின் இயக்கவியலை உணர்ந்து, முன்னெப்போதும் இல்லாத வகை-யில், முதன்முறையாக கலிபோர்னிய சிவில் உரிமைத்துறை, 'தலித்,' 'பிரா-மணர்' மற்றும் 'தீண்டத்தகாதவர்' போன்ற குறிப்பிட்ட சாதி தொடர்பான சொற்களைக் கொண்ட அனைத்து ஆவணங்களையும் சிஸ்கோ சமர்ப்பிக்க-வேண்டும் எனக் கோரியது. இது Cisco நிறுவனத்திற்குள் சாதி எவ்வாறு செயல்படுகிறது என்பதைப் புரிந்துகொள்ள மிகவும் தேவையான அம்சம் எனவும் நிறுவியது. 21 சொற்களைக்கொண்ட கோரிக்கையின்படி 348,000 ஆவணங்கள் வருவதாகவும், அவற்றை வெளியிடுவதற்கு முன்பு மதிப்பாய்வு செய்ய $1.45 மில்லியன் செலவாகும் என்று Cisco கூறியது.

நவம்பர் 2024 இல், நீதிமன்றம் தேடலைக் குறிப்பிட்ட சொற்களுக்கு சுருக்கி, அந்த ஆவணங்களைப் பகிர சிஸ்கோவுக்கு உத்தரவிட்டது. இந்தத் தீர்ப்பு சிஸ்கோ வழக்கை முன்னெடுத்துச் செல்வதில் முக்கியப் பங்கு வகிக்கி-றது. மேலும் இது பணியிடங்களில் சாதிப் பாகுபாட்டை எதிர்க்கும் வலுவான கொள்கைகளை வகுக்க நிறுவனங்களை ஊக்குவிக்கக்கூடிய ஒரு முன்னு-தாரணத்தை அமைக்கிறது.

மார்ச் 2025 இல், குமார் vs CSU வழக்கில், மேல்முறையீட்டு நீதிமன்றம் மாவட்ட பெடரல் நீதிமன்றத்தின் தீர்ப்பை உறுதி செய்தது. அத்தீர்ப்பில், "CSUவின் சாதி சார்ந்த கொள்கை இந்து மதத்திற்கு எதிரான எந்தப் பகை-மையும் காட்டவில்லை. அது எந்தவகையிலும் மதத்தைக் களங்கப்படுத்துவ-தாக இல்லை — எனவே, மேல்முறையீட்டாளர்களுக்கு எந்தவித ஆன்மீ-கரீதியான "புண்படுத்துதுதலும்" நடக்கவில்லை" எனவும் அந்த உத்தரவில் கூறப்பட்டுள்ளது.

ஜூலை 18, 2025 அன்று, மிகநீண்டகாலமாக நடைபெற்றுவரும் இவ்-வழக்குகளில் மிகவும் எதிர்பார்க்கப்பட்ட தீர்ப்புகளில் ஒன்று வழங்கப்பட்டது. HAF இன் லட்சியத் திட்டமான "சாதி பாகுபாட்டு வழக்குகளில் அரசின் தலையீட்டைத் தடுக்கவேண்டும்" என்னும் முயற்சி சட்டத்தால் தீர்க்கமாக முறியடிக்கப்பட்டது. சாதிப் பாகுபாடு வழக்குகளில், தனிநபர்கள் அரசின் பிரதிநிதித்துவம் இல்லாமல், நிறுவனங்களை எதிர்த்துப் போராட வேண்டும் என்று HAF வாதிட்ட அணுகுமுறை நடைமுறையில் சாத்தியமற்றது.

மத சுதந்திரத்தை ஆதரிப்பதான போர்வையில் வைக்கப்படும் HAFஇன் இந்த வாதம் ஒடுக்கப்பட்ட சாதியினரை நேரடியாகப் பாதிக்கக்கூடியதாகவும், அவர்களை முற்றிலும் பாதுகாப்பற்ற நிலைக்கும் ஆளாக்கும். பெருநிறுவனத்தையும் அதில் உயரதிகாரிகளை எதிர்த்துப் போராடவேண்டியிருப்பது மட்டுமல்லாமல், வாழ்வாதாரம் பாதிக்கப்பட்டு அரசாலும் கைவிடப்பட்ட நிலைக்குத் தள்ளப்படுவார்கள். HAFஇன் நோக்கமும் அதுதான்.

பல சிஸ்கோ ஊழியர்களுக்கு பயனளிக்கும் வகையில் சிவில் உரிமைத்துறை தெளிவாக அமைப்புரீதியான நிவாரணம் கோரியுள்ளது என்பதை நீதிபதி டேல் ட்ரோஸ்ட் உறுதிப்படுத்தினார். இது நிறுவனம் மாநில சட்டத்துக்கு உட்பட்டுத்தான் நடக்கவேண்டும் என்பதை நிரந்தர நீதிமன்ற உத்தரவு மூலமாக உறுதி செய்கிறது. மாநில அரசின் துறைரீதியான நடவடிக்கையை, "புகார்தாரரின் தனிப்பட்ட வழக்கறிஞராக" துறை செயல்படுவதாக சிறுமைப்படுத்தி சித்தரிக்கும் HAF இன் வாதம் முற்றிலும் தவறானது என அத்தீர்ப்பில் தெரிவிக்கப்பட்டுள்ளது.

நீதிமன்றம் இவ் வழக்கில் மேலும் இதற்கு மேலும் திருத்தங்கள் செய்வது பயனற்றது எனவும், இனிமேல் புகாரில் திருத்தங்களை அனுமதிக்க முடியாது எனவும் நீதிமன்றம் தீர்மானித்துள்ளது. எனவே, HAFக்கு உச்ச நீதிமன்றத்தை மறுஆய்வுக்காக அணுகுவது மட்டுமே ஒரே வாய்ப்பாக உள்ளது. பொதுவாக உச்சநீதிமன்றத்தில் மறு ஆய்வுக்கு அளிக்கப்படும் மனுக்களில் 2% மட்டுமே விசாரணைக்கு எடுத்துக் கொள்ளப்படுகின்றன. இந்நிலையில் சாரமற்ற இந்த வழக்கு உடனே உச்ச நீதிமன்றத்தால் மறுவிசாரணைக்கு எடுத்துக்கொள்ளப்பட, அமெரிக்க உச்சநீதிமன்றம் ஒன்றும் அவர்களின் கட்டுப்பாட்டில் இல்லையே?

நம்பிக்கையூட்டும் எதிர்காலமும், அணிதிரள்வதன் அவசியமும்: இந்தத் தீர்ப்பு சாதியால் ஒடுக்கப்பட்ட சமூகங்களுக்கு மட்டுமல்ல, சாதி அடிப்படையிலான பாகுபாட்டைத் தடைசெய்யும் சட்டங்களை ஆதரிக்கும் சமத்துவத்தில் நம்பிக்கையுள்ள பொதுவான இந்து மக்களைத் திரட்ட முற்படும் சாதி-எதிர்ப்பு கொள்கையுடையோருக்கும் மிகப்பெரிய நம்பிக்கையைத் தருகிறது.

சர்வதேச அமைதிக்கான கார்னகி அறக்கட்டளையின் கணக்கெடுப்பு, "இந்திய அமெரிக்கர்களின் வாழ்வு மற்றும் அணுகுமுறைகள்" என்ற தலைப்பில் 2024இல் எடுக்கப்பட்ட கணக்கெடுப்பின் முடிவுகள், 77% இந்திய அமெரிக்கர்கள் 'ஒரு தனிநபரின் சாதி அடையாளத்தின் அடிப்படையில் பாகுபாட்டைத் தடைசெய்யும் புதிய சட்டங்கள் அல்லது விதிமுறைகளை' ஆதரிப்பதாகத் தெரிவிக்கின்றனர். அமெரிக்க பெடரல் நீதிமன்றம் இந்த இந்தியப் பெரும்பான்மையினரின் குரலையே பிரதிபலிக்கிறது.

எனவே, இந்த ஜூலை 18 தீர்ப்பு, அமெரிக்காவில் இந்து மேலாதிக்கவாதிகளின் செல்வாக்கிற்கான முடிவைத் தொடங்கிவைத்துள்ளது. இருப்பினும் இந்த மாற்றம் தானாக நிகழ்ந்துவிடாது. அமெரிக்காவில் இந்து மேலாதிக்-

கத்தின் அழிவை உறுதி செய்ய சாதி எதிர்ப்பு மற்றும் ஜனநாயக ஆதரவு சக்திகள் ஒன்றுபட வேண்டும். இந்த இலக்கை நோக்கி, சாதி எதிர்ப்புத்தளத்தில் கடந்த 10 ஆண்டுகளாக இயங்கிவரும் அம்பேத்கர் கிங் படிப்பு வட்டம் ஆகஸ்ட் 9 அன்று சான்-ஹொசேயில் இவ்வழக்கையும் அதன் தீர்ப்பின் முக்கியத்துவத்தையும் விவரிக்கும் ஒரு கூட்டத்தை நடத்தவுள்ளது. மதத்தின் பெயரால் இந்துக்களையும் இந்தியர்களையும் பிரிக்கும் சக்திகளுக்கு எதிராக ஒற்றுமையைப் பேணுவது குறித்து, சாதியை எதிர்க்கும் இந்தியர்களுக்குக் இதுகுறித்தான விழிப்புணர்வை ஏற்படுத்தவும், , ஜனநாயக சக்திகளை ஒன்றிணைக்கவும் இது பயனுள்ளதாக அமையும்.

இதே வழக்கில் சில் மாதங்களுக்கு முன் ஒரு வழக்கு நடைமுறை சார்ந்த தவறுதலுக்காக சிறு தொகை அபராதம் விதிக்கப்பட்டதையும், சுந்தரும் ரமணாவும் Cisco வழக்கில் தொடர்புடையவர்களாக இருந்தபோதும், அமைப்பு ரீதியான சட்டவிதிகளுக்காக விடுவிக்கப்பட்டதையும் — பெரிய வெற்றியாக சித்தரித்த இந்திய ஊடகங்கள் இந்த வரலாற்று முக்கியத்துவம் வாய்ந்த தீர்ப்பைப்பற்றி வாயே திறக்கவில்லை. சிஸ்கோ வழக்கை பலவிதமாகத் தொல்லை செய்துவந்த HAF அதன் அனைத்து வாதங்களிலும் மண்ணைக்கவ்வியதை இவர்கள் கண்டும் காணாமல் கடந்து செல்வது, அவை யாருடைய குரலாக செயல்படுகின்றன என்பதையும் நமக்கு உணர்த்துகிறது. சில முன்னணிப் பத்திரிகைகள் இந்தியப் பத்திரிகை அறக்கட்டளை (PTI) போடும் செய்திகளை மட்டுமே நாங்கள் கணக்கிலெடுத்துக்கொள்வோம் என்னும் போர்வையில் ஒளிந்துகொள்வதும், பிடிஐ, இத்தகைய உலக அரங்கில் முக்கியத்துவம் வாய்ந்த செய்திகளைக் கண்டுகொள்ளாமல் கடந்து செல்வதும் — இந்தியப் பொது ஊடகங்கள் இன்னும் யாருடைய பிடியில் இருக்கின்றன என்பதை மீண்டுமொருமுறை உறுதிசெய்கின்றன.

S. கார்த்திகேயன், கலிபோர்னியாவில் உள்ள அம்பேத்கர் கிங் ஸ்டடி சர்கிள் (AKSC) அமைப்பின் ஒருங்கிணைப்பாளர், மென்பொருள் பொறியாளராக பணியாற்றுகிறார்.

19. எம்முடன் நின்ற ஒரேயொரு பெண் செய்தியாளர்!

- சுரேன் கார்த்திகேசு

போர்முடிவுற்று ஒன்பது ஆண்டுகளாகிறது. மெல்ல மெல்ல ஒவ்வொருவரும் பேசுகிறார்கள். மனம் பதறும் சம்பவங்களை வேதனையுடன் பகிர்கிறத் தொடங்கியிருக்கிறார்கள்.

அந்த வகையில் இறுதி யுத்தகாலத்தில் ஊடகப் பணியாற்றியவர்களின் குரலும் மேலேழவேண்டிய காலத்தை அடைந்திருக்கிறோம். இறுதி யுத்த காலத்தில் புலிகளின் குரல் வானொலி, ஈழநாதம் பத்திரிகை, புதினம் போன்ற

சில இணையதளங்கள் இயங்கின.

இவற்றுக்கு செய்தியாளர்களாகப் பணியாற்றிய பலர் இன்று உறை நிலையில் இருக்கின்றனர். ஆனால் அவர்களின் மௌனம் கலைக்கப்படவேண்டியது. அவர்கள் சாட்சியமற்ற இனப் படுகொலையின் மிக முக்கிய சாட்சியங்கள்.

ஈழநாதம் பத்திரிகை நிறுவனம் ஒவ்வொரு பிரதேசங்களுக்கும் ஒவ்வொரு செய்தியாளர்களை நியமித்திருந்தது. அவ்வகையில் புலிகளின் குரல், ஈழநாதம் ஆகிய ஊடகங்களின் முல்லைத்தீவு பிரதேசத்துக்குரிய செய்தியாளராகக் கடமையாற்றியவர் சகிலா அக்கா.

செய்தியாளர் சகீலா

யுத்த காலத்தில் ஊடகப் பணியாற்றிய ஒரேயொரு பெண் செய்தியாளர் இவர். குடும்பத்தில் இருவர் மாவீரர்கள். யுத்தத்தின் பின் இரண்டு ஆண்டுகள் சிறைத்தண்டனை. சிறையில் இருந்து விடுதலையாகியதும் கிடைத்த சமூகப்புறக்கணிப்பு.

இவ்வாறான பல துயரங்களை சுமந்த ஒரு பெண்ணாகி இன்று வாழ்கிறார். அண்மையில் என்னுடன் பேசும்போது " ஒருதரும் என்னோடு கதைக்கிறதில்ல, எனக்கு காசு ஒன்றும் வேண்டாம். நீ அடிக்கடி கதைக்கிறியாடா" என அப்பாவிதனமாகக் கேட்டார் சகிலா அக்கா.

அவரின் துணிச்சல் மிக்க ஊடகப்பணிக்காகவே அவர் மதிப்பளிக்கப்படவேண்டியவர். இறுதி யுத்த காலப் பகுதியில் சகிலா அக்கா மற்றும் மன்னாரை சேர்ந்த ஐயா என்பவரும் இறுதிநாள் வரைக்கும் செய்தியாளராகப் பணியாற்றியிருந்தனர். ஏனைய பிரதேச செய்தியாளர்கள் நெருக்கடி நிலையினால் பணியினைத் தொடரமுடியாமல் போய்விட்டது.

நேரகாலமற்று மக்கள் சிதறியோடிக்கொண்டே இருந்த காலமது. எறிகணைகள் அடிக்கடி வீழ்ந்து படுகாயமடைந்துகொண்டிருப்பார்கள். அவ்வேளையில் எல்லாம் குண்டுசத்தங்கள் கேட்கும் திசையை நோக்கி சகிலா அக்கா தன் பாதுகாப்பையும் கவனத்தில் கொள்ளாது கெமராவோடு களத்தில் நிற்பார்.

24.03.2009 அன்று காலை 5 மணி. புதுமாத்தளன் நீர்ப்பரப்பினை தாண்டி படையினரின் நிலைகளில் இருந்து ஏவப்பட்ட ஆர்.பி.ஜி உந்துகணை ஒன்று வைத்தியசாலையின் பின்புறத்தில் வசித்த பெண் ஒருவரின் காலைத் துளைத்துக்கொண்டு வெடிக்காத நிலையில் இருந்துள்ளது.

யுத்த காலத்தில் வெளியான நிழற்படங்களில் இதைப் பார்த்திருப்பீர்கள். சத்தம் கேட்கும் திசையை நோக்கி ஓடிச்சென்ற சகிலா அக்காவும் வைத்தியசாலைப் பணியாளர்களும் வெடிக்காத நிலையில் இருந்த உந்துகணையோடு காயமடைந்த பெண்ணை வைத்தியசாலைக்குக் கொண்டு வந்திருந்தனர்.

இது எவ்வளவு பெரிய சவால் ஆபத்து நிறைந்தது என்று அனைவருக்கும் தெரியும். அன்று அந்த உந்துகணை வெடித்திருந்தால் வைத்தியசாலையில்

வைத்தியர்கள் உட்பட பலர் இறந்திருப்பார்கள்

"அக்கா நீங்கள் எப்படி பயமில்லாமல் அதில நிண்டீங்கள்? " என்று கேட்க! "உனக்கு தெரியாதாடா, நான் விடியப்பறமே எழும்பிடுவன். பகலில் சனம் என்று, அதில ஒரு கிணற்றடியில குளிக்கபோறனான். வழமையாக வெள்ளனவே நான் வைத்தியசாலைக்கு போடுவன்.

அன்றும் அப்படிதான் போனன். நான் பயப்பிடேல. எப்படியாவது அந்தப்பிள்ளையைத் தூக்கிகொண்டு வரவேணும் என்று, அதில் கிடந்த துணியில கிடத்தித்தான் தூக்கிகொண்டு வந்தது. ஆஸ்பத்திரிக்குக் கொண்டுவந்தவுடன் அதில் இருந்த எல்லாரும் ஓடிட்டினம்.

யாரோ ஒரு இயக்க டொக்ரராம், அவர் தானாம் நிறையபேரை காப்பாற்றினாராம். எனக்கு பேர் மறந்துபோச்சுதடா. அவரும் இன்னொரு டொக்ரரும் தான் அந்தப்பிள்ளையை காப்பாற்றினவ. உனக்கு அவரை தெரியுமோடா" இன்றும்
அதே வழமையான பாணியில் எல்லாரையும் அன்பாகக் கேட்டார். சகிலா அக்கா ஊடகத்துறையினை விட்டு விலகியிருந்தாலும் அவர் நிச்சயம் மதிக்கப்படவேண்டிய ஒருவர்.

இணையங்களில் நீங்கள் பார்க்கின்ற இறுதி யுத்தகால புகைப்படங்கள் பலவற்றினை அவரே எடுத்திருந்தார். பழைய மாத்தளன், புதுமாத்தளன், இடைக்காடு, அம்பலவன்பொக்கணை (பொக்கணை என்று அழைப்பார்கள்), வலைஞர்மடம், களுவாவாடி, இரட்டைவாய்க்கால், தனிப்பனையடி, முள்ளிவாய்க்கால் மேற்கு, முள்ளிவாய்க்கால் கிழக்கு, வட்டுவாகல் மேற்கு ஆகிய இடங்களிலேயே இறுதி யுத்தம் மூண்டிருந்தது.

இராணுவம் கைப்பற்றிய இடங்கள் இறுதி நாட்களில் வட்டுவாகல் மேற்குப் பகுதியில்தான் அதிகளவு மக்கள் ஒதுங்கியிருந்தனர். இவ்வாறு இறுதி யுத்தம் நடந்த பகுதிகளை நான் நான்கு பிரிவுகளாகப் பிரிக்கின்றேன்.

. 01) பழைய மாத்தளன், புதுமாத்தளன், இடைக்காடு, அம்பலவன்பொக்கணை.

02) வலைஞர்மடம், களுவாவாடி, இரட்டைவாய்கால்.

03) தனிப்பனையடி, முள்ளிவாய்க்கால் மேற்கு, முள்ளிவாய்க்கால் கிழக்கு.

04) வட்டுவாகல் மேற்கு (இப்பிரதேசங்களில் முதல் பிரிவில் உள்ள பிரதேசங்கள்)

இந்தப் பகுதிகள் 2009, ஏப்ரல் 20, 21 ஆகிய திகதிகளில் படையினரின்கட்டுப்பாட்டின் கீழ் கொண்டுவரப்பட்டுவிட்டன.

அத்துடன் பல்லாயிரக்கணக்கான மக்கள் படையினரின் பகுதிக்கு சென்று விட்டார்கள். இதில் அம்பலவன்பொக்கணைப் பகுதியிலேயே சகிலா அக்காவும் அவரது தாயாரும் வசித்து வந்திருந்தனர். சிறிலங்கா படையினர் அம்பலவன் பொக்கணையை அண்மித்துக்கொண்டு இருக்கும் பொழுது தமிழீழ

விடுதலைப்புலிகளின் காவலரண்கள் வலைஞர்மடம் பகுதியினை அண்மித்து அமைக்கப்பட்டிருந்தது.

வலைஞர்மடத்தினை தாண்டி முள்ளிவாய்க்காலுக்கு எவரும் அன்றைய-நாளில் வரமுடியாதநிலை, அம்பலவண்பொக்கணையில் இருந்த பெரும்பா-லானவர்கள் படையினரின் பக்கமும் முள்ளிவாய்க்கால் பக்கமும் முதல்நாளே சென்று விட்டனர். அதற்குள் அகப்பட்டிருந்த சகிலா அக்காவும் தாயாரும் உண்மையிலே படையினரின் பக்கமே சென்றிருக்கவேண்டும்.

முள்ளிவாய்க்கால் செல்வதற்கு வழியேதும் இல்லை. அங்கே செல்வ-தென்றால் விடுதலைப்புலிகளின் காவலரண்களைத் தாண்டித்தான் செல்ல-வேண்டும். அது கடினமான காரியம். அந்த ஆபத்தான நேரத்தில்தான் தற்துணிவோடு வலைஞர்மடம் கடற்பகுதிக்கு சென்று, கடலுக்குள் இறங்கி, இடுப்பளவு தண்ணீருக்கு ஊடாகத் தனது தயாரையும் முள்ளிவாய்க்கால் பகுதிக்கு அழைத்துச்சென்றார் சசிகலா அக்கா.

சகிலா அக்கா ஊடகப்பணி மீது வைத்த அதீத அக்கறை தான் காரணம். யுத்தம் உக்கிரமாக நடந்து கொண்டிருக்கும் ஆபத்தான சூழல், உணவுத்-தட்டுப்பாடு, வயதான பெற்றோர்களைப் பராமரிப்பதில் சிரமம், குழந்தைப் பிள்ளைகளுக்கான உணவுப் பொருட்கள் தட்டுப்பாடு, காயமடைந்தவர்கள் மீண்டும் மீண்டும் காயமடைகின்ற அவலம் — இவ்வாறானதொரு நெருக்-கடிநிலை உருவாகவே, அப்பகுதியில் பணியாற்றிய ஊடகவியலாளர்கள், ஊடகப்பணியாளர்கள் பலர் படையினர் பக்கம் சென்றிருந்தனர்.

ஆயினும் தனக்கு சந்தர்ப்பம் கிடைத்தும், படையினரின் பக்கம் செல்லா-மல் யுத்தத்தின் இறுதிநாள் வரைக்கும் ஊடகப் பணியாற்றியிருந்தார் சசி-கலா அக்கா. இன்று வரைக்கும் அனைவரும் இறுதி யுத்தகால படங்களைப் பார்க்கின்றீர்கள் என்றால் அதற்கு சகிலா அக்காவின் உழைப்பும் அதில் நிறையவே இருக்கின்றது. (சகிலா அக்கா பற்றிய விரிவான பகுதி நூலில் வெளிவரும்)

20. தொடர்ந்து மறுக்கப்படும் நீதி!

- பி.மாணிக்கவாசகம்

யுத்த மோதல்கள் இடம்பெற்ற காலத்தில் மிக மோசமான அடக்குமுறை-களுக்கும் நெருக்குதல்களுக்கும் ஆளாகியிருந்த பத்திரிகை சுதந்திரம் இப்-போது முன்னேற்றம் அடைந்திருக்கின்றது. இதனை எவரும் மறுக்க முடி-யாது. அதேவேளை, யுத்தத்தின் பின்னர் நிலைமாறு கால நீதி பற்றி பேசப்படுகின்ற சூழலில் இது போதிய அளவில் முன்னேற்றம் அடைய-வில்லை என்பதையும் மறுக்க முடியாது.

இலங்கையின் பத்திரிகை சுதந்திரம் முன்னைய ஆண்டிலும் பார்க்க சிறிது முன்னேறியிருக்கின்றது என்பதை ஆர்.எஸ்.எவ் என்ற அமைப்பு, அகில

உலகளாவிய தனது ஊடக சுதந்திர நிலைமை குறித்த வருடாந்த மதிப்பீட்டு அறிக்கையில் குறிப்பிட்டிருக்கின்றது. ஊடக சுதந்திரத் தர வரிசையில் 141 ஆவது இடத்தில் இருந்த இலங்கை 131 ஆவது இடத்திற்கு முன்னேறியிருப்பதாக அந்த அறிக்கை மதிப்பிட்டிருக்கின்றது.

பத்திரிகை சுதந்திரம் உலகின் 180 நாடுகளில் மதிப்பீடு செய்யப்பட்டு வருடந்தோறும் தரவரிசை அறிக்கை வெளியிடப்படுகின்றது. ஆங்கிலம் உள்ளிட்ட 20 மொழிகளில் தயாரிக்கப்படுகின்ற 87 கேள்விகளை உள்ளடக்கிய ஒரு வினாக் கொத்தின் ஊடாக தர வரிசை மதிப்பீட்டுக்கான தரவுகள் சேகரிக்கப்படுகின்றன.

இந்தத் தரவுகள், பன்மைத் தன்மை, ஊடக சுதந்திரம், சூழலும் சுய செய்தித் தணிக்கையும், ஊடகச் செயற்பாடுகள் தொடர்பிலான சட்ட நிலைமைகள், வெளிப்படைத் தன்மை, செய்தித் தயாரிப்புக்கான கட்டமைப்பு, ஊடகத்தின் மீதான துஸ்பிரயோகம், வன்முறை பற்றிய தகவல்கள் ஆகிய 7 விடயங்களில் மதி;ப்பீடு செய்து, புள்ளிகள் இட்டு தர வரிசை நிர்ணயிக்கப்படுகின்றது.

இவ்வாறு பெறப்படுகின்ற புள்ளிகளின் அடிப்படையில் வெள்ளை நிறத்தில் குறிப்பிடப்படுகின்ற முதல் 15 புள்ளிகள், நல்ல நிலையில் உள்ளது, மஞ்சள் நிறத்தில் குறிப்பிடப்படுகின்ற 15.01 இலிருந்து 25 வரையில் பரவாயில்லை, சிவந்த மஞ்சள் (ஆரஞ்சு நிறம்) நிறத்தில் குறிப்பிடப்படுகின்ற 25.01 இலிருந்து 35 வரையிலான புள்ளிகள் பிரச்சினைக்கு உரியது, சிவப்பு நிறத்தில் குறிப்பிடப்படுகின்ற 35.01 இலிருந்து 55 வரையிலான புள்ளிகள் மோசமானது, கறுப்ப நிறத்தில் குறிப்பிடப்படுகின்ற 55.01 இலிருந்து 100 வரையிலான புள்ளிகள் மிகவும் மோசமானது என்றவாறாக நாடுகளின் ஊடக சுதந்திர நிலைமை மதிப்பீடு செய்யப்படுவதாக ஆர்.எஸ்எவ் நிறுவனம் கூறுகின்றது.

இந்த வகையில், ஜனநாயகத்தை அச்சுறுத்துகின்ற ஊடகங்கள் மீதான வெறுப்புணர்வு என்ற தலைப்பில் ஆர்.எஸ்.எவ் அமைப்பு 180 நாடுகளில் ஊடக சுதந்திரத்தின் நிலைமை தொடர்பாக அறிக்கை வெளியிட்டிருக்கின்றது. இந்தத் தர வரிசை தேசப்படத்தில் இலங்கையை உள்ளடக்கிய ஆசிய பிராந்தியம் மஞ்சள் நிறத்தில் காட்டப்பட்டிருக்கின்றது என்பது குறிப்பிடத்தக்கது.

இலங்கையில் ஊடகவியலாளர்கள் எவரும் 2017 ஆம் ஆண்டு எவரும் கொலை செய்யப்படாத போதிலும், ஊடக நிறுவனங்களும், ஊடகவியலாளர்களும், மனித உரிமைச் செயற்பாட்டாளர்கள் மற்றும் பெண்ணுரிமைச் செயற்பாட்டாளர்களும் அச்சுறுத்தப்பட்டிருக்கின்றார்கள். ஊடகவியலாளர்கள் அல்லாதவர்கள் கருத்துச் சுதந்திரம் மறுக்கப்பட்ட நிலையில் அச்சுறுத்தலுக்கும் பாதிப்புக்கும் ஆளாக்கப்பட்டிருக்கின்றனர் என்பது ஊடக சுதந்திரத்தின் அம்சமாக உள்ளடக்கப்பட்டிருப்பதை அவதானிக்க முடிகின்றது.

முன்னைய ஆட்சியில் ஊடகங்களும், ஊடகவியலாளர்களும் இறுக்கமான வரைமுறைகள், கட்டுப்பாடுகளைக் கொண்ட செயற்பாடுகளின் மூலம் மோசமான அடக்குமுறைகளுக்கு ஆளாக்கப்பட்டிருந்தார்கள். குறிப்பாக யுத்த மோதல்கள் இடம்பெற்ற பிரதேசங்களில் இடம்யெர்ந்த மக்கள் மீள் குடியேற்றம் செய்யப்பட்டு, இயல்பு நிலைமையை ஏற்படுத்துவதற்கான நடவடிக்கைகள் எடுக்கப்பட்டிருந்தன. ஆயினும் அந்தப் பிரதேசங்கள் இராணுவ கட்டுப்பாட்டிலும், முழுமையான இராணுவ புலனாய்வு கண்காணிப்பிலும் இருந்தன. அரச நிர்வாகக் கட்டமைப்பின் செயற்பாடுகளிலும் இராணுவ அதிகாரம் மேலாதிக்கம் கொண்டிருந்தது.

இந்தப் பிரதேசங்களுக்கு பாதுகப்பு அமைச்சின் முன் அனுமதி பெறாமல் ஊடகவியலாளர்கள் செல்ல முடியாது. அவ்வாறு அனுமதி பெற்றுச் சென்றாலும்கூட, அந்தந்தப் பிரதேசங்களுக்குப் பொறுப்பான இராணுவ அதிகாரிகளின் முன் அனுமதி பெற்ற பின்னரே செய்தி சேகரிக்க வேண்டும் என்ற எழுதப்படாத சட்டம் இறுக்கமாகக் கடைப்பிடிக்கப்பட்டிருந்தது. புகைப்படங்கள் எடுக்கவும், வீடியோ காட்சிகளைப் பதிவு செய்யவும்கூட அந்த இராணுவ அதிகாரிகளின் முன் அனுமதி பெற வேண்டிய நிலைமை நிலவியது.

அவ்வாறு அனுமதி பெற்றிருந்தாலும், நிழலைப்போல பின்தொடர்கின்ற இராணுவ புலனாய்வாளர்களின் இறுக்கமான கண்காணிப்பின் கீழேயே ஊடகவியலாளர்கள் செயற்பட நேர்ந்திருந்தது. சில வேளைகளில் பொதுமக்களிடம் செய்யப்படுகின்ற நேர்காணல்கள், அவர்களுடன் நடத்தப்படுகின்ற கலந்துரையாடல்களும் பின்தொடர்கின்ற இராணுவ புலனாய்வாளர்களின் கைத்தொலைபேசியில் வீடியோ காட்சிகளாகப் பதிவு செய்வதும் உண்டு. ஆனால் ஆட்சி மாற்றத்தின் பின்னர், இந்த நிலைமைகளில் மாற்றங்கள் ஏற்பட்டிருக்கின்றன. ஆயினும் சில பல இடங்களில் பிரதேச சிவில் உடையில் காணப்படுகின்ற புலனாய்வாளர்களின் அவதானிப்பும். நிழல் போன்ற கண்காணிப்பும் இன்னும் இருக்கத்தான் செய்கின்றன.

நிலைமைகள் - யுத்தம் முடிவடைந்து ஒன்பது வருடங்களாகப் போகின்ற போதிலும், இடம் பெயர்ந்துள்ள மக்களின் மீள்குடியேற்றம் இன்னும் இழுபறி நிலையிலேயே உள்ளது. இடம்பெயர்ந்துள்ள மக்களின் காணிகளில் இராணுவம் நிலைகொண்டிருப்பதும், அந்த இடங்களை இராணுவம் தனது நிரந்தரமான இருப்பிடமாக்குவதற்கான முயற்சிகளில் ஈடுபட்டிருப்பதுமே இதற்கு முக்கிய காரணமாகும். யுத்தத்தை முடிவுக்குக் கொண்டு வந்த அரசாங்கமும்சரி, ஆட்சி மாற்றத்தின் பின்னர் அதிகாரத்தைக் கைப்பற்றியுள்ள அரசாங்கமும்சரி, இடம்பெயர்ந்த மக்களின் மீள்குடியேற்றத்தில் அதிக ஈடுபாடும் அதிக கவனத்தையும் செலுத்துவதற்குப் பதிலாக, யுத்தமோதல்கள் இடம்பெற்ற தமிழ்ப்பிரதேசங்களில் சிங்களக் குடியேற்றங்களை வலிந்து மேற்கொள்வதிலேயே ஆர்வமாகச் செயற்பட்டிருக்கின்றன.

இத்தகைய சிங்களக் குடியேற்றமும், கரையோர தமிழ் மீனவர்களின் வாழ்விடங்களையம் வாழ்வாதாரப் பகுதிகளையும் சிங்களக் குடியேற்றத்தின் மூலம் ஆக்கிரமிக்கின்ற செயற்பாடுகளும் முல்லைத்தீவில் அரசாங்கத்தின் அனுசரணையோடு பகிரங்கமாக இடம்பெற்று வருகின்றன. இந்த ஆக்கிரமிப்பச் செயற்பாடு குறித்து மக்கள் பிரதிநிதிகள் அரசாங்கத்தின் கவனத்திற்குக் கொண்டு வந்த போதிலும், அது குறித்து அரசாங்கம் அலட்டிக்கொள்ளாத போக்கே காணப்படுகின்றது.

இத்தகைய ஒரு பின்னணியில் முல்லைத்தீவு பிரதேசத்தின் ஆக்கிரமிப்புக் குடியேற்ற நடவடிக்கைகள் குறித்து தகவல் அறிந்து செய்தி சேகரிக்கச் சென்ற யாழ் ஊடகவியலாளர்கள் இராணுவத்தினரால் அச்சுறுத்தப்பட்டுள்ளார்கள். அவர்கள் பதிவு செய்திருந்த வீடியோ காட்சிகளும், புகைப்படங்களும் ஊடகவியலாளர்களைப் பின்தொடர்ந்து கணகாணித்த படையினரால் பலவந்தமாக அழிக்கப்பட்டிருக்கின்றன. இது அப்பட்டமான ஊடக உரிமை மீறலாகப் பதிவாகியிருக்கின்றது.

மீள்குடியேற்றப் பிரதேசங்களில் தேசிய பாதுகாப்புக்காக பெரும் எண்ணிக்கையில் நிலை நிறுத்தப்பட்டுள்ள இராணுவத்தினர் யுத்தத்தினால் பாதிக்கப்பட்ட மக்களின் மீள் வாழ்வெழுச்சிக்கான உதவிகளிலும் அபிவிருத்திச் செயற்பாடுகளிலும் ஈடுபட்டிருப்பதாகவே கூறப்படுகின்றது. அத்துடன் யுத்தத்தின் பின்னரான நல்லிணக்க முயற்சிகளிலும், அமைதி சமாதானம் ஐக்கியம் நிறைந்த தேசிய வாழ்க்கையைக் கட்டியெழுப்புவதற்கும் இராணுவத்தினர் உதவி புரிவதாகவும் பிரசாரம் செய்யப்படுகின்றது. ஆனால், பாதிக்கப்பட்ட மக்களுக்கு மேலும் பாதிப்பு ஏற்படத்தக்க வகையில் மீள்குடியேற்றப் பிரதேசங்களில் இடம்பெறுகின்ற அத்துமீறல்களையும் உரிமை மீறல்களையும் ஊடகங்கள் செய்தியாகப் பதிவு செய்வதற்கு அனுமதி மறுக்கப்பட்டிருப்பது நல்லாட்சி அரசாங்கத்தின் ஊடக சுதந்திர நிலைமையைப் படம் பிடித்துக் காட்டுவதாக அமைந்துள்ளது.

ஊடகவியலாளர்களின் உரிமை சார்ந்து செயற்பாட்டைத் தடுத்ததுடன், ஊடக சுதந்திரத்துக்கு அச்சுறுத்தல் விடுத்ததாகவே இந்தச் சம்பவம் பதிவாகியிருக்கின்றது. ஊடக சுதந்திரம் குறித்து பேசப்படுகின்ற போது, இந்த முல்லைத்தீவு சம்பவம் ஊடக சுதந்திர மறுப்பு நடவடிக்கையாக எடுத்துக் காட்டப்பட்டிருக்கின்றது. ஊடக சுதந்திரம் முன்னேற்றமடைந்துள்ளதாக சுட்டிக்காட்டப்பட்டபோது, ஊடக சுதந்திரச் செயற்பாட்டில் மோசமான பின்னடைவுச் சம்பவமாக இந்தச் சம்பவம் அறிக்கை இடப்பட்டிருக்கின்றது.

இது மட்டுமல்லாமல் ஊடக சுதந்திரத்துக்கு அச்சுறுத்தல் ஏற்படுத்தும் வகையில் ஊடகவியலாளர்கள் அவர்களுடைய நாளாந்தச் செயற்பாடுகளில் அரசுக்கு எதிரானதாகக் கருதப்பட்ட சம்பவம் குறித்து சம்பந்தப்பட்ட ஊடகவியலாளர்கள் விசாரணைக்கு உள்ளாக்கப்பட்டு அவர்களுடைய வாக்குமூலங்கள் பதிவு செய்யப்பட்டிருக்கின்றன. குறிப்பிட்ட சம்பவம் தொடர்பான

உண்மை நிலையைக் கண்டறிவதற்கான விசாரணையாக அது காட்டப்பட்ட போதிலும், அந்த விசாரணையும் பதிவு செய்யப்பட்ட வாக்குமூலமும், சம்பந்தப்பட்ட ஊடகவியலாளர்களுக்கு எதிராக எதிர்காலத்தில் பயன்படுத்தப்படக் கூடும் என்பதில் சந்தேகமில்லை.

ஊடகர்களின் படுகொலைகளுக்கான நீதி மறுப்பு - இதேபோன்று வலிந்து காணாமல் ஆக்கப்பட்டுள்ளவர்கள் தொடர்பில் அரசாங்கம் பொறுப்பு கூற வேண்டும் எனக் கோரி நடத்தப்படும் போராட்டங்களில் முக்கிய பங்களிப்பு செய்தவர்கள் விசாரணைக்கு உட்படுத்தப்பட்டதும், அச்சுறுத்தப்பட்டதும் கூட பதிவாகியிருக்கின்றன. இறுதி யுத்தத்தின்போது இராணுவத்திடம் சரணடைந்தவர்கள் காணாமல் போயுள்ளார்கள். இவர்கள் வலிந்து காணாமல் ஆக்கப்பட்டுள்ளார்கள். இவர்களுக்கு பொறுப்பு கூற வேண்டியது அரசாங்கத்தின் கடமையாகும். அதேபோன்று கைது செய்யப்பட்டவர்களும் கடத்திச் செல்லப்பட்ட பின்னர், காணாமல் போயிருப்பவர்கள் குறித்தும் பொறுப்பு கூற வேண்டியது அரசாங்கத்தின் கடமையாகும். இந்தக் கடமையைச் சுட்டிக்காட்டி வலிந்து காணாமல் ஆக்கப்பட்டமைக்கு பொறுப்பேற்று பதிலளிக்;குமாறு கோரியும், அந்தச் செயலுக்கு நியாயம் கோரியும் நடத்தப்படுகின்ற போராட்டத்தில் ஈடுபட்டிருந்தவர்கள் அச்சுறுத்தப்பட்டமை அப்பட்டமான கருத்து நிலைப்பாட்டு உரிமை மீறலாகும். அது கருத்து வெளிப்பாட்டு நடவடிக்கையைக் கட்டுப்படுத்துகின்ற செயற்பாடாகவும் கணிக்கப்பட்டிருக்கின்றது.

யுத்த காலத்தில் இடம்பெற்ற மனித உரிமை மீறல்கள், சர்வதேச மனிதாபிமான சட்ட மீறல்களுக்கு பொறுப்பு கூறவேண்டும் என்ற கடப்பாட்டை அரசாங்கம் ஏற்று ஐநா மனித உரிமைகள் பேரவையில் நிறைவேற்றப்பட்ட தீர்மானங்களுக்கு இணை அனுசரணை வழங்கி ஒப்புதல் அளித்திருக்கின்றது.

அதற்கான பொறிமுறைகளை வகைப்படுத்தி அவற்றை நிறைவேற்றுவதற்கும் அரசு இணக்கம் தெரிவித்திருக்கின்றது. அந்தச் செயற்பாடு குறித்த முன்னேற்ற அறிக்கைகளும்கூட ஐநா மனித உரிமைப் பேரவைக்கு அரசாங்கத்தினால் சமர்ப்பிக்கப்பட்டிருக்கின்றன. ஆனால் இந்த நடவடிக்கைகளில் வேண்டும் என்றே காலம் தாழ்த்தப்படுகின்றது. இழுத்தடிக்கப்படுகின்றது என்று சர்வதேச அளவில் சுட்டிக்காட்டப்பட்டிருக்கின் றது. மனித உரிமைப் பேரவையில் இந்த விடயம் ஐநா மனித உரிமை ஆணையாளரினால் கடுமையான தொனியில் வெளிப்படுத்தப்பட்டிருக்கின்றது .

அரசாங்கத்தின் இந்த இழுத்தடிப்புச் செயற்பாடுகள் மனித உரிமை நிலைமைகளில் ஏற்பட்டுள்ள தேக்க நிலைமையை வெளிப்படுத்துவதாக அமைந்திருக்கின்றன என்பதே சர்வதேச மனித உரிமை அமைப்புக்களின் நிலைப்பாடாகும். மனித உரிமைச் செயற்பாடுகளில் போதிய அளவில் முன்னேற்றம் காணப்படவில்லை என்ற குற்றச்சாட்டிற்கு, படுகொலை செய்யப்பட்ட ஊடகவியலாளர்களின் கொலைகளுக்கு ஆட்சியாளர்கள் நீதி வழங்க தவறியுள்ள-

மையும் வலு சேர்ப்பதாக அமைந்திருக்கின்றன.

ஊடக சுதந்திரத்துக்கு சாவுமணி அடிக்கும் வகையில் நாற்பதுக்கும் மேற்பட்ட ஊடகவியலாளர்கள் படுகொலை செய்யப்பட்டிருக்கின்றார்கள். இந்தக் கொலைகள் ஒவ்வொன்றும் மிக மோசமான குற்றச் செயல்களாகும். அது மட்டுமல்லாமல், அந்தக் கொலைகள் ஜனநாயகத்தின் ஆணிவேராகிய ஊடக சுதந்திரத்தை அடித்து நொறுக்குவதற்கான மோசமான வன்முறைச் செயற்பாடாகவும் கருதப்படுகின்றது. ஜனநாயகதின் நான்கு தூண்களில் ஊடக சுதந்திரமும் ஒன்றாகும். ஊடக சுதந்திரம் நசுக்கப்பட்டால், அச்சுறுத்தப்பட்டால், அந்த சுதந்திரம் அடக்குமுறையின் மூலம் மறுக்கப்பட்டால், அங்கு ஜனநாயகம் இல்லை என்பதே கருத்தாகும்.

இலங்கையில் கொல்லப்பட்ட ஊடகவியலாளர்களில் பெரும்பாலானவர்கள் தமிழர்கள் என்பது குறிப்பிடத்தக்கது. ஊடகவியலாளர்கள் கடமைக்குச் செல்லும்போது அல்லது கடமையில் இருந்து திரும்பும்போது வழிமறித்துக் கொல்லப்பட்டிருக்கின்றார்கள். அதேபோன்று பகிரங்கமாக சிலர் கடத்திச் செல்லப்பட்ட பின்னர் வீதியோரங்களிலும் மறைவிடங்களிலும் படுகொலை செய்யப்பட்டு வீசப்பட்டிருந்தார்கள். சித்திரவதை செய்யப்பட்டு கொல்லப்பட்டடமைக்கான அடையாளங்கள், சில ஊடகவியலாளர்களின் சடலங்களில் அவதானிக்கப்பட்டிருக்கி;ன்றன. இந்த சித்திரவதைகள் மோசமானவை. பாலியல் ரீதியாகவும் காணப்பட்டமை குறிப்பிடத்தக்கது. இந்தச் செயற்பாடுகள் கொல்லப்பட்ட ஊடகவியலாளர்கள் மீது அவர்களைக் கொலை செய்தவர்கள் கொண்டிருந்த மிக மோசமான வன்மத்தையும் பகை உணர்வையும் வெறுப்புணர்வையும் வெளிப்படுத்துவதாக அமைந்திருந்தன.

இத்தகைய மோசமான கொலைகள் இடம்பெற்றிருந்த போதிலும், கொலை செய்தவர்களும்சரி, கொலைகளுக்குக் காரணமானவர்களும்சரி இன்னும் அரசாங்கத்தினால் கண்டுபிடிக்கப்படவில்லை. ஆயுதம் ஏந்தாத நிராயுதபாணிகளான ஊடகவியலாளர்களைப் படுகொலை செய்தவர்கள் யார் என்பதைக் கண்டறிவதற்கு அரசாங்கங்கள் ஆர்வம் காட்டவில்லை என்ற குற்றச்சாட்டு நீண்ட காலமாக நிலவுகின்றது. குறிப்பாக படுகொலை செய்யப்பட்ட தமிழ் ஊடகவியலாளர்கள் தமிழ் ஊடகவியலாளர்கள்தானே என்ற இனவாத சிந்தனையின் அடிப்படையில்தான் இத்தகைய பாரமுகமான போக்கு கடைப்பிடிக்கப்படுகின்றதோ என்று ஊடக சுதந்திரத்துக்கான செயற்பாட்டாளர்களினால் சந்தேகிக்கப்படுகின்றது.

நல்லாட்சிக்கும் ஜனநாயகத்திற்கும் ஊடக சுதந்திரம் அவசியம் - ஊடகங்களின் மீதான கட்டுப்பாடும், அடக்குமுறையும் ஊடகங்கள் மீதான அரசாங்கத்தினதும், ஆட்சியாளர்களினதும் வெறுப்புணர்வையே காட்டுகின்றன. இது ஜனநாயகத்தின் மீதான அச்சுறுத்தலின் வெளிப்படுத்தலே ஆகும். இதுவே ஆர்.எஸ்.எவ் என்ற எல்லைகளற்ற ஊடகவியலாளர்களின் அமைப்பு என்ற ஊடக சுதந்திரத்துக்கான அமைப்பு 2018 ஆம் ஆண்டின் ஊடகத் தரவரிசை

அறிக்கையின் மகுட வாசகமாகக் கொண்டிருக்கின்றது. ஊடகங்களின் மீதான வெறுப்புணர்வு ஜனநாயகத்தை அச்சுறுத்தும் நடவடிக்கை என அது சுட்டிக்-காட்டியிருக்கின்றது.

ஊடகங்கள் அரசாhங்கத்தற்கு எதிரான செயற்பாட்டைக் கொண்டவை-யல்ல. ஊடகமும், ஊடக சுதந்திரமும் ஜனநாயகத்தின் முக்கிய அம்சமாகும். ஜனநாயக நெறிமுறைகளை மீறும்போதும், பொதுமக்களுடைய நன்மைக-ளுக்கு விரோதமான செயற்பாடுகள் முன்னெடுக்கப்படும்போதும் அவற்றைச் சுட்டிக்காட்டி நேர்வழியில் அரசாங்கங்களைப் பயணிக்கச் செய்யும் பாரிய பொறுப்பையே ஊடகங்கள் கொண்டிருக்கின்றன. இதனால்தான் ஊடகம் என்பது காவல்நாயாக வர்ணிக்கப்படுகின்றது. அந்த வகையில் நல்லாட்சி நிலவுவதற்கும் நல்லாட்சி தொடர்வதற்கும் ஊடகங்கள் உறுதுணையாக அமைந்திருக்கின்றன.

ஜனநாயகத்தின் பண்பு நிலைப்பாட்டில் உயர்ந்த முக்கியமான அந்தஸ்-தைப் பெற்றுள்ள ஊடகங்கள் அரசாங்கங்களின் செயற்பாடுகள் அனைத்தை-யும் போற்றிப் புகழ வேண்டும் என்று எதிர்பார்ப்பது தவறு. அரசாங்கத்தின் செயற்பாடுகள் அனைத்தும் சரியானவை என மக்களிடம் கொண்டு செல்-கின்ற ஊதுகுழல் கருவியாக ஊடகம் செயற்பட முடியாது. ஜனநாயகத்தையும் ஜனநாயக உரிமைகளையும் பேணிப் பாதுகாக்கின்ற பணியில் ஊடகங்களின் செயற்பாடுகள் இன்றியமையாதன.

ஆட்சியாளர்களும்சரி, அரசியல்வாதிகளும் சரி ஜனநாயக செல்நெறிக-ளில் இருந்து நெறி பிறழ்வதற்கான சந்தர்ப்பங்கள் அதிகமாகவே இருக்-கின்றன. அரசியல் என்பது அதிகரத்தையும் புகழையும் பிரபல்யத்தையும் மட்டுமல்லாமல் சமூக அந்தஸ்தையும் செல்வத்தையும் கூட பெற்றுத்தரவல்-லது. உண்மையான அரசியல் மக்களுக்கு நேர்மையான நியாயபூர்வமான செயற்பாட்டை அடிப்படையாகக் கொண்டது. அந்த ஜனநாயக இலக்கில் இருந்து வழிதவறிச் செல்வதற்கு அதிகார அந்தஸ்து, புகழ், பிரபல்யம், செல்-வம் என்பன ஊன்றுகோல்களாக அமைந்திருக்கின்றன. இவற்றின் ஆதிக்-கத்தில் இருந்து தப்பிச் செயற்படுவதற்கு உண்மையான ஜநாயகத் தன்மை கொண்ட ஊடகச் செயற்பாடுகள் உறுதுணையாக இருக்கின்றன.

எனவே, ஊடகங்கள் அரசுக்கும், ஆட்சியாளர்களுக்கும், அரசியல்வாதி-களுக்கும் வழிநடத்தல் காவலர்களாகத் திகழ்கின்றன. அத்தகைய முக்கியத்-துவம் மிக்க ஊடகத்தை சுதந்திரமாகச் செயற்பட விடவேண்டியதும், அந்தச் சுதந்திரத்தைப் பாதுகாத்துப் பேணுவதும் அரசாங்கத்தின் பொறுப்பாகும். இந்த பொறுப்பில் இருந்து அரசாங்கம் தவறுமானால், அந்த ஆட்சி நல்லாட்சியாக அமைய முடியாது. அது மட்டுமல்ல. அந்த ஆட்சி உண்மையான ஜனநாயக ஆட்சியாகவும் இருக்க முடியாது.

4

போரியல் கலைச்சொற்கள்

1. புலி

திருமாவளவன் (கரிகாலன்) தன் வெற்றிப்படை வடதிசை நோக்கிச் செல்வதை இமயமலை தடுத்தது என்று அதனைச் செண்டால் அடித்தான். அதில் தன் புலிச் சின்னத்தைப் பொறித்து மீண்டான் - என்று சிலப்பதிகாரம் குறிப்பிடுகிறது. இதனைக் குறிப்பிடும் பாடல் பகுதி:

திருமாவளவன்,
வாளும்,குடையும், மயிர்க் கண் முரசும்,
நாளொடு பெயர்த்து, 'நண்ணார்ப் பெறுக-இம்
மண்ணக மருங்கின், என் வலி கெழு தோள்'என,
புண்ணிய திசைமுகம் போகிய அந் நாள்
'அசைவு இல் ஊக்கத்து நசை பிறக்கு ஒழிய,
பகை விலக்கியது இப் பயம் கெழு மலை' என,
இமையவர் உறையும் சிமையப் பிடர்த்தலை,
கொடுவரி ஒற்றி, கொள்கையின் பெயர்வோற்கு

இப்பகுதிக்கு உரை எழுதும் அடியார்க்கு நல்லார் இது தொடர்புள்ள இரு மேற்கோள் பாடல்களைக் குறிப்பிடுகிறார்.

கரிகாலன் இமைய உச்சியைச் செண்டால் (ஆயுதம்) அடித்தான். அது தன் பழைய நிலை மாறாமல் நிற்க அதன்மீது தன் புலிச் சின்னத்தைப் பொறித்தான். இதனைக் குறிப்பிடும் பாடல் பகுதி:

செண்டு கொண்டு கரிகாலன் ஒருகால் இமையச் சிமைய மால் வரை
திரித்து அருளி மீள அதனைப்
பண்டு நின்றபடி நிற்க இது என்று முதுகில் பாய் புலி பொறித்து மறித்த
பொழுதே

கம்பக் களிற்றில் செல்பவன் கரிகால் பெருவளத்தான். அவன் காஞ்சிபுரத்துக் காமக்கோட்டத்தைப் போற்றி வணங்குபவன். அவன் தன் கையில் இருக்கும் செண்டால் பொன்மலையை (இமயமலையை) அடித்து வளையச் செய்தான். இதனைக் குறிப்பிடும் பாடல்:

கச்சி வளைக் கைச்சி காமக் கோட்டம் காவல்
மெச்சி இனிதிருக்கும் மெய்ச் சாத்தன் - கைச் செண்டு
கம்பக் களிற்றுக் கரிகால் பெருவளத்தான்
செம்பொன் கிரி திரித்த செண்டு.

கலிங்கத்துப் பரணி - ஒரு சமயம் கரிகாற்சோழன் போர் வேட்கையால் வட திசைக்கண் படையெடுத்துச் சென்றான். அப்போது வடக்கில் உள்ள உச்சிகளை உடைய இமயமலை குறுக்கே நின்று தடுத்தது. அதனைக் கரிகாலன் தன் போர்க்கருவி ஆகிய செண்டினால் தலைகீழாக திருப்பினான். "இம்மலை முன் நின்ற நிலையிலேயே நிற்கட்டும்" என்று எண்ணினான். புலிக்கொடியாகிய அடையாளச் சின்னத்தை அம்மலையின் நடுவிடத்தில் பொறித்து,இமயமலையை முன் இருந்த நிலையிலேயே திரும்பவும் இருக்கச் செய்தான்.

2. மிதிவெடி

மிதிவெடி அபாயக் கல்வி என்பது கல்விசார் நடவடிக்கைகள் ஊடாக மிதிவெடிகள், யுத்த மீதிகளின் ஆபத்தில் இருந்து குறைக்கும் வண்ணம் அவை பற்றிய ஆபத்தை விளக்குவதுடன் நடத்தைகளின் மாற்றத்தை மேம்படுத்துவதாகும். இந்நடவடிக்கைகளின் போது தரவுகளைத்திரட்டுதல், தகவல்களை பொதுமக்களுக்கு எடுத்துரைத்தல், பயிற்சியுடனான கல்வி, சமுகத்தொடர்பாடல்கள் அங்கம் வகிக்கின்றது.

இவ்வகை நடவடிக்கைகளை இலங்கையில் ஐக்கிய நாடுகளின் சிறுவர் நிதியம் இன் நிதியுதவி, தொழில்நுட்ப உதவியுடன் நடைபெறுகிறது. மிதிவெடி, வெடிக்காத வெடிநிலையில் உள்ள வெடிபொருட்களால் ஆபத்துக்களுக்கு உள்ளாவோர் யார், இது குறித்து எந்த வயதுக் குழுவினருக்கு எவ்வாறான கல்வியினை வழங்குதல் வேண்டும் போன்ற முக்கியமான விடயங்களை அலசி ஆராய்ந்து, அதை மிதிவெடி அபாயக் கல்வியை வழங்கும் அமைப்புகள் ஊடாக செவ்வனே வழங்கி வருகின்றனர். மிதிவெடிகள் அகற்றுவதற்கு காலம் எடுப்பதாலும், மிதிவெடிகள் இருக்கும் இடத்திற்கு அருகில் மக்கள் தமது சொந்த இடங்களுக்கு மீள்குடியேறி இருப்பதால் மிதிவெடி அபாயம் பற்றி மக்களுக்கு விழிப்புணர்வு செய்யவேண்டிய மிதிவெடி அபாயக் கல்வி காலத்தின் கட்டாயம் ஆகும்.

மிதிவெடிகள், வெடிக்காத வெடிநிலையில் உள்ள வெடிபொருட்களாற் பாதிக்கபட்ட பொதுமக்களைப் பற்றி ஐக்கிய நாடுகள் சிறுவர் நிதியத்தினால்

திரப்பட்ட தகவல்களின் படி 2012 ஆம் ஆண்டில் இலங்கையில் பெரும்பாலும் உழைக்கின்ற ஆண்களே மிதிவெடி அபாயத்திற்கு உள்ளாகின்றனர். வெடிபொருட்களைக் கையாளுதல், இரும்பு சேகரித்தல், வாழ்வாதாரத் தேவைகள், குப்பைகூழங்களை எரித்தல், மாடு மேய்த்தல் போன்ற நடவடிக்கைகளின் போது இவர்கள் காயமடைந்துள்ளனர். வெடிக்காத வெடிநிலையில் உள்ள வெடிபொருட்கள் வெடித்ததில் பெரும்பாலும் பதின்ம வயதில் உள்ள பாடசாலை ஆண் சிறார்களே பாதிக்கப் பட்டுள்ளனர். இவர்கள் பெரும்பாலும் விந்தையான பொருட்கள் போன்று தோன்றும் வெடிக்காத வெடிநிலையில் உள்ள வெடிபொருட்களை ஆராய்வதில் ஈடுபடுகையில் அவை வெடிக்க நேர்வதே இதற்குக் காரணமாகும்.

ஆசிய வாழ்க்கைமுறையில் வீட்டுக்கு வெளியே பெரும்பாலும் ஆண்களே உழைப்பதால் பெரியவர்கள் பாதிக்கப்பட்டால் பெரும்பாலும் பிள்ளைகள் பாடசாலைக்குச் செல்வதைவிட்டு கூலிவேலை மற்றும் சிறுவேலைகளில் ஈடுபட்டு தமது பாடசாலைப் படிப்பை இடைநிறுத்துவதும் அவதானிக்கப்பட்டுள்ளது. மிதிவெடியால் பாதிக்கப்பட்டவர் சிறுவர் என்றால் அவர் வளர்ந்து வருவதால் காலத்திற்குக் காலம் செயற்கைக் கால்களை மாற்றும் தேவையும் உள்ளது. வளர்ந்தவர்களுக்கு இவ்வாறு அடிக்கடி மாற்றத் தேவையில்லை.

இக்கல்வி நடைமுறைகளில் பெரும்பாலும் மிதிவெடிகள், வெடிக்காத வெடிநிலையில் உள்ள வெடிபொருட்களை குறிப்பிடப்பட்ட ஒளிப்படங்களுடன் பயிற்றுவித்து ஆபத்தான இடங்களை இனம் கண்டு அப்பகுதியினைத் தவிர்ப்பது குறித்து சொல்லித் தரப்படுகிறது. இதைச் செவ்வனே செய்வதற்கு இதற்கு ஐக்கிய நாடுகள் சிறுவர் நிதியம் நிதியுதவி, தொழில்நுட்ப உதவியுடன் மேற்பார்வையும் செய்துவருகின்றனர். பிராந்திய மிதிவெடி நடவடிக்கைக் காரியாலத்தின் தரத்தை உறுதிப்படுத்தும் அலுவலர்கள் அவ்வப்போது இந்நிகழ்ச்சிகளைப் பார்வையிட்டு அந்நிகழ்ச்சிகள் குறித்த தமதுகருத்துக்களைத் தெரிவித்துவருகின்றனர். எனினும் மிதிவெடி நடவடிக்கைச் செயற்பாட்டாளருக்கு சான்றிதழ் ஏதும் வழங்கப்படுவதில்லை. மிதிவெடி அபாயக் கல்வியை வழங்கும் அமைப்புகள் ஒவ்வொரு கிழமையும் நடைபெறும் மிதிவெடி நடவடிக்கைக் கூட்டத்திற் கலந்துகொண்டு தமது நடவடிக்கைகள் பற்றியும் அங்குள்ள பிரச்சினைகள் பற்றியும் விபரிப்பர். பெரும்பாலான பிரச்சினைகள் அக்கூட்டத்திலேயே முடிவுசெய்யப்படும். பெரும்பாலும் ஆண்டுக்கு ஒருமுறை நடைபெறும் மிதிவெடி அபாயக் கல்விபற்றி தொழில்நுடப்பக் கலந்துரையாடல்கள் அமைச்சின் உயரதிகாரிகளுடன் இடம்பெறும்.

இம்முறை அநேகமாகத் திருவிழாக்கள், பெருவிழாக்களில் பயன்படுத்தபடுகிறது. பெரும்பாலும் ஐக்கிய நாடுகள் சிறுவர் நிதியம் தயாரித்த மிதிவெடி அபாயக் கல்வி சம்பந்தமான திரைப்படமும், மிதிவெடி, வெடிக்காத வெடிநிலையில் உள்ள வெடிபொருட்கள் பற்றிய ஒளிப்படங்களுடன் சிலசமயம் பல்லூடகங்களும் இதில் பயன்படுத்தப்படும்.

நன்மைகள்: இதில் உள்ள நன்மை என்னவென்றால் அதிகமான மக்களை குறைந்த நேரத்தில் அணுக இயலும். இம்முறை பெரும்பாலும் திருவிழாக்கள், பெருவிழாக்களில் பெரிதும் கடைப்பிடிக்கப்படுகிறது. ஐக்கிய நாடுகள் சிறுவர் நிதியம் தயாரித்த திரைப்படத்துடன் மிதிவெடிகள் வெடிக்காத வெடிநிலையில் உள்ள வெடிபொருட்களின் ஒளிப்படங்களுடன் சில சமயம் மிதிவெடித் தோட்டம் ஊடாகவும் மக்களுக்கு விளக்கம் அளிக்கப்படுகிறது. பலசமயங்களில் வில்லுப் பாட்டு, நாடகங்கள் காத்தவராயன் கூத்து போன்றவற்றின் ஊடாகவும் மக்களை இப்பிரச்சாரங்கள் சென்றடைகின்றது.

சிக்கலகள்: இம்முறை மூலம் யார் யாருக்கு விளங்கியிருக்கிறது என்பதை உய்தறிவது கடினமானது. தவிர சீரான மின்சார இணைப்பைப் பெறுவதும் கடினமானது.

துண்டுப்பிரசுரங்கள் - இம்முறை பெரும்பாலும் திருவிழாக்கள், பெருவிழாக்களில் பயன்படுத்தப்படுகிறது. ஐக்கிய நாடுகளின் சிறுவர் நிதியத்தால் பரிசீலிக்கப்பட்டு அனுமதியளித்த துண்டுப்பிரசுரங்களே பொதுமக்களுக்கு விநியோகிக்கப்படும்.

சிக்கல்கள்: மிதிவெடி அகற்றும் அமைப்புக்களது தொலைபேசிகள் அடிக்கடி மாற்றமடைவதுடன் அநேகமான அமைப்புகள் இலங்கையை விட்டு நீங்கும் நிலையும் காணப்படுகிறது. ஒரு காலத்தின் பின்னர் தொலைபேசி இலக்கங்கள் பயனற்றதாகிவிடலாம்.

சுவரொட்டிகள் - இதில் பெரும்பாலும் மிதிவெடிகள், வெடிக்காத வெடிநிலையில் உள்ள வெடிபொருட்களின் ஒளிப்படங்கள் உள்ள சுவரொட்டி மிதிவெடி அபாயக் கல்வியை நடத்தும் அமைப்பின் தொலைபேசி இலக்கத்துடன் ஒட்டப்படும்.

நன்மைகள்: இந்தச் சுவரொட்டிகள் எந்நேரமும் அங்கே இருக்கும் என்பதால் பிரயோசனமானது.

சிக்கல்கள்: தொலைபேசி இலக்கங்கள் இருந்தாலும் அநேகமாக யுத்தம் நடந்த இடங்களில் இன்னமும் மின்சார வசதிகிடையாது ஆகவே தொலைபேசியே நகர்பேசி வசதியோ கிடையாது.

வானொலி - இம்முறையில் பலரை இலகுவாகச் சென்றடையலாம்.

நன்மைகள்: தொலைக்காட்சிகள் போலன்றி வானொலியில் வேலைசெய்தவாறே கேட்கலாம் என்பதால் கூடுதானவர்கள் வானொலியை விரும்புகின்றனர்.

சிக்கல்கள்: எவ்வளவு பேர் இதைப் புலன் செலுத்தி அவதானமாகக் கேட்கிறார்கள் என்பது தெரியவில்லை. இது ஓர் பொழுதுபோக்கு ஊடகமாகவே வகைபிரிக்கப்படுகிறது. பல ஊடகத்தினர் தமிழை சரியாக உச்சரிக்காமல் ஒய்யாரம் (ஸ்டைல்) ஆக உச்சரிப்பதால் பலசமயங்களில் தமிழ் சரிவர விளங்குவதில்லை.

இந்த அணுகுமுறை பன்னெடுங்காலமாக அரசு அல்லாத அமைப்பினரால் செய்யப்படுகிறது.

நன்மைகள்: சமுக்கத்தில் உள்ள வளங்களை அடையாளம் காண்பதற்கு இலகுவானது.

சிக்கல்கள்: செய்மதிப்படங்கள் வந்த நிலையில் பழைய முறை நேர விரயத்தை உண்டுபண்ணலாம். பிராந்திய மிதிவெடி அலுவலகம் உறுதிப்படுத்தப்பட்ட ஆபத்தான பிரதேசங்களை மென்பொருள் முறையில் பகிர்வதில்லையாதலினால் இரட்டிப்பு வேலையாகும் தவிர துல்லியத்தன்மையும் இல்லாமற் போகலாம்.

விளையாட்டுகள் - குளம் கரை விளையாட்டுக்கள் போன்ற விளையாட்டுக்கள் மூலம் மிதிவெடி அபாயக் கல்வி வழங்கப்படுகிறது. பாடசாலை மாணவர்களுக்கு இது பசுமரத்தாணி போல் பதிந்துவிடுவதால் இது பெரிதும் விரும்பப்படுகிறது.

நன்மைகள்:சிறார்கள் இதைப் பெரிதும் விருபுகின்றனர்.

சிக்கல்கள்: பாடசாலைகளில் மிதிவெடி அபாயக் கல்வியை நடத்துவதற்கு பிராந்தியக் கல்வி அதிகாரிகளிடம் எழுத்துமூலம் அனுமதி பெற்றபின்னரே பாடசாலையில் இந்நிகழ்ச்சிகளை நடத்தலாம்.

வீடு வீடாகச் சென்று பிரச்சாரம் செய்தல்

நன்மைகள்: மிதிவெடி அபாயத்தில் உள்ள மக்களை தனித்தனியே சந்திப்பதால் அவர்களுடைய பிரச்சினைகளை உள்ளங்கை நெல்லிக்கனிபோல் தெள்ளத் தெளிவாக விளங்கிக் கொண்டு அவர்களின் நடத்தை குணாதியங்களுக்கு ஏற்ப மிதிவெடி அபாயக் கல்வியை வழங்க இயலும்.

சிக்கல்கள்: பெரும்பாலும் ஆண்கள் உழைக்கபோய்விடுவதால் பெண்களே வீட்டில் உள்ளதால் பெண் மிதிவெடி அபாயக் கல்விப் பயிற்றுவிப்பாளர்களையே இதற்கு அனுப்புவது சிறந்தது. மிதிவெடி வெடிக்காத வெடிநிலையில் உள்ள வெடிபொருட்களால் பெரிதும் ஆண்களே பாதிப்புக்குள்ளாகிறார்கள். மிதிவெடி அபாயக் கல்வியின்போது வீட்டில் உள்ள பெண்களிற்கு துண்டுப்பிரசுரம் போன்றவற்றை வழங்கி உங்கள் வீட்டுக்காரருக்குச் சொல்லுங்கள் என்று கூறினாலும் கூட இது எவ்வளவு தூரம் நடைமுறையில் சாத்தியம் என்பது ஆய்ந்தறியப்படவேண்டும். இம்முறையில் கூடுதலான மக்களைச் சந்திப்பது கடினமானது.

மிதிவெடி அபாயக் கல்விப் பயிற்றுனருக்கான பயிற்சிகள்

இதுபெரும்பாலும் ஐக்கிய நாடுகள் சிறுவர் நிதியத்தினூடாக மிதிவெடி அபாயக் கல்வியை வழங்கும் அமைப்புக்களுக்கு வழங்கப்படுகிறது.

நன்மைகள்: பயிற்றுவிப்பாளர் நன்கு பயிற்சியைப் பெறுவதால் செவ்வனே பணியினை மேற்கொள்ளவியலும். நேருக்கு நேர் மிதிவெடி அபாயக் கல்விப் பயிற்றுவிப்பாளர்களுடன் உரையாடுவதால் அவர்களின் பணியில் உள்ள சிக்கல்களையும் தீர்பதற்கு ஓர் வாய்ப்பாக அமையும்.

சிக்கல்கள்: இவ்வாறு பயிற்சி எடுத்தவர்களுக்கு எந்தவொரு சான்றிதழ்களும் வழங்கப்படவில்லை. எனவே சான்றிதழ் பெற்றவர்களுக்கும் சான்றிதழ் பெறாதவர்களுகளையும் வேறுபடுத்தி இனம் காண்பது கடினமானது.

சமுகத் தொடர்பாடல்கள்

மிதிவெடி அகற்றும் அமைப்புக்களும் மக்களுக்கு இடையே தொடர்பாடல்களை வலுப்படுத்துவதே சமூகத் தொட்ர்பாடல் ஆகும். மிதிவெடிகள், வெடிக்காத வெடிநிலையில் உள்ள வெடிபொருட்களை மக்கள் இனம் கண்டால் மிதிவெடி அபாயக் கல்வி அமைப்புகள் மிதிவெடி அகற்றும் அமைப்புக்களுக்கு அறித்து அவற்றை அகற்றுவதற்கு ஆவன செய்தல் வேண்டும். இதற்கு உரிய மிதிவெடிகள், வெடிக்காத வெடிநிலையில் உள்ள வெடிபொருட்கள் பற்றிய விண்ணபத்தை நிரப்பி உரிய அமைப்புக்களுக்கு அனுப்பி வைப்பர் இதில் தகவல்தந்தவரின் பெயர், முகவரி, தொலைபேசி இருப்பின் தொலைபேசி இலக்கம் ஆகிய தகவலுடன் அண்ணளவான வரைபடம் ஒன்றும் மிதிவெடி அல்லது வெடிக்காத வெடிநிலையில் உள்ள வெடிபொருளின் வரைபடம் அல்லது ஒளிப்படமும் இணைக்கப்படும். குறிப்பிட்ட இடத்தில் மிதிவெடி அகற்றும் அமைப்பு இல்லாதவிடத்து இலங்கை இராணுவத்தின் மனிதாபிமானக் மிதிவெடி அகற்றும் பிரிவிற்கு அறிவிக்கப்படும். மிதிவெடியோ வெடிக்காத வெடிநிலையில் உள்ள வெடிபொருளோ அடையாளம் காணப்பட்டால் அது அகற்றப்படும்வரை மிதிவெடி அபாயக் கல்வியில் ஈடுபடுவர்கள் மக்களை விளிப்புடன் இருக்குமாறு கூறுவதுடன் அது அகற்றும் வரை மிதிவெடி அகற்றும் அமைப்புடன் தொடர்பில் இருப்பர். மிதிவெடி அபாயக் கல்வியில் ஈடுபடுவர்கள் இடைக்கிடையில் அப்பகுதியில் உள்ள மிதிவெடி அகற்றும் அமைப்புக்களின் அணித்தலைவர்களுடன் கலந்துரையாடு மிதிவெடி அகற்றுவதற்கு வேண்டிய ஒத்தாசைகளைப் புரிவர்.

மிதிவெடி அகற்றும் அமைப்பினருக்கு உள்ள பிரச்சினைகளும் மக்களுக்குத் தெரிவிக்கப்படும். எடுத்துக்காட்டாக, மிதிவெடிகளை அடையாளம் காணும் முள்ளுக்கம்பிகளை அகற்றுதல் போன்றவற்றை அகற்றவேண்டாம் என மக்கள் கேட்டுக் கொள்ளப்படுவர். மிதிவெடி அகற்றுபவர்களுக்கு ஆதரவு வழங்குமாறும் கேட்கப்படுவர், எடுத்துக்காட்டக அவை புதைக்கப்பட்ட இடங்கள் தெரிந்தால் மிதிவெடி அகற்றுபவர்களுக்கு அறியத்தருமாறு கோரப்படுவர்.

தரவு சேகரித்தல்

பொதுவாக மிதிவெடி அபாயக் கல்வியை வழங்க முன்னரும் நடைபெற்றுக் கொண்டிருக்கும் போதும் பின்னரும் அறிவு நடத்தை சம்பந்தமான வினாக்

கொத்தொன்றை மக்களிற்குச் செய்து மக்களை பற்றிய ஓரளவு விபரங்களைப் பெற்றுகொள்வர். ஒரு பானை சோற்றுக்கு ஒரு சோறு பதம் என்பது போல் சிலருடன் கலந்துரைடிச் செய்யப்பட்ட வினாக் கொத்தைக் கொண்டு அக்கிராம மக்களின் மிதிவெடி, வெடிக்காத வெடிநிலையில் உள்ள வெடிபொருட்கள் பற்றிய விபரங்களை பெற்றுக்கொள்வர். நாட்டுக்கு நாடு வேறுபடும் இவ்வினாக் கொத்தானாது நாட்டு மக்களின் மிதிவெடி, வெடிக்காத வெடிநிலையில் உள்ள வெடிபொருட்களின் பிரச்சினை, மக்களின் அறிவு, நடத்தை போன்றவற்றைக் கொண்டு தீர்மானிக்கப்படும். எனினும் இவ்வினாக் கொத்தானது பிரதேச ரீதியாக மாறுபடுவதில்லை. ஒரு நாட்டிற்கு ஒரு வினாக் கொத்தே பயன்படுத்தப்படும். இவ்வினாக் கொத்தானது காலத்திற்குக் காலம் மீள்பரிசீலனை செய்யப்படும். இவ்வினாக் கொத்தின் விடையைப் பொறுத்து குறிப்பிட்ட இடத்தில் மிதிவெடி அபாயக் கல்வியை நடத்துவதா இல்லையா என்பது முன்னர் தீர்மானிக்கப்பட்டாலும், இப்போது வருடாந்தம் தயாரிக்கப்படும் மிதிவெடி நடவடிக்கைத் திட்டத்தின் ஓர் பகுதியாகவே மிதிவெடி அபாயக் கல்வி நடத்தப்படுகின்றது.

கண்காணித்தலும் மதிப்பீடு செய்தலும்

மிதிவெடி அபாயக் கல்வியைப் பெரும்பாலும் திட்ட ஒருங்கிணைப்பாளர் ஊடாகக் கண்காணிக்கப்படும். ஐக்கிய நாடுகளின் மிதிவெடி திட்டத்தின் தரத்தை உறுதிப்படுத்தும் அதிகாரிகளும் இப்பணியைச் செய்து அறிக்கை ஒன்றை வழங்குவர்.

மிதிவெடி அபாயக் கல்வி பொதுவாக ஐந்து பிரிவுகளாகப் பிரிக்கப்பட்டே வழங்கப்படுகிறது.

மிதிவெடிகளும் வெடிக்காத வெடிநிலையில் உள்ள வெடிபொருட்களும்

மிதிவெடிகள், வெடிக்காத வெடிநிலையில் உள்ள வெடிபொருட்கள் பற்றிய பிரதான கட்டுரையைப் பார்க்க.

ஆபத்தான, பாதுகாப்பான பிரதேசங்களை இனம் காணல்

ஆபத்தான பிரதேசங்கள்

அதிகாரப்பூர்வமாக அடையாளம் இடப்பட்டவை

மண்டை ஓட்டு அடையாளம் இடப்பட்ட பகுதிகள்.

மிதிவெடி என தமிழ், ஆங்கிலம், சிங்களத்தில் எழுதப்பட்ட மஞ்சட் பட்டி கட்டப்பட்டு இருக்கும் பகுதிகள்.

மிதிவெடிகள் இருக்ககூடிய சந்தேகமான பகுதிகள்

மை எனத் தமிழில் தகரத்துண்டில் எழுதப்பட்டிருக்கும் பகுதி. (பெரும்பாலும் மஞ்சட் நிறப் பூச்சுப் பூசப்பட்டிருக்கும்)

முன்னாள் யுத்தப்பிரதேசத்தில் நொண்டிக்கொண்டிருக்கும் (ஒருகால் சேதமான) பசு அல்லது பசுக்கள் உள்ள இடம் (பெரும்பாலும் பசுக்கள் நீண்டதூரம் செல்வதில்லை, ஆகவே அருகில் உள்ள இடம் ஆபத்தானதாக இருக்கலாம்).

முன்னாள் யுத்தப்பிரதேசத்தில் உள்ள பதுங்கு குழிகளுக்கு முன்னுக்கோ பின்னுக்கோ அருகில் உள்ள பகுதிகள்.

முன்னாள் யுத்தப் பிரதேசத்தில் உள்ள முட்கம்பிச் சுருள்கள் காணப்படும் பகுதிகள்.

முன்னாள் யுத்தப் பிரதேசத்தில் வீதியின் அருகே ஒருவர் தெரியாதவாறு ஒளிந்திருந்து துப்பாக்கியால் சுடக்கூடிய பாரிய மரத்தின் அடிப்பகுதி.

முன்னாள் யுத்தப் பிரதேசத்தில் பாழடைந்த வீட்டின் வாசற்படிப் பகுதியில் (கதவுப் பகுதியில் சில சமயங்களில் சூழ்ச்சிப் பொறி இருக்கலாம்).

முன்னாள் யுத்தப் பிரதேசத்தில் உள்ள பாதுகாப்பு அரண்கள் (குளக்கட்டுக் அணைகளும் பலசமயம் யுத்தத்திற் பாதுகாப்பு அரணாக இருந்ததால் அப்பகுதிகளிலும் அவதானமாக இருக்கவேண்டும்.

முன்னாள் யுத்தப் பிரதேசத்தில் உள்ள ஆற்றங்கரைப் பகுதிகள்.

குறிப்பு: சர்வதேச மிதிவெடி நடவடிக்கையின் தற்போதைய நியமங்களுக்கு ஏற்ப மிதிவெடி ஆபத்தான பிரதேசம் என உறுதிப்படுத்தப்பட்டால் மாத்திரமே உறுதிப்படுத்தப்பட்ட ஆபத்தான பிரதேசம் என குறிக்கப்படும். இவ்வாறு வகைக்குறிப்பதற்கு பார்க்ககூடிய வகையில் மிதிவெடியோ அல்லது மிதிவெடி விபத்து இடம்பெற்றிருந்தாலோ அவை அவ்வாறு வகைப்படுத்தப்படும். இது அக்குறிப்பிட்ட பிரதேசத்தில் மண்டை ஓட்டுக் குறிகொண்டும் மிதிவெடி நடவடிக்கைக்கான தரவு முகாமைத்துவ மென்பொருளிலும் அவ்வாறு குறிக்கப்பட்டு சேமிக்கப்படும்.

பாதுகாப்பான பிரதேசங்கள்

நன்கு பாவனையில் உள்ள இடம்.

அரச அதிபரால் உறுதிப்படுத்தப்பட்ட இடம்.

மிதிவெடி அகற்றுபவர்களால் உறுதிபடுத்தபட்ட இடம்.

வெடிக்காத வெடிநிலையில் உள்ள பொருட்களைக் கண்டால் செய்யவேண்டியவை

தயவு செய்து கையாளவேண்டாம் அதை மிதிவெடி அபாயக் கல்வியை வழங்குபவர்களுக்குத் தெரியப்படுத்தவும்.

மிதிவெடி அபாயக் கல்வியை வழங்குபவர்கள் மண்டை ஓட்டு அடையாளம் இட்டு, மிதிவெடி என மும்மொழிகளில் (தமிழ், ஆங்கிலம், சிங்களம்) அச்சிடப்பட்ட மஞ்சட் பட்டியை கட்டி அப்பகுதியை ஏனையவர்கள் அணுகாவண்ணம் அடையாளப்படுத்தி அறிக்கை ஒன்றை மிதிவெடி அகற்றும் அமைப்புக்கு வழங்குவர். அதை அகற்றும் வரை மிதிவெடி அபாயக் கல்வியை வழங்கும் அமைப்புகள் மிதிவெடி அகற்றும் அமைப்புடன் தொடர்பில் இருப்பர். அகற்றப்பட்டதும் பிராந்திய மிதிவெடிக் காரியாலத்திற்கு அறிக்கை ஒன்றைச் சமர்ப்பிப்பர்.

மிதிவெடிகள் போல் குறிப்பிடத்தக்க இடத்தில் அல்லாமல் யுத்தம் நடந்த பிரதேசத்தில் வெடிக்காத வெடிநிலையில் உள்ள வெடிபொருட்கள் இருக்க-

லாம். மிதிவெடி அகற்றப்பட்ட பிரதேசத்திற்கு அண்மையாகக் கூட அவை இருக்ககூடும். எனவே முன்னாள் யுத்தப் பிரதேசத்தில் மீள்குடியமர்ந்தவர்கள் குப்பைகளைக் கூட்டி எரிப்பதை இயன்றவரை குறைத்து அவற்றை சேதனப் பசளையாக்கிப் பயன்பெறவேண்டும். குப்பைகளை கூட்டி எரிக்கவேண்டிய கட்டாயம் ஏற்பட்டால் அயலவர்களிற்கு அறிவித்துவிட்டு நெருப்புவைத்துவிட்டு அவ்விடத்தை விட்டு தூர நிற்கவும்.

மிதிவெடிப் பிரதேசத்தில் அகப்பட்டால் செய்யவேண்டியது

அவ்விடத்திலேயே நிற்கவும்.

மிதிவெடி அகற்றுபவர்களுக்கு அறியத்தரவும் (கூக்குரல் இடுவதாலோ, தொலைபேசியூடாகவோ தொடர்பு கொள்ளவும்).

காலை இழந்து வாழ்நாள் முழுவதும் கஸ்டப் படுவதை விட மிதிவெடி அகற்றுபவர்கள் வரும் வரை காத்திருப்பது நல்லது. பொறுத்தார் பூமி ஆள்வார்.

மிதிவெடி அபாயக் கல்வியை வழங்குபவர்கள் பிராந்திய மிதிவெடி காரியாலத்திற்கு இதுபற்றி அறிவிப்பார்கள். பொதுவாக தனியாக மிதிவெடிகள் புதைக்கப்படுவதில்லையாதலினால் மிதிவெடி அபாயக் கல்வியை வழங்குபவர்கள் விசேட சந்தர்பங்கள் தவிரப் பொதுவாக மிதிவெடிப் பிரதேசத்தை ஆபத்து அடையாளம் இடமாட்டார்கள். மிதிவெடிகளை அகற்றுபவர்களே மிதிவெடி ஆபத்து அடையாளத்தை இடுவர்.

குறிப்பு: எப்பொழுதுமே எப்போதும் வீட்டைவிட்டுப் போகும் போது எங்கே செல்கிறோம் எப்போது வருவோம் எனப் பெரியவர்களுக்குத் தெரியப்படுத்திவிட்டு செல்லுமாறு சிறுவர்களை வளர்க்கவேண்டும். இளமையிற் கல் சிலையில் எழுத்து என்பதுபோல் சிறுவயதுப் பழக்கம் தொடர்ந்து வரக்கூடியது. இது மிதிவெடி அபாயத்திற்கு மாத்திரம் அல்ல வேறு பிரச்சினைகளிற் சிறுவர்கள் சிக்குப் பட்டாலும் இப்பழக்கவழக்கங்கள் காப்பாற்றிக் கொள்ளும்.

வெடிக்காத வெடிநிலையில் உள்ள வெடிபொருட்களைக் கண்டால் செய்யவேண்டியது

மிதிவெடி அபாயக் கல்வி நடத்தும் அமைப்பினருக்கு அறியத்தரவும் (தொலைபேசி வசதியிருப்பின் தொலைபேசியூடாகத் தொடர்பு கொள்ளவும்).

வீட்டில் உள்ள பெரியவர்களுக்கும், பாடசாலை ஆசிரியர்களுக்கும் அறியத்தரவும்.

மிதிவெடி அல்லது வெடிக்காத வெடிநிலையில் உள்ளவெடிபொருளை ஒருவர் வைத்திருந்தால் எவ்வாறு காப்பாறுவது

மெதுவாகக் கீழே வைக்குமாறு கூறுதல்.

மிதிவெடி அகற்றும் நிறுவனங்களுக்கு அறிவித்து அதை அகற்ற வழிவகை செய்தல்.

மிதிவெடி, வெடிக்காத வெடிநிலையில் உள்ள வெடிபொருட்களால் பாதிக்கப்பட்டவர்களின் சொந்த நிகழ்வுகள்

வீழ்ந்தவனை மாடேறி மிதிப்பது போல் ஏற்கனவே யுத்த அனர்த்தத்தால் ஊர் ஊராக இடம்பெயர்ந்து மீண்டும் சொந்த இடங்களுக்கு வந்து திரும்பியவர்கள் மிதிவெடி, வெடிக்காத வெடிநிலையில் உள்ள வெடிபொருட்கள் ஆபத்துக்களைச் சமாளித்து வாழவேண்டிய கட்டாயத்தில் இருக்குறோம்.

0

மிதிவெடிகள் அல்லது கண்ணிவெடிகள் (ஒலிப்பு ⓘ) ஒருபோதும் தூங்குவதில்லை மலிவானவை என்பதால் யுத்தத்தில் பெருமளவிற் பாவிக்கப்பட்டது. கிளைமோர் மிதிவெடிகள் நிலத்தில் மேல் வைக்கப்படுபவை. இவை தவிர ஏனையவை பொதுவாக நிலத்தில் ஒருசில செண்டிமீட்டர் ஆழத்திலேயே புதைக்கப்படுபவை. எனினும் மிதிவெடி அகற்றுபவர்கள் பெரும்பாலும் 15 செண்டிமீட்டர் (6 அங்குலம்) வரை நிலத்தைச் சோதனை செய்து மிதிவெடிகள் அற்றது என்பதை உறுதி செய்துகொள்வர். மிதிவெடிகள் மிதிப்பதால் வெடிப்பவை ஆகவேதான் அவை மிதிவெடிகள் என்று அழைக்கப்படுகின்றது. ஜெய்ஹிந்த்,கோ போன்ற திரைப்படங்களில் வருவது போல மிதித்து எடுக்கும் போது வெடிப்பவை அல்ல, அப்படியாயின் அவை மிதித்து எடுத்தால் வெடி என்றவாறு அல்லவா அழைக்கவேண்டும். கிளைமோரில் உருக்கு உருளைகள் பொருத்தப்பட்டு எதிரியின் பக்கம் எனக்குறிப்பிடப்பட்ட ஓர் திசையில் வெடிக்கும். இவை ஒரு தடவை வெடித்தால் நூறுதடவை வெடிப்பது போல் உருக்கு உருளைகள் சிதறிச் சேதத்தை உண்டுபண்ணும். சர்வதேச நியமங்களுக்கு ஏற்ப மிதிவெடிகள் நிலத்தில் புதைக்கப்படும்போது ஓர் தளக்கோலத்திற் புதைக்கப்பட்டு அவை உரியமுறையில் பதிவு செய்யப்படும். இவை பின்னர் மிதிவெடிகளை அகற்றுவதற்கு உதவியாக இருக்கும். இலங்கையில் இலங்கை இராணுவத்தினர் புரிந்துணர்வு ஒப்பந்தத்தின் பின்னர் ஐக்கிய நாடுகள் அபிவிருத்தித் திட்டத்தின் மிதிவெடி நடவடிக்கைப் பிரிவிற்குக் மிதிவெடி புதைக்கப்பட்ட அறிக்கைகளைக் கையளித்தனர்.

மிதிவெடியின் வடிவங்கள்

கனவுரு வடிவம் (ஜொனி 95)

உருளை வடிவம் (ஜொனி 99, மேஜர் இளவழுதி, பி4எம்கே1, விஎஸ் 50)

மிதிவெடியின் நிறங்கள்

பச்சை (ரைப் 72)

மண்ணிறம் (பீ4எம்கே1, விஎஸ் 50)

விடுதலைப் புலிகள் பிளாஸ்டிக் கதிரைகள், ஏனைய பிளாஸ்டிக் பொருட்களை உருக்கி மிதிவெடிகளைத் தயார்செய்ததால், விடுதலைப் புலிகளின் மிதிவெடிகளை நிறங்கள் ஊடாக அடையாளம் காண்பது கடினமானதாகும்.

மிதிவெடிகள் இரண்டு வகைப்படும்

மனிதர்களுக்கு எதிராவை - இராணுவரீதியாக போரில் ஒருவரைக் கொல்வதை விட காயப்படுத்துவது உளரீதியாகவும் (காயப்பட்டவர் சண்டையில் ஈடுபடுவரின் பக்கத்திற்கே கொண்டுவரவேண்டி இருப்பதாலும் அவர் வரும் போது ஆ, ஊ என ஒலி எழுப்புவதாலும்) ஆட்பலரீதியாகவும் (காயப்பட்டவருடன் காயப்பட்டவர்களைத் தூக்குவதற்கு ஆட்கள் தேவைப்படுவதால்) சண்டையில் ஈடுபடுவர்களில் பலம் குறைவடைகிறது. இலங்கையில் இவையே மிகப்பெருமளவிற் பாவிக்கப்பட்டது. மனிதர்களுக்கு எதிரான மிதிவெடிகள் மனிதர்களுக்கு மாத்திரம் அல்லாமல் பசுக்களிற்கும் பாதிப்பை உண்டு பண்ணும்.

இலங்கையிற் பாவிக்கப்பட்டவை

ஜொனி 95, ஜொனி 99 (ரங்கன்), ஜொனி மின்சார மிதிவெடி

மேஜர் இளவழுதி

பாக்கிஸ்தானிய பி4எம்கே1

விஎஸ் 50 - ரைப் 72

எம் 969 - கிளைமோர்

வாகனங்களுக்கு எதிரானவை - இவை பெரும்பாலும் கவச வாகனங்களை இலக்கு வைத்தே நிலத்தில் புதைக்கப்படுபவை, என்றாலும் வாகனங்கள் சென்றாலும் வெடிக்கூடியவை. அமெரிக்க எம் 15 போன்றவை சுமார் 100 கிலோ எடைக்கு மேற்பட்டால் மாத்திரமே வெடிக்கூடியவை, எனவே மனிதர்கள் நடந்து போனாலும் வெடித்தல் நிகழாது. எனினும் ஏனையவற்றில் வெடித்தலை ஆரம்பிப்பது மனிதர்களுக்கு எதிரான மிதிவெடி என்பதால் மனிதர்கள் போனாலும் வெடிக்ககூடியவை. இவை கூடுதலான வெடிபொருட்களைக் கொண்டிருப்பதால் பாரிய சேதத்தை உண்டுபண்ணும் ஆயினும் இவை எண்ணிக்கையிற் குறைவாகவே இலங்கையிற் காணப்படுகிறது.

இலங்கையிற் பாவிக்கப்பட்டவை

அம்மான் - அம்மான் 2000

சலாகை - எம் 15

0

போரில் ஏவியவை எல்லாம் உடனடியாக வெடிப்பதில்லை. வெடிக்காதது ஆனால் வெடிக்கும் இவற்றைத்தான் நாம் வெடிக்காத வெடிநிலையில் உள்ள வெடிபொருட்கள் என்போம். சில சமயங்களில் போதுமான அழுத்தம் பிரயோகிக்கப்படாமலோ அல்லது போதிய வெப்பம் இல்லாததினாலோ இவை வெடிக்காமல் இருக்கலாம், இவை ஆபத்தானவை. இவை வெடிக்காதவை ஆனால் வெடிக்ககூடியவை. பழைய கம்பி மணிக்கூடுகள் சில குலுக்கினால் ஓட ஆரம்பிக்கும், இதுபோலத்தான் சில காரணங்களுக்காக வெடிக்காத இவை சிறு அசைவினாற் கூட வெடிக்கக்கூடியவை, சில வெப்பத்தில்

வெடிக்கும் (யுத்த இடங்களில் வளவைத் துப்பரவு செய்யத் தீமூட்டும் போது நிகழலாம்) கைக்குண்டுகள், 40 மில்லிமீட்டர் ரைபிள் குண்டு, மோட்டார் ஷெல், ஆர்பிஜி (ராக்கெட்டின்னால் உந்தப்படும் கிரனைட்). அண்மைக்காலமாக வெடிக்காத வெடிநிலையில் உள்ள வெடிபொருட்களே கூடுதலான விபத்துக்களுக்குக் காரணமாக அமைகிறது. இதில் 40 மில்லிமீட்டர் ரைபிள் குண்டு கடுகு சிறிது என்றாலும் காரம் பெரிசு என்பதுபோல் இரும்பால் ஆன கவச வாகனத்தையே தகர்க்ககூடியது, என்பதால் வெடித்தால் அநேகமாக இறப்பே ஏற்படும். கண்ணிவெடி நடவடிக்கைக்கான சுவிசு அமைப்பைச் சேர்ந்த மிதிவெடி அகற்றும் வல்லுனாரான மமோவின் இறப்பிற்கும் 40 மில்லிமீட்டர் கிரைனைட்டே காரணமாக அமைந்தது.

3. விடுதலைப் புலிகளில்

"தற்கொடைத் தாக்குதல்" தன்னை தானே விருப்புடன் சாவைத் தழுவி மேற்கொள்ளும் துணிகரத் தாக்குதலை குறிக்கும். தமிழில் தற்கொலைத் தாக்கதல் என்றும் இதைக் குறிப்பர். குறிப்பாக தற்கொலையை மேற்கொள்ளும் பிரிவு தற்கொடை என்றும் அதன் எதிர்ப் பிரிவு தற்கொலை என்றும் குறிப்பர். தற்கொடைத் தாக்குதலை மேற்கொள்ளும் ஒருவரை தற்கொடையாளி அல்லது தற்கொலையாளி என்று அழைப்படுகிறார்கள்.

வலிந்து தாக்குதல் என்பது படையியல் இலக்குகளை முன்வைத்து திட்டமிட்டு வலிந்து மேற்சென்று எதிரியைத் தாக்குவதைக் குறிக்கும். இடத்தை அல்லது தளங்களை பிடிப்பதற்காக, மூல வளங்களைச் சிதைப்பதற்கா, பிற மூலோபாய அல்லது போர் உத்தி இலக்குகளுக்காக வலிந்து தாக்குதல் மேற்கொள்ளப்படும். தற்காப்புத் தாக்குதலை விட வலிந்து தாக்குதலுக்கு கூடிய அனுபவம் மிக்க ஆட்பலம் தேவை. தேவையான அளவு சுடுதிறனும், ஆயுத பலமும் தேவை. களமுனைத் தாக்குதலுக்கு முன்னரே இலக்கை வேவு பாத்து, தமது வள கள சூழ்நிலைகளுக்கேற்ப போர் திட்டம் அல்லது வியூகம் அமைக்கப்பட வேண்டும். இவற்றுக்கு கூடிய மதிநுட்ப திறன் வேண்டும். பெரிய தாக்குதலுக்கு முன்னர் கடும் பயிற்சியும், மாதிரி தாக்குதலும் மேற்கொள்ளப்படுவதுண்டு. தாக்குதலின் போது ஒருங்கிணைப்பும் வழங்கலும், தேவைப்பட்டால் மேலதிக உதவியும் கொடுக்கப்படவேண்டும்.

ஜப்பானிய கமிகசே - இரண்டாம் உலகப் போரின் இறுதியில் யப்பான் அடுக்கடுக்காக பல தோல்விகளை சந்தித்துக் கொண்டிருந்தது. இதை தடுப்பதற்காக கமிகசே (யப்பானியம்:神風 [kamikazɛ] கமி - கடவுள், கசே - காற்று) எனப்பட்ட யப்பானிய பேரரசின் வானோடிகள் தமது வெடிகுண்டு நிரம்பிய தமது வானூர்திகளால் நேச நாட்டுக் கப்பல்களை குறிவைத்து தற்கொடைத் தாக்குதல்கள் நிகழ்த்தினார்கள். இதுவே தற்காலத்தில் ஒழுங்க-

மைக்கப்பட்ட தற்கொடைத் தாக்குதலின் முதல் வரலாறு.

மின்னலடித் தாக்குதல் என்பது கனரக அல்லது சிறப்பு படையணிகள் எதிரியின் களமுனை முக்கிய சிறிய பிரிவொன்றின் மீது அதிவேகமான குவி-யப்படுத்தப்பட்ட தொடர் தாக்குதலை நடத்தி, ஊடறுத்து ஒரு அனுகூல நிலையைப் பெறுவதைக் குறிக்கும். பீரங்கி நிலைகள், கட்டுப்பாட்டு தளங்-கள், வானூர்தி தரிப்பிடங்கள் போன்றவை மின்னலடித் தாக்குதல் இலக்குகள் ஆகும். இவ்வகைத் தாக்குதல்களை நாசி ஜேர்மனி இரண்டாம் உலகப் போரின் போது முதலில் பரவலாகப் பயன்படுத்தியது.ஜேர்மன் மொழியில் இத்தாக்குதலை பிளிட்ஸ்கிரைக் (Blitzkrieg) என்பர்.

இவ்வணிகளை உள்ளே வரவிட்டு அடிப்பது இதற்கு ஓர் எதிர் தாக்குதல் முறையாகும்.

1987 யூலை 5 ம் நாள் நெல்லியடியில், தமிழீழ விடுதலைப் புலிகள் அமைப்பைச் சேர்ந்த, கரும்புலிகள் அணியின் கப்டன் மில்லர் என்பவரால் இலங்கை இராணுவப் படை முகாம் மீது வெடிமருந்துகள் நிரப்பிய வாகனத்தை மோதி நடாத்தப்பட்ட தாக்குதலையும், அது போன்ற கரும்புலி அணியினரினரால் தற்கொடையாளியாய் சென்று மேற்கொள்ளும் தாக்குதல்-களையும் "தற்கொடைத் தாக்குதல்" என ஒரு தாக்குதலுக்கான சொல்லாக (குறிப்பாக புலிகளின் ஊடகங்களில்) இச்சொல் பயன்படுத்தப்படுகின்றது.

0

அணிவரிசை - formation
அணிகள் - teams
அதிர்ச்சிப்படை - shock force
அதிரடிப்படை - commando
அடிப்படைவாதிகள் - fundamentalists
அரண்
அகழி - en:Trench
ஆயுதப்படை - armed force
ஆபத்துதவிகள் - emergency forces or helpers
ஆழ ஊடுருவல் - Deep Penetration
இலக்கு - Mission
இடம்பெயராப்படை - stationary force
இயங்கு கிரமப்படை - mobile regular force
இயங்கு போரிடும் குழுக்கள் - mobile combat groups
இயங்குதிறன் - mobility
இயந்திர காலாற்படை - Mechanized Infantry
இராணுவம் - Army

கூட்டுப்படைத் தளம் - Military Complex
இருமுனைத் தாக்குதல் - two pronged assualt
இறக்கம் - (troop) deployment
இருப்புப் படை - Reserve force
ஈரூடகச்செயல் திறன் - Amphibious Capability
ஈரூடகப் படையணி
உராய்வுப் போர் - Attrition warfare
உளவு
உளவழிப்போர்
உடைத்து உள்நுழைதல் - Break through
உள உரம் - morale
உத்தி - tactic
ஊழியர்கள் - carders
ஊடுருவித் தாக்குதல் - en:Inflitration
ஊடறுப்புத் தாக்குதல் -
எதிர்த்தாக்குதல் - counter attack
எதிர்ப்புப் போர் - resistance (war)
எதிர்பாராத் தாக்குதல் - suprise attack
எழுச்சி - insurrection
எறி வீச்சு-
களம்
களரி
களமுனைத் தாக்குதல்
களமுனைப் பொறியியல் பட்டாளம் - Combat Engineering Corps
கலகவேலை - agitation
கலக்ககாரர்
கடற்படை
காவலர் (படை) - guards
காலாற்படை - Infantry
காப்பகழி - Bunker
கிராம சேனை - regular army
குறிசுடுனர் - ஸ்னைப்பர் - sniper
குடிப்படை - militia
குழல்விட்டம் - calibre
குழு - squad
கூலிப்படைகள் - mercenaries
பெட்டி வியூகம் ? - box out, Infantry square
கொள்கை - policy

கொலைக் களம் - en:Killing filed
கடற்படை - navy
காலாட்படை - foot soldiers
குதிரைப்படை -cavalary
குண்டு மழை- barrage
கரந்தடி தாக்குதல்- guerrilla warefare
கோட்டை - fort
சரணடைதல் - en:Surrender
சண்டையணி - battalion/cohort
சிறப்புப் படை - special forces
சிறுமுகாம் - minicamp
சுடுதிறன் - firepower
சுற்றிவளைப்பு - Flanking maneuver
சுற்றுக்காவல் - en:Patrolling
சூட்டணி-fireteam
சூட்டு வலு-firepower
செயல்தந்திரம் - tactics
சேம அதிகாரிகள் - reserve officers
சேமப்படை - reserve force
சேனை - army
திடீர்த் தாக்குதல் - en:Raiding
தரைப்படை - Ground forces
தளம்
தத்துவம் - theory
தற்காத்தல் - defend
தற்காப்புத் தாக்குதல்
தற்காப்புநிலை - defensive
தற்காப்பு வலையம்
தற்காப்புப் படை - self defence force
காப்புச் சூடு - cover fire
தற்கொடைத் தாக்குதல் - sucide attack
தகர்த்து முன்னேறல் - Break through
தந்திரோபாயத் தாக்குதல் - tactical attack
தந்திரோபய நடவடிக்கை தலைமையகம் - Tactical Operational HQ
தந்திரோபயக் கோட்பாடு - Tactical theory
தரைப் படை-land army
தாக்குதல் - attack
திடீர்த் தாக்குதல் - raid

தீவரவாதம் - extrimists
துருப்புக்கள் - troops
தொலைத்தொடர்பு - communications
தேடியழிப்பு நடவடிக்கை - search and destory operation
நகரகழி - trenches
நிலை - ranks
நிலையான சேனை - standing army
நேர்த்தாக்குதல் - assault
நேரடி எதிர்த்தாக்குதல் - counter assault
பயங்கரவாதம் - terroism
பயங்கரவாத எதிர்ப்பு - counter terriosm
படையணி -brigade
படை - military
படைத்துறை
படையாள் - soldier
பட்டாளம் - troops/platoon
படையாட்கள் - soldiers
படைய வழங்கல்(விநியோகம்) - logistics
படையியல் - military science
படையணிக் கட்டுமானங்கள்
பக்கவாட்டுத் தாக்குதல் - Flank attack
பின்னகர்வுத் தாக்குதல் - withdrawl attack
படை - force
படைக்குழுக்கள் - corps
படைநிலை - line -ஒன்றுடன் ஒன்று இணைக்கப்பட்ட இராணுவக்காவல் நிலையங்கள், பதுங்குகுழுகள் முதலியவற்றின் தொடர் வரிசை.
பதுங்கித்தாக்கு - Ambush
படைபிரிவு - division
பின்வாங்கல் - en:Withdrawl (military)
பொறிமுறை
மரபுவழித் தாக்குதல் - Conventional Warfare
மண்மூட்டை - sand bags
மண்ணரண் -
மின்னலடித் தாக்குதல் - Blitzkrieg
மின்வேலி - current barbed wire
முன்னணி நடவடிக்கைத் தலைமையகம் - Forward Operational HQ
முப்படைகள்

முகாம் - Camp
மூலூடகப் படையணி
மும்முனைத் தாக்குதல்
முன்னகர்வுத் தாக்குதல்
முறியடிப்புத் தாக்குதல்
முற்றுகை - Siege
முள்ளுக்கம்பி - en:Barbed wire
மெய்க்காப்பாளர் - body guard
யானைப்படை-elephantry
வலிந்து தாக்குதல்
வழங்கல் பிரிவு - supply division
வான் படை-airforce
வியூகம்
வெடிமருந்து-gunpowder
வேவு-spy
வேவுப்படை-spy force
போர்களத் தாக்குதல்கள் குறித்தான சில சொற்கள்
களமுனைத் தாக்குதல் - ஊடுருவித் தாக்குதல்
ஊடறுப்புத் தாக்குதல் - ஆழ ஊடுருவல் தாக்குதல்
திடீர் தாக்குதல் - அதிரடித் தாக்குதல்
தந்திரோபாயத் தாக்குதல் - எதிர்த் தாக்குதல்
நேரடித் தாக்குதல் - இருமுனைத் தாக்குதல்
மும்முனைத் தாக்குதல் - பின்னகர்வுத் தாக்குதல்
முன்னகர்வுத் தாக்குதல் - கெரில்லாத் தாக்குதல்
வலிந்துத் தாக்குதல் - தற்பாதுகாப்புத் தாக்குதல்
மரபுவழித் தாக்குதல் - முறியடிப்புத் தாக்குதல்
அழித்தொழிப்புத் தாக்குதல் - தற்கொடைத் தாக்குதல்

போர்ப் பிரகடனம் அல்லது போர் சாற்றுதல் (Declaration of war) என்பது ஒரு நாடு முறைப்படி ஒன்று அல்லது அதற்கு மேற்பட்ட நாடுகளின் மீது போர் தொடுக்கப்போவதாக அறிவிக்கும் செய்கையாகும். இந்த அறிவிப்பு பொதுமக்கள் அல்லது நாடாளுமன்றத்துக்கு ஆற்றப்படும் உரையின் மூலமோ அல்லது முறைப்படி கையெழுத்திடப்படும் அரசாணையின் மூலமோ செய்யப்படலாம். சட்டப்படி யார் போர் சாற்றலாம் என்பது ஒவ்வொரு நாட்டுக்கும் மாறுபடுகிறது. பொதுவாக நாட்டின் தலைவர் அல்லது அரசின் தலைவர் போர் சாற்றும் உரிமையைப் பெற்றுள்ளார். வேறு சில நாடுகளில் நாடாளுமன்றம் அந்த உரிமையைப் பெற்றுள்ளது. போர் சாற்றுதலுக்கான சர்வதேச நெறிமுறை 1907ம் ஆண்டு கையெழுத்தான ஹாக் சாசனத்தில் வரையறுக்கப்பட்டுள்ளது.

முறைப்படி போர் சாற்றும் வழக்கம் பழங்காலத்திலேயே நிலவியதற்கான சான்றுகள் உள்ளன. கி. மு ஏழாம் நூற்றாண்டு சுமேரிய காவியமான கில்கமெஷிலும் விவிலியத்தின் பழைய ஏற்பாட்டிலும் போர் சாற்றுதல் குறிப்பிடப்பட்டுள்ளது. புறநானூற்றின் ஒன்பதாவது பாடலான ''ஆவும், ஆனியற் பார்ப்பன மாக்களும்'' என்று தொடங்கும் பாடல் போர் சாற்றுதலைக் குறிப்பிடுகிறது. தற்காலத்தில் சர்வதேச சட்டப்படி, இரு நாடுகளிட்டையே போர் நிலவுகிறது என்பதன் அதிகாரப்பூர்வ ஏற்பே போர் சாற்றுதலாகும். அண்மைக் காலத்தில் தீவிரவாதம், சமச்சீரற்ற போர்கள் (asymmetrical wars) பரவியுள்ளதால் அதிகாரப்பூர்வ போர் சாற்றுதலின் முக்கியத்துவம் குறைந்துள்ளது.[

4. போர்நிறுத்த நினைவுநாள்

போர்நிறுத்த நினைவுநாள் (Armistice Day) என்பது முதலாம் உலகப்போரில், செருமனிக்கும், அதற்கு எதிரான கூட்டுப் படைகளுக்குமிடையில் (en:Allies of World War I) போர்நிறுத்தத்தை ஏற்படுத்துவதற்காகக் கைச்சாத்திடப்பட்ட நிகழ்வை நினைவுகூரும் ஒரு நாளாகும். இந்தப் போர் நிறுத்த ஒப்பந்தம் 1918 ஆம் ஆண்டு, நவம்பர் மாதம் 11 ஆம் நாள் காலை 5:45 மணிக்கு, பிரான்சில் வைத்துக் கைச்சாத்திடப்பட்டு, அன்று பகல் 11:00 மணிக்கு செயற்பாட்டுக்கு வந்தது. அதனால் இதனை 11.11.11 என்ற குறியீட்டால் அழைப்பர். இந்த நாளின் நூறாண்டு நிறைவுற்றதை முன்னிட்டு, நூற்றாண்டு நினைவுநாள் 11 நவம்பர் 2018 இல் உலகம் முழுவதும் கொண்டாடப்பட்டது.

பொருள் - Armistice என்று ஆங்கிலத்தில் அழைக்கப்படுகின்ற போர் நிறுத்த ஒப்பந்த நிகழ்வினை "Eleventh hour of the eleventh day of the eleventh month" என்றும், 11.11.11 என்றும் குறிப்பிடுவர். Armistice என்ற சொல்லுக்கு "தற்போதைய போர் நிறுத்தம், போர் ஓய்வு, போர் நிறுத்த நாள், 1918 முதல் ஆண்டுதோறும் முதலாவது உலகப்போர் நிறுத்தம் கொண்டாடப்பட்டு வரும் நாள் (நவம்பர் 11)" என்று அகராதி கூறுகிறது.

பெயர் சூட்டல் - முதல் உலகப்போர் நிறைவுற்றபோது இங்கிலாந்து மற்றும் வேல்சில் 1,634 குழந்தைகளுக்கு போர் தொடர்பான, போர் நடைபெற்ற இடங்கள் தொடர்பான பெயர்கள் சூட்டப்பட்டன. அவை வெர்டன் (Verdun, பிரான்சில் உள்ள ஒரு இடம்), கிட்சனர் (Kitchener) மற்றும் ஹைக் (Haig), ஐக்கிய இராச்சியத்தில் அமைக்கப்பட்ட பிரித்தானிய படையின் பெயர் கிட்சனர் படை), வெற்றி (Victory), அமைதி (Peace), 11 நவம்பர் 1918 அன்றோ, அந்நாளிலிருந்து ஒரு வாரத்திற்குள்ளோ பிறந்த குழந்தைகளுக்கு ஆர்மிஸ்டைஸ் (Armistice), பச்செண்டாலே

(Passchendaele, பெல்ஜியத்தில் உள்ள இடம்), சோமே (Somme, பிரான்சில் உள்ள சோமே ஆறு அருகில்), ஒய்பிரஸ் (Ypres, பெல்ஜியத்தில் ஒரு இடம் ஒய்பிரஸ்), ஏமியன்ஸ் (Amiens, பிரான்ஸில் உள்ள ஏமியன்ஸ்) என்றவாறு அமையும்.

இந்தியாவின் பங்களிப்பு - போரில் கலந்துகொண்ட பெரும்பாலும் கல்வியறிவற்ற, வட இந்தியாவைச் சேர்ந்த 1.5 மில்லியனுக்கு மேற்பட்ட இந்திய வீரர்களின் பங்களிப்பு என்பதானது முதல் உலகப்போரின் மறக்கப்பட்ட குரலாகவே தெரிகிறது. 1914 முதல் 1918 வரை நடைபெற்ற இப்போரில் பிரிட்டிஷாருடன் இணைந்து அதிக எண்ணிக்கையிலான இந்தியர்கள் போரிட்டனர். ஆஸ்திரேலியா, நியூசிலாந்து, கனடா, தென் ஆப்பிரிக்கப் படைகளின் கூட்டு எண்ணிக்கையை விட அவர்களின் எண்ணிக்கை அதிகமாக இருந்தது. ஐரோப்பா, ஆப்பிரிக்கா மற்றும் மத்திய கிழக்கு நாடுகளில் 34,000க்கும் மேற்பட்ட இந்திய வீரர்கள் தம் இன்னுயிரை ஈந்தனர். ஆனால் அவர்களின் பங்களிப்பு வரலாற்றிலிருந்து மறைக்கப்பட்டுள்ளது. போரின்போது பிரிட்டிஷாரின் பதுங்குகுழிகளை மீட்கும் முயற்சியில் ஈடுபட்டு போரிட்டு காயமடைந்த டர்வான் சிங் நேகி என்ற இந்திய வீரர் விக்டோரியா கிராஸ் விருதை முதன்முதலில் பெற்ற பெருமையுடையவர். அவரைப் போன்ற வீரர்களின் பங்களிப்பு இல்லாமல் இருந்திருந்தால் போரில் தோற்றிருக்க வாய்ப்புண்டு. போரில் பங்குபெற்ற இந்திய வீரர்களில் 74,000க்கும் மேற்பட்டோர் போர்க்களத்திலிருந்து திரும்பவேயில்லை. இந்திய வீரர்களின் தியாகத்தினை நினைவுகூறும் வகையில் அவர்களுடைய வீரச் செயல்களுக்காக 12 மிக உயர்ந்த விருதுகள் உள்பட 13,000 பதக்கங்கள் இந்திய வீரர்களுக்கு வழங்கப்பட்டுள்ளன.

நூற்றாண்டு நினைவு நிகழ்வுகள் - 1970களில் பதியப்பட்ட, இந்திய வீரர்களின் சுமார் 1,000 பக்கங்கள் அடங்கிய பேட்டியின் கையெழுத்துப்படிகள் பிரித்தானிய நூலகத்திற்கு அளிக்கப்பட்டுள்ளன.

கல்கத்தா போர் நினைவுச்சின்னத்தில் இந்திய வீரர்களை நினைவுகூறும் வகையில் மரியாதை செலுத்தப்பட்டது. இங்குள்ள இரண்டு உலகப்போர் வீரர்களுக்கான கல்லறைகளில் 95 கல்லறைகள் முதல் உலகப்போரில் உயிர் நீத்தவர்களுடையதாகும்.

முதலாம் உலகப்போரை முடிவுக்கு கொண்டு வருவது தொடர்பான பேச்சு வார்த்தை, பாரீஸ் நகரில் ஒரு சொகுசு ரெயிலில் நடைபெற்றதை நினைவுகூரும் விதமாக உலகப்போர் நிறைவு 100 ஆண்டு நினைவு தினம் சிறப்பாக நடத்தப்பட்டது. இந்திய ராணுவ வீரர்களின் பங்களிப்பினை நினைவுகூறும் வகையில் பிரான்சில் முதலாம் உலகப்போர் நினைவுச்சின்னம் பாரிசிலிருந்து 200 கிமீ தொலைவில் உள்ள வில்லர்ஸ் கில்ஸ் என்னுமிடத்தில் திறந்துவைக்கப்பட்டது. சர்வதேச அளவில் இச்சின்னத்திற்கு அங்கீகாரம் கிடைத்துள்ளது.

முதல் உலகப்போரில் கலந்துகொண்ட வீரர்களின் 10,000க்கு மேற்பட்ட உறவினர்கள் விருதுகளையும், வீரர்களின் புகைப்படங்களையும் கையிலேந்தி, அவ்வீரர்களைப் பற்றிய நினைவுகளைப் பகிர்ந்தபடி லண்டனில் ஊர்வலத்தில் நடந்து சென்றனர்.

ஹாங்காங்கில் நூற்றுக்கணக்கான மக்கள் போர் நினைவுச்சின்னத்தில் இரு நிமிட அமைதி காத்து போர் வீரர்களை நினைவுகூர்ந்தனர்.

ஆஸ்திரேலியாவில் கான்பெர்ராவில் உள்ள போர் நினைவு சின்னத்தில் மறைந்த வீரர்களுக்கு அஞ்சலி செலுத்தப்பட்டது.அடெலெய்டில் விமானம் மூலம் காகிதத்தால் செய்யப்பட்ட சிவப்பு நிற பாப்பி மலர்கள் தூவப்பட்டன. பிரிஸ்பேனிலும் தொடர்பான நிகழ்வுகள் நடைபெற்றன.

நியூசிலாந்து தலைநகர் வெலிங்டனில் துப்பாக்கி குண்டுகள் முழங்க அஞ்சலி செலுத்தப்பட்டது.

பெல்ஜியத்தில் யைப்ரஸ் என்னுமிடத்தில் ஆயிரக்கணக்கானோர் கூடி அஞ்சலி செலுத்தினர்.அங்கு மெனின் கேட் என்னுமிடத்தில் அமைந்துள்ள போர் நினைவுச்சின்னத்தில் 54,000 பிரித்தானிய வீரர்களின் பெயர்கள் பொறிக்கப்பட்டுள்ளன.

மியான்மரில் நினைவு நிகழ்வு நடத்தப்பெற்றது.

போர்க் கைதி (Prisoner of war) என்பது போரில் கைது செய்யப்பட்ட போராளிகளை குறிக்கும்.

உலக வரலாற்றில் போர்கள் முடிந்து விட்டதற்கு பிறகு பொதுவாக தோல்வி அடைந்த படையினர்கள் போர் கைதியாக சிக்கி கொல்லப்பட்டனர் அல்லது அடிமை ஆகியுள்ளனர். மத்திய காலங்களில் நடந்த போர்களில் கைபற்றிய நகரங்களின் மக்கள் பொதுவாக படுகொலை செய்யப்பட்டனர். இஸ்லாம் தொடங்கிய காலத்தில் முகமது போர் கைதிகளுக்கு உணவும் உடைகளும் கொடுக்கவேண்டும் என்று கூறியுள்ளார். ஆனாலும் சிலுவைப் போர்களில் கைபற்றிய கிறிஸ்தவ போர் கைதிகள் பொதுவாக அடிமைகளாக விற்பனை செய்யப்பட்டனர். கிறிஸ்தவ ஐரோப்பாவில் கைது செய்யப்பட்டவர்கள் "நம்பிக்கையற்றவர்கள்" என்று குறிப்பிட்டு பொதுவாக கொல்லப்பட்டனர். 1648இல் முப்பது ஆண்டுப் போர் முடிவில் வெஸ்ட்பேலியா அமைதி ஒப்பந்தம் முதலாக ஐரோப்பாவில் போர் கைதிகளுக்கு சில உரிமைகள் கொடுத்தது.

அண்மைய காலங்களில் ஹேக் உடன்படிக்கையிலும் ஜெனீவா உடன்படிக்கைகளிலும் போர் கைதிகளுக்கு பன்னாட்டு சட்டங்களில் பல உரிமைகள் தெரிவிக்கப்பட்டன. இந்த உடன்படிக்கைகள் காரணமாக போர் கைதிகளை வதை செய்வது உலகில் சட்டவிரோதமானதாக தெரிவிக்கப்பட்டது. ஆனால் 20ஆம் நூற்றாண்டிலும் ஜப்பானியப் பேரரசு, நாசி ஜெர்மனி போன்ற சில நாடுகள் இந்த ஒப்பந்தங்களுக்கு எதிராக போர் கைதிகளுக்கு பல கொடுமைகளை செய்தன.

5. சண்டை

நாய்ச்சண்டை (dogfight) என்பது வான்போரில் ஈடுபடும் சண்டை விமானங்கள் பங்கேற்கும் ஒரு சண்டை வகை. பொதுவாக இரண்டு அல்லது அதற்கு மேற்பட்ட விமானங்கள் இச்சண்டையில் பங்கேற்கின்றன. பங்கேற்கும் விமானங்கள் அருகில் எதிரி விமானங்கள் உள்ளன என்பதை உணர்ந்தே சண்டையில் ஈடுபடுகினறன. குறுகிய எல்லைக்குள் அதிவேகத்தில் நடக்கும் இச்சண்டையின் இலக்கு எதிரி விமானத்தை வீழ்த்துவதே. இதற்காக துப்பாக்கிகள், ஏவுகணைகள் போன்ற ஆயுதங்களை விமானங்கள் பயன்படுத்துகின்றன.

விமானங்கள் கண்டுபிடிக்கப்பட்ட பின் நடைபெற்ற முதல் பெரிய போர் முதலாம் உலகப் போர். இப்போரில் தான் முதன் முதலில் விமானங்கள் ஆயுதங்களாக பயன்படுத்தப்பட்டன. ஆரம்பத்தில் எதிரிகளின் தரைப்படைகள் மீது குண்டு வீசவும், உளவு பார்க்கவும் மட்டுமே விமானங்கள் பயன்படுத்தப்பட்டன. பின்னர் இரு தரப்பு விமானங்களும் நடு வான்வெளியில் ஒன்றோடு ஒன்று மோதத் தொடங்கின. "நாய்ச்சண்டை" என்ற பெயர் இவ்வாறு தான் ஏற்பட்டது. நாய்க்கூட்டங்கள் மூர்க்கத்துடன் சாகும்வரை ஒன்றையொன்று தாக்கிச் சண்டையிடுவது போல இந்த சண்டை முறை அமைந்திருந்ததால் இப்பெயர் ஏற்பட்டது. 1919ம் ஆண்டே "நாய்ச்சண்டை" என்ற தொடர் அச்சில் வந்து விட்டாலும், இரண்டாம் உலகப் போரில் தான் பிரபலமானது. தற்கால வான்படை விமானிகளுக்கு நாய்ச்சண்டை உத்திகளில் பயிற்சி அளிப்பது இன்றியமையாததாகி விட்டது.

யுத்தக் களத்தில் **சூழ்ச்சிப் பொறி** தனிமனிதனிற்கு எதிரான கண்ணிவெடி அல்லது கைக்குண்டு ஆகும். இவை யுத்தப் பிரதேசங்களின் கதவின் பின்புறத்தில் கதவைத் தாழிடும் பகுதியில் அல்லது கவர்ச்சிகரமான ஓர் இலத்திரனியல் உபகரணம் ஒன்றில் எடுத்துக்காட்டாக தொலைக்காட்சிப் பெட்டியில் பொருத்தப் பட்ட வெடிகுண்டாகும். இவை பார்ப்பதற்கும் மிகவும் சாதுபோலவிருந்தாலும் வெடிக்கும் போது பாரதூரமான விளைவுகளை ஏற்படுத்தும். இவ்வகை உபாயங்களை இலங்கையில் பெரும்பாலும் விடுதலைப் புலிகளே நிபுணத்துவம் மிக்க முறையில் மேற்கொள்கின்றனர்.

தற்காப்புத் தாக்குதல் என்பது எதிரி வலிந்து தாக்கும்பொழுது அல்லது முன்னேறும் பொழுது மேற்கொள்ளப்படும் தற்காப்பு, எதிர்ப்பு நடவடிக்கைகள் ஆகும். தற்காப்புத் தாக்குதலின் போது பயன்படுத்தப்படும் போர் உத்திகள் வலிந்து தாக்குதலில் இருந்து வேறுபட்டவை. கன்னிவெடிகளை விதைத்து வைத்தல், அகழி-அரண் கட்டி போரிடல், பதுங்கித் தாக்குதல், பரவ விட்டு அடித்தல் என பல்வேறு உத்திகள் தற்காப்புத் தாக்குதலில் பயன்படுகின்றன

நாய்ச்சண்டை (dogfight) என்பது வான்போரில் ஈடுபடும் சண்டை விமானங்கள் பங்கேற்கும் ஒரு சண்டை வகை. பொதுவாக இரண்டு அல்லது அதற்கு மேற்பட்ட விமானங்கள் இச்சண்டையில் பங்கேற்கின்றன. பங்கேற்கும் விமானங்கள் அருகில் எதிரி விமானங்கள் உள்ளன என்பதை உணர்ந்தே சண்டையில் ஈடுபடுகினறன. குறுகிய எல்லைக்குள் அதிவேகத்தில் நடக்கும் இச்சண்டையின் இலக்கு எதிரி விமானத்தை வீழ்த்துவதே. இதற்காக துப்பாக்கிகள், ஏவுகணைகள் போன்ற ஆயுதங்களை விமானங்கள் பயன்படுத்துகின்றன.

விமானங்கள் கண்டுபிடிக்கப்பட்ட பின் நடைபெற்ற முதல் பெரிய போர் முதலாம் உலகப் போர். இப்போரில் தான் முதன் முதலில் விமானங்கள் ஆயுதங்களாக பயன்படுத்தப்பட்டன. ஆரம்பத்தில் எதிரிகளின் தரைப்படைகள் மீது குண்டு வீசவும், உளவு பார்க்கவும் மட்டுமே விமானங்கள் பயன்படுத்தப்பட்டன. பின்னர் இரு தரப்பு விமானங்களும் நடு வான்வெளியில் ஒன்றோடு ஒன்று மோதத் தொடங்கின. "நாய்ச்சண்டை" என்ற பெயர் இவ்வாறு தான் ஏற்பட்டது. நாய்க்கூட்டங்கள் மூர்க்கத்துடன் சாகும்வரை ஒன்றையொன்று தாக்கிச் சண்டையிடுவது போல இந்த சண்டை முறை அமைந்திருந்ததால் இப்பெயர் ஏற்பட்டது. 1919ம் ஆண்டே "நாய்ச்சண்டை" என்ற தொடர் அச்சில் வந்து விட்டாலும், இரண்டாம் உலகப் போரில் தான் பிரபலமானது. தற்கால வான்படை விமானிகளுக்கு நாய்ச்சண்டை உத்திகளில் பயிற்சி அளிப்பது இன்றியமையாததாகி விட்டது.

பொதுவாக, **சண்டை அல்லது சமர்** (battle) என்பது, இரண்டு அல்லது அதற்கு மேற்பட்ட ஆயுதப் படைகள், அல்லது போராளிகள் மத்தியில் நடைபெறும் போர் முறை ஆகும். ஒரு சண்டையில், ஒவ்வொரு சண்டை இடுபவரும் ஓர் இராணுவத்தை அல்லது ஒரு குறிப்பிட்ட சமூகத்தை சேர்ந்தவர்களாக இருப்பர், அது நாடு, மொழி, இனம், என ஏதாவது ஓர் அடிப்படையில் தீர்மானிக்கப்படுகிறது.

போர்கள், அல்லது இராணுவத் தாக்குதல்கள் பொதுவாக போரியல் மூல உபாயம் மூலம் திட்டமிடப்படுகின்றன. ஆனால், சண்டை அல்லது சமரில் பெரும்பாலும் காயமடைவது அல்லது மரணம் அடைவது நிகழ்கிறது.

பொதுவாக, சண்டையில் பெயரிடுவது புவியியல் அமைப்பை சார்ந்து இருக்கும். ஒரு நகரத்தின் பெயர், காடுகள் அல்லது ஆறுகளின் பெயர் இருக்கும், "... சண்டை", என பெயரிடுவது நடைமுறையில் இருந்து வருகிறது. எப்போதாவது சண்டை நடைபெற்ற திகதி அல்லது மாதத்தினையும் பெயரில் சேர்த்துக் கொள்வது வழக்கமாக உள்ளது.

சண்டையில் பங்கேற்க தனிநபர்கள், லேசான உளவியல் பிரச்சனைகள் முதல் நிரந்தரமான காயங்கள் மற்றும் படுகாயம் அடையும் வாய்ப்புகளும் உண்டு. சண்டையில் உயிர் பிழைத்தவர்கள் வாழ்க்கை கொடுங் கனவுகளை கொண்டிருக்கும். அக்கனவுகள், அவர்கள் சந்தித்த சூழல், அல்லது காட்-

சிகள் அல்லது ஒலி அசாதாரண எதிர்விளைவுகளை பற்றியே இருக்கும். ஒரு சிலர் மனநல பாதிப்பிற்கும் ஆளாகின்றனர். அது மட்டுமின்றி, சமரில் பெரும்பாலும் காயமடைவது, ஊனமுறுவது, வடு ஏற்படுவது, உடல்ரீதியான செயல்பாடுகளை இழப்பு, கண்பார்வை மங்குதல், பக்கவாதம் அல்லது மரணம் அடைவது நிகழ்கிறது.

படைத்துறைச் சொற் பயன்பாட்டில் சரணடைதல் என்பது, பிரதேசத்தின் மீதான கட்டுப்பாடு, போர்வீரர், அரண்கள், கப்பல்கள், ஆயுதங்கள் என்பவற்றை இன்னொரு படையினரிடம் துறந்து விடுவதைக் குறிக்கும். சரணடைதல் போர் எதுவும் இடம்பெறாமலேயே அமைதியாக நடைபெறலாம். அல்லது, போரில் ஒரு பகுதி தோல்வி அடைவதன் மூலம் ஏற்படலாம். இறைமை உள்ள நாடு ஒன்று போர் ஒன்றில் தோல்வியுற்ற பின்னர் அமைதி ஒப்பந்தம் ஒன்றில் அல்லது சரணடைதல் ஒப்பந்தம் ஒன்றில் கைச்சாத்து இடுவதன் மூலம் சரணடைவது வழக்கம். போர்க்களத்தில் தனிப்பட்ட வீரர்கள் அல்லது படைத் தலைமையின் கட்டளைப்படி மொத்தமாகச் சரணடையும் போது அவர்கள் போர்க் கைதிகள் ஆகிறார்கள்.

ஒரு வெள்ளைக் கொடி அல்லது கைக்குட்டை சரணடைவதற்கான விருப்பத்தைக் காட்டும் சைகையாகப் பொதுவாக எடுத்துக்கொள்ளப்படுகிறது. ஆனாலும், அனைத்துலகச் சட்டங்களின்படி இது தீர்வுப் பேச்சுக்களுக்கான விருப்பத்தை வெளிப்படுத்தும் ஒரு சமிக்ஞையையே குறிக்கும். இதன் விளைவு முறையான சரணடைதலாக இருக்கலாம் அல்லது இல்லாமல் போகலாம். வழமையாக சரணடைதல் ஆயுதங்களைக் கையளிப்பதை உள்ளடக்கியது. முற்கால ஐரோப்பியப் போர்களில், சரணடையும் படைகளின் கட்டளை அதிகாரி தனது வாளை வெற்றி பெற்ற கட்டளை அதிகாரியிடம் கையளிப்பார். தனிப் போர்வீரர்கள் ஆயுதங்களைக் கீழே போட்டுவிட்டுக் கைகள் இரண்டையும் தலைக்கு மேல் உயர்த்துவதன் மூலம் சரணடையலாம். சரணடையும் தாங்கிக் கட்டளை அதிகாரி தாங்கியின் சுடு குழல்களை எதிர்த் தரப்பினரை நோக்காமல் திருப்பிவிட வேண்டும். சரணடைதலுக்கான சைகையாக கொடிகளும் சின்னங்களும் இறக்கப்படும் அல்லது சுருட்டப்படும். கப்பலின் கம்பத்தில் வெள்ளைக் கொடி ஏற்றுவது சரணடைதலுக்கான அடையாளம் ஆகும்.

இது தரப்பும் ஏற்றுக்கொண்டால் சரணடைதல், நிபந்தனைகளுடன் கூடியதாக இருக்கக்கூடும். இதன்படி, வெற்றி பெற்ற தரப்பு சில வாக்குறுதிகளை அளித்த பின்னரே மற்றத்தரப்பு சரணடைய ஒப்புக்கொள்ளும். அல்லது சரணடைதல் நிபந்தனையற்றதாக இருக்கலாம். இவ்வகைச் சரணடைதலில், வெற்றி பெற்ற தரப்பினர், போர்ச் சட்டங்களும் வழக்கங்களும் வழங்கக் கூடியவை தவிர்ந்த வேறெந்த வாக்குறுதிகளையும் வழங்க மாட்டார்கள். இது தொடர்பான பெரும்பாலான சட்டங்களும் வழக்கங்களும், 1907 ஹேக் ஒப்பந்தம், செனீவா ஒப்பந்தங்கள் ஆகியவற்றில் உள்ளவை ஆகும். சரணடை-

யும் தரப்பு போரைத் தொடர்ந்து நடத்தக்கூடிய ஆற்றலை இழந்துவிட்டால் நிபந்தனையற்ற சரணடைதலே இடம்பெறக்கூடும்.

போர்ச் சூழல் ஒன்றில் போலிச் சரணடைதல் ஒரு வகை நம்பிக்கை மோசடி ஆகும். செனீவா ஒப்பந்தத்தின் நடபடி 1 இன்படி இது ஒரு போர்க் குற்றம் ஆகும். எதிரியைப் பாதுகாப்பு நிலைகளில் இருந்து வெளி-வரச் செய்து அவர்களைத் தாக்குவதே போலிச் சரணடைதலின் பொதுவான நோக்கம். எனினும், முற்றுகை போன்ற பெரிய நடவடிக்கைகளில் இதைப் பயன்படுத்தக்கூடும். போலிச் சரணடைதல் தொடர்பான விபரிப்புக்களை உலக வரலாற்றில் அடிக்கடி காண முடியும். ஐரிஷ் விடுதலைப் போரின்போது கில்மிச்சேலில் பிரித்தானியப் படைகள் நிகழ்த்தியதாகச் சொல்லப்படும் போலிச் சரணடைதல் ஒரு எடுத்துக்காட்டு

6. சங்ககாலப் போர்முறை

தமிழர்களின் போர்முறை பற்றித் தொல்காப்பியம் புறத்திணையியல் பகுதி விளக்குகிறது. இதில் காட்டப்பட்டுள்ள செய்திகளை ஒருவகையில் மாற்றம் செய்து புறப்பொருள் வெண்பாமாலை என்னும் நூல் விளக்கம் தருகிறது. புறப்பொருள் வெண்பாமாலை காட்டும் துறைகளில் பலவற்றுக்குப் பண்டைய இலக்கியங்களில் மேற்கோள் இல்லாமையால் அந்த நூலை இயற்றிய ஆசிரி-யர் தாம் வகுத்துக் காட்டும் துறைகளுக்குத் தாமே எடுத்துக்காட்டுப் பாடல்க-ளையும் இயற்றி இணைத்துள்ளார். பொதுநோக்கில் பார்த்தால் இரண்டு நூல்-களுமே இலக்கண நூல்கள்.

சங்க இலக்கியங்களில் காணப்படும் போர்முறைகள் அக்காலப் புலவர்க-ளால் காட்டப்பட்டவை. இவையே நிகழ்ந்தவற்றைக் கூறும் வரலாறுகள்.

போர் தொடங்குவதற்கு முன்னர் போரைப் பற்றி அறிவித்து, கொல்லக்கூ-டாத உயிரினங்களைப் பாதுகாப்பான இடங்களுக்குச் சென்றுவிடுமாறு எச்-சரிக்கை விடப்பட்டது. இது போரின் அறத்தாறு எனக் குறிப்பிடப்படுகிறது — பசு, பசு போன்ற இயல்புடைய பார்ப்பனர், பெண்டிர், மரபுநோய் உள்-ளவர், இறந்த முன்னோருக்குக் கடன் செலுத்தும் குழந்தைப்பேறு இல்லாத-வர் ஆகியோர் பாதுகாப்பான இடங்களுக்குச் சென்றுவிடுங்கள். இங்கே என் அம்பு பாயும் போர் நிகழவிருக்கிறது — என்று அறவழி கூறியபின் போரி-டும் பாங்குடையவன் அரசன் பாண்டியன் பல்யாகசாலை முதுகுடுமிப் பெரு-வழுதி. புலவர் நெட்டிமையார் இந்தப் பாங்கைக் குறிப்பிடுகிறார்.

கோட்டையை முற்றுகையிட்டிருப்பவர்களுக்கு அறம் உணர்த்தும் வகை-யில் கோட்டைக்குள் இருப்போர் கரும்பு அம்பு எய்து காட்டுவர். சோழன் நலங்கிள்ளி இந்த நெறியைக் கடைப்பிடித்ததாக உறையூர்ப் புலவர் முதுகண்-ணன் சாத்தனார் குறிப்பிடுகிறார்.

சேரமான் பெருஞ்சோற்று உதியஞ்சேரலாதன் ஐவர் படையும் நூற்றுவர் படையும் போரிட்டுக்கொண்டிருந்த காலத்தில் இருதிறப் படையினருக்கும் பாகுபாடு இல்லாமல் பெருஞ்சோறு (அரசுவிருந்து) வழங்கிப் போற்றினான்.

தலையாலங்கானப் போரில் வென்ற பின் தோற்ற மன்னர்களைக் கொல்ல வேண்டாம் என்று புலவர் கல்லாடனார் அரசன் நெடுஞ்செழியனுக்கு வேண்டுகோள் விடுக்கிறார். வளமான நாடு உனக்கு இருக்கும்பொது, உன் நாட்டு மக்கள் அவர்களுக்கு விருந்தளித்துக்கொண்டிருக்கும் நாட்டின்மீது போர் தொடுக்கலாமா என்று அவனை இடைக்காடனார் வினவுகிறார்.

உன்னைப் பாடும் பாணர்கள் நீ வழங்கும் பொற்றாமரை விருது அணிகலனைத் தலையில் சூடிக்கொள்கின்றனர். புலவர்கள் நீ வழங்கும் யானைமீதும் தேர்மீதும் ஏறிச் செல்கின்றனர். வெற்றியைக் குவிக்கும் 'குடுமி' வேந்தே! பிறர் மண்ணைக் கைப்பற்றும் கொடுமையைச் செய்து அங்குக் கிடைத்த பொருள்களைக் கொண்டு நீ விரும்புபவர்களுக்கு மட்டும் இன்பம் தரும் செயல்களைச் செய்தல் அறச்செயலோ எனப் பாண்டியன் பல்யாகசாலை முதுகுடுமிப் பெருவழுதியை நெட்டிமையார் வினவுகிறார்.

நீர் வளம் மிக்க காவிர் நாடு போதாதா, பகைவர் நாட்டு அழுகுரலைக் கேட்க வேண்டுமா என்று கரிகாலனைப் கருங்குழலாதனார் வினவுகிறார்.

அரசன் கிள்ளிவளவன் கருவூரை முற்றுகை இட்டிருந்தான். கருவூர் அரசன் தன் கோட்டைக் கதவுகளை அடைத்துக்கொண்டு உள்ளேயே இருந்தான். எதிர்க்காதவன் ஊரை முற்றுகை இட்டுக்கொண்டே இருத்தல் நாணத்தக்க செயல் என்று கூறுகிறார் புலவர் கோவூர் கிழார்.

நலங்கிள்ளி, நெடுங்கிள்ளி ஆகிய இரு சோழ அரசர்கள் தமக்குள் போரிட்டுக்கொள்வது பிற வேந்தரின் நகைப்புக்கு இடம் தரும் போர் என்று கோவூர் கிழார் குறிப்பிடுகிறார்.

தொங்கும் கை, பெருமித நடை, ஒலிக்கும் மணி, மேலே வளைந்து உயர்ந்திருக்கும் கொம்பு, பிறை போன்ற நெற்றி, சினம் கொண்ட பார்வை, விரிந்த காலடி, பருத்த கழுத்து, தேன் சிந்தும் மலை போல வண்டு மொய்க்க ஒழுகும் மதநீர், இரும்பைப் போன்ற தலை, வலிமை — ஆகியவற்றைக் கொண்ட உன் வாலிபக் களிறு அதன் நிலைகளத்தில் கட்டிக் கிடக்கிறது. *பால் ஒழுகும் நிலா போன்று மாலை தொங்கும் உன் வெண்கொற்றக் குடை காப்பு இல்லாமல் அதன் நிழலில் காப்போர் உறங்குகின்றனர்.

நெல்லோடு வேயப்பட்ட நெல்லந்தாள் கூரை வீடும், கருப்பஞ்சருகு வேய்ந்த கூரை வீடுகளும் தனித்தனியே விழாக் கொண்டாடப்பட்ட களம் போலப் பொலிவுடன் காட்சி தருகின்றன. உலக்கையால் குற்றும் பாடல் ஒலி கேட்கிறது.

போர் இல்லாததால் சினம் கொண்ட மக்கள் தும்பைப் பூவையும் பனம்பூவையும் சூடிக்கொண்டு குரவை ஆடி மகிழும் ஒலி கடலொலி போல முழங்கிக்கொண்டே இருக்கிறது.

நீயோ வாயில் காப்பு இல்லாத பாசறையில் இருக்கிறாய். அங்கு வேந்தர்கள் உனக்குத் தந்த திறைப் பொருள்களை உன் அரசுச் சுற்றத்தாருக்கு வழங்கி மகிழ்கிறாய்.

கொல்லிமலை நாட்டை வென்ற பின்னர் உனக்கு இந்த நிலை

கவலையற்ற மக்கள்

உன் ஆட்சிக்குடை நிழலில் வாழ்பவர்கள் உன் அறிவு, இரக்கம், உதவும் எண்ணம் (கண்ணோட்டம்) ஆகியவற்றை அறிவர்.

அவர்களுக்குச் சோறாக்கும் தீ, வெயில் ஆகியவற்றின் சூடு அல்லது வேறு சூடு தெரியாது. (பகைவர் ஊரைக் கொளுத்துதல் இல்லை)

வானவில் அல்லது (பகைவரின்) கொலைவில் தெரியாது.

நிலத்தை உழும் கலப்பைப்படை அல்லது (பகைவர் தாக்கும்) கருவிப்படை தெரியாது.

உன்னை எதிர்க்கும் படைத்திறம் அறிந்த வல்லாளரும், பகைவரும் தேயப் படைவர் மண்ணை நீ உண்டாய். ஆனால் உன் மண்ணைக் கருவுற்ற பெண்கள் உண்பதைத் தவிர வேறு யாரும் உண்டு அறியார்.

உன் கோட்டையில் அம்புகள் வேலை இல்லாமல் தூங்குகின்றன.

நாட்டில் செங்கோல் அறம் தூங்குகிறது.

உன் நாட்டுக்குள் புதிய பறவைகள் வந்தாலும், பழைய பறவைகள் போனாலும் மக்கள் விறுவிறுப்பு காட்டாமல் பாதுகாப்பாக வாழ்கின்றனர்.

இப்படியே நீ ஆட்சி புரிவாயாக!

போர்க் கொடுமைகள்

போர்க்கள வேள்வி

காற்றடித்துக் கடலில் செல்லும் பாய்மரக் கப்பல் போல களிறு சென்று போர்களத்தில் உள்ளவர்களை அகற்றிய இடத்தில் இலை போன்ற வேலை ஏந்திக்கொண்டு சென்று போரிட்டு அரசர்களை மிதித்து அவர்களது கொற்றமுரசுகளைப் பிடுங்கி அவற்றைச் சோறாக்கும் பாத்திரமாகவும் அவர்களது முடி சூடிய தலைகளை அடுப்புக்கல்லாகவும் அவர்களது குருதியை உலைநீராகவும் அவர்களது தொடியணிந்த தோல்களை அகப்பையாகவும் கொண்டு போர்க்களச் சமையல் செய்தவன் பாண்டியன் தலையாலங்கானத்துச் செருவென்ற நெடுஞ்செழியன் என அவனது தமிழ்சங்கத் தலைமைப் புலவர் மாங்குடி மருதனார் குறிப்பிடுகிறார்.

செயல்திறம் மிக்க குதிரைப்படை, மழைமேகம் போன்ற காலால்-படை ஆகியவை முறியும்படி போரிட்டான். அவர்களது விளைவயல்களில் தம் குதிரைகளை மேயவிட்டான். அவர்களது வீட்டு-மரங்களை எரிக்கும் விறகாக்கிக்கொண்டான். காவல் மிக்க அவர்களது நீர்த் துறைகளில் களிறுகளைக் குளிக்கும்படிச் செய்தான்.

கொட்டகையில் (வெளிறு இல்லில்) கட்டப்பட்டிருப்பதை வெறுத்த யானை கலக்கிய நீர்த்துறை. நெடுஞ்செழியனின் படை கடம்பு சூடிப்

போரிட்ட முருகனின் கூளியர் படை போல பகைநாட்டில் வேண்டிய அளவு உண்டது போக வீசி எறிந்திருக்கும் நிலம். படை கோடாரியால் வெட்டிச் சாய்த்த காட்டரண், படை எரி ஊட்டிய நகர்ப் பகுதி, இவற்றையெல்லாம் அந்த நாட்டு அரசர்கள் பார்த்து நாணி, நம்மால் நெருங்க முடியாத அந்தத் துணிவாளன் உலகம் நெளியக்கூடிய பெருபடையை நடத்தி இன்னும் வந்து இன்னது செய்வான் என நடுங்கும் நாட்டைக் கண்டு வந்தேன். ஆண்மான் புலிவாயில் பட்டதை எண்ணிப் பெண்மான் பூளாப் பூ நிறைந்த காட்டில் வேளைச் செடியின் வெள்ளைப் பூக்களைக் கறிக்கும் நாடாக இப்போது அவர்களின் நாடு உள்ளது. இது தலையாலங்கானப் போரின் விளைவு.

வெற்றி கண்ட உன் வாள் செவ்வானம் போலக் கறை பட்டுக் கிடக்கிறது. களம் கொண்ட உன் தாளிலுள்ள வீரக் கழல் கொல்லும் களிற்றின் தந்தம் போன்றன. மார்புக் கவசமாகிய தோல் அம்பால் துளைக்கப்பட்டு நிலையில்லாமல் மின்னும் விண்மீன் கொண்ட வானம் போன்றது. குதிரையின் வாய் கடிவாளம் சுண்டியதால் காளைமாட்டைக் கடித்த புலியின் வாயைப் போன்றன. யானையின் கொம்பு பகைவர் கோட்டைக் கதவைக் குத்தி நுனி மழுங்கி உயிர் உண்ணும் எமனைப் போன்று ஆயிற்று. நீ குதிரைகள் பூட்டிய தேரில் கடலில் தோன்றும் கதிரவனைப் போலக் காட்சி தருகிறாய். அரசன் இளஞ்சேட் சென்னியின் போர் இவ்வாறு இருந்ததாகப் பரணர் குறிப்பிடுகிறார்.

மலையமானை வென்ற சோழன் குளமுற்றத்துத் துஞ்சிய கிள்ளிவளவன் மலையமான் மக்களை யானை மிதித்துக் கொல்ல செய்கையில் புலவர் கோவூர் கிழார் தடுத்து நிறுத்தி மக்களைக் காப்பாற்றினார்.

படையோடு படை மோதி அழிந்த பின்னர் இரு அரசர்களும் தனித்து மோதிக்கொள்ளும் போருக்கு அறத்தின் மண்டல் என்று பெயர். குடக்கோ நெடுஞ்சேரலாதன், பெருவிறற்கிள்ளி ஆகிய இரு அரசர்களும் இவ்வாறு அறத்தின் மண்டிப் போரிட்டுப் போர்க்களத்திலேயே மாண்டனர்.

சில குறிப்புகள்

வென்ற அரசன் சூடியிருந்த முடியின் பொன்னால் வென்ற மன்னன் தன் காலில் அணியும் வீரக்கழல் செய்துகொள்வான்.

போர் நடந்த இடத்தில் குருதி ஈரத்தில் கழுதை ஏர் பூட்டி உழுது வரகும் கொள்ளும் அரசன் அதியமான் விதைத்தான்.

ஊர் மன்றத்திலும் போர் நிகழ்ந்தது. போருக்குப் பின்னர் அந்த இடம் கழுதை மேயும் இடமாக மாறியது.

தேரோடிய தெருக்களை அழித்த அரசன் அங்குக் கழுதைகளை வரிசையாகக் கட்டிவைத்தான்.

தீ இட்டுக் கொளுத்திய இடங்களில் ஆண்டலைப் பறவைகள் (கழுகு இனம்) மேய்ந்தன.

கடல் பிறக்கு ஓட்டிய செங்குட்டுவன் மோகூர் அரசனின் முரசைக் கைப்பற்றித் தனதாக்கிக் கொண்டதோடு, அவன் காவல்மரமான வேம்பை வெட்டி, அப்போரில் இறந்தவர்களின் மனைவிமார் கணவனை இழந்ததால் களைந்த கூந்தலைத் திரட்டிக் கயிறாக்கி, அந்தக் கயிற்றில் வெட்டிய மரத்துண்டைக் கட்டித் தன் யானைகளைக் கொண்டு இழுத்துவரச் செய்து புதிய முரசு ஒன்றும் தனக்குச் செய்துகொண்டான்

மறைசுடுதல் என்பது நெடுந்தூர இலக்குகளை மறைந்திருந்து துல்லியமாக நீள்துப்பாக்கியால் சுடும் வல்லமை. மறைசுடுதலில் தேர்ச்சிபெற்ற நபரை 'மறைசுடுநர்'அல்லது குறிசுடுநர் (ஆங்கிலம்: Sniper, Sharpshooter, Marksman) என்று குறிப்பிடுவர்.

இராணுவத்தில், காலட்படையுடன் மறைசுடுவீரர்களை இணைப்பதால், தேவையான மதிப்புமிக்க மனிதஇலக்குகள் மீது துல்லியமாக நெடுந்தூர குண்டெறிவை செயல்படுத்த முடியும். இது காலாட்படையின் ஆதிக்க எல்லையை விரிவுபடுத்தும்.

ஆங்கிலச்சொற்கலான மார்க்சஸ்மேனுக்கும்(Marksman) ஸ்னைபெருக்கும் (sniper) உள்ள முக்கிய வேறுபாடு என்னவென்றால்:

மார்க்சஸ்மேன் - இராணுவவீரர்களின் ஓர் அங்கமான மறைசுடுவீரன்.

ஸ்னைபெர் - தன்னிச்சையாக செயல்படும் மறைசுடுவீரன்.

குறிசுடுதலில் தேர்ச்சிபெற்ற நபரை 'குறிசாடுநர்' அல்லது 'குறிசுடுநர்' (ஆங்கிலம்: Sniper, Sharpshooter, Marksman) என்று குறிப்பிடுவர். இலக்குகளை மறைந்திருந்து சரிநுட்பமாக குறி பார்த்து சுட வல்ல ஆற்றலையும் ஆயுதத்தையும் கொண்டிருப்பவர். பொதுவாக இவர் ஒரு படைவீரராகவோ, அல்லது சட்ட அமுலாக்க பணியாளராகவோ இருப்பர்.

இராணுவத்தில், காலடப்படையுடன் குறிசுடுநர்களை இணைப்பதால், தேவையான மதிப்புமிக்க மனித இலக்குகள் மீது துல்லியமாக நெடுந்தூர சன்ன வீச்சை செயல்படுத்த முடியும். இது காலாட்படையின் ஆதிக்க எல்லையை விரிவுபடுத்தும்

7. களச்சாவு

களச்சாவு அல்லது வீரச்சாவு (Killed in Action) என்பது மரணமடைந்த படைத்துறையினரை இனங்காண இராணுவங்கள் பயன்படுத்தும் வகைப்பாடுகளுள் ஒன்று. பொதுவாக எதிர் தரப்பு படைகளுடன் ஏற்பட்ட மோதலில் இறந்தவர்கள் இந்த வகைப்பாட்டின் கீழ் வருகிறார்கள். முன்னணி படைகள், கப்பற்படை, வான்படை, துணைப்படைகள் என அனைத்து வகைப் பிரிவுகளிலும் சண்டைகளில் மரணமடைந்தவர்கள் இப்படி வகைப்படுத்தப்படுகிறார்கள். ஆனால் போர்முனையில் விபத்துகளில் இறப்பவர்கள் இவ்வகையில் சேர்க்கப்படுவதில்லை. அதே போல போர்க்களத்தில் காயமடைந்து பின்

மருத்துவமனைகளில் சிகிச்சை பலனின்றி உயிரிழப்பவர்களும் இவ்வகையில் சேர்க்கப்படுவதில்லை. அவர்கள் காயச்சாவு (died of wounds) என்ற வகைப்பாட்டில் சேர்க்கப்படுகிறார்கள். களச்சாவு அடைபவர்களை சமூகங்கள் பல வகைகளில் போற்றுகின்றன. பழந்தமிழ் நாட்டில் இவர்களை நடுகல் நாட்டியும் பள்ளிப்படைக் கோவில்கள் கட்டியும் வழிபட்டதுண்டு. தற்காலத்தில் களத்தில் இறந்தவர்களுக்கு நினைவுச் சின்னங்கள் அமைக்கப்படுகின்றன. அவர்களது கல்லறைகள் சிறப்பாகப் பராமரிக்கப்படுகின்றன.

ஒருதானி (One Man Army) என்பது ஒரு தானைக்கூரிய (படை) அனைத்து செயல்களையும் ஒருவனே படையின் உதவியிலாமல் செய்வதாகும். இந்த செயல்கள் இலக்கியங்களிலும், நாடகம் மற்றும் திரைப்படங்களிலும், கடவுள், தொன்மம் மற்றும் புராணங்களிலும் அதிகம் காணப்படுகிறது.

எடுத்துக்காட்டு - தலையாலங்கானத்துச் செருவென்ற பாண்டியன் நெடுஞ்செழியன் என்ற பாண்டியர் மன்னன் இளவயதிலேயே தன்னை எதிர்த்து வந்த இரு பெரும் வேந்தர் மட்டும் ஐங்குறு வேளிர் ஆகியோரின் சேனைகள் கொண்ட எழுவர் கூட்டணியை ஒருதான் ஆகிப்பொருது வென்றான்.

"நெடுங்கொடி உழிஞைப் பலரொடும் மிடைந்து
புனைகழல் எழுவர் நல்வலம் அடங்க
ஒருதான் ஆகிப்பொருது களத்து அடலே - (புறம்-76)

ஒட்டுமொத்தப் போர் (Total war) என்பது ஒரு போரியல் கோட்பாடு. போரில் ஈடுபடும் ஒரு தரப்பு எதிரியை அழிக்க தனது அனைத்து வகை வளங்கள் மொத்ததையும் முடிவிலாப் போர் புரிவதற்காகப் பயன்படுத்துவது ஒட்டுமொத்த போர் எனப்படுகிறது. வரலாற்றில் பல நூற்றாண்டுகளாக ஒட்டுமொத்த போர் நடவடிக்கைகள் நடைமுறையில் இருந்தாலும் 19ம் நூற்றாண்டின் மத்தியில் தான் போர் கோட்பாட்டாளர்களும் வரலாற்றளர்களும் இக்கோட்பாட்டை தனித்துவ போர்முறையாக வரையறுத்தனர். இக்கோட்பாட்டின் எதிர்மறை வரையறுக்கப்பட்ட போர் (limited war) எனப்படுகிறது.

ஒட்டுமொத்த போர் முறையில் ஈடுபடும் தரப்பில் குடிசார் மற்றும் படைத்துறை வளங்களுக்கிடையேயான வேறுபாடு மறைந்து போகின்றது. ஒரு நாட்டின் அனைத்து வளங்களும் - மாந்தர், தொழில் உற்பத்தி, அறிவு, படை, இயற்கை வளங்கள், போக்குவரத்து என அனைத்தும் போர் முயற்சிக்காகப் பயன்படுத்தப்படுகின்றன. 19ம் நூற்றாண்டு போர்க் கோட்பாட்டாளர் வோன் கிளாசுவிட்சின் "போரைப் பற்றி" (On war) நூலில் இக்கோட்பாடு பற்றி முதன்முதலாக விரிவாக அலசப்பட்டது. ஆனால் ஒட்டுமொத்த போர் என்ற சொற்றொடர் 1936ல் ஜெர்மானிய தளபதி எரிக் லூடன்டார்ப்பின் முதலாம் உலகப் போர் நினைவுகளின் முதன் முதலில் பயன்படுத்தப்பட்டது.

உராய்வுப் போர் அல்லது அரைப்பழிவுப் போர் (War of Attrition) என்பது எதிரியை தோய்வுறச் செய்து தோக்கடிக்கும் ஒரு போர் உத்தி. இது

எதிரியின் ஆள் பொருள் உளவுர வளங்களுக்கு தொடர்ந்து இழப்பு ஏற்படுத்தி, "எதிரியின் பலத்தை படிப்படியாக குறைத்து, பிறகு எதிரியை நிர்மூலமாக்கும் ஒரு போர் நுட்பம்." தமது வளங்களை திறனான பயன்படுத்தும், கூடிய வளங்களை தக்கவைக்கும் பெற்றுக்கொள்ளும் பக்கம் பொதுவாக வெற்றி பெறும். யார் கூடிய காலத்துக்கு தாக்குப்பிடிக்கின்றனரோ அவர்களே வெற்றிபெறுவர். வியட்னாம் போரில் அமெரிக்கப் படை வியட்னாமிய போராளிகளை தோய்வுறச் செய்து அவர்களின் போரிடும் உறுதியைக் குலைத்து வெல்ல நினைத்தார்கள், ஆனால் அவர்கள் தாக்குப்பிடித்தால் அமெரிக்க அரசியல் சமூக மாற்றங்கள் அவர்களுக்கு சாதகமாக மாறி வெற்றியைத் தந்தது

8. எண்ணெய் யுத்தம்

எண்ணெய் யுத்தம் என்பது பெட்ரோலியம் வளங்கள், அல்லது அவர்களின் போக்குவரத்து, நுகர்வு, அல்லது ஒழுங்குமுறை பற்றிய மோதலை விவரிப்பதற்கு பயன்படுத்தப்படுகிறது. இது எண்ணெய் இருப்புகளைக் கொண்டிருக்கும் ஒரு பிராந்தியத்தில் எந்த மோதலுக்கும் பொதுவாக குறிப்பிடப்படலாம் அல்லது புவியியல் ரீதியாக ஒரு நிறுவனம் அல்லது பெட்ரோலியம் உற்பத்திக்கான உற்பத்தி அல்லது போக்குவரத்து உள்கட்டமைப்பை உருவாக்க விரும்பும் இடத்திலேயே நிலவுகிறது. இது குறிப்பிட்ட எண்ணெய் போர்களில் ஏராளமானவற்றைக் குறிக்கவும் பயன்படுத்தப்படுகிறது.

எண்ணெய் போர்கள் என விவரிக்கப்படும் போர்களின் பட்டியல்

சாக்கோ போர் (1932-1935)

இரண்டாம் உலகப் போர் (1939-1945)

இரண்டாம் உலகப் போரின் எண்ணெய் பிரச்சாரம்

இரண்டாம் உலகப் போரின் எண்ணெய் பிரச்சாரம் காலவரிசை

இரண்டாம் உலகப் போரின் எண்ணெய் பிரச்சார இலக்குகள்

அமெரிக்கா-ஜப்பான் (1941-1945)

நைஜீரிய உள்நாட்டுப் போர் (1967-1970) என்றும் அறியப்பட்ட பியாப்ரான் போர்

, சதாம் ஹுசைன் வார்ஸ்

ஈரான்-ஈராக் போர் (1980-1988)

வளைகுடா போர் (1990-1991)

வளைகுடா போர் எண்ணெய் கசிவு

குவைத் எண்ணெய் தீ

ஈராக் பறக்காத மண்டலங்கள் மோதல்கள் (1992-2003)

ஈராக் போர் (2003-2011)

ஈராக் போர் # எண்ணெய் பற்றிய நியாயம் நைஜர் டெல்டாவில் மோதல் (2004-)

2012 தெற்கு சூடான்-சூடான் எல்லை மோதல் (2012-)

2014 உக்ரைனில் ரஷ்ய இராணுவத் தலையீடு (2014-)

2014 ISIS க்கு எதிரான இராணுவத் தலையீடு (2014-)

2014 சிரியாவில் கோர் கூட்டணி தலையீடு (2014-)

2015 சிரியாவில் ரஷ்ய இராணுவத் தலையீடு (2015-)

9. போர்

போர் என்பது, ஒரு பன்னாட்டுத் தொடர்புகள் சார்ந்ததும், நாடுகளின் படைகளிடையே நடைபெறும் ஒழுங்கமைந்த வன்முறைகளால் வெளிப்படுவதுமான பிணக்கு ஆகும். கார்ல் வொன் குளோசவிட்ஸ் என்பார் தனது போர் தொடர்பில் (On War) என்னும் தனது நூலில், போர் என்பது "வேறு வழிமுறைகளில் நடக்கும் தொடர்ச்சியான அரசியல் ஊடுதொடர்பு" எனக் குறிப்பிட்டுள்ளார். உள்நாட்டுப் போர் என்னும்போது, அது ஒரு குறிப்பிட்ட சமூகத்துக்குள் நிலவும் பிணக்கு ஆகும். இது ஆட்சி குறித்து நிகழ்வது. இறைமை குறித்தது அல்ல. இதன் ஒழுங்கமைக்கப்பட்ட முறையிலான படைத்துறைப் பங்களிப்புக் காரணமாகப் போர் என்பது கொலை அல்லது இனப்படுகொலை என்றாகிறது.

போர் என்பது ஒரு பண்பாட்டுக் கூறும் ஆகும். இது ஒரு குறிப்பிட்ட வகை அமைப்பினாலோ, சமூகத்தினாலோ மட்டும் நடத்தப்படுவது அல்ல. ஜான் கீகன் என்பவர், தனது போர்களின் வரலாறு (History Of Warfare) என்னும் நூலில், போர் என்பது, ஒரு உலகளாவிய தோற்றப்பாடு என்றும், அதை நடத்தும் சமூகத்தைப் பொறுத்து, அதன் வடிவமும், வீச்செல்லையும் வரையறுக்கப் படுகின்றன என்றும் கூறுகிறார். போர் செய்தல் என்பது ஒரு தொடராக வருகிறது. வரலாற்றுக்கு முந்திய காலத்திலேயே தொடங்கிவிட்ட இனக்குழுக்கள் இடையேயான போரில் தொடங்கி, நகர அரசுகள், நாடுகள், பேரரசுகள் என்பவற்றுக்கு இடையிலான போர்கள் வரை இது இடம் பெற்று வருகிறது.

ஒரு குழுப் போராளிகளையும் அவர்களுடைய பின்னணித் துணைகளையும், அவை நிலத்தில் செயல்படும்போது தரைப்படை என்றும், கடலில் செயல்படும்போது கடற்படை என்றும், வானில் செயல்படும்போது வான்படை என்றும் அழைக்கப்படுகின்றன. போர் ஒரே நேரத்தில் பல அரங்குகளில் நடைபெறலாம், ஒன்றுக்கு மேற்பட்ட படை நடவடிக்கைகள் தொடர்ச்சியாகவும் இடம்பெறலாம். ஒரு படை நடவடிக்கை என்பது சண்டை செய்தல் மட்டுமல்ல. இது, உளவறிதல், படைகளை நகர்த்தல், வழங்கல்கள், பரப்புரை போன்ற பல கூறுகளைக் கொண்டிருக்கும்.

போர் (war) என்ற ஆங்கில வார்த்தை பழைய ஆங்கில மொழி (circa1050) (wyrre மற்றும் werre) 'கலவரம், குழப்பம்' இருந்து பெறப்பட்ட வார்த்தைகள். பழைய ஆங்கில 'werre ' (நவீன பிரெஞ்சு மொழியில் guerre), *Frankish (werre)வெர்விலிருந்து, இறுதியாக (Proto-Germanic) ப்ரோட்டோ-ஜெர்மானிக் * வேர்ஸோவில் இருந்து பெறப்பட்ட பழைய வார்த்தையாகும். இந்த வார்த்தை பழைய (Old Saxon werran) சாக்ஸன் வர்ரன், (Old High German werran)பழைய ஹை ஜெர்மன், மற்றும் ஜெர்மன் வெல்விரன் (German verwirren) ஆகியவற்றுடன் தொடர்புடையது, அதாவது "குழப்பம்", "குழப்பநிலைக்கு", மற்றும் "குழப்பத்தை ஏற்படுத்துதல்" என்பதாகும். ஜெர்மனியில், கிரியேக் (ப்ரோட்டோ-ஜெர்மானிக் * க்ரிஜ்கானா 'இருந்து போராட வேண்டும், பிடிவாதமாக இருக்க வேண்டும்); ஸ்பானிஷ், போர்த்துகீசியம், மற்றும் "போர்" என்ற இத்தாலிய வார்த்தை (guerra)கெர்ரா ஆகும், இது பழைய பிரெஞ்ச் கால வார்த்தையான ஜெர்மனிய வார்த்தையிலிருந்து பெறப்பட்டது. இலத்தீன் புராணத்தை பயன்படுத்துவதை தவிர்ப்பதற்காக, ரோமானிய மக்கள் "போரை" ஒரு வெளிநாட்டு, ஜெர்மானிய வார்த்தையை ஏற்றுக்கொண்டது, ஏனென்றால், அது எப்பொழுதும் (bello)பெல்லோ ("அழகான") என்ற சொல்லைக் கொண்டு ஒன்றிணைக்க முற்பட்டது.

போர் ஆயுதங்களைப் பயன்படுத்தி சண்டையிடும் சில பணிகளைச் செய்ய மற்றும் இராணுவத் தந்திரோபாயங்கள் மற்றும் செயல்திறன் கலை ஆகியவற்றுடன் இராணுவ தளவாடங்கள் உட்பட்ட ஆயுதப் படைகளால் மற்ற இராணுவ தொழில்நுட்பங்கள் மற்றும் உபகரணங்கள் பயன்படுத்தப்படுகின்றன. இராணுவக் கோட்பாட்டாளர்களால் போர் பற்றிய ஆய்வுகள், இராணுவ வரலாற்றில், தத்துவத்தின் போக்கை அடையாளம் காணவும், இராணுவ விஞ்ஞானத்திற்கு குறைக்க முயல்கின்றன. போர் தொடங்குவதற்கு அனுமதிக்கப்படுவதற்கு தேசிய பாதுகாப்பு கொள்கை உருவாக்கப்படுவதற்கு முன், நவீன இராணுவ விஞ்ஞானம் பல காரணிகளைக் கருதுகிறது: போர் நடவடிக்கைகளின் பகுதியில் (சுற்றுச்சூழல்) சூழ்நிலை, தேசிய சக்திகள் போர், மற்றும் போர்க்கால துருப்புக்கள் ஆகியவை ஈடுபடும்.

சமச்சீரற்ற போர் இரண்டு வெவ்வேறு அளவிலான திறன் கொண்ட இராணுவங்களுக்கு இடையேயான மோதல் ஆகும்.

உயிரியல் போர் அல்லது கிருமப் போர் என்பது உயிரியல் நச்சுகள் அல்லது பாக்டீரியா, வைரஸ்கள் மற்றும் பூஞ்சை போன்ற தொற்றுநோய்களின் பயன்பாடு ஆகும்.

இரசாயன ஆயுதங்கள் போரில் ஆயுதமயமாக்கப்பட்ட இரசாயனப் பயன்பாடுகளைப் பயன்படுத்துகிறது. விஷவாயுவை வேதியியல் ஆயுதம் முக்கியமாக உலகப் போரில் பயன்படுத்தப்பட்டது, இதன் விளைவாக ஒரு மில்லியன் கணக்கில் உயிரிழப்பு ஏற்பட்டது, இதில் 100,000 பொதுமக்கள் அடங்குவர்.

கர்னிக்கா (1937) சிதைவுகள். ஸ்பானிஷ் உள்நாட்டு போர் ஐரோப்பாவின் இரத்தம் தோய்ந்த மற்றும் மிகவும் கொடூரமான உள்நாட்டு யுத்தங்களில் ஒன்றாகும்.

உள்நாட்டு யுத்தம்ஒரே நாடு அல்லது அரசியல் அமைப்பைச் சார்ந்த சக்திகளுக்கு இடையேயான போர்.

வழக்கமான போர், அணு ஆயுதங்கள், உயிரியல் அல்லது இரசாயன ஆயுதங்கள் வரையறுக்கப்பட்ட வரிசைப்படுத்தல்.

இணையப் போர் ஒரு தேசிய-அரசு அல்லது சர்வதேச அமைப்பின் செயல்கள், மற்றொரு நாட்டின் தகவல் முறைமைகளைத் தாக்கும் முயற்சியில் ஈடுபடுவது.

தகவல் போர் தகவல் சொத்துக்கள் மற்றும் அமைப்புமுறைகளுக்கு எதிராக ஒரு பெரிய அளவிலான அழிவு சக்தியை ,கணினி மற்றும் நெட்வொர்க்கள் ஆகியவற்றிற்கு எதிராக நான்கு முக்கியமான உட்கட்டமைப்புகள் (மின் கடத்திகள் , தகவல் தொடர்பு, நிதி மற்றும் போக்குவரத்து) பயன்படுத்துவது.

அணு ஆயுதப் போர் அணு ஆயுதங்களை முதன்மையாக பயன்படுத்துவது. இதை ஒரு பெரிய, சரணாகதி அடைவதற்கான வழிமுறையாகும் பயன்படுத்துவது.

வழக்கத்திற்கு மாறான போர் என்பது வழக்கமான யுத்தத்தின் எதிரான, இராணுவ வெற்றியை அடைவதற்கான ஒரு முயற்சியாகும், இது ஒரு முரண்பாட்டின் ஒரு பக்கத்திற்கான ஒத்துழைப்பு, சரணடைதல் அல்லது இரகசிய ஆதரவு ஆகியவற்றின் மூலம் ஆகும்.

ஆக்கிரமிப்பு போர் என்பது சுய பாதுகாப்புக்கு பதிலாக வெற்றி பெற அல்லது வெற்றி பெற ஒரு போர்; இது சாதாரண சர்வதேச சட்டத்தின் கீழ் போர்க்குற்றங்கள் அடிப்படையாக இருக்கலாம்.

எட்டு பழங்குடி சமூகங்களில் போரில் கொல்லப்பட்ட ஆண்கள், 20 ம் நூற்றாண்டில் ஐரோப்பா மற்றும் யு.எஸ். (லாரன்ஸ் எச். கெலி, தொல்பொருள் அறிஞர்)

யுத்தத்தின் ஆரம்பகால பதிவு செய்யப்பட்ட சான்றுகள் மீசோலிதிக் கல்லறை 117 117 ஆகும், இது சுமார் 14,000 ஆண்டுகள் பழமையானது என உறுதியாக உள்ளது. எலும்புக்கூடுகள் சுமார் நாற்பத்தி ஐந்து சதவீதம் வன்முறை மரணம் அறிகுறிகள் காட்டப்பட்டது. சுமார் 5,000 ஆண்டுகளுக்கு முன்னர் மாநிலம் (அரசியலமைப்பு) உலகின் பெரும்பகுதிக்கு இராணுவ நடவடிக்கைகள் நிகழ்ந்தன. வெடிப்பு மற்றும் தொழில்நுட்ப வளர்ச்சிகளின் முடுக்கம் நவீன போர்முறைக்கு வழிவகுத்தது.கான்வே டபிள்யூ. ஹென்டர்சனின் கருத்துப்படி, " கி.மு. 3500 ஆம் ஆண்டுகளுக்கு இடையில் 14,500 போர்கள் நடைபெற்றுள்ளன என்று ஒரு ஆதாரம் கூறுகிறது மற்றும் 20ஆம் நூற்றாண்டில் பிற்பாட்தியில் 3.5 பில்லியன் உயிர்களைக்

மாண்டு இருக்கிறார்கள், 300 ஆண்டுகளுக்கு சமாதானத்தை (பீடர் 1981: 20) விட்டுச்செல்கிறது." இந்த மதிப்பீட்டின் ஒரு சாதகமற்ற மதிப்பாய்வு இந்த மதிப்பீட்டின் ஆதரவாளர்களில் ஒருவர் குறித்து பின்வருமாறு குறிப்பிடுகிறார்: "" கூடுதலாக, யுத்த இழப்புக்களின் எண்ணிக்கையை ஒப்பிடமுடியாத அளவிற்கு உயர்ந்ததாக அவர் உணர்ந்தார், "மரண்மடைந்த சுமார் 3,640,000,000 மனிதர்கள் யுத்தம் அல்லது யுத்தத்தால் உருவாக்கப்பட்ட நோய்கள்" சுமார் 1,240,000,000 மனிதர்கள் ...&c.".»குறைந்த எண்ணிக்கை இன்னும் நம்பத்தகுந்த, ஆனால் 480 BCE மற்றும் 2002 CE க்கு இடையில் (குறைந்தபட்சம் 300,000 மற்றும் 66 மில்லியனுக்கும் அதிகமான போர்குற்றங்கள் மற்றும் மனிதனால் உருவாக்கப்படும் பேரழிவுகள்) 455 மில்லியன் மனித உயிர்களைப் பற்றிக் குறிப்பிடுகையில், மொத்தமாகும். 15.1% இறப்புகள் மற்றும் 400 மில்லியனுக்கும் அதிகமானோர் பாதிக்கப்பட்டுள்ளனர் என மதிப்பிட்டுள்ளனர்.

கி.மு. 3500 க்கும் 20 ஆம் நூற்றாண்டின் பிற்பகுதியிலிருந்தும் 1,240 மில்லியனைக் கொண்ட மேற்கூறிய (ஒருவேளை மிக அதிகமான) எண்ணிக்கைக்கு இது சேர்க்கப்பட்டுள்ளது, இது மொத்தமாக 1,640,000,000 மக்கள் கொல்லப்படுவதாக, (போரினால் ஏற்பட்ட பஞ்சம் மற்றும் நோய் உட்பட இறப்புகள் உட்பட) வரலாறு மற்றும் மனிதகுலத்தின் முந்தைய வரலாறு முழுவதும். ஒப்பிடுகையில், 1,680,000,000 மக்கள் 20 ஆம் நூற்றாண்டில் தொற்று நோய்களால் இறந்ததாக மதிப்பிடப்பட்டுள்ளது. 1988 ஆம் ஆண்டு ஆகஸ்ட் மாதத்தில் அணு ஆயுதங்களை உச்ச நிலையில் இருந்தபோது அணு ஆயுதப் போர் முறித்துக் கொண்டது, அதன் பின்னர் அதன் விளைவாக மனிதர்களின் எண்ணிக்கை 1,850,000,000 முதல் 5,00,000,000 வரை 3,300,000,000 ஆக குறைந்து ஒரு வருட காலத்திற்குள், அணுசக்தி குளிர்காலம் பற்றிய மிக கடுமையான கணிப்புகளை "கருத்தில் கொள்ளவில்லை. இது 14 வது நூற்றாண்டில் ஏற்பட்ட பிளாக் டெத் மூலம் குறைக்கப்பட்டதை விட உலக மக்கள்தொகை விகிதாசார குறைப்பு என்று இருந்திருக்கும்,மற்றும் 1346 - 53 இல் ஐரோப்பாவின் மக்கள்தொகையில் பிளேக் பாதிப்புடன் விகிதாசார அடிப்படையில் ஒப்பிடக்கூடியது.

கடந்த நூற்றாண்டில் வாழ்க்கை இழப்பு ஏற்பட்டுள்ள பத்து மிக விலை உயர்ந்த போர்களில் மூன்று. இவை இரண்டாம் உலகப் போர்கள், இரண்டாம் சினோ-ஜப்பான் போர் (இது சில நேரங்களில் இரண்டாம் உலகப்போரின் பகுதியாக கருதப்படுகிறது அல்லது ஒன்றுடன் ஒன்று). மற்றவர்களில் பெரும்பாலானோர் சீனா அல்லது அண்டை நாடுகளில் ஈடுபட்டுள்ளனர். இரண்டாம் உலகப் போரில் இறந்தவர்களின் எண்ணிக்கை 60 மில்லியனுக்கும் மேலானது, மற்ற அனைத்து போர்-மரணங்களையும் தாண்டிவிட்டது.

Deaths
(millions)DateWar

60.7 - 84.61939 - 1945World War II (see World War II casualties) [15][16]

391914 - 1918World War I (see World War I casualties)[17]

36755 - 763An Shi Rebellion (death toll uncertain)[18]

யுத்தத்தின் அறநெறி ஆயிரக்கணக்கான ஆண்டுகளாக விவாதத்திற்கு உட்பட்டது. ஜஸ்ட் போர் தியரி ஜஸ் அட் பெல்லம் மற்றும் ஜஸ் இன் பெல்லோ போரில் நெறிமுறைகளின் இரண்டு கோட்பாடு அம்சங்கள். "யுஸ் ஆட் பெல்லம்" (போர் உரிமை), எந்த நாட்டிற்கு எதிரான போர் பிரகடனத்தில் சரியான அதிகாரத்தை நியாயப்படுத்தும் எந்த ஆர்வமற்ற செயல்களையும் சூழ்நிலைகளையும் ஆணையிடும்.

ஒரு நியாயமான போரை அறிவிப்பதற்கான ஆறு முக்கிய நிபந்தனைகள் உள்ளன.

எந்தவொரு போரையும் சட்டபூர்வமான அதிகாரத்தால் அறிவிக்கப்பட வேண்டும்;

இது ஒரு நியாயமான, நேர்மையான காரணியாக இருக்க வேண்டும்; மேலும் பெரிய அளவிலான வன்முறைக்கு போதுமான ஈர்ப்பாகவும் இருக்க வேண்டும் ;

சண்டை போடுவது சரியான நோக்கங்களைக் கொண்டிருக்கும் - அதாவது, நன்மைகளை முன்னேற்றுவதற்கும் தீயவற்றை தீர்ப்பதற்கும் அவர்கள் முயல வேண்டும்;

ஒரு போர்க்குணமிக்க வெற்றிக்கு ஒரு நியாயமான வாய்ப்பு இருக்க வேண்டும்;

யுத்தம் கடைசி இடமாக இருக்க வேண்டும்;

முயன்று வருகின்றன முனைகளில் பயன்படுத்தப்படுகிற விகிதாசார இருக்க வேண்டும்.

போரில் ஈடுபடும் போது, (போரில் வலது), நெறிமுறை விதிகளின் தொகுப்பாகும். இரண்டு முக்கிய கோட்பாடுகள் விகிதாசாரமும் பாகுபாடுகளும் ஆகும். விகிதாச்சாரம் எவ்வளவு சக்தியாக தேவைப்படுகிறது மற்றும் முற்போக்கானது மற்றும் அநீதி அனுபவித்தது ஆகியவற்றிற்குத் தேவையான ஒழுக்க ரீதியாக பொருத்தமானது. ஒரு போரில் சட்டபூர்வமான இலக்குகள் யார் என்பதை பாகுபடுத்தும் கொள்கை தீர்மானிக்கிறது, குறிப்பாக போராளிகளுக்கு இடையில் பிரித்தல், கொல்லப்படுவதற்கு அனுமதிக்கப்படுவது மற்றும் யார் இல்லை என்பது குறித்து தீர்மானிக்கிறது.இந்த விதிகளை பின்பற்றுவதில் தோல்வி என்பது வெறுமனே போர்-போராளிக்கு எதிரான சட்டபூர்வமான இழப்பை ஏற்படுத்தும்.

10. அடைப்பு

அடைப்பு (Blockade) என்பது போரில் ஒரு தரப்பு எதிர் தரப்பின் குறிப்பிட்ட பகுதிக்கு உணவு, தளவாடங்கள், தகவல்கள் ஆகியவை செல்வதை மொத்தமாக துண்டிக்க மேற்கொள்ளும் முயற்சியினைக் குறிக்கிறது. இது பகுதி அல்லது நாடளவில் நிகழும் முற்றுகையாகும். மிகப் பெரும்பாலும் அடைப்புகள் கடற்பகுதிகளில் தான் நடை பெறுகின்றன. உலக வர்த்தகத்தின் பெரும்பகுதி கடல்வழியாக நடைபெறுவதால், ஒரு அடைப்பு வெற்றிபெற கடல்வழிகளைத் துண்டிப்பது இன்றியமையாததாகிறது. கடல்வழி அடைப்பில், எதிரி நாட்டுத் துறைமுகங்களின் வாயில்களில் போர்க்கப்பல்கள் ரோந்து செய்து, கப்பல்கள் எவையும் செல்லவிடாமல் தடுப்பது ஒரு பரவலான உத்தி. கடற்கரையில்லாத நாடுகளுக்கு நிலவழியே அனைத்து தொடர்புகளைத் துண்டிப்பதும் அடைப்பே. 20ம் நூற்றாண்டில் வான்படைகளின் வளர்ச்சிக்குப் பிறகு அடைப்பின் ஒரு பகுதியாக வான்வழிப் போக்குவரத்தும் துண்டிக்கப்படுகிறது.

இருமுனைப் போர் (Two-front war) என்பது ஒரு நாடு அல்லது கூட்டணி ஒரே நேரத்தில் இரு வேறு இடங்களில் வெவேறு எதிரிகளுடன் போர் நிகழ்த்துவதைக் குறிக்கிறது. இத்தகு போரில் ஈடுபடுவதால் ஏதேனும் ஒரு முனையில் கவனம் செலுத்த முடியாமல் படைகளும், போர் முயற்சியும் பிளவுபடுகிறது. இதனால் இரு முனைகளிலும் வெற்றி வாய்ப்பு குறைகிறது. மேல்நிலை உத்தியளவில் இருமுனைப் போர்களில் ஈடுபடுவது தவிர்க்கப்பட-வேண்டுமென்பது போரியல் உத்தியாளர்களின் பரிந்துரை.

வரலாற்றில் பல முறை ஒரு நாடு இருமுனைப் போரில் ஈடுபட்ட எடுத்துக் காட்டுகள் உள்ளன. உரோமைப் பேரரசு இரண்டாவது பொனீசியப் போரில் கார்தேஜுடனும் முதலாம் மாசிடோனியப் போரில் மாக்கடோனியவுடனும் போரிட்டது இதற்கு ஒரு எடுத்துக்காட்டு. மேலும் முதலாம் நெப்போலியனின் ஐரோப்பியப் போர்கள், முதலாம் மற்றும் இரண்டாம் உலகப் போர்களில் ஜெர்மனி ஈடுபட்ட போர்கள் இருமுனைப் போருக்கு பிற எடுத்துக்காட்டுகள்.

இரட்டை நிலை உளவாளி (Double Agent) என்பவர் ஒரு நாட்டின் உளவுத்துறை ஒற்றனாக இருந்து கொண்டே, அந்நாட்டின் மீது இன்னொரு நாட்டுக்காக வேவு பார்ப்பவர். உளவுத்துறையின் ஒரு பிரிவாகிய எதிர்-உளவுத்துறை (Counter Intelligence) இத்தகு இரட்டை நிலை ஒற்றர்களைக் கண்டுபிடிப்பதில் கவனம் செலுத்துகிறது. ஒரு இரட்டை நிலை உளவாளியை புதிதாக உருவாக்க இரு வழிகள் உள்ளன - தன்னாட்டு உளவாளியை எதிரி நாட்டு உளவுத்துறையில் தந்திரமாகச் சேர்த்து விட்டு அவர் மூலம் தகவல்களைப் பெறுவது ஒரு வழி. எதிரி நாட்டு உளவாளி ஒருவரை தம் பக்கத்துக்கு (ஆசை காட்டியோ, பயமுறுத்தியோ அல்லது நயமாகப் பேசியோ) இழுப்பது இன்னொரு வழி. தகவல்களை சேகரிப்பது

தவிர வேண்டுமென்றே எதிரிக்கு தவறான தகவல்களைத் தரவும் இரட்டை நிலை ஒற்றர்கள் பயன்படுகிறார்கள்

11. இயங்கா கடற்படை

இயங்கா கடற்படை (Fleet in being) என்பது துறைமுகத் தளங்களை விட்டு வெளியேறாமலேயே ஒரு கடற்பகுதியில் ஆதிக்கம் செலுத்தும் கடற்படைப் பிரிவினைக் குறிக்கிறது. இத்தகு கடற்படைகள் ஒரு கடற்பகுதியில் நிறுத்தப்பட்டிருந்தால், இவற்றை சமாளிக்க எதிர் தரப்பினர் இன்னொரு கடற்படையை அங்கு அனுப்பும் நிலை உருவாகும். இயங்கா கடற்படைகள் துறைமுகங்களை விட்டு வெளியேறி கடற்பகுதியில் பயணித்தால், எதிர் தரப்புடன் மோதல்கள் நிகழலாம். இதில் வெற்றி என்பது உறுதி கிடையாது. ஆனால் அவ்வாறு உண்மையில் வெளியேறாமல் தளங்களிலேயே தங்கிவிட்டால், அதன் அச்சுறுத்தல் ஒன்றே, சுற்றுப்புற கடற்பகுதிகளில் ஆதிக்கம் செலுத்த உதவும். இதனை பயன்படுத்திக் கொண்டு எதிர் தரப்பினை எதிர்வினையாற்றச் செய்யலாம்.

இக்கோட்பாடு 1690ல் முதன் முதலில் அறிமுகப்படுத்தப்பட்டது. பிரித்தானிய அட்மைரல் டோரிங்க்டன் பிரபு இதனை அறிமுகப்படுத்தினார். தனது கடற்படையினை விட பலம் வாய்ந்த பிரெஞ்சு கடற்படையுடன் மோதுவதற்கு பதில், துறைமுகத்தில் இருப்பது சிறந்த உத்தி என்று கண்டறிந்தார். எதிர் தரப்பு துறைமுகத்தை நேரடியாகத் தாக்கத் தயங்கும் ஆனால் வேறு இடங்களுக்கும் செல்ல இயலாது (அப்படி சென்று விட்டால் மீண்டும் துறைமுகத்தை விட்டு வெளியேறி கடலில் ஆதிக்கம் செலுத்தலாம்). துறைமுகத்தில் இருக்கும் கடற்படைக்கு கூடுதல் பாதுகாப்பு என்ற அடிப்படையில் இக்கோட்பாடு செயல்பட்டது. ஆனால் வான்படைகளின் வளர்ச்சிக்குப் பின்னர் இக்கூற்று பொய்யானது. துறைமுகத்தில் உள்ள கப்பல்களை வானூர்திகள் எளிதில் தாக்கி அழிக்கும் நிலை உருவானது.

12. இணையப் போர்

இணையப் போர் (cyberwarfare) என்பது கணினிகள், பிணையம் (networks) ஆகியவற்றை இலக்காகக் கொண்டு செயல்படுகிறது. இது இணையத் தாக்குதல், உளவு மற்றும் நாசவேலை அச்சுறுத்தல் தொடர்பான தாக்குதல் மற்றும் தற்காப்பு நடவடிக்கைகளை ஈடுபடுத்துகிறது. இத்தகைய நடவடிக்கைகளை "போர்" என அழைக்கப்படலாமா என்பது குறித்து சர்ச்சை எழுந்துள்ளது. ஆயினும்கூட, நாடுகள் தங்கள் திறன்களை வளர்த்து வருகின்றன, இணையப்போரில் குற்றவாளி, பாதிக்கப்பட்டவர் அல்லது இருவரும் ஈடுபடுகின்றன.

இணையப்போர் என்பது தேசிய நாட்டினால் ஏற்படும் சேதங்கள் அல்லது இடையூறுகளை ஏற்படுத்தும் நோக்கத்திற்காக மற்றொரு நாட்டின் கணினிகள் அல்லது பிணையத்தில் ஊடுருவிச் செயல்படுவது' 'என வரையறுக்கப்பட்டுள்ளது. ஆனால் மற்ற வரையறைகளில் பயங்கரவாத குழுக்கள், நிறுவனங்கள், அரசியல் அல்லது சித்தாந்த தீவிரவாத குழுக்கள், கொந்தர்கள் மற்றும் சர்வதேச குற்றவியல் அமைப்புகள் போன்ற அரச சார்பற்றவர்களையும் உள்ளடக்கியிருக்கிறது

இணைய ஆயுதம் (cyberweapon) என்பது பொதுவாக இணையத் தாக்குதலின் ஒரு பகுதியாக படைத்துறை, துணைப்படை அல்லது உளவுத்துறை நோக்கங்களுக்காகப் பயன்படுத்தப்படும் தீப்பொருள் முகவர்கள் என வரையறுக்கப்படுகிறது. இதில் கணினி நச்சுநிரல்கள், திராயன் குதிரைகள், உளவுமென்பொருள், கணினிப் புழுக்கள் ஆகியவை உள்ளடங்கும். அவை ஏற்கனவே உள்ள மென்பொருளில் தீங்கிழைக்கும் குறியீட்டை அறிமுகப்படுத்தலாம். இதனால் கணினி அதன் செயற்படுத்துனராலரால் திட்டமிடப்படாத செயல்கள் அல்லது செயல்முறைகளைச் செய்கிறது.

ஓர் இணைய ஆயுதம் பொதுவாக ஒரு நாடு அல்லது நாடு அல்லாதவர்களால் தன் இலக்கை அடைய நிதியுதவி செய்யப்படுகிறது அல்லது பயன்படுத்தப்படுகிறது. உளவுச்சதி அல்லது பலத்தைப் பயன்படுத்தி நோக்கத்தை பூர்த்தி செய்தல், குறிப்பிட்ட இலக்குகளுக்கு எதிராக செயற்படல் ஆகிய இடங்களில் இது பயன்படுத்தப்படுகிறது. இணைய ஆயுதத்தை செயற்படுத்த பொதுவாக ஒரு படைவீரர் அல்லது உளவாளி தேவையாகவுள்ளது. மேலும் இது சமதான காலத்தில் நிதியுதவியளிப்பவரின் மனித முகவரால் நேரடியாகச் செய்யப்பட்டால் அது சட்டவிரோதமாகவோ அல்லது போர்ச் செயலாகவோ கருதப்படும். குறித்த நாட்டின் இறையாண்மை மீறல், இலக்கின் தனியுரிமை மீறல் ஆகியன சட்டச் சிக்கல்களாக அமைகின்றன

ரேடார் (Radar) அல்லது தொலைக்கண்டுணர்வி அல்லது கதிரலைக் கும்பா என்பது மின்காந்த அலைகளைப் பயன்படுத்தி விமானங்கள், கப்பல்கள், மோட்டார் வாகனங்கள், வளிமண்டல உருவாக்கங்கள் போன்றவற்றின் தரிப்பிடம், திசை, வேகம் போன்றவற்றைக் கணிக்கும் கருவித் தொகுதியாகும். ரேடார் என்பது Radio Detection and Ranging அல்லது RAdio Direction And Ranging. என்பதன் சுருக்கம் ஆகும்.

ரேடாரானது வானொலி அலைகள் அல்லது நுண் அலைகளை அனுப்பி இலக்கில் அவை பட்டுத் தெறித்து வருவதைப் பெற்றுக் கணிப்புக்களை மேற்கொள்கின்றன. தெறித்துவரும் சமிக்ஞைகள் வலிமை குறைந்தனவாக இருந்தாலும் அவை பெருப்பிக்கப்படுகின்றன. இதன்மூலம் மிகத் தொலைவில் உள்ள இலக்குகளையும் இனங்காண முடிகிறது. போர் விமானங்கள், கப்பல்கள் போன்றவற்றின் நடமாட்டத்தை அறியும் இராணுவத் தேவைகளுக்கும் வாகனங்களின் வேகங்களைக் கணித்தல், கடல் அலைகளை அவதானித்தல்

போன்ற தேவைகளுக்கும் ரேடார்கள் பயன்படுகின்றன

ரேடாரின் உருவாக்கத்துக்குப் பல கண்டுபிடிப்பாளர்களும் அறிவியலாளர்களும் பங்களித்துள்ளனர். 1904 இல் கிறிஸ்ரியன் அல்ஸ்மேயர் என்பவர் பனிப்புகாரில் கப்பலொன்று நிற்பதை வானொலி அலைகள் மூலம் கண்டறியலாம் என்பதைச் செய்துகாட்டினார். ஆயினும் அது எவ்வளவு தூரத்தில் நிற்கிறதென்பது உணரப்படவில்லை. 1917 இல் நிக்கொலா ரெஸ்லா முதல் ரேடார் தொகுதிக்கான அலைநீளம், வலு அளவு போன்றவை தொடர்பிலான கருதுகோளை வெளியிட்டார். இரண்டாம் உலகப் போரின் முன்னர் அமெரிக்கர்கள், செருமானியர்கள், பிரித்தானியர் ஆகியோர் மேற்கொண்ட ஆய்வுகள் முதல் உண்மையான ரேடார் உருவாகக் காரணமானது. 1930 களில் பிரித்தானியா, அங்கேரி, பிரான்சு நாட்டவர்கள் ரேடார்களை உருவாக்கியிருந்தனர்.

அடிப்படையில் இராணுவத் தேவைகளுக்காகவே ரேடார் உருவாகியிருந்தாலும் போரின் பின்னரான காலங்களில் மேலும் முன்னேற்றங்கள் ஏற்பட்டதோடு ஏனைய துறைகளிலும் பயன்படலானது.

13. சுடாலின்கிராட்டின் வாள்

சுடாலின்கிராட்டின் வாள் (Sword of Stalingrad) என்பது இரத்தினக்கற்களால் அலங்கரிக்கப்பட்ட ஒரு வாளாகும். இது சுடாலின்கிராட் போரின்போது அந்நகரத்தைக் காப்பாற்றிய வீரர்களுக்கு பிரித்தானிய மக்களின் மரியாதையைச் செலுத்தும் முகமாக, ஐக்கிய இராச்சியத்தின் ஆறாம் சார்ச்சு மன்னரின் கட்டளைப்படி உருவாக்கப்பட்டது. 1943, நவம்பர் 29 அன்று, தெகிரான் மாநாட்டின் மாலை நிகழ்ச்சியொன்றின் போது பிரித்தானியப் பிரதமர் வின்சுடன் சேர்ச்சிலினால் சோசப் சுடாலினிடம் கையளிக்கப்பட்டது. இந் நிகழ்வில் அமெரிக்க சனாதிபதி பிராங்கிளின் ரூசவெல்ட்டும் கலந்துகொண்டார்.

இவ்வாள் இருபுறமும் முனைகளைக் கொண்டிருந்தது. இதன் குறுக்கே வெள்ளியினாலான பாதுகாப்புத் தடுப்பும் உள்ளது. இதன் நீளம் அண்ணளவாக நான்கு அடியாகும். இவ்வாளில் ஆங்கிலத்திலும் உருசிய மொழியிலும் பொறிக்கப்பட்ட வாசகங்கள் பின்வருமாறு:

ГРАЖДАНАМ СТАЛИНГРАДА • КРЕПКИМ КАК СТАЛЬ • ОТ КОРОЛЯ ГЕОРГА VI• В ЗНАК ГЛУБОКОГО ВОСХИЩЕНИЯ БРИТАНСКОГО НАРОДА
TO THE STEEL-HEARTED CITIZENS OF STALINGRAD •THE GIFT OF KING GEORGE VI• N TOKEN OF THE HOMAGE OF THE BRITISH PEOPLE

இதன் விளக்கம்: அஞ்சாநெஞ்சம் கொண்ட சுடாலின்கிராட்டின் மக்களுக்கு பிரித்தானிய மக்களின் மரியாதையைச் செலுத்தும் முகமாக ஆறாம் சார்ச்சு மன்னனின் அன்பளிப்பு இதன் கைப்பிடி 18 கரட் தங்கக் கம்பியினால் சுற்றப்பட்டுள்ளது. இதன் அடிப் பூண் பளிங்கினால் செய்யப்பட்டு அதில் இங்கிலாந்தின் தங்க ரோசா அடையாளம் பொறிக்கப்பட்டுள்ளது. 10 அங்குல நீளமான பாதுகாப்புத் தடுப்பின் இரு முனைகளிலும் சிறுத்தைத் தலை உருவங்கள் பொன்முலாமிடப்பட்டு பொருத்தப்பட்டுள்ளன.

36 அங்குல நீளமுள்ள இரட்டை முனையுள்ள வாள்முனையின் குறுக்குவெட்டு குவிவு வில்லை வடிவமுள்ளது. மேலும் சிறந்த செபீல்ட் உருக்கைப் பயன்படுத்தி, கையினால் உருவாக்கப்பட்டதாகும். வாளின் உறை பாரசீகச் செம்மறியாட்டுத் தோலினால் செய்யப்பட்டு கருஞ்சிவப்பு நிறம் பூசப்பட்டுள்ளது. எனினும் சில மூலங்கள் இது மொரோக்கோ தோலினால் செய்யப்பட்டதாகக் குறிப்பிடுகின்றன. இது அரச இலச்சினையால் அலங்கரிக்கப்பட்டுள்ளது. அக்காலத்தில் இவ்வாள் நவீன வாள் உருவாக்கும் கலையின் இறுதி சிறந்த ஆக்கங்களில் ஒன்றாகப் போற்றப்பட்டது.

இவ்வாளை வடிவமைத்தவர் ஒக்சுபோர்ட் பல்கலைக்கழக நுண்கலைப் பேராசிரியரான ஆர். எம். வை. கிளீடோவ் என்பவராவார். இதனை வடிவமைப்பதற்காக அவர் மன்னரின் அனுமதியையும் பெற்றிருந்தார். கோல்ட்சுமித்சு ஓலின் ஒன்பது திறமைவாய்ந்த கைவினைஞர்கள் இவ் வடிவமைப்புப் பணிகளை மேற்பார்வை செய்தனர். வாளில் பொறிக்கப்பட்டுள்ள உருசிய வாக்கியங்கள் சுலாவோனியப் படிமவியலாளரும் கேம்பிரிட்ச் பெம்புரோக் கல்லூரியின் தலைவருமான சர் எல்லிசு ஒவெல் மின்சினால் சரிபார்க்கப்பட்டது.

வாளை உருவாக்கியோர் வில்கின்சன் நிறுவனத்தினராவர். இதன் முக்கிய கொல்லர்கள் டொம் பேசிலி மற்றும் சிட் ரோசு ஆகியோராவர். வனப்பெழுத்தாளர் M.C. ஒலிவர் மற்றும் விமானப்படைப் பொற்கொல்லர் கோப்ரல் லெசிலி G. டேர்பின் ஆகியோரும் இதன் உருவாக்கத்தில் பங்குபற்றினர். வாளைச் செய்வதற்கான உருக்கு சன்டர்சன் சகோதரர்கள் மற்றும் செபீல்டின் நியூபோல்ட் ஆகிய நிறுவனங்களிடமிருந்து பெறப்பட்டது. இச் செயற்திட்டத்தை நிறைவு செய்வதற்கு மூன்று மாதங்கள் எடுத்தன. இவ்வாளின் அதிகாரபூர்வ கையளிப்பு நிகழ்வு, நவம்பர் 1943ல் ஈரானில் உள்ள சோவியத் தூதரகத்தில் நடைபெற்ற, அப்போதைய முக்கிய மூன்று தலைவர்கள் கலந்துகொண்ட, தெகிரான் மாநாட்டில் நடைபெற்றது. இங்குதான் ஓவர்லோர்ட் நடவடிக்கையின் இறுதித் திட்டங்கள் தீட்டப்பட்டன.

மூன்று மணிநேர தாமதத்தின் பின், தலைவர்களும் அவர்களது பிரதிநிதிகளும் மாநாட்டு மண்டபத்தில் கூடினர். மண்டபத்தின் இருபுறமும் உருசிய மற்றும் பிரித்தானிய மரியாதைக் காவலர்கள் அணிவகுத்து நின்றனர். உருசிய இராணுவ வாத்தியக் குழுவினர் இரு நாட்டுத் தேசிய கீதங்களையும்

இசைக்க வின்சுடன் சேர்ச்சில் மண்டபத்தினுள் நுழைந்தார். பிரித்தானிய லெப்டினன்ட் ஒருவரிடமிருந்து வாளைப் பெற்ற சேர்ச்சில் சோசப் சுடாலினை நோக்கியவாறு, "பிரித்தானிய மக்களின் மரியாதையைச் செலுத்தும் முகமாக இவ்வாளைப் பரிசளிக்கிறேன்" எனக் கூறினார். வாளின் உறையை முத்தமிட்ட சுடாலின் பிரித்தானிய மக்களுக்கு மௌனமாக நன்றி தெரிவித்தார். பின்னர் சுடாலின் அவ்வாளைப் பார்வையிடுவதற்கு பிராங்கிளின் ரூசுவெல்டிடம் வழங்கினார். வாளை உருவி மேலே உயர்த்திய ரூசுவெல்ட், "உண்மையாகவே அவர்கள் இரும்பு இதயம் படைத்தவர்கள்" என்று குறிப்பிட்டார். (உருசிய மொழியில் சுடாலின் என்ற பெயரின் பொருள் "இரும்பு மனிதன்" என்பதாகும்.)

பின்னர் அவ்வாள் உறையிலிடப்பட்டது. நிகழ்வின் முடிவில் எதிர்பாராதவிதமாக சுடாலின் அவ்வாளை தனது விசுவாசமான போர்வீரரான மார்சல் கிளிமென்ட் வொரோசிலோவிடம் கையளித்தார். மிகுந்த ஆச்சரியத்துடன் அவ்வாளை எடுக்க முயன்ற அவர் அவ்வாளை தலைகீழாகத் தூக்கியதால் வாள் நழுவிக் கீழே விழுந்தது. எனினும் அது நிலத்தில் விழுந்ததா, அவரது காலில் விழுந்ததா அல்லது கீழே விழாமல் பிடிக்கப்பட்டு உறையினுள் இடப்பட்டதா என்பதில் அவதானிகள் கருத்து வேறுபாடு கொண்டுள்ளனர்.

கையளிப்புக்கு முன் இவ்வாள், வெஸ்ட்மின்ஸ்டர் அபே உட்பட ஐக்கிய இராச்சியமெங்கும், ஒரு சமயச் சின்னம் போல் காட்சிப்படுத்தப்பட்டது. இவலின் வோவின் போர்க்காலத் திரைப்படமான ஸ்வோர்ட் ஒப் ஹொனர்-இல், இந் நிகழ்வு ஒரு முக்கிய காட்சியாக அமைக்கப்பட்டுள்ளது. இவ் வாள் வொல்கோகிராட்டிலுள்ள ஸ்டாலின்கிராட் போர் நூதனசாலையில் காட்சிக்கு வைக்கப்பட்டுள்ளது. பனிப்போர் காலத்தில் குறைந்தது மூன்று தடவைகள் இவ்வாள் பிரித்தானியாவில் தற்காலிக காட்சிப்படுத்தலுக்காக கொண்டுவரப்பட்டது. வில்கின்சன் நிறுவனம் மேலும் மூன்று வாள்களை உருவாக்கியது. இவை தற்போது காணப்படும் இடங்கள்:

வில்கின்சன் நூதனசாலை, வாள் நிலையம், அக்டன், லண்டன்

தென்னாபிரிக்கத் தேசிய இராணுவ வரலாற்று நூதனசாலை, ஜொகனஸ்பேர்க்

தனியாரிடம்

14. கொக்கித்துமுக்கி

கொக்கித்துமுக்கி அல்லது ஆர்க்வெபசு (ஆங்கிலம் arquebus,இத்தாலியம் Archibugio, தச்சு மொழி haakbus, பொருள் "கொக்கி துமுக்கி", அல்லது "கொக்கிக் குழல்") என்பது 15 முதல் 17-ஆம் நூற்றாண்டு வரை பயன்பாட்டில் இருந்த சன்னவாய் வழியாக குண்டேற்றப்படும் சுடுகலன் ஆகும். முதன்முதலில், கொக்கித் துமுக்கி என்பது, ஒரு கொக்கியுள்ள கைபீரங்கி

தான்; பின்னர் திரி-இயங்குநுட்ப சுடுகலன் ஆனது. இதற்கு பின்னால் வந்த மஸ்கெத்தை போல, இதுவும் மரையிடா குழலை கொண்ட சுடுகலன் ஆகும். கொக்கித் துமுக்கியை ஏந்தி போரிடுபவரை ஆர்க்வெபசியர் என அழைப்பர்.

இதுதான் மரைகுழல் துமுக்கி மற்றும் இதர நீள்துப்பாக்கிகளுக்கு முன்னோடி ஆகும். கொக்கித்துமுக்கியின் மேம்படுத்தப்பட்ட வடிவமான கேலிவெர், 16-ஆம் நூற்றாண்டின் ஆரம்பத்தில் அறிமுகப்படுத்தப்பட்டது. வாகனங்களில் பொருத்தப்பட்டிருந்த கனரக ஆர்க்வெபசுகளை ஆர்க்வெபசு-ஆ-க்ரோக் என அறியப்பட்டன. இவை 3.5 அவுன்ஸ் (100 கிராம்) குண்டுகளை கொண்டிருந்தன.

ஜப்பானியர்களின் (ஆசியாவில்), டச்சு மற்றும் போர்ச்சுக்கீசியர்களின் (ஐரோப்பாவில்), அதிர் வேட்டுச்சூட்டால்; கொக்கித் துமுக்கி, நவீன இராணுவங்களின் பலமாக ஆனது. 1520-களின் ஆரம்பத்திலேயே, ஐரோப்பிய போர்களத்தில் அதிர் வேட்டுச்சூடு இருந்துள்ளது, இது படைகளின் வழக்கமான அணிவகுப்பை, வரிசையாக (வீரர்கள்) நின்று சுழற்சி முறையில் சுடும் படையாக மாற்றியது.

ஒவ்வொரு முறையும், (வீரர்களின்) முதல் வரிசை சுட்ட மறுகணமே, மீண்டும் குண்டேற்றுவதர்காக அணிவகுப்புக்கு பின்னால் சென்றுவிடுவர். இரண்டாம் வரிசையும், முதல் வரிசை சுட்டதுபோலவே சுடும். இதேபோல பின்வரும் வரிசைகள் அனைத்தும் செயல்படும். (வீரர்களின்) கடைசி வரிசை சுட்டபிறகு; முதல் வரிசை வீரர்கள் அனைவரும் துப்பாக்கிகளில் குண்டேற்றி சுடத் தயாராக இருப்பர். இதுமாதிரி சுடும் முறையை கடைபிடிக்கும் போது, சுடும் வேகம் மற்றும் திறன் அபரிவிதமாக உயர்ந்தது. பெரும்பாலான நவீன-முற்கால படைகளில், துணை ஆயுதமாக இருந்த ஆர்க்வெபசு, முதன்மை ஆயுதமாக மாறியது.

ஆர்க்வெபசு, அதன் முன்பிருந்த சுடுகலனைவிட பெரிய குழல்விட்டத்தை கொண்டிருக்கும். மத்திய 16-ஆம் நூற்றாண்டு வரை, திரி-இயங்குநுட்பத்தில் சுடப்பட்ட இவைகள், பிறகு புதிய சக்கர-இயங்குநுட்பத்தால் சுடப்பட்டன. சிலவற்றில் இருந்த விரிந்த சன்னவாய், குண்டேற்றுவதை எளிதாக்கியது. ஆர்க்வெபசின் பிற்பகுதியின் வளைத்த வடிவினால், இதற்கு 'கொக்கித் துமுக்கி' என பெயர் வந்தது. அனைத்து ஆர்க்வெபசுகளும், பல துமுக்கிக் கொல்லர்களால் கையால் மட்டுமே செய்யப்பட்டவை, அதனால் இதற்கு பிரத்தியேக மாதிரிகள் இல்லை.

முந்தைய ஆர்க்வெபசின் விசையின் இயங்குநுட்பம், குறுக்குவில் இருந்தது போல இருக்கும். 16-ஆம் நூற்றாண்டின் கடைசியில், பல நாடுகளின் துமுக்கிக் கொல்லர்கள் தண்டிற்கு செங்குத்தான, சிறு விசையை (தற்கால நவீன சுடுநர்கள் அறிந்த) அறிமுகபடுத்தினார்.

சுடுதல்

தாங்கும் குச்சியின்மேல் ஆயுதத்தை பொருத்துதல்

குறி வைத்து, விசையின் (trigger) மீது கைவைத்தல்

திரி-இயங்குநுட்பத்தால் பற்றவைப்பு

முதன்மை உந்துபொருள் பற்றவைக்கபட்டு, இன்னும் அதிக அளவில் புகை வெளியேறுகிறது

நகாஷினோ போரில், ஓடா நொபுனாகா 3000 கொக்கித் துமுக்கிகளை உபயோகித்தார்.

கொக்கித்துமுக்கியை முதன்முதலில் அதிக எண்ணிக்கையில் பயன்படுத்தியது, அன்கேரியை (1458 - 1490) ஆண்ட மாத்தியாஸ் கார்வினுஸ் என்ற மன்னரால் தான். அங்கேரிய கறுப்புப் படையில், தரைப்படையின் ஒவ்வொரு நான்காவது வீரரிடமும்; ஒட்டுமொத்தப் படையில், ஒவ்வொரு ஐந்தாம் வீரரிடமும், ஒரு கொக்கித்துமுக்கி இருந்தது. இருப்பினும் கொக்கித் துமுக்கியின் சுடும் வேகவிகிதம் குறைவு என்பதால், போர்களத்தில் மன்னர் மாத்தியாஸ் கவசம்பூண்ட வீரர்களையே முன்நிறுத்தினார். கறுப்புப் படை கலைக்கப்பட்டு பத்தாண்டுகள் ஆகியும் கூட, 16-ஆம் நூற்றாண்டில், வெறும் 10% மேற்கு-ஐரோப்பிய வீரர்கள் மட்டுமே சுடுகலன்களை உபயோகித்தனர்.

ரஷ்யாவில் பரிணாமித்த ஆர்க்வெபசை பிஷ்ஷேல் (உருசியம்: пищаль) என்றழைத்தனர். ரஷ்யர்கள் ஆர்க்வெபசியரை பிஷ்ஷேல்னிக்கி என்றனர். டனேகசிமா தீவில் எதார்த்தமாக தரையிறங்கிய போர்ச்சுகீசிய வர்த்தகர்களால், கொக்கித்துமுக்கிகள் ஜப்பானில் 1543-ல் அறிமுகப்படுத்தப்பட்டது. 1550-ஆம் ஆண்டிற்குள், போர்ச்சுகீசிய கொக்கித்துமுக்கிகளின் நகல்களான "டனேகசிமா, ஹினாவாஜு அல்லது டெப்போ" எனப்படுபவை அதிக எண்ணிக்கையில் தயாரிக்கப்பட்டது. அறிமுகமான முதல் பத்தாண்டுகளில், முன்னூறாயிரம் (3 இலட்சம்) டனேகசிமா தயாரிக்கப்பட்டதாக அறியப்பட்டது. இதனால் டனேகசிமா, ஜப்பானின் மிகமுக்கியமான ஆயுதங்களுள் ஒன்றாக மாறியது. நஸ்ஸோவின் மொரீசு, முதலில் செயல்படுத்திய அதிர்வேட்டுச்சூடு உத்தியின்மூலமாக, கொக்கித் துமுக்கியின் செயலாற்றல் அதிகரித்தார்.

கொக்கித் துமுக்கிகள் உபயோகிக்கப்பட்ட முக்கிய போர்கள்:

செரிங்யோலா போர் (Cerignola) (1503)

ஸ்கோவ் (Pskov) நகரை கைப்பற்றுதல் (1510)

ஸ்மலென்ஸ்க் (Smolensk) நகரை கைப்பற்றுதல் (1512)

இத்தாலியப் போர்கள் (1494 - 1559)

வியயலார் போர் (1521) பிக்கோக்கா போர் (1522)

தொன்திபி போர் (1590) நகாஷினோ போர் (1575)

கொரியா மீதான ஜப்பானியப் படையெடுப்பு (1592 - 98)

நியூபோர்ட்டு போர் (1600) வில்களுடனான ஒப்பீடு

Duration: 56 seconds.0:56

ஹிமேஜி கோட்டையில் டனேகசிமாவின் செயல்விளக்கம்.

பாஜோ-முட்சு, குதிரையேற்ற சாமுராய்களால் உபயோகிக்கப்பட்ட ஜப்பானிய கொக்கித்துமுக்கி.

தேர்ந்த வில்லாளியின் கையில் உள்ள வில்லின் துல்லியத்தை, கொக்கித்துமுக்கிகளால் ஈடு செய்ய இயலாது. குறுக்குவில் மற்றும் நீள்வில்லை விட, இவற்றால் வேகமாகவும், ஆற்றலுடனும் சுடமுடியும். கொக்கித்துமுக்கி, ஏந்தியிருப்பவரின் உடல்வலிமையை சார்ந்து எறியத்தை வெளியேற்றுவதில்லை. இதனால், சோர்வு மற்றும் பிணி போன்றவைகளால் பாதிப்படையும்போது வில்லாளிகளைவிட ஆர்க்வெபசியர்கள் அதிக போர்த்திறன் கொண்டிருப்பர். அதீத காற்று வில்களின் துல்லியத்தை குறைக்கும், ஆனால் கொக்கித் துமுக்கிகளில் அது குறைந்த தாக்கத்தை மட்டுமே கொண்டிருக்கும்.

ஒருவர் வில்வித்தையில் கைதேர கிட்டத்தட்ட அவர் வாழ்கையையே அர்பணிக்க நேரிடும். ஏனெனில் ஒருவர் வில்லாளியாக பல ஆண்டுகள் பயிலவேண்டும், ஆனால் கொக்கித்துமுக்கியை கையாள சிலமாத பயிற்சியே போதுமானது. இதனால் வீரர்களை விரைவாக போருக்கு பயிற்றுவிக்க முடியும். ஒரு வில்லாளி எடுத்துசெல்லும் அம்புகளின் எண்ணிக்கையைவிட, ஒரு ஆர்க்வெபசியரால் கொண்டுசெல்ல வல்ல குண்டுகளும் வெடிமருந்தும் அதிகம். வெடிமருந்தையும் குண்டுகளையும் எளிதில் அதிக எண்ணிக்கையில் தயாரிக்க இயலும், ஆனால் அம்புகளை தயாரிக்க அதிக நுணுக்கமும் நேரமும் தேவைப்படும்.

ஒரு ஆர்க்வெபசியர் அவரின் ஆயுதத்தை தயார்படுத்துகிறார்.

கொக்கித்துமுக்கி ஈரமான வானிலைக்கு ஏற்றதல்ல. விய்யலார் போரில், கிளர்சிப் படைகள் தோற்றதற்கு, மழைக்காலத்தில் அதிகமான ஆர்க்வெபசியர்களை கொண்டிருந்தது தான் முக்கிய காரணமாக அமைந்தது. அம்புகளை கண்டெடுத்து மீண்டும் பயன்படுத்த இயலும், ஆனால் துமுக்கியில் அவ்வாறு செய்ய இயலாது. ஒரு வீரரிடம் கையில் உள்ள குண்டுகள் தீர்ந்தபிறகு, அவரால் தனக்குத்தானே (அம்புகளை கண்டேடுப்பதைபோல்) குண்டுகளை கண்டெடுக்க முடியாது. அம்பு தயாரிப்பதை விட வெடிமருந்தை தயாரிப்பதுதான் மிகவும் ஆபத்தானது.

ஒரு ஆர்க்வெபசியர் அவரின் ஆயுதத்தை வெடிக்கச் செய்கிறார்.

மேலும், இரகசிய தாக்குதலுக்கு வில்கள்தான் ஏற்றவை, கொக்கித்துமுக்கி ஏற்றத்தல்ல. இருட்டில் இருந்து வில்லால் தாக்கினால் வில்லாளியை கண்டுபிடிக்க இயலாது, ஆனால் கொக்கித்துமுக்கி, சுடுநரின் இருப்பிடத்தை எதிரிக்கு தெளிவாக காட்டிக் கொடுக்கும். கொக்கித்துமுக்கியின் இரைச்சலால், தளபதி/கட்டளையிபவரின் குரலை கேட்க கடினமாக இருக்கும்.

15. சக்கர இயக்கம்

சக்கர இயக்கம் (ஆங்கிலம்: wheellock, வீல்லாக்) என்பது சுடுகலனை சுடுவதற்கான தீப்பொறியை உண்டாக்கும், ஓர் சக்கரவுராய்வு இயங்குநுட்பம் ஆகும். இதுவே சுடுகலன் தொழில்நுட்பத்தில், திரி இயக்கத்திற்கு அடுத்து வந்த பெரிய மேம்பாடு. மேலும், தன்னிச்சையாக எரியூட்டிக்கொள்ளும் திறனுடைய முதல் சுடுகலனும் இதுவேயாகும். தீப்பொறியை உண்டாக்கும் சுத்தும் எகுச் சக்கரத்தால், இது இப்பெயரைப் பெற்றது. 1500-ல் உருவாக்கப்பட்ட இது, திரியியக்கிகளுடன் ஒரே களத்தில் பயன்படுத்தப்பட்டன. இதற்கு பின்னர், சொடுக்கொலி இயக்கம் (1540-கள்), சொடுக்குஞ்சேவல் (1560-கள்) மற்றும் தீக்கல்லியக்கி (தோராயமாக 1600) ஆகிய இயங்குநுட்பங்கள் அடுத்தடுத்து வந்தன.

1730-ஐ ஒட்டிய காலத்து சக்கரயியக்க கைத்துப்பாக்கியின் இயங்குமுறை.
லியோனார்டோ டாவின்சியின் சக்கரயியக்கம்.

ஒரு இரும்புப் பைரைட்டுக் (FeS2) கட்டியுடன், சுருள்வில்-பூட்டிய ஓர் எகு சக்கரம் (சுழன்று) உராயும்போது, ஏற்படும் பலத்த தீப்பொறியானது, கிண்ணியில் இருக்கும் வெடிமருந்தை பற்றவைத்து, தொடுதுளை வாயிலாக சுடுகலனின் குழலுள் இருக்கும் முதன்மை வெடிபொருளை வெடிக்கச்செய்யும். இப்படித்தான் சக்கரயியக்கம் வேலைசெய்கிறது. சுருள்வில்-பூட்டிய கரத்தில் (அல்லது 'கவ்வி') உள்ள பற்றுகுறடில் பைரைட்டு இருக்கும். விசை இழுக்கப்படுகையில், கிண்ணி மூடி திறக்கப்பட்டு, பைரைட்டால் அழுத்தபட்டிருக்கும், சக்கரம் சுற்றப்படும்.

எகுப் பற்சக்கரம், தீப்பொறி கிளப்பும் பொருளுடன் வைத்து சுற்றப்பட்டு, எரிமம் எரிக்கப்படும் இயக்கத்தைக் கொண்ட வெண்சுருட்டு எரியூட்டி (சிகரெட்டு பற்றவைக்கும் கருவி) தான், சக்கரயிக்கத்தின் நெருங்கிய நவீன ஒப்புமை ஆகும். ஒரு சக்கரயியக்க சுடுகலனை சட்டென ஆயத்தப்படுத்தி, ஒற்றைக் கையால்கூட சுடலாம், ஆனால் அப்போதிருந்த திரியியக்க சுடுகலன்கள் அவ்வாறு இல்லை. திரியியக்க துப்பாக்கியை சுடுவதற்கு மிகுந்த கவனமும், எரிந்துகொண்டிருக்கும் மந்தகதி திரியானது தயார் நிலையிலும், இரு கைகளாலும் இயக்குதல் வேண்டும். அதேசமயம், சக்கர இயங்குநுட்பம் மிகுந்த சிக்கலான அமைப்புடையது, அதனால்தான் அதன் விலையும் சற்றே அதிகமாக இருந்தது.

கவ்வி (dog) என்பது, இயக்கத் தகடிற்கு வெளிப்புறத்தில் சுழல்மையம் கொண்ட ஒரு சுருள்வில்பூட்டிய கரம் ஆகும். ஊசலாடும் இந்த கவ்வியின் (கரம்) முனையில் இருக்கும் பற்றும் குறடில், ஒரு சிறு இரும்புப் பைரைட்டு (FeS2) துண்டு வைக்கப்படிருக்கும். கையால் நகர்த்தக்கூடிய கவ்வி ஆனது, இரண்டு வித நிலையில் இருப்பதற்கு சாத்தியம் உள்ளது:

எரியூட்டிக் கிண்ணியின் அடியில் சரியான அளவில் வெட்டப்பட்டிருக்கும் துவாரத்தில் இருந்து, பற்களுடைய (எகு) சக்கரத்தின் மேற்பகுதி, துருத்திக்-கொண்டு இருக்கும் வகையில் அமைந்திருக்கும். பைரைட்டின் உராய்வை அதிகரிக்க, சக்கரத்தின் மேற்பரப்பில் V-வடிவத்தில் பொளி போடப்பட்டிருக்-கும். ஒரு சுழலச்சுடன் சக்கரம் இணைக்கப்பட்டிருக்கும். சுழலச்சின் ஒரு முனை வெளிப்புறமாக துருத்திக்கொண்டு இருக்கும், அதில் திருகுச்சாவியை வைத்து, திருகி இறுக்க முடியும். சுழலச்சின் மறுமுனை இயக்கத் தகட்டில் உள்ள துவாரத்தில் பொருந்தி இருக்கும், இம்முனையில் தான் இயக்கவழங்கி அல்லது மையப்பிறழ்வட்டு (eccentric) ஆனது, பற்றுவைக்கப் பட்டிருக்-கும். குட்டையான, வலுவான சங்கிலியின் (மிதிவண்டியின் சங்கிலிப்போல், மூன்று அல்லது நான்கு இணைப்புகளால் ஆனது) ஒருமுனை இயக்கவழங்-கியிலும், மறுமுனையானது பெரிய V-வடிவ முதன்மை சுருள்வில்லின் நீள-மான கிளையோடும் பிணைந்திருக்கும்.

(தட்டும் மூடியின் அறிமுகத்திற்கு முன்னால் இருந்த) எல்லா வாய்வழி குண்டேற்ற சுடுகலங்களில் உள்ளதுபோல், கிண்ணி தான் நெருப்பை குழலின் பின்புறத்தில் உள்ள முதன்மை வெடிமருந்திற்கு, சிறிய துளை வாயிலாக கடத்தும். எல்லா சக்கரயியக்கிகளிலும், எரியூட்டும் கிண்ணியானது சரியும்-மூடியுடன், இரு நோக்கங்களுக்காக வைக்கப்படும்: முதலாவது, எரியூட்டியை கிண்ணியில் தேக்கி வைப்பது, (இரண்டாவது கீழ்வரும் 'இயக்கம்' பகுதியில் சொல்லப்பட்டுள்ளது). கிண்ணி மூடியானது மையப்பிறழ்வட்டினால் நகர்த்தப்-படும் கரத்துடனும் இணைக்கப்பட்டிருக்கும், ஆனால் இதை கையால்கூட திறந்து மூட முடியும்.

இயக்கத் தகடின் உட்பக்கமாக பற்றவைக்கப்பட்ட இரண்டு தாங்கிகளுக்கு (brackets) இடையில், "z"-வடிவ பிடிப்பான் இருக்கும். துப்பாக்கியின் விசையுடன், பிடிப்பானின் ஒரு (முன்) கரம் இருக்கும். பிடிப்பானின் மற்-றோடு (பின்) கரமானது, இயக்கத் தகடிலுள்ள ஒரு துளை வழியாக, சக்க-ரத்தின் உட்பக்கத்தின் மேலிருக்கும் முழூடாத துளையில் இருப்பதனால், சக்-கரம் சுற்றுவதை தடுக்கும்.

முதலில், கவ்வி முன்பக்கமாக தள்ளப்பட்டு "தீங்குறாத" நிலையில் வைக்-கப்படும், எரியூட்டிக்கிண்ணியும் திறக்கப்படும். வழக்கம்போல் குண்டும், வெடி-மருந்தும் சன்னவாய் வழியாக ஏற்றப்பட்ட பிறகு, சுடுநர் அவரது "திருகுச்-சாவியை" எடுத்து, சக்கரத்தின் சுழலச்சின் மீது வைத்து, ஒரு சொடுக்கொலி கேட்கும்வரை அதை (முக்கால் அல்லது ஒரு சுழற்சி வரை) திருகு-வார், இதனால் சக்கரம் சரியான நிலைக்கு வந்துவிடும், இதன்பின் திரு-குச்சாவி எடுக்கப்பட்டுவிடும். என்ன நடக்கிறதென்றால், சக்கரத்தை திரு-கும்போது; சுழலச்சில் லேசாக சுற்றப்பட்டிருக்கும் சங்கிலியால் முதன்மைச் சுருள்வில் இழுக்கப்படும். மேலே விவரித்ததுபோல், சக்கரத்தின் உட்புறத்-தின்மீது உள்ள முழூடாத துளையில் பிணைந்திருக்கும், பிடிப்பானின் ஒரு

முனையில் இருந்து எழும் சப்தம் தான், அந்த சொடுக்கொலி. இவ்வாறு சக்கரம் சுழலாதா நிலையில் வைக்கப்படும்.

பிறகு கிண்ணியில் எரியூட்டித் துகள்கள் இடப்பட்டு, கிண்ணிமூடியால் மூடப்படும். கடைசியாக, பற்றுக்குறடில் இருக்கும் பைரைட்டு கிண்ணிமூடி-யின்மேல் இருக்கும் வகையில், கவ்வி பின்னால் இழுக்கப்படும். கவ்விச்சு-ருள்வில்லால், கவ்வி சற்றே அழுத்தப்பட்டிருக்கும்.

1580-ன் சக்கரயியக்க துப்பாக்கியான "பபெர்"-ன் வெளித்தோற்றம்.

1580-ன் சக்கரயியக்க துப்பாக்கியான "பபெர்"-ன் உட்புறம். படத்தில் இயங்குநுட்பம் இயல்பு நிலையில் உள்ளது, முதன்மைச் சுருள்வில்லின் நீண்ட கரம், சக்கரத் தாங்கியின் அடிப்பகுதியின்மேல் உள்ளது. முதன்மைச் சுருள்வில்லையும், சக்கர சுழலச்சின்மீதுள்ள மையப்பிறழ்வட்டையும் இணைக்கும் சங்கிலியானது சக்கரத் தாங்கியின் பின்னால் புலப்படாமல் உள்-ளது. சக்கரயியக்க சுடுகலனின் விசையை இழுக்கும்போது, மேலே சொன்-னதுபோல் பிடிப்பான் ஒரு சிறு சுழற்சிக்கு உள்ளாகும். (தற்சமயம் வரை, சக்கரத்தை சுற்றவிடாமல் தடுக்கும்) பிடிப்பானின் கரத்தின் முனை விலக்-கப்பட்டு, முதன்மைச் சுருள்வில்லின் இழுவிசையால் சக்கரம் திரும்பும்.

சக்கரத்தை, பிடிப்பான் விடுவித்த அதேசமயத்தில், முதன்மைச் சுருல்-வில்லின் நீண்ட கரமானது, அதனுடன் இணைந்திருக்கும் சங்கிலியை இழுக்கும். சங்கிலியின் மறுமுனை, சக்கரச் சுழலச்சில் உள்ள இயக்கவழங்-கியோடு பொருந்தி இருக்கும். இதனால் அதிக வேகத்தில் சுற்றும் இயக்க-வழங்கி, கிண்ணிமூடிக் கரத்தை (படத்தில் காண்க) தள்ளி, கிண்ணிமூடியை சன்னவாயை நோக்கி சரியச்செய்வதால், (கவ்விச் சுருள்வில்லின் அழுத்தத்-தால்) பைரைட்டு, சுற்றும் சக்கரத்தின்மீது விழும்.

பைரைட்டுடன் வேகமாக சுற்றும் சக்கரத்தால் உண்டாகும் தீப்பொறிகள், கிண்ணியில் இருக்கும் எரியூட்டியை பற்றவைக்கும். இந்த தீயானது தொடு-துளை வாயிலாக, குழலின் பின்பகுதில் இருக்கும் முதன்மை வெடிபொரு-ளுக்கு கடத்தப்பட்டு, துப்பாக்கி வெடிக்கும்.

சக்கரயியக்கிகளை குண்டேற்றி, ஆயத்தப்படுத்தி, பின் சுடுவதற்கு, ஒரு நிமிட காலம் பிடித்தது.

சக்கரயியக்கத் துப்பாக்கியின் தோலுறை..

சக்கரயியக்கிகளில் எரிந்துகொண்டிருக்கும் மந்தகதி திரி இல்லாததால், (கிடங்குகளிலுள்ள) வெடிமருந்திற்கு அருகில் ஏற்படும் விபத்துகள் தவிர்க்-கப்பட்டது. திரியியக்கிகளை விட, மழை அல்லது ஈரமான சூழல்களில் சக்-கரயியக்கிகள் கைகொடுத்தன. மழைக்காலங்களில் மந்தகதி திரியை எரிய-வைப்பது முடியவேமுடியாது, ஆனால் சக்கரயியக்கிகளில் ஏந்த வானிலை-யிலும் தீப்பொறியை உண்டாக்க இயலும். எரியூட்டிக்கிண்ணியில் மூடியும் பொருத்தப்பட்டிருந்தது. இதனால், முதன்முதலாக ஒரு சுடுகலனை, அணிந்-திருக்கும் உடைக்குள் மறைத்து வைத்துக்கொள்ள ஏற்றவாறு இருந்தது.

அதிக உற்பத்திச்செலவு மற்றும் சிக்கலான இயக்கமுறை, ஆகியவை சக்கரயியக்கிகளின் பயன்பாட்டிற்கு தடையாக இருந்தது. இந்த இயங்குமுறையை உருவாக்க, நன்கு கைதேர்ந்த துமுக்கிக்கொல்லர் தேவை. மேலும், பலவகையான உதிரிபாகங்கள் மற்றும் சிக்கலான வடிவத்தை கொண்டிருப்பதால், சரியான பராமரிப்பு இல்லையெனில், இது கோளாறு ஆகிவிடும்.

சக்கரயிகக்கிகள், திரியியக்கிகளுடன் சேர்த்து தான் பயன்படுத்தப்பட்டு வந்தது. பின்னர் இவ்விரண்டிற்கும் மாற்றாக, 17-ஆம் நூற்றாண்டின் முடிவில் தோன்றிய, எளிமையான மற்றும் விலைகுறைவான தீக்கல்லியக்கி பயன்படுத்தப்பட்டது.

16. சுருள்வில் திரியியக்கம்

சுருள்வில் திரியியக்கம் என்பது, முற்கால சுடுகலனை சுடுவதற்கு பயன்படுத்தப்பட்ட திரி இயங்குநுட்பத்தின் ஒரு வகை ஆகும். இது ஐரோப்பாவில் 1475 முதல் 1640 வரையிலும், ஜப்பானில் 1543 முதல் 1880 வரை பயன்படுத்தப்பட்டது.

அரவு (முனையில் பிடிப்பிரும்பு கொண்ட ஒரு வளைந்த நெம்புகோல்) சுடும் நிலையில், ஒரு வலுவற்ற சுருள்வில்லால் பிடித்து வைக்கப்பட்டிருக்கும். ஓர் பொத்தானை அழுத்துதல், விசையை இழுத்தல், அல்லது இயக்கத்திற்கு இடையே உள்ள சிறு கம்பியை இழுப்பதன் மூலமாகக்கூட, இந்த சுருள்வில் விடுவிக்கப்படலாம். இதனால், பற்றிரும்பு கீழே சாய்ந்து, கனந்துகொண்டிருக்கும் திரியை தாழ்த்தி, கிண்ணியில் உள்ள எரியூட்டும் துகளுக்கு தீமூட்டும். எரியூட்டியில் இருக்கும் தீ, தொடு துளை வழியாக துமுக்கிக் குழலுள் உள்ள முதன்மை உந்துபொருளை அடையும். கிண்ணியில் திரி வேகமாக மோதுவதால் அடிக்கடி அணைந்துவிடும், இதனால், வீரர்களால் இது விரும்பப்படவில்லை. ஆனால் குறிப்பிட்ட இலக்கை தாக்க இது அடிக்கடி உபயோகப்பட்டது.

ஜப்பானில், முதலில் ஆவணப்படுத்தப்பட்ட (டனேகசிமா என்றழைக்கப்பட்ட) திரியியக்கியின் அறிமுகம் 1543-ல், போர்ச்சுகீசியர்களால் வந்தது. சுருள்வில் திரியியக்கிகளை அடிப்படையாகக் கொண்டு டனேகசிமா, போர்ச்சுகீசிய இந்தியாவில் இருந்த கோவாவின் ஆயுதக்கிடங்கில் தயாரிக்கப்பட்டது. 1510-ல் போர்ச்சுகீசியர்கள் கோவாவை கைப்பற்றினர்.

17. சொடுக்குஞ்சேவல்

சொடுக்குஞ்சேவல் (ஆங்கிலம்: snaphaunce, ஸ்னாப்ஹான்சு) என்பது துப்பாக்கியை வெடிக்கச் செய்யும் ஓர் இயங்குமுறை ஆகும். இந்த இயங்குமுறையை பயன்படுத்தும் துப்பாக்கியையும் இதே பெயரால் தான் அழைப்பர்.

இதன் பெயர், டச்சு மொழியில் இருந்து வந்தது, ஆனால் இதன் இயங்குமுறைக்கும் நெதர்லாந்திற்கும் நிச்சயமாக சம்பந்தம் இல்லை. இது சொடுக்கோலி இயக்கத்தில், சக்கர இயங்குநுட்பத்தை சேர்த்ததால் உருவானது. ஓர் தீக்கல், கிண்ணியின் மேலிருக்கும் தகட்டில் அடிப்பதால், ஏற்படும் தீப்பொறியைக் கொண்டு, எரியூட்டித் துகள்களை பற்றவைத்து, துப்பாக்கியை வெடிக்கச் செய்யும் இயங்குநுட்பம் ஆகும். ஐரோப்பா, வட ஆப்ரிக்கா, மற்றும் மத்திய கிழக்கில் இந்த வகை சுடுகலன் இருந்தன.

வடிவமைப்பு

ஒரு சொடுக்குஞ்சேவலின் சுத்தியல் இழுக்கப்பட்டு, சுட தயாராக உள்ளது:

சுத்தியலும், எகுத்தகடும் பின்னால் இழுக்கப்பட்டு இருப்பதை காட்டும், வெளித்தோற்றம்.

ஈடுபடுத்தப்பட்ட பக்கவாட்டு பிடிப்பான், மற்றும் மூடப்பட்ட கிண்ணியையும் காட்டும், உட்புறத் தோற்றம்.

அதே சொடுக்குஞ்சேவல், சுட்ட பிறகு:

சுத்தியலும், எகுத்தகடும் முன் தள்ளப்பட்டு இருப்பதை காட்டும், வெளித்தோற்றம்.

ஈடுபடாத பக்கவாட்டு பிடிப்பான், மற்றும் கிண்ணியை திறக்க, கிண்ணிமூடி முன்னால் தள்ளப்பட்டு இருப்பதை காட்டும், உட்புறத் தோற்றம்.

தெறிக்கும் சொடுக்குஞ்சேவல்

இதற்கு முந்தைய சொடுக்கியக்கம் போன்றும், பிந்தைய தீக்கல்லியக்கம் போன்றும், சொடுக்குஞ்சேவலிலும் தீக்கல்லை எகில் அடிப்பதால் கிளம்பும் தீப்பொறியைக் கொண்டு தான் முதன்மை உந்துபொருள் பற்றவைக்கபடும். சுத்தியல் எனப்படும் ஒரு வளைந்த நெம்புகோலின் முனையில் உள்ள பற்றுக்கருவியில் தீக்கல் இருக்கும். விசையை இழுக்கையில், சுருள்வில்லின் அழுத்தத்தில் இருந்த, இது (சுத்தியல்) முன்னோக்கி நகர்ந்து, வளைந்த (கடினமூட்டப்பட்ட) எகு தகட்டில் அடித்து, தீப்பொறியை உண்டாக்கும். இவை (தீப்பொறிகள்) எரியூட்டித் துகள்களை கொண்டிருக்கும் கிண்ணியில் விழும். பற்றவைக்கப்பட்ட எரியூட்டியின் தீயானது, குழலின் பிற்பகுதியிலுள்ள சிறு துளை வழியாக, சுடும் அறைக்குள் இருக்கும் முதன்மை வெடிபொருளை பற்றவைக்கும்.

முந்தைய சொடுக்கியக்கத்தின் மேம்பாடாக சொடுக்குஞ்சேவல், 1550-களின் பிற்பகுதியில்; ஜெர்மனி, எசுப்பானியம், ஹாலாந்து, ஸ்காட்லாந்து, சுவீடன் ஆகிய நாடுகளில் முதலில் தோன்றியதாக கருதப்படுகிறது. சொடுக்கியக்கிகளிலும், திரியியக்கிகளில் உள்ளது போல, சுடுநரின் கையால் நகர்த்தப்படும் கிண்ணிமூடி தான் இருந்தது. முக்கியமான மேம்பாடு எதுவென்றால், சக்கரயியக்கத்தை போல், சொடுக்குஞ்சேவலில் கிண்ணிமூடி தானாகவே திறக்கும் இயங்குமுறை இருந்தது.

மேலும் சக்கரயியக்கிகளை போலவே, பிடிப்பானை பக்கவாட்டில் கொண்டிருந்தது, இந்த சொடுக்குஞ்சேவல்.

1550-களின் பிற்பகுதியில் இருந்து, நவீன காலம் வரை, சொடுக்குஞ்சேவல் பயன்பாட்டில் இருந்தன. வட இத்தாலியை தவிர (1750-கள் வரை இருந்தன), அனைத்து இடங்களிலும் 1680-களிலேயே வழக்கற்று போயின. ஐரோப்பாவில், அதிலும் பிரான்சில், 1620-லேயே சொடுக்குஞ்சேவலின் இடத்தை; எகுத்தகடும், கிண்ணிமூடியும் ஒருசேர இருக்கும் தீக்கல்லியக்கிகள் பிடித்து விட்டன. சொடுக்குஞ்சேவலை விட, தீக்கல்லியக்கிகள் விலை மலிவாகவும், சிக்கல் குறைவான வடிவமைப்பையும் கொண்டிருந்தன.

ஸ்னாப்ஹான்சு என்ற பெயர், இடச்சு மொழி வார்த்தையான "Snap Haan"-ல் இருந்து தோன்றியது. "Snap" என்றால் "கொத்து", "Haan" என்றால் "சேவல்" என பொருள். சுத்தியலின் சேவல் தலை வடிவிலும், கீழ்நோக்கிய-நகர்வு சேவல் அதன் உணவை கொத்துவது போன்ற செயல் ஆகியவை, இப்பெயரை இதற்கு பெற்று பெற்றுத்தந்தன.

ஆங்கிலத்தில், "Snap" என்றால் "சொடுக்கு போடுதல்" என பொருள். இந்த துப்பாக்கியை இயக்கும்போது எழும் சப்தம் விரல்களை சொடுக்குவது போல இருப்பதால், இதனை 'சொடுக்கும்+சேவல்=சொடுக்குஞ்சேவல்' என தமிழில் குறிப்பிடலாம்.

18. சொடுக்கொலி இயக்கம்

சொடுக்கொலி இயக்கம் (ஆங்கிலம்: snaplock, ஸ்னாப்லாக்) என்பது துப்பாக்கியை வெடிக்கச் செய்யும் ஒரு இயங்குமுறை ஆகும். இத்தகைய இயங்குமுறையில் இயங்கும் துப்பாக்கிகளை, சொடுக்கியக்கி என்பர். சுருள்வில்லால் ஆற்றல்பெறும் சுத்தியல், கடினமூட்டப்பட்ட எகின் மேல், ஒரு தீக்கல்லை அடிக்கும்போது; உண்டாகும் தீப்பொறியைக் கொண்டு, (வழக்கமாக வாய்குண்டேற்றப்படும்) ஒரு சொடுக்கியக்க ஆயுதத்தின் உந்துபொருள் பற்றவைக்கப்படும். இந்தவகையில், சொடிக்கியக்கியும் சொடுக்குஞ்சேவலும் (சிலசமயங்களில் சொடுக்கியக்கத்தைவிட மேம்பட்டது என்று வகைப்படுத்த பட்டது) ஒரே மாதிரி தான். பிற்காலத்தில் தீக்கல்லியக்கி வந்தது.

எல்லா சொடுக்கியக்கிகளிலும், சுத்தியல் எனப்படும் ஒரு வளைந்த நெம்புகோலின் முனையில் உள்ள பற்றுக்கருவியில் தீக்கல் இருக்கும். துப்பாக்கி "இழுக்கப்பட்டு" இருக்கும் போது, சுருள்வில்லின் அழுத்தத்திற்கு எதிராக, விசை இயக்கத்தின் அங்கமான பிடிப்பானால், சுத்தியல் பின்னால் இழுத்துப்பிடித்து வைக்கப்பட்டிருக்கும். விசை இழுக்கப்படுகையில், பிடிப்பானும், சுருள்வில்லும் விடுவிக்கப்பட்டு, சுத்தியல் அதிவேகமாக முன்னால் நகரும். தீக்கல், ஒரு கடினமூட்டப்பட்ட எகினால் ஆன வளைந்த தகட்டின்மீது அடிக்கும். எகின் மீதான இந்த மோதலால், தீப்பொறிகளை உண்டாகி, கிண்-

ணியில் இருக்கும் எரியூட்டும் துகள்களில் விழும். பற்றவைக்கப்பட்ட எரியூட்டியின் தீயானது, குழலின் பிற்பகுதியிலுள்ள சிறு துளை வழியாக, சுடும் அறைக்குள் இருக்கும் முதன்மை வெடிபொருளை பற்றவைக்கும்.

சொடுக்கியக்கியில் சுடுவதற்கு முன்பாக, மூடியிடப் பட்டிருக்கும் கிண்ணியை, சுடுநரால் திறக்கப்படவேண்டும்.

விசையை இழுத்தவுடன் தானாகவே கிண்ணிமூடி திறந்துக்கொள்ளும் இயக்கமுறை தான் சொடுக்குஞ்சேவல் ஆகும்

பயன்பாட்டில் இருந்த காலம்

1540-களின் பிற்பகுதியில், சொடுக்கியக்கிகள் தென் ஜெர்மனியில் முதலில் தோன்றியதாக கருதப்படுகிறது. இது விலை மலிவாகவும், உற்பத்தி செய்ய எளிதாகவும் இருந்தது. திரி-இயக்கத்திற்கு பின்வந்த ஆயுதங்களை போலவே, இதையும் முன்கூட்டியே சுட ஆயத்தப்படுத்தி வைத்துக் கொள்ள முடியும். ஸ்கேன்டினேவியா மற்றும் ரஷ்யாவின் நவீன காலங்கள் வரை, இது பயன்பாட்டில் இருந்தது. ஆனால், 1640-வாக்கிலேயே இது வழக்கொழிந்து போனது

19. திரி இயக்கம்

திரி இயக்கம் (ஆங்கிலம்: matchlock, மேட்ச்லாக்) என்பது கையேந்திச் சுடுகலனின் சுடுதலை எளிதாக்க கண்டுபிடிக்கப்பட்ட முதல் இயங்குநுட்பம் ஆகும். இந்த வடிவம், எரியும் திரியை ஆயுதத்தின் எரியூட்டுங்கிண்ணியுள் கையால் இடும் அவசியத்தை நீக்கியது. இதனால், இரு கைகளாலும் ஆயுதத்தை இறுகப்பிடித்து, இலக்கைக் குறிவைத்து சுட முடிந்தது.

திரி இயக்கத்தைக் கொண்டு சுடப்படும் சுடுகலனை, 'திரியியக்கி' என்பர்.

இயக்கத்தின் தெளிவுரை - மரபார்ந்த ஐரோப்பிய திரியியக்க துப்பாக்கியில், அரவு (serpentine) எனப்படும், சிறிய வளைந்த நெம்புகோலின் நுனியில் இருக்கும் பற்றிரும்பில், ஓர் மந்தகதி திரி இருக்கும் (படத்தில் காண்க). துப்பாக்கியின் கீழுள்ள, (அரவுடன் இணைக்கப்பட்டிருக்கும்) நெம்புகோலை (விசை) இழுக்கையில், பற்றிரும்பு கீழே சாய்ந்து, கனந்துகொண்டிருக்கும் திரியை தாழ்த்தி, கிண்ணியில் உள்ள எரியூட்டும் துகளுக்கு தீமூட்டும். எரியூட்டியில் இருக்கும் தீ, தொடு துளை வழியாக துமுக்கிக் குழலுள் உள்ள முதன்மை உந்துபொருளை அடையும். நெம்புகோல் அல்லது விசையை விடுவிக்கையில், சுருள்வில்-பூட்டிய அரவு கிண்ணியை விட்டு பின்னால் நகரும். துப்பாக்கியை மீள்குண்டேற்றுவதற்கு முன், நிதர்சனமான பாதுகாப்பு காரணங்களுக்காக, திரி அகற்றப்படும். வழக்கமாக திரியின் இரு முனைகளிலும் கங்கு இருக்கும். ஒரு முனை எதிர்பாராமல் அணைந்தாலும், மற்றொன்றை பயன்படுத்தலாம்.

அரவு சுடும் நிலையில், ஒரு வலுவற்ற சுருள்வில்லால் பிடித்து வைக்கப்பட்டிருக்கும். ஓர் பொத்தானை அழுத்துதல், விசையை இழுத்தல், அல்லது இயக்கத்திற்கு இடையே உள்ள சிறு கம்பியை இழுப்பதன் மூலமாகக்கூட, இந்த சுருள்வில் விடுவிக்கப்படலாம். இவ்வகை இயக்கத்தை சுருள்வில் திரியியக்கம் எனலாம். கிண்ணியில் திரி வேகமாக மோதுவதால் அடிக்கடி அணைந்துவிடும், இதனால், வீரர்களால் இது விரும்பப்படவில்லை. ஆனால் குறிப்பிட்ட இலக்கை தாக்க இது அடிக்கடி உபயோகப்பட்டது.

பல ஜப்பானிய (சமுராய்), ஈடோ காலத்து திரியியக்கிகள் (டனேகசிமா)

திரியை தொடர்ந்து எரியும் நிலையிலேயே, வைத்திருப்பதன் அவசியம் தான் திரி இயக்கத்தின் பலவீனம். நீடித்த நேரத்திற்கு திரியை எரியவைக்க அது பொட்டாசியம் நைற்றேட்டில் தோய்க்கப்பட்டிருக்கும். வெடிமருந்தை தீமூட்ட இருக்கும் ஒரே மூலமான திரியும், துப்பாக்கியை சுட வேண்டிய நேரத்தில் அணைந்துவிட்டால், இந்த இயங்குநுட்பத்தால் ஏந்த பிரயோஜனமும் இல்லை. ஈரமான வானிலையில், ஈரம் கோர்த்த திரியை எரியும்படி வைத்திருப்பது கடினமாகும், இது மிகப்பெரும் பிரச்சனை. இரவின் இருட்டில் திரி எரிவது, சுடுநரின் இருப்பிடத்தை எதிரிக்கு காட்டிக்கொடுத்துவிடும். மேலும், திரி எரியும்போது வெளிவரும் தனித்துவ வாசம்கூட சுடுநரின் இருப்பிடத்தை மற்றுவற்கு தெரியப்படுத்திவிடும்.

8 குண்டு, திரியியக்க சுழல் கைத்துப்பாக்கி (ஜெர்மனி, தோராயமாக 1580)

டனேகசிமாவை (திரியியக்கிகள்) கொண்டு சுடும், ஜப்பானியப் பதாதிகள் (அஷிகாரு).

திரியியக்கிகள் ஐரோப்பாவில் 15-ஆம் நூற்றாண்டின் மத்தியில் முதலில் தோன்றின, (1700-களிலேயே திரியியக்கிகள் ஐரோப்பாவில் வழக்கொழிந்து போயின) ஆனால் அரவு வடிவங்கள், இதற்கு 40 ஆண்டுகளுக்கு முன்பே ஆஸ்திரிய சுவைகளில் இருந்தன. 16-ஆம் நூற்றாண்டிலேயே, இது உலகளாவில் பயன்படுத்தப் பட்டன. இந்த காலங்களில் தான், திரியியக்கிகளை வரிசையாக நின்று, ஒரே நேரத்தில் சுடும் யுக்தி பிறந்தது. இதை அதிர்வேட்டுச்சூடு என்பர். இது ஒற்றையாக ஆளாக நின்று, குறிப்பிட்ட இலக்கை சுடுவதைவிட அதிக தாக்கத்தை ஏற்படுத்தியது.

உதுமானியப் படையின், யேனிச்செரிப் படையினர், 1440-கள் முதல், திரியியக்க ஆயுதங்களை படிப்படியாக அங்கேரியில் இருந்து பெற்றனர். கொக்கித் துப்பாக்கியின் மேம்படுத்தப்பட்ட ரகங்கள் இந்தியாவிற்கு, 1526-ல் பாபரால் கொண்டுவரப்பட்டது.

வெடிமருந்தையும், சுடுகலன்களையும் கண்டுபிடித்தது சீனாவாக இருக்கலாம், ஆனால் திரியியக்கிகளை சீனாவிற்கு அறிமுகப்படுத்தியது, போர்ச்சுகீசியர்கள் தான். 15-ஆம் நூற்றாண்டில் ஐரோப்பாவிற்கு வந்த கைபீரங்கிகளை, ஐரோப்பியர்கள் செம்மைப்படுத்தி, அதில் திரி இயங்குநுட்பத்தை

சேர்த்தனர். சீனர்கள், திரியியக்க ஆர்க்பவெசின் தொழில்நுட்பத்தை போர்ச்சுக்கீசியர்களிடம் இருந்து 16-ஆம் நூற்றாண்டில் பெற்றனர், ஆனால் திரியியக்க சுடுகலன்கள் 19-ஆம் நூற்றாண்டில் தான் சீனர்களால் பயன்படுத்தப்பட்டது.

ஜப்பானில், முதலில் ஆவணப்படுத்தப்பட்ட (டனேகசிமா என்றழைக்கப்பட்ட) திரியியக்கியின் அறிமுகம் 1543-ல், போர்ச்சுகீசியர்களால் வந்தது. சுருள்வில் திரியியக்கிகளை அடிப்படையாகக் கொண்டு டனேகசிமா, போர்ச்சுகீசிய இந்தியாவில் இருந்த கோவாவின் ஆயுதக்கிடங்கில் தயாரிக்கப்பட்டது. 1510-ல் போர்ச்சுகீசியர்கள் கோவாவை கைப்பற்றினர்.

20. தீக்கல்லியக்கி

தீக்கல்லியக்கி (Flintlock, பிளின்ட்லாக்) என்பது பொதுவாக தீக்கல்லை அடித்து தீமூட்டும் இயங்குமுறையை கொண்டிருக்கும் சுடுகலன் ஆகும். 17-ஆம் நூற்றாண்டில் அறிமுகமான, அசல் தீக்கல்லியக்கம் எனப்படும், குறிப்பிட்ட இயங்குமுறையையும் குறிக்கும் சொல் ஆகும். இதற்குமுன் இருந்த திரி, சக்கர, மற்றும் முந்தைய தீக்கல்-கொண்ட இயங்குமுறைகளின் மாற்றாக தீக்கல்லியக்கி ஆனது. இரு நூற்றாண்டுகளுக்கும் மேலாக பயன்பாட்டில் இருந்த 'அசல் தீக்கல்லியக்கி', தட்டும் மூடியால் வழக்கொழிந்தது. பின்னர், 19-ஆம் நூற்றாண்டின் ஆரம்பதிற்கும்-மத்தியிற்கும் இடையே வெடிபொதி சார்ந்த அமைப்புகள் தோன்றின.

வரலாறு - வாய்குண்டேற்ற தீக்கல்லியக்கியுடன் நிற்கும் ஆங்கிலேயரை படத்தில் காண்க, தோராயமாக 1750.

1610-ல் முடிசூடிய, மன்னர் பதிமூன்றாம் லூயிக்காக தீக்கல்லியக்க சுடுகலனை வடித்தார், பிரெஞ்சு அரசவையின் துப்பாக்கிக்கொல்லர் மறென் லெ பூர்ஸ்ஷுவா. இருந்தாலும், ஏதோவொரு வகையில் தீக்கல்லை பயன்படுத்தி தீமூட்டும் இயங்குமுறைகளை கொண்ட சுடுகலன்கள், அரை நூற்றாண்டாக பயன்பாட்டில் தான் இருந்தன. சுடுகலனின் இயங்குமுறையின் மேம்பாடுகளான திரியியக்கம் முதல், சக்கரயியக்கம், முந்தைய தீக்கல்லியக்கங்கள் (சொடுக்கொலி இயக்கம், சொடுக்குஞ்சேவல்) வரை, ஒவ்வொரு வகையும், பயனுள்ள ஒரு மேம்பாட்டை கொண்டிருந்தது. பல அம்சங்களை ஒருங்கிணைத்து, லெ பூர்ஸ்ஷுவா உருவாக்கியது தான் அசல் தீக்கல்லியக்கம் என அறியப்பட்டது.

புதிய தீக்கல்லியக்க அமைப்பு விரைவில் பிரபலமடைந்து, 1630-ன் முடிவிலேயே, ஐரோப்பா முழுதும் பயன்பாட்டிற்கு வந்துவிட்டது. முற்கால தீக்கல்லியக்க மசுகெத்துகளின் உதாரணங்களை, ரூபென்ஸின் (1622 - 25 காலத்தில் வரையப்பட்ட) "மேரி தெ' மெடிசி அஸ் பெல்லோனா" ஓவியத்தில் காணலாம். தட்டும் மூடி அமைப்பு அறிமுகம் ஆகும் வரை, தீக்கல்லியக்க

ஆயுதங்கள் 19-ஆம் நூற்றாண்டின் மத்தியகாலம் வரை பொதுவான பயன்பாட்டில் இருந்தன.

துணை வகைகள் - தீக்கல்லியக்கிகள் எந்த சிறு ஆயுதமாகவும் இருக்கலாம்: நீள் துப்பாக்கி அல்லது கைத்துப்பாக்கி, புரியிடாத துமுக்கி அல்லது புரிதுமுக்கி, வாய்குண்டேற்றி அல்லது பின்குண்டேற்றி

சிறு கைத்துப்பாக்கி

பிரெஞ்சு தீக்கல்லியக்க கைத்துப்பாக்கி, தோராயமாக 1790 - 1795.

ஒரு தீக்கல்லியக்க கைத்துப்பாக்கி, தோராயமாக 1700 - 1730

பிரெஞ்சு கப்பற் துமுக்கியின் தீக்கல்லியக்க அமைப்பு.

தற்காப்பு ஆயுதமாகவும், இராணுவ ஆயுதமாகவும் தீக்கல்லியக்க கைத்துப்பாக்கிகள்பயன்படுத்தப்பட்டன. இவற்றின் திறன்மிகு வீச்செல்லை குறைவாகவே இருந்தன. சில கைத்துப்பாக்கிகள் புரியிடப்பட்டு இருந்தாலும், வழக்கமாக புரியிடாமல் தான் இருந்தன.

இதில் மிகச்சிறியது 6 இன்ச்சிற்கும் (15 செ.மீ.) குறைவான நீளமும்; மிகப்பெரியது 20 இன்ச்சிற்கும் (51 செ.மீ.) அதிகமான நிளமும் கொண்டிருக்கும். இதன் சிறிய ரகமானது, சட்டைப் பைக்குள் வைக்கும் அளவிற்கு இருக்கும். பெண்களும் எளிதாக பயன்படுத்த முடிந்தது.

அளவில் மிகப் பெரியவைகளை, குதிரையின் முதுகின்மீதுள்ள சேணத்திற்கு முன்பு, ஒரு தோலுறையில் வைக்கப்பட்டிருக்கும்.

மசுகெத்துகள்

தீக்கல் இயங்குநுட்பம் - தீக்கல்லியக்க மசுகெத்துகள், 1660 முதல் 1840 வரையிலான ஐரோப்பிய படைகளின் முக்கிய அங்கமாகும். ம மசுகெத்து என்பது, வாய்குண்டேற்ற புரியில்லாத நீள்துப்பாக்கி ஆகும், இதில் குண்டை ஏற்றி வேட்டைக்கும் பயன்படுத்தப் பட்டது.

இராணுவ தீக்கல்லியக்க மசுகெத்துகள் தோராயமாக 10 பவுண்டு எடை இருக்கும். வழக்கமாக, துப்பாக்கிக்கத்தியை பொருத்தும்படி தான், மசுகெத்துகள் வடிவமைக்கப்பட்டன.

புரிதுமுக்கிகள்

மாஸ்டர் கிரிகோரி வையட்கின்னால் 1654-ல் செய்யப்பட்ட, ரஷ்ய தீக்கல்லியக்க புரிதுமுக்கி

சில தீக்கல்லியக்கிகள் புரியிடப்பட்டன. குழலுள் வார்க்கப்பட்ட சுருளை வடிவ பள்ளங்கள், புரிதுமுக்கிகளை மேலும் துல்லியமாக்கி, நீண்ட திறன்மிகு வீச்செல்லையை அளித்தது - ஆனால் இறுகப்பொருந்தும் குண்டை வாய்குண்டேற்ற சுடுகலனில் ஏற்றுவதற்கு அதிக நேரம் பிடித்தது; அடுத்தடுத்து சுட்டபின், உபரி வெடிமருந்து குழலிலேயே படிந்துவிடும். இராணுவ மசுகெத்தியர்களால் போர்ச்சூழலின் இடையே, அடிக்கடி புரிதுமுக்கியின் குழலை சுத்தம் செய்ய, நேரம் எடுத்துக்கொள்ள முடியாது; மேலும், உத்திகள் கூடிநின்று சுடுதலை மையப்படுத்தி இருந்ததால், புரிதுமுக்கியின் அதீத துல்லியம்

அவசியமற்றதாக ஆனது. அதனால் பெரும்பாலான இராணுவ தீக்கல்லியக்கிகள் புரியிடாதவை தான். புரியிட்ட தீக்கல்லியக்கிகளும் - குறிசுடுனர்கள், சிறுசமராட்கள், மற்றும் இதர துணை துருப்புகளால் - இராணுவத்தில் பயன்படுத்தப்பட்டது; ஆனால் பெரும்பாலும் புரியிட்ட தீக்கல்லியக்கிகள் வேட்டையாட தான் பயன்படுத்தப்பட்டன.

பல்லெறிவு தீக்கல்லியக்க ஆயுதங்கள்

பல குழல்கள் - மீள்குண்டேற்ற நேரம் தேவை என்பதால் (புரியிடாத, வாய்குண்டேற்ற மசுகெத்தை மீள்குண்டேற்ற, கைதேர்ந்தவருக்கு கூட 15 வினாடிகள் ஆகும்), அடுத்தடுத்த வெடிப்புகளுக்காக, தீக்கல்லியக்கிகள் சிலநேரம் இரண்டு, மூன்று, நான்கு அல்லது அதற்கும்மேலான குழல்களுடன் இருக்கும். இவ்வகை வடிவங்களை உருவாக்க அதிகம் செலவு ஆவதோடு, நம்பகமற்றதாக இருந்தன.

ஒற்றை குழல் - சில அடுத்தடுத்து சுடும் புரிதுமுக்கிகள், பல்லெறிவு ஒற்றைக்குழல் கைத்துப்பாக்கிகள், மற்றும் பல்லெறிவு ஒற்றைக்குழல் சுழல்-கைத்துப்பாக்கிகளும் செய்யப்பட்டன.

பின்னடைவுகள் - நவீன ஆயுதங்களுடன் ஒப்பிடும்போது, தீக்கல்லியக்கிகள் அதிக குளறுபடிகளை கொண்டவை. இதில் இயக்கத்தவறுகள் ஏற்படுவது வாடிக்கையானதே ஆகும். தீக்கல்லை சரியாக பராமரித்தல் வேண்டும், மழுங்கிய தீக்கற் துண்டினால் அவ்வளவாக தீப்பொறிகளை உருவாக்க இயலாது, இது இயக்கத்தவறு ஏற்படும் விகிதத்தை அதிகரிக்கும். தகட்டுமூடி அல்லது வெடிமருந்தில் உள்ள ஈரப்பதம், துப்பாக்கியை வெடிக்காமல் தடுத்துவிடும், இது இன்னொரு பிரச்சனை. அப்படியென்றால், தீக்கல்லியக்க ஆயுதங்களை மழை அல்லது ஈரமான வானிலையில் பயன்படுத்த இயலாது.

எதிர்பாராத வெடிப்பும், தீக்கல்லியக்கிகளில் உள்ள இன்னொரு பிரச்சனை. குழலுள் இருக்கும் எஞ்சிய தணல், அடுத்த குண்டேற்றத்தின் வெடிமருந்தையும், பற்றவைத்து விடலாம். இதை தவிர்க்க, எஞ்சியிருக்கும் (வெடி)மருந்து முழுமையாக எரியும் நேரம் வரை காத்திருந்து, அதன்பிறகு அடுத்த சுடுதலை மேற்கொள்ளலாம். குழலுள் குத்துகம்பியால் குத்துவதாலும் இந்த தணலை அணைக்கலாம். போர்க்களத்தில் உள்ள வீரர்களால், இதுபோன்ற முன்னெச்சரிக்கை விடயங்களை கடைப்பிடிக்க முடியாது. அவர்களால் எவ்வளவு வேகமாக சுட முடியுமோ, அவ்வளவு வேகமாக செயல்பட்டாக வேண்டும். அப்படியானாலும் ஒரு நிமிடத்திற்கு மூன்றிலிருந்து நான்கு முறை மட்டுமே சுட முடியும். இவ்வளவு அவசர கதியில் குண்டேற்றி சுடுவது, எதிர்பாராத வெடிப்பை வேலும் அதிகரிக்கும்.

ஒரு தீக்கல்லியக்கியை சுடுகையில், முன்வாக்கில் சன்னவாயில் இருந்தும், பக்கவாட்டில் தொடுதுளையில் இருந்தும் அதிக அளவில் தீப்பொறிகள் உமிழும். கூடிநின்று சுடுகையில், ஒருவரின் தீப்பொறியானது, அடுத்தவர் (குண்டேற்றும்போது, அவரின்) வெடிமருந்தை பற்றவைக்காமல் இருப்பதை உறுதி

செய்யவேண்டும்.

தீக்கல்லியக்கிக்கான தீக்கல் - பதினேழாம் நூற்றாண்டு - தீக்கல்லியக்கியில் பயன்படுத்தப்பட்ட வெடிமருந்து விரைவில் குழலை மாசுபடுத்திவிடும் பண்பை கொண்டிருந்தது, புரிதுமுக்கிகளில் பிரச்சனை ஏற்படுத்தின. ஒவ்வொரு முறை சுடும்போதும், அது குழலை மேலும் மாசு படுத்தி, ஆயுதத்தில் குண்டேற்றுவதை மேலும் மேலும் கடினமாக்கியது. குழல் மோசமாக மாசடைந்து இருந்தாலும், சுடுநர் குண்டை குழலின் பின்பகுதி வரை செலுத்தி, அமர்த்தி ஆகவேண்டும். வெடிமருந்திற்கும் குண்டிற்கும் நடுவில் காற்றிடைவெளி இருப்பது, மிகுந்த ஆபத்து ஆகும், இது குழலையே வெடிக்கச் செய்துவிடும்.

தீக்கல்லியக்கியில் பயன்படுத்தப்பட்ட வெடிமருந்து, கந்தகத்தை கொண்டிருந்தது. பயன்பாட்டிற்கு பின்பு ஆயுதத்தை சரியாக சுத்தம் செய்யாவிடில், எஞ்சியிருக்கும் வெடிமருந்தானது காற்றின் ஈரப்பதத்தை உறிஞ்சி, அதை கந்தகத்தோடு சேர்த்து வேதிவினை புரிந்து, கந்தக அமிலத்தை உண்டாக்கும். இந்த அமிலம், துப்பாக்கியின் குழல், மற்றும் இயக்க அமைப்புகளை அரித்துவிடும்.

இயங்குமுறை

தீக்கல்லியக்கியை சுடுதல்

தீக்கல் இயக்கத்தால் கிளம்பும் தீப்பொறி

கூர்மையான தீக்கல்லை இறுகப்பற்றி இருக்கும் சுத்தியலை அரை-சுத்தி நிலைக்கு சுற்றப்படும். அரை-சுத்தி நிலையில், எதிர்பாராத வெடிப்பை தவிர்க்க, பிடிப்பான் ஒரு பாதுகாப்பு காடியில் மாட்டப்பட்டு இருக்கும்.

வழக்கமாக வாய் வழியாக; குப்பியில் உள்ள வெடிமருந்தையும், அதையடுத்து ஈய குண்டையும் குழலுக்குள் இட்டு, குத்துகம்பியால் குத்தித் திணித்து, ஆயுதத்தை சுடுநர் குண்டேற்றுவார்.

மாவுப்பொடி போன்ற வெடிமருந்தை, எரியூட்டியாக சிறிதளவு கிண்ணியில் இட்டு, தகட்டுமூடி மூடப்படும்.

துப்பாக்கி இப்போது "எரியூட்டியிட்டு, குண்டேற்றிய" நிலையில் உள்ளது. வேட்டைக்கும், போரிற்கும் செல்லும்போது, இந்த நிலையில் தான் எடுத்துச் செல்லப்படும்.

சுடுவதற்கு: சுத்தியலில் இருக்கும் பாதுகாப்பு காடியை விடுவித்து, அரை-சுத்தி நிலையில் இருக்கும் சுத்தியல், மேலும் சுற்றப்பட்டு முழு-சுத்தி (முழுதாக பின்னிழுக்கப்பட்ட) நிலையில் வைக்கப்படும்.

துப்பாக்கியை சமமட்டதில் வைத்து, விசை இழுக்கப்படுவதன் மூலம், தீக்கல்லை பிடித்திருக்கும் சுத்தியல் விடுவிக்கப்படும்.

கிண்ணி மூடியாக செயல்படும், தகட்டுமூடியை தீக்கல் அடிக்கும் அதே வேளையில்; தகட்டுமூடி திறந்து, எரியூடித் துகளை வெளிக்காட்டும்.

தகட்டு-மூடியுடனான தீக்கல்லின் உராய்வு, தீப்பொறிகளை உண்டாக்கி, கிண்ணியில் உள்ள எரியூட்டித் துகள்களில் (அதாவது, வெடிமருந்தில்) விழச்செய்யும்.

துகள்கள் பற்றிக்கொண்டு, அந்த தீயானது, சிறுதுளை வழியாக குழலுக்கு கடத்தப்பட்டு, அங்கிருக்கும் முதன்மை வெடிபொருளும் பற்றி, துப்பாக்கியை வெடிக்கச்செய்யும்.

பிரித்தானிய அரசப்படையும், அமெரிக்க விடுதலைப் படையும் காகித வெடிபொதியை கொண்டு ஆயுதங்களை குண்டேற்றினர். இந்த சிறிய காகித உறையில், வீரருக்கு தேவையான வெடிமருந்தும், குண்டும் எளிதில் கிடைக்கப்பெற்றது. காகித வெடிபொதியை கொண்டு தீக்கல்லியக்கியை குண்டேற்ற, ஒரு வீரர் கீழ்வருவனவற்றை செய்வார்,

சுத்தியலை, அரை-சுத்தி நிலைக்கு நகர்த்துவார்;

பல்லால் கடித்து, வெடிபொதியை கிழித்து திறப்பார்;

அதிலிருக்கும் பாதி வெடிமருந்தை, (எரியூட்டியாக) கிண்ணியில் நிரப்புவார்;

கிண்ணியில் நிரப்பிய எரியூட்டியை சிந்தாமல் இருக்க, தகட்டுமூடியை மூடுவார்;

மீதமுள்ள வெடிமருந்தை சன்னவாயிற்குள் கொட்டி, வெடிபொதியை அதில் திணிப்பார்;

குத்துகம்பியை எடுத்து, குண்டையும் வெடிபொதியையும், குழலின் பின்பகுதி வரை குத்தி நகர்த்துவார்;

குத்துகம்பியை அதனிடத்தில் வைப்பார்;

ஆயுதத்தை தோளில் வைப்பார்.

பிறகு, ஆயுதம் முழு-சுத்தி நிலையில் வைக்கப்பட்டு, சுடப்படும்.

21. தெறாடி

ஒரு தெறாடி(musket) என்பது 16 ஆம் நூற்றாண்டின் முற்பகுதியில் ஒரு சீர்குழல் ஆயுதமாகத் தோன்றிய ஒரு முகவாய் தாணிக்கப்பட்ட நீண்ட சுடுகலனாகும், முதலில் கொக்கிக்குழலின் கனமான விருத்தாக வந்த இது, கனமான கவசத்தை ஊடுருவக்கூடிய இயல்பைக் கொண்டது ஆகும். 16 ஆம் நூற்றாண்டின் நடுப்பகுதியில், கனமான கவசம் குறைந்துவிட்டதால் இந்த வகை தெறாடி பயன்பாட்டில் இல்லை, ஆனால் திரியள் செந்தரமாக மாறியதால், தெறாடி என்ற சொல்லானது ஒரு நீண்ட அனறகலள் கொண்ட சுடுகலனிற்கான பெயராக 19 ஆம் நூற்றாண்டின் நடுப்பகுதி வரை அதன் வழித்தோன்றல்கள் மூலம் தொடர்ந்தது.

1835 ஆம் ஆண்டில் காசிமிர் இலெவசெக்சுஅறிமுகப்படுத்திய வெடிப்பொதியிட்ட வெந்-தாணித்தல் சுடுகலன்கள், 1849 ஆம் ஆண்டில் கிளாட்-

எட்டியென் மினியால் புதுப்புனையப்பட்ட மினியே குண்டு மற்றும்1854 ஆம் ஆண்டில் வோல்கானிக் ரிப்பீட்டிங் ஆர்ம்சு என்ற நிறுவனத்தால் விளை-விக்கப்பட்ட முதல் நம்பகமான மீளடி சுடுகலன்கள் ஆகியவற்றின் விளை-வாக மரையிடப்பட்ட தெறாடிகள் (புத்தியல் சொற்களில் துமுக்கிகள் என்று அழைக்கப்படுபவை) பொதுவானதாக மாறியபோது, 19 ஆம் நூற்றாண்டில் இந்த பாணி தெறாடி ஓய்வு பெற்றது. மீளடி சுடுகலன்கள் பொதுவானதாகி-விட்டதால், அவை வெறுமனே "துமுக்கிகள்" என்று அழைக்கப்பட்டன, இது தெறாடியின் ஊழியை முடிவுக்குக் கொண்டுவந்தது.

ஆங்கிலச் சொற்பிறப்பியல் அகராதியின் கூற்றுப்படி, வேட்டெகங்கள் பெரும்பாலும் விலங்குகளின் பெய்ராஅல் பெயரிடப்பட்டன, மேலும் Musket என்ற சொல் பிரஞ்சு வார்த்தையான mousquetteலிருந்து பெறப்பட்டது, இது ஒரு ஆண் சிட்டுப்பருந்துக்கான பெயர். ஒரு மாற்றுக் கோட்பாடு என்-னவென்றால், 16 ஆம் நூற்றாண்டின் பிரெஞ்சு mousquet, -ette, இத்தா-லிய moschetto, -ettaவிலிருந்து பெறப்பட்டது, அதாவது ஒரு எந்திரவில் இன் அம்பு. இத்தாலிய moschetto என்பது mosca, ஒரு இலையான் ஆகும்.

தமிழ்ச்சொல்லான தெறாடியின் சொற்பிறப்பு மூன்று சொற்களின் - தெறு + ஆடு + இ - கூட்டுச் சொல்லாகும். தெறு - சுடு; ஆடு- கொல் (இச்-சொல்லுக்கு மட்டும் தமிழில் நூற்றுக்கும் மேற்பட்ட பொருள் இருக்கிறது); இ - விகுதி. இதன் பொருள் சுட்டுக் கொல்லப் பயன்படும் ஓர் கருவி என்ப-தாகும்.

22. பிளந்தர்பசு

குண்டுக்குழாய்/ குண்டுக்குழல்/ பிளந்தர்பசு (blunderbuss) என்பது குறைந்த குழல் நீளமும், பெரிய குழல் விட்டமும், கொண்ட வாய்வழி-குண்-டேற்ற சுடுகலன் ஆகும். இதன் சன்னவாய்ப் பகுதி வெளிப்புறமாக விரிந்து காணப்படும். தகுந்த எண்ணிக்கையில் மற்றும் அளவுகளில் உள்ள சின்ன-சிறு ஈய குண்டுகளை இதில் எறியமாக பயன்படுத்தினர். இராணுவம் மற்றும் தற்காப்பிற்கு பயன்பட்ட பிளந்தர்பசை, குண்டுதுமுக்கியின் ஆரம்ப வடிவம் எனலாம். இலக்கு நெருக்கமாக இருந்தால் இதன் தாக்கம் மிகுதியாக இருக்-கும்; ஆனால் தொலைவிலுள்ள இலக்குகளை தாக்கும் அளவிற்கு இது துல்லியத்தன்மையை கொண்டில்லை. பிளந்தர்பசின் கைத்துப்பாக்கி வடி-வத்தை தான் டிராகன் என்றனர், இதை ஏந்திப் போரிடும் துருப்புகளை டிர-கூன் என குறிப்பிட்டனர்.

சொற்பிறப்பு - ஸ்ரீரங்கப்பட்டணத்தின் திப்பு சுல்தானுக்காக உருவாக்கிய ஓர் தீக்கல்-இயக்க பிளந்தர்பசு, 1793 - 1794. திப்பு சுல்தான் பல மேற்-கத்திய கைவினைஞர்களை பயன்படுத்தினார், மேலும் இந்த துமுக்கி அக்

காலத்தில் இருந்த மேம்படுத்தப்பட்ட தொழில்நுட்பத்தை காட்டுகிறது.

"பிளந்தர்ப்பசு" என்ற சொல், டச்சுச் சொல்லான donderbus-ல் இருந்து வந்தது. donder என்றால் "இடி", மற்றும் bus என்றால் "குழாய்" என பொருள். (நடு டச்சு: busse, பெட்டி, குழல், பிற்கால இலத்தினில் இருந்து, buxis, பெட்டி, பண்டைய கிரேக்கத்தில் இருந்து pyxis (πυξίς), பெட்டி: (குறிப்பாக மரப்பெட்டி).

கட்டமைப்பு - இஸ்பங்கோல் என்றழைக்கப்பட்ட, ஒரு பிரெஞ்சு பிளந்தர்பசு, 1760, பிரான்சு.

பிளந்தர்பசை குண்டுத்துமுக்கியின் ஆரம்ப வடிவம் எனலாம், ஏனெனில் இவையிரண்டும் கிட்டத்தட்ட ஒரே மாதிரி இயங்கின. குழல் விட்டத்தைவிட சிறிய அளவிலான, நிறைய ஈய உருண்டைகளை கொண்டு தான் பிளந்தர்பசு பொதுவாக குண்டேற்றப்படும். குழல்கள் எகு அல்லது பித்தளையால் செய்யப்பட்டிருக்கும்.

சன்னவாய் (பலவற்றில் குழலும் கூட) விரிவடைந்து இருக்கும்படி இது வடிவமைக்கப்படும். இந்த விரிந்த வடிவின் நோக்கம், குண்டுகள் சிதறும் பரப்பை உயர்த்துவதற்கு மட்டுமல்லாது; வண்டியில் இருந்தோ அல்லது குதிரையின்மீது இருந்தோ, குண்டேற்றுவதை எளிதாக்குவதற்கும் தான். விரிந்த சன்னவாய் வடிவம், குண்டுகளின் சிதறலை எந்த வகையிலும் பாதிக்காது என்று நவீன செய்முறைகளால் நிருபிக்கப் பட்டுள்ளது குறிப்பிடத்தக்கது. பிளந்தர்பசின் விரிந்த சன்னவாய் தான், பெரிய கேலிபர் குறும்மசுகெத்தில் இருந்து அதை வேறுபடுத்திக் காட்டும் அம்சம் ஆகும். மசுகெத்தூணும் விரிந்த சன்னவாயுடன், சிறுகுண்டுகளை தான் சுட்டது, ஆகையால் மசுகெத்தூணுக்கும் பிளந்தர்பசிற்கும் ஒன்றும் பெரிய வேறுபாடு இல்லை. பிளந்தர்பசுகள் பொதுவாகவே சிறியது, மசுகெத்தின் குழல் 3 அடிக்கும் (91 செ.மீ.) மேலாக இருந்த காலத்தில், 2 அடிக்கும் (61 செ.மீ.) கீழான குழல் நீளத்துடன் இருந்தது பிளந்தர்பசு.

பயன்பாடு - மெக்ஸிகோவின் வெராக்ரூஸ் மாநிலத்தில் நடத்த செர்ரோ கோர்தோ போர்க்களத்தில் கண்டெடுக்கப்பட்ட டிராகன், அல்லது கையடக்க பிளந்தர்பசு.

ஓர் 1808 ஹர்பெரின் பெர்ரி பிளந்தர்பசு. லெவிஸ் மற்றும் கிளார்க் போர்தொடரின் போது இருந்த வகை.

எடைகுறைவான , எளிதாக கையாளக்கூடிய சுடுகலன் தான் குதிரைப்படையின் தேவை, அதைப் பூர்த்தி செய்யும் பொருட்டு பிளந்தர்பசுகள் (அதிலும் குறிப்பாக டிராகன்கள்) குதிரைப்படைத் துருப்புகளுக்கு வழங்கப்பட்டது.[9] டிரகூன் என்றாலே ஏற்றப்பதாதிகள் தான் என்று எண்ணும் அளவிற்கு, டிராகன் குதிரைப்படை மற்றும் ஏற்றப்பதாதிகளுடன் ஒன்றிப்போனது.

23. ஒரு மரையிடப்பட்ட தெறாடி

ஒரு மரையிடப்பட்ட தெறாடி அல்லது மரையிடப்பட்ட-தெறாடி என்பது 19 ஆம் நூற்றாண்டின் நடுப்பகுதியில் செய்யப்பட்ட ஒரு வகை வேட்டெகம். முதலில் இந்த சொல் ஒரு சீர்குழல் ஆயுதமாக விளைவிக்கப்பட்ட தெறாடி-களுக்கு மட்டுமே குறிப்பிடப்படுகிறது, பின்னர் அவற்றின் சுடுகுழல்கள் மரை-யிடப்பட்ட சுடுகுழல்களால் மாற்றப்பட்டன. இந்தச் சொல்லானது பின்னர் நேரடியாக மாற்றப்பட்ட துமுக்கிகளையும் ஒரு குறிப்பிட்ட மாதிரி சீர்கு-ழல் தெறாடியின் ஒட்டுமொத்தமாக அதே வடிவமைப்பில் இருந்தவற்றையும் குறிக்க பயன்பட்டது.

வரலாறு மற்றும் வளர்ச்சி - 19 ஆம் நூற்றாண்டின் முற்பகுதியில், துமுக்-கிகளும் தெறாடிகளும் இருந்தன. தெறாடிகள் சீர்குழல் முகவாய்-தாணித்தல் ஆயுதங்கள் ஆகும். அவை வட்ட ஈயக் குண்டுகள் அல்லது கலை மற்றும் குண்டு போன்ற கணைகளை சுடுகின்றன. இவை ஒரு சுரிகையினை பூணும் விதமாயும் வடிவமைக்கப்பட்டுள்ளன. ஒரே மாதிரியான அனற்கலன் அல்-லது மூடியள் சூட்டு பொறிமுறையைப் பயன்படுத்தியதில் துமுக்கிகள் ஒத்தி-ருந்தன, ஆனால் முக்கிய வேறுபாடு என்னவென்றால், அவற்றின் சுடுகுழல்-கள் மரையிடப்பட்டிருந்தன - அதாவது, அவற்றின் சுடுகுழல்களில் உட்புற மேற்பரப்பில் பொளிவாய்கள் வெட்டப்பட்டிருந்தன, இதனால் சன்னம் சுடுகு-ழலில் இருந்து வெளியேறும்போது சுழலும்

24. வாய்வழி குண்டேற்றுதல்

எறியமும் உந்துப்பொருளும் சுடுகலனின் சன்னவாய் வழியாக அதன் குழ-லுள் ஏற்றப்படும் முறையை தான் வாய்வழி குண்டேற்றுதல் என்கின்றனர். பின்வழி குண்டேற்ற சுடுகலன்களின் (உயர் நுட்ப மற்றும் உருவாக்க கடின-மான) நவீன வடிவங்களைவிட இவ்வகை வாய்வழி குண்டேற்ற சுடுகலன்கள் மாறுபட்டவை.

பழங்கால வாய்வழி குண்டேற்ற மோர்ட்டர்கள், வாய்வழி குண்டேற்ற பீரங்கிகளைப் போன்று தான் குண்டேற்றபட்டன. அனால் நவீன மோர்ட்டர்-களில், வெடிப்பொதி வாய்வழியாகவும், பின்வழியாக எரியூட்டியை ஒரு ஊசி-யாலும் பற்றவைக்க படுகின்றன. பழங்கால மோர்ட்டர், நவீன மோர்ட்டர் - இவையிரண்டுமே உயர்கோணத்தில் சுடுவதற்கு தான் உபயோகிக்கப்பட்டன.

குண்டேற்றும் முறை

வாய்வழியாக குண்டேற்றப்படும் பீரங்கி. (1) எரியூட்டி (தொடு துளை-யோடு இணைந்து இருப்பதை காண்க)

(2) முதன்மை வெடிபொருள்

(3) திணிப்பு (எறியத்தை நிலையாக வைக்க திணிக்கப்படும் மென்மையான

பொருள்)

(4) எறியம் (5) திணிப்பு

சிதைந்த ஹனோவர் கப்பலின் பீரங்கியில் இருந்து கண்டெடுத்த திணிப்பு, தேசிய கடல்சார் அருங்காட்சியகம், கார்ன்வில் (2014).

பொதுவாக, குண்டேற்றுதலின் முதற்படியே குப்பியில் (அல்லது கொம்பில்) உள்ள வெடிமருந்தை கொட்டுவது தான். உந்துபொருளாக வெடிமருந்தையோ அல்லது பைரோடெக்சையோ பயன்படுத்தலாம். அதிலும், இருவகையான வெடிமருந்து (மற்றும் குப்பிகள்), எரியூட்டியாக மாவு போன்ற வெடிமருந்தும், முதன்மை உந்துபொருளாக மணல் போன்ற வெடிமருந்தும் தேவை.

திணிப்பு, என்பது காகிதம், துணி அல்லது அட்டையால் ஆனது. சிதறுதுமுக்கிகளில், குண்டுகள் வெடிபொருளுடன் கலக்காமல் தடுக்க, இடையில் ஓர் அட்டையை (திணிப்பு) வைத்து பிரிகின்றனர்.

எறியம் குழலுள் இடப்பட்டு, மேலும் ஒரு திணிப்பு வைக்கப்படும். கப்பல் தள்ளாடுகையில், கப்பலில் உள்ள பீரங்கிகளின் குண்டு, குழலை விட்டு உருண்டு கீழேவிழுவதை தவிர்க்கவே இரண்டாம் திணிப்பு வைக்கப்படுகிறது. அதன்பிறகு, எறியத்தை குழலின் அடியில் உள்ள வெடிபொருளின் மீது வைக்க குத்துகம்பியால் குத்தி அழுத்தப்படும்.

இத்தோடு குண்டேற்றுதல் நிறைவடைந்து, பீரங்கி சுடத் தயார் நிலையில் இருக்கும்.

எறியத்தின் வகைகள் - நிக்கோலா நுஎல் புத்தேவின் ஒரு ஜோடி புரியிட்ட, தீக்கல்லியக்க பிரெஞ்சு கைதுப்பாக்கிகள், 1794-1797. ராயல் ஒன்டாரியோ அருங்காட்சியகம், டொரோண்டோ, கனடா. குண்டை குழலின் அடிவரை செலுத்த உதவும் சிறு சுத்தியல் அடங்கிய உபப்பொருட்கள்.

வாய்வழி குண்டேற்ற சுடுகலன்களில், பொதுவாக கோளப் பந்துகள் மற்றும் கூம்புமுனை உருளையான எறியங்கள் உபயோகிக்கப்பட்டன.

25. படைத்துறை வானூர்தி

பறக்கும் வல்லுனர் அல்லது போர் விமான வல்லுனர் என்பது வான் போரில் சில எதிரி விமானங்களைச் சுட்டு வீழ்த்திய இராணுவ விமான ஓட்டியைக் குறிக்கும். "வல்லுனர்" என்ற உத்தியோகபூர்வ தகைமை கிடைக்க சரியான சில ஆகாய வெற்றிகள் தேவையாகும். போர் விமான ஓட்டிகளிடையே சில வல்லுனர்கள் ஆகாய-ஆகாய வெற்றிகளுக்குப் பாத்திரமானவர்கள்.

ஐந்தாந்தலைமுறைத் தாரைப் போர் விமானம் (Fifth-generation jet fighter) என்பது ஐக்கிய அமெரிக்காவில் பயன்படுத்தப்படும் மிகவும் மேம்பட்ட போர் விமானத்தின் வகைப்பாடு ஆகும். 2015 வரை இது ஒன்றே மிக அதிக நவீன தொழில்நுட்பங்களை கொண்ட போர் விமானமாகும். நான்காம்

தலைமுறை போர்விமானங்களிலிருந்து இது மேம்படுத்தப்பட்டது. ஆயுதமேந்திய இந்த விமானத்தை ரேடாரால் கூட கண்டுபிடிக்க இயலாது. மேலும் ரேடார் இடைமறிப்புக்கு குறைந்த நிகழ்தகவு மற்றும் மேம்படுத்தப்பட்ட வான் மின்னணுவியல் மற்றும் நவீன கணினி அமைப்பு போன்ற மேம்பாடுகளை ஐந்தாம் தலைமுறை ஜெட் போர் விமானம் கொண்டுள்ளது. தற்பொழுது பயன்பாட்டில் உள்ள ஒரே ஐந்தாம் தலைமுறை ஜெட் போர்விமானம் ஐக்கிய அமெரிக்க வான்படையில் பயன்படுத்தப்படும் போர்விமானம் லாக்ஹீட் மார்டின் எப்-22 ராப்டர் ஆகும்இடைமறிப்பு வானூர்தி

பன்முகச் சண்டை வானூர்தி (multirole combat aircraft) என்பது போரில் வெவ்வேறுபட்ட பங்காற்றுவதற்றும் படைத்துறை வானூர்தி ஆகும். இப்பங்காற்றல் என்பது நாய்ச்சண்டை, வான் ஆதரவு, வான்வழி குண்டுவீச்சு, உளவு பார்த்தல், மின்னணுப் போர் மற்றும் வான் பாதுகாப்புகளை ஒடுக்குதல் ஆகியவற்றைக் கொண்டதாகும்.

பன்முகம் என்ற சொல் முதலில் பல பணிகளுக்கு ஒரு பொதுவான வானூர்திச் சட்டகத்தைப் பயன்படுத்தும் நோக்கத்துடன் வடிவமைக்கப்பட்ட விமானத்திற்காக ஒதுக்கப்பட்டது. பன்முக வானூர்திகளை உருவாக்குவதற்கான முக்கிய உந்துதல் என்பது பொதுவான வானூர்திச் சட்டகத்தைப் பயன்படுத்தி செலவைக் குறைப்பதாகும்.

கடற்கண்காணிப்பு வானூர்தி
கண்காணிப்பு வானூர்தி
குண்டுவீச்சு வானூர்தி
சண்டை வானூர்தி
சண்டை-குண்டுவீச்சு வானூர்தி
தந்திரோபாய குண்டுவீச்சு வானூர்தி
தாக்குதல் வானூர்தி
பறக்கும் வல்லுனர்
பன்முகச் சண்டை வானூர்தி
பீரங்கி வானூர்தி
வான் மேன்மை வானூர்தி
வான்வழி எரிபொருள் நிரப்புதல்
வான்வழித்தாக்குதல்
வேவு வானூர்தி

26. கொரியப் போர்

கொரியப் போர் என்பது, 1950 ஆம் ஆண்டு ஜூன் 25 ஆம் தேதி முதல் 1953 ஆம் ஆண்டு ஜூலை 27 ஆம் தேதி வரை வட கொரியாவுக்கும், தென் கொரியாவுக்கும் இடம் பெற்ற போரைக் குறிக்கும். இரண்டு கொரி-

யாக்களுமே தமது சொந்த அரசாங்கங்களின் கீழ் கொரியாவை ஒருமைப்படுத்த முயன்றன. இப் போரில் இரண்டு அரசாங்கங்களுக்குமே வெளிச் சக்திகளின் ஆதரவு இருந்தது. "கொரியப் போர்" என்பது முன்னர் குறிப்பிட்ட தீவிரமான போர்க்காலத்துக்கு முன்னும் பின்னும் நடந்த நிகழ்வுகளையும் சேர்த்துக் குறிக்கப் பயன்படுவது உண்டு. கொரியா முழுமைக்குமான தேர்தல் தொடர்பாக எழுந்த பிணக்குக்குப் பின்னரும், எல்லைப் பிரச்சினை தீவிரமானதைத் தொடர்ந்தும் 1950 ஆம் ஆண்டு ஜூன் 25 ஆம் நாள் வட கொரியப் படைகள் தென் கொரியாவைத் தாக்கின. பரந்த பனிப் போரின் ஒரு பகுதியாக ஐக்கிய அமெரிக்காவும், சோவியத் ஒன்றியமும் கொரியாவில் தலையிட்டதனால் இப் போர் மேலும் விரிவடைந்தது.

பெயர்

இப் போர் தொடங்கிய நாளையொட்டி இதனைத் தென் கொரியாவில் 6-25 போர் என்று அழைப்பர். ஆனாலும் முறைசார்ந்த வகையில் இது கொரியப் போர் என்றே குறிப்பிடப்படுகிறது. வட கொரியாவிலும் பொதுவாகக் கொரியப் போர் என்றே இது அழைக்கப்பட்டாலும், முறையாகக் குறிப்பிடும்போது இதனைத் தந்தையர் நாட்டு விடுதலைப் போர் என்பர். அமெரிக்காவில் இதனைக் காவல்துறை நடவடிக்கை - கொரியப் பிணக்கு - என்பர். போர் அறிவிப்பு ஒன்றை அமெரிக்க மேலவை வெளியிடவேண்டிய தேவையை இல்லாமல் செய்வதற்காகவே போர் என்று குறிப்பிடுவதை அமெரிக்கா தவிர்த்தது என்பர். சில சமயங்களில் இதனை மறக்கப்பட்ட போர் அல்லது அறியப்படாத போர் எனவும் குறிப்பிடுவது உண்டு. இது 20 ஆம் நூற்றாண்டின் முக்கியமானதொரு போராக இருந்தும், இரண்டாம் உலகப் போர், வியட்நாம் போர் போன்றவற்றிலும் மிகக் குறைந்த முக்கியத்துவமே இதற்குக் கொடுக்கப்பட்டதே இப் பெயர்களுக்குக் காரணமாகக் கூறப்படுகிறது. இப் போரில் பயன்படுத்தப்பட்ட நுட்பங்கள் முதலாம் உலகப் போரிலும், இரண்டாம் உலகப் போரிலும் பயன்படுத்தப்பட்ட நுட்பங்களின் தனித்துவமான கலவையாக இருந்தது. தொடக்கத்தில் விரைவான காலாட்படை முன்னேற்றமும் அதைத் தொடர்ந்து அமெரிக்காவினதும் அதன் கூட்டாளிகளினதும் விமானக் குண்டு வீச்சுக்களும் இடம்பெற்றன. எனினும் இரண்டு தரப்பினரும் தாம் கைப்பற்றிய பகுதிகளைத் தக்க வைக்கமுடியாமல் போனதால் ஜனவரி 1951 இல் இது முதலாம் உலகப் போர்ப் பாணியிலான பதுங்குகுழிச் சண்டையாக உருவானது. இறுதியில் ஒருவரும் வெற்றிபெற முடியாத நிலை ஏற்படும்வரை இது நீடித்தது.

27. ஈரான் - ஈராக் போர்

ஈரான் - ஈராக் போர் ஈரானை ஈராக் செப்டம்பர் 1980 ல் ஆக்கிரமித்தபோது ஆரம்பமாகியது. இது ஆகஸ்ட் 1988 ல் ஐக்கிய நாடுகள் சபையின் அனுசரணையுடன் முடிவுக்கு கொண்டு வரப்பட்டது. இந்த யுத்தம் 20ஆம் நூற்றாண்டின் மிக நீண்டதும் கடும் அழிவுகளை ஏற்படுத்திய போர்களில் ஒன்றாகும். இதன் போது சுமார் ஒரு மில்லியன் அளவான நபர்கள் காயமடைந்தோ கொல்லப்பட்டோ யுத்தத்தினால் பாதிக்கப்பட்டனர். இந்த போர் முடிவுக்கு வந்துள்ள போதிலும் யுத்தத்திற்கான அடிப்படை காரணிகள் இன்னும் தீர்க்கப்படவில்லை.

பின்னணி - ஈரான் - ஈராக் இடையிலான எல்லைக் கோடு பல நூற்றாண்டு காலமாகவே சர்ச்சைக்குரியதாகவே இருந்து வந்துள்ளது. 1534 ல் தற்போதைய ஈராக்கை ஒட்டமான் பேரரசு ஆக்கிரமித்த பின்பு சாம்ராஜ்ஜியத்தின் கிழக்குப் பிராந்தியமாக ஈராக் மாறியது. இதன்போது ஈரான் இதன் போது கிழக்குப் பகுதியில் ஈராக்கின் எதிரியாக அமைந்தது. முதலாம் உலக யுத்தத்தின் பின்னர் ஈராக் தனி சுதந்திர நாடு ஆகியது. இதன் பின்னர் இரு நாடுகளுக்கும் இடையில் எல்லை சம்பந்தமான இணக்கமின்மை ஏற்பட்டது. 1937 ல் ஏற்பட்ட உடன்படிக்கையின்படி சர்ச்சைக்குரிய ஷாட் அல் அரப் பிரதேசம் ஈராக்கிடம் ஒப்படைக்கப்பட்டது.

எல்லைத் தகராறுக்கு அப்பால் இரு நாடுகளும் தொடர்ந்தும் முறுகல் நிலையிலேயே இருந்தன. காரணம் ஈராக் அரேபியர்களை கொண்ட நாடாக இருக்கின்ற வேளையில் ஈரான் பாரசீகர்களைக் கொண்ட நாடாக இருந்தது. வடக்கே எல்லைப் புறத்தில் குர்து மக்கள் (இவர்கள் அரேபியரோ பாரசீகரோ அல்லர்) இன மக்கள் எல்லையின் இருபுறமும் இரு நாட்டினுள்ளும் வாழ்கின்றனர். அயோத்துல்லா றுகொல்லா கொமேனி போன் ஈரானில் இருந்து நாடுகடத்தப் பட்டவர்கள் ஈராக்கில் குடியேறியமையும் இந்த நாடுகளின் உறவில் விரிசலை ஏற்படுத்தயது.

28. ஈழப் போர்

ஈழப் போர் அல்லது இலங்கை உள்நாட்டுப் போர் (Sri Lankan Civil War) என்பது இலங்கை இனப்பிரச்சினை காரணமாக, தமிழீழ விடுதலைப் புலிகள் உட்பட்ட இலங்கைத் தமிழ்ப் போராளிகளுக்கும், இலங்கை அரசுக்கும் இடையே ஏற்பட்ட வன்முறைப் போராட்டங்களையும், போர்களையும் முதன்மையாகக் குறிக்கின்றது. இப்போரானது சிங்களவருக்கும், தமிழருக்கும் இடையில் பல விடயங்கள் தொடர்பாக நிலவிவரும் பாரிய கருத்து முரண்பாடுகளின் மூலத்தைக் கொண்டதாகும். 23 யூலை 1983 முதல் 26 ஆண்டுகள் நடைபெற்ற இப்போர் 2009 இல் விடுதலைப் புலிகள் தோற்கடிக்கப்-

பட்டதுடன் முடிவுக்கு வந்தது.

27 ஆண்டுகளுக்கு மேலாக இப்போராட்டம் இலங்கை மக்களுக்கு கடும் துன்பத்தையும், சூழல், பொருளாதார ரீதியாக நாட்டிற்கு இழப்பையும் ஏற்படுத்தி 100,000 க்கு மேற்பட்ட மக்கள் இறப்புக்கும் காரணமாகியது. போரின் ஆரம்ப காலத்தில் இலங்கைப் படைகள் விடுதலைப் புலிகளால் கைப்பற்றப்பட்ட பகுதிகளை மீளவும் கைப்பற்ற முனைந்தனர். அரசுக்கு எதிராக புலிகள் மேற்கொண்ட உத்திகள் தடையாக இருந்தாலும், புலிகளை அமெரிக்கா, இந்தியா, கனடா, ஐரோப்பிய ஒன்றிய நாடுகள் உட்பட் 32 நாடுகள் பயங்கரவாத அமைப்பாக பட்டியலிட்டனர். இலங்கை அரச படைகள் திட்டமிட்ட மோசமான மனித உரிமை மீறல், பலவந்தமாக காணாமல் போதல், நீதிக்குப் புறம்பான செயற்பாடுகள் என்பவற்றுக்காக குற்றம் சாட்டப்பட்டனர்.

இரு தசாப்தங்களாக போர் மற்றும் தோல்வியுற்ற நான்கு சமாதானப் பேச்சு வார்த்தைகள், மற்றும் 1987 - 1990 காலப்பகுதியில் இலங்கையில் நிலை கொண்ட இந்தியப் படைகளின் தோல்வியில் முடிந்த பிரசன்னம் என்பவற்றின் பின் மார்கழி 2001 இல் போர் நிறுத்த ஒப்பந்தம் அறிவிக்கப்பட்டு, சர்வதேச மத்தியஸ்துடன் போர் நிறுத்தம் 2002 இல் மேற்கொள்ளப்பட்டது. ஆயினும், 2005 பிற்பகுதியில் முரண்பாடு ஆரம்பமாகி, பின்னர் விடுதலைப் புலிகளுக்கு எதிராக யூலை 2006 இல் அரசு இராணுவ நடவடிக்கையை மேற்கொண்டது. இதனால் புலிகள் கிழக்கு மாகாணத்திலிருந்து வெளியேற வேண்டி ஏற்பட்டது.

2007 இல் அரசாங்கம் தாக்குதலை வடபகுதிக்கு மாற்றி, 10,000 க்கு மேற்பட்ட தடவைகள் புலிகள் போர் நிறுத்தத்தை மீறியதாக குற்றச்சாட்டி ஒருதலைப்பட்சமாக போர் நிறுத்த ஒப்பந்தத்தில் இருந்து வெளியேறுவதாக அறிவித்தது. இதன் மூலம் புலிகளின் தங்கள் தலைமைச் செயற்பாட்டிடமாக கொண்டிருந்த கிளிநொச்சி, பிரதான இராணுவ மையமாக இருந்த முல்லைத்தீவு, முழு ஏ9 நெடுஞ்சாலை ஆகிய இடங்களைக் கைப்பற்றி, தமிழீழ விடுதலைப் புலிகள் 17 மே 2009 அன்று தோல்வியுற்றனர். இதன் பின்னர் ஐ.நா.வினால் இலங்கை அரசும் புலிகளும் போர்க் குற்றம் புரிந்ததாக குற்றஞ் சாட்டப்பட்டனர். இதற்கான பதில் கூறலில் விடுதலைப் புலிகள் இல்லாத நிலையில் இலங்கை அரசு நெருக்கடிகளுக்கு உட்பட்டு வருகின்றது.

29. வளைகுடாப் போர்

வளைகுடாப் போர் என்பது 2 ஆகஸ்ட் 1990 முதல் 28 பிப்ரவரி 1991 வரை ஈராக்கிற்கும் அமெரிக்கா தலைமையிலான் 28 நாடுகள் அடங்கிய கூட்டுப் படையினருக்கும் இடையே நடந்த சண்டை ஆகும். இந்தப் போர் முதலாம் வளைகுடாப் போர் அல்லது பாரசீக வளைகுடாப் போர் அல்லது பாலைவனப் புயல் படை நடவடிக்கை என்றும் அழைக்கப்படுகிறது

ஈராக் 2 ஆகஸ்ட் 1990 அன்று குவைத் நாட்டை ஆக்கிரமித்து தன்னுடன் இணைத்துக்கொண்டதை அடுத்து, ஈராக்கியப் படைகளை குவைத்திலிருந்து வெளியேற்றும் நோக்கில் ஈராக், குவைத் மற்றும் சவுதி அரேபியாவின் சில பகுதிகளிலும் போர் நடந்தது. குவைத் மீதான ஆக்கிரமிப்பை அடுத்து உடனடியாக ஐக்கிய நாடுகள் பாதுகாப்பு சபை ஈராக் மீது பொருளாதாரத் தடை விதித்தது. அமெரிக்க அதிபர் ஜார்ஜ் ஹெர்பெர்ட் வாக்கர் புஷ் தன் நாட்டுப் படைகளை சவுதி அரேபியாவில் நிறுத்தி மற்ற நாட்டுகளும் தங்களது படைகளை அனுப்பி வைக்குமாறு கேட்டுக்கொண்டார்.

பல நாடுகளும் அமெரிக்காத் தலைமையிலானக் கூட்டுப் படையில் இணைந்தன. அவற்றில் சவுதி அரேபியா, ஐக்கிய இராச்சியம் மற்றும் எகிப்து ஆகிய நாடுகளேப் பெரும் பங்கு வகித்தன. மொத்தச் செலவான 60 பில்லியன் அமெரிக்க டாலரில் 40 பில்லியன் அமெரிக்க டாலர் பணத்தை சவுதி அரேபியா செலுத்தியது இந்தப் போரில் வான்வழித் தாக்குதல் 17 சனவரி 1991 அன்றும் தொடர்ந்து தரைவழித் தாக்குதல் 23 பிப்ரவரி 1991 அன்றும் தொடங்கியது.

குவைத்திலிருந்து ஈராக்கியப் படைகளை விரட்டி அடித்த கூட்டுப் படையினர் ஈராக் நிலப்பகுதிக்குள் முன்னேறினர். தரைவழித் தாக்குதல் தொடங்கிய 100 மணி நேரத்துக்குள் கூட்டுப் படையினர் வெற்றி பெற்று போரை முடிவுக்குக் கொண்டு வந்தனர்.

ஈராக்கின் குவைத், சவுதி அரேபிய எல்லை பகுதிகளில் வான்வழி மற்றும் தரை போர் நடவடிக்கைகள் தீவிரமாக நிகழ்ந்தது.இதற்குப் பதிலடியாக ஈராக் சவுதி அரேபியா மற்றும் இஸ்ரேலுக்கு பகுதியில் இருந்த கூட்டணி இராணுவ முகாம்களை நோக்கி விரைவு ஏவுகணைகளை அனுப்பியது. ஏப்ரல் 1991 ல் இயற்றப்பட்ட ஐ.நா. பாதுகாப்பு கவுன்சிலின் 687 தீர்மானத்தின் படி போர்நிறுத்த உடன்படிக்கை கொண்டுவரப்பட்டது.இந்த தீர்மானங்களை செயல்படுத்துவதில் ஏற்பட்ட சர்ச்சைகள் காரணமாக 12 ஆண்டுகளுக்கு பின்னர் ஈராக்கிய போர் வெடித்தது.

அமெரிக்க செய்தி தொலைகாட்சியான சிஎன்என் இப்போரின் முக்கிய நிகழ்வுகளை போர் நடக்கும் இடங்களுக்கே சென்று நேரடி ஒளிபரப்பு செய்தது.இது அக்காலத்தில் முதல் முயற்சியாகும்.இப்போர் முடிவடைந்த பின்னர் டெசர்ட் ஸ்ட்ரோம் நடவடிக்கையின் போது எடுக்கப்பட்ட புகைப்படங்களை கொண்டு ஒரு கன்னி விளையாட்டு உருவாக்கப்பட்டது.இதனால் இப்போர் காணொளி விளையாட்டுப் போர் (video game war) என அழைக்கபடுகிறது

யுத்த காலகட்ட பரவல்

அமெரிக்க தாக்குதல் 3 முக்கிய பரவல்களை கொண்டிருந்தது.அவை

2 ஆகஸ்ட் 1990 முதல் , 1991 ஜனவரி 16 வரை சவுதி அரேபியா பாதுகாப்பு

1991 ஜனவரி 17 முதல் , 1991 ஏப்ரல் 11 வரையான காலகட்டத்தில் குவைத் நாட்டின் பாதுகாப்பு மற்றும் விடுதலை

1991 ஏப்ரல் 12 முதல் 1995 நவம்பர் 30 வரை தென்மேற்கு ஆசிய போர்நிறுத்த நடவடிக்கைக்கு ஆதரவு அளிக்கப்பட்டு அமைதி நிலைநிறுத்தப்பட்டது.

30. இந்திய-பாகிஸ்தான் போர்

இந்திய-பாகிஸ்தான் போர், 1965 (Indo-Pakistani War of 1965) ஏப்ரல் 1965 முதல் செப்டம்பர் 1965 வரை பாகிஸ்தானுக்கும் இந்தியாவுக்கும் இடையில் இடம்பெற்ற போரைக் குறிக்கும். இது இருநாடுகளுக்கும் இடையில் சர்ச்சைக்குரிய பகுதியான காஷ்மீர் குறித்து உருவான இரண்டாவது காஷ்மீர் போர் என அழைக்கப்படுகிறது. முதலாவது காஷ்மீர் போர் 1947 இல் இடம்பெற்றது. ஜம்மு காஷ்மீர் பகுதிக்குள் ஜிப்ரால்ட்டர் நடவடிக்கை என்ற பெயரில் கிட்டத்தட்ட 600 பாகிஸ்தானியப் படைகள் இந்திய எல்லைப் பகுதிக்குள் ஊடுருவினர். இந்நடவடிக்கை தோல்வியில் முடிவடைந்ததை அடுத்து ஆகஸ்ட் 15 ஆம் நாள் இந்தியா பாகிஸ்தான் மீது தாக்குதலை அறிவித்தது. இரு நாடுகளுக்கும் இடையில் இரண்டாவது போர் தொடங்கியது. மொத்தம் ஐந்து வாரங்கள் நடந்த போரில் இரு தரப்பிலும் ஆயிரக்கணக்கானோர் மாண்டனர். ஐக்கிய நாடுகளின் அமைதி முயற்சிகளை அடுத்து போர் நிறுத்தம் ஏற்பட்டு அதன் பின்னர் சோவியத் ஒன்றியத்தில் தாஷ்கெண்ட் நகரில் இரு நாடுகளுக்கும் இடையில் அமைதி ஒப்பந்தம் கைச்சாத்திடப்பட்டது.

போரின் பெரும் பகுதி தரைப்படைகளினால் பிரச்சினைக்குரிய காஷ்மீர் பகுதியிலும் இரு நாடுகளுக்கும் இடையேயான பன்னாட்டு எல்லைப் பகுதியிலும் மேற்கொள்ளப்பட்டது. 1947 ஆம் ஆண்டிற்குப் பின்னர் இப்போரின் போதே காஷ்மீர் எல்லைப் பகுதியில் இரு தரப்பிலும் பெருமளவு இராணுவத்தினர் குவிக்கப்பட்டனர். பெரும்பாலான பகுதிகளில் விமானப் படைகள் தரைப் படைக்கு உதவியாகத் தாக்குதலில் ஈடுபட்டனர். ஏனைய இந்திய-பாகிஸ்தான் போர்களைப் போலவே இப்போர் நிலவரங்கள், மற்றும் விவரங்கள் பெருமளவு வெளியில் தெரிய வரவில்லை.

போரின் தொடக்கத்தில் இரு நாடுகளும் சம நிலையிலேயே இருந்தன. இந்தியாவின் டித்வால், ஊரி, பூஞ்ச் ஆகிய பகுதிகளை பாகிஸ்தான் கைப்பற்றியது. பாகிஸ்தானின் மூன்று முக்கிய இராணுவத் தளங்களை இந்தியா கைப்பற்றியது. செப்டம்பர் 1 இல் ஜம்மு பகுதிக்குள் அக்நூர் பகுதியில் பாகிஸ்தானின் ஊடுருவலை இந்தியா விமானப் படையின் உதவியுடன் தடுத்து நிறுத்தியது.

செப்டம்பர் 6, 1965 இல் பன்னாட்டு எல்லையைக் கடந்து லாகூர் நகரை அண்டினர். ஒரு மணி நேரத்தில் லாகூரைக் கைப்பற்றுவோம் என இந்தியா அறிவித்தது. அதே நாளில் பாகிஸ்தான வான் படையினரின் தாக்குதலில் பத்து இந்திய விமானங்கள் தகர்க்கப்பட்டன. செப்டம்பர் 10 ஆம் நாளில் இந்தியாவில் அம்ரித்சர் நகரை பாகிஸ்தான பீரங்கிப் படையினர் கைப்பற்ற எடுத்த முயற்சி தோல்வியில் முடிந்தது.

போர் நிறுத்தம் - செப்டம்பர் 22 ஆம் நாள் ஐக்கிய நாடுகள் இரு நாடு-களையும் நிபந்தனையற்ற போர் நிறுத்த ஒப்பந்தத்திற்கு வருமாறு கேட்டுக் கொண்டது. அதனை அடுத்து சோவியத்தின் தாஷ்கெண்ட் நகரில் இந்தி-யப் பிரதமர் லால் பகதூர் சாஸ்திரியும் பாகிஸ்தான் தலைவர் அயூப் கானும் அமைதி ஒப்பந்தத்தில் கையெழுத்திட்டனர். இதன்படி இருநாடுகளும் தங்கள் படையினரை தங்கள் எல்லைப் பகுதிக்குத் திரும்ப அழைக்க முடிவு செய்-தனர்.

31. ஆப்கான் சோவியத் போர்

ஆப்கான் சோவியத் போர் (திசம்பர் 1979 - பெப்ரவரி 1989) என்பது சோவியத் ஒன்றியத்தின் உதவி பெற்ற ஆப்கானிஸ்தான் இடது சாரி அரசுக்-கும், அமெரிக்க உதவி பெற்ற முகாசிதீன் எனப்படும் ஆப்கானிய கிளர்ச்-சியாளர்கள் குழுவுக்கும் இடையே ஒன்பது ஆண்டுகள் தொடர்ந்து நடை-பெற்ற போர் ஆகும். இது சோவியத் ஒன்றியம் மற்றும் அமெரிக்க அரசுக்கு இடையிலான பனிபோரின் ஒரு பகுதியாவும் கொள்ளப்படுவதுண்டு. முன்ன-தாக 1978ல் ஏற்பட்ட சவூர் புரட்சியின் முடிவில் அங்கு ஆப்கானித்தான் சனநாயக குடியரசு அமைக்கப்பட்டது. இந்த அரசின் இடது சாரி கொள்கை மற்றும் சோவியத் ஒன்றியத்துடனான நெருங்கிய உறவின் காரணமாக, தீவிர அடிப்படைவாத இசுலாமிய குழுவான முகாசிதீகளுக்கு அமெரிக்க அரசு ஆதரவளிக்கத் தொடங்கியது. மேலும் ஐக்கிய இராச்சியம், சவுதி அரேபியா, பாக்கித்தான், எகிப்து, சீனா ஆகிய நாடுகளும் முகாசிதீன்களை ஆதரித்தன. பணம், ஆயுதம், போர் பயிற்சி என பல உதவிகளை இந்த நாடுகள் முகாசி-தீகளுக்கு அளித்தன. இதனைத் தொடர்ந்து, இவர்களை ஒடுக்க உதவுமாறு ஆப்கன் சனநாயக குடியரசு கேட்டுக்கொண்டதை அடுத்து, சோவியத் ஒன்-றியம் தனது 40வது படைப்பிரிவை ஆப்கானித்தானுக்கு அனுப்பி வைத்தது. இதுவே ஆப்கான் சோவியத் போரின் ஆரம்பம் ஆகும்.

15 பெப்ரவரி 1989ல், மிக்கைல் கொர்பசோவ் தலைமையிலான சோவியத் ஒன்றிய அரசு தனது படைகளை முழுவதுமாகத் திரும்பப் பெற்றுக்கொண்-டதன் மூலம் ஒன்பது ஆண்டுகளாகத் தொடர்ந்த போர் முடிவுக்கு வந்தது. இந்தப் போரின் காரணமாக 8,50,000 முதல் 15,00,000 வரையிலான ஆப்கானிய குடிமக்கள் உயிரினந்தனர். 20,00,000 அதிகமானோர் காணா-

மல் போனதுடன், 10 மில்லியன் மக்கள் பாக்கித்தான் மற்றும் இரான் நாடுகளில் அகதிகளாகக் குடிபெயர்ந்தனர். போர் முடிவுக்கு வந்தபிறகும் கூட ஆப்கான் அரசுக்கும் முசாகிதீன் அமைப்பினருக்கும் இடையேயான உள்நாட்டுப் போர் தொடர்ந்து நடைபெற்றது. இதனால் நாட்டின் பொருளாதாரம் மிகுந்த சரிவைச் சந்தித்தது.

பின்னணி - சவூர் புரட்சி - ஆப்கானிய முடியாட்சியின் கடைசி அரசரான முகம்மது சகீர் சாவின் ஆட்சி 1933 முதல் 1973 வரை நடைபெற்றது. அந்தக் காலத்தின் அரசரின் ஒன்றுவிட்ட சகோதரரான முகம்மது தாவுத் கான் ஆப்கானித்தானின் பிரதமராக நியமிக்கப்பட்டார். இவர் 1954 முதல் 1963 வரை அந்தப் பொறுப்பில் இருந்தார். 1964ல் மன்னர் கொண்டுவந்த ஒரு அரசியல் சீர்திருத்தத்தை அடுத்து அரசின் மந்திரி சபையில் இருந்த அரசரின் அனைத்து உறவினர்களும் பதவி நீக்கம் செய்யப்பட்டனர். தொடர்ந்த அரசின் செயல்பாடுகளால் அதிருப்தியடைந்த தாவுத், 1973 சூலை 17ல் அரசுக்கெதிரான ஒரு இராணுவப் புரட்சியை முன்னெடுத்ததன் மூலம் ஆட்சியைப் பிடித்தார். தொடர்ந்து முடியாட்சி முறையை ஆப்கானித்தானிலிருந்து தடை செய்த தாவுத், தன்னை அடுத்த அதிபராகவும் பிரகடனப்படுத்திக்கொண்டார். இவரது ஆட்சியில் ஆப்கானித்தானை நவீனமயமாக்கும் திட்டங்கள் பல முன்னெடுக்கப்பட்டன. ஆனால் அரசாட்சியில் இவரது இரத்த சொந்தங்களின் ஆதிக்கம் அதிகம் இருந்தது.

இவரது காலத்தில்தான் ஆப்கானிய மக்கள் சனநாயகக் கட்சி, ஆப்கானியர்களிடம் மிகுந்த செல்வாக்கைப் பெறத் தொடங்கியது. கம்யூனிச கொள்கைகளை அடிப்படையாகக் கொண்ட இந்தக் கட்சி, தாவுத் கானின் குடும்ப ஆட்சிக்கு எதிராகப் போராடத்தொடங்கியது. இதனிடையே அக்கட்சியின் தலைவர்களுள் ஒருவரான மீர் அக்பர் கைபர் என்வர் 1978 ஏப்ரல் 17ல் படுகொலை செய்யப்பட்டார். இதையடுத்து தாவுத்துக்கு எதிரான போராட்டங்கள் சூடு பிடிக்கத் தொடங்கின. தொடர்ந்த கலகங்களை அடுத்து ஏப்ரல் 27ல் புரட்சிக் குழுவால் கைது செய்யப்பட்ட தாவுத்தும் அவரது குடும்பமும் படுகொலை செய்யப்பட்டனர். சவூர் புரட்சி என அழைக்கப்படும் இந்தக் கலகத்தை அடுத்து ஆப்கானிய குடியரசானது, ஆப்கானித்தான் சனநாயக குடியரசு எனப் பெயர் மாற்றம் செய்யப்பட்டது. ஆப்கானிய மக்கள் சனநாயகக் கட்சியின் தலைவரான நூர் முகம்மது தரக்கி, புரட்சிக் குழுவின் அதிபராகவும் ஆப்கானித்தான் சனநாயக குடியரசின் பிரதமராகவும் நியமிக்கப்பட்டார்.

கம்யூனிச ஆட்சி - சவூர் புரட்சியை அடுத்து அமைந்த நூர் முகம்மது தரக்கியின் ஆட்சி, ஆப்கானித்தானில் கம்யூனிச வாழ்வியல் முறையைக் கொண்டுவருவதில் தீவிரமாக ஈடுபடத்தொடங்கியது. சோவியத் ஒன்றியத்தை முன்மாதிரியாகக் கொண்டு நில பங்களிப்பு சீர்திருத்தங்கள் அறிமுகப்படுத்தப்பட்டன. திருமணச் சட்டங்கள் நவீனமயமாக்கப்பட்டன. மேலும் அரசால்

முன்னெடுக்கப்பட்ட பல சீர்திருத்தங்கள், இசுலாமிய அடிப்படைவாதத்திற்கு எதிராக இருந்தன. இதையடுத்து அரசுக்கு எதிராகச் செயல்படத்தொடங்கிய பல அடிப்படைவதிகள் மற்றும் மத குருமார்கள் நாடு கடத்தப்பட்டனர். சிலர் கொலை செய்யப்பட்டனர். இவை ஆட்சியாளர்களுக்கு எதிராக மக்களிடையே அதிருப்தியை தோற்றுவித்தது.

மேலும் ஆட்சியமைத்த 18 மாதங்களுக்குள்ளாகவே, உட்கட்சி பூசல்களும் அதிகமாகத் தொடங்கின. பிரதமர் நூர் முகம்மது தரக்கியின் தலைமையில் ஒரு குழுவும், பாரக் கமால் தலைமையில் மற்றொரு குழுவுமாகப் பிரிந்து செயல்படத்தொடங்கினர். இந்தப் பிரிவானது ஆள்கடத்தல், பதவி பறிப்பு, கொலை வரை சென்றது. இதன் உச்சமாக, செப்டம்பர் 1979ல் பிரதமர் தரக்கி துப்பாக்கியால் சுட்டு படுகொலை செய்யப்பட்டார். இவரது படுகொலையை அடுத்து, துணைப் பிரதமரான ஹபிசுல்லா அமீன், புதிய பிரதமராகத் தேர்ந்தெடுக்கப்பட்டார். இவரது காலத்தில் உள்நாட்டு குழப்பங்கள் அதிகரித்ததுடன், உட்கட்சி பூசலும் தீவிரமடையத் தொடங்கின.

பனிப்போர் - ஆப்கானித்தானின் மீதான ஆங்கிலேயர்களின் ஆக்கிரமிப்புக் காலத்தில் இருந்தே சோவியத் ஒன்றியத்துக்கும், அதற்கும் சுமூகமான உறவு இருந்து வந்தது. மூன்றாம் ஆப்கன்-ஆங்கிலேயர் போருக்குப் பிறகு அமைக்கப்பட்ட ஆப்கானித்தான் தேசிய அரசை அங்கிகரித்த முதல் நாடு சோவியத் ஒன்றியம்தான். அதன் பிறகும் கூட ஆப்கானித்தானில் ஆட்சியமைத்த அனைத்து ஆட்சியாளர்களும் சோவியத் ஒன்றியத்தின் ஆதரவாகவே இருந்தனர். மேலும் பாக்கித்தான் புதிதாக அமைக்கப்பட்டபோது, பதானியர்கள் அதிகமாக வசிக்கும் அதன் தென்மேற்கு மாகானங்களை தங்களுடன் இணைக்க வேண்டுமென ஆப்கானித்தான் கோரியது. இதற்கு பாக்கித்தான் மற்றும் இங்கிலாந்து அரசுகள் கடும் எதிர்ப்பு தெரிவித்தபோதும், சோவியத் ஒன்றியம் ஆதரவளித்தது. இதன் மூலம் ஆப்கன் வழியாக அரபிக்கடல் பிராந்தியத்தில் தங்களின் மேலாண்மையை நிறுவ முடியும் எனச் சோவியத் யூனியன் கருதியது.

இதையடுத்து, தெற்காசியாவில் சோவியத் யூனியனின் மேலாண்மையை முறியடுக்கும் பனிப்போரின் ஒரு பகுதியாக, பாக்கித்தானுக்கு அமெரிக்க அரசாங்கம் ஆதரவளிக்கத்தொடங்கியது. மேலும் பாக்கித்தானின் உளவுத்துறை மூலமாக, ஆப்கானிய கிளர்ச்சிக் குழுக்களுக்கு ஆயுதங்களும், பொருளாதார உதவிகளும் வழங்கத் தொடங்கியது. தொடந்து ஆப்கன்-பாக்கித்தான் எல்லைகளில் இருந்த பயிற்சி முகாம்களில் கிளர்ச்சியாளர்களுக்கு பயிற்சிகளும் அளிக்கப்பட்டன.

சோவியத் படையமர்த்தல்

காபூல் நகரில் வலம் வரும் சோவியத் பீரங்கி படை - கிளர்ச்சிக் குழுவினருக்கு அமெரிக்க அரசாங்கம் ஆதரவளிக்கத்தொடங்கியதை அடுத்து, 1978ல் ஆப்கானிய அரசுக்கும் சோவியத் ஒன்றியத்துக்கும் இடையே ஒரு

பாதுகாப்பு ஒப்பந்தம் கைசாத்திடப்பட்டது. இதன்படி அவசர காலங்களில் ஆப்கன் அரசு கேட்டுக்கொள்ளும் பட்சத்தில் தனது படைகளை அனுப்ப சோவியத் ஒன்றியம் ஒப்புக்கொண்டது. அதே நேரத்தில், அமீனின் ஆட்சியின் மீதும் சோவியத் ஒன்றியம் அதிருப்தி கொண்டிருந்தது. அவரின் ஆட்சி ஆப்கனில் நிலையற்ற தன்மையை ஏற்படுத்தி விடுமென அது அச்சம் கொண்டது. முன்னதாக அதன் இரகசிய உளவு நிறுவனமான கேஜிபியும், பிரதமர் நூர் முகம்மது தரக்கி கொலை செய்யப்பட்டதற்கு அமீனை குற்றம்சாட்டி தனது கடுமையான ஆட்சேபங்களை அரசுக்குத் தெரிவித்திருந்தது[29]. எனவே இதைப் பற்றி விசாரிக்க ஒரு உயர்மட்ட ஆணையத்தைச் சோவியத் ஒன்றியம் அமைத்தது. இதில் கேஜிபியின் தலைவர் யூரி அந்ரோபோவ், அதன் மத்தியக் கமிட்டி உறுப்பினர் போரிசு போனோமாரவ், பாதுகாப்பு அமைச்சர் திமித்ரி உதினோவ் ஆகியோரும் அடக்கம். 1978 ஏப்ரல் இறுதியில் தனது அறிக்கையை வெளியிட்ட இந்த ஆணையம், பிரதமர் அமீன் தனக்கு எதிரானவர்களை பதவி நீக்கம் செய்வதாகவும், அவ்வாறு பதவி நீக்கம் செய்யப்படுபவர்களின் சோவியத் ஒன்றியத்தின் ஆதரவாலர்களும் அடக்கம் எனவும் குற்றம்சாட்டியது. மேலும் அமீன் சோவியத் ஒன்றியத்தை விடவும் பாக்கித்தான் மற்றும் சீனாவுடம் அதிக அனுதாபம் காட்டுவதாகவும், அமெரிக்க உளவாளிகளுடன் இரகசிய சந்திப்புகள் நடத்துவதாகவும், ஆகக்கூடியதாக அவர் ஒரு சிஐஏ உளவாளியாகவும் இருக்கலாம் எனவும் தனது சந்தேகத்தைத் தெரிவித்திருந்தது.

இதனிடையே முகாசிதீன் குழுக்களின் தாக்குதல்கள் அதிகரிக்கத் தொடங்கியதை அடுத்து, ஆப்கானிய அரசு 1978 ஒப்பந்தத்தை முன்னிருத்தி சோவியத் ஒன்றியத்தின் இராணுவ ஆதரவைக் கோரியது[30]. தொடந்த கோரிக்கைகளை அடுத்து, 1979 யூன் 16ல் தனது முதல் பீரங்கிப் படையைச் சோவியத் ஒன்றியம் ஆப்கானித்தானுக்கு அனுப்பியது. இவை பர்காம் மற்றும் சிந்தாத் நகரங்களில் இருந்த விமானத் தளங்களைப் பாதுகாக்க அனுப்பப்பட்டன. மேலும் பல சிறப்புப் படையணிகளும் காபூல் நகர பாதுகாப்புக்கு அனுப்பப்பட்டது. தொடர்ந்து ஒரு மாத இடைவெளியில் பாதுகாப்புப் படையணிகளை தவிர்த்த போர்ப் படைகளையும் மிகப் பெரும் எண்ணிக்கையில் அனுப்புமாறு மீண்டும் ஆப்கன் அரசு சோவியத் ஒன்றியத்தைக் கேட்டுக்கொண்டது.

ஆனால் கேஜிபியின் அறிக்கையின் படி பாதுகாப்புப் படைகளை மட்டும் ஆப்கனுக்கு அனுப்பிய சோவியத் ஒன்றியம், போர் படைகளை அனுப்ப தாமதம் செய்தது. அதே காலகட்டத்தில், சோவியத் ஒன்றியம் மற்றும் அமெரிக்காவுக்கிடையேயான அணு ஆயுதக் குறைப்பு ஒப்பந்தங்களுக்கான கூட்டங்களும் இரு நாட்டு தலைவர்களுக்கிடையே நடந்துகொண்டிருந்தன. அதுவும் தாமதத்திற்கு ஒரு காரனமாக இருந்தது. இறுதியில் இந்த ஒப்பந்தத்தை அமெரிக்க செனட் சபை ஏற்க மறுத்ததை தொடர்ந்து, பேச்சுவார்த்தை

முறிந்தது. இதைத் தொடர்ந்து தனது இராணுவ நடவடிக்கைகளை ஆப்கனில் தொடர்வதற்கு சோவியத் ஒன்றியம் முடிவெடுத்தது.

சோவியத் படைகளின் ஊடுருவல் - 1979 அக்டோபர் 31ல் சோவியத் ஒன்றியம் தனது கட்டுப்பாட்டின் கீழ் உள்ள ஆப்கன் படையனிகளுக்கு, தாக்குதல்களுக்குத் தயாராகுமாறு உத்தரவிட்டது. காபூலுக்கு வெளியே உள்ள தொலைதொடர்பு இணைப்புகள் துண்டிக்கப்பட்டு, காபூல் நகரம் தனிமைப்படுத்தப்பட்டது. தொடர்ந்து பெரும் அளவிலான சோவியத் வான் படைகள் திசம்பர் 25ல் காபூல் நகரில் தரையிறங்கின. முன்னதாகத் தாக்குதல் திட்டங்களைச் செயல்படுத்தும் முன்பு பிரதமர் அமீனை கொலை செய்யும் திட்டம் தயாரிக்கப்பட்டது. ஆனால் அமீன் சோவியத் படைகளின் வருகையை ஒட்டித் தனது இருப்பிடத்தை பிரதமர் இல்லத்திலிருந்து தச்பெக் மாளிகைக்கு மாற்றிக்கொண்டார். அங்கு அவருக்கு ஆதரவான ஒரு ஆப்கானிய படை காவலுக்கு வைக்கப்பட்டது.

இதையடுத்து திசம்பர் 24ல் சோவியத் ஒன்றியத்தின் இரு படைபிரிவுகள் காபூல் மற்றும் சிந்தாத் நகரங்களுக்கு வந்திறங்கின. அதே நேரத்தில் உசுபெசுகித்தான் எல்கை முழுவதிலும் சோவியத் படைகள் குவிக்கப்பட்டன. இதற்கு இரண்டு நாட்கள் கழித்து, தச்பெக் மாளிகையில் பதுங்கியிருந்த பிரதமர் ஹபிசுல்லா அமீன் கொலை செய்யப்பட்டார். அவருக்குப் பதில் மற்றொரு ஆப்கானிய மக்கள் சனநாயகக் கட்சியின் தலைவரான பாரக் கர்மால் பிரதமராகத் தேர்ந்தெடுக்கப்பட்டார்.

தொடர்ந்து "புயல் 333" என அழைக்கப்பட்ட ஒரு இராணுவ நடவடிக்கையின் மூலம் ஆப்கானித்தானின் முக்கிய இடங்களைச் சோவியத் ரானுவத்தின் 40வது படைப்பிரிவு கைப்பற்றியது. இதற்காக உசுபெக்கிசுத்தான் தலைநகரான தாசுகந்து இருந்து ஆப்கனின் முக்கிய நகரங்களுக்கு விமானங்கள் இயக்கப்பட்டன. இந்த விமானங்களின் மூலம், 10000 பாராசூட் படை வீரர்கள் காபுலுக்குள் புகுந்தனர். மற்றும் பலர் தரை வழித் தாக்குதல்களுக்காக மேற்கு மற்றும் கிழக்கு ஆப்கனிய எல்லைகளில் உள்ள குசுகா மற்றும் தெற்மசு நகரங்களுக்குக் கொண்டு செல்லப்பட்டனர். இதன்படி மார்சல் செர்கே சோகொலோவ் தலைமையில் சோவியத் தரைப்படைகள் திசம்பர் 27ல் ஆப்கானித்தானுக்குள் நுழைந்தன. இந்த 40வது தரைப்படைப் பிரிவில், பல்வேறு படைப்பிரிவுகளை உள்ளடக்கிய 80000 படைவீரர்களும், 1800 பீரங்கிகளும், 2000 இராணுவ தாக்குதல் வாகனங்களும் இருந்தன. இரண்டு வாரங்களுக்குப் பின்பு 4000 விமானங்களில் காபுல் நகருக்கு அனுப்பப்பட்ட வீரர்களையும் சேர்த்து மொத்தம் 100000 சோவியத் வீரர்கள் ஆப்கானித்தான் போரில் ஈடுபடுத்தப்பட்டனர்.

முகாசிதீன்களின் எதிர்ப்பு

ஆப்கனில் இருந்த வெவ்வேறு முகாசிதீன் குழுக்கள் - ஆப்கனில் கம்யூனிச அரசை எதிர்த்துப் பல கிளர்ச்சிக் குழுக்கள் தோன்றின. பிரதேசவாரி-

யாக வெவ்வேறு சித்தாந்தங்களை கொண்டவையாக இவை இருந்த போதிலும், இசுலாமிய எழுச்சி மற்றும் கம்யூனிச எதிர்ப்பு என்பனவற்றில் இவை அனைத்தும் ஒத்திருந்தன. இவர்களுக்குப் பல உலக நாடுகளும் மறைமுகமாக உதவி செய்தன. அவற்றுள் அமெரிக்கா மற்றும் சவுதி அரேபியா ஆகிய இரண்டும் அதிக அளவில் பொருளாதார உதவிகளைச் செய்தவை. கூடவே எகிப்து, துருக்கி, இங்கிலாந்து, சுவிட்சர்லாந்து ஆகிய நாடுகள் ஆயுதங்கள், ஏவுகணைகள் மற்றும் விமான எதிர்ப்பு பீரங்கிகள் ஆகியவற்றை கொடுத்து உதவின. சீனாவும் கரந்தடிப் போர் முறைக்கு உதவக்கூடிய பல ஆயுதங்களைக் கொடுத்தது. இவ்வாறு கொடுக்கப்பட்ட உதவிகள் அனைத்தும் பாக்கித்தானின் உளவு அமைப்பான ஐஎசுஐ மூலமாக பல்வேறு முகாசிதீன் அமைப்புகளுக்குப் பகிர்ந்தளிக்கப்பட்டன. அமெரிக்கா அரசால் இவர்களுக்குச் செலவுசெய்யப்பட்ட தொகையானது, சிஐஏ வரலாற்றிலேயே ஆகக் கூடியதாக இருந்தது. மேலும் சோவியத் ஒன்றியத்தின் இருந்த எல்லைப் பிரச்சனை காரணமாக, சீனாவும் இவர்களுக்கு உதவியது. ஆரம்பத்தில் பாக்கித்தானில் வைத்துக் கிளர்ச்சியாளர்களுக்கு பயிற்சியளித்த சீனா, பின்பு சீனாவுக்கே அதன் முக்கிய வீரர்களை அழைத்துப் பயிற்சி கொடுத்தது.

போரின் போக்கு - 1979 - 1980

சோவியத் படைகளின் ஆப்கன் ஊடுருவல் - போரின் ஆரம்பத்தில், இரண்டு தடங்களின் வழியாகச் சோவியத் படைகள் ஆப்கனுக்குள் ஊடுருவின. முதலாவது தடம், குசுகா நகரிலிருந்து ஆரம்பித்துச் சிந்தாத் வழியக கந்தகாரை வந்தடைந்தது. மற்றொரு தடம் தெற்மசில் ஆரம்பித்துக் குன்றுப்பகுதிகள் நிறைந்த பைசாபாத் நகருக்கும், தலைநகர் காபூலுக்கும் சென்றது. இவை இரண்டு தடங்களைத் தவித்து, மூன்றாவதாக வான் வழித்தடம் வழியாகவும் சோவியத் படைகள் ஆப்கனுக்குள் நுழைந்தன. மேலும் இவ்வழித்தடங்களின் முன்னேறிய சோவியத் படைகள், தங்கள் பாதைகளில் இருந்த கிளர்ச்சிக் குழுக்களின் படைகளை நிர்மூலம் செய்ததுடன், அப்பகுதிகளில் இராணுவ கூடாரங்கள் அமைத்துப் பாதுகாப்பு பனிகளிலும் ஈடுபட்டன. இதன் மூலம் ஆப்கனின் முக்கிய நகரங்களைச் சோவியத் படைகள் தங்களின் கட்டுப்பாட்டின் கீழ் கொண்டுவந்தன.

1980 - 1985 - போர் ஆரம்பித்த மூன்று மாதங்களுக்குள்ளாகவே, ஆப்கனின் 20% நிலப்பரப்பை சோவியத் படைகள் பிடித்துவிட்ட போதிலும் மீதம் இருந்த 80% இடங்கள் பல்வேறு கிளர்ச்சியாளர்களின் கட்டுப்பாட்டிலேயே இருந்தது[. குறிப்பாக வடகிழக்கு மாகாணங்களில் கிளர்ச்சியாளர்களின் கையே ஓங்கி இருந்தது. மேற்கு ஆப்கானிய பகுதிகள் சோவியத் படைகளின் கட்டுப்பாட்டில் இருந்தபோதிலும், அங்கு ஈரானிய புரட்சிக் குழுக்கள் ஊடுருவும் வாய்ப்பு அதிகம் இருந்ததால் அதையும் கண்காணிக்க வேண்டிய கட்டாயத்துக்கு சோவியத் படைகள் தள்ளப்பட்டன. மேலும்

சோவியத் படைகளின் நேரடித் தாக்குதல்களைச் சமாளிக்க முடியாத கிளர்ச்சியாளர்கள் குழுக்கள் கரந்தடிப் போர் முறையில் இறங்கின. ஆப்கனின் இயற்கையான குன்றுகளும் மலைகளும் நிறைந்த நில அமைப்பு கிளர்ச்சிக்குழுவினருக்கு மிகவும் சாதகமாக அமைந்தன. அதே நேரத்தில், சரியான சாலை வசதிகள் இல்லாத இந்தக் குன்றுகளை அடைய முடியாமல் சோவியத் பீரங்கிப் படைகளும் தடுமாறின. இது குறிப்பிடத் தக்க அளவு கிளர்ச்சியாளர்களுக்கு வெற்றியைப் பெற்று தந்தன.

பிரார்த்தனையில் ஈடுபட்டிருக்கும் முகாசிதீன் வீரர்கள் - குறிப்பாகப் பஞ்சிர் பள்ளத்தாக்கு பகுதிகளிலிருந்து கிளர்ச்சிக் குழுக்களை விரட்ட, 1980 முதல் 1985 வரை மொத்தம் ஒன்பது முறை சோவியத் படைகள் போரிட்டன. இந்தத் தாக்குதல்களில் அதிக அளவிலான விமானங்களும், போர் வீரர்களும் ஈடுபடுத்தப்பட்டனர். இவற்றில் சோவியத் படைகள் குறிப்பிடத் தக்க அளவில் வெற்றி பெற்ற போதும், அதைத் தக்க வைக்க முடியவில்லை. ஒவ்வொரு முறை வீழ்த்தப்பட்ட போதும் மீண்டும் மீண்டும் கிளர்ச்சியாளர்கள் குழு பள்ளத்தாக்கு பகுதியைத் தங்களின் கட்டுப்பாட்டின் கீழ் கொண்டுவந்தன. மேலும் பாக்கித்தான் எல்லைப் பகுதிகளில் இருந்த அனேக நகரங்களும், பாதுகாப்பு படைகளின் சோதனைச் சாவடிகளும் கிளர்ச்சியாளர்களின் தாக்குதல்களுக்கு ஆளாகின. ஆரம்பத்தில் மக்கள் மத்தியில் சோவியத் படைகளுக்கு ஆதரவு இருந்த போதிலும், தொடர்ந்த காலங்களில் பெருவாரியானவர்கள் கிளர்ச்சிக்குழுக்களில் இணையத் தொடங்கினர். மேலும் ஆப்கன் இராணுவத்தில் இருந்த சில வீரர்களும் கூடச் சோவியத் படைகளுக்கு எதிராகச் செயல்படத்தொடங்கினர். இது சோவியத் இராணுவத்துக்கு மிகுந்த பின்னடைவாக அமைந்தது.

மேலும் இந்தப் படையெடுப்பு உலக இசுலாமியர்கள் மத்தியில், சோவியத் ஒன்றியத்திற்கு எதிரான மனநிலையை ஏற்படுத்தியது. இதையடுத்து, மத்திய கிழக்கு மற்றும் தெற்காசிய நாடுகளைச் சேர்ந்த பல இசுலாமிய இளைஞர்கள் பாக்கித்தான் வழியாக ஆப்கானித்தானுக்கு போரிட வந்தனர். இவர்களுக்குப் பல நாடுகளைச் சேர்ந்த உளவு நிறுவனங்களும் உதவி செய்தன. இதன் மூலம் உத்வேகம் பெற்ற முகாசிதீன் குழுக்கள், மே 1985ல் தங்களுக்குள் ஒரு ஒப்பந்தத்துக்கு வந்தன. இதன் படி அனைத்துக் குழுக்களும் இணைந்து ஏழு முகாசிதீன் குழுக்களின் கூட்டமைப்பை உருவாக்கியதோடு, தொடர்ந்து தங்களுக்குள் இணைந்தே சோவியத் படைகளை எதிர்க்கப் போவதாக அறிவித்தன. இதன் மூலம் படைபலம் அதிகம் பெற்ற முகாசிதீன் குழுக்கள் அதே ஆண்டு இறுதிக்குள் காபூல் நகர சுற்று வட்டாரப் பகுதிகளைக் கைப்பற்றும் அளவிற்கு முன்னேறின. மேலும் காபூல் நகர் மீதிலும் ஏவுகணைத் தாக்குதல்களை நடத்தத் தொடங்கின.

உலக நாடுகளின் எதிர்ப்பு - சோவியத் ஒன்றியத்தின் ஆப்கானிய படையெடுப்புக்கு பல உலக நாடுகளும் எதிர்ப்பு தெரிவித்தன. 34 இசுலாமிய

நாடுகளைச் சேர்ந்த வெளியுரவுத்துறை மந்திரிகளின் கூட்டறிக்கை ஒன்று சோவியத் ஒன்றியத்துக்குத் தங்களின் கடுமையான கண்டனத்தைத் தெரிவித்-ததுடன், ஆப்கானித்தானிலிருந்து உடனடியாக வெளியேறுமாறும் கேட்டுக்-கொண்டது. மேலும் ஐக்கிய நாடுகள் அவையில் கொண்டுவரப்பட்ட சோவி-யத் ஒன்றியத்துக்கு எதிரான தீர்மானம் ஒன்று 104-18 என்ற கணக்கில் வெற்றி பெற்று தாக்கல் செய்யப்பட்டது. இதைக் காரணம் காட்டி 1980ல் மாசுகோவில் நடைபெற்ற ஒலிம்பிக் போட்டிகளில் பங்கேற்க 60 நாடுகள் மறுத்துவிட்டன.

இவ்வாறு பல நாடுகளின் அழுத்தம் காரனமாகவும், நாட்டின் பொரு-ளாதாரம் பாதிக்கப்பட்டதாலும் சோவியத் ஒன்றியம், பல்வேறு நாடுகளில் இருந்த படைகளைத் திரும்பப் பெற்றது. முதலாவதாக அங்கோலாவில் இருந்த தனது கூப தோழமைப் படைகளைத் திரும்பப் பெற்றது. மேலும் மங்-கோலியா மற்றும் வியட்நாமில் இருந்த படைகளும் சோவியத் திரும்பின. தொடர்ந்து 1987 மத்தியில், அதிபர் கொர்பசோவ் ஆப்கனிலிருந்து சோவியத் படைகள் திரும்பப்பெறப்படும் எனும் அறிவிப்பை வெளியிட்டார்.

படைகளின் வெளியேற்றம் - அதிபரின் அறிவிப்பைத் தொடர்ந்து, சோவி-யத் படைகள் தங்கள் தாக்குதல்களைக் குறைத்துக்கொண்டன. இரண்டு கட்-டமாகப் படைகளை ஆப்கனிலிருந்து வெளியேற்றவும் முடிவு செய்யப்பட்டது. இதன்படி, மே 15 முதல் ஆகத்து 16 வரை முதல் கட்டமான பாதி படைகள் வெளியேற்றப்பட்டன. மீதி படைகள் நவம்பர் 15 முதல் 1989 பெப்ரவரி 15 க்குள் வெளியேற்றப்பட்டன. முன்னதாகத் திரும்பப்பெரும் படைகளின் மேல் தாக்குதல் நடத்தப்பெறாமல் இருக்க, சோவியத் ஒன்றியம் முகாசிதீன் குழுக்-களுடன் போர் நிறுத்த உடன்படிக்கையை செய்துகொண்டிருந்தது. இதன் படி அமைதியான முறையில் சோவியத் தனது படைகளைத் திரும்பப்பெற்றுக் கொண்டது.

பின்விளைவுகள் - பி.எப்.எம் 1 வகை மிதிவெடிகள். பல நேரங்களில் விளையாட்டுப் பொருளாக நினைத்து தவறுதலாகக் கையாளப்பட்டதால் பல சிறார்களை பலி கொண்டது

இந்தப் போரின் மூலம் ஆப்கானித்தான் சமூக பொருளாதார அளவில் மிகுந்த பின்னடைவை சந்தித்தது. 850000 முதல் 1500000 வரையிலான ஆப்கானிய குடிமக்கள் கொல்லப்பட்டனர். 20,00,000 அதிகமானோர் காணாமல் போனதுடன் 30,00,000 மக்கள் ஊனமடைந்தனர். மேலும் ஆப்-கானித்தானின் முக்கிய தொழிலான விவசாயம் நலிவடைந்தது. வான்வழித்-தாக்குதல் காரணமாக ஆப்கனின் அநேக நீர்பாசன கால்வாய்கள் அழி-வுக்குள்ளாகின. குறிப்பாக 1985ல் நடந்த தாக்குதலில் மட்டும் ஆப்கானிய விளைநிலங்களில் சரிபாதி குண்டு வீச்சுக்கு உள்ளானது. மூன்றில் ஒரு ஓங்கு நீர்பாசனத்திட்டங்கள் நாசமாக்கப்பட்டன. ஆப்கனின் இரண்டாவது பெரிய நகரமாகிய கந்தகாரின் மக்கள் தொகை 200000ல் இருந்து 25000மாக

குறைந்தது. சோவியத் படைகளால் ஊன்றப்பட்ட மிதிவெடிகள் 25000 ஆப்கானிய குடிமக்களைக் கொன்றது. இவ்வாறு கொல்லப்பட்டவர்களில் பெரும்பான்மையோர் சிறார்கள். மேலும் போருக்குப் பின்னால் நீக்கப்படாமல் விடப்பட்ட மிதிவெடிகள் மட்டும் 10 முதல் 15 மில்லியன் வரை இருக்கும். 1994ல் செஞ்சிலுவைச் சங்கம் வெளியிட்ட ஒரு அறிக்கை இந்த மிதிவெடிகளை நீக்க இன்னும் 4300 ஆண்டுகள் ஆகுமென கருத்து தெரிவித்திருந்தது.

மேலும் 5 முதல் 10 மில்லியன் மக்கள் வரை அகதிகளாக ஆப்கனை விட்டு வெளியேறினர். இவ்வாறு வெளியேறிய மக்களின் தொகையானது மொத்த ஆப்கானிய மக்கள் தொகையில் மூன்றில் ஒரு பகுதி ஆகும். மேலும் 1980 கனக்கீட்டின்படி உலகின் மொத்த அகதிகளின் எண்ணிக்கையில் சரிபாதி அளவு ஆப்கானியர் இருந்தனர்.

சோவியத் படைகள் வெளியேறியபிறகும், ஆப்கன் இராணுவத்துக்கும் முகாசிதீன் குழுக்களுக்குமிடையேயான உள்நாட்டு யுத்தம் தொடர்ந்தது. இந்த யுத்தத்தின் காரனமாக மேலும் 400000 ஆப்கானிய குடிமக்கள் கொல்லப்பட்டனர். தாலிபான்கள் எழுச்சி பெற்றதும் இந்தச் சமயத்தில்தான். தாயகம் திரும்பிய, சோவியத் படைகளுடன் போரிட்ட பிற நாட்டு வீரர்களால் அந்தந்த நாடுகளின் இசுலாமிய அடிப்படைவாத குழுக்கள் தோற்றுவிக்கப்பட்டன. பின்னர் இவை தீவிரவாத இயக்கங்களாகவும் உருப்பெற்றன. மேலும் ஆப்கானிலேயே தங்கிவிட்ட வீரர்களை இணைத்து அல் காயிதா இயக்கம் உசாமா பின் லாடனால் உருவாக்கப்பட்டது.

32. சூயெசு நெருக்கடி

முக்கூட்டுத் தாக்குதல் எனவும் அழைக்கப்படும், சூயெசு நெருக்கடி என்பது, எகிப்து சூயெசுக் கால்வாயை நாட்டுடைமை ஆக்கியதைத் தொடர்ந்து ஏற்பட்ட நிலைமையைக் குறிக்கும். இது, பிரான்சு, ஐக்கிய இராச்சியம், இசுரேல் என்னும் நாடுகள் எகிப்துக்கு எதிராக 1956 ஆம் ஆண்டு அக்டோபர் 29 ஆம் தேதி தொடங்கிய போரையும் உள்ளடக்கியது.

எகிப்து சோவியத் ஒன்றியத்துடன் புதிய உறவுகளை ஏற்படுத்தியதும்; சீனாவுக்கும், தாய்வானுக்கும் இடையே பிரச்சினைகள் உச்ச கட்டத்தில் இருந்தபோது எகிப்து சீனாவை அங்கீகரித்ததும் எகிப்துக்கும், பிரித்தானியா, அமெரிக்கா என்பவற்றுக்கும் இடையேயான உறவில் விரிசல் ஏற்பட்டது. இதனால் அசுவான் அணை கட்டுவதற்காக நிதி வழங்க இணங்கியிருந்த அமெரிக்காவும் பிரித்தானியாவும் அதிலிருந்து பின்வாங்கின. அதைத் தொடர்ந்து, எகிப்தின் ஒரு பகுதியாக இருந்த, முக்கியமான கப்பல் போக்குவரத்து வழியான சூயெசுக் கால்வாயை எகிப்தின் அதிபராக இருந்த கமால் அப்துல் நாசர் நாட்டுடைமை ஆக்கினார். சூயெசுக் கால்வாயில் மேற்கத்திய நாடுகளின் செல்வாக்கைத் தக்கவைத்துக் கொள்வதற்கும், முக்கூட்டு நாடு-

களின் நலன்களுக்கு எதிரான கொள்கைகளைக் கொண்டவர் என்று கரு-தப்பட்ட நாசரைப் பதவியிலிருந்து அகற்றுவதுமே முக்கூட்டுத் தாக்குதலின் முக்கியமான நோக்கம் ஆகும்.

முதலில் இசுரேல் எகிப்துக்குள் ஆக்கிரமிப்பு நடத்தியது. இது நிகழ்ந்து ஒரு நாளுக்குள் இசுரேலுக்கும் எகிப்துக்கும் பிரான்சும், ஐக்கிய இராச்சியமும் கூட்டாகக் கெடு விதித்துவிட்டு, எகிப்தின் தலைநகரமான கெய்ரோ மீது குண்டுத் தாக்குதல் நடத்தின. இசுரேலும், ஐக்கிய இராச்சியமும் மறுத்த-போதும், இது பிரான்சு, ஐக்கிய இராச்சியம், இசுரேல் என்பன கூட்டாகத் திட்டமிட்டு நடத்திய தாக்குதல் என்பதற்கான சான்றுகள் விரைவிலேயே கிடைத்தன. பிரித்தானியா பிரான்சு என்பவற்றின் கூட்டுப் படைகள் ஆண்டு முடிவுக்குள்ளாகவே தமது படைகளைத் திரும்பப் பெற்றுக்கொண்டன. ஆனால், இசுரேல் 1957 ஆம் ஆண்டு மார்ச் மாதம் வரை தொடர்ந்து இருந்து நெருக்கடியை நீடிக்கச் செய்தது.

முக்கூட்டு நாடுகள், குறிப்பாக இசுரேல் தமது உடனடியான இராணுவ நோக்கங்களை அடைவதில் வெற்றிகண்டன. ஆனால் ஐக்கிய நாடுகள் அவையிலும், வெளியிலும் அமெரிக்காவும், சோவியத் ஒன்றியமும் கொடுத்த அழுத்தங்கள் காரணமாக இம் மூன்று நாடுகளும் எகிப்தை விட்டு வெளி-யேற வேண்டியதாயிற்று. இவ்வாறான வெளி அழுத்தங்களினால், சூயெசுக் கால்வாயைக் கட்டுப்படுத்துதல், நாசரைப் பதவியில் இருந்து அகற்றுதல் என்னும் நோக்கங்களில் பிரான்சும், ஐக்கிய இராச்சியமும் வெற்றிபெற-வில்லை. எனினும் இசுரேல் தனது நோக்கங்களில் சிலவற்றை அடைவதில் வெற்றிகண்டது. அவற்றுள் டிரான் நீரிணையூடாகச் சுதந்திரமாகக் கப்பல் செலுத்துவதற்கான வாய்ப்பும் அடக்கம்.

33. அரபு - இசுரேல் முரண்பாடு

அரபு - இசுரேல் முரண்பாடு (ஆங்கிலம்: Arab - Israeli conflict, அரபி: الصراع العربي الإسرائيلي, Al-Sura'a Al'Arabi A'Israili; எபி-ரேயம்: הסכסוך הישראלי-ערבי, Ha'Sikhsukh Ha'Yisraeli-Aravi) என்-பது நடு கிழக்கில், அராபியர்களுக்கும் யூதர்களுக்குமிடையிலான அரசியல் மோதல்களும் பொது பகையுமாகும். இம்முரண்பாட்டுக்கான அடிப்படைக் காரணமாகக் கருதப்படுவது 19ம் நூற்றாண்டின் இறுதியில் ஏற்பட்ட சீயோனிச எழுச்சியும் அராபிய தேசியவாதமுமாகும். 20ம் நூற்றாண்டின் தொடக்கத்தில் வெளிப்பட்ட இம் முரண்பாடு, 1948இல் இசுரேல் ஒரு தனி நாடாக உரு-வாகியதும், முழு அரபு நாடுகள் கூட்டமைப்புக்குமாக விரிவடைந்தது. யூதர்-களின் கருத்துப்படி, அவர்கள் குறிப்பிடும் நிலப்பரப்பானது வரலாற்று தாய-கமாகவும், அதே நேரத்தில் ஒன்றிணைந்த அராபிய இயக்கத்தின்படி அது

வரலாற்று நோக்கில் பாலத்தீன அராபியர்களுக்கு உரியதென்றும், ஒன்றிணைந்த இசுலாமியவாதத்தின்படி அந்நிலப்பரப்பானது இசுலாமிய நிலமாகவும் நோக்கப்படுகிறது.

உதுமானியப் பேரரசின் வீழ்ச்சியைத் தொடர்ந்து ஏற்பட்ட நிலப்பரப்பை தக்க வைத்துக் கொள்வதற்கான போட்டியுடன் ஏற்பட்ட அரசியல், தேசிய முரண்பாடு இங்கு முக்கியக் காரணமாகும். இது பாரிய அளவிலான பிராந்தியத்தில் நிலவிய அரபு - இசுரேல் முரண்பாட்டிலிருந்து உள்ளக இசுரேல் - பாலத்தீனிய முரண்பாடாக மாற்றம் பெற்றது. 1979இல் இசுரேலுக்கும் எகிப்துக்கும், 1994இல் இசுரேலுக்கும் யோர்தானுக்கும் இடையிலான சமாதான உடன்படிக்கைகள் கைச்சாத்திடப்பட்டன. இருந்தபோதிலும் அரபு நாடுகளும் இசுரேலும் குறிப்பிட்ட நிலப்பரப்பு தொடர்புபட்ட விடயத்தில் ஒத்துப் போகாத தன்மையினையே கொண்டுள்ளன.

முரண்பாடு பற்றி சமயத்தின் பார்வை - யூத, இசுலாமிய, கிறித்தவ குழுக்கள் தங்களுக்குள் கருத்து ஒற்றுமை கொள்ளாமைக்குத் தங்கள் சமய வரலாற்றுக் கருத்துகளைத் துணையாகக் கொள்கின்றனர். அரபு-இசுரேல் முரண்பாட்டின் தற்கால வரலாறானது கிறித்தவ, யூத, இசுலாமிய சமயங்களின் நம்பிக்கைகளால் பெரிதும் தாக்கத்திற்கு உள்ளானது. தெரிவு செய்யப்பட்ட மக்கள் பற்றிய விளக்கம், வாக்களிக்க நாடு மற்றும் தெரிவு செய்யப்பட்ட நகர் - யெரூசலம் பற்றிய அவர்களின் கொள்கை என்பதற்கேற்ப அவர்களின் விளக்கம் இதில் குறிப்பிடத்தக்கது.

யூதம், கிறித்தவம், இசுலாம் போன்ற ஆபிரகாமிய சமயங்களின் முக்கிய நபரான ஆபிரகாம் - ஓவியம்

யூதர்களின் புனித நூலாகிய தோராவின்படி கானான் அல்லது இசுரவேல் தேசம் இசுரவேலர்களுக்கு இறைவனால் வாக்களிக்கப்பட்டது. விவிலியத்தின்படி இசுரவேலர் அதை கி.மு 13 -ஆம் அல்லது 14 -ஆம் நூற்றாண்டு முதல் கி.மு. முதலாம் நூற்றாண்டு வரை ஆட்சி செய்தனர். கி.பி. 7 -ஆம் நூற்றாண்டு வரை யூதர் இனத்தவர் மிகப்பலரும் அங்கு வாழ்ந்திருந்தனர்.

தியோடர் கெர்ல் 1896ஆம் ஆண்டு வெளியிட்ட கொள்கை அறிக்கையில் விவிலியம் கூறும் வாக்களிக்கப்பட்ட நாடு தொடர்பான எண்ணக்கருவை எடுத்துக் காட்டினார். தற்போதைய இசுரேலிய முன்னனி அரசியல் கட்சியான லிக்குடுக் கட்சி, தன் அரசியல் கொள்கையில் இசுரேல் தேசம் பற்றிய கருத்தைக் கொண்டுள்ளது.

இசுலாமியர்களும் தங்களுக்கு அங்கு திருக்குர்ஆனின்படி உரிமை உள்ளதென்கிறார்கள். இசுரேலியர்கள் கூறிப்பிடும் ஆபிரகாமின் இளைய மகனாகிய ஈசாக்குவின் சந்ததியினருக்கே அந்நிலம் வாக்களிக்கப்பட்டது என்பதை மறுத்து, கானான் பூமி ஆபிரகாமின் எல்லா சந்ததியினருக்கும் ஆபிரகாமின் மூத்த மகனாகிய இசுமாவேல் உட்பட அவரின் சந்ததியினராகிய அராபியர்களுக்கும் வாக்களிக்கப்பட்டது என இசுலாமியர்கள் எதிர்வாதம் செய்கின்-

றனர். மேலும், இசுரேலியர்கள் புனிதமாகக் கருதும் இடங்களை இசுலாமியர்களும் புனிதமாகக் கருதுகின்றனர். பிதாக்களின் குகை, கோவில் மலை, 1400 ஆண்டுகளாக யூத புராதன பகுதியில் நிர்மாணிக்கப்பட்ட இசுலாமிய கட்டுமானங்களான பாறைக் குவிமாடம், அல் அக்சா பள்ளிவாசல் என்பன குறிப்பிடத்தக்கனவாகும். முகம்மது நபி சுவர்க்கம் செல்லும் வழியில் யெரூசலம் ஊடாகத்தான் சென்றார் என்று இசுலாமியர் நம்புகின்றனர். காசா கரையை ஆட்சி செய்யும் ஹமாஸ் முழு பாலத்தீனமும் (தற்போதைய இசுரேலும் பாலத்தீனமும் சேர்ந்த பகுதி) இசுலாமியர்களாலேயே ஆளப்பட வேண்டுமென்று கருதுகின்றனர்.

கிறித்தவ சையோனியர்கள் இசுரவேலை ஆதாரிக்கின்றார்கள். யூதர்களுக்கு அங்கு முதாதையர்கள் மூலமான உரிமை உண்டு என்கின்றனர். சிலர் கிறித்துவின் இரண்டாம் வருகைக்கும் யூதர்கள் இசுரவேலுக்கு மீண்டும் வருவதற்கு காரணம் உண்டென்கின்றனர்.

வரலாறு - 19ம் நூற்றாண்டு இறுதி - 1948 - 19ம் நூற்றாண்டின் பிற்பகுதியில், சையோனியத்தின் கீழ், அதிகளவாக ஐரோப்பிய யூதர்கள் உதுமான் சுல்தான் மற்றும் அவருடைய பிரதிநிதிகளிடமிருந்து நிலங்களை வாங்கினர். அக்காலத்தில், யெரூசலம் அந்நகரை சுற்றியிருந்த மதில்களைத் தாண்டி வியாபித்திருக்கவில்லை. மக்கட் தொகையும் சில ஆயிரங்களை மட்டுமே கொண்டிருந்தது. சையோனியர்களின் கீழ் கிப்புட்சிம் எனப்படும் கூட்டுப் பண்ணைகள் அமைக்கப்பட்டன. டெல் அவீவ் நவீன கால முதலாவது யூத நகராகியது.

முதல் உலக போருக்கு முன்னர், ஏறக்குறைய 500 வருடங்கள் பாலத்தீனம் உட்பட்ட மத்திய கிழக்கு உதுமானியப் பேரரசின் கட்டுப்பாட்டில் இருந்தது. பிற்காலப் பகுதியில் உதுமானியர் மேற்கொண்ட துருக்கி இனத்தவர்களுக்கான ஆதரவு, பேரரசிற்குள் துருக்கியருக்கான முன்னுரிமைப் போக்கு என்பன அராபிரை ஓரங்கட்டியது. உதுமானியரிடமிருந்து விடுதலை கிடைக்கும் என்ற வாக்குறுதியினால் அதிகளவில் யூதர்களும் அராபியர்களும் நேச நாடுகளுக்கு தம் ஆதரவை முதல் உலக போரில் வழங்கினர். இச்சம்பவம் அராபிய தேசியவாதம் பரவ வழிகோலியது.

எகிப்திலிருந்த பிரித்தானிய உயர் ஆணையாளர் சேர் ஹென்றி மக்மகோன் இரகசிய தொடர்பு மூலம் குசைன் அரபு புரட்சியை உதுமானிய பேரரசுக்கு எதிராக மேற்கொள்ள வைத்தார். இச் செயல் உதுமானிய பேரரசு முதல் உலக போரில் பிரித்தானியாவுக்கும் பிரான்சுக்கும் எதிராக சேர்மனியுடன் அணி சேர வைத்தது. போரில் பிரித்தானியாவிற்கு அராபியர்கள் உதவினால், பிரித்தானிய அரசாங்கத்தினால் உதுமானிய பேரரசின் பாலத்தீனம் உட்பட அராபிய மாகாணங்கள் அராபிய அரசாக மாற உதவி செய்யப்படும் என மக்மகோன் உறுதியளித்தார். லாரன்ஸ் மற்றும் குசைனின் மகன் பைசாலினால் நடத்தப்பட்ட அரபு புரட்சி வெற்றி பெற்று, பிரித்தானியா பல

பகுதிகளை தன் கட்டுப்பாட்டின் கீழ் கொண்டு வந்தது.

போரை வெல்ல யூதர்களின் உதவி அவசியம் என்றுணர்ந்த பிரதமர் டேவிட் லொயிட் ஜோர்ச் உட்பட்டவர்களின் நம்பிக்கையின் அடிப்படையில், 1917இல் பிரித்தானியா வெளியிட்ட பல்போர் பிரகடனம் யூதரின் தேசிய தாயகமாக பாலத்தீனம் இருக்கும் என்றது. இது அரபு உலகை கவலை கொள்ளச் செய்தது. போரின் பின்னர், தற்போதைய இசுரேல், ஜோர்தான், மேற்குக் கரை, காசா என்பன பிரித்தானியாவின் ஆட்சியின் கீழ் பிரித்தானிய பாலத்தீனமாக இருந்தன.

அக்காலகட்டத்தில் யூதர்களுடைய குடியேற்றம் பாலத்தீனத்தில் அதிகரிக்கத் தொடங்கியது. 1931இல் 17 வீதமாகவிருந்த யூதர்களின் எண்ணிக்கை 1922இல் 6 வீதமாக அதிகரித்தது. சேர்மனியில் நாசிகள் அதிகாரத்திற்கு வந்ததும் யூதர்களின் குடியேற்றம் அதிகரிக்கத் தொடங்கியது. இது பாலத்தீனத்தில் யூதர்களின் எண்ணிக்கையை அதிகரிக்கச் செய்தது. தொடர்ச்சியான யூதர்களின் வரவு பாலத்தீன அராபியர்களை அவர்கள் தாய்நாட்டிற்கும், இன அடையாளத்திற்கும் அச்சுறுத்தலாக பார்க்கத் தூண்டியது. நிலம் வாங்குதல், யூத நிறுவனங்களில் அராபியர்களை வேலைக்கு அமர்த்தாமை என்பன பாலத்தீன அராபியர்களை கோபம் கொள்ளச் செய்தது. 1920 தொடக்கத்தில் ஆர்ப்பாட்டங்கள் இடம் பெறலாயின. பாலத்தீன அராபியர்கள் தாங்கள் அநீதியாக நடாத்தப்படுவதாக எதிர்ப்புத் தெரிவித்தனர். இது வன்முறைக்கும் காரணமாகியது. பங்குனி 1920இல் முதலாவது வன்முறை டெல் ஹாயில் வெடித்தது. பின் குழப்பம் யெரூசலேமிற்கும் பரவியது. 1922இல் வின்சன்ட் சார்ச்சில், யூத அரசு அமைத்தல் என்பதை மறுத்து அராபியர்களை மீள் நம்பிக்கையூட்ட முயன்றார். பெத்தார் அரசியல் கட்சி 1929இல் மேற்கு சுவரில் நடாத்திய ஆர்ப்பாட்டம் குழப்பத்தை ஏற்படுத்த முழு பாலத்தீனத்திற்கும் குழப்பம் பரவியது. அராபியர்கள் 67 யூதர்களை எபிரோனில் படுகொலை செய்தனர்.

குழப்பம் ஆரம்பித்த வாரத்தில் குறைந்தது 116 அராபியர்களும் 133[23] யூதர்களும் கொல்லப்பட்டு 339 பேர் காயப்பட்டனர்.

1930களில் யூத எதிர்ப்பு, பிரித்தானிய எதிர்ப்பு ஆயதக்குழு கருப்புக் கை எனும் பெயரில் உருவாக்கப்பட்டது. 1935இல் ஆயதப் பயிற்சி பெற்ற 200 - 800 ஆண்கள் இருந்தனர். இவர்கள் யூத குடியேற்றக்காரர்களுக்கு எதிராக தாக்குதல் நடத்தினர். பதட்டமானது 1936இல் பாலத்தீனத்தில் 1936 - 1939 அராபிய புரட்சிக்கு வித்திட்டது.

அராபியர்களின் அழுத்தத்தினால், பிரித்தானியா பாலத்தீனத்திற்கான யூத குடியேற்றத்தை அதிகளவில் குறைக்கலாயிற்று. இதனால் யூதர் சட்டத்திற்கு புறம்பாக குடியேறினார்கள். இது பிரதேசத்தில் மேலும் பதட்டத்ததை அதிகரித்தது. பேச்சுவார்த்தை மூலம் பிரச்சனை தீராதிருக்க, புதிதாகத் தோன்றிய ஐக்கிய நாடுகள் அவையிடம் பிரித்தானிய உதவி கோரியது. 15 மே

1947இல், 11 நாடுகளின் பிரதிநிதிகளைக் கொண்ட சபையை (UNSCOP) ஐ.நா ஆரம்பித்தது. சபை நடுநிலையாக இருக்க வேண்டும் எனும் நோக்கில் பெரிய நாடுகள் அதில் அங்கம் வகிக்கவில்லை. 5 வாரங்களின் பின், யூதர்களுக்கும் அராபியர்களுக்கும் என வெவ்வேறு நிலப்பகுதிகள் பிரிக்கப்பட வேண்டுமென கண்டு கொள்ளப்பட்டது. ஐ.நாவின் பொது சபையின் 181 தீர்மானமான 'இரு-நாடு தீர்வு' 1947 நவம்பரில் அங்கீகரிக்கப்பட்டது. இதற்கு 33 நாடுகள் விருப்பு வாக்களித்தும் 13 நாடுகள் எதிர் வாக்களித்தும் 10 நாடுகள் வாக்களிப்பில் கலந்து கொள்ளாமலும் இருந்தன. அரபு லீக்கின் அங்கத்துவ நாடுகள் எதிராக வாக்களித்தன. இது இவ்வாறு இருக்க, அராபியர்களும் யூதர்களும் முக்கிய இடங்களை கட்டுப்பாட்டில் வைத்திருக்க பகிரங்கமாக சண்டை பிடித்துக் கொண்டிருந்தனர். இருதரப்பினராலும் மேசமான பாரிய அசம்பாவிதங்கள் சில நிகழ்த்தப்பட்டன.

பிரித்தானிய காலணிக்கம் முடிவதற்கு முன், ஐ.நாவினால் யூத அரசுக்கென ஒதுக்கிய பகுதிகள் முழுவதிலும் யூத ஆயுத படையான ஹகானா தாக்குதல்களை நடாத்தியது. அது பல அகதிகள் திபேரியா, கய்பா, சபாட், பெய்சான், யாப்பா போன்ற நகர்களில் குவிய வழிகோலியது.

1948 தொடக்கத்தில், பிரித்தானியா பாலத்தீனத்தைவிட்டு மே 14இல் வெளியேறும் என அறிவித்தது. அதற்கு பதிலளித்த அமெரிக்க அதிபர் ஹரி எஸ் ட்ரூமன் ஐ.நா பொறுப்புத் தன்மை பற்றி முன்மொழிந்தார்.

ஐ.நா. 181 தீர்மானம் - (பச்சை:ஆதரவு, பழுப்பு:எதிர்ப்பு, மஞ்சல்:தவிர்ப்பு, சிவப்பு:வரவில்லை)

14 மே 1948இல், பிரித்தானியா நிர்வாகம் உத்தியோக பூர்வமாக முடிந்து, படைகள் வெளியேறு முன், இசுரேல் அதன் சுதந்திரப் பிரகடணத்தையும் ஆட்சியுடைமையையும் எல்லைகளை குறிக்காது வெளியிட்டது. அடுத்த நாள், அரபு லீக்; 'இரண்டு-நாடு தீர்வு' என்பதை மறுத்து ஐ.நாவிற்கு கடிதம் மூலம் தெரியப்படுத்தியது. அதே நாளில் எகிப்து, லெபனான், சிரியா, யோர்தான், ஈராக் படைகளில் இசுரேல் மீதான படையெடுப்பு அராபிய-இசுரேல் போரை ஆரம்பித்து வைத்தது. புதிதாக உருவெடுத்த இசுரேலிய பாதுகாப்புப் படைகள் அராபிய லிக் நாடுகளின் படைகளை பின் வாங்க வைத்து, ஐ.நா பிரித்த எல்லைக் கோட்டிற்கு அப்பால் தன் எல்லைகளை விரிபுபடுத்தியது. 1948 மார்கழியில் யோர்தான் ஆற்றின் மேற்கு வரை பல பகுதிகளை இசுரேல் தன் கட்டுப்பாட்டின் கீழ் கொண்டு வந்தது. மேற்குக் கரை யோர்தானின் கட்டுப்பாட்டிலும், காசா எகிப்தின் கட்டுப்பாட்டின் கீழும் இருந்தன. இம் முரண்பாடு 713,000 பாலத்தீன அராபியர்கள் அகதிகளாக்கியது. யூத ஆயுதக் குழுக்களான இர்குன், ஸ்டென் குழு ஆகியவற்றின் அராபியர்களுக்கெதிரான படுகொலைகள் பாலத்தீனர்களை இடம் பெயரச் செய்தது. 1949 இடைக்கால சமாதான உடன்பாடு போரை முடிவுக்கு கொண்டு வந்தது.

1949 - 1967

ஐ.நா. தீர்வு திட்டம் 181க்கு முன்னமும் இசுரேலின் சுதந்திர நாட்டு பிரகடனத்திற்கு முன்னமும், சில அராபிய நாடுகள் அந்நாடுகளில் உள்ள யூதர்களுக்கெதிராக ஓரங்கட்டலை மேற்கொண்டனர். 1948 அரபு-இசுரேல் முரண்பாட்டைத் தொடர்ந்து அவ் யூதர்களின் நிலை மோசமாகியது. 1947 மார்கழியில் அரபு உலகில் யூத சமூகத்தினருக்கெதிரான பாரிய யூத எதிர்ப்பு உருவாகியது. குறிப்பாக சீரியாவிலும் அதெனிலும் மிக மோசமாகி நூற்றுக் கணக்கில் மரணமும் உடற் சேதமும் ஏற்படலாயின. 1948 நடுப்பகுதியில் அராபிய நாடுகளில் இருந்த ஏறக்குறைய முழு யூதர்களும் தாக்குதலுக்குள்ளாகி அவர்களின் அந்தஸ்து பறிக்கப்பட்டது. அரபு-இசுரேல் முரண்பாட்டின் விளைவு நீண்ட காலமாக அராபிய நாடுகள் மற்றும் இசுலாமிய நாடுகளில் இருந்த யூதர்களை அரசியல் பணயக் கைதிகளாக்கி, அவர்கள் அந்நாடுகளைவிட்டு வெளியேற நிர்ப்பந்தித்தது. லிபியாவில் யூதர்களின் பிரஜாவுரிமை பறிக்கப்பட்டது. ஈராக்கில் உடமைகள் பறிக்கப்பட்டன. எகிப்து அதிகளவான யூதர்களை 1956இல் வெளியேற்றியது. அல்ஜீரியா பிரஜாவுரிமையை பறித்தது. அதிகளவானோர் அரசியல் காரணங்களினாலும் சிலர் தாயக நோக்கோடும் வெளியேறினர்.

1948 - 1952 காலப் பகுதியில், 700,000 மேற்பட்ட யூதர்களில் ஏறக்குறைய 285,000 பேர் அராபிய நாடுகளிலிருந்து இசுரேலுக்கு குடிபெயர்ந்தனர்.

1960களில் பிற்பகுதியில் 850,000க்கு மேற்பட்ட யூதர்கள் சில 10 அராபிய நாடுகளிலிருந்து பிறந்த இடத்தைவிட்டு வெளியேறினர். இன்று 7,000க்கு குறைவானோர் அந்நாடுகளில் உள்ளனர். சொத்துக்கள் நட்டஈடு இன்றி பறிமுதல் செய்யப்பட்டன. இன்றைய இசுரேலின் சனத்தொகையில் 41 வீதமானோர் இடம்பெயர்ந்தோரும் அவர்களின் வாரிசுகளுமாவர்.

இசுரேலின் 1948 சுதந்திரப் போர் வெற்றியின் விளைவு மறுபக்கத்தில் அகப்பட்ட அராபியர்கள் இசுரேலின் புகமுடியாது சொந்த இடத்தை இழக்கச் செய்தது. அதுபோலவே, மேற்குக் கரையிலும் காசாவிலும் அகப்பட்ட யூதர்கள் வீட்டையும் சொத்துக்களையும் விட்டுவிட்டு இசுரேல் வரவேண்டியதாயிற்று.

ஆறு நாள் போரின் விளைவினால் ஏற்பட்ட நில வேறுபாடு

1956இல் எகிப்து டிரான் நீரிணையை இசுரேல் கப்பல் போக்குவரத்திற்கு மூடி, அகாபா குடாவையும் இசுரேலுக்கு நிறுத்திவிட்டது. பின்னர் சுயஸ் கால்வாயை தேசிய உடமையாக்கி இசுரேல் கப்பல் போக்குவரத்திற்கு தடைவிதித்தது.

இதற்கு பதிலடியாக பிரித்தானிய, பிரான்சு உதவியுடன் இசுரேல் சினாய் தீபகற்பத்தை ஆக்கிரமித்தது. சுயெஸ் கால்வாய் சண்டையில் காசா, சினாய் தீபகற்பத்தை இசுரேல் கைப்பற்றிக் கொண்டது. ஐ.நாவும் அமெரிக்காவும்

போர் நிறுத்தத்திற்கு அழுத்தம் கொடுத்தன. இசுரேல் எகிப்தின் பகுதிகளில் இருந்து விலகிக் கொள்ள உடன்பட்டது. எகிப்தும் இசுரேல் போக்குவரத்திற்கு வழிவிட்டு சினாய் தீபகற்பத்தை இராணுவமற்ற பிரதேசமாக்கியது. இராணுவமற்ற பிரதேசத்தை கண்கானிக்க ஐ.நா. அவசரகால படை நிறுத்தப்பட்டது. ஐ.நா. அவசரகால படை எகிப்தின் பகுதிகளில் மட்டும் இருந்தனர். இசுரேல் தன் பகுதியில் ஐ.நா. அவசரகால படையை அனுமதிக்கவில்லை.

பலஸ்தீன விடுதலை இயக்கம் 1964இல் உருவாக்கப்பட்டது. இது சையோனியர்களையும் ஏகாதிபத்தியையும் அழிப்பதுதான் பாலத்தீன விடுதலை எனும் கொள்கையினைக் கொண்டது.

19 மே 1967இல் எகிப்து ஐ.நா கண்காணிப்பாளர்களை அனுப்பிவிட்டு, 100,000 படையினரை சினாய் தீபகற்பத்தில் நிறுத்தியது. மீண்டும் டிரான் நீரிணையை இசுரேலுக்கு மூடிவிட்டது.

19 மே 1967இல் யோர்தான் எகிப்துடன் பாதுகாப்பு புரிந்துணர்வு ஒப்பந்தம் ஒன்றில் கைச்சாத்திட்டது. ஐ.நா கண்காணிப்பாளர்களை அனுப்பிய எகிப்து ஐ.நா. எல்லையைத் தாண்டி தென் இசுரேலிய எல்லைக்கு முன்னேறியது. 5 ஜூன், இசுரேல் எகிப்தை தாக்கியது. இசுரேலிய விமானப்படையின் எதிர்பாராத தாக்குதலில் அதிகளவு எகிப்து வான்படை அழிவுற்றது. இசுரேல் யோர்தான், சிரியா, ஈராக் வான் படைகளை அழிக்கத் தொடங்கியது. இசுரேலின் இத்தாக்குதல் ஆறு நாள் போரில் அது வெற்றியடைய முக்கிய காரணமாகியது. போரின் முடிவில் இசுரேல் சினாய் தீபகற்பம், காசா, மேற்குக் கரை, கிழக்கு யெரூசலேம், சேபா பண்னைகள், கோலான் குன்றுகள் என்பனவற்றை தன் கட்டுப்பாட்டின் கீழ் கொண்டு வந்தது. போரின் விளைவு அப்பிரதேசத்தின் புவியியல் அரசியலில் தாக்கம் செலுத்தியது.

1967 - 1973

ஐ.நா. ஏற்பாட்டில் இசுரேல், எகிப்து தளபதிகள் சினாயில் சந்திப்பு

ஆகஸ்து 1967இல், அராபிய தலைவர்கள் இசுரேல் பற்றிய அராபியர் நிலைப்பாடுபற்றி கலந்துரையாடினார்கள். அவர்கள் இசுரேல் அரசுக்கு அங்கீகாரம் இல்லை, அதனுடன் சமாதானம் இல்லை, பேச்சுவார்த்தை இல்லை என்ற 'மூன்று இல்லை(கள்)' என்ற முடிவுக்கு வந்தனர்.

1967இல், சினாய் தீபகற்பத்தை இசுரேல் கைவிட்டுவிடும் நோக்காகக் கொண்டு தேய்வுப் போரை எகிப்து ஆரம்பித்தது. 1970 இல் கமால் நாசீரின் மரணத்துடன் அப்போர் முடிவுக்கு வந்தது.

6 அக்டோபர் 1973இல் சிரியாவும்,எகிப்தும் எதிர்பாராத தாக்குதலை யூதர்களில் புனித நாளாகிய யோம் கிப்பூரில் ஆரம்பித்தது. இசுரேல் படைகள் தயாரற்ற நிலையிலிருந்து மீள 3 நாட்கள் எடுத்தது. யோம் கிப்பூர் போர் அமெரிக்காவும் சோவியத் ஒன்றியமும் மறைமுகமாக ஒன்றையொன்று எதிர்க்க வழியமைத்தது. இசுரேல் போரை தீவிரப்படுத்த, சோவியத் ஒன்றியம் இராணுவ நடவடிக்கை பற்றி அச்சுறுத்தல் விடுத்தது. அமெரிக்காவின் அணு

ஆயுத போர் பற்றிய முன்னெச்சரிக்கை 25 அக்டோபரில் போர் நிறுத்தத்திற்கு வழிவிட்டது.

1974 - 2000

எகிப்து - 1970களின் பிற்பகுதியில் டேவிட் முகாம் உடன்பாட்டைத் தொடர்ந்து இசுரேலும் எகிப்தும் சமாதான ஒப்பந்தத்தில் கைச்சாத்திட்டன. அதனால், சினாய் தீபகற்பம் எகிப்துக்கு கையளிக்கப்பட, காசா இசுரேலின் கட்டுப்பாட்டில் இருந்தது. ஒப்பந்தம் மூலம் இசுரேலின் கப்பல் போக்குவரத்தும் அப்பகுதியில் சுமூகமானது.

யோர்தான் - 1994இல் இசுரேலும் யோர்தானும் சமாதான உடன்படிக்கையில் கைச்சாத்திட்டன. இவற்றுக்கிடையேயான முரண்பாடு ஏறக்குறைய 18.3 பில்லியன் டாலர்களை இழக்கச் செய்தது. சமாதான உடன்படிக்கை மூலம் யோர்தான் இசுரேலுடன் உறவு ஏற்படுத்திய எகிப்துக்கு அடுத்த இரண்டாவது அராபிய நாடாகியது.

ஈராக் - 1948 இலிருந்து இசுரேலும் ஈராக்கும் ஜென்ம விரோதிகளாகவே காணப்பட்டனர். 1948ஆம் ஆண்டு நடந்த அராபிய-இசுரேலிய போரில் ஈராக் தன் படைகளை அனுப்பியது. பின்னர், 1967ஆம் ஆண்டு நடந்த ஆறு நாள் போரிலும், 1973ஆம் ஆண்டு நடந்த யோம் கிப்பூர் போரிலும் எகிப்துக்கும் சிரியாவிற்கும் உதவியது.

ஜூன் 1981இல், ஒபரா இராணுவ நடவடிக்கை மூலம் ஈராக் புதிதாக நிர்மானித்த அணு உலைகளை இசுரேல் தாக்கியழித்தது.

1991 வளைகுடா போரின்போது, ஈராக் 39 ஸ்கட் ரக ஏவுகணைகளை இசுரேல் மீது ஏவியது. ஆயினும் அமெரிக்காவின் வேண்டுகோளின்படி இசுரேல் பதில் தாக்குதல் நடத்தாமல், போர் வேறுவடிவம் எடுக்கவிடாமல் மௌனமாக இருந்தது.

லெபனான் - யோர்தானில் 1970இல் ஏற்பட்ட உள்ளூர் கலவரத்தைத் தொடர்ந்து, யோர்தான் மன்னர் ஹசைன் பாலத்தீன விடுதலை இயக்கத்தை வெளியேற்றினார். இதனால் ஆயிரக் கணக்கான பாலத்தீன விடுதலை இயக்க உறுப்பினர்கள் லெபனானில் தஞ்சமடைந்தனர். அங்கிருந்து இசுரேல் மீது தாக்குதல் நடத்தினர். 1981இல் சிரியா பாலத்தீன விடுதலை இயக்க உதவியுடன் ஏவுகணைகளை லெபனானில் நிறுத்தியது. 1982இல் லெபனான் மீது இசுரேல் போர் தொடுத்தது. இரு மாதங்களில் பாலத்தீன விடுதலை இயக்கம் அங்கிருந்து வெளியேறும் உடன்பாட்டிற்கு வந்தது.

1983இல் இசுரேலும் லெபனானும் போர் நிறுத்தத்திற்கு உடன்பட்டனர். சிரியாவின் அழுத்தத்தினால் ஒப்பந்தம் 1984இல் செல்லுபடியற்றதாகியது. முரண்பாட்டின் அளவு குறைந்ததும் 1985இல் இசுரேல் லெபனானின் 15கி.மி அகல பரப்பளவில் இருந்து பின்வாங்கியது. 1993 மற்றும் 1996ஆம் ஆண்டுகளில் ஹிஸ்புல்லா ஆயுத குழுவினருக்கு எதிராக இசுரேல் பாரிய இராணுவ நடவடிக்கைகளை மேற்கொண்டது. சிரியாவுடனான சமாதான

உடன்படிக்கை திட்டத்தின்படி, 2000 ஆம் ஆண்டில் தென் லெபனான் பகுதிகளிலிருந்த பாதுகாப்பு வலயங்களை இசுரேல் அகற்றியது.

2006இல் ஹஸ்புல்லாவின் எல்லை தாண்டிய தாக்குதல்களைத் தொடர்ந்து தென் லெபனானிலிருந்த ஹஸ்புல்லாவின் இலக்குகளைத் தாக்கத் தொடங்கியதும் 2006 லெபனான் போர் உருவாகியது. 34 நாட்கள் நீடித்த இப்போரின் விளைவாக, தடுப்பு வலயம் தென் லெபனானில் உருவாக்கப்பட்டது. ஹிஸ்புல்லாவின் பின்வாங்குதலைத் தொடர்ந்து, ஐ.நா. அமைதிப் படைக்கு லெபனானின் பகுதிகளை இசுரேல் கையளித்தது. இரு தரப்பும் தமக்கே வெற்றியென அறிவித்தன.

பாலத்தீனம் - இட்சாக் ரபீன், பில் கிளின்டன், யாசிர் அரபாத் 13 செப்டெம்பர் 1993 ஒஸ்லோ ஒப்பந்தம் கைச்சாத்திடும் வைபவம்

1970களில் பாரியளவில் சர்வதேச பயங்கரவாத தாக்குதல்கள் நடைபெற்றன. லெட் விமான நிலைய படுகொலை, முனிச் ஒலிம்பிக் படுகொலை, என்டபே பயணக்கைதிகள் ஆகியன குறிப்பிடத்தக்கன.

1987 மார்கழியில் முதலாவது இன்டிபாடா ஆரம்பித்தது. ஜபய்லா அகதிகள் முகாமிலிருந்து ஆரம்பித்து காசா, மேற்குக் கரை, கிழக்கு யெரூசலேம் வரை பரவியது. பொது ஆர்ப்பாட்டத்தோடு இசுரேல் பொருட்களுக்கெதிரான புறக்கணிப்பு, வீதி மறியல், இசுரேலிய பாதுகாப்புப் படையினர் மீது கல்லெறிதல் என்பன இடம் பெற்று சர்வதேச கவனத்தைப் பெற்றது. இசுரேலிய பாதுகாப்புப் படையினரின் துப்பாக்கிச் சூடு, பாரிய கைது போன்ற பதில் நடவடிக்கைகள் சர்வதேச விமர்சனத்திற்குள்ளானது. அதுவரை பாலத்தீன மக்கள் தலைமையாக கருதப்படாத பாலத்தீன விடுதலை இயக்கம் இசுரேலை அங்கீகரித்து பயங்கரவாத செயல்களை கைவிட்டதும் பேச்சுவார்த்தைக்கு அழைக்கப்பட்டது.

1993 மத்தியில் இசுரேலிய, பாலத்தீன பிரதிநிதிகள் நோர்வே நாட்டின் தலைநகரான ஒஸ்லோவில் சமாதான பேச்சுவார்த்தைகளைத் தொடங்கினர். இதன் விளைவாக இசுரேலும் பாலத்தீன விடுதலை இயக்கமும் செப்டெம்பர் 1993இல் ஒஸ்லோ ஒப்பந்தத்தில் கைச்சாத்திட்டனர். இசுரேல் பாலத்தீன விடுதலை இயக்கத்தை பாலத்தீன மக்களின் பிரதிநிதிகளாக ஏற்றுக் கொண்டனர். பாலத்தீன விடுதலை இயக்கம் இசுரேலிய அரசின் இருப்பை ஏற்றுக் கொண்டு பயங்கரவாத செயற்பாடுகள் மற்றும் வன்முறைகளை விட்டு, அதன் விருப்பமாகிய இசுரேலின் அழிவு என்ற கொள்கையை கைவிட்டது.

1995இல் ஒஸ்லோ 2 என்ற உடன்படிக்கை கைச்சாத்திட்டப்பட்டது. இதன்படி மேற்குக் கரையில் அ, ஆ, இ என்ற பிரிவுகள் காணப்பட்டன. பிரிவு அ பாலத்தீனத்தினத்தின் முழு சிவில் கட்டுப்பாட்டில் இருக்கும், அதன் உள்ளக பாதுகாப்பிற்கு பாலத்தீனியர்களே பொறுப்பானவர்கள்.

2000 - 2009

கடத்தப்பட்ட கிலாத் ஷாலித் படத்துடன் காணப்படும் ஹமாஸ் அங்கத்தவர் - சுவரொட்டி

இரண்டாவது இன்டிபாடா பாலத்தீனத்துடனான அரசியல் உறவு பற்றி இசுரேலை மீள யோசிக்க வைத்தது. தொடர்ச்சியான தற்கொலைத் தாக்குதல்களைத் தொடர்ந்து, இசுரேல் இராணுவம் ஆறு நாள் போரின் பின் பாரிய இராணுவ நடவடிக்கையை மேற்கொண்டது.

இசுரேல் மேற்குக் கரையின் பல பகுதிகளை மீளவும் கைப்பற்றிக் கொண்டது. இருந்தபோதிலும், 2008இல் மெதுவாக அதிகாரத்தினை பாலத்தீன அதிகார சபைக்குக் கையளித்தது.

இசுரேலிய பிரதமர் ஏரியல் சரோன் 2003இல் காசாவிலிருந்து பின்வாங்குதல் என்ற முடிவை ஒருதலைப்பட்சமாக எடுத்தார். இது 2005இல் நடைமுறைப்படுத்தப்பட்டது.

ஜூன் 2006இல் ஹமாஸ் இசுரேலிய படைவீரர் கிலாத் ஷாலித்தை கடத்தியது அச்சந்தர்ப்பத்தில் இரு படைவீரர்கள் கொல்லப்பட்டனர். கடத்தப்பட்ட படைவீரைத் தேடி இசுரவேல் படையினர் இராணுவ நடவடிக்கையினை மேற் கொண்டனர். 2011 இல் அப்படைவீரர் 1027 பாலத்தீன கைதிகள் பறிமாற்றத்தின்போது விடுதலை செய்யப்பட்டார்.

ஜூலை 2006இல் ஹிஸ்புல்லா லெபனானைக் கடந்து தாக்கியதில் 8 இசுரவேலிய படையினர் கொல்லப்பட்டும் இருவர் கடத்தப்பட்டனர். இது 2006 லெபனான் போருக்கு வித்திட்டு, லெபனானில் பெரும் அழிவு ஏற்பட்டது. ஐ.நா. அனுசரனையுடன் ஆகஸ்து 2006இல் போர் நிறுத்தம் ஏற்பட்டது. இதில் பெருமளவு லெபனானிய பொதுமக்கள் உட்பட ஆயிரக் கணக்கானோர் உயிரிழந்தனர். லெபனானின் உட்கட்டமைப்பு பாரதூரமாக சேதத்திற்குள்ளானது. ஏறக்குறைய ஒரு மில்லியன் லெபனானிய பொதுமக்களும் 300,000 - 500,000 இசுரேலிய பொதுமக்களும் இடம் பெயர்ந்தனர்.

2வது லெபனான் போர் முடிந்ததும் திரும்பிவரும் இசுரேல் படைவீரர்கள்

காசா உள்ளூர் போரின் பின், பதஹ்விடமிருந்து ஹமாஸ் காசாவை கைப்பற்றியது. இதனால் எல்லையில் இசுரேல் கட்டுபாடுகளை விதித்தது. 2007இல் இருந்து இசுரேலும் எகிப்தும் அங்கு பொருளாதாரத் தடையினை ஏற்படுத்தின.

2007இல் இசுரேல் இராணுவ நடவடிக்கை மூலம் வடகெரியாவின் உதவியுடன் சிரியாவில் கட்டப்பட்டுக் கொண்டிருந்த அணு ஆலையை தாக்கியழித்தது. 2003 இலும் சிரியாவிலிருந்த ஆயுதக் குழுவின் தளத்தை தாக்கியமை குறிப்பிடத்தக்கது.

இசுரேல்-ஹமாசுக்கிடையிலான உடன்படிக்கை 2008 டிசம்பரில் முடிவுற்றது. இதற்கு இருதரப்பினருமே காரணம் இதைத் தொடர்ந்து இசுரேல் கடத்தல் சுரங்கங்கள் மீது தாக்குதல் நடத்தியது. பதிலாக ஹமாஸ் 60க்கு மேற்பட்ட ஏவுகணைகளால் இசுரேலிய நகரங்களைத் தாக்கியது. விளைவு

இசுரேல் இராணுவ நடவடிக்கை மேற்கொள்ள வைத்தது. மனித உரிமை அமைப்புகள் இரு தரப்பும் போர்க் குற்றம் புரிந்ததாக குற்றஞ்சாட்டின.

இசுரேல் படையினருக்கும் காசாவுக்கு உதவி செய்ய முனைந்த ஆர்வலர்களுக்கும் இடையே கலவரம் ஏற்பட்டு, 9 ஆர்வலர்கள் கொல்லப்பட்டும் 7 படைவீரர்கள் காயமடைந்தனர்.

2010 - தற்போது வரை - ஹமாஸ் தலைமையிலான 13 ஆயுதக்குழுக்களின் பயங்கரவாத செயற்பாடுகள் பேச்சுவார்த்தையை குழப்பிவிட்டன. இசுரேலியர்கள் மீதான தாக்குதல்கள் 2010க்குப் பின்னர் அதிகரித்துக் காணப்பட்டது. இதில் ஹமாசின் ஏவுகணைத் தாக்குதல்கள் குறிப்பிடத்தக்கவை.

குறிப்பிடத்தக்க போர்களும் வன்முறைச் சம்பவங்களும்

இசுரேலிய விடுதலைப் போர் 1948 - 1949

பழிக்குப்பழிப் படை நடவடிக்கைகள் 1951-1955

சூயெசு நெருக்கடி 1956

ஆறு நாள் போர் 1967

தேய்வழிவுப் போர் 1967 - 1970

யோம் கிப்பூர்ப் போர் 1973

1978 தென் லெபனான் போர் 1978

முதலாவது லெபனான் போர் 1982

தென் லெபனான் போர் 1982 - 2000

முதல் தடுப்பெழுச்சிப் போராட்டம் 1987 - 1993

இரண்டாம் தடுப்பெழுச்சிப் போராட்டம் 2000 - 2004

இரண்டாவது லெபனான் போர் 2006

காசா போர் 2008 - 2009

அக்டோபர் 2023 காசா-இசுரேல் மோதல்

முரண்பாட்டினால் ஏற்பட்ட செலவு

தந்திரோபாய மதிநுட்ப குழுவின் அறிக்கையின்படி, 1991 - 2010 வரையான மத்திய கிழக்கு முரண்பாட்டினால் ஏற்பட்ட சந்தர்ப்பச்செலவு 12 ட்ரில்லியன் டாலர்கள் என கூறப்படுகின்றது.

ஆறு நாள் போர் (Six-day war) அல்லது ஜூன் போர் அல்லது 1967 அரபு-இசுரேல் போர் அல்லது மூன்றாம் அரபு-இசுரேல் போர் எனப்படுவது 1967 இல் சூன் 5 தொடக்கம் சூன் 10 வரை இசுரேலியரால் அரபு நாடுகளான எகிப்து, சிரியா, ஜோர்டான் ஆகிய நாடுகள் மீது நடத்தப்பட்ட அதிரடித் தாக்குதலைக் குறிக்கும். சூன் 5 இல் இசுரேலின் அதிரடி வான் தாக்குதலுடன் இந்தப் போர் ஆரம்பமானது. இதன் விளைவு இசுரேலின் வெற்றியாக அமைந்தது. இந்தப் போருக்குக் காரணம் இசுரேலின் போர் மூர்க்கம் அல்லது இசுரேலின் தற்பாதுகாப்பே என்று மாறுபட்ட கருத்துகள் நிலவுகின்றன கூறுகின்றனர்.

34. வியட்நாம் போர்

வியட்நாம் போர் (Vietnam War), (வியட்நாமியம்: Chiến tranh Việt Nam) அல்லது இரண்டாவது இந்தோ சீனப் போர், வியட்நாம் பகுதிகளில் அமெரிக்க எதிர்ப்புப் போர் (வியட்நாமியம்: Kháng chiến chống Mỹ) அல்லது சுருக்கமாக அமெரிக்கப் போர், வியட்நாம், லாவோசு மற்றும் கம்போடியாவில் 1965 இலிருந்து ஏப்ரல் 30, 1975ல் சைகானின் வீழ்ச்சி வரை நடைபெற்ற போரைக் குறிக்கும். சிலவேளைகளில் 1959 முதல் 1975 வரை இடம்பெற்ற நிகழ்வுகளை வியட்நாம் பிரச்சினை (Vietnam Conflict) என்று குறிப்பிடுவர். இப்போரானது அதிகாரப்பூர்வமாக வியட்நாம் சனநாயகக் குடியரசு (வட வியட்நாம்) க்கும் ஐக்கிய அமெரிக்காவின் ஆதரவுடன் வியட்நாம் குடியரசு (தென் வியட்நாம்) கும் இடையில் இடம்பெற்றது. வட வியட்நாம் படை சோவியத் ஒன்றியம், சீனா மற்றும் பிற கம்யூனிச நாடுகளால் ஆதரிக்கப்பட்டது, தெற்கு வியட்நாமியப் படை அமெரிக்கா, தென்கொரியா, ஆஸ்திரேலியா, தாய்லாந்து மற்றும் பிற கம்யூனிச எதிர்ப்பு அணியால் ஆதரிக்கப்பட்டது. எனவே இப்போர் பனிப்போர் காலத்திய பதிலிப்போர் என்று கருதப்படுகிறது.

வியட்டு காங் (தேசிய விடுதலை முன்னணி என்றும் அறியப்படுகிறது), வடக்கினால் ஆதரிக்கப்பட்ட ஒரு தெற்கு வியட்நாமிய கம்யூனிச முன்னணி, அப்பகுதியில் இருந்த கம்யூனிச எதிர்ப்பாளர்களுக்கு எதிராக கொரில்லா போர் முறையில் சண்டையிட்டது, அதேவேளையில், வியட்நாமின் மக்கள் படை, வடக்கு வியட்நாமிய இராணுவம் என்றும் அழைக்கப்படுகிறது, பெரும் படைகளுடன் வழக்கமான போர்முறையில் சண்டையிட்டது. போர் தொடர்ந்த போது வியட்டு காங்கின் இராணுவ நடவடிக்கைகள் குறைந்தது ஏனெனில் வடக்கு வியட்நாமிய இராணுவத்தின் பங்கு மற்றும் செயல்பாடுகளின் அதிகமாகின. அமெரிக்கா மற்றும் தெற்கு வியட்நாமிய படைகள், தேடி அழிக்கும் செயல்பாடுகளுக்கு, வான் வலிமை மற்றும் தரைப்படைகள், ஆட்டிலரி, வான்வழித் தாக்குதல்கள் போன்றவற்றைச் சார்ந்திருந்தன. போரின் போக்கில், அமெரிக்கா வட வியட்நாமின் மீது மிகப் பெரிய அளவில் திட்டமிட்ட வெடிகுண்டுத் தாக்குதல்களை நடத்தியது.

வட வியட்நாமிய படைகள் மற்றும் வியட்டு காங், வியட்நாமை மீண்டும் ஒருங்கிணைக்கப் போரிட்டன. அவர்கள் இப்பிரச்சினையை ஒரு காலனியாதிக்க போராகவும் பிரஞ்சு மற்றும் அமெரிக்கப் படைகளுக்கு எதிராக நடைபெற்ற முதலாவது இந்தோசீனா போரின் தொடர்ச்சியாகவும் பார்த்தனர். அமெரிக்கா அரசு இப்போரில் தங்களின் பங்கெடுப்பை தெற்கு வியட்நாமை கம்யூனிச அரசு கைப்பற்றுவதைத் தடுக்கும் ஒரு வழியாகப் பார்த்தது. மேலும் இது உலகம் முழுவதும் கம்யூனிசப் பரவலைத் தடுக்கும் ஒரு ஒடுக்குதல்

கொள்கையாகும்.

1950 களின் தொடக்கத்தில் அமெரிக்க இராணுவ ஆலோசகர்கள் அப்போதைய பிரஞ்சு இந்தோசீனாவிற்கு வந்தனர். 1960களில் அமெரிக்க படைகளில் பங்கு, 1961 மற்றும் 1962இல் படைகளை மும்மடங்காக்கியதுடன் அதிகமாகியது. அமெரிக்கா படைகளில் பங்கு 1964இல் டோகின் வளைகுடாவில் வடக்கு வியட்நாமியப் படையின் விரைவுப் படகுடன் அமெரிக்காவின் அழிப்பு போர்க்கப்பல் மோதிய நிழ்வுக்குப் பின் இன்னும் அதிகமாகியது. அதைத் தொடர்ந்து வியட்நாமில் அமெரிக்கப் படைகளின் இருப்பை அதிகப்படுத்தும் அதிகாரத்தை அமெரிக்க அதிபருக்கு வழங்கும் டோகின் வளைகுடாத் தீர்மானம் நிறைவேற்றப்பட்டது. 1965இன் தொடக்கத்தில் அமெரிக்க தாக்குதல் படைகள் தொடர்ந்து வியட்நாமில் நிலைநிறுத்தப்பட்டன. அவற்றின் தாக்குதல்கள் பன்னாட்டு எல்லைக்கோட்டையும் தாண்டியது: 1968 இல் அமெரிக்காவின் பங்கெடுப்பு உச்சத்தில் இருந்தபோது லாவோசு மற்றும் கம்போடியாவின் எல்லைப் பகுதிகளிலும் கடுமையாக வெடிகுண்டுகள் வீசப்பட்டன. அதேவேளையில் வியட்நாமிய கம்யூனிசப் படை எதிர் தாக்குதல்களைத் (Tet Offensive) தொடங்கியது. இந்த எதிர்தாக்குதல்கள் அதன் இலக்கான தெற்கு வியட்நாம் அரசை பதவியிலிருந்து விலக்குவதில் தோல்வியுற்றது, ஆனால் இது போரின் மிக முக்கியத் திருப்புமுனையாக அமைந்தது. தெற்கு வியட்நாமிற்கு பல ஆண்டுகள் இராணுவ உதவி செய்திருந்தாலும், இந்தப் போரில் அமெரிக்க அரசு வெற்றியை நோக்கி நகர்கிறது என்ற அரசின் வாதம் கற்பனையானது என்பதை இந்த எதிர்தாக்குதல் பெரும்பான்மையான அமெரிக்க மக்களுக்கு உணர்த்தின.

வடக்கு வியட்நாமின் கம்யூனிசப் படையினை எதிர்த்துப் போர் புரிவதை தெற்கு வியட்நாமிடமே ஒப்படைக்கும், "வியட்நாமியமாக்கல்" கொள்கையின் ஒரு பகுதியாக அமெரிக்கப் படைகள் படிப்படியாக பின்வாங்கின. 1973இல் அனைத்து தரப்பினரும் கையெழுத்த பாரிசு அமைதி ஒப்பந்தத்திற்குப் பின்னும் போர் தொடர்ந்தது. அமெரிக்கா மற்றும் மேற்கத்திய உலகில் ஒரு எதிர்ப்புக் கலாச்சாரமாக வியட்நாம் போர் எதிர்ப்பு இயக்கம் பெருமளவில் தோன்றியது.

1973, ஆகஸ்ட் 15 அமெரிக்கப்படைகள் முழுமையாகப் பின்வாங்கின. 1975 வடக்கு வியட்நாம் படை சைகானைக் கைப்பற்றயதுடன் போர் முடிவுக்கு வந்தது. அதை அடுத்த ஆண்டில் வடக்கு மற்றும் தெற்கு வியட்நாம் ஒன்றிணைந்தது.

இப்போர் பெருமளவும மனித உயிர்களைப் பலிவாங்கியது. இப்போரின் போது இறந்த வியட்நாமிய வீரர்கள் மற்றும் மக்களின் தோராயமான எண்ணிக்கை 966,000 இலிருந்து 3.8 மில்லியன்கள் வரை இருக்கும். 240,000 - 300,000 கம்போடியர்களும், 20000 - 62,000 லாவோசு மக்கள், 58,220 அமெரிக்க வீரர்களும் இப்பிரச்சினைகளில் கொல்லப்பட்டனர்,

மேலும் காணாமல் போன 1626 நபர்கள் இன்றும் கிடைக்கவில்லை.

போரின் பெயர் - இந்தப் போருக்குப் பல பெயர்கள் பயன்படுத்தப்பட்டு வருகின்றன. இப் போர் பொதுவாக வியட்நாம் போர் என்றே ஆங்கிலத்தில் அழைக்கப்படுகின்றது. சிலவேளைகளில் இரண்டாம் இந்தோசீனப் போர் மற்றும் வியட்நாம் முரண்பாடு எனவும் அழைக்கப்படுகின்றது.

இந்தோசீனப் பிராந்தியத்தில் பல முரண்பாடுகள் நடைபெற்றுள்ளதால் வேறு போர்களில் இருந்து வேறுபடுத்திக் காட்டுவதற்காக இப்போரின் தலைமை எதிர்ப்பாளர்களான வியட்நாமின் பெயரை இப்போருக்குப் பெயரிட்டனர்.[14] வியட்நாமிய மொழியில் இப்போர் பரவலாக 'காங் செயின் சோங் மை' (அமெரிக்காவிற்கு எதிரான எதிர்ப்பு போர்) என்று அறியப்படுகிறது, சுருக்கமாக 'சூ சென் டிரான் மை' (அமெரிக்கப்போர்) என்றும் அழைக்கப்படுகிறது. சில வேளைகளில் 'சென் திரான் வியட்நாம்' (வியட்நாம் போர்) என்றும் அழைக்கப்படுகிறது.

1949 ஆம் ஆண்டு பின்னணி - பிரான்சு 1850 களின் இறுதியில் இந்தோசீனத்தைக் கைப்பற்றத் தொடங்கியதுடன், 1893 ஆம் ஆண்டளவில் சமாதானத்தை நிறைவு செய்தது. 1884 ஆம் ஆண்டில் சாயல் உடன்படிக்கையின் அடிப்படையில் வியட்நாமில் ஏழு தசாப்தங்களுக்கு பிரெஞ்சுக் காலனித்துவ ஆட்சியை மேற்கொண்டது. தற்போது கம்போடியா மற்றும் வியட்நாம் நாடுகளை உள்ளடக்கிய பிரதேசம் 1888 இல் பிரெஞ்சு இந்தோ சீனக் குடியேற்றமாக்கப்பட்டது. பின்னர் இக்குடியேற்றத்தில் லாவோசும் இணைக்கப்பட்டது.

போர்க்குற்றங்கள் - வியட்நாம் போரின் போது பாரிய எண்ணிக்கையான போர்க்குற்றங்கள் நடைபெற்றன. இப் போரின்போது இருதரப்பினராலும் கற்பழிப்பு, குடிமக்கள் படுகொலை, பொதுமக்களை குறிவைத்து குண்டு வீச்சுகள், பயங்கரவாதம், சித்திரவதை மற்றும் போர்க் கைதிகள் கொலை போன்ற பரவலான போர்க்குற்றங்கள் இழைக்கப்பட்டன. அத்துடன் மேலதிக பொதுக் குற்றங்களான திருட்டு, தீ வைப்பு, மற்றும் சொத்துக்களை அழித்தல் போன்றவையும் இடம்பெற்றன.

இப்போரில் காடுகளில் மறைந்து வந்து தாக்கிய வியட்காங் கொரில்லா போராளிகளின் மறைவிடங்களை அழிக்க, அமெரிக்க இராணுவம் வியட்நாம் காடுகளை அழிக்க ஏஜன்ட் ஆரஞ்ச் எனும் நச்சு அமிலத்தை வான் வழியாக காடுகளின் மீது பெய்து, வேதித் தாக்குதல் நடத்தினர். இந்த நச்சு அமிலத்தால் வியட்நாம் காடுகள் அழிந்ததுடன், வியட்நாம் மக்கள் உடல் அளவில் பெரும் பாதிப்புக்கு உள்ளாகினர். அமெரிக்காவின் இந்த நச்சு வேதித் தாக்குதல்களால் பாதிக்கப்பட்ட வியட்நாமியர், பிரான்சு நீதிமன்றத்தில் வழக்கு தொடுத்து நட்ட ஈடு கோரி வருகின்றனர்.

35. வாள்

சுவிட்சர்லாந்து நாட்டு நீண்டவாள், 15ஆம் அல்லது 16ஆம் நூற்றாண்டு

வாள் (ஒலிப்புⓘ) (sword) என்பது பொன்மத்தால் ஆகிய கூரிய விளிம்பு கொண்ட, நீளமான அலகுடைய வெட்டுவதற்கும், குத்துவதற்கும் பயன்படும் ஓர் ஆயுதம் ஆகும். இதன் துல்லியமான வரையறை கருதப்படும் காலத்தையும் வட்டாரத்தையும் பொறுத்தமைகிறது. இவ்வாயுதம் உலகின் பல நாகரிகங்களிலும் பல நூற்றாண்டுகளாகப் பயன்பட்டது. வாள் ஒரு நீண்ட அலகையும், ஒரு கைப்பிடியையும் கொண்டிருக்கும். இதன் அலகு நேராகவோ வளைவாகவோ அமையலாம். குத்தும் வாட்களின் அலகு முனை கூராகவும் வளையாமல் நேராகவும் அமையும்; வெட்டும் வாளின் அலகு ஒரு பக்கத்திலோ அல்லது இரு பக்கங்களிலுமோ கூரிய விளிம்புகளுடன் வளைந்தும் இருக்கும். வாளின் அலகு விளிம்புகள் வெட்டுவதற்கும், அலகின் கூர்முனை குத்துவதற்கும் ஏற்றவகையிலும் இருக்கும். பெரும்பாலும் வாட்கள் இந்த இருவகைப் பயன்பாட்டுக்கும் ஏற்ப வடிவமைக்கப்படுகின்றன. வாள் போரின் அடிப்படை நோக்கமும், அதன் வடிவமும் பல நூற்றாண்டுகளாகவே மாற்றங்கள் பெரிதும் இன்றி இருந்துள்ளன. எனினும் அதன் நுட்பங்கள், அது பயின்றுவந்த பண்பாடுகள், காலப்பகுதிகள் என்பவற்றைப் பொறுத்து வேறுபட்டுள்ளன. இது முதன்மையாக வாள் அலகின் வடிவமைப்பினதும், அதன் நோக்கத்தினதுமான வேறுபாடுகளால் ஏற்பட்டது ஆகும். தொன்மங்களிலும், இலக்கியத்திலும் வரலாற்றிலும் பல வாள்களுக்குக் கொடுக்கப்பட்ட பெயர்களில் இருந்து அவற்றுக்கிருந்த மதிப்பைப் பற்றி அறிந்துகொள்ள முடிகிறது.

வரலாற்றியலாக, வாள் வெண்கலக் காலத்தில் குத்துவாளில் இருந்து தோன்றியது; மிகப் பழைய வெண்கலக்கால வாள் கி.மு 1600 அளவில் கிடைத்துள்ளது. பிந்தைய இரும்புக் கால வாள் மிகவும் குறுகியதாகவும் பிடியில் குறுக்குக் காப்பு இல்லாமல் அமைந்தது.

வாளைப் பயன்படுத்தும் தேர்ச்சி வாள்போர்க் கலை எனப்பட்டது. தொடக்க புத்தியல் காலத்தில் மேலைநாட்டு வாள் வடிவமைப்பு குத்துவாள், போர்வாள் என இரண்டு வடிவங்களாகப் பிரிந்தது.

உடைவாள் போன்ற குத்தும் கத்திகள் பின் குறுவாளாக மாறின. இவை இலக்கை வேகமாகவும் ஆழமான குத்துக்காயம் ஏற்படும்படியும் வடிவமைக்கப்பட்டன. இவற்றின் நேராக நீண்ட மெல்லிய சமனிலை வடிவமைப்பு இரட்டையர் போரில் அச்சமூட்டுவதக இருந்தது. ஆனால் வெட்டுவதிலும் தறிப்பதிலும் மிக பயனற்றதாக இருந்தது. குறிபார்த்து மேற்கொள்ளுக் குத்து போரை நொடிகளிலேயே முடிவுக்குக் கொண்டுவந்துவிடும்.

பட்டா(ள)க் கத்தியும் அகல்குறுவாளும் போன்ற வளைந்த அலகுகள் கொண்ட வாட்கள் போரிடுவதற்காக மிகவும் கூடுதலான எடையுடன் வடி-

வமைக்கப்பட்டன. இவை பல பகைவரைக் குதிரை மேலிருந்து வெட்டவும் தலைகளைச் சீவவும் ஏற்றவை. பட்டளக் கத்தியின் வளைந்த அலகின் முனைப்புற எடை போர்க்களத்தில் சமனிலையோடு அச்சமூட்டும் போர்நி-கழ்த்த வழிவகுத்தன. இவை கூரிய முனையும் இருபுற வெட்டுவிளிம்பும் கொண்டவை. இவை காலாட்படையில் ஒவ்வொரு வீரராக்க் குடலை ஊடு-றுவிச் சாய்க்க பொருத்தமாக அமைந்தன. எனவே இவை 20 ஆம் நூற்-றாண்டு வரை தொடர்ந்து பயன்பாட்டில் விளங்கின. அமெரிக்க நாவாய்ப்-படை இரண்டாம் உலகப்போர் வரை தன் படைக் கொட்டடையில் இவ்வகை அகல்குறு வாள்களைக் குவித்து வைத்திருந்தது. பின்னர் அவை காடுதிருத்த வழங்கப்பட்டன.

ஐரோப்பாவுக்கு வெளியே வாள்களாக நடுவண்கிழக்குப் பகுதியின் சுசி-மிதார் ச்னாவின் தாவோ யப்பானியக் கடானா அகியவை அமைகின்றன. சீனாவின் யியான் இருகூர் விளிம்பு வாளாகும். இது ஐரோப்பிய இரும்ப்புக் கால இருகூர்விளிம்பு கொண்ட வாளாகும்.

வரலாறு - பண்டைய வரலாறு - "வாள்கள்" எனக் கருதக்கூடிய ஆயு-தங்கள் அல்லது கருவிகள் கி. மு 3300 அளவில் இருந்து கிடைக்கிறது. துருக்கியின் அர்சுலாந்தெப்பேயில் கிடைத்த வாட்கள் ஆர்செனிய வெண்-கலத்தால் செய்யப்பட்டிருந்தன. இவை 60 செமீ நீளங்கொண்டவையாக அமைந்தன. இவற்றில் சில வெள்ளியாலாகிய அகட்டுடன் அமைகின்றன.

வெண்கலக் காலம்

அபா வகை வாட்கள், கி.மு 17 ஆம் நூற்றாண்டு.

நெபிரா கேடயத்துடன் இடைத்த வாள்கள், அண். கி.பி 1600.

வாள் கத்தி அல்லது குறுவாளில் இருந்து படிமலர்ந்த்தாகும். கத்தி ஒரு-பக்க வெட்டு விளிமபு கொண்ட்து; ஆனால் குறுவாள் இருபுற வெட்டு விளிம்பு கொண்ட்தாகும். நீளமான அலகுகளை செய்யமுடிந்ததும், கி.பி 3 ஆம் நூற்றாண்டின் இறுதிகாலப்பகுதியில் நடுவண் கிழக்குப் பகுதியில் ஆர்-செனிய வெண்கலத்தாலான வாள்கள் தோன்றின. பின்னர், காரீய வெண்கல வாட்கள் உருவாகின.

வெண்கலத்தின் இழுவலிமை ஒப்பீட்டளவில் குறைவாக உள்ளதால் 60 செமீ நீளத்தைவிட கூடுதலான நீளத்தில் அவை எளிதாக வளையும் என்-பதால் செய்ய முடியவில்லை. குறுவாளில் இருந்து வாள் மிக மெதுவாகப் படிமலர்ந்த்து; வாளென ஐயமின்றி வகப்படுத்தப்பட்ட ஆயுதம் கி.பி 17 ஆம் நூஊற்றாண்டில் மினோவன் கிரீட்டில் கண்டெடுக்கப்பட்டது. இதன் நீளம் 100 செமீ அளவை விடக் கூடுதலாக அமைந்தது. இவை அயேகிய வெண்-கலக் காலத்தின் முதல்வகை வாள்களாகும்.

மிக முதன்மையான நெடுநாள் நிலைத்திருந்த ஐரோப்பிய வெண்கல வாள் இரண்டாம் நௌவே வகையாகும் (இவ்வாளை யுலியசு நௌவே முதலில் விவரித்துள்ளதால் பெயரிடப்பட்டுள்ளது), மேலும் இது

Griffzungenschwert எனும் "பிடிநாக்கு வாள்" எனவும் வழங்கப்படுகிறது. இவ்வகை கி.பி 13 ஆம் நூற்றாண்டில் தோன்றின. இவை வடக்கு இத்தாலி-யில் புதைதாழிப் பின்னணியில் கிடைக்கின்றன. இவை இரும்புக்காலம் வரை ஏழு நூற்றாண்டுகளுக்கு நீடித்து நிலைத்துள்ளன. இந்தக் கலகட்ட்த்துக்குள் வளாக்க பொன்மவியல் வெண்கலத்தில் இருந்து இரும்புக்குப் புடைபெயர்ந்-தது. என்றாலும் வடிவமைப்பு மாறவில்லை.

இரும்புக் காலம்

கால்சுடேட் வாள்கள், வேல்சு அருங்காட்சியகம்.

இரும்பு கி.பி 13 ஆம் நூற்றாண்டில் வழக்கில் பரவலானது. இதற்கு முன் வாளின் பயன்பாடு அருகியே இருந்தது. இரும்பு போதுமான கரிம அளவைக் கொண்டிருப்பினும் நீர்தெளித்து தணைக்கப்படுவதில்லை. இதுவும் சமட்டலால் வெண்கலத்தைப் போலவே வன்மைபடுத்தப்படுகிறது. இதனால், இரும்பு வாள் வெண்கல வாளைவிட ஒப்பீட்டளவில் சற்றே கூடுதலாக வலிவும் உறுதியும் கொண்டுள்ளது. இவை பயன்பாட்டில் வளைந்து பின் முந்தைய வடிவத்தைப் பெறவல்லவை. இரும்பு எளிதாக உருவாக்கப்படுவதாலும் மலைவான விலை-யில் ஏராளமாக இரும்பாக்கும் கச்சாப்பொருட்கள் கிடைப்பதாலும் படையில் உள்ள அனவருக்கும் வாள்களைத் தரமுடிந்தது. இருந்தாலும், வெண்கலக்-கால எகிப்தியர்கள் வெண்கல வாட்களைக்கூட படையில் இருந்த ஆனை-வருக்கும் தந்தனர்.

பண்டைய வாட்கள் இடுகாடுகளில் கிடைக்கின்றன. பிணத்துக்கு வலதே அவை வைக்கப்பட்டன. என்றாலும், இதற்கு விதிவிலக்கும் உண்டு. பல இடங்களில் வாள் பிணத்தின் மீதும் வைக்கப்பட்டுள்ளன.

பல பிந்தைய இரும்புக் காலக் கல்லறைகளில், வாளும் கைப்பிடியும் 180 பாகைக் கோணத்தில் வளைத்து வைக்கப்பட்டுள்ளன. இம்மரபு வாளைக் கொல்லுதல் என வழங்கப்படுகிறது. இதில் இருந்து வாள் அவர்களால் வல்-லமையும் திறனும் வாய்ந்த்தாக்க் கருதப்பட்டுள்ளது என்பது விளங்குகிறது.

தமிழர் பண்பாடு - சடங்குகள்

போலந்து அரசர்கள் தம் முடிசூட்டு விழாவில் அணியும் சுசெர் பியெக் எனும் வாளின் பட ஆவணம், 12 ஆம்-13 ஆம் நூற்றாண்டு.

உலக முழுவதும் போரின்பொழுதும், அரச விழாக்களின் பொழுதும் வாளுக்கு முதன்மை வாய்ந்த பங்குண்டு. தரைப்படையிலும் நாவாய்ப்படை-யிலும் விழாக்காலங்களிலும் அரசு முடிசூட்டு விழாவிலும் தேசிய சிறப்பு நாட்களிலும் கீழ்நிலையில் தொடங்கி, உயர்மட்ட அளவில் உள்ள போர்வீரர் வரை, பதவிக்கேற்ப சீருடை அணிந்து வாளேந்தி, அணிவகுப்புகளை மேற்-கொள்வர்.

அமெரிக்காவிலும் இந்த சடங்கு முறை உள்ளது. கடற்படை இணைத் தளபதி பதவியைவிட உயர்ந்த பதவி வகிப்பவர், அரச விழாக்களில் வாளேந்தி நிற்பர். பதவி மாற்றம் நிகழும்பொழுதும், வாளைப் பிடித்தபடி

இருப்பர். படை அலுவலர் திருமணங்களிலும் சில வேளைகளில் திருச்சவை அல்லது பேராய விழாக்களிலும் கூட சீருடையில் வாள் பயன்படுவதுண்டு.

புறவடிவம்

வாளில் அலகும் கைப்பிடியும் அமைந்திருக்கும்.

வாள் உறை வாள் அலகைப் பயன்படுத்தாதபோது செருகிவைக்கும் உறையாகும்.

அலகு

வாள் அலகுகளின் ஆக்கத்தில் பல்வேறு விரிவான வடிவமைப்புகள் உள்ளன. எதிர் விளக்கப்படத்தில் இடைக்கால ஐரோப்பிய வாள் காட்டப்பட்டுள்ளது.

பொன்மவியல் தொழில்நுட்ப இயலாமையால், தொடக்கநிலை இரும்பு வாளின் நுனி புள்ளிவடிவில் அமைந்தது. எனினும், இவை மெல்லிய கவசம் அணிந்த எதிரிகளைக் குத்த விளைவுமிக்கதாக அமைகிறது. கவச வடிவமைப்பு மேம்பட்டதும் அலகுகள் வலிவாகவும் கூர்மையாகவும் கவசத்தை ஊடுருவிக் கிழிக்க வல்லபடி செய்யப்பட்டன.

திறம்பட்ட வெட்டலகுகள் அகலமான முன்பட்டையாக காடிகளுடன் அமைந்திருக்கும். இவை வாள்காடிகள் எனப்படுகின்றன. இவை எடையைக் குறைக்கும் அதேவேளையில் உறுதியையும் குறைக்கும். வெட்டலகுகளின் விளிம்புகள் வாளுக்கு இணையாக அமையும். குத்தலகுகள் தடித்த அலகுடன் சிலவேளைகளில் நடுமுகட்டுடன் உறுதியாக அமைந்திருக்கும். இது நல்ல சரிடுடனும் கூரிய நுனியுடனும் அமைகின்றன.

வெட்டும் வாளின் அலகு குறுங்கோணச் சரிவு விளிம்புடன் அமையும். இது போரில் சண்டiயிடும்போது, விரிகோணச் சரிவு விளிம்புள்ள அலகை விட வேகமாக வாளைத் தரமிழக்கச் செய்துவிடும். மேலும் குறுங்கோணச் சரிவு வாளைன் கூர்மைக்கு முதனமையான காரணி அன்று.

அலகின் மொத்தல் மையத்துக்கும் நுனிக்கும் இடையில் உள்ள பகுதி கருக்கு எனப்படுகிறது. ஈர்ப்பு மையத்துக்கும் கைப்பிடிக்கும் இடையில் உள்ள அலகின் பகுதி வன்கடை எனப்படுகிறது . மொத்தல் மையத்துக்கும் ஈர்ப்பு மையத்துக்கும் இடையில் உள்ள அலகின் பகுதி வாளிடை எனப்படுகிறது.

காப்புக்கு அடியில் தீட்டப்படாமல் உள்ள குறும்பகுதி வாளின் தோள் எனப்படுகிறது. பல வாட்களில் தோள் அமைவதில்லை. சில நீண்ட வாட்களில் தோள்பகுதி பொன்ம உறையோடு அமைந்திருக்கும். நெருங்கிய போரில் வாள்வீரர்கள் இப்பகுதியை உறுதியாக பிடித்துக்கொள்வர். வாளின் தோள்பகுதியில் தொழில்குறி/செய்பவர் குறி அமைந்திருக்கும்.

கைப்பிடியைச் செருகும் அலகின் நீட்சி செருகு அல்லது முளை எனப்படுகிறது.

யப்பானிய அலகுகளில் தொழில்குறி பிடிக்கடிச் செருகில் அமைந்திருக்கும்.

கைப்பிடி

உடைவாளின் கைப்பிடி. இது வீச்சுக் கைப்பிடி ஆகும்

உமர் மன்னர் வாள், பிந்திய கைப்பிடியுடன்.

வாள் உறையும் கச்சும்

வாளுடன் அமைந்த இணையமைப்புகளில் வாள் உறையும் வாள் கச்சும் அடங்கும்.

வாளின் வகைமையியல்

ஒற்றை, இரட்டை விளிம்பின

மேலே விளக்கியது போல, நீள்வாள், அகல்வாள், பெருவாள், காயெலிக் கிளேமோர் வாள் என்பன காலகட்டத்தைச் சார்ந்து ஒவ்வொன்றும் ஒரு குறிப்பிட்ட வாளின் வகையைக் குறிப்பனவாகும்.

வாள்/ஜியான் - பெருபாலான ஆசிய நாடுகளில், வாள் (ஜியான் (jian) 劍, ஜியோம் (geom.) (검), கென் (ken)/சுருகி (tsurugi) (剣), பெடாங் (pedang)) என்பது இரட்டை விளிம்பு நேரலகு ஆயுதமாகும்; கத்தி அல்லது பட்டாக் கத்தி (தாவோ (dāo) 刀, தோ (do) (도), தோ (to)/கடானா (katana) (刀), பியாசு (pisau), கோலக் (golok)) ஒற்றை விளிம்பு வாளையே குறிப்பிடும்.

கிர்ப்பான்/காண்டா - சீக்கிய வரலாற்றில், வாளுக்கு உயர்வான மதிப்பு நிலவுகிறது. கிர்ப்பான் எனும் ஒற்றை விளிம்பு வாளும் காண்டா அல்லது தேகா எனும் இரட்டை விளிம்பு வாளும் பண்பாட்டுப் பெருமிதங்களாக கருதப்படுவனவாகும்.

சுரிகை வாள் - தென்னிந்தியாவின் சுரிகை வாள் இரட்டை விளிம்பு வாளாகும். இது கேரளாவின் மரபு வாளாகக் கருதப்படுகிறது. இந்து சமயத்தில் வாள் வேட்டைக் கடவுளாகிய வேட்டக்கொருமகன் ஆயுதமாக வணங்கப்படுகிறது.

பின்கூர்வாளும் பால்சியனும் - ஒற்றை, இரட்டை விளிம்பு வாட்களுக்கு தனி மரபுப் பெயர்கள் உண்ட் என்றாலும் அனைத்தும் சேர்ந்து வாள் எனும் ஒருசொல்லாலேயே வழங்கப்படுகின்றன. எடுத்துகாட்டாக, பின்கூர்வாள் என்பது ஒற்றை விளிம்பு வாளாகும் என்றாலும் அதற்கு பால்சியன் எனும் சிறப்புப் பெயரும் உண்டு.

ஒருகை அல்லது இருகை பயன்பாடு

இருகை வாள், இத்தாலி, கி.பி 1623.

இருகை வாளின் படிவம்

இருகை வகையின

இருகை வாள் என்பது அதைக் கையாள இருகைகளும் தேவைப்படும் வாளைக் குறிப்பிடும். என்றாலும் அதன் உண்மையான பொருளில் இது 16 ஆம் நூற்றாண்டில் வழக்கில் இருந்த மிகப் பெரிய வாளையே குறிக்கிறது.

வரலாறு முழுவதும் பொதுவாக இருகை வாளை விட ஒருகை வாளே வழக்கில் இருந்தது. இதற்கு ஒரே விதிவிலக்கு யப்பானில் இருகா வாட்கள் பொதுவான வழக்கில் இருந்துள்ளன என்பதேயாகும்.

ஒன்றரைக் கைவாள் - ஒன்றரைக் கைவாள் என்பது கொச்சையாக "சோரன் வாள் (bastard sword)" எனப்படுகிறது; இது ஒரு அல்லது இருகையால் கையாளக்கூடியதாக அமைந்த நீண்ட கைப்பிடியமைந்த வாளாகும். இந்த வாட்கள் இருகையாலும் முழுமையாக பிடிக்கப்படாவிட்டாலும் இரண்டாம் கையில் கேடயமோ அல்லது சுருட்குத்து வாளோ உடனமைந்திருக்கும்; அல்லது ஓங்கி அடிக்க இருகைகளும் பயன்படலாம். இதை நீண்ட வாள் அல்லது இருகை வாள் அல்லது கட்டாயமாக இருகைகளால் கையாளும் வாளோடு குழப்பிக்கொள்ளக்கூடாது.

புனைகதை வகைகள்

ஆற்றல் வாள் (அறிவியல் புனைகதை)

மாய வாள் (வியன் புனைவியல் (fantasy))

36. ஏழு செவ்விய போரியல் நூல்கள்

சீனா 5000 ஆண்டுகளுக்கு மேலானா நாகரீகம் கொண்ட தேசம். அதன் நீண்ட வரலாற்றில் பலநூறு பெரும் போர்களைச் சந்திதுள்ளது. பல பேரரசுகள் இந்த தேசத்தை ஆட்சி செய்த்துள்ளன. பேரரசுகள் கொடுங்கோல் ஆட்சி செய்த போது எதிர்ப்புப் போரட்டங்கள் வெடித்துள்ளன. வெளியில் இருந்தும் பலர் சீனாவை ஆக்கிரமித்து இருந்தனர். இந்த பின்னணியில் சீனாவின் போர்க்கலைப் பட்டறிவும் படிப்பறிவும் விரிந்து இருந்தது என்பதில் வியப்பில்லை. 11 ஆம் நூற்றாண்டில் பல்வேறு போரியல் தொடர்பான நூல்கள் தொகுக்கப்பட்டு ஏழு செவ்விய போரியல் நூல்களாக அறியப்பட்டன. பின்வந்த அனேக சீனப் போரியல் நிபுணர்களும் தளபதிகளும் இவற்றைப் படித்து பயன்படுத்தினர். இவற்றை மேற்குநாட்டினரும் கவனமெடுத்து படித்தனர்.

அவையானவை:

Jiang Ziya (Taigong)'s Six Secret Teachings

The Methods of the Ssu-ma (Also known as Sima Rangju Art of War)

சுன் த்சு - போர்க் கலை (நூல்)

Wu Qi's Wu-tzu

Wei Liao-tzu

Three Strategies of Huang Shih-kung

Questions and Replies between T'ang T'ai-tsung and Li Wei-kung

சன் ருசு (Chinese: 孫子; pinyin: Sūn Zǐ; ஆங்கிலம்:Sun Tzu - "Master Sun") என அறியப்படும் Sūn Wǔ (孫武; c. 544—496 BC) இன்றும் துல்லியமாக படிக்கப்படும் பயன்படுத்தப்படும் போர்க்கலை என்ற நூலை இயற்றியவர். போர்க்கலை சன் ருசுவினால் கள முனையில் நிரூபிக்கப்பட்ட கோட்பாடுகளையும், அவருக்குபின் அதற்கு போர்க்கலை நிபுனர்களால் தரப்பட்ட உரைகளையும் கொண்டிருக்கிறது. போர்க்கலையில் பயன்படும் மூல உபாயங்களையும் உத்திகளையும் சிறப்பாக விபரிக்கிறது.

37. குடிப்படை

குடிப்படை (Militia) - ஒரு நாட்டின் இராணுவத்திற்குத் தேவையான நேரத்தில் உதவி புரிவதற்காக, முன்னேற்பாடாக அமைக்கப்பட்டிருக்கும் படை.அமைதி நிலவும் காலத்தில் நிலையான பெரும்படையைப் பராமரிப்பது என்பது எந்த நாட்டினாலும் இயலாத ஒன்றாகும். அப்படிச் செய்தால் நாட்டின் பொருளாதார வசதிகளும், செல்வமும் சீர்கெடும். எனவே, போரில் அல்லது அயலவர் படையெடுப்பை முறியடிக்கும் பணியில் இராணுவம் ஈடுபட்டிருக்கும் பொழுது, உள்நாட்டில் அமைதிக் காக்கவும், பாதுகாப்பு நடவடிக்கைகளை மேற்கொள்ளவும் குடிப்படை அமைக்கப்படுகிறது.இப்படையினருக்கு எல்லாப்படைப்பயிற்சிகளும் அளித்து, இரண்டாவது வரிசை இராணுவமாக உருவாக்குகின்றனர். இதனால் போர் நடவடிக்கைகளுக்குக் கூடுதலான வீரர்கள் தேவைப்படும் பொழுது, ஏற்கனவே பயிற்சி பெற்று முன்னேற்பாடாக இருக்கும் இப்படையிலிருந்து, இராணுவத்திற்கு வீரர்களை சேர்த்துக் கொள்ளப் படுகின்றனர்.

இந்திய அமைப்பு - இந்தியாவில் குடிப்படை என்ற பெயரில் ஒரு அமைப்பு இல்லை. எனினும், பிரதேசப்படை(Territorial army), லோக் சகாயக் சேனை(Lok sahayak sena) என்னும் இரண்டு அமைப்புகள் குடிப்படையின் தரத்துடன் இருக்கிறது.

பிரதேசப்படை - பொதுமக்களையும் நாட்டுப்பாதுகாப்பில் ஈடுபடுத்துவதே, இப்படையின் முக்கிய நோக்கமாகும். தரைப்படைக்குப் பக்கபலமாக இருந்து, போக்குவரத்துப் பாதைகளையும், கடற்கரைகளைக் காப்பதும், பொதுவாக நாட்டில் அமைதியும், சட்டமும் நிலவுவதற்கு, அரசாங்கத்துக்கு உறுதுணையாக நிற்பதும், தேவையானபோது இராணுவத்திற்கு ஆட்களை அனுப்பி உதவுவதுமே இதன் கடமைகளாகும்.இந்தியாவில் இரண்டாவது பாதுகாப்பு அணியாக (second line defence) 1949-இல், பிரதேசப்படையொன்று அமைக்கப்பட்டது. பிரதேசப்படைச் சட்டம் 1948, செப்டம்பரில் இந்திய நாடாளுமன்றம் நிறைவேற்றியது. 1949 முதல் ஆட்களைச் சேர்ப்பது தொடங்கப் பட்டது. இப்படையில் பல்வேறு படைக்கல, படைப்பணி அணி-

கள் உள்ளன. அவை வருமாறு;-

பீரங்கிப்படை - இதில் வானூர்தி எதிர்ப்பும், கரைப் பாதுகாப்பும் அடங்குகிறது.

பொறி இயலர் அணி - இதில் துறைமுக தொடருந்துப் பிரிவுகளும் அடங்கும்.

செய்தி அணி - தபால் தந்தி உட்பட

தரைப்படை அணி

மருத்துவப்படை அணி

மின்சார-எந்திரப் பொறியியலர் படை அணி

பயிற்சியும், சலுகைகளும்இவ்விதம் திரட்டப்படும் படை அணிகள், மாநிலப் பிரிவுகள், நகர்பிரிவுகள் என இருவகையாக ஆட்களைத் தேர்ந்தெடுத்துப் பயிற்சியளிக்கின்றனர். பயிற்சி ஏதுமில்லாத சாதாரணத் தொழிலாளர்கள் முதல் உயர்ந்த தொழில் நுட்ப நிபுணர்கள் வரை, 18 முதல் 35 வயதுடைய(அகவையுடைய), திடமான உடல்உடைய எல்லோரும் இப்படையில் சேரத் தகுதியுள்ளவர்கள் ஆவார்கள். முன்னாள் இராணுவத்தினருக்கும் உயர்ந்த தொழில் நுட்பத் தகுதி வாய்ந்தவர்களுக்கும் வயது வரம்பு தளர்த்தப்படுகிறது. அரசு ஊழியரும், தனியார் அலுவலக ஊழியரும் கூட இப்படையில் சேரலாம்.அவர்களின் பயிற்சிகாலங்கள், அவர்கள் முன்னர் பணிசெய்த இடங்களின் பணிநாட்களையே குறிக்கும். இந்நடைமுறை மூலம் பயின்றவர்களின் வேலை முன்னிலைக்(seniority) காக்கப்படுகிறது.

பயிற்சிக்கு ஏற்ப நிரந்திரப் படைப்பிரிவினருக்கு அளிக்கப் படும் சம்பளங்களும், சலுகைகளும் இவர்களுக்கும் அளிக்கப்படுகிறது. இத்தகையப் பயிற்சிக்கு உரிய நிறுவனங்களும், அலுவலகங்களும் பயிற்சிக்கு தடையேதும் இல்லாமல் அனுப்ப வேண்டும். மேற்கூறியவைகள் பிரதேசப்படைச் சட்டத்தின் மூலம் காக்கப் படுகிறது. இந்திய இராணுவக் கழகத்தில் அளிக்கப்படும் அதிகாரிகள் பயிற்சிக்கு, பிரதேசப்படையினரையும் சேர்த்துக்கொள்ள2.5% இட ஒதுக்கீடு செய்யப்பட்டுள்ளது.இக்கழகத்தில் பயிற்சி முடிந்ததும், இராணுவத்தில் நிலையான ஆணைப் பெற்ற அதிகாரிகளாகச் சேர்த்துக் கொள்ளப்படுகிறார்கள். எச்சூழ்நிலைகளிலும் மேற்கண்டப் பயிற்சி பெற்றவர்கள், இந்தியாவுக்கு வெளியே பணியில் அமர்த்தப்பட மாட்டார்கள்.

மாநிலப் பிரிவுகள் - மாநிலப்பிரிவுகளுக்கு, ஆட்கள் கிராமப் பகுதிகளிலிருந்து சேர்க்கப் படுகிறார்கள். இவர்களுக்கு ஆண்டுதோறும் 2,3 மாதங்கள் தொடர்ச்சியாகப் பயிற்சியளிக்கப் படுகிறது.

நகரப்பிரிவுகள் - நகரப்பிரிவுகளுக்கு, ஏற்கனவே அமைந்துள்ள பெரியநகரங்களிலிருந்து ஆட்கள் சேர்க்கப்படுகின்றனர். இவர்களுக்கு வாராந்திர அடிப்படையில் மாலை வேளைகளிலும், ஞாயிற்றுக் கிழமைகளிலும், விடுமுறை நாட்களிலும் பயிற்சி அளிக்கப்படுகிறது. அவ்வப்போது இவர்களுக்கென, தொடர்ந்து நான்கு நாட்களுக்கு மேற்போகாமல் பயிற்சி முகாம்களும்

நடத்தப் படுகின்றன.

லோக் சகாயக் சேனை - இந்தியா சுதந்திரம் பெற்ற நாளிலிருந்து, நாட்டு மக்களுக்கு இராணுவப் பயிற்சி அளிக்க வேண்டும் என்ற கோரிக்கை வலியுறுத்தப்பட்டு வந்தது. இதற்கிணங்க,1950-இல் பிரதேசத் துணைப்படை அமைக்கப்பட்டது. பொதுமக்களில் இயன்ற அளவு அதிகமானவர்களுக்கு அடிப்படையான இராணுவப் பயிற்சியளிப்பதே இத்திட்டத்தின் முக்கிய நோக்கம். பின்னர், இத்திட்டத்தின் செயல்வரம்பை மேலும் விரிவு படுத்த எண்ணி, பிரதேசத் துணைப்படையைக் கலைத்து விட்டு, அதற்குப் பதிலாகத் தேசியத் தொண்டர் படை நிறுவினார்கள். இப்படைக்குத்தான் பின்னர் லோக் சகாயக் சேனை எனப் பெயிரிடப்பட்டது.

லோக் சகாயக் சேனை 1955, மே, 1-இல் தொடங்கப்பட்டது. ஐந்து ஆண்டுகளுக்குள் ஐந்து இலட்சம் பேருக்கு இராணுவப் பயிற்சியளிக்கத்திட்டமிடப்பட்டது. முன்னால் இராணுவத்தினர், தேசிய மாணவர் படையினர் தவிர, 18 முதல் 40 வயதுவரையுள்ள உடல்திடமுடைய மற்ற எல்லோரும் இச்சேனையில் சேரலாம்.முன்னால் இராணுத்தினரும், மாணவர் படையினரும், பிரதேசப் படையில் மட்டுமே சேர்த்துக் கொள்ளப்படுவர்.

தேசியப் பணியில் மக்களுக்கு ஆர்வம் உண்டாகும் படி செய்வதும், அவர்களை ஒழுங்கையும், கட்டுப்பாட்டையும் கடைப்பிடிக்கும்படி செய்வதும், அவர்களிடம் தன் கையே தனக்குதவி என்ற மனப்பான்மையையும், பொறுப்புணர்ச்சியையும் வளர்ப்பதுமே இச்சேனையின் முக்கிய நோக்கங்களாகும். மாறாக, நாட்டுப் பாதுகாப்புக்கான படைவீரர்களைத் தேர்ந்தெடுப்பது இதன் நோக்கம் அன்று.

லோக் சகாயக் சேனையின் சார்பில் நாடெங்கிலும் பயிற்சி முகாம்கள் நடத்தப்படுகின்றன.இம்முகாம்களில், சேனை வீரர்களுக்கு, உடற்பயிற்சிகள், துப்பாக்கிப் பயிற்சிகள், போர்க்கள அடிப்படைப் பொறியியல் பயிற்சிகள், முதலுதவிப் பயிற்சிகள், சுகாதாரப் பயிற்சிகள் முதலிய இராணுவப் பயிற்சிகளோடு, பொதுக் கல்வியும் புகட்டப்படுகிறது.பயிற்சி முகாம்கள் ஒன்று அல்லது இரண்டு வாரங்கள் தொடர்ச்சியாக நடக்கும். எல்லையோர மாநிலங்களில் 15 நாட்கள் நடைபெறும். ஒவ்வொரு முகாமிலும் அதிக அளவு 500 பேருக்குப் பயிற்சியளிக்கப்படும்.

1955, மே1-லிருந்து, 1963 டிசம்பர், 31 முடிய நாடெங்கிலும் மொத்தம் 1,671 பயிற்சி முகாம்கள் நடந்துள்ளன. இவற்றில் மொத்தம் 7,40,284 பேர் பயிற்சி பெற்றிருக்கின்றனர். பொது மக்களை உடலாலும், உள்ளத்தாலும் திடமான குடிமக்களாக உருவாக்குவதற்கு லோக் சகாயக் சேனை உறுதுணையாக இருக்கிறது.

5

தேவை ஒரு கொரில்லா

1. அமெரிக்க வரி விதிப்பில் ஆட்டம் காணும் இந்தியாவும் தமிழ்நாடும்

- பாஸ்கர் செல்வராஜ்

மாற்றங்களற்ற பல பத்தாண்டுகள் உண்டு; சில வாரங்களில் பல பத்தாண்டுகளுக்கான வாரலாற்று மாற்றங்கள் நிகழ்ந்து விடுவதும் உண்டு என்ற லெனினின் கூற்றை உண்மையாக்குவது போல கடந்த சில வாரங்களாக உலக இந்திய அரசியல் மாற்றங்கள் நடந்து கொண்டிருக்கின்றன.

உலக நாடுகளின் மீதான அமெரிக்க வரிவிதிப்புப் போர் அதனைத் தொடர்ந்த உலக இந்திய நாடுகளின் நகர்வுகள் ஒரு புத்தகம் எழுதுவதற்கும் ஒரு மாபெரும் சமூக மாற்றத்துக்குமான உள்ளடக்கத்தைக் கொண்டிருந்தாலும் இதுகுறித்த உரையாடல்கள் ட்ரம்ப், மோடி ஆகிய தனிநபர்களை மையப்படுத்தியதாக இருக்கிறது.

நேற்றுவரை மோடி கைகுலுக்கி கட்டி அணைத்த அமெரிக்கா ஒரே வாரத்தில் வில்லனானது. வில்லனாகச் சித்தரிக்கப்பட்ட சீனாவுடன் மோடி கைகுலுக்கி சிரித்துப் பேசும் படம் உலகம் முழுக்க பேசுபொருள் ஆனது. இந்த அரசியல் மாற்றத்திற்கான அலசல்கள் அனைத்துப் பத்திரிக்கைகளையும் நிறைத்தது. அவை அனைத்தும் பெரும்பாலும் ட்ரம்ப்பின் அதிரடி அரசியல் நடவடிக்கைகளாகவும் மோடியின் தோல்வியாகவும் இராஜதந்திரமாகவும் சித்தரித்தன.

ஆனால் இந்த வரிவிதிப்புப்போர் ஆப்கன் போன்ற நாடுகளில் உள்ள "தீவிரவாதத்துக்கு" எதிரான போர்கள், சதாம், கடாபி போன்ற சர்வாதிகாரிகளை வீழ்த்தி "சனநாயகத்தை" ஏற்படுத்த செய்த போர்கள், சிரியா போன்ற மேற்காசிய நாடுகளில் நடந்த உள்நாட்டு போர்கள், பாலஸ்தீன இசுரேலிய, ஈரான், உக்ரைன் உள்ளிட்ட நாடுகளில் நடக்கும் போர்கள், வண்ணப்புரட்-

சிகள், சீனாவுக்கும் மற்ற நாடுகளுக்கும் எதிரான அமெரிக்காவின் பொருளாதாரப்போர்கள், வணிகப்போர்கள், பணப்போர்கள், நிதியச்சந்தை போர்கள், சில்லுகளுக்கான போர்கள், கொரோனாவின் போதான "சனநாயக" நாடுகளின் "சர்வாதிகார" நாடுகளுக்கு எதிரான திரிபுத்தகவல் போர்கள் என பல போர்களின் வரிசையில் இப்போது வரிவிதிப்புப்போர் நடந்து கொண்டிருக்கிறது.

இவை எல்லாம் இந்த இரு நபர்கள் ஆட்சிக்கு வருவதற்கு முன்பே தொடங்கி நடந்து வருவது. எனவே இது இருதனிநபர்கள் தொடங்கி நடத்தும் வாரலாற்று நிகழ்வுகள் அல்ல. இந்தக் கட்டமைப்பு கோரும் வரலாற்று மாற்றங்களுக்கான போர்களை இந்தத் தனிநபர்கள் இப்போது தலைமை தாங்குகிறார்கள் என்பதுதான் சரியானது.

எனவே இவர்களை மையப்படுத்தி கட்டமைக்கும் கருத்தியல் உண்மையை மக்களிடம் மறைக்க உருவாக்கப்படும் சொல்லாடல்கள் மட்டுமே.

இந்த வரிவிதிப்புப் போரின் தொடக்கம் அமெரிக்க சீன மோதலாகவே முதலில் தொடங்கியது. மற்ற சப்பான், இந்தியா போன்ற நாடுகள் வரிவிதிப்பைத் தவிர்க்க பேச்சுவார்த்தைக்குச் சென்றன. மாறிமாறி வரிவதித்துக் கொண்ட அவர்கள் இருவரும் இப்போது பேச்சுவார்த்தை நடத்திக் கொண்டிருக்கிறார்கள்.

பேச்சுவார்த்தைக்குச் சென்ற நாடுகள் வரிவிதிப்புத் தாக்குதலை எதிர்கொண்டு வருகின்றன. எதிரியிடம் மண்டியிட்ட பிறகு தன்னுடன் இதுவரை இணைந்து பயணம் செய்தவர்களின் மீது அமெரிக்கா பாய்ந்து தாக்கும் தர்க்கம் புரியாமல் அனைவரும் குழம்புகிறார்கள். அப்படிப் பாய்ந்தாலும் கல்லானாலும் கணவன் புல்லானாலும் புருசன் என்பதைப்போல இந்த நாடுகள் அவர்களின் கால்களைக் கட்டிக் கொண்டு மன்றாடுகின்றன. காரணம் அவர்களின் சந்தைக்கான இவர்களின் உற்பத்தி சார்பு, அமெரிக்கர்களின் கைகளில் சிக்கியிருக்கும் இவர்களின் டாலர் கையிருப்புக் குடுமி தவிர வேறு என்ன இருக்கமுடியும்.

அமெரிக்க விவசாய, பால் பொருட்களை இந்தியாவுக்குள் வரியின்றி விற்க அனுமதிக்க ஒன்றியம் மறுத்தது பேச்சுவார்த்தைத் தோல்வியடையக் காரணமாகி இந்தியா மீது அமெரிக்கா 25 விழுக்காடு வரிவிதிப்பில் முடிந்தது.

அதனை அடுத்து யாரும் எதிர்பார்க்காத வகையில் 25 விழுக்காடு வரி ரசிய எண்ணெய் இறக்குமதி செய்வதற்கான தண்டனையாக உலக தாதாவினால் கொடுக்கப்பட்டது. நான் யாரிடம் எண்ணெய் வாங்கினால் உனக்கென்ன?

இறையாண்மை கொண்ட எனது நாட்டின் தெரிவில் தலையிட உனக்கென்ன உரிமை இருக்கிறது? என்று கேட்பதற்குப் பதிலாக நீங்கள் சொல்லித்தான் வாங்கினோம் இப்போது நீங்களே தண்டிக்கும் தர்க்கம் புரியவில்லை

என்று இன்னொரு நாட்டில் போய் இந்திய வெளியுறவு அமைச்சர் ஒப்பாரி வைத்தது இந்தியாவின் நவகாலனிய தன்மையைக் காட்டுவதாக இருந்தது.

திடீரென ஏன் இந்தச் சிறப்புத் தண்டனை என்பது பலருக்கும் புரியாத நிலையில் எண்ணெய்யை இறக்குமதி செய்து கொழுக்கும் ரிலையன்ஸ், நயரா நிறுவனங்களை விட்டுவிட்டு ஆபரணக் கற்கள், ஆடைகள், தோல் பொருட்கள், பொறியியலாக்கப் பொருட்கள், இறால் ஏற்றுமதி ஆகியவற்றின் மீது இந்த 50 விழுக்காடு வரியை நடைமுறைபடுத்தி இருப்பது அதில் இருக்கும் இன்னுமொரு புரியாத புதிர். அமெரிக்கர்களுக்குத் தேவையான மின்னணு, மருந்துப் பொருள்கள் தவிர்த்து முறைசாரா தொழில்களில் ஈடுபட்டிருக்கும் சிறுகுறு உற்பத்தியாளர்களையும் அதில் வேலைசெய்யும் இலட்சக்கணக்கான தொழிலாளர்களையும் பாதிக்கும் வகையில் செயல்படுத்தப்பட்டு இருக்கும் இந்த வரிவிதிப்பு இந்தியாவின் கையை முறுக்கி வழிக்குக் கொண்டுவரும் நடவடிக்கையே அன்றி வேறொன்றும் இருக்க இடம் இல்லை.

இப்போது ஒன்றிய பாஜக அரசு அமெரிக்க அழுத்தத்துக்குப் பணிந்து அவர்களின் விவசாய பால் பொருள்களை அனுமதித்தால் அதில் ஈடுபட்டு உயிர்வாழும் கோடிக்கணக்கான குடும்பங்களும் தொழிலாளர்களும் பாதிக்கபடுவார்கள். தவறினால் இலட்சக்கணக்கான தொழிற்துறை தொழிலாளர்கள் வீதிக்கு வருவார்கள் என்ற இக்கட்டான நிலை. இரண்டுமே இந்த அரசை ஆட்டம் காணவைத்து பாஜகவை வீட்டுக்கு அனுப்பிவிடும் ஆபத்து கொண்டது.

எனவே இது ஒன்றிய பாஜக அரசுக்கு இது வாழ்வா சாவா போராட்டம். அவர்களுக்கு மட்டுமா?

எந்த மாநில மக்களும் விவசாய சார்பில் இருந்து முழுமையாக விடுபட்டு விடவில்லை. ஆதலால் அமெரிக்க விவசாய பால் பொருள்கள் உள்ளே நுழைந்தால் கிராமப்புற உற்பத்தியாளர்கள் அனைவரும் நகர்ப்புற சந்தையை இழந்து வருமானத்தை இழப்பார்கள். தொழிற்துறையின் மீதான வரி தொழிற்துறை வளர்ச்சி அடைந்த தமிழ்நாடு போன்ற தென் மாநிலங்களின் சிறுகுறு உற்பத்தியாளர்கள் அவற்றில் வேலை செய்யும் தொழிலாளர்களுக்கு மரண அடியாக இருக்கும்.

அதிலும் இந்தியாவிலேயே அதிகம் தொழிற்துறை வளர்ச்சி அடைந்த அதிகமான சிறுகுறு தொழிற்சாலைகளைக் கொண்ட தமிழகம் இதில் அனைவரையும் விட அதிகம் பாதிப்புக்கு உள்ளாகும்.

குறிப்பாக துணிகள், தோல்பொருள்கள், பொறியியலாக்கப் பொருள்கள் ஏற்றுமதி கடுமையாகப் பாதிக்கப்படும். அதனால் இலட்சக்கணக்கான தொழிலாளர்கள் வேலை இழக்கும் ஆபத்தில் இருக்கிறார்கள். இந்த இலட்சக்கணக்கான குடும்பங்களின் இழப்பை ஒப்பிட கோடிக்கணக்கான குடும்பங்களைப் பாதிக்கும் விவசாய பால் பொருள்கள் இறக்குமதியை அனுமதிக்க

மறுப்பது என்று முடிவெடுத்து இருக்கிறது ஒன்றியம். இதனால் தமிழகத்தின் மீதான பாதிப்பும் சிறுகுறு உற்பத்தியாளர்கள் மற்றும் தொழிலாளர்கள் மீதான நெருக்கடியும் முற்றி இருக்கிறது. இது நிச்சயம் கடும் விளைவுகளை ஏற்படுத்தும் என்பதில் மாற்றுக் கருத்து இருக்கமுடியாது.

ஒன்றியம் விவசாயம் முதன்மையாக நடக்கும் பெரும்பான்மை வடமாநிலங்கள் அதிகம் பாதிப்புக்கு உள்ளாக வாய்ப்பு உள்ளதால் விவசாய பால் பொருள் இறக்குமதிக்கு அனுமதி மறுத்து தனது அரசியல் அடித்தளம் உடையாமல் காத்தது. பின்னரான ரசிய எண்ணெய் இறக்குமதியை நிறுத்த மறுத்து குஜராத் மாநில எண்ணெய் சுத்திகரிப்பு முதலாளியின் நலனைக் காத்து இருக்கிறது. இதன்மூலம் பாஜகவின் பொருளாதார அரசியல் அடித்தளம் உடையாமல் பாதுக்காக்கப்பட்டு இருக்கிறது.

அதேசமயம் இதனை வெறும் எண்ணெய் இறக்குமதியாக மட்டும் பார்க்க இயலாது. நமது இறக்குமதியில் பெரும்பகுதி எண்ணெய் மற்றும் மின்னணு தொழில்நுட்ப பொருள்கள்தான். இந்த இரண்டையும் டாலரில் கடனாக வாங்கி நுகர்ந்து டாலரில் ஏற்றுமதி செய்து வாங்கிய டாலர் கடனை அடைத்துக் கொண்டு இருந்தோம்.

இப்போது எண்ணைய்யை ரூபாயில் வாங்கி டாலரைச் சேமித்து டாலர் கடன் சார்பைக் குறைக்கும் வாய்ப்பைப் பெற்று இருக்கிறோம். அந்தத் தற்சார்பு முயற்சி அமெரிக்கர்களின் இலாபத்தைக் குறைத்து அவர்களின் தாளத்துக்கு இந்தியாவை ஆடவைக்கும் வலிமையைக் குறைப்பதால் அந்த முயற்சியைத் தடுக்க நினைக்கிறார்கள்.

ஒன்றியத்தின் இந்தத் தற்சார்பு நாட்டில் உள்ள அனைவரின் தற்சார்பு சார்ந்ததாக இல்லாமல் குஜராத் முதலாளிகளின் தற்சார்பாக மாற்றுவது அவர்களுக்கு உள்நாட்டில் எதிர்ப்பைக் கூட்டுகிறது. ரசிய எண்ணெய் இறக்குமதியை நிறுத்த மறுத்து எதிரணியான சீன, ரசிய கூட்டணிக்கு நகரும் ஒன்றியத்தின் நகர்வும் டாலரில் இறக்குமதியாகும் மின்னணு தகவல் தொழில்நுட்ப பொருள்களின் இருக்கும் டாலர் சார்பை உடைத்து யுயன் வழியான முதலீடாக மாற்றுவதிலும் பார்ப்பனிய முதலாளிகள் மட்டுமே பலன்பெரும் வகையில் நகர்த்துகிறார்கள். மின்கலம் மற்றும் மின் வண்டிகள் தயாரிப்புக்கான ஒப்பந்தங்களை சீன நிறுவனங்களுடன் அவர்களே மேற்கொண்டு வருகிறார்கள்.

இப்போது விலையைத் தீர்மானிக்கும் சிமெண்ட், இரும்பு, எண்ணெய் அதில் இயங்கும் வண்டிகள், சரக்குப் போக்குவரத்து அனைத்தும் அவர்களிடம்தான் இருக்கிறது. எண்ணெய், சரக்குப் போக்குவரத்தின் விலையையும் வரியையும் கூட்டி இப்போது தமிழ்நாடு உள்ளிட்ட எல்லா மாநில தேசியஇன மக்களையும் சுரண்டி வாழ்வதைப்போல அடுத்து இரும்பு, சிலிக்கன், மின்கலம், அதில் இயங்கும் வண்டிகள், சரக்குப் போக்குவரத்து அனைத்தையும் கைப்பற்றும் அவர்கள் அதன் வழியாக நம்மை ஒட்டச் சுரண்டுவார்கள்.

நாமும் வழக்கம்போல ஒன்றியம் ஒடுக்குகிறது; வடக்கு வஞ்சிக்கிறது என்று அரசியல் பேசிக்கொண்டு இருப்போம். அவர்களின் ஆதிக்கமும் ஒடுக்குமுறையும் சுரண்டலும் அடுத்த பல பத்தாண்டுகளுக்குத் தொடரும். இந்தச் சமூகம் சாதிய சமூகமாகவே தொடர்ந்து நீடிக்கும்.

அமெரிக்கர்களும் ஒன்றியமும் சேர்ந்து கொண்டு சீனா பிளஸ் ஒன் உத்தியை அறிவித்து சீனாவில் இருந்து இந்தியாவுக்கு உற்பத்தியை மாற்றப் போவதாகக் கூறிக்கொண்டு சீன நிறுவனங்களை வெளியேற்றி இந்தியச் சந்தையில் முற்றோருமையை அடைந்தார்கள். அதனால் ஏற்பட்டு இருக்கும் விலைவாசி உயர்வு வேலைவாய்ப்பின்மையை நாம்தான் அனுபவிக்கிறோம். அதற்குள் இருக்கும் வாய்ப்புகளைப் பயன்படுத்தி அந்நிய முதலீடுகளை ஈர்த்து மாற்று உற்பத்தி அடித்தளத்தையும் வேலைவாய்ப்பையும் பெருக்க முற்படும்போது அவர்களுக்குள் முட்டிக்கொண்டு எல்லாவற்றையும் கலைத்துப் போட்டுக் கொண்டிருக்கிறார்கள்.

இப்போது ஆடைகள், தோல்பொருள்கள், பொறியியலாக்கப் பொருள்களுக்கு வரிவிதிக்கும் அமெரிக்கா தற்போது தமிழ்நாடு அவர்களுக்கு ஏற்றுமதி செய்ய உற்பத்தி செய்யும் மருந்துப் பொருள்கள், மின்னணு பொருள்களின் மீது நாளை வரிவிதிக்காது என்று கூறமுடியுமா?

தற்போதைக்கு அந்நிய முதலீடு எங்கள் அரசால் வந்தது; வரிவிதிப்பு அவர்கள் முடிவால் வந்தது என்று அரசியல் செய்வது வரும் தேர்தலின் போது வாக்கு வாங்கி வெற்றிபெற உதவும். ஆனால் வேலை இழந்து பாதிக்கப்படப் போகும் குடும்பங்களுக்கு அந்த அரசியல் என்ன மாற்றை வழங்கும்.

திமுக கூட்டணி வைத்து இருக்கும் காங்கிரஸ் தமிழ்நாட்டைப் பின்பற்றி இப்போது சமூகநீதி அரசியல் பேசுவது சரியானது. ஆட்சிக்கு வந்தால் சாதிவாரி கணக்கெடுப்பு, அரசு மற்றும் தனியார் நிறுவனங்களில் இடஒதுக்கீடு என்கிறது. வரவேற்கத்தக்க முன்மொழிவுகள்தான். ஆனால் அமெரிக்க-இந்திய வணிக மோதலுக்கு அதனிடம் என்ன தீர்வு இருக்கிறது? அதனால் பறிபோகும் வேலைவாய்ப்புகளுக்கு மாற்றாக எப்படி வேலைவாய்ப்பை உருவாக்கப் போகிறது? வேலைவாய்ப்பு இல்லாமல் இடஒதுக்கீடு அளித்து என்ன பயன் இருக்கப் போகிறது?

ஒருவேளை ஒன்றியத்தில் திமுக ஆதரவு காங்கிரஸ் ஆட்சி அமைத்தால் பார்ப்பனிய முதலாளிகளிடம் குவிந்து வரும் உற்பத்தி தொழில்நுட்பம் மூலதனம் மற்ற மாநில முதலாளிகளுக்குக் கிடைக்கும் வாய்ப்பு இருக்கிறது. ஆனால் அனைத்து பொதுத்துறை வங்கிகள், நிதிநிறுவனங்கள் அந்த முதலாளிகளுக்குக் கடனாக, பங்குச்சந்தை முதலீடாக பணத்தைக் கொடுத்து இருக்கும் நிலையில் அவர்களின் ஏகபோகத்தில் ஏற்படும் உடைப்பு அவர்களின் சொத்து மதிப்பு சரிந்து பங்குச்சந்தை குமிழி உடைந்து இந்தியா பொருளாதார நெருக்கடியில் சிக்கும் ஆபத்து இருக்கிறதே!

உற்பத்தி தானியியங்கிமயமாகி வரும் நிலையில் மீண்டும் வரும் காலத்தில் இந்த உற்பத்தியும் ஒரு சிலரிடத்தில் குவிந்து இப்போதுபோல மாநில தேசிய இனங்களை ஒடுக்காது என்பதற்கு என்ன உறுதி இருக்கிறது? இந்தச் சூழலில் மாநிலங்களின் கூட்டாட்சி குறித்து கருத்து தெரிவிக்க திமுக அரசு மற்ற மாநிலங்களை அழைத்திருப்பது சரியான அரசியல் முன்னெடுப்பு. ஆனால் கூட்டாகச் சேர்ந்து எதனை ஆட்சி செய்யப் போகிறார்கள் என்ற தெளிவு இருக்கிறதா? மாநில தன்னாட்சி கோருவது சரியான அரசியல். மாநிலங்கள் எதனை எல்லாம் தாங்களே ஆட்சி செய்து கொள்ளப் போகிறார்கள் என்ற தெளிவு இருக்கிறதா?

முந்தைய ட்ரம்ப் காலத்திய சீனாவுடனான மோதல், கொரோனா பெருந்தொற்று முடக்கம், இந்திய-சீன மோதல், இந்துத்துவ சிறுபான்மை முசுலீம் வெறுப்பு அரசியல், தமிழக மாநில உரிமை பறிப்பு என்ற அரசியல் பொருளாதார குழப்பம் நிறைந்த காலத்தில் திமுக ஆட்சிக்கு வந்தது.

சில்லுகள், 5ஜி, மின்னணு வணிகம், மின்கல வண்டிகள் என்பதாக உற்பத்தி மாற்றத்தைப் புரிந்து கொண்டு அவற்றில் தமிழ்நாட்டின் இடத்தை உறுதி செய்வதில் முனைப்புடன் செயல்பட்டது. ஒன்றிய தமிழக முரணை உறுதியாக நின்று தமிழகத்தின் உரிமைக்காக போராடியது.

ஆனால் இந்த உற்பத்தி மாற்றம் அது ஏற்படுத்தும் உலக இந்திய தமிழக முரண்பாடுகள் குறித்த முழுமையான பகுப்பாய்வு செய்யத் தவறியது இப்படியான எதிர்பாராத இக்கட்டுகளை நாம் எதிர்கொள்ள நேரிட்டு இருக்கிறது. இதில் எவரும் அப்படியான பார்வை இன்றி இருந்திருக்கிறோம் என்பதுதான் உண்மை. அப்படியான சரியான புரிதலின் அடிப்படையில் முரண்பாட்டைத் தீர்க்கும் சரியான வழிமுறையைக் கைக்கொண்டு நமக்கான நோக்கத்தையும் உத்தியையும் வகித்துக் கொண்டு செயல்பட தவறி இருக்கிறோம்.

அந்தந்த நேரத்துக்குத் தேவையான உடனடி தீர்வுகளை ஒன்றியமும் அவர்களைப் பின்பற்றி நாமும் கண்டடைய முனைந்ததில் இப்போது இந்த இடர்பாடுகளை எதிர்கொள்கிறோம். எனவே இப்போதேனும் முழுமையான முறையான ஒரு பகுப்பாய்வைச் செய்து இந்த உற்பத்தி மாற்றங்களைப் புரிந்துகொண்டு சரியான இலக்கு, வழிமுறை, உத்தி, பாதையை வகுத்துக் கொண்டு முன்னேறுவதுதான் நமது இன்னல்கள் தீர இருக்கும் ஒரே வழி. அப்படியான ஒரு வரைவை அடுத்தடுத்த கட்டுரைகளில் காணலாம்.

2. சமூக ஊடகத்தடைகள்: நேபாளம் சொல்லும் பாடம்!

- மன்னத் மர்வஹா

நேபாளத்தில் அண்மையில் நிகழ்ந்த மக்கள் போராட்டத்தில் இந்தியாவிற்கான முக்கியமான பாடம் உள்ளது.

சமீபத்தில், நேபாள அரசாங்கம் சமூக ஊடகங்களைக் கட்டுப்படுத்த எடுத்த முயற்சி, ஆளும் ஆட்சியைக் கவிழ்த்த இறுதி அடியாக அமைந்தது. உள்நாட்டுப் பதிவுக்கான தேவைகளைப் பூர்த்தி செய்யத் தவறியதாகக் கூறி, கே.பி. ஒலி அரசு 26 சமூக ஊடக தளங்களுக்குத் தடை விதித்தது.

இந்த நடவடிக்கை, சமூக ஊடகங்களைக் கட்டுப்படுத்தவும், ஆன்லைன் விமர்சகர்களின் வாயை மூடச்செய்வதற்குமான அரசின் தொடர்ச்சியான முயற்சிகளோடு இவையும் சேர்ந்துகொண்டன. இது, பல நாடுகளின் அரசுகள், சமூக ஊடகங்களில் மிக முக்கியமான அம்சமான அவற்றின் பயனர்களுடன் கலந்தாலோசிக்காமல், கடுமையான விதிமுறைகளை அமல்படுத்த முயற்சிக்கும் உலகளாவிய போக்கையும் சுட்டிக்காட்டுகிறது.

பாரம்பரிய ஊடகங்களைப் போலன்றி, சமூக ஊடகங்கள் பங்கேற்புத் தன்மை கொண்டவை. சமூக ஊடக வலைத்தளங்களிலும் செயலிகளிலும் உள்ள பெரும்பாலான உள்ளடக்கத்தை உருவாக்குபவர்கள் பயனர்களே. ஒரு பதிவு பிரபலமடைவதும் பெரும்பாலும் அவர்களால்தான் நிகழ்கிறது. வானொலி அலைவரிசை ஒன்றின் நிகழ்ச்சிகள் எவ்வளவு பரவலாகப் பரவுகின்றன என்பதில் அதன் நேயர்களால் சமூக ஊடகங்களில் அவற்றின் பயனர்கள் செலுத்தும் தாக்கத்தைப் போலத் தாக்கம் செலுத்த முடியாது. எனவே, புதிய ஊடகங்களை ஒழுங்குபடுத்தப் புதிய புதிய அணுகுமுறை தேவைப்படுகிறது.

பயனர்கள்தான் ஒரு உள்ளடக்கம் பிரபலமடையக் காரணமானவர்கள் என்பதும், அது பரவும்போது கருத்துக்களைப் பதிவு செய்கிறார்கள் என்பதும், சமூக ஊடக ஒழுங்குமுறையை இரண்டு வழிகளில் சிக்கலாக்குகிறது. முதலாவதாக, ஒவ்வொரு உள்ளடக்கத்திற்கும் அதன் பிரபலத்திற்கும் யார் பொறுப்பு என்பதைத் துல்லியமாகக் கண்டறிவது கடினம். இரண்டாவதாக, பயனர்கள் எதிர்பாராத வழிகளில் மாற்றங்களுக்கு எதிர்வினையாற்றக்கூடும் என்பதால், புதிய விதிமுறைகள் எதிர்பார்த்த விளைவுகளை ஏற்படுத்தாமல் போகலாம்.

ஆனால், சமூக ஊடகங்கள், தவறான தகவல் பரவுதல் போன்ற பாரம்பரிய ஊடகங்களின் பழைய சிக்கல்களையும் கொண்டுள்ளன. உலகெங்கிலும் உள்ள அரசுகள், பாரம்பரிய ஊடகங்களை நிர்வகிக்கப் பயன்படுத்திய அதே ஒழுங்குமுறை வழிமுறைகளை நம்பியிருக்கின்றன.

தகவல் ஓட்டத்தைக் கட்டுப்படுத்த, கருத்து வேறுபாடுகளைத் தடுக்க, அல்லது அரசியல், கலாச்சார நிகழ்ச்சி நிரல்களை வலுப்படுத்த சமூக ஊடகங்களைக் கட்டுப்படுத்த முயலும் பல நாடுகளில் ஒன்றுதான் நேபாளம்.

சீனா, பேஸ்புக், எக்ஸ் (X) போன்ற சமூக ஊடக நிறுவனங்களுக்கான அணுகலைத் தடுக்கிறது. அதற்குப் பதிலாக, கடுமையாகக் கண்காணிக்கப்படும் உள்நாட்டு மாற்று தளங்களை இயக்குகிறது. ஈரான், சவூதி அரேபியா ஆகிய நாடுகள் கலாச்சாரம், மதத்தின் மீதான தாக்கத்தின் அடிப்படையில்

ஆன்லைன் உள்ளடக்கத்தைத் தணிக்கை செய்கின்றன.

16 வயதுக்குட்பட்ட பயனர்களுக்கு அனைத்துச் சமூக ஊடகங்களுக்கும் ஆஸ்திரேலியா விதித்த தடை, இந்த போக்கிற்கு மற்றொரு பரிமாணத்தைச் சேர்க்கிறது. ஆஸ்திரேலியாவின் நடவடிக்கை, பயனர்களின் தன்னாட்சி உரிமையைவிட அவர்களின் பாதுகாப்பிற்கு முன்னுரிமை அளிக்கிறது. இந்த அணுகுமுறைகள் அனைத்தும், புதிய ஊடகங்கள், அதன் பயனர்கள் பற்றிய நுட்பமான புரிதல் இன்று அரசுகளிடம் இல்லை என்பதையே காட்டுகின்றன.

இந்தியாவில், புதிய ஊடகங்கள், வெளிப்படைத்தன்மையற்ற உள்ளடக்கத்தை அகற்றும் முறைகளைத் தவிர, கடுமையான ஒழுங்குமுறைகளால் பெரிய அளவில் பாதிக்கப்படவில்லை. ஆனால், இந்த நிலை மாறுவதற்கான அறிகுறிகள் தெரிகின்றன: ஒருவரின் அனுமதியின்றி அவரது அந்தரங்கப் படங்களைப் பரப்புவதைத் தடுப்பதற்கான நடவடிக்கைகளை உருவாக்க அண்மையில் மெட்ராஸ் உயர் நீதிமன்றம் அரசுக்கு உத்தரவிட்டது. ஆலோசனைகள், நீதிமன்ற வழிகாட்டுதல்கள் மற்றும் நிபுணர் குழு அறிக்கைகள் மூலம் 'டீப்பேக்குகளை' (deepfakes) எதிர்த்துப் போராடுவதையும் அரசாங்கம் நோக்கமாகக் கொண்டுள்ளது. 'இந்தியா காட் லேட்டண்ட்' (India's Got Latent) வழக்கில், இணையத்தில் பாதிக்கப்படக்கூடிய குழுக்களை உணர்வுபூர்வமாகச் சித்தரிப்பதற்காக, 'இன்ப்ளுயன்சர் கோட்' (influencer code) ஒன்றை உருவாக்க அரசுக்கு உச்ச நீதிமன்றம் உத்தரவிட்டது. இந்த வழிகாட்டுதல்கள் அறிவிக்கப்பட்டவுடன், புதிய ஊடகங்களுக்குப் பொருந்தும் தகவல் தொழில்நுட்ப ஒழுங்குமுறையின் அடிப்படை மேலும் வலுவாகும்.

இந்தியாவின் 80 கோடிக்கும் அதிகமான இணையப் பயனர்கள், பொருளாதார சுதந்திரத்தைப் பெறுவதற்கும், குடிமை, கலாச்சார, அரசியல் தளங்களை உருவாக்குவதற்கும் புதிய ஊடகங்களைச் சார்ந்துள்ளனர். நாடு இப்போது ஜனநாயகமயமாக்கப்பட்ட உள்ளடக்கத்தை உருவாக்கும் பொருளாதாரத்தின் தாயகமாக உள்ளது. 20 லட்சத்திற்கும் அதிகமான பயனர்கள் வருமானம் ஈட்டும் உள்ளடக்கத்தை உருவாக்குகின்றனர். ஆண்டுதோறும், இந்தியர்கள் யூடியூப்பில் மட்டும் 4.5 கோடி மணிநேர உள்ளடக்கத்தை உருவாக்குகின்றனர். இது, பொருளாதாரத்தை மேலும் மேம்படுத்தவும், இந்தியக் கலாச்சாரத்தை உலகிற்கு ஏற்றுமதி செய்யவும் ஒரு வாய்ப்பை வழங்குகிறது. படைப்பாளிகளுக்கும் பயனர்களுக்குமான இந்த மாபெரும் தளம், பொது நலன் என்ற சில சமயங்களில் தெளிவற்ற கருத்தை பாதுகாக்க மற்றும் நிலைநிறுத்த வேண்டிய பல அரசு நிறுவனங்களுக்குச் சிக்கலான சவாலையும் அளிக்கிறது. புதிய ஊடகங்களின் நன்மை, தீமைக்கான சாத்தியக்கூறுகள் கொள்கை வகுப்பாளர்கள், ஒழுங்குமுறை அமைப்புகள், நீதிபதிகள் ஆகிய அனைவரையும் குழப்புகின்றன.

இந்தியாவில் சமீபத்தில் டிஜிட்டல் சேவைகளை இலக்காகக் கொண்ட சட்டத் தலையீடுகள் கடுமையானதாகவும் திடீர் முடிவுகளாகவும் உள்ளன.

எடுத்துக்காட்டாக, விளையாட்டாளர்களுக்கு எந்த அறிவிப்பும் இல்லாமல், பணம் வைத்து விளையாடும் ஆன்லைன் விளையாட்டுகளுக்குத் தடை விதிக்கப்பட்டது. முன்மொழியப்பட்ட 'இன்ப்ளூயன்சர் கோட்' உருவாக்கப்பட்டாலும், அது சமூக ஊடகப் பயனர்களைப் பரந்துபட்ட, வெளிப்படையான கலந்தாலோசனையில் ஈடுபடுத்த வாய்ப்பில்லை. இத்தகைய தவிர்ப்பு, நீண்டகால விளைவுகளை ஏற்படுத்தக்கூடும் என்பதை நேபாள உதாரணம் காட்டியுள்ளது. நேபாளத்தின் தலைநகர் காத்மாண்டுவின் தெருக்களில் காணப்பட்ட கொடூரமான காட்சிகள் இந்தியாவிலும் ஏற்படுமா என்று யாராலும் சொல்ல முடியாது. ஆனால், புதிய ஊடகங்கள் இன்றியமையாத படைப்பு — தகவல் சார்ந்த களம் என்பதில் ஐயமில்லை. மூடிய கதவுகளுக்குப் பின்னால் நடக்கும் ஒழுங்குமுறை கலந்தாலோசனைகளை மட்டும் வைத்துக்கொண்டு இதைக் கையாள முடியாது.

இந்தியாவின் 2014ஆம் ஆண்டின் கலந்தாலோசனை கொள்கை, வரைவு விதிகளையும் விளக்கக் குறிப்புகளையும் வெளியிடுவதோடு, தொடர்புடைய அனைவரது கருத்துக்களையும் சேகரித்து வெளியிட வேண்டும் எனக் கோருகிறது. டெலிகாம் ஒழுங்குமுறை ஆணையம் (TRAI) போன்ற சில ஒழுங்குமுறை அமைப்புகள், இந்த செயல்முறையைப் பின்பற்றி, தங்கள் செயல்பாடுகளில் அடிப்படையான வெளிப்படைத்தன்மையைப் பராமரிக்கின்றன. இருப்பினும், மற்ற பெரும்பாலான அரசு நிறுவனங்கள் பெரும்பாலும் இந்த நடவடிக்கையைத் தவறவிடுகின்றன. புதிய ஊடகங்கள் அவர்கள் இதை மீறிச் செல்ல வேண்டும் என்று கோருகின்றன.

கனடா போன்ற நாடுகளில் பொதுக் கலந்தாலோசனைகளில் சிறந்த நடைமுறைகள் உள்ளன. இவற்றிடமிருந்து இந்தியா கற்றுக்கொள்ளலாம். கனடா, பொருளாதாரம் அல்லது குடிமக்களின் பாதுகாப்பைப் பாதிக்கும் எந்தவொரு ஒழுங்குமுறைக்கும் திறந்த கலந்தாலோசனைகளைக் கோருகிறது. யூகேயின் ஊடக ஒழுங்குமுறை அமைப்பான ஆப்காம் (OfCom), பயனர்களின் ஈடுபாடு, எந்தவொரு கொள்கை முன்மொழிவுக்கும் யதார்த்தமான காலக்கெடு, பெறப்பட்ட உள்ளீடுகளைத் தொடர்ந்து வெளியிடுதல் போன்றவற்றை ஊக்குவிக்கும் வழிகாட்டுதல்களை அமைத்துள்ளது. கலந்தாலோசனை முடிந்ததும், ஒரு முடிவு ஏன் எடுக்கப்பட்டது என்பதற்கான காரணங்களையும் ஆப்காம் வழங்க வேண்டும். கலந்தாலோசனையில் கிடைக்கும் கருத்துக்களை மொத்தமாக வெளியிடுவதற்குப் பதிலாக, இந்தியா இந்த நடைமுறையைப் பின்பற்றலாம்.

புதிய ஊடகங்களை ஒழுங்குபடுத்துபவர்கள், குடிமைச் சமூகத்துடன் அதிக கலந்தாலோசனையை ஊக்குவிக்க வேண்டும். (முன்மொழியப்பட்ட நடவடிக்கைகளைப் பற்றிப் பரந்த பொதுச் சேவை தகவல்தொடர்பு, சமூகம் பதிலளிக்கப் போதுமான கால அவகாசம், இந்தப் பதில்களை வெளியிடுவதில் வெளிப்படைத்தன்மை, இறுதி விதிமுறைகள் இவற்றை எவ்வாறு கணக்கில்

எடுத்துக்கொள்கின்றன என்பதற்கான விளக்கங்கள் ஆகியவை சிறந்த முன்மாதிரியாக அமையும்.

சுருக்கமாகச் சொல்வதானால், சமூக ஊடகங்களைக் கையாள்வதற்கு ஜனநாயகத்தன்மை கொண்ட பரந்துபட்ட அணுகுமுறை தேவை. சமூக ஊடகப் பயனர்களைக் கணக்கில் எடுத்துக்கொள்ளாமல், அவர்களை ஆலோசிக்காமல் எடுக்கும் முடிவுகள் விரும்பத்தகாத விளைவுகளை ஏற்படுத்திவிடலாம். நேபாள நெருக்கடி சொல்லும் பாடம் இதுதான்.

3. நாயக நடிகர்கள்: பதவி மோக அரசியலும், பறிபோகும் பாமர மக்கள் உயிர்களும்

- ராஜன் குறை

கல்வியில் சிறந்த தமிழ்நாடு என்ற நெகிழவைக்கும், மகிழவைக்கும் நிகழ்ச்சியை தமிழக அரசு சென்ற வாரம் வியாழனன்று நடத்தியது. எளிய, சாமானிய குடும்பப் பின்னணி கொண்ட பெண்களும், ஆண்களும் அரசின் புதுமைப்பெண், நான் முதல்வன், தமிழ் புதல்வன் போன்ற திட்டங்களின் உதவியுடன் கல்வியிலும், வாழ்விலும் ஏற்றம் பெற்றதை எடுத்துக்கூறும் நிகழ்ச்சியாக அது அமைந்தது அனைத்து தரப்பினரையும் பாராட்ட வைத்தது.

அந்த மகிழ்ச்சியை முற்றிலும் குலைக்கும் வகையில் கரூரில் சனிக்கிழமையன்று பெருந்துயரம் அரங்கேறியுள்ளது. நடிகர் விஜய் தனது தமிழக வெற்றிக் கழகத்திற்காக சனிக்கிழமை தோறும் செய்யும் பரப்புரைப் பயணத்தில் அன்றைக்கு நாமக்கல்லிற்கும், கரூரிற்கும் சென்றார். மாலை ஏழரை மணி அளவில் அவர் கரூரில் பேசும்போது கூட்ட த்தில் ஏற்பட்ட கட்டுங்கடங்காத நெரிசலில் சிக்கி 40 பேர் ஆண்கள், பெண்கள், குழந்தைகள் மரணமடைந்தனர்.

இந்தியாவில் தமிழ்நாட்டின் வளர்ச்சி கண்டு அழுக்காறு கொள்ளும் கூட்டம் உடனே இதுதான் கல்வியில் சிறந்த தமிழ்நாடா, சினிமா மோகத்தில் சிக்கிச் சீரழியும் நாடு அது என்றெல்லாம் பேசத்துவங்கியது. இன்னொரு கூட்டம் வழக்கம் போல தி.மு.க-தான் சினிமாவையும், அரசியலையும் கலந்தது என்று பிலாக்கணம் வைக்கத் துவங்கியது. இதுதான் பெரியார் மண்ணா, நடிகனைக் காணப்போய் மடிந்துபோகிறார்கள் என்று பொங்குகிறார்கள்.

உலகின் எந்த பெரிய தீர்க்கதரிசியும், மகானும், சிந்தனையாளரும் தாங்கள் பிறந்த மண்ணை முற்றாக பொன்னுலகாக மாற்றியதில்லை. காந்தி பிறந்த, பெருமளவு வாழ்ந்த குஜராத் மண்ணில்தான், இந்தியாவில்தான் மதவாத வன்முறை பேயாட்டம் போட்டது. இன்னும் எத்தனையோ உதாரணங்கள் சொல்லலாம். அதற்காக சமகால இந்தியாவை உருவாக்கியதில் காந்திக்கு பெரும்பங்கு இல்லையென்று சொல்ல முடியாது. பெரியாரே இந்-

தியாவிற்கு காந்தி தேசம் என பெயரிட வேண்டுமென்று கூறினார்.

முதலில் நாம் திராவிட இயக்கத்திற்கும், சினிமாவிற்கும் உள்ள தொடர்பை புரிந்துகொள்ள வேண்டும். பின்னர் நாயக நடிகர்கள் அரசியல் தலைவர்களாக மாறுவது எப்படி நடக்கிறது என்பதை புரிந்துகொள்ள வேண்டும். அதன் பிறகுதான் நடிகர் விஜய் கட்சி துவங்கியிருப்பதில் உள்ள அரசியல் போதாமை என்ன, ஏன் இந்த உயிரிழப்பு கரூரில் நிகழ்ந்தது என்பதை பிரித்தறிந்து புரிந்துகொள்ள வேண்டும். உண்மையான தத்துவார்த்த மானுடவியல் புரிதல் உருவாக வேண்டும் என்றால் சற்றே பொறுமையாக வரலாற்றை அணுகவேண்டும்.

இருபதாம் நூற்றாண்டில் சினிமாவும், அரசியலும் - உலகின் பல நாடுகளிலும் சினிமா அதன் துவக்கம் முதலே அரசியல் பிரசாரத்திற்கு, அல்லது தேசிய கருத்தியலை உருவாக்க பயன்பட்டது. அமெரிக்கா, ரஷ்யா, ஜெர்மனி, இதாலி என பல நாடுகளைச் சொல்லலாம். இந்தியாவிலும் காலனீய எதிர்ப்பு தேசிய உணர்வு சினிமாவை உருவாக்குவதில் முக்கிய பங்கு வகித்தது. தமிழ் சினிமாவிலும் கூட தேசிய விடுதலைக் கருத்தியல் பேசப்பட்டதை ஆய்வாளர் தியோடர் பாஸ்கரன் தன்னுடைய Message Bearers நூலில் தொகுத்துள்ளார்.

தமிழ்நாட்டில் தேசிய விடுதலை தவிர சமூக நீதிக் கருத்துக்களும் சினிமாவில் புகுந்தன. இதற்கு பல காரணங்கள் இருந்தன. நாடகம், சினிமா இரண்டிலுமே புராணக் கதைகளே ஆக்கிரமித்திருந்த நிலையில் சமகால சமூகக் கதைகளை நாடகமாக்க வேண்டும், சினிமா ஆக்கவேண்டும் என்ற விருப்பம் பலருக்கும் இருந்தது. ஆனால் தமிழ் உரைநடை என்பது ஒருபுறம் எழுத்தில் பண்டிதத்தனமாகவும், மற்றொருபுறம் வடமொழி கலந்ததாகவும், பேச்சு வழக்கில் ஜாதீய கொச்சைகள் நிறைந்ததாகவும் இருந்தது.

இந்த நிலையில்தான் அண்ணா, கலைஞர் உள்ளிட்ட பலர் மக்களுக்கு அணுக்கமான ஒரு புதிய உரைநடையை பேச்சிலும், எழுத்திலும் உருவாக்கினர். அதையே நாடகங்களிலும், பின்னர் சினிமாவிலும் வசனமாக பயன்படுத்தினர். அந்த மொழி நடை அடுக்குமொழியாகவும், ஓசை நயமிக்க சொல்லணியாகவும் அமைந்த தால் மக்களிடையே பெரும் செல்வாக்குப் பெற்றது. அந்த மொழிநடையுடன் சமூக நீதிக் கருத்துக்களையும் இணைத்ததால் நாடகங்களும், சினிமாவும் மக்களிடையே பெரும் வரவேற்பைப் பெற்றன.

அந்த திராவிட தமிழ் அலையில் உருவான நட்சத்திரங்கள்தான் எம்.ஜி.ஆரும், சிவாஜியும். அதில் சிவாஜி குணசித்திர நடிகராகவும், எம்.ஜி.ஆர் தார்மீக சாகச கதாநாயகனாகவும் இணைந்து தமிழ் நவீன தன்னிலையின் இருபகுதிகளாக மாறியதில் பெரும் சமூக முக்கியத்துவம் பெற்றனர். சிவாஜி தி.மு.க-வில் ஒரு பகுதியினரின் எதிர்ப்பால் விலகிச் சென்று காமராஜருக்கும், காங்கிரசிற்கும் நெருக்கமானார். எம்.ஜி.ஆர் திரா-

விட முன்னேற்றக் கழகத்துடன் இணைந்து பயணித்தார். கட்சியுடன் சேர்ந்து வளர்ந்தார். கட்சியின் கருத்தியலை திரைக் கதையாடல்களாக மாற்றினார். இருபதாண்டு காலம் கட்சியுடன் பிணைந்த நாயக நடிகராக கட்சியின் கருத்துக்களை வசன ங்களிலும், பாடல்களிலும் வெளிப்படுத்தி அத்துடன் முழுவதுமாக அடையாளப் படுத்திக்கொண்டார். எழுத்தறிவு பரவாத சமூகத்தில் திரைப்படங்களே வெகுஜனக் கல்வி வடிவமாக விளங்கியது எனலாம். அது தமிழ் சமூகத்தின் தன்னுணர்வை செழுமைப்படுத்தியது என்பதே உண்மை.

எம்.ஜி.ஆர் ஏழ்மையில் வளர்ந்தவர் என்பதால் அடித்தட்டு சமூகத்தை அறிந்தவர். அண்ணா மறைவிற்குப் பின் அவர் கலைஞருடன் முரண்பட்டு கட்சியைப் பிளந்து புதிய கட்சியை உருவாக்கியபோது அவருக்கு மாநிலம் முழுவதும் கட்சிக் கட்டமைப்பும். தொண்டர் பலமும் உடனே கிடைத்தது. நாவலர் உட்பட பல இரண்டாம் கட்ட தலைவர்கள் அவருடன் இணைந்தனர்.

நாயக நடிகர்கள் நேரடியாக அரசியல் தலைவராக முடியுமா?

திரைப்படத் துறையில் எம்.ஜி.ஆருக்கு இணையாகச் செல்வாக்கு பெற்றிருந்த சிவாஜி கணேசனால் அரசியல் தலைவராக முடியவில்லை. ஏனெனில் அவரது கதாநாயக பிம்பம் குணசித்திர வார்ப்பாக இருந்தது. அவரும் சாகசப் படங்களில் நடித்தாலும் அவரது சிறப்பம்சம் அவர் ஏற்கும் கதாபாத்திரமாகவே மாறுவதாக இருந்தது. எம்.ஜி.ஆர் தன்னையே ஒரு கதாபாத்திரமாக மாற்றிக்கொண்டதைப் போல, சிவாஜியால் செய்ய முடியவில்லை. இந்த உண்மை எம்.ஜி.ஆர் என்ற நாயக நடிகர் கட்சித் தலைவராக, முதல்வராக மாறியது பிறரால் பின்பற்ற இயலாதது என்பதை உடனடியாகத் தெளிவாக்கியது.

எம்.ஜி.ஆர் போல வெற்றிகரமாக கட்சித் தலைவராக, முதல்வராக மாறிய மற்றொருவர் என்.டி.ஆர் எனப்பட்ட என்.டி.ராமராவ். இவர் ஆந்திராவில் காங்கிரஸ் கட்சிக்கு மாற்று இல்லாத நிலையில் அதில் கடும் கோஷ்டிப் பூசல் நிலவியதால் அந்த கட்சியின் தலைவர்கள் பலரை ஈர்த்துதான் தன் கட்சியைக் கட்டிக் கொண்டார். அவர் மருமகன் சந்திரபாபு நாயுடுவே காங்கிரஸ் அமைச்சராக இருந்தவர்தான்; சஞ்சய் காந்திக்கு நெருக்கமாக இருந்தவர்.

என்.டி.ஆர் புராணப் படங்களில் கிருஷ்ணர் உள்ளிட்ட தெய்வ வேடங்களைத் தாங்கியவர் என்பதுடன், பல படங்களில் எம்.ஜி.ஆர் போல தார்மீக சாகச நாயகனாகவும் நடித்தவர். இளமைக்கால வாழ்வில் சமூக அமைப்பை நன்கு பழகி அறிந்தவர். ஆந்திராவில் காங்கிரசிற்கு மாற்று இல்லாத சூழ்நிலையில் அந்த கட்சியின் ஒரு பகுதியினரைக் கொண்டுதான் அவர் தெலுங்கு தேசம் கட்சியை உருவாக்கிக் கொண்டார். ஆனால் பிற்காலத்தில் தெலுங்கு சினிமாவில் பெரும் சாகச நாயகனாக புகழ்பெற்ற சிரஞ்சீவியால் கட்சியைத் துவங்கி வெற்றி பெற முடியவில்லை.

இந்த உதாரணங்களை வைத்துப் பார்க்கும்போது ஒரு நாயக நடிகரின் பிம்பம் எப்படிப் பட்டது, அவர் தலைமை ஏற்க ஏற்கனவே உருவான ஒரு கட்சியின் கட்டுமானம் கிடைக்குமா, அவர் தலைவராகும் சூழ்நிலை நிலவுமா என பல்வேறு காரணிகளை வைத்துதான் ஒரு நாயக நடிகர் வெற்றிகர-மான கட்சித் தலைவராக, முதல்வராக மாற முடியும் என்பது தெளிவாகிறது. ஓரளவு சிறிய கட்சிகளை உருவாக்கி, பிற கட்சிகளுடன் கூட்டணி சேர்ந்து சில தொகுதிகளில் வெல்லலாமே தவிர எம்.ஜி.ஆர் போலவோ, என்.டி.ஆர் போலவோ முதல்வராக வெல்வது சாத்தியமில்லை எனலாம். ஜெயலலிதா எம்.ஜி.ஆருடன் கதாநாயகியாக நடித்து, அவரால் கட்சியில் இணைக்கப் பட்ட தால் தன்னை அவருடைய வாரிசாக நிறுவிக்கொண்டு அவர் கட்சிக் கட்டுமானத்தை கைப்பற்ற முடிந்தது.

எம்.ஜி.ஆர் போல ஆட்சியைப் பிடிக்கும் முயற்சி புதிதாக கட்சி தொடங்-கிய பிரபல கதாநாயகர்கள் யாருக்கும் சாத்தியமாகவில்லை என்பதே உண்மை. பாக்கியராஜ், டி.ராஜேந்தர், கார்த்திக், சரத்குமார், கமல்ஹாசன் என பலர் முயற்சித்துள்ளனர். யாருமே ஒரு கட்சிக் கட்டுமானத்தை உரு-வாக்கி அரசியலில் ஒரு முக்கியத் தலைவராக, முதல்வர் வேட்பாளராக பரி-ணமிக்க முடியவில்லை. விஜய்காந்த் பத்து சதவீத வாக்கு வரை பெற்றாலும் அவரால் தொடர்ந்து கட்சியை தக்கவைத்துக்கொள்ள முடியவில்லை. பத்தே ஆண்டுகளில் முதல்வர் வேட்பாளராக அவர் போட்டியிட்ட தொகுதியிலேயே தோல்வி அடைந்தார்.

விஜயின் பதவி மோக அரசியல் - மக்களாட்சியில் யார் வேண்டுமா-னாலும் கட்சி துவங்கி, ஆட்சியைப் பிடிக்கலாம் என்பது உண்மைதான். நாயக நடிகர்கள் தலைவராகலாம் என்பதும் உண்மைதான். ஆனால் எத்த-கைய களப்பணி செய்து அரசியலில் கால் பதிக்க வேண்டும் என்பதுதான் கேள்வி. களத்திற்கு செல்லாமல், மக்கள் பணியில் ஈடுபடுத்திக்கொண்டு கட்-சிக் கட்டமைப்பை வேர் மட்ட த்திலிருந்து உருவாக்காமல், தன் நாயக பிம்ப வெளிச்சத்தை வைத்து நேரடியாக ஆட்சியைப் பிடிக்கலாம் என்று நினைப்-பதைத்தான் பதவி மோக அரசியல் என்று கூற வேண்டியுள்ளது. அதாவது அரசியல் என்பதே நேரடியாக முதல்வராக பதிவியேற்பதுதான் என்று எண்-ணுவது அப்பட்டமான பதவி மோகமே தவிர அரசியல் ஈடுபாடு அல்ல. அரசியல் ஈடுபாடு என்பது மக்கள் பணிதானே தவிர ஆட்சி ஆதிகாரமல்ல.

உண்மையில் மக்கள் பணி செய்ய விருப்பமிருந்தால் ஒரு நாயக நடிகர் என்ன செய்ய வேண்டும்? ஒவ்வொரு ஊராக சென்று மக்களிடையே பழக வேண்டும். அவர்கள் தேவைகள் என்ன என்று புரிந்துகொள்ள வேண்-டும். அவர்கள் போராட்டங்களில் பங்கெடுக்க வேண்டும். தன்னை பின்பற்-றுவர்களைக் கொண்டு கட்சிக் கிளைகளை உருவாக்க வேண்டும். அந்த வேர்மட்ட செயல்பாட்டாளர்களுடன் நெருங்கிப் பழக வேண்டும். அவர்களி-லிருந்து தங்கள் செயல்பாடுகள் மூலம் தலைமைப் பண்புடன் வெளிப்படுப-

வர்களைக் கொண்டு கட்சியின் இரண்டாம் கட்ட தலைமையை உருவாக்க வேண்டும். எல்லா மட்டங்களிலும் கட்சிக்குள் ஏற்படக்கூடிய முரண்பாடுகள், சமூக முரண்பாடுகள் எல்லாவற்றிற்கும் முகம் கொடுத்து, தன் தலைமைப் பண்பை நிறுவ வேண்டும். பின்னர்தான் தேர்தல், ஆட்சி எல்லாம் சாத்தியப்படும்.

இவ்வாறு தானே கட்சியை வேர்மட்ட த்தில் கட்ட முடியாது என்றால், வேறொரு கட்சியில் இணைந்து பணியாற்ற வேண்டும். அந்த கட்சியில் பல்வேறு பொறுப்புகளை வகித்து தன்னை தலைமைப் பொறுப்பிற்கு தகுதிப்படுத்திக்கொள்ள வேண்டும். இதிலும் பத்திருபது ஆண்டுகள் பயணமே ஒருவரை பக்குவப்படுத்தும். ஆனால் அப்படி யாருடைய தலைமையையும் ஏற்று பணியாற்ற முடியாது, நான் பிரபல கதாநாயகன் என்பதால் நேரடியாக முதல்வராகத்தான் பதவி ஏற்பேன் என்பது சாத்தியமற்ற ஒரு வேட்கை என்பதை புரிந்துகொள்ள வேண்டும்.

வாரிசு அரசியல் தலைமை என்பதும் சுலபமானதல்ல. கட்சித் தலைவர்களின் ஆதரவைப் பெற வேண்டும். கட்சி கட்டமைப்பின் வேர் மட்டம் வரை சென்று பரிச்சயம் கொள்ள வேண்டும். பல்வேறு முரண்பாடுகளை, சிக்கல்களை தீர்க்கும் ஆற்றலை வளர்த்துக் கொள்ள வேண்டும். இதில் கெட்ட பெயர் ஏற்பட்டு நிராகரிக்கப்படும் வாய்ப்பு அதிகம் என்பதால் மிகுந்த பொறுப்புடன் பணியாற்ற வேண்டும். எல்லா வாரிசு தலைவர்களும் கட்சியினர் ஆதரவையும், அவர்கள் மூலம் மக்கள் ஆதரவையும் பெற்றுவிடுவதில்லை என்பதால் வாரிசு தலைமை என்பதும் ரோஜாப் பூக்களாலான பாதையல்ல. முழுப் பொறுப்பையும் தன் தோளில் ஏற்கும் முன் நிறைய பக்குவப்பட வேண்டும்.

கூட்டக் காட்சி அரசியல் - விஜய்க்கு ஆட்சி செய்ய ஆசை இருக்குமளவு அரசியலில் ஆர்வம் இருக்கிறதா என்றே தெரியவில்லை. ஏனெனில் அப்படி இருந்தால் அரசியல் குறித்து நிறைய பேசுவார். செய்தியாளர்களை சந்திப்பார். பிற அரசியல் தலைவர்களைச் சந்திப்பார். கட்சிக்காரர்களுடன், பல்வேறு மக்கள் பிரிவினருடன் தொடர்ந்து விவாதிப்பார். ராகுல் காந்தி பதினைந்து ஆண்டுகளாகத் தீவிரமாக இவ்விதம் இயங்கி வருகிறார். அவரை சந்தித்தவர்கள் எல்லோருமே அவர் ஆழ்ந்த கவனத்துடன் உரையாடுவதாக, பிரச்சினைகளை அலசி ஆராய்வதாக வியப்புடன் கூறுவதைப் பார்க்கலாம். ஒவ்வொரு நாளும் ராகுல் காந்தி தன்னை ஒரு தேசியத் தலைவராக செதுக்கிக் கொண்டு வருகிறார்.

விஜய் அப்படி எந்த நடவடிக்கைகளிலும் ஈடுபடுவதாகத் தெரியவில்லை. பத்திரிகையாளர்களைச் சந்திப்பதில்லை. அவருடன் ஆலோசனையில் பங்கேற்றதாக எந்த சமூக சிந்தனையாளரும் கூறுவதில்லை. மாறாக ஒரு சில தொழில்முறை அரசியல் ஆலோசகர்கள் தயாரிக்கும் நிகழ்வுகளில் அவர்கள் கூறியபடி செயல்படுகிறார் என்று கூறப்படுகிறது. உதாரணமாக அவர் நீட்

தேர்வினால் உயிரிழந்த அரியலூர் மாணவி அனிதா வீட்டிற்கு சென்றபோது தரையில் அமரும்படியும், அனிதாவின் சகோதரர் தோளில் கை போடும்படியும் சொல்லி அனுப்பியதாக மணிகண்டன் வீராசாமி என்பவர் கூறுகிறார்.

கட்சி அமைப்பை உருவாக்குவதையே விஜய் அவுட்சோர்ஸிங் செய்திருப்பதாகத் தோன்றுகிறது. புஸ்ஸி ஆனந்த், ஆதவ் அர்ஜுனா என சிலரிடம் அவர் அந்த பொறுப்புகளைக் கொடுத்து விட்டார். அவர்கள் ஏற்பாடு செய்யும் நிகழ்ச்சிகளுக்கு சென்று பங்கேற்கிறார். மக்கள் திரளைக் கூட்டி கூட்டக்காட்சி (crowd optics) ஏற்பாடு செய்துவிட்டால் மக்களெல்லாம் தான் சொல்பவர்களுக்கு எல்லா தொகுதிகளிலும் வாக்களித்து வெற்றிபெறச் செய்வார்கள் என நம்புகிறார். அப்படி கூட்டக் காட்சி நடக்கும்போது ஏதோ பேச வேண்டுமே என்று தயாரிக்கப்பட்ட உரைகளை தப்பும் தவறுமாக வாசிக்கிறார். அந்த உரைகளில் இடம்பெறும் தகவல் பிழைகளை யார் சுட்டிக் காட்டினாலும் அவர் கவலைப் படுவதில்லை.

ரசிகர்கள், பாமர மக்கள் மனோநிலை - இத்தகைய உள்ளீடற்ற பதவி மோக அரசியலில் விஜய் ரசிகர்கள் சிக்கி சீரழிவதுதான் வேதனை. அவர்களைப் பொறுத்தவரை தாங்கள் புதிய வரலாறு படைப்பதாக நம்புகிறார்கள். கல்லூரி ஸ்டிரைக்கில் பங்கெடுத்த அனுபவம் உள்ளவர்களுக்கு அந்த மனநிலை புரியும். என்னுடைய கல்லூரி நாட்களில் ஒருமுறை ஸ்டிரைக் செய்த போது என் சக மாணவன் ஒருவன் பிரின்ஸிபல் அறைக்குத் தீவைக்கலாமா என்று கேட்டான். விடுதியில் வழங்கப்படும் உணவு தரமாக இல்லை என்றுதான் ஸ்டிரைக். ஆனால் அதை ஏதோ யுகப்புரட்சி போல நினைக்கும் விடலைப் பருவம்.

பாமர மனிதர்கள் எல்லா காலங்களிலும் தங்கள் குறைகள் தீர்க்கப் படவில்லை என்ற ஏக்கத்துடன்தான் இருப்பார்கள். அடித்தட்டு மக்களுக்கு நிறைய குறைகள் இருக்கும். அதனால் யாரேனும் ஒரு மீட்பர் உருவாகி பொன்னுலகை படைப்பார்கள் என்ற ஏக்கம் அல்லது கனவு இருக்கும். எவ்வளவு அரசியல் மயப்படுத்தப்பட்ட சமூகத்திலும் ஒரு சாராருக்கு இதுபோல யுகப்புரட்சி கனவுகள் இருக்கும். அது மதவாத வடிவமெடுக்கலாம்; புரட்சிகர வடிவமெடுக்கலாம். அல்லது ஏதோவொரு தற்செயலான கவர்ச்சிகர பிம்பத்திற்கு பின்னால் செல்லலாம்.

உலகிலேயே நவீன மக்களாட்சி சமூகங்களில் மூத்த சமூகம் அமெரிக்காதான். அங்கே மக்களாட்சிக் குடியரசு உருவாகி இருநூற்றைம்பது ஆண்டுகள் ஆகப் போகிறது. அந்த சமூகத்தில் டொனால்ட் டிரம்ப் என்ற ஒரு தொலைக்காட்சி நிகழ்ச்சி மூலம் புகழ்பெற்ற ரியல் எஸ்டேட் வியாபாரி, வெகுஜன ஆதரவுடன் அதிபராகி உலகையே கிலியில் ஆழ்த்தி வருவதைப் பார்க்கிறோம். அவருக்கு மன நிலை சரியாக உள்ளதா என்பதைக் குறித்தே பலரும் சந்தேகம் தெரிவித்துள்ளார்கள்.

இத்தாலியை எடுத்துக்கொண்டால் குடியரசுத் தத்துவத்திற்கு மிகப்பெரும் பங்களிப்பை செய்த நாடு அது. ரோமப் பேரரசின் காலத்திலும் சரி, பதினைந்தாம் நூற்றாண்டின் மறுமலர்ச்சிக் காலத்திலும் சரி, இத்தாலி பல அரசியல் தத்துவங்களின் பரிசோதனைக் களமாக இருந்தது. அத்தகைய நாட்டில் பெர்லுஸ்கோனி (Silvio Berlusconi, 1936-2023) என்ற எதேச்சதிகாரி வெகுஜன ஆதரவுடன் கோலோச்சியதையும் பார்த்தோம். எனவே தமிழ்நாட்டில் விஜய் போன்ற நடிகர் பின்னால் முதிரா இளைஞர்கள் சிலரும், எளிய மக்கள் சிலரும் திரள்வது அதிசயமல்ல.

நம்முடைய அரசியல் முதிர்ச்சி அவரை விமர்சன ரீதியாக எதிர்கொள்வதன் மூலம், கண்டிப்பதன் மூலம் இத்தகைய துர்ச்சம்பவங்கள் நிகழாமல் தடுக்க வேண்டும் என்பதுதான் முக்கியம். அதற்காக நாம் வெற்றிகரமாக உருவாக்கியுள்ள திராவிட தமிழர் என்ற முற்போக்கு அரசியல் சமூகத்தை குறைகூறத் தேவையில்லை. எந்த விரும்பத்தகாத சம்பவம் நிகழ்ந்தாலும் திராவிட அரசியலைக் குறைகூறும் பார்ப்பனீய சமூக நினைவிலி மனதை எச்சரிக்கையுடன் கண்காணிக்க வேண்டும்

4. இந்தி ஒரு பிராந்தியச் சிறுபான்மை மொழி!

- கே. அசோக் வர்தன் ஷெட்டி, IAS (ஓய்வு),

இந்திய மொழிக் கொள்கை குறித்த புதிய சிந்தனை - மொழி இந்தியாவின் கூட்டாட்சிக்கு தொடர்ச்சியானதும் மிகவும் கடினமானதுமான சவால்களில் ஒன்றாக விளங்கி வருகிறது. இந்தச் சவால் அரசமைப்பு சபையைப் பிளவுபடுத்தியது; 1960களில் கடுமையான இந்தி எதிர்ப்புப் போராட்டங்களைத் தூண்டியது; மேலும் இன்றளவிலும் எதிர்ப்பு உணர்ச்சிகளைத் தூண்டி வருகிறது. இதனையே தமிழ்நாடு, கர்நாடகா, மகாராஷ்டிரா ஆகிய மாநிலங்கள் தேசிய கல்விக் கொள்கை (NEP) 2020 அறிக்கையின் மும்மொழிக் கொள்கையைத் நிரகாரித்துவிட்டதன் மூலம் எடுத்துக்காட்டுகிறது. தீர்வு காணப்படாமல், நமது நாடுதழுவிய உரையாடலில் புகைந்துகொண்டு இருக்கும் விசயமாக மொழிச்சிக்கல் இன்றும் உள்ளது.

மொழிச்சிக்கல் அனல்தெறிக்கும் சர்ச்சைகளைக் கிளப்பினாலும், மொழி இந்தியாவின் மிகப்பெரிய வலிமைகளுள் ஒன்று. தமக்கே உரிய தனித்துவமான வரலாறு, இலக்கியம், உலகக் கண்ணோட்டம் ஆகியவற்றின் களஞ்சியமாகத் திகழும், பத்து பன்னிரண்டு பழமையான மொழிகளும் ஆயிரக்கணக்கான தாய்மொழிகளும் பல நூற்றாண்டுகளாகத் தொடர்ந்து செழித்து வளர்ந்து, வளம் பெற்றது நமது நாகரிகம். பலர் பன்மொழிச் சூழலைத் தீர்க்கப்பட வேண்டிய சிக்கல் என்று தவறாகக் கருதுகின்றனர். உண்மை இதற்கு மாறானது... இந்தியாவின் மொழியியல் பன்முகத்தன்மை அறிவார்ந்த வகையில் பேணப்பட வேண்டிய முக்கிய வளம் ஆகும்; வரும்

தலைமுறைகளுக்குப் பாதுகாத்து அளிக்கப்பட வேண்டிய விலைமதிப்பற்ற மரபுச்செல்வம் ஆகும்.

மொழிச்சிக்கல் தொடர்ந்து முக்கியமானதாக இருந்தபோதிலும், அது குறித்து முழுமையானதும் ஒருதலைசார்பற்ற வகையிலும் மீளாய்வு நடை-பெறுவது அரிதாக உள்ளது. இந்தக் கட்டுரை நான்கு கருப்பொருள்களின் அடிப்படையில் நீண்டகாலமாக உள்ள மொழிச்சிக்கல் குறித்த விவாதத்தை மீண்டும் ஆராய முயல்கிறது...

1. இந்தியாவினுடைய மொழிச் சூழல் எவ்வாறு உள்ளது?

2. நாட்டின் ஒற்றுமைக்கு உண்மையில் ஒற்றைத் தேசிய மொழி ஒன்று தேவையா?

3. மும்மொழிக் கொள்கையின் நோக்கங்கள் வெற்றிபெற ஏன் தவறி-விட்டன?

4. அரசமைப்புச் சட்டம் மொழிச்சிக்கலை எவ்வாறு கையாள்கிறது? இப்-போது என்ன சீர்திருத்தங்கள் தேவைப்படுகின்றன?

இந்த மொழிச்சிக்கல் என்பது வெறும் மொழி குறித்தது மட்டுமல்ல; சமத்-துவக் கொள்கை, கூட்டாட்சி சமநிலை, பண்பாட்டுச் சுதந்திரம் ஆகிய அடிப்படை மக்களாட்சிக் கொள்கைகளைக் குறித்தது ஆகும்.

இந்தியாவினுடைய மொழிச் சூழல் காட்சி - இந்தியாவில் எத்தனை மொழிகள் உள்ளன? இதற்குப் பதில் "மொழி" குறித்த நமது வரையறையைச் சார்ந்துள்ளது. மொழியின் தனித்துவமான ஒலி அமைப்பு (ஒலியியல்), சொல் உருவாக்க முறைகள் (சொல்லியல்), தொடர் அமைப்பு (தொடரியல்) அல்-லது சொற்களஞ்சியத் தொகுதி (அகராதியியல்) மூலம் மொழியை வரைய-றுக்கின்றோமா? தனித்துவமான எழுத்து வரிவடிவம், முழுவதும் ஒத்துபோகாத இயல்பு அல்லது வெறுமனே நிர்வாக வசதி ஆகியவற்றால் மொழி வரைய-றையைத் தீர்மானிக்கப்படுகின்றதா?

ஒரு நூற்றாண்டுக்கு முன்பு, ஜார்ஜ் ஆபிரகாம் கிரியர்சனின், புகழ்பெற்ற இந்திய மொழியியல் ஆய்வு (Linguistic Survey of India) 179 மொழி-களையும் 544 பேச்சுவழக்குகளையும் பட்டியலிட்டது. இன்று உலகளாவிய மதிப்புமிகு தரவுத்தளமான எத்னோலாக் (Ethnologue) இந்தியாவில் 424 பூர்வீக மொழிகளையும் 30 பூர்வீகமற்ற மொழிகளையும் உள்ளடக்கி 454 வழக்கத்தில் உள்ள மொழிகளை பட்டியல் இடுகிறது. இந்தியாவின் புகழ்-பெற்ற மொழியியலாளர் பேராசிரியர் ஜி.என். தேவி வழிநடத்திய இந்திய மக்கள் மொழியியல் ஆய்வு (People's Linguistic Survey of India, 2010—12), 780 மொழிகளைக் கண்டறிந்து உள்ளது.

2011 மக்கள் தொகை கணக்கெடுப்பில் 19,569 தாய்மொழிகள் உள்ளன என்று தோராயமாகப் பதிவு செய்யப்பட்டது. அவற்றில் 18,200 "மற்றவை" என்ற பிரிவில் அதிகாரத்துவச் சூழ்ச்சியால் இணைக்கப்பட்டன என்றும், மீத-முள்ள 1,369 மொழிகள் பின்னர் 121 "மொழிகளாக" சுருக்கப்பட்டன என்-

றும் பேராசிரியர் ஜி.என். தேவி “இந்தியா: ஒரு மொழியியல் நாகரிகம்” (India: A Linguistic Civilisation) என்ற தனது நூலில் சுட்டிக்காட்டியுள்ளார். நிர்வாக வசதிக்காக மேற்கொள்ளப்பட்ட இந்த எண்ணிக்கைக் குறைப்பு இந்தியாவின் மொழியியல் பன்முகத்தன்மையின் உண்மையான அளவை மறைத்துவிட்டது.

“இந்திப் பெரும்பான்மை” என்கிற மாயை - 44 சதவீத இந்தியர்கள் இந்தி பேசுகிறார்கள் என்று 2011 மக்கள் தொகை கணக்கெடுப்பு குறிப்பிட்டது. ஆனால், 53 தனி மொழிகளை “இந்தியின் பேச்சுவழக்குகள்” என்று தவறாக வகைப்படுத்துவதன் மூலமே, இந்தி பேசுவோரின் எண்ணிக்கை அதிகரிக்கப்பட்டுள்ளது என பேராசிரியர் ஜி.என். தேவி எடுத்துக்காட்டியுள்ளார் (மேற்குறிப்பிட்ட நூல்). இவற்றில் போஜ்புரி, ராஜஸ்தானி, மகதி, அவதி, புண்டேலி, சத்தீஸ்கரி, ஹரியான்வி ஆகியவை அடங்கும். இம்மொழிகள் அனைத்தும் இந்திக்குப் பல நூற்றாண்டுகள் முன்பே வளமான இலக்கிய மரபுகளைக் கொண்ட தனித்துவமான மொழிகள். அவற்றை “இந்தியின் பேச்சுவழக்குகள்” என்று அழைப்பது நியாயமற்றது. எவ்வாறெனில், லத்தீன் மொழியை “இத்தாலிய மொழியின் பேச்சுவழக்கு” என்று அழைப்பது போல நியாயமற்றது ஆகும்.

இம்மொழிகளில் குறைந்தது 25 மொழிகளைப் பத்து இலட்சத்திற்கும் அதிகமானோர் தாய்மொழியாக பேசுவோர் உள்ளனர். மேலும் பஞ்சரி போன்ற சில மொழிகள் கொஞ்சம்கூட இந்தியுடன் ஒத்த தன்மை இல்லாதவை. இவற்றையெல்லாம் கணக்கில்கொண்டு பார்த்தால், இந்தியாவின் மக்கள் தொகையில் உண்மையாக இந்தி பேசுவோர் 25 சதவீதத்தினர் மட்டுமே ஆகும். ஆகவே, இந்திய மொழிகள் அனைத்துமே சிறுபான்மை மொழிகள், வட்டார மொழிகள் ஆகும். இதற்கு இந்தி மொழி மட்டும் விதிவிலக்கானது அல்ல. இந்தி மொழி துடிப்பானதும் மதிப்புமிக்கதுமாக இருந்தாலும்கூட, சிறப்பு முன்னுரிமை அளிப்பதில் எந்தவித நியாயமும் இல்லை.

வட்டாரத்திற்குள் நிலைத்து வாழும் சமூகம் - 63 சதவீத இந்தியர்கள் தங்கள் பிறந்த இடத்தை விட்டு வெளியேறியதில்லை; 85 சதவீத இந்தியர்கள் தங்கள் சொந்த மாவட்டத்திற்கு வெளியேயும், 95 சதவீத இந்தியர்கள் தங்கள் சொந்த மாநிலத்திற்கு வெளியேயும் குடியேறவில்லை என்று 2011 மக்கள் தொகை கணக்கெடுப்பு காட்டுகிறது. கல்வி, வேலை, அரசியல், நிர்வாகம், வணிகம், பண்பாடு போன்ற துறைகளில் அன்றாட வாழ்க்கை பெரும்பாலும் வட்டார மொழிகளிலேயே நடக்கிறது.

மாநிலங்களுக்கு இடையேயான இடம்பெயர்வு, பொருளாதார வாய்ப்புகள் குவிந்துள்ள இடங்களை நோக்கி, பெரும்பாலும் இந்தி வட்டாரத்திலிருந்து தெற்கு, மேற்கு, டெல்லி ஆகிய பகுதிகளை நோக்கி நிகழ்கிறது. இந்தச் சூழ்நிலையில், இந்தியை இந்தியாவின் ‘இயற்கை’யான தொடர்பு மொழி என்று

முன்னிறுத்துவது மக்கள்தொகையியல் சார்ந்த புனைவு ஆகும்.

அரசமைப்பின் எட்டாவது அட்டவணை - இந்தியாவின் மொழியியல் பன்முகத்தன்மையைப் போற்றும் வகையில் அரசமைப்பின் எட்டாவது அட்டவணை உருவாக்கப்பட்டது. ஆனால் இந்த அட்டவணை காலப்போக்கில் தெரிந்தெடுத்த வகையில் ஏற்பு அளிப்பதற்கான அரசியல் கருவியாக மாறியுள்ளது. இது 22 மொழிகளை மட்டுமே பட்டியலிட்டு உள்ளது. அவற்றில்:

அசாமி, வங்காளி, டோக்ரி, குஜராத்தி, இந்தி, காஷ்மீரி, கொங்கணி, மைதிலி, மராத்தி, நேபாளி, ஒடியா, பஞ்சாபி, சமஸ்கிருதம், சிந்தி, உருது ஆகிய 15 மொழிகள் இந்தோ-ஆரிய மொழிக் குடும்பத்தைச் சேர்ந்தவை.

கன்னடம், மலையாளம், தமிழ், தெலுங்கு ஆகிய 4 மொழிகள் திராவிட மொழிக் குடும்பம்.

சந்தாலி என்கிற ஒரு மொழி ஆஸ்ட்ரோ-ஆசியடிக் மொழிக் குடும்பம்.

போடோ, மணிப்பூரி ஆகிய 2 மொழிகளும் திபெத்திய — பர்மிய மொழிக்குடும்பத்தைச் சேர்ந்தவை.

இந்த அட்டவணை தெற்கின் செம்மொழி மரபுகளையும், மத்திய — கிழக்கு — வடகிழக்கு இந்தியாவின் வளமான பழங்குடி மொழிகளையும் முழுமையாகக் கணக்கில் கொள்ளவில்லை. ஆங்கிலம் வெளிப்படையாக விலக்கப்பட்டுள்ளது.

அட்டவணையில் உள்ள முரண்பாடுகள் தெளிவாகத் தெரிகின்றன. 25,000க்கும் குறைவானவர்கள் பேசும் சமஸ்கிருத மொழிக்கு தொன்மைக்காக ஏற்பு அளிக்கப்பட்டுள்ளது. ஆனால் பௌத்த — ஜைன திருமுறை நூல்கள் இயற்றப்பட்டுள்ள தொல்சீர் செம்மொழிகளான பாளியும் பிராகிருதமும் அட்டவணையில் இடம்பெறவில்லை. சிந்தி (28 இலட்சம்), டோக்ரி (26 இலட்சம்), கொங்கனி (23 இலட்சம்) ஆகிய மொழிகள் அட்டவணையில் சேர்க்கப்பட்டுள்ளன. ஆனால் பிலி (104 இலட்சம், அதாவது 1 கோடியே 4 இலட்சம்), கோர்தா (35 இலட்சம்), கோண்டி (28 இலட்சம்) ஆகிய மொழிகள் அட்டவணையில் சேர்க்கப்படவில்லை. மக்கள்தொகை வலிமை, இலக்கியச் செல்வம் அல்லது பண்பாட்டுப் பங்களிப்பு ஆகியவற்றை விட அரசியல் செல்வாக்கே அட்டவணையில் சேர்ப்பதைத் தீர்மானிக்கிறது என்பது தெளிவாகத் தெரிகிறது.

எட்டாவது அட்டவணையிலிருந்து விலக்கப்படுவது உறுதியான பின்விளைவுகளை ஏற்படுத்துகிறது. அட்டவணைக்கு வெளியே உள்ள மொழி அரசின் ஆதரவு, கல்வித்துறை ஆதரவு, பொது ஊடக ஆதரவு ஆகியவற்றுக்கான அணுகலை இழக்கிறது. இதன் விளைவாக அந்த மொழி அலுவல்பூர்வமாக இல்லாத ஒன்றாகிவிடுகின்றது.

யுனெஸ்கோ பிரகடனப்படுத்தியுள்ள குழந்தையின் தாய்மொழியில் தொடக்கக் கல்வியை வழங்க வேண்டும் என்ற கொள்கையைச் செயல்படுத்த அரசமைப்பின் உறுப்பு 350A மாநிலங்களுக்குக் கட்டளையிடுகிறது; தேசிய

கல்விக் கொள்கை 2020 அறிக்கை மீண்டும் உறுதிப்படுத்தியுள்ளது. ஆயினும், நடைமுறையில் பெரும்பாலான பள்ளிகள் முக்கியமான மாநில மொழியை — ஏறக்குறைய அட்டவணையில் இடம்பெற்றுள்ள மொழியை — அல்லது ஆங்கில மொழியைப் பயிற்றுமொழியாகப் பயன்படுத்துகின்றன. அட்டவணையில் சேர்க்கப்படாத மொழிகள் அரிதாகவே கற்பிக்கப்படுகின்றன. அவை ஒருபோதும் பயிற்றுமொழியாகப் பயன்படுத்தப்படுவதில்லை. மேலும் அம்மொழிகளுக்கு ஆசிரியர்கள், பாடப்புத்தகங்கள், கற்பித்தல் பொருட்கள் இல்லாமலும் உள்ளன. இதன் விளைவாக, நூற்றுக்கணக்கான அட்டவணையில் சேர்க்கப்படாத மொழிகள் மெதுவாக அழிவை நோக்கிச் செல்கின்றன.

அழியும் மொழிகள்: நாடு தழுவிய அவசரநிலை - கடந்த ஐம்பது ஆண்டுகளில் கிட்டத்தட்ட 50 இந்திய மொழிகள் மறைந்துவிட்டன என்றும், அடுத்த ஐம்பது ஆண்டுகளுக்குள் 400க்கும் மேற்பட்ட மொழிகள் அழிந்துபோகும் அபாயத்தில் உள்ளன என்றும் இந்திய மக்கள் மொழியியல் ஆய்வு (The People's Linguistic Survey of India) எச்சரிக்கிறது. மொழி ஒன்று அழியும் போது, வெறும் சொற்கள் மட்டும் அழிவதில்லை; மரபுத்தொடர்கள், தொன்மங்கள், செடிகொடிகள் குறித்த அறிவு, மருத்துவ மரபுகள், பண்பாட்டு நினைவு ஆகியவற்றை உட்கொண்டிருக்கும் உலகக் கண்ணோட்டமும் அழிந்து போகிறது. ஒவ்வொரு மொழியும் அழியும்போது, இந்திய ஆன்மாவின் ஒருபகுதியும் இறந்துபோய் விடுகிறது.

பின்லாந்து மொழியியலாளர் டோவ் ஸ்குட்னாப்-கங்காஸ் "மொழியும் மொழிக் கல்வியின் எதிர்காலமும்" (On the Future of Language and Language Education) என்கிற தனது நூலில் பின்வருமாறு எழுதியுள்ளார்:

"மொழிகள் இயற்கையாகவே இறந்துபோய் விடுவதில்லை; அவை கொல்லப்படுகின்றன. மொழிக் கல்விக் கொள்கைகள் பெரும்பாலும் மொழி ஒன்றின் ஆதிக்கத்திற்கு வழிவகுத்ததன் விளைவாகவே, சிறுபான்மை மொழிகள் அழிந்துபோகின்றன. இது தற்செயலானது அல்ல. அதிகாரம் மிக்கவர்கள் அழிவை விளைவிக்கும் முடிவுகளை மேற்கொள்வதன் விளைவு ஆகும்."

மொழி நீதியை நோக்கி - பின்வரும் இரண்டு நடைமுறைச் சீர்திருத்தங்கள் பரிந்துரைக்கப்படுகின்றன. மக்கள்தொகை கணக்கெடுப்புக் குறைபாடுகளைச் சரிசெய்தல்: மக்கள் தொகை கணக்கெடுப்பு 53 தனி மொழிகளை "இந்தியின் பேச்சுவழக்குகள்" என்று தவறாக வகைப்படுத்துவதை நிறுத்தி, இந்தி பேசுபவர்களின் உண்மையான எண்ணிக்கையை முன்வைக்க வேண்டும். போஜ்புரி, ராஜஸ்தானி, மகதி, அவதி முதலான மொழிகளைத் தனித்துவமான மொழிகளாக அங்கீகரிப்பது, மெய்யான விகிதத்தில் இந்தியாவின்

பன்முகத்தன்மையை வெளிப்படுத்துவதும், இந்திப் பெரும்பான்மை என்கிற மாயையை அகற்றுவதும் ஆகும்.

எட்டாவது அட்டவணையை விரிவுபடுத்துதல்: பத்து இலடசத்திற்கும் அதிகமானோர் தாய்மொழியாகப் பேசும் அனைத்து மொழிகளும் இயல்பாகவே எட்டாவது அட்டவணையில் சேர்க்கப்பட வேண்டும். இதனால் பிலி, கோண்டி, குருக், கண்டேஷி, துளு, காசி, ஹோ, காரோ, முண்டாரி ஆகிய ஒன்பது மொழிகளும், இப்போது "இந்தியின் பேச்சுவழக்குகள்" என்று தவறாக வகைப்படுத்தப்பட்டுள்ள 25 மொழிகளும் அட்டவணையில் சேர்க்கப்படும். ஆஸ்ட்ரோ-ஆசியாடிக், திபெத்திய-பர்மன் மொழிக் குடும்பங்களைச் சேர்ந்த பழங்குடி மொழிகளுக்கு, தாய்மொழியாகப் பேசுவோர் எண்ணிக்கை ஒரு லட்சம் என்கிற குறைந்த வரம்பு அமைக்கப்படலாம். சமஸ்கிருத மொழியோடு பாளியும் பிராகிருதமும் தொல்சீர் செம்மொழிகள் என்கிற அங்கீகாரத்தைப் பெற வேண்டும். வாழ்க்கைப் போக்கைக் கணக்கில் எடுத்துக்கொண்டு, ஆங்கிலமும் அட்டவணையில் இணைக்கப்பட வேண்டும்.

ஒரே நாடு, ஒரே மொழி? - நூற்றைம்பது கோடி மக்களை ஒரே மொழி ஒன்றிணைக்க முடியும் என்ற கருத்து வரலாற்று அடிப்படையோ அல்லது அனுபவ அடிப்படையோ இல்லாத அகநிலை விருப்பம் ஆகும். குடிமக்கள் அனைவரும் ஒரே மொழியைப் பேசுவதால் அல்ல, மாறாக குடிமக்கள் அனைவரும் தமது சொந்த மொழியைப் பேச சுதந்திரம் இருப்பதால் மட்டுமே நாடுகளில் ஒற்றுமை பேணப்படுகின்றது. ஒற்றைப்படையான மொழிப் பயன்பாட்டில் அல்லாமல், மொழிச் சமத்துவத்தில், தம் தாய்மொழி காரணமாக எந்தச் சமூகமும் இரண்டாம்தரக் குடிமக்களாக உணரக்கூடாது என்கிற உறுதிப்பாட்டில் உண்மையான ஒற்றுமை பிறக்கிறது. பொதுமொழி ஒற்றுமையை உருவாக்காது; ஒற்றை மொழியைத் திணிப்பது ஒற்றுமையின்மைக்கு உறுதியாக வழிவகுக்கும் என்கிற உண்மையை அனைத்து வரலாற்றுப் படிப்பினைகளும் சுட்டிக்காட்டுகின்றன.

உலகம் அளிக்கும் படிப்பினைகள் - நாட்டு ஒற்றுமைக்கு ஒற்றை மொழி அவசியம் என்ற நம்பிக்கை 19ம் நூற்றாண்டில் ஐரோப்பியர்கள் கண்டுபிடித்தது ஆகும். ஜெர்மனி, இத்தாலி முதலான புதிதாக தோன்றிய தேச-அரசுகள் ஒற்றை அடையாளத்தை உருவாக்க ஒரே மொழியைத் திணித்தன. சிறிய ஒரேமாதிரியான நாடுகளுக்கு ஏற்ற அந்த அணுகுமுறை, இந்தியா போன்ற துணைக்கண்ட நாகரிகத்திற்குப் பொருந்தாது. இது மழைக்காடு ஒன்றைத் தட்டையாக்கி, யூகலிப்டஸ் மரத் தோட்டமாகக் கருதுவது போன்றது ஆகும்.

ஒன்றிணைப்பு அல்ல, இணங்கிப் போதலே ஒற்றுமையை நிலைநிறுத்துகிறது என்கிற படிப்பினையை நவீன மக்களாட்சிகள் வழங்குகின்றன. ஜெர்மன், பிரஞ்சு, இத்தாலி, ரோமன்ஷ் ஆகிய நான்கு ஆட்சி மொழிகளுடன் சுவிட்சர்லாந்து செழித்து வளர்கிறது. கனடாவில் ஆங்கிலம், பிரஞ்சு ஆகிய இரண்டும் ஆட்சி மொழிகளாக உள்ளன. 12 ஆட்சி மொழிகளை ஏற்றுக்-

கொள்வதன் மூலம் பிரிவினைகள் நிலவிய கடந்த காலத்தை தென்னாப்பிரிக்கா மாற்ற முயல்கிறது. கவனமாக வடிவமைக்கப்பட்ட கூட்டாட்சி உடன்பாட்டின் மூலம் டச்சு, பிரெஞ்சு, ஜெர்மன் ஆகிய மொழிகளை பெல்ஜியம் சமமாகப் பேணுகிறது. 27 நாடுகளை உள்ளடக்கிய ஐரோப்பிய ஒன்றியம்கூட 24 ஆட்சி மொழிகளில் அலுவல்களை மேற்கொள்கிறது. ஐரோப்பிய ஒன்றியத்தின் ஒரே ஆட்சி மொழியாக ஜெர்மன் அல்லது பிரெஞ்சு மொழியைத் திணிப்பதைக் கற்பனை செய்து பாருங்கள். அந்த ஒன்றியம் எவ்வளவு காலம் நீடிக்கும்?

நமக்கு அருகில் உள்ள சிங்கப்பூர் நல்ல படிப்பினை தரும் முன்மாதிரியாக உள்ளது. அந்நாடு, 1965ல் சுதந்திரம் பெற்ற பிறகு, நாட்டின் மக்கள் தொகையில் கிட்டத்தட்ட 74 சதவீதமாக இருந்த சீனப் பெரும்பான்மையினர், மாண்டரின் மொழியை மட்டுமே நாட்டின் ஒற்றை தேசிய மொழியாக அறிவிக்க வேண்டும் என்று கொடுத்த தீவிர அழுத்தத்தை எவ்வாறு எதிர்த்தார் என்பதை சிங்கப்பூரின் முதல் பிரதமர், லீ குவான் யூ “From Third World to First” என்கிற நூலில் நினைவுகூர்ந்து உள்ளார். அத்தகைய நடவடிக்கை மலாய்க்காரர்கள் (13.5 சதவீதம்), தமிழர்கள் (9 சதவீதம்), இன்னும் பிற சிறுபான்மையினரைத் தனிமைப்படுத்தி விடும் என்பதை உணர்ந்து இருந்தார். அதற்குப் பதிலாக, ஆங்கிலத்தைத் தேர்ந்தெடுத்தார். ஆங்கிலம் காலனி ஆதிக்கத்தின் மூலம் வந்த மொழி. ஆயினும், அது எந்தவொரு சமூகத்தையும் சாராத நடுநிலை மொழி ஆகும். சிங்கப்பூரின் இருமொழிக் கல்விக் கொள்கை — பொருளாதார முன்னேற்றத்திற்காக ஆங்கிலமும், பண்பாட்டு அடையாளத்திற்காக தாய்மொழிகளும் என்கிற கொள்கை சமூக நல்லிணக்கம், அனைவரையும் உள்ளடக்கிய ஆளுகை, மிகநல்ல பொருளாதார வளர்ச்சி ஆகியவற்றை உருவாக்கியது.

மொழி என்னும் பிரிவினைக் கோடு - ஒற்றை மொழியைத் திணிப்பதன் ஆபத்துகள் குறித்தும் வரலாறு நமக்குக் கற்பிக்கிறது. ரஷ்ய மொழியை ஊக்குவிப்பதன் மூலமும், ரஷ்ய மொழி அல்லாத பிற மொழிகளை ஒடுக்குவதன் மூலமும் ஒருங்கிணைந்த தேசிய அடையாளத்தை உருவாக்க சோவியத் யூனியன் மேற்கொண்ட முயற்சிகள் வெறுப்பை விதைத்தது என்றும்; மொழி தேசிய இன அடையாளமாக மாறியதுடன், சோவியத் குடியரசுகள் முழுவதும் விடுதலை இயக்கங்களுக்கான போர் முழக்கமாகவும் மாறியது என்றும் டேவிட் எப். மார்ஷல் தனது The Role of Language in the Dissolution of the Soviet Union (1992) என்கிற கட்டுரையில் தெரிவித்துள்ளார்.

பாகிஸ்தானின் அனுபவமும் இதேபோன்ற கதையை எடுத்துரைக்கிறது. உருது மொழியை மட்டுமே ஒற்றை தேசிய மொழியாகத் திணிக்கும் முடிவு, அந்நாட்டின் வங்காளி மொழி பேசும் பெரும்பான்மையினரை அந்நியப்படுத்தியது. இது பிரிவினைக்கான விதைகளை விதைத்து, கிழக்கு பாகிஸ்தான்

வங்காளதேசமாக உருவாவதில் முடிந்தது.

இந்தியாவும் முக்கியமான சவால்களை எதிர்கொண்டது. அரசமைப்பு சபையில், சில இந்தி ஆதரவாளர்கள், முக்கியமான வட்டார மொழிகளைக்கூட எட்டாவது அட்டவணையில் சேர்க்கக் கூடாது என்று எதிர்த்தனர். அவ்வாறு அட்டவணையில் சேர்த்தால் பிரிவினை ஊக்கம் பெறும் என்று அஞ்சினார்கள். இந்திக்கு இணையாக ஆங்கிலத்தை இணை ஆட்சி மொழி ஆக்குவதையும் எதிர்த்தனர். மொழிவாரி மாநிலங்கள் தேசிய ஒருமைப்பாட்டிற்கு ஆபத்தை விளைவிக்கும் என்கிற தவறான கருத்து, மொழிவாரி மாநில மறுசீரமைப்பைப் பல ஆண்டுகளுக்குத் தள்ளிப்போட்டது.

ஆந்திரப்பிரதேசத்தைத் தனி மாநிலமாக்கக் கோரி பொட்டி ஸ்ரீராமுலு 1952ம் ஆண்டில் 56 நாட்கள் உண்ணாவிரதம் இருந்து, உயிர்துறந்த பின்னரே வரலாற்றின் போக்கு மாறியது. மாநில மறுசீரமைப்புச் சட்டம், 1956 (States Reorganisation Act, 1956) இந்தியாவின் வரைபடத்தை மொழிவாரியாக மாற்றியமைத்தது. இது ஒன்றியத்தைப் பலவீனப்படுத்துவதற்குப் பதிலாக, பலப்படுத்தியது. இதனையே, இந்தியாவின் மொழிவாரி நெகிழ்வுத்தன்மையே இந்திய ஒற்றுமையைப் பாதுகாத்தது என்று வரலாற்றாசிரியர் ஜான் கேய் (john keay) Midnight's Descendants (2014) என்ற நூலில் கூறுகின்றார்.

“அந்நியமானது” என்கிற மாயை - இதனைச் சிந்தித்து பாருங்கள். உருளைக்கிழங்கு, தக்காளி, மொச்சைக் கொட்டை, மிளகாய், சோளம், காலிப்பிளவர், பூசணிக்காய், குடமிளகாய், கொய்யா, பப்பாளி, அன்னாசிப்பழம், சப்போட்டா, சீதாப்பழம், காபி, தேநீர் — இவை யாவும் இந்தியாவுக்குச் சொந்தமானவை அல்ல. இவை அனைத்தும் கடந்த நானூறு ஆண்டுகளுக்குள் போர்த்துகீசியர்கள், பிரிட்டிஷார் அல்லது டச்சுக்காரர்கள் கொண்டுவந்தவை. ஆயினும், இவை இல்லாமல் இந்திய உணவு முறையை, பண்பாட்டை அல்லது வேளாண்மையை இப்போது யாராவது நினைத்துப் பார்க்க முடியுமா? ஆங்கில மொழியைப் பொறுத்தும் இதுவே உண்மை. ஆங்கில மொழி இந்தியாவில் இரண்டரை நூற்றாண்டுகளாக உள்ளது. ஆகவே, இனிமேலும் ஆங்கிலம் அந்நியமானது அல்ல. இந்தியப் பேச்சு வழக்குகளாலும் சிந்தனைகளாலும் ஆழமான தாக்கமும் செழுமையும் பெற்றுள்ள இந்திய ஆங்கிலம் இப்போது உலக அளவில் ஏற்றுக்கொள்ளப்பட்ட வகை ஆகும்.

உண்மையான கேள்வி அந்நியத் தன்மை குறித்தது அல்ல; அதன் பயன்பாடும் நியாயமும் குறித்ததுதான். இந்த இரண்டு அளவுகோல்களிலும், தனது மதிப்பை ஆங்கிலம் நிரூபித்துள்ளது. மாகாணங்கள் அனைத்திற்கும் ஆங்கிலம் இணைப்பு மொழியாக இருந்திருக்காவிட்டால், நமது சுதந்திரப் போராட்டமே சாத்தியமாகி இருக்காது. நமது அரசமைப்பே ஆங்கிலத்தில்தான் இயற்றப்பட்டது. இந்தியை ஒற்றை ஆட்சி மொழியாக ஆக்குவது சில மாநிலங்களுக்குச் சாதகமாக இருக்கும்; மற்ற மாநிலங்களை அந்நியப்படுத்தி

விடும். இதற்கு மாறாக, அனைவருக்கும் பொதுவானதும் ஆதிக்கம் செலுத்த வழி இல்லாததுமாகிய ஆங்கிலம் நடுநிலையாக இணைக்கும் பாலம் ஆகும். பிரிட்டிஷ் பேரரசு மறைந்து நீண்ட காலமான பிறகும், காலனிய ஆட்சியின் சின்னமாக அல்லாமல், நடப்பில் உள்ள உலகப் பொதுமொழியாக ஆங்கில மொழி நிலைத்திருக்கிறது. இப்போது உயர்கல்வி, அறிவியல், தொழில்நுட்பம், சட்டம், வணிகம், பன்னாட்டு உறவு ஆகியவற்றுக்கு மிகவும் அவசியமானதாக உள்ளது. ஒரு பண்பாட்டின் மொழியாக இந்தி மதிப்புமிகுந்த மொழியாக விளங்கினாலும், இந்த உலகளாவிய செயல்பாடுகளை மேற்கொள்ள முடியாது.

அயர்லாந்து தரும் படிப்பினை - வரலாறு பொருத்தமான உதாரணம் ஒன்றை வழங்குகிறது. 1922ல் சுதந்திரம் பெற்ற பிறகு, அயர்லாந்து ஐரிஷ் கேலிக் மொழியை முதல் ஆட்சி மொழியாகவும் ஆங்கிலத்தை இரண்டாம் ஆட்சி மொழியாகவும் அறிவித்து, கேலிக் மொழியை வளர்க்க முயன்றது. பல ஆண்டுகளாக அரசு ஆதரவு அளிக்கப்பட்டாலும், நவீன நிர்வாகம், கல்வி, அறிவியல், தொழில்நுட்பம் ஆகியவை தொடர்பான செயல்பாடுகள் கேலிக் மொழியில் மேற்கொள்வதற்கான தேவை எழவில்லை. அரசமைப்பில் நீடித்திருந்தாலும், அயர்லாந்தின் நிர்வாகத்திற்கும் தேசிய வாழ்க்கைக்குமான நடைமுறை மொழியாக ஆங்கிலம் மாறிவிட்டது. இது நடைமுறைப் பயன்பாட்டின் அளவைக் கொண்டு, மொழிப் பெருமிதத்தைச் சமநிலைப்படுத்த வேண்டும் என்பதற்கான நினைவூட்டல் ஆகும்.

எனவே பழமையான, பரந்த, பலதரப்பட்ட நாகரிகத்தைக் கொண்டுள்ள இந்தியாவை ஒற்றை மொழியைக் கொண்டு இணைக்க முடியும் என்ற அறிவுக்கு ஒவ்வாத கற்பனையை கைவிட வேண்டும். எந்த மொழியும் முன்னுரிமை பெற்றதாகவோ அல்லது எந்த மொழியும் ஒதுக்கப்பட்டதாகவோ இருக்கக் கூடாது.

தோல்வியடைந்த மும்மொழிக் கொள்கை - அரசமைப்பு அல்லது சட்ட அனுமதி இல்லாமல் 1968ல் கொண்டுவரப்பட்ட இந்தியாவின் மும்மொழிக் கொள்கை பன்மொழித் திறன், நாட்டு ஒருமைப்பாடு, வேலை வாய்ப்புகள் ஆகியவற்றை ஊக்குவிக்க முயன்றது. இந்தக் கொள்கை வெற்றி பெற்றிருந்தால், 1968 முதல் தனது இருமொழிக் கொள்கையை உறுதியாகப் பின்பற்றிவரும் தமிழ்நாட்டைத் தவிர, இந்தியா முழுவதும் இன்று வெற்றிகரமாகப் பன்மொழித் திறன் நிலவி இருந்திருக்க வேண்டும். மாறாக, 2011 மக்கள் தொகைக் கணக்கெடுப்பின்படி, வெறும் 7சதவீதம் இந்தியர்கள் மட்டுமே மூன்று மொழிகளை அறிந்திருக்கிறார்கள்; இந்தி பேசும் மாநிலங்களில் மும்மொழிகளை அறிந்தவர்கள் எண்ணிக்கை 2 சதவீதத்திற்கும் குறைவாகவே உள்ளது.

இந்தத் தோல்வியைக் கல்வித்துறை ஆய்வுகளும் உறுதிப்படுத்துகின்றன. தேசிய சாதனைநிலை ஆய்வுகள் (The National Achievement

Surveys, NAS 2017, 2021) எட்டாம் வகுப்பு மாணவர்களில் பாதியளவுக்கும் குறைவானவர்களே, தங்கள் முதலாம் மொழியில் வகுப்புத் தரத்திற்கு ஏற்ப படிக்கவோ எழுதவோ முடிந்தது என்பதைக் கண்டறிந்தது. அதே சமயம், ஆங்கிலத் திறன் சாதாரணமாகவே இருந்தது. கல்விநிலை ஆண்டு அறிக்கை (The Annual Status of Education Report, ASER 2022) கிராமப்புறப் பள்ளிகளில் எட்டாம் வகுப்பு மாணவர்களில் கிட்டத்தட்ட 30சதவீதம் பேர் தங்கள் தாய்மொழியில் இரண்டாம் வகுப்புப் பாடத்தைக்கூட படிக்க முடியவில்லை என்பதையும்; பாதிக்கும் மேற்பட்டவர்களால் அடிப்படை ஆங்கிலச் சொற்றொடர்களைக்கூட படிக்க முடியவில்லை என்பதையும் வெளிப்படுத்தியது. தேசிய சாதனைநிலை ஆய்வுகள் அல்லது கல்விநிலை ஆண்டு அறிக்கை ஆகிய இரண்டுமே மூன்றாவது மொழியின் திறனை மதிப்பிடாமல், அவை மும்மொழிக் கொள்கையின் தோல்வியை வசதியாக மறைத்துவிடுக்கின்றன என்பது குறிப்பிடத்தக்கது.

இவ்வளவு காலம் நீடித்து, இவ்வளவு குறைவாகச் சாதித்த அரசு முன்னெடுப்புகள் மிகக் குறைவானவையே. மும்மொழிக் கொள்கையின் பொருத்தத்தைக் குறித்து மறுபரிசீலனை செய்வதற்குப் பதிலாக, தேசிய கல்விக் கொள்கை 2020 அறிக்கை மும்மொழிக் கொள்கையை மறுபடியும் வலியுறுத்தியுள்ளது. இது, கருத்துநிலை உண்மையை மறைத்துவிடும் அல்லது மறந்துவிடும் என்பதற்கான ஓர் எளிய எடுத்துக்காட்டு ஆகும். பல குழந்தைகள் தங்கள் முதலாம் — இரண்டாம் மொழிகளைக் கற்கப் போராடும்போது, மூன்றாவது மொழியைத் திணிப்பது நியாயப்படுத்த முடியாதது. தேசிய முன்னுரிமை என்பது மூன்று மொழிகளை மோசமாகக் கற்பிப்பதற்குப் பதிலாக, இரண்டு மொழிகளைச் சிறப்பாகக் கற்பிப்பதாக இருக்க வேண்டும்.

ஆராய்ச்சி கூறுவது என்ன? - மும்மொழிக் கொள்கையை ஆதரிப்பவர்கள், மூன்றாவது மொழி அறிவுத் திறன்களை அதிகரிக்கிறது என்று அடிக்கடி கூறுகிறார்கள். நம்பகமான ஆராய்ச்சி ஆதாரம் எதுவுமில்லாமல் தேசிய கல்விக் கொள்கை 2020 அறிக்கை இதையே திரும்பத் திரும்பச் சொல்கிறது. அறிதிறன் குறித்த அறிவியல் (Cognitive science) இதை இன்னும் நுணுக்கமாகப் பார்க்கிறது. மேம்பாடுடைய நிர்வாகச் செயல்பாடு, சிக்கலைத் தீர்க்கும் சிறந்த திறன், அறிதிறன் வேகம் அதிகரிப்பு ஆகிய இருமொழித் திறனின் நன்மைகள் நன்கு ஆவணப்படுத்தப்பட்டுள்ளன. ஆனால் இந்த நன்மைகள் இரண்டு மொழிகளுக்கு மேல் கற்கும்போது நேர்கோட்டில் அதிகரிப்பதில்லை.

மூன்றாவது மொழி கற்றல் குறித்த கேம்பிரிட்ஜ் கையேடு (The Cambridge Handbook of Third Language Acquisition), மாணவர்கள் கற்றலில் திக்குமுக்காடாமல் இருக்கும்போது மட்டுமே பன்மொழித் திறன் பெறுதல் சாத்தியம் என்று கூறுகிறது. இந்தியாவின் பல பகுதிகளில் கற்கும் மாணவர்கள் இன்னும் தங்கள் முதலாம் மொழியையும், இரண்டாம்

மொழியையும் கற்கத் திணறும்போது — மூன்றாவது மொழியைச் சேர்ப்பது அறிதிறன் சுமையை அதிகப்படுத்துகிறது; மனச் சோர்வை ஏற்படுத்துகிறது; மூன்று மொழிகளிலும் திறன்பெற முடியாமல் போவதற்கு வழிவகுக்கிறது. இரண்டாம் மொழி இழப்பு மிகவும் பொதுவானது. மொழிகளுக்கு இடையேயான குறுக்கீடு உச்சரிப்பு, இலக்கணம், சொல்தொகுதி போன்றவற்றிலும் குழப்பங்களை ஏற்படுத்தும். மூன்று மொழிகளில் உண்மையாக சரளமான புலமை பெறுதல் மிகவும் அரிதானது; பொதுவாக, மொழி ஒன்று முதன்மைபெற, மற்ற மொழிகள் மறைகின்றன.

கற்கும் சுமை சமத்துவமின்மையையும் சுட்டுகிறது. பழங்குடி மொழிகளையும், பிற அட்டவணையில் சேர்க்கப்படாத மொழிகளையும் வீட்டில் பேசும் குழந்தைகளுக்கு, மும்மொழிக் கொள்கை நான்கு மொழிகளைக் கற்க வேண்டிய கொடிய நிலைமையை உருவாக்குகிறது: 1. வகுப்பறையில் கற்பிக்கப்படாத அவர்களின் தாய்மொழி; 2. பயிற்றுமொழியாக பயன்படுத்தப்படுகிற மாநில மொழி; 3. பாடத்திட்டக் கொள்கையால் திணிக்கப்பட்ட இந்தி அல்லது சமஸ்கிருதம்; 4. குறைவான வசதிகளுடனே கற்பிக்கப்படுகிற ஆங்கிலம். இதன் விளைவாக அறிதிறன் சுமை, மனப்பாடம் செய்தல், மொழி இழப்பு, இடைநிற்றல் விகிதங்கள் அதிகரிப்பு ஆகியவை ஏற்படுகின்றன. தேசிய கல்விக் கொள்கை 2020 அறிக்கையின் கடுமையான மும்மொழிக் கொள்கை இந்தச் சிக்கலான தன்மைகளைப் புறக்கணித்து விடுகிறது.

தெரிவு செய்தல் என்னும் பொய்மை - இந்தி திணிக்கப்படாது என்றும், மாணவர்கள் விரும்பும் மூன்று மொழிகளையும் தேர்வு செய்ய சுதந்திரம் உண்டு என்றும், அவற்றில் இரண்டு இந்திய மொழிகளாக இருக்க வேண்டும் என்றும் தேசிய கல்விக் கொள்கை 2020 அறிக்கை வலியுறுத்துகிறது. இந்த வாக்குறுதி பொய்மையே. தமிழ்நாட்டில் உள்ள பள்ளி ஒன்றில் மாணவர்கள் தெலுங்கு, மலையாளம், கன்னடம், இந்தி, சமஸ்கிருதம் ஆகிய ஐந்து வெவ்வேறு மூன்றாவது மொழிகளைக் கற்க விரும்புகின்றார்கள். கொள்கையளவில், பள்ளி இந்த ஐந்து மொழிகளையும் கற்பிக்கும். ஆனால் நடைமுறையில் தகுதிவாய்ந்த மொழி ஆசிரியர்களை நியமிப்பது, பாடப்புத்தகங்களைக் கொள்முதல் செய்தல், வகுப்புகளுக்குக் கால அட்டவணை வகுப்பது ஆகியவை வசதிகளை உருவாக்குவது அளவிலும் நிதி அளவிலும் சாத்தியமற்றன.

இந்தி, சமஸ்கிருதம் ஆகியவை இயல்பான தெரிவுகளாக மாறிவிடுகின்றன. ஏனெனில் அம்மொழிகள் ஆசிரியர்கள், பயிற்சிகள், பாடப்புத்தகங்கள் முதலான ஏராளமான மையப்படுத்தப்பட்ட வளங்களைக் கொண்டிருப்பவை. இதற்கு மாறாக, வட்டார அல்லது சிறுபான்மை மொழிகளுக்கு நிறுவன ஆதரவு இல்லை. இதனால், மாணவர்களின் உண்மையான சுதந்திரம் வெட்டிக் குறுக்கப்பட்டு, “தெரிவு” செய்ய வாய்ப்பானவையாக முன்வைக்கப்படுகின்ற இந்தியையும் சமஸ்கிருதத்தையும் நோக்கித் தள்ளும் சூழ்ச்-

சியான முயற்சியே மும்மொழிக் கொள்கை ஆகும்.

நிர்வாக அளவில் சாத்தியமற்றது - மும்மொழிக் கொள்கையைச் செயல்படுத்துவது பெரும் பொருட்செலவை ஏற்படுத்துகிறது. தமிழ்நாட்டில் மட்டுமே, 8074 அரசு / அரசு உதவிபெறும் உயர்நிலைப் பள்ளிகள் — மேல்நிலைப் பள்ளிகள் ஆகியவற்றில் மூன்றாவது மொழி ஆசிரியரை நியமிப்பதற்குச் சம்பளமாக மட்டும் ஆண்டு ஒன்றுக்கு சுமார் ரூ. 560 கோடிகள் செலவு ஆகும். பாடப்புத்தகங்கள், பயிற்சி, உள்கட்டமைப்பு ஆகியவற்றைச் சேர்த்தால், இந்தச் செலவின் அளவு இரட்டிப்பு ஆகும். தேசிய கல்விக் கொள்கை 2020 அறிக்கை பரிந்துரைத்தபடி, மும்மொழிக் கொள்கையைத் தொடக்க நிலைப் பள்ளிகளுக்கும் விரிவுபடுத்தினால், செலவுகள் பல ஆயிரம் கோடிகளாக உயரும். நாடு தழுவிய அளவில், ஆண்டுச் செலவு பல்லாயிரக்கணக்கான கோடிகளை எட்டும். இதனால் அடையக் கூடிய கல்வித்துறை சார்ந்த பயன்கள் எவையுமில்லை.

இந்தக் கண்ணோட்டத்துடன் பார்த்தோமானால், அந்தச் செலவின் ஒருபகுதியைக் கொண்டே அனைத்து மாவட்டங்களிலும் உள்ள பள்ளிகளுக்கு பல்லாயிரக்கணக்கான கணித ஆசிரியர்களையும் அறிவியல் ஆசிரியர்களையும் நியமிக்கலாம், பள்ளிகளுக்குத் தேவையான டிஜிட்டல் கட்டமைப்பை வழங்கலாம் அல்லது செயற்கை நுண்ணறிவையும் மென்பொருள்களை எழுதும் முறைகளையும் கற்பிப்பதற்கான நாடுதழுவிய திட்டத்தைத் தொடங்கலாம். சீனா, எஸ்டோனியா, தென் கொரியா போன்ற நாடுகள் ஏற்கனவே பள்ளிகளில் செயற்கை நுண்ணறிவைக் கற்பிக்கும்போது, இந்தியா 20ம் நூற்றாண்டிலும் மொழி அரசியலுக்காகத் தட்டுப்பாடான வளங்களை வீணாக்கும் ஆபத்தில் மாட்டிக் கொண்டுள்ளது.

கல்வியின் நடைமுறைப் பயன்பாட்டை உயர்த்திப்பிடித்தல் - உலகம் முன்னோக்கி நகர்ந்துவிட்டது. இன்று பன்மொழித் திறன் என்பது சந்தர்ப்பத்திற்கு ஏற்றவாறானது, தேவை அடிப்படையிலானது, தொழில்நுட்பம் மூலம் சாத்தியமாவது. மும்பையில் உள்ள மலையாளி செவிலியர், தனது நோயாளிகளுக்குச் சேவை செய்ய மராத்தியைக் கற்றுக்கொள்கிறார், மருத்துவமனை ஆவணங்களுக்காக ஆங்கிலத்தைப் பயன்படுத்துகிறார், மேலும் வீட்டில் மலையாளம் பேசுகிறார். இது கட்டாயத்தால் அல்ல, சூழ்நிலை சாத்தியப்படுத்தியது. தாய்மொழியிலும் ஆங்கில மொழியிலும் அடிப்படை அறிவு பள்ளிக் கல்வி வழியாக வழங்கப்படுவது அவசியம். ஆனால் கூடுதல் மொழிகளை இப்போது மாணவர்கள் தேவைக்கு ஏற்பவும், வாய்ப்பிற்கு ஏற்பவும் செயற்கை நுண்ணறிவுக் கருவிகள் மூலமும் தனியாகக் கற்றுக்கொள்ளலாம்.

சிங்கப்பூர், பின்லாந்து போன்ற உலகத் தரம் வாய்ந்த அமைப்புகள் இருமொழிகளில் தேர்ச்சி பெறுவதை வலியுறுத்துகின்றன. ஆனால் இந்தியாவின் மும்மொழிக் கொள்கை மாணவர்களின் சுமையைக் கூட்டுகிறது; மூன்று

மொழிகள் என்கிற எண்ணிக்கைகாக மொழித் தேர்ச்சியின் தரத்தைத் தியாகம் செய்கிறது. பன்மொழித் திறன் நிலவுவதாகப் பாசாங்கு செய்வதை நிறுத்திவிட்டு, உண்மையில் இருமொழி கற்றலுக்கு மாறுவதற்கான தருணம் இது: வாய்ப்புகளுக்காக ஆங்கிலம், அடையாளத்திற்காகத் தாய்மொழிகள், மற்ற அனைத்திற்கும் தொழில்நுட்பம்.

மாணவர்களுக்கு முக்கியத்துவம் அளித்தல் - வேலைச் சந்தையில் மொழிகளின் நடைமுறைப் பயன்பாட்டை உதாசீனம் செய்துவிட்டு, மொழிகளைக் கற்றல் பண்பாட்டு நாட்டத்தின் வெளிப்பாடாகத் தேசிய கல்விக் கொள்கை 2020 அறிக்கை கருதுகிறது. இந்த அறிக்கை, ஆங்கிலத்தைவிட குறைந்த அளவே பணி வாய்ப்புகளைக் கொண்டுள்ள சமஸ்கிருத மொழிக்கு, அதிக பக்கங்களை ஒதுக்கி விவாதிப்பதன் மூலம் தனது கருத்துநிலை ஒருதலைச் சார்பை வெளிப்படுத்துகிறது. உலகெங்கிலும் உள்ள நாடுகள் உலகளாவிய போட்டித்தன்மையைக் கருத்தில்கொண்டு ஆங்கிலக் கல்வியை தீவிரமாக ஊக்குவிக்கும் நேரத்தில், தேசிய கல்விக் கொள்கை 2020 அறிக்கை ஆங்கில மொழிக் கல்வியின் முக்கியப் பங்கை ஏற்றுக்கொள்வதும் இல்லை, இந்தியாவில் ஆங்கிலத் திறனை மேம்படுத்தச் சீரிய முயற்சியும் எடுக்கவில்லை. ஆங்கிலத்தைத் தவிர, பிரஞ்சு, ஜெர்மன், ஸ்பானிஷ், மாண்டரின் போன்ற மொழிகள் இந்தியையும் சமஸ்கிருதத்தையும்விட உலக அளவில் அதிக வேலை வாய்ப்புகளை வழங்குகின்றன. வெளிநாட்டு மொழித் தேர்வை ஒரு மொழி என்ற அளவில் (அதுவும் தவிர்க்க முடியாமல் ஆங்கிலம் என்கிற அளவில் மட்டும்) கட்டுப்படுத்துவதன் மூலம், மூன்றாவது மொழியைக் கற்பதன் ஒரே உண்மையான பயனை, அதாவது சிறந்த வேலைவாய்ப்புகளைப் பெறுதல் என்கிற பயனைப் பெறமுடியாமல், தேசிய கல்விக் கொள்கை 2020 அறிக்கை தடை செய்கிறது.

கருத்துநிலையைத் திணிக்கும் கருவியாக அல்லாமல், மொழி என்பது வாய்ப்புக்கான பாலமாக இருக்க வேண்டும். இதன் பொருள், வலுவான ஆங்கிலப் பயிற்சி; உலகளாவிய வேலைவாய்ப்புகளுடன் இணைக்கப்பட்ட வெளிநாட்டு மொழி கற்பித்தல்; மருத்துவம், நிர்வாகம், சுற்றுலா, கிராமப்புற வங்கி போன்ற பணிகளுக்கு இந்திய மொழிகளில் பயிற்சி அளித்தல் ஆகியவை ஆகும்.

அரசமைப்பும் மொழிச்சிக்கலும் - பரவலாக நிலவும் நம்பிக்கை போலன்றி, அரசமைப்பு இந்தியை "தேசிய மொழி" என்று அறிவிக்கவில்லை. அதற்குப் பதிலாக, அரசமைப்பு XVII பகுதியிலும் (343—351 உறுப்புகளிலும்) வேறுசில இடங்களிலும் அமைந்துள்ள அரசமைப்பு நடைமுறை ஏற்பாட்டுத் தொகுப்பு மூலம் வெவ்வேறு நிறுவனங்களின் மொழித் தேவைகளைக் கையாள்கிறது.

ஒன்றியத்தின் ஆட்சி மொழி - உறுப்பு 343, தேவநாகரி எழுத்தில் உள்ள இந்தியை ஒன்றியத்தின் ஆட்சி மொழியாக அறிவிக்கிறது. மேலும், பதி-

னைந்து ஆண்டுகளுக்கு (அதாவது 1965 வரை) ஆங்கிலத்தின் தொடர்ச்சியான பயன்பாட்டிற்கும் அனுமதிக்கிறது. அதன் பிறகும்கூட ஆங்கிலத்தின் பயன்பாட்டை நீட்டிக்க நாடாளுமன்றத்திற்கு அதிகாரம் அளிக்கிறது. 1960களில் நடந்த இந்தி எதிர்ப்புப் போராட்டங்களைத் தொடர்ந்து, நாடாளுமன்றம் 1963ல் ஆட்சிமொழிகள் சட்டத்தை இயற்றியது (1967ல் திருத்தப்பட்டது). இது இந்திக்கு இணையாக ஆங்கிலம் காலவரையின்றித் தொடர அனுமதிக்கிறது.

மாநில ஆட்சி மொழி - உறுப்பு 345, ஒவ்வொரு மாநிலச் சட்டமன்றமும் மாநிலத்திற்குள் பயன்பாட்டில் உள்ள ஒன்று அல்லது அதற்கு மேற்பட்ட மொழிகளை — அல்லது இந்தியை — மாநிலத்தின் உள் நிர்வாகத்திற்கான ஆட்சி மொழியாக (மொழிகளாக) ஏற்றுக்கொள்ள அனுமதிக்கிறது.

இணைப்பு மொழி - உறுப்பு 346, ஒன்றியத்திற்கும் மாநிலங்களுக்கும் இடையிலான, ஒரு மாநிலத்திற்கும் மற்றொரு மாநிலத்திற்கும் இடையிலான அலுவல்தொடர்பு, ஒன்றியத்தின் ஆட்சி மொழியில் (அதாவது இந்தியில்) அல்லது ஆங்கிலத்தில் இருக்க வேண்டும் என்று அனுமதி வழங்குகிறது.

மாநிலத்தின் கூடுதல் ஆட்சி மொழி - உறுப்பு 347, மாநில மக்கள் தொகையின் "குறிப்பிடத்தக்க விகிதத்தினர்" பேசும் மொழியைக் கூடுதல் ஆட்சி மொழியாக அங்கீகரிக்குமாறு கட்டளையிட குடியரசுத் தலைவருக்கு அதிகாரம் அளிக்கிறது.

நீதிமன்ற மொழியும் சட்டங்களை இயற்றும் மொழியும் - உறுப்பு 348, உச்சநீதிமன்றத்திலும், உயர்நீதிமன்றங்களிலும், சட்டங்களை இயற்றுவதற்கும்கூட, நாடாளுமன்றம் வேறு முடிவெடுக்கும் வரை, ஆங்கிலம் மட்டுமே பயன்படுத்தப்பட வேண்டும் என்று விதிக்கிறது. குடியரசுத் தலைவரின் அனுமதியுடன், மாநிலம் தன் ஆட்சி மொழியை உயர்நீதிமன்ற நடவடிக்கைகளுக்குப் பயன்படுத்த அனுமதிக்கலாம். ஆனால் தீர்ப்புகள், ஆணைகள் அல்லது உத்தரவுகள் ஆங்கிலத்தில்தான் பிறப்பிக்க வேண்டும். ராஜஸ்தான் (1950), உத்தரப் பிரதேசம் (1969), மத்தியப் பிரதேசம் (1971), பீகார் (1972) உயர்நீதிமன்றங்களின் நடவடிக்கைகளுக்கு இந்தியைப் பயன்படுத்த அதிகாரம் பெற்றுள்ளன. ஆனால் தமிழ்நாடு, கர்நாடகா, குஜராத், மேற்குவங்கம், சத்தீஸ்கர் ஆகிய மாநிலங்களின் கோரிக்கைகள் ஏற்றுக்கொள்ளப்படவில்லை.

விண்ணப்பங்கள் செய்துகொள்வதற்கான மொழி - உறுப்பு 350, மக்கள் "ஒன்றியத்தில் அல்லது மாநிலத்தில் பயன்படுத்தப்படும் எந்த மொழியிலும்" கோரிக்கைகளை முன்வைக்க அனுமதிக்கிறது. ஆனால் பதில் அளிக்கும் மொழி குறித்து இதில் குறிப்பிடப்படவில்லை. ஒன்றிய அலுவலர்கள் இந்தியில் மட்டுமே பதிலளிக்கும்போது, விண்ணப்பதாரரின் மொழி உரிமைகளைப் புறக்கணிக்கும்போது, இந்த விடுபாடு தொடர்ச்சியான மோதலுக்கு வழிவகுத்துள்ளது.

இந்தியை ஊக்குவித்தலும் மேம்படுத்துதலும் - உறுப்பு 344, ஒன்றியத்தின் ஆட்சி நோக்கங்களுக்காக இந்தியைப் படிப்படியாகப் பயன்படுத்துவது குறித்தும், ஆங்கிலப் பயன்பாட்டை கட்டுப்படுத்துவது குறித்தும் பரிந்துரைகளை வழங்க 'ஆணைய'த்தையும், 'நாடாளுமன்றக் குழு'வையும் நிறுவுகிறது.

உறுப்பு 351, இந்தியின் பரவலை ஊக்குவிக்கவும், முதன்மையாகச் சமஸ்கிருதத்திலிருந்தும், இரண்டாம்பட்சமாக மட்டுமே மற்ற இந்திய மொழிகளிலிருந்தும் சொற்களைப் பெறுவதன் மூலம் இந்தியின் சொல்தொகுதியை மேம்படுத்தவும் ஒன்றியத்திற்கு வழிகாட்டுகிறது. இது வழக்கில் உள்ள பொதுமொழிகள் (lingua francas) வளரும் முறைக்கு முற்றிலும் மாறானது. லத்தீன், பிரெஞ்சு, நோர்ஸ், அரபு, பாரசீகம் மற்றும் பல இந்திய மொழிகளிலிருந்தும் தாராளமாகச் சொற்களை ஏற்றுக்கொண்டு, செழுமையடைந்ததன் வாயிலாகவே ஆங்கிலம் உலக அளவில் முக்கியத்துவம் பெற்றது. இதற்கு மாறாக உருது, பாரசீகம், ஆங்கிலம் முதலான மொழிகளின் தாக்கங்களை நீக்கிவிட்டு, அதற்குப் பதிலாக அதிகப்படியான சமஸ்கிருதச் சொற்களைப் புகுத்துவதன் மூலம் இந்தி தூய்மை ஆக்கப்பட்டுள்ளது. இதன் விளைவாக, இந்தியைத் தாய்மொழியாகப் பேசுபவர்களும்கூட அந்நியமாக உணரும் அளவுக்கு, சமஸ்கிருதமயமாக்கப்பட்ட இறுக்கமான இந்தி தோன்றியுள்ளது. 1948ல் அரசமைப்பின் இந்தி வரைவில் "ஒரு சொல்கூட எனக்குப் புரியவில்லை" என்று ஜவஹர்லால் நேருவே ஒப்புக்கொண்டார்.

நாடாளுமன்ற மொழியும் மாநிலச் சட்டமன்ற மொழிகளும் - உறுப்பு 120, நாடாளுமன்ற நடவடிக்கைகள் இந்தி அல்லது ஆங்கில மொழியில் மேற்கொள்ளப்பட வேண்டும் என்று விதிக்கிறது. எனினும், சபாநாயகரின் அனுமதியுடன் எந்த உறுப்பினரும் வேறொரு மொழியில் பேசலாம். அதேபோல, உறுப்பு 210, மாநிலச் சட்டமன்றத்தில் உள்ள நடவடிக்கைகள் அந்த மாநிலத்தின் ஆட்சி மொழியில் (மொழிகளில்) அல்லது இந்தி அல்லது ஆங்கில மொழியில் மேற்கொள்ளப்பட வேண்டும் என்று வலியுறுத்துகிறது. இங்கும், மற்ற மொழிகளில் பேச சபாநாயகரின் அனுமதி அவசியம்.

மொழிச் சிறுபான்மையினரின் பாதுகாப்பு - உறுப்பு 29, மொழிச் சிறுபான்மையினரின் மொழி, எழுத்து, பண்பாடு ஆகியவற்றைப் பேணுவதற்கான உரிமைகளுக்குப் பாதுகாப்பு அளிக்கிறது. உறுப்பு 30, மொழிச் சிறும்பான்மையினர் விரும்பும் கல்வி நிறுவனங்களை நிறுவுவதற்கும் நிர்வகிப்பதற்கும் உரிமை அளிக்கிறது. உறுப்பு 350B, மொழிச் சிறுபான்மையினருக்கான அரசமைப்புப் பாதுகாப்புகளைக் கண்காணித்து அறிக்கை அளிக்க சிறப்பு அலுவலரைக் குடியரசுத் தலைவர் நியமிக்க வேண்டும் என்று வலியுறுத்துகிறது.

உண்மையான மொழிக் கூட்டாட்சிக்கான பாதை - கிரான்வில் ஆஸ்டின் 'இந்திய அரசமைப்பு — ஒரு நாட்டிற்கான அடிப்படை' (The Indian Constitution — Cornerstone of a Nation) என்ற தனது புகழ்-

பெற்ற நூலில் குறிப்பிட்டது போல, மொழி குறித்த அரசமைப்பு ஏற்பாடுகள் முரண்பட்டோர்களின் அச்சங்களைத் தணித்த உடன்பாடு, அதேவேளையில் நீடித்த பதற்றங்களை விட்டுச்சென்ற "அரைகுறையான சமரசம்" ஆகும். அரசமைப்பு ஏற்பாடுகள் ஒற்றை மொழி தேசியவாதத்தை நிராகரிப்பதன் மூலம் ஆபத்தான தருணத்தில் ஒன்றியத்தைப் பாதுகாத்தன. ஆயினும் இந்திக்குச் சாதகமாக அதீதமான முன்னுரிமைகளை வழங்கியுள்ளன.

இந்தி மொழிக்கு முன்னுரிமை அளிப்பது 1950ல் அசாதாரணமான மொழி சமரசமாகத் தொடங்கியது; 1960களில் இந்தி எதிர்ப்புப் போராட்டங்கள் முதல் மும்மொழிக் கொள்கை குறித்த சர்ச்சைகள் ஊடாக நீடித்தது; இப்போது ஒன்றிய அரசு மத்தியத் திட்டங்கள், நாடுதழுவிய பரப்புரைகள், சட்டங்கள் ஆகியவற்றுக்குக்கூட இந்தியில் பெயரிடும் போக்காக மாறியுள்ளது. எல்லாவற்றைவிட பல வட்டார, சிறுபான்மை மொழிகளில் ஒன்றாகிய இந்தி, இலக்கிய மரபிலும் மிகவும் வளர்ந்ததோ அல்லது செழுமையானதோகூட அல்ல. ஆகவே கட்டுப்பாட்டு உணர்ச்சி, நியாய உணர்ச்சி, உண்மையான கூட்டாட்சிக் கண்ணோட்டம் ஆகியவற்றின் அடிப்படையில் இந்தி மொழிக்கு முன்னுரிமை அளிப்பதை ஒன்றிய அரசு கைவிடாவிட்டால், தவிர்க்கமுடியாத மோதலுக்கே இட்டுச்செல்லும்.

மொழி சமநிலையையும் நீதியையும் மீட்டெடுக்கத் தேவையான அரசமைப்புத் திருத்தங்கள் பின்வருவன ஆகும்:

1. சட்டத்திலும் நிர்வாகத்திலும் ஆங்கில மொழியை உறுதிப்படுத்தல் : உறுப்பு 343-ஐ திருத்தி, ஆங்கிலத்தை ஒன்றியத்தின் ஆட்சி மொழியாக நிரந்தரமாக நிலைநிறுத்த வேண்டும்; இதனை நாடாளுமன்றத் திருத்தத்திற்கு அப்பாற்பட்டது ஆக்க வேண்டும்.

ஐரோப்பிய ஒன்றியத்தை முன்மாதிரியாகக் கொண்டு — இப்போது செயற்கை நுண்ணறிவு மொழிபெயர்ப்புத் தொழில்நுட்பங்கள் சாத்தியமாகியுள்ள நிலையில் — எட்டாவது அட்டவணையில் பட்டியலிடப்பட்டுள்ள அனைத்து மொழிகளையும் ஒன்றியத்தின் ஆட்சி மொழிகளாக அறிவிக்க வேண்டும். எட்டாவது அட்டவணையில் புதிதாகச் சேர்க்கப்படும் மொழிகளுக்கு, முழு அளவிலான ஒன்றிய அங்கீகாரம் பெறுவதற்குப் பத்து ஆண்டுகளை மாறும் காலமாகக் கொள்ளலாம்.

உறுப்பு 346-ஐ திருத்தி, ஒன்றியத்திற்கும் மாநிலங்களுக்கும் இடையேயான — மாநிலங்களுக்கு இடையேயான தொடர்பு மொழியாக ஆங்கிலம் நீடித்திருக்க உத்தரவாதம் அளிக்க வேண்டும்.

இறுதியாக, உறுப்பு 348-ஐ திருத்தி, உச்சநீதிமன்றம், உயர்நீதிமன்றங்கள், சட்டங்களை இயற்றுதல் ஆகியவற்றுக்கு ஆங்கில மொழியை உறுதிசெய்து, அதனை மீளப் பெற முடியாத வகையில் ஆட்சி மொழியாக நிலைநிறுத்த வேண்டும். மேற்காணும் இந்தக் களங்களில் நல்ல நிர்வாகமும் நியாயமான நீதியும் தொடர தெளிவு, துல்லியம், நிலைத்தன்மை ஆகியவை அவசியம்.

2. எல்லா மொழிகளையும் சமமாக ஊக்குவித்தல்: உறுப்பு 344-ஐ திருத்தி, இந்தியை மட்டும் அல்லாமல், அனைத்து அட்டவணை மொழி-களையும் சமமாக ஊக்குவிப்பதும், வளர்ப்பதும் ஒன்றியத்தின் கடமையாக இருக்க வேண்டும். உறுப்பு 351-ஐ நீக்க வேண்டும். இந்தியின் சொல்தொ-குதியை "முதன்மையாகச் சமஸ்கிருதத்திலிருந்து" பெற வேண்டும் என்ற வழிகாட்டுதல், இந்தி மொழியை இயல்பாக வளர விடாமல் தடுத்துள்ளது. மேலும் அரசமைப்பு நிலைநாட்ட வேண்டிய மொழி நல்லிணக்க உணர்வைச் சிதைத்துள்ளது.

3. உறுப்பு 347-ஐ நீக்குதல்: மொழிவாரி மாநில மறுசீரமைப்புக்கு (1956) முந்தைய நிலைமையைக் கருத்திக்கொண்டு வரையப்பட்ட உறுப்பு 347, மாநில சுயாட்சியை மீறுகிறது என்பதாலும், மாநிலத்தின் இசைவு இல்லாமல் இந்தி அல்லது வேறெந்த மொழியையும் திணிப்பதற்கான மறைமுக அரச-மைப்பு வழி என்பதாலும் இப்போது காலப் பொருத்தமற்றதாகி விட்டது. அது நீக்கப்பட வேண்டும்.

4. நாடுதழுவிய மொழி ஆணையத்தை அமைத்தல்: உறுப்பு 350B-யில் வரையறுக்கப்பட்ட அதிகாரம் கொண்ட அலுவலகத்திற்கு மாற்றாக, "நாடுதழுவிய மொழி ஆணையம்" என்ற விரிவான அதிகாரம் பெற்ற ஆணையத்தை உருவாக்க வேண்டும். இந்த ஆணையம் அழிந்துபோகும் மொழிகளை அடையாளம் காணுதல், சொல்தொகுதியையும் வாய்மொழி மரபுகளையும் ஆவணப்படுத்துதல், அந்த மொழிச் சமூகம் தலைமையிலான பேணுகை, புதுப்பித்தல் முதலான முயற்சிகளுக்கு ஆதரவு வழங்குதல் ஆகிய பணிகளை மேற்கொள்ள வேண்டும். உயிரியல் பன்முகத்தன்மையை நாட்டின் செல்வமாகக் கருதிப் பாதுகாக்க வேண்டும் என்பதனால், ஈடிணையற்ற இந்-தியாவின் மொழியியல் பன்முகத்தன்மை பாதுகாக்கப்பட வேண்டும்.

5. பதில் அளித்தலில் மொழி சமநிலையைப் பேண உறுதிப்பாடு: குடிமக்-களின் கோரிக்கை எந்த மொழியில் (மாநிலத்தின் ஆட்சி மொழி அல்லது ஆங்கிலம்) விடுக்கப்பட்டதோ, அதே மொழியில் ஒன்றிய அரசாங்க அலு-வலகங்கள் பதில் அளிக்க உறுப்பு 350-ஐ திருத்த வேண்டும். பதில்களை இந்தியில் மட்டும் அளிக்க வரையறுப்பது கூட்டாட்சி உணர்வுக்கு எதிரானது; மேலும் இந்தி பேசாத குடிமக்களைத் தங்கள் சொந்த நாட்டிலேயே இரண்-டாம்நிலை குடிமக்களாக மாற்றுகிறது.

6. பன்மொழிக் குரல்கள் மூலமாக மக்களாட்சி தழைக்கட்டும்: நாடா-ளுமன்றத்திலும் மாநிலச் சட்டமன்றங்களிலும் ஆட்சி மொழிகள் அல்லா-தவற்றைப் பயன்படுத்துவதைக் கட்டுப்படுத்தும் காலப் பொருத்தமற்ற "பேச அனுமதி" கோரும் விதியை ஒழிக்க, உறுப்புகள் 120, 210 ஆகியவற்றைத் திருத்தப்பட வேண்டும். கண்ணிமைக்கும் நேரத்தில் மொழிபெயர்ப்பு உள்ள இந்தக் காலத்தில், இத்தகைய கட்டுப்பாடுகள் தேவையற்றவை; மக்களாட்-

சிக்கு எதிரானவை. தேர்ந்தெடுக்கப்பட்ட ஒவ்வொரு பிரதிநிதியும் தங்களுக்குச் சிறப்பாகத் தெரிந்த மொழியில் பேச சுதந்திரம் நிலவ வேண்டும். இந்தியா தனது நாடாளுமன்றத்திலும் மாநிலச் சட்டமன்றங்களிலும் ஒலிக்கும் பன்மொழிக் குரல் ஓசைகளின் நயத்தில் பெருமைகொள்ள வேண்டும். ஒருமைப்பாட்டின் பெயரால், அக்குரல்களை நெரிக்கக் கூடாது.

முடிவுரைக் குறிப்புகள் - மொழி குறித்த இந்திய விவாதம் முடிவற்ற கதை ஆகும். ஒவ்வொரு புதிய தலைமுறையுடனும் அவ்விவாதம் வெவ்வேறு வடிவங்களை எடுக்கிறது. மேலும் ஒன்றிய அரசாங்கத்தின் ஒருமைப்பாட்டை நோக்கிய தேடல், அரசமைப்பின் அனைவரையும் உள்ளடக்கும் உணர்வை விஞ்சும்போதெல்லாம் மீண்டும் அவ்விவாதம் எழுகின்றது. கூட்டாட்சி சமநிலையைக் குலைத்த கடந்த காலத்தின் பழம் எச்சங்களான, அரசமைப்பின் மொழி குறித்த ஏற்பாடுகளைவிடச் சீர்திருத்தம் செய்ய வேண்டிய பகுதி வேறு எதுவும் இல்லை. இந்தியாவை வலிமை இழக்கச் செய்வதற்கு அல்ல, நியாயமான — உறுதியான அடித்தளங்களில் இந்திய ஒற்றுமையை மீட்டெடுப்பதற்காகவே மொழிச்சிக்கல் குறித்த புதிய விவாதத்தைத் தொடங்கிய வேண்டிய தருணம் இது. பெல்ஜியம், கனடா, சிங்கப்பூர், சுவிட்சர்லாந்து ஆகிய நாடுகள் காட்டியுள்ளது போல, நாடுகள் ஒரே மொழிக்கு முன்னுரிமை அளிப்பதன் மூலம் அல்ல, தொலைநோக்குடன் அனைத்து மொழிகளுக்கும் சமமரியாதையை அளித்து அனைவரையும் அரவணைத்துக் கொள்வதன் மூலம் மட்டுமே செழிக்கின்றன.

- கே. அசோக் வர்தன் ஷெட்டி, IAS (ஓய்வு),

இந்தியக் கடல்சார் பல்கலைக்கழகத்தின் முன்னாள் துணைவேந்தர், சென்னை.

ஒன்றிய-மாநில உறவுகள் குறித்த தமிழ்நாடு அரசு உயர்நிலைக் குழுவின் உறுப்பினர்.

5. ‘இந்திரா படுகொலை’!

இந்தியாவின் இரும்புப் பெண்மணி எனப் போற்றப்பட்ட முன்னாள் பிரதமர் இந்திரா காந்தி, தனது சொந்தப் பாதுகாவலர்களாலேயே படுகொலை செய்யப்பட்ட அந்தக் கோர சம்பவம் நடந்து இன்றுடன் 41 ஆண்டுகள் ஆகின்றன. இந்திய அரசியலையே உலுக்கிய அந்த கருப்பு நாள், 1984 ஆம் ஆண்டு அக்டோபர் 31 ஆம் தேதி, இந்திய வரலாற்றில் அழிக்க முடியாத ஒரு தழும்பாகப் பதிந்தது.

காலை 9:20 மணியளவில், புது தில்லியிலுள்ள சப்தர்ஜங் சாலை இல்லத்தில் இருந்து அயர்லாந்து தொலைக்காட்சிக்காகப் பேட்டியளிக்கச் சென்றுகொண்டிருந்த இந்திரா காந்தியின் பயணம், கணப்பொழுதில் ரத்தத்தில் முடிந்தது. நம்பிக்கைக்குரிய சீக்கியப் பாதுகாவலர்களான பியாந்த் சிங் மற்-

றும் சத்வந்த் சிங் ஆகியோர், இந்திரா காந்தி அம்மையாரை துப்பாக்கியால் சுட்டு கொன்று இந்தியாவை அதிர்ச்சியில் உறைய வைத்தனர்.

ஆபரேஷன் ப்ளூ ஸ்டார்: இந்திரா படுகொலையின் பின்னணி

இந்திரா காந்தி படுகொலைக்குக் காரணமான முக்கிய நிகழ்வு 'ஆபரேஷன் ப்ளூ ஸ்டார்' ராணுவ நடவடிக்கை ஆகும். 1984 ஆம் ஆண்டு ஜூன் மாதத்தில், அமிர்தசரஸில் உள்ள சீக்கியர்களின் புனிதத் தலமான பொற்கோயிலில் மறைந்திருந்த சீக்கியப் போராளிகளை வெளியேற்ற இந்திரா காந்தி உத்தரவிட்டார். இந்த நடவடிக்கையின் விளைவாகப் பொற்கோயில் சேதமடைந்ததுடன், பலர் உயிரிழந்தனர். சீக்கியர்களின் உணர்வுகளை ஆழமாகப் பாதித்த இந்த நிகழ்வே, அவரது பாதுகாவலர்களை இந்த செயலைச் செய்யத் தூண்டியது.

இந்திரா படுகொலை செய்யப்பட்ட அந்த நிமிடங்கள்...

1984-ம் ஆண்டு அக்டோபர் 31-ந் தேதி அன்று காலை, பீட்டர் உஸ்தீனோவ் என்ற பிரித்தானிய நடிகருக்குப் பேட்டியளிப்பதற்காக தனது இல்லத் தோட்டத்திலிருந்து அக்பர் வீதியிலுள்ள அலுவலகத்திற்கு இந்திரா காந்தி நடந்துகொண்டிருந்தார். வழியில் ஒரு சிறிய வாயிலைக் கடக்கும்போது, பியாந்த் சிங் தனது கைத்துப்பாக்கியால் இந்திரா காந்தியின் அடிவயிற்றில் மூன்று முறை சுட்டார். நிலை குலைந்து கீழே விழுந்த இந்திரா காந்தியை, சத்வந்த் சிங் தனது ஸ்டென் துப்பாக்கியால் சுமார் 30 முறை சுட்டதில், மொத்தம் 16 குண்டுகள் அவரது உடலைத் துளைத்தன.

தாக்குதலுக்குப் பிறகு, பியாந்த் சிங், "நான் செய்யவேண்டியதை செய்து விட்டேன். நீங்கள் செய்ய விரும்புவதைச் செய்து கொள்ளலாம்" என்று கூறி தனது ஆயுதங்களைக் கீழே எறிந்தார். அடுத்த ஆறு நிமிடங்களுக்குள், இந்திய-திபெத் எல்லைக் காவல்படையைச் சேர்ந்த வீரர்கள் பியாந்த் சிங்கை சுட்டுக் கொன்றனர். சத்வந்த் சிங் பலத்த காயங்களுடன் சிறைபிடிக்கப்பட்டார்.

உளவுத்துறை மற்றும் பாதுகாப்புத்துறை அதிகாரிகள், ஆபரேஷன் ப்ளூ ஸ்டாருக்குப் பிறகு சீக்கியப் பாதுகாவலர்களை இந்திரா காந்தியின் தனிப்பட்ட பாதுகாப்புப் படையிலிருந்து நீக்குமாறு பரிந்துரைத்ததாகக் கூறப்படுகிறது. ஆனால், இது தனது மதச்சார்பற்ற பிம்பத்தைப் பாதிக்கும் என்று கருதிய இந்திரா காந்தி, தனது விருப்பமான பாதுகாவலர்களுள் ஒருவரான பியாந்த் சிங் உட்பட தனது சீக்கியப் பாதுகாவலர்களை மீண்டும் பணியில் அமர்த்துமாறு உத்தரவிட்டார். இப்படி பாதுகாப்பு அச்சுறுத்தல்களைப் புறக்கணித்ததே இந்த துயர நிகழ்வுக்குக் காரணமாக அமைந்தது எனப் பலரும் சுட்டிக்காட்டினர்.

இந்திரா காந்தி சுடப்பட்டு 10 மணி நேரத்திற்குப் பிறகே, தூர்தர்ஷன் மாலைச் செய்தியில் அவரது மரணம் அதிகாரபூர்வமாக அறிவிக்கப்பட்டது. இந்தச் செய்தி வெளியானதும், நாடு முழுவதும், குறிப்பாக டெல்லியில் சீக்கி-

யர்களுக்கு எதிரான கொடூரமான வன்முறைகள் வெடித்தன. நான்கு நாட்கள் நீடித்த இந்தக் கலவரங்களில் ஆயிரக்கணக்கான சீக்கியர்கள் கொல்லப்பட்டனர். அதிகாரபூர்வமற்ற தகவல்களின்படி, உயிரிழந்தவர்களின் எண்ணிக்கை 8,000 முதல் 16,000 வரை இருக்கலாம் என்று அஞ்சப்படுகிறது.

இந்திரா காந்தியின் திடீர் மரணத்தைத் தொடர்ந்து, அவரது மகன் ராஜீவ் காந்தி இந்தியாவின் பிரதமராகப் பதவியேற்றார். படுகொலைக்குக் காரணமான சத்வந்த் சிங்கும், குற்றவாளியான கெகர் சிங்கும் 1989 ஆம் ஆண்டு ஜனவரி 6 ஆம் தேதி தூக்கிலிடப்பட்டனர். இந்திரா காந்தி படுகொலையுண்டபோது அணிந்திருந்த இரத்தக் கறை படிந்த சேலையும் அவரது பொருட்களும் புது தில்லியிலுள்ள இந்திரா காந்தி நினைவிடத்தில், இந்திய வரலாற்றின் ஒரு சோக அத்தியாயத்தின் சாட்சிகளாகப் பாதுகாக்கப்பட்டு வருகின்றன.

இந்திரா காந்தியின் படுகொலை, இந்திய அரசியலில் ஒரு புதிய அத்தியாயத்தைத் தொடங்கியதுடன், மத நல்லிணக்கம் மற்றும் தேசிய ஒருமைப்பாடு குறித்த ஆழமான கேள்விகளை எழுப்பியது. 41 ஆண்டுகள் கடந்த பின்னரும், அந்த துயர நிகழ்வின் நினைவுகள் இந்திய மக்களின் மனதில் நீங்காமல் இருக்கின்றன.

1917 ஆம் ஆண்டு நவம்பர் 19 ஆம் தேதி, இந்தியாவின் முதல் பிரதமர் ஜவஹர்லால் நேரு மற்றும் கமலா நேருவுக்கு மகளாக அலகாபாத்தில் பிறந்தார் இந்திரா பிரியதர்ஷினி. இளம் வயதிலேயே சுதந்திரப் போராட்டத்தின் அனல் பறக்கும் சூழலில் வளர்ந்தவர். சிறு வயதிலேயே “வானர சேனா” போன்ற அமைப்புகளை உருவாக்கி சுதந்திரப் போராட்டத்தில் ஈடுபட்டார். 1942 ஆம் ஆண்டு வெள்ளையனே வெளியேறு இயக்கத்தில் பங்கேற்றதற்காக 13 மாதங்கள் சிறை தண்டனை அனுபவித்தார். அதே ஆண்டு மார்ச் 26 அன்று பெரோஸ் காந்தியை மணந்து, ராஜீவ் காந்தி மற்றும் சஞ்சய் காந்தி என இரு மகன்களைப் பெற்றெடுத்தார்.

1955-இல் காங்கிரஸ் செயற்குழு கமிட்டி உறுப்பினராகி, படிப்படியாக அரசியலில் கால் பதித்தார். 1959-60 காலகட்டத்தில் இந்திய தேசிய காங்கிரஸின் தலைவராகப் பொறுப்பேற்றார். 1964 இல் தந்தை ஜவஹர்லால் நேருவின் மறைவுக்குப் பிறகு, மாநிலங்களவை உறுப்பினராகி, லால் பகதூர் சாஸ்திரியின் அமைச்சரவையில் மத்திய தகவல் மற்றும் ஒலிபரப்புத்துறை அமைச்சராகப் பணியாற்றினார். சாஸ்திரியின் திடீர் மறைவுக்குப் பிறகு, 1966 ஆம் ஆண்டு ஜனவரி 24 ஆம் தேதி, இந்தியாவின் முதல் பெண் பிரதமராகப் பதவியேற்று சரித்திரம் படைத்தார் இந்திரா காந்தி.

பிரதமர் பதவியில் இந்திரா காந்தியின் முதல் சகாப்தம் (1966-1977) பல புரட்சிகரமான மாற்றங்களைக் கண்டது. 1969 இல் வங்கிகளை தேசியமயமாக்கியது, மன்னர்களுக்கான மானியங்களை ரத்து செய்தது, நிலச் சீர்திருத்தங்கள், பசுமைப் புரட்சி மூலம் உணவு உற்பத்தியில் தன்னிறைவு அடையச்

செய்தது போன்ற அவரது முடிவுகள் இந்திய சமூகத்தில் பெரும் தாக்கத்தை ஏற்படுத்தின.

1971 இல் பாகிஸ்தானுடன் போர் தொடுத்து, வங்கதேச விடுதலைக்கு உதவியது அவரது வெளியுறவுக் கொள்கையின் உச்சம்.

1974 இல் பொக்ரான் அணு ஆயுத சோதனை மூலம் இந்தியாவை அணுசக்தி வல்லரசாக உலகிற்கு பிரகடனம் செய்தார்.

இருப்பினும், அவரது ஆட்சியின் முக்கியமானதும் சர்ச்சைக்குரியதுமான நிகழ்வு 1975 ஜூன் மாதம் அறிவிக்கப்பட்ட அவசரகால நிலை. இந்த 21 மாத கால அவசரநிலை இந்திரா ஆட்சியின் கொடூரத்தின் வரலாற்று சாட்சியம்.

1977 பொதுத் தேர்தலில் இந்திரா காந்தி தோல்வியடைந்து பிரதமர் பதவியை இழந்தார்.

ஆனாலும், இந்திராவின் அரசியல் வீச்சு அத்துடன் முடிவடையவில்லை. மூன்று ஆண்டுகளுக்குப் பிறகு, 1980 ஜனவரி 14 அன்று மீண்டும் மகத்தான வெற்றியுடன் பிரதமராகப் பதவியேற்று, தனது அரசியல் ஆளுமையை நிரூபித்தார். அவரது இரண்டாவது பிரதம மந்திரி காலம், பஞ்சாப் பிரிவினைவாதப் பிரச்சனைகளால் நிறைந்திருந்தது. பொற்கோவிலில் பதுங்கியிருந்த சீக்கிய பிரிவினைவாதிகளை வெளியேற்ற 1984 ஜூன் மாதம் "ஆபரேஷன் ப்ளூ ஸ்டார்" நடவடிக்கைக்கு உத்தரவிட்டார். இந்த நடவடிக்கை சீக்கியர்களிடையே பெரும் கோபத்தையும் மனக்கசப்பையும் ஏற்படுத்தியது.

இந்த அதிருப்தியின் உச்சமாக, 1984 ஆம் ஆண்டு அக்டோபர் 31 ஆம் தேதி இந்திரா காந்தி படுகொலை செய்யப்பட்டார்.

6. தீவிர வறுமையை ஒழித்தல்: கேரளம் சொல்லும் பாடங்கள்!

- ப்ரெடி தாமஸ்

அரசாங்கங்கள் குடிமக்களைச் செயலற்ற பயனாளிகளாக அல்லாமல், பங்கேற்பாளர்களாகக் கருதும்போது அனைவரையும் உள்ளடக்கிய வளர்ச்சி சாத்தியமாகும்.

கேரள முதலமைச்சர் பினராயி விஜயன் நவம்பர் 1 அன்று, தனது மாநிலம் தீவிர வறுமையை ஒழித்துவிட்டதாக அறிவித்தபோது அது வெறும் அறிவிப்பாக மட்டுமல்லாமல் இந்தியாவின் வளர்ச்சிக் கதையில் ஒரு மைல்கல்லாக இருந்தது. வறுமை பற்றிய விவாதங்கள் பெரும்பாலும் புள்ளிவிவர விவாதங்களைச் சுற்றியே நடக்கும் ஒரு நாட்டில் இந்த அறிவிப்பு, அனைவரையும் உள்ளடக்குவது என்றால் என்ன என்பது குறித்து ஆழமாகச் சிந்திக்க அழைக்கிறது.

இந்த அறிவிப்பைத் தொடர்ந்து வந்த நாட்களில் நடந்த பெரும்பாலான தேசிய உரையாடல்கள், அத்தகைய கூற்றை அனுபவ ரீதியாகச் சரிபார்க்க முடியுமா என்பதில் கவனம் செலுத்தின. அவை சரியான கேள்விகள்தான். ஆனால் இவற்றுக்கான பதில்களை உடனடியாகக் கண்டறிய முடியாது. அறிவியல் முறைகள், துல்லியமான தரவு, கவனமான மதிப்பீடு ஆகியவற்றைப் பயன்படுத்தும் முறையான கல்விப்புலம் சார்ந்த ஆய்வு தேவை.

இருப்பினும், கேரளத்தின் முயற்சி, மக்களைப் பங்கேற்கவைக்கும் வடிவமைப்பு, நீண்டகால நோக்கு, சமூகத்தின் விளிம்பில் உள்ளவர்களுக்கு அது தரும் கண்ணிய உணர்வு ஆகியவற்றிற்காகக் குறிப்பிடத் தகுந்தது.

2021இல் தொடங்கப்பட்ட மாநிலத்தின் தீவிர வறுமை ஒழிப்புத் திட்டம், மேலிருந்து கீழே அமலாக்கப்படும் நலத்திட்டமாகக் கருதப்படவில்லை, மாறாகப் பங்கேற்பு இயக்கமாகக் கருதப்பட்டது. மிகவும் ஏழ்மையான குடும்பங்களை அடையாளம் காணும் செயல்முறை உள்ளூர் மட்டத்தில் தொடங்கியது. இதில் பஞ்சாயத்துப் பிரதிநிதிகள், 1998இல் தொடங்கப்பட்ட குடும்பஸ்ரீ வறுமை ஒழிப்புத் திட்டத்தின் பணியாளர்கள், தன்னார்வலர்கள், அதிகாரிகள் ஆகியோர் பங்கேற்றனர்.

உணவு, உடல்நலம், வீட்டுவசதி, வருமானம் ஆகிய நான்கு முக்கியப் பரிமாணங்களில் குடும்பங்கள் மதிப்பீடு செய்யப்பட்டன. ஒவ்வொன்றிற்கும் நுண்ணிய திட்டங்கள் தயாரிக்கப்பட்டன.

இந்த முயற்சியின் மூலம், 64,000க்கும் மேற்பட்ட குடும்பங்களும் ஒரு இலட்சத்திற்கும் அதிகமான தனிநபர்களும் மிகவும் ஏழைகளாக அடையாளம் காணப்பட்டனர். அடிப்படை ஆவணங்களான ரேஷன் அட்டைகள், ஆதார் ஆகியவற்றை அவை இல்லாதவர்களுக்கு அரசு வழங்கியது. குடும்பஸ்ரீ வலைப்பின்னல்கள் மூலம் வழக்கமான உணவு விநியோகத்தை உறுதிசெய்தது. சுகாதார வசதியை நீட்டித்தது. LIFE (Livelihood Inclusion Financial Empowerment — வாழ்வாதார உள்ளடக்கமும் நிதி அதிகாரமும்) திட்டத்தின் கீழ் வீட்டுவசதியை வழங்கியது.

வாழ்வாதார உதவி சுய உதவிக் குழுக்கள், மகாத்மா காந்தி தேசிய ஊரக வேலை உறுதித் திட்டம் போன்ற வேலைவாய்ப்புத் திட்டங்கள் மூலம் வழங்கப்பட்டது. இந்தக் குடும்பங்களைச் சேர்ந்த குழந்தைகளுக்குக் கல்வி ஆதரவு, உதவித்தொகைகள் ஆகியவற்றுடன், தேவைப்பட்டால் பாதுகாப்பான வீட்டுவசதி ஆகியவை கிடைத்தன.

நலன், வாழ்வாதாரம், மனித மேம்பாடு ஆகியவற்றை ஒன்றிணைத்தது கேரளத்தின் தனித்துவமான அணுகுமுறையைப் பிரதிபலிக்கிறது. சமூக ஆதரவை அதிகாரமளித்தலுடன் ஒருங்கிணைத்தல் என்பதே அந்த அணுகுமுறை.

கேரளத்தின் இன்றைய வெற்றி தற்செயலானது அல்ல. இது பல தசாப்தங்களாக அங்கே நடைபெற்றுவரும் நிலையான சமூக முதலீடு, சீர்திருத்தம்

ஆகியவற்றின் விளைவாகும். 1957இலேயே, நிலச் சீர்திருத்தச் சட்டங்களைச் செயல்படுத்திய முதல் மாநிலம் இது. உரிமையை மறுபகிர்வு செய்து நிலப்பிரபுத்துவ ஏற்றத்தாழ்வுகளை அகற்றியது. பின்னர் இது இந்தியாவின் முழுமையாகக் கல்வியறிவு பெற்ற முதல் மாநிலமாக மாறியது. பொது அமைப்புகளுடன் உரையாடவும் அவற்றிடம் கேள்வி எழுப்பவும் திறனுள்ள குடிமக்களை உருவாக்கியது.

அதற்குப் பிறகு வந்த ஒவ்வொரு அரசாங்கமும் இந்த அடித்தளத்தின் மீது கட்டமைத்தன. நலத் தொகைகள் அதிகரிக்கப்பட்டன, அங்கீகரிக்கப்பட்ட சமூகச் சுகாதாரப் பணியாளர் திட்டத்தில் உள்ள தொழிலாளர்களின் ஊதியம் உயர்த்தப்பட்டது, அரசு ஊழியர்களுக்கான கொடுப்பனவுகள் மேம்படுத்தப்பட்டது போன்ற சமீபத்திய நடவடிக்கைகள் பரந்த சமூக-ஜனநாயக நெறிமுறையை அடியொற்றியதாக அமைந்துள்ளன. இவை தற்காலிக இலவசங்கள் அல்ல; மாறாகக் கண்ணியத்தையும் சமூகப் பாதுகாப்பையும் நிலைநிறுத்தும் நடவடிக்கைகள்.

கேரளத்திற்கும் இந்தியாவின் மற்ற பகுதிகளுக்கும் இடையேயான வேறுபாடுகள் வியக்கத்தக்க அளவில் உள்ளன. சமீபத்திய தேசிய குடும்பச் சுகாதார ஆய்வின்படி, கேரளாவின் குழந்தை மரண விகிதம் 1,000 உயிருள்ள பிறப்புகளுக்கு 4.4 ஆக உள்ளது, இது தேசிய சராசரியின் ஐந்தில் ஒரு பங்கு ஆகும். பொதுச் சுகாதார மையங்களில் மருத்துவர் காலியிட விகிதம் கிட்டத்தட்ட பூஜ்ஜியமாக உள்ளது. தனியார் சுகாதார வழங்குநர்களின் பங்கு நாட்டின் மிகக் குறைவாக, 47.4% ஆக உள்ளது.

கேரளம் பெரும்பாலான மாநிலங்களைவிடச் சுகாதாரத்திற்காக அதிகமாகச் செலவிடுகிறது. நோயாளிக்கு மிகக் குறைந்த செலவுகளில் சிறந்த சேவைகளை வழங்குகிறது.

கேரளத்தில் வாழும் ஒருவர் நல வாழ்வு வாழ்வதாக உணர்கிறார். குறிப்பாகச் சமூக ஆதரவு, சுகாதாரம், கல்வி போன்ற அம்சங்களில். போதுமான வேலைகளை உருவாக்குவதில் சவால்கள் உள்ளன என்றாலும், கேரளத் தொழிலாளர்கள் பிற இடங்களில் வேலை செய்வது, வேலைவாய்ப்புத் திறன், தகவமைவுத் திறன் ஆகியவை வலுவான கல்வி, சமூகச் சூழல் அமைப்பின் விளைவுகளாகும்.

எனவே, மாநிலத்தின் வளர்ச்சி அதன் எல்லைகளுக்கு அப்பால் நீண்டுள்ளது. அதன் மக்கள் உலகளாவிய அளவில் இயங்கக்கூடியவர்களாக உள்ளனர். வெளிநாடுகளிலிருந்து பணம் அனுப்புதல், திறன்களைப் பகிர்ந்துகொள்ளுதல், பன்முகக் கலாச்சாரம் ஆகிய பலன்களை இது அளிக்கிறது. இது மாநிலத்தின் பொருளாதாரத்திற்கு எரிபொருளாக அமைகிறது. இடப்பெயர்வின் மூலம் கிடைக்கும் இந்தச் சாதகங்கள் கேரளத்தின் வளர்ச்சி மாதிரி ஒற்றைப் பரிமாணம் கொண்டதல்ல என்பதை அடிக்கோடிட்டுக் காட்டுகிறது.

கேரளாவின் நலன்சார் கட்டமைப்பு, பாரம்பரியப் பாதுகாப்பு வலைகளுக்கு அப்பால் வளர்ந்துள்ளது. இது இப்போது சிங்கப்பூரின் முன்னாள் துணைப் பிரதமர் தர்மன் சண்முகரத்னம் ஒருமுறை கூறியதுபோல் பாதுகாப்புக்கான அமைப்புகளை உருவாக்க விரும்புகிறது. இது தனிநபர்களும் குடும்பங்களும் துயரத்திலிருந்து மீண்டு வர உதவும் வழிமுறைகளை உருவாக்குவதும், மக்கள் எதையேனும் சார்ந்திருப்பதைத் தவிப்பதற்குமான அமைப்புகள் இவை.

தீவிர வறுமை ஒழிப்புத் திட்டம் இந்த அணுகுமுறைக்கு ஒரு எடுத்துக்காட்டு. இது காலவரையற்ற உதவிகளைக் கொண்டது அல்ல. ஏழைகளுக்கு உடல்நலம், அடிப்படை ஆவணங்கள், திறன்கள், வேலைவாய்ப்புக்கான அணுகல் ஆகியவற்றை வழங்கும் திட்டங்க்ளைக் கொண்டது. சொந்த முயற்சியுடனும் கண்ணியத்துடனும் வறுமையிலிருந்து வெளியேறத் தேவையான கருவிகள் இவை.

இது அமர்த்தியா சென்னின் வளர்ச்சியைக் குறித்த திறன் அணுகுமுறையைப் பிரதிபலிக்கிறது. இது வருமானத்திலிருந்து சுதந்திரத்திற்கு கவனத்தை மாற்றுகிறது. அதாவது, ஒருவர் ஆரோக்கியமாக, கல்வி அறிவுள்ளவராக, உற்பத்தித் திறன் கொண்டவராக இருப்பதற்கான சுதந்திரம். கேரளத்தின் கொள்கைகள் நீண்ட காலமாக இந்தக் கண்ணோட்டத்தைப் பிரதிபலித்துவருகின்றன. மக்களின் உண்மையான தேர்வுகளையும் வாய்ப்புகளையும் விரிவுபடுத்துகின்றன.

மைய நீரோட்டப் பொருளாதாரத்தில், சமத்துவத்திற்கும் செயல்திறனுக்கும் இடையே சமரசம் இருப்பதாகக் கருதப்படுகிறது. வளங்களின் மறுபகிர்வு வளர்ச்சியை மெதுவாக்கும் என்று சொல்லப்படுகிறது. கேரள அனுபவம் இந்தக் கருத்துக்குச் சவால் விடுகிறது.

வறுமை என்பது வெறும் வருமானமின்மை மட்டுமல்ல, மாறாக நோய், ஊட்டச்சத்துக் குறைபாடு மற்றும் கல்வியின்மை என ஒன்றையொன்று வலுப்படுத்தும் பல குறைபாடுகள் இணைந்த ஒரு பொறி. குறிப்பான இலக்குக் கொண்ட நலத்திட்டங்களின் வாயிலாக இந்தச் சுழற்சிகளை உடைப்பதன் மூலம் மக்களை அதிக உற்பத்தித் திறன் கொண்டவர்களாக, வேலைவாய்ப்புக்குத் தகுதியானவர்களாக, நெருக்கடியிலிருந்து மீளும் திறன் கொண்டவர்களாக மாற்றியுள்ளது. இங்கே வளங்களின் மறுபகிர்வு வளர்ச்சியின் உந்துசக்தியாக இருந்துள்ளது; தடையாக அல்ல.

நன்றாக வடிவமைக்கப்பட்ட நலத்திட்டங்களை உற்பத்தித்திறன் வாய்ந்த முதலீடு என்றுதான் சொல்ல வேண்டும். இது மனித மூலதனத்தை உருவாக்குகிறது. தொழிலாளர் படையின் திறன்களைக் கூட்டுகிறது, நவீன பொருளாதாரத்தின் அடித்தளத்தை வலுப்படுத்துகிறது.

கேரளத்தின் சாதனை இந்தியாவிற்கு விலைமதிப்பற்ற பாடங்களை வழங்குகிறது. உணவுக்கான உரிமைச் சட்டம் அனைத்துக் குடிமக்களுக்கும் அடிப்படைத் தேவைகளை உறுதிசெய்வதற்கான தார்மீக, சட்டப்பூர்வக் கடமையை

அங்கீகரித்தது. அத்தகைய உரிமைகளை நடைமுறைப்படுத்துவதற்கு என்னவெல்லாம் தேவை என்பதைக் கேரளம் காட்டுகிறது: பரவலாக்கப்பட்ட ஆளுகை, தரவு அடிப்படையிலான திட்டமிடல், சமூகப் பங்கேற்பு.

மற்ற இடங்களில் இதை நகலெடுப்பது எளிதானதல்ல. நிர்வாக ஆழம், அரசியல் விருப்பம், சமூக நம்பிக்கை ஆகியவை தேவை. ஆனால் இதில் பெரிய பாடம் இருக்கிறது. அரசாங்கங்கள் குடிமக்களைச் செயலற்ற பயனாளிகளாக அல்லாமல், பங்கேற்பாளர்களாகக் கருதும்போது அனைவரையும் உள்ளடக்கிய வளர்ச்சி சாத்தியமாகும் என்பதே அந்தப் பாடம்.

தீவிர வறுமையை ஒழிப்பதாக அறிவிப்பது இறுதிப் புள்ளி அல்ல. முக்கியமான மைல்கல். வறுமையிலிருந்து மீட்கப்பட்டவர்கள் மீண்டும் அதற்குள் சென்றுவிடாமல் இருப்பதை உறுதி செய்வதுதான் முக்கியம். வேலை, கல்வி, கண்ணியத்திற்கான வாய்ப்புகளை நிலைநிறுத்துவதன் மூலமே அதைச் செய்ய முடியும். இத்தகைய மாற்றத்தில் யாருமே விடுபட்டுப்போகாமல் பார்த்துக்கொள்வது மிகவும் முக்கியம்.

கேரளம் மாதிரி, முன்னேற்றம் என்பது வெறும் வருமானத்தைப் பற்றியதல்ல, மாறாக மானுட கண்ணியத்தை விரிவுபடுத்துவது பற்றியது என்பதைக் காட்டியுள்ளது. ஒன்றியக் கட்டமைப்பின் வரம்புகளுக்குள்ளும், வளர்ச்சி என்றால் என்ன என்பதை மறுவரையறை செய்வதில் ஒரு மாநிலம் வழிநடத்த முடியும் என்பதைக் கேரளம் செய்துகாட்டியுள்ளது.

ப்ரெடி தாமஸ், பெங்களூரில் உள்ள கிறைஸ்ட் பல்கலைக்கழகத்தின் சட்டப் பள்ளியில் சட்டத்தின் பொருளாதாரப் பகுப்பாய்வைக் கற்பிக்கிறார். சட்டம், பொருளாதாரம், பொதுக் கொள்கை ஆகியவற்றிடையே உள்ள தொடர்புகள் பற்றி எழுதிவருகிறார்.

7. இந்தியாவில் வறுமையின் நிலை

- முனைவர். ச.குப்பன்

உலகளவில் வறுமைக் கோட்டுக்குக் கீழே வாழும் மிகப்பெரிய மக்கள்தொகை கொண்ட நாடான இந்தியாவிற்கு வறுமை ஒரு குறிப்பிடத்தக்க சவாலாகவே உள்ளது. இருப்பினும், சமீபத்திய தரவுகள், குறிப்பாக 1991 ஆம் ஆண்டிற்கு பிறகு, வறுமையைக் குறைப்பதில் இந்தியா குறிப்பிடத்தக்க முன்னேற்றம் அடைந்துள்ளதாகக் காட்டுகின்றன.

இந்தியாவின் வறுமையின் தீவிரமானது, கூர்மையான சரிவைக் குறிக்கிறது என 2025 ஆம் ஆண்டுக்கான உலக வங்கி அறிக்கை குறிப்பிடுகிறது, இந்த வறுமை குறைப்பின் விகிதம் சுதந்திரத்திற்குப் பிந்தைய முதல் 45 ஆண்டுகளில் மிகவும் குறைவாக இருந்தது.

1991 இல் சீர்திருத்தங்களுக்குப் பிறகு, வளர்ச்சி விகிதத்தின் அதிகரிப்புடன் வறுமைக் குறைப்பின் வேகம் அதிகரித்தது. அதாவது 1950களில்

56% ஆக இருந்தது, 2011-12 இல் 16.2%ஆக குறைந்தது அதன்பின்னர் 2022-23 இல் வெறும் 2.3% ஆகக் குறைந்துள்ளது. இந்தியாவின் வறுமையின்நிலை 0.0%ஆகவேண்டும் என்பதே நம்முடைய முதன்மை குறிக்கோளாகும். பொதுவாக வளர்ச்சிக்கும் வறுமைக் குறைப்புக்கும் இடையே வலுவான தொடர்பு உள்ளது.

எனவே இந்தியப் பொருளாதார வளர்ச்சி அதிகரித்தால், அது வறுமையைக் குறைக்க வழிவகுக்கும். இந்த மகத்தான முயற்சி 171 மில்லியனுக்கும் அதிகமான மக்களை தீவிர வறுமையிலிருந்தும், 378 மில்லியனுக்கும் அதிகமான மக்களை வறுமையிலிருந்தும் (குறைந்த நடுத்தர வருமான வறுமைக் கோட்டில் வாழ்பவர்கள்) மீட்டுள்ளது. இந்த முன்னேற்றம் ஊரகபகுதிகளிலும், நகரப் பகுதிகளிலும் குறிப்பிடத்தக்க வறுமை குறைப்புகளுடன் பரந்த அடிப்படையிலானதாகும், மேலும் அனைவரையும் உள்ளடக்கிய வளர்ச்சியுடன் இலக்கு வைக்கப்பட்ட நலத்திட்டங்களில் கவனம் செலுத்துவதும் காரணமாகும்.

இந்தியாவில் வறுமை என்பது ஆழமாக வேரூன்றிய வரலாற்று, சமூக, பொருளாதார காரணங்களைக் கொண்ட பன்முகப் பிரச்சினையாகும். தனிநபர்களும் சமூகங்களும் வறுமையிலிருந்து தப்பிக்க கடினமாக இருக்கின்ற ஒரு தீய சுழற்சியை உருவாக்குகின்ற பின்வரும் காரணிகள் பெரும்பாலும் பின்னிப் பிணைந்துள்ளன.

மக்கள்தொகை வளர்ச்சி: வேகமாக வளர்ந்து வரும் மக்கள்தொகையானது, உணவு, வீட்டுவசதி உள்ளிட்ட கிடைக்கக்கூடிய வளங்களின் மீது பெரும் அழுத்தத்தை ஏற்படுத்துகிறது. இது வேலை வாய்ப்பின்மை (unemployment) வேலையின்மை (underemployment) ஆகிய பிரச்சினைகளை அதிகரிக்கசெய்கிறது, இதனால் அதிகரித்து வரும் மக்கள் தொகைக்கு ஏற்ப அவர்கள் ஈட்டுகின்ற வருமானம் போதுமானதாக இல்லாமல் அவர்களின் வாழ்க்கையை கடினமாக்குகிறது.

வரலாற்று, சமூக காரணிகள்: காலனித்துவ ஆட்சியின் மரபு, சாதி அமைப்பின் நிலைத்தன்மை ஆகியவை சமூக, பொருளாதார ஏற்றத்தாழ்வுகளை உருவாக்கி தொடர்ந்து அவ்வேற்றதாழ்வுகளை நிலையாக நிறுத்தியுள்ளன. விளிம்புநிலை சமூகங்களுக்கு பெரும்பாலும் கல்வி, வேலைவாய்ப்பு, நில உடைமை ஆகியவற்றில் சம வாய்ப்புகள் மறுக்கப்படுகின்றன, இதனால் அவர்கள் வறுமை சுழற்சியில் சிக்க வைக்கப்படுகிறார்கள். ஈட்டுகின்ற வருவாயில் பெரும் பகுதியை சமூக விழாக்களுக்கு செலவிடுவது போன்ற பாரம்பரிய சமூக பழக்கவழக்கங்களும் பொதுமக்களை கடனிலும் வறுமையிலும் தள்ளுகின்றது.

குறைந்த வேளாண் உற்பத்தித்திறன்: இந்தியாவின் மக்கள்தொகையில் கணிசமான பகுதியினர் வேளாண்மையையே சார்ந்துள்ளனர். இருப்பினும், துண்டு துண்டான சிறியஅளவிலான நில உடைமைகள், நவீன தொழில்நுட்-

பத்தினை பின்பற்றாமை, பாரம்பரிய வேளாண்மை முறைகளை சார்ந்திருத்தல் ஆகியவற்றின் காரணமாக குறைந்த உற்பத்தித்திறன் பல ஊரகபகுதி வாழ் குடும்பங்களுக்கு குறைந்த, நிலையற்ற வருமானத்தை ஏற்படுத்துகிறது.

வேலை வாய்ப்பின்மையும் (unemployment) வேலையின்மையும் (underemployment) : பெரிய அளவிலான பணியாளர்களை உள்வாங்க போதுமான உயர்தர வேலைகளை தற்போதைய ஊரகப்பகுதியின் வேளாண்மை சார்ந்த பொருளாதாரத்தால் உருவாக்க முடியவில்லை. இது அதிக வேலை வாய்ப்பின்மை, வேலையின்மை விகிதத்திற்கு வழிவகுக்கிறது, அதனால் பொதுமக்கள் குறைந்த ஊதியம் பெறும், முறைசாரா வேலைகளில் அரைகுறை வேலைகளிலும் வேலைவாய்ப்பில்லாமலும் இருக்கிறார்கள்.

சமமற்ற செல்வப் பகிர்வு: இந்தியாவில் தற்போது பொருளாதார வளர்ச்சி உயர்ந்து கொண்டே இருந்தபோதிலும், ஈட்டப்படுகின்ற செல்வமும் வளங்களும் பெரும்பாலும் ஒரு சிலரின் கைகளில் மட்டுமே குவிந்து வருவதால், குறிப்பிடத்தக்க அளவு வருமான ஏற்றத்தாழ்வுகளுக்கு வழிவகுக்கிறது. இந்த சமத்துவமின்மை பொருளாதார வளர்ச்சியின் நன்மைகள் சமூகத்தின் மிகவும் பாதிக்கப்படக்கூடிய பிரிவு மக்களுக்கு கிடைப்பதைத் தடுக்கிறது.

சமூக உள்கட்டமைப்பு பற்றாக்குறை: சுகாதாரம், கல்வி, துப்புரவு போன்ற முக்கிய சமூகத் துறைகளில் போதுமான முதலீடு இல்லாதது வறுமையை நிலைநிறுத்துகிறது. தரமான கல்விக்கான அணுகல் இல்லாதது எதிர்கால வாய்ப்புகளை மட்டுப்படுத்துகிறது, அதே நேரத்தில் மோசமான துப்புரவும், சுகாதாரமும் அதிக மருத்துவச் செலவுகளையும் வேலை நாட்களை இழக்கவும் வழிவகுக்கிறது, அதன்வாயிலாக ஊரகப்பகுதிகளில் வாழும் குடும்பங்களை நிதி நெருக்கடியில் தள்ளுகிறது.

வறுமையின் விளைவுகளானவை பரவலாகவும் பேரழிவை ஏற்படுத்துவதாகவும் உள்ளன, இது தனிநபர்களை மட்டுமல்ல, நாட்டின் ஒட்டுமொத்த வளர்ச்சியையும் பாதிக்கிறது.

பசிபட்டினி, ஊட்டச்சத்து குறைபாடு: வறுமையானது தனிநபரின் உணவுப் பாதுகாப்பின்மையுடன் நேரடியாக இணைக்கப்பட்டுள்ளது, இது பரவலான பசிபட்டினி, ஊட்டச்சத்து குறைபாட்டிற்கு வழிவகுக்கிறது, குறிப்பாக குழந்தைகள் மத்தியில். இது அவர்களின் வளர்ச்சி குன்றுவதற்கும், நோயெதிர்ப்பு மண்டலம் பலவீனமடைவதற்கும், நீண்டகால ஆரோக்கியம் ,உற்பத்தித்திறனைப் பாதிக்கும் நோய் அபாயத்தை அதிகரிப்பதற்கும் வழிவகுக்கின்றது.

மோசமான சுகாதாரம், கல்வி: வறுமையானது சுகாதாரம், கல்வி ஆகியவற்றிற்கான அணுகலைக் கட்டுப்படுத்துகிறது. பெரும்பாலும் ஏழைகளை தரமான மருத்துவ சிகிச்சையை பெறமுடியாமல் தவிக்கச்செய்கிறது, இது எளிதாகத் தடுக்கக்கூடிய நோய்களுக்கும் அதிக இறப்பு விகிதங்களுக்கும் வழிவகுக்கிறது. இதேபோன்று, கல்விக்கான அணுகல் இல்லாதது வறுமை சுழற்சியை நிலைநிறுத்துகிறது, ஏனெனில் இது வேலை வாய்ப்புகளையும்

பொருள் ஈட்டுகின்ற திறனையும் கட்டுப்படுத்துகிறது.

சமூக விலக்கு: வறுமையானது பெரும்பாலும் சமூக விலக்கிற்கு வழிவகுக்கிறது, அங்கு தனிநபர்களும் சமூகங்களும் ஒதுக்கப்பட்டு, முதன்மை சமூகத்திலிருந்து ஒதுக்கப்படுகின்றன. இது உதவியற்ற தன்மை, அரசியல் குரல் இல்லாத உணர்வுகளை உருவாக்குகின்றது, மேலும் அவர்களின் வாழ்க்கையை மேம்படுத்தும் திறனை மேலும் தடுக்கின்றது.

குறைந்த பொருளாதார உற்பத்தித்திறன்: வறுமையில் வாழும் மக்கள் தொகையில் ஒரு பெரிய பகுதியினர் முழு திறனுடன் பொருளாதாரத்திற்கு பங்களிக்க முடியாத நிலை உருவாகின்றது. மோசமான சுகாதாரம், திறன்மேம்பாடுகள் இல்லாமை, வரையறுக்கப்பட்ட வாய்ப்புகள் ஒட்டுமொத்த உற்பத்தித்திறனைக் குறைத்து தேசிய பொருளாதார வளர்ச்சியை மெதுவாக்குகின்றன.

இந்திய அரசாங்கம் வறுமையை சமாளிக்க பல்வேறு உத்திகளை செயல்படுத்தி வருகின்றது, பொருளாதார வளர்ச்சி, சமூக நலன், நேரடி சலுகை பரிமாற்றங்கள் உள்ளிட்ட பன்முக அணுகுமுறையில் கவனம் செலுத்துகிறது.

வறுமை ஒழிப்பு திட்டங்கள்: சமூக பாதுகாப்பு எனும் வலையை வழங்கவும் வாழ்வாதார வாய்ப்புகளை உருவாக்கவும் இந்திய அரசாங்கம் பின்வரும் திட்டங்களைத் தொடங்கியுள்ளது.

மகாத்மா காந்தி தேசிய ஊரக வேலைவாய்ப்பு உத்தரவாதச் சட்டம் (MGNREGA): இந்தத் திட்டம் ஊரகப்பகுதியில் வாழும் குடும்பங்களுக்கு 100 நாட்கள் கூலியுடன் கூடிய வேலைவாய்ப்பை உறுதி செய்கிறது, இது ஒரு முக்கியமான வருமான ஆதாரத்தை வழங்குகிறது.

தேசிய ஊரக வாழ்வாதார இயக்கம் (NRLM): இந்த முயற்சி சுய உதவிக்குழுக்கள் (SHGs) மூலம் ஊரகப்பகுதிவாழ் ஏழைகளை மேம்படுத்துவதிலும், சுய வேலைவாய்ப்புக்கான கடன் அணுகலை எளிதாக்குவதிலும் அதிக கவனம் செலுத்துகிறது.

பிரதான் மந்திரி ஆவாஸ் யோஜனா (PMAY): இந்தத் திட்டம் நகரப்பகுதி, ஊரகப்பகுதிவாழ் ஏழைகளுக்கு மலிவு விலையில் வீடுகளை வழங்குகிறது, வாழ்க்கை நிலைமைகளை மேம்படுத்துகிறது.

பொருளாதார சீர்திருத்தங்கள், உள்ளடக்கிய வளர்ச்சி: சமூகத்தின் அனைத்துப் பிரிவுகளையும் உள்ளடக்கிய பொருளாதார வளர்ச்சியை ஊக்குவித்தல் முக்கியமானதாகும். உற்பத்தித்திறனை மேம்படுத்த வேளாண்மையில் முதலீடுகள், நகரப்பகுதிகளிலும், ஊரகப்பகுதிகளிலும் வேலை வாய்ப்புகளை உருவாக்குதல், செல்வ வளத்தினை சமமாக பங்கீடுசெய்வதை உறுதி செய்தல் ஆகியவை இதில் அடங்கும்.

சமூகத் துறைகளில் முதலீடு: கல்வி, சுகாதாரம், துப்புரவு ஆகியவற்றில் அதிகரித்த, மிகவும் பயனுள்ள முதலீடு மிக முக்கியமானதாகும். தரமான கல்வி, சுகாதார சேவைகளுக்கான உலகளாவிய அணுகல் ஏழைகளை

வறுமை சுழற்சியிலிருந்து விடுபட அதிகாரம் அளிக்கும். ஜல் ஜீவன் மிஷன் (குழாய்வழி குடிநீர் வழங்குதல்), ஆயுஷ்மான் பாரத் (உலகளாவிய சுகாதார பாதுகாப்பு) போன்ற முயற்சிகள் இந்த திசையில் முக்கியமான படிகளாகும்.

எளிதான நிதிசேவை: பிரதான் மந்திரி ஜன் தன் யோஜனா போன்ற திட்டங்கள் அனைவருக்கும் வங்கிச் சேவைகளை வழங்குவதன் மூலம் நிதி உள்ளடக்கத்தை ஊக்குவிக்கின்றன, இதனால் வழங்கப்படும் உதவித்தொகைககள், கடன்கள், பிற நிதித் திட்டங்கள் ஆகியவற்றினை அனைவரும் எளிதாக அணுக முடியும்.

சமூக ஏற்றத்தாழ்வுகளை நிவர்த்தி செய்தல்: சாதி அமைப்பு, பாலின பாகுபாடு போன்ற சமூகத்தில் ஆழமாக வேரூன்றிய சமூகத் தடைகளை அகற்ற அரசாங்கமும் சமூகமும் ஒன்றிணைந்து செயல்படுவதன் வாயிலாக இந்தியாவில் வறுமையை இல்லாது ஒழித்திடமுடியும்.

8. வெனிசூலாவை ஆக்கிரமித்த அமெரிக்கா.. 'வியட்நாம் புரட்சி' வெடிக்கும்?

- எஸ். வி. ராஜதுரை

1823இல், அப்போது அமெரிக்கக் குடியரசுத் தலைவராக இருந்த ஜேம்ஸ் மன்றோவின் அரசாங்கத்தில் வெளியுறவு அமைச்சராக இருந்த க்வென்ஸி என்பவரால் எழுதப்பட்டதும் அன்று முதல் இன்று வரை அந்த நாட்டின் வெளியுறவுக் கொள்கையின் முக்கியக் கூறாக உள்ளதும்தான் 'மன்றோ கொள்கை' (Monroe Doctrine) எனக் கூறப்பட்டு வருகிறது.

அக்காலத்தில் ஐரோப்பிய ஏகாதிபத்திய நாடுகளின் காலனிகளாக இருந்த தென்னமெரிக்க நாடுகளில் நடந்த புரட்சிகரக் கொந்தளிப்புகளின் காரணமாக அவை தேசிய விடுதலை பெறும் நிலையில் இருந்தன. இருந்தபோதிலும் அமெரிக்காவின் மன்றோ கொள்கை இனி 'புதிய உலகம்' எனச் சொல்லப்படும் அமெரிக்கக் கண்டங்களில், குறிப்பாக இலத்தின் அமெரிக்கா எனச் சொல்லப்படும் தென்னமெரிக்காவிற்குள் — ஐரோப்பிய நாடுகள் இனி புதிய ஆக்கிரமிப்புகளைச் செய்யக்கூடாது என்றும், அதேவேளை ஐரோப்பிய ஏகாதிபத்திய நாடுகளின் உள்விவகாரங்களிலோ அல்லது அவற்றிடம் எஞ்சியிருந்த இலத்தின் அமெரிக்கக் காலனி நாடுகளிலோ அமெரிக்கா தலையிடாது என்றும் மன்றோ கொள்கை கூறியது.

ஆனால், இலத்தின் அமெரிக்க நாடுகளில் மட்டுமல்ல, உலகிலுள்ள வேறு எந்த நாட்டிலும் அமெரிக்கா தலையிடாது என்ற வரம்பு மன்றோ கொள்கையில் சேர்க்கப்படவில்லை. எனவே அமெரிக்கா இலத்தின் நாடுகளில் மட்டுமின்றி உலகின் ஆறு கண்டங்களிலும் தலையிட்டுள்ளது. புவிக் கோளத்தில் குறைந்தபட்சம் பாதியளவு தனது உடைமையில் இருக்க வேண்டும் என்பதுதான் அமெரிக்காவின் குறிக்கோள்.

இலத்தின் அமெரிக்க நாடுகளைத் தன் புழக்கடையாகக் கருதும் அமெரிக்கா தன் நலனுக்குப் புறம்பாக நடந்து கொள்ளும் நாடுகளை ஆக்கிரமித்தோ அல்லது அந்த நாடுகளில், தனது உளவுத் துறை மூலமாகவோ 'எதிர்க் கட்சிகளை' உருவாக்கி ஆட்சிக் கலைப்பு செய்தோ தன் ஆதிக்கத்தை நிலைநிறுத்திக் கொண்டு வருகிறது. உலக நாடுகளில் பிரதிநிதி என்று சொல்லப்படும் ஐ.நா.வின் விதிகளையும் சர்வதேசச் சட்டங்களையும் துச்சமெனக் கருதும் அமெரிக்கா, 2000த்தில் தொடங்கிய புத்தாயிரமாண்டில் மட்டும் லிபியா, சிரியா, இராக், பாலஸ்தீனம் முதலிய நாடுகளில் நேரடியாக இராணுவத் தலையீடு செய்துள்ளது. அண்மையில் வங்கதேசத்திலும் நேப்பாளத்திலும் நடந்த "இளந்தலைமுறையினரின் புரட்சிகளி"லும் அமெரிக்காவின் கை உள்ளதாகச் சொல்லப்படுகின்றது.

ஐரோப்பிய நாடுகள் அமெரிக்கக் கண்ட விவகாரங்களில் தலையிடக்கூடாது என்ற மன்றோ கொள்கையைக் காட்டி, 1950களில் குவாதமாலா நாட்டிற்கும் 1960களில் கியூபாவிற்கும் சோவியத் யூனியன் செய்த பொருளாதார உதவிகளையும்கூட அந்த நாடுகளின் உள்விவகாரங்களில் செய்யப்பட்ட தலையீடு என்று அமெரிக்கா கூறியது.1960 ஆம் ஆண்டு முதல் அமெரிக்கா, கியூபாவுடன் எந்த நாடும் வணிகம் செய்யக்கூடாது என்ற தடை விதித்து, அந்த நாட்டின் பொருளாதாரத்தை முடக்கியுள்ளது.

இலத்தின் அமெரிக்க நாடுகள் ஏதும் சோசலிசத்தை மட்டுமல்ல சுயேச்சையான, இறையாண்மையுள்ள பொருளாதாரத்தை உருவாக்குவதைக்கூட அமெரிக்காவால் பொறுத்துக் கொள்ள முடியாது. எனவே நேரடியாகவும் மறைமுகமாகவும் எந்த நாட்டின் மீதும் இராணுவத் தலையீடு செய்யும் திமிர் அமெரிக்காவிற்கு இருந்து வருகிறது. அணு உலைகள் தொடர்பான சர்வதேச அமைப்பின் கண்காணிப்புக்கு ஈரான் உடன்படவில்லை என்று கூறியும் உலக எஜமானனாகத் தன்னைப் பாவித்தும் சிலமாதங்களுக்கு முன் அமெரிக்க இராணுவ விமானங்கள் ஈரானின் அணு உலைகள் இருந்த இடத்தின் மீது குண்டு மாரி பொழிந்துவிட்டுச் சென்றன. அந்த நடவடிக்கையில் அமெரிக்காவின் கூட்டாளியாக இருந்த இஸ்ரேலுக்கு தக்க பாடம் புகுத்தியது ஈரான். தற்போது ஈரானில் நிலவும் கடுமையான பொருளாதார நெருக்கடிகளின் காரணமாக அந்த நாட்டின் அரசை எதிர்த்து வன்முறைக் கிளர்ச்சிகளை நடத்துபவர்கள் மீது ஈரானிய அரசாங்கம் கடும் நடவடிக்கை எடுத்தால் அமெரிக்கா அந்த நாட்டில் தலையிடும் என்று இரண்டு நாள்களுக்கு முன் ட்ரம்ப் விடுத்த அறிக்கைக்குத் தக்க பதிலடி கொடுத்துள்ளது அந்த நாட்டு அரசாங்கம்.

1998முதல் 2013 வரை வெனிசூலாவின் குடியரசுத் தலைவராக இருந்த ஹ்யூகோ சாவெஸ், அந்த நாட்டை சோசலிசப் பாதையில் கொண்டு சென்றார். அவரது ஆட்சிக் காலத்தின்போது அமெரிக்கா தன் உளவுப் படைகள் மூலமும் அங்குள்ள அரசியல் கைக்கூலிகள் மூலமும் சாவெஸ் அரசாங்-

கத்தைக் கவிழ்க்கப் பல முயற்சிகளைச் செய்தது. சாவெஸ் இறந்த பிறகு அவரது அரசியல் வாரிசான நிக்கோலா மதுரோ ஆட்சிக்கு வந்த நாள் முதல் அமெரிக்கா கடும் பொருளாதாரத் தடைகளை விதித்து அந்த நாட்டு மக்களின் வாழ்வாதாரம் சீர்குலையும்படி செய்து வந்தது. உலகிலேயே அதிக எண்ணெய் வளம் கொண்ட நாடு வெனிசூலா. அந்த வளத்தைக் கொள்ளையடித்து வந்த பன்னாட்டு முதலாளிய நிறுவனங்களைக் கட்டுப்படுத்தி வைத்திருந்தன வெனிசூலாவின் சாவெஸ், மதுரோ அரசாங்கங்கள்.

ட்ரம்ப் அமெரிக்கக் குடியரசுத் தலைவராக பதவியேற்ற முதல், வெனிசூலா அரசாங்கம் போதைப் பொருள்களை அமெரிக்காவுக்குக் கடத்திச் செல்லும் கும்பல்களுக்கு ஆதரவளிப்பதாகத் தொடர்ந்து பிரசாரம் செய்துவந்தார். அது உண்மைதான் என்று ஒரு வாதத்திற்கு வைத்துக் கொண்டாலும்கூட, உலகில் மிக சக்தி வாய்ந்த நாடாகத் தன்னைக் கருதிக் கொள்ளும் அமெரிக்கா போதைப் பொருள்கள் தன் நாட்டிற்குள் நுழைவதைத் தடுத்திருக்க வேண்டுமல்லவா?

மேற்சொன்ன பிரசாரத்துடன், இந்த ஆண்டின் அமைதிக்கான நோபல் பரிசு பெற்றவரும் மதுரோவின் அரசாங்கத்திற்கு எதிராக மக்களில் ஒரு பகுதியினரைத் திரட்டிக் கொண்டு வந்துள்ளவருமான மரியா கொரினா மச்சோடோ போன்றவர்கள் மூலம் கடந்த இரண்டு ஆண்டுகளாகவே நாட்டில் கலவரச் சூழ்நிலையை ஏற்படுத்தி வந்தது ட்ரம்ப் அரசாங்கம். மேலும், அங்கு கூலிப் படைகளும் உருவாக்கப்பட்டுள்ளன.

இலத்தின் அமெரிக்க நாடுகளில் தனக்குப் பிடிக்காத அரசாங்கங்களை எண்ணற்ற முறை கவிழ்க்கவும் தேவைப்பட்டால் அந்த நாடுகளின் ஆட்சியாளர்களைக் கொல்லவும் தீர்மானித்து வந்த அமெரிக்க அரசாங்கத்தின் இராணுவம், தன் கைக்கூலி நாடுகளுடன் இணைந்து 1983இல் கருங்கடல் பகுதியிலுள்ள சின்னஞ் சிறு தீவு நாடான கிரெனாடாவின் மீது படையெடுத்து அந்த நாட்டின் பிரதமர் மாரிஸ் பிஷப்பைக் கைது செய்து வீட்டுக் காவலில் வத்து பின்னர் கொலை செய்தது.

அமெரிக்க நேரப்படி 3.1.2026 அதிகாலையில் அமெரிக்க இராணுவ விமானங்கள் வெனிசூலாவின் தலைநகர காரகாஸ் மீதும் நாட்டின் பல பகுதிகள் மீது பரவலாகவும் குண்டுமாரி பொழிந்துள்ளன. வெனிசூலாவின் இராணுவத் தளங்கள், எண்ணெய் சுத்திகரிப்புத் தொழிற்சாலைகள் ஆகியவற்றின் மீதே தாக்குதல் தொடுப்பதாக ட்ரம்ப் அரசாங்கம் கூறினாலும், மக்கள் வசிக்கும் இடங்களிலும் இராணுவத் தாக்குதலை நடத்தியுள்ளது. இறந்தவர்களின் எண்ணிக்கை இனிமேல்தான் தெரிய வரும். இது ஒருபுறமிருக்க வெனிசூலாவின் குடியரசுத் தலைவர் நிக்கோலா மதுரோவையும் அவரது மனைவியையும் கைது செய்து வேறு நாட்டுக்குக் கொண்டு சென்றுள்ளதாக ட்ரம்ப் தன் எக்ஸ் தளத்தில் பதிவிட்டுள்ளார். இதைவிட அக்கிரமமான செயல் உலக அரசியலில் இருக்க முடியுமா?

மதுரோவும் அவரது மனைவியும் உயிரோடு இருக்கிறார்கள் என்பதற்கான சான்றை அமெரிக்கா தர வேண்டும் என்று வெனிசூலாவின் துணைக் குடியரசுத் தலைவர் வற்புறுத்தியுள்ளார். அந்த நாட்டின் பாதுகாப்பு அமைச்சரோ, தனது நாடு எவருக்கும் பணிந்துவிடாது என்றும் அமெரிக்க இராணுவம் தங்கள் நாட்டிற்குள் நுழைந்தால் தக்க பதிலடி கொடுக்கும் என்றும் எச்சரித்துள்ளார். எத்தனை பிணக்குவியல்களை அந்த நாடு காணப் போகிறதோ? அமெரிக்க மக்களில் 35 விழுக்காட்டினர் மட்டுமே ட்ரம்புக்கு ஆதரவு கொடுத்துள்ளனர் என்றாலும் அமெரிக்காவின் மிகப் பெரும் பணக்காரர்களும், இராணுவமும், காவல் துறையும் ட்ரம்பிற்குப் பக்க பலமாக இருக்கின்றன.

வியட்நாம் போரின் போது அமெரிக்க அரசாங்கத்திற்கு எதிராக அந்த நாட்டுக் குடிமக்கள் கிளர்ந்தெழுந்தது போன்ற நிகழ்வுகள் இப்போதும் நடக்குமா? அல்லது ரஷியா, சீனா, ஈரான் போன்றவை வெனிசூலாவுக்கு ஆதரவாக அறிக்கையுடன் நிற்காது வேறுவகையில் உதவி செய்யுமா? காஸா விவகாரத்தில் நடந்து கொண்டது போல இந்திய அரசாங்கம் இப்போதும் மௌனம் காக்குமா? பொறுத்திருந்து பார்ப்போம்.. ஆனால் ஒன்று மட்டும் நிச்சயம். அமெரிக்க ஏகாதிபத்தியம் என்ற தீய சக்தி ஒழிந்தால்தான் உலக மக்களுக்கு விடிவு காலம் பிறக்கும்.

9. வெனிசுலா எண்ணெய் வயல்களில் கால்வைக்க ஒரு கொல்லைப்புற அரசியல்

– அ. குமரேசன்

புத்தாண்டுக் கொண்டாட்டங்கள் வெனிசுலா மக்களைப் பொறுத்தவரையில் நாடே அவமதிக்கப்பட்ட ஒரு பெரும் துக்கமாகவே அமைந்தன. ஜனவரி 3 அன்று அதிகாலை, அமெரிக்க ராணுவம் வெனிசுலா மீது நேரடி வான்வழித் தாக்குதலை நடத்தியது. வெனிசுலா அரசுத் தலைவர் நிக்கோலஸ் மதுரோ, அவரது இணையர் சிலியா புளோரஸ் ஆகியோரை அமெரிக்க அதிரடிப் படையினர் கைது செய்து நியூயார்க்கிற்கு கொண்டு சென்று சிறையில் அடைத்தனர்.

மதுரோ மீது 'போதைப்பொருள் பயங்கரவாதம்', ஊழல் ஆகிய குற்றச்சாட்டுகளை அமெரிக்க அரசு சுமத்தியுள்ளது. "அதிபர்" டொனால்ட் டிரம்ப், வெனிசுலாவில் ஒரு நிலையான ஆட்சி அமையும் வரை அமெரிக்காவே அந்நாட்டை நிர்வகிக்கும் என்று அறிவித்தார். உலக அளவில் கடுமையான எதிர்ப்புகள் எழுந்த பின்னணியில், அமெரிக்காவின் வெளியுறவுத்துறை அமைச்சர் (ஸ்டேட் செக்ரடரி) மார்க்கோ ரூபியோ அறிவிப்பு அதைக் கொஞ்சம் மென்மைப்படுத்தியிருப்பதாகக் கூறப்படுகிறது. "வெனிசுலாவின் அரசாங்க நிர்வாகத்தில் அமெரிக்கா தலையிடாது, எண்ணெய்

வயல்கள் நிர்வாகத்தை மட்டுமே மேற்கொள்ளும்,” என்று அவர் அறிவித்திருக்கிறார்.

ரூபியோ என்னதான் மென்மைப்படுத்தியிருந்தாலும், டிரம்ப் நோக்கத்தின் கடுமையை மறைப்பதற்கில்லை. வெனிசுலா பொருளாதாரமே எண்ணெய் வயல்களைத்தான் 90 சதவீத அளவுக்குச் சார்ந்திருக்கிறது. அந்த நிர்வாகத்தை மட்டும் எடுத்துக்கொள்வோம் என்றால், அந்த நாடே அமெரிக்க ஆதிக்கத்தின் கீழ் இருக்கும் என்றுதான் பொருள்.

முன்னதாக, கைது நடவடிக்கை முடிந்ததும் டிரம்ப் இவ்வாறு அறிவித்தார்: “நமது மகத்தான அமெரிக்க எரிசக்தி நிறுவனங்கள் உள்ளே இறங்கத் தயாராக உள்ளன. அவர்கள் அந்த எண்ணெய் வயல்களைச் சீரமைப்பார்கள், எண்ணெய் சுத்திகரிப்பு நிலையங்களைச் சரிசெய்வார்கள். அமெரிக்காவின் எரிசக்தி மேலாதிக்கத்தை உறுதிப்படுத்தும் அதே வேளையில், வெனிசுலா மக்களுக்கு மீண்டும் செழிப்பைக் கொண்டு வருவோம்.”

இது எப்படி இருக்கிறது? சில சினிமாக்களில் வில்லன்களின் குற்றங்களை யாராவது சுட்டிக்காட்டினால், “ஆமா, நான் இப்படிப்பட்டவன்தான், அதுக்கு என்னாங்குற,” என்று திமிருடன் கேட்பதாகக் காட்சிகள் வரும். எண்ணெய் வளத்தைக் கைப்பற்றவே இந்த நடவடிக்கை என்று உலகெங்கும் கண்டனக் குரல்கள் எழும் நிலையில், அந்த சினிமா ஆணவத்தின் உலக அரசியல் காட்சியாக டிரம்பின் அறிவிப்பு இல்லையா! இதிலே, வெனிசுலா மக்களுக்கு செழிப்பு என்ற சமாளிப்பு வேறு!

இப்படி ஒரு சுதந்திர நாட்டின் அரசுத் தலைவரை இன்னொரு நாடு கைது செய்து கொண்டுபோக முடியுமா என்று பலருக்கும் வியப்பாக இருக்கும். ஆனால், இதன் முன்கதைகளாக அரசியல், பொருளாதாரம், தேர்தல், மக்கள் மனநிலை என்ற பின்னணிகள் இருப்பதைத் தெரிந்துகொண்டால் அந்த வியப்பு நீங்கும்.

உலக நாடுகளில் மிகப் பெரிய அளவுக்குக் கச்சா எண்ணெய் இருப்பைக் கொண்டிருப்பது வெனிசுலா. நிலத்தடியில் சுமார் 30,000 கோடி பீப்பாய்கள் எண்ணெய் வளம் இருக்கிறது. இந்த வளத்தில் இதுவரை வெளியே எடுக்கப்பட்டிருப்பது வெறும் 1 சதவீதம் மட்டுமே. மீதியிருக்கிற அந்த 99 சதவீத எண்ணெய் மீதுதான் டிரம்ப்புக்குக் கண். அதாவது, அமெரிக்காவின் மிகப் பெரும் எண்ணெய் நிறுவனங்களுடைய கண்ணாகச் செயல்பட்டிருக்கிறார்.

நேரடியான வணிக ஒப்பந்தங்களுக்கு வாய்ப்பில்லை என்ற நிலையில்தான், வெனிசுலாவிலிருந்து அமெரிக்காவிற்கு போதைப்பொருள் கடத்தப்படுவதாகக் கதை கட்டிவிடப்பட்டது. போதைப் பொருள்களால் இளையதலைமுறையினர் சீரழிவதைக் காண்கிற பெற்றோர்களும் மற்றவர்களும் இப்படியொரு காரணத்தைக் கூறினால், அத்துமீறல் நடவடிக்கைகளைக் கண்டுகொள்ள மாட்டார்கள் என்ற கணக்கும் அதில் இருக்கிறது. கடந்த செப்டம்பர் மாதத்-

திலிருந்தே கரீபியன் கடலில் வெனிசுலா படகுகள் மீது அமெரிக்கக் கடற்படை தாக்குதல் நடத்தி வருகிறது.

சென்ற ஆண்டு ஜனவரியில் மதுரோ மூன்றாவது முறையாக அரசுத் தலைவர் பொறுப்பேற்றார். அவருடைய வெற்றியைத் தடுக்கவும், தனது நோக்கங்களுக்குத் தோதானவர்களைத் தேர்ந்தெடுக்க வைக்கவும் பல உள்ளடி வேலைகளைச் செய்த டிரம்ப் தோற்கடிக்கப்பட்டார். மதுரோ தேர்ந்தெடுக்கப்பட்டது 'சட்டவிரோதம்' என்று அறிவித்தார்! அமெரிக்காவின் தொடர்ச்சியான கெடுபிடிகளால் வெனிசுலாவின் பொருளாதாரம் 75 சதவீதம் சுருங்கிவிட்டது. உணவுப் பொருட்கள், மருந்துகள் தட்டுப்பாட்டால் லட்சக்கணக்கான மக்கள் கடந்த காலங்களில் அந்நாட்டை விட்டு வெளியேறியுள்ளனர்.

மதுரோ ஆட்சிக்கு முன், வெனிசுலா அரசுத் கலைவராக ஹியூகோ சாவேஸ் பொறுப்பேற்றதிலிருந்தே அமெரிக்க அரசின் பகை கொடங்கிவிட்டது. வெனிசுலா உள்ளிட்ட லத்தீன் அமெரிக்க நாடுகளைத் தனது கொல்லைப்புறமாகவே கருதுகிற அமெரிக்க அரசின் மன்றோ கோட்பாட்டிலிருந்து, அதற்கான கதவை சாவேஸ் மூடிவிட்டார் என்ற ஆத்திரத்திலிருந்து மூண்ட பகை அது.

அதென்ன கொல்லைப்புறக் கோட்பாடு? 1823இல் அமெரிக்க அதிபர் ஜேம்ஸ் மன்றோ ஐரோப்பிய நாடுகள் அமெரிக்கக் கண்டத்தில் எந்தவொரு நாட்டையும் காலனியாக்குவதைத் தடுக்கவென்று ஒரு கோட்பாட்டை அறிவித்தார். "அமெரிக்கக் கண்டத்தில் எந்த நாட்டில் ஐரோப்பிய அரசுகள் தலையிட்டாலும் அது அமெரிக்காவுக்கான அச்சுறுத்தலாகவே கருதப்படும், ஆகவே அவர்கள் இந்தப் பக்கம் வரக்கூடாது, பதிலுக்கு ஐரோப்பிய அரசுகளின் காலனிப் பிரச்சினைகளில் அமெரிக்கா தலையிடாது," என்பதே அந்தக் கோட்பாடு.

லத்தீன் அமெரிக்க நாடுகளுக்குப் பாதுகாப்பானதாகக் கருதப்பட்ட இந்தக் கோட்பாட்டில், 1904இல் அதிபர் தியோடர் ரூஸ்வெல்ட் ஒரு திருத்தத்தைச் சேர்த்தார். அதன்படி, எந்தவொரு லத்தீன் அமெரிக்க நாடாவது "தவறு" செய்தால், அல்லது பொருளாதார நெருக்கடியில் சிக்கினால், அங்கு "அமைதியை நிலைநாட்ட" அமெரிக்கா ராணுவத்தை இறக்கிவிட "உரிமை" உண்டு. சொந்தவீட்டுக் கொல்லைப்புறத் தோட்டத்தில் ஓய்வெடுக்கவும் மண்ணைத் தோண்டவும் செடியைப் பிடுங்கவும் செடியை வைக்கவும் உள்ள உரிமை போன்ற இந்தக் கோட்பாட்டின் அடிப்படையிலேயே, அமெரிக்க அரசு தனது விருப்பத்திற்கு ஒத்துவராத லத்தீன் அமெரிக்க அரசாங்கங்களைக் கவிழ்ப்பது, கலவரங்களைத் தூண்டுவது, ராணுவத்தை அனுப்புவது போன்ற செயல்களைச் செய்து வந்திருக்கிறது.

வெனிசுலா வளர்ச்சிக்கு ரஷ்யா, சீனா நாடுகள் உதவுவதை அமெரிக்க அரசு விரும்பவில்லை. தனது மேற்கு எல்லைக்கு அப்பால் தனக்கு விசுவாசமாக இல்லாத ஓர் அரசாங்கம் இருப்பதை தனது தேசியப் பாதுகாப்புக்கு அச்சுறுத்தல் என்றே அமெரிக்க ஆட்சியாளர்கள் உள்நாட்டளவில் சித்தரிக்கிறார்கள். இது, அத்துமீறலின் ஒரு முகம். இன்னொரு முகம் — அப்பட்டமான இயற்கை வளக் கொள்ளை. அதையும் தெரிந்துகொண்டால் ஏகாதிபத்தியப் புத்தியின் முழு அகமும் தெளிவாகும்.

சுமார் 300 ஆண்டுகள் ஸ்பெயின் அரசின் ஒரு காலனி நாடாக இருந்தது வெனிசுலா. 1811ஆம் ஆண்டில் விடுதலை பெற்றது வெனிசுலா. அதன் பிறகும் கூட ஸ்பெயின் ராணுவம் அங்கே அட்டூழியங்களைச் செய்துவந்தது, 1821இல் அதற்கும் முடிவுகட்டப்பட்டது. ஆயினும் நாட்டு மக்களிடையே கடுமையான பொருளாதார ஏற்றத்தாழ்வு நிலவியது. ஊழல் தாண்டவமாடியது.

இந்தச் சூழலில் 1990-களில் ஹியூகோ சாவேஸ் ஒரு புரட்சிகர சக்தியாக உருவெடுத்தார். எழுச்சிகரமான போரராட்டங்களை முன்னெடுத்தார். 1998 தேர்தலில் மக்களின் அமோக ஆதரவுடன் அரசுத் தலைவரான சாவேஸ், “21ஆம் நூற்றாண்டு சோசலிசம்” என்ற கொள்கையை அறிவித்தார். மார்க்சிய—லெனினியக் கண்ணோட்டங்களோடு, லத்தீன் அமெரிக்காவின் விடுதலைப் போராட்ட வீரர் சீமொன் பொலிவார் முன்வைத்த தேசியச் சிந்தனைகளையும் இணைத்து உருவாக்கப்பட்ட கொள்கை அது.

இந்தக் கொள்கையின் முக்கியக் கூறு, பங்கேற்பு ஜனநாயகம். தேர்தலின் மூலம் நாடு முழுவதற்குமான பிரதிநிதிகளைத் தேர்ந்தெடுப்பதுடன், உள்ளூர் சமூகக் குழுக்களையும் மக்களே அமைப்பார்கள். அந்தக் குழுக்களின் வழியாக மக்கள் நேரடியாகவே ஆட்சி நிர்வாகத்தில் பங்களிப்பார்கள். மக்களின் அதிகாரத்துக்கு இட்டுச் செல்வது இது.

அந்தக் கொள்கையின் மற்றொரு முக்கியக் கூறு — மனிதநேயப் பொருளாதாரம். வணிகநேயத்தை விட மனிதத் தேவைகளுக்கு முன்னுரிமை. இந்தப் பார்வையோடு பொருளாதாரத்தில் உயர் தன்னாளுமை உரிமையை அறிவித்தார். எண்ணெய் உள்ளிட்ட இயற்கை வளங்கள் எதுவும் வெளிநாட்டு நிறுவனங்களிடம் இருக்கக்கூடாது. அவை நாட்டு மக்களுக்கே சொந்தம்.

2

சாவேஸ் தாண்டவம் — வசமான பொருளாதாரம் - மாறிய சமூகம்

இக்கொள்கைகளை சாவேஸ் செயல்படுத்திய விதம் உலகத்தை வியக்க வைத்தது. முதலாவதாக, நாட்டின் மிகப்பெரிய எண்ணெய் நிறுவனமான பிடிவிஎஸ்ஏ குழுமத்தை முழுக்க முழுக்க அரசுக் கட்டுப்பாட்டில் கொண்டு-

வந்தார். இதில் ஒரு சுவையான பின்னணி இருக்கிறது. 1976ஆம் ஆண்டிலேயே அரசுத் தலைவராக இருந்த கார்லோஸ் ஆண்ட்ரெஸ் பெரெஸ் எண்ணெய் நிறுவனங்களை ஒருங்கிணைத்து அரசுடைமையாக்கிவிட்டார். பிடிஎவிஎஸ்ஏ நிறுவனம் அப்போதுதான் உருவாக்கப்பட்டது. அதுவரையில் ஸ்டாண்டர்ட் ஆயில், கல்ப் ஆயில் ஆகிய அமெரிக்க நிறுவனங்கள், ராயல் டச் ஷெல் என்ற நெதர்லாந்து—பிரிட்டன் நிறுவனம் ஆகியவைதான் ஏகபோகமாகக் கல்லா கட்டிவந்தன. இதர சிறு குழுமங்கள் இவற்றைச் சார்ந்தே இயங்கிவந்தன.

அரசு நிறுவனமாக இருந்த போதிலும் பிடிவிஎஸ்ஏ ஒரு தனியார் அமைப்பு போன்ற அதிகாரத்துடன் இருந்தது. அதன் வருமானம் முழுவதும் அதற்குள்ளேயே போய்விடும். அதிகாரிகளின் ஊதியங்கள், நிர்வாகச் செலவுகள், புதிய கட்டுமானங்கள், நிறுவன வளர்ச்சிகள் என்றே அதன் வருவாய் செலவிடப்பட்டது. அரசுக்கு லாபத்தில் ஒரு பங்கு மட்டும் போகும். 1990களில் எண்ணெய்ச் சந்தையில் வெளிநாட்டு நிறுவனங்கள் மீண்டும் கால்வைக்க அனுமதிக்கப்பட்டது, சேவ்ரான், கொனோகோ பிலிப்ஸ் உள்ளிட்ட நிறுவனங்கள் நுழைந்து அரசு நிறுவனத்துடன் இணைந்து செயல்பட்டன.

பிடிவிஎஸ்ஏ அரசாங்கத்துக்கு உள்ளேயே தனி அரசாங்கமாகச் செயல்படுகிறது என்று குற்றம் சாட்டினார் சாவேஸ். 2002—2003இல் அரசின் முழுக்கட்டுப்பாட்டிற்கு அதைக் கொண்டுவந்தார். அரசாங்க நிறுவனத்தின் வருவாய் அரசாங்கத்திற்குத்தான் வர வேண்டும், நிறுவன வளர்ச்சித் திட்டங்களுக்குத் தேவையான நிதியை அரசாங்கத்திடமிருந்து பெற்றுக்கொள்ளலாம் என்று மாற்றினார். தான்தோன்றித்தனமாகவும் வெளிநாட்டு நிறுவனங்களுக்கு ஒத்துழைப்பாகவும் இருந்து வந்த உயரதிகாரிகளை நீக்கினார். புதிய கொள்கையை ஏற்றவர்களிடம் நிர்வாகத்தை ஒப்படைத்தார். அத்துடன், இந்த மாற்றத்திற்கான மையமான நோக்கங்கள் என்னவோ அவற்றுக்காக நிறுவனத்தின் வருவாயைத் திருப்பிவிட்டார். நேரடியாக ஏழை மக்களுக்கான உணவுத் திட்டங்களுக்கும் கல்வி வளர்ச்சிக்கும், மருத்துவ சேவைக்கும் நிதியைத் திருப்பிவிட்டார்.

ஏற்கெனவே கடுப்பில் இருந்த வெளிநாட்டு நிறுவனங்களுக்கு மேலும் எரிச்சலூட்டும் வகையில், 2007இல் ஒரு சட்டத்தைக் கொண்டு வந்தார். அதன்படி, வெனிசுலாவில் செயல்படும் எந்தவொரு வெளிநாட்டு எண்ணெய்த் திட்டமானாலும், அதன் 60 சதவீதப் பங்குகளை பிடிவிஎஸ்ஏ நிறுவனம் வைத்திருக்க வேண்டும் என்று கட்டாயமாக்கினார். எண்ணெய் மட்டுமல்லாமல் மின்சாரம், தொலைத்தொடர்பு, வங்கி ஆகிய துறைகளில் ஆதிக்கம் செலுத்திய வெளிநாட்டு நிறுவனங்களையும் உள்நாட்டுத் தனியார் குழுமங்களையும் அரசாங்கம் கையகப்படுத்தியது. “உழைப்பவர்களுக்கே நிலம்” என்ற கொள்கையின் கீழ் பல்லாயிரக்கணக்கான ஏக்கர் நிலங்கள் விவசாயக்

கூட்டுறவு அமைப்புகளிடம் ஒப்படைக்கப்பட்டன.

இந்தப் பொருளாதார நடவடிக்கைகளின் இலக்கு சமூக முன்னேற்றம்-தான். மக்களின் வறுமை விகிதம் பாதியாகக் குறைந்தது. கல்வி 100 சதவீ-தத்தை எட்டியது. ஏழைகளுக்கு மருத்துவ சேவை இலவசமாக்கப்பட்டது. 30,000—த்துக்கும் மேற்பட்ட உள்ளூர் சமூகக் குழுக்களுக்கு நிதி அதிகாரம் உறுதிப்படுத்தப்பட்டது. ஊருக்கு என்ன தேவை என்பதை ஊர் மக்களே முடிவு செய்கிற மாற்றம் ஏற்பட்டது.

இதெல்லாம் போதாதென்று, வல்லரசு வகுப்பதே வாய்க்கால் என்ற நிலை-மைக்கு முடிவு கட்டும் வகையில், வட்டார ஒருமைப்பாடு கொள்கையைச் செயல்படுத்தினார் சாவேஸ். லத்தீன் அமெரிக்க நாடுகள் தங்களுக்கிடையே ஒத்துழைப்புடன், அமெரிக்காவின் பிடியிலிருந்து விடுபடுவதே அந்தக் கொள்கையின் நோக்கம்.

2002இல் சாவேஸைப் பதவியிலிருந்து நீக்குவதற்காக ராணுவ சதி ஒன்று அரங்கேற்றப்பட்டது. அமெரிக்க அரசின் ஆதரவோடு நடந்த அந்தச் சதி-யும் முறியடிக்கப்பட்டது. வெனிசுலா மக்கள் போராட்டமும் பேராதரவுமாக அவரையே மறுபடி தேர்ந்தெடுத்தார்கள்.

2013இல் சாவேஸ் மறைவுக்குப் பிறகு நிக்கோலஸ் மதுரோ அரசுத்தலை-வரானார். அவரும் இதே கொள்கைகளைத் தொடர்ந்தார் என்றாலும், அமெ-ரிக்கா விதித்த கடும் தடைகளால் வெனிசுலா தனது எண்ணெய்யை விற்க முடியாமல் போனது. உலகச் சந்தையில் ஏற்பட்ட எண்ணெய் விலை வீழ்ச்சி இந்த நிலைமையைக் கடுமையாக்கியது. அந்நாட்டின் பணவீக்கம் வரலாறு காணாத அளவிற்கு அதிகரித்தது. விலைவாசி கடுமையாக உயர்ந்தது.

ஆயினும் 2018ஆம் ஆண்டுத் தேர்தலில் மதுரோ மறுபடியும் தேர்ந்தெ-டுக்கப்பட்டார். அந்தத் தேர்தலில் முறைகேடுகள் நடந்ததாகக் கூறி மது-ரோவை அங்கீகரிக்க மறுத்தது அமெரிக்க அரசு. 2019இல், நாடாளுமன்-றத் தலைவராக இருந்த ஜுவான் குவைடோ என்பவர் தன்னைத்தானே இடைக்கால அரசுத் தலைவராக அறிவித்துக்கொண்டார். அடுத்த சில நிமிடங்களிலேயே அதை அங்கீகரித்தார், அப்போதும் அதிபராக இருந்த டொனால்டு டிரம்ப். இது ஒரு நாட்டின் உள்விவகாரத்தில் நேரடித் தலையீடு என்று உலகின் பல்வேறு பகுதிகளிலிருந்தும் வந்த விமர்சனங்களை அவர் தன் கோட்டில் படிந்த தூசி போலத் தட்டிவிட்டார். தற்போதைய அத்துமீற-லுக்கு அது ஒரு முன்னோட்டமாக அமைந்தது.

வெனிசுலாவில் ஏற்பட்ட சிக்கல்களுக்கு இந்த இரட்டை அரசுத் தலை-மையும் ஒரு காரணமாக அமைந்தது எனலாம். அத்துடன், பொருளாதாரத்-துக்கு எண்ணெய் வளத்தை மட்டுமே நம்பியிருந்தது போன்ற காரணங்களும் சேர்ந்துகொண்டன. சோசலிசக் கொள்கையை ஒழித்துக்கட்டும் நோக்கத்து-டன் அமெரிக்க அரசு பல சூழ்ச்சிகளில் ஈடுபட்டது. அதன் ஒரு பகுதியாக, பல தனியார் நிறுவனங்கள் விலைக் கட்டுப்பாட்டிற்கு எதிர்ப்பு என்று கூறி

தங்களது உற்பத்தியை நிறுத்திக்கொண்டன. இதுவும் நெருக்கடியை ஏற்படுத்தியதுடன், கள்ளச் சந்தையையும் திறந்துவிட்டது.

இந்த நிலைமைகளையும் போராடிக் கையாண்ட மதுரோவை, வெனிசுலா மக்கள் மூன்றாவது முறையாகவும் அரசுத் தலைவராகத் தேர்ந்தெடுத்தார்கள். அதை ஏற்க முடியாமல்தான் "சட்ட விரோதத் தேர்தல்" என்று அறிவித்தார் டிரம்ப். வெனிசுலா மக்கள் அதைத் தள்ளுபடி செய்ததைப் பொறுத்துக்கொள்ள முடியாதவராக, இப்போது போதைப் பொருள் கடத்தல் குற்றச்சாட்டு நாடகத்தை நடத்திக் கைதுசெய்திருக்கிறார். இதற்கு முன்பும், ஜனநாயகத்தைக் காப்பாற்றுவதாகக் கூறிக்கொண்டு, சிலி, குவாதமாலா நாடுகளின் இடதுசாரி அரசுகளைக் கவிழ்க்கும் கைங்கரியத்தை அமெரிக்கா செய்திருக்கிறது.

இப்போதைய நடவடிக்கைக்குக் காரணம் போதைப் பொருள்கள் கடத்தல்அல்ல; பெட்ரோலிய வளங்களைக் கைப்பற்றுகிற போதைதான். ஐக்கிய நாடுகள் போதைப்பொருள் குற்றங்களுக்கான அலுவலகம் (யுஎன்ஓடீசி) வெளியிட்டுள்ள கொக்கைன் போதைப்பொருள் உற்பத்தி செய்யும் நாடுகளின் பட்டியலில் வெனிசுலா இல்லை. ஏன், அமெரிக்காவின் போதைப்பொருள்கள் செயலாக்க நிர்வாகம் (டீஇஏ) வெளியிட்டுள்ள, போதைப் பொருள்கள் எந்தெந்த நாடுகளின் வழியாக வருகின்றன என்ற அறிக்கையில், முக்கிய வழிகளில் ஒன்றாகக்கூட வெனிசுலா குறிப்பிடப்படவில்லை.

நீதிமன்றத்தில் அமெரிக்க அரசு என்ன வாதத்தை வைத்திருக்கிறது என்றால், வெனிசுலா ராணுவ அதிகாரிகள் 'கார்டெல் டி லாஸ் சோல்ஸ்' (சூரியன்களின் கூட்டமைப்பு) என்ற பெயரில் ஒரு குழுவாக இயங்குகிறார்கள், அதன் மூலம் போதைப்பொருள்களைக் கடத்திப் பெரும் பணம் சேர்க்கிறார்கள், அரசுத் தலைவரின் ஒப்புதலின்றி இவ்வாறு நடப்பதற்கு வாய்ப்பில்லை என்று கூறியிருக்கிறது. கொலம்பியாவில் உள்ள ஒரு பயங்கரவாதக் குழுவுக்கு வெனிசுலாவின் நவீன ஆயுதங்களைக் கொடுத்து, அவர்களிடமிருந்து போதைக் கடத்தல் பணத்தைப் பெற்றிருப்பதாகவும் குற்றச்சாட்டில் கூறப்பட்டிருக்கிறது.

இந்தக் குற்றச்சாட்டுகளுக்கான ஆவணப்பூர்வமான ஆதாரங்கள் எதையும் நீதிமன்றத்தில் தாக்கல் செய்யவில்லை என்று மதுரோ வழக்குரைஞர்களும், ஊடகவியலாளர்களும் தெரிவிக்கிறார்கள். மதுரோ மூன்றாவது முறையாகத் தேர்தலில் போட்டியிட்டபோது அவர் மீது பல ஊழல், முறைகேடுகள் குற்றச்சாட்டுகளை டிரம்ப் சுமத்தினார், மதுரோவை எதிர்த்துப் போட்டியிட்டவர்களில் சிலர் மூலம் அவற்றை வெனிசுலா மக்கடையே பரப்பினார். அவருடைய உண்மை நோக்கத்தைப் புரிந்துகொண்ட மக்கள் போலிப்புகார்களை நிராகரித்து மதுரோவையே தேர்ந்தெடுத்தார்கள்.

அந்தப் பொய்ப்புகார் பலனளிக்கவில்லை என்றதும் இப்போது போதைப் பொருள் புகாரைக் கையில் எடுத்திருக்கிறார் டிரம்ப். இந்தக் குற்றச்சாட்டுக-

ளுக்கு ஆதாரம் என்னவென்றால், பெரும்பாலும் சாவேஸ் கொள்கைகளோடு முரண்பட்டு அமெரிக்காவுக்கு ஓடிப்போன முன்னாள் அதிகாரிகள் கூறும் வாக்குமூலங்கள்தான்.

3

சதாம், கடாபி வரிசையில் மதுரோ? உலக சமுதாயம் அனுமதிப்பதோ?
எண்ணெய் வளத்தைக் குறிவைத்துவிட்டால் அமெரிக்க அரசு எந்த அளவுக்குப் போகும் என்பதற்கு, 22 ஆண்டுகளுக்கு முன் இராக் நாட்டின் மீது தொடுக்கப்பட்ட போர் சாட்சியமளிக்கிறது.

இராக் அரசுத் தலைவர் சதாம் உசேன் அதற்கு அன்றைய அதிபர் ஜார்ஜ் புஷ் சொன்ன காரணம்: "பேரழிவு ஆயுதங்கள் அங்கே வைக்கப்பட்டிருக்கின்றன." அமெரிக்க அரசே அமைத்த ஆய்வுக்குழு இராக் முழுவதும், ரகசிய இடங்கள் உள்பட சோதனை செய்து அளித்த அறிக்கையில் அப்படிப்பட்ட ஆயுதம் எதுவும் கண்ணில் படவில்லை என்று தெரிவித்தது. இந்தத் தவறு எப்படி நடந்தது என்று பின்னர் அமெரிக்க நாடாளுமன்றம் விசாரணை நடத்தி, உளவுத்துறை (சிஐஏ) அளித்த தகவல்கள் தவறானவை என்று அறிவித்தது. புஷ் ஒரு தனிக் குழுவை அமைத்தார், அதுவும் சிஐஏ முற்றிலும் தவறான தகவல்களை அளித்ததாகக் கூறியது.

இந்தப் பொய் அம்பலமானதால் சதாம் விடுவிக்கப்பட்டு விடவில்லை. புஷ் ஏற்பாட்டில் அமர்த்தப்பட்ட இடைக்கால அரசாங்கம் ஒரு சிறப்புத் தீர்ப்பாயத்தை அமைத்தது. அந்தத் தீர்ப்பாயம் 1982இல் துஜைல் என்ற கிராமத்தில் 148 ஷியா முஸ்லிம்கள் கொல்லப்பட்டதற்கு அவரே காரணம் என்று தீர்ப்பளித்து தூக்குத் தண்டனை விதித்தது. அந்த விசாரணை ஒரு நாடகம் என்றுதான் உலக அளவில் விமர்சிக்க முடிந்ததே தவிர, 2006 டிசம்பர் 30 அன்று அவர் தூக்கில் கொலை செய்யப்பட்டதைத் தடுக்க முடியவில்லை.

கடாபி வதை

ஆப்பிரிக்க நாடுகளை டாலர் கட்டுப்பாட்டிலிருந்து மீட்பதற்காக "தங்க தினார்" என்ற, தங்கத்தை அடிப்படையாகக் கொண்ட ஒரு நாணய மாற்று முறையை அறிமுகப்படுத்த முயன்றார் லிபியா அரசுத்தலைவர் முஅம்மர் கடாபி. அது முழுமையாக நடைமுறைக்கு வருமானால் ஆப்பிரிக்கா மீதான தங்களுடைய பிடி தகர்ந்துவிடும் என்று அமெரிக்க அரசும், வேறு சில மேற்கத்திய அரசுகளும் கலவரமடைந்தன. சோசலிசமும் தேசியவாதமும் இஸ்லாமிய கோட்பாடுகளும் கலந்த கொள்கைகளை வகுத்தவர், இலவசக் கல்வி, மருத்துவம், வீடு, பெண்களுக்கு ராணுவப் பயிற்சி எனச் செயல்படுத்தினார்.

பழங்குடி இனங்களிடையே மோதல்களையும், மேற்கத்திய ஊடுருவல்களை-யும் தடுக்க வேண்டிய கட்டாயத்தோடு, தேர்தல் வழி பிரதிநிதித்துவ ஜனநா-யகம் ஒரு மோசடி என்ற கருத்தும் கொண்டிருந்தார். ஆனால் ஏகாதிபத்திய எதிர்ப்பில் உருக்காக நின்றார்.

உள்நாட்டில் அவரை ஏற்க மறுத்தவர்கள் கிளர்ச்சிக் குழுக்களாக உரு-வெடுக்கவும், வன்முறைகளில் இறங்கவும் உதவினார் அமெரிக்க அதிபர் பாரக் ஒபாமா. 2011இல் கடாபி கடாபி தனது சொந்த ஊரான சிர்டே (Sirte) நகரில் ஒரு கார் அணிவகுப்பில் தப்பிக்க முயன்றபோது, அமெ-ரிக்கா தலைமையிலான 'நேட்டோ' ராணுவக் கூட்டமைப்பு விமானங்கள் குண்டுகளை வீசின.. காயமடைந்த நிலையில் ஒரு கழிவுநீர்க் குழாய்க்குள் மறைந்திருந்தவரை கிளர்ச்சிக்குழுவினர் இழுத்து வந்து, கொடூரமான முறை-யில் சித்திரவதை செய்து சுட்டுக் கொன்றனர். ஒபாமா உடனடியாகத் தனது மகிழ்ச்சியை வெளிப்படுத்தினார். வெளியுறவுத்துறை அமைச்சராக இருந்த ஹில்லாரி கிளின்டன், "நாங்கள் வந்தோம், பார்த்தோம், செத்துக்கிடந்தார்," என்று சிரித்தபடி பேட்டியளித்தார்.

இதே போல் சிலி, குவாதமாலா நாடுகளின் இடதுசாரி அரசுகளை அமெரிக்க ஏகாதிபத்தியம் கவிழ்த்த சதிக் கதைகளும் இருக்கின்றன. அன்றைய கொடுமைகளின் இன்றைய பதிப்பாகவே வெனிசுலாவுக்குள் புகுந்து மதுரோ, புளோரஸ் இருவரும் பிடித்துச் செல்லப்பட்டிருக்கிறார்கள். ஐநா சபையின் ஒப்புதல் பெறாமல் ஒரு தன்னாளுமை நாட்டின் தலைவரைக் கைது செய்வது அனைத்து நாட்டுச் சட்டங்களுக்கு எதிரானது என பல அரசுகள் கண்டனம் தெரிவித்துள்ளன.

"எந்தவொரு நாடும் தன்னை உலகப் போலீஸ் என்பதாக நினைத்துக்-கொண்டு செயல்படக்கூடாது," என்று சீன அரசு கடுமையாகக் கூறியுள்ளது. "இது அரச பயங்கரவாதம்" என்று கியூபா சாடியுள்ளது. "அனைத்துநாட்டுச் சட்டமீறலின் உச்சம்," என்று ரஷ்யா விமர்சித்துள்ளது. பிரேசில், மெக்சிகோ, கொலம்பியா, சிலி மற்றும் உருகுவே ஆகிய வெனிசுலாவின் அண்டை நாடுகளின் அரசுகள் விடுத்துள்ள கூட்டறிக்கையில், "அமெரிக்காவின் ஒரு-தலைப்பட்சமான ராணுவ நடவடிக்கையை நிராகரிக்கிறோம்." என்று தெரி-வித்துள்ளன. இதை ஒரு "கடத்தல் நடவடிக்கை" என்று சித்தரித்துள்ள ஹோண்டுராஸ் அரசு வெனிசுலாவின் எல்லை ஒருமைப்பாட்டை அமெரிக்கா மீறிவிட்டதெனக் கண்டனம் தெரிவித்துள்ளது

ஐக்கிய நாடுகள் சபையின் தலைமைச் செயலாளர் அந்தோனியோ குட்ட-ரெஸ், "அமெரிக்க நடவடிக்கை ஒரு ஆபத்தான முன்னுதாரணம்" என்று ஆழ்ந்த கவலையை வெளிப்படுத்தியுள்ளார். இலங்கை, பாகிஸ்தான், பங்-களாதேஷ் நாடுகளும் தங்களின் ஆழ்ந்த கவலைகளை வெளிப்படுத்தி, அனைத்து நாட்டுச் சட்டங்கள் மதிக்கப்பட வேண்டும் என்று வலியுறுத்தி-

யுள்ளன.

இந்நிலையில், இந்திய மக்களின் கவலைக்குரிய வகையில், வெளியுறவுத் துறை அமைச்சகம் வெளியிட்ட அறிக்கையில், ஒரு கவலை மட்டுமே தெரிவிக்கப்பட்டிருக்கிறது. இத்தனைக்கும், வெனிசுலாவிலிருந்து இந்தியா இறக்குமதி செய்துவந்த கச்சா எண்ணெய்யில் கிட்டத்தட்ட 80 சதவீதம் அளவுக்கு சரிவு ஏற்பட்டிருக்கிறது. இருந்தபோதிலும் டிரம்ப் நடவடிக்கையை உரத்த மொழியில் கண்டிக்க மறுப்பது என்ன விதமான சமரசம்? தேநீர்க்கடை உரையாடல்களில் கூட, "என்னப்பா இது ஒரு நாட்டுக்குள்ள இவ்வளவு பகிரங்கமா போய் ஜனாதிபதியையே அரெஸ்ட் பண்ணிக் கொண்டுபோறாங்க," என்று தங்கள் தங்கள் மொழிகளில் பேசுகிற மக்களின் மனசாட்சியை காட்டிக்கொடுக்கிற சமரசம்.

சொல்லப்போனால், உலகளாவிய தெற்கு நாடுகளின் இணையவழி மாநாடுகளை இரண்டு முறை நடத்தியும், ஜி—20 அமைப்பில் ஆப்பிரிக்க நாடுகளை இணைத்தும், கொரோனா காலத்தில் பல ஏழை நாடுகளுக்குத் தடுப்பூசி மருந்துகளை அனுப்பியும், அந்த நாடுகளின் குரலாகத் தன்னை முன்னிறுத்த முயன்று வந்திருக்கிறது இந்தியா. அந்த மாநாடுகளில் பேசிய பிரதமர் மோடி, "உங்கள் முன்னுரிமைதான் இந்தியாவின் முன்னுரிமை" என்றே அறிவித்தார். இந்த நிலையில் வெனிசுலா உரிமை நசுக்கப்படுவதைக் கண்டு கவலை மட்டும் தெரிவிப்பது அந்தக் குரலை வெறும் கீச்சொலியாக மாற்றுகிறது.

அதுவும், எவ்வளவுதான் பணிந்து நடந்துகொண்டாலும் டிரம்ப் தனது வன்மப் போக்கை மாற்றிக் கொள்ளத் தயாராக இல்லை. ரஷ்யாவிடமிருந்து தொடர்ந்து எண்ணெய் வாங்கும் நாடுகள் மீது 500% வரையில் வரி விதிக்கும் சட்ட முன்வரைவுக்கு ஒப்புதல் அளித்திருக்கிறார். இப்போதாவது கீச்சொலி உரத்த குரலாக ஒலிக்க வேண்டாமா?

அமெரிக்காவின் நடவடிக்கை ஒரு வெனிசுலாவுக்கு எதிரானது மட்டுமல்ல, அந்நாட்டு எண்ணெய்க்கிணறுகளில் பெரும் முதலீடுகள் செய்துள்ள சீனா, ரஷ்யா உள்ளிட்ட நாடுகளுக்கு எதிரானதுமாகும். சீனாவுக்கும் ரஷ்யாவுக்கும் உள்ள உலகளாவிய செல்வாக்கை முடக்கும் ஒரு புவிசார் அரசியல் சதுரங்க ஆட்டடத்தின் காய் நகர்த்தலும் இதில் இணைந்திருக்கிறது. "என்னை மகிழ்ச்சியாக வைத்திருங்கள், இல்லாவிட்டால்..." என்று டிரம்ப் இப்போது கூடப் பேசியிருப்பதில், நாளை வேறு எந்தவொரு வளரும் நாட்டிற்கு உள்ளேயும் இப்படி ஏதாவது ஒரு காரணத்தை உருவாக்கி ஊடுருவப்படும், சதாம், கடாபி கதி ஏற்படும் என்ற அடாவடி அச்சுறுத்தல் இருக்கிறது.

ஒரு நாட்டின் ஜனநாயகத்தை மீட்டு அந்த மக்களிடமே ஒப்படைப்பதில் என்ன தவறு என்பதாக, டிரம்ப் நடவடிக்கையை ஆதரிக்கிற சிலர் கேட்கிறார்கள். அனைத்து நாடுகளுக்குமான சட்டங்களைப் புறக்கணித்து ஒரு

நாட்டின் அரசுத் தலைவரைக் கடத்துவதுதான் ஜனநாயகத்தை மீட்கிற வேலையா? டிரம்ப்பின் உண்மை நோக்கம் என்னவென்று அப்பட்டமாகத் தெரியவந்துவிட்ட நிலையிலும் இப்படிக் கேட்பதுதான் கவலைக்குரியதாக இருக்கிறது. வெனிசுலாவின் ஜனநாயகம் எப்படி இருக்க வேண்டும் எனத் தீர்மானிக்க வேண்டியது, சாவேஸ்சையும் மதுரோவையும் தேர்ந்தெடுத்த மக்கள்தான். வெள்ளை மாளிகை அல்ல.

நியூயார்க் தெற்கு மாவட்ட நீதிமன்றத்தில் இப்போது விசாரணை நடந்துகொண்டிருக்கிறது. மதுரோ, புளோரஸ் இருவருக்காகவும் அமெரிக்க வழக்குரைஞர்கள்தான் வாதாடுகிறார்கள். வெனிசுலா வழக்குரைஞர்களின் உதவியோடு அவர்கள் டிரம்ப் நடவடிக்கையின் அரசியல், பொருளாதார உள்நோக்கங்களைச் சுட்டிக்காட்டி சிறப்பாகவே வாதிட்டு வருகிறார்கள். பொதுவாக, தேசத்தின் பாதுகாப்புக்கு ஆபத்து, போதைப்பொருள் பயங்கரவாதம் என்ற குற்றச்சாட்டுகளோடு ஒரு வழக்கு வருமானால், அமெரிக்க நீதிமன்றங்கள் அடுத்த பக்கத்தைப் புரட்டிக் கூடப் பார்க்காமல் அரசுக்கு சாதகமாகவே தீர்ப்பளிப்பது வழக்கம். அரிதாக, அரசின் நடவடிக்கை தவறு என்று கூறி, குற்றம் சாட்டப்பட்டவர்கள் விடுதலை செய்யப்பட்ட காட்சிகளும் உண்டு.

சர்வதேச நீதிமன்றம் (ஐஜேசி), சர்வதேச குற்றவியல் நீதிமன்றம் (ஐசிசி) ஆகியவற்றுக்கு எடுத்துச் செல்ல வாய்ப்பிருக்கிறது என்றாலும், ஒரு நாட்டின் அரசுத் தலைவரைக் கடத்திச் செல்வது குற்றம் என்று சர்வதேசச் சட்டத்தின் கீழ் அங்கே வாதிடப்படும் என்றாலும், அதைத் தவிர்ப்பதற்காகத்தான் மதுரோவை சட்டப்பூர்வ அரசுத் தலைவராக டிரம்ப் அரசு அங்கீகரிக்கவில்லை என்று வல்லுநர்கள் தெரிவிக்கிறார்கள். ஆயினும், உலக மனசாட்சியை அந்த வாதங்கள் உசுப்பிவிடக்கூடும். ஆகவே தான் தற்போதைய விசாரணையையும் வைக்கப்படும் வாதங்களையும் வரப்போகும் ஆணைகளையும் உலகம் உன்னிப்பாகக் கவனித்துக் கொண்டிருக்கிறது.

10. லெப்டினன்ட் சங்கர்

ஆயுதப்படைகள் வலைவிரித்துத் தேடும் செ.சத்தியநாதன். இருபது வயதிலேயே தலைமறைவு வாழ்க்கையை மேற்கொண்ட கொரில்லா வீரன், தமிழீழ விடுதலைப்புலிகளின் தாக்குதற் பிரிவுத் தலைவன்.

கண் திறக்காத பூனைக்குட்டியாக நெஞ்சில் கனலும் புரட்சிகர உணர்வோடு சின்ன வயதிலேயே இயக்கத்திற்குத் தன்னைத் தானே அர்ப்பணிக்கக் காத்திருந்த வீரமறவன். அரசபடையின் திடீர் முற்றுகையிலிருந்து தப்பிச் செல்லுகையில் சுற்றி நின்று கமாண்டோக்கள் சரமாரியாக வெடிகளைத் தீர்த்த போது காயமுற்று, இயக்கத்தின் முதலாவது களப்பலியாகும் பெருமையை அணைத்துக் கொள்கிறான்.

சங்கர் அச்சம் என்றால் என்னவென்று அறியாத அடலேறு. ஒரு சின்னப்பிசகு என்றாலும் கையோடு வெடித்து ஆளையே முடித்து விடக்கூடிய வெடிகுண்டுகளின் தயாரிப்புக்களிலும் அச்சமில்லாது ஈடுபடுவான். அரச படைகளின் தீவிரக்கண்காணிப்புக்கு அவன் இலக்காகியிருந்தாலும் அச்சம் எதுவுமின்றி அவன் கிராமங்களில், வீதிகளில் சாதாரணமாக உலவி வருவான். அதே நேரத்தில் சுழன்று கொண்டிருக்கும் விழிகள் சுற்றப்புறச் சூழ்நிலைகளை நுணுக்கமாக அவதானித்தபடியே இருக்கும். தான் அறியாது செய்யும் சின்னத் தவறும் கூட ஒரு கொரில்லா வீரன் எள்ற முறையில் தனக்கும் இயக்கத்திற்கும் ஆபத்து ஏற்படுத்தும் என்பதில் சங்கர் எப்போதும் விழிப்பாயிருப்பான். அரச படைகளின் கையில் சிக்க நேருமானால் எதிரிகளில் ஒருவனையாவது வீழ்த்தி விட்டு தானும் சாவது என்பதில் அவன் அசைந்தது கிடையாது. விடுதலைப் போராளிகள் எனப்படுபவர்கள் ஆயுதங்களோடு பிடிபடும் செய்திகளைப் பத்திரிகையில் வாசிக்கையில் குமுறுவான். அமைதியான தன்மையும், அதிகம் பேசாத சுபாவமும் கொண்ட சங்கரின் இந்தக் குமுறலுக்கு ஆழ்ந்த அர்த்தமுண்டு. ஆயுதங்களையும் வைத்துக்கொண்டு, அரச படைகளின் கையில் எதிர்ப்பு எதுவுமில்லாமல் ஒரு விடுதலைப் போராளி சரணடைவது என்பது கோழைத்தனமானது என்பது சங்கரின் உறுதியான முடிவாக இருந்தது. குறிப்பாக தமிழீழ விடுதலைப் போராட்டத்தின் ஆரம்ப கட்டங்களில்; விடுதலைப் போராளிகளை ஆயுதங்களோடு அரசபடைகள் கைது செய்வதை அனுமதிக்கும் போக்கானது அரசபடைகளுக்கு விடுதலைப் போராட்டத்தை முறியடித்து விடுவதில் நம்பிக்கையை ஊட்டிஇ அவர்களின் துணிச்சலைக் கூட்டிவிடும் என்று சங்கர் கருதினான்.

படுகாயமுற்ற நிலையிலும் கூட மதில் தாண்டிப் பாய்ந்து, தங்கள் கொரில்லாப்பிரிவின் மற்றொரு மறைவிடத்தை நோக்கித் தப்பிச் சென்றவன் பாதுகாப்பான இடம் வந்து சேர்ந்து விட்டோம் எனத் தெரிந்த பின்தான் இடுப்பிலிருந்து ரிவால் வரை எடுத்துக் கீழே வைக்கிறான். உயிரோடும் ஆயுதத்தோடும் எதிரியின் கைகளில் பிடிபடாத ஒரு வீரனின் சாவு அவனுடையது.

இருபத்தொரு வயதில் அவன் சாதித்தவை தமிழீழப் போராட்ட வரலாற்றுக்குச் சொந்தமானவை. இனிமேல் சாரணர்களை அனுப்பி வடக்கில் புலிப்படையை அடக்கி விட முடியுமென்று பாசிஸ சர்வாதிகாரி ஜே.ஆர். ஜயவர்த்தனா சிறீலங்காத் தலைநகரில் பிரகடனம் செய்த போது, நெல்லியடியில் அரச படைகள் மீது சங்கர் நடத்திய கொரில்லாத் தாக்குதல் தமிழீழம் காணும் வரை தமிழீழப் போராட்டம் ஓயாது, ஒழியாது என்பதை அரசுக்கு எடுத்துக் காட்டியது. ஜீப் சாரதியின் மீது வெற்றிகரமான முதல் தாக்குதலை நடத்தி, ஜீப் வண்டியை நிறுத்த வைத்து, கதவைத் திறந்து சாரதியை ஒரு கையில் வெளியே எடுத்து எறிந்தவாறு, மறு எதிரியை நோக்கிக் குண்டுகளைத் தீர்க்கும் வாலகம் சங்கருக்கே உரியது. இடுப்பிலிருந்து ரிவால்வரை

எடுத்த மாத்திரத்தில் குறி வைக்கும் அவனது சாதுரியம் அசலானது. நெல்லியடியில் அரசபடையினர் பீதியுற்ற நிலையில் சங்கர் கால்களை அகல விரித்து, பக்கவாட்டில் நின்று அரசபடையினர் மீது குண்டுமாரி பொழிந்த காட்சி இப்போதும் நம் கண்களில் நிழலாடுகிறது.

சாவகச்சேரி போலீஸ் நிலையத்தின் மீது சீலனின் தலைமையில் நடைபெற்ற கொரில்லாத் தாக்குதலின் வெற்றிக்குச் சங்கரின் பங்கும் கணிசமானதாகும். அரசாங்கத்தால் போலிஸ் நிலையங்கள் உசார்படுத்தப்பட்டிருந்த நிலையில், மாடிக் கட்டிடத்தோடு பிரதான வீதியிலிருந்து சற்றுத் தள்ளி உள்ளே அமைந்திருந்த சாவகச்சேரி போலிஸ் நிலையத்தின் மீது முன்பக்க வாயிலுக்கூடாகத் தாக்குதல் நடத்துவது எனபது விசப் பரீட்சை தான். ஆனால் உயிரைக் கடந்த காலத்திற்கு எழுதி வைத்துவிட்டு, புரட்சி வேள்வியில் குதித்திருக்கும் சங்கர், சீலன் ஆகிய போராளிகளின் முன்னே அபாயங்களும் தடைகளும் என்ன செய்து விட முடியும்? ஜி 3 துப்பாக்கி சகிதம் படுத்துக் கிடந்து சங்கர் சாவகச்சேரி போலிஸ் நிலையத்தின் ஒரு பகுதிக்கு பொறுப்பாக இருந்து நடத்திய தாக்குதல் அப்பகுதி அரசபடைகளை ஸ்தம்பிக்கச் செய்தது.

பொன்னாலைக் குண்டு வெடிப்பு நடவடிக்கையிலும் சங்கர் கடுமையாக உழைத்தவன். ஐக்கிய தேசியக் கட்சி உறுப்பினர் தம்பாப்பிள்ளை மீதான இயக்க நடவடிக்கைக்குச் சங்கரே பொறுப்பு வகிக்கிறான்.

எந்த விதமான வாகனத்தையும் நேர்த்தியாகச் செலுத்தும் ஆற்றலும் சங்கரின் பன்முனைப்பட்ட ஆற்றலுக்குச் சான்றாகும். ஒரு கொரில்லாத் தாக்குதலையடுத்து ஏற்படுகிற பரபரப்பு. எதிரிப்படைகள் ஸ்தலத்திற்கு வருமுன்னர் வெளியேற வேண்டிய பதைப்பு என்பவற்றிற்கும் மத்தியில் மிகுந்த வேகத்துடனும் அதிக நிதானத்துடனும் வாகனத்தை செலுத்துவதில் சங்கர் வல்லவன்.

சக போராளிகளுக்கு ஆயுதங்களைப் பயிற்றுவிக்கும் போது மிகுந்த கவனம் செலுத்துவான். தெளிவாக விளக்குவான். தனக்குத் தெரியாத வி~யங்களை மற்றவர்களிடம் கேட்டுத் தெரிந்து கொள்வதில் ஆர்வம் கொண்டவன். அன்போடும் பண்போடும் பழகுவதால் சகபோராளிகள் மத்தியில் தனி மதிப்பு சகித்து வந்தான்.

தமிழீழ விடுதலையை தமிழீழ விடுதலைப் புலிகளின் அரசியல், இராணுவத் தலைமையிலேயே வென்றெடுக்க முடியும் என்பதில் அசையாத நம்பிக்கை கொண்டிருந்த சங்கர் இயக்கத்தில் தன்னையே கரைத்துக் கொண்டவன். விடுதலைப் போராட்டமே சங்கரின் முழு மூச்சாக இருந்தது. விடுதலைப் போராட்டத்திற்கென்றே ஆயுதமேந்திக் களத்திலே குதித்தவன் இந்த வீரன். சமூக விரோத நடவடிக்கைகளையும் சந்தர்ப்பவாதிகளையும் அவன் அறவே வெறுத்தான். அவன் மனசு மிகவும் சுத்தமானது. இத்தகைய இதய சுத்தி நிறைந்த போராளிகளே ஒரு விடுதலை இயக்கத்தின் தூய்மைக்குச் சாட்சியாக நின்கிறார்கள்.

தலைவர் பிரபாகரனின் அரசியல் வழிகாட்டலிலும், இராணுவக் கட்டுக் கோப்பிலும் சங்கர் ஊறி வளர்ந்தவன். பிரபாகரனின் அரசியல் தூய்மையில் அவன் எல்லையற்ற மதிப்பு வைத்திருந்தான். மலரப்போகும் தமிழீழம் தன்னலமற்ற — தூய்மைமிக்க விடுதலைப் போராளிகளினால் தலைமையேற்று நடத்தப்பட வேண்டும் என்று அவன் எப்போதுமே சொல்லி வந்திருக்கிறான். பதவிப் பித்தர்களும் துரோகிகளும் எங்கள் புனித இயக்கத்தின் மீது களங்கம் கற்பிக்க முனைந்த போதெல்லாம் அமைதியான இந்தப் போர் மறவன் சினங்கொண்டு எழுந்திருக்கிறான்.

சாகும் தறுவாயிற் கூட அவன் தன் உற்றார், பெற்றோரை நினைக்கவில்லை. 'தம்பி தம்பி' என்றதான் அந்த வீரனின் உதடுகள் வார்த்தைகளை உதிர்த்தன. தம்பியும், மற்ற இயக்கப் போராளிகளும் கண் கலங்கி நிற்க அந்த வீரமகன் சாவிலே வீழ்ந்து போனான்.

"ஒரு உண்மை மனிதனின் கதை" என்ற ரஷ்ய நாவலைக் கடைசியாக வாசித்துக் கொண்டிருந்த சங்கர் அந்த நாவலை முழுதும் வாசித்து முடிக்கவில்லை. சங்கர் என்ற உண்மை மனிதனின் கதையே ஒரு வீர காவியம் தான்.

நன்றி: விடுதலைப்புலிகள் குரல் 01 (15.03.1984)

11. வீரவேங்கை ஆனந்த்

வீரவேங்கை ஆனந்த் - வீரச்சாவு, 15.07.1983

தமிழீழ விடுதலைப் புலிகளின் புதிய இளம் கெரில்லா வீரன் ஆனந் என்னும் அருள்நாதன், உலகிற்குப் பிரகடனப் படுத்தப் பட்டான். மீசாலை மண்ணிலே சுற்றி வளைத்துக் கொண்ட சிங்கள இராணுவக் கூலிப் படைகளுடன் சாகும்வரை துப்பாக்கி ஏந்திப் போராடிய வேங்கைதான் அருள்நாதன்.

நெஞ்சில் வழியும் இரத்தத்தோடு, 'என்னைச் சுடு' என்று சீலன் பிறப்பித்த கட்டளையை ஏற்றுப், பக்கத்திலே நின்ற மற்றுமொரு கெரில்லா வீரனின் துப்பாக்கிச் சன்னங்கள் சீலனின் தலையிலே பாய்வதைப் பார்க்கின்றான் ஆனந். கண்ணிமைக்கும் நேரத்திற்குள் சிங்களக் கூலிப்படைகளின் துப்பாக்கிச் சன்னங்கள் ஆனந்தையும் வீழ்த்துகின்றன.

சீலனோ அந்தக் கெரில்லாப் படைத் தலைவர், அரசபடையால் வலைவீசித் தேடப் படுபவன், சாவகச்சேரி பொலிஸ் நிலையத்தாக்குதல் சம்பவத்தில், சீலனின் தலைமையிலே அந்தக் கெரில்லாத் தாக்குதல் நடைபெற்றது. என்பதைச் சிங்களக் கூலிப்படைகள் தெரிந்து வைத்திருந்தன. விடுதலைப் புலிகள் இயக்கத்தின் மூத்த அங்கத்தவன் — சிங்களக் கூலிகளின் கரங்களில் அந்தக் காளை பிடிபடவே முடியாது.

சீலனுக்கு தன்னை மாய்த்துக் கொள்ளும் மனப்பாக்குவம் சிந்திப்பதற்கு அனுபவம் துணை புரிந்திருக்க வேண்டும். ஆனால், இயக்கத்தில் சேர்ந்து

ஆயுதப் பியிற்சி பெற்று ஏழுமாதங்கள் கூட நிரம்பாத நிலையில், இயக்க ரகசியத்தைக் காத்துக் கொள்வதற்குத் தன்னையும் சுட்டுவிடுமாறு சக வீரனைப் பணித்த ஆனந்தின் இலட்சியத் தூய்மை, நம்மைச் சிலிர்ப்படையச் செய்கிறது.

விடுதலைப் புலிகளின் புரட்சிகர ஆயுதப் பாதையில் நம்பிக்கையோடும் உறுதியோடும் கால் பதித்த அந்த இளைஞன், எத்தனையோ யுத்த களங்களைக் காண ஆசைப் படிருப்பான். ஆனால் அந்தச் சாதனைகளை எல்லாம் செயலில் காட்ட அந்த வீரமகனின் சின்ன ஆயுள் இடம் கொடுக்க வில்லை. பத்தொன்பது வயதிற்குள்ளேயே ஆனந் சாவை அணைத்துக் கொள்ள நேர்ந்தது துரதிர்ஷ்டமே.

ஆனந்திற்கு வயதை மீறிய வாட்ட சாட்டமான உடம்பு. அரும்பு மீசை, மேவித்தான் தலையிழப்பான். அடித் தொண்டையில்தான் கதைப்பான். யாரோடும் கோபிக்க மாட்டான். நண்பர்களோடு விட்டுக் கொடுக்கும் சுபாவமுடையவன். எந்த வேலையையும் ஏற்றத்தாழ்வு பார்க்காமல் செய்பவன். சமையல் செய்வதிலிருந்து, கிணறு வெட்டுவது வரை அலுப்பில்லாமல் எதையும் செய்ய முன்நிற்பான்.

மெல்லிய நீலநிறத்தில் ஆடைகள் அணிவதில் அவனுக்கு விருப்பம் அதிகம். மயிலிட்டி மண் ஈந்த வீரமைந்தன் ஆனந், நீர்கொழும்பில் தன் ஆரம்பக் கல்வியைப் பெற்றான். பின் வட்டுக்கோட்டை யாழ்ப்பாணக் கல்லூரி, மானிப்பாய் இந்துக்கல்லூரி ஆகிய பாடசாலைகளில் உயர்கல்வி கற்றான். க.பொ.த. உயர்தரப் பிரிவில் விஞ்ஞானம் பயின்ற ஆனந் அரசியலைப் பின்னாளில் வாழ்க்கையாக வரித்துக் கொண்டான்.

பாடசாலைக் காலங்களில் ஆனந் சிறந்த விளையாட்டு வீரனாகத் திகழ்ந்தான். பாடசாலை உதைபந்தாட்ட அணியில் சிறந்த கோல் காப்பாளராகப் பிரபல்யம் பெற்றிருக்கிறான். சிறந்த கிரிக்கெட் வீரனுமாவான். கராத்தேயும் கற்றிருந்தான். சகலவிதமான வாகனங்களையும் நேர்த்தியாகச் செலுத்தும் திறமை கொண்டவன்.

தனது குறுகிய ஆயுதப் பயிற்சிக் காலத்திலும் ஆயுதங்களின் நுட்பங்களை நிறையத் தெரிந்து வைத்திருந்தான். வெடிகுண்டுகள் தயாரிப்பதிலும் அவனுக்குப் போதுமான இரசாயண அறிவிருந்தது. துப்பாக்கிப் பயிற்சியின் போது மிகக் குறைந்த நேரத்தில் கூடிய இலக்குகளை குறிபார்த்து அடிக்கக் கூடியவன்.

சரியாக இலக்குக் குறிவைத்து அடித்துவிட்டான் என்றால், ‘ ஹாய்’ என்று கைகளை உயர்த்திக் குலுங்கிச் சிரிக்கும்போது, ஒரு பாடசாலை சிறுவனின் பெருமிதமே வெளிப்படும். (குறி தப்பாது சுடுகின்ற ஒரு கெரில்லா வீரனின் திறமையயை சாகஸங்கள் என்று கொச்சையாக அர்த்தப் படுத்திக் கொண்டு நாம் குழம்பிக் கொள்ள வேண்டியதில்லை) பலம் மிகுந்த அடக்குமுறை இராணுவத்திற்கு எதிராகக் குறைந்த அளவு ஆயுதங்களுடன் தொடுக்கப்படு-

கின்ற கெரில்லாத் தாக்குதலின்போது, இத்தகைய திறமை வாய்ந்த கெரில்லா வீரர்கள் தனிமுக்கியம் வகிக்கின்றார்கள்.

வடக்கில் புலிகளை அடக்கிவிட்டோம் என்று ஜே.ஆர் ஜயவர்த்தனா கொக்கரித்தபோது ஒரு கொரிலலப் போராட்டத்தினை அவ்வாறு அடக்கிவிட முடியாது என்பதை 1982 மே மாதம் நெல்லியடியில் அரசபடையினருக்கு எதிராக விடுதலைப்புலிகள் தொடுத்த வெற்றிகரமான தாக்குதல் தெளிவாக எடுத்துக் காட்டியது.

சிறீலங்கா சிங்கள அரசபடைகளுக்கு எதிராக விடுதலைப்புலிகள் நடத்திய இந்தத் தாக்குதலையடுத்து தமிழீழ மக்கள் மத்தியில் ஏற்பட்ட நம்பிக்கையின் நல்லதொரு வெளிப்பாடாக ஆனந் அமைந்தான்.

1982 ஜீன் மாத ஆரம்பத்தில் ஆனந்த் விடுதலைப்புலிகள் இயக்கத்துடன் தொடர்பு கொண்டான். ஆயினும், தமிழீழ விடுதலைப்புலிகள் இயக்கத்தில் சேர்வதற்கு முன்னரேயே ஆனந் பிற விடுதளைக்குழுக்களைச் சேர்ந்தவர்களுடனும் தொடர்பு கொண்டு அவர்களது இயக்க நடவடிக்கைகளைக் கேட்டறிந்திருக்கிறான். பலர் வாய்ச்சொல் வீரர்களாக இருந்திருக்கிறார்கள். பலர் பொய்யான தகவல்களைக் கொடுத்திருக்கிறார்கள். இவர்கள் போலிகள் என்பதை உணர்ந்தே ஆனந் விடுதலைப்புலிகள் இயக்கத்திற்கு தன்னை முழுமையாக அர்ப்பணித்தான். தங்களது அணியின் அங்கத்தவர்களது இலட்சியத் தூய்மை குறித்தும் அர்ப்பணிப்பு குறித்தும் எங்கள் இயக்கம் பெருமிதம் கொள்கிறது.

வளமான குடும்பத்தைச் சேர்ந்த ஆனந்தின் உள்ளத்திலே கனன்றெழுந்த புரட்சித் தீதான் அவனுக்குத் தமிழீழத்தின் போராட்ட வரலாற்றிலே நிரந்தரமான இடத்தைத் தேடிக்கொடுத்தது.

இரு தமக்கையரையும் இரு தமையன்மாரையும் கொண்ட ஆனந்தின் இதயம் விடுதலையை நாடி நிற்கும் லட்சக்கணக்கான மக்களுக்காக விசாலமாகத் திறந்திருந்தது.

1983 ஜீலை 5ம் திகதி காங்கேசன்துறை சீமெந்துத் தொழிற்சாலைக்குள் சீலனின் தலைமையில் விடுதலைப்புலிகள் ஆயுதங்கள் சகிதம் நுழைகிறார்கள்.

கண், அமிக்கும் நேரத்தில் காவலாளிகளையும், டைம்கிப்பரையும் தங்கள் கட்டுப்பாட்டிற்குள் கொண்டு வருகிறார்கள்.

சிங்கள வெறியன் சிரில் மாத்தி யூவின் அமைச்சில் அடங்கும் இந்த சீமெந்துத் தொழிற்சாலையின் காவலாலிகல் அனைவரும் சிங்களவர்கள்.

நீர்கொழும்பில் நீண்ட காலம் வாழ்ந்ததால் சரளமாகச் சிங்களம் பேசும் ஆற்றல் கொண்ட ஆனந்த் நடுநடுங்கிக் கொண்டிருந்த காவாலாளிகளை நோக்கிச் சிங்களத்தில் கதைத்தான்.

"நாங்கள் சிங்கள மக்களுக்கு எதிரிகள் இல்லை. சிங்கள அரசின் அடக்குமுறையைத் தான் நாங்கள் எதிர்க்கிறோம். நாங்கள் சிங்களவர்களுக்குத்-

தான் எதிரிகள் என்றால் உங்களை வெடிவைத்துத் தீர்க்க எங்களுக்கு அதிக நேரம் எடுக்காது''

சிங்களவர்களின் நாளாந்த அடக்குமுறைக்கும் அடாவடித் தனத்திற்கும் இலக்கான நீர்கொழும்பு போன்ற பகுதியில் வாழ்ந்த, வளர்ந்த ஆனந்திற்கு சிங்களவர்களை நோக்கிய ஒரு வெறுப்பு வளர்ந்திருந்ததால் கூட நாம் ஆச்சரியப்படுவதற்கில்லை. ஆனால், தமிழ் மக்களின் தேசிய இனப் பிரச்சினை பற்றி அவன் மிகத் தெளிவான கருத்துக்கள் கொண்டிருந்தான். விடுதலைப்புலிகS; இயக்கத்தின் கொரில்லா வீரர்களில் சிங்கள நண்பர்களுடன் கூடிய பரிச்சயம் கொண்டவம் ஆனந். இது ஆனந்தின் சிறப்பம்சம். வெற்று மேடைப் பேச்சின் கூச்சங்க்களால் இவன் தமிழீழ அரசியலுக்கு ஈர்க்கப்படவில்லை. வேறு சிலரிடம் காணப்படுகின்ற குடா நாட்டுக் குறுகிய மனோபாவத்தின் சாயல் கூட இவனிடம் இல்லை. நீர்கொழும்பில் சாதாரணச் சிங்கள மக்களுடன் ஆனந் நிறையப் புழங்கியிருக்கிறான். அவன் சிங்களம் போசும்போது மிக இயல்பாக சிங்களவர்கள் பேசுவது போல இருக்கும் என்று அவனுடைய நெருங்கிய நண்பர்கள் கூறியிருகிறார்கள். தமிழ் மக்களின் தேசிய சுய நிர்ணய உரிமைக்காக களத்திலே குதித்த ஆனந் சிங்களத் துவேஷியாக இருந்ததில்லை.

காங்கேசன்துறை சீமெந்துத் தொழிற்சாலையில் இருந்து எக்ஸ்புளோடர்களையும் மற்ற உபகரணங்களையும் எடுத்துக்கொண்டு விடுதலைப்புலிகள் நள்ளிரவைத் தாண்டிய அந்தப் பொழுதில் கொக்குவிலுக்கருகில் டெலிக்கா வானிலவந்து கொண்டிருந்தபோது வானில் பின் சில்லுக்குக் காற்றுப் போய்விட்டது.

இந்நேரம் காங்கேசன்துறைத் தொழிற்சாலையிலிருந்து பொலிஸ் நிலையங்களுக்கு இந்தச் சம்பவம் அறிவிக்கப்பட்டிருக்கும்.

எக்ஸ்புளோடர்களைத் தங்களது இருப்பிடத்திற்குக் கொண்டுபோய் சேர்த்துவிட்டு, டெலிக்கா வானை அதன் சொந்தக்காரரிடம் கொண்டு போய்ச் சேர்த்தாக வேண்டும்.

ஜாக் அடித்து டயரைக் கழற்றி மாற்ற ஏதுமில்லை. ''இத்தனைபேர் இருக்கிறோம். ஆளுக்கு ஆள் வானைத் தூக்கிப் பிடியுங்கள். நான் டயரை மாற்றிவிடுகிறேன்'' என்று சொல்லி முன் வருபவன் ஆனந்.

ஆம், சில நிமிஷங்களில் புதிய டயரைப் பொருத்திக் கொண்டு வான் மின்னலாய் விரைந்து மறைகிறது.

1983 மே மாதம் சிறீலங்கா அரசு நடத்திய உள்ளூராட்சித் தேர்தல்களைப் பகிஷ்கரிக்கும் பணியில் சீலனோடு துணை நின்று செயற்பட்டான் வீரன் ஆனந்.

ஐக்கிய தேசியக் கட்சியின் சார்பில் இந்தத் தேர்தலில் போட்டியிட முன்வந்த மூன்று வேட்பாளர்கள் மீது இயக்கம் இராணுவ ரீதியாக மேற்கொண்ட நடவடிக்கைகளில் ஆனந்திற்குப் பெரும் பங்குண்டு.

ஆனந் இறந்த பிறகு அவனை இன்னாரென அடையாளம் கண்டுவிட்ட இராணுவ மிருகங்கள் ஆனந்தின் தந்தையைக் கண்டு சினந்தன.

"பிசாசு போலப் பிள்ளை பெற்றிருக்கிறாய்?" என்று சிங்களத்தில் அந்த மிருகங்கள் கத்தின.

"பிறக்கும் போது அவன் அப்படியில்லை" என்று அமைதியோடு பதில் சொல்கிறார் ஆனந்தின் தந்தை.

சாவகச்சேரி பொலிஸ் நிலையத் தாக்குதலில் காலில் குண்டு பாய்ந்து காலை இழுத்து இழுத்துக்கொண்டு திரிந்த சீலனை ஆனந்தான் தனது சைக்கிளில் வைத்துக்கொண்டு திரிவான்.

அந்த சீலனோடு சாவிலும் இணைந்து போனான் ஆனந்.

இயக்கத்திலே ஆனந் இணைந்த காலம் சொற்பமானாலும் இறுதிவரை உருக்குப் போன்ற மன உறுதியுடனும், உயிர் கொடுத்தான் இயக்கத்தின் இரகசியத்தைப் பேணும் திடத்துடனும் அவன் செயற்பட்டிருப்பது கெரில்லாப் போராளிகளுக்கு முன் மாதிரியாகவே அமைந்திருக்கிறது.

ஆனந்த்!
உனக்கு வயது பத்தொன்பது தான்.
ஆனால்....
நீயோ
புரட்சி கனலும் உள்ளங்களிலே ஆயிரம் ஆயிரம் ஆண்டுகள் வாழ்வாய்!

12. அதோ அந்த பறவை போல - லெப்.சீலன்

1983ஆம் ஆண்டு ஜூலை மாதம் 15ஆம் திகதி. மாலை 3 மணி. கச்சாய்க் கடலிலிருந்து வீசும் இதமான காற்று. அந்த மீசாலைக் கிராமம் அமைதியில் தோய்ந்து போயிருக்கிறது. அந்த அமைதியைக் குலைத்துக்கொண்டு, சிறீலங்காவின் இராணுவக் கூலிப்படைகள், அந்தச் சிறிய கிராமத்தை சுற்றி வளைக்கின்றன. கச்சாய் வீதியுடன் இணையும் அல்லாரை மீசாலை வீதியை, அரசபடைகளின் வாகனங்கள் ஆக்கிரமிக்கின்றன.

ஒரு மினிபஸ்இ இரண்டு ஜீப், ஒரு இராணுவ ட்ரக் வண்டி.நூறு பேருக்கு மேல் சிவிலுடையணிந்த சிங்கள இராணுவ அதிரடிப்படையினர்;; அந்தக் கிராமம் சிலிர்த்துக்கொள்கிறது. கல்லும் மணலும் கலந்த குச்சு ஒழுங்கைகளுக்கூடாக, நான்கு இளைஞர்கள் இயந்திரத் துப்பாக்கிகளுடன் சைக்கிளில் விரைந்து கொண்டிருக்கிறார்கள். ஒரு துரோகி காட்டிக்கொடுத்ததால் சிங்கள இராணுவம் தங்களது மறைவிடத்தைச் சுற்றிவளைப்பதை உணர்ந்து, அந்தக் கிராமத்தை விட்டு வெளியேற விரையும் அந்த நான்கு இளைஞர்களும் அதோ அந்த அல்லாரை மீசாலைத் தார் வீதியைக் கடந்து கொண்டிருக்கிறார்கள்.

வீதியின் ஒருபுறம் சுடலையருகேயும் மறுபுறம் நெசவு நிலையத்திற்கருகே-யும் நின்றுகொண்டிருந்த இராணுவ வண்டிகள், இளைஞர்கள் கடந்த ஸ்த-லத்தை நோக்கிச் சடுதியாக விரைகின்றன. அந்த ஸ்தலத்தில் இராணுவ வண்டிகள் குலுங்கிக் கொண்டு நிற்கின்றன. இராணுவத்தின் குண்டு துளைக்-கும் எல்லைக்குள் அந்த இளைஞர்கள் விரைந்துகொண்டிருக்கிறார்கள். மினி பஸ்ஸிலிருந்த இராணுவத்தினர் இறங்கியோடிப் பனங்கூடலினுள்ளே பாது-காப்பான இடங்களில், தங்களை நிலைப்படுத்திக்கொள்கின்றனர். மொத்த இராணுவத்தினரில் முப்பதுக்கு மேற்பட்டோர் பனை வடலிக்குள் குழுமுகின்-றனர். தார் வீதியைக் கடந்த இளைஞர்கள் துரதிஸ்டவசமாக இப்போது நின்-றுகொண்டிருப்பது வெறும் பொட்டல் வெளியில், சுற்றிலும் சூழ்ந்துகொண்டு-விட்ட அரச தலைவர்களை உறுத்துப் பார்க்கிறான் அந்த இளைஞர்களின் தலைவன். அவன்தான்- சீலன்! அரச படைகளின் கண்ணுக்குள் விரலை-விட்டு ஆட்டிய வீரமறவன். ஆசிர்- சீலன்- இதயச்சந்திரன்- ஆகிய பெயர்-களில், அரச படைகள் வெறிகொண்டு தேடும், லூக்காஸ் சாள்ஸ் அன்-ரனி தமிழீழ விடுதலைப் புலிகளின் இராணுவப் பிரிவுத் தலைவன். குஐசுறு! 'சுடுங்கள்.' கட்டளை பிறப்பித்த சீலனின் இயந்திரத் துப்பாக்கி சடசடக்-கின்றது. மற்ற இளைஞர்களும் விரைந்து துப்பாக்கிகளை இயக்குகின்றனர். வெட்டவெளியில் அந்த வீரமகன் சீலன் அவனுக்கருகில் ஆனந்த் என்னும் அருள்நாதன். உடலும் உள்ளமும் வைரம் பாய்ந்தவன். அவனோடு இன்னு-மொரு வீரன. ஆபத்தின் எல்லைக்கப்பால் அடுத்த வீரன். உறுதி, நிதானம், வேகம்இ லாவகம். களத்திலே புலிகள்.

இளைஞர்களின் எதிர்த்தாக்குதல் சிங்களக் கூலிப்படைகளைத் திணறச்-செய்கிறது. ஆனாலும் பாதுகாப்பான பனை வடலிக்குள் பதுங்கிக்கொண்டு அந்தக் கூலிகளும் தொடர்ச்சியாகத் தாக்குகின்றனர்.

வெட்டவெளியில் தொடர்ந்து முன்னேறவோஇ பின்வாங்கவோ, முடியாத இக்கட்டான நிலையில் அவர்கள் சிக்கிக்கொண்டுவிட்டனர். ஆனாலும், ஆயுதங்களோடு அரசபடைகளின் கையிற் சரணடையும் கோழைகளல்ல இவர்கள்! பிரபாகரனின் கைகளிலே வளர்ந்தவர்கள்;;; எதிரிகளின் கைகளிற் பிடிபடுவதை விட மானத்தோடு சாவது மேல் என்ற வீரமரவிற் பயிற்றப்பட்-டவர்கள்.

இறுதி மூச்சுவரை அந்தப் புலிகள் போராடத் திடங்கொண்டனர். சுற்றிலும் குவிந்து நிற்கும் கூலிப்பட்டாளம்! வெளியைத் துளைக்கும் சன்னங்கள். மண்தரையில் புழுதி கிளப்பும் குண்டுகள், சீலனின் இயந்திரத் துப்பாக்கி தொடர்ந்து சடசடக்கின்றது.! ஆனாற் கூலிப்படையின் துப்பாக்கிச்சன்னம், ஏற்கனவே சீலன் பெற்றிருந்த சீலனின் வீரத் தழும்புகளைக் கிழித்துக்-கொண்டு மார்பில் பாய்கின்றது. இரத்தம் பீறிடச் சீலன் தள்ளாடுகின்றான். இரண்டு முறை முன்னரே களத்தில் குருதி சிந்திய அந்த வீரன் தன்னுயிர் போகவில்லை என்பதை உணர்கிறான்.

உயிரோடு அகப்பட்டாற் கடித்துக்குதறக் காத்திருக்கும் வேட்டை நாய்கள் சுற்றிலும்! 'என்னைச் சுட்டுக் கொன்றுவிட்டு நீங்கள் பின்வாங்குங்கள்' என்று சீலன் கட்டளையிடுகின்றான. படைத்தலைவனின் கட்டளை. பணிக்கப்பட்ட இளம் வீரனோ திகைத்துப்போய் நிற்கிறான். பனை வடலிக்குள் வசதியாய் பதுங்கி நிற்கும் இராணுவ வேட்டை நாய்களின் தொடர்ந்த வேட்டுமழை. சீலனின் கட்டளையை நிறைவேற்றுவதா? பாசம்மிக்க தோழனின்இ வீரம்மிக்க போராளியின் மரணம் தன்னால் நிகழ்வதா? அல்லது அவனை உயிருடன் எதிரியின் கையிற் பிடிபட விட்டுவிட்டுத் தான்; பின்வாங்குவதா?
வினாடி நேரத்தில் விடை காணவேண்டிய நிர்ப்பந்தம் அந்த வீரனுக்கு 'என்னைச் சுடடா சுடு' — சீலனின் கண்டிப்புடன் கூடிய கட்டளை மீண்டும் பிறக்கிறது. நெஞ்சில் வழியும் இரத்தம், முகத்தில் துளிக்கும் வியர்வை. சீலன் தள்ளாடியவாறு கண்டிப்புடன் மீண்டும் கட்டளையிடுகிறான்.

இட்சியத் தணலிலே புடம்போட்ட அந்த வீரனின் நெஞ்சில் உறுதி பிறக்கின்றது. கண நேரத்திற்குள் சீலனின் தலையில் துப்பாக்கிச் சன்னங்கள் பாய்கின்றன. புரட்சி வீரன் சீலனின் உடலை மீசாலை மண் அணைத்துப் பெருமை தேடிக்கொள்கின்றது.

அதற்குள,; குறிபார்த்துச்சுடுவதற்கு வாகான — வாட்டசாட்டமான தோற்றம் கொண்ட ஆனந்த் குண்டுபட்டுச் சாய்கிறான். ஆனந்த் உயர்ந்தவன் — தோற்றத்தில், தன்மானத்தில், வீரத்தில்.
'என்னையும் சுட்டுவிடு' — ஆனந்தின் வேண்டுகோள்.தமிழீழ விடுதலைப் புலிகள் இயக்கத்தின் தூய்மைக்கு முத்திரை பதிக்கும் இரத்தச் சாட்சிகள். பிரபாகரனின் பயிற்சிக் களத்திலே வளர்ந்த வேங்கைகள். ஆனந்தின் தன்மானம் காக்கிறான் அந்த இளம் வீரன். மீசாலை மண்ணில் இரண்டு மாணிக்கங்கள் தரையிற் சரிந்ததும் இராணுவக் கூலிப்படை கும்மாளமிட்டது. வீழ்ந்துவிட்ட வீரர்களின் துப்பாக்கிகளையும் ஏந்திக்கொண்டுஇ மற்றைய வீரர்கள் இருவரும் தப்பிச்சென்று விட்டனர்.

இறந்துகிடப்பவர்கள் யார்?

இராணுவ மிருகங்கள் நெற்றியைச் சுழிக்கின்றன. தங்களின் கைவசமுள்ள 'தேடப்படுபவர்களின்' புகைப்படக் குவியலில் இவர்களின் புகைப்படங்கள் இல்லையே! அந்தக் கூலிப்படையின் மேஜர் ஒருவன் சீலனின்; சாரத்தை உயர்த்திஇ வலது காலைப் பார்க்கிறான். வலது காலின் முழங்கால் மூட்டுக்கு மேற்பகுதியில் ஐந்து துப்பாக்கிச் சன்னங்கள் பாய்ந்த தழும்புகள். அந்த மேஜர் உரத்துக் கத்துகிறான். 'இவன்தான் சீலன்!' சீலன் இருபத்து மூன்று வயதுகூட நிரம்பாத இளைஞன், அழகான முகம்இ அழகாய்ச்;;;; சிரிப்பான,; அவனது பேச்சிலே மழலை சொட்டும், பழகுவதிலே அவன் குழந்தை, யாரையும் கவர்ந்திழுக்கும் வசீகரம் அவனுடையது.

ஓரத்தில் உதட்டைக் கடித்துக் கொண்டு, கண்களைச் சுருக்கிக் கொண்டு அவன் சிரிக்கும் அழகு அவனுக்கேயுரியது. இவனோடு பழகக் கிடைத்த-

வர்கள் அதிர்ஸ்டசாலிகள். தான் மட்டுமல்ல, தன்னோடு இருப்பவர்களையும் எப்போதும் சிரிக்க வைத்துக்கொண்டிருப்பான். கூச்ச சுபாவம் உள்ளவன். ஆனால் பழக ஆரம்பித்தால் மிகவும் இனிமையாகப் பழகுவான். அன்பு செலுத்தத் தெரிந்த இவன் அன்பைப் பிரியமாக ஏற்றுக்கொள்வான். பிரியமானவர்கள் விளையாட்டுக்காகக் கோபித்தாற் கூட அதனை அவனால் தாங்கிக் கொள்ள முடியாது. போலித்தனம் இவனுக்குத் தெரியாது. ஆர்ப்பாட்டமே இல்லாதவன். ஆயுதப்படைகளுக்கு எதிரான அதிரடித் தாக்குதல் என்றால் யுத்தசன்னத்தனமாக களத்திற் குதிக்கம் இவன, சாதாரணப் பொழுதுகளில் தென்றலாகத் தெரிவான். அவன் ஆத்மாவை விற்கத் தெரியாத புரட்சிக்காரன்.

பிழைகளைச் சுட்டிக் காட்டுவதில் நக்கீரன். சோசலிசத் தமிழீழத்தை நோக்கிய அவனது சிந்தனைகளும் செயற்பாடுகளும் திட்டவட்டமானவை. தலைவர் பிரபாகரனின் தலைமையில், தமிழீழ விடுதலைப் புலிகள் இயக்கத்தின விடுதலைப் போராட்டத்திலேயே தமிழிழம் வெல்லப்படும் என்பதில், சீலன் அசைக்க முடியாத நம்பிக்கை கொண்டிருந்தான். பிரபாகரனின் நேர்மையிலும் தூய்மையிலும் திறமையிலும் அவன் எல்லையற்ற மதிப்பு வைத்திருந்தான். தேசிய விடுதலைக்கான ஆயுதப் போராட்டத்தை முன்னெடுத்துச் செல்லும் பணியில், ஒரு தலைமறைவு இயக்கத்தின் ஒழுங்கு, கட்டுப்பாடு என்பவற்றைப் பேணுவதில் சீலன் காட்டிய சிரத்தை அசாதாரணமானது. அந்த வகையிலே தலைவர் பிரபாகரனின் பூரண நம்பிக்கைக்கும் அன்பிற்கும் சீலன் பாத்திரமாக இருந்தான். ஒழுங்கும் கட்டுப்பாடும் இல்லாத சுயநலமிகளும் கூட இருந்தே இயக்கத்திற்கு குழிபறித்து விட்டு ஓடிய துரோகிகளும் பிளவுவாத நடவடிக்கையில் ஈடுபட்டுத் தூய்மையான இயக்கத்தை உடைக்க முயன்றபோது, இயக்கத்தின் கட்டுக்கோப்பைத் தளரவிடாது காப்பதிற் பிரபாகரனுடன் உறுதியாக நின்றவர்களிற் சிலன் முதன்மையானவன். புதவி இறக்கப்பட்டதற்காக இயக்கத்தைவிட்டு ஓடியவர்களைப் பார்த்து சீலன் சிரித்திருக்கிறான்.

அந்தச் சிரிப்பிற் சினமும் தோய்ந்திருக்கும். இயக்கத்தின் இரத்த நாளமாகவே சீலன் திகழ்ந்தான். தான் நம்பியவர்கள் எவ்லோரும் பதவிப் பித்தர்களாயும் சுயநலமிகளாயும் வேஷங்காட்டித் திரிந்ததைப் பார்த்துப் பிரபாகரன் விரக்திகொண்ட கணங்களில்இ சீலன் இயக்கத்திற்கு புதிய இரத்தம் பாய்ச்சுவதில் துணைநின்று பெரும் பணியாற்றியிருக்கிறான்.சீலன் இராணுவப் படிப்புப் படித்தவன் அல்லன். வெளிநாடுகளிற் போர்ப்பயிற்சி பெற்றவனுமல்லன். போர்மூலமாகவே போரை அறிந்தவன். இயக்கத்தின் இராணுவப்பிரிவுக்கு தலைமை வகித்து இவன் நடத்திய வெற்றிகரமான கொரில்லாத் தாக்குதல்கள், இயக்கத்திற்கு வலிமையைச் சேர்த்து, விடுதலைப் போராட்டத்தையும் முன்னெடுத்துச் சென்றன.

தமிழத்தின் போராட்ட வரலாற்றில் முதன்மைவாய்ந்த கொரில்லா வீரன் சீலன். படைத்தலைவன் என்பவன் ஆணை பிறப்பிப்பவன் மட்டுமல்லன் தானே முன்னுதாரணமாகத் திகழ்ந்து போரை வழிநடத்துபவன் என்பதற்குச் சீலனே ஓர் இலக்கணம். ஒரு கொரில்லாத் தாக்குதலை மேற்கொள்ளுமுன் அதற்கான தகவல்களைத் திரட்டுவதிலும் அதன் செயற்பாடு, விளைவு என்பவற்றை ஆராய்வதிலும் அவன் கடுமையாக உழைத்தவன். கவனப்பிசகால் எந்தவிதமான தீங்கும் ஏற்பட்டுவிடாது பார்த்துக்கொள்வதிலும் அவன் மிகவும் விழிப்புடன் இருப்பான். அசாத்தியமான துணிச்சலும் எதிரிகளின் பலவீனங்களை ஆராய்ந்து அதற்கேற்ப திட்டங்களை வகுக்கும் நுண்ணிய அறிவுமே, குறிகிய காலத்தில் இராணுவப் பிரிவின் தலைவனாக அவனைப் பதவி வகிக்கும் நிலைக்கு உயர்த்தியது.

'ஒரு கொரில்லாப் போராளியின் வீரம் அவனது இயந்திரத் துப்பாக்கியிலன்று; அவனது மனத்தில் தான் இருக்கிறது' என்பது சீலனின் அனுபவ வாசகம்.

அவனது மனவலிமை அபாரமானது.
சாவுக்கு அவன் வாழ்க்கை ஒரு சவால்.
துப்பாக்கிப் பயிற்சி கொடுத்துக் கொண்டிருக்கும் போது முதன்முறை நெஞ்சிலே குண்டு பாய்ந்தது. இரத்தம் பீறியடிக்க விழுந்து கிடந்த நிலையிலுங்கூட அந்த வீரனின் முகத்தில் புன்சிரிப்பு மிளிர்ந்ததை இயக்கத் தோழர்கள் என்றும் நினைவுகூர்வர். மூச்சுவிடவும் திராணியற்றுப் போன நிலையிலும் அவன் திணறித் திணறிச் சொன்ன வார்த்தைகள்:

'இயக்கத்தைக் காட்டிக்கொடுத்திடாதீங்க'. பிறகும் பேசுவதற்கு மூச்சு இடந்தந்தபோது அவன் சொன்னான்: 'இயந்திரத் துப்பாக்கியைக் கொண்டுபோய் பாதுகாப்பான இடத்தில் வையுங்கள்'. மரண அவஸ்தையிலும் அந்த மாவீரன், இயக்கம் குறித்து மட்டுமே உதிர்த்த வார்த்தைகள் கண்ணீரோடு மட்டுமல்ல் பெருமிதத்தோடும் நினைவுகூரத்தக்கவை. உண்மைதான்.சாவுக்கு சவால்விட்ட அந்த விடுதலை வீரனை இறுதியிற் சாவு அணைத்தபோது, அவன் இயக்கத்தைக் காட்டிக்கொடுத்திடவும் இல்லை; இயந்திரத் துப்பாக்கியைப் பாதுகாப்பான இடத்தில் வைக்கத் தவறவுமில்லை.

சீலன் திருமலையின் வீரமண்ணிலே விளைந்த நல்முத்து. சிங்கள இனவெறியாட்சியாளர்களின் நேரடியான ஒடுக்குமுறைக்குட் சிக்குண்டுகிடந்த திருகோணமலையின் நடைமுறை அனுபவங்களை அவன் கண்ணூடாகக் கண்டவன். சிறீலங்காவின் திட்டமிட்ட சிங்களக் குடியேற்றங்களும் கடற்படை, விமானப்படையின் அடக்குமுறைகளும் சிங்களக் காடையர்கள், இராணுவம், பொலிஸ் ஆகியோரின் அரவணைப்புடன் தமிழ் மக்களைத் துன்புறுத்தும் கொடுமைகளும் திருமலையில் ஏராளம். இந்த ஆக்கிரமிப்பிற்கு இடங்கொடுத்து வந்ததால்தான் திருமலை மண்ணையே சிங்களவர்களுக்குப் பறிகொடுக்கும் நிலை வந்தது என்று சீலன் கொதிப்பான். கல்லூரி நாட்க-

ளிலேயே இனவெறி பிடித்த சிங்கள ஆளும் வர்க்கத்திற்கெதிரான போராட்ட உணர்வுகொண்டவனாகச் சீலன் திகழ்ந்தான்;. 1978ஆம் ஆண்டு ஓகஸ்ட் மாதம் கொண்டுவரப்பட்ட சிறீலங்கா ஜனநாயக சோசலிஸக் குடியரசின் அரசியற் சாசனத்தின் அடிப்படையில், ஜே.ஆர் ஜெயவர்த்தனா ஜனாதிபதியாகப் பதவியேற்கும் வைபவத்தினைத் தமிழீழ மண்ணில் அமர்க்களமாகக் கொண்டாட அரசு மேற்கொண்ட நடவடிக்கைகளை அம்பலப்படுத்த, பாடசாலை மாணவனான சீலன் முன்வந்தான்.

இந்த வைபவத்தினையொட்டித் திருமலை இந்துக் கல்லூரியில் சிறீலங்காவின் தேசியக்கொடியை ஏற்றி வைக்க ஒழுங்குகள் மேற்கொள்ளப் பட்டிருந்தன. சீலன் தனக்கேயுரியதான நுட்பமான அறிவைப் பயன்படுத்திஇ 'பொஸ்பரஸ்' என்னும் இரசாயனத்தை அத்தேசியக்கொடி சுருளில் மறைத்து வைத்தான். தேசியக்கொடி ஏற்றப்பட்ட போது அது எரிந்து சாம்பலாகியது. சந்தேகத்தின் பேரில் 18 வயது மாணவனான சீலன் கைதுசெய்யப்பட்டு, சிங்களக் கூலிப்படையாற் சித்திரவதை செய்யப்பட்டான். அந்த வயதிலும் தனக்கு உடந்தையாக இருந்த எவரையும் அவன் காட்டிக்கொடுக்கவில்லை. கொள்கையிலே உறுதிகொண்டவர்களைச் சிறைச்சாலைகளும் சித்திரவதைகளும் என்ன செய்து விட முடியும்?

தனிமனிதரீதியிலான எதிர்ப்புணர்வால் அரச இயந்திரத்தை அழித்துவிடமுடியாது என்ற அனுபவத்தையும் இவை சீலனுக்குப் போதித்தன. இந்த அனுபவமே சீலன் தன்னை ஒரு புரட்சிகர இயக்கத்தில் இணைத்துக்கொள்ள, உந்துசக்தியாக உதவியது. ஆயுதந்தாங்கிய அடக்குமுறையை ஆயுதப் போராட்டத்தின் மூலமே தகர்க்க முடியும் என்ற நம்பிக்கையே சீலனைத் தமிழீழ விடுதலைப் புலிகள் இயக்கத்திலே இணைத்தது. இறுதிவரைஇ 'ஆயுதப் போராட்டம் மூலம் தமிழீழம்' என்று ராஜபாட்டையில் சீலன் கம்பீரமாகவே நடந்திருக்கிறான். இயக்கத்திற்கு சேர்வதற்குமுன் விட்டெறிந்துவிட்டு வருவதற்கு வளமான வாழ்க்கையோ — கை நிறையக்காசு கிடைக்கும் தொழிலோ சீலனுக்கு இல்லை. ஆனால், இவனையே நம்பி அன்றாடம் சாப்பாட்டிற்கே கஸ்ரப்பட்டுக்கொண்டிருக்கும் ஒரு வறிய குடும்பம் இருந்தது. வளமான வாழ்க்கையை அல்ல் வறிய குடும்பமொன்றின் எதிர்பார்ப்புக்களை நிர்த்தாட்சண்யமாக தூக்கி வீசிவிட்டுவரும் பெரும் மனத்திடமும் இலட்சியப்பிடிப்பும் சீலனிடம் இருந்தன.

சாக்குப் படங்குகளால் மறைக்கப்பட்ட சிறிய குச்சு; வீடு வேலையோஇ நிரந்தரமான வருமானமோ இல்லாத தந்தை; வீடுகளிற் சமையல் வேலை செய்து குடும்பத்தைக் காப்பாற்றும் தாய்; இரண்டு அண்ணன்மார்; இரண்டு அக்காமார்; ஒரு தங்கை. சீலன் உணவில்லாமலே வாடிய நாட்கள் ஏராளம். சிந்திக்கும் திறன் கொண்ட சீலன் தனது குடும்பம் மட்டுமல்லஇ எத்தனையோ குடும்பங்கள் ஏழ்மை நிலையில் வாடுவதைக் கண்டு நொந்திருக்கிறான். சீலனின் வாழ்நிலை புரட்சிகரச் சிந்தனைகளின் விளைநிலமானது.

மார்க்ஸியச் சிந்தனையில் அவன் ஆழ்ந்த ஈடுபாடு கொண்டான். மார்க்ஸிய ஒளியில் தேசிய இனப்பிரச்சினையை அவன் தெளிவாக விளங்கிக் கொண்டிருந்தான்.

உலகெங்கும் நடக்கும் விடுதலைப் போராட்டங்களை ஆர்வத்துடன் அவதானித்து வந்தான். பெண் விடுதலை பற்றிய இவனது அபிப்பராயங்கள் சுயசிந்தனையின் பாற்பட்டதாகவும் வியக்கத்தக்கதாகவும் முற்போக்கானதாவும் இருந்தன. இத்தகைய அரசியற்பிரக்ஞை கொண்ட சீலன், இராணுவப் பிரிவுத் தலைவனாகத் திறனோடு செயற்பட்ட காலம் குறித்துத் தமிழீழ விடுதலைப்புலிகள் இயக்கம் பெருமிதங் கொள்கிறது. குறுகிய காலத்தில் சீலன் சாதித்தவை மகத்தானவை. 1981 ஒக்ரோபர் மாதம், பிரிகேடியர் வீரதுங்க சிறீலங்கா அரசால் பதவி உயர்வு பெற்றுஇ இராணுவக் கொமாண்டராக நியமிக்கப்பட்ட போது, தமிழீழ வரலாற்றில் முதல் தடவையாக சிறீலங்கா இராணுவக் கூலிப்படைக்கு எதிரான கொரில்லாத் தாக்குதலை வெற்றிகரமாகத் தொடங்கி, இரண்டு வீரர்களைச் சுட்டு வீழ்த்திய பெருமை சீலனுக்குரியது.

1982இல் ஜனாதிபதித் தேர்தற் பிரச்சாரத்திற்காக யாழ்ப்பாணத்திற்கு ஜே.ஆர்.ஜெயவர்த்தனா, விஜயம் செய்வதையொட்டி, காரைநகர் பொன்னாலைப் பாலத்திற் கடற்படை வீரர்களின் ட்ரக் வண்டிகளைச் சிதைக்கும் கொரில்லா நடவடிக்கையும் சீலனின் தலைமையிலேயே நடந்தது. துரதிஸ்டவசமாகச் சிறீலங்காக் கடற்படைக் கூலிகள் இத்தாக்குதலிலிருந்து தப்பித்துக் கொண்டனராயினும் இத்தாக்குதல் நடவடிக்கை சிறீலங்கா அரசை நடுக்கமுறச் செய்தது.1982 ஒக்ரோபர் 20ஆம் திகதிஇ பாசிஸ வெறியன் ஜே.ஆர்.ஜெயவர்த்தனா, தேர்தலில் மீண்டும் ஜனாதிபதியாகத் தெரிவுசெய்யப்பட்டான்.

ஒக்ரோபர் 27.
சாவகச்சேரி.
புலர்ந்தும் புலராத காலை.

யாழ் — கொழும்பு பிரதான வீதியிற் சற்று உள்ளே தள்ளிச் சாவகச்சேரி பொலிஸ் நிலையம் அமைந்திருந்தது; சார்ஜ் அறை, ழு.ஐ.ஊ இன் அறை, பொலிசார் தங்குமிடம் ஆகியவற்றை உள்ளடக்கியது. பொலிஸ் நிலையத்திற்குச் சற்றுத் தள்ளி ஒரு மினிபஸ் நிற்கிறது. மினி பஸ்ஸிலிருந்து இராணுவ உடை தரித்த விடுதலைப்புலிகள், சீலனின் தலைமையில் உப இயந்திரத்துப்பாக்கி — எஸ்.எம்.ஜி., தானியங்கித் துப்பாக்கிகள் சகிதம் மின்வெட்டும் வேகத்தில் பொலிஸ் நிலையத்தினை முற்றுகையிட்டனர். எதிர்த்தாக்குதல் நடத்த முனைந்த இரண்டு பொலிஸ்காரர்கள் சுடப்பட்டனர்.

அந்த அதிகாலையின் அமைதியைக் கிழித்துக் கொண்டு, துப்பாக்கி வேட்டுகள் தொடர்ச்சியாகத் தீர்க்கப்படுகின்றன. சார்ஜ் ரூம் சிதைக்கப்படுகின்றது.

பயம் அறியாத சீலன் முன்னின்று மேற்கொண்ட தாக்குதலிற் பொலிஸ் அதிரடிப்படையின் துப்பாக்கிப் பிரயோகத்திற்கு இலக்கானான். வலது காலின்

முழங்கால் மூட்டிற்குச் சற்று மேலே ஐந்து துப்பாக்கிச் சன்னங்கள் பாய்ந்தன. பொலிஸ் நிலைய வளவுக்குக் கொண்டு வரப்பட்ட மினி பஸ்ஸிற்குள் ஆயுதங்கள் அனைத்தும் துரிதமாக ஏற்றப்படுகின்றன. காலைக் கெந்திக் கெந்தி இழுத்துக்கொண்டு, தனது எஸ்.எம்.ஜி உடன் எதிரியின் துப்பாக்கியையும் இழுத்துக்கொண்டு மினி பஸ்ஸிற்கருகில் வந்து, சகபோராளிகளின் கைகளிற் கொடுத்துவிட்டுத் தள்ளாடுகிறான் சீலன்; மயக்கமடைகிறான்.

இதற்கு ஐந்து மாதங்களுக்கு முன்புதான் துப்பாக்கிப் பயிற்சியின் போது நெஞ்சிலே குண்டு பாய்ந்து, ஆஸ்பத்திரியிற் சிகிச்சைபெற்று ஓரளவு உடல் தேறியிருந்த சீலனுக்கு இது இரண்டாவது காயம்.

இந்தத் துப்பாக்கிக் காயம் சீலனை மிகவும் பலவீனப்படுத்தியது. காயப்பட்டு விட்டாற் சீலனை வைத்துப் பராமரிப்பது சிறிது கடந்தான். 'நோவுது, நோவுது' என்று தொடர்ச்சியாய் முனகிக் கொண்டிருப்பான். முதலாவது காயத்தின் போது நோவைத் தணிப்பதற்காகப் 'பெதற்றின்' மருந்து கொடுக்கப்பட்டு, சீலன் அதற்குக் கொஞ்சம் பழகிப் போனான். 'எனக்குத் தாங்க முடியாது; பெதற்றின் தாங்கோ' என்று கெஞ்சும் போது, இந்த விடுதலைப்புலி ஒரு குழந்தையாகும். ஓரிடத்திற் கிடக்கமாட்டான்; புரண்டு புரண்டுகொண்டேயிருப்பான். ஒருமுறை, காயத்தின் நோவிலிருந்து மீள மன ஆறுதலுக்குக் கடவுளை நினைத்துக் கொள் என்று, சீலனிடம் வைத்தியசாலையில் அவனைக் கவனித்துக்கொண்ட நண்பன் சொன்ன போது, அவன் தீர்க்கமாக மறுத்துவிட்டான். ஆனால், பின்பொருமுறை, தனது நெருக்கமான அரசியல் நண்பன் ஒருவன் மிகவும் ஆபத்தான சூழ்நிலையில் அகப்பட்டுக் கொண்டபோது, சீலன் மனமுருகிப் போனான். பிறப்பால் மட்டுமே கத்தோலிக்கனான சாள்ஸ் என்னும் சீலன்இ நண்பனின் மீட்சிக்காக அர்ச்சனைத்தட்டோடு இந்துக் கோவிலின் படிகளில் ஏறியிருக்கிறான். ஆறிவினை உணர்வு பின்தள்ளியிருக்கிறது. புத்தகங்களில் கிரகித்த சிந்தனைகளையும் மேவி அவனது நட்பின் உணர்ச்சிச் சுழிப்பு பிரவகித்தோடியிருந்தது.

அவன் ஓரளவு குணமாகியிருந்தாலும் கெந்திக் கெந்தித்தான் நடப்பான். ஐந்துமாத இடைவெளியில், நெஞ்சிலும் காலிலுமாக அவன் வாங்கிய துப்பாக்கிக் குண்டுகளின் காயங்களில் இருந்து நலம்பெற்றுஇ அவன் தன்னம்பிக்கையோடு தான் செயற்பட்டான்.

நெஞ்சிலே காயம்பட்டுச் சத்திரசிகிச்சை வெற்றிகரமாக முடிந்து ஆஸ்பத்திரியை விட்டு வெளியேறும் போது, ஆஸ்பத்திரியில் நின்ற நாட்களில் அன்பாய் அவனைப் பார்த்துக் கொண்ட நேர்ஸ் அவனிடம் கேட்டாள். 'நீங்கள் குணமானது உங்களின் தன்னம்பிக்கையினாலா? நண்பர்களினாலா? டொக்ரரினாலா? அல்லது கடவுளின் கிருபையினாலா?' அந்த நேர்ஸ் என்ன பதிலை எதிர்பார்க்கிறாள் என்பது, சீலனுக்கு நன்றாகத் தெரியும். விடை பெறுகிற நேரத்தில், அவள் எதிர்பார்க்கும் அந்தப்பதிலைச் சொல்லி வைக்கலாமே என்று, பக்கத்தில் இருந்த நண்பர்கள் மனத்தில் நினைத்துக் கொள்-

கின்றனர். அவளுடைய திருப்திக்காகத் தான் ஏற்றுக்கொள்ளாத ஒரு பதிலைச் சொல்ல அவன் தயாராக இல்லை.

சிகிச்சை பெற்று ஐந்து மாதங்கூடத் தரிக்காமல் அவன் மீண்டும் தமிழீழத்தின் போராட்டக் களத்தில் இறங்கினான். 1983 மே மாதம் 18ஆம் திகதி. சிறீலங்கா அரசு நடத்தும் உள்ளூராட்சித் தேர்தலுக்கான திகதி. ஓட்டுப் பொறுக்கும் அரசியலில் ஊறிப்போன கட்சிகள் தேர்தலிலே திளைத்தன. யாழ்-மாவட்டத்தில், தமிழர் விடுதலைக் கூட்டணியும் ஐக்கிய தேசியக் கட்சியும் தமிழ்க் கொங்கிரஸ், நவசமசமாஜக் கட்சி ஆகியனவும் தீவிரத் தேர்தற் பிரச்சாரத்தில் இறங்கியிருந்தன.

யாழ், உள்ளூராட்சித் தேர்தலை பகிஸ்கரிக்கும் பணியில் இயக்கம் தீவிரமாகச் செயற்பட்டது. தமிழர் விடுதலைக் கூட்டணியின் சந்தர்ப்பவாதச் சமரசத் தலைமைகளால், தமிழ் மக்களுக்கு விடிவேற்படாது என்பதை நன்குணர்ந்திருந்த சீலன், அவர்களை மக்களுக்கு இனங்காட்டுவதில் முன்னின்றான். இனவாத அரசின் தேர்தல் மாயையிலிருந்து தமிழீழ மக்கள் விடுபட வேண்டுமென்று, இயக்கம் மக்களுக்கு வேண்டுகோள் விடுத்தபோது, தேர்தற் பகிஸ்கரிப்புப் பிரச்சார வேலைகளுக்காக இரவு, பகலாக அரசியல்ரீதியாகவும் இராணுவரீதியாகவும் சீலன் உற்சாகத்துடன் பணியாற்றினான்.

பாசிஸ இனவெறியன் Nஜ.ஆர். இன் சார்பில், ஐக்கிய தேசியக்கட்சிக் கட்சியின் சார்பில் இயங்கிய மூவர் மீது, ஏப்ரில் 29ஆம் திகதி இயக்கம் மேற்கொண்ட நடவடிக்கைகள் சீலனின் தலைமையிலேயே மேற்கொள்ளப்பட்டது. மே 18ஆம் திகதி, தேர்தல் நிலையங்களின பாதுகாப்புக் கருதிச் சிறீலங்கா அரசு யாழ்க்குடாநாடு முழுவதும் ஆயுதப்படைகளை குவித்தது. ஒவ்வொரு தேர்தல் வாக்களிப்பு நிலையத்திற்கும் விரிவான பாதுகாப்பு நடவடிக்கைகள் மேற்கொள்ளப்பட்டிருந்தன. ஒவ்வொரு வாக்களிப்பு நிலையத்திலும் ஆயுதந்தாங்கிய பொலிஸார் ஐவரும் ஆயுதந்தாங்கிய இராணுவத்தினர் ஐவரும் பாதுகாப்பிற்காக உசார் நிலையில் வைக்கப்பட்டிருந்தனர். இதனைவிட மணித்தியாலத்திற்கு ஒருமுறை பொலிசாரும் இராணுவத்தினரும் ரோந்து பார்த்த வண்ணமாக இருந்தனர்.

மே 18ஆம் திகதி மாலை 4.15 மணி.

கந்தர்மடம் சைவப்பிரகாச மகாவித்தியாலயத்தின் வாக்களிப்பு நிலையத்திற்கருகில், மூன்று சைக்கிள்களில் இளைஞர்கள் வந்திறங்குகிறார்கள். காலைக் கெந்தியவாறு ஒரு சைக்கிளின் பாரிலிருந்து இயந்திரத் துப்பாக்கியுடன் இறங்கும் சீலனின் தலைமையிற் கட்டளைகள் பிறக்கின்றன. பாதைகள் மறிக்கப்பட்டு, வாகனங்கள் திருப்பி அனுப்பப்படுகின்றன. வீதியைத் தங்களின் கட்டுப்பாட்டிற்குட் கொண்டு வந்தபின்இ இராணுவக் கூலிகளுடன் சீலன் நேருக்குநேர் நின்று நடத்திய தாக்குதல், சாவைத் துச்சமாக மதித்த ஒருவனின் துணிச்சலுக்குச் சாட்சி. இந்தத் தாக்குதற் சம்பவம்பற்றிச் சிங்கள நூலாசிரியர் ஒருவர் விபரிக்கையில்இ ‘விடுதலைப் புலிகளோடு பாதுகாப்-

புப் படையினர் நின்று தாக்குப்பிடிக்கக்கூடியவர்கள் அல்லர் என்று மக்கள் கருதியதுடன் விடுதலைப் புலிகளின் இராணுவத் திறமையையும் மெச்சினர்' என்றே குறிப்பிடுகிறார். கந்தர்மடச் சம்பவம் நடைபெற்று அப்போது ஒன்றரை மாதமாகி விட்டது.

ஜூலை 5ஆம் திகதி. நேரம் நள்ளிரவைத் தாண்டிவிட்டது.
கொக்குவில், தாவடியில் ஒரு வீட்டுக்குள், சீலன் இரானுவ உடையில் இயந்திரத் துப்பாக்கியுடன் நுழைகிறான். ஆந்த வீட்டுக்காரரைத் தட்டி எழுப்பி, தாங்கள் குருநகர் இராணுவ முகாமிலிருந்து வந்திருப்பதாகவும் தாவடிச் சந்தியில் தங்கள் ஜூப் பழுதாகி நிற்பதாகவும் வீட்டுக்காரரின் டெலிக்கா வானைத் தந்துதவுமாறும் கேட்கிறான். அந்த வீட்டுக்காரரும் பவ்வியமாகத் தனது வேனைக் கொடுக்கிறார்.

நள்ளிரவைத் தாண்டி 2.30 மணியளவில், சீலனும் அவனது நண்பர் சிலரும் காங்கேசன்துறைச் சீமேந்துத் தொழிற்சாலையருகில் இந்த வேனை நிறுத்திவிட்டு, ஆயுதங்களோடு தொழிற்சாலைக்குள் நுழைகின்றனர். துப்பாக்கி முனையில், வாசலில் நின்ற காவலாளிகளையும் நேரப்பதிவாளர்களையும் கட்டிவைத்துவிட்டு, களஞ்சியப் பொறுப்பாளரின் சாவிகளை எடுத்துக் கொள்கின்றனர். ஐந்தே நிமிடங்களில் நான்கு பெரிய தகர்ப்புக் கருவிகயையும் பிற தேவையான உபகரணங்களையும் எடுத்துக் கொண்டு தொழிற்சாலையை விட்டு வெளியேறுகின்றனர்.

அதிகாலை 4.30 மணியளவில், தாங்கள் பெற்றுக்கொண்ட டெலிக்கா வேனை மீண்டும் உரியவரிடம் ஒப்படைக்கின்றனர். மிகத்திறமையாகச் சீலன் இயக்கத்துக்குத் தேடித்தந்த தகர்ப்புக் கருவிகள், பிற்பட்டகாலத் தாக்குதல் நடவடிக்கைகளின் வெற்றிக்குப் பெருந்துணை புரிந்துள்ளன. ஆனால், இவற்றைத் தேடித் தந்தபின் பத்து நாட்களே சீலன் வாழ்ந்தான்.

1979ஆம் ஆண்டின் ஆரம்பப்பகுதியில் இயக்கத்திற் சேர்ந்த சீலன், 1981ஆம் ஆண்டிலிருந்து அரச படைகளால் தேடப்பட்டு வந்தான். இதன்பின், தலைமறைவுக் கொரில்லா வாழ்க்கையை மேற்கொண்ட சீலனின் புகைப்படங்கள் எதுவுமே அரச படைகளின் கைகளிற் சிக்காமையினால், இவன் மக்கள் மத்தியில் வெ;வேறு பெயர்களில் அரசியற் பணிகளை மேற்கொள்வது சாத்தியமாக இருந்தது.
அரச படையினால் தேடப்பட ஆரம்பித்ததும் தனது வீட்டுக்குப் போவதைப் பூரணமாக நிறுத்திக் கொண்டான். ஆஸ்பத்திரியில் நெஞ்சில் துப்பாக்கிக் காயத்திற்காகச் சிகிச்சை பெற்றுக் கொண்டிருக்கும் சமயத்திலேதான்இ அவனது தந்தை இறந்த செய்தி, சில நாட்கள் கழித்து அவனுக்குத் தெரிய வந்தது. தந்தையும் இல்லாத நிலையில், தன் தாய் பொறுப்பு மிகுந்த அந்தக் குடும்பத்தைக் காப்பாற்ற எவ்வளவு கஷ;ரமுற்றிருப்பாள் என்று சீலன் நினைக்காமல் இருந்திருப்பான் எனச் சொல்ல முடியாது. தனது குடும்பப் பிரச்சினைகள் குறித்து நெருங்கிய நண்பர்களிடம் மிக அபூர்வமாகவே

கதைத்திருக்கிறான்.

சீலன், லூக்காஸிற்கும் ஜெபமாலைக்கும் மட்டுமே தான் சொந்தமானவன் அல்லன் என்று உணர்ந்திருந்தான். சீலன் இவன்தானா என்று அடையாளங்காணத் திருகோணமலையிலிருந்து யாழ்ப்பாண ஆஸ்பத்திரியின் சவச்சாலைக்குக் கொண்டு வரப்பட்ட சீலனின் தாய், ஆடாமல் அசையாமல் நிற்கிறாள். நெற்றிப் பொட்டிலே பாய்ந்த துப்பாக்கிச் சன்னத்தால் தலை சிதைந்த நிலையிலே, தான் பெற்ற அழகுச் செல்வன் கிடத்தப்பட்டிருப்பதை அவள் கண்ணீர் திரையிட உற்று நோக்குகின்றாள். நான்கு வருடங்களுக்கு முன் மெல்லியவனாக வீட்டை விட்டு வெளியேறிய மகன், வாட்டசாட்டமாக — வளர்ச்சி கொண்டவனாக — அடையாளமே கண்டுபிடிக்க முடியாத அளவு மாறிப்போய்க் கிடத்தப்பட்டிருக்கிறான். அந்த மச்சம், உதடுகள், சிதைவுக்கூடாகவும் முழுமை காட்ட முயலும் முகம் பெற்றவள் இனங்காண்கிறாள்.

அது அவளுடைய செல்வம்தான். அரைமணி நேரமாக அவள் அவனைப் பார்த்துக் கொண்டிருக்கிறாள். துயரந்தோய்ந்த அந்தத் தாயின் பக்கத்திலே சீலனின் அண்ணன் அந்த உடலை வெறித்துப் பார்த்துக் கொண்டிருக்கிறான். அமைதியை இராணுவப் படையில் ஒருவன் குலைக்கிறான்.

'இது ஒண்ட மகனா?' கொச்சைத் தமிழில் கேட்கிறான். கண்ணீர் வழியத் தாய் தலையசைக்கிறாள்.

தன் மகனின் உடலைத் தன்னிடம் ஒப்படைக்குமாறு அந்தத் தாய் அங்கு நின்ற மேஜரிடம் வேண்டுகிறாள். அவனோ வெறுப்பை உமிழ்கிறான். அந்தச் 'செல்வ மகனின்' உடல் அந்தத் தாய்க்குச் சொந்தம். அது தர்மம். அந்த 'விடுதலை வீரனின்' உடல் அரசுக்குச் சொந்தம். இது சட்டம். தான் பெற்ற மகனைக் கௌரவுமாக அடக்கஞ்செய்ய நினைத்த அந்த ஏழைத் தாயின் உரிமையைத் 'தார்மீக' அரசின் பயங்கரவாதம் நெரித்தது.

சீலன் உயிரோடிருந்ததை விட அவன் மரணித்த போதுதான் அரசுக்குப் பெரும் சவாலானான். புரட்சிவாதிகளின் வாழ்க்கை சாவுக்குப் பிறகு தான் ஆரம்பமாகிறது. அவனது சடலம் கிடத்தப்பட்டிருந்த வைத்தியசாலை பலமான இராணுவக் காவலுக்கு உட்படுத்தப்பட்டிருந்தது.

அதற்குப்பின் அந்தத் தாய்க்கு அந்த வீரமகனின் சடலத்தைப் பார்க்க முடியவில்லை. இலட்சோப இலட்சக்கணக்கான தமிழ் மக்களின் இதயங்களிலே அணையாத புரட்சித் தீயாக ஒளி வீசிக்கொண்டிருக்கும் சீலனின் சடலம், யாருக்கும் தெரியாமல் அவசரகாலச் சட்டத்தின் கீழ் இராணுவ மிருகங்கள் சூழ்ந்து நிற்க எரிக்கப்பட்டது.

....

விடுதலைக்காகவே வாழ்ந்த அந்த வீரமகனை பிரபாகரன் கண்ணீருடன் நினைவு கூறுகிறார்;

'எவ்வளவு அற்புதமானவன் என் சீலன்!'

'ஆசையாகவல்லவா நான் அவனுக்கு இதயச்சந்திரன் என்று பெயர் வைத்-

தேன்!'
'இவ்வளவு சீக்கிரமா என்னைவிட்டுப் போனான்?'
'அவனது மரணச் செய்தி பொய்யாகப் போய்விடாதா என்று என் மனம் நடுங்கியதே....'
'எவ்வளவு கஸ்ரங்களில் உயிருக்குயிராய்த் துணை நின்றான்....'
'காடுகளில் அவனோடு திரிந்த காலங்கள்தான் எத்தனை மகத்தானவை....'
'இலட்சியங்களோடு காத்திருந்தானே....'
'ஏன் திடீரென இப்படி இல்லாமற் போனான்?'

'மீண்டும்..... மீண்டும்..... நினைவிற் சுழல்கிறது — அந்த அழகு முகம். அந்த மழலைச் சிரிப்பு. அந்தப் பாட்டு. அன்று — இரவு சூழ்ந்துவிட்டது. சலசலக்கும் காட்டு மரங்கள். சருகுகளின் ஓசை, சில்வண்டுகளின் ரீங்காரம், காற்றின் வருடலில், கனலும் தீக்கங்குகள். குழுமியிருக்கும் விடுதலை இளவல்கள். அவர்களிடையே பல்சுவை நிகழ்ச்சி. அது சீலனின் முறை. அவனுக்குப் பாட்டு.

அதோ சீலன்! எப்போதும் போல் கட்டமிட்ட சட்டை, கணுக்காலுக்கு மேல் மடித்துவிட்ட ஜீன்ஸ். அவனிடம் கூச்சம். சிரித்துச் சமாளிக்கிறான். நண்பர்களின் தூண்டுதல். பாட்டின் ஆரம்பம் ஆரவாரமான வரவேற்பு. உற்சாகமடைகிறான்.

'கைகளை அகலவிரித்துக் கம்பீரமாகப் பாடுகிறான்.'
'அதோ அந்தப் பறவை போல வாழவேண்டும். இதோ இந்த அலைகள் போல.......'

'வீரசீலம்' எனும் குறும்படமானது இவரது நினைவாகவே எடுக்கப்பட்டது என்பதனையும் நாம் இங்கு குறிப்பிட விரும்புகின்றோம்.

நினைவுப்பகிர்வு — விடுதலைப்புலிகள்
படிப்பகம் இதழ்

13. 'சத்ஜய' படையெடுப்பும் புலிகளின் எதிர்ச் சமரும்

வன்னிப் படையெடுப்பிற்கான பிரதான பொருதரங்கத்தை சிங்களம் ஆனையிறவுத் தளத்திலிருந்து திறந்து விட்டது. 'சத்ஜய' நடவடிக்கை அவசர அவசரமாக ஆரம்பிக்கப்பட்டதன் நோக்கம் — முல்லைத்தீவில் புலிகள் பெற்ற எண்ணுதற்கரிய வெற்றியையும், தம்மீது சுமத்தப்பட்டுவிட்ட அவமானகரமான தோல்வியையும் ஈடுகட்டிச் சமப்படுத்துவதாகவே இருந்தபோதும் — இப்போது — புலிகளுக்கு எதிரான யுத்தத்தின் இறுதி அத்தியாயம் என்ற வடிவத்தை சிங்களத் தலைமை அதற்குக் கொடுத்துவிட்டது 70 நாட்களாக மூன்று கட்டங்களில் நகர்த்தப்பட்ட 'சத்ஜய' படையெடுப்பு, 12கிலோ மீற்றர்கள் முன்னேறி கிளிநொச்சி நகரைக் கைப்பற்றியதுடன் — அடுத்த நகர்விற்கான தயார்படுத்தலுக்காக நிறுத்திவைக்கப்பட்டுள்ளது. 'சத்ஜய' நடவடிக்-

கைத் தொடரின் முதலாம் கட்டம் ஆடி 26ஆம் திகதி ஆரம்பித்தது.

உப்பளப் பகுதியிலிருந்த ஆனையிறவுத் தளத்தின் தென்புற முன்னரங்க நிலைகளிலிருந்து, பரந்தனை நோக்கிய முன்னேற்றத்தை சிங்களத்துப்புக்கள், இருள் கலையும் அதிகாலையில் ஆரம்பித்தனர். பிரதான வீதிக்கும் புகையிரதப் பாதைக்கும் அருகே நகர்ந்து, புலிகளின் தொடர் காப்பரண் பகுதியை உடைத்து முன்னேறும் எதிரியின் ஆரம்ப முயற்சி கைகூடாமல் போன அதே பொழுதில் மாற்றுவழியாக பிரதான வீதிக்கு கிழக்கே 2கிலோ மீற்றர் தூரத்தில் தட்டுவன்கொட்டிப் பகுதியூடாக முன்னேற எடுத்த முயற்சி அவனுக்கு சாத்தியமானதாகியது.

பெருமெடுப்பில் நகரும் படையினரை மிகச் சில படைப்பிரிவுகள் கொண்டு வழிமறித்து மோதுவது சாத்தியமற்றது என்பதாலும் சாதகமற்ற அந்தக்களத்தில் கடும் எதிர்த்தாக்குதலில் இறங்குவது பெருமழிவுக்கே வழிவகுக்கும் என்பதாலும் — மட்டுப்படுத்தப்பட்ட வகையான ஒரு சண்டையை நடாத்திய வண்ணம், தந்திரோபாயப் பின்வாங்கலொன்றைப் புலிகள் செய்யவேண்டியிருந்தது. தனக்கெதிரான தீவரம் குறைந்த மோதலையே புலிகள் நடாத்தியதன் காரணமாகச் சுலபமாக முன்னேறிய எதிரியால் — அன்றைய பகற்பொழுது முடிவதற்குள்ளாகவே — 6 கிலோ மீற்றர் தூரம் நகர்ந்து பரந்தன் சந்தியைக் கைப்பற்றவும் அதுவரையான இடைத்தூரத்தில் பிரதான வீதிக்கு மேற்கே 1 கிலோ மீற்றருக்கும், கிழக்கே 2 கிலோ மீற்றருக்கும் அகன்று நிலைகொள்ளவும் முடிந்தது. அன்றைய சண்டையில் தனது 16 துருப்புக்கள் கொல்லப்பட்டதாக அரசு தெரிவித்தது. எமது 16 போராளிகள் வீரச்சாவடைந்தனர்.

தொடர்ந்த எட்டு நாட்களாக — புதிதாகக் கைப்பற்றிய பிரதேசத்தில் காப்பு நிலைகளைப் பலப்படுத்தியதுடன், தன் சண்டையணிகளை மீளொழுங்கு செய்து தயார்படுத்திக்கொண்ட எதிரியுடன் நடந்த மோதல்களில் மேலும் 5 போராளிகள் வீரச்சாவடைந்தனர். ஒன்பதாம் நாள் — ஆவணி 4 ஆம் திகதி, 'சத்ஜய' வின் 2 ஆம் கட்டத்தை எதிரி ஆரம்பித்தான். பரந்தனை சிரமமின்றிக் கைப்பற்ற முடிந்ததனால், முல்லைத்தீவில் புலிகளின் ஆட்தொகை வெகுவாகப் பலவீனப்பட்டு விட்டதாகக் கருத்திலெடுத்த சிங்களத் தலைமை புலிகளின் போர்வலு பற்றிய தவறான கணிப்பீட்டினைச் செய்ததால், ;சத்ஜய'வின் 2 ஆம் கட்டத்தின் மீது பெரு நம்பிக்கை வைத்து, கிளிநொச்சி நோக்கிய இறுதி நகர்வு எனப் பிரச்சாரம் செய்தது.

சிங்களத்தின் புகழ்பூத்த போரணியான 'சிறப்புப் படை'க் 'கொமாண்டோ'க்கள் மேஜர் ஜெனரல் ஜனேக பெரேராவின் வழி நடாத்தலின் கீழ் களத்தை திறந்தனர். பரந்தனிலிருந்து நகரத்தொடங்கிய துருப்புக்கள், ஒரு கிலோ மீற்றருக்கும் மிகக் குறைவான தூரத்திற்குள் பிறை வடிவில் தம்மை வளைத்து நுட்ப வியூகமிட்டுக் காத்திருந்த புலிகளைச் சந்தித்த போது வெடித்த சமர் அசாதாரணமானது. எதிரி பலமுனைகளூடு முன்னேற முயன்றான் புலிகளின் அரண்களை உடைத்தெறிய தன்னால் இயலுமான வரைக்-

கும் எத்தனித்தான். ஒவ்வொரு முனையும் முறியடிக்கப்படும்போது இன்னொரு முனையைத் திறந்து முயன்றான். விடிந்ததிலிருந்து இருளும் வரை — பகற்பொழுது முழுவதுமே — பரந்தன் பகுதி பெரியதொரு போர்க்களமாக மாறியிருந்தது.

பிரதான வீதிக்குக் கிழக்குப் பக்கமாக முன்னேறியவர்களைப் புலிகள் இரு முனைகளில் மறித்தனர். ஒரு முனையில் இரு 'ராங்க்' குகள் தாக்கியெரிக்கப்பட மேலும் ஒன்று சேதப்படுத்தப்பட்டன. இதே சமயத்தில் பிரதான வீதிக்கு மேற்கப் பக்கமாக முன்னேறியவர்களைப் பூநகரி வீதிக்கு வலதுபுறமும், இடதுபுறமும் இரு முனைகளில் எதிர்கொண்டு தடுத்தனர். முதல்நாள் சண்டைகளில் மட்டும் 75 படையினர் கொல்லப்பட்டதையும், தொடர்ந்து மூன்று நாட்களாக கடும் முயற்சியெடுத்த எதிரியை முறியடித்த சண்டைகளில் மேலும் 75 வரையான படையினர் கொல்லப்பட்டதையும் களச் செய்திகள் ஊர்ஜிதப்படுத்தின. இந்தச் சண்டைகளில் எமது 89 போராளிகள் வீரச்சாவடைந்தனர். அதைத் தொடர்ந்த நாட்களில் 'சத்ஜய' வின் மூன்றாம் கட்டம் ஆரம்பிக்கும் வரை, எதிரியின முன்னரங்கப் பகுதிகளில் நடந்த மோதல்களில் மேலும் 11 போராளிகள் வீரச்சாவடைந்தனர்.

'சத்ஜய'வின் இரண்டாம் கட்டத்தை முளையிலேயே முறியடித்த புலிகளின் சமர், பகைத் தளபதிகளைத் திகைப்பில் ஆழ்த்தியது. யாழ்ப்பாணச் சமரிலேயே இல்லாத விதமாக வான்படையையும் களத்திலிறக்கியதோடு, 'றிவிசர'வில் பிரயோகித்ததை விடவும் மிகக் கூடுதலான வளங்களை ஒழுங்கு திரட்டிய போதும் ஏன் தம்மால் முடியாமல் போனது என்பதே அவர்கட்கு ஆச்சரியம். புலிகளின் பெரும் படைக்கல பிரயோகம் தமக்கு அதிக சேதத்தைத் தந்ததனால், அவர்களை விட அதிகமான படைக்கல சக்தியைத் தாம் பிரயோகித்தபோது புலிகளுக்கும் பெருஞ்சேதம் ஏற்பட்டிருக்க வேண்டும்; அத்தோடு, முல்லைச் சமரில் ஏற்கனவே புலிகளின் ஆட்பலம் பெருமளவில் பலவீனப்பட்டிருக்கக்கூடிய சாத்தியப்பாடும் இருக்கையில், எப்படிப் புலிகளால் எதிர்த்து நிற்க முடிந்தது; 'றிவிசர'வை விடவும் உக்கிரமான தாக்குதலை நிகழ்த்திய போதும் ஏன் துருப்புக்களால் வெல்ல முடியவில்லை?

இந்தக் கேள்விகளுக்கு விடைதேட முனைந்த சிங்களப் படைத்துறைத் தலைமை, முல்லைத் தளத்திலிருந்தும் வேறு வழிகளிலும் புலிகள் பெற்றிருக்கும் ஆயுத கரவிகள் காரணமாக கிளிநொச்சிப் படையெடுப்பிற்கான தன் போர்முறைத் திட்டத்தில் முழுமையான மாற்றம் செய்யவேண்டியதை மட்டுமல்ல — தமிழீழப் போரில் தனக்கு ஒரே வாய்ப்பாக இருந்த மரபுவழிச் சமர்முறையும் சிக்கலுக்குரியதாக மாறுவதையும் உணர்ந்தது. இரண்டாம் கட்டத்தில் சறுக்கிய 'சத்ஜய'வை மூன்றாம் கட்டத்திலாவது நிமிர்ந்த, சிங்களத் தளபதிகள் ஒன்றரை மாத காலமாகச் சிந்தித்தனர். பரந்தன் சண்டைகளில் பெற்ற பாடங்களிலிருந்து, அடுத்த நடவடிக்கையில் புதிய வழிமுறைகளைக் கையாள்வது பற்றி ஆலோசித்தனர்.

பரந்தன் பகுதி முன்னரங்க நிலைகளுக்கப்பால் கிளிநொச்சி வரையான நேர்ப்பாதையை மையப்படுத்தி அடுக்கடுக்கான போர்வியூகங்களை இட்டிருக்கும் புலிகளின் ‘மரணப்பொறி’ களுக்குள் சிக்கிவிடாமல் கிளிநொச்சியை அடையும் மார்க்கத்தை, எதிரி தேடவேண்டியிருந்தது. ‘சத்ஜய’வின் இரண்டாம் கட்டம் அந்த வியூகங்களுக்குள் சிக்கியே சின்னாபின்னமானது. முழு வளங்களையும் ஒருங்குதிரட்டி நாட்கணக்கில் முயன்றபோதும் உடைத்தெறிய முடியாத இறுக்க வியூகங்களாகவே அவை இருந்தன. ‘கிபிர்’ உந்துவிசைப் போர்விமானங்கள், ‘புக்காரா’, ‘சியா மாசெற்றி’, ‘எம்.ஐ.24’ தாக்குதல் வானூர்திகள் கொண்டு அவற்றை நெருக்கவந்த சிங்கள வான்படை எதையுமே சாதிக்கவில்லை. ‘ஆட்லறி’கள், பீரங்கிக் கவசவண்டிகள், 120 மில்லி மீற்றர் மோட்டர்கள். மற்றும் சிறுரக மோட்டர்கள், ஏவுகருவிகள் சகிதம் சிறப்புக் ‘கொமாண்டோ’க்கள் கையாண்ட — ஒரே சமயத்தில் பல முனைகளினூடு நகரும் — தந்திரோபாயமும் துளியளவு பயனையும் தரவில்லை.

எனவே — அந்த ‘அழிவு வலய’த்தை ஊடறுத்து நுழையும் விஷப் பரீட்சையில் மீண்டும் முயற்சிக்காமல் — அதனை விலக்கி, மேவி வளைத்து — பரந்தன் சந்தியிலிருந்து 5 கிலோ மீற்றர் தூரத்திலிருந்த கிளிநொச்சியைக் கைப்பற்றுவதற்கு, 15 கிலோ மீற்றர் நீளமான ஒரு அரைவட்டச் சுற்றுப்பாதையில் படையை நகர்த்த எதிரி தீர்மானித்தான், இதில் அவனுக்கு வேறு இலாபங்களும் இருந்தன. சுற்றுப்பாதையொன்றில் நகர்வதன் மூலம் சமரரங்கை விரித்து பல கிலோ மீற்றர்களுக்கு அகட்டும்போது — குறிப்பிட்ட சில மையங்களில் ஒருங்குதிரட்டப்படுவதற்குப் பதிலாக — புலிகளின் பலம் ஐதாக்கப்படும் அப்போது, தீவிரம் குறைந்த ஒரு எதிர்த் தாக்கத்தையே தனக்கு புலிகளால் கொடுக்கக்கூடியதாயிருக்கும். அத்தோடு — திட்டமிட்ட ரீதியில் ஏற்கனவே தாயார்செய்யப்பட்டிருக்கும் பாதுகாப்பான சண்டையரண்களுக்குள்ளிருந்து புலிகளை வெளிக்கொண்டு வந்து, போரிற்கு அரண் செய்யப்படாத புதுப்பிரதேசங்களில் சண்டைக்கிழுத்து, முல்லைத்தீவுக்கு ஈடான உயிரழிவையும் கொடுக்கலாம் என்ற கணக்குகளையும் எதிரி போட்டான்.

அவ்வாறான ஒரு சுற்றுவளைவு நீள்பாதையைத் தேர்வதற்கு, எதிரிக்கு இரண்டு வழிகள் இருந்தன. முதலாவது, கிழக்குப் புறத்தில் முரசுமோட்டைப் பகுதியூடாக கனகராயன் ஆற்றை எல்லையாகக்கொண்ட பரப்பினூடு நகர்ந்து, திருவையாறின் வழியாக கிளிநொச்சியை அடைவது. இரண்டாவது, மேற்குப் புறத்தில் குஞ்சுப்பரந்தன் பகுதியூடாக உருத்திரபுரம் — ஜெயந்திநகர் பிரதேசத்தை எல்லையாகக் கொண்ட பரப்பினூடு நகர்ந்து, டிப்போ வீதி வழியாக கிளிநொச்சியை அடைவது. இவற்றில் இரண்டாவது வழியில்தான் எதிரி நடவடிக்கையைச் செய்து முடித்தான். ஆனால், முதல் நகர்வை அவன் முதலாவது வழியிலேயே எடுத்தான்.

புரட்டாதி 22 ஆம் திகதி, 'சத்ஜய'வின் மூன்றாம் கட்டம் ஆரம்பிக்கப்பட்டது. முன்பு — 'றிவிரச'வை விடவும் கூடுதலான வளங்களோடு சத்ஜய'வின் இரண்டாம் கட்டம் முயற்சிக்கப்பட்டது. இப்போது — இரண்டாம் கட்டத்தை விடவும் கூடுதலான வளங்களோடும், சுற்றுப்பாதையில் நகர்ந்து புலிகளைச் சண்டைக்கிழுத்துக் கொல்லும் புத்திசாலித்தனமான தந்திரோபாயங்களோடும் மூன்றாம் கட்டம் ஆரம்பிக்கப்பட்டது. மேஜர் ஜெனரல் சிறிலால் வீரசூரியாவின் நெறிப்படுத்தலில், பிரிகேடியர் வசந்த பெரேரா களத்தை வழிநடத்தினார். பரந்தன் பகுதியில் — யாழ். வீதிக்குச் சமாந்தரமாக — கிழக்கே 2 கிலோ மீற்றர் தூரத்திலுள்ள தமது முன்னரங்க நிலைகளிலிருந்து, முல்லைத்தீவு வீதிக்கு வடக்கே ஒரு கிலோ மீற்றர் தூரத்தில் வெளியேறி முரசுமோட்டைப் பகுதியை நோக்கி நகர முயன்ற சிங்களத் துருப்புக்களை 2 ஆம் கட்டைக்கு வடபுறத்தில் இடைமறித்த புலிகள், உக்கிர எதிர்த்தாக்குதலை நடாத்தி வழிமறித்து நிறுத்தினர்.

மீண்டும் மறுநாள் விடியற் பொழுதில் — அதே திசையில் தொடர்ந்து நகரத் தொடங்கிய படையினரை, 3ஆம் கட்டைக்கும் முரசுமோட்டைக் குளத்துக்கும் இடையால் வியூகமிட்ட புலிகள், கடுமையான எதிர்ச்சண்டையை நிகழ்த்தி இடைமறித்துத் தடுத்தனர். கிழக்குத் திசையில் இரண்டு நாட்களாக நடந்த இந்தப் பெருஞ்சண்டைகளையடுத்து, இரண்டாம் நாள் நள்ளிரவு வேளை திடீரென, மேற்குத்திசையில் மிகவேகமான இரவு நகர்வொன்றைச் செய்ததுடன், முதலிரண்டு நாளாய் முரசுமோட்டைப் பகுதியில் தான் முன்னேறியிருந்த இடங்களிலிருந்து எதிரி பின்வாங்கவும் செய்தான். முரசுமோட்டைப் பகுதியூடாக நகர்வை இடைநிறுத்தியமைக்கு அல்லது மேற்கொள்ளாமைக்கு, மூன்று காரணங்கள் கூறலாம்.

ஒன்று — மறைவுகளும் காப்புகளுமற்ற, வயல் நிலங்களான ஒரு வெளியான பிரதேசமாகவே அந்த வழி இருந்தமை. இரண்டு — புலிகளின் கவனத்தை திசை திருப்புவதற்கான ஒரு தந்திரோபாய நகர்வாகவே, அது மேற்கொள்ளப்பட்டமை. மூன்று — புலிகள் கடுமையான எதிர்ச்சண்டைகளை நிகழ்த்தியமை. இந்தக் காரணங்களில் ஒன்றுக்காக அந்த முனையிலிருந்து பின்வாங்கிய எதிரி — உண்மை நகர்வை, அடுத்த முனையில், இரவில் செய்தான். யாழ். வீதிக்குச் சமாந்தரமாக ஒரு கிலோ மீற்றர் தூரத்திலுள்ள தனது மேற்குப் பகுதி முன்னரங்க நிலைகளிலிருந்து, பூநகரி வீதிக்கு வடக்கே 2 கிலோ மீற்றர் தொலைவில் புறப்பட்ட எதிரித் துருப்புக்கள் — குமாரபுரம், பெரியபரந்தன் பகுதிகளுக்கு வடபுறத்தால் நகர்ந்து, குஞ்சுப்பரந்தனூடாக வளைந்து, உருத்திரபுரம் பிரதேசத்தை அடைந்தனர்.

அந்த இரவு நகர்வுக்கு எதிராக தீவிரத்தன்மையற்ற ஒரு சண்டையிலீடுபட்டபடி புலிகள் பின்வாங்கலைச் செய்யவேண்டித்தான் இருந்தது. முடியுமான அளவுக்கு எதிரியைத் தாமதப்படுத்துவதைத் தவிர, முழுமையான ஒரு எதிர்ச்சண்டையை நடாத்த அது சாதகமான களம் அல்ல. சன்னங்-

களையும், குண்டுகளையும் அள்ளியிறைத்த வண்ணம் முன்னேறும் படை நகர்வை இடைமறிப்பதென்பதும், மட்டுப்படுத்தப்பட்ட படைக்கல வளத்தினையே கொண்ட புலிகளுக்குச் சாத்தியமற்ற காரியம். அவதானித்து, இனங்கண்டு, குறிபார்த்து சண்டையிட்டு, படைக்கல வளங்களை தேவைக்கு அளவாக மட்டுமே பயன்படுத்துவது என்பது பகல் சண்டைகளிலேயே சாத்தியமானது. இரவிலெனில், எதிரியின் நிலைகள் அசைவுகள் பற்றிய தெளிவான வேவுத் தகவல்கள் இருந்தாலே அது முடியும். எங்கு வருகிறான்? என்ன செய்கிறான்? எப்படி அசைகிறான்? எவ்வித வியூகத்தை இடுகிறான் என்பதை அறிய முடியாத இருளுக்குள் நகரும் துருப்புக்களைத் தடுத்துமறிக்க நினைத்து எதிர்கொள்வது, அழிவைத் தருகின்ற ஒரு களமாகவே முடியும்.

அந்த இரவு நடவடிக்கையில், மேற்குத் திசையில் 6 கிலோ மீற்றர்கள் வளைந்து நகர்ந்த துருப்புக்கள், விடியும் பொழுதில் உருத்திரபுரம் கட்டுக்குளத்துக்கருகில் நிலைகொண்டனர். இரண்டாம் கட்டப் படையெடுப்பில் மிகக்கடுமையாகச் சண்டையிட்டு வழிமறித்து மோதிய புலிகள், மூன்றாம் கட்டத்திலும் அதே வகையான முறியடிப்புச் சமரை நிகழ்த்துவர் என்பதைத்தான் ஏற்கனவே எதிரி எதிர்பார்த்திருந்தான். சண்டைக்கு அரண் செய்யப்பட்டிருக்கும் — காப்பு மிகுந்த — பிரதேசத்தில் மட்டுமன்றி, சண்டைக்குத் தயார் செய்யப்படாத காப்புகளற்ற — பிரதேசத்திற்கு சண்டையரங்கு மாற்றப்பட்டாலும் கூட அதேவகையான முறியடிப்புச் சமரை உக்கிரமாக நிகழ்த்துவர் என்றும் அவன் நம்பினான் அப்படி நடக்க வேண்டுமென்றுதான் விரும்பினான். அப்போது — அவர்கட்கு வாய்ப்பற்ற பிரதேசத்தில் தமக்கு முட்டாள் தனமாக முகம் கொடுக்கும் புலிகளுக்கு, பாரிய உயிரழிவை வழங்கலாம் எனத் திட்டமிட்டான்.

'எதிரி எதை விரும்புகின்றானோ அதை நீ செய்யாதே' என்பது ஒரு போரியல் அறிவுரை. புலிகளும், எதிரி விரும்பிய — புத்திசாலித்தனமற்ற அந்த முடிவை எடுக்கவில்லை. போரரங்கை வழிநடத்திக்கொண்டிருந்த தளபதிகள் பானு, தீபன் ஆகியோர். மாற்றமடைகின்ற களநிலவரங்களுக்கு ஏற்ப உடனுக்குடன் அறிவுறுத்தல்களை வழங்கிக்கொண்டிருந்த தலைவர் அவர்களின் ஆலோசனைக்கிணங்க, சமர்க்களத்தில் மாற்றத்தைச் செய்தனர். தம்மை அழிப்பதற்கென்றே திட்டமிட்டுக் கவர்ந்திழுக்கப்படும் அந்தப் பாதகமான மரபுவழிச் சண்டைக் களத்துக்குள் ஈர்க்கப்படாமல் புலிகள் விலகிக்கொண்டனர். ஆட்பல, படைக்கல வளங்கள் பற்றாக்குறையான — உள்ள வளத்தைப் பாதுகாத்துக்கொள்ள வேண்டிய — புலிகளைப் போன்ற ஒரு கொரில்லா இயக்கத்திற்கு, அத்தகைய விலகல் அத்தியவசியமானது. எதிரியின் தந்திரோபாயப் போர்முறை நகர்வுக்கு ஏற்ப, தமது போர்முறையின் தந்திரோபாயத்தையும் புலிகள் உடனடியாக மாற்றினர்.

எதிரியை இடைமறித்துத் தடுத்துச் சமரிடுவதற்குப் பதிலாக — அவனது நகர்வுக்கு எதிராக மட்டுப்படுத்தப்பட்ட சண்டையொன்றை நடாத்தியபடி அவனை முன்னேற அனுமதித்துவிட்டு — வெற்றிக்கு வாய்ப்பான, சாதக-மான' கள நிலைமைகளில் ஊடுருவற் தாக்குதல்களை நடாத்தி அவனுக்கு இழப்பை உண்டுபண்ணும் போர்முறைக்குப் புலிகள் மாறினர். புலிகளை சண்-டைக்கிழுத்துக் கொல்லும் நுட்பமான திட்டம் தவிடுபொடியானது மட்டுமல்ல எதிரிடையாக — தம் வரலாற்றில் என்றுமே சந்தித்திராத ஒரு முறியடிப்புத் தாக்குதலுக்கும் சிங்களப்படை இலக்கானது. 2 ஆம் நாள் இரவு உருத்திர-புரம் கட்டுக்குளம் வரை நகர்ந்து நிலைகொண்டிருந்த படையினர், 3 ஆம் நாள் காலை, அங்கிருந்து 8 ஆம் வாய்க்கால்பகுதியை நோக்கி முன்னேறி-யபோது — துருப்புக்களின் முன்னணித் தாக்குதற்படைப் பிரிவின் நகர்வி-னுள், சிறியளவான ஒரு திடீர் ஊடுருவற் தாக்குதலைப் புலிகள் நடாத்தினர். 2 அல்லது 3 யுத்த 'ராங்க்'குகளைச் சேதப்படுத்தியதுடன், ஜி.பி.எம்.ஜி, எல்.எம்.ஜிகள் உட்பட 12 ரைக்விள்களைக் கைப்பற்றினர். இந்தச் சண்-டையை அடுத்து மறுநாள் எதுவித நகர்வையும் மேற்கொள்ளாது அமை-தியாக இருந்த எதிரி — அதற்கடுத்த நாள் வேறொரு புதுவழி மூலம் நகரத் தயாராகிக்கொண்டிருந்தபோது 5 ஆம் நாள் — 26 ஆம் திகதி வியாழக்கிழமை — 'சத்ஜய' துருப்புக்களுக்கு அழிவுக்குரிய நாளாகவே விடிந்தது. அன்றுதான் பேரழிவு மிக்க அந்தப் பெருந்தாக்குதலை அவர்கள் எதிர்கொண்டனர். உருத்திரபுரம் புனித பற்றிமா கல்லூரிக்கருகில் நிலை-கொண்டிருந்த 'சத்ஜய' துருப்புக்களின் முன்னணிப் பகுதிக்குள் மூன்று முனைகளில் ஊடறுத்து நுழைந்த புலிகள், எதிரிக்கு மரண அடியைக் கொடுத்தனர். அந்த முன்னரங்க நிலைகளில் நிறுத்தப்பட்டிருந்த சிறப்புக் 'கொமாண்டோ'ப் படையணிகளைச் சிதறடித்தனர்.

காலை 5.30 மணியிலிருந்து 3 மணிநேரம் அந்த உக்கிரமான அதிரடித் தாக்குதலைப் புலிகள் நிகழ்த்தினர். வான்படையின் போர்விமானங்கள், 'ஆட்லறி'கள், யுத்த 'ராங்க்'குகள் மற்றும் கனரக — சிறுரக போர்க்கருவி-கள் சகிதம் அந்தத் தாக்குதலை முறியடிக்கப் பகைவன் எடுத்த உச்சகட்ட முயற்சியை முறியடித்த புலிகள், தாக்குதலை வெற்றிகரமாக பூர்த்திசெய்த பின்பு களத்திலிருந்து வெளியேறினர். குறைந்தது 200 வரையான சிங்களச் சிப்பாய்கள் அந்தத் தாக்குதலில் கொல்லப்பட்டனர் என்பது உறுதியானது. 190 படையினர் கொல்லப்பட்டதாக சண்டே ரைம்ஸ் தனது 29.09.96 ஆம் திகதிய இதழிலும், 206 படையினர் கொல்லப்பட்டதாக மிட்வீக் மிறர் தனது 16.10.96 ஆம் இதழிலும் குறிப்பிட்டுள்ளன. 32 ஆயுத கருவிகளைப் புலி-கள் கைப்பற்றினர்.

புலிகளின் 42 வீரர்கள் அந்தக் களத்தில் வீழ்ந்தனர். கரும்புலிகளின் அணியெதுவும் தாக்குதலில் பங்கேற்கவில்லை. ஆனால், சிங்கள அரசு, தாக்குதலைத் தாம் முறியடித்ததாகவும், அதில் புலிகளின் தற்கொலைப்

படையினர் உட்பட 450 புலிகள் கொல்லப்பட்டதாகவும், அவர்களில் 136 போரின் சடலங்களைத் தாம் மீட்டுள்ளதாகவும் அப்பட்டமான பொய்ப் பிரச்சாரங்களைச் செய்தது. எனினும், இந்தத் தாக்குதலின் போது எமது 17 மாவீரர்களின் உடல்கள், களத்திலிருந்து மீட்டுவரப்பட முடியாமல் விடுபட்டுவிட்டன என்பது உண்மையாகும். களப்பிரதேசத்தில் ஆங்காங்கே வயல் வெளிகளிலும், வீதியோரங்களிலும் தாம் பொறுக்கியெடுத்த 100 வரையான புலிகளின் உடல்களை ஒப்படைப்பதற்காக சர்வதேச செஞ்சிலுவைச் சங்கம்மூலம் அரசு அறிவித்தது. எமது மாவீரர்களின் உடல்களைப் பெறுவதற்குச் சம்மதம் தெரிவித்துக் காத்திருந்தபோதும், பின்னர் உடல்களை அரசு வழங்கவில்லை. 6 ஆம் நாள் — சண்டையின் பிரதான மையமும், புலிகளின் கணிசமான சண்டையணிகளும் உருத்திரபுரம் பகுதியில் நிலைகொண்டிருந்தவேளை — திடீரென, அதிகாலையில், பரந்தன் முன்னணி நிலைகளிலிருந்து கரடிப்போக்குச் சந்தியை நோக்கி, பிரதான வீதிக்கு மேற்குக் கரையால் நகர முற்பட்ட பகைவனை — ஏற்கனவே அரண் செய்யப்பட்டிருந்த காப்பான நிலைகளிலிருந்து உக்கிர எதிர்த் தாக்குதலை நிகழ்த்திய புலிகள், பலத்த இழப்பைக் கொடுத்து வழிமறித்து நிறுத்தினர்.

7 ஆம் நாள் — மீண்டும் உருத்திரபுரப் பகுதியிலிருந்து, ஜெயந்திநகரூடாக நகர்ந்த துருப்புக்கள் மீது, குருகுலத்திற்கு அருகில் புலிகள் ஒரு அதிரடியைக் கொடுத்தனர். யுத்த 'ராங்க்' ஒன்று முழுமையாக அழிக்கப்பட்டது. 8 ஆம் நாள் — குருகுலப் பகுதியிலிருந்து திருநகரூடாக ஒரு அணியும், பரந்தனிலிருந்து இன்னொரு அணியும் கிளிநொச்சியை நோக்கி நகர்ந்தபோது — திருநகருடாக நகர்ந்த அணி கிளிநொச்சி மருத்துவமனையையும், பரந்தனிலிருந்து நகர்ந்த அணி கரடிப்போக்கு புனித திரேசா கல்லூரியையும் அடைந்தன. இந்தச் சண்டைகளில் 2 ரைவிள்கள் கைப்பற்றப்பட்டன. 9 ஆம் நாள் — 'சத்ஜய' 3 ஆம் கட்டத்தின் இறுதி நாள் — புரட்டாதி 30 ஆம் திகதி, ஜெயந்திநகர், பகுதியிலிருந்து தென்திசையால் நகர்ந்த அணி, அம்பாள்குளம் சந்தியூடாக வளைந்து, டிப்போ வீதிவழியாக பிரதான வீதியை அடைந்தது.

சத்ஜய படையெடுப்பின் 3 ஆம் கட்டம் முடிவடைந்துவிட்டது. இப்போது — ஆனையிறவுத் தளத்திலிருந்து, கிளிநொச்சி மத்திய கல்லூரி வரை, பிரதான வீதியை மையப்படுத்தி 3 கிலோமீற்றர் அகலத்தில் சிங்களப் படைகள் நிலைகொண்டுள்ளன. 'சத்ஜய' 3 ஆம் கட்டச்சமரில் தனது 269 படையினர் உயிரிழந்ததாக, சிறீலங்கா பாதுகாப்பு அமைச்சின் நடவடிக்கைத் தலைமைச் செயலகம கூறுகிறது.

எனினும், களத்திலிருந்து கிடைத்த செய்திகள், 500 இற்கும் குறையாத படையினர் கொல்லப்பட்டதை உறுதிப்படுத்துகின்றன. 'சத்ஜய'வில் உயிரிழந்த படையினரின் தொகையை அரசு அரைப்பங்காகக் குறைத்தே வெளிப்படுத்தியது.' என்று திரு.ரணில் விக்கிரமசிங்கா, ஐக்கிய தேசியக் கட்சியின் நாடா-

ளுமன்ற உறுப்பினர்கள் குழுக் கூட்டத்திலும், 'கொழும்பு மாவட்டத்திற்கு மட்டும் 300 படையினரின் சடலங்கள் வந்தன. ஏனைய மாவட்டங்களிற்கு எத்தனை வந்தனவோ தெரியாது' என கொழும்பு மாவட்ட உறுப்பினர் அல்-ஹாஜ் எம்.எச். முகமட், நடாளுமன்ற உரையிலும் தெரிவித்திருப்பது இங்கு கவனத்திற்குரியதாகின்றது. 'சத்ஜய' 3 ஆம் கட்டச்சமரில் எமது 133 வீரர்கள் வீரச்சாவடைந்தனர். கிளிநொச்சிச் சமரின் போரியல் பரிமாணம் வித்தியாசமானது; வழமையைவிட மாறுபட்டது; தமிழீழப் போரின் புதிய கட்டமொன்றைப் புலப்படுத்துவது. தனது யுத்த சரித்திரத்தில் முதற்தடவையாக விடுதலைப் புலிகளின் படைத்துறையானது, மரபுவழிச் சமர் ஒன்றை வெற்றிகரமாகக் கையாண்டுள்ளது. ஒப்பீட்டு ரீதியில் — 'றிவிரச' படையெடுப்புக்கு எதிரான சமரை விடவும், 'சத்ஜய' படையெடுப்புக்கு எதிரான சமர் முன்னேற்றகரமானது என்று சொல்லலாம். முன்னைய சமர்களில் கிடைத்த அனுபவங்களும், புலிகள் புதிதாகக் களத்திலிறங்கிய போராயுதங்களும் இந்த மேம்பாட்டில் பங்கு வகிக்கின்றன. புலிகளின் கைகளிற்கு 120 மில்லி மீற்றர் மோட்டர்களினதும் மற்றும் பெயர் குறிப்பிட முடியாத சுடுகருவிகளினதும் வருகை, மரபுவழிச் சமர் முறையை எதிரிக்கு முதற்தடவையாக சிக்கலுக்குரிய தாக்கியுள்ளதுடன், மரபுவழிச் சமரொன்றைச் சந்திக்கவல்ல போர்த்திறனின் ஆரம்பக்கட்டத்தைப் புலிகளுக்கும் வழங்கியுள்ளது.

'சத்ஜய'வின் 2 ஆம் கட்டமும் 3 ஆம் கட்டமும், புலிகளது போர்வலுவின் இருவேறு பரிமாணங்களைக் காட்டுகின்றன. நிலத்தை இழந்துவிடாமல் தக்கவைத்துக் கொள்ளவேண்டும் என்ற உறுதிப்பாட்டுடனும், அதற்காக எத்தகைய உயிர் விலையைக் கொடுக்கவும் தயாரான நிலையுடனும் இருந்தால், படையெடுப்பு நடவடிக்கையொன்றை முழுமையாகத் தடுத்து முறியடிக்கலாம் என்பதற்கு, 2 ஆம் கட்டச்சமர் சான்று. ஆட்பலத்தைத் தக்கவைத்துக் கொள்வதற்காகத் தந்திரோபாயப் பின்வாங்கலொன்றைச் செய்யவேண்டியிருந்தது. ஆனால் அதற்காக, நிலத்தைத் தற்காலிகமாக இழக்க — விட்டுக்கொடுக்க — நேர்ந்தாலும் கூட, படையெடுப்பு நடவடிக்கை ஒன்றை எதிர்கொண்டு மோதி, குறைந்த சேதத்துடன் எதிரிக்கு மிகக் கூடிய அழிவைக் கொடுக்கமுடியும் என்பதற்கு, 'சத்ஜய'வின் 3 ஆம் கட்டச் சமர் சான்று. கெரில்லாப் போருபாய யுத்த முறையில் புலிகள் பெற்றுவிட்ட பூரணப்பட்ட வளர்ச்சி நிலைக்கு, முல்லைத்தீவுத் தாக்குதல் ஒரு குறியீடு. மரபுவழி யுத்த முறையில் ஈடுபட புலிகள் பெற்றுள்ள புதிய போர் வலுவுக்கு, கிளிநொச்சிச் சமர் ஒரு அடையாளம்; இதனை — தமிழீழ யுத்தகளத்தில் வருங்காலத்தில் நிகழப்போகும் பெரும் மாற்றங்களின் எதிர்வுகூறல் என்றுதான் சொல்லவேண்டும்!

14. லெப். கேணல் செந்தமிழ்ச்செல்வன்

(18.02.1972 - 12.09.1999)

யாழ்ப்பாணத்து மண்ணில் முருகைக் கற்களினும் ஊற்றெடுப்பது தண்ணீர் மட்டுமல்ல வீரமும் தான். இல்லாதுவிடின் வந்தேறி ஆக்கிரமிக்கும் அன்னியருக்கு தண்ணீர் பாய்ச்சி குளிரவைத்து குந்தியிருக்க இடம் கொடுத்திருக்கும் அல்லவா? இல்லையே?
விதையை உடைத்து மண்ணைப் பிளந்து யாழ்மண்ணில் பலத்தையெல்லாம் திரட்டி காற்றைக் கிழித்து சூரியனைத் தொட்டுவிடத் துடிக்கும் பனைமரத்துடன் லெப்.கேணல் செந்தமிழ்ச்செல்வனையும் பார்க்கிறேன்

1990 யாழ்ப்பாணம் இந்திய ஆக்கிரமிப்புப் படைகளிலிருந்து மீண்டும் தமிழர் படையாம் புலிகளின் கட்டுப்பாட்டினுள் வந்திருந்த நேரம். மாவட்ட புலனாய்வுப் பொறுப்பாளருக்கு முகவர்களாக செயற்பாட்டாளர்களாக ஆட்கள் தேவைப்பட, 'கட்டைக்' குணத்தாரை அணுகி 'குணம் அண்ணா உங்கட ஊர்ப்பக்கம் புலனாய்வு வேலைகள் செய்யக்கூடிய ஆற்றல் வாய்ந்த ஆட்கள் தேவை இருந்தால் ஒழுங்கபடுத்தித் தாருங்கோ' என பொறுப்பாளர் கூற குணத்தாரின் மூளையில் பொறியாய்த் தட்டுப்பட்டவனே பிரபாகரன் எனும் இயற்பெயரைக் கொண்ட கரன். குணத்தின் ஈருருளி பூவரசு, வடலி, மதில் ஒழுங்கைகளினூடாக விரைந்தோடி பண்டத்தரிப்பைக் கண்டு வடலி அடைப்பை அடைய, அப்பொழுதுதான் கொழும்பிலிருக்கும் தந்தையிடம் சென்று வந்த களைப்பில் அவன் நின்றான்.

'கரன், புலனாய்வு வேலைகளுக்கு ஆட்கள் தேவையாம் — பகுதி நேரமாக வேலை செய்ய உன்னால் முடியுமே?' சுற்றி வளைத்துக் கதைக்கத் தெரியாத குணத்தார் நேராய்க் கேட்டார். சில நிமிட அமைதியின் பின் 'அண்ணை என் தம்பி எனக்கு முன் தன்னை விடுதலைப் பாதையில் இணைத்துக் கொண்டது என் மனட்சாட்சியை நித்தமும் குடையுது. பகுதி நேரமாக விடுதலைக்காக உழைப்பதில் எனக்கு உடன்பாடில்லை. முழுமையாக என்னை இணைத்துக் கொள்வதைப் பற்றியே சிந்திக்கிறேன்.' அவனது சோடனையற்ற தெளிவான பதிலை குணத்தார் எதிர்பார்க்கவில்லை. மூன்று சகோதரர்களில் ஒருவன் ஏற்கெனவே நீலவண்ணன் ஆக தன்னை முழுமையாகப் போராட்டத்தில் இணைத்துச் செயற்பட்டுக் கொண்டிருக்கையில் தாயாருக்கு ஆதரவின்றி, தமக்கைக்கு உதவியின்றி இவனை முழு நேரம் போராளியாகச் செயற்படும்படி கேட்க குணத்தாரின் கனிவு துணிவைக் கொடுக்கவில்லை.

போரின் வடுக்களை அதிகம் சுமக்காத பண்டத்தரிப்பு சிற்றூரில் சிவபாக்கியநாதன் இராசமணி குடும்பமும் போரின் வடுக்களை அதிகம் சுமக்காத, விடுதலைப் போருடன் அதிகம் ஈடுபாடு கொண்டிராத குடும்பம். இருந்தும் குணத்தார் கதைத்துச் சிறிது காலத்தின் பின் 13.09.1991 புலிகள் அமைப்பில்

தன்னை முழுமையாக இணைத்து விடுதலைப் பாதையில் பயணிக்க முதல் அடியை எடுத்து வைத்தான் செந்தமிழ்ச்செல்வன்.

செந்தமிழ்ச்செல்வன் பெயரிலிருக்கும் அழகு, அறிவு, அமைதி, விருப்பு, ஈர்ப்பு, செழிப்பு எல்லாமே அவனிலிருந்தன.
சிங்கத்தின் தோற்றத்தைப் பார்த்தே அதன் குணத்தை அறிந்து விடலாம். இவன் அப்படிப்பட்டவனல்ல. யானையைப்போல் அமைதி அழகு, ஆழம், பக்குவம், வீரம் எல்லாமே. அதனால் அவனைப் புரிந்து கொள்ள அளவெடுக்க சிலருக்கு சிரமமாயிருந்தது.

டேவிட்-01 பயிற்சி முகாம் வாழ்வே விளையும் பயிரை அடையாளப்படுத்தியது. பல்வேறு சாயல் உள்ள உபயோகமுள்ள பல்வகைப் பொருட்களை வைத்து சில மனித்துளிகளில் மனதில் பதித்து வெள்ளைத்தாளில் எழுதுமாறு கூறி பயிற்சிப் போராளிகளின் நினைவாற்றலை பயிற்சி ஆசிரியர் அமீன் பரிசீலிப்பார். எல்லோரும் எழுதத் தொடங்க ‘பேனாக்களை கீழே வையுங்கோ ஓடுங்கோ’ என கட்டளை பிறக்கும். பிறகென்ன எல்லோரும் ஓடத் தொடங்க மனதில் உள்ளவை அனைத்தும் மறந்து விடும். இவன் மட்டும் ஒவ்வொரு தரம் விழுந்து எழும் போதும் ஒவ்வொரு பொருளாய் உச்சரிப்பான். ‘வெற்றி பெற வேணும் அல்லது செய்து காட்ட வேணும்’ என்ற அவனது முயற்சி அதிக புள்ளிகளை அவனுக்குப் பெற்றுக்கொடுக்கும். அப் பயிற்சி முகாமிலிருந்து சிறப்புப் பணிக்கென தேர்வுசெய்த பதினைந்து போராளிகளினுள் இவனும் ஒருவன்.

யாழ் வட்டுக்கோட்டை இந்துக்கல்லூரியில் உயர்தரம் வரை கற்ற அறிவும், இயல்பான புலனாய்வுச் சிந்தனையும், ஒல்லியான பளிச்சென்ற வெள்ளை உருவமும், அலட்டல் அற்ற அமைதித் தன்மையும் யாருக்கத்தான் பிடிக்காது. அவை புலனாய்வுப் பணிக்கான சாதகமான கூறுகள். ஆரம்ப புலனாய்வுப் பணிக்கான களங்களாக இவனுக்கு நல்லூர், பாசையூர், குருநகர் பிரதேசங்கள் அமைந்திருந்தன.

1994 விடுதலைப்போர் வீரியமும், வீச்சம் பெற்றிருந்த காலம். விடுதலை வீச்சைஇ மூச்சை, அதன் வேரையே தன் வீட்டு நலனுக்காக, எஜமானிய இருப்புக்காக அரித்துவிடத் துணிந்த அயல் ‘வீட்டுக் கறையான்’ களின் கரங்களை முறியடிக்க, முறித்தெறிய ஒழுங்மைக்கப்பட்ட புலனாய்வுப் பணியில் ‘மனிதனுக்கு இதயம்’ போன்ற அலுவலகப்பணி இவனுடையது. புலனாய்வுப் பணியில் சிறு தகவல் கூட பெரும் முடிச்சை அவிட்டுவிடும். போலித் தகவல்கள் கண்ணுக்குத் தெரியாமலேயே முடிச்சுக்களைப் போட்டு ஆபத்துக்களையும் உண்டுபண்ணிவிடும் — பாலையும் தண்ணீரையும் அன்னத்தால் வேறுபடுத்த முடியுமோ இல்லையோ புலனாய்வாளன் உண்மையையும் பொய்யையும் வேறுபடுத்தித் தான் ஆக வேண்டும்.

புலனாய்வுப் பொறுப்பாளரின் பார்வையில், ‘சிறந்த புலனாய்வாளனின் வரலாறு என்பது, அவன் சேகரித்து ஆய்ந்து எழுதிய தகவல்கள் மற்றும்

ஆவணங்கள், விடுதலைப்போரின் வளர்ச்சிக்கு, தமிழீழ கட்டுமாணத்திற்கு எத்துணை துணை புரிகிறதோ, அதுவே அவனது வரலாறாகிறது' என்ற அவரின் பார்வையில் தன் அலுவலுகப் பணிகளை, தூரநோக்குடன் காலம் கடந்தும் பயன்தரக்கூடியதாய் உண்மை பொய் அறிந்து, தகவல்களைக் கோவையாக்கி, தன் முக்கியத்துவம் விளங்கி, தன் பணி முக்கியத்துவம் விளங்கி புலர்வே இல்லாப் பொழுதுகளில் பணியாற்றியதை இவன் பொறுப்பாளர் இன்றும் சிந்தித்து நினைவு கூறுகிறார்.

(இரகசியம் என்பதால் விரித்துரைக்க முடியவில்லை)

நிர்வாகச் செயற்பாட்டின் பெறுபேறுகளை கோவையாக்குதல், தகவல்களைப் படிவங்களில் பூர்த்தி செய்தல், தேவையானவற்றினைப் பெறுதல்...என நீளும் அலுவலகப் பணிகளை தூரநோக்குடன் காலங்கடந்தும் பயன்தரக்கூடியதாய், புதிதாய் வரும் பொறுப்பாளன், போராளி பயன்படுத்தக் கூடியதாய் உண்மை, பொய்மை அறிந்து கோவையாக்கி, தன் பணி முக்கியத்துவம் விளங்கி புலர்வே இல்லாப் பொழுதுகளில் பணியாற்றியதை இவன் பொறுப்பாளர் இன்றும் சிந்தித்து நினைவு கூறுகிறார்.

வழங்கப்பட்ட பணி முடிவடையவில்லை எனின் முகாமிலிருந்து ஐந்நூறு மீற்றர் முன்னுக்கே உந்துருளியின் இயக்கத்தை நிறுத்தி ஓசையின்றி அதனை உருட்டி முகாம் வந்து தன் பணி முடித்து மீண்டும் அதனை உருட்டி ஐந்நூறு மீற்றருக்கு அப்பால் இயக்கி தன் பணிக்காக விரையும் இவன் செயல் பொறுப்பாளர்களுக்குக் கொடுக்கும் மதிப்புக்கப்பால், தன் பணிக்குக் கொடுக்கும் மதிப்பையே முன் நிறுத்தும்.

'தம்பிமாரே, சண்டைக்குபோக விருப்பமான ஆட்கள் கையை உயர்த்துங்கோ'

புலனாய்வுப் பணியில் சலிப்பு வந்துவிட்டதா? என பார்ப்பதற்கான பொறுப்பாளரின் உத்தி இது. தயங்கித் தயங்கி ஆளையாள் பார்த்து கைகள் உயரும். 'ஒரு நாள்' உயர்ந்த கைகளினுள் இவனது கையும் ஒன்றாய் இருந்தது. பிறகென்ன, வழமைபோல் கடற்கரை வெட்டையில் தகதகக்கும் சுடு மணலில் உருட்டி உருட்டி சண்டைக்கான பயிற்சிகள் நடைபெறும். ஆனால் இறுதியில் சண்டைக்கான வாய்ப்பு மட்டும் கிடைக்காது போகும்.

10.03.95 மீண்டும் ஒருதரம் யாழ்மண்ணை ஆக்கிரமிக்கும் நோக்குடன் மேற்கொள்ளப்பட்ட சிங்களப் படை நடவடிக்கையான இடிமுழக்கம் சமரில் வீரச்சாவடைந்த போராளிகளின் வித்துடலைப் பார்ப்பதற்காக இவன் சென்ற போது தான் தற்செயலாக தனது தம்பி லெப்.நீலவண்ணன் யாழ் மண்ணை தக்கவைக்கும் சமரில் வீரச்சாவைத் தழுவியிருந்தமையைக் கண்டான். சக போராளி என்பதற்கப்பால் இடுப்பில் சுமந்து திரிந்த கடைசித் தம்பியுமல்லவா? இறுதியில் அவனைத் தோளில் சுமந்து செல்லக்கூட இன்றைய போர்ச் சூழல் இவனுக்கு வாய்ப்புக் கொடுக்கவில்லை.

1996. 1997 புலிகளே இல்லாத யாழ்ப்பாணத்தை சிங்களத் தலைமை கனவுகண்டு ஆக்கிரமித்திருந்த காலம். ஒடுங்கிய குடாப்பரப்பைச்சூழ படை-வேலி அமைத்து, சந்திக்கு இரு படைத்தளம் அமைத்து, முழத்துக்கு ஒரு சிங்களப்படைவீரனை காவலுக்கு விட்டிருந்த நேரம். யாழ்மண் குடாவாக விரிந்து ஒடுங்கியமை பாதுகாப்பு ரீதியில் சிங்களப்படைக்கு அதிகம் சாதக-மாயிற்று.

தலைவர் அவர்கள் குறிப்பிடுவது போல் எந்தப் பலத்திலும் பலவீனம் இருந்திடாமலா போய்விடும் 'பலவீனம் இல்லாவிட்டாலும் பலம் உடைத்து உட்புகுவோம்' என்ற விடுதலை வீரர்களின் வீச்சை சிங்களத் தலைமையின் 'ஆக்கிரமிப்பு மனோபாவம்' உணரவிடவில்லை.
துப்பாக்கியுடன் கொரில்லா வீரனாக யாழ் மண்ணில் நடவடிக்கையில் ஈடு-படுவது அதிக ஆபத்தை உருவாக்கி இருந்த காலத்தில் மக்களுடன் மக்க-ளாக, அவர்களின் புதல்வர்களாக, தேவை ஏற்படும் போது மட்டும் கைத்துப்-பாக்கியுடன் தாக்குதலாளர்களாக தயார் படுத்தப்பட்ட புலனாய்வு அணியில் இவன் முதன்மையானவன். பிறந்து தவழ்ந்து வளர்ந்த மண்ணில் ஒவ்வொரு வீதிகளிலும், ஒழுங்கைகளிலும் புலனாய்வு செய்வதற்காக, ஆக்கிரமிப்பா-ளனின் பிடரியில் அடிப்பாற்காக புலனாய்வுப் படையியற் பயிற்சிக்காக முல்-லைத்தீவுக்குச் சென்றான்.

என்ன பயிற்சி? கரும்புலி வீரனுக்குரிய பயிற்சி, எதிரியை அடித்து விழுத்தி துப்பாக்கியை பறித்தெடுக்கும் பயிற்சி, உணவு உறக்கத்தை மறந்து சகிப்புடன் மறைந்திருக்கும் பயிற்சி என நீண்டுகொண்டே சென்ற பயிற்சியில் ஒருநாள் ஓய்வுப் பொழுதில்... இவனுடன் அன்பு வாத்தி உந்துருளியில் புதுக்குடியிருப்புக்கு வந்து கொண்டிருக்க பெற்றோல் தீரும் நிலை, பல ஒழுங்கைகள் சுற்றி ஒரு வீட்டின் வாசலில் உந்துருளியை நிறுத்தியவன், 'மாஸ்ரர் ஆதரவாளர் ஒருவரைச் சந்திக்கோணும் குறை நினைக்காமல் வாச-லில் நில்லுங்கோ' போனவன் விரைவாகவே திரும்பினான். 'பெற்றோல் தீரப்-போகுது ஒழுங்கைகள் எல்லாம் விட்டுக் கொண்டோடுகிறீர்கள்...' உந்துரு-ளியில் பின்னால் இருந்து அன்பு வாத்தி கேட்க 'பெற்றோல் அடிச்சாச்சு மாஸ்ரர், உங்களைக் கூட்டிப்போனால் சனம் உங்கடை முகத்தைக் காண பிறகு என்னைச் சாட்டி நீங்கள் பெற்றோல் அடிக்க...'இ 'வல்லவனுக்கு வல்லவன் வையகத்தில் உண்டு' அன்பு வாத்திக்கு உறைத்தது.

கூப்பிடு தூரத்திலிருந்தும் யாழ் மண்ணுக்குப் பயணிப்பதாயின் ஏதாவ-தொரு கடல் வழியையே பயன்படுத்த வேண்டும். ஆழமான கடற்பகுதி அதற்கு வாய்ப்பளிப்பதில்லை. ஆதலால் உப்பு ஏரிகளே தெரிவுசெய்யப்படும். 'குல்லா' என அழைக்கப்படும் சிறு ஓடங்களின் ஆதரவுடன் தற்துணிவைத் துடுப்பாக்கி பயணம் தொடரும். வயிறு விழுங்கி ஆறு (நீரோட்டம்) சில வேளை வீச்சாய் ஓடும். அல்லது சாதுவாய் ஓடும். வீசும் கடுங்காற்றைக் கடந்து இருட்டைக் கிழித்து ஓடம் நகரும்.

அன்றும் அப்படியான பயணம் தான். 'அண்ணை, இடுப்பளவு தண்ணீர் வந்திட்டா எங்களை இறக்கிவிடுங்கோ. நாங்கள் தரையேறும் வரை எங்களுக்காகக் காத்திருங்கோ சில வேளை ஆமி சுடத்தொடங்கினால் நாங்கள் எப்படியும் தப்பிவரப் பார்ப்பம் அப்படி வெடிச்சத்தம் ஏதும் கேட்காட்டால் தரையில் நிற்கிற பொடியளிட்டை நாங்கள் சுகமாய் போய்ச் சேர்ந்ததாய் சொல்லுங்கோ' பொறுப்பாய்ச் செல்லும் இவன்தான் அப்படிக் கூறுவான். செய்திக்காக ஓட்டி காத்திருக்க அவர்களின் பயணம் தொடரும். சிங்களப் படைகளின் அதிவெளிச்ச மின்குமிழ்கள் (FOCUS LIGHT) ஏரிப்பரப்பில் ஒளியைப் பாய்ச்சும். கண்கள் மட்டுமே வெளியே தெரிய நீருக்குள் மறைந்து கொள்வார்கள். இருள்கவிய மீண்டும் பயணம் தொடரும். குரையை அண்மிக்க கூரிய கத்திபோல் நீண்டிருக்கும் 'கவாட்டி' ஊறிய பாதங்களை பதம் பார்க்க ஊறிவிறைத்து உறைந்து போன பாதங்களுக்கு வெட்டுவதும் தெரியா குத்துவதும் தெரியா.

ஆனால் குருதி கொப்பளிக்கும். அமைதியாக நகர்ந்து கரையேற ஏதோ ஒரு அசமாந்தம் படையினரை விழிப்படைய வைக்க அவர்கள் துப்பாக்கிகள் சடசடக்கத்தொடங்கியது. காதைக் கூர்மைப்படுத்திக் காத்திருக்கும் ஓட்டிக்கு விடயம் விளங்க சத்தம் வரும் திசையை நோக்கி ஓடத்தைச் செலுத்த, போனவர்கள் மீண்டு வந்தார்கள். தொடக்கப் புள்ளிக்கு வந்துசேர, உப்பூறிய றொட்டிகளும் ஒருநாளுமே சுவைத்திடாத சுவையைத்தர அதைச் சாப்பிட விடாமல் நுளம்புகள் மோசம் செய்தன. அவற்றை விரட்டுவதற்கு இருந்த ஒரே வழி அவர்களது பழைய செருப்புகள். செருப்புகள் நெருப்பில் எரியத் தொடங்க.. கடசியாக எரிந்து கொண்டிருந்தது இவனது ஒற்றைச் செருப்பு. சூரியன் பகலைத்தர ஒற்றைச் செருப்பு மட்டுமே எஞ்சியது. இன்னொரு இரவில் இவர்கள் தங்கள் பயணத்தில் வெற்றிகண்டனர்.

லெப்.கேணல் சிவனேசனுடன் வலிகாமம் சென்றவன், தாம் இரவு தங்க வேண்டிய கோண்டாவில் ஆதரவாளரின் வீட்டினை பல மணி நேரம் தேடியும், கண்டுகொள்ள முடியவில்லை. நாய்கள் குரைக்கத் தொடங்கியிருந்தன. 'இரவில் நடமாடுவது ஆபத்தானது' என உணர்ந்த இருவரும் முன்பின் அறிமுகம் இல்லாத இருவேறு வீடுகளில் கதவினைத் தட்ட அந்த இரவில் ஆக்கிரமிப்புப் பிரதேசத்தில் யார்தான் கதவினைத் திறப்பர்? பிறகென்ன வாசல் படிகளில் அரைகுரை உறக்கத்தில் நம்பிக்கையுடன்... காலையில் வீட்டாருக்கு அதிர்ச்சி, அவர்கள் தங்களை அறிமுகப்படுத்த வீட்டாரின் மனப்பீதி இன்னும் அதிகமானது. தாம் தேடிவந்த வீட்டினை விசாரிப்பது புலனாய்வுச்சிக்கல். ஒருவாறாய் கோண்டாவில் சந்தியில் 'றோசாப்பூ' எனும் குறியீட்டுப் பெயரைக் கொண்ட ஆதரவாளனைக் கண்ட போது 'கடவுளே உங்களுக்கு நல்ல காலம் தான், என்ரை வீட்டை உடைச்சு ஆமி எல்லோ இருக்கிறான்' என்ற அதிர்ச்சித் தகவல்களுடன் தன் தற்காலிக வீட்டுக்கு அவர்களை அழைத்துச் சென்றாரர்.

மறுநாள் சிவனேசனை முன் இருக்கையில் ஏற்றி ஈருருளியை சந்தியில் திருப்ப 'படையினர்!', சடுதியாக ஈருருயியைத் திருப்பியவன் 'நாங்கள் மக்களோடு மக்களாக நின்று பணியாற்ற வந்தவர்கள். ஆமி, அடையாள அட்டையைக் கேட்டாலும் அதனைக் காட்டி சாதுரியமாய் தப்பி பணியாற்ற வேண்டும்' என்ற பொறி சிந்தனையில் தட்டுப்பட ஈருருளியைத் தேநீர்க் கடைக்கு செலுத்தினான். உண்மையில் அவர்களது அதிஸ்டம், அன்று எதுவுமே நடக்கவில்லை. பின்னாளில் எல்லாமே அத்துப்படியானது. படை உளவாளிகள் கூட இவனின் நண்பர்களானார்கள்.

இவனது பணியில் தாக்குதல் நடவடிக்கை என்பது இரண்டாம் பட்சமானவை. இரகசிய செயற்பாட்டாளர்கள் தங்கி வேலை செய்யும் வீடுகள், அவர்களுடைய அம்மா, அப்பா, சகோதரர்கள், அன்ரி.... என உறவுகள், படை உளவாளிகளின் கண்களினுள், அயல் வீட்டாரின் கண்களினுள் சந்தேகப் பிராணியாய் விழுந்திடாதபடி சூழலுக்கேற்ப, வயதுக்கேற்ப, தோற்றத்திற்கேற்ப மறைப்புத் தொழில்கள் என இவனது புலனாய்வுச் செயற்பாடுகள் துடிப்புடன் நீண்டதில், வலிகாமத்தில் சிவனேசன், எமர்சன், சிவம், சுந்தர் எனப் பல இரகசிய செயற்பாட்டுப் போராளிகளை நிலைப்படுத்த வழிவகுத்தன. செயற்பாடுகள் தொடர்ந்து கொண்டிருக்கையில் 'வன்னிக்கு வரவும்' கட்டளைப் பணியகத்திலிருந்துப் பொறுப்பாளரின் தகவல் அவன் கரம் சேர்ந்தது.

'வன்னிக்கு போகுமுன் தாக்குதல் செய்ய வேண்டும். விரைவாகச் செய்ய வேண்டும். நல்லதொரு இலக்காகத் தேர்வு செய்ய வேண்டும்' இவனது உதடுகள் இப்படித்தான் உச்சரித்தன. வேவு முடிந்துஇ தயார்ப்படுத்தல் முடிந்து தற்கொடையாளனுடன் இலக்கை அண்மிக்க சில மணித்துளிகளில் இலக்குத் தப்பிட முதல் முயற்சி வெற்றியளிக்கவில்லை.

இன்னுமொரு முயற்சி, மறைப்பொன்றைத் தேடி ஆபத்தைச் சந்தித்து மறைப்பைப் பெற்று அதற்குள் கண்ணிவெடியை (CLAY MOUR) வைத்துக் காத்திருக்க இலக்கு வரவேயில்லை. படைப் பிரதேசத்தினுள் தாக்குதல் நேரத்து சாதுரியத்தை, துணிவை விட தாக்குதல் முயற்சியின் போதே அதிக துணிவும், சாதுரியமும் தேவைப்படும். நிறைந்த ஆபத்தைச் சந்தித்தும் முயற்சிகள் வெற்றியளிக்காமை இவனது மனதை உடைத்தது உண்மைதான்.

வன்னிக்குச் செல்வதற்கான நாள் வந்தது. எண்ணத்தில் துடித்த முயற்சிகள் வெற்றிகொள்ளப்படாத கவலை ஆட்கொள்ள 'முயற்சிகள் தான் வெற்றிக்கான படிக்கற்கள்', என புலனாய்வுப் பொறுப்பாளர் கூறுவார் என்பதை அறியாத இவனை சிறு ஓடம் மீண்டும் வன்னிக்கரையில் சேர்ப்பித்தது. இவனது செயற்பாடுகள் பரிசீலிக்கப்பட்டன. கோவையாக்கப்பட்டன. நடவடிக்கைக்கு உட்படுத்தப்பட்டன. ஆத்ம பூர்வமாக நேசிக்கப்பட்ட தலைவரை சந்தித்தான். தலைவருடன் புகைப்படமும் எடுத்துக் கொண்டான். புதிய கட்டளைகள், புதிய செயற்பாடுகளுடன் இன்னும் அதிக துணிச்சலுடன், நம்பிக்-

கையுடன் யாழ் உள்ளக புலனாய்வுக் கட்டளைப் பொறுப்பாளராக மீண்டும் யாழ்மண் இவனை வரவேற்றது.

1999 முற்பகுதி 'சிங்களப் படைப்பிரிவின் புலனாய்வாளர்களையும் துணைபோகும் கைக்கூலிகளையும் அழித்தல், அவர்களது செயற்பாடுகளை நடமாட்டத்தை முடக்குதல் என்பன யாழ் மண்ணில் போராளிகளின் செயற்பாட்டை இலகுபடுத்த வழிசடைக்கும்'என்ற தலைமையின் முடிவு இவனை செயலில் இறக்கியது.

அது ஒரு ஞாயிற்றுக்கிழமை இரண்டு, 'சிங்களப்படை உளவாளிகள் யாழ்நகர் கடையொன்றில் கூடுவது வழமை' என்ற வேவுத் தகவலின் அடிப்படையில் அவர்களை அழிக்கும் நடவடிக்கையில் ஈருருளியை இவன் மிதிக்க முன்னிருக்கையில் கைத்துப்பாக்கியுடன் சகபோராளி. காலை பத்துமணி வரை இலக்கு கண்ணில் புலப்படவில்லை தொடர்ந்து அவ்வீதியில் நடமாடுவதன் ஆபத்தைக் கருத்திற் கொண்டு தங்குமிடம் சென்று, பின் மீண்டும் மாலை நான்கு மணிக்கு நடவடிக்கை தொடர்ந்தது. இரவு ஏழு மணியாகியும் இலக்குவர வேண்டிய இடத்துக்கு வரவில்லை ஈருருளியை யாழ்நகர கஸ்தூரியார் வீதியால் இலக்கைத் தேடி மிதிக்கையில் சற்று முன்னால் சென்ற ஈருருளியின் முன் இருக்கையில் இருந்து பயணிப்பவன் ஆக்கிரமிப்பாளனுடன் சேர்ந்து செயற்படும் கைக்கூலிக் குழு ஒன்றின் யாழ்மாவட்டப்பொறுப்பாளன் என்பதை கடைத்தெருவில் ஒளிர்ந்த மின்குமிழின் வெளிச்சம் காட்டியது. 'தேடி வந்த இலக்கைவிட தற்செயலாகக்கண்ட இலக்கு பெறுமதியானது அழிக்கப்பட வேண்டியது' சடுதியாக இவனது ஈருருளி வேகம் கொள்ள துப்பாக்கிக் குறியில் இலக்குத் தப்பவேயில்லை.

இன்னொருநாள், நல்லூர்ப்பிரதேசத்தில் படைப் புலனாய்வாளர்களுடன் இணைந்து போராளிகளைக் காட்டிக்கொடுப்பதிலும் படையினருடன் நெருங்கி ஒத்துழைத்து வந்ததுமான இலக்கு, அழிக்கப்பட வேண்டிய இலக்கு வேவுத் தகவல்கள் எல்லாவற்றையும் இவனே முடித்திருந்தான். இன்றும் முன்னிருக்கையில் சக போராளி கைத்துப்பாக்கியுடன் இருக்க ஈருருளியை இவனே இலக்கின் வாசல் வரை ஓட்டி வந்தான். இலக்கின் பெயர்கூறி இலக்கை அழைக்க, வெருட்சியுடன் 'இந்தப் பெயருக்குரியவன் நானில்லை' என குற்ற உணர்வுடன் இவர்களை நோக்கித் திரும்பியது இலக்கு. காட்டிக்கொடுப்புக்கு வழமை போலவே ஒறுப்பு அளிக்கப்பட்டது.

இன்னுமொருநாள், முக்கிய இலக்கு ஒன்றை அழிப்பதற்காய் பயிற்சி முடித்திருந்த தாக்குதலாளனை வன்னியிலிருந்து உப்புநீரேரி கடந்து யாழ்மண்ணுக்கு அழைத்து வருகையில்...

06.06.1999 நீரேரி 'கவாட்டியால்' பாதங்கள் கிழிக்கப்பட்ட நிலையில் இவனும் தோழர்களும் பாசையூர் கடற்கரையிலேறி பிரசவ விடுவியை அண்மிக்க சிங்களத்தில் 'யார்?;' என சிங்களச்சிப்பாய் வினாவ, துப்பாக்கிகள் சடசடக்கத் தொடங்கின. கப்டன் சித்தார்த்தன் வீரச்சாவைத் தழுவ தப்பி

ஓடியவன் ஏறிய ஒழுங்கைகள், சந்திகள் எல்லாமே படையினர். பிறகென்ன உயிர் பிழைப்பதற்கான இவனது கடைசி முயற்சி வெற்றியைக் கொடுத்திருந்தது. யாருக்கும் தெரிந்திடாத ஒரு மறைவிடத்தில் ஆயிரம் கைகள் உணவூட்ட காத்திருந்தும் அக்கைகளுக்குத் தெரியாமலேயே பதுங்கிக்கிடந்தான் நாளைய பாய்ச்சலுக்காய்.

மறுநாள் அவனை அரவணைத்து தன் வீட்டின் பிள்ளையாக வைத்திருந்த தேசத்தின் அன்னை கூறினார் 'என்ர பிள்ளையின்ர கால்களிலெல்லாம் காயங்கள், முள்ளுக் கீறல்கள். நான்கைந்து நாட்களாக ஒரேநாரி நோவு. பிள்ளை சோர்ந்தே போனான். இரவிரவாக நானும், அப்பாவும் காலுக்கு மருந்து போட்டு நாரிக்கு எண்ணெய் தடவி அவனை பிள்ளை ஆக்கினம்'.

'அம்மாவோட தான் அவன் நல்ல வாரப்பாடு 18.06.99 அன்று அதிகாலை எழும்பியவன் என்னிடமிருந்த பயபக்தியையும் மீறி வழக்கத்துக்கு மாறாய் ஒருநாளும் இல்லாத செல்லம் கொஞ்சினான். என் கைகளைப்பிடித்து 'அப்பா, இந்த ஆயிரம் ரூபாவை ஏதாவது அநாதை இல்லத்துக்கு கொடுங்கோ எனக்கு இன்று பிறந்தநாள்' என்றான். நான் பணத்தைக் கொடுத்து பற்றுச்சீட்டை கொடுக்கலாம் என்றால் 'உங்களில் என்ன நம்பிக்கை இல்லை என்றா தாறியள்?' எனக் கேட்டான். கொடுக்காட்டில் எனது மனட்சாட்சிக்குப் பிழை. நான் அதைக் கொடுக்கவே இல்லை. 29 வயதில் அவனது பக்குவத்தை எண்ணி வியந்தே போனேன்.' கலங்கும் அம்மாவின் கண்களைப் பார்த்து கலங்கியபடியே இப்படித்தான் அப்பா கூறினார்.

சக நண்பனைப் பாதிவழியில் இழந்த துயர் இவன் இதயத்தை அம்பாகத் துளைத்தாலும், தன் பாதையில், இலக்கில் அம்பு போல் செயல்படலானான்

'யாழ் கொட்டடியில் சீனிவாசன் வீதியில் இரண்டு சிங்களப்படைப் புலனாய்வாளர்கள் மாஸ்ரர் ஒருவரின் வீட்டுக்கு வந்து போகின்றனர்' பூட்டு எனப்படும் விடுதலைப் பற்றாளனின் வேவுத் தகவல் அது. ஒரு இரவுப் பொழுது மாலை ஏழு மணி, சக போராளியுடன் இலக்கத்தைத் தேடிச் சென்றான். துப்புத் துலக்கி தேடப்படுவோர் தம்மைத் தேடி வருவதை அறியாத இலக்கு நகையாடிக் கொண்டிருந்தது. சக போராளியின் குறியில் ஒருவன் சரிய மற்றையவன் ஓட எத்தனித்தான். ஓடுபவனைக் குறி வைத்து தன்னிடம் இருந்த கைக்குண்டை எறிந்தவன் கூப்பிடு தூரத்தில் உள்ள சக படைவீரர்கள் ஓடிவரும் முன் சடுதியாய்த் தாக்குதலை முடித்துத் திரும்பினான்.

'அம்மா இன்றைக்கு உங்கட புட்டை விட்டுட்டு நல்லதாய் ஏதாவது செய்து தாங்கோ சரியா பசி எடுக்குது' புழுக்கிண்டுவது போல் புளுகம் கிண்ட, தாக்குதல் வெற்றியில் திளைத்தவனை அப்பாவும் அம்மாவும் புரிந்து கொண்டனர்.

'அம்மா, நான் அவசரமாக வெளியில போறன் ரேடியோவில ஏதாவது தகவல் வந்தால் பதிவு செய்து வையுங்கோ' 'டேய் ஒருக்காத்தான் பழக்கித் தந்திட்டு பதிவு செய் என்டால் முடியுமே? இன்னும் ஒருக்கா பழக்கித் தந்-

துட்டு போடா' வாசல் வரை வந்தவனை மறித்து அம்மா கேட்க, 'குறித்த நேரத்திற்கு அங்க நிக்கோணும் எதற்கும் விரைவாய் வரப்பார்கிறேன்'

அவசரமாய் இவன் போய்விட இவன் திரும்பும் முன்னமே தகவல்வரும் நேரத்தை மணிக்கூடு காட்டியது. அம்மாவிடம் மேலோங்கியிருந்த அறிவுப் புலமை ஒருவாறாய் அலைவரிசையைப் புடித்து தகவலைப் பதிவு செய்து விட்டது.

என்ன தகவல்? 'நீங்கள் செயற்பட்டுக்கொண்டிருந்தால் மட்டும் போதாது. என்ன செய்துகொண்டிருக்கிறீர்கள்? என்ற தகவலை எங்களுக்கு அனுப்பி வைக்க, தொடர்பு முறையொன்றை நீதான் தேட வேண்டும். சீரான தொடர்புகள் இன்றி செயற்படுவதிர் அர்த்தமில்லை. என்ற தொனிப்பட நல்ல ஏச்சுடன் வந்திருந்தது. 'தகவலைக் கொடுத்தால் பிள்ளை நொந்து போவான், வெந்துபோவான்' தகவலைக் கொடுக்க அம்மாவின் தாய்டை உணர்வு தடுத்தது. இயக்கத் தகவலை, அம்மா கொடுக்காமலும் இரா. தயங்கித் தயங்கிக் கொடுத்தார். அவை பற்றி அம்மா கூறுகையில், தகவலைக் காட்டியதும் நினைத்தது போலவே உடைந்தே போனான். அன்றிரவு சாப்பாடும் நித்திரையும் இன்றி கட்டிலில் உருண்டு உருண்டு புரண்டான். நான்தான் அருகிலிருந்து தேற்றினான்' பின்னொரு நாளில் அவன் இங்கே ஒரு நிமிசம் கூட சும்மா இருக்கிறது இல்லை காலையில் எழும்பினால் இரவு வரைக்கும் நாட்டுக்காகத்தான் உழைக்கிறான். இனிமேல் ஏசித் தகவல் வரக்கூடாது' என அம்மா இவன் பொறுப்பாளருக்கு கடிதம் அனுப்பியிருந்தா.

அம்மா வீட்டுடன், தேவையற்று ஆதரவாளர்களையோ, தொடர்பாளர்களையோ, சக போராளிகளையோ தொடர்பு படுத்தாத தன்மை மற்றும் செயற்பாட்டின் போது பயன்படுத்தும் போலி ஆவணங்கள், வேறு பெயரில் பெறப்பட்ட அவனது ஈருருளி.... அம்மா புட்டவிக்கும்போது தடயங்களை நெருப்பில் போட்டு அவை எரிந்து முடியும் மட்டும் கண்வெட்டாது பார்க்கும் பொறுப்புணர்வு, எப்பொழுதுமே அவனிடமிருக்கும் சைனற்குப்பி என இரகசியம் பேணுவதில், தான் சார்ந்தவர்களைப் பாதுகாப்பதில் இவனது அதீத பாதுகாப்பு உணர்வு அம்மாவுக்கு இவனைப் பிடித்துப் போனதில் வியப்பில்லைதான்.

04.09.1999 அம்மாவின் இடக்கை சுழுக்கெடுத்து நோவு எடுத்திருந்ததை அறிந்தவன் அதிகாலையில் எழுந்து அம்மாவுக்கு மலசலகூடத்துக்கு தண்ணீர் எடுத்து வைத்து, பாத்திரங்களில் எல்லாம் தண்ணீர் நிரப்பி, வீடு கூட்டி... வீட்டுப் பணியெல்லாம் முடித்து தன் பணிக்காகப் பயணப்பட்டவன், வாசலில் நின்று கொண்டு, 'அம்மா இன்றைக்கு சில நேரம் வரமாட்டன். அன்ரி வீட்டிலை தங்கினாலும் தங்குவன்...' சொல்லித்தான் வெளிக்கிட்டான். எங்க அன்ரி வீடு இருக்குது? கண்டிப்பாக நீ வீடு வரவேணும் என அம்மா கேட்கவும் மாட்டார். கட்டளையிடவும் மாட்டார். இரகசியம் பேணுவதில் அம்மாவும் கண்டிப்பானவர். வழமை போலவே வாசலில் நின்று

அம்மா வழியனுப்பி வைக்க அம்மா புள்ளியாய்த் தெரியும் மட்டும் அவன் கையசைத்துச் சென்றான். 'என் மகன் தன்னைப் போராளியாக இணைக்கும் போதும் இப்படித்தான் கையசைத்துச் சென்றவன்' அம்மாவின் இதய அறைகளில் ஒன்றுக்குள் மகனும் மற்றையதில் இவனுமாக அம்மா கனதியானார்.

05.09.1999 நல்லூர் முருகன் கோயில் வீதி மக்கள் கூட்டம் நிரம்பியிருந்த, பகல் பதினொரு மணிப்பொழுது, காதலியை ஏற்றிய ஈருருளிகள், மனைவியை ஏற்றிய உந்துருளிகள், குடும்பத்தையே சுமக்கும் கார்கள், பட்டப்படிப்பு முடித்து வேலை வாய்ப்புக்காக முருகனிடம் வந்த பள்ளிக்கூட நண்பர்கள்...என எல்லோரையும் கடந்து இவனது ஈருருளியும் சக போராளிகளினது ஈருருளிகளும் புலனாய்வுக் கண்களுடன் வெளிவேறு திசைகளில் பயணித்துக்கொண்டிருந்தன.

நல்லூர் அரசடி வீதியை (பாரதி சிலையடி) இவனது சைக்கிள் கடக்க முற்பட, காவலரணுக்கு அருகில் நின்ற சிங்களப்படைவீரன் வழிமறித்து இவன் கைகளைப் பிடிக்க, அவனை உதறிவிட்டுத் துப்பாக்கியைப் பறித்தெடுக்கும் நோக்குடன் காவலரணுக்குள் பாய்ந்தோட.. முடியாமல் போக, சைனைற் குப்பியை அவன் பற்கள் நன்றாக அரைக்க, அது அவன் உயிரை பிரித்துத்தான் விட்டதா?

கறுப்பு ஜீன்ஸ், சாம்பல் நிற சேட், பச்சை உள்ளாடையுடன் இளைஞனின் சடலம் செய்தித்தாளில் வந்த செய்தி அம்மாவை இடியாய் இடித்தது. உடைகள் அவனுடையது தான். அப்பாவும் அம்மாவும் குசுகுசுத்துக்கொண்டனர். வைத்தியசாலையில் இவன் உடலைப்பார்க்க அம்மாவால் முடியவில்லை. உடலைப் பார்த்து ஓவென அழாமல் அம்மாவால் இருக்க முடியாது. அப்படி அழுதால் சிங்களப் புலனாய்வாளர்களின் கண்களில் எத்துப்படலாம். இன்னுமொரு போராளியைத் தன் சிறகினுள் வைத்திருக்க வேண்டும் என்பதற்காக அம்மா வைத்தியசாலைக்குச் செல்லவே இல்லை.

அம்மா நினைத்தது போலவே அவனது சைக்கிள், அடையாள அட்டைகள் என்பனவற்றைப் படையினர் கைப்பற்றியிருந்த போதிலும் அம்மாவின் வீட்டை இனங்காண முடியவில்லை.

'அவன் நிறைய சாதிக்க வேண்டியவன் வன்னிக்கு எடுத்து கதைப்பம் என்றிருக்க இப்படி நடந்து போய்ச்சு.. அவனுக்குத் தெரிந்த நிறையச் சனம் வருமென்று தெரிந்தும் அதற்குள்ள போயிருக்கிறான்..' என்ற புலனாய்வுப் பொறுப்பாளரின் பார்வையிலும்,

'விடுதலை வீரனின் சுயநலமற்ற பற்றற்ற வாழ்க்கை உன்னதமானது, அர்த்தமுடையது. விடுதலை என்ற உன்னத இலட்சியத்துக்காக அவன் தனது உயிரையும் அர்ப்பணிக்கத் துணிகிறான்' என்ற தலைவரின் பார்வையிலும் இவனது வாழ்வு உன்னதமானது.

மேல்நிலைப் புலனாய்வுப் பொறுப்பாளர்
— லெப்.கேணல் செந்தமிழ்ச்செல்வன் —

சிவபாக்கியநாதன் — பிரபாகரன் ~ யாழ்ப்பாணம்

நினைவுப்பகிர்வு — சி.மாது விடுதலைப்புலிகள் இதழ் கார்த்திகை, 2003

15. போரை நிறுத்திய புலவர்கள்!

போர்க்குணம் என்பது தமிழர்தம் பண்பாட்டில் ஒரு பெரும் சிறப்பாகப் போற்றப்பட்டுள்ளது என்பதனை நம் பழந்தமிழ் இலக்கியங்கள் எடுத்துக்காட்டுகின்றன.

போர்க்குணம் என்பது தமிழர்தம் பண்பாட்டில் ஒரு பெரும் சிறப்பாகப் போற்றப்பட்டுள்ளது என்பதனை நம் பழந்தமிழ் இலக்கியங்கள் எடுத்துக்காட்டுகின்றன.

'ஒருவனை ஒருவன் அடுதலும் தொலைதலும்
புதுவது அன்று; இவ்வுலகத்து இயற்கை'

என்னும் இடைக்குன்றூர்கிழாரின் புறப்பாடல் தமிழர் வாழ்வில் போர் இயல்பானது, இயற்கையானது என்பதை உணர்த்துகிறது. முதல் நாள் போரில் தன் தந்தையை இழந்த பெண் ஒருத்தி அடுத்த நாள் போரில் தன் கணவனை இழக்கிறாள்.

இன்றும் போர்ப்பறை கேட்டு விருப்புற்று மயங்கி ஒரு மகன் அன்றி வேறு உறவு இல்லை என்ற நிலையிலும், தன் ஒரே மகனைப் போருக்கு அனுப்பும் வீரத்தாயின் 'செயலும் சிந்தையும் கெடுவதாக' ஒக்கூர் மாசாத்தியார் பாடலும், உன் மகன் எங்கே என்று கேட்ட தோழிக்கு

'புலிசேர்ந்து போகிய
கல்அளை போல
ஈன்ற வயிறு இதுவே
தோன்றுவன் மாதோ
போர்க் களத்தானே'

என்ற காவற் பெண்டு எனும் புலவரின் பாடலும் அக்காலப் பெண்டீரின் மனமும் குணமும் போர்த் தொழிலை சிறப்பாகக் கருதியுள்ளமையைக் காட்டுகிறது. மகளிரின் தியாகமும், தனிமனித வீரமும் போற்றப்படும் இதுபோன்ற பாடல்கள் புறநானூற்றில் பல உள்ளன.

புறநானூற்றில் அமைந்துள்ள பாடாண் திணைப்பாடல்கள் பல மன்னர்களின் வீரத்தைப் பெரிதும் போற்றுகின்றன. 'துஞ்சுபுலி இடறிய சிதடன்போல' பகைவர் அழிவர் எனும் நலங்கிள்ளியின் சூளுரை.

'காலனும் காலம் பார்க்கும்; பாராது
வேல் ஈண்டு தானை விழுமியோர் தொலைய
வேண்டித்து அடூஉம் வெல்போர் வேந்தே'

எனும் கோவூர் கிழாரின் புகழுரை, உடல் எல்லாம் விழுப்புண்பட்டு பார்ப்பதற்கு அழகு இன்றி இருக்கும் ஏனாதி திருக்கிள்ளி என்ற அரசனை,

'வாஅள் வாய்த்த வடுவாழ் யாக்கையொடு
கேள்விக்கு இனியை கட்கு இன்னாயே'

என்று மாடலன் மதுரைக் குமரனாரின் பாடல் வரிகள் மன்னர்களின் வீரமும், வெற்றியும் போர்த்திறனும் போற்றப்பட்டமையை நமக்கு எடுத்துக்காட்டுகிறது.

இப்படிப் போரையும் வீரத்தையும் புகழ்ந்து பாடிய நம் பழந்தமிழ்ப் புலவர் பெருமக்கள் போருக்கு எதிரான நிலைப்பாட்டை தம் ஆழ்ந்த புலமையால், பதிவு செய்து இருப்பதையும் நாம் பல இடங்களில் காண முடிகிறது.

ஒரு மன்னரின் சிறப்பு என்பது பல நாடுகளை வென்று அழித்து வீரம் மிக்கவனாகத் திகழ்வது அல்ல; தன் நாட்டு மக்களைக் காத்து பசி, பிணி, பகையற்ற தன்மையை உறுதி செய்து தன் நாட்டை வளப்படுத்துவது ஆகும். உலக மக்களுக்கு அடிப்படைத் தேவை உணவு; அந்த உணவை உற்பத்தி செய்வதும், உணவுக்கு ஆதாரமான நீர்வளத்தைப் பெருக்குவதுமே ஒரு வேந்தனின் கடமை என்பதை குடபுலவியனார் என்னும் புலவர் பாண்டியன் நெடுஞ்செழியனைப் புகழும் பாடலில் அழகாக விளக்குகிறார்.

'உணவெனப்படுவது நிலத்தொடு நீரே
நீரும் நிலனும் புணரியோர் ஈண்டு
உடம்பும் உயிரும் படைத்தினோரே
நிலன் நெளி மருங்கின் நீர் நிலைப்பெருகு'

என்று நிலவளமும் நீர் வளமும் காக்க என்று அறிவுறுத்துகிறார்.

சேரமான் மாந்தரஞ்சேரல் இரும்பொறையை குறுங்கோரியூர் கிழார் எனும் புலவர் பாடும் போது, உன் நாட்டில் வாழும் மக்கள் சோறு சமைக்கும் தீயும், சூரியனின் வெப்பமும் தவிர பகைத் தீயை அறியமாட்டீர்கள். கருவுற்ற பெண்கள் உன் நாட்டு மண்ணை விரும்புவார்களேயின் பகைவர் உன் மண்மை உண்ணார் என்று கூறுகிறார்.

'சோறு படுக்கும் தீயொடு
செஞ் ஞாயிற்றுத் தெறல் அல்லது
பிற தெறல் அறியார்
நின் நிழல் வாழ்வாரே'

என்று பகைத் தீ இல்லாத நாடே நன்நாடு என்பதை அக்கால சான்றோர் பெருமக்கள் வலியுறுத்தியுள்ளனர்.

இவ்வாறு போருக்கு எதிரான நிலைப்பாட்டை கொண்ட நம் தமிழ்ச் சான்றோர்கள் பல போர்களைத் தடுத்து நிறுத்தி இருப்பதையும் நம் சங்க நூல்களில் காணலாம்.

சோழன் நலங்கிள்ளிக்கும் சோழன் நெடுங்கிள்ளிக்கும் இடையே போர். இதனை நிறுத்துவதற்கு, புலவர் கோவூர்கிழார் இருவரிடமும் தனித்தனியே

சென்று சமாதான முயற்சியை மேற்கொள்கிறார்.

'சோழ மன்னனே, உன்னை எதிர்த்து போர் செய்பவன் பனம்பூமாலை சூடிய சேரன் அல்லன்; வேப்பம்பூமாலை சூடிய பாண்டியனும் அல்லன்; இருவரும் ஆத்திப்பூ சூடிய சோழ குல இளவல்கள். உங்களில் யார் தோற்றாலும் அழியப்போவது உங்கள் சோழர் குலமே. இது உம்பிற இன பகைவர்க்கு பெரிதும் மகிழ்வும்,

உங்குல மக்களுக்கு துன்பமும் தரும் செயல்.

'ஒருவீர் தோற்பினும் தோற்பது உம்குடியே
இருவீர் வேறல் இயற்கையும் அன்ற அதனால்
குடிப்பொருள் அன்று நும் செய்தி'

என எடுத்துரைத்துப் போரை நிறுத்துகிறார்.

அதியமான், தொண்டைமான் இருவரிடையே பகைமை ஏற்பட்டது. இரு நாட்டுக்கும் இடையே போர் மேகம் சூழ்ந்தது. ஒரே இனத்தைச் சேர்ந்த இருவரும் போர் புரிவதை மக்கள் விரும்பவில்லை.

தொண்டைமான் படைபலம் மிக்கவன். போர் பயிற்சி இல்லாதவன். அதியமான் மாவீரன். களம்பல கண்டவன். தொண்டைமான் தோற்பது உறுதி. இருமன்னர்களும் போற்றத்தக்க புலவர் ஔவையார் தொண்டைமான் அரண்மனைக்குச் செல்கிறார்.

தொண்டைமான் ஔவையை தன் படைப்பெருக்கையெல்லாம் காட்டிப் பெருமிதம் கொள்கிறான்.

அப்போது, 'அரசே நீ படை வலிமை மிக்கவன். உன் நாட்டில் வாள், வில், வேல் போன்ற படைக்கலங்கள் எல்லாம் இங்கே மாலை சூடி, நெய் தடவி பளபளத்துக் கொண்டிருக்கின்றன.

அங்கே அதியமான் படைக்கலங்கள் எல்லாம் பகைவரைக் குத்திக் கொன்றதனால் அதன் கூர்மை சிதைந்து செப்பனிட கொல்லன் உலைக்களத்தில் உள்ளன' என்ற அதியமானின் வெற்றி சிறப்பையும் கொடைத் திறத்தையும் எடுத்துக்கூறி போரை நிறுத்துகிறார்.

இதுபோன்று போரை நிறுத்தி அரசர்களை அறவழி செலுத்திய அறிவுசால் சான்றோர் பலரை தமிழ்நாடு உலகுக்கு ஈந்து வான்புகழ் கொண்டு விளங்குகிறது. இன்று இத்தகு பெருமக்களை உலக நாடுகள் அவாவி நிற்கின்றன.

6

போரியல் வாழ்வு

1. காணாமல் ஆக்கப்பட்டவர்களை மறக்க முயற்சிக்கும் ஒருதீவு?

- நிலாந்தன்

காணாமல் ஆக்கப்பட்டவர்களை நிலத்தில் தோண்டித்தான் எடுக்கவேண்டும் என்று விமல் வீரவன்ச கூறியிருக்கிறார். இதை அவர் மட்டும்தான் கூறுகிறார் என்று இல்லை. ஏற்கனவே ஜனாதிபதி கோட்டாபய அதை கூறிவிட்டார். அவருக்கு முன் ரணில் விக்கிரமசிங்க அதைக் கூறிவிட்டார். சிங்களத் தலைவர்கள் மட்டுமல்ல சம்பந்தரும் அப்படித்தான் கூறுகிறார்.

ஆனால் அந்த உண்மையை கூறுவதற்கு அவர்கள் பயன்படுத்தும் வார்த்தைகளில் தான் வேறுபாடு உண்டு. 2016ஆம் ஆண்டு தைப்பொங்கல் தினத்தன்று அதை ரணில் விக்ரமசிங்க கூறினார். ஆனால் காணாமல் போனவர்களில் பலர் வெளிநாடு சென்று இருக்கலாம் என்று அவர் சொன்னார். அதைத்தான் புதிய ஜனாதிபதியும் சொன்னார். இலங்கைக்கான ஐநாவின் வதிவிடப் பிரதிநிதியிடம் அவர் சொன்னார். ஆனால் காணாமல் ஆக்கப்பட்டவர்களை புலிகள் இயக்கம் பிடித்துச் சென்றிருக்கலாம் என்று அவர் சொன்னார். அதைத்தான் இப்பொழுது விமல் வீரவன்சவும் கூறியிருக்கிறார். அவர்கள் அனைவரும் புதைக்கப்பட்டு விட்டார்கள் என்று அவர் கூறுகிறார்.

சம்பந்தரும் காணாமல் ஆக்கப்பட்டவர்கள் உயிருடன் இல்லை என்பதே உண்மை என்று கூறுகிறார். கடந்தடிசம்பர் மாதம் ஜனாதிபதி தேர்தலுக்கான தமிழ் சுயாதீன குழுவிடம் அவர் அவ்வாறு கூறினார். மேற்படி குழு கொழும்பில் சம்பந்தரை அவருடைய இல்லத்தில் சந்தித்து. அப்பொழுது அக்குழுவில் அங்கம் வகித்த ஓர் அங்கிலிக்கன் மதகுருகாணாமல் ஆக்கப்பட்டவர்கள் தொடர்பில் சம்பந்தரிடம் கேள்விகேட்டார். அப்போது சம்பந்தர் மேற்கண்டவாறு பதில் சொன்னார். அவர் அப்படிசொன்னதும் அந்தமதகுருவின்

கண்கள் கலங்கிவிட்டன. அதற்குப்பின் அவர் எதுவுமே பேசவில்லை.

இவர்கள் எல்லாரோடும் ஒப்பிடுகையில் விமல் வீரவன்ச வெளிப்படையாக கதைக்கிறார். காணாமல் ஆக்கப்பட்ட ஆக்கப்பட்டவர்கள் புதைக்கப்பட்டு விட்டார்கள் என்று அவர் கூறுகிறார். விமல் வீரவன்ச ஒரு முன்னாள் ஜேவிபி உறுப்பினர். JVP இயக்கத்தின் இனவாத முகங்களில் அவர் மிகத் தீவிரமானவர்.. யுத்த வெற்றிவாதத்தின் பங்காளிகளில் ஒருவர். எனவே அவர் அப்படி கூறுகிறார். ஆனால் அவர் ஒருகாலத்தில் அவரோடு ஒன்றாகச் சாப்பிட்டு ஒன்றாக உறங்கிய JVP தோழர்கள் பலர் கடந்த தசாப்தங்களில் கொன்று புதைத்க்கப்பட்டுவிட்டார்கள். அல்லது குற்றுயிராக ரயர் போட்டு கொளுத்தப்பட்டுவிட்டார்கள். அவர்களுக்கு என்னநடந்தது? யார் கொன்றது? என்பது குறித்து யாருமே கிடைக்கவில்லை. அமரர் சுனிலா அபேசேகர போன்ற மனித உரிமைவாதிகள் சிலர் அதைப் பற்றிபேசினார்கள். ஆனால் எந்த இயக்கத்தில் இருந்ததற்காக அவர்கள் கொல்லப்பட்டார்களோ அல்லது காணாமல் ஆக்கப்பட்டார்களோ அந்த இயக்கம் அவர்கள் அவர்களைப்பற்றி கேட்பதை நிறுத்திவிட்டது.

தென்னிலங்கையில் காணாமல் ஆக்கப்பட்டவர்களின் கதை மறக்கப்பட்டுவிட்டது என்று இளைப்பாறிய பேராசிரியர் கலாநிதி ஜெயதிலக்க கூறினார். சிலஆண்டுகளுக்கு முன் வவுனியாவில் நடந்த ஒருகருத்தரங்கில் அவர் அவ்வாறு கூறினார். தமிழ் சிவில் சமூக அமையம் ஒழுங்குசெய்த அக் கருத்தரங்கு வவுனியாவில் நடந்தது. அதில் ஜெயதிலக்க மேற்கண்டவாறு கூறினார்.

காணாமல் ஆக்கப்பட்டவர்கள் எப்படி மறக்கபட்டார்கள்? அவர்களைக் குறித்து குரல் எழுப்பவேண்டிய ஜேவிபி ஏன் அதைச் செய்யவில்லை? என்று ஒரு சிங்கள செயற்பாட்டாளரிடம் கேட்டேன். அவர் சொன்னார் ‘அவர்களைக் காணாமல் ஆக்கியவர்கள் தான் உங்களுடைய ஆட்களையும் காணாமல் ஆக்கினார்கள். எனவே காணாமல் ஆகியவர்களை விசாரிக்க வேண்டும் நீதியின் முன் நிறுத்த வேண்டும் தண்டிக்க வேண்டும் என்று கேட்டால் இலங்கைத் தீவின் படைத்தர்ப்பைத்தான் விசாரிக்க வேண்டியிருக்கும். ஆனால் JVP யுத்த வெற்றியைக் கொண்டாடுகிறது. அது யுத்த வெற்றியின் பங்காளியாக காணப்படுகிறது. யுத்தவெற்றியைக் கொண்டாடும் ஒருகட்சி அந்த வெற்றிநாயகர்களை விசாரிக்க கேட்குமா? கேட்காது. இது விடயத்தில் தமிழ் மக்களுக்கு மட்டுமல்ல தனக்கும் நீதி தேவையில்லை என இன்று JVP நம்புகிறது. அதனால்தான் காணாமல் ஆக்கப்பட்டவர்களின் விவகாரத்தை அது கைவிட்டது. அதைகடந்து வந்துவிட்டது’ என்று அவர் சொன்னார்.

JVP மட்டுமல்ல ஒட்டுமொத்த தென்னிலங்கை அரசியலே அங்கு காணாமல் ஆக்கப்பட்டவர்களின் விவகாரத்தை கடந்து வந்துவிட்டது. ஒப்பீட்டளவில் தமிழ் மக்கள் மத்தியில் காணாமல் ஆக்கப்பட்டவர்களை விடவும்

அதிகதொகையினர் அங்குகாணாமல் ஆக்கப்பட்டார்கள். உத்தியோகபூர்வ தரவுகளின்படி கிட்டத்தட்ட 12000 பேர் காணாமல் ஆக்கப்பட்டதாக கூறப்படுகிறது. ஆனால் உத்தியோகப்பற்றற்ற தகவல்களின்படி கிட்டத்தட்ட ஒருலட்சத்துக்கும் அதிகமானவர்கள் தென்னிலங்கையில் காணாமல் ஆக்கப்பட்டதாக கூறப்படுகிறது.

இது விடயத்தில் சில மனித உரிமைவாதிகளைத் தவிர பெரும்பாலான சிங்கள தலைவர்கள் அந்த விவகாரத்தை அப்படியே கைவிட்டுவிட்டார்கள். அதைமறந்து விட்டார்கள். ஆதைக் கடந்து வந்துவிட்டார்கள். பலஆண்டுகளுக்கு முன்பு அமரர் சுனிலா அபேசேகர அதாவது அவர் இறப்பதற்கு முன்பு சண்டே டைம்ஸ் பத்திரிகைக்கு ஒரு நேர்காணலை வழங்கியிருந்தார். அதுவழங்கப்பட்ட காலம் மலையகத்தில் ஓரிடத்தில் ஒருமனிதப் புதைகுழி கண்டுபிடிக்கப்பட்டிருந்தது. அதைப்பற்றி தனது நேர்காணலில் குறிப்பிட்டார். இதுவே லத்தீன் அமெரிக்கா என்றால் அங்கே அப் புதைகுழியை நோக்கி பாதிக்கப்பட்டமக்கள் படையெடுத்துவருவார்கள். தங்களுடைய உறவினர்களின் எச்சங்கள் உண்டா என்று தேடுவார்கள். ஆனால் இலங்கைத் தீவில் அப்படி எதுவும் நடக்கவில்லை. புதைகுழியை நோக்கி பாதிக்கப்பட்ட மக்கள் யாருமே பெருமளவில் வரவில்லை என்று சுனிலா கவலைப்பட்டு இருந்தார்.

இது ஒருகொடுமையான உண்மை இலங்கைத் தீவு மனிதப் புதைகுழிகளுடன் சகஜமாக வாழப் பழகிவிட்டது. ஒரு மேற்கத்திய ஊடகம் ஜேவிபியின் இரண்டாவது கிளர்ச்சிக்குப் பின் பின்வருமாறு எழுதியது 'காணாமல்போனவர்களை அதிகம் உடைய ஒரு தீவு'என்று

இவ்வாறு தமது சொந்த இனத்துக்குள்ளேயே எரிக்கப்பட்டும் புதைக்கப்பட்டும் ஆறுகளில் வீசப்பட்டும் காணாமல் ஆக்கப்பட்ட ஆயிரக்கணக்கானவர்களை கடந்துவருகிற ஓர் அரசியல் பாரம்பரியமானது தன்னுடைய இனமல்லாத வேறு ஒரு இனத்தின் விவகாரத்தில் எப்படிநடந்து கொள்ளும்?

இக்கேள்வியை உலக சமூகத்தை நோக்கியம் ஐநா வை நோக்கியம் மனித உரிமை நிறுவனங்களை நோக்கியும் தமிழ் மக்களை நோக்கியும் கட்டுரை கேட்கிறது. இவ்வாறு காணாமல் ஆக்கப்பட்டவர்கள் மறக்கும் ஒருதீவில் காணாமல் ஆக்கப்பட்டவர்களுக்கு எப்படி நீதி கிடைக்கும்?

இது விடயத்தில் ஆகப் பிந்திய கூற்று விமல் வீரவன்ச உடையது. அவர் ஒப்பீட்டளவில் வெளிப்படையாக ஒரு உண்மையை போட்டு உடைக்கிறார். மண்ணில் தோண்டி எடுங்கள் என்று கூறுவதன் மூலம் அவர்கள் புதைக்கப்பட்டு விட்டார்கள் என்று கூறுகிறார். அப்படிஎன்றால் அவர்களைப் புதைத்தது யார்? எங்கே? புதைத்தது? ஏன் புதைத்தது? எந்த நீதிகட்டமைப்பின் கீழ் அவர்கள் விசாரிக்கப்பட்டார்கள்? எந்த நீதிமன்றம் அவர்களுக்கு மரணத் தீர்ப்பு வழங்கியது? அதுவும் காணாமல் ஆக்குமாறு எந்தநீதிமன்றம் தீர்ப்புவழங்கியது? அந்ததண்டனையை நிறைவேற்றிய சட்டத்தின் காவல் அமைப்பு இது எது?

இக்கேள்விகளுக்கு வீரவன்சவும் உட்பட அனைத்துசிங்களத் தலைவர்களும் பதில் கூறவேண்டும். ஆனால் அவர்கள் அதற்கு ஒருடெம்ப்ளேட் பதில் வைத்திருக்கிறார்கள். அது என்னவெனில் புலிகள் இயக்கமே அதற்கு பொறுப்பு என்பதுதான். அப்படிஎன்றால் இறுதிக்கட்டப் போரில் அரசபடைகளிடம் ஒப்படைக்கப்பட்ட அல்லது சரணடைந்த புலிகள் இயக்கத்தவர்களை யார் காணாமல் ஆக்கியது?

எனினும் இது விடயத்தில் காணாமல் ஆக்கப்பட்டவர்கள் உயிரோடு இல்லை என்று கூறுவதே அரசாங்கத்தைப் பொறுத்தவரை பாதுகாப்பானது. ஏனெனில் அவர்கள் உயிரோடு இருக்கிறார்கள் என்றால் எங்கே? யாரால்? தடுத்து வைக்கப்பட்டிருக்கிறார்கள்? ஏன் தடுத்து வைக்கப்பட்டிருக்கிறார்கள்? எந்த நீதிபரிபாலன கட்டமைப்பின் கீழ் அவர்கள் தடுத்து வைக்கப்பட்டிருக்கிறார்கள்? போன்ற கேள்விகளுக்குப தில் கூற வேண்டும். ஒரு பொறுப்புமிக்க அரசாங்கம் இவ்வாறு ஒரு தொகுதிகைதிகளை ரகசியமாக தடுத்துவைத்து இருக்கிறதா? என்ற கேள்விகளுக்கு பதில் சொல்ல வேண்டியிருக்கும். அவ்வாறுபதில் கூறப் புறப்பட்டாள் இலங்கை அரசாங்கம் ஒரு தோல்வியுற்ற அரசாங்கமாக வெளிஅரங்கில் பார்க்கப்படும். எனவே காணாமல் ஆக்கப்பட்டவர்கள் இல்லை என்று கூறுவதே ஒப்பீட்டளவில் அவர்களுக்கு பாதுகாப்பானது. ஏற்கனவே காணாமல் ஆக்கப்பட்ட சிங்களமக்களை எப்படிமறந்துவிட முடிந்ததோ அப்படியே வரும் காலங்களில் தமிழ் மக்களின் விடயத்திலும் மறதிதான் அதற்கு சரியான தீர்வு என்று சிங்கள அரசியல்வாதிகள் நம்புகிறார்களா?

அவர்கள் நம்புகிறார்களோ இல்லையோ அவர்களின் நம்பிக்கைகளை மெய்ப்பிக்கும் விதத்தில் தான் தமிழ் பகுதிகளில் நிலைமைகாணப்படுகிறதா? குறிப்பாக கடந்த செவ்வாய்க்கிழமை சுதந்திரதினம் என்றழைக்கப்பட்டநாளில் கிளிநொச்சியில் நடந்தசம்பவங்கள் அதைத்தான் மெய்ப்பிக்கின்றனவா?

கடந்த செவ்வாய்க்கிழமை சுதந்திரதினம் அன்றுகாணாமல் ஆக்கப்பட்டவர்களின் உறவினர்கள் ஒழுங்குபடுத்திய இரண்டு எதிர்ப்பு நடவடிக்கைகளும் தமிழ் மக்கள் ஒருதிரளாக இல்லை என்பதைத்தான் காட்டுகின்றன. காணாமல் ஆக்கப்பட்டவர்களின் விவகாரத்தில். கூட தமிழ் தரப்பு ஒற்றுமைப்பட முடியவில்லை. அன்றைக்கு கிளிநொச்சியில் கூட்டமைப்பினரின் தலைமையில் நடந்த எதிர்ப்பு நடவடிக்கையில் காணாமல் ஆக்கப்பட்டவர்களின் சங்கத்தைச் சேர்ந்த முக்கியஸ்தர்கள் பங்குபற்றியிருக்கிறார்கள். ஆனால் அந்த எதிர்ப்பு நடவடிக்கையில் பங்குபற்றிய மக்களின் மொத்த தொகையைவிட அதிகரித்ததொகையினர் மற்றொரு எதிர்ப்பு நடவடிக்கையில் ஈடுபட்டிருக்கிறார்கள். அந்த எதிர்ப்பு நடவடிக்கைக்கு தமிழ் தேசியமக்கள் முன்னணி தலைமைதாங்கி இருக்கிறது. அதில் ஓர் ஆர்ப்பாடத்தில் ஈடுபட்டவர்கள் 'காசுக்காக போராடமாட்டோம் என்றுகுரல் எழுப்பினார்கள்' அப்படியென்றால் யார் காசுகொடுப்பது? யார் காசு வாங்குவது? யாரை யார் இயக்குவது?

இறுதிக் கட்டபோரில் அதிகம் பாதிக்கப்பட்ட ஒரு சிறிய தமிழ் பட்டினத்தில் காணாமல் ஆக்கப்பட்டவர்களுக்காக இரண்டு எதிர்ப்பு நடவடிக்கைகள் ஒழுங்கு செய்யப்பட்டிருந்தன. இது எதைக் காட்டுகிறது? தமிழ் மக்கள் தங்களுக்குரிய நீதியைப் பெறும் பொருட்டு ஒருபெரும் திரளாக மேலெழுவதற்கு இன்னும் காத்திருக்க வேண்டியிருக்கிறது என்பதைத்தானா? சுதந்திரதினம் என்றழைக்கப்படட ஒருநாளைக் கொண்டாடுவதில் நாடு இன ரீதியாக இரண்டாகப் பிளவுண்டு காணப்பட்ட ஒருநாளில் தமிழ் மக்களும் இரண்டாக அல்லது அதைவிட பலதுண்டுகளாக சிதறிக் கிடக்கிறார்கள் என்பதையா?

2. தலைநகரில் அகதிகளாக வாழும் மக்களின் அவலம்!

இலங்கையில் வாழும் மக்கள் மாத்திரமல்ல உலகத்தில் வாழும் மக்களும் முகங்கொடுக்கும் பிரச்சினைகளில் மிக முக்கியமானது நில உரிமை மற்றும் வீட்டுப் பிரச்சினை.

கடந்த காலங்களில் இலங்கையில் இடம்பெற்ற யுத்தத்தையடுத்த பல மக்கள் அவர்களது சொந்த நிலங்கள் மற்றும்அவர்களின் வீடுகளை பறிகொடுத்து நடுத்தெருவில் நிர்க்கதியாக்கப்பட்டுள்ளனர்.

கடந்த 30 வருட யுத்தத்தின் போது இடம்பெயர்ந்து வந்த அகதிகள் இன்றும் இலங்கையின் பல்வேறு பகுதிகளிலும் வாழ்ந்து வருகின்றனர்.

அவர்களில் ஒரு பகுதி முஸ்லிம் அகதிகள் கொழும்பு 15 மட்டக்குளி காக்கைதீவு பிரதேசத்தில் இன்றும் வாழ்ந்து வருகின்றனர். சுமார் முப்பது வருடங்களாக நிரந்தர வீடுகளோ நிலங்களோ இன்றி இன்றும் அவர்கள் அவதிப்பட்டு வருகின்றனர்

அங்கு கடந்த 1990 ஆம் ஆண்டு தமது இடங்களில் இருந்த விரட்டப்பட்ட 110 குடும்பங்களுக்கு மேலானவர்கள் அப்பகுதியில் வாழ்ந்து வருகின்றனர்.

குறித்த மக்கள் நீர் வசதி, மின்சார வசதி, வாக்குரிமை என்பவற்றை கொழும்பிலே பெற்றுக்கொண்ட போதிலும் இன்று வரை இவர்களுக்கு நிரந்தரமான வீடுகளோ, நிலங்களோ இல்லை.

தேர்தல் காலங்களில் அரசியல்வாதிகள் வெறுமனே வாக்குகளை பெறுவதற்காக இங்கே வந்து பொய்யான வாக்குறுதிகளை அளித்து விட்டு செல்வதாக அந்த மக்கள் தெரிவிக்கின்றனர்.

மிகவும் இக்கட்டான சூழ்நிலையில் வாழ்ந்து வருகின்ற இவர்களின் ஒரே எதிர்பார்ப்பு சொந்தமான ஒரு வீடோ அல்லது தற்போது வசிக்கின்ற இடத்திற்கு ஒப்புதலே ஆகும்.

ஏனெனில் இவர்களுக்கு ஒப்புதல்கள் வழங்கப்பட்டால் தாம் தற்போது வசிக்கின்ற வீடுகளை ஒழுங்கான முறையில் நிர்மாணித்துக்கொள்ள முடியு-

மென சுட்டிக்காட்டுகின்றனர்.

பெரும் சுகாதார சிக்கல்கள் மாத்திரமன்றி கலாச்சார ரீதியிலும் தற்போது பிரச்சினைகள் எழுந்து உள்ளதாகவே அந்தமக்கள் குறிப்பிடுகின்றார்கள்

குழந்தைகள், பாடசாலை செல்லும் மாணவர்கள் என பலரும் கூட்டாக வசித்து வரும் தமக்கு எப்போது தான் விடிவு காலம் பிறக்கப் போன்றதோ என்ற அங்கலாய்ப்பில் அந்தமக்கள் வாழுகின்றனர்.

இந்நிலையில் நாம் மட்டக்குளி காக்கைதீவு பகுதிக்கு சென்று அந்த மக்களின் அங்கலாய்ப்பு தொடர்பில் கேட்டறிந்துகொண்டோம்.

முச்சக்கரவண்டி சாரதியாக தொழில்புரியும் ஹனீபா தெரிவிக்கையில்,

நாங்கள் கடந்த 1990 ஆம் ஆண்டு யாழ்ப்பாணத்திலிருந்து விரட்டப்பட்டு கொழும்பிலுள்ள மட்டக்குளி பகுதியில் அகதிகளாக வாழ்ந்து வருகின்றோம்.

நாங்கள் இங்கு எமக்குத் தேவையான அனைத்தையும் அமைத்துக்கொண்டோம். குறிப்பாக தண்ணீர் வசதி, வாக்காளர் பட்டியல் மற்றும் மின்சார வசதி ஆகியவற்றை நாம் பெற்றுக்கொண்டோம்.

எமது வாக்குரிமையனைத்தும் இங்கு தான் உள்ளது. நாங்கள் இங்கு வந்து 12 வருடங்களுக்கு உலர் உணவுகள் வழங்கப்பட்டது. அது பின்னர் நிறுத்தப்பட்டது. என மிகவும் கவலையுடன் தெரிவித்தார்.

கணவனை இழந்த குடும்பப்பெண்ணான பேகம் பேரா குறிப்பிடுகையில்,

பேகம் பேரா — கணவனை இழந்த குடும்பப்பெண்

இங்கு சரியான கஷ்டம் தான். எனக்கு கணவனும் இல்லை இந்த சிறிய வீட்டுக்குள்ளேயே 3 குடும்பங்கள் வாழும் நிலைமையில் உள்ளோம்.

மழைகாலங்களில் வெள்ளம். வெள்ளத்திற்குள்ளேயே எமது வாழ்க்கை கடக்கின்றது. எங்களுக்கு வேறு ஒன்றும் தேவையில்லை. எமக்கு ஒரு பாதுகாப்பான வீடு மாத்திரமே தேவை.

சுமார் 30 வருடகாலமாக நாங்கள் வீடு இல்லாமலேயே வாழ்ந்து வருகின்றோம். அது பெரும் கஷ்டமாகவே எமக்கு உள்ளது. எமக்கு குடி தண்ணீர் வசதியும் இல்லை. தயவு செய்து எமக்கு யாராவது வீடுகள் பெற்றுத் தந்தால் பெரும் உதவியாக இருக்கும்.

எனது 3 பிள்ளைகளும் திருமணம் முடித்து என்னுடன் இந்த சிறிய வீட்டுக்குள்ளேயே வாழ்ந்து வருகின்றனர் எனக் குறிப்பிட்டார்.

சாதாரண தொழிலாளியாக வேலை பார்க்கும் எம்.சி. இஸ்சடீன் தெரிவிக்கும் போது,

எம்.சி.இஸ்சடீன் — தொழிலாளி

இங்கு ஒரு குடும்பத்தில் நான்கு பேர் உள்ளனர். அதைவிட ஒரு வீட்டில் நான்கு குடும்பங்கள் உள்ளன. வாழ்க்கையை கொண்டு செல்லும் போது பெரும் கஷ்டத்திற்கு முகங்கொடுக்க வேண்டிய சூழல் ஏற்படுகின்றது.

அத்துடன் வாழ்க்கை வழிமுறைகளுக்கு பெரும் கஷ்டம் உள்ளது. பிள்ளைகளின் வாழ்க்கை முறைக்கு பெரும் அளெகரியம் உள்ளது.

நாம் எமது கலாச்சார முறையில் வாழுவதற்கு ஆசைப்படுகின்றோம். அதோபோல் பிள்ளைகளையும் நல்ல வாழ்க்கை முறைக்கு வாழ வைக்க நாம் ஆசைப்படுகின்றோம்

இங்கு எமது பகுதியை பார்வையிடவரும் அரசியல்வாதிகளும் ஏனையோரும் தேர்தல் காலங்களில் வந்து வீடுகளை கட்டித்தருவதாக பல வாக்குறுதிகளை வழங்கிவிட்டு செல்கின்றனர். அதைவிட உங்களுக்கு அந்தப் பகுதியில் தொடர்மாடி அமைக்கப்படுகின்றது. இந்தப் பகுதியில் தொடர்மாடி அமைக்கப்படுகின்றது என்று இங்கு வரும் பலர் தெரிவிக்கின்றனர். ஆனால் இதுவரை இங்குள்ள மக்களுக்கு எவ்வித வீடுகளும் கிடைத்ததாக இல்லை.

சுகாதாரமே எமக்கு பெரும் அச்சுறுத்தலாக உள்ளது. சுகாதாரம் பெரும் பிரச்சினையாக உள்ளது. நாங்கள் வாழும் பகுதியிலேயே எமக்கு வீட்டுத் திட்டமொன்றை அமைத்துத் தந்தாலும் நாங்கள் இங்கேயே வாழ முடியும்.

அல்லதுபோனால் இது தான் உங்களின் நிரந்தர இடம் என்று ஆதாரபூர்வமாக தெரிவித்தாலும் நாங்கள் இங்கேயே நிரந்தர வீடுகளை அமைத்து வாழ முடியும் எனத் தெரிவித்தார்.

இவ்வாறு வீடுகள் மற்றும் தமது சொந்த நிலங்களை இழந்த பல மக்கள் பல்வேறு பிரதேசங்களிலும் பல அரசியல்வாதிகளின் வாக்குறுதிகளையும் ஏனையோரின் வாக்குறுதிகளையும் நம்பி கனவுலகில் வாழ்ந்து காலத்தைக் கடத்துகின்றனர்.

இந்நிலையில் இவ்வாறு கொழும்பு மட்டக்குளி- காக்கைதீவு பகுதியில் வாழும் இந்த மக்களின் பல வருட கனவாகவுள்ள வீடு, மற்றும் அவர்களுக்கான நில உரிமை தொடர்பில் சம்பந்தப்பட்டவர்கள் உரிய நடவடிக்கை எடுக்க வேண்டும்.

3. முகாபே ஒரு சகாப்தம்

‘நாயகன் படத்தில் ஒரு காட்சி. வேலுநாயக்கர் என்ற கதாபாத்திரம். அவரிடம் சிறுவயது மகள் கேட்பாள்’ அப்பா, நீங்க நல்லவரா, கெட்டவரா?’ அதற்கு வேலு நாயக்கர் பதில் அளிப்பார் ‘தெரியலையே அம்மா!’

சிம்பாப்வேயின் நீண்ட நாள் ஜனாதிபதி ரொபர்ட் முகாபேயும் அதே மாதிரி தான்.

மக்களின் நேசத்தையும், வெறுப்பையும் சம்பாதித்த தலைவர். ரொபர்ட் முகாபே சிறந்த தலைவரா, மோசமானவரா என்று சிம்பாப்வே மக்களைக் கேட்டால், தெரியலையே என்று தான் பதில் கூறுவார்கள்.

காலணித்துவ ஆட்சியின் அடிமைத் தளைகளில் இருந்து தமது தேசத்திற்கு விடுதலை தேடித்தந்த தைரியமானதொரு தலைவன்.

அந்தத் தலைவன், தனது 95 வயதில் இறுதி மூச்சை விட்டபோது, அவர் எங்கே இருந்தார் என்பது கூட நாட்டு மக்களுக்குத் தெரியவில்லை.

மகாத்மா காந்தி, நெல்சன் மண்டேலா போன்ற சகாப்தங்களுடன் ரொபர்ட் முகாபேயை ஒப்பிட முடியாமல் இருந்தமைக்கு பல காரணங்கள்.

ஒரு ஆசிரியராக வாழ்க்கையைத் தொடங்கி, சிம்பாப்வேயின் சுதந்திரப் போராட்டத்தை வழிநடத்திய தலைவர். ஆட்சி பீடத்தில் அமர்ந்து சர்ச்சைக்குரிய காணிக் கொள்கையை அமுலாக்கிய ஆட்சியாளர். தமக்கு எதிரான மாற்றுக்கருத்துக்களை இரும்புக்கரம் கொண்டு அடக்கிய எதேச்சாதிகாரி. தமது இளம் மனைவியின் ஆடம்பரங்களால் அதிகாரத்தையும் செல்வாக்கையும் இழந்த ஆண்மகன்.ரொபர்ட் முகாபேயின் வாழ்க்கை, மற்றவர்களுக்கு பாடமாக இருக்க வேண்டியதொன்று. அது நல்ல விடயங்களுக்காக மட்டுமல்ல. அவர் விட்ட தவறுகளுக்காகவும் தான்.

ஆபிரிக்கர்கள் என்றால் இளக்காரமா? கறுப்பர்கள் என்றால் தொடர்ந்தும் சிறுமைப்படுத்தப்பட்டுக் கொண்டிருக்க வேண்டுமா என்று கலகக் குரல் எழுப்பி, ஒட்டு மொத்த ஆபிரிக்க மண்ணிலும் விடுதலை உணர்வை ஏற்படுத்திய தலைவர். தாம் விடுதலைப் போரை வழி நடத்தியவர் என்பதற்காக, தமது தேசத்தைக் கடைசி வரை ஆளும் தார்மீக உரிமை தனக்கே உண்டெனக் கருதிய பிடிவாதமும் அவரைச் சார்ந்தது.

கடவுள் வா என்று அழைக்கும் வரையில் நான் ஆட்சிபீடத்தில் அமர்ந்திருப்பேன் என ஆபிரிக்க ஒன்றியத்தின் பொது மேடையில் தயக்கம் இன்றி உரைத்த எதேச்சாதிகாரி.

1924ஆம் ஆண்டு பெப்ரவரி 21ஆம் திகதி வெள்ளையர்கள் கறுப்பின விவசாயிகளுக்காக ஒதுக்கியதொரு பிரதேசத்தில் ரொபர்ட் முகாபே பிறந்தார். மந்தைகளை மேய்ப்பது குலத்தொழில். மாடுகளுடன் கழனிக்கு செல்கையில் கையில் புத்தகம் இருக்கும். தமது பத்து வயதில் தந்தை விட்டுச் சென்று விட, தாயின் உணர்வுச் சுழல்களில் சிக்கி வாழ்க்கையை இழந்து விடவில்லை. மாறாக, நம்பிக்கையுடன் கிறிஸ்தவ மிஷனரி கல்லூரிகளை நாடினார். படித்து பட்டம் பெற்றார்.

நெல்சன் மண்டேலாவின் அரசியல் சிந்தனைகள் அவரைக் கவர்ந்தன. இந்தியாவின் சுதந்திரத்திற்கு வித்திட்ட மகாத்மா காந்தியையும், ஜவஹர்லால் நேருவையும் உதாரணங்களாகக் கருதினார்.எனினும், தெளிந்ததொரு அரசியல் சிந்தனை முகாபேயிற்கு இருக்கவில்லை. மார்சிஸ- லெனினிஸம் அவரை ஈர்த்தது. ஒரு கட்டத்தில் ஆபிரிக்க சோஷலிசக் கொள்கைகளை ஆதரித்தார்.

வெள்ளையின கொடுங்கோலாட்சி உச்சம் பெற்றிருந்த வேளையில், அவரது அரசியல் வாழ்க்கை ஆரம்பமானது.

புகழ்பெற்ற ஸானு கட்சியைத் தொடங்கி அரசியல் செய்ய ஆரம்பித்த சமயத்தில் வெள்ளையின ஆட்சியாளர்களால் சிறைபிடிக்கப்பட்டார். சிறை-

வாசம் அனுபவித்த சமயம் தமது ஒரே குழந்தை இறந்தபோது, இறுதிக் கிரியைகளில் கலந்து கொள்ள ஆட்சியாளர்கள் அனு மதிக்கவில்லை. அப்போது பிறந்த கோபத்தின் கனல் முகாபே என்ற அறிவாளியின் உள்ளத்தில் சுதந்திரத் தீயை மூட்டி விட்டது எனலாம்.

சிறையில் இருந்து விடுதலை பெற்ற பின்னர், ஆபிரிக்க தேசிய கொரில்லா இயக்கத்தை வழிநடத்தி, வெள்ளையின ஆட்சியாளர்களுக்கு எதிராக போராட்டம் நடத்தினார்.

1980ஆம் ஆண்டு முகாபேயின் ஸானு-பீஎவ் கட்சி சுதந்திர சிம்பாப்வேயின் முதலாவது தேர்தலில் அமோக வெற்றியீட்டியது. அவர் தேசத்தின் முதல் பிரதமரானார்.

பின்னர், 1987இல் அரசியல் யாப்பில் திருத்தங்களை சேர்த்து, நிறைவேற்று அதிகாரம் கொண்ட ஜனாதிபதியாக மாறினார்.

சிம்பாப்வேயின் ஆட்சியைக் கைப்பற்றியதும், தமது அரசியல் பகையாளியைக் கொன்று குவித்தமை பற்றி முகாபே மீது தீவிர விமர்சனங்கள் உள்ளன.

தாம் சுதந்திரப் போராட்டத்தை முன்னெடுத்த காலத்தில் தமது அரசியல் பகையாளியாக இருந்த ஜோஷுவா என்கோமோ என்பவர் தமக்கு எதிராக கிளர்ச்சியைத் தொடங்கியபோது, ரொபர்ட் முகாபே இரும்புக்கரம் கொண்டு அடக்கினார். வடகொரியாவில் பயிற்சி பெற்ற துருப்புக்களைக் கொண்டு அரசியல் பகையாளிகளை ஒழித்துக் கட்டினார்.

இந்த ஒடுக்குமுறையில் முகாபேயின் படைகள் பொதுமக்கள் மத்தியில் இருந்தும் 20,000 பேரைக் கொன்று குவித்ததாக விமர்சனங்கள் உள்ளன.

எந்தவொரு சந்தர்ப்பத்திலும் தமது ஆட்சி பீடத்திற்கு சவால் விடுக்கப்படுவதை முகாபே சகித்துக் கொள்வ தில்லை. மோர்கன் த்ஸ்வாங்கிராய் என்ற அரசியல்வாதி ஜனநாயக மாற்றத்திற்கான இயக்கம் என்ற அமைப்பைத் தொடங்கியபோது, முகாபே சந்தேகக் கண் கொண்டு பார்த்தார்.

இந்த இயக்கம் சிம்பாப்வேயில் சிறுபான்மையினராக இருந்து கொண்டு பெருமளவு நிலத்தை தமது கையப்படுத்தியிருக்கும் வெள்ளைக்காரர்களின் பணத்தில் இயங்குகிறது என்று அவர் நம்பினார்.

வெள்ளைக்காரர்களிடம் இருந்து காணிகளைப் பறித்து கறுப்பின மக்கள் மத்தியில் விநியோகிக்கும் திட்டத்தைத் தொடங்கினார்.

இதற்காக நிலங்கள் ஆக்கிரமிக்கப்பட்டன. நில உடமையாளர்கள் விரட்டியடிக்கப்பட்டார்கள். நில அபகரிப்பு வன்முறைகளுக்கு வித்திட்டது. பலர் உயிரிழக்க நேரிட்டது. இது தவிர, வெள்ளைக்காரர்கள் பயிர் செய்த காணியில் கறுப்பினத்தவர்கள் கமத்தொழில் செய்வதில் முட்டுக்கட்டைகள் ஏற்பட்டன. போதிய பசளையோ, நீர்ப்பாசன வசதிகளோ, தேவையான பணமோ இருக்கவில்லை. பலர் கமத் தொழிலைக் கைவிட்டார்கள்.

விவசாயம் வீழ்ச்சி கண்டது. பொருளாதாரம் பெரிதும் பாதிக்கப்பட்டது. நிலைமை மோசமானது. மேற்குலக சமூகம் உதவி செய்ய முன்வந்தபோது, நாம் வெள்ளைக்காரர்களிடம் கையேந்துவதா என்று முகாபே இறுமாப்புப் பேசினார்.

உதவிகளை மறுத்தார். ஒத்துழைக்கவும் இல்லை. தீர்க்கமானதொரு பொருளாதாரத் திட்டமின்றி, அரசியல் நோக்கத்திற்காக காணிகளை மீளப்பெறும் திட்டம் சிம்பாப்வே தேசத்தை பொருளாதார சிக்கலுக்குள் தள்ளியது.

இந்த நிலைமை தேர்தல் களத்திலும் பிரதிபலிக்கத் தவறவில்லை.

2008ஆம் ஆண்டில் ஜனாதிபதித் தேர்தல் இடம்பெற்றபோது, முதற்சுற்று வாக்கெடுப்பில் முகாபே தோல்வியுற்றார். முகாபேயின் தளபதிகள் திடீர் மூலோபாயத்தை வகுத்து, தேர்தலில் வெற்றி பெற்ற மோர்கன் த்ஸ்வாங்கிராயின் விசுவாசிகளைத் தாக்கினார்கள்.

இந்த வன்முறையில் 200 பேர் வரை கொல்லப்பட்டார்கள். இரண்டாவது சுற்று தேர்தல் நடந்தது. முகாபேயின் வெற்றியை த்ஸ்வாங்கிராயின் தரப்பு அங்கீகரிக்கவில்லை. அவர் வேறு கட்சியுடன் கூட்டணி அமைத்து நாற்காலியைத் தக்க வைத்துக் கொண்டார்.

ஒரு கட்டத்தில், எதேச்சாதிகாரி என்ற தோற்றத்திற்கு முற்றுப்புள்ளி வைத்து, தாம் நல்லவர் என்ற தோற்றப்பாட்டை ஏற்படுத்த வேண்டிய தேவை முகாபேயிற்கு ஏற்பட்டது. இதற்காக பல திட்டங்களை வகுத்தார். ஊடகங்களுடன் நட்புறவானார்.

இந்த முயற்சிகளில் முகாபேயிற்கு உறுதுணையாக இருந்தவர், கிரேஸ் முகாபே. ஒரு காலத்தில் முகாபேயின் காரியதரிசியாக இருந்தவர். அவரது முதலாவது மனைவி மறைந்தபொழுது, அந்த இடத்தைப் பிடித்துக் கொண்டவர். தமது வாழ்க்கையில் தமக்கு நெருக்கமாக இருக்கும் பெண்மணி கிரேஸ் தானென பொது இடங்களில் முகாபே பகிரங்கமாகக் கூறினார்.

ஒரு கட்டத்தில் கிரேஸின் செல்வாக்கு அதிகரித்தது. அவர் தம்மை முக்கியத்துவம் மிக்கவராக சித்தரித்துக் காட்டினார். முகாபேயின் கட்சிக்குள் புகழ்பெற்றவராக பரிணமித்துக் கொண்டிருந்த பெண்ணை துணை ஜனாதிபதி பதவியில் இருந்து நீக்குவதற்கு சதி செய்தார். இந்தப் பெண், குட்டைப் பாவாடை அணிந்தார் என்பதும், முகாபேயைக் கொல்ல சதி செய்தார் என்பதும் அவர் மீது முன்வைக்கப்பட்ட குற்றச்சாட்டுகள். இவை சோடிக்கப்பட்டவை என்பதை அனைவரும் அறிந்திருந்தார்கள்.

தமது தள்ளாத வயதில் மீண்டும் தேர்தலில் போட்டியிட்டபோது, முகாபே வெற்றி பெற்றிருந்தார். அந்த வெற்றி குறித்து பல விமர்சனங்கள் இருந்தபோதும், சிம்பாப்வே மக்களுக்கு தமது சுதந்திரப் போராட்ட வீரன் மீதிருந்த நம்பிக்கை குறையவில்லை.

இருந்தபோதிலும், இந்த முதியவரை பகடைக்காயாக வைத்துக் கொண்டு, கிரேஸ் ஆட்சியைக் கைப்பற்ற முனைகிறோரோ என்ற சந்தேகம் எழுந்த-

போது தான், முகாபேயிற்கு எதிரான அலை தீவிரம் பெற்றது.

2017ஆம் ஆண்டு நவம்பர் மாதம் முகாபேயின் இராணுவமே அவருக்கு எதிராக சதிப்புரட்சி செய்து, முகாபேயின் அரசியல் சீடராகக் கருதப்படும் எமர்சன் ம்நான்காவா என்பவரை ஆட்சிபீடத்தில் அமர்த்தியது.

இதே நிலைமையில் வேறொருவராக இருந்திருந்தால், முகாபே சிறையில் அடைக்கப்பட்டிருக் கலாம். அல்லது கொலை செய்யப் பட்டிருக்கலாம்.

ஆனால், சவால்களை அஞ்சாமல் வெற்றி கொண்ட தைரியமான தலைவர், தமது காணிகளை வெள்ளைக்காரர்களிடம் இருந்து மீட்டுத் தந்தவர் என்ற எண்ணம் சிம்பாப்வே மக்கள் மத்தியில் இருந்ததால், பதவி கவிழ்க்கப்பட்ட பின்னரும் ஹராரேயிலுள்ள சொகுசு மாளிகையில் தமது மனைவியுடன் சந்தோஷமாக வாழும் வாய்ப்பு அவருக்கு ஏற்படுத்திக் கொடுக்கப் பட்டது.

கடைசிக் காலத்தில் முகாபேயிற்கு என்ன நோய் ஏற்பட்டது, அவர் எங்கே சிகிச்சை பெற்றார் என்ற விபரங்கள் வெளிப்படையாக அறிவிக்கப்படவில்லை. அவரை மக்கள் நல்லவராக போற்றினார்களா, தீயவராக தூற்றினார்களா என்பதும் தெரியவில்லை. மேற்குலக ஊடகங்கள் வாயிலாக நாம் பார்க்கும் முகாபே, வில்லத்தனம் மிக்கவராகத் தெரிந்தாலும், அவரொரு சகாப்தமாகவே வாழ்ந்து மறைந்திருக்கிறார் என்பது திண்ணம்.

4. புத்தகங்களோடு பிறந்தேன், வளர்ந்தேன், வாழ்ந்தேன்!

- சந்திரவதனா-ஜெர்மன

புத்தகங்கள், வாசிப்பு... என்னும் போது என் முன்னே முதலில் வந்து நிற்பது எனது அப்பாதான். எனக்கு நினைவு தெரிந்த நாளிலிருந்து புத்தகங்கள் இல்லாமல் எனது அப்பா பயணத்தால் வந்ததில்லை. சொக்கிளேட்ஸ்... தேங்காய்ப்பூரான்... என்பதிலிருந்து அவர் கடமையிலிருக்கும் நகரத்தில் என்னென்ன பழங்கள் மலிவோ அத்தனையையும் கட்டிக் காவிக்கொண்டு வரும் அப்பாவின் சூட்கேசுக்குள் கண்டிப்பாக சில புத்தகங்களும் இருக்கும். அவைகளில் எமது வயதுக்கேற்ப சிறிய, பெரிய புத்தகங்களும் அம்மாவுக்கேற்ப புத்தகங்களும் இருக்கும்.

கடனே என்று வேண்டிக் கொண்டு வருவதோடு நின்று விடாமல் மடியில் இருத்தி வைத்து அப்புத்தகங்களில் உள்ளவைகளை வாசித்து, கூடவே அபிநயித்து அவர் சொல்லும் அழகே தனி. சின்னவயதில் அப்படி நான் கேட்ட ஒவ்வொரு கதையும் இன்னும் என்னுள் பதிந்து போயிருக்கின்றன.

´நளன் தமயந்தி` கதையை அப்பா வாசித்துச் சொல்லும் போது நளனின் சமையற்பாகத்தையும் தமயந்தியின் அழகையும் மிகவும் வர்ணித்துச் சொன்னார். அதை நான் ரசித்து எனக்குள் பதித்து வைத்திருந்தேன். பின்னர் ஒரு

முறை ரவிவர்மா தமயந்தியையும் நளனையும் ஓவியமாக வரைந்திருந்ததைப் பார்த்த போது எனக்குள் பதிந்திருந்த அந்த அழகு, அவர் வரைந்த தமயந்தியில் இல்லாததால் ரவிவர்மாவுக்கு ஓவியம் வரையத் தெரியாதோ என்று யோசித்தேன்.

இதே போல இரணியன், பரதன்... போன்ற சரித்திரக்கதைகள் எல்லாமே எனது சின்ன வயதிலேயே எனது அப்பாவால் வாசித்துக் காட்டப்பட்டு என்னுள் பதிந்து போயிருப்பவை.

அப்பா வரும் போது மட்டுந்தான் எமக்கு, புத்தகங்களும் பத்திரிகைகளும் கொண்டு வருவாரென்றில்லை. அவர் இலங்கையின் எந்த மூலையில் கடமையில் இருந்தாலும் கிழமையில் ஒரு நாளைக்கு அஞ்சலில் ஒரு கட்டுப் பத்திரிகையை எமக்கு அனுப்பி வைப்பார். அவைகளில் ஞாயிற்றுக்கிழமைகளில் மட்டும் பிரத்தியேகமாக வெளிவருகின்ற சிந்தாமணி, ராதா.. வில் தொடங்கி Sunday Observer வரை இருக்கும்.

அப்பாவுக்கு மட்டுந்தான் வாசிப்பு ஆர்வம் என்றிருந்திருந்தால் எப்படியிருந்திருக்குமோ தெரியாது. எனது அம்மாவும் அதேதான். அம்மாவுக்கு வீட்டில் நிறைய வேலைகளிருக்கும். ஆனாலும் அப்பா அனுப்பும்.., கொண்டு வரும் எல்லாப் பத்திரிகைகளையும் புத்தகங்களையும் ஒன்று விடாமல் வாசித்து விடுவா. அதிலிருந்து எமக்குச் சொல்லக் கூடிய எந்தத் தகவல்களையும் சுவாரஸ்யங்களையும் தவறாது எமக்குச் சொல்லியும் விடுவா.

அதை விட ஆனந்தவிகடன், குமுதம், கல்கி.. போன்ற எல்லாச் சஞ்சிகைகளையும் வாரம் தவறாமல் வாங்கி வாசிப்பா. அவவின் பெயர் போட்ட படியே ரவுண் கடையொன்றில்(பெயர் ஞாபகமில்லை) இந்தப் புத்தகங்கள் காத்திருக்கும். சித்தப்பாமாரில் யாராவது ஒருவர் போய் அதை வாங்கிக் கொண்டு வருவார். வாசித்தவைகளை எறிந்து விடாமல் கவனமாக வைத்து... கதைகளை, கட்டுரைகளை என்று கிழித்து, சேர்த்து, கட்டி.. புத்தகங்களாக்கியும் விடுவா.

எங்கள் ஊரில் எங்கள் வீடும் வாசிகசாலை போலத்தான். ஆயிரத்துக்கு மேற்பட்ட புத்தகங்கள் இருந்தன. பலர் வந்து இரவல் வாங்கிப் போய் வாசித்து விட்டுக் கொணர்ந்து தருவார்கள். அம்மாவுக்குத் தாராள மனசு. யார் கேட்டாலும் மறுப்பதில்லை. இரவல் கொடுத்து விடுவா. திரும்பி வராமல் போன புத்தகங்களும் உண்டு.

இப்படியே நான் புத்தகங்கள் சஞ்சிகைகள் பத்திரிகைகளுக்கு நடுவிலேயே பிறந்தேன். வளர்ந்தேன். வாழ்ந்தேன்.

எனக்குப் பிடித்த பல கதைகள் இன்னும் என் மனசுக்குள் உள்ளன. ஆனாலும் சில கதைகளின் தலைப்புகள் மட்டும் ஞாபகத்தில் இல்லை.

ரா.சு நல்லபெருமாள் எழுதிய கல்லுக்குள் ஈரம் கல்கியில் தொடராக வந்தது. அம்மா சேர்த்து புத்தகமாகக் கட்டி வைத்திருந்தா. அக்கதையை நான் சிவகாமியின் சபதம், பொன்னியின் செல்வன்.. கதைகள் போல என் பதின்-

மங்களில் இருதடவைகள் வாசித்தேன்.

இந்தப் பெரிய பெரிய அரச கதைகளை நான் வாசிக்கத் தொடங்குவதற்கு முன்னமே 60வதுகளின் இறுதிப் பகுதியிலோ, அல்லது 70வதுகளின் ஆரம்பத்திலோ தெரியவில்லை. எங்கள் வீட்டில் தமிழ்வாணனின் கல்கண்டு அறிமுகமாகியது. அப்போதுதான் அது வெளிவரத் தொடங்கியதோ அல்லது அம்மாவுக்கு அப்படியொரு சஞ்சிகை வெளிவருவது அப்போதுதான் தெரிய வந்ததோ என்பது எனக்குத் தெரியாத விடயம்.

கல்கண்டு எங்கள் வீட்டில் மிகுந்த வரவேற்பைப் பெற்றது. அதில் வரும் தொடர்கதைகளை வாசித்து விட்டு, அடுத்த கிழமைக்காகக் காத்திருப்பது சிறுவர்களான எங்களுக்கு யுகங்களைக் கடப்பது போலிருந்தது. அண்ணன், நான், தம்பி பார்த்திபன் மூவருமே போட்டி போட்டு வாசித்தோம். யார் முதலில் என்று சண்டை பிடித்தோம். விலக்குத் தீர்ப்பதே அம்மாவுக்குப் பெரும் பாடாய் இருந்தது. அப்போது துப்பறியும் சங்கர்லால், நம்பூதிரி.. போன்ற கல்கண்டுக் கதைகளின் நாயகர்கள், வில்லர்கள் எல்லோருமே எங்களுடன் மிகவும் ஐக்கியமாகி இருந்தார்கள். குளிக்கும் போதும், சாப்பிடும் போதும் அவர்கள் பற்றிப் பேசினோம். கதைகளை அலசினோம். வில்லன் வெளிக்கேற்றில் வரும் போதே, உள்ளிருக்கும் அறையிலிருந்து சங்கர்லால் அவர் வருகையைக் கண்டு பிடிப்பதைப் பற்றி நிறையக் கதைத்தோம். வியந்தோம். அப்போது தமிழ்வாணன் எங்கள் வீட்டில் பிரியமாகப் பேசப்படும் ஒருவராக இருந்தார். கல்கண்டில் வரும் துணுக்குச் செய்திகளைக் கூட நாங்கள் விட்டு வைப்பதில்லை. நாங்கள் மட்டுமென்ன அம்மாவும் கல்கண்டுக்காய் காத்திருப்பா.

அப்பாச்சி வீட்டுக்குப் போனால், அங்கே எனது குஞ்சையாமாரின் கேத்திரகணிதம், தூயகணிதப் புத்தகங்களுக்கிடையே பொம்மை அம்புலிமாமா.. போன்ற புத்தகங்கள் எட்டிப் பார்த்துக் கொண்டிருக்கும். எனக்கு அம்புலிமாமாக் கதைகளில் அவ்வளவான ஈடுபாடு இல்லாவிட்டாலும் "தன் முயற்சியில் சற்றும் மனந்தளராத விக்கரமாதித்தன் மீண்டும் முருங்கை மரத்தில் ஏறினான்" என்ற குஞ்சையாவின் வாய்ப்பாட்டைக் கேட்டுக் கொண்டு அவைகளை வாசித்து முடித்து விடுவேன். அப்பாவின் கடைசித்தம்பி — பரமகுருக்குஞ்சையா ஒரு எம்.ஜி.ஆர் பைத்தியம். வீடு முழுக்க அது முத்திரை குத்தப் பட்டிருக்கும். ஆனாலும் சினிமாப் படங்களைப் பார்த்த அளவுக்கு சினிமாச்செய்திகளை வாசிப்பதில் எனக்கு ஆர்வம் இருந்ததில்லை. பொம்மைகளில் உள்ள படங்களைப் பார்த்து விட்டு, ஏதாவது சினிமாப்பாடல்கள் இருந்தால் அவைகளையும் மனப்பாடம் செய்து விடுவேன். மேற்கொண்டு சினிமா சம்பந்தமாக நான் வாசிப்பதில்லை.

இதை விட எங்கள் வீட்டிலும் சரி, அப்பாச்சி வீட்டிலும் சரி றொபின்சன் குரூசோ சிந்துபாத்.. போன்ற ஆங்கிலக் கதைப்புத்தகங்கள் நிறைய இருந்தன.

சுந்தரியும் ஏழு சித்திரக்குள்ளர்களும், அலிபாபாவும் நாற்பது திருடர்களும், மாயவிளக்கு, சிந்திரில்லா... போன்ற கதைப்புத்தகங்கள் முதலில் ஆங்கிலத்திலேயே கிடைத்தன. பின்னர் அவை பாடசாலையிலும் தமிழில் சொல்லப் பட்டன.

பஞ்சதந்திரக்கதைகள் பெரிய புத்தகமாக வீட்டில் இருந்தது. அக்கதைகளை நான் வாசிக்க முன்னரே அப்பா ஒரு புறமும் அம்மா இன்னொரு புறமுமாகச் சொல்லி விட்டார்கள். ஆனாலும் மீண்டும் அவைகளை வாசித்தேன்.

ஐந்தாம் ஆறாம் வகுப்புகளில் திருக்குறள் மனனப்போட்டி, எழுத்துப் போட்டி இரண்டிலுமே பரிசில்களைப் பெற்றுக் கொள்ளுமளவுக்கு திருக்குறளை முழுமையாக மனப்பாடம் செய்து வைத்திருந்தேன்.

மகாபாரதம், இராமாயணம் இரண்டையுமே எனது அப்பாவிடம்தான் வாசித்தேன். அவ்வப்போது துண்டுதுண்டுகளாக எங்காவது தட்டுப் பட்டவைகளை புத்தகம் வழியே வாசித்திருந்தாலும், முழுமையாக அக்கதைகளை அப்பாதான் கொஞ்சங் கொஞ்சமாகச் சொல்லி முடித்தார்.

கூடவே ஊரில் நடைபெறும் சப்பறத் திருவிழாவிலோ, அல்லது சிவராத்திரி இரவுகளிலோ நடைபெறும் கதாகலாட்சேபம், வில்லுப்பாட்டு போன்றவைகளுக்கு, அப்பா என்னையும் எனது சகோதரர்களையும் அழைத்துச் சென்று மகாபாரத, இராமாயணக் கதைகளை மனதில் பதிய வைத்தார். அப்பா எப்போதுமே இராவணன் பக்கம்தான்.

இது ஒரு புறம் தன்பாட்டில் நடைபெற்றுக் கொண்டிருக்க மறுபுறத்தில் பாடசாலை வாழ்க்கையோடு கதைப்புத்தகங்களும் உலாவின. பாடசாலையில் கதைப் புத்தகங்கள் வாசிப்பதற்கு ஆசிரியர்களின் அனுமதி என்பது இருந்ததில்லை. அளவுக்கதிகமான எந்தக் கட்டுப்பாடுகளும் யாரையும் கட்டிப் போடுவதில்லைத்தானே! எல்லா மாணவர்களையும் போலவே நானும் களவாகக் கதைப்புத்தகங்களைத் தாராளமாக வாசித்தேன்.

பண்டமாற்றுப் போல மாணவிகள் மாற்றி மாற்றிப் படித்த புத்தகங்களில் அதிகப் படியான எண்ணிக்கைக்குரியவை இந்தியாவிலிருந்து வரும் இந்திய எழுத்தாளர்களின் படைப்புக்களைக் கொண்ட ராணிமுத்து வெளியீடுகளும் எமது தாய்மண்ணில் வெளியாகும் தாயக எழுத்தாளர்களின் படைப்புக்களைக் கொண்ட வீரகேசரி மித்ரன், வெளியீடுகளுமே. இந்த வெளியீடுகளினூடு நான் வாசித்துத் தள்ளி விட்டவை ஏராளம். இப்படி ஒரு பிரசுரமாகத்தான் செங்கைஆழியானின் வாடைக்காற்றும் என் கைக்கு வந்தது.

செங்கை ஆழியானின் வாடைக்காற்றுப் போலவே தற்சமயம் ஜேர்மனியில் வாழ்ந்து கொண்டிருக்கும், பூவரசு இதழ் ஆசிரியர் இந்துமகேஸ் அவர்கள் எழுதிய ஒரு விலைமகளைக் காதலித்தேன் என்ற கதையும் அப்போது வீரகேசரிப் பிரசுரமாக வெளிவந்து பலராலும் பேசப் பட்டது.

இப்படியும் இன்னும் சில பல சஞ்சிகைகள் வெளியீடுகள் மூலமும் அறிமுகமான எழுத்துக்களில் டொமினிக் ஜீவா, வ.அ.இராசரத்தினம், செ.யோகநாதன், செங்கை ஆழியான்.. போன்ற இன்னும் பல உடனடியாக நினைவுகளுக்குள் சிக்காத ஈழத்து எழுத்தாளர்கள் அறிமுகமானார்கள்.

இவர்களின் கதைகளின் நடுவே பாடசாலையில் மர்மக்கதைகளை வாசிப்பதிலும் நான் பின் நிற்கவில்லை. மர்மக்கதைகளை வாசிப்பதில் அந்தளவான பிரயோசனம் இல்லையென எனது அம்மா ஓரிரு தடவைகள் சொல்லியிருந்தாலும் வாசிக்கக் கூடாது என்ற கண்டிப்பான தடையெதுவும் விதிக்கவில்லை. பாடசாலையில் மர்மக்கதை வாசிக்கக் கூடாது என்பது கண்டிப்பான கட்டளையாக இருந்தது. ஆனாலும் எனது வகுப்பு மாணவிகளில் ஒரு சிலர் மர்மக்கதைப் பிரியர்கள். அவர்களிடமிருந்து எனக்கும் தாராளமாகக் கிடைத்ததால் அவைகளையும் தாராளமாக வாசித்து முடித்தேன்.

மிகச்சிறியதாக இருந்த எனது பாடசாலையான வடமராட்சி இந்து மகளிர் கல்லூரியின் வாசிகசாலையும் நான் பத்தாம்வகுப்பு படித்துக் கொண்டிருந்த போது புதிதாகப் பெருப்பித்துக் கட்டப்பட்டு அரிய புத்தகங்களைத் தனக்குள் சேர்த்துக் கொண்டது. அதன் பின் நெற்போல், கிளித்தட்டு.. என்று விளையாட்டு மைதானத்தையே சுற்றிச் சுற்றி வந்த நானும் எனது நண்பிகளும் எமது பெரும்பான்மையான நேரத்தை வாசிகசாலைக்குள் முடக்கிக் கொண்டோம். இலக்கியப்புத்தகங்களும் அவைகள் பற்றியதான நண்பிகளுடனான அலசல்களும்... அது ஒரு ஆனந்தமான பொழுது.

ஒரு முறை, நான் க.பொ.த உயர்தரத்தில் கற்றுக் கொண்டிருந்த போது எங்கள் பாடசாலை வாசிகசாலைக்கு வந்த, கந்தவேள் அவர்களை ஆசிரியராகக் கொண்டு, எங்கள் ஊரிலிருந்து வெளியாகும் கையெழுத்துச் சஞ்சிகை ஒன்றில் எனது ஆக்கத்துக்கு எனது பெயரிலேயே அதாவது என்னை எனது சகமாணவிகள் கூப்பிடும் "சந்தி" என்ற பெயரிலேயே ஓவியம் வரையப் பட்டிருந்தது. இது பாடசாலையில், மாணவிகளிடையே ஒரு பரபரப்பை ஏற்படுத்தியது. ஓவியம் எனக்கும் ஓரளவு வரும் என்றாலும் பத்திரிகையில் வருமளவுக்கு நான் வரைந்ததில்லை. "யாரடி அது...? யாரப்பா அது...?" என்று கேள்விக்கணைகள் வேறு. அது மூனாதான் என்பது அப்போது ஒரு சிலருக்கு மட்டுமே தெரிந்திருந்தது.

எனது கணவரும் ஒரு வாசிப்புப் பிரியர் என்பதை, திருமணத்தின் பின்தான் முழுமையாக அறிந்து கொண்டேன். முதன்முதலாக எனது புகுந்த வீட்டுக்குப் போனபோது, ஏதோ ஒரு தேவைக்காக அவர்களின் ஒரு அறைக்குள் நுழைந்த போது... அங்கும் புத்தகக் குவியல். முதற்புத்தகமாக என் கண்களுக்குள் தட்டுப் பட்டது சாண்டில்யனின் ராஜமுத்திரை. எனது அம்மா போலவே அவர்களும் கதைகளைச் சேர்த்து புத்தகங்களாகக் கட்டி வைத்திருந்தார்கள். அது எனக்கு மிக இனிமையான ஆச்சரியமாகவே இருந்தது.

எனது கணவரின் குடும்பம் கொப்பிகள் கட்டும் தொழிற்சாலை ஒன்றை வைத்திருந்தார்கள். Binding என்பது அவர்களுக்கு அத்துபடி. அதனால் எல்லாப் புத்தகங்களையும் மிக அழகாகவும், நேர்த்தியாகவும் கட்டி வைத்திருந்தார்கள். எங்கள் திருமணம் நடந்து சில மாதங்களில் "Kamala and Brothers" என்றொரு புத்தகக் கடையையும் குடும்பமாக ஆரம்பித்தார்கள். இது தொடரும் காலங்களிலும் சுடச்சுட வரும் புத்தகங்களையெல்லாம் வாசித்துத் தள்ளுவதற்கு ஏதுவாக இருந்தது.

அந்தக் கால கட்டத்தில்தான் சுஜாதாவின் முதற் கதையான அனிதா இளம் மனைவி என்ற கதையை வாசித்தேன். அந்த நேரத்தில் சுஜாதாவின் எழுத்து நடை, கதை எழுதும் உத்தி... எல்லாமே என்னை மிகவும் கவர்ந்திருந்தன. என்னை மட்டுமல்ல, என் கணவரையும்தான். இருவரும் சுஜாதாவின் கதைகளை ஒன்று விடாமல் வாசித்தோம். சுஜாதாவின் கதை, எது புத்தகமாக வந்தாலும் எனது கணவர் அதைத் தப்ப விடுவதில்லை. வீட்டுக்குக் கொண்டு வந்து விடுவார். பல இரவுகளில் கட்டிலின் ஒரு நுனியில் எனது கணவரும், மறுநுனியில் நானுமாக இருந்து, நித்திரையை மறந்து சுஜாதாவின் கதைகளை ஒரே மூச்சில் வாசித்து முடித்திருக்கிறோம். நான் நினைக்கிறேன், 1990க்கு முன் வெளியான சுஜாதாவின் அத்தனை கதைகளையும் நான் வாசித்திருக்கிறேன் என்று.

இப்படியே புத்தகங்களும், வாசிப்பும் என்னோடும், என் வாழ்க்கையோடும் மட்டுமன்றி, என் குடும்பத்தோடும் ஒன்றியிருந்தன.

இப்படியிருக்கையில்தான் அமைதியாயிருந்த எங்கள் குளங்களிலெல்லாம் கல்லெறியப் பட்டது. ஆர்ப்பரித்த பருத்தித்துறைக் கடலின் அலையோசை, சீறி வந்த பீரங்கிக் குண்டுகளுக்குள் அமிழ்ந்து போகத் தொடங்கியது. நெடிதுயர்ந்த பனை உதிர்த்த பனம்பூவை நுகர்ந்தபடி நாம் நடந்த பனங்கூடல் பாதைகளும் அரசு உதிர்த்த இலைகள் சரசரக்க நாம் நடந்த வீதிகளும் சிங்கள இராணுவத்தின் பூட்ஸ் கால்களுக்குள் மிதிபடத் தொடங்கின. நாமுண்டு, நம் சொந்தமுண்டு... என்று கூடி வாழ்ந்த நாமெல்லாம் கல்லெறிபட்ட பறவைக் கூட்டங்களாய் சிதறத் தொடங்கினோம். பயமும் ஓட்டமும் வாழ்வாகிப் போக சிறகிழந்த பறவைகளின் சோகம் எங்கள் சொந்தமாகத் தொடங்கியது. உறவுகளை மட்டுமல்ல உடைமைகளையும் இழந்தோம்.

ஓடி வந்து ஜேர்மனியில் தஞ்சம் கோரிய போது பிரிவு, துயர், தனிமை... இவை தவிர வேறெதுவும் எமக்குச் சொந்தமாக இருக்கவில்லை.

எல்லாவற்றையும் இழந்திருந்தோம். துயர் நிரம்பிய மனசுக்குள் மிதந்து வரும் நினைவுகளை மீட்டி மீட்டி வாழத் தொடங்கினோம்.

அந்தக் காலத்தில், யேர்மனியில், அதுவும் நாம் வாழும் நகரில் தமிழ் எழுத்துக்களையோ தமிழ் பேசும் மனிதர்களையோ காண்பதென்பது மிக மிக அரிது. எங்காவது ஏதாவது வெளிவந்தாலும் எங்கள் கைகளுக்கு அவை கிடைப்பதில்லை.

அந்தச் சமயங்களில் எனது வாசிப்புத்தாகத்துக்கு தீனியாக யேர்மனியப் பத்திரிகைகளே கிடைத்தன. தெரியாத பாசையில் இருந்த புரியாத வரிகளை விளங்குதோ விளங்கவில்லையோ வாசித்துத் தள்ளினேன். சில சமயங்களில் அகராதியைத் தலைகீழாகப் புரட்டியும், வாசித்த விடயத்தின் பொருள் விளங்காது தலையைப் பிய்த்துக் கொண்டேன்.

ஊரிலே புத்தககங்களோடேயே வாழ்ந்த எனக்கு மீண்டும் தமிழ்ப்புத்தகங்கள் ஓரளவுக்கேனும் கிடைக்க கிட்டத்தட்ட பத்து வருடங்கள் காத்திருக்க வேண்டி இருந்தது. அதன் பின்னான ஒரு பொழுதில்தான் எமக்கு எரிமலை, ஈழநாடு போன்றவற்றின் அறிமுகங்கள் கிடைத்தன. அத்தோடு இந்தியாவிலிருந்து ஆனந்தவிகடன், குமுதம், அம்புலிமாமா, Chandamama போன்றவற்றையும் சந்தா கட்டிப் பெற்றுக் கொள்ளத் தொடங்கினோம். இவை எங்களுக்கு மட்டுமல்லாமல் எங்கள் குழந்தைகளின் வாசிப்பு அவாவுக்கும் பிரியமான தீனியாகின.

புலம் பெயர்ந்த பின்னான இந்த ஆனந்தவிகடன் குமுதம்... போன்றவைகளுடன் மட்டுமாய் இருந்த எனது வாசிப்பு உலகம் 1997 யூன் 9 ஐபிசி தமிழ் வானொலியின் வரவுக்குப் பின் சற்று விரிவடையத் தொடங்கியது.

ஐபிசி தமிழ் வானொலியில் நடைபெற்ற ஒரு நிகழ்சியினூடு சக்தி பெண்கள் இதழின் அறிமுகம் எனக்குக் கிடைத்தது. சக்தி இதழ் 1990 ஒகஸ்டில் மைத்திரேஜியின் முழுமுயற்சியுடனும் சுகிர்தா, கலிஸ்டா இராஜநாயகம் ஆகியோரின் பங்களிப்புடனும் காலண்டிதழாக ஆரம்பிக்கப் பட்டது. எனக்கு அறிமுகமான அந்தப் பொழுதில் அவ்விதழ் ராஜினி, அநாமிகா, பிறேம்ராஜ்(நோர்வே), ரவி(சுவிஸ்) ஆகியோரின் பக்கத்துணையுடன் தயாநிதியின்(நோர்வே) முழுமுயற்சியுடன் தொடர்ந்து கொண்டிருந்தது. சக்தியின் வெளியீடாக 10.7.1999 இல் புது உலகம் எமை நோக்கி என்ற புத்தகம் முழுக்க முழுக்க பெண்களின் ஆக்கங்களுடன் வெளி வந்தது.

இந்தக் கட்டத்தில் ஐபிசியின் இதே நிகழ்ச்சியினூடு லண்டன் நலன்புரிச் சங்க வெளியீடான இன்னுமொருகாலடியின் அறிமுகமும் கிடைத்தது.

சக்தியின் மூலம் மனோகரனின் அம்மா இதழின் அறிமுகம் கிடைத்து அதையும் பெற்று வாசிக்கத் தொடங்கினேன்.

தொடர்ந்த காலங்களில் ஓரளவுக்கேனும் பரந்துபட்ட சஞ்சிகைகள் வெளியீடுகளை பெற்றுக் கொள்வதற்கான வாய்ப்புக்கள் கிடைத்தன. இருந்தாலும் நான் வாழும் நகரம் தமிழர்களோ, தமிழ்க்கடைகளோ இல்லாத ஒரு நகரமாகையால் புதிய புதிய வெளியீடுகளை வலிந்து தேடிப் பெற்றாலேயன்றி சுலபமாகப் பெறுவதென்பது முடியாத காரியமாகவே இருந்தது.

அப்படியிருந்தும் நானும் எனது கணவருமாக... போகுமிடங்களிலெல்லாம் காணும் புத்தகங்களையெல்லாம் தவறாது வாங்கினோம்.

இப்போது வீடு நிறையப் புத்தகங்கள் வைத்திருக்கிறோம். அன்று ஒரு துண்டுப் பேப்பரைக் கண்டாலும் எடுத்து வாசித்துக் கொண்டிருந்த நாம்

கணினிக்குள்ளும் ஏன் கைத்தொலைபேசிக்குள் கூட புத்தகங்களைக் கொண்டு திரிகிறோம். இணையவெளியெங்கும் குவிந்திருக்கும் நூல்களை வாசிக்க நேரமின்றித் தவிக்கிறோம்.

5. முள்ளிவாய்க்கால் முடிவல்ல...

இன அழிப்பின் பத்தாவது வருடத்தில் நிற்கிறோம், அழிக்கப்பட்டுக்கொண்டே... — முள்ளிவாய்க்கால் முடிவல்ல ஆரம்பம்

"ஒடுக்குவோர் ஒருபோதும் தாமாக முன்வந்து சுதந்திரத்தைக் கொடுப்பதில்லை;

ஒடுக்கப்படுவோர் அதைப் போராடிப் பெறவேண்டும்."

ஒரு இறைமையுள்ள தேசிய இனத்தின் சுயநிர்ணய உரிமையை விட்டுக்கொடாமல் களமாடிய அக்கடல், எமக்கு விட்டுச் சென்ற 'வரலாற்றின் விடுதலைக் கோட்பாடு'

தமிழீழ விடுதலை' எக்காலத்திலும் சமரசம் செய்துகொள்ள முடியாத மக்கள் கோரிக்கை

ஒரு போராடும் இனம் படைத்துறை ரீதியாக வீழ்த்தப்படுவதோ, அரசியல் ரீதியாக தோற்கடிக்கப்படுவதோ அது அந்த இனத்தின் தோல்வியல்ல.

ஆனால் தமது அழிவுக்குக் காரணமான இன அழிப்பு அரசின் மூலக் கருத்தியலுக்குள் உள்மடிந்து எப்போது

ஒத்திசையத் தொடங்குகிறதோ அப்போதுதான் அந்த இனம் தோல்வியை நோக்கி நகரத் தொடங்குகிறது.

பாதிப்பின் ஆழத்தை உணர்ந்தால் நாமே மீண்டெளலாம், உணர்வது கடினம் ஏனெனில் 30 வருடங்களாக உயிரை துச்சமென நினைத்து வாழ்ந்த இனம், வாழவேண்டும் என்ற துடிப்பு ஊட்டபட வேண்டும்.இப்போதும் பலர் நடைப்பிணமாகவே வாழ்கிறார்கள்,

நடுநிலை என்ற ஒரு நிலை எப்போதும் இருக்க முடியாது. அது பாதிக்கப்பட்ட தரப்பிற்கான நீதியை தடுக்கும் அல்லது மடை மாற்றும் எதிர்த் தரப்புடனான ஒரு வகை கூட்டணியே..

அபிவிருத்தி (development), நல்லிணக்கம் (Reconciliation) முன்னேற்றம் (Improvement), தேசபக்தி (Patriot), இதெல்லாம் மக்களை சுரண்டிகொழுக்கும் அதிகாரவர்க்கத்தின் வாடிக்கையான வாய்ச்சவடால்கள்

இலங்கை தொல்லியல்துறை தமிழர்களை இருப்பையே அழிக்கும் மிகப்பெரும் ஆக்கிரமிப்பு சக்தியாக செயற்பட்டுவருகிறது. நாம் இறுக்கிக் கண்களை மூடிக்கொண்டு கூஜா தூக்குவோம்.

——

தமிழ்மக்களின் அரசியல் நியாயப்பாடுகளை சர்வதேசமட்டத்தில் பேசுபொரு-

ளாக்குவதற்கு கிடைத்த மிகப்பெரிய மேடைதான் ஜெனிவா காட்டிக்கொடுப்பின் உச்சம் பெருந்தேசியவாதத்திற்குள் தமிழ்த்தேசியத்தைக் கரைப்பதே... கூட்டமைப்பு அதனைக் கச்சிதமாக நிறைவேற்றியிருக்கிறது.

"அபிவிருத்தி " என்ற சொல் பரவலாக அன்றைய மற்றும் இன்றைய ஒட்டுக்குழுக்களாலும் அரசாங்கத்தாலும் கூறப்படுகிறது. உண்மையில் இந்த அபிவிருத்தி என்றால் என்ன என்று கேட்டால் புதிதாக வீதி, கட்டடம், என்ற வகையிலான பதிலே கிடைக்கிறது.

அபிவிருத்தி என்பது வினைத்திறன் மிகுந்த மனிதவளத்தை உருவாக்குவதே.

வினைத்திறன் மிக்க மனிதர்களை உருவாக்க அவர்களின் மனப்பாங்கு, கல்வி, சிந்தித்து செயற்படும் ஆற்றல், ஆரோக்கியம் (சுகாதாரம்) போன்றவற்றை முன்னேற்றுவதற்கான வேலைத்திட்டங்களே தேவை.

ஆனால் நடப்பது என்ன?

யுத்தம் மூலமாக சகல வாழ்வாதாரங்களையும் அழித்து உரிமைகளை பறித்து பூச்சியமாக்கிவிட்டு தங்களிடம் மண்டியிடுபவர்களுக்கு மாத்திரம் சிறிதளவு கிள்ளிக் கொடுக்கப்படுகிறது. அதைப் பெறுபவர்களும் நன்றி விசுவாசத்துடன் அடிமை சேவகம் செய்யத் தயாராகிறார்கள். இந்த அடிமைகளுக்கு தெரிவதில்லை தங்களது வளங்களை அழித்து கொள்ளையிட்டவர்கள் இவர்கள்தானென்று.

அபிவிருத்தி என்ற வகையில் இங்கே எதுவும் நடைபெறவில்லை. மாறாக இருக்கும் மனிதவளத்தின் வினைத்திறன் மேலும் குறைக்கப்படுகிறது.

புரியும் வகையில் சொல்வதானால் தொழில் செய்து சிறப்பாக வாழ்ந்தவனை அடித்து முறித்து தொழில் மூலங்களை பறித்து பட்டினி போட்டுவிட்டு சில மீன் துண்டுகளை "அபிவிருத்தி" என்ற பெயரில் வழங்கி அவனது தொழில் செய்து பிழைக்கும் ஆற்றல் அழிக்கப்படுகிறது.

இதன் மூலமாக தமிழ் மக்கள் தம்மீது நிகழ்த்தப்பட்ட வன்முறை குறித்து மௌனமாக கடந்துசெல்ல நிர்ப்பந்திக்கப்படுகிறார்கள் என்பதே உண்மை.

சமஸ்டியோ, உள்ளக சுயநிர்ணயமோ, எதுவாக இருந்தாலும், 'நாம் ஒரு இறைமை கொண்ட, சுயநிர்ணய உரிமைக்கு உரித்துடைய பூர்வீக தேசிய இனம்' என்பதன் அடிப்படையில்தான், இதற்கான தீர்வுகளையும் முன்வைக்க முடியும்.

சிங்கள தேசமானது முதலில் இதனை ஏற்றுக்கொள்ளட்டும். இந்த அடிப்படைக் கோட்பாடு ஏற்றுக்கொள்ளப்படாமல், எதுவுமே சாத்தியமில்லை.

ஒரு புரட்சியாளனின் சிந்தனைகள் அரசியல் கட்சிகளிடம் போய் முடிவதில்லை. மாறாக அவை போராடும் மக்களிடமே சென்றடைகின்றன. ஒரு இனத்தின் கூட்டு மனவுணர்வில் அப்புரட்சியாளரே மேலோங்கி நிற்பார். இது தமிழீழத்திற்கும் பொருந்தும்.

ஆயுதப் போராட்டம் தவறு, அங்கு ஜனநாயகம் இல்லை என்று சொன்னவர்கள் கூட இன்றைக்கு அவர்கள் இல்லை நாம் எங்கள் உரிமைகளை விட்டுக் கொடுக்க வேண்டிய நிலையிலிருந்கிறோம் என்று ஒப்பாரி வைக்காத குறையாக தொலைக்காட்சியில் வந்து சொல்கிறார்கள். போராட்டம் வீறு கொண்டெழுந்தபோது அதனை அழிப்பதற்கு துணைபோன அற்ப பதர்கள் எந்த முகத்தை வைத்து இப்படிக் கூறுகிறார்கள் என்று தெரியவில்லை. இவர்கள் அரிதாரம் பூசாத நடிகர்களாகக்கூட இருக்கலாம்.

யார் விரும்பினாலும் எதிர்த்தாலும் இந்த இனத்தின் ஆன்மபலம் புலிகள் மட்டுமே.

தாயகத்திலும் புலத்திலும் இருக்கக்கூடிய தமிழர் தரப்புகள் தமது பிரச்சனைகளை 'ஒரே குரலில்' முன்வைக்கும் பக்குவத்தை எட்டவேண்டும்! வெவ்வேறாகப் பிரிந்து நிற்கிறபோதும் மக்களினதும் தாயக விடுதலையின் நலனையும் கருத்திற்கொண்டேனும் பொதுவான வேலைத்திட்டங்களை இனம்கண்டு ஒன்றிணைந்து வேலைசெய்ய வேண்டும். பேரம்பேசும் வல்லமை கொண்ட தமிழ்த் தலமைத்துவத்தை இனம் காட்டவேண்டிய தேவை எழுந்துள்ளது!

உலக பயங்கரவாதிகளை உள் வாங்கித்தான் எமது விடுதலைப்போராட்டத்தை அழித்தார்கள். இது அறுவடைக்காலம்

கொல்லப்பட்டவர்களில் மூன்றில் இரண்டு பங்கிற்கு மேற்பட்டவர்கள் தமிழர்கள். எஞ்சியோரில் பெரும்பாலானோர் முன்னாள் தமிழர்கள்.

யாழில் இருந்து இஸ்லாமியர்கள் வெளியேற்றப்பட்டதை இனச்சுத்தீகரிப்பு என்றவரைக் காணவில்லை.

இலங்கைக்கு கவலை தெரிவிக்கும் வெளிநாட்டுத் தலைவர்கள் இலங்கையில் பயங்கரவாதிகள் ஆட்சியில் இருப்பதை மறைக்கின்றார்கள்.

திரை மறைவுப் போர்களை மட்டுமே நம்புகின்ற கோழைத்தனமான உலக மக்களாட்சி ஆயுதப் புரட்சியைப் பார்த்து அச்சம் கொள்வதைத் தமிழினம் தெளிவாகப் புரிந்து கொள்ள வேண்டும்!

உரிமைகளை மீட்பதற்காக ஆயுதங்களின் உதவியுடன் போராடுகின்ற போராளிகளைக் கொடிய மனிதர்களாகவும்...

இம்மாதிரியான போராளிகளைவிட்டு வெகுதொலைவு விலகி நிற்பவர்களை மிகவும் தூய்மையான மனிதர்களாகவும் தற்போதைய உலகம் உருவகப்படுத்துகிறது!

"தனக்குக் கிடைக்க வேண்டிய உரிமைகளுக்காகப் போராடும்பொழுது அந்தப் போராட்டங்களை ஆயுதங்களினால் தடுத்து நிறுத்துவதற்கு மக்களாட்சி முற்படுமானால் அந்தப் போராட்டக்காரர்களும் கண்டிப்பாக ஆயுதங்களைக் கையிலெடுப்பார்கள்" — இதை எந்த வகையில் தவறென்று கூற முடியும்?

இனத்தின் உரிமைபற்றிப் பேசினால் இனவாதி(Racist)! இனத்தின் தன்னாட்சி உரிமை பற்றிப் பேசினால் வன்கொடுமையாளர்(Terrorist)! இதுதான் வல்லரசு நாடுகளின் கோட்பாடு.

"உணர்விழந்த நீதி போர்க்களத்தை மீளத் திறக்கும்!" தமிழர்கள் விடுதலை கோரிப் போராடினால் "அது வன்கொடுமை(terrorism). போராடாதீர்கள்!" என்கின்றன பொய்யான உலகநாடுகள். ஆனால், இதே உலகநாடுகள் தங்கள் அரசியல், பொருளியல், நிலவியல் நலன் சார்ந்து இன்றும் போராடிக் கொண்டுதான் இருக்கின்றன. அழிப்பவன் வன்வலுவைப் பயன்படுத்தும்பொழுது, அரசத்தந்திரம்(Diplomacy), அரசத்தந்திர வழியில் (Diplomatically) என்கிற மாயையில் நாம் மென்வலு பற்றிப் பேசிக் கொண்டிருப்போம்.

ஈழத்தமிழ் மக்களின் அடையாளத்திற்கு அச்சுறுத்தல் விடுக்கும் முகமாகவே இலங்கையின் புத்த ஆட்சியாளர்கள் செயற்பாடுகளை மேற்கொண்டு வருகின்றனர். ஈழத்தமிழ் மக்களை 'இலங்கையர்' என்கின்ற அடையாளத்திற்குள் உட்படுத்துவதே சிங்கள அரசினதும் அதன் அடிவருடிகளினதும் நோக்காகும்.

இறுதித்தோட்டா இருக்கும்வரை களமாடிய மாவீரர்கள்...ஆம் அவர்கள் எமக்காகத்தான் வீழ்ந்தார்கள்!
வித்துடலாகிப்போன தம் தோழர்களின் உடல்களை அரணாய்க்கொண்டு அவர்கள் வீழும்வரை போரிட்டார்கள்.
இறுதித்தோட்டா இருக்கும்வரையிலும் அவர்கள் துப்பாக்கிகள் வெடித்துக்கொண்டேதானிருந்தன..

அவர்களுக்கு அழகான குழந்தைகள் இருந்தன, அன்பான மனைவி கணவன் இருந்தனர். பாசம்கொண்ட உறவுகள் இருந்தன, பத்துமாதம் சுமந்துபெற்ற தாய் தந்தையர் இருந்தனர்,,

ஆயினும் அவர்கள் அனைவரையும் விட இந்த மண்ணையும் மக்களையும் நேசித்தார்கள்.
தங்கள் சாவினை உறுதிசெய்துகொண்டுதான் அவர்கள் இரட்டைவாய்க்கால் கடந்தார்கள்.
முள்ளிவய்க்கால்வரை நம்பிவந்த மக்களை அவர்கள் ஏமாற்ற துணியவில்லை.

இத்தனைக்கும் அவர்கள் மேடைகளில் வீரவசனம் பேசியவர்கள் இல்லை. காடுகரையென ஈழமெல்லாம் பரவியிருந்த களமுனைகளில் கடந்த காலங்களை கழித்தவர்கள். வெற்றி வெற்றியென சென்றவிடமெல்லாம் வெற்றிகளை குவித்தவர்கள். மொத்தமாய் ஒரேயிடத்தில் ஓர்நாளில் ஏன் விதையாகிப்போகவேண்டும்?? நீங்கள் எல்லாம் ஒன்றுகூடி ஒருநாள் முயற்சித்திருக்கலாமே ஏன் முயற்சிக்கவில்லையென்று அவர்கள் சந்ததிகள் அவர்களிடம் கேள்விகேட்க இடமளிக்கக்கூடாதென்றுதான் இறுதிக்களத்தை இரட்டைவாய்க்கால்

தாண்டி அவர்கள் தெரிவு செய்தார்கள். ஆனந்தபுரம்நோக்கி அணிவகுத்தார்கள்...

கிரேக்க புராணங்கள் கூறிய ஸ்பாட்டன்களின் நிஜவடிவம் எங்கள் போராளிகள். எங்கள் தேசம் மீளவேண்டுமென்பதற்காய் அவர்கள் வீழும்வரை போரிட்டார்கள். காலம் ஒரே சம்பவங்களை வரலாறுகளாய் மீண்டும் மீண்டும் புதுப்பித்துக்கொண்டேயிருக்கிறது. ஆனந்தபுரம் எமக்கு ஆனந்தமளிக்கவில்லை ஆயினும் அடுத்த தலைமுறைக்கு அதுதன்னில் ஆயிரம் வீரவரலாறுகளை தாங்கி நிற்கின்றது. எங்கு வீழ்ந்தோமோ அங்கிருந்து எழுவோம். முடிந்துபோனவைகளில் இருந்து முன்னோக்கிச்செல்லும் எம் தலைமுறைகள். அவர்கள் போராடுவார்கள் ஏனெனில் காலம் மீண்டும் மீண்டும் ஒரே வரலாறுகளை அடிக்கடி பிரசவிக்கிறது......

மாயைகளையும் வார்த்தைஜாலங்களையும் ஏமாற்றும் முயற்சிகளையும் தாண்டி, அர்ப்பணிப்புகளை நெஞ்சினில் தாங்கி நேர்மையுடனும் மனச்சாட்சியுடனும் இனத்தின் நலனுக்காய் தொடர்ந்தும் கொள்கை உறுதியுடன் நடப்போம்!

மீண்டெழும் காலம் மறுபடியும் உருவாகும்..மாண்டவர் கனவும் பலிக்கும்.

சிங்கள தேசத்தின் தமிழர் மீதான வதை முகாம் கொடுமைகளும், கைதுகளும், அச்சுறுத்தல்களும், கடத்தல்களும், படு கொலைகளும், காணாமல் ஆக்குதல்களும் முன்னரை விடவும் பலமான எதிர்வினைகளை உருவாக்கியே தீரும். அந்த எதிர்வினை, ஈழத் தமிழர்களை மட்டுமல்ல, உலகில் வாழும் எல்லாத் தமிழர்களையும் ஒன்றிணைக்கும். அந்த மாபெரும் தமிழர் எழுச்சி ஈழத் தமிழர்களை வெகு விரைவில் விடுவிக்கும்.

போராட்டம் மனித உயிர்ப்பின் அற நெறி!

அது பேதங்கள் கடந்து அற மாந்தர்களை ஒன்றிணைக்கின்றது!

வலிகள் தரினும் போராட்டம் இன்பமயமானதே!

6. ஆறாத சோகம் தீராத துயரம்!

அது,ஆறாத சோகம். தீராத துயரம். அந்த இழப்புக்கள் ஆழமானவை. மிகமிக ஆழமானவை. அந்த சோகத்தையும், துயரத்தையும் இழப்புக்களையும் மீட்டுப்பார்க்க நெஞ்சம் பதைபதைக்கும்.

அந்தப் பதைபதைப்பு அடி மனம் வரையும் பாய்ந்து அப்படியே உலுக்கி எடுக்கும். முள்ளிவாய்க்காலில் பாதிக்கப்பட்டவர்களின் நிலைமை இதுதான்.

முள்ளிவாய்க்கால் பேரவலம் நடந்து பத்து வருடங்கள் ஓடிவிட்டன. அந்தப் பாதிப்புக்கள் குறித்து பாதிக்கப்பட்டவர்கள் மீட்டுப் பார்க்கவே விரும்புவதில்லை. ஆனால் அந்த நினைவுகள் நனவுகளாக எந்தெந்த சந்தர்ப்பங்களில் மேலெழுந்து மெய்நடுங்கி மனம் நோகச் செய்யும் என்பது அவர்கள் எவருக்குமே தெரியாது.

கதைப் போக்கில் முள்ளிவாய்க்கால் பற்றி பிரஸ்தாபித்தாலே போதும். அங்கு நடந்த கோரக்காட்சிகள் மனங்களில் வாழ்வியலாக விரிந்து நடுங்கச் செய்யும். ஆற்றாமையும், இயலாமையும் ஆட்கொள்ள இதயம் அசுர வேகத்தில் துடிக்கும். தலைகனத்து சம்மட்டியால் அடித்தது போன்று இடிக்கத் தொடங்கும். என்னவோ செய்வது போல வயிறு கனத்து, கலங்கி ஏதேதோ நினைவுகள் மனதில் முட்டி மோதும்.

பத்து வருடங்கள் என்ன, நூறு வருடங்கள் கடந்தாலும், முள்ளிவாய்க்கால் நினைவுகள் மனங்களில் இருந்து மறைந்து போகாது. அந்த அளவுக்கு முள்ளிவாய்க்கால் துயரங்கள் சக்தி வாய்ந்தவை. அந்த நினைவுகளில் சிக்கி காலச்சக்கரத்தில் சென்றது போன்று அன்றைய வாழ்வியலுக்கே சிலர் ஆளாகிவிடுவதுண்டு.

உளவியல் ரீதியான முள்ளிவாய்க்கால் துயரங்கள் பாதிக்கப்பட்டவர்கள் மத்தியில் பெரும் பாதிப்பை ஏற்படுத்தியிருக்கின்றன. அந்தத் துயரத்தை ஒரு கூட்டு நிகழ்வாக நினைவுகூர்ந்து, அழுது, அரற்றி, ஆற்றிக்கொள்வதற்கு அவர்களுக்கு இன்னுமே சந்தர்ப்பம் சரியாகக் கிட்டவில்லை.

துயரம் காரணமாகத் துவண்டு போகின்ற மனங்களுக்கு உள ஆற்றுப்படுத்தல் மிகமிக அவசியம். தன்னோடு பாதிக்கப்பட்ட ஏனைய உறவுகளுடன் மனந்திறந்து பேசி, அந்த கூட்டுத் துயரத்தில் தமது கவலைகளையும், துன்பங்களையும், இழப்புக்களையும் பகிர்ந்து கொண்டு ஆறுதல் பெறுவதற்காக பாதிக்கப்பட்டவர்களின் உள்ளங்கள் இன்னமும் ஏங்கிக் கொண்டிருக்கின்றன.

முள்ளிவாய்க்கால் அவலத்தில் சிக்கித் தவித்தவர்கள் இந்த உளவியல் பாதிப்பில் இருந்து மீள முடியாதவர்களாகவும், அந்த துன்பக்கிடங்கில் இருந்து மேலெழுந்து வர முடியாதவர்களாகவும் சமூகத்தில் காணப்படுகின்றார்கள்.

அங்கு அரச படைகள் நடத்திய கோர தாண்டவத்தின்போது, பெற்றவர்கள், பிள்ளைகள் மற்றும் உற்றவர்கள் உடல் சிதறி உயிரிழந்து போக, அந்த இழப்பின்போது அழுது அரற்றி, துன்பத்தை வெளிப்படுத்தி, மனம் கசிந்து, கண்ணீர் உகுத்து, பலருக்கும் அவர்களை அடக்கம் செய்ய முடியாமல் போனது.மழையென பொழிந்த எறிகணைகளிலும், சீறி வந்த துப்பாக்கிக் குண்டுகளிலும், கடற்பரப்பில் இருந்து பாய்ந்து வந்த பீரங்கிக் குண்டுகளும் உடல்களைப் பிய்த்தெறிந்து மக்களை சின்னாபின்னமாக்கியதால் சிதறிய உடற்பாகங்களைப் பொறுக்கி எடுத்து ஒன்றாக்கி, பாதிப்புகளில் இருந்து உயிர்தப்பியவர்களினால் ஓர் அடக்க நிகழ்வை செய்ய முடியாமல் இருந்தது.

இறந்தவர்கள் போக மிஞ்சியவர்கள் உயிர்களைக் காத்துக்கொள்வதற்காக ஓடித்தப்ப வேண்டிய நிர்ப்பந்தம். இதனால் படுகாயமடைந்து குற்றுயிராகக் கிடந்தவர்களையும் கூட கண்டகண்ட இடங்களில் கைவிட்டுச் செல்கின்ற அவல நிலைமை. கல்நெஞ்சம் கொள்ள வேண்டிய அந்தத் தருணங்களுக்கு

ஆளாகித் தவித்தவர்களின் துயரங்களை எழுத்தில் வடிக்க முடியாது.

இரத்த உறவுகளையும், உற்றவர்களையும் அநியாயமாக சாகக் கொடுத்த துயரம் ஒருபக்கம்.

இறுதி நேரத்தில் அவர்களுக்குச் செய்ய வேண்டிய உதவிகளையோ அல்லது அவர்களுக்கு செய்ய வேண்டிய மரியாதைகளையோ செய்ய முடியாமல் போய்விட்டதே என்ற மாளாத் துன்பம் பாதிக்கப்பட்டோரின் மனங்களில் மண்டிக்கிடக்கின்றன. இந்தத் துயரங்கள் அவர்களைத் துரத்தித்துரத்தி வாட்டி எடுக்கின்றன.

முள்ளிவாய்க்கால் நினைவேந்தல் என்பது முழுக்க முழுக்க உளவியல் சார்ந்தது. ஒருங்கிணைக்கப்பட்ட ஓர் ஒழுங்கமைப்பில் ஆரவாரமின்றி அமைதியான முறையில் ஆன்மீக சிந்தனையோடு அனுட்டிக்கப்பட வேண்டியது. அத்தகைய ஒழுங்கமைப்பு கடந்த பத்து வருடங்களில் ஒரு தடவையேனும் நினைவேந்தலை ஒழுங்கு செய்தவர்களினால் செய்யப்படவில்லை. வவுனியாவில் முள்ளிவாய்க்கால் நினைவு தின நிகழ்வுகள் முதன் முதலாக எதிர்ப்புகளுக்கும், இராணுவ, புலனாய்வாளர்களின் அச்சுறுத்தலுக்கு மத்தியில் உணர்வுபூர்வமாக முன்னெடுக்கப்பட்டது.

அச்சமான சூழலில் முன்னெடுக்கப்பட்ட அந்த நினைவேந்தல்கள் பாதிக்கப்பட்ட மக்கள் மனங்களிலும், ஏனையோரின் மனங்களிலும் சிறிதளவு ஆறுதலைத் தந்தன.

அச்சுறுத்தலையும் மீறி அனுட்டிக்கப்பட்ட நினைவேந்தல் நிகழ்வுகளில் பங்கேற்றதற்காக இராணுவத்தினரும், புலனாய்வாளர்களும் தேடி வருவார்களோ, தேடி வந்து என்னென்ன செய்வார்களோ என்ற அச்சம் கவிழ்ந்த மனநிலையில் நிகழ்வுகளில் கலந்து கொண்டவர்கள் நிம்மதி இழந்து தவிக்க நேர்ந்திருந்தது. இந்த நிம்மதியற்ற நினைவேந்தலினால், முள்ளிவாய்க்கால் நினைவேந்தல் என்பது ஆறுதலளிப்பதாகவோ அவலமாகக் கொல்லப்பட்டவர்களின் ஆத்மசாந்திக்காக மனதாரப் பிரார்த்தனை செய்து மனமாறவோ அவர்களில் எவராலும் முடியவில்லை.

அந்த நினைவேந்தல்களில் கலந்து கொண்டால் இராணுவத்தினராலும், புலனாய்வு பிரிவினராலும் தங்களுக்கு எந்தெந்த வகையில் என்னென்ன தீங்கு நேருமோ, என்று நெஞ்சம் கலங்கிய நிலையில் முள்ளிவாய்க்கால் துயரந்தோய்ந்த நெஞ்சம் கொண்ட பலரும் வீடுகளில் ஏங்கித் தவித்து வீடுகளில் முடங்கிக் கிடந்ததுண்டு. இந்த அவல நிலைமை அரசியல் உரிமைக்காகப் போராடி, பயங்கரவாதிகள் என பெயர் சூட்டப்பட்டு முள்ளிவாய்க்கால் வரையில் அடித்து நொறுக்கப்பட்டவர்களுக்கே நேர்ந்திருந்தது. இந்த அவலத்தினதும், துயரத்தினதும் அளவையும் வேதனையையும் எவராலும் எடுத்துரைத்து விளக்கிக் கூற முடியாது.

யுத்தம் முடிவடைந்த 2009 ஆம் ஆண்டின் பின்னர் முள்ளிவாய்க்காலுக்குச் செல்வதற்கு எவரையும் அரசாங்கம் உடனடியாக அனுமதிக்-

கவில்லை.இதனால் இரத்தத்தில் தோய்ந்த அந்த மண்ணுக்குச் சென்று தமது உறவினர்களும் உற்றவர்களும் உயிரிழந்த இடங்களை நேரில் தரிசித்து மன ஆறுதலடைவதற்கான சந்தர்ப்பமும் நீண்ட காலமாக அவர்களுக்குக் கிடைக்கவில்லை.

முள்ளிவாய்க்காலில் மீள்குடியேற்றம் அனுமதிக்கப்பட்டு,மக்கள் அங்கு சென்றுவருவதற்கான அனுமதி வழங்கப்பட்ட தருணங்களும், அங்கு சென்றவர்கள் எங்கெங்கு செல்கின்றார்கள், என்னென்ன செய்கின்றார்கள், யார்யாரோடு கதைக்கின்றார்கள் என்று கண்காணிப்பதற்காக நிழல்போல தொடர்ந்த இராணுவத்தினரும், புலனாய்வாளர்களும் அந்த மக்கள் மனங்களில் மேலும் மேலும் அச்சத்தையும் பீதியையும் விதைப் பதற்கே வழிவகுப்பனவாக அமைந்திருந்தன.

நினைவேந்தல் என்பது மனம் அமைதியடைவதற்கும், ஆறுதல் பெறுவதற்குமாக அனுட்டிக்கப்பட வேண்டியது. அது நிர்ப்பந்தமான நிலையிலோ அச்சுறுத்தலான ஓர் உளவியல் சூழலிலோ அனுட்டிக்கப்பட முடியாதது. அத்தகைய நிகழ்வுகளை நினைவேந்தல் என்று வரையறுக்கவோ வகுத்துக் கூறவோ முடியாது. அவ்வாறான செயற்பாடுகள் பாதிக்கப்பட்டவர்களை இம்சிக்கவும், கொடூரமாகக் கொடுமைப்படுத்தவுமே உதவும் எனலாம்.

முதன் முதலாக முள்ளிவாய்க்காலிலேயே முள்ளிவாய்க்கால் நினைவேந்தல் நிகழ்வை வடமாகாணத்தின் முன்னாள் முதலமைச்சர் நிகழ்த்தியபோது, முள்ளிவாய்க்காலில் பாதிக்கப்பட்டவர்கள் எவரும் பங்கேற்றிருக்கவில்லை என்றே கூற வேண்டும். மாகாணசபை உறுப்பினர்களும், அவர்களைச் சார்ந்தவர்களுமே அங்கு கூடியிருந்தார்கள். அந்த நிகழ்வு முழுக்கமுழுக்க அரசியல் மயமான ஒரு நிகழ்வாகவும், ஒரு சம்பிரதாய நிகழ்வாகவுமே நடந்தேறியது.. தொடர்ந்து அங்கு இடம்பெற்ற நினைவேந்தல் நிகழ்வுகளும் கட்சி அரசியல் நிழல் படிந்ததாகவும், அரசியல் மயமானதாகவுமே ஒழுங்கமைக்கப்பட்டிருந்தன.

ஓர் உணர்வு பூர் வமான பாதிக்கப்பட்ட மக்களுக்கு ஆறுதல் அளிக்கவல்ல புனிதமானதொரு நினைவேந்தல் நிகழ்வாக அந்த நிகழ்வுகளை ஒழுங்கமைப்பதற்கு எவராலுமே முடியாமல் போனது. இது முள்ளிவாய்க்கால் நினைவேந்தலின் சோகமான ஒரு பக்கம்.

போட்டி நிகழ்வாகிப் போன நினைவேந்தல் - வடமாகாண சபையின் பொறுப்பில் இருந்த முள்ளிவாய்க்கால் நினைவேந்தல் நிகழ்வொழுங்குகள் முன்னாள் போராளிகள் மற்றும் யாழ்.பல்கலைக்கழக மாணவர்களின் வருகையோடு ஒரு போட்டி நிகழ்வாக மாறிப்போனது. முன்னாள் போராளிகள் மாவீரர் நாள் நிகழ்வொழுங்கின் அனுபவத்தோடும், பொறுப்புரிமையோடும் பங்கெடுத்து அதனைச் சிறப்பிக்க முயன்ற போதிலும், மேலாண்மை மனப்பாங்குடன் பங்கேற்றிருந்த பல்கலைக்கழக மாணவர்கள் அந்த நிகழ்வை முழுமையாக ஆக்கிர மித்திருந்தார்கள்.

ஒழுங்கமைப்புக்கள் அவர்களின் சுயவிருப்பத்தின் பேரிலேயே இடம்பெற்றிருந்தன. வடமாகாண சபையும் அந்த நினைவேந்தல் காட்சியில் இருந்து ஒதுங்க வேண்டிய நிலையில், பல்கலைக்கழக மாணவர்களின் விருப்பு வெறுப்புக்குட்பட்டு முன்னாள் முதலமைச்சரும் நிகழ்வில் ஒரு பொம்மையைப் போன்று பங்கேற்கின்ற நிலைமை உருவாகியிருந்தது.

இந்த அமளிகளுக்கிடையில் நினைவேந்தல் நிகழ்வுகளில் மனமொருமித்து பங்கேற்க வேண்டிய, உண்மையாகவே முள்ளிவாய்க்காலில் பாதிக்கப்பட்டவர்களும் அந்த ஒப்பேற்றலுக்கான நிகழ்வகளில் மனம் ஒட்டியும் ஒட்டாத நிலையில் பங்கேற்க நேர்ந்திருந்தது.

இறுதியாக நடைபெற்ற இந்த நினைவேந்தல் நிகழ்வு பலதரப்பட்டவர்களினதும் காரசாரமான விமர்சனங்களுக்கும் கண்டனத்திற்கும் ஆளாகியது. அடுத்த நினைவேந்தல் நினைவாகிய பத்தாம் ஆண்டு நிகழ்வு ஒரு பொது அமைப்பினால் நேர்த்தியாக ஒழுங்கு செய்யப்பட வேண்டும் என்ற தீர்க்கமான முடிவை மேற்கொள்வதற்கு வழிவகுத்திருந்தது.

உள்ளூர்வாசிகளான முள்ளிவாய்க்கால் மற்றும் அதனைச் சூழ்ந்த கிராமங்களைச் சேர்ந்த மக்களின் பங்களிப்பின்றியே முள்ளிவாய்க்காலில் இடம்பெற்ற நினைவேந்தல் நிகழ்வுகள் நடந்தேறி முடிந்தன.

பத்தாவது முள்ளிவாய்க்கால் நினைவேந்தல் என்பது சிறப்பாகவும் சீரான முறையிலும் ஒழுங்கமைக்கப்பட்டு, பலதரப்பட்டவர்களினதும் பங்களிப்புடன் நேர்த்தியாக நடத்தி முடிக்க வேண்டும் என்ற வைராக்கியத்தை உருவாக்கியிருந்தது.

ஆனால், கொழும்பையும் மட்டக்களப்பையும் மையப்படுத்திய உயிர்த்த ஞாயிறு தின தாக்குதல்களினால், நிலைகுலைந்துபோன நாட்டின் பாதுகாப்பு நிலைமைகள், முள்ளிவாய்க்கால் நினைவேந்தலுக்கான ஏற்பாடுகளைப் பற்றிச் சிந்திக்கக்கூட முடியாத அளவுக்கு மோசமாகிப் போயின.

முள்ளிவாய்க்கால் நினைவேந்தலின் மூலம் விடுதலைப்புலிகள் மீண்டும் எழுச்சி பெற்று விடுவார்கள் என்ற கற்பனாவாத கருத்தியல் காரணமாகவே, அதனை சுதந்திரமான முறையில் அனுட்டிப்பதற்கு அரசாங்கம் மறுத்திருந்தது. தமிழ் மக்களின் போராட்ட வரலாற்றை நினைவில் தேக்கி, போர்க்குற்றச் செயல்களுக்கு அரசு பொறுப்பு கூறியே ஆக வேண்டும் என்ற கோரிக்கையை தமிழ் மக்கள் சோர்வின்றி நீண்டகாலத்திற்கு வலியுறுத்தி தொல்லை கொடுப்பதற்கான சந்தர்ப்பத்தையும் முள்ளிவாய்க்கால் நினைவேந்தல் நிகழ்வு வழங்கிவிடும் என்ற எண்ணமும் இந்த அனுமதி மறுப்புக்குப் பின்னணி காரணமாகத் தெரிகின்றது.

எது எப்படி இருப்பினும், முள்ளிவாய்க்கால் நினைவேந்தல் என்பது, ஓர் அரசியல் கலந்த நிகழ்வாகவும் தமிழ் மக்களின் ஆன்மாவைக் கீறிக் குதறிய அந்த நிகழ்வுகளை நினைவேந்தல் வழியாக அடுத்தடுத்த தலைமுறைக்குத் தொடர்ந்து முன்னெடுத்துச் செல்வதற்கான நிலைக்களனாகப் பயன்படுத்-

தப்பட வேண்டும்.

இது தமிழ் மக்களின் அரசியல் உரிமை என்ற ஆன்மீகத்தின் சோர்வடையாத வளர்ச்சி நிலைக்கும் உறுதியானதோர் அரசியல் விடிவுக்கான திறப்பு வாயிலாகவும் கட்டி ஒழுங்கமைக்கப்பட வேண்டும்.

அது ஆன்மீக, சமூக, அரசியல் சார்ந்த நிகழ்வாக வாழையடிவாழையாகத் தொடர்ந்து பின்பற்றி நினைவேந்தப்படுத் தக்கவகையில் கட்டமைக்கப்பட வேண்டும். அது ஒரு வழி நிகழ்வாகவோ அல்லது ஒரேயொரு முறையிலானதாகவோ அமையாமல் தமிழ் சமூகத்தின் பல்வேறு கிளைகளில் ஊறித் திளைக்கின்ற பன்முக முறையிலானதாக உருவாக்கப்பட வேண்டும்.

அதற்குரிய உறுதியான தீர்மானத்தைப் பலதரப்பட்டவர்களும் ஒன்றிணைந்து மேற்கொள்வதற்கான அடித்தளத்தை இடுவதாக முள்ளிவாய்க்கால் நினைவேந்தலின் பத்தாவது நிகழ்வு அமைய வேண்டும்.

7. பயங்கரவாதத் தாக்குதல்கள்...

இலங்கையில் நடத்தப்பட்ட பயங்கரவாதத் தாக்குதலில் பாதிக்கப்பட்ட குடும்பங்களுடன், இந்த உலகமே தமது கவலையைப் பகிர்ந்துகொண்டது. பயங்கரவாதத் தாக்குதல் நடத்தப்பட்டது பற்றி மற்றும் அது தொடர்பான பாதுகாப்பு நடவடிக்கைகள் பற்றிய செய்திகளை, தினமும் ஊடகங்கள் ஊடாக அறிந்துவருகிறோம். இவ்விடயங்களை நாம், சிறுவர்களிடத்திலும் குழந்தைகளிடத்திலும், பிள்ளைநேயத்துடன் முறையாகப் பகிர்ந்துகொண்டோமா என்ற வினாவுக்கான விடையைத் தேடியறிவதும் எவ்வாறு பிள்ளைநேயத்துடன் பகிர்ந்துக்கொள்வது என்பது பற்றியும் கலந்துரையாட வேண்டியது காலத்தின் தேவைப்பாடாகும்.

'ஒரு முரண்பாடான அல்லது சிக்கலான விடயத்தைச் சீர்தூக்கிப் பார்க்கின்ற அல்லது தர்க்க ரீதியில் அது தொடர்பான காரணகாரியங்கள் பற்றிச் சிந்தித்துப் புரிந்துக்கொள்ளும் பக்குவம், பிள்ளைகளிடத்தில் குறிப்பாக 10 வயதுக்குக் குறைந்தவர்களிடத்தில் இருக்காது' என, பியாஜே எனும் கல்வியியலாளர் குறிப்பிடுகிறார்.

நாம் ஏதேனும் தகவலொன்றைப் பகிர்ந்துகொள்ளும் போது, பிள்ளைகள் அவற்றின் நேரடியான பொருளை உள்ளெடுத்துக்கொள்வதுடன், அவற்றை நீண்டகாலத்துக்கு ஞாபகத்தில் வைத்துக்கொள்வார்கள். இன்று நம்மில் பலர், உண்மையான விடயங்களைவிட, எமது தனிப்பட்ட கருத்துகளையே சிறுவர்களிடத்தில் அதிகமாகப் பகிர்ந்துகொள்வதுண்டு. இதனால், பிழையான புரிதல், ஒரு இனத்தின் மீதான குரோதம் மற்றும் உளவியல் ரீதியிலான பாதிப்புகள் என்பன ஏற்படுவதற்கான வாய்ப்புகள் அதிகம். ஏனெனில், 'இளமையிற் கல்வி சிலையில் எழுத்து' என்பதற்கிணங்க சிறுவர்கள் இளம்வயதில் எதனைக் கற்றுக் கொள்கின்றார்களோ, அது அவர்களுடைய மனதில்

நிலைத்து நிற்கும்.

ஐக்கிய நாடுகள் பொது சபையினால் ஏற்றுக்கொள்ளப்பட்ட சிறுவர் உரிமைகள் மீதான சமவாயத்தின் (Convention on the Rights of the Child) உறுப்புரை 38ஆனது, சிறுவர்களைப் பயங்கரவாதச் செயற்பாடுகளிலிருந்து பாதுகாக்கின்றது. இதனூடாக, ஐ.நா பொதுச் சபையின் உறுப்பு நாடுகள்; அனைத்தும், 15 வயதுக்குக் குறைந்த சிறுவர்களை அனைத்துச் சந்தர்ப்பங்களின் போதும், 18 வயதுக்குக் குறைந்தவர்களை, சில விதிவிலக்கான சந்தர்ப்பங்களின் போதும், ஆயுதப் போராட்டங்கள் மற்றும் பயங்கரவாதத்திலிருந்து பாதுகாக்கிறது.

அத்துடன், 1974இல் ஆக்கப்பட்ட அவசரகால நிலைமைகளின் போது மற்றும் ஆயுத மோதல்களின் போது, பெண்கள் மற்றும் சிறுவர்களைப் பாதுகாப்பதற்கான பிரகடனத்தின் முதலாவது உறுப்புரை, தாக்குதல் மற்றும் குண்டுத் தாக்குதலின் போது சிறுவர்களும் பெண்களும் இலகுவில் பாதிக்கப்படத்தக்கவர்களாகக் காணப்படுவதால், அவர்களுக்கு விசேட பாதுகாப்பு வழங்கப்பட வேண்டும் என்றும் கூறுகின்றது.

மேற்குறிப்பிட்ட அனைத்து ஏற்பாடுகளும், ஆயுத மோதல் அல்லது பயங்கரவாதத் தாக்குதல்கள் இடம்பெறுகின்றபோது சிறுவர்களின் உடல் ரீதியிலான பாதுகாப்பையே உறுதி செய்கின்றன. ஆயுத மோதல்கள் மற்றும் பயங்கரவாதத் தாக்குதல்களின்போது, சிறுவர்களுக்கு ஏற்படக்கூடிய உளரீதியான பாதிப்புக்களிலிருந்து அவர்களைப் பாதுகாப்பதற்கான ஏற்பாடுகள் குறைவாகவே காணப்படுகின்றன. அல்லது அது தொடர்பில் நாம் குறைவாகவே கலந்துரையாடுகிறோம். இதற்கான பல காரணங்கள் இருக்கின்ற போதிலும், அவற்றை நிவர்த்தி செய்வதற்கான பொறுப்பு, குடும்ப அங்கத்தவர்கள் மற்றும் ஊடகங்களிடமே பாரியளவில் தங்கியுள்ளது.

இவ்வாறான நேரங்களின்போது, குடும்ப உறுப்பினர்கள், பிள்ளைகளுடன் குறித்த தாக்குதல் சம்பவங்கள் பற்றி எவ்வாறு நேயத்துடன் கருத்துகளைப் பரிமாறிக்கொள்ள வேண்டும் என்பது பற்றிக் கலந்துரையாடலாம்.

பிள்ளைகள், எந்தவொரு விடயம் பற்றியும் மிக ஆர்வத்துடன் தகவல்களைத் தெரிந்துக்கொள்ள விரும்புவார்கள். அதிகமான வினாக்களை எழுப்புவார்கள். இது, பிள்ளைகளுக்கே உரிய பண்பாகும். நீங்கள், ஒரு வளர்ந்தவராக அல்லது குடும்பத்தில் மூத்தவராக, உங்கள் பிள்ளைகளின் வினாக்களுக்கு விடையளிக்கும் போது, அவர்கள் ஏற்கெனவே அறிந்திருக்கும் தகவல்களிலிருந்து ஆரம்பிப்பது சிறந்தது. ஏனெனில், தொலைகாட்சி, வானொலி, அச்சு ஊடகங்கள் மற்றும் சமூக ஊடகங்கள் வாயிலாக, பிள்ளைகள் அதிகமான தகவல்களைத் தெரிந்துக்கொள்ள வாய்ப்புகள் உள்ளன. சில நேரங்களில், அத்தகவல்கள் உண்மையல்லாத விடயங்களாக அல்லது வதந்திகளாகக்கூட இருக்கலாம். அதனால், பிள்ளைகளின் தவறான புரிதல்களில் கவனம் செலுத்துங்கள்.

பிள்ளைகள், பயங்கரவாதம் பற்றி என்ன அறிந்து வைத்துள்ளார்கள் என அறிந்து கொள்ளுங்கள். பிள்ளைகள் தெரிந்து வைத்திருப்பவை பிழையென்பதை நீங்கள் அறிந்தால், சரியானதை பொருத்தமான முறையில் சொல்லிக்கொடுங்கள். பிள்ளைகளின் அறிகை விருத்தியானது, வயதுக்கேற்ப வித்தியாசப்படும். அதேபோல, அவர்களிடம் இருக்கும் தகவல்களின் அளவும், வயதுக்கேற்ப வேறுபடும். அதனால், சிறுவர்களிடத்தில் ஏற்படுத்தப்படுகின்ற மனத்தாக்கங்கள் மற்றும் உணர்வுகள் வேறுபட்டவை. அதன் காரணமாக, பிள்ளைகள் என்ன நினைக்கிறார்கள் என்பதை அவர்களிடமே கேட்டுத் தெரிந்துக்கொள்ள வேண்டும்.

இதுவரை என்ன நடந்தது, இனிமேல் நாம் என்ன செய்ய வேண்டும் என்பது பற்றியும், பிள்ளைகள் தெரிந்திருப்பது பயனுடையதாகும். அதற்கு மாறாக, பத்திரிகைகள், தொலைகாட்சி, இணையம் மற்றும் ஏனைய சமூக ஊடகங்களில் மீண்டும் மீண்டும் காட்டப்படும் காட்சிகளைக் காண்பித்தலோ அல்லது அது பற்றிய படங்களைக் காண்பித்தலோ பயன்படமாட்டாது.

ஊடகங்கள் மற்றும் சமூக ஊடகங்களிலிருந்து பிள்ளைகள் விடயங்களை அறிந்துகொள்ளட்டும் என நாம் அமைதியாக இருந்துவிடக் கூடாது. ஏனெனில், அவற்றில் எப்போதும் சரியான கருத்துகள் மாத்திரமே பகிரப்படுகின்றன எனக் கருத முடியாது.

இலங்கையில் இன வன்முறைகள் தூண்டப்படுவதற்கான பிரதான கருவியாக, சமூக ஊடகமே இருந்து வருகின்றதென்பது நாமனைவரும் அறிந்த உண்மையாகும். ஆகவே, ஒரு தாக்குதல் அல்லது நெருக்கடி நிலைமை ஏற்பட்டால், சமூக ஊடகங்களின் பாவனையை மட்டுப்படுத்திவிட்டு, குடும்பமாக ஒன்றிணைந்து, பிள்ளைகளிடம் நடப்பவை பற்றியும் தேவையான விடயங்கள் பற்றியும் கலந்துரையாட வேண்டும்.

ஒரு பயங்கரவாதச் சம்பவம் இடம்பெற்றால், அவதானத்துடன் இருப்பது அவசியம். அத்துடன், எதிர்காலத்தில் அவ்வாறான சம்பவங்களிலிருந்து எம்மைப் பாதுகாக்க என்ன செய்ய வேண்டும் என்பது பற்றி அறிந்திருத்தல் அவசியம். பிள்ளைகளால் பயங்கரவாதத் தாக்குதல் சம்பவங்களைத் தடுக்கவோ அல்லது பாதிப்பை குறைக்கவோ முடியாது. அவர்கள், இதனைத் தங்களால் தடுக்க முடியாமல் போனதையிட்டுக் கவலையடையக் கூடும். இருப்பினும், அவ்வாறான கொடூரச் சம்பவங்களைத் தடுக்க, பல முன்னேற்பாடுகளைச் செய்திருக்க முடியும் என்பதை, அவர்களுக்கு உணரச்செய்ய வேண்டும்.

அனைத்து இஸ்லாமியர்களும் தீவிரவாதிகள் எனக் கருதுதல், மீண்டுமொரு பயங்கரவாதத்துக்கு வித்திடும் என்பதை, அவர்களுக்குப் பக்குவமாகக் கற்றுக்கொடுக்க வேண்டும். அத்துடன், பாதிக்கப்பட்டவர்களுக்கு உதவவும் பாதுகாப்பை மேம்படுத்தவும், அவர்களைப் பாதிப்பிலிருந்து தேற்றவுமான செயற்பாடுகளை முன்னெடுக்க, சிறுவர்களும்கூட ஒன்றிணைய முடியுமென்-

பதை அறிவுறுத்தலாம்.

குற்றம் செய்தது யார் என்பது பற்றிய உண்மை அறியாது, மற்றவர்களைக் குற்றங்கூறுதல் சிறந்த பண்பாகாது. அது, பாதிப்பிலிருந்தோ அல்லது அச்ச உணர்விலிருந்தோ யாரையும் மீட்டெடுக்கப் போவதுமில்லை. கவலையையும் குறைக்கப் போவதில்லை. அத்துடன், அது எந்தவொரு பிரச்சினைக்கும் தீர்வைத் தராது.

இருப்பினும், இடம்பெற்ற கொடூரமான பயங்கரவாதச் சம்பவங்களால் கொந்தளித்திருக்கும் மக்கள், அதற்குக் காரணமான தனிநபர்களை மட்டுமல்லாது, அந்தத் தனிநபர்கள் சார்ந்திருக்கின்ற ஒட்டுமொத்த சமுதாயத்தையும் பழி சொல்வதை அவதானிக்கக் கூடியதாக உள்ளது. இருப்பினும், சிறுவர்கள் மற்றும் குழந்தைகளிடம் இதுபற்றிய கருத்துகளைப் பகிர்ந்து;கொள்ளும் போது, குறிப்பிட்ட பயங்கரவாதச் செயலைச் செய்தவர்கள் பற்றி சரியான கருத்துகளைப் பகிர்ந்துக்கொள்வதுடன், அவர்கள் குறிப்பிட்ட இனம், மதம், மொழி சார்ந்தவர்கள் அல்லர் என்பதையும் பகிர்ந்துக்கொள்ளுதல் வேண்டும்.

தீவிரவாதிகளுக்கு மதம் என்ற ஒன்று கிடையாது என்பதை, சிறுவர்களுக்கு ஆழமாகப் புரியவைக்க வேண்டும். மதம் பற்றிய தவறான புரிந்துணர்வே, பயங்கரவாதத்துக்கு வித்திட்டுள்ளது என்பதை, அவர்களுக்கு உணர்த்த வேண்டும். இது பிள்ளைகளிடத்தில், குறிப்பிட்ட இனம், மொழி மற்றும் மதத்தைச் சேர்ந்த மக்கள் மீது தவறான எண்ணம் ஏற்படுவதைத் தவிர்க்கும்.

பயங்கரவாதச் செயல்கள், பிள்ளைகளின் வாழ்க்கையை மாற்றக்கூடியதா என்ற ஒரு வினாவை முன்வைத்தால், அதற்கு பதிலளிப்பது மிகக் கடினமாகும். இருப்பினும், பிள்ளைகள் தங்கள் நண்பர்களுடன் விளையாடுவது, பாடசாலைக்குச் செல்வது போன்று தற்சார்பாகவே சிந்திப்பார்கள் என்பதை, அனைவரும் கவனத்திற்கொள்ள வேண்டும். ஒரு பயங்கரவாதச் செயல் நடைபெற்றால், அது எப்படி அவர்களைத் தனிப்பட்ட முறையில் பாதிக்கும் அல்லது பாதித்தது என்பது பற்றியே கவலைப்படுவார்கள். இவ்வாறான வேளைகளில், பிள்ளைகள் சுதந்திரமாகவும் தமது எண்ணங்களை வினாக்கள் மூலம் வெளிப்படுத்த வாய்ப்புகள் காணப்படுவது அல்லது அவற்றை அமைத்துக்கொடுப்பது முக்கியமானதாகும். இவ்வாறான சந்தர்ப்பங்களில், பிள்ளைகள் அதிக வினாக்களை வினவுவதன் மூலம், அவர்களின் எண்ணங்களை வெளிப்படுத்துவார்கள். அதன் மூலம், அவர்களின் தேவைகள் பூர்த்தி செய்யப்பட்டால், அதனையடுத்து ஏனையவர்களின் தேவைகள் பற்றியும் சிந்திக்க ஆரம்பிப்பார்கள்.

எம்மைச் சுற்றி என்ன நடைபெறுகிறது என்பதைப் பிள்ளைகள் சரியாகப் புரிந்துகொண்டார்களெனின், அவர்கள் அடுத்த கட்டமாக, ஏனையவர்களுக்கும் தாம் உதவலாம் என்பதையும் சிந்திப்பார்கள். ஒரு தாக்குதல் நடந்தால், உடனடியாகப் பாதிக்கப்பட்டவர்களுக்கு உதவுவது பற்றி யோசிப்பார்கள்.

இது, எதிர்காலத்தில் சிறந்த நல்லிணக்கமான சமுதாயத்தைக் கட்டியெழுப்ப உதவும்.

பிள்ளைகளின் எண்ணம், கருத்துகள், எதிர்பார்ப்பு என்பவற்றை ஏற்றுக்கொள்ள வேண்டும். பிள்ளைகள் எப்போதும் சரியான விடயங்களையே அறிந்து வைத்திருப்பார்கள் என நாம் எதிர்பார்க்க முடியாது. இருப்பினும், அவர்களின் கருத்துகளையும் எண்ணங்களையும் அவதானித்து, மிக எளிமையாகவும் நேரடியாகவும், நேர்மையாகவும் பதிலளிப்பதுடன், அவர்களுக்கு வழங்க வேண்டிய பாதுகாப்பையும் உதவியையும் உறுதிபடுத்த வேண்டும்.

பிள்ளைகளை, அனர்த்தங்கள் அல்லது தாக்குதல்கள் பற்றிய தகவல்களைக் கேட்டு அறிந்துக்கொள்ள அனுமதிக்காது, இவ்வாறான விடயங்களைக் கலந்துரையாடுவதிலிருந்து பிள்ளைகளை விலக்களிப்பது எதிர்மறையான விளைவுகளுக்கு வித்திடும். ஆனால், நடக்கும் விடயங்களை முழுமையாகத் தெரிந்துகொள்வதுதான் அவர்களை இம்மாதிரியான சம்பவங்களிலிருந்து பாதுகாக்கும். ஆனால், பிள்ளைகளுக்கான பதில்களும் அவர்களுக்கு வழங்கும் பாதுகாப்பும் அவர்களுடைய புரிதல் மட்டத்தில் இருக்க வேண்டியது அவசியமாகும்.

இவ்வாறான கலந்துரையாடல்களின் போது, பிள்ளைகள் மனக்குழப்பமடையக்கூடும். அழக்கூடும். சிலவேளைகளில், அதிக ஆர்வம் காரணமாக, விபரீதமான விடயங்கள் கூட நடைபெற்றுவிடக்கூடும். அவர்களைக் குழப்பமடையும் நிலைக்கு இட்டுச்செல்லலாம். ஆகவே, பயங்கரவாதம் பற்றி பிள்ளைகளுடன் கலந்துரையாடுங்கள். இதுவே பிள்ளைகளின் எண்ணங்களைச் செப்பனிடுகின்ற முதற்படியாக அமையும்.

பிள்ளைகளுக்குத் தெளிவு தேவைப்படுகின்ற தருணங்களில், அவர்களுடன் கலந்துரையாடுங்கள். இவ்வாறு கலந்துரையாடுதல், பிள்ளைகள் மனக்குழப்பத்திலிருக்கும்போது அவர்களுடைய எண்ணங்களை அல்லது கருத்துகளை உங்களிடத்தில் கூறலாம் என்ற நம்பிக்கையை அவர்களிடத்தில் ஏற்படுத்தும். இல்லையெனின், அவர்களிடத்தில் ஏற்படும் பிரச்சினைகளை அவர்கள் மறைத்துவிடுவார்கள். சில நேரங்களில் பிள்ளைகள் தாங்களாகவே அத்தகைய பிரச்சினைகளுக்குத் தீர்வுகளைத் தேட தயாராகிவிடுவார்கள். இது, எதிர்மறையான விளைவுகளுக்கு வழிவகுக்கும்.

ஒரு மிகப்பெரிய நெருக்கடி நிலை ஏற்பட்டால், வயது வேறுபாடின்றி பிள்ளைகளின் நிலையை அறிந்துக்கொள்ள அவர்களுடன் கலந்துரையாடுவதே சிறந்த வழிமுறையாகும். எனினும், பிள்ளைகளை எந்தவொரு விடயம் பற்றியும் பேச வற்புறுத்துவது சிறந்ததாகாது. ஆனால், உங்களிடம் எந்நேரத்திலும் வந்து எதைப் பற்றியும் கலந்துரையாடலாம் என்ற சுதந்திர நிலையை உருவாக்கியிருத்தல் முக்கியமானதாகும். நீங்கள் அவர்களின் கருத்துகளை எந்தவொரு நேரத்திலும் செவிமடுக்கத் தயாராக இருக்க வேண்டும். சிலவேளை, பிள்ளைகளுக்கு அவர்களைப் பற்றிப் பேசுவதைவிட ஏனைய பிள்-

ளைகள் என்ன பேசிக்கொள்கிறார்கள் என்பது பற்றி பேசுவதே இலகுவான-தாக இருக்கும்.

8. மனதை உருக்கும் கண்ணீர்க்கதைகள்

- கட்டுவப்பிட்டியிலிருந்து நேரடி ரிப்போர்ட்
- **எம்.டி.லூசியஸ்**

''அப்பா எங்களை செல்லப்பிள்ளைகளாகவே வளர்த்து வந்தார். அவருடைய உழைப்பிலேயே நாங்கள் உண்ண வேண்டும் என ஆசைப்பட்டார். "நீங்கள் ஒருபோதும் தொழில் செய்யத் தேவையில்லை. குடும்பத்துக்கு எனது உழைப்பு மாத்திரம் போதும். நீங்கள் புதிய விடயங்களைக் கற்று உங்களை வளர்த்துக் கொள்ளுங்கள்'' என அடிக்கடி கூறுவார். ஆனால் இன்று ஒருவேளை உணவுக்குக் கூட வழியில்லாமல் இருக்கின்றோம். எங்களை காத்துவந்த தெய்வம் எங்களை விட்டுப் பிரிந்து விட்டது என பெற்றோரை இழந்த ரொசிக்கா கண்ணீர் விட்டுக் கதறி அழுகின்றார்.

ஆம். ரொசிக்காவைப் போன்று எண்ணிலடங்காத பலர் இன்று நமது தேசத்தில் வீட்டுக்குள்ளேயே புலம்பி அழுது கொண்டிருக்கின்றனர்.

கடந்த மாதம் 21ஆம் திகதி மேற்கொள்ளப்பட்ட தற்கொலைத் தாக்குதல்களின் சோக விளைவுகளே இவை.

9 தற்கொலைத் தாக்குதல்கள் - வழமை போன்று சந்தோஷமாகவும் ஆர்ப்பரிப்புடனும் இயங்கிய இலங்கைத் தீவு அன்று 21ஆம் திகதி காலை 8.45 மணிக்குப் பின்னர் ஆட்டம் கண்டு போனது.

உயிர்த்த ஞாயிறு தினத்தன்று கொழும்பு, நீர்கொழும்பு மற்றும் மட்டக்களப்பு ஆகிய இடங்களில் ஆலயங்கள் மற்றும் நட்சத்திர ஹோட்டல்களை இலக்கு வைத்து தொடர் தற்கொலை குண்டுத் தாக்குதல்கள் நடத்தப்பட்டிருந்தன. இந்தச் சம்பவம் அனைத்து இன மக்களையும் அதிர்ச்சிக்குள்ளாக்கியிருந்தது.

உயிரிழந்தவர்களின் எண்ணிக்கையில் குளறுபடி - சம்பவத்தில் உயிரிழந்தவர்களின் எண்ணிக்கை 359 என பொலிஸ் மற்றும் வைத்தியசாலைத் தகவல்கள் தெரிவித்திருந்தன. ஆனால் அந்தத் தகவல்கள் தவறானவை எனவும் 253 பேரே இதுவரை உயிரிழந்துள்ளதாகவும் 400க்கு மேற்பட்டோர் காயமடைந்துள்ளதாகவும் —விசேட வைத்திய அதிகாரி அனில் ஜயசிங்க தெரிவித்திருந்தார்.

அதிக உயிர்கள் காவுகொள்ளப்பட்ட கட்டுவபிட்டி - நீர்கொழும்பு கட்டுவபிட்டி ஆலயத்தில் நடத்தப்பட்ட தற்கொலை குண்டுத் தாக்குதலிலேயே நூற்றுக்கும் மேற்பட்ட மக்கள் பலியாகினர். வைத்தியசாலையில் அனுமதிக்கப்பட்டுள்ள இன்னும் பலர் உயிருக்குப் போராடிக் கொண்டிருக்கின்றனர். பலர் ஊனமடைந்துள்ளனர்.

கேசரி குழுவினர் விஜயம் - நீர்கொழும்பு, கட்டுவபிட்டி பகுதிக்கு கேசரிக் குழுவினரான நாம் கடந்த செவ்வாய்க்கிழமை விஜயமொன்றை மேற்கொண்டிருந்தோம். தாக்குதலின் பின்னர் அங்குள்ள தற்போதைய கள நிலைமைகளை ஆராய்ந்ததோடு பாதிக்கப்பட்ட மக்களையும் சந்தித்திருந்தோம்.

முழத்துக்கு முழம் மரண வீடுகள் - கட்டுவபிட்டி பகுதிக்கு வாகனத்தில் சென்று வீதியில் இறங்கினோம். பிரதேசம் எங்கும் இனம் புரியாத ஓர் அமைதி. வீதியில் மக்களின் நடமாட்டம் இருக்கவில்லை. வீதிகள்தோறும் வெள்ளைக் கொடிகள் பறக்க விடப்பட்டிருந்தன.

வீதியில் நடந்து செலும் போது வீடுகள் தனித்தே காணப்படுகின்றன. ஒவ்வொரு முழத்துக்கு முழம் மரண வீடுகள். ஒவ்வொரு வீட்டிலும் இருவர் அல்லது மூவர் அல்லது அதற்கு மேற்பட்டவர்கள் உயிரிழந்துள்ளார்கள் என வீட்டின் சுவர் மதில்களில் கண்ணீர் அஞ்சலி சுவரொட்டிகள் காட்சிப்படுத்தப்பட்டுள்ளன.

மரண வீடு என்பது எப்போதாவது ஒரு வீட்டில் பதிவாகும் சம்பவம். ஆனால் ஒரு கிராமத்திலுள்ள அனைத்து வீடுகளிலும் மரண வீடுகள் இருந்ததை சிறிதும் நினைத்து பார்க்க முடியவில்லை. அதுவும் ஒரு வீட்டில் பலர் பலியான சோகம்.

இவற்றைப் பார்த்துக்கொண்டே அங்கிருந்த ஒரு வீட்டுக்குள் நுழைந்தோம்.

வீட்டின் முற்றத்தில் ஆழ்ந்த யோசனையுடன் பெண்ணொருவர் அமர்ந்திருந்தார். இடது காலில் பாரிய கட்டு ஒன்று போடப்பட்டிருந்தது. வலது கால் மற்றும் கைகளிலும் சிறு கட்டுகள் போடப்பட்டிருந்தன. நாம் அவரை அணுகிய போதும் நாம் வந்ததை அவர் அறிந்திருக்கவில்லை. அருகில் சென்று "அக்கா..!" என அழைத்த பின்னர் தன்னை சுதாகரித்துக் கொண்டு எம்மைப் பார்த்தார்.

அவருடைய முகத்தில் பாரிய சோகங்கள் பிரதிபலித்தன.

ஒருவேளை உணவுக்கே கையேந்தும் நிலைமை

எம்மை அறிமுகம் செய்த பின்னர் எம்மோடு கதைக்க ஆரம்பித்தார் 44 வயதுடைய தினிசா,

கட்டுவபிட்டி தற்கொலைக் குண்டுத்தாக்குதலில் எனது 70 வயது தாயும் 8 மாத மகளும் உயிரிழந்து விட்டார்கள். எனது ஒரு கால் முற்றாகப் பதிக்கப்பட்டுள்ளது. எனது 7 மற்றும் 5 வயதுடைய இரு மகள்மார் காயமடைந்துள்ள நிலையில் 5 வயதான மகள் தொடர்ந்தும் வைத்தியசாலையில் சிகிச்சைபெற்று வருகிறார்.

ஆலயத்தில் தற்கொலைத் தாக்குதல் மேற்கொள்ளப்பட்ட போது நாம் ஆலயத்தின் நடுப்பகுதியிலேயே அமர்ந்திருந்தோம். தாக்குதலில் எனது மகளுக்கு நெஞ்சுப் பகுதியில் குண்டின் சன்னம் பட்டு வைத்தியசாலையில் சிகிச்சை பெற்று வருகின்றார்.

தாக்குதல் மேற்கொள்ளப்பட்டு இரு வாரங்கள் கடந்துள்ளன. எமது வீட்டின் பொருளாதாரம் முற்றாகப் பாதிக்கப்பட்டுள்ளது.

அரசாங்கம் உதவி செய்வதாகக் கூறினாலும்கூட உயிரிழந்தவர்களின் சடலங்களை யும் 65 ஆயிரம் ரூபா பணம் கொடுத்தே பெற்றுக்கொண்டோம். இதனால் நாம் பெரும் கலக்கமடைந்தோம். இதன் பின்னர் ஒரு இலட்சம் ரூபா வழங்கப்பட்டது. இந்தப் பணம் அரசாங்கத்தால் வழங்கப்பட்டதா அல்லது ஆலயக் குருவானவரால் வழங்கப்பட்டதா என்று தெரியவில்லை.

உயிரிழந்தவர்களைப் புதைக்கும் நேரமே குறித்த ஒரு இலட்சம் ரூபா பணம் வழங்கப்பட்டது. எனது கணவர் வெளிநாட்டுக்குச் சென்று இரு மாதங்களே ஆன நிலையில் இந்தத் துயரச் சம்பவம் இடம்பெற்றுள்ளது.

இந்தச் சம்பவம் ஞாயிற்றுக்கிழமை இடம்பெற்ற நிலையில் எனது கணவர் மறுநாள் திங்கட்கிழமை நாடு திரும்பி விட்டார். இதனால் எனது குடும்பத்துக்கான வருமானம் அனைத் தும் முற்றாகத் தடைப்பட்டுள்ளது.

நாம் உரையாடிக்கொண்டிருந்போது தினிசாவுக்கு கிராம சேவகரிடமிருந்து அவருக்கு தொலைபேசி அழைப்பொன்று வந்தது.

“அப்பாவின் மரணச் சான்றிதழா......? ஐயோ அம்மா தான் அதனை வைத்திருந்தார். அவருக்குத் தான் தெரியும். அது எங்கிருக்கின்றதென்று தெரியவில்லையே. 36 வருடங்கள் கடந்துவிட்டதே.... அப்பாவின் மரணச்சான்றிதழை எடுத்துக்கொண்டு அம்மா கச்சேரிக்கும் சென்று வந்தார். எப்படியாவது நான் அப்பாவின் மரணச் சான்றிதழைத் தேடித்தருகின்றேன்” என தொலைபேசி அழைப்பைத் துண்டித்தார்.

இதன்போது அவரின் கண்களிலிருந்து கண்ணீர்த்துளிகள் கீழே விழுந்தன. குடும்பத் தலைவியாகவும் ஓர் அன்னையாகவும் இருந்த பெண்ணின் வெற்றிடத்தை அந்த இடத்தில் எம்மால் காணக்கூடியதாக இருந்தது. மீண்டும் அவர் எம்முடன் உரையாடத் தொடங்கினார்.

“பாருங்கள் ஒரு தாயின் மகிமை எவ்வளவு அளப்பரியது. வீட்டிலுள்ள பொருட்கள் எல்லாம் அம்மாவிடமே கேட்டுப் பெற்றுக் கொள்வோம். ஆனால் இன்று...?” தேம்பி அழுகின்றார்.

”இந்தத் துக்கத்திலிருந்து மீள முடியுமா எனத் தெரியவில்லை.

8 மாதக்குழந்தையைப் பிரிந்தமை பெரும் மன உளைச்சலையும் வேதனையையும் இனம்புரியாத கோபத்தையும் ஏற்படுத்தியுள்ளது.

தொழில் துறை, உறவுகளை இழந்து தற்போது நிர்க்கதியாகியுள்ளோம் ஒருவேளை உணவுக்குக்கூட பிறரிடம் கையேந்தும் நிலையேற்பட்டுள்ளது.

இதற்கு யார் பொறுப்பு...-? நாங்கள் செய்த தவறா...? இந்த நிலைக்கு நாம் தள்ளப்பட்டுள்ளோம்... ஒன்று விட்ட ஒரு நாள் மருந்து கட்டவென வைத்தியசாலைக்குச் செல்ல வேண்டியுள்ளது. அது மாத்திரமின்றி எமது உறவினர்களும் இங்கு தான் உள்ளனர். அவர்களோ தங்களது தொழில்

துறைகளை விட்டுவிட்டு எமக்கு ஆதரவு வழங்குவதற்காக எம்முடன் இருக்கின்றனர். அனைவரின் வருமானங்களும் பாதிக்கப்பட்டுள்ளன.

கடந்த ஒரு வாரமாக ஆலயங்களில் இருந்தும் விகாரைகளிலிருந்தும் உணவுகள் வழங்கப்பட்டன. எமக்கு அயலவர்கள் உணவு தருவார்கள் என்று எதிர்பார்க்க முடியாது. அவர்களும் இதே நிலையில் தான் உள்ளனர். அவர்களின் உறவுகளும் பறிபோயுள்ளன.

எதிர்காலம் என்ற ஒன்றில் நம்பிக்கையில்லாது போய்விட்டது. ஆலயத்தில் இடம்பெற்ற கொடூரச் சம்பவம் தான் என் கண் முன்னே வந்து செல்கின்றது. உணவு உண்பதற்கே மனமில்லாது போயுள்ளது.

அரசாங்கம் நஷ்ட ஈடு தருவதாகக் கூறியுள்ளது. 5 மாதங்கள் அல்லது ஒரு வருடம் கடந்து தருவதால் பயனில்லை. எமது பொருளாதாரம் தடைப்பட்டுள்ள இந்த நேரத்தில் அது கிடைத்தால் பெரும் உதவியாக இருக்கும்.

பிள்ளைகளின் கல்விச்செலவுக்கு யார் பொறுப்பேற்பார்கள்? அழுகிறது அந்தத் தாயுள்ளம்....!

பின்னர் அவரை ஆறுதல்படுத்தி விட்டு அங்கிருந்து அருகில் இருந்த அடுத்த வீட்டுக்குள் சென்றோம்.

அங்கு வீட்டு முற்றத்தில் ஆங்காங்கே பல வெற்றுக் கதிரைகள் காணப்பட்டன. கூடாரங்களும் அமைக்கப்பட்டிருந்தன. அங்கிருந்த ஒருவர் "இந்த வீட்டில் நேற்றுத்தான் இறுதி மரணச் சடங்கு இடம்பெற்றது" என்றார்.

வீட்டுக்குள் நுழைந்த போது அங்கிருந்த 44 வயதுடைய துலானி என்ற பெண் எம்மோடு உரையாடத் தொடங்கினார்.

மரண ஓலங்கள் காதில் ஒலித்துக் கொண்டிருக்கின்றன

"அம்மா எங்களைவிட்டுப் பிரிந்து விட்டார். ஐயோ இந்த அரசாங்கம் ஏன் இப்படிச் செய்துவிட்டது" இரு கண்களிலிருந்தும் கண்ணீர் வழிந்தோட அவரின் முகத்தில் கடும் கோபம் வெளிப்பட்டது.

"எனது அம்மா இறப்பதற்கு முன் 3 செபங்கள் அடங்கிய புனித செபஸ்தியாரின் படங்களை அச்சிட்டு அவரின் பிள்ளைகளாகிய எம் மூவரிடமும் வழங்கினார். அவரே உருவாக்கிய செபம் அது.

அதாவது எனது பிள்ளைகளும் அயலவர் சமூகமும் எவ்வித துன்பங்களுமின்றி வாழவேண்டும் என அந்தச் செபத்தில் எழுதப்பட்டுள்ளது.

ஒருவேளை அம்மாவை மரணம் நெருங்கிவிட்டதோ என்று எண்ணத் -தோன்றுகின்றது. அம்மாவை இந்த அரசாங்கம் கொலை செய்து விட்டது...." கதறி அழுகின்றார்.... சகோதரிகள் இருவரும் ஒருவரை ஒருவர் அணைத்துக் கொள்கின்றனர்.

"எம்மைச் சுற்றியிருந்த அயலவர்களில் அரைவாசிப் பேர் பலியாகி விட்டனர். இதற்கு அரசாங்கமே முழுப்பொறுப்பையும் ஏற்கவேண்டும்" கடும் கோபத்துடன் தெரிவித்தார். "இந்தக் கிராமத்துக்கே அரசாங்கம் பாவம் செய்-

துவிட்டது. இந்த அரசியல்வாதிகளுக்கு தெரிந்திருந்தும் ஏன் எம்மைப் பாதுகாக்கவில்லை? நாம் யாருக்கு எந்தத் தீங்கிழைத்தோம்-? நாங்கள் கஷ்டப் பட்டு உழைத்து சந்தோஷமாக வாழ்ந்துவந்தோம்.

இந்தத் தாக்குதல் சம்பவத்தையடுத்து கிராமத்தவர்களில் பலர் தொழில் செய்ய முடியாதுள்ளனர். உடலில் ஒவ்வொரு அங்கவீனத்துடன் காயப்பட்டுள்ளனர். ஐயோ..... ஏன் இந்த நிலைமை" எனக் கதறி அழுதது எமது இதயத்தைக் கனக்கச் செய்தது.

"எனக்கு சகோதரியும் சகோதரனும் இருக்கின்றார்கள். எனது கணவர் சுற்றுலாத்துறையுடன் இணைந்த தொழிலொன்றையே புரிந்து வந்தார். சுற்றுலாத்துறை தற்போது வீழ்ச்சிகண்டுள்ளது.

இதனால் எமது குடும்பமும் வருமானமின்றிப் பாதிக்கப்பட்டுள்ளது. மேலும் எனது கணவருக்கு குண்டின் சன்னங்கள் உடலில் துளைத்துள்ளதால் இரத்த ஓட்டச் செயற்பாட்டில் பாதிப்பு ஏற்பட்டுள்ளது. அதையகற்றினால் அவரது உயிருக்கு ஆபத்து நேருமென வைத்தியர்கள் தெரிவித்துள்ளனர். இவ்வாறு பலருக்கும் நேர்ந்துள்ளது.

பக்கத்து வீட்டில் இருக்கும் தொழில் புரியும் பெண்ணொருவரின் கையும் உடைந்துள்ளது. தலையில் குண்டுச் சன்னங்கள் பாய்ந்துள்ளன. அவரது தொழில் செய்த மகளும் உயிரிழந்துள்ளார். அவர் எவ்வாறு வாழ்க்கையைக் கொண்டு நடத்தப்போகின்றார்-?

மற்றுமொரு வீட்டில் கணவனும் மனைவியும் தாக்குதலுக்கு இலக்காகியுள்ளனர். மனைவி கோமா நிலைக்குச் சென்றுள்ளார். கணவன் படுகாயமடைந்துள்ளார். குண்டுச் சன்னங்களை உடலிலிருந்து அகற்ற முடியாது. பல துகள்கள் உள்ளன. இவர்கள் ஒவ்வொருவருக்கும் அரசியல்வாதிகளே பொறுப்புக் கூற வேண்டும். ஒரு வேளை உணவே கேள்விக்குறியாகியுள்ளது.

சுயமாக தொழில் செய்து சந்தோஷமாக வாழந்து வந்தவர்கள் நாங்கள். இன்று மற்றவர்களிடம் கையேந்தும் நிலையேற்பட்டுள்ளது. சமைத்து உண்பதற்குக்கூட வழியில்லை. மனமும் இடம் கொடுக்க மறுக்கின்றது.

எனது கணவர் படுக்கையிலேயே இருக்கின்றார். அவரால் எழுந்து நடந்து செல்லக்கூட முடியவில்லை.

மனிதர்களிடையே காணப்படும் இரக்கம், ஒற்றுமை இந்த அரசியல்வாதிகளிடமில்லை. அசம்பாவிதம் இடம்பெறப் போகின்றது என அரசாங்கம் அறிந்தும் பாதுகாக்கவில்லை. சம்பவத்தில் உயிர் பிழைத்தவர்களும் வாழ வழியின்றி இருக்கின்றோம்.

தொழில் செய்து கொண்டிருந்தவர்கள் இன்று நோயாளர் ஆக்கப்பட்டுள்ளனர். நாளை, நாளை மறுதினம், அடுத்த வாரம் என ஐந்து நாட்களென மரணத்தறுவாயில் இருக்கின்றனர்.

தற்கொலைத் தாக்குதல் இடம்பெற்றபோது நான் ஆலயத்துக்கு வெளிப்பகுதியிலேயே இருந்தேன். அம்மா உள்ளே அமர்ந்திருந்தார். அன்று ஆல-

யத்தில் பக்தர்கள் அதிகமாக இருந்தமையால் அம்மாவுக்கு மாத்திரமே இருக்கை கிடைத்தது.

யுத்தத்தின் கொடூரத்தை நாம் தொலைக்காட்சிகளில் தான் பார்த்துள்ளோம். ஆனால் அன்று நாம் யுத்தத்தை நேரில் பார்த்த போது சொல்ல வார்த்தைகள் இல்லை. அன்றைய தினம் ஆலயத்தில் ஒலித்த ஐயோ..ஐயோ என்ற அவலக்குரல்களும் அலறல்களும் என்காதில் ஒலித்துக்கொண்டே இருக்கின்றன. சிலர் என்னைக் காப்பாற்றுங்கள் என கையை நீட்டி இரத்த வெள்ளத்தில் உயிருக்காகப் போராடியதை விபரிக்க வார்த்தைகள் இல்லலை... ஒரு கணம் மூச்சை உள்வாங்குகின்றார்.

"இரத்தத்தைப் பார்த்தாலே எனக்கு பயம் பற்றிக்கொள்ளும். அங்கிருந்தவர்கள் கூறுகின்றனர் "உங்கள் அம்மா இறந்து கிடக்கின்றார் தூக்குங்கள் என்று, அம்மா மரணித்து சுவருடன் சாய்து" கிடக்கின்றார்.

கதறி அழுகின்றார் "அம்மா எங்களைவிட்டுப் பிரிந்து விட்டீர்களே.... இனி நாங்கள் எப்படி அம்மாவின்றி வாழப்போகின்றோம்....?" நாம் அவர்களை ஆறுதல் படுத்தினோம்.

மீண்டும் விம்மியபடி தளர்ந்த குரலில் பேசத் தொடங்கினார்.

"நித்திரைக்குப் போகும் போதும் காயமடைந்தவர்களும் இறந்தவர்களுமே கண்களுக்குள் வருகின்றனர்" என்றார்.

அவருக்கு ஆறுதல் கூறி விட்டு அடுத்திருந்த வீட்டுக்குச் சென்றோம்.

அநாதையாகியுள்ள 3 சிறுவர்கள்

அங்கு தாயையும் தந்தையைம் இழந்து ஓர் இருட்டான அறையில் 3 சகோதரர்கள் அமர்ந்திருந்தனர்.

வீட்டின் முகப்பிலேயே தாய், தந்தையரின் கண்ணீர் அஞ்சலி பதாகை தொங்க விடப்பட்டிருந்தது.

வீட்டிற்குள் நாம் நுழைந்தோம்...... அங்கு அவர்களுடன் கதைப்பதற்கே மனம் இடம்கொடுக்கவில்லை. ஏனெனில் அந்த வீட்டில் பெரியோர் யாரும் இல்லை. பெற்றோர் இன்றி பிள்ளைகள் அநாதைகளாக இருந்த நிலையை எம்மால் ஜீரணிக்க முடியவில்லை.

3 பிள்ளைகளுடன் 5 பேரடங்கிய அழகிய குடும்பம். தந்தையார் ஆயுள்வேத வைத்தியர் மற்றும் கட்டான நகர சபை உறுப்பினர். பிள்ளைகளில் மூத்தவர் பெண். அவர் சீனாவில் மருத்துவத்துறையில் கல்வி பயில்கின்றார். மற்றைய இரு ஆண் பிள்ளைகளில் ஒருவர் கல்விப் பொதுத்தராதர சாதாரண தரத்திலும் மற்றையவர் தரம் 7இலும் கல்வி பயில்கின்றனர்.

அன்று ஆலயத்தில் தந்தையும் தாயும் திருப்பலியில் கலந்துகொள்ள, இருவரும் ஓர் இருக்கையிலும் பிள்ளைகள் ஆலயத்தின் மறு புறத்திலும் அமர்ந்திருந்துள்ளனர். தாக்குதலில் சம்பவ இடத்திலேயே பெற்றோர் மரணித்துள்ளனர். இதையடுத்து பிள்ளைகள் அநாதைகளாக்கப்பட்டனர். பாட-

சாலை செல்லும் 3 பிள்ளைகளின் கல்விச்செலவையும் பிள்ளைகளின் எதிர்கால வாழ்க்கைச் செலவையும் யார் ஏற்கப்போகின்றார்கள்? என அங்கிருந்த அயலவர் ஒருவர் கேட்ட கேள்வி மனதை நெகிழ வைத்து விட்டது. வீடு சோபையிழந்து வெறிச்சோடிக் காணப்பட்டது.

இவர்களுடைய தந்தையார் தான் உழைத்து குடும்பத்தைக் காத்து வந்தார். இந்த இளம்பிஞ்சுகளுக்கு வாழ்க்கையைப்பற்றி என்னதான் தெரியப்போகின்றது... ஐயோ...கடவுளே....ஏன் இந்த நிலைமை......" என கண்ணீர் வடித்தார்.

இதேபோன்று பெற்றோரை இழந்த மற்றுமொரு உறவுகளை சந்தித்தோம்

ரொசிக்கா விமான வயது 36 வதுடைய பெண் 58 வயதுடைய ரொகான் என்ற தந்தையும் 58 வயதுடைய சாந்தி என்ற அன்னையையும் கடந்த தாக்குதலில் பலிகொடுத்திருந்தார்.

செல்லப்பிள்ளைகளாக வளர்த்துவிட்டார்

எம்மோடு உரையாட ஆரம்பித்த 36 வயதுடைய ரொசிக்கா,

அம்மாவும் அப்பாவும் பலியாகிவிட்டார்கள். எனக்கு சகோதரனும் சகோதரி ஒருவரும் உள்ளனர். அப்பாவின் கால்களுக்கு முன்பாகவே தற்கொலைக்குண்டுதாரி குண்டினை வெடிக்கச்செய்தார். அம்மாவும் அப்பாவும் இணைந்தே மரணித்துக்கிடந்தார்கள்.

ஒருவருக்கும் தீங்கும் நினைக்காத இவர்களுக்கே இந்த நிலைமை... வழமையாக உயிர்த்த ஞாயிறுக்கு முன்தினம் இரவு திருப்பலி நடைபெறும். அன்றைய தினம் சி காரணங்களால் அன்றைய தினம் திருப்பலி இடம்பெறவில்லை. ஒருவேளை திருப்பலி இடம்பெற்றிருந்தால் பல உயிர்கள் பாதுகாக்கப்பட்டிருக்கும்.

நான் அம்மாவிடம் சொல்லிகொண்டே இருந்தேன் இரவு புசைக்கு செல்வோம் என்று...இயற்கை அம்மாவையும் அப்பவையும் எடுத்துக்கொண்டது.

அப்பா தனியார் நிறுவனத்தில் நீர்விநியோக சபையுடன் இணைந்து தொழில் செய்து வந்தார். அவரின் வருமானத்திலேயே நாம் வாழ்ந்துவந்தோம். நீங்கள் தொழில் செய்யவேண்டாம் புதிய புதிய விடயங்களை மாத்திரம் படியுங்கள் என்றே கூறிக்கொண்டிருப்பார். கண்ணீர் சிந்தி அழுகின்றார்.....

தம்பி மாத்திரம் தனது சொந்த தேவைகளுக்காக சிறிய வியாபாரமொன்றை செய்து வந்தார். அது அவரது தேவைக்கு மாத்திரமே போதுமானதாக இருந்தது. நான் பட்டப்படிப்பொன்றை மேற்கொண்டிருந்தேன். அம்மா சுகயீனமுற்றதால் நான் படிப்பை இடைநிறுத்தினேன். மீண்டும் கல்வியைத் தொடருமாறு அப்பா வற்புறுத்தி வந்தார். இப்போ அம்மாவும் இல்லை. அப்பாவும் இல்லை. கல்வியுமில்லை. உண்பதற்கு உணவுமில்லை.

எமதுபெற்றோர்கள் சுகயீனமடைந்து மரணித்திருந்தால்கூட இந்நிலைக்கு பாதிக்கப்பட்டிருக்க மாட்டோம். திடீரென அம்மா, அப்பா பிரிந்த அதிர்ச்சி-

யிலிருந்து மீள வில்லை. அரசாங்கம் சரியான நடவடிக்கை எடுத்திருந்தால் எனது அம்மாவும் அப்பாவும் உயிருடன் இருந்திருப்பார்கள். இந்த அரசியல்-வாதிகள் பாதுகாப்புடன் செல்கின்றனர். அப்பாவி மக்களை இவர்கள் ஒரு எள்ளளவும் கருத்தில்கொள்ளவில்லை.

நாங்கள் தொழில்செய்வது அப்பாவுக்கு பிடிக்காது அவரது ஊதியத்-திலேயே நாங்கள் சாப்பிடவேண்டுமென ஆசைப்பட்டார். எதிர்காலத்தில் நாம் என்ன செய்யப்பபோகின்றோம். இப்போது நான் உங்களுடன் நன்றாக கதைத்தாலும் இரவில் பைத்தியம் பிடித்ததுபோலவே இருக்கின்றது.

டிசம்பர் மாதமளவில் அடித்த பலத்த காற்றினால் வீடும் பலத்த சேத-மடைந்துள்ளது. வீட்டில் தனியாக அச்சத்துடன் வாழ்கின்றோம். பாதுகாப்-புக்கு யாஜம் இல்லை. பெற்றோர்களின் பாதுகாப்புப் போன்று எமக்கு யார் பாதுகாப்பு வழங்குவார்கள். தீடீரென நாம் எவ்வாறு தொழில் தேட முடி-யும். அரசாங்கம் நஸ்டஈடு வழங்கினாலும் அதைக்கொண்டு எவ்வளவு காலம் வாழ்க்கையை கொண்டு செல்வது. இந்த அரசாங்கம் கொடுக்கும் பணத்தால் அம்மா, அப்பவை திருப்பித்தர முடியாது. எமது வாழ்வாதாரத்திற்கும் பொரு-ளாதாரத்திற்கும் இந்த துயரமான சம்பவத்திற்கு?ம் அரசாங்கம் பொறுப்புகூ-றியே ஆக வேண்டும். இது வரை எந்தவொரு அரசியல் வாதிகளோ வந்து பார்க்கவுமில்லை துக்கம் விசாரிக்கவுமில்லை.

அப்பாவின் ஒருமாத சம்பளம் நேற்றுத்தான் கிடைத்து....கதறி அழு-கின்றார். மரணச்சடங்குகளைச் செய்வதற்குக்கூட எம்மிடம் பணமிருக்க-வில்லை.

இவர்களின் ஒவ்வொரு வார்த்தைகளும் சோகக் கதைகள் எமது கண்-களில் கண்ணீரை வரவழைத்து விட்டன.

மேலும் அடுத்தடுத்த வீடுகளுக்கு செல்ல எமது மனம் இடமளிக்க-வில்லை. ஏனைய வீடுகளிலும் இந்த சோகமே காணப்படும் என எம்மால் புரிந்துகொள்ள முடிந்தது.

இதன்பின்னர் அங்கிருந்து மீண்டும் அலுவலகம் நோக்கி பயணத்தை ஆரம்பித்தோம். ஒருவர் ஒருவருடன் யாரும் கதைக்கவில்லை. எம்மையும் சோகம் ஆழ்கொண்டது.

நாட்டில் மேற்கொள்ளப்பட்ட தற்கொலை குண்டுத் பல உயிர்கள் காவு-கொள்ளப்பட்டுள்ளன. இன்னும் பல உயிர்கள் மர தருவாயில் இருக்கின்றன. பல ஊனமடைந்துள்ளனர். ஒரு குடும்பத்தில் பலரை இழந்து உறவுகள் அந்த அதிர்ச்சியில் இருந்து எவ்வாறு மீளப்போகின்றார்கள் என தெரியவில்லை.

அதேபோன்று உயிர் பிழைத்தவர்களும் தாக்குதலின் வடுக்களை உடலில் சுமந்துகொண்டிருகின்றனர். அவர்களால் தொழில் செய்ய முடியாத நிலை ஏற்பட்டுள்ளது. ஏற்கனவே குடும்பத்தை வழிநடத்தி வந்தவர்களும் உயிரை விட்டுள்ளனர். இதனால் பலர் ஒருவேளை உணவுக்கு கூட திக்குமுக்காடி நிற்கின்றனர்.

இந்த நிலைமைக்கு அரசாங்கமே முழு பொறுப்பையும் கூற வேண்டும் என பாதிக்கப்பட்ட மக்கள் தெரிவிக்கின்றனர். தாக்குதல் மேற்கொள்ளப்பட போகின்றது என அரசாங்கம் அறிந்தும் அசட்டையாக இருந்துவிட்டது. இதனால் எம் மக்களுக்கு இந்த துர்பாக்கிய நிலைமை ஏற்பட்டுள்ளது என பாதிக்கப்பட்ட மக்கள் தெரிவிக்கின்றனர்.

நாட்டில் இடம்பெற்ற குண்டுத் தாக்குதல்களில் பாதிக்கப்பட்ட ஏனைய பிரதேச மக்கள் இந்நிலைமையே ஏற்பட்டுள்ளது. அவர்களுக்கு தேவையான அனைத்து தேவைகளையும் வழங்க வேண்டியது அரசாங்கத்தின் பொறுப்பா-கும்.

மேலும் பாதிக்கப்பட்டவர்களுக்கு வழங்க வேண்டிய நஸ்ட ஈடுகளையும் அரசாங்கம் காலம் தாழ்த்தாது உடனடியாக வழங்க வேண்டும். மேலும் தொழில்துறை இல்லாதவர்களுக்கு தொழில்களை வழங்க அரசாங்கம் முன்வர வேண்டும்.

மருத்துவ செலவீனங்களுக்கு தேவையான பண உதவிகளையும் அரசாங்-கம் வழங்க வேண்டும். அநாதையாக்கப்பட்டுள்ள சிறுவர்களின் நலன்கள் தொடர்பில் அரசாங்கம் விசேட கவனம் செலுத்த வேண்டும்.

மேலும் இலங்கையில் இனி ஒரு அசம்பாவிதம் இருப்பதற்கு அரசாங்கம் உறுதிப்புன வேண்டும் என்பதோடு இந்த தாக்குதல் சம்பவத்தை வைத்து அரசியல் இலாபம் தேடும் கேவலமான அரசியரை செய்யக் கூடாது.

9. இலங்கையில் சித்திரவதைகள் இன்னமும் தொடர்கின்றன!

- கலாநிதி தீபிகா உடகம

சர்வதேச அழுத்ததால் நிலையான பொறுப்புக்கூறலை ஏற்படுத்த முடி-யாது, இலங்கையில் சித்திரவதைகள் இன்னமும் தெடர்கின்றன என இலங்கை மனித உரிமைகள் ஆணைக்குழுவின் தவிசாளர் கலாநிதி தீபிகா உடகம தெரிவித்தார்.

இதேவேளை, மனித உரிமைகளை அமுலாக்குவதற்கு அந்த விடயங்-களை அரசியலாக்குவதே பிரதான தடையாக உள்ளதாகவும் கலாநிதி தீபிகா உடகம மேலும் தெரிவித்தார்.

அவர் வழங்கிய விசேட செவ்வியின் முழுவடிவம் வருமாறு,

கேள்வி:- இலங்கையின் மனித உரிமைகள் விடயத்தில் தற்போதைய நிலைமைகள் எவ்வாறு உள்ளன?

பதில்:- 2015ஆம் ஆண்டு ஒக்டோபர் மாதம் ஆணைக்குழுவின் தவிசா-ளர் பதவியை பொறுப்பேற்றுக்கொண்டேன். தற்போது இரண்டாவது பதவிக்-காலம் நடைபெற்றுக்கொண்டிருக்கின்றது. அவசரகாலச் சட்டம், பயங்கர-வாதச் சட்டம், தெற்கு மற்றும் வடக்கு கிழக்கில் நிலவிய வன்முறைகள்

காரணமாக பொதுமக்கள் அச்சத்திற்குள்ளாகியிருந்தனர்.

அக்காலத்தில் மனித உரிமைகள் மிகப்பயங்கரமான முறையில் மீறப்பட்டன. கடத்தல், தடுத்துவைத்தல், சித்திரவதைக்கு உட்படுத்தல் ஆகியனவே மனித உரிமைகளை மீறும் பிரதான விடயங்களாக காணப்பட்டன. அத்துடன் கருத்துக்களை வெளியிடுவதற்கான சுதந்திரம், உயிர் அச்சுறுத்தல் போன்றனவும் காணப்பட்டன.

இவற்றுடன் ஒப்பிடுகின்றபோது 2015இற்கு பின்னரான காலத்தில் பாரிய முன்னேற்றங்களைக் காணக்கூடியதாக இருக்கின்றது. குறிப்பாக பொதுமக்கள் அச்சமின்றி கருத்துக்களை வெளியிடுகின்றார்கள். ஊடக சுதந்திரத்திலும் கணிசமான முன்னேற்றத்தினை அவதானிக்க முடிகின்றது. தடுத்துவைக்கப்பட்டு மேற்கொள்ளப்படும் வன்முறைகள் தொடர்பில் அதிகளவு முறைப்பாடுகள் கிடைக்கின்றமை எமக்கு பாரிய பிரச்சினையாகவுள்ளது. அதாவது, நபரொருவரை தடுத்து வைப்பதனால் ஏற்படுகின்ற பிரச்சினையாகும். இதனடிப்படையில், சித்திரவதைக்கு உள்ளாகின்றமை நாடளாவிய ரீதியில் நடைபெறுகின்றது.

இதனைவிடவும், நிருவாகத்துறையில் காணப்படுகின்ற பிரச்சினைகள் தொடர்பிலும் கணிசமான முறைப்பாடுகள் எமக்கு கிடைக்கின்றன. காணி, வேலைவாய்ப்பு, ஓய்வூதியம் உள்ளிட்டவை தொடர்பில் அம்முறைப்பாடுகள் பதிவாகின்றன. சிறு விடயங்கள் தொடர்பிலும் பொதுமக்கள் முறைப்பாடுகளை செய்கின்றார்கள். இந்த நிலைமையானது ஆணைக்குழு மீதான அவர்களின் நம்பிக்கையை வெளிப்படுத்துவதாக உள்ளது.

கேள்வி:- கிடைக்கும் முறைப்பாடுகள் தொடர்பில் எந்த அடிப்படையில் கையாளுகின்றீர்கள்?

பதில்:- எமக்கு வரையறுக்கப்பட்ட வளங்களே உள்ளன. ஆகவே மிக முக்கியமான முறைப்பாடுகளுக்கு முதன்மைத்துவம் அளித்து வருகின்றோம். தடுத்து வைக்கப்பட்டுள்ள நபர்கள் தொடர்பில் தான் நாம் அதிகளவு கவனம் செலுத்துகின்றோம். பொலிஸார் அதிகாரங்களைப் பயன்படுத்துவது முதல் சிறைச்சாலைகளில் தடுத்துவைக்கப்படுகின்றபோது காணப்படுகின்ற நிலைமைகள் தொடர்பில் அவதானத்தினைச் செலுத்தி வருகின்றோம். அதற்காக நிருவாக ரீதியாக கிடைக்கும் முறைப்பாடுகள் தொடர்பில் கவனம் செலுத்தாது இருக்கின்றோம் என்று கூறிவிடவும் முடியாது.

அத்துடன், போதைப்பொருட்களை அறிமுகப்படுத்தி அவற்றின் மூலம் நபர்கள் துன்புறுத்தப்படுவது தொடர்பிலான முறைப்பாடுகளும் கிடைக்கின்றன. நாம் ஆணைக்குழுவை பொறுப்பெடுத்ததன் பின்னர் நாட்டில் காணமல்போன சம்பவங்கள் தொடர்பாக எவ்விதமான முறைப்பாடுகளும் கிடைக்கவில்லை. அண்மையில் ரத்கம சம்பவம் மட்டுமே பதவிவாகியிருக்கின்றது.

ஆணைக்குழு சுயாதீனமாக உள்ளதா இல்லையா என்ற சந்தேகத்தின் காரணமாக சிவில் அமைப்புக்கள் இணைந்து பணியாற்றுவதில் இடைவெளி-கள் காணப்பட்டன. இருப்பினும் நாம் பொறுப்பேற்றதன் பின்னர் ஆணைக்-குழுவுடன் சிவில் அமைப்புக்கள் மிக நெருக்கமாக செயற்பட்டு வருகின்றன. எமக்கு பத்து பிராந்திய காரியாலயங்கள் காணப்படுகின்றன. அவற்றில் ஆறு காரியாலயங்கள் வடக்கு கிழக்கில் உள்ளன. அவற்றின் வளங்கள் மட்டுப்-படுத்தப்பட்டதாக இருந்தாலும் அதன் செயற்பாடுகள் சிறப்பான இடத்தில் உள்ளன.

கேள்வி:- தற்போதும் தொடர்ந்து கொண்டிருக்கும் சித்திரவதைகள்ரூபவ் துன்புறுத்தல்கள் தொடர்பான முறைப்பாடுகளின் போக்கு எவ்வாறு உள்ளது?

பதில்:- நபர்கள் மீதான தாக்குதல்ரூபவ் மிளகாய்த் தூய் வீசுதல், சிகரட் மூலம் சுடுதல் போன்ற சம்பவங்கள் பதிவாகின்றன. போலிஸாருக்கு எதிராக தடுத்து வைக்கப்பட்ட போது துன்புறுத்தல்களுக்கு உள்ளானமை தொடர்பிலும் அதிகளவான முறைப்பாடுகள் கிடைக்கின்றன. எமது தலைமையகத்திற்கு மட்டும் சித்திரவதைகள் தொடர்பில் 2017ஆம் ஆண்டு 288முறைப்பாடுகள் கிடைத்துள்ளன. 2018இல் இதில் சற்றே குறைவு காணப்படுகின்ற போதும் நாடளாவிய ரீதியில் உள்ள சிறைச்சாலைகளில் நாம் மேற்கொண்ட ஆய்-வுகளின் அடிப்படையில் பதிவான முறைப்பாடுகளையும் ஒன்றாக பார்க்-கின்றபோது கணிசமான அளவில் அதிகரிப்பு காணப்படுகின்றது. அதேநேரம் துன்புறுத்தல்கள் தொடர்பில் 2017இல் 190முறைப்பாடுகள் கிடைக்கப்பட்-டுள்ளன. மேலும் 2018இல் அவ்வாறான முறைப்பாடுகள் 33சதவீதம் அதி-கரிப்பினையே காட்டுகின்றது.

கேள்வி:- வடக்கு கிழக்கில் படையினர் நிலைகொண்டிருக்கின்றமையா-லும், சட்டம் ஒழுங்கு சரியான கட்டமைப்பினைக் கொண்டிருக்காமையின் காரணத்தாலும் சித்திரவதைகள், துன்புறுத்தல்கள் தொடர்வதாக குற்றச்சாட்-டுக்கள் உள்ள நிலையில் அது தொடர்பான முறைப்பாடுகள் எவ்வாறு உள்ளன?

பதில்:- தெற்கு மற்றும் வடமேல் மாகாணங்களிலேயே துன்புறுத்தல்கள் தொடாபான முறைப்பாடுகள் அதிகளவில் கிடைக்கின்றன. வடக்கு கிழக்கில் அவ்வாறான முறைப்பாடுகள் குறைவாகவே உள்ளன. எனினும்ரூபவ் கிழக்கு மாகாணத்தினை விடவும் வடக்கில் துன்புறுத்தலுக்கு உள்ளாகின்ற சம்பவங்-கள் தொடர்பில் அதிகளவான முறைப்பாடுகள் கிடைக்கின்றன. குறிப்பாக விடுதலைப்புலிகள் அமைப்புடன் தொடர்புபட்டிருந்தார்கள்ரூபவ் புலம்பெ-யர்ந்த தேசத்தில் உள்ள விடுதலைப்புலிகள் அமைப்பு செயற்பாட்டாளர்க-ளுடன் தொடர்பு கொண்டிருக்கின்றார்கள் என்ற சந்தேகத்தின் அடிப்படை-யில் அவர்களின் குடும்பங்களுக்கு புலனாய்வாளர்களால் மேற்கொள்ளப்படும் துன்புறுத்தல்கள் தொடர்பிலேயே அம்முறைப்பாடுகள் அதிகம் பதிவாகின்றன. இச்சமயங்களில் நாம் பொலிஸ் தரப்பிற்கு எழுத்துமூலமான விளக்கங்-

களை கோரியிருக்கின்றோம். அச்சந்தர்ப்பங்களில் எல்லாம் புலனாய்வாளர்கள் அவ்வாறு செய்வதில்லை என்றும்ரூபவ் சந்தேகத்தின் பேரில் பொலிஸார் விசாரணைகளை மேற்கொள்வதாகவே பதிலளித்திருக்கின்றார்கள். எவ்வாறாயினும் சட்டத்திற்கு உட்பட்ட வகையிலேயே அந்நடவடிக்கைகளை மேற்கொள்ளுமாறும் நாம் நேரடியாகவே கூறியுள்ளோம்.

கேள்வி:- வடகிழக்கில் தற்போதும் விடுதலைப்புலிகளின் முன்னாள் போராளிகள் உட்பட பெண் தலைமைத்துவங்கள், பாலியல் சித்திரவதைகள் மற்றும் துன்புறுத்தல்களுக்கு உள்ளாகின்றதாக சர்வதேச தரப்புக்களால் கூறப்படுகின்றதே?

பதில்:- சர்வதேச அமைப்புக்கள் அத்தகைய குற்றச்சாட்டுக்களை முன்வைக்கின்றன. ஆரம்பத்தில் 2015இற்கு முன்னர் நடைபெற்றதாக தெரிவித்தார்கள். பின்னர் தற்போதும் அவ்வாறான நிலைமைகள் தொடர்வதாக தெரிவித்துள்ளார்கள். ஆனால் எமக்கு இதுவரையில் அவ்வாறான முறைப்பாடுகள் எவையும் கிடைக்கவில்லை. இவ்வாறான பாரதூரமான விடயங்கள் தொடர்பில் முறைப்பாடுகள் கிடைக்கின்றபோது நாம் விரைந்து நடவடிக்கைகளை முன்னெடுப்பதில் பின்னிற்கப்போவதுமில்லை. மேலும் நபர்கள் தொடர்பான விபரங்களை பகிர்ந்து கொள்வதில் அச்சமான நிலைமைகள் காணப்பட்டாலும் அதற்கு அப்பாலான தகவல்களை எம்முடன் பகிர்ந்து கொண்டால் அது தொடர்பில் நடவடிக்கைகளை முன்னெடுப்பதற்கு இலகுவாக அமையும் என இத்தகைய குற்றச்சாட்டுக்களை முன்வைக்கும் அமைப்புக்கள் உள்ளிட்ட ஐ.நா. அமைப்புக்களிடத்தில் கேட்டுக்கொள்கின்றோம்.

கேள்வி:- சிறைச்சாலையில் தடுத்து வைக்கப்பட்டுள்ளவர்கள் தொடர்பில் விசேட ஆய்வுகளைச் செய்ததாக கூறுகின்றீர்களே, தமிழ் அரசியல் கைதிகளின் விடயம் சம்பந்தமாக எவ்வாறான அவதானிப்புக்களைச் செய்துள்ளீர்கள்?

பதில்:- நான் பொறுப்பேற்று சொற்பகாலத்திலேயே தமிழ் அரசியல் கைதிகள் விடயம் சம்பந்தமாக சட்டமா அதிபர் திணைக்களத்திற்கு எழுத்துமூலமாக கோரிக்கைகளை முன்வைத்திருந்தேன். குறிப்பாக, தடுத்துவைக்கப்பட்டுள்ளவர்களின் எண்ணிக்கை, வழக்கு தாக்கல் செய்யப்பட்டவர்கள் எத்தனை பேர்ரூபவ் வழக்குகள் இன்றி இருப்பவர்கள் எத்தனை பேர் போன்ற விபரங்களையெல்லாம் கோரியிருந்தோம். எனினும் அதுசம்பந்தமான விபரங்கள் சரியாக எமக்கு கிடைத்திருக்கவில்லை. அவ்வாறான நிலையில், ஐ.நா. அதிகாரிகளின் இலங்கை விஜயங்களின் போது அவர்களுக்கு கிடைக்கும் தகவல்களையே எம்முடன் பகிர்ந்து கொள்கின்றார்கள். அந்த தகவல்களின் பிரகாரம், சாட்சி உள்ளவர்கள் மீது விரைவாக விசாரணைகளை நடத்த வேண்டும் என்றும், ஏனையவர்களை விடுதலை செய்ய வேண்டும் என்றும் பகிரங்கமாகவே கோரியிருந்தோம். அத்துடன் பயங்கரவாத தடைச்சட்டத்தி-

னையும் முழுமையாக அகற்ற வேண்டும் என்றும் சுட்டிக்காட்டியிருந்தோம்.

கேள்வி:- பயங்கரவாத தடைச்சட்டத்தை நீக்க வேண்டும் என்று கூறும் நீங்கள் புதிதாக கொண்டுவரப்படவுள்ள பயங்கரவாத எதிர்ப்புச் சட்டம் சம்பந்தமாக கவனம் செலுத்தியுள்ளீர்களா?

பதில்:- ஆம், புதிய பயங்கரவாத தடைச்சட்ட மூலத்தின் பிரதியொன்றை நாம்

அரசாங்கத்திடத்தில் கோரியிருந்தோம். அத்துடன்ரூபவ் சட்டமூலத்தினை தயாரிக்கின்றபோது ஆணைக்குழுவுடன் கலந்துரையாடி எமது ஆலோசனைகளையும் கவனத்தில் எடுத்துக்கொண்டு அரசியலமைப்புச் சட்டத்தில் குறிப்பிட்டுள்ள அடிப்படை உரிமைகளை பாதிக்காதவாறும், சர்வதேச சட்டங்களின் அடிப்படையிலும் நியாயமான முறையில் அச்சட்டமூலத்தினை தயாரிக்க வேண்டும் என்று கோரியிருந்தோம். மேற்குலக நாடுகளில் பயங்கரவாத சட்டம் அமுலில் இருக்கின்றது. இதனை ஐ.நா. தரப்பு எதிர்க்கப்போவதில்லை.

தற்போது பாராளுமன்றத்தில் சமர்ப்பிக்கப்பட்டுள்ள சட்டமூலத்தில் சில விடயங்களில் முன்னேற்றங்கள் காணப்பட்டாலும், பயங்கரவாதம் என்பதற்கான வியாக்கியானம் தொடர்பில் பிரச்சினைகள் உள்ளன. அச்சொற்பதத்திற்கு பரந்தளவிலான வியாக்கியானம் வழங்கப்படுகின்றபோது அரசியல் ரீதியாக, தனிப்பட்ட ரீதியாக அச்சட்டத்தினை நபர்கள் பயன்படுத்துவதற்கு வாய்ப்பளிக்கின்றது. அது மிகவும் ஆபத்தானதாகும். குறிப்பாக பல்கலை மாணவர்கள், தொழிற்சங்க வாதிகள் தமது செயற்பாடுகளை முன்னெடுக்கின்றபோது பயங்கரவாதிகளாக அடையாளப்படுத்தப்படுவதற்கான வாய்ப்புக்கள் உள்ளன. ஆகவே பயங்கரவாதம் தொடர்பில் ஐ.நா கொண்டுள்ள வியாக்கியானத்தினை உள்வாங்குவது பொருத்தமானதாக இருக்கும் என்று நாம் கருதுகின்றோம்.

கேள்வி:- காணாமல்போனவர்களின் உறவினர்கள் இரண்டு ஆண்டுகளுக்கு மேலாக, கிளிநொச்சி, வவுனியா, முல்லைத்தீவு, திருகோணமலை உள்ளிட்ட பகுதிகளில் வீதியோரமாக போராடிக்கொண்டிருக்கின்ற நிலையில் இவர்கள் தொடர்பில் ஆணைக்குழு எத்தகைய கவனத்தினைச் செலுத்தியுள்ளது?

பதில்:- மனித உரிமை மீறல்களில் மிகமோசமான விடயம் காணாமலாக்கப்படுதலாகும். இதனால் அவர்களின் அன்புக்குரியவர்கள் அடையும் மனவேதனைகளை இலகுவாக எடுத்துவிட முடியாது. சித்திரவதை, துன்புறத்தல்கள், போன்றவற்றுக்கு இலக்கானவர்கள் என்றால் அவர்களுக்கு என்ன நடந்தது என்பதை அறிந்துவிட முடியும். அத்துடன் அதற்கு முற்றுப்புள்ளி கிடைக்கின்றது. ஆனால் காணாமலாக்கப்பட்டவர்களுக்கு என்ன நடந்தது என்பது தெரியாது அவர்களின் அன்புக்குரியவர்கள் அடையும் மனவேதனை மிகவும் உக்கிரமடைகின்றது. அந்த உறவினர்கள், தமது அன்புக்குரியவர்க-

ளுக்கு என்ன நடந்தது என்று அறிவதற்கு விரும்புகின்றார்கள்.

அதேநேரம், நீதித்துறை ஊடாக நியாயம் கிடைக்க வேண்டும் என்றும் எதிர்பார்க்கின்றார்கள். இவை அனைத்துமே அவசியமான விடயமாகும். கடந்த காலத்தில் காணாமலாக்கப்பட்டவர்கள் தொடர்பில் ஆணைக்குழு-விற்கு கிடைத்த முறைப்பாடுகள் தொடர்பில் சரியான கவனம் செலுத்தப்-பட்டிருக்கவில்லை. மனித உரிமைகளைப் பாதுகாக்கும் தரப்பினர் என்ற-வகையில் காணமல்போனவர்கள், சித்திரவதைக்குள்ளானவர்கள் உள்ளிட்ட முக்கிய விடயங்களுக்கு முதன்மைதானம் வழங்கப்பட்டிருக்க வேண்டும். ஆனால் அவ்வாறு நடைபெறவில்லை. இது மிகப்பாரதூரமானவிடயமாகும். நிருவாக ரீதியான பிரச்சினைகள் மட்டுமே கவனத்தில் கொள்ளப்பட்டுள்ளன. இந்நிலையில் இந்த விடயத்தினை எவ்வாறு அடுத்த கட்டத்திற்கு முன்னெ-டுப்பது என்பது தொடர்பில் கலந்துரையாடியபோது அதற்கான தனியான கட்-டமைப்பினை ஏற்படுத்துமாறு கோரினோம்.

காணாமல்போனோர் பற்றிய முறைப்பாடுகளை சாதாரண மனித உரிமை மீறல்கள் தொடர்பான முறைப்பாடுகள் போன்று பார்க்க முடியாது. அதற்கு நிபுணத்துவம் வாய்ந்தவர்களும்ரூபவ் வளங்களும் அவசியமாகின்றன. அதன-டிப்படையில் தற்போது அரசாங்கம் காணமல்போனோர் பற்றி அலுவலகத்-தினை ஸ்தாபித்துள்ளது. காணாமல்போனோர் பற்றிய சர்வதேச சாசனத்தில் கையொப்பமிட்டமை, பின்னர் அலுவலகத்தினை ஸ்தாபித்தமை சிறந்த முன்-னேற்றங்களாகும்.

அவ்வாறிருக்கரூபவ் எமக்கு கிடைத்துள்ள முறைப்பாடுகளை காணா-மல்போனோர் அலுவலகத்துடன் பகிர்ந்து அடுத்த கட்ட நடவடிக்கைகளை முன்னெடுப்பது தொடர்பில் புரிந்துணர்வு உடன்படிக்கையொன்றை கைச்சாத்-திட்டுள்ளோம். அதனடிப்படையில் அவர்களின் முறைபாடுகள் தொடர்பில் கவனச்செலுத்தப்பட்டு வருகின்றது.

கேள்வி:- இலங்கையில் இடம்பெற்றதாக கூறப்படுகின்ற மனித உரிமை மீறல்கள், மற்றும் மனிதாபிமானச்சட்ட மீறல்கள் குறித்த அரசாங்கத்தின் பொறுப்புக்கூறல், மற்றும் மனித உரிமைகள் தொடர்பான நிலைமைகள் தொடர்பில் தற்போது ஆரம்பமாகியுள்ள ஐ.நா.மனித உரிமைகள் பேரவை-யின் கூட்டத்தொடரில் ஆணைக்குழு பங்கேற்று விசேட அவதானிப்புக்களை வழங்கவுள்ளதா?

பதில்:- ஆணைக்குழுவிற்கு மனித உரிமைகள் பேரவையின் கூட்டத்தொ-டரில் பங்கேற்பதற்கான உரித்து இருப்பதாக கூறப்பட்டுள்ளது. எனினும் மனித உரிமைகள் ஆணையாளரின் அறிக்கை இதுவரையில் கிடைக்கவில்லை. அதன்பின்னரே அதுகுறித்து முடிவுகளை எடுக்க முடியும். ஆணைக்குழு மனித உரிமைகள் கூட்டத்தொடரில் பங்கேற்பதா இல்லையா என்பதை விட-வும்ரூபவ் பொறுப்புக்கூறல் என்பது நாட்டிற்கு முக்கியமான விடயமாகும்.

ஆணைக்குழு கையாளாத பல்வேறு மனித உரிமைகள் தொடர்பான பிரச்சினைகள் காணப்படுகின்றன. இவற்றை தேசிய பிரச்சினைகளாக அவதானத்தில் கொள்ளும் போது நாட்டினுள் அமைதியை ஏற்படுத்த முடியும் என்ற எண்ணப்பாடுகள் எழுகின்றன. உதாரணமாகரூபவ் தெற்கிலும், காணமலாக்கப்பட்டமை, சித்திரவதைரூபவ் துன்புறுத்தல்கள் ஆகிய சம்பவங்கள் நிகழ்ந்துள்ளன. வடக்கு கிழக்கிலும் இவ்வாறான பாரிய விடயங்களை அவதானிக்க முடிகின்றது. அரசியல் நோக்கமின்றி நாட்டின் எதிர்காலத்தினை மையப்படுத்தி இத்தகைய விடயங்களை தேசிய பிரச்சினையாக பார்க்க வேண்டும்.

வடக்குரூபவ் கிழக்கு, தெற்கு என்றில்லாது மனித உரிமைகள் மீறப்பட்டுள்ளன என்ற அடிப்படையில் நடவடிக்கைகள் எடுக்கப்பட்டு அடுத்தக்கட்டத்துக்கு செல்வதே நாட்டின் எதிர்காலத்திற்கும் சமூகங்களுக்கும் சிறப்பானதாக அமையும்.

கேள்வி:- அப்படியென்றால், “மறப்போம் மன்னிப்போம்” என்ற தோரணையில் அடுத்த கட்டத்திற்கு நகரவேண்டும் என்றா கூறுகின்றீர்கள்?

பதில்:- நான் அப்படி கூறவில்லை. தற்போது, நல்லிணக்க பொறிமுறைகளை ஒருங்கிணைப்பதற்கான செயலகத்தில் நல்லிணக்க பொறிமுறைகள் பற்றி கலந்தாலோசனைக்கான செயலணி சட்டத்தரணி மனூரி முத்தெட்டுவேகம தலைமையில் அமைக்கப்பட்டுள்ளது. இந்த செயலணி பொறுப்புக்கூறல் தொடர்பில் களஆய்வுகளைச் செய்து அறிக்கையை சமர்ப்பித்துள்ளது. அந்த பரிந்துரைகளின் அடிப்படையில் அனைத்து அரசியல் தரப்புக்களும் அரசியல் விருப்புக்களை கைவிட்டு நன்நம்பிக்கையின் அடிப்படையில் நாட்டினை முன்னிலைப்படுத்தி பிரச்சினைகளுக்கு முற்றுப்புள்ளி வைப்பதற்கான பொறிமுறையொன்றை ஸ்தாபித்தல் பொருத்தமான விடயமாகும்.

அதனைவிடுத்து அரசியல் பின்னணியில் வெவ்வேறாக செயற்படுவதால் மிக கடினமான நிலைமைகளே நாட்டில் நீடிக்க வழிவகுக்கும்.

கேள்வி:- பொறுப்புக்கூறல் விடயமானது சர்வதேசம் வரையில் சென்று அரசாங்கத்தாலும் பகிரங்கமாக ஏற்றுக்கொள்ளப்பட்டுள்ளதல்லவா?

பதில்:- சர்வதேசத்தின் அழுத்தங்களாலும் தலையீடுகளாலும் பொறுப்புக்கூறல் நாட்டில் ஏற்படுத்தப்பட வேண்டுமாயின் நாட்டில் அது உண்மையானதாக நிலைபெறாது. இந்த விடயத்தில் நாட்டினுள் பொறுப்புக்கூறல் குறித்து காணப்படுகின்ற முக்கியத்துவத்தினை மக்கள் மத்தியிலிருந்து எழும் குரல்களின் பிரகாரமே அதனை நடைமுறைப்படுத்தி எதிர்காலம் நோக்கிப் பயணிக்க முடியும். இதனைவிடுத்து ஐ.நா. பிரேரணையில் கூறப்பட்டுள்ளதன் பிரகாரம் பொறுப்புக்கூறல் விடயங்களை நடைமுறைப்படுத்த வேண்டும் என்று கூறுவதானது வெளிநாடுகளினால் பரிந்துரைக்கப்பட்ட விடயங்களாக இருப்பதால் அவை பலாத்காரமாக திணிக்கப்படுகின்றன. ஆகவே நாம் அதற்காக அர்ப்பணிக்க மாட்டோம் என்ற மனநிலையையே ஏற்படுத்துகின்-

றது. ஆகவே தான் சட்டத்தரணி மனூரி முத்தெட்டுவெகம தலைமையிலான நல்லிணக்க பொறிமுறைகள் பற்றி கலந்தாலோசனைக்கான செயலணியின் அறிக்கை மிகவும் முக்கியமானது என்று கூறுகின்றேன். அந்த அறிக்கையில் மக்களின் குரல்களே உள்ளன. அதற்கு செவிசாய்க்க வேண்டும்.

கேள்வி:- உண்மைகளைக் கண்டறியும் கட்டமைப்புக்கள் இலங்கையில் ஸ்தாபிக்கப்படும் யோசனை பற்றிய தங்களின் பார்வை எவ்வாறுள்ளது?

பதில்:- அரசாங்கம் உண்மைகளைக் கண்டறிவதற்கு நான்கு கட்டமைப்புக்களை ஸ்தாபிக்கவுள்ளதாக கூறியுள்ளது. இந்த நிறுவனங்களால் நாட்டின் எதிர்காலத்திற்கு நன்மையே ஏற்படும். இந்த நிறுவனங்கள் ஊடாக பாதிக்கப்பட்ட தரப்பினரின் காயங்கள் ஆற்றப்படுவதோடு அதன் மூலம் நாட்டிற்கு நன்மையே ஏற்படும் என்பது மக்கள் மனதில் உருவாக்கப்பட வேண்டியுள்ளது.

தென்னாபிரிக்காவில் உண்மைகளைக் கண்டறியும் ஆணைக்குழு பற்றி இருவேறு கருத்துக்கள் இருந்தன. இருப்பினும் அந்த ஆணைக்குழுவின் பணிகள் பாரியளவில் மாற்றங்களை ஏற்படுத்துவற்கு காரணமாக இருந்தது. அதுபோன்றே மேற்படி நிறுவனங்கள் தொடர்பில் பல்வேறு நிலைப்பாடுகள் காணப்படலாம். அவை எப்போதுமே இருந்துகொண்டேயிருக்கும். ஆனால் பாதிக்கப்பட்ட தரப்பினருக்கும் நாட்டின் எதிர்காலத்திற்கும் நன்மைகளை ஏற்படுத்தும் என்ற விடயத்தினை சிவில் அமைப்புக்கள் முன்னெடுத்தாலும் அரசியல் தரப்பினாலேயே அதனை வலுவாக மக்கள் மத்தியில் ஸ்தாபிக்க முடியும். அதற்காக அனைவரும் அர்ப்பணிப்புக்களைச் செய்ய வேண்டும்.

கேள்வி:- நீங்கள் கூறுவது போன்ற நிலைமை ஏற்படுவதற்காக சிவில் அமைப்புக்கள் மற்றும் பாதிக்கப்பட்ட தரப்பு உள்ளிட்ட பொதுமக்கள் அர்ப்பணிப்பு செய்கின்றார்கள் என்று வைத்துக்கொள்வோம். ஆனால் அரசியல் தலைமைகள் இணங்காது விட்டால் என்ன செய்வது?

பதில்:- மனித உரிமைகளை பாதுகாக்கும் விடயத்தில் தமது அரசியல் நலன்களை மட்டும் மையப்படுத்தினார்கள் என்றால் அது நாட்டிற்கு நன்மை அளிக்கப்போவதில்லை. மனித உரிமைகள் விடயத்தினை அரசியலாக்குவதே மனித உரிமைகளைப் பாதுகாப்பதில் காணப்படுகின்ற மிகப்பாரிய தடைகளாகின்றன. மனித உரிமைகள் பற்றிய விடயத்தினை மனிதாபிமானத்தின் அடிப்படையில் தான் பார்க்க வேண்டும். அதனைவிடுத்து மனித உரிமை விடயங்களை அரசியல் நோக்கங்களுக்காகவும் நலன்களுக்காகவும் பயன்படுத்துவதாயின் அதுமிககீழ்த்தரமான அரசியல் செயற்பாடு என்பதை தவிசாளர் என்றவகையில் நான் பொறுப்புடன் கூறுகின்றேன். மனித உரிமைகள் பிரச்சினைகளை பயன்படுத்தி அரசியல் ரீதியாக பெருமைகளை சம்பாதிப்பதற்கு முயற்சிகளை எடுப்பதும் துர்ப்பாக்கிய நிலைமையாகும்.

ஆகவே நாட்டில் மனித உரிமைகள் தொடர்பான பிரச்சினையை தீர்வுக்கு கொண்டுவருவதற்கு அரசமட்டத்தின் அர்ப்பணிப்பே முதலில் அவசியமா-

கின்றது. இவற்றுடன் சிவில்ரூபவ் மற்றும் சுயாதீன நிறுவனங்கள்ரூபவ் பொதுமக்களின் அர்ப்பணிப்பும் அவசியமாகின்றது. இந்த நாட்டில் சுயாதீன ஆணைக்குழுக்கள்ரூபவ் நீதித்துறைரூபவ் நிறுவனங்கள் இல்லாது விட்டால் பொறுப்புக்கூறலின் முக்கிய அங்கமான நிலைமாறு கால நீதி தொடர்பில் உருவாக்கப்படும் எந்தவொரு கட்டமைப்பாலும் பயனில்லாத நிலைமையே ஏற்படும்.

10. கேணல் கிட்டு ஒரு தனிமனித சரித்திரம்!

வங்கக் கடலின் நடுவே அந்த தியாக வேள்வித் தீ எரிந்து அணைந்து பல ஆண்டுகள் ஓடி மறைந்துவிட்டன. ஆயினும் தமிழ் மக்களின் மனங்கள் அதை நினைத்து நினைத்து இன்னும் எரிந்துகொண்டேயிருக்கின்றன.

கேணல் கிட்டுவும், அவருடன் வந்த ஒன்பது தோழர்களும் தீயோடு தீயாகி, வங்கக் கடலில் சங்கமித்த அந்தச் சம்பவம் சரித்திரம் மறக்காத ஒரு சாவு மட்டுமல்ல, அது எங்கள் நெஞ்சங்களை நீங்க மறுக்கும் நெடும் அலையாகி, நினைவெங்கும் நிலைபெற்று விட்டதொன்று. கேணல் கிட்டு தேசியத் தலைவரால் அதிகம் நேசிக்கப்பட்டவர். அவரின் அன்பை அனுபவித்தவர். தலைவரின் இலட்சியத்திற்கு தோள் கொடுத்து அவரின் மனதோடு ஒன்றித்து வாழ்ந்தவர்அதனால்தான், தமிழீழத் தேசியத் தலைவர் “கிட்டுவை ஆழமாக நேசித்தேன், தம்பியாக, தளபதியாக, எனது சுமைகளைத் தாங்கும் உற்ற தோழனாக நான் அவனை நேசித்தேன்.

இது சாதாரண மனித பாசத்திற்கு அப்பாலானது. ஒரே இலட்சியப்பற்றுணர்வில் ஒன்றித்து, போராட்ட வாழ்வில் நாம் பகிர்ந்துகொண்ட அனுபவத்தில் ஒருவரையொருவர் ஆழமாக இனங்கண்ட புரிந்துணர்வில் வளர்த்த நேயம் அது” என கேணல் கிட்டுவிற்கும் தமக்கும் இடையே இருந்த பாசப் பிணைப்பினை வெளிப்படுத்துகிறார். கிட்டு எந்தளவிற்கு தலைவரின் மனதில் இடம்பிடித்தாரோ அதேயளவு தமிழீழ மக்களின் மனங்களிலும் நிறைந்திருக்கின்றார்.

எந்தக் காலத்திலும் மறக்கமுடியாத அவரின் நினைவுகளோடு இன்று தமிழீழம் நிமிர்ந்து நிற்கிறது. தமிழீழ விடுதலைப் போராட்டத்தின் ஆரம்ப காலத்திலிருந்து ஆழப்பதிக்கப்பட்ட கிட்டுவின் வரலாற்றுத் தடங்கள் அழிக்க முடியாத பெரும் பதிவாக பரிணமித்து, தொடர்ந்து கொண்டே இருக்கின்றன. 1979ல் ஆரம்ப காலப்பகுதி விடுதலைப் போராட்டத்திற்கு அடித்தளமிடப்பட்ட காலம் சதாசிவம் கிருஸ்ணகுமார் என்னும் பதினெட்டு வயது நிறைந்த இளைஞன் தன்னை விடுதலைப் போராளியாக மாற்றியதன் மூலம் வெங்கிட்டு எனப் பெயர் மாற்றம் பெற்று, பின் கிட்டு என தோழர்களால் செல்லமாக அழைக்கப்பட்டார்.

கிட்டுவும், இன்னும் சில தோழர்களும் தலைவரிடமே போரியலை நேரில் கற்றார்கள். கிட்டுவின் துடிப்பும் வேகமும் அங்கிருந்தவர்களிடையே அவரை வேறுபடுத்திக் காட்டியது. எதையும் அறிந்துகொள்ள வேண்டுமென்ற வேகமும் எந்த விடயத்தையும் அறிந்துகொள்ளும் ஆற்றலும் கிட்டுவிற்கு இயல்பாகவே இருந்ததால் தலைவரின் எண்ணங்களை, சிந்தனைகளை, மக்கள் மீது அவர் கொண்டிருந்த எல்லை கடந்த பாசத்தை, தலைவரின் அருகில் இருந்த கிட்டு அறிந்துகொள்கிறார். அளவு கடந்த திறமையுடன் வேகமும் விவேகமும் நிறைந்த அவரது செயற்பாடுகள் அவர் மீதான தனி நம்பிக்கை வளரக் காரணமாகின்றன.

தன் மீது தலைவர் வைத்திருக்கும் நம்பிக்கையை நிரூபிக்கும் காலம் கனிந்துவரும் வரை கிட்டு காத்திருக்கிறார். 1983 மார்ச் 04 இல் அற்புதன் தலைமையில் உமையாள்புரம் தாக்குதலுக்காக விடுதலைப் புலிகளின் அணி ஒன்று செல்கிறது. அதில் கிட்டுவும் ஒருவர் தாக்குதலுக்கான களம் தீர்மானிக்கப்படுகிறது.

வீதியில் நிலக் கண்ணிவெடிகளை பொருத்திவிட்டு எதிரியின் வரவை எதிர்பார்த்துக் கொண்டிருக்கிறார்கள். கண்ணிவெடிகளை கையாளும் போதியளவு செயற்திறன் போராளிகளுக்கு இல்லாத காலம் அது. இராணுவ வாகனங்கள் இலக்காக அண்மிக்கும் நேரத்தில் துரதிஸ்ட வசமாக வாகனங்களைக் கண்டு மிரண்டு ஓடி வந்த ஆட்டுக்குட்டியின் கால்கள் பட்டு கண்ணிவெடிகள் வெடிக்க போராளிகள் நிலை குலைந்து போகிறார்கள்.

துப்பாக்கி ரவைகளைக் கக்கியவாறு இரு இராணுவ கவச வாகனங்கள் போராளிகளை நெருங்கிவர பின்வாங்கிச் செல்வதைத்தவிர வேறு வழி அவர்களுக்குத் தெரியவில்லை. ஆனால் கிட்டு மட்டும் எதிரியை எதிர்கொள்ளும் சாதகமற்ற களநிலையைக் கருத்திற்கொள்ளாது துணிந்து நின்று தான் வைத்திருந்த ஜுத்திறி (பு-3) துப்பாக்கியால் இராணுவ கவசவாகனத்தை நோக்கிச் சுடுகிறார். இலக்குத் தவறவில்லை. சாரதி காயப்பட வாகனம் செயலற்றுப் போகிறது. தலைவரின் நம்பிக்கையை மெய்ப்பித்த மகிழ்ச்சியோடு கிட்டு களம் விட்டு அகன்றார்.

அவரின் முதல் களமே தனி மனித சாதனையாக ஆரம்பமாகிறது. 1983 ஏப்ரல் 07இல் விடுதலைப் புலிகளின் தாக்குதல் அணியில் கிட்டு இரண்டாவது பொறுப்பாளராக நிலையுயர்த்தப்பட்டார். இதன்பின் சிறீலங்கா அரசால் திணிக்கப்பட்ட உள்ளூராட்சித் தேர்தலை பகிஸ்கரிக்கும் பொருட்டு கந்தர்மடம் வாக்குச்சாவடியில் இராணுவம் மீது நடாத்தப்பட்ட தாக்குதல் ஜுலை 23ல் இராணுவ வாகனங்கள் மீது நடாத்தப்பட்ட திருநெல்வேலிக் கண்ணி வெடித்தாக்குதல் என்பனவற்றிலும் கலந்து கொள்கின்றார்.

இவவாண்டின் இறுதிக் காலத்தில் இந்திய மண்ணில் பயிற்சிக்கெனச் சென்ற இயக்கத்தின் முதற்குழுவின் இரண்டாவது பொறுப்பாளராக கிட்டு நியமிக்கப் படுகின்றார். பயிற்சியை முடித்து தமிழீழம் வந்த கிட்டு 1984

மார்ச் 02இல் நடைபெற்ற குருநகர் இராணுவமுகாம் தாக்குதல் உட்பட்ட பல்வேறு தாக்குதல்களில் முக்கிய பங்கு வகித்து நெறிப்படுத்துகின்றார். இதே-நேரம் யாழ். மாவட்டத் தளபதியாக இருந்த கப்டன் பண்டிதர் 1985 ஜனவரி 09இல் எதிரியுடனான மோதலில் வீரச்சாவடைய அவரின் இடத்திற்கு கிட்டு தலைவரால் நியமிக்கப்படுகின்றார்.

யாழ். மாவட்டத் தளபதி ஆனவுடன் யாழ். பொலிஸ் நிலையத் தாக்கு-தலுக்குப் பொறுப்பேற்று நடாத்தி, அங்கிருந்த பெருந் தொகையான ஆயு-தங்களைக் கைப்பற்றினார். யாழ். மாவட்டத்தில் கிட்டுவின் வெற்றிகரத் தாக்குதல்கள் தொடர்ந்தன. எதிரிப்படை யாழ். மண்ணில் அவனுடைய முகாமுக்குள்ளேயே முடக்கப்படுகிறது. யாழ்.

கோட்டையை ஆக்கிரமித்திருந்த சிறீலங்கா இராணுவம் கிட்டு என்ற பெயரைக் கேட்டாலே கதிகலங்கிப் போகும் நிலை உருவானது. மக்கள் மத்-தியில் கிட்டு என்ற மூன்றெழுத்துப் பெயர் மந்திரமாக உச்சரிக்கப்படுகிறது. யாழ். மண்ணில் எதிரிப்படையை மட்டும் அவர் வெற்றிகொள்ளவில்லை. மாறாக, மக்களின் மனங்களையும் அவர் வெற்றிகொண்டார். மக்கள் பிரச்சி-னையைத் தீர்ப்பதில் அவர் அதிக அக்கறை செலுத்தினார். தொழில் நிலை-யங்கள், நூலகங்கள், மலிவுவிலைக் கடைகள், பூங்காக்கள் என்பவற்றை நிறுவி மக்களின் வாழ்க்கை நிலையை உயர்த்தினார்.

இவவாறாகக் கிட்டுவின் சமூகப்பணிகள் விரிவடைய, அவர் தமிழீழத் தேசியத் தலைவரின் சிந்தனைகளைப் பிரதிபலிக்கும் ஒரு ஒப்பற்ற போராளி-யாக மக்களால் உணரப்பட்டார்.

தமிழீழ மக்கள் மனங்களில் மாத்திரமல்ல, எல்லைகடந்து வாழும் தமிழ் உறவுகள் அனைவருமே கிட்டுவின் வீரசாதனைகளை அறிந்து பெருமிதம் அடைந்தார்கள். விடுதலைப் புலிகளால் மன்னாரில் வைத்துச் சிறைப்பிடிக்-கப்பட்ட இரு சிங்களச் சிப்பாய்களின் விடுவிப்பு தொடர்பாக 1986 நவம்பர் 10இல் சிங்கள இராணுவத் தளபதியான கேணல் ஆனந்த வீரசேகரா, கப்-டன் கொத்தலாவை ஆகியோரை தனது இடத்திற்கு அழைத்துச் சந்தித்ததன் மூலம் கிட்டு என்ற பெயர் சிங்கள மக்கள் மத்தியிலும் பிரபல்யம் அடைந்-தது. 1987 மார்ச் இறுதியில் தேசத்துரோகி ஒருவனின் கைக்குண்டுத் தாக்கு-தலினால் தனது இடதுகாலை இழந்த கிட்டு தனது மனஉறுதியால் முன்னைய வேகத்துடனும், திடகாத்திரத்துடனும் விடுதலைப் போருக்கு வலுச்சேர்ப்பவ-ராக வளர்ந்து வந்தார்.

இந்திய இலங்கை ஒப்பந்த காலத்தில் தனது சிகிச்சைக்காக இந்தியா சென்ற கிட்டு ஒப்பந்தம் முறிவடைந்த நிலையில், இந்திய அரசினால் திணிக்கப்பட்ட போரின் உண்மை நிலைப்பாட்டை வெளிக் கொண்டுவர பெரிதும் பாடுபட்டார். இந்திய அரசியல் தலைவர்கள், பத்திரிகையாளர்களர், கலைஞர்கள், பேராசிரியர்கள் எனப் பலரையும் சந்தித்து, எமது நிலைப்பாடு தொடர்பாக எடுத்துரைத்தார். எமது தியாக வரலாறுகளை பல வெளியீடுகள்

மூலம் இந்திய மக்களின் பார்வைக்குக் கொண்டுவந்தார். இவவாறான நிலையில் கிட்டுவை இந்திய அரசு வீட்டுக்காவலிலும், சென்னை மத்திய சிறையிலும் கைதியாக அடைத்து வைத்திருந்தது. சிறைக்குள் இருந்தபடியே அவர் தமிழகத்திலிருந்து வெளிவரும் தேவி இதழுக்கு போராட்டம் தொடர்பான நீண்ட தொடர் கட்டுரையை எழுதினார்.

சிறையிலிருக்கும் தன்னை விடுவிக்கும்படி கிட்டு நடாத்திய அகிம்சைப் போருக்கு அஞ்சிய இந்திய அரசு அவரை தமிழீழத்தில் விடுதலை செய்தது. விடுதலை பெற்ற கிட்டு வன்னிக் காட்டில் தலைவரைச் சந்தித்து இந்திய இராணுவத்திற்கு எதிரான போருக்கு இறுதிவரை முகங் கொடுத்தார். இந்திய இராணுவம் மெல்ல மெல்ல தோல்விமுகம் காணும் நிலை உருவானது.

அமெரிக்காவிற்கு வியட்நாமும், ரஸ்யாவிற்கு ஆப்கானிஸ்தானும் புகட்டிய பாடத்தை தமிழீழம் இந்தியாவிற்குப் புகட்டியது. இந்நிலையில் இலங்கை அரசு இந்தியாவை நிராகரித்து புலிகளுடன் பேச முன்வந்தது. 1989இல் சிறீலங்கா அரசுடன் பேசுவதற்கு கொழும்பு சென்ற குழுவில் அங்கம் வகித்த கிட்டு விடுதலைப் புலிகளின் வெளிநாட்டுப் பிரிவுப் பொறுப்பாளராக அங்கிருந்தபடியே லண்டனுக்குப் பயணமானார். கிட்டு லண்டனில் வாழ்ந்த காலத்தில் புலம்பெயர்ந்து வாழ்ந்த தமிழரிடையே போராட்ட உணர்வையும், நம்பிக்கையையும் ஊட்டினார்.

களத்தில், எரிமலை' எனப் பல்வேறு சஞ்சிகைகள் மூலம் ஈழத்தில் நடக்கும் நிகழ்வுகளை மக்களுக்கு எடுத்துச் சென்றார். விடுதலைப் புலிகள் மாணவர் அமைப்பு,விடுதலைப் புலிகளின் கலைபண்பாட்டுக் கழகம், எனப் பல்வேறு அமைப்புக்களையும் வெளிநாட்டில் அமைத்துச் செயற்பட்டார். விடுதலை உணர்வையும், தாய் மண்ணின் பற்றுறுதியையும் தாயக மண்ணை விட்டு புலம்பெயர்ந்த மக்கள் மறந்து போகாவண்ணம் தனது செயற்பாட்டை விரிவுபடுத்தினார். எனினும் கிட்டு எங்குதான் வாழ்ந்தாலும் எப்பணியைச் செய்தாலும் அவர் மனம் தமிழீழ மண்ணையே சுற்றிவந்தது.

அவர் தலைவரை, தாயகத்தை, தமிழீழ மக்களை ஆழமாக நேசித்தார். தமிழீழத்தில் எப்போது தனது கால் மீண்டும் பதியும் என ஏக்கத்தோடு காத்திருந்தார். கிட்டு எதிர்பார்த்திருந்தது போல தமிழீழத்திற்குச் செல்லும் வாய்ப்பு அவருக்குக் கிட்டியது. குவேக்கஸ் சமாதானக் குழுவின் யோசனைகளுடன் ஐரோப்பிய நாடொன்றிலிருந்து சர்வதேச கடற்பரப்பினூடாக எம்.வி அகத் என்ற கப்பலில் கிட்டுவும் அவரது தோழர்களும் பயணமானார்கள்.

யாரும் சென்று வரக்கூடிய சர்வதேச கடற்பரப்பில் இந்தியா தனது சதிவலையைப் பின்னியது. இந்தியக் கடற்படை சர்வதேச கடல் எல்லையில் கிட்டுவின் கப்பலை மறித்து வலுக்கட்டாயமாக தனது எல்லைக்குள் இழுத்துச் சென்றது. சமாதான முயற்சிகள் பற்றி இந்திய அரசிடம் எவ்வளவோ எடுத்துச் சொல்லியும் அவை பயனற்றுப் போயின. குமரப்பா, புலேந்திரன், திலீபன், ஜொனி என எமது தளபதிகளின் தொடர் இழப்புக்குக் காரணமான

இந்தியா தனது பொறிக்குள் மூத்த தளபதி கிட்டுவையும் சிக்கவைத்தது. உயிரிலும் பெரிது தன்மானம் என நினைக்கும் தலைவனின் வழியில் வளர்ந்த கிட்டுவும் ஒன்பது தோழர்களும் அன்று ஆட்சியிலிருந்த இந்திய அரசிடம் பணிந்து போகாது, தமிழீழத்தை, தலைவனை நினைத்தவாறே தீயில் கலந்து கடலில் சங்கமித்துப் போனார்கள்.

கிட்டுவின் இழப்பு தலைவனின் ஆத்மாவை மாத்திரமல்ல, தமிழினத்தின் ஆத்மாவையே பிழிந்த ஒரு சோக நிகழ்வு. மக்களால் மனதாரப் போற்றப்பட்ட அந்தப்பெரு வீரனை இனி எங்கு காண்போம் எனத் துடித்தனர் மக்கள். பல இழப்புக்களைக் கடந்து வாழக்கற்றுக்கொண்ட மக்களிற்கு கிட்டுவின் இழப்பு ஜீரணிக்கமுடியாத தொன்றாகவே இருந்தது. எனினும் தோல்விகளையும், இழப்புக்களையும் தனக்கான வெற்றியின் பாடமாக்கிக் கொள்ளும் தலைவர், கிட்டுவின் இழப்பிற்கு புதிய பரிமாணத்தைக் கொடுக்கின்றார். “கிட்டு நீ சாகவில்லை, ஒரு புதிய மூச்சாக பிறந்திருக்கிறாய்” எனக்கூறி தனக்குள் ஒரு வீரசபதம் எடுத்துக்கொள்கிறார்.

இன்றைய உலகில், தமிழினத்தின் விடுதலைப் போராட்டம் எவராலும் நிராகரிக்க முடியாத பெரும் வடிவம் எடுத்ததில் கிட்டுவின் பங்கு இன்றியமையாதது. உலகெங்கும் சிதறிவாழ்ந்த தமிழ் மக்களை ஒருங்கிணைத்து, தமிழீழ விடுதலையை நோக்கி அவர்களை அணிதிரட்டுவதில் கிட்டு வெற்றி கண்டார் என்றே சொல்லவேண்டும்.

அந்தநிலை இன்று இன்னும் விரிவடைந்து மக்கள் -புலிகள் என்ற வேறுபாட்டை இல்லாதொழித்துவிட்டது. சர்வதேச சமூகம் விடுதலைப் போராட்டங்களையும், பயங்கரவாதத்துடன் இணைத்து தனது பிற்போக்குத் தனமான செயலை நியாயப்படுத்திவரும் வேளைகளில் கூட, உலகெங்கும் பரந்துநிற்கும் தமிழ் மக்கள் அந்த நெருக்கடிக்கு முகம் கொடுத்து தொடர்ந்தும் எழுச்சி கொள்கிறார்களென்றால் அது கிட்டுவால் அன்று விதைக்கப்பட்ட விடுதலை குறித்த கருத்துருவாக்கமும் விழிப்புணர்வுமே அடிப்படைக் காரணமாகின்றன. கெரில்லா அமைப்பாக இயங்கிய அந்த நாடகளில், சிறியரக ஆயுதங்களைக் கொண்டு பெரும் சாதனைகளை நிலைநாட்டிய அந்த ஒப்பற்ற வீரனின் பெயரிலே, இன்று தமிழீழ தாயகத்தில் உருவாக்கப்பட்டுள்ள கனரக ஆயுதங்களைக் கொண்ட மிகப்பெரிய படையணி தனது சாதனைகளால் உலகத்தை வியக்கவைக்கின்றது.

போரியல் நுணுக்கமும் போரிடும் திறனும் கொண்ட கேணல் கிட்டு பீரங்கிப் படையணி எண்ணிலடங்கா சமர்க்களங்களில் ஈட்டிய பெரும் வெற்றிகள் மூலம், தனது சாதனைத் தடங்களை தொடர்ந்தும் பதித்துக்கொண்டிருக்கின்றது. நவீன போரியற்கலையில் தமிழனின் தேசியப்படை முன்னேறிச் செல்வதற்கு கிட்டுவின் கனவும் ஒரு காரணம்.ஊடகங்களில் தமிழரின் உண்மையான முகம் வெளியில் தெரியவேண்டும் என்பதில் கிட்டு அதிக அக்கறை காட்டினார். தமிழினத்தின் நியாயப் போராட்டங்களை பயங்கரவாதப்படுத்தி

உலகெங்கும் பொய்யுரைக்கும் சிறீலங்கா அரச ஊடகங்களையும் அவற்றைச் சார்ந்துநிற்கும் சர்வதேச ஊடகங்களையும் கடந்து, உண்மையான செய்திகள் உலகெங்கும் தெரிவிக்கப்படவேண்டும் என்பதே அவர் கொண்டிருந்த எண்ணமாகும்.

இவை இன்று நிறைவேறிக்கொண்டிருக்கின்றன. தமிழீழத்திலும் உலகெங்கிலும் வாழும் தமிழ் மக்கள் தங்களுடைய விடுதலைப் போராட்டத்தின் உண்மை முகத் தோற்றத்தை உணரக்கூடிய விதத்தில் தமிழ் ஊடகத்துறை பெற்றிருக்கும் அபரிமிதமான வளர்ச்சிக்கு கிட்டுவின் எண்ணங்களின் தாக்கமும் ஒரு காரணம்.சிறுவர் நலன்பேணும் திட்டங்கள், கல்வி, அபிவிருத்தி, பொருண்மிய மேம்பாடு, சமூக மேம்பாடு என மக்கள் நலன்பேணும் திட்டங்களில் அவர் காட்டிய அதீத அக்கறையின் பயனாக இன்னும் எம்மண்ணில் இச்செயற்பாடுகள் பெரும் வளர்ச்சி பெற்ற நிலையில் முன்னெடுக்கப்படுகின்றன. இவற்றுக்கு மேலாக, ஒன்றுபட்ட தமிழினத்தின் எழுச்சியை இவர் கனவாகக் கொண்டிருந்தார்.

எதிரியின் இறுகிய பிடிக்குள்ளும் நிமிர்ந்து நின்று தமிழ் மக்கள் வெளிப்படுத்தும் உணர்வெழுச்சி கிட்டுவின் கனவிற்கு கட்டியம் கூறிநிற்கின்றது.எங்கும் எதிலும் எல்லாவற்றிலும் கிட்டு என்றும் வாழ்ந்து கொண்டிருக்கிறார். தமிழினத்தின் ஆன்மாவில் அழிக்கமுடியாததோர் இடம் அவருக்கு என்றுமுண்டு. எல்லையற்ற திறமைகளாலும் மக்கள் மேல் அவர் வைத்திருந்த உண்மையான பாசத்தினாலும் தமிழினத்தில் நீங்காத நினைவுகளை அவர் பதித்துச் சென்றிருக்கின்றார். இறுதிமூச்சுவரை தமிழினத்தின் தன்மானம் காத்து தமிழினத் தலைவனுக்குப் பெருமையைச் சேர்த்த அந்த ஒப்பற்ற வீரனை எந்நாளும் எவராலும் மறக்கமுடியாது.

11. இந்தக் குழந்தைகள் என்ன செய்தனர்?

போரின் வலியை, அது விட்டுச்சென்ற மானுடப் பேரவலத்தை, இனிவரும் காலம் முழுவதும் தமிழ்த் தலைமுறை சுமக்கப்போகிறது. போரின் உள வடுவும் உடலியல் தாக்கங்களும், இன்னமும் 80 ஆண்டுகளுக்கு நீடிக்குமன, சமூகவியல் ஆய்வாளர்கள் சிலர் தெரிவிக்கின்றனர். எனவே, இந்தத் தொடர்பு அறாத துயரம் பற்றிப் பதிவுசெய்வதும் அவசியமாகிறது.

அதிலும், சர்வதேச மனித உரிமைகள் தினம் நேற்று (10) அனுஷ்டிக்கப்பட்ட பின்னணியில், இவர்களின் துயரங்களைப் பதிவுசெய்வது முக்கியமானது. சர்வதேச மனித உரிமைகள் பிரகடனம், ஐக்கிய நாடுகளால் அங்கிகரிக்கப்பட்டதை நினைவுகூரும் வகையில், இத்தினம் அனுஷ்டிக்கப்படுகிறது. ஆனால், போர் நடந்த பிரதேசங்களில், குறைந்தபட்ச மனித உரிமைகளாவது மதிக்கப்படுகின்றனவா என்பது கேள்விக்குரியது. அதிலும், இலங்கையின் வடக்குப் பகுதியில் இடம்பெற்ற இறுதிக்கட்ட யுத்தத்தின் துயரங்கள்,

சொல்லி மாளாதவை.

"இண்டைக்குத்தான் அவர் செத்தார்... ";

"இந்த இடத்தில தான் நான் காயப்பட்டனான்...";

"இந்தப் பாலத்தடியிலதான் ஆமியிட்டச் சரணடைஞ்சனாங்கள்...";

"இவடத்திலதான் அவரப் புதைச்சனாங்கள்..." என நீளும் துயர நினைவுப் பேச்சுக்களில், மாத்தளன் — புதுமாத்தளன், வலைஞன்மடம், முள்ளிவாய்க்கால், வட்டுவாகல் ஆகிய இடங்களும் கட்டாயமாக இருக்கும்.

ஆனால், இந்நினைவுகள் நிலைத்து நிற்கக்கூடியவை அல்ல. காலவோட்டத்தில், நினைவு மங்கும்; காட்சிகள் மாறும். ஆட்சிகள் மாற மாற, இந்தப் பேரவல நினைவுகள், தூரமாய்த் தெரியும். வரலாறு முழுதும் தமிழர் மீது நிகழ்த்தப்பட்ட படுகொலைகள் எப்படி நினைவில் தங்காமல் நீங்கினவோ, அதுபோலவே, இறுதிப்போர் குறித்த அவலங்களுக்கும் நடக்கலாம். ஏனெனில், தமிழர்கள், மறதியால் கட்டுண்டவர்களாவர்.

ஆனால், எதையும் மறக்க முடியாமல், தம் உடலோடு போரின் குரூர விளைவுகளைச் சுமக்கும் குழந்தைகளிடம், அந்த வலி நிரந்தரமாகவே தங்கிவிட்டது. இறுதிப் போரின் போது காயமடைந்து, உடல் அவயவங்களை இழந்தக் குழந்தைகளின் இன்றைய வாழ்க்கை எப்பிடியிருக்கிறது, அவர்களின் எதிர்காலம் குறித்து அவர்கள் என்ன நினைக்கிறார்கள் போன்றவற்றைக் கண்டறிவது அவசியம்.

வன்னியில் இருக்கின்ற ஒரு கிராமத்தைத் தேர்ந்தெடுத்து, அந்தக் கிராமத்துக்குள்ளும் 3 கிலோமீற்றர் சுற்றெல்லைக்குள், ஒரு பாடசாலையை மய்யப்படுத்தியே, இப்பதிவுக்கான சிறார்களை, இக்கட்டுரையாளர் சந்தித்தார். இப்பதிவுக்காக வரையறுத்துக்கொண்ட பகுதிக்குள், போரால் பாதிக்கப்பட்ட 5 சிறார்கள் இருக்கின்றனர். அவர்களில் இருவர், இக்கட்டுரைக்குள் வருகின்றனர்.

பரபரப்பான சாலையோரத்தில் இருக்கிறது அதிகாவின் (13 வயதுச் சிறுமி; பெயர்மாற்றப்பட்டுள்ளது) வீடு. படலையைத் திறந்து உள்ளே கால் வைத்ததும், வலுக்கக்கூடிய சாய்வுதளம். வீட்டின் வாசலிலும் அதே போன்றதொரு சாய்வுதளம். அச்சாய்வுதளங்களே, அதிகா எவ்வாறான காயத்துக்குள்ளாகியிருக்கிறாள் என்பதை நமக்கு உணர்த்திவிடுகின்றன. அவள் ஒரு மாற்றுத்திறனாளி. போர், அவளை எழுந்து நடக்கமுடியாத மாற்றுத்திறனாளியாக்கிவிட்டது.

அதிகாவின் அம்மா, "...அவா குளிக்கிறா. தானே குளிப்பா, தன்னைக் கவனிச்சிக்கொள்ளுவா.." என்று சொல்ல, "யார் பிள்ள வந்தது...?" என்றபடி, அதிகாவின் அம்மம்மா உரையாடலுக்குள் வந்துவிடுகிறார். அறிமுகத்தை வாங்கிக்கொண்டு, நம் மீதான நம்பிக்கையைப் பெற்றபின் கதைக்கத் தொடங்கினார். அதிகாவின் அம்மம்மாவுக்கும் கட்டுரையாளருக்கும் இடை-

யிலான உரையாடல் நடந்துகொண்டிருக்கையில், அதிகாவின் அம்மா, அழத் தொடங்கியிருந்தார்.

அதிகாவின் அப்பப்பா, தடியொன்றின் துணையுடன் எமக்கு முன் வந்தமர்ந்தார்.

அதிகாவின் தம்பிமார், யன்னல் கம்பிகளைப் பிடித்தபடி, அம்மம்மாவைப் பார்த்துக்கொண்டிருந்தனர்.

"..இப்ப ஏன் அழுறாய்? முடிஞ்சத நினைச்சு அழுது என்ன பிரயோசனம்? அழாத. அவள் என்ன செய்யிறாள் எண்டு பார்..", தன் மகளின் கண்ணீர் நீளமாவதை, கட்டுரையாளரோடு பேசிக்கொண்டிருந்த அம்மாவும், அதிகாவின் அம்மம்மாவும் கொஞ்சமும் விரும்பவில்லை. பேச்சில் கண்டிப்புத் தெரிந்தது. அதிகாவின் அம்மா உள்ளே செல்ல, அம்மம்மா தொடர்ந்தார்.

"2009.....05ஆம் மாசம் 04 ஆம் திகதிதான் அது நடந்தது.

"மாத்தளன்...இல்ல இல்ல அம்பவன்பொக்கண...

"காயப்படேக்க 6 வயசு. நேசரி (முன்பள்ளி) படிச்சிக்கொண்டிருந்தவள். இங்கிலீஸ் மீடியம்.

"புதுக்குடியிருப்பில ஒரே ஷெல்லடி. இருக்க முடியேல்ல. நடந்துதான் பொக்கணைக்குப் போனம். அதிகாவின்ர சித்தி வீடு இருந்தது. வீடெண்டா, டென்ட். பகல் பதினொண்டர இருக்கும். வீட்டுக்குப் போனதும், ரீ (tea) தந்திச்சினம். அதிகாவின்ர அப்பா, கதிரையில இருந்து ரீ குடிச்சுக்கொண்டிருந்தார். அதிகாவும் தம்பியும், அப்பாவின்ர முழங்காலில கையை ஊண்டிக் (ஊன்றி) கொண்டு, ரெண்டுபக்கமும் இருந்தவ.

"திடீரெண்டு வேப்பமரத்தில விழுந்து, ஷெல் வெடிச்சது. அப்பாவின்ர மடியில இருந்த பெடியனின்ர முகமெல்லாம் இரத்தம். பதறியடிச்சிக்கொண்டு அவனத் தூக்கினா, நெத்தில காயம். பிறகு எங்க அதிகாவக் காணேல்ல எண்டு பாத்தா, கீழ விழுந்து கிடக்கிறாள். அவளுக்கு முதுகில காயம்பட்டிட்டு. ரெண்டு பேரும் அழ, எல்லாரும் பிள்ளயள வச்சுக்கொண்டு, அழுறம்.

"அதிகாவின்ர அப்பாவக் கவனிக்கேல்ல. அவர் அப்பிடியே கதிரயில இருக்கிறார். பிறகு கொஞ்சத்தால, தல சரிஞ்சது. வடிவா கிட்டப்போய் பாத்தன். அவருக்கு, பீஸ் முன்னுக்குப் பட்டு, முதுகால போயிற்று. கதிரயில இருந்தபடியே இறந்திட்டார்.

"உடன பக்கத்தில நிண்ட ஆக்கள், பிள்ளயள ஆஸ்பத்திரிக்குக் கொண்டு போயிற்றினம். ஆஸ்பத்திரியெண்டாத் தெரியும்தானே? அங்கயும் பயம்தான். ஒரே ஷெல்லடி தானே. நாங்கள், மருமகனின்ர பொடியோட (சடலம்) நிண்டிட்டம்.

"பிறகு, ஆஸ்பத்திரிக்குப் போனாம். மகனுக்குப் பிரச்சின இல்ல, மகளுக்கு இடுப்புக்குக் கீழ சரிவராது எண்டுச்சினம். என்ர குழந்தையின்ர முகத்த, என்னால பாக்கவே முடியேல்ல. அவளின்ர ஆசைகள், கனவுகள்

எல்லாமே, நான் வச்சிருந்த ஆசைகள் எல்லாமே....." வைராக்கியமிக்க அம்மம்மாவின் குரலும் தளர்ந்தது. குரூரமான அந்த நினைவை மீட்ட குற்றவுணர்ச்சி எமக்கு ஏற்பட்டது.

"பத்தாம் திகதி, கப்பல்ல திருகோணமலைக்கு ஏத்திச்சினம். கப்பல்லயும் படாதபாடு பட்டுத்தான் ஏறினம். அங்கயும் கப்பல்ல, கொண்டு போன பாக் (bag) எல்லாத்தையும் துலைச்சிட்டு, நாங்கள் பட்ட கஷ்ரங்களச் சொன்னால், இப்ப கதறவேணும்.

"திருகோணமலயில ஒன்றரை வருசம் இருந்தம். பிறகு, வவுனியாவுக்கு மாத்திச்சினம். அங்கயிருந்து பம்பமடுவில வச்சுப் பராமரிச்சது. அங்கயிருந்து மருந்தெடுக்க, கொழும்புக்கு அனுப்புவாங்கள். அது அம்புலன்ஸ்ல பெட்ல பிள்ளையின்ர உடம்பு தேய்பட்டு தேய்பட்டு, படுக்க புண் வந்திட்டு. உணர்வில்லதா இடம்தானே. யூரின், டொய்லெட் எல்லாம் போய்போய் அதுவும் பெருத்திட்டு. பிள்ள அதனால பட்ட கஸ்ரம் கொஞ்சநஞ்சமில்ல. கொழும்பு பெரிய ஆஸ்பத்திரிலயே மறிச்சிட்டினம். அங்க, சரியா கவனிப்பும் இல்ல. எனக்குச் சிங்களமும் தெரியாது. பிள்ள, தாயிட்டப் போகப்போகுதெண்டு அழுது. நான், விடாப்பிடியா நிண்டு, வவுனியாக்குக் கொண்டு வந்திட்டன்.

"இப்பிடியே 3 வருசம் ஆஸ்பத்திரி வாழ்க்கதான்" என, அதிகா பற்றி அம்மம்மா சொல்லிக்கொண்டிருக்கையில், அவளின் படிப்புக் குறித்து அறியவும் விரும்புவீர்கள்.

"படிப்பெல்லாம்...

"3ஆம் ஆண்டில இருந்துதான் பள்ளிக்கூடம் போகத் தொடங்கினவ. சுகமாகின பிறகு, வவுனியா சிங்கள மகா வித்தியாலத்துக்குத்தான், இடம்பெயர்ந்த பிள்ளயள அனுப்பிச்சினம். அதிகாவையும் கூட்டிக்கொண்டு போனன். அதிபர் சொன்னார், 'பிள்ளைய இப்ப 1ஆம் ஆண்டில சேர்த்தா ஷ்கொலர்ஷிப் எடுக்க ஏலாது. வயசுப்படி 3ஆம் ஆண்டிலயே சேர்ப்பம். பிள்ள படிக்கச் சிரமப்பட்டால், பிறகு யோசிப்பம்' எண்டார். நாங்களும் சம்மதிச்சம்.

"அவ்வள பிள்ளையளுக்குள்ளயும், அதிகா 3ஆம் பிள்ளையா வந்திட்டாள். ஆச்சரியமா இருந்தது. முதலாம், ரெண்டாம் ஆண்டெல்லாம், ஆஸ்பத்திரியிலதான் அதிகா படிச்சவள். கொஞ்சம் சுகமா இருக்கேக்க, ஒண்டு, ரெண்டு. ஏ.பி.சி.டி, தமிழ் எழுத்துகள், தேவாரம் எல்லாம் சொல்லிக்குடுப்பன். அப்பிடியே மனப்பாடமாச் சொல்லுவாள். அது பிள்ளைக்கு பெரிய உதவியா இருந்திருக்கு.

"பிறகு ஸ்கொலர்ஷிப்லயும் பாஸ் பண்ணிட்டாள். 184 மார்க்ஸ்...! இப்ப எட்டாம் ஆண்டு படிக்கிறாள். இப்ப ஓட்டோவிலதான் பள்ளிக்கூடம் கொண்டு போறது. அம்மா, காலம கூட்டிக்கொண்டு போய் விடுவா.

"பள்ளிக்கூடத்தில, இவைய நல்லாக் கவனிப்பினம். இவா, லேட்டாத்தான் எழும்புவா. அதனால இவா, 8 மணிக்குப் பிறகும் பள்ளிக்கூடம் போகலாம்.

"இவாவின்ர ஓட்டோவக் கண்டதும், வகுப்புப் பிள்ளயள் எல்லாரும் ஓடிவருவினம். ரீச்சராக்களும் நல்லாக் கவனிப்பினம். பெரிய கஷ்ரமில்ல. ஆனா எங்களுக்குத்தான், பிள்ளைய பாக்க...பாக்க, அவவின்ர எதிர்காலத்த நினைக்க நினைக்க.....!" அதிகாவின் அம்மம்மா மிகுதியாகச் சொல்ல வந்ததைச் சொல்வதற்கு, அவரிடம் வார்த்தையில்லை, துன்பம் மட்டுமே எஞ்சியிருக்கிறது. அம்மம்மா அமைதியாகப் பார்த்துக்கொண்டிருக்க, சக்கரக் கதிரையில் அமர்ந்திருக்கும் அதிகா என்னும் அழகிய சிறுமியை, அவளின் தம்பி தள்ளிவருகின்றான்.

தொடுவது, பார்ப்பது, பேசுவது என, புலன்களால் உணரக்கூடிய அனைத்துக்கும் வர்ணமிடித்துப் பார்க்கும் கண்களோடு, அச்சிறுமி அங்கிருந்தவர்களை நோக்கினாள். எல்லோரும் அவளைப் பார்க்க, அவள் வெட்கப்பட்டாள். யாரையும் பார்க்கமுடியாது திணறினாள். அவ்விடத்தில் அதிகா வெளிப்படுத்திய கூச்சவுணர்வு சொன்ன செய்திகள் ஏராளம். அந்தக் கூச்சவுணர்வுக்கும் மகிழ்ச்சி பூச, அவள் சிரிக்க முயன்றாள்; இயலவில்லை. தோற்றாள்; தோல்வியை மறைக்கவும் இயலவில்லை.

"...உள்ள போ(க)ப் போறன்... உள்ள போ(க)ப் போறன்..." என்றாள். சக்கரக் கதிரையைத் திருப்பிக்கொண்டாள். எங்கள் முகம் பார்க்கவும் விரும்பவில்லை; எங்களை விட்டு நகரவும், அதிகா விரும்பவில்லை. திரும்பி வாசலில் நின்றுகொண்டாள்.

அப்படி நின்றபடியே, தன் பெயர் சொன்னாள். தனக்குப் பிடித்த ஆசிரியர்களைச் சொன்னாள். நண்பிகளைச் சொன்னாள். தனக்குப் பிடித்த கதை சொன்னாள். பாடல் பாடினாள். தன் ஆசைகள் அதிகம் சொன்னாள் அதிகா.

"நான் படிச்சு, டொக்டரா வரவேணும்" என்றாள். அதிகாவின் தம்பி, சக்கரக் கதிரையைத் தள்ளிக்கொண்டு, வீட்டின் உள்ளே போனான். அந்த வீட்டின் உட்புறம், இருளாய் இருந்தது. இருள் மங்கியிருந்த வீட்டின் சுவர்களில், வர்ணச் சுண்ணக்கட்டிகளால் கீறப்பட்ட பல்வேறு உருவங்களும் மின்னிக்கொண்டிருந்தன. அவை, அதிகாவால் தீட்டப்பட்ட வர்ணங்களாக இருக்கக்கூடும். எங்கள் பிஞ்சுகளை, போர் இப்படித்தான் தின்று கொண்டிருக்கின்றது என்பதற்கு, அதிகாவும் ஒரு சாட்சி.

இரண்டாவது கதை

இந்தச் சிறுமி, நலன்புரி நிலையத்தில் வைத்துத்தான் சுடப்பட்டாள்.

அதிகாவுடனான உரையாடல் முடிந்ததும், அவளின் வீட்டிலிருந்து சற்றுத் தொலைவில் இருந்த, ஆயிசாவின் வீட்டுக்குப் பயணமானோம்.

குன்று குழிகளாலும் கால் புதையும் மணலாலும், அவளின் வீட்டுக்கான ஒழுங்கை நிரம்பியிருந்தது. அவ்வொழுங்கை முடிவதற்கு நான்கைந்து வீடுகள் முன்னதாக , கழித்துவிடப்பட்ட தகரத்தால் ஆன படலையொன்றின்

முன்னால், சக்கரக் கதிரையில் ஆயிசா அமர்த்தப்பட்டிருக்கிறாள். அருகில், அவளுக்குத் துணையாக, தம்பியொருவர் நிற்கிறார்.

இருவரும் புதினப் பார்வையுடன் எம்மை நோக்கினர்.

"என்ன செய்யிறீங்கள் றோட்டில?" என்று கேட்க, "அம்மாக்கு அக்சிடென்ட். அப்பா, ஆஸ்பத்திரிக்குக் கூட்டிக்கொண்டு போயிற்றார். பார்த்துக்கொண்டு நிக்கிறம்" என, ஆயிசா சட்டெனப் பதிலளித்தாள். அவளின் பார்வையில் குறும்புத்தனங்களும், அந்தக் குறும்புத்தனங்களைக் கைவிட்ட குழந்தையொன்றின் ஏராளமான ஏக்கங்களும் வழிந்தன.

"வேற யார் நிக்கினம்?" எனக் கேட்க, "ஒருத்தரும் இல்ல. இவர் சித்தியின்ர மகன். என்னைப் பார்த்துக்கொள்றதுக்காக, கூப்பிட்டு விட்டிட்டுப் போனவ. இப்ப வந்துடுவினம். நில்லுங்கோ" என்றாள்.

"படிக்கிறீங்களா?"

"ஓம். 8ஆம் வகுப்புப் படிக்கிறன்.."

"அப்பா என்ன செய்யிறார்?"

"கூலிக்குத்தான் போறவர்"

"அப்பா உழைக்கிற காசு காணுமா?"

"அம்மாக்குத்தான் தெரியும்"

"என்னத்தில பள்ளிக்கூடம் போவீங்கள்?"

"அம்மா, இந்தச் சக்கரக் கதிரையில வச்சுத் தள்ளிக்கொண்டு போய் விடுறவா. பள்ளிக்கூடம் முடிய வந்து கூட்டிவருவா"

"இந்த மணலுக்குள்ளால, இவ்வளதூரம் கஷ்ரமில்லயா?

"கஷ்ரம் எண்டு அம்மா சொல்லேல்ல..."

"எத்தின மணிக்குப் பள்ளிக்கூடம் போவீங்கள்?"

"ஏழு மணிக்கு"

"ஏன் அவ்வள நேரத்தோட?"

"காலம நேரத்தோட போனா, முதல்நாள் எனக்கு விளங்காத பாடங்கள, ரீச்சராக்கள் விளங்கப்படுத்திவிடுவினம். வகுப்பு நடந்தா, அதில போய் இருப்பன்"

"பள்ளிக்கூடத்தில எல்லாரும் எப்பிடி?"

"எல்லாரும் நல்லவயள். ரீச்சராக்கள் நல்லாக் கவனிப்பினம். எல்லாப் பிள்ளையளும் உதவிசெய்வினம். பள்ளிக்கூடம் சந்தோசமா இருக்கும். ஆனா, இன்ரவெல் நேரம்தான் கவலையா இருக்கும். எல்லாப் பிள்ளையளும் விளையாடுவினம். கன்ரீன் போவினம். நான் வகுப்பில இருப்பன். இல்லாட்டி, வகுப்புப் பிள்ளையளிட்ட லைப்றரிக்கு கூட்டிப்போகக் கேட்டா, கூட்டிக்கொண்டு போய் விடுவினம்"

"ஏன் நீங்க உங்களோட படிக்கிற பிள்ளையளிட்டக் காசு குடுத்துவிட்டு, கன்ரீன்ல ஏதும் வாங்கி சாப்பிடலாம்தானே?"

“எல்லா நாளும் அப்பாட்டக் காசிருக்காது”

“உங்களுக்கு நெருக்கமான நண்பர்கள் எத்தின பேர்?”

“ஓராள்..”

“யார்?”

“அதிகா. அவரும் என்னப்போலத்தான். நிறைய நேரம் கதைப்பம். அவா, ஓட்டோவில வருவா..”

“உங்களுக்கு எப்பிடிக் காயப்பட்டதெண்டு அம்மா சொல்லியிருக்கிறவா?”

“ஓம். எனக்குத் தெரியும். முள்ளிவாய்க்காலில இருந்து போய், அருணாச்சலம் காம்ப்பில இருந்தனாங்கள். பின்னேரம்போல, டென்ட் ஓரம் விளையாடிக்கொண்டிருந்தம். அந்த நேரம், பக்கத்து காம்ப்பில விறகு எடுக்கக் காட்டுக்கு போன ஆக்களுக்கும் ஆமிக்கும் சண்ட வந்திட்டு. ஆமி, மேல் வெடி வச்சவன். அதில தான் ஒரு ரவுண்ஸ் வந்து, எனக்கு பட்டிற்று.

“காயப்பட்ட உடன, வவுனியா ஆஸ்பத்திரிக்குக் கொண்டு போனவ. பிறகு கொழும்புக்குக் கொண்டு போனவ. அதுக்குப் பிறகு, விசாரண நடந்தது. பிறகு விட்டிட்டினம்”

“என்ன விசாரணை?”

“பொலிஸ், ஆமியெல்லாம் வந்து, யார் சுட்டது எண்டு விசாரிச்சவ. பிறகு போயிற்றினம். ஒண்டும் சொல்லேல்ல..”

“காயப்பட்டதுக்கு நட்டஈடு ஏதும் தந்தவையா?”

“இல்ல”

“நட்டஈடு எண்டா என்ன எண்டு தெரியுமா?”

“ஓம். பாதிக்கப்பட்ட ஆக்களுக்குக் குடுக்கிறது. எனக்கு அப்பிடி ஒண்டும் தரேல்ல”

“பிறகு எப்பிடிப் படிச்சீங்கள்?”

“காயப்படேக்க நான் நேசரிதான் படிச்சுக்கொண்டிருந்தன். பிறகு 2ஆம் ஆண்டிலதான் சேர்த்தது. 2 வருசம், ஆஸ்பத்திரில இருந்தனான். அங்க நேர்ஸ் ஆக்கள், பாடம் சொல்லித்தந்தவ”

“இரவில எத்தின மணி வரைக்கும் படிப்பீங்கள்?”

“10 மணி மட்டும். பிறகு நித்திரை வரும். அம்மா, தூக்கிக் கிடத்திவிடுவா”

“வீட்டில என்ன வேலை செய்வீங்கள்?”

“சயிக்கிள்ள இருந்தபடியே வீடு கூட்டுவன். மரக்கறி வெட்டிக் குடுப்பன். இவ்வளந்தான்”

“உங்கட இலட்சியம் என்ன எண்டு ரீச்சராக்கள் கேட்டா, என்ன சொல்லுவீங்கள்?”

“டொக்டரா வரவேணும் எண்டு”

அவளுக்கும் எமக்குமான 2 மணிநேர உரையாடல், இப்பிடித்தான் நிறைவுற்றது. அந்தச் சிறுமியின் கண்களில் படரும் வலி, வார்த்தைகளில் இல்லை. அவளின் கண்களில் கண்ணீர் இல்லை. அவள் பேசிய சொற்களில், ஆங்காங்கே இரத்தம் கசிவதை, இதைப் படிக்கும்போது நீங்களறிவீர்கள். போர்தான் கொடுமையெனில், போருக்குப் பின்னரும் கொடுமை நிகழ்ந்தமைக்கு, ஆயிசாவும் ஒரு சாட்சி. இறுதிப்போரின் அவலம் முள்ளிவாய்க்கால் நிலத்தோடு மட்டும் நிறைவடையவில்லை. அதன் பின்னரும் அப்பேரவலம் நீடிக்கிறது என்பதற்கும், அவளொரு சாட்சி.

அதிகாவினதும் ஆயிசாவினதும் கதைகள், இந்த நிலத்தின் விதிவிலக்குகள் இல்லை, இந்த நிலத்தின் விதிகளாகவே அவை இருக்கின்றன என்பது தான் வருத்தமானது. இவர்களைப் போன்றவர்களின் மனித உரிமைகள் பற்றிய கவனம், விசேட தினங்களில் மாத்திரமல்லாது, தினமும் ஏற்படுமா? இவர்களுக்கான விடிவு கிடைக்குமா?

12. வெற்றிச்செல்வி

முன்னாள் போராளிகள் என்ன ரோபாக்களாக? கரண்டில்லாமல் போன உடனே வேலை செய்யாமல் போய்விட்டார்களா? ஏன் நாங்கள் அவர்களைப் பாரபட்சமாக நடத்துகிறோம்? நீங்கள் போராட்டத்தில் நின்ற ஆட்கள் என்று சொல்லி, நாங்கள் ஏன் ஒதுக்கி வைக்கின்றோம்?

எங்களுக்கு புனர்வாழ்வுப் பயிற்சி அளிக்கப்பட்டது என்கிறார்கள். சமூகத்தோடு மீள் இணைக்கின்றோம் என்கிறார்கள். எந்த சமூகத்தோடு இணைக்கின்றார்கள்? நாங்கள் எங்கிருந்து வந்தோம்? எங்கள் சமூகம் எது? எனது தந்தை, தாய், அக்கா, என்னுடைய மாமன், மாமி, மச்சாள், என்னுடைய உறவுகள் என்னுடைய குடும்பம், என்னுடைய வீடு, அயலவர்கள், என்னுடைய கிராமம் எல்லாவற்றோடும்தானே நாங்கள் வாழ்ந்தோம்? எங்களை ஏன் பிரித்துப் பார்க்க வேண்டும்? என்று எழுத்தாளரும், முன்னாள் பெண் போராளியுமாகிய வெற்றிச்செல்வி கேள்வி எழுப்பினார்.

யாழ் பொது நூலகத்தில் யாழ் பொது அமைப்புக்களின் அமையத்தின் ஏற்பாட்டில் நடைபெற்ற சர்வதேச பெண்கள் நிகழ்வில் விருந்தினராகக் கலந்து கொண்டு அவர் உரையாற்றியபோதே, இந்தக் கேள்விகளை அவர் எழுப்பினார். அங்கு உரையாற்றிய அவர் மாற்றுத்திறனாளிகளுக்கு சமூகத்தில் சம சந்தர்ப்பமும் உரிமைகளும் வழங்கப்பட வேண்டும் என்று வலியுறுத்தினார்.

அங்கு அவர் தெரிவித்ததாவது - நாங்கள் எந்த சமூகத்தோடு மீள் இணைக்கப்படுகிறோம்? நாங்கள் எங்கிருந்து வந்தோம்? இங்கிருந்தவர்களையே இந்த சமூகத்தோடு இணைக்கிறார்களா? யார் இணைக்க வேண்டும்? புனர்வாழ்வு அளிப்பதற்கும், எங்களுடைய உள்ளத்தை ஆற்றுப்படுத்து-

வதற்கும், எங்களை வலுவூட்டுவதற்கும் எத்தனையோ நிகழ்ச்சித் திட்டங்கள் இங்கு நடந்திருக்கின்றன என்றார்கள். வலுவூட்டுவது என்பது என்ன? ஒவ்வொரு மனிதனும் தன்னளவில் தன்னை உணர்தலையே வலுவூட்டல் என்கிறோம். அந்த வலுவூட்டல் எங்கே சறுக்கியது? மூச்சுத் திணறல் ஏற்படும்போது முதுகில் இரண்டு தட்டு தட்டி, உனக்கு மூச்சு வந்துவிட்டது, ஓடு என்று எங்களுடைய சமூகம் எங்களைப் பார்த்து சொல்லவில்லை. பாவம் நீங்கள் என்றது. அதனால் எனக்கு சமூகத்தின் மீது சிறு கோபம் இருக்கின்றது.

குடும்பத்திலும் சமூகத்திலும் போராட வேண்டிய நிலை - எங்களை ஏன் பாவம் பார்க்கின்றீர்கள்? தனியே காட்டுக்குள் ஒன்றமே இல்லாமல், கொண்டுபோய் விட்டால்கூட, மரத்தில் படரும் கொடியை அறுத்து, தண்ணீரைக் குடித்து, பழங்களை உண்டு, ஒரு மாதம் தாண்டியும் உயிரோடு மீண்டுவரத் தெரிந்தவர்கள் பெண் போராளிகள். எதற்காக அவர்கள் ஒன்றுமில்லாமல் இருக்கின்றார்கள் என்ற சொல்லுகின்றீர்கள்? அதுதான் என்னுடைய கேள்வி. நீங்கள் அப்படிக் கருத வேண்டாம். எத்தனையோ பெண் போராளிகளை. போருக்குப் பின்னர், அவர்களை வீட்டுக்குள் முடக்கியது, அவர்களுடைய அம்மாக்களும், அப்பாக்களும், சகோதரர்களும்தான் என்று எனக்குத் தெரியும். ஆனால் பாதுகாப்பு என்பதை உயிர் அச்சுறுத்தல் என்று கருதினோம். யாருக்கு அந்த உயிர்ப்பயம் வந்திருக்க வேண்டும்?

பயிற்சி பெற்று என்னுடைய உயிர், உடல், ஆவி அனைத்தையும் இந்த மண்ணுக்காகக் கொடுப்பேன் என்று சத்தியம் செய்தவர்களுக்கா உயிர் அச்சம் வர வேண்டும்? அந்த அச்சுறுத்தல் இராணுவ மட்டத்தில் இருந்தும் பொலிசார் மட்டத்தில் இருந்தும் புலனாய்வாளர் மட்டத்தில் இருந்தும் மட்டுமல்ல. எங்களுடைய சமூக மட்டத்தில் இருந்தும் வந்தது. எங்களுடைய குடும்பத்தில் இருந்தும் வந்தது. இது மிகவும் துயரமானது.

சமூகத்திற்குள் நாங்கள் எங்களுக்காகப் போராட வேண்டிய நிலை வந்தது. எங்களுடைய அம்மாவை. சகோதரியை எதிர்த்து, என்னுடைய குடும்பத்திலும் என்னுடைய சமூகத்திலும், நான் போராட வேண்டியிருந்தது. அந்தப் போராட்டத்தின் பிரதிபிம்பங்கள் அங்கொன்றும் இங்கொன்றுமாக இருக்கின்றன. விரல் விட்டு எண்ணக்கூடிய போராளிகள்தான், சமூகத்தில் வளமாக இன்றுவரை இருக்கின்றார்கள்.

போராளிகள் அனைவருமே, ஆயுதத்தை மட்டும் கையிலே பிடித்துக் கொண்டு, களமுனையில் நின்றவர்கள் அல்ல. அவர்கள் பெண்களை வலுப்படுத்தல், பெண்களுக்கான சட்டம், நீதி, நியாயம் அனைத்திற்காகவும் இயங்குகின்ற ஓர் அமைப்பையே தோற்றுவித்து, நடத்தியவர்கள். இதேபோன்ற சர்வதேச மாநாடுகளில் அவர்கள் கலந்து கொண்டு தமது உரிமைகளுக்காகக் குரல் கொடுத்திருக்கின்றார்கள்.

அவர்கள் பெண் உரிமை பேசுபவர்களாக மட்டுமல்ல, பெண்களுக்காக வாழ்ந்தார்கள். ஒவ்வொரு பெண்ணுக்கும் தன்னம்பிக்கை ஊட்டுகின்ற நல்ல வழிகாட்டிகளாகத் இருந்தார்கள். குடும்பநல ஆலோசகர்களாக இருந்தார்கள். சட்டம் படித்திருந்தார்கள். நீதிபதிகளாக இருந்தார்கள். விவசாயம் செய்பவர்களாக இருந்தார்கள். சமையல் கலை தெரிந்தவர்களாகவும் இருந்தார்கள். கலைத்துறையில் இருந்தார்கள். படகு கட்டுமாண பிரிவில் படகு கட்டினார்கள். படகு செலுத்தினார்கள். ஆண்களுக்கு நிகராக, நீரடி நீச்சலில் வென்று முதல் பரிசு பெற்றார்கள்.

எங்கே அவர்கள் எல்லாம்? அவர்களை எல்லாம் காணாமல் ஆக்கியது யார்? நாங்கள் அவர்களைக் காணாமல் ஆக்கிவிட்டு, அவர்களுக்காக இரங்குகின்றோமா? தயவு செய்து இரங்க வேண்டாம்.

பாரபட்சமாகவோ பாவமாகவோ பார்க்க வேண்டாம் - முன்னாள் போராளி ஒவ்வொருவரும் இந்த மண்ணின் விடுதலைக்காக அவர்களாக முன்வந்து சென்றவர்கள். அவர்கள் ஈடுபாட்டோடு, அர்ப்பணிப்போடு நின்றார்கள். போர்க்களத்தில் அவர்கள் வென்ற பொழுது, எப்படி பாராட்டினீர்களோ அதே போன்று இப்பொழுதும் அவர்களைப் பாராட்டுங்கள். அதுதான் அவர்களைத் தட்டிக்கொடுப்பதற்காக நீங்கள் அவர்களுக்காகச் செய்யக்கூடிய ஒரே செயல். தயவு செய்து அவர்களை பாரபட்சமாக அல்லது பாவமாகப் பார்க்க வேண்டாம். அதுவே உங்கள் முன் இந்த சபையின் முன் இந்த உலகத்தின் முன் நான் முன்வைக்கின்ற மிகப் பெரிய செய்தி.

பேச்சளவிலும், எழுத்தளவிலும், கணக்களவிலும் மாற்றுத்திறனாளிப் பெண்களையும் நாங்கள் வைத்திருக்கின்றோம். இந்த நிலை மாற வேண்டும். மாற்றுத்திறனாளிப் பெண்களுக்கும் நான் இதையே சொல்வேன். ஒரு கண் இல்லாவிட்டால் என்ன, கை இல்லாவிட்டால் என்ன, இரண்டு கண்களும் இல்லாவிட்டாலும்தான் என்ன, வாழும் வல்லமையினால்தான் நிமிர்ந்து வாழ முடியும். இவ்வாறான சந்தர்ப்பங்களில் மட்டும்தான், அந்த நிமிர்வை நாங்கள் காட்டுகிறோம்.

ஊக்குவிக்க வேண்டும் - இந்த இடத்திற்கு வருவதற்காக நான் செய்த வேலைகள் பல்லாயிரம். ஒவ்வொரு கணமும், ஒவ்வொரு நாளும் நான் அர்ப்பணிப்போடும் உண்மையான உணர்வோடும் செயற்பட்ட ஒரே காரணத்தால்தான், என்னை இனங்கண்டார்கள். அங்கீகரித்தார்கள். அந்த வகையில்தான் இங்கே என்னை அழைத்தீர்கள்.

இனங்காணப்படாத எத்தனையோ மாற்றுத்திறனாளிகள் இந்த மண்ணில் உறுதியோடு இருக்கின்றார்கள். அவர்கள் குடும்பங்களின் நம்பிக்கைத் தூண்களாக இருக்கின்றார்கள். இவ்வாறான மாற்றுத்திறனாளிகளை நாங்கள் இனம் காண வேண்டும் அவர்களை முன்னுக்குக் கொண்டு வர வேண்டும். சாதனையாளர்களாக விருதுகளும் வழங்கி அவர்களை ஊக்குவிக்க வேண்டும். அது நாங்கள் அவர்களுக்குச் செய்கின்ற மிகப் பெரிய கௌரவமாக

இருக்கும்.

மாற்றுத்திறனாளிகள் என்று குறிப்பிடும்போது, ஓரளவு நடமாடக் கூடியவர்களையே நாங்கள் யோசிக்கக் கூடும். உண்மையில் மாற்றுத்திறனாளிகள் பல்வகைமைக்குள் அடங்குவார்கள். படுக்கையில் இருக்கக் கூடிய மாற்றுதிறனாளிகளுக்கு வாழ்வாதாரம் அல்லது மாதம் மூவாயிரம் கொடுத்தால் போதும் என்கின்ற நிலைமை எங்களுடைய எண்ணங்களில் இருக்கின்றது. அவர்கள் எல்லோரும் வாழ வேண்டியவர்கள். அவர்களை கௌரவமாக வாழ வைக்க வேண்டும்.

கல்வியில் சிறந்த மாற்றுத்திறனாளிகள் சமூகத்தை உருவாக்க வேண்டும் - மாற்றுத்திறனாளிகள் எல்லோரும் சுயகௌரவம் உடையவர்கள். சிறந்த முறையில் தமக்கான வாழ்க்கையை அமைத்துக் கொள்ளும் வழியும் தெரிந்தவர்கள். அவர்களுக்கு நாங்கள் பக்கபலமாக இருக்க வேண்டும். வழிகாட்டிகளாக இருக்க வேண்டும். அவர்களோடு கொஞ்சதூரம் நடந்து, பின்னர் அவர்களை தாங்களாக நடக்க விட வேண்டும்.

சின்ன வயதில்; இருந்தே, அவர்களுடைய கோவில், அவர்களுடைய ஊரைப்பற்றி தெரியாமல், வீடுகளுக்குள்ளேயே வாழும் அந்த சின்னக் குழந்தைகளான மாற்றுத்திறனாளிகள் பற்றி யார் கவனம் எடுப்பது? அரச அதிகாரிகள், சிறுவர் பராமரிப்பு உத்தியோகத்தர்கள், கச்சேரி பிரதேச செயலகங்கள் மட்டுமல்ல. நாங்கள் அனைவரும் அவர்கள் மீது கவனம் எடுக்க வேண்டும். கல்வியை அனைவருக்கும் கிடைக்கச் செய்ய வேண்டும். அவர்களது தேவைகளை நிறைவேற்ற இந்த நாட்டிலே என்ன இருக்கின்றது? கல்வியில் சிறந்த ஒரு மாற்றுத்திறனாளிகள் சமூகத்தை உருவாக்குவது மிகப் பெரிய கடமை.

மாற்றுத்திறனாளி சிறுவர்களது நலன்கள் முக்கியம் - நான் வாழ்கின்ற பிரதேசத்தில் மட்டும் 13 வயதுக்கு உட்பட்ட 35 மாற்றுத்திறனாளிகள் இருக்கின்றார்கள். அவர்களில் 7 பேர்தான் பாடசாலைக்குச் செல்கின்றார்கள். அந்த 7 பேருக்காகவும், ஆசிரியர் ஒருவர் இருக்கின்றார். கதவு எல்லாம் மூடிக்கட்டிய அறைதான் அவர்களுடைய வகுப்பறை. இப்படியாயின் எவ்வாறு எங்களுடைய மாற்றுத்திறனாளி சிறுவர்களின் எதிர்காலத்தை சுபீட்சமாக்குவது?

பாடசாலை சமூகம் அதற்கு முன்வர வேண்டும் என்று கேட்டால், அவர்களுக்கு அந்த மாற்றாற்றல் கொண்ட சிறுவர்கள் பற்றி போதிய தெளிவுபடுத்தல் இல்லையாம். கல்வித் திட்டத்தில் ஒருங்கிணைந்த கல்வித்திட்டம் இருக்கின்றது என்று எல்லோரும் சொல்லுகின்றார்கள். உட்படுத்தல் கல்வித் திட்டம் இருந்தும், அந்த கல்வித்திட்டத்தை அனுபவிக்கின்ற வாய்ப்பு இந்த சிறு குழந்தைகளிடம் இருந்து பறிக்கப்பட்டிருக்கின்றது. அவர்கள் பாடசாலைக்குச் செல்ல முடியாத சூழல் இருக்கின்றது. அவர்களை ஊக்கப்படுத்துவதற்கு யார் இருக்கின்றார்கள்? அதற்குப் பொறுப்பு கூறுவது யார்? அரசாங்-

கம் இதனைச் செய்ய வேண்டும் என்றால், அரசாங்கத்திற்கு இதனைக் கரிசனை கொள்ளுமாறு கேட்பதற்கு யார் இருக்கின்றார்கள்? அதை நாங்கள் கேட்க வேண்டும்.

13. கரும்புலிகளின் நாமம்

தமிழீழ விடுதலைப் போராட்ட வரலாற்றில் 1987ம் ஆண்டு யூலை மாதம் 05ம் நாள் கரும்புலி கப்டன் மில்லரின் தாக்குதலுடன் கரும்புலிகள் சகாப்தம் தொடங்கிவைக்கப்பட்டது.

நெல்லியடி மத்திய மகாவித்தியாலயத்தில் நிலைகொண்டிருந்த ஸ்ரீலங்காப் படையினர் மீது மில்லர் கரும்புலித் தாக்குதல் நடத்தி இன்று 31 ஆண்டுகள் கடந்துவிட்டன.

தமிழீழ விடுதலைப் போராட்டத்தில் ஒவ்வொரு திருப்புமுனைகளிலும் கரும்புலிகளின் நாமம் உள்ளது. அந்தவகையில் கடலிலும் எதிரிக்கு தக்க பாடத்தை கொடுத்தார்கள் கடற்கரும்புலிகள்.

இவ்வாறு விடுதலைப்போரின் போராட்டப் பாதைகளில் தடைநீக்கிகளாக கரும்புலிகள் காணப்பட்டார்கள். 2000 ஆம் ஆண்டு கட்டுநாயக்கா வான்-படைத்தளம் மீது சென்று கரும்புலித் தாக்குதல் நடத்தப்பட்டது.

இவ்வாறு ஸ்ரீலங்காவின் தென்பகுதியில் பல நிழற்கரும்புலிகள் தாக்குதல்-களை நடத்தி வீர வரலாறானார்கள்.

2007ம் ஆண்டு அனுராதபுரம் வான்படைத்தளம் மீது எல்லாளன் நடவ-டிக்கை என பெயர் சூட்டப்பட்ட கரும்புலித் தாக்குதலில் 21 கரும்புலி மறவர்களால் மேற்கொள்ளப்பட்டது.

இத்தாக்குதல் தரையிலும் கடலிலும் நடத்தப்பட்டுக் கொண்டிருந்த அதே-வேளை, 2009 ஆம் ஆண்டு வான் கரும்புலிகளும் தாக்குதலை நடத்-தினார்கள்.முள்ளிவாய்க்கால் மண்ணிலும் எத்தனையோ கரும்புலிகள் வீர வரலாறானார்கள்.

வெளியில் தெரியாத அந்த அற்புத மனிதர்களையும் நாங்கள் நினைவிற்-கொள்கின்றோம்.

கரும்புலிகளின் வரலாறு - ஓப்பிரேசன் லிபரேசன்'' எனப்பெயரிட்டு வடமராட்சியில் இராணுவ நடவடிக்கை தொடங்கிய அன்று ஜே.ஆர் கொழும்பில் இலங்கை வங்கியில் தலைமை அலுவலகத்தை திறந்து வைத்து உரையாற்றிய போது விடுதலைப் புலிகளை அழிக்கும் வரை இந்தப் போர் ஓயாது என்றார். அக்காலத்தில் லலித் அத்துலத் முதலி பேட்டி ஒன்றில் தீவிரவாதிகளைப் பேச்சுவார்த்தைக்கு அழைத்த காலம் போய்விட்டது.

இன்று போருக்கு அழைக்கும் காலம் நெருங்கி விட்டது என்றார். இவ்-விரு தலைவர்களின் செருக்கு நிறைந்த கூற்றை கப்டன் மில்லர் தன்னை ஒரு உயிராயுதமாக்கி முறியடித்தான். இதுவே தமிழ்த் தேசிய விடுதலைப்

போராட்டத்தில் ஒரு திருப்பு முனையாக அமைந்து விட்டது. நெல்லியடி மத்திய மகாவித்தியாலயத்தில் ஆக்கிரமிப்பு இராணுவமாக நிலை கொண்டிருந்தபோது அவ்வாறு இருக்க முடியாது என்ற செய்தியை மில்லரின் தாக்குதல் உணர்த்தி நின்றது.
வடமராட்சி நெல்லியடி மகாவித்தியாலத்தில் சிங்களப்படை குவிக்கப்பட்டிருந்தது.

வடமராட்சியில் 'லிபரேசன் ஒப்பிரேசன்'' இராணுவ நடவடிக்கையால் எழுந்த வெற்றியை சிங்கள இராணுவம் ருசி பார்த்துக் கொண்டிருந்தது. வடமராட்சி மக்கள் அகதிகளாக வெளியேறியிருந்தனர். சிங்களத் தலைவர்கள் இன்றுபோல் அன்றும் கொழும்பில் வெற்றி முழக்கமிட்டுக் கொண்டிருந்தனர். நெல்லியடிப் படைத்தளத்தை அழித்து இந்த வீணர்களின் இறுமாப்பை அடக்க வேண்டுமென தேசியத்தலைவர் வே.பிரபாகரன் விரும்பினார். அது வெற்றிகரமாக நடத்தி முடிக்கப்பட்டது.

நெல்லியடிப் படைத்தளம் மீதான தாக்குதலுக்கு அனைத்தும் தயார்படுத்தப்பட்டன. அத்தாக்குதல் வீரனாக கப்டன் மில்லர் தேர்வு செய்யப்பட்டிருந்தான். சரியாக யூலை 5ஆம் நாள் இரவு 7.00மணி 3 நிமிடத்திற்கு கப்டன் மில்லருடைய வாகனம் முகாமிற்குள் மோதி வெடித்தது. நூற்றுக்கணக்கான இராணுவம் கொல்லப்பட்டும் பலநூறு படையினர் காயமடைந்தும் இருந்த அந்த வரலாறு எழுதப்பட்டது.

தமிழீழ விடுதலைப் புலிகளின் போரியல் வரலாற்றில் இவ்வாறான தாக்குதல் ஒன்று முதன் முதலாக நிகழ்த்தப்பட்டது.

கப்டன் மில்லரின் அந்த உன்னதமான தியாகத்திற்கு இலங்கை அடிபணிய நேரிட்டது. இத்தாக்குதலின் பின் ஜே.ஆர் சண்டே ரைம்ஸ்க்கு பேட்டி அளிக்கையில், நெல்லியடியில் புலிகளின் கரும்புலித் தாக்குதலுக்குப் பின் இனப்பிரச்சனைக்கு இராணுவத் தீர்வு சரிப்பட்டு வராது அரசியல் தீர்வு ஒன்று தான் ஒரேவழி என்ற முடிவை நான் எடுத்தேன். அதன் பின்னரே இந்தியாவுடன் பேச்சு நடாத்தி ராஜிவ் காந்தியுடன் ஒப்பந்தம் செய்தேன் என்றார். அப்போது ஜனாதிபதியாக இருந்த ஜே.ஆர் ஜெயவர்த்தனா உண்மையிலேயே பயந்து போனார். இதுபோன்ற தாக்குதல்கள் மேலும் நடந்தால் பேரழிவை இராணுவம் சந்திக்கும் என எண்ணினார்.

இந்தியாவிற்கு ஓடிப் போனார். புலிகளால் இருக்க முடியவில்லை. வாருங்கள் வந்து பிரச்சினையைத் தீருங்கள். என அப்போதைய பிரதமர் ராஜிவ் காந்தியின் காலில் வீழ்ந்தார். அதற்கு முன்னர் திம்பு பேச்சுவார்த்தையாகட்டும் அல்லது இந்தியா சிறப்புத் தூதுவர்களுடன் இலங்கை அரசு மேற்கொண்ட பேச்சுவார்த்தைகளாகட்டும் தமிழர்களிற்கு எந்த உரிமைகளையும் வழங்கத் தயாராக இல்லாமல் இருந்த ஜே.ஆர் இப்போது மட்டும் ஏதாவது கொடுக்கத் தயாராக இருந்தார். ஜே.ஆரை வழிக்கு கொண்டு வருவதில் கரும்புலி கப்டன் மில்லர் வெற்றி கண்டான்.

கடலன்னையின் பெண் குழந்தை முதல் பெண் கடற்கரும்புலி கப்டன் அங்கயற்கண்ணி

உயர உயர அலைகளை வீசியெறியும் கடலுடன் நெருங்கிய நேசமான உறவை வைத்திருக்கும் அந்தக் கடற்கரை ஒரே வெண்மணல் பிரதேசம். சாதாரணமாக எந்த ஒரு இளம் பெண்ணுக்கும் இந்த வெண்மணற் பரப்பைப் பார்த்தால் தோழியருடன் ஓடிப்பிடித்து விளையாடத் தோன்றும். நீச்சல் பயிற்சியில் ஈடுபடவென கரைக்கு வந்த பெண் புலிகளின் மனம் ஏழைகளின் கண்ணீரில் இளகியது. அனுதாபத்துடன் அந்த மக்களின் நிலையைப் பற்றித் தமக்குள் பேசிக்கொண்டார்கள்.

அங்கயற்கண்ணியின் மனம் இறுகிப் பாறையானது.

இவங்களுக்கு இதுக்கு ஒரு சரியான பதிலடி குடுக்கவேணும் அந்த நிமிடத்திலேயே மனதளவில் அவள் ஒரு கரும்புலியானாள். ஸ்ரீலங்காக் கடற்படையின் கப்பல் ஒன்றைக் கரும்புலித் தாக்குதல் மூலம் அழிக்கவேண்டும் என்ற எண்ணம் அப்போதுதான் அவளுள் ஆழ வேரோடியிருக்க வேணும்.

தொடர்ந்தும் எமது மக்கள் ஸ்ரீலங்காக் கடற்படையின் தாக்குதலுக்கு அஞ்சி, எல்லாவற்றையும் விட்டுவிட்டு ஓடி வருவதும், அன்று முழுவதும் (வருமானம் இல்லாததால்) ஒருவேளைக் கஞ்சிகூடக் குடிக்க வழியில்லாமல் பசியுடன் அழும் தம் குழந்தைகளை சமாதானம் பண்ணமுடியாமல் தமக்குள்ளேயே கண்ணீர்விடும் ஏழைத் தாய்களையும், ஏழைத் தந்தைகளையும் அடிக்கடி காண நேர்ந்த போதெல்லாம், தான் எடுத்தமுடிவில் மேலும் உறுதி பெற்றாள் அவள்.

தான் ஒரு கரும்புலியாகிப் போக விரும்புவதைத் தலைவருக்குத் தெரியப்படுத்தினாள்.

சரியாக எட்டு மணித்தியாலமும் இருபத்தேழு நிமிடங்களும் அங்கயற்கண்ணி பதினேழு கடல் மைல்களை (ஏறத்தாழ முப்பத்தைந்து கிலோ மீற்றர்கள்) நீந்திக் கடந்துவிட்டாள். பொறுப்பாளர்களுக்கு அவள்மேல் என்னவென்று சொல்லமுடியாத ஒரு பிரியம்.

கடற்கரும்புலிகளுக்குரிய பயிற்சியில் ஈடுபடத் தொடங்கிய நாளிலிருந்து அவள் அந்தக் கடுமையான பயிற்சிகளில் மிகத் திறமையாக ஈடுபட்டது எல்லோருக்குமே திருப்தியைத் தந்தது. கொடுக்கப்படும் இலக்கை அவளால் சரியாகத் தாக்கமுடியும் என்பதில் யாருக்குமே சந்தேகம் இருக்கவில்லை.

காங்கேசன்துறைத் துறைமுகத்தில் நாற்பத்தைந்து அடி ஆழங்கொண்ட நீர்ப்பரப்பில் நிலை கொண்டிருந்த வடபகுதித் தலைமையகக் கப்பலை யாராலுமே தாக்கமுடியாது என்பதில் எந்தக் கடற்படை அதிகாரிக்குமே சந்தேகம் இருக்கவில்லை.

ஆறாயிரத்து முந்நூறு தொன் எடையைக் கொள்ளக்கூடியதும் 326.04 அடி நீளமும், 51.02 அடி அகலமும் கொண்டதும் அதி சக்தி வாய்ந்த ராடர்கள் பொருத்தப்பட்டதுமான நீரில் மிதக்கும், நடமாடும் தலைமையகக்

கடற்படைக் கப்பலை ஒரு தனி மனிதனால் அழிக்க முடியும் என்று அவர்கள் கனவில் கூட நினைத்திருக்கவில்லை என்பது பரிபூரண உண்மை.

கடற்புலிகள் மகளிர் படையணியின் மூன்றாவது பயிற்சிப் பாசறையில் பயிற்சி எடுத்த அங்கயற்கண்ணியிடம் இயல்பாகவே ஆளுமைத் தன்மை இருந்தது. ஆரம்பத்திலிருந்து அவள் குழுத் தலைவியாகவே இருந்து வந்தாள். கடற்புலிகளின் பெண்-ஆண் போராளிகளிடையே நடாத்தப்பட்ட போட்டி ஒன்றில் முதலாவதாக வந்தாள். விளையாட்டிலே கெட்டிக்காரியாக இருந்தாள்.

ஆனால் வீட்டிலிருக்கும் வரை இதற்கு நேர்மாறான இயல்பைக் கொண்டிருந்தாள். இரவிலே தனியாக வெளியே போகமாட்டாள். எதற்கும் அம்மாவின் துணை வேண்டும் அவளுக்கு. என்று தான் ஒரு விடுதலைப் புலியாக வேண்டும் என்று எண்ணிப் புறப்பட்டாளோ அன்று அவளுள் மறைந்திருந்த ஆளுமை வெளிவந்தது.

லெப்.கேணல் பாமாவுக்கும், மேஜர் சுகன்யாவுக்கும் இவளை முழுமையாகத் தெரியும். அவர்கள் இருவருடனும்தான் அவள் நீண்ட காலம் நின்றிருக்கின்றாள். வரலாற்றுப் புகழ் மிக்க 'தவளை நடவடிக்கை' யின்போது இவள் லெப்.கேணல் பாமாவின் குழுவில் ஒருத்தியாக கடற் கண்காணிப்பில் ஈடுபட்டிருந்தாள். அவளது நடவடிக்கைகள், பண்புகள், எந்தப் பொறுப்பையுமே அவளிடம் நம்பிக்கொடுக்கலாம் என்ற நம்பிக்கையை எல்லோரிடமும் ஏற்படுத்தி விட்டிருந்தாள். இயக்கத்தோடு இணைந்த பின்னர் ஒருமுறை இவள் விடுமுறையிலே வீடு சென்றிருந்தாள். தாயும் தந்தையும் சகோதரர்களும் காட்டிய பாசத்திலே நனைந்தவள், நீங்களெல்லாரும் நல்லாப் படிக்கவேணும், படிச்சு முன்னுக்கு வரவேணும், என்றே தன் சகோதரர்களிடம் சொன்னாளாம்.

'நான் காத்தோட காத்தாப் போயிடுவன் அம்மா' என்று தாயிடம் சொன்னாளாம். எதற்காக தன் மகள் அப்படிச் சொன்னாள் என்பதை, தன் மகளை இழந்த பின்னர்தான் அந்த அன்பான அம்மாவால் புரிந்துகொள்ளமுடிந்தது. 'பருந்திட்ட இருந்து தன்ர குஞ்சுகளைத் தாய்க் கோழி காக்கிற மாதிரி வேலணையிலிருந்து நான் பத்திரமாகக் கூட்டி வந்த பிள்ளை' என்று சொல்லிச் சொல்லி அழுது களைத்துவிட்டாள் அம்மா. எப்படித் தன் மகளால் இப்படியொரு சாதனையைச் செய்ய முடிந்தது என்று தன்னிடமே கேட்டுக் கொள்கின்றாள் அவள். சொந்தவீடு, வாசல் காணிகளை வேலணையில் சிங்கள இராணுவத்திடம் இழந்து ஏதிலியாக நிற்கும் அவளால், இரவிலே வெளியே போகும்போது மகளுக்குத் துணைபோன அவளால், தன் மகளின் வீரத்தை ஆச்சரியத்துடன் தான் பார்க்க முடிந்தது.

கரும்புலித் தாக்குதலுக்கான பயிற்சியில் ஈடுபட்டுக் கொண்டிருந்தபோது தன் தோழிகளிடம், நான் நல்லூரில் திருவிழா நடக்கிற நேரந்தான் சாகவேணும். அப்பதான் திருவிழாவில் அம்மா கச்சான் வித்து வந்த காசு இருக்கும்.

அந்தக் காசு இருந்தாத்தான் என்ரை நினைவு நாளுக்கு வீட்டை போற பிள்ளைகளுக்கு (சக பெண் போராளிகளுக்கு) அம்மாவாலை சாப்பாடு குடுக்க ஏலும் என்று அடிக்கடி சொல்வாளாம். அவளின் தோழிகள் ஒவவொருவரின் மனதிலும் அங்கயற்கண்ணியின் இந்த வசனம் கல்லிலே செதுக்கியது போலத் தெளிவாகப் பதிவாகியிருக்கின்றது. எத்தனை தரம் கேட்டாலும் அவர்கள் திருப்பித் திருப்பிச் சொல்கின்றார்கள்.

கடற்புலிகள் மகளிர் படையணியின் சிறப்புத் தளபதி லெப்.கேணல் நளாயினி அவர்கள் அங்கயற்கண்ணியிடம், என்னம்மா ஏதாவது சொல்ல நினைக்கிறாயா? என்று கேட்டார். தயக்கமில்லாமல் மிகத் தெளிவாக அங்கயற்கண்ணியிடமிருந்து பதில் வந்தது.

“உங்கட அன்பும், அண்ணையின்ர (தலைவரின்) அன்பும் எப்பவும் எனக்கு இருக்கவேணும்” தாயை நேசிப்பதையும் விட அதற்கும் மேலாக தலைவரையும், தன்னை வளர்த்துவிட்ட பொறுப்பாளர்களையும், தாயகத்தையும் நேசிப்பவர்கள்தான் கரும்புலிகள்.

அங்கயற்கண்ணியை கடற்கரை வரை சிலர் வழியனுப்ப, அதன் பின்னரும் விடாது சில போராளிகள் அவளுடனேயே நீந்தி ஒரு குறிப்பிட்ட தூரம் வரை வழியனுப்ப, அதன் பின்னரும் இலக்கிலிருந்து ஒரு குறிப்பிட்ட தொலைவு வரை வந்து பிரியாவிடை கொடுத்தனர் சக போராளிகள்.

இலக்கை அடிக்காம நான் திரும்பமாட்டேன். என்று சொல்லி விட்டு அங்கயற்கண்ணி விடைபெற்றாள். தூரத்தே அவளது அசைவுகள் தெரியும் தூரம் வரை அதன் பின்னரும் கண்கள் வலிக்க வலிக்க வெறும் அலைகளை உற்றுப் பார்த்துக்கொண்டேயிருந்து விட்டு ஏனையவர்கள் திரும்பினார்கள்.

1994.08.16 அதிகாலை 12.35 மணியளவில், காத்துக்கொண்டிருந்த போராளிகளின் செவியில் பெரும் அதிர்வு. எத்தனையோ மைல்களுக்கு அப்பால் உறங்கிக் கொண்டிருந்த மக்களின் செவிகளிலே கூட அந்த ஓசை கேட்டதென்றால் காங்கேசன்துறையில் நின்றிருந்த இராணுவத்தினரைப் பற்றிச் சொல்லவா வேண்டும்?

எல்லோருக்குமே பரபரப்பு தமது கனவுக் கோட்டைகளில் ஒன்று தகர்ந்ததால் ஸ்ரீலங்கா இராணுவத் தலைமை பரபரப்படைந்தது

ஆர் பெத்த பிள்ளையோ? எப்பதான் எங்களுக்கும் பிள்ளையளுக்கும் விடியப் போகுதோ? என்ற ஆதங்கத்துடன் கண்கள் கலங்கியவாறு சுவரோடு சாய்ந்து அமர்ந்து விடியும்வரை விழித்திருந்தவர்களுமாய் மக்கள் பரபரப்படைந்தனர்.

‘ரைட், கட்டளைக் கப்பல் அவுட்’ என்று உற்சாகத்துடன் கூறிக்கொண்டாலும் அங்கயற்கண்ணியின் நினைவு எல்லோர் மனங்களிலும் மோதியது. போராளிகள் பரபரப்படைந்தனர்.

ஆர்ப்பரித்து எழுந்த அலை ....

சீறியெழுந்த அலையை அந்த இருட்டிலேயே மீண்டும் மீண்டும் உற்றுப் பார்த்தார்கள். என்னோடு கலந்துவிட்ட என் மகளை எதற்காக நீங்கள் வீணாகத் தேடுகின்றீர்கள்? என்று தம்மைப் பார்த்துக் கேட்பது போன்று ஆர்ப்பரித்த கடலைப் பார்த்து, ஏன் நாங்களெல்லாம் உனக்குப் பிள்ளையள் இல்லையோ? ஏன் எங்களை மட்டும் விட்டிருக்கிறாய்? என்று மனதுக்குள் கோபப்பட்டுக் கொண்டார்கள். ஆனால் அடுத்த நிமிடமே கோபம் மாறி 'எங்கள் தோழிகள், தோழர்களையெல்லாம் சுமக்கின்றவள் இவள்தானே' என்ற எண்ணமே மேலோங்கியது.

அங்கயற்கண்ணியின் நினைவு பாரமாய் அழுத்த கனத்த இதயங்களோடு திரும்பினார்கள். காங்கேசன்துறைக் கடற்பரப்பில் காற்றோடு கலந்த அங்கயற்கண்ணி, ஒவ்வொரு போராளியினது குருதிச் சுற்றோட்டத்துடனும் கலந்துகொண்டாள்.

ஆழ் மனதிலே அழுத்தமாகப் பதிந்துகொண்டாள். இன்னும் இன்னும் கோடிக்கணக்கான நூற்றாண்டுகளுக்குப் பின்னரும் பேசப்படப் போகும் வரலாறாக ஆனாள்.

தீவுப்பகுதியைக் கைப்பற்றும் நோக்கில் ஸ்ரீலங்கா இராணுவம் எடுத்த நடவடிக்கையின் ஒரு கட்டமாக வேலணையை ஆக்கிரமிக்க முயன்ற போது, தாய்க்கோழி தன் குஞ்சுகளைப் பருந்திடமிருந்து பாதுகாக்க வேண்டித் தன்சிறகுகளை விரித்து குஞ்சுகளை மூடிக்கொண்டது. இன்று அந்தக் குஞ்சு பருந்தின் காலொன்றையே முறித்துப் போட்டுவிட்டது.

இந்திய வல்லாதிக்கத்தால் கேணல் கிட்டு அவர்களும் அவரின் தோழர்களும் வீரச்சாவைத் தழுவிக்கொண்ட நாளில் தன்னை விடுதலைப் புலியாக்கியவள் தன்னையும் சரித்திரமாக்கினாள்.

14. முள்ளிவாய்க்கால்: தொடரும் தீராத சோகம்!

'உயிர் போய்விடுமே எண்டு பயந்துதான் நாங்கள் ஓடினோம். ஆனால் சாவை நோக்கித்தான் அந்த ஓட்டம் இருந்தது என்றது அந்த நேரம் எங்களில் பலருக்குத் தெரிந்திருக்கவில்லை' என்று முள்ளிவாய்க்காலை நோக்கிய மரண ஓட்டத்தைப் பற்றி மகாலிங்கம் சிவநேசன் கூறுகின்றார்.

வகைதொகையின்றி பொதுமக்கள் கொன்றொழிக்கப்பட்ட முள்ளிவாய்க்கால் பேரவலத்தில் இருந்து தெய்வாதீனமாக உயிர்தப்பி இருப்பவர்களில் சிவநேசனும் ஒருவர். அவர் தனது மனைவியையும் ஒரு குழந்தையையும் ஒரு எறிகணை தாக்குதலில் பறிகொடுத்திருக்கின்றார். அந்த சம்பவத்தில் அவரும் படுகாயமடைந்தார். சிறிவந்த எறிகணையின் துண்டு ஒன்று வலது தொடையில் பாய்ந்து எலும்பை முறித்து, அந்தக் காலையே பறித்துவிட்டது. நான்கு பேரைக் கெண்ட அந்தக் குடும்பத்தில் அவரும் மறறுமொரு பெண் குழந்iயுமே மிஞ்சியிருக்கின்றனர்.

கிளிநொச்சியைச் சேர்ந்த சிவநேசன் அங்கிருந்து குடும்பத்துடனும் உறவினர்களுடனும் இடம்பெயர்ந்து, நகர்ந்து நகர்ந்து உயிர் தப்பி முள்ளிவாய்க்காலைச் சென்றடைந்திருந்தார். முள்ளிவாய்க்காலில் அகோரமான எறிகணை தாக்குதல்களுடனும் கடலில் இருந்து கடற்படையினர் மேற்கொண்ட பீரங்கிக் குண்டுத் தாக்குதல்களும் எவருக்குமே உயிருக்கு உத்தரவாதமில்லை என பறைசாற்றிக் கொண்டிருந்தன.

உயிரைக் கையில் பிடித்தபடி பங்கருக்குள் பதுங்கியிருந்த வேளை, பங்கர்மீது வீழ்ந்து வெடித்த எறிகணை மனைவியையும் கைக்குழந்தையையும் பலிகொண்டிருந்தது. தந்தையுடன் இருந்த பெண் குழந்தை தெய்வாதீனமாக எந்தவித காயமும் இல்லாமல் உயிர் தப்பியிருந்தது. முள்ளிவாய்க்கால் வைத்தியசாலையில் சேர்க்கப்பட்ட சிவநேசன் மோசமான உடல் நிலையுடன் இருந்ததால் கப்பல் மூலமாக புல்மோட்டைக்கு அனுப்பி வைக்கப்பட்டார். ஆறு வயது நிரம்பிய குழந்தையும் அவருடன் சென்றது. புல்மோட்டையில் இருந்து வவுனியா வைத்தியசாலைக்கும் பி;ன்னர் அங்கிருந்து மன்னார் வைத்தியசாலைக்கும் மாற்றப்பட்ட அவர் ஒன்பது மாதங்களுக்கு மேலாக வைத்தியசாலை வாழ்க்கையே வாழ்ந்து வந்தார்;. மீள்குடியேற்றத்தில் சொந்தக் கிராமத்திற்குத் திரும்பியுள்ள அவர் சிறிய கடை ஒன்றை நடத்தி அதில் வருகின்ற வருமானத்தையே தனது வாழ்க்கைக்கு ஆதாரமாகக் கொண்டிருக்கின்றார்.

'ஊர்க்கடைதானே. வியாபாரம் பெரிசா இல்லை. ஏதோ கிடைக்கிற ஒரு கொஞ்ச ஆதாயத்திலதான் ரெண்டு பேருடைய சீவியமும் நடக்குது. கைக்கும் வாய்க்கும் சரியா இருக்கு என்ற நிலைமைதான். அவசரம் அந்தரத்துக்கு உதவக் கூட ஒரு சேமிப்பு கிடையாது. மனுசி உயிரோட இருந்தா எனக்கும் குடும்பத்திற்கும் பெரிய உதவியா இருந்திருக்கும்' கவலை தோய்ந்த குரலில் சிவநேசன் கூறுகின்றார்.

எறிகணை தாக்குதலில் அருகில் இருந்த மனைவியும் குழந்தையும் காயமடைந்து இரத்த வெள்ளத்தில் மிதந்த நிலையில் உயிரிழந்த காட்சி அவருடைய கண்களில் இருந்து இன்னும் மறையவில்லை. அந்த இழப்பில் இருந்து அவரால் இன்னுமே மீள முடியவில்லை. அந்த சோகத்திற்குள்ளே அவருக்கு உறவு நிலையில் ஆதாரமாக உள்ள பருவமடைந்துள்ள மகளின் எதிர்காலம் குறித்த கவலை அவரை மேலும் வதைத்துக் கொண்டிருக்கின்றது.

'மனுசியும் இல்லை. வருமானமும் இல்லை. நகைநட்டோ, கையில பணமோ இல்லை. தனிக்கட்டையா நிற்கிற நான் எப்படித்தான் மகளை கரைசேர்க்கப் போகிறேனோ தெரியேல்ல' என்று கண்களில் ஈரம் கசிய கூறுகின்றார்.

தமிழ் மக்களின் அரசியல் உரிமைக்கான ஆயுதப் போராட்டத்தை முறியடித்ததுடன் முள்ளிவாய்க்கால் சம்பவங்கள் முடிந்துவிடவில்லை. பேராட்டத்தையே புரட்டிப் போட்ட முள்ளிவாய்க்கால் சம்பவங்கள் அந்த சூழலில் சிக்-

கியிருந்த எண்ணற்ற குடும்பங்களின் எதிர்காலத்தையும் சின்னாபின்னமாக்கி சிதறடித்திருக்கின்றது.

முள்ளிவாய்க்காலில் மழையென பொழிந்த எறிகணைகளிலும், கடற்பரப்பில் இருந்து வந்த பீரங்கிக் குண்டுகளிலும், இடைவிடாமல் சீறி வந்த துப்பாக்கி வேட்டுக்களிலும் சிக்கி ஆயிரக்கணக்கானவர்கள் மாண்டு போனார்கள். அதேபோன்று எண்ணற்றவர்கள் படுகாயமடைந்து அவயவங்களை இழந்துள்ளார்கள். உற்றவர்களின் உயிர் இழப்பும், மோசமான காயங்கள் ஏற்படு;த்திய அவயவங்களின் இழப்பும் ஏற்படுத்தியுள்ள மோசமான உளவியல் தாக்கங்களில் இருந்து இன்னும் பலரால் மீள முடியவில்லை.

பாதிப்புக்கு உள்ளாகி இருக்கும் பரமேஸ்வரி; சந்திரசேகர் பரமேஸ்வரி நெடுங்கேணியைச் சேர்ந்தவர். சீறி வந்து வீழ்ந்து வெடித்த எறிகணையொன்றிலிந்து சிதறி வந்த உலோகத் துண்டு தாக்கியதில் அவருடைய கணவன் சந்திரசேகர் படுகாயமடைந்தார். மன்பக்கத்தில் பாய்ந்த அந்த உலோகத் துண்டு உடலை வெட்டிக்கொண்டு வெளியில் சென்றிருந்தது. இதனால் நெஞ்சிலும் முதுகுப் பகுதியிலும் அவருக்குப் படுகாயங்கள் எற்பட்டிருந்தன. முள்ளந்தண்டில் ஏற்பட்ட பாதிப்பினால் அவர் இடுப்புக்குக் கீழ் செயலிழந்தவராக சக்கர நாற்காலியில் தஞ்சமடைய நேர்ந்திருக்கின்றது.

சக்கர நாற்காலியே வாழ்க்கையென ஆகிவிட்ட நிலையில் அவரால் குடும்பத்தைப் பராமரிக்க முடியாதவராகியிருக்கின்றார். அவருக்கு ஆறு பிள்ளைகள். ஆறு பிள்ளைகளையும் வைத்துக் கொண்டு அவருடைய மனைவி பரமேஸ்வரி குடும்பத்தைக் கொண்டு நடத்த பெரும் பாடுபட வேண்டியிருக்கின்றது.

'நாலு பொம்பிளைப் பிள்ளைகள். மூத்ததுகள் இரண்டும் ஆம்பிளைப் பிள்ளைகள். ஆம்பிளைகளா வளர்ந்திருக்குதுகளே தவிர குடும்பத்துக்கு உதவுறதில்ல' என்று ஆதங்கப்படுகிறார் பரமேஸ்வரி. இடப்பெயர்வும் குடும்பத்தின் வறுமை நிலையும் சிறு வயதிலேயே அவர்களின் பாடசாலைக் கல்விக்கு முற்றுப்புள்ளி இட்டிருந்தன. வளர்ந்ததும் கூலி வேலைக்குச் செல்ல ஆரம்பித்து, குடும்பத்துக்கு வெளியிலேயே அவர்களின் கவனம் முழுதும் சென்றுவிட்டது. கூலி வேலையில் கிடைக்கின்ற சம்பளத்தை; தாங்களே பயன்படுத்திக் கொள்வார்கள்.

'இருந்திட்டு ஆயிரமே ரெண்டாயிரமோ கொண்டு வந்து தருவினம். அவ்வளவுதான் குடும்பத்தில அக்கறை எண்டதே அவைகள் ரெண்டு பேருக்கும் கிடையாது. அவருக்கு ஏலாத நிலைமை. மாசா மாசம் அவருக்கு வைத்தியம் பராமரிப்பு எண்டு மூவாயிரம் நாலாயிரம் ரூபா காசு வேணும். பள்ளிக்கூடம் போற நாலு பொம்பிளப் பிள்ளைகளுக்கும் படிப்புச் செலவையும் சமாளிக்க வேணும். கூலி வேலைக்குப் போனதான் வருமானம் கிடைக்கும். முள்ளந்தண்டு வடம் பாதிக்கப்பட்டவைக்கான உதவியிலையும் கூலி வேலையிலையும்தான் சீவியம் நடக்குது. ஆம்பிளைகள் எக்கேடு கெட்டா-

லும் என்ன எண்டாலும், பொம்பிளப் பிள்ளைகளின்ர எதிர்காலத்துக்குத்தான் என்ன செய்யிறது எண்டு தெரியேல்ல. ஏலாத புருஷன வச்சுக்கொண்டு வாழ்ற இந்த வாழ்;க்கைய நினைக்கும்போது இரவில நித்திரையே வருகுதில்லை' என கவலை தோய்ந்த குரலில் கூறுகின்றார் பரமேஸ்வரி.

பரமேஸ்வரியைப் போன்று எத்தனையோ பெண்கள் மோசமான முள்ளிவாய்க்கால் சம்பவங்களினால் பாதிக்கப்பட்டிருக்கின்றார்கள். முள்ளிவாய்க்கால் அவலம் என்பது மாறத வடுவாக தீராத ஒரு சோகமாக பெண்கள் மற்றும் குழந்தைகளின் வாழ்க்கையில் படிந்திருக்கின்றன. அந்த வடு மாற்ற முடியாதது. ஆயினும் மாற்றக் கூடிய சோகத்தைத் தணிப்பதற்கான முய்றசிகள் முன்னெடுக்கப்படவில்லை என்பது உளவியலாளர்களின் கருத்தாக உள்ளது.

மீனாட்சியின் மனக்குமுறல் - 'ஊரைவிட்டு வெளியேறி கிளிநொச்சிக்குப் போகும் வரையும் எங்களுக்கு உயிர் மீது நம்பிக்கை இருந்தது. கிளிநொச்சியிலும் பாதுகாப்பு இல்லை என்று ஆன பிறகு எங்களின்ர இடப்பெயர்வு என்றது மரணத்தை நோக்கிய நகர்வாகவே இருந்தது. முள்ளிவாய்க்கால் வரையில் நாங்கள் அனுபவித்த கஸ்;டங்களும் துயரங்களும் உலகத்தில வேற எவருக்குமே ஏற்படக்கூடாது' என்று மன்னாரைச் சேர்ந்த மகாலிங்கம் மீனாட்சி கூறுகின்றார்.

இடப்பெயர்வு என்பது மிக மோசமானது. அதிலும் யுத்த மோதல்களுக்கு மத்தியில் உயிரைக் கையில் பிடித்தபடி இடம்பெயர்ந்து செல்வது என்பது மிக மிக மோசமானது. பார்;வை இழந்த நிலையில் மற்றவர்களின் தயவில் நடமாடவும் செயற்படவும் வேண்டியுள்ளவர்களின் நிலைமை பற்றி விளக்கிக் கூற வேண்டிய அவசியமில்லை. அதுவும் பெண்ணாக இருந்துவிட்டால்.......? நிலைமை என்னவாக இருந்தது என்பதை மீனாட்சி விளக்கிக் கூறு முற்படுகின்றார்.

கிளிநொச்சியில் இருந்து தர்மபுரம், விஸ்வமடு என்று ஊர் ஊராக மக்கள் இடம்பெயர்ந்து சென்றார்கள். அவர்களோடு இடம்பெயர்ந்து சென்ற மீனாட்சி இறுதியாக முள்ளிவாய்க்காலைச் சென்றடைந்தபோது, குடும்பத்தினர், குடும்ப உறவினர்கள் என்று பத்துக்கும் மேற்பட்டவர்களை யுத்தம் பலிகொண்டிருந்தது.

முள்ளிவாய்க்கால் நிலைமை மிக மோசமாக இருந்தது. வெளியில் வரவே முடியாத அளவு எறிகணை தாக்குதல்கள் தொடர்ச்சியாக நடத்தப்பட்டன. போதாக்குறைக்கு கடலில் இருந்து நடத்தப்பட்ட பீரங்கித் தாக்குதல்களும் மக்கள் இருந்த பகுதிகளை நோக்கி நடத்தப்பட்டன.

'சாப்பாட்டுக்குத் தேவையான உணவுப் பொருட்கள் கிடைக்கிறதே கஸ்டமாக இருந்தது. உயிரை வெறுத்து வெளியில போய் வாங்கி வந்த அரிசியை உலையில போடக்கூட முடியாத நிலை. அந்த அளவுக்கு நிலைமை மோசமாக இருந்தது. பங்கர்களுக்குள்ள போனா அவசர தேவைக்குக் கூட வெளி-

யில வரமுடியாது. வெளியில வாறதெண்டது தற்கொலை செய்து கொள்ளுறது மாதிரி எண்டுதான் சொல்ல வேணும்'. என கூறுகின்றார் மீனாட்சி. யுத்தம் முடிவடைந்து ஒன்பது வருடங்கள் கழிந்துவிட்டன. ஆனால் முள்ளிவாய்க்காhல் வாழ்க்கையின் துயரமும், மரண அச்சமும் பாதிக்கப்பட்ட மக்கள் மனங்களில் மறையவே இல்லை.

'உயிரச்சத்துக்கு மத்தியில் சாப்பிட வேணும்; எண்டதைவிட, இயற்கைத் தேவைகளை நிறைவேற்றுவதே பெரும் பிரச்சினையாக இருந்தது. உயிரை வெறுத்துத்தான் வெளியில் செல்லவேண்டும். வெளியில போய் இருக்கும்போது ரவுண்ஸ் (துப்பாக்கிக் குண்டுகள்) தலைக்கு மேலேயும் போகும். உடலில உரசிக்கொண்டும் போகும். அப்படியான நேரத்தில எத்தனையோ பேர் குண்டடித் தாக்குதலுக்கும் ஷெல் வீச்சுக்கும் ஆளாகி உயிரை இழந்திருக்கினம் எத்தனையோ பேர் காயமடைஞ்சிருக்கினம்.

'ஒரு தடவை அவசர அவசரமா குளிச்சிட்டு உடுப்பு மாத்தேக்க, ஷெல் வரத் தொடங்கிற்று நாலாபக்கமும் ஷெல் துண்டுகள் பறந்து வந்து கொண்டிருந்தது. நான் அப்படியே நிலத்தில குந்தி இருந்திட்டன். பங்கருக்குப் பக்கத்திலதான் கிணறு. அதால தனியத்தான் நான் போயிருந்தன். முள்ளிவாய்க்காலில் மணற் தரைதானே, நினைச்ச இடத்தில தோண்டின தண்ணி வரும். அதால பங்கருக்குப் பக்கத்திலையே குளிக்கலாம். அப்படித்தான் அண்டைக்கும் நான் குளிச்சிட்டிருந்தன். அண்டையோட வாழ்க்கை முடிஞ்சது எண்டுதான் நினைச்சன். அந்த நினைவில நெஞ்சுக்குள்ள ஏதோ அடைக்கிற மாதிரி இருந்தது. என்ன செய்யிறது எண்டே தெரியேல்ல. அப்பதான் அக்கா ஓடிவந்து என்னை இழுத்து பங்கருக்குள்ள கூட்டிப் போனா' என நூலிழையில் உயிர்தப்பிய தனது அனுபவத்தை விபரித்தார் மீனாட்சி.

முள்ளிவாய்க்காலில் இடம்பெற்ற அகோரமான தாக்குதல்களின்போது பொஸ்பரஸ் குண்டுகளும் தாக்குதல்களில் பயன்படுத்தப்பட்டன என்று கூறப்படுகின்றது. யுத்தம் முடிவை நெருங்கிக் கொண்டிருந்த வேளை, மக்கள் நெருக்கமாக இருந்த இடங்களில்கூட இந்தத் தாக்;குதல் நடத்தப்பட்டது என்று பாதிக்கப்பட்டவர்கள் கூறுகின்றனர்.

முள்ளிவாய்க்கலிலையும் ஒரே இடத்தில எங்களால இருக்க முடியேல்ல. கண்மூடித்தனமான தாக்குதலால ஒரு இடத்தில இருந்து இன்னோர் இடத்துக்கு மாறி இருக்க வேண்டி இருந்தது. அப்படி இடம் மாறேக்கதான் ஒரு 25 மீற்றர் தூரம் இருக்கும் எண்டு நினைக்கிறன். குண்டுகள் வந்து விழுந்து வெடித்தன. அப்போது ஒரு போதும் இல்லாத வகையில குண்டுப் புகையால கண் எரியத் தொடங்கிற்று. நாங்க நினைச்சம் விஷக்குண்டு போட்டாச்சு. எல்லாருமே அதோட சாகப் போறோம் எண்டு. அந்த நேரம் மூச்சு எடுக்க சிரமமா இருந்திச்சு. மூக்கெல்லாம் எரியிற மாதிரி இருந்தது. துணிய தண்ணியில நனைச்சு முகத்தைத் துடைக்கச் சொல்லி எங்களோ வந்த ஒரு தம்பி சொன்னார். அப்படி செய்தபோதுதான் கண் எரிச்சலும் மூக்கு எரிச்-

சலும் கொஞ்சம் குறைஞ்சது' என விஷக்குண்டு என குறிப்பிட்ட குண்டுத் தாக்குதலில் சிக்கி தாங்கள் பட்ட அவஸ்தை பற்றி மீனாட்சி கூறினார்.

வைத்தியசாலைகளும் பாதிக்கப்பட்டன - யுத்த மோதல்களில் மக்கள் சிக்கி அவலப்பட்ட காலத்தில், அரச மருத்துவர்களின் தியாகங்களும் வரையறையற்றன என்று முன்னாள் மருத்துவ போராளியான மிதயா கானவி கூறுகின்றார். இவர் ஓர் எழுத்தாளர் என்பதும் குறிப்பிடத்தக்கது. யுத்தகாலத்தில் முள்ளிவாய்க்கால் வரையில் தொடர்ந்து மருத்துவ பணியாற்றி, யுத்தம் முடிவடைந்ததையடுத்து, இராணுவத்திடம் சரணடைந்து புனர்வாழ்வுப் பயிற்சியின் பின்னர் அவர் சமூகத்த்pல் இணைக்கப்பட்டார்.

முள்ளிவாய்க்கால் அரசினர் தமிழ்க்கலவன் பாடசாலை அப்போது வைத்தியசாலையாக மாற்றப்பட்டிருந்தது. அரச மருத்தவர்களின் பொறுப்பில் அது இயங்கிக் கொண்டிருந்தது. நாளும் பொழுதும் உயிரிழப்புக்களும் காயமடைபவர்களும் எண்ணிக்கையில் அதிகரித்துக் கொண்டிருந்தன. நிலைமையை சமாளிக்க முடியாமல் மருத்துவர்களும் மருத்துவ பணியாளர்களும் அல்லாடிக்கொண்டிருந்தார்கள்.

'அந்தப் பாடசாலையின் ஓர் அறையை சத்திரசிகிச்சை கூடமாக மாற்றி இருந்தோம். அந்தப் பாடசாலையில் வைத்தியசாலை இயங்கத் தொடங்கிய பின்னர் 13 ஆம் நாளாக இருக்க வேண்டும். வைத்தியசாலையைச் சுற்றிலும் எறிகணை தாக்குதல்கள். காயமடைந்தவர்களும் இறந்தவர்களும் வைத்தியசாலைக்கு வந்த வண்ணம் இருந்தார்கள். அப்போது எறிகணை ஒன்று சத்திரசிகிச்சை பிரிவில் நேரே வந்து வெடித்துச் சிதறியது. அப்போது அங்கு பணியில் ஈடுபட்டிருந்த இறையொளி என்ற மருத்துவ போராளி அந்த இடத்திலேயே மரணமடைந்தார். அருகில் மற்றுமொரு நோயாளிக்கு சிகிச்சை அளித்துக் கொண்டிருந்த மற்றுமொரு பெண் மருத்துவ போராளி ஓடிச் சென்று அவரைப் பார்த்து சிகிச்சை அளிக்க முற்பட்டார். ஆனால் அவருடைய உயிர் உடனடியாகவே பிரிந்திருந்தது. அந்த நிலையில் சக மருத்துவர் ஒருவர் உயிரிழந்துவிட்டாரே என்று அவர் மனம் கலங்கி தயங்கி நிற்கவில்லை. தான் சிகிச்சை அளித்துக் கொண்டிருந்த வயோதிப நோயாளியைக் கவனிப்பதில் கண்ணும் கருத்துமாக ஈடுபட்டிருந்தார்' என முள்ளிவாய்க்கால் பாடசாலையில் இயங்கிய வைத்தியசாலை மீதான தாக்குதல் குறித்தும் சக மருத்துவ போராளி ஒருவரின் இழப்பு பற்றியும் மற்றுமொருவரின் கடமை உணர்வு பற்றியும் கானவி கூறினார்.

மருத்துவ பணியில் ஈடுபட்டிருந்த போது பசி தாகம் என்ற உணர்வுகள் ஏற்பட்டிக்கவில்லை என கூறும் முன்னாள் மருத்துவ போராளியான கானவி, அதற்கு அங்கு படுகாயமடைந்து உயிர் துடி துடிக்க வந்து சேர்ந்த நோயாளிகளின் உயிர்களைக் காப்பதற்காகச் செயற்பட வேண்டும் என்று அரச மருத்துவர்களும் மருத்துவ போராளிகளும் தீவிரமாக ஈடுபட்டிருந்ததே காரணமாக இருக்க வேண்டும் என குறிப்பிடுகின்றார். இத்தகைய தீவிரமான நிலைமை

ஒரு மாதத்திற்கும மேலாக நீடித்திருந்தது என்று அவர் நினைவுகூர்கின்றார்.

உணவுப் பற்றாக்குறை நிலவிய அந்த சூழலில் விடுதலைப்புலிகளின் நிர்வாக சேவை மற்றும் புனர்வாழ்வுக் கழகம் என்பன கஞ்சியும் வாய்ப்பண் எனப்படும் சிற்றுணவையும் தயாரித்து வழங்குவதில் முனைப்புடன் செயற்பட்டிருந்தன. இந்த உணவு வழங்கும் இடங்களில் பெண்களும் குழந்தைகளும் வரிசையில் நின்று அவற்றைப் பெற்றுச் சென்று குடும்பத்தினருடன் பசியாறினார்கள் என தெரிவித்த அவர் அத்தகைய உணவு விநியோக நிகழ்வொன்றில் உணவுக்காக வரிசையில் நின்றவர்கள் மீது குண்டுத் தாக்குதல் நடத்தப்பட்டதாகக் குறிப்பிடுகின்றார்.

அந்த இடத்தில் கொத்துக்குண்டுத் தாக்குதல் நடத்தப்பட்டது. கஞ்சியும் வாய்ப்பண்ணும் வாங்குவதற்காக வரிசையில் நின்றிருந்தவர்களில் குறைந்தது 8 குழந்தைகளாவது அந்தச் சம்பவத்தில் உயிர் இழந்திருக்க வேண்டும். எனக்கு எண்ணிக்கை சரியாக நினைவில்லை. அந்தத் தாக்குதலில் காயமடைந்தவர்களில் ஒரு குழந்தை என்னிடம் சிகிச்சை பெறுவதற்காக அனுப்பப்பட்டிருந்தது. அந்த மூன்று வயதுக் குழந்தை தான் வாங்கிய வாய்ப்பண் ஒன்றை, ஒரு கடி கடித்துவிட்டு மிகுதியைத் தனது கையில் இறுக்கமாகப் பற்றிப் பிடித்திருந்தது. அதைக் கண்டதும் எனது கண்கள் குளமாகின. என்னால் அழுகையை அடக்க முடியவில்லை. அந்த நிலையிலேயே அந்தக் குழந்தைக்கு சிகிச்சை அளித்தேன்' என தனது மனக்கவலை மிக்க அனுபவத்தை அவர் விபரித்தார்.

பல்வேறு பற்றாக்குறைகளுக்கு மத்தியிலும் மருந்துப் பொருட்கள் இல்லாத நிலையிலும் முள்ளிவாய்க்காலில் இறுதியாக இயங்கிய வைத்தியசாலையை விட்டு வெளியேறுமாறு 2009 ஆம் ஆண்டு மே மாதம் 16 ஆம் திகதி மருத்துவ அதிகாரிகளுக்கு உத்தரவிடப்பட்டிருந்தது. அதுபற்றியும் கானவி குறிப்பிடுகின்றார்.

'அன்று அதிகாலை நேரம். அந்த வைத்தியசாலையில் எங்களுக்குப் பொறுப்பாக இருந்தவர் ஒரு மூத்த மருத்துவர். நீண்ட காலமாக மருத்துவ துறையின் பல பிரிவுகளில் சேவையாற்றி தேர்ச்சி பெற்றிருந்த அனுபவம் மிக்க சத்திர சிகிச்சை நிபுணரான அவர், நெருக்கடியான நேரங்களில் உறுதியாகச் செயற்படுவதுடன் மற்றவர்களையும் வழி நடத்துகின்ற திறமை வாய்ந்தவர். அவரே அந்த உத்தரவைக்கேட்டதும் அதிர்ந்து போனார். வைத்தியசாலையில் இருந்து வெளியேற வேண்டும் என்ற தகவலை எங்களிடம் சொல்ல முடியாமல் தலையில் கையை வைத்து பெரிதாக அழத் தொடங்கிவிட்டார். அவரைச் சுற்றி நின்றிருந்த எங்கள் மனங்களும் கண்களும் கலங்கின. எப்படி அந்த வைத்தியசாலையையும் அங்கு எங்களை நம்பி வந்திருந்த காயமடைந்தவர்களையும் விட்டுச் செல்வது என்று தெரியாமல் தடுமாறி திகைத்து நின்றிருந்தோம் என்று குரல் கரகரக்க கூறினார் கானவி.

முள்ளிவாய்க்காலின் இறுதி வரையில் யுத்தத்தின் பிடியில் சிக்கித் தவித்திருந்தவர்களின் அனுபவங்கள் மனங்களை உலுக்கி தவிக்கச் செய்யத்தக்கவை. அந்த அளவுக்கு அங்கு மனிதாபிமானம் அற்று தாக்குதல் நடவடிக்கைகள் தீவிரம் பெற்றிருந்தன.

சொத்துக்களை இழந்த இழப்பிலும் பார்க்க சொந்தங்களை இழந்ததனால் ஏற்பட்ட இழப்பை பலர் இன்னும் தாங்கிக் கொள்ள முடியாதவர்களாகவே இருக்கின்றார்கள். முள்ளிவாய்க்காலிலும் அங்கு வருவதற்கு முன்னர் வேறு பல இடங்களிலும் எறிகணை தாக்குதல்களிலும், குண்டுத் தாக்குதல்களிலும் சிக்கி பாதிக்கப்பட்ட சம்பவங்களை பல வருடங்கள் கடந்த நிலையிலும் அவர்களால் மறக்க முடியவில்லை. அந்த சம்பவங்கள் அவர்களுடைய நெஞ்சங்களில் நெருப்புத் துண்டங்களாகக் கனன்று கொண்டிருக்கின்றன.

ஈழப்போரின் இறுதிக்கட்டமாகிய முள்ளிவாய்க்காலில் இடம்பெற்ற உயிர்க்கொலைகள், திட்டமிட்ட வகையில் இனப்படுகொலையாகவே நோக்கப்படுகின்றது. வலுவான ஆயுதப்பலத்தைக் கொண்டிருந்த விடுதலைப்புலிகளை இலங்கை அரசு சர்வதேச நாடுகளின் ஆதரவோடும் ஒத்துழைப்போடும் இராணுவ ரீதியாக அழித்து ஒழித்துவிட்டது. ஆயினும் இறுதிப்போரின்போது இடம்பெற்ற உரிமை மீறல்களுக்கும் சர்வதேச மனிதாபிமான சட்ட மீறல்களுக்கும் பொறுப்பு கூற வேண்டும் என்று ஐநா மனித உரிமைப் பேரவையும், சர்வதேசமும் அழுத்தம் கொடுத்து வருகின்றன.

ஆனால் அந்த அழுத்தத்திற்;கு ஆதாரமாக உள்ள ஐநா மனித உரிமைப் பேரவையின் தீர்மானங்களுக்கு அரசு இணை அனுசரணை வழங்கியுள்ள போதிலும் பொறுப்பு கூறும் விடயத்தில் தன்னிச்சையாக, தாமதம் மிக்க செயற்பாடுகளையே முன்னெடுத்து வருகின்றது.

மறுபுறத்தில் விடுதலைப்புலிகள் நடத்திய ஈழப் போர் மூள்வதற்கான காரணம் குறித்து அரசுகள் கவனம் செலுத்துவதாகத் தெரியவில்லை. தீர்க்கப்படாத நிலையில் பல தசாப்தங்களாகத் தொடர்ந்த இனப்பிரச்சினைக்கு ஓர் அரசியல் தீர்வின் மூலம் முடிவு காண வேண்டும் என்ற அரசியல் சூத்திரம் ஆட்சியாளர்களுக்கு உடன்பாடில்லாத ஒரு விடயமாகவே இருந்து வருகின்றது.

இந்த நிலையில் போர்ச்சூழலில் குறிப்பாக இறுதி யுத்தத்தின்போது இழைக்கப்பட்ட அநீதிகளுக்கு நியாயம் கிடைக்க வேண்டும் என்ற பாதிக்கப்பட்ட மக்களின் எதிர்பார்ப்பு ஏமாற்றத்திற்கே உள்ளாகி இருக்கின்றது. அதேநேரம் இனப்பிரச்சினைக்கு அரசியல் தீர்வு கண்டு, எரியும் பிரச்சினைகளில் சிக்கித் தவிக்கின்ற தங்களுக்கு இயல்பான ஒரு மறுவாழ்க்கையை அமைத்துக் கொடுப்பதற்கு அரசு முன்வரவில்லையே என்ற அரசியல் ரீதியான ஆதங்கத்திற்கும் அவர்கள் ஆளாகி இருக்கின்றார்கள்.

15. சாள்ஸ் அன்ரனி சிறப்புப் படையணியின் சிறப்புத் தளபதி லெப்.கேணல் வீரமணி!

சிங்கள படைகளின் போர்முனைத் தளங்களில் அதிகம் உயரமில்லாத மிகமிக மெலிந்த ஓரல்முகமும் மினுங்கும் கண்ணும் கொண்ட சிற்றுருவம் ஒன்று நடுநிசியில் உலாவித் திரியும். கழுத்தில் ஒரு நீள வெள்ளைப் பல்லிருக்கும். ஒருமுறை கண்டுவிட்டு மறுவேளை பார்த்தால் மறைந்துவிடும். சுட்டால் சூடுபிடிக்காது. வருவதுபோல் தெரிந்தால் பின் எப்படிப் போனதென்று தெரியாது. ஆயிரம்பேர் வைத்துத் தேடினாலும் கண்ணுக்குள் புலனாகாது. இப்படியொரு பிசாசு சிங்கள இராணுவத் தளத்தில் உலவுவதாகக் கதையிருந்தால் அதுதான் வீரமணி.

வீரமணியிடம் தலைமுறை தலைமுறையாக சலிக்காது கேட்கக்கூடிய வீரக்கதையிருந்தது. கற்பனைக் கதையல்ல. அவனே நாயகனாயிருந்த கதைகள். விகடம் தொனிக்க அவன் அவிட்டுவிடும் கதைகள். பச்சைப் புளுகென்று பொடியள் பழிப்பாங்கள். ஆனால் அத்தனையும் உண்மையென்றும் தெரியும். என்ன கதைச் சுவாரசியத்திற்காகக் கொஞ்சம் வால் கால் வைப்பான். புதுப் பெடியளின் கல்விக்கூடமே அவன் கதைதான். இப்போது அவனின் கதையை எல்லாரும் சொல்லவேண்டியதாய் காலம் சபித்துவிட்டது.கேடுகெட்ட சாவு எங்கள் வீரமணியை களமுனையில் சாவுகொள்ள முடியாமல் வெட்கம்கெட்ட தனமாய் கடற்கரையில் சாவுகொண்டது. அவனைக் களமுனையில் சந்திக்க சாவுக்கே துப்பில்லை, துணிச்சலில்லை. எப்படித்தான் துணிவுவரும். களமுனையில் இறுமாப்போடு இருக்கும் சாவைக் குனிந்து கும்பிடுபோடவல்லவா வைத்தான். அதற்கேது முள்ளந்தண்டு, அவனை எதிர்த்துநிற்க. பிள்ளையார் தன் கொம்பை முறித்துப் பாரதக்கதை எழுதியதுபோன்று அவன் சாவின் முள்ளந்தண்டை முறித்தல்லவா தன் குறிப்புப் புத்தகத்தில் வேவுத்தகவல் வரைந்துகொண்டு வருவான். எதையென்று சொல்வது.

மூத்த தளபதி பிரிகேடியர் பால்ராஜ் சொல்கிறார், புலிகளுக்கு இருட்டாயிருந்த கிளிநொச்சி படைத் தளத்தை வெளிச்சமாக்கிவிட்டவன் வீரமணிதான் என்று. அவர் என்னுடன் பகிர்ந்துகொண்டவற்றில் மறக்கமுடியாத கதையொன்று.

சத்ஜெய படை நடவடிக்கையின்போது புலிகள் கிளிநொச்சியிலிருந்து பின்வாங்கிய பின் படையினரின் கிளிநொச்சித்தள முன்னரங்கக் காவல்வேலியைக் கண்டுபிடிப்பதே கடினமாயிருந்தது. படையினரின் அவதானிப்பு நிலையங்கள், தொடர் சுற்றுக்காவல்கள் எனக் காவலரணுக்கு வெளியே எதிரி இயங்கிக்கொண்டிருந்தான். இது வழமையான எதிரியின் படையச் செயற்பாட்டிலிருந்து புதுமையானதாக இருந்தது. இதனால் தொடக்கத்தில் முன்னரங்கக் காவலரணைக் கண்டுபிடிப்பதே கடினமான பணியாயிருந்தது.

நெருங்கவிடாது வெளியே செயற்பட்டுக்கொண்டிருந்த படையினர் தாக்கிக்கொண்டிருந்தனர். இந்த நிலைமையில் படைத் தளத்தினுள்ளே என்ன நடக்கிறது, தளத்தின் அமைப்பு எப்படி, ஆட்தொகை என்ன, அதன் வலு என்ன, பீரங்கிகள் எங்கே எதுவுமே தெரியாது. வேவு வீரர்களால் உள்நுழைய முடியாதவாறு நெருக்கமான காவலரண் தொடரும் அதிக தடைகளும் ஏற்படுத்தப்பட்டிருந்தன. வேவுக்கான பல முயற்சிகள் தோல்விகண்டன. அப்போது அங்கே வீரமணி தேவைப்பட்டான். வீரமணியை அழைத்து, புதுமையான ஒரு உத்தியைப் பயன்படுத்தி உள்ளே அனுப்ப முடிவுசெய்யப்படுகிறது. அந்தச் சவாலான உத்திக்குச் சம்மதித்து உள்ளேபோக வீரமணி சில வீரர்களுடன் தயாராகினான்.

உள்ளே வெற்றிகரமாகச் சென்றுவிட்ட வீரமணியின் அணி, இரண்டாம் நாள் எதிரியால் சுற்றிவளைக்கப்பட்டு அடிவாங்கியது. அதில் அணி குலைந்து சிதறியது. வெளியே வேவுக்கு அனுப்பிய கட்டளைத் தளபதி பிரிகேடியர் பால்ராஜுக்கு செய்தி கிடைத்தது. உள்ளேயிருந்து எவரும் வரவில்லை. செய்தியுமில்லை. மறுநாளுமில்லை. நான்காம் நாள் இரு வேவுவீரர்கள் வந்துவிட்டார்கள். அவர்கள் அடிவாங்கியது, அணி குலைந்தது, தாங்கள் தப்பியது என்று நடந்ததைக் கூறினார்கள். வீரமணி இறந்திருக்கலாமென்று ஊகம் தெரிவித்தார்கள். ஐந்தாம் ஆறாம் நாளும் வீரமணி வரவில்லை. இனி உயிருடன் வீரமணி இருக்க வாய்ப்பில்லை. கொண்டுசென்ற உணவும் வந்தவர்களின் கையில்தான் இருந்தது. எனவே வீரமணி வீரச்சாவென்று தலைமைச் செயலகத்திற்குத் தகவல் அனுப்பினார் தளபதி. எட்டு, ஒன்பது என நாட்கள் நகர பத்தாம் நாள் கழித்துச் சுண்டிக்குளத்தில் சில பொதுமக்கள் காவலரணுக்கு வெளியே வந்த இரு படையினரைப் பிடித்துவிட்டதாகவும் அவர்கள் மயங்கிவிட்டதாகவும் தகவல் கிடைத்தது. அங்கே விரைந்தபோது அந்த படையினர் என்பது எங்கள் வீரமணியும் சக வேவுவீரனும் என்பது தெரியவந்தது. கிளிநொச்சியில் உள்நுழைந்து பதினொரு நாளில் சுண்டிக்குளத்தில் வெளிவந்த வீரமணி பெறுமதிவாய்ந்த தகவல்களோடும் சகிக்கமுடியாத வாழ்வனுபவத்தோடும் விலைமதிப்பற்ற படிப்பினைகளோடும் வந்தான். கிளிநொச்சி வரைபடத்தில் தளத்தின் அமைப்பை குறித்துக்கொடுத்தான் வீரமணி. புலிகளுக்குக் கிளிநொச்சி வெளிச்சமாயிற்று.

செத்துப் போனதாக இருந்த வீரமணி எப்படிச் சாகாமல் இருந்தான. அவனைப் பெற்றவள் அறியக்கூடாத கதைகள் அவை. அடிவாங்கி அணி குலைந்த பின் உடம்பில் தெம்பிருந்த இருநாளும் தளத்தைச் சுற்றிப்பார்த்துக் குறிப்பெடுத்தானாம். வெளியே வர முயன்றபோது முடியாமல் போனதாம். ஓவ்வொரு நாளும் வெளியேற புதிய இடந்தேடி அலைந்தானாம். தெம்பிழந்த உடலோடு பசியையும், தாகத்தையும், மயக்கத்தையும் துரத்தித்துரத்தி நகர்ந்தானாம். பச்சைப் பனம்பழத்தைத் தின்றும் தங்கள் மூத்திரம் குடித்தும் தகவல் கொண்டுவந்து சேர்த்தான். மயக்கம் தெளிந்து மறுநாள் வேண்டியதை வரை-

படத்தில் குறித்துக் கொடுத்தான். இருண்டிருந்த கிளிநொச்சி புலிகளுக்கு வெளிச்சமானது இப்படித்தான்.

சிறிலங்காவின் 50வது விடுதலை நாளிலில் கிளிநொச்சியிலிருந்து தலதா-மாளிகைக்கு பேரூந்து விடுவோம் என்ற சிங்கள மமதைக்கு மூக்குடைக்க கிளிநொச்சியைத் தாக்கி நகரின் முற்பகுதியைக் கைப்பற்ற மூலகாரணமாக இருந்தவன் இவன்தான். ஓயாத அலை — 02இல் கிளிநொச்சித் தளத்-தைத் தாக்கியழிக்க வேவு தொடக்கம் சமரில் மையத்தளத்திற்கான தாக்குதல் வரை முக்கிய பங்கெடுத்த வீரமணிக்கு கிளிநொச்சி விடுதலையில் உரிமை-யுண்டு. தொண்ணூறின் பின் வன்னியில் அவன் காணாத போர்க்களமும் இல்லை, இவன் வேவுபார்க்காத படைத்தளமும் இல்லை.

ஒரு போராளி சொன்னான். ''என்னைப் பத்தைக்குள்ள இருக்கச் சொல்-லிவிட்டு மனுசன் கைக்குண்டோட கிளிநொச்சி கண்ணன் கோயிலுக்குப்போற றோட்டக் கடந்தான். கடக்கவும் சில ஆமிக்காரங்கள் முடக்கால வாறாங்கள். துலைஞ்சிது கதை. ஓடவேண்டியதுதான் எண்டு நினைக்க மனுசன் ஓடேல்ல. கைக்குண்டோட ஆமீன்ர பக்கம் பாய்ஞ்சு 'அத்த உசப்பாங்' என்று கத்-தினார். வந்த ஆமி சுடுறதோ இல்ல அவற்ர கட்டளைக்குக் கைய மேல தூக்கிறதோ எண்டு தடுமாறிறதுக்கிடையில குண்டெறிஞ்சு வெடிக்கவைச்சார். அந்தத் திகைப்பிலிருந்து ஆமி மீளுறதுக்கிடையில என்னையும் இழுத்துக்-கொண்டு மனுசன் பாய்ஞ்சிட்டான்.'' இது நடந்தது 1997இல். கிளிநொச்சி A9 பாதை பிடிப்புக்கான இறுக்கமான ஒரு கூட்டுத்தளமாக இருந்தபோது. 2000பேர் கொண்ட கூட்டுத்தளத்தில் பட்டப்பகலில் படைகள் அவனைச் சல்லடைபோட்டுத் தேடின. அவனைக் காணவேயில்லை. எங்காவது ஒரு பற்றையின் ஆழத்தில் உடலைக் குறுக்கி உயிரைப் பிடித்தவாறு பதுங்கி-யிருந்திருப்பான் என்றா நினைக்கிறீர்கள். வீரமணியைத் தெரிந்தால் அப்-படி யாரும் நினைக்கமாட்டீர்கள். குழம்பிய குட்டையில் மீன் பிடிக்கச் சுக-மென்று "குஷிக்" குணத்தோடு தளத்தைச் சல்லடைபோட்டுக் குறிப்பெடுக்கத் தொடங்கியிருப்பான்.

"மஞ்சுளா பேக்கரிச் சந்திக்கு இடக்கைப் பக்கமா கொஞ்சம் முன்னுக்கு பழைய சந்தைக்குப் பின்னால நாயுண்ணிப் பத்தை காடாக் கிடந்திது. நாங்-கள் பகல் படுக்கைக்கு அந்த இடத்தத் தெரிஞ்செடுத்து குடைஞ்சுபோய் நடுவில கிடந்து துவக்கக் கழட்டித் துப்பரவு செய்துகொண்டிருந்தம். ஆமி றோட்டால 'ரக்ரரில' போனவங்கள், நிப்பாட்டிப்போட்டு இறங்கி வாறாங்கள். அவங்கள் பத்தையக் குடைஞ்சுகொண்டும் வாறாங்கள். நாயுண்ணிப் பத்தை-யின்ர கீழ்ச் சருகெல்லாம் கொட்டுப்பட்டு கீழ வெளியாயும் மேல பத்தை-யாயுமிருந்தது. அவங்கள் கண்டிட்டாங்கள் எண்டு நினைக்க, இந்த மனுசன் 'அறுவார் நித்திரைகொள்ளவும் விடாங்கள்போல கிடக்கு'. எண்டு குண்டுக் கிளிப்பக் கழட்டினபடி முணுமுணுத்தான். பிறகு பாத்தா அவங்கள் எங்களச்

சுத்தியிருந்த மரந் தடியள இழுத்துக்கொண்டுபோய் ரக்ரர் பெட்டியில ஏத்திறாங்கள், விறகுக்கு. வீரமணியண்ண ஓண்டுக்கும் கிறுங்கான். எங்கையும் சிரிப்பும் பகிடியும்தான்.''

''வீரமணி அண்ணையோட வேவுக்குப் போறதெண்டால் எந்தப் பதட்டமும் இல்லை. படுத்தால், எழுந்தால், நிண்டால், நடந்தால் ஒரே பகிடிதான். சாகிறதெண்டாலும் மனுசன் சிரிப்புக் காட்டிப்போட்டுத்தான் சாவான்.'' சொல்லிப்போட்டு வானத்தைப் பார்த்தான் அவன் ''ச்சா வீணா இழந்திட்டம்.''

வீரமணியோடு நின்றவர்கள் கதை கதையாகச் சொல்கிறார்கள். வீரமணி இல்லை என்றது மனதில் ஒட்டிக்கொள்ளவே மறுக்கிறது. அவர்கள் சொல்வதைக் கேட்டால் போர்க்களத்தில் வீரமணியைச் சாகடிப்பது சாவுக்கு முடியாத காரியம் எனத் தெரியும்.

வேறொரு போராளி சொன்னான், ''மன்னாரில் எடிபல நடவடிக்கைக்கு முன் ஒருநாள் ஆமியின் தளத்தினுள் நுழைவதற்காகப் போய்க்கொண்டிருந்தோம். ஒரு பெரும் வெட்டையையும் நீரேரிப் பக்கவாட்டையும் கடந்து சென்றுவிட்டோம். இராணுவத்தின் தடைக்குள்போக (மிதிவெடி, முட்கம்பிவேலி கொண்ட பிரதேசம்) இன்னும் கொஞ்சத்தூரம் இருந்தது. அதைக் கடந்துதான் காவலரண்களை ஊடறுத்து உள்ளே போகவேண்டும். ஆனால் இப்போதே எங்களைக் கண்டுவிட்டு எதிரியின் ஒரு அணி காவலரணுக்கு வெளியே இடப்புறமாக நகர்ந்தது. எதிரி எம்மைக் கண்டுவிட்டு சுற்றிவளைக்கிறான் என்பதை வீரமணியண்ணை கண்டுவிட்டான். எங்களுக்குப் பின்னால் பெரிய வெட்டை. வலப்புறம் நீரேரி. இடப்புறம் இராணுவ அணி சுற்றிவளைக்கிறது. திரும்பி ஓடுவதுதான் ஒரே ஒரு மார்க்கம் என நான் நினைத்திருக்க, வீரமணியண்ண ''ஓடுங்கடா தடைக்குள்ள'' என்றுவிட்டு இராணுவக் காவலரண் தடைக்குள் ஓடினான். முட்கம்பிகளுக்கும் மிதிவெடிகளுக்கும் இடையில் நாம்போய் இருந்துகொண்டோம். சுற்றிவளைத்த இராணுவ அணி எங்களைத் தேடியது. நாம் எப்படி மறைந்தோமென்று அவனுக்குத் திகைப்பு. இப்படியும் ஒரு உத்தியிருப்பதை அன்று வீரமணியண்ணையிடம் படித்தேன். சுற்றிவளைத்த அணி தளம் திரும்புமுன் நாங்கள் காவலரண்களைக் கடந்து உள்ளே நுழைந்துவிட்டோம்.'' எதிரியால் இதை கற்பனை செய்யவும் முடியாது.

வீரவணக்க குறிப்பேட்டில் நினைவுக்குறிப்பு எழுதுகிறார் மூத்த தளபதி பிரிகேடியர் பால்ராஜ். ''ஒரு தடவை, ஆனையிறவு முகாமை வேவு பார்க்கவென எதிரியின் காவலரணை ஊடறுத்துச் செல்ல ஆறு தடைகளைக் கடந்த வீரமணி இறுதியாக மண் அணையைக் கடக்க முயன்றபோது ஆமி துவக்கை நீட்டினான். உடனே வீரமணி சிங்களத்தில் ஏதோசொல்லி வெருட்ட அவன் சுடுவதை நிறுத்துகிறான். எதிரியின் குகைக்குள்ளேயே நின்று எதிரியைச் சுடவேண்டாமெனக் கட்டளையிட்டு எதிரியின் பிரதே-

சத்தை வேவு பார்க்கச் சென்றவன் வீரமணி.''

இப்போது சாள்ஸ் அன்ரனி சிறப்புத் தளபதி கோபித் சொன்னார், ''வீரமணியினுடைய தலைமையில் வேவுபார்க்கச் சென்றோம். திரும்பிச் சுட்டதீவால் வந்துகொண்டிருந்தபோது தண்ணிக்குள்ளால் நீரேரியைக் கடந்துதான் போகவேணுமெண்டு வீரமணி சொன்னான். நடக்கக்கூடிய காரியமா? மிகச் சுலபமா ஆமி காணுவான். பிரச்சினை என்னெண்டா தண்ணீன்ர நடுவுக்குள்ள குத்தி நட்டு பரண் கட்டி ஆமீன்ர அவதானிப்பு நிலையமொன்று இருந்தது. அதில இருந்து பார்த்தா தண்ணிக்குள்ள மீன் துள்ளினாலும் தெரியும். கரையில எலி ஓடினாலும் தெரியும். என்னெண்டு போறது உதுக்குள்ளால எண்டு கேட்டன். ''வா. அவன் ஒண்டும் செய்யான்'' என்று சொல்லிவிட்டு முன்னே நடந்தான். நேர ஆமீன்ர பரணைநோக்கி நடந்து பரணுக்குக் கீழயும் வந்திட்டம். நடுக்கமாயிருந்திது. நாங்கள் கீழ வரவும் ஆமி பரண்கால் குத்தியில தட்டினான். நின்றுவிட்டு வீரமணி ஏணியால ஏறி ''கௌத'' என்றான். பின் ஆமியோட சிங்களத்தில ஏதோ சொல்லிவிட்டு இறங்கிவந்தான். எங்களுக்கு நெஞ்சுக் குழிக்குள் நீர் வற்றிப்போயிற்று. ரெண்டுபேர் கிடக்கிறாங்கள் ஒருத்தன் இருக்கிறான் என்று சொன்னான். தளம் திரும்பியதும் அவனிடம் கேட்டோம் வீரமணி சொன்னவை மிகப்பெரும் வேவுப் பாடநெறிகள்.

''எங்களுக்கு ஆபத்து வருமென்றால் அதை எதிரியின் காலுக்குள்ளபோய் நின்று ஆபத்தை பெருப்பித்துக் கொண்டால் ஆபத்தேயில்லை. இது மிகக் குழப்பமாக இருந்தாலும் வீரமணி சொல்லித்தந்த பாடம் அதுதான். வேவுக்காரர்களைப் பொறுத்தவரை எங்களைச் சுட்டால் தானும் சாகவேண்டுமென்ற நிலையை எதிரிக்குத் தோற்றுவித்தால் அவன் தன்னைக் காப்பாற்ற முடிவெடுப்பானே தவிர எங்களைக் கொல்லவல்ல. தூரத்தே நாங்கள் நகர்ந்தால் அவன் அணிகளை ஒருங்கிணைத்து எங்களைத் தாக்க முயற்சிப்பான். எந்தப் போர்வீரனும் தான் சாகாமல் எதிரியைக் கொல்லத்தான் விரும்புவான். தனது சாவும் நிச்சயம் எங்களுடைய சாவும் நிச்சயமென்றால் இந்தச் சிங்கள ஆமி சுடான்.'' வீரமணியுடன் இருந்தாலே போரில் எத்தனையோ நுட்பங்களையும் நூதனங்களையும் படித்துக்கொள்ளலாம். அவன்தான் இல்லையே.

வீரமணியின் பலம் என்னவென்றால் அவனுக்கு ஆமியைத் தெரியும் என்பதுதான். ஆமி எப்பொழுது என்ன செய்வான், என்ன செய்யமாட்டான், பலமென்ன, பலவீனம் என்ன, எந்தநேரம் என்ன தீர்மானம் எடுப்பான் என்பது வீரமணிக்கு நன்றாகத்தெரியும். ஏனென்றால் அவன் எதிரித் தளங்களுக்குள் வாழ்ந்தகாலம் அதிகம். ஆமிக்காரனின் அந்தரங்கமான ''கசமுசா''க்களையும் வப்புக் கதையாக்கி எப்பொழுதும் தன்னைச்சுற்றிச் சிரிக்கும் கூட்டத்தை வைத்திருப்பான்.

இவனது வேவுத்திறமையும் சண்டையில் தன் அணியினரைத் துணிச்சலும் நம்பிக்கையும் கொண்டவர்களாக வழிநடத்தும் ஆளுமையையும் பார்த்த

மூத்த தளபதி பிரிகேடியர் தீபன் இவனை ஒரு போர்முனைத் தளபதியாகத் தலைவருக்கு அறிமுகம் செய்தார்.

ஓயாத அலை — 03 ஒட்டுசுட்டானில் தொடங்கியபோது தன் அணிப் போராளிகளுடன் புறப்படு தளத்தில் வைத்து வீரமணி கதைத்தான் "பெடியள்! நான் ஒன்றச் சொல்லித்தாறன் ஞாபகம் வைச்சிருங்கோ. தடையள உடைச்சுக்கொண்டு ஆமீன்ர காப்பரணுக்க குதிச்ச உடன "அத்த உசப்பாங்" என்று பலத்துக் கத்துங்கோ. ஆமி கையைத் தூக்கேலையென்றால் குண்டை எறிஞ்சிட்டுச் சுட்டுப் பொசுக்குங்கோ. ஞாபகம் வைச்சிருங்கோ ஆமிய சரணடையச் சொல்லுறத்துக்கு "அத்த உசப்பாங்" என்று சொல்லவேண்ணும்" இப்படி சண்டை தொடங்கமுன் பொதுவாக போராளிகளிடம் இருக்கக்கூடிய இனம்புரியாத பதட்டம் அழுத்தம் என்பவற்றிற்குப் பதிலாக ஆர்வத்தையும் துணிச்சலையும் தூண்டிவிடும் உளநுட்பம் வீரமணிக்குத்தான் கைகூடிவரும்.

ஓயாத அலை — 03 இல் ஆனையிறவுத் தளத்தைத் தாக்கியழிக்க முடிவு செய்தபோது மையப்பகுதியைத் தனிமைப் படுத்துவதற்காக முதல்கட்டத்தில் பரந்தன் உமையாள்புரத்தையும் பக்கவாட்டாக வெற்றிலைக்கேணியையும் கைப்பற்ற தலைவர் திட்டமிட்டார். ஆனால் வெற்றிலைகேணி புல்லாவெளி கைப்பற்றப்பட பரந்தன் தாக்குதலோ வெற்றியளிக்கவில்லை. பின்னர் கட்டளைத் தளபதி பிரிகேடியர் தீபன் தலைமையில் பரந்தன் மீது தாக்குதல் தொடுக்க முடிவுசெய்யப்பட்டது. பகலில் சமரைத் தொடங்கத் தலைவருடன் ஆலோசித்து வந்த பிரிகேடியர் தீபன் அத்தகைய ஒரு அபாயமான சமரைத் தொடங்க வீரமணியை அழைத்தார். ஆட்லறி, ராங்கிகளை வழிநடத்தும் ஒரு மரபுப்படைக்கு அதுவும் தற்காப்புப்போரில் மிக வசதியாக இருக்கும். ஆனாலும் பகலில் சமரை எதிர்பார்க்காத எதிரி மீது முதல்முறையாகச் செய்யப்படும் பகல்பொழுதுத் தாக்குதல் வெற்றியளிக்க வாய்ப்புள்ளது என தளபதி தீர்மானித்தார். ஓயாத அலைகள் இரண்டில் எதிரியின் முறியடிப்பை மீள முறியடிக்க ஒரு எத்தனிப்பைச் செய்து வெற்றி காணப்பட்டது. அதில் ஒரு அணித் தளபதியாக களமிறங்கியவன் வீரமணி. இப்போது பகலில் தொடங்கப்படும் சமரிற்கு வீரமணியை ஒரு பகுதித் தலைவனாக நியமித்தார் தளபதி தீபன். வீரமணி சென்றான் வென்றான்.

கட்டளைத் தளபதி தீபன் சொல்கிறார். "அந்தத் தாக்குதலின் ஒரு கட்டத்தில் வீரமணி பிடித்த காவலரண்களை எதிரியின் ராங்கியணி வந்து சுட்டுப் பொசுக்கிக் கொண்டிருந்தது. அந்த இடத்தில் வீரமணிக்குள்ள தெரிவு, அணிகளைப் பாதுகாப்பாகக் கொண்டு பின்வாங்கவேண்டும் அல்லது காப்பகழிகளிலிருந்து வெளியேறி ராங்கிகளை எதிர்கொள்ள வேண்டும். வீரமணி தன் சிறிய அணியை வைத்து அந்த ராங்கி அணியை முறியடித்தான். அதுதான் வெற்றியை எங்களுக்குத் தந்தது. ஒரு பகல் பொழுதில் பரந்தன் எங்கள் வசமாயிற்று."

ஓயாத அலைகள் மூன்றில் தென்மராட்சிக்குள்ளால் நுழைந்த புலிகள் யாழ். அரியாலை வரை முன்னேறியிருந்தனர். யாழ். அரியாலையில் வீர-மணி தன் அணிகளுடன் நிலைகொண்டிருந்த போது புதிதாக யாழ். தளப-தியாக நியமனம் பெற்ற சரத் பொன்சேகா "கினிகிர" என்ற ஒரு படை நடவடிக்கையை அரியாலை ஊடாகத் தொடக்கினார். வீரமணி தன் அணிக-ளோடு அதற்கு எதிராகச் சண்டையிட்டான். தகவல் சாள்ஸ் அன்ரனி சிறப்-புப் படையணி சிறப்புத் தளபதிக்குக் கிடைத்தது. அவர் விரைந்து அங்கே போகவும் அதற்கிடையில் அந்த நடவடிக்கையை வீரமணி முடிக்கவும் சரி-யாக இருந்தது.

நூற்றுவரையில் இராணுவ உடல்களும் பலநூறு காயமடைந்த படையின-ரும் கொழும்பிற்குப் போக தலைமையகத்தின் உத்தரவின்றித் தன்னிச்சையா-கச் செய்யப்பட்ட நடவடிக்கையின் தோல்விக்காக சரத் பொன்சேகா யாழ். தளபதிப் பதவியிலிருந்து நீக்கப்பட்டார். வீரமணியை, அவனது தனித் திற-மையைத் தலைவர் பாராட்டினார்.

வீரமணி புகழ்பூத்த சாள்ஸ் அன்ரனி சிறப்புப் படையணியின் துணைத் தளபதியானான். பின்னர் அப்படையணியின் சிறப்புத் தளபதியுமானான். 1990ஆம் ஆண்டு மாங்குளத் தாக்குதலில் காவும் குழுவாக முதற் பங்-கேற்றவன் 2001இல் தீச்சுவாலையில் சிறப்புத் தளபதியாக தன் ஐம்பதாவது களத்தைக் கண்டான். தன்னுடலில் எட்டுத்தடைவை காயமுற்றான்.

இறுதியாக நாகர்கோவில் களமுனைக்கு பகுதித் தளபதியாக இருந்தபோது போராளிகளைப் பார்க்க பலகாரம் கொண்டுசெல்லும் மக்கள்முன் வீரமணி பேசினான். "சரத் பொன்சேகாவின் யாழ். தளபதிப் பதவியை முதல் பறிச்சது நான்தான். இப்ப படைத் தளபதிப் பதவியில் இருந்து சண்டைக்குத் திமிறு-றார். சண்டையைத் தொடக்கினால் இவரை இராணுவத்தை விட்டே கலைக்-கவைப்பன்."

வெயில் சரியாக சாய்ந்திராத ஒரு பின்னேரப்பொழுது. மக்களும் போரா-ளிகளும் கிளிநொச்சி பண்பாட்டு மண்டபத்தில் திரண்டிருக்க, வீரமணியைப் பேழையில் படுத்தியவாறு தூக்கிவந்தார்கள். மனைவி வீரமணியைக் கட்-டிப்பிடித்துக் கதறிக்கொண்டிருந்தாள். கூட்டத்தில் ஆங்காங்கே விம்மல்கள் வெடிக்கின்றன. விடுதலைப்போரில் ஐம்பது போர்க்களங்கள் கண்ட ஒரு அசகாய வீரன் அமைதியாய் படுத்திருப்பது எங்களை என்னவோ செய்தது. மூத்த தளபதி பரிகேடியர் பால்ராஜ் நினைவுரையாற்றினார். "கடலில் மீனுக்-குக் குண்டடித்து வீரமணிக்குக் காயம் என்றார்கள். அதிர்ந்துபோனேன். சரி காயம்தானே என்றுவிட்டிருக்கக் கையில்லையாம் என்றார்கள். கையில்-லாவிட்டாலும் பரவாயில்லை வரட்டும் என்றிருந்தேன். கொஞ்ச நேரத்தில் நிலைமை மோசமாக இருப்பதாகச் சொன்னார்கள். உயிர்தப்பினாலே போது-மென்று ஏக்கமாக இருந்தது. இறுதியாய் வீரமணி செத்துவிட்டான் என்று

செய்தி சொன்னார்கள்.'' சாவுக்குத்தான் மனிதர்கள் அஞ்சுவார்கள். சாவு வீரமணிக்கு அஞ்சி கோழைத்தனமாய் அவனைக் கொன்றுவிட்டது. எந்த இரக்கமும் தர்மமுமில்லாமல் மகத்தான ஒரு போர்வீரனைக் கடற்கரையில் வைத்து வீழ்த்திவிட்டது. நடமாடும் ஒரு வேவுக்கல்லூரி சத்தமில்லாமல் நொருக்கப்பட்டுவிட்டது. புதைகுழிக்கு மண்போட்டு எல்லாம் முடிந்தது. இனி வீரமணி வரமாட்டான் என்றது மனதில் திரும்பவும் உறைக்கின்றது.

வீட்டில் அந்தியேட்டிக்காகப் போயிருந்தோம். "தொப்" பென்று சத்தம் கேட்க உள்ளே என்ன நடந்தது என்று பார்த்தோம். வீரமணியின் படம் விழுந்து கண்ணாடி உடைந்துவிட்டது என்றார்கள். பக்கத்தில் இருந்தவர் சொன்னார். "படத்துக்கு அஞ்சலி செலுத்தேக்க படத்தில அவன் உயிரோட இருந்ததைக் கண்டனான். அவன் வெளியே வர எத்தனிச்சுத்தான் கண்ணாடி உடைஞ்சிருக்கவேணும்.'' திரும்பி அவரின் முகத்தைப் பார்த்தேன். முகம் குலைந்து துயரத்தில் தொங்கியிருந்தது. எல்லோருக்கும் அதுதான் நப்பாசை. வீரமணி திரும்பி வந்தாலென்ன?

ஆனால் வன்னிக்களத்தில் நின்ற சிங்கள படையினரைப் பொறுத்தவரை இரவில் தங்கள் தளங்களில் அலைந்துதிரியும் மெல்லிசும், ஓரல் முகமும் இளைய வயதும் மினுங்கும் கண்களும் கழுத்தில் ஒரு நீள வெள்ளைப் பல்லும் கொண்ட மாயப்பிசாசு — சுட எத்தனித்தால் "அத்த உசப்பாங்" என்று கீச்சிடக் கத்திவிட்டு மாயமாய்க் குண்டை வெடிக்கவைத்து மறைந்துபோகும் மர்மப் பிசாசு செத்துப்போய்விட்டது. பிசாசுக்காகப் பிக்குவிடம் மந்திரித்துக் கழுத்தில் கட்டிய தாயத்து இனித் தேவையில்லை என்றும் அவர்கள் ஆறுதலடையக்கூடும்.

கு .கவியழகன் (நண்பன்)

விடுதலைப்புலிகள் இதழ் (ஆனி — ஆடி : 2006)சாள்ஸ் அன்ரனி சிறப்புப்படையணியின் சிறப்புத்தளபதி லெப் கேணல் வீரமணி அவர்களின் 7 ம் ஆண்டு வீரவணக்க நாள் இன்று 24-05-13

சாவு தயங்கிய ஒரு வீரனின் சாவு.

சிங்கள படைகளின் போர்முனைத் தளங்களில் அதிகம் உயரமில்லாத மிகமிக மெலிந்த ஓரல்முகமும் மினுங்கும் கண்ணும் கொண்ட சிற்றுருவம் ஒன்று நடுநிசியில் உலாவித் திரியும். கழுத்தில் ஒரு நீள வெள்ளைப் பல்லிருக்கும். ஒருமுறை கண்டுவிட்டு மறுவேளை பார்த்தால் மறைந்துவிடும். சுட்டால் சூடுபிடிக்காது. வருவதுபோல் தெரிந்தால் பின் எப்படிப் போனதென்று தெரியாது. ஆயிரம்பேர் வைத்துத் தேடினாலும் கண்ணுக்குள் புலனாகாது. இப்படியொரு பிசாசு சிங்கள இராணுவத் தளத்தில் உலவுவதாகக் கதையிருந்தால் அதுதான் வீரமணி.

வீரமணியிடம் தலைமுறை தலைமுறையாக சலிக்காது கேட்கக்கூடிய வீரக்கதையிருந்தது. கற்பனைக் கதையல்ல. அவனே நாயகனாயிருந்த கதை-

கள். விகடம் தொனிக்க அவன் அவிட்டுவிடும் கதைகள். பச்சைப் புளு-கென்று பொடியள் பழிப்பாங்கள். ஆனால் அத்தனையும் உண்மையென்றும் தெரியும். என்ன கதைச் சுவாரசியத்திற்காகக் கொஞ்சம் வால் கால் வைப்-பான். புதுப் பெடியளின் கல்விக்கூடமே அவன் கதைதான். இப்போது அவனின் கதையை எல்லாரும் சொல்லவேண்டியதாய் காலம் சபித்துவிட்-டது.கேடுகெட்ட சாவு எங்கள் வீரமணியை களமுனையில் சாவுகொள்ள முடியாமல் வெட்கம்கெட்ட தனமாய் கடற்கரையில் சாவுகொண்டது. அவனைக் களமுனையில் சந்திக்க சாவுக்கே துப்பில்லை, துணிச்சலில்லை. எப்படித்தான் துணிவுவரும். களமுனையில் இறுமாப்போடு இருக்கும் சாவைக் குனிந்து கும்பிடுபோடவல்லவா வைத்தான். அதற்கேது முள்ளந்தண்டு, அவனை எதிர்த்துநிற்க. பிள்ளையார் தன் கொம்பை முறித்துப் பாரதக்கதை எழுதியதுபோன்று அவன் சாவின் முள்ளந்தண்டை முறித்தல்லவா தன் குறிப்புப் புத்தகத்தில் வேவுத்தகவல் வரைந்துகொண்டு வருவான். எதை-யென்று சொல்வது.

மூத்த தளபதி பிரிகேடியர் பால்ராஜ் சொல்கிறார், புலிகளுக்கு இருட்-டாயிருந்த கிளிநொச்சி படைத் தளத்தை வெளிச்சமாக்கிவிட்டவன் வீரம-ணிதான் என்று. அவர் என்னுடன் பகிர்ந்துகொண்டவற்றில் மறக்கமுடியாத கதையொன்று.

சத்ஜெய படை நடவடிக்கையின்போது புலிகள் கிளிநொச்சியிலிருந்து பின்வாங்கிய பின் படையினரின் கிளிநொச்சித்தள முன்னரங்கக் காவல்-வேலியைக் கண்டுபிடிப்பதே கடினமாயிருந்தது. படையினரின் அவதானிப்பு நிலையங்கள், தொடர் சுற்றுக்காவல்கள் எனக் காவலரணுக்கு வெளியே எதிரி இயங்கிக்கொண்டிருந்தான். இது வழமையான எதிரியின் படையச் செயற்பாட்டிலிருந்து புதுமையானதாக இருந்தது. இதனால் தொடக்கத்தில் முன்னரங்கக் காவலரணைக் கண்டுபிடிப்பதே கடினமான பணியாயிருந்தது. நெருங்கவிடாது வெளியே செயற்பட்டுக்கொண்டிருந்த படையினர் தாக்கிக்-கொண்டிருந்தனர். இந்த நிலமையில் படைத் தளத்தினுள்ளே என்ன நடக்கி-றது, தளத்தின் அமைப்பு எப்படி, ஆட்தொகை என்ன, அதன் வலு என்ன, பீரங்கிகள் எங்கே எதுவுமே தெரியாது. வேவு வீரர்களால் உள்நுழைய முடி-யாதவாறு நெருக்கமான காவலரண் தொடரும் அதிக தடைகளும் ஏற்படுத்-தப்பட்டிருந்தன. வேவுக்கான பல முயற்சிகள் தோல்விகண்டன. அப்போது அங்கே வீரமணி தேவைப்பட்டான். வீரமணியை அழைத்து, புதுமையான ஒரு உத்தியைப் பயன்படுத்தி உள்ளே அனுப்ப முடிவுசெய்யப்படுகிறது. அந்-தச் சவாலான உத்திக்குச் சம்மதித்து உள்ளேபோக வீரமணி சில வீரர்களு-டன் தயாராகினான்.

உள்ளே வெற்றிகரமாகச் சென்றுவிட்ட வீரமணியின் அணி, இரண்டாம் நாள் எதிரியால் சுற்றிவளைக்கப்பட்டு அடிவாங்கியது. அதில் அணி குலைந்து சிதறியது. வெளியே வேவுக்கு அனுப்பிய கட்டளைத் தளபதி

பிரிகேடியர் பால்ராஜுக்கு செய்தி கிடைத்தது. உள்ளேயிருந்து எவரும் வரவில்லை. செய்தியுமில்லை. மறுநாளுமில்லை. நான்காம் நாள் இரு வேவு-வீரர்கள் வந்துவிட்டார்கள். அவர்கள் அடிவாங்கியது, அணி குலைந்தது, தாங்கள் தப்பியது என்று நடந்ததைக் கூறினார்கள். வீரமணி இறந்திருக்-கலாமென்று ஊகம் தெரிவித்தார்கள். ஐந்தாம் ஆறாம் நாளும் வீரமணி வரவில்லை. இனி உயிருடன் வீரமணி இருக்க வாய்ப்பில்லை. கொண்டு-சென்ற உணவும் வந்தவர்களின் கையில்தான் இருந்தது. எனவே வீரமணி வீரச்சாவென்று தலைமைச் செயலகத்திற்குத் தகவல் அனுப்பினார் தளபதி. எட்டு, ஒன்பது என நாட்கள் நகர பத்தாம் நாள் கழித்துச் சுண்டிக்குளத்தில் சில பொதுமக்கள் காவலரணுக்கு வெளியே வந்த இரு படையினரைப் பிடித்-துவிட்டதாகவும் அவர்கள் மயங்கிவிட்டதாகவும் தகவல் கிடைத்தது. அங்கே விரைந்தபோது அந்த படையினர் என்பது எங்கள் வீரமணியும் சக வேவு-வீரனும் என்பது தெரியவந்தது. கிளிநொச்சியில் உள்நுழைந்து பதினொரு நாளில் சுண்டிக்குளத்தில் வெளிவந்த வீரமணி பெறுமதிவாய்ந்த தகவல்க-ளோடும் சகிக்கமுடியாத வாழ்வனுபவத்தோடும் விலைமதிப்பற்ற படிப்பினைக-ளோடும் வந்தான். கிளிநொச்சி வரைபடத்தில் தளத்தின் அமைப்பை குறித்-துக்கொடுத்தான் வீரமணி. புலிகளுக்குக் கிளிநொச்சி வெளிச்சமாயிற்று.

செத்துப் போனதாக இருந்த வீரமணி எப்படிச் சாகாமல் இருந்தான. அவனைப் பெற்றவள் அறியக்கூடாத கதைகள் அவை. அடிவாங்கி அணி குலைந்த பின் உடம்பில் தெம்பிருந்த இருநாளும் தளத்தைச் சுற்றிப்பார்த்துக் குறிப்பெடுத்தானாம். வெளியே வர முயன்றபோது முடியாமல் போனதாம். ஒவ்வொரு நாளும் வெளியேற புதிய இடந்தேடி அலைந்தானாம். தெம்பிழந்த உடலோடு பசியையும், தாகத்தையும், மயக்கத்தையும் துரத்தித்துரத்தி நகர்ந்-தானாம். பச்சைப் பனம்பழத்தைத் தின்றும் தங்கள் மூத்திரம் குடித்தும் தகவல் கொண்டுவந்து சேர்த்தான். மயக்கம் தெளிந்து மறுநாள் வேண்டியதை வரை-படத்தில் குறித்துக் கொடுத்தான். இருண்டிருந்த கிளிநொச்சி புலிகளுக்கு வெளிச்சமானது இப்படித்தான்.

சிறிலங்காவின் 50வது விடுதலை நாளிலில் கிளிநொச்சியிலிருந்து தலதா-மாளிகைக்கு பேரூந்து விடுவோம் என்ற சிங்கள மமதைக்கு மூக்குடைக்க கிளிநொச்சியைத் தாக்கி நகரின் முற்பகுதியைக் கைப்பற்ற மூலகாரணமாக இருந்தவன் இவன்தான். ஓயாத அலை — 02இல் கிளிநொச்சித் தளத்-தைத் தாக்கியழிக்க வேவு தொடக்கம் சமரில் மையத்தளத்திற்கான தாக்குதல் வரை முக்கிய பங்கெடுத்த வீரமணிக்கு கிளிநொச்சி விடுதலையில் உரிமை-யுண்டு. தொண்ணூறின் பின் வன்னியில் அவன் காணாத போர்க்களமும் இல்லை, இவன் வேவுபார்க்காத படைத்தளமும் இல்லை.

ஒரு போராளி சொன்னான். ”என்னைப் பத்தைக்குள்ள இருக்கச் சொல்-லிவிட்டு மனுசன் கைக்குண்டோட கிளிநொச்சி கண்ணன் கோயிலுக்குப்போற ரோட்டக் கடந்தான். கடக்கவும் சில ஆமிக்காரங்கள் முடக்கால வாறாங்கள்.

துலைஞ்சிது கதை. ஓடவேண்டியதுதான் எண்டு நினைக்க மனுசன் ஓடேல்ல. கைக்குண்டோட ஆமீன்ர பக்கம் பாய்ஞ்சு ‘அத்த உசப்பாங்' என்று கத்தினார். வந்த ஆமி சுடுறதோ இல்ல அவற்ர கட்டளைக்குக் கைய மேல தூக்கிறதோ எண்டு தடுமாறிறதுக்கிடையில குண்டெறிஞ்சு வெடிக்கவைச்சார். அந்தத் திகைப்பிலிருந்து ஆமி மீளுறதுக்கிடையில என்னையும் இழுத்துக்கொண்டு மனுசன் பாய்ஞ்சிட்டான்.'' இது நடந்தது 1997இல். கிளிநொச்சி A9 பாதை பிடிப்புக்கான இறுக்கமான ஒரு கூட்டுத்தளமாக இருந்தபோது. 2000பேர் கொண்ட கூட்டுத்தளத்தில் பட்டப்பகலில் படைகள் அவனைச் சல்லடைபோட்டுத் தேடின. அவனைக் காணவேயில்லை. எங்காவது ஒரு பற்றையின் ஆழத்தில் உடலைக் குறுக்கி உயிரைப் பிடித்தவாறு பதுங்கியிருந்திருப்பான் என்றா நினைக்கிறீர்கள். வீரமணியைத் தெரிந்தால் அப்படி யாரும் நினைக்கமாட்டீர்கள். குழம்பிய குட்டையில் மீன் பிடிக்கச் சுகமென்று "குஷிக்" குணத்தோடு தளத்தைச் சல்லடைபோட்டுக் குறிப்பெடுக்கத் தொடங்கியிருப்பான்.

“மஞ்சுளா பேக்கரிச் சந்திக்கு இடக்கைப் பக்கமா கொஞ்சம் முன்னுக்கு பழைய சந்தைக்குப் பின்னால நாயுண்ணிப் பத்தை காடாக் கிடந்திது. நாங்கள் பகல் படுக்கைக்கு அந்த இடத்தத் தெரிஞ்செடுத்து குடைஞ்சுபோய் நடுவில கிடந்து துவக்கக் கழட்டித் துப்பரவு செய்துகொண்டிருந்தம். ஆமி றோட்டால ‘ரக்ரரில' போனவங்கள், நிப்பாட்டிப்போட்டு இறங்கி வாறாங்கள். அவங்கள் பத்தையக் குடைஞ்சுகொண்டும் வாறாங்கள். நாயுண்ணிப் பத்தையின்ர கீழ்ச் சருகெல்லாம் கொட்டுப்பட்டு கீழ வெளியாயும் மேல பத்தையாயுமிருந்தது. அவங்கள் கண்டிட்டாங்கள் எண்டு நினைக்க, இந்த மனுசன் ‘அறுவார் நித்திரைகொள்ளவும் விடாங்கள்போல கிடக்கு'. எண்டு குண்டுக் கிளிப்பக் கழட்டினபடி முணுமுணுத்தான். பிறகு பாத்தா அவங்கள் எங்களச் சுத்தியிருந்த மரந் தடியள இழுத்துக்கொண்டுபோய் ரக்ரர் பெட்டியில ஏத்திறாங்கள், விறகுக்கு. வீரமணியண்ண ஒண்டுக்கும் கிறுங்கான். எங்கையும் சிரிப்பும் பகிடியும்தான்.''

“வீரமணி அண்ணையோட வேவுக்குப் போறதெண்டால் எந்தப் பதட்டமும் இல்லை. படுத்தால், எழுந்தால், நிண்டால், நடந்தால் ஒரே பகிடிதான். சாகிறதெண்டாலும் மனுசன் சிரிப்புக் காட்டிப்போட்டுத்தான் சாவான்.'' சொல்லிப்போட்டு வானத்தைப் பார்த்தான் அவன் ''ச்சா வீணா இழந்திட்டம்.''

வீரமணியோடு நின்றவர்கள் கதை கதையாகச் சொல்கிறார்கள். வீரமணி இல்லை என்றது மனதில் ஒட்டிக்கொள்ளவே மறுக்கிறது. அவர்கள் சொல்வதைக் கேட்டால் போர்க்களத்தில் வீரமணியைச் சாகடிப்பது சாவுக்கு முடியாத காரியம் எனத் தெரியும்.

வேறொரு போராளி சொன்னான், “மன்னாரில் எடிபல நடவடிக்கைக்கு முன் ஒருநாள் ஆமியின் தளத்தினுள் நுழைவதற்காகப் போய்க்கொண்டி-

ருந்தோம். ஒரு பெரும் வெட்டையையும் நீரேரிப் பக்கவாட்டையும் கடந்து சென்றுவிட்டோம். இராணுவத்தின் தடைக்குள்போக (மிதிவெடி, முட்கம்பி-வேலி கொண்ட பிரதேசம்) இன்னும் கொஞ்சத்தூரம் இருந்தது. அதைக் கடந்துதான் காவலரண்களை ஊடறுத்து உள்ளே போகவேண்டும். ஆனால் இப்போதே எங்களைக் கண்டுவிட்டு எதிரியின் ஒரு அணி காவலரணுக்கு வெளியே இடப்புறமாக நகர்ந்தது. எதிரி எம்மைக் கண்டுவிட்டு சுற்றிவளைக்-கிறான் என்பதை வீரமணியண்ணை கண்டுவிட்டான். எங்களுக்குப் பின்னால் பெரிய வெட்டை. வலப்புறம் நீரேரி. இடப்புறம் இராணுவ அணி சுற்றிவ-ளைக்கிறது. திரும்பி ஓடுவதுதான் ஒரே ஒரு மார்க்கம் என நான் நினைத்-திருக்க, வீரமணியண்ண "ஓடுங்கடா தடைக்குள்ள" என்றுவிட்டு இராணு-வக் காவலரண் தடைக்குள் ஓடினான். முட்கம்பிகளுக்கும் மிதிவெடிகளுக்கும் இடையில் நாம்போய் இருந்துகொண்டோம். சுற்றிவளைத்த இராணுவ அணி எங்களைத் தேடியது. நாம் எப்படி மறைந்தோமென்று அவனுக்குத் திகைப்பு. இப்படியும் ஒரு உத்தியிருப்பதை அன்று வீரமணியண்ணையிடம் படித்தேன். சுற்றிவளைத்த அணி தளம் திரும்புமுன் நாங்கள் காவலரண்களைக் கடந்து உள்ளே நுழைந்துவிட்டோம்." எதிரியால் இதை கற்பனை செய்யவும் முடி-யாது.

வீரவணக்க குறிப்பேட்டில் நினைவுக்குறிப்பு எழுதுகிறார் மூத்த தளபதி பிரிகேடியர் பால்ராஜ். "ஒரு தடவை, ஆனையிறவு முகாமை வேவு பார்க்-கவென எதிரியின் காவலரணை ஊடறுத்துச் செல்ல ஆறு தடைகளைக் கடந்த வீரமணி இறுதியாக மண் அணையைக் கடக்க முயன்றபோது ஆமி துவக்கை நீட்டினான். உடனே வீரமணி சிங்களத்தில் ஏதோசொல்லி வெருட்ட அவன் சுடுவதை நிறுத்துகிறான். எதிரியின் குகைக்குள்ளேயே நின்று எதிரியைச் சுடவேண்டாமெனக் கட்டளையிட்டு எதிரியின் பிரதே-சத்தை வேவு பார்க்கச் சென்றவன் வீரமணி."

இப்போது சாள்ஸ் அன்ரனி சிறப்புத் தளபதி கோபித் சொன்னார், "வீரம-ணியினுடைய தலைமையில் வேவுபார்க்கச் சென்றோம். திரும்பிச் சுட்டதீவால் வந்துகொண்டிருந்தபோது தண்ணிக்குள்ளால் நீரேரியைக் கடந்துதான் போக-வேணுமெண்டு வீரமணி சொன்னான். நடக்கக்கூடிய காரியமா? மிகச் சுல-பமா ஆமி காணுவான். பிரச்சினை என்னெண்டா தண்ணீன்ர நடுவுக்குள்ள குத்தி நட்டு பரண் கட்டி ஆமீன்ர அவதானிப்பு நிலையமொன்று இருந்தது. அதில இருந்து பார்த்தா தண்ணிக்குள்ள மீன் துள்ளினாலும் தெரியும். கரை-யில எலி ஓடினாலும் தெரியும். என்னெண்டு போறது உதுக்குள்ளால எண்டு கேட்டன். "வா. அவன் ஒண்டும் செய்யான்" என்று சொல்லிவிட்டு முன்னே நடந்தான். நேர ஆமீன்ர பரணைநோக்கி நடந்து பரணுக்குக் கீழயும் வந்-திட்டம். நடுக்கமாயிருந்திது. நாங்கள் கீழ வரவும் ஆமி பரண்கால் குத்தியில தட்டினான். நின்றுவிட்டு வீரமணி ஏணியால ஏறி "கௌத" என்றான். பின்

ஆமியோட சிங்களத்தில ஏதோ சொல்லிவிட்டு இறங்கிவந்தான். எங்களுக்கு நெஞ்சுக் குழிக்குள் நீர் வற்றிப்போயிற்று. ரெண்டுபேர் கிடக்கிறாங்கள் ஒருத்தன் இருக்கிறான் என்று சொன்னான். தளம் திரும்பியதும் அவனிடம் கேட்டோம் வீரமணி சொன்னவை மிகப்பெரும் வேவுப் பாடநெறிகள்.

''எங்களுக்கு ஆபத்து வருமென்றால் அதை எதிரியின் காலுக்குள்ளபோய் நின்று ஆபத்தை பெருப்பித்துக் கொண்டால் ஆபத்தேயில்லை. இது மிகக் குழப்பமாக இருந்தாலும் வீரமணி சொல்லித்தந்த பாடம் அதுதான். வேவுக்காரர்களைப் பொறுத்தவரை எங்களைச் சுட்டால் தானும் சாகவேண்டுமென்ற நிலையை எதிரிக்குத் தோற்றுவித்தால் அவன் தன்னைக் காப்பாற்ற முடிவெடுப்பானே தவிர எங்களைக் கொல்லவல்ல. தூரத்தே நாங்கள் நகர்ந்தால் அவன் அணிகளை ஒருங்கிணைத்து எங்களைத் தாக்க முயற்சிப்பான். எந்தப் போர்வீரனும் தான் சாகாமல் எதிரியைக் கொல்லத்தான் விரும்புவான். தனது சாவும் நிச்சயம் எங்களுடைய சாவும் நிச்சயமென்றால் இந்தச் சிங்கள ஆமி சுடான்.'' வீரமணியுடன் இருந்தாலே போரில் எத்தனையோ நுட்பங்களையும் நூதனங்களையும் படித்துக்கொள்ளலாம். அவன்தான் இல்லையே.

வீரமணியின் பலம் என்னவென்றால் அவனுக்கு ஆமியைத் தெரியும் என்பதுதான். ஆமி எப்பொழுது என்ன செய்வான், என்ன செய்யமாட்டான், பலமென்ன, பலவீனம் என்ன, எந்தநேரம் என்ன தீர்மானம் எடுப்பான் என்பது வீரமணிக்கு நன்றாகத்தெரியும். ஏனென்றால் அவன் எதிரித் தளங்களுக்குள் வாழ்ந்தகாலம் அதிகம். ஆமிக்காரனின் அந்தரங்கமான ''கசமுசா''க்களையும் வப்புக் கதையாக்கி எப்பொழுதும் தன்னைச்சுற்றிச் சிரிக்கும் கூட்டத்தை வைத்திருப்பான்.

இவனது வேவுத்திறமையும் சண்டையில் தன் அணியினரைத் துணிச்சலும் நம்பிக்கையும் கொண்டவர்களாக வழிநடத்தும் ஆளுமையையும் பார்த்த மூத்த தளபதி பிரிகேடியர் தீபன் இவனை ஒரு போர்முனைத் தளபதியாகத் தலைவருக்கு அறிமுகம் செய்தார்.

ஓயாத அலை — 03 ஒட்டுசுட்டானில் தொடங்கியபோது தன் அணிப் போராளிகளுடன் புறப்படு தளத்தில் வைத்து வீரமணி கதைத்தான் ''பெடியள்! நான் ஒன்றச் சொல்லித்தாறன் ஞாபகம் வைச்சிருங்கோ. தடையள உடைச்சுக்கொண்டு ஆமீன்ர காப்பரணுக்க குதிச்ச உடன ''அத்த உசப்பாங்'' என்று பலத்துக் கத்துங்கோ. ஆமி கையைத் தூக்கேலையென்றால் குண்டை எறிஞ்சிட்டுச் சுட்டுப் பொசுக்குங்கோ. ஞாபகம் வைச்சிருங்கோ ஆமிய சரணடையச் சொல்லுறத்துக்கு ''அத்த உசப்பாங்'' என்று சொல்லவேண்ணும்'' இப்படி சண்டை தொடங்கமுன் பொதுவாக போராளிகளிடம் இருக்கக்கூடிய இனம்புரியாத பதட்டம் அழுத்தம் என்பவற்றிற்குப் பதிலாக ஆர்வத்தையும் துணிச்சலையும் தூண்டிவிடும் உளநுட்பம் வீரமணிக்குத்தான் கைகூடிவரும்.

ஓயாத அலை — 03 இல் ஆனையிறவுத் தளத்தைத் தாக்கியழிக்க முடிவு செய்தபோது மையப்பகுதியைத் தனிமைப் படுத்துவதற்காக முதல்கட்டத்தில் பரந்தன் உமையாள்புரத்தையும் பக்கவாட்டாக வெற்றிலைக்கேணியையும் கைப்பற்ற தலைவர் திட்டமிட்டார். ஆனால் வெற்றிலைகேணி புல்லாவெளி கைப்பற்றப்பட பரந்தன் தாக்குதலோ வெற்றியளிக்கவில்லை. பின்னர் கட்டளைத் தளபதி பிரிகேடியர் தீபன் தலைமையில் பரந்தன் மீது தாக்குதல் தொடுக்க முடிவுசெய்யப்பட்டது. பகலில் சமரைத் தொடங்கத் தலைவருடன் ஆலோசித்து வந்த பிரிகேடியர் தீபன் அத்தகைய ஒரு அபாயமான சமரைத் தொடங்க வீரமணியை அழைத்தார். ஆட்லறி, ராங்கிகளை வழிநடத்தும் ஒரு மரபுப்படைக்கு அதுவும் தற்காப்புப்போரில் மிக வசதியாக இருக்கும். ஆனாலும் பகலில் சமரை எதிர்பார்க்காத எதிரி மீது முதல்முறையாகச் செய்யப்படும் பகல்பொழுதுத் தாக்குதல் வெற்றியளிக்க வாய்ப்புள்ளது என தளபதி தீர்மானித்தார். ஓயாத அலைகள் இரண்டில் எதிரியின் முறியடிப்பை மீள முறியடிக்க ஒரு எத்தனிப்பைச் செய்து வெற்றி காணப்பட்டது. அதில் ஒரு அணித் தளபதியாக களமிறங்கியவன் வீரமணி. இப்போது பகலில் தொடங்கப்படும் சமரிற்கு வீரமணியை ஒரு பகுதித் தலைவனாக நியமித்தார் தளபதி தீபன். வீரமணி சென்றான் வென்றான்.

கட்டளைத் தளபதி தீபன் சொல்கிறார். “அந்தத் தாக்குதலின் ஒரு கட்டத்தில் வீரமணி பிடித்த காவலரண்களை எதிரியின் ராங்கியணி வந்து சுட்டுப் பொசுக்கிக் கொண்டிருந்தது. அந்த இடத்தில் வீரமணிக்குள்ள தெரிவு, அணிகளைப் பாதுகாப்பாகக் கொண்டு பின்வாங்கவேண்டும் அல்லது காப்பகழிகளிலிருந்து வெளியேறி ராங்கிகளை எதிர்கொள்ள வேண்டும். வீரமணி தன் சிறிய அணியை வைத்து அந்த ராங்கி அணியை முறியடித்தான். அதுதான் வெற்றியை எங்களுக்குத் தந்தது. ஒரு பகல் பொழுதில் பரந்தன் எங்கள் வசமாயிற்று.”

ஓயாத அலைகள் மூன்றில் தென்மராட்சிக்குள்ளால் நுழைந்த புலிகள் யாழ். அரியாலை வரை முன்னேறியிருந்தனர். யாழ். அரியாலையில் வீரமணி தன் அணிகளுடன் நிலைகொண்டிருந்த போது புதிதாக யாழ். தளபதியாக நியமனம் பெற்ற சரத் பொன்சேகா “கினிகிர” என்ற ஒரு படை நடவடிக்கையை அரியாலை ஊடாகத் தொடக்கினார். வீரமணி தன் அணிகளோடு அதற்கு எதிராகச் சண்டையிட்டான். தகவல் சாள்ஸ் அன்ரனி சிறப்புப் படையணி சிறப்புத் தளபதிக்குக் கிடைத்தது. அவர் விரைந்து அங்கே போகவும் அதற்கிடையில் அந்த நடவடிக்கையை வீரமணி முடிக்கவும் சரியாக இருந்தது.

நூற்றுவரையில் இராணுவ உடல்களும் பலநூறு காயமடைந்த படையினரும் கொழும்பிற்குப் போக தலைமையகத்தின் உத்தரவின்றித் தன்னிச்சையாகச் செய்யப்பட்ட நடவடிக்கையின் தோல்விக்காக சரத் பொன்சேகா யாழ். தளபதிப் பதவியிலிருந்து நீக்கப்பட்டார். வீரமணியை, அவனது தனித் திற-

மையைத் தலைவர் பாராட்டினார்.

வீரமணி புகழ்பூத்த சாள்ஸ் அன்ரனி சிறப்புப் படையணியின் துணைத் தளபதியானான். பின்னர் அப்படையணியின் சிறப்புத் தளபதியுமானான். 1990ஆம் ஆண்டு மாங்குளத் தாக்குதலில் காவும் குழுவாக முதற் பங்கேற்றவன் 2001இல் தீச்சுவாலையில் சிறப்புத் தளபதியாக தன் ஐம்பதாவது களத்தைக் கண்டான். தன்னுடலில் எட்டுத்தடைவை காயமுற்றான்.

இறுதியாக நாகர்கோவில் களமுனைக்கு பகுதித் தளபதியாக இருந்தபோது போராளிகளைப் பார்க்க பலகாரம் கொண்டுசெல்லும் மக்கள்முன் வீரமணி பேசினான். “சரத் பொன்சேகாவின் யாழ். தளபதிப் பதவியை முதல் பறிச்சது நான்தான். இப்ப படைத் தளபதிப் பதவியில் இருந்து சண்டைக்குத் திமிறுறார். சண்டையைத் தொடக்கினால் இவரை இராணுவத்தை விட்டே கலைக்கவைப்பன்.”

வெயில் சரியாக சாய்ந்திராத ஒரு பின்னேரப்பொழுது. மக்களும் போராளிகளும் கிளிநொச்சி பண்பாட்டு மண்டபத்தில் திரண்டிருக்க, வீரமணியைப் பேழையில் படுத்தியவாறு தூக்கிவந்தார்கள். மனைவி வீரமணியைக் கட்டிப்பிடித்துக் கதறிக்கொண்டிருந்தாள். கூட்டத்தில் ஆங்காங்கே விம்மல்கள் வெடிக்கின்றன. விடுதலைப்போரில் ஐம்பது போர்க்களங்கள் கண்ட ஒரு அசகாய வீரன் அமைதியாய் படுத்திருப்பது எங்களை என்னவோ செய்தது. மூத்த தளபதி பரிகேடியர் பால்ராஜ் நினைவுரையாற்றினார். “கடலில் மீனுக்குக் குண்டடித்து வீரமணிக்குக் காயம் என்றார்கள். அதிர்ந்துபோனேன். சரி காயம்தானே என்றுவிட்டிருக்கக் கையில்லையாம் என்றார்கள். கையில்லாவிட்டாலும் பரவாயில்லை வரட்டும் என்றிருந்தேன். கொஞ்ச நேரத்தில் நிலைமை மோசமாக இருப்பதாகச் சொன்னார்கள். உயிர்தப்பினாலே போதுமென்று ஏக்கமாக இருந்தது. இறுதியாய் வீரமணி செத்துவிட்டான் என்று செய்தி சொன்னார்கள்.” சாவுக்குத்தான் மனிதர்கள் அஞ்சுவார்கள். சாவு வீரமணிக்கு அஞ்சி கோழைத்தனமாய் அவனைக் கொன்றுவிட்டது. எந்த இரக்கமும் தர்மமுமில்லாமல் மகத்தான ஒரு போர்வீரனைக் கடற்கரையில் வைத்து வீழ்த்திவிட்டது. நடமாடும் ஒரு வேவுக்கல்லூரி சத்தமில்லாமல் நொருக்கப்பட்டுவிட்டது. புதைகுழிக்கு மண்போட்டு எல்லாம் முடிந்தது. இனி வீரமணி வரமாட்டான் என்றது மனதில் திரும்பவும் உறைக்கின்றது.

வீட்டில் அந்தியேட்டிக்காகப் போயிருந்தோம். “தொப்” பென்று சத்தம் கேட்க உள்ளே என்ன நடந்தது என்று பார்த்தோம். வீரமணியின் படம் விழுந்து கண்ணாடி உடைந்துவிட்டது என்றார்கள். பக்கத்தில் இருந்தவர் சொன்னார். “படத்துக்கு அஞ்சலி செலுத்தேக்க படத்தில அவன் உயிரோட இருந்ததைக் கண்டனான். அவன் வெளியே வர எத்தனிச்சுத்தான் கண்ணாடி உடைஞ்சிருக்கவேணும்.” திரும்பி அவரின் முகத்தைப் பார்த்தேன். முகம் குலைந்து துயரத்தில் தொங்கியிருந்தது. எல்லோருக்கும் அதுதான் நப்பாசை.

வீரமணி திரும்பி வந்தாலென்ன?

ஆனால் வன்னிக்களத்தில் நின்ற சிங்கள படையினரைப் பொறுத்தவரை இரவில் தங்கள் தளங்களில் அலைந்துதிரியும் மெல்லிசும், ஓரல் முகமும் இளைய வயதும் மினுங்கும் கண்களும் கழுத்தில் ஒரு நீள வெள்ளைப் பல்லும் கொண்ட மாயப்பிசாசு — சுட எத்தனித்தால் "அத்த உசப்பாங்" என்று கீச்சிடக் கத்திவிட்டு மாயமாய்க் குண்டை வெடிக்கவைத்து மறைந்துபோகும் மர்மப் பிசாசு செத்துப்போய்விட்டது. பிசாசுக்காகப் பிக்குவிடம் மந்திரித்துக் கழுத்தில் கட்டிய தாயத்து இனித் தேவையில்லை என்றும் அவர்கள் ஆறுதலடையக்கூடும்.

16. இருமுகத்தோற்றம் ! -பி.மாணிக்கவாசகம்

யுத்தம் முடிவுக்குக் கொண்டு வரப்பட்ட தினமாகிய மே 18 ஆம் நாள் நாட்டை அரசியல் உணர்வு ரீதியாக இரு துருவங்களாக்கியிருக்கின்றது. இன ஐக்கியத்திற்கும் அமைதி—சமாதானத்திற்கும் வழி வகுக்கும் என்று எதிர்பார்க்கப்பட்ட யுத்த முடிவு தினமானது அந்த எதிர்பார்ப்பை நிறைவேற்றத் தவறிவிட்டது.

அந்த தினம் நேர் முரணான இரு முகத்தோற்றங்களைக் கொண்டிருக்கின்றது. நாட்டின் பெரும்பான்மை இன மக்கள் மத்தியில் அது யுத்த வெற்றி தினமாகக் கொண்டாடப்படுகின்றது. ஆனால் வடக்கிலும்—கிழக்கிலும் நாட்டின் ஏனைய பிரதேசங்களிலுள்ள தமிழ் மக்கள் மனங்களிலும் அந்த தினம் ஆழ்ந்த துயரத்தைத் தரும் ஒரு சோக தினமாக— துக்க தினமாக அமைந்திருக்கின்றது.

பயங்கரவாதம் என்று அரசுகளினால் வர்ணிக்கப்பட்ட தமிழ் மக்களின் அரசியல் உரிமைக்கான போராட்டத்தை நாட்டின் தென்பகுதி இன்னும் பயங்கரவாதச் செயற்பாடாகவே நோக்குகின்றது. அடக்குமுறைகளிலிருந்து விடுதலை பெறுவதற்கும் அரசியல் உரிமையை வென்றெடுப்பதற்குமாக நடத்தப்பட்ட அந்த யுத்தம் முள்ளிவாய்க்காலில் கோரமான முறையில் முடிவுறுத்தப்பட்டது.

ஆயுதம் ஏந்தாத அப்பாவிப் பொதுமக்கள் கொத்துக் கொத்தாகக் கொன்றொழிக்கப்பட்ட பேரனர்த்தம் அங்கு நிகழ்த்தப்பட்டது. உணவுக்கும் மருந்துக்கும் வழியின்றி வாடிய மக்கள் மீது மிக மோசமான முறையில் எறிகணைத் தாக்குதல்களும் பீரங்கித் தாக்குதல்களும் விமானக்குண்டுத் தாக்குதல்களும் நடத்தப்பட்டன. இந்த மும்முனைத் தாக்குதலில் பலர் கோரமாகக் கொல்லப்பட்டார்கள். மழையென பொழிந்த துப்பாக்கி வேட்டுக்களும் மக்களை வேட்டையாடியிருந்தன.

யுத்தம் முடிவுக்கு வந்ததுகூட தெரியாத நிலையில், பாதுகாப்புக்காக பதுங்கு குழிகளில் மறைந்திருந்தபோது பலர் அந்தக் குழிகளிலேயே சுட்டுக்

கொல்லப்பட்ட பேரவலமும் நடைபெற்றுள்ளது. இந்த மனிதப் பேரவலத்தின்போது முள்ளிவாய்க்காலிலும் அதனைச் சூழ்ந்த பிரதேசங்களிலும் மக்கள் இரத்த வெள்ளத்தில் மிதந்தார்கள். கடலோரப் பிரதேசமாகிய அப் பகுதி இரத்தத்தில் தோய்ந்தது. மனித அவயவங்களும் இறந்த உடல்களும் அங்கு சிதறிக்கிடந்தன. ஆண்—பெண் என்ற பால் நிலை பாராமலும் குழந்தைகள்—முதியவர்கள் என்ற வயது வித்தியாசமின்றியும் மக்கள் கொல்லப்பட்டார்கள். நேரடியாகக் கண்ட பலர் இந்தத் தகவல்களைத் தெரிவித்திருக்கின்றனர்.

இனவாத அரசியல் மனோபாவத்தில் மாற்றமில்லை - முள்ளிவாய்க்காலில் நிகழ்ந்த சம்பவங்கள் மிகக் கோரமான நிகழ்வாக வரலாற்றில் பதிவாகியிருக்கின்றன. இந்த அவலத்தில் படுகாயமடைந்த பலர் உடனடியான உரிய வைத்திய வசதிகள் கிடைக்காத நிலையில் மிக மோசமான துன்ப நிலைக்கு ஆளாகி மறுபிறவியெடுத்து உயிர்தப்பியுள்ளனர். முள்ளிவாய்க்கால் சம்பவங்களில் தெய்வாதீனமாக உயிர் தப்பிய பலரும் காயமடைந்தவர்களும் அங்கு நிகழ்ந்த நிகழ்வுகளின் நேரடி சாட்சியாக இருக்கின்றனர். உயிர் தப்பியவர்கள், குண்டுத் தாக்குதல்களில் கொல்லப்பட்ட தமது இரத்த உறவினர்களது சடலங்களை எடுத்து அடக்கம் செய்யக்கூட முடியாத நிலையில் தமது உயிர்களைப் பாதுகாப்பதற்காக ஓடி வந்திருந்தார்கள்.

உயிர்ப்பாதுகாப்புக்கு வழியின்றி, ஏதிலிகளாகத் தவித்த நிலையில் மக்கள் கொல்லப்பட்ட துயர சம்பவங்களை நினைவுகூர்ந்து அங்கு இறந்தவர்களுக்காக அஞ்சலி செலுத்தும் நாளாகவே மே மாதம் 18 ஆம் திகதி வடக்கிலும்—கிழக்கிலும் அனுஷ்டிக்கப்படுகின்றது. ஆனால், முள்ளிவாய்க்காலில் கொல்லப்பட்டவர்களை நினைவுகூர்வதென்பது தென்னிலங்கையிலுள்ள பெரும்பான்மையான மக்களுக்கும் விரல் விட்டு எண்ணக்கூடியவர்கள் தவிர்ந்த ஏனைய அரசியல்வாதிகளுக்கும் விடுதலைப்புலிகளை நினைவுகூர்வதற்கான நிகழ்வாகவே தெரிகின்றது.

மே மாதம் 18 ஆம் திகதி விடுதலைப்புலிகளையே தமிழ் மக்கள் நினைவுகூர்கின்றார்கள். இதன்மூலம் யுத்தத்தில் அழிக்கப்பட்ட விடுதலைப்புலிகளை மீண்டும் உயிர்ப்பிப்பதற்கான முயற்சிகளையே அவர்கள் மேற்கொள்கின்றார்கள் என்று நிலைமையைத் திரித்துக்கூறி இனவாத ரீதியிலான பெரியதொரு பிரசாரமே தென்பகுதியில் முன்னெடுக்கப்பட்டு வருகின்றது.

விடுதலைப்புலிகளுக்கும் இராணுவத்தினருக்கும் இடையிலேயே யுத்த மோதல்கள் இடம்பெற்றன. பயங்கரவாதிகளாக மிகைப்படுத்தி உருக்காட்டப்பட்ட விடுதலைப்புலிகளுக்கு எதிராகவே இராணுவத்தினர் போரிட்டதாகவும் அந்த வெல்ல முடியாத எதிரிகளை உயிர்த்தியாகம் செய்து அவர்கள் வெற்றிகொண்டிருப்பதாகவும் பெருமளவிலான பிரசாரத்தை அன்றைய அரசு மேற்கொண்டிருந்தது. இதனால், விடுதலைப்புலிகளை இராணுவ ரீதியாகத் தோற்கடித்த இராணுவத்தினர் சாகசங்கள் புரிந்த வெற்றி நாயகர்களா-

கவே சிங்கள மக்கள் மத்தியில் கருதப்படுகின்றார்கள். இனவாத ரீதியிலான இந்த அரசியல் மனோபாவம் அல்லது அரசியல் உளவியல், யுத்தம் முடிவுக்கு வந்து 9 வருடங்கள் நிறைவடைந்துள்ள போதிலும் இன்னும் மாற்றமடையவில்லை.

ஆட்சி மாற்றத்தின் பின்னர் முள்ளிவாய்க்காலில் நினைவேந்தல் நிகழ்வுகளைச் செய்வதற்கான அனுமதி வழங்கப்பட்டு முன்னைய கெடுபிடிகள் நீக்கப்பட்டிருந்த போதிலும் இந்த வருடம் நிலைமைகள் தலைகீழாக நேரிட்டிருக்கின்றது. தடைகள் இல்லாத போதிலும் முள்ளிவாய்க்கால் நினைவேந்தலில் விடுதலைப்புலிகளே நினைவுகூரப்பட்டார்கள் என தெரிவித்து அந் நிகழ்வை நடத்திய வடமாகாண சபையை உடனடியாகக் கலைக்க வேண்டும், முதலமைச்சரைக் கைது செய்ய வேண்டும் என்ற கூக்குரல்கள் நாட்டின் தென்பகுதியில் எழுந்திருக்கின்றன.

யுத்தத்தின் பின்னர், இனங்களுக்கிடையில் ஐக்கியத்தையும் சமாதானத்தையும் சகவாழ்வையும் ஏற்படுத்துவதற்காக ஒரு பக்கம் நல்லிணக்க முயற்சிகள் முன்னெடுக்கப்பட்டிருக்கின்றன. ஆயினும் மறுபக்கத்தில் அதற்கு நேர்மாறான இனவாத அரசியல் உளவியலை எந்தளவுக்கு வளர்த்தெடுக்க முடியுமோ அந்தளவுக்கு வளர்த்தெடுப்பதற்கான பிரசாரமும் அதற்கிசைவான நடவடிக்கைகளும் மே மாதம் 18 ஆம் திகதிய நிகழ்வுகளின் பின்னர் தீவிரமாக முன்னெடுக்கப்படுகின்றன. இதனால் “பாடுவது தேவாரம், இடிப்பது சிவன்கோவில்” என்ற நிலைமையே நாட்டில் உருவாகியிருக்கின்றது.

நினைவேந்தலை நடத்துவதில் நிலவிய போட்டி - இத்தகைய ஒரு பின்னணியில்தான், 2018 ஆம் ஆண்டின் மே மாதம் 18 ஆம் நாள் வடக்கில் துயரம் தோய்ந்த முள்ளிவாய்க்கால் நினைவேந்தல் நடந்தேறியிருக்கின்றது. கடந்த முள்ளிவாய்க்கால் நினைவேந்தலின்போது பொருந்தாத வகையில் அரசியல் பேசப்பட்டதாகக் குற்றஞ்சாட்டி அங்கு பிரதான உரையாற்றிய தமிழ்த்தேசிய கூட்டமைப்பின் தலைவர் இரா.சம்பந்தனுக்கு எதிராகக் கண்டனம் தெரிவிக்கப்பட்டிருந்தது.

தமிழ் மக்களின் மிக மோசமான துயர நாளாகிய மே மாதம் 18 ஆம் நாள், அதுவும் அந்தத் துயரங்கள் நடந்தேறிய முள்ளிவாய்க்கால் மண்ணில் பெரும் எண்ணிக்கையானவர்கள் உயிர்த்தியாகம் செய்த இடத்தில் வடமாகாண சபையின் ஏற்பாட்டில் இடம்பெற்ற நினைவேந்தல் நிகழ்வு ஓர் அரசியல் நிகழ்வாகவே நடத்தப்பட்டது என்ற தோற்றப்பாட்டை அன்றைய நிகழ்வில் இடம்பெற்ற குழப்ப நிலைமை ஏற்படுத்தியிருந்தது.

இதனையடுத்து நடப்பு வருடமாகிய 2018 ஆம் ஆண்டு முள்ளிவாய்க்கால் நினைவேந்தலை அரசியல் கலப்பற்ற நிகழ்வாக நடத்த வேண்டும் என்ற எண்ணம் பெரும்பாலானவர்களுடைய மனங்களில் முனைப்புப் பெற்றிருந்தது. அதற்கு செயலுருவம் கொடுப்பதற்கான முயற்சிகள் யாழ். பல்கலைக்கழக மாணவர் ஒன்றியத்தால் மேற்கொள்ளப்பட்டிருந்தன. முள்ளி-

வாய்க்கால் நினைவுத் தூபி அமைந்துள்ள வளாகத்தையும் சிரமதானத்தின் மூலம் யாழ். பல்கலைக்கழக மாணவர்களே சுத்தம் செய்தனர். அத்துடன், "இம்முறை நாங்களே முள்ளிவாய்க்கால் நினைவேந்தலை நடத்தி முடிப்போம்.." என்று யாழ். பல்கலைக்கழக மாணவர் ஒன்றியத்தினர் அறிக்கை விட்டிருந்தனர். அவர்களின் முயற்சிக்கு பொது அமைப்புக்களும் வேறு சில அரசியல் தரப்புக்களைச் சேர்ந்தவர்களும் ஒத்துழைப்பு வழங்கியிருந்தனர்.

ஆயினும் வடமாகாணசபையே தொடர்ச்சியாக முள்ளிவாய்க்கால் நினைவேந்தலை நடத்தி வருகின்றது. அதனடிப்படையில் இம்முறையும் தாங்களே அதனை நடத்தப் போவதாக மாகாண சபையினர் அறிவித்திருந்தனர். ஆயினும் அரசியல்வாதிகளுக்கு இம்முறை இடமளிக்கப் போவதில்லை என்று யாழ். பல்கலைக்கழக மாணவர் ஒன்றியம் உறுதியாக இருந்தது. தங்களாலேயே நினைவேந்தல் நடத்தப்படும் என்ற நிலைப்பாட்டையும் அது விட்டுக்கொடுக்கவில்லை. இருப்பினும் முள்ளிவாய்க்கால் நினைவேந்தலை இம்முறை யார் செய்யப் போகின்றார்கள் என்பதை அறிந்து கொள்வதில் பொதுமக்களையும் அரசியல்வாதிகள் உள்ளிட்ட ஏனைய தரப்பினரையும் ஆர்வம் மேலிடச் செய்யுமளவு இரு தரப்புக்கும் இடையிலான இழுபறி நிலைமை காணப்பட்டது. இறுதியில் ஒருவாறு இரு தரப்பினரும் இணைந்து முதலமைச்சரின் தலைமையில் நிகழ்வை நடத்துவது என்றும் நிகழ்வை நடத்துவதில் பங்களிப்பு செய்வதற்கு முன்வந்த முன்னாள் போராளிகளையும் இணைத்துக் கொண்டு செயற்படுவது என்றும் முடிவாகியது.

என்ன நடந்தது? - நினைவேந்தல் நிகழ்வுக்கான இறுதி ஆயத்தங்களில் முன்னாள் போராளிகளும் பல்லைக்கழக மாணவர்களும் இணைந்து ஈடுபடுவது என்ற முடிவுக்கமைய நினைவேந்தல் முற்றத்தில் செய்யப்பட வேண்டிய ஒழுங்கமைப்பு வேலைகளில் முன்னாள் போராளிகள் மும்முரமாக ஈடுபட்டிருந்தனர். பல்கலைக்கழக மாணவர்களும் அதில் பங்கேற்கச் சென்றிருந்தனர். ஆயினும் பல்கலைக்கழக மாணவர்களே நினைவேந்தல் நிகழ்வை ஆக்கிரமித்திருந்ததைக் காண முடிந்தது.

நினைவுச் சின்னம் அமைந்துள்ள இடத்தைச் சூழ்ந்து, சீருடையிலான ஓர் அணி போன்று கறுப்பு நிற உடையணிந்த பல்கலைக்கழக மாணவர்கள் சிலர் நின்றிருந்தனர். "நினைவுச் சின்னத்திற்குப் பாதுகாப்பு வழங்கவா அல்லது அந்த நிகழ்வுக்குத் தலைமை தாங்கிய முதலமைச்சருக்குப் பாதுகாப்பு வழங்கவா அவர்கள் நின்றிருந்தனர்..?" என்று கூடியிருந்தவர்கள் மனங்களில் கேள்வி எழும் வகையில் அந்தச் சூழல் அமைந்திருந்தது.

நிகழ்வு என்னவோ முதலமைச்சரின் தலைமையில்தான் நடந்தது என்றாலும் யாழ். பல்கலைக்கழக மாணவர் ஒன்றியத் தலைவரே தலைமை தாங்கி இருந்ததையும் அவரை மையமாகக் கொண்டு பல்கலைக்கழக கறுப்பு நிற சீருடையில் காணப்பட்ட மாணவர்கள் செயற்பட்டதையும் சூழ்ந்திருந்த-

வர்களால் விசேடமாக அவதானிக்காமல் இருக்க முடியவில்லை.

முதலமைச்சருடன் நினைவுத் தூபி அமைந்துள்ள இடத்திற்குச் சென்ற பாராளுமன்ற உறுப்பினர் மாவை சேனாதிராஜாவுக்கு பல்கலைக்கழக மாணவர்கள் அனுமதி வழங்கவில்லை. அரசியல்வாதிகளுக்கு இடமளிக்கப்பட மாட்டாது என்று ஏற்கனவே அறிவிக்கப்பட்டிருந்ததன் காரணமாகவோ என்னவோ நினைவேந்தல் முற்றத்திற்கு வருகை தந்திருந்த பாராளுமன்ற உறுப்பினர்கள் மற்றும் மாகாணசபை உறுப்பினர்கள் உள்ளிட்ட அரசியல் முக்கியஸ்தர்கள் எவரும் வேலி வடிவத்தில் பாதுகாக்கப்பட்டிருந்த நினைவுச் சின்னத்திற்கு அருகில் செல்லவில்லை.

பதுங்கு குழிகள் மீது நடத்தப்பட்ட தாக்குதல் ஒன்றில் 2009 ஆம் ஆண்டு மே மாதம் 15 ஆம் திகதி தனது பெற்றோரையும் உடனிருந்த மாமாவையும் கோரமான முறையில் பறிகொடுத்து விபரம் அறியாத குழந்தைப் பருவத்தில் தானும் காயமடைந்தவரான கே.விஜிதா என்பவர் ஏற்கனவே திட்டமிடப்பட்டிருந்தவாறு பிரதான நினைவேந்தல் சுடரை ஏற்றினார். அந்த சம்பவத்தில் அவருடன் இருந்த இளைய சகோதரன் தெய்வாதீனமாக உயிர்தப்பியிருந்தார்.

பல்கலைக்கழக மாணவர் ஒன்றியத் தலைவரிடமிருந்து பெற்ற சுடரை முதலமைச்சர் கையளிக்க, அதனைப் பெற்று பிரதான சுடர் ஏற்றப்பட்டது. முதலாவதாக விஜிதா மலரஞ்சலி செலுத்தியதைத் தொடர்ந்து முதலமைச்சர் விக்கினேஸ்வரன் மலரஞ்சலி செலுத்தினார். பிரதான சுடரேற்றப்பட்டபோது, முள்ளிவாய்க்கால் நினைவுத்தூபி அமைந்துள்ள வளாகத்தில் திட்டமிடப்பட்ட வகையில் சீராக நிறுவப்பட்டிருந்த இடங்களில் இறுதி யுத்தத்தின்போதும் யுத்த சூழலிலும் பலியாகிப்போனவர்களின் உறவினர்கள் கண்ணீர் சிந்தி அழுது அரற்றி உணர்வு மேலிட சுடரேற்றி அஞ்சலி செலுத்தினர்.

சுடரேற்றி மலரஞ்சலி செலுத்தப்பட்டதும் முதலமைச்சர் உரையாற்றினார். நினைவுத் தூபி அருகில் எந்த இடத்தில் இருந்து அவர் உரையாற்றுவது, அதற்கான மேசையை எவ்விடத்தில் வைப்பது என்பதில் அங்கு குழுமியிருந்த மாணவர்கள் தடுமாறிக்கொண்டிருந்தார்கள். அவ்விடத்தில் சூழ்ந்திருந்த செய்தியாளர்கள் முதலமைச்சருடைய உரையைத் தெளிவாகப் பதிவு செய்வதற்கும் காணொளி மற்றும் புகைப்படம் எடுப்பதற்கும் சிரமம் அடைய நேர்ந்திருந்தது. முதலமைச்சர் உரையாற்றுவதற்கான ஒலிவாங்கியை எங்கு வைப்பது என்பதில் அவர்களும் தீவிர அக்கறை காட்டினார்கள். இதனால் முதலமைச்சரின் உரை இடம்பெறுவதற்கு சீரான ஏற்பாடின்றி சில நிமிடங்கள் தாமதமாகின. உணர்வுபூர்வமாக சோகம் சூழ்ந்த அந்த இடம் உரையாற்றுவதற்கான ஏற்பாட்டுக்காக இடறிக்கொண்டிருந்தது.

இதனால்தானோ என்னவோ சுடரேற்றி மலரஞ்சலி செலுத்தியபோதிலும் உயிரிழந்தவர்களின் ஆன்ம சாந்திக்கான அகவணக்கம் செய்யப்படவில்லை. நிகழ்வுகளை ஒழுங்கமைத்திருந்த பல்கலைக்கழக மாணவர்கள் அதற்கான

நிகழ்ச்சி நிரல் இல்லாமல் அலைமோதியதன் விளைவாகவே இதனைப் பார்க்க முடிந்தது. இத்தகைய ஒரு நிலையிலேயே முள்ளிவாய்க்கால் நினைவுத்தூபி அமைந்துள்ள இடத்திலிருந்து செயற்பட்டிருந்த முன்னாள் போராளியான துளசி, அந்த இடத்திலிருந்து பல்கலைக்கழக மாணவர்கள் சிலரால் தள்ளிச் சென்று வெளியேற்றப்பட்டார். இதனை முதலமைச்சர் கவனித்தாரோ இல்லையோ தெரியவில்லை. ஆனால், அஞ்சலி நிகழ்வில் கூட்டாகப் பங்கேற்றிருந்த முக்கியமான ஒருவர் அந்த இடத்திலிருந்து இங்கிதமில்லாத முறையில் வெளியேற்றப்பட்டதை முதலமைச்சர் கண்டுகொண்டதாகவும் தெரியவில்லை. இச் சம்பவம் பலரையும் மனம் நோகச் செய்திருந்தது. சீற்றமடையவும் செய்திருந்தது. இருப்பினும் அங்கிருந்து வெளியேற்றப்பட்ட துளசி உட்பட அனைவரும் அமைதி காத்தனர். துயரம் தோய்ந்த அந்த நிகழ்வில் "தங்களால் குழப்பம் ஏற்பட்டது அல்லது சலசலப்பு ஏற்பட்டது.." என்ற பழிச்சொல்லுக்கு ஆளாகிவிடக் கூடாது என்ற எண்ணம் அவர்களிடம் மேலோங்கியிருந்தது என்பதைப் பின்னர் தெளிவாக அறிந்து கொள்ள முடிந்தது.

நினைவேந்தலின் தன்மை - முள்ளிவாய்க்கால் நினைவேந்தல் என்பது ஒரு சாதாரண நிகழ்வல்ல. அது தமிழர்களின் தேசிய அரசியல் சோகம் சார்ந்தது. காலத்தாலும் அடக்குமுறைச் செயற்பாடுகளினாலும் தடுத்து நிறுத்திவிட முடியாத ஆழமான வலிமை கொண்டது. பாதுகாப்பின்றி அலைக்கழிந்து, அஞ்சிப் பதைபதைத்து, உடலும் ஆவியும் துடிதுடிக்க அவலமாக மடிந்து போன ஆயிரக்கணக்கானவர்களின் ஆன்மாக்கள் அமைதியின்றி அலைமோதுகின்ற ஓரிடத்தில் நிகழ்கின்ற ஒரு நினைவேந்தலாகும்.

அது மனதைப் பிழிந்து வாட்டுகின்ற சோகம் நிறைந்தது. அமைதியை வேண்டி ஆறாத துயரத்துடன் நெஞ்சங்கள் திடுக்கிடத்தக்க வகையில் நினைவுகூர்கின்ற ஒரு புனிதமான நிகழ்வாகும்.

இந்த நிகழ்வில் அரசியல் இருக்கக் கூடாது என்ற தீர்மானம் ஏற்புடையது. வரவேற்று ஆதரிக்க வேண்டியது. ஆயினும் கட்சி அரசியல் இருக்கக் கூடாது என்பதே அதன் உள்ளர்த்தமாகும். தேர்தல் கால நலன்களைக் கருத்தில் கொண்ட அரசியலாகவோ அல்லது எதிர்கால சுயநல தேவைகளை அடிப்படையாகக் கொண்ட அரசியலாகவோ அது அமையக் கூடாது என்பதில் தெளிவாக இருக்க வேண்டும். ஏனெனில் முள்ளிவாய்க்கால் நினைவேந்தலில் அரசியல் இருக்கக் கூடாது. அரசியல் கலக்கக் கூடாது என்ற நிலைப்பாடும் தன்னளவில் ஓர் அரசியலாகும். கட்சி அரசியல் மற்றும் சுயலாப அரசியல் என்பவற்றை இலக்காகக் கொண்ட குறுகிய நோக்கமுள்ள அரசியலுக்கு அப்பால் முள்ளிவாய்க்கால் நினைவேந்தல் என்பது தமிழ் மக்களின் தேசிய, சமூக, கலை, கலாசார ஆட்சி உரிமை சார்ந்த அரசியலை அடிப்படையாகக் கொண்டது. அந்த அரசியல் வெளி பரந்துபட்டது. விசாலமானது.

முள்ளிவாய்க்கால் நினைவேந்தலில் அரசியல் இருக்கக் கூடாது. அரசியல்வாதிகள் எவரும் பங்கேற்கக்கூடாது என்று வரையறை செய்திருந்த பல்கலைக்கழக மாணவர்களின் செயல் அரசியலிலும் பார்க்க அதிக பரிமாணம் கொண்டது. தமிழ்த் தேசிய அரசியலின் ஓர் அங்கமாக பல்கலைக்கழக அரசியல் இருக்கலாமே தவிர, அந்தத் தேசிய அரசியலின் தலைமையாக மாணவர்களின் அரசியல் வகிபாகம் கொண்டிருக்க முடியாது.

நடந்து முடிந்த முள்ளிவாய்க்காலின் கோர சம்பவங்களை நினைவுகூர்ந்து, அவற்றில் பலியாகிப் போனவர்களின் இறப்பினால் ஏற்பட்ட ஆறாத துயரம் வடிந்தோடுவதற்கான ஒரு வடிகாலாக முள்ளிவாய்க்கால் நினைவேந்தல் அமைய வேண்டியது அவசியம். ஆறாத மனத்துயரினால் வாழ்க்கையில் நடைப்பிணமாக மாறியுள்ள ஆயிரக்கணக்கானவர்களின் உளவியல் ஈடேற்றத்திற்கும் துயரங்களைத் தாங்கிக் கொண்டு சவால்களை எதிர்கொண்டு வாழ்க்கையில் எதிர் நீச்சலடிப்பதற்கான மனோதிடத்தை முள்ளிவாய்க்கால் நினைவேந்தலின் ஆற்றுப்படுத்தல் வழங்கும் என்பதில் சந்தேகமில்லை.

முள்ளிவாய்க்கால் அவலம் என்பது ஒரு சமூகத்தின் கூட்டுத் துயரம். அந்தத் துயரம் வடிந்து தணிவதற்கு சமூகம் சார்ந்த கூட்டு நினைவேந்தல் அவசியம். மனங்களில் மாறாத துயர வடுக்களாக அமைந்துவிட்ட முள்ளிவாய்க்கால் படுகொலைகளின் துயரங்கள் கூட்டுச் செயற்பாட்டின் மூலமாகவே களைந்து தெளிய முடியும். அதேவேளை, ஆறாத துயரத்தைப் போலவே தீராத பிரச்சினையாகத் தொடர்ந்து மனங்களை அழுத்திக் கொண்டிருக்கின்ற அரசியல் உரிமை மறுப்பு என்ற அடக்குமுறைகளைத் தகர்த்தெறிவதற்கான அரசியல் ரீதியான உறுதியையும் உள வலிமையையும் இந்த நினைவேந்தல் நிகழ்வின் ஊடாகப் பெற்றே ஆக வேண்டும். அந்த வகையில் அதற்குரிய தேசிய அரசியல் அவசியம். அது அங்கு புடம்போடப்பட வேண்டியதும் முக்கியம்.

நடந்ததும் நடக்க வேண்டியதும் - முள்ளிவாய்க்கால் நினைவேந்தல் நிகழ்வையொட்டி, மே மாதம் 18 ஆம் திகதி முற்பகல் 11 மணிக்கு மக்கள் தாங்கள் தாங்கள் இருக்கும் இடங்களில் எழுந்து நின்று அகவணக்கம் செலுத்த வேண்டும், அமைதியான பிரார்த்தனையில் ஈடுபட வேண்டும் என்று முதலமைச்சர் அறிக்கையொன்றில் பகிரங்கமாகக் கோரிக்கை விடுத்திருந்தார். ஆனால், பிரதான நினைவேந்தல் நிகழ்வு இடம்பெற்ற முள்ளிவாய்க்காலில் அகவணகக்ம் செலுத்தப்படவில்லை. இறந்தவர்களின் ஆன்ம சாந்திக்காக சில வினாடிகளாவது கண்களை மூடி அமைதியாக பிரார்த்தனை செய்யவில்லை.

நினைவேந்தல் நிகழ்வுக்கான நிகழ்ச்சிகள் பல்கலைக்கழக மாணவர்களின் நிரல் ஒழுங்கமைப்பில் இடம்பெற்றிருக்கலாம். ஆனால், சாதாரண ஒரு நிகழ்வில்கூட ஆரம்பத்தில் மங்கல விளக்கேற்றலுடன் அமைதிப் பிரார்த்தனை செய்வது எம்மவர்களின் பாரம்பரிய வழக்கம். முள்ளிவாய்க்கால்

நினைவேந்தலின்போது பாரம்பரிய பழக்கத்திற்கமைய அமைதிப் பிரார்த்தனை செய்யப்படவில்லை. அகவணக்கம் இடம்பெறவில்லை.

வடமாகாண சபையும் பல்கலைக்கழக மாணவர்களும் முன்னாள் போராளிகளும் இணைந்து முள்ளிவாய்க்கால் நினைவேந்தல் நடத்தப்படுவதாகத் தெரிவிக்கப்பட்டிருந்த போதிலும் முன்னிலையில் இருந்து செயற்பட்ட பல்கலைக்கழக மாணவர் ஒன்றியத்தின் முக்கியஸ்தர்கள் அந்த நிகழ்வை முழுமையான ஆக்கிரமிப்பு நோக்கில் நடத்தியிருந்தமை பலரையும் முகம் சுளிக்கச் செய்திருக்கின்றது. மனம் வருந்தவும் செய்திருக்கின்றது.

முள்ளிவாய்க்கால் நினைவேந்தல் நிகழ்வில் கடந்த வருடம் அரசியல் ரீதியான தலையீடு இடம்பெற்றிருந்தது என்ற ஒரே காரணத்திற்காக வடமாகாண சபையினருக்கோ அல்லது முன்னாள் போராளிகளாக இருக்கலாம், அல்லது வேறு யாராகவும் இருக்கலாம், அவர்களால் அரசியல் கலப்பின்றி அந்த நிகழ்வை நடத்த முடியாது என்று தீர்மானித்துச் செயற்பட முற்படுவது அல்லது செயற்படுவது ஏற்புடையதல்ல.

நெருக்கடிகள் மிகுந்திருந்த ஜனாதிபதி மஹிந்த ராஜபக் ஷவின் ஆட்சிக் காலத்தில் 2010 ஆம் ஆண்டு வவுனியாவில் அப்போதைய வவுனியா பிரஜைகள் குழு மற்றும் பல்வேறு தரப்பினருடைய ஒத்துழைப்புடன் மோசமான உயிர் அச்சுறுத்தல்களுக்கு மத்தியில் முள்ளிவாய்க்கால் நினைவேந்தல் அனுஷ்டிக்கப்பட்டது. இதற்கு வன்னி மாவட்ட பாராளுமன்ற உறுப்பினர் சிவசக்தி ஆனந்தன் மிகுந்த துணிவோடு செயற்பட்டிருந்தார்.

முதல் நினைவேந்தல் நிகழ்வு நடைபெறுவதற்கு ஒழுங்கு செய்யப்பட்டிருந்த மண்டபத்தில் அதனை நடத்த முடியாது என்று இறுதி நேரத்தில் மண்டபத்திற்குப் பொறுப்பானவர்கள் கைவிரித்துவிட்டார்கள். மண்டபக் கதவுகள் இறுக்கி மூடப்பட்டு எவரும் உள்ளே நுழைய முடியாதவாறு தடுக்கப்பட்டிருந்தது. புலனாய்வாளர்களின் நேரடியான அச்சுறுத்தல் காரணமாகவே இந்த நிலைமை ஏற்பட்டிருந்தது. இதனால் அப்போது முள்ளிவாய்க்கால் நினைவேந்தல் அறிவிக்கப்பட்டவாறு நடைபெறுமா என்பது சந்தேகத்திற்குரியதாகியது. இருப்பினும் இறுதி நேர ஏற்பாடாக வவனியா நகரசபை மண்டபத்தில் எண்ணிக்கையில் அதிகூடிய புலனாய்வாளர்களுடனும் பாதிக்கப்பட்ட மக்களில் சிலரும் மற்றும் பொதுஅமைப்புக்களைச் சேர்ந்தவர்களும் அந்த நிகழ்வில் கலந்து கொண்டனர். நிகழ்வில் கலந்து கொண்டிருந்தவர்கள் அனைவரையும் புலனாய்வாளர்கள் பல கோணங்களில் படம் பிடித்தும் காணொளிக் காட்சிகளில் பதிவு செய்தும் எடுத்துச் சென்றார்கள். அதனைத் தொடர்ந்து அடுத்தடுத்த வருடங்களாக 2015 ஆம் ஆண்டு வரை தொடர்ச்சியாக பல்வேறு அச்சுறுத்தல்களுக்கு மத்தியில் அந்த நினைவேந்தல் நிகழ்வு அனுஷ்டிக்கப்பட்டது. மாகாணசபை இயங்கத் தொடங்கியதையடுத்து 2016 ஆம் ஆண்டு முதன்முறையாக முள்ளிவாய்க்காலில் நினைவேந்தல் நடத்தப்பட்டது.

இதேபோன்று யாழ். பல்கலைக்கழகத்தின் உள்ளே அன்றைய மாணவர்கள் மோசமான அச்சுறுத்தல்களுக்கு மத்தியில் முள்ளிவாய்க்கால் நினைவேந்தல் நிகழ்வை நடத்தியிருந்தார்கள். இந்த நினைவேந்தல் நிகழ்வை நடத்தியதற்காகப் பல்கலைக்கழக மாணவர்கள் தாக்கப்பட்டார்கள் கைது செய்யப்பட்டு தடுத்து வைக்கப்பட்டிருந்தார்கள். இதேபோன்று கிளிநொச்சியிலும் பின்னர் முல்லைத்தீவிலும் அருட்தந்தையர்களினால் நினைவேந்தல் நிகழ்வுகள் நடத்தப்பட்டன. இந்து ஆலயங்களிலும் ஆத்ம சாந்திப் பூஜையுடன் நினைவேந்தல் நிகழ்வுகள் இடம்பெற்றன. கிழக்கு மாகாணத்தில் பலராலும் முள்ளிவாய்க்கால் நினைவேந்தல் அனுஷ்டிக்கப்பட்டது.

முள்ளிவாய்க்கால் நினைவேந்தலில் யார் பங்கேற்க முடியும், யார் பங்கேற்க முடியாது என்பதைத் தீர்மானிப்பதற்கு எவருக்குமே அதிகாரம் கிடையாது. எனவே, நடந்து முடிந்த நிகழ்வில் விமர்சிக்கப்படுகின்ற அளவுக்கு இடம்பெற்றிருந்த குறைகள் அடுத்த நினைவேந்தலின்போது இடம்பெறக்கூடாது என்பதை இப்போதே உறுதி செய்து கொள்ள வேண்டும். யுத்தம் முடிவடைந்து 9 வருடங்கள் கடந்துவிட்ட நிலையிலும் முள்ளிவாய்க்கால் நினைவேந்தல் நிகழ்வு விடுதலைப்புலிகளுக்கு மீண்டும் உயிரூட்டுவதற்காகவே நடத்தப்படுகின்றது என்ற பேரினவாதிகளின் இனவாத அரசியல் மனோபாவம் உயிர்த்திருக்கின்ற சூழலில் முள்ளிவாய்க்கால் நினைவேந்தல் அரசியல் ரீதியான உயிர்ப்பை அடிப்படையாகக் கொண்டு திறம்பட திட்டமிட்டுச் செயற்படுத்தப்பட வேண்டும்.

மோசமடைந்து செல்கின்ற நாட்டின் அரசியல் சூழலில் இது மிகவும் அவசியம். இது ஒரு வரலாற்றுத் தேவை என்றே கூற வேண்டும்.

7

17. ஈழத்தில் மாவீரம்-தாயகத்திலிருந்து கனி

வீரம் என்பது , மண்ணில் உயிரிகள் எல்லாவற்றுக்கும் உள்ள பொதுவான ஆற்றல் என்பதை நாம் அறிவோம். மாவீரம் என்பது , சிறப்பான உன்னதமான ஒரு ஆற்றல் என்பதையும் புரிந்துகொள்ள முடியும் அத்தகைய ஒரு மாவீரத்தை இந்த மண்ணில் நிரூபிக்கிற ஏதோ ஒரு சந்தர்ப்பம் இப்புவியில் , ஒவ்வொரு உயிருக்கும் அதனது ஆயட்காலத்தில் அதற்கு அமைந்திருக்க வாய்ப்புகள் அதிகம்.

அது போன்ற நிலை மனிதர்கட்கும் உண்டு. இந்த வகையில் மனிதகுலத்தின் சுதந்திரத்திற்கான வீரஞ்செறிந்த போராட்டம் என்பது இங்கே தனித்துவம் வாய்ந்ததாகிறது . ஒடுக்கப்பட்ட இனங்கள் தமது விடுதலைக்காக போராடிய நிகழ்வுகள் , வரலாற்றுக்கு முற்பட்ட காலத்திலிருந்தே தொடர்வன. தமிழர்களது தொன்ம வரலாற்றில் வீரம் என்று எண்ணுகிறபொழுது இராவணரது வீரம் , சேர , சோழ , பாண்டியரது வீரம் எம் நினைவுக்கு வரும். பெண்கள் என்று பார்க்கிறபொழுது ஆனையை அடக்கிய அரியாத்தா . வேலுநாச்சியாரும் அவருக்கு துணையாக நின்ற தற்கொடைப்பெண் குயிலியும் நினைவுக்கு வருவர் . இதுபோல அண்மைக்கால வரலாற்றை எண்ணுகையில் எம்மாவீரர்களது வீரம் அல்லாது வேறெது நினைவில் வரும்.

எம் தாய் தேசத்தின் சுதந்திர மலர்வுக்காய் தம் உயிர்களை துச்சமாக மதித்தனர் ஈழத்தாயின் புதல்வர்கள் , புதல்விகள் வீரம் என்ற தமது ஆற்றலை நிரூபிக்கும் களப்பயணத்தில் பல்வேறுவிதமான சாதனைகளைப் புரிந்தனர் . பலர் தமது இறுதி நாளைத் தெரிந்துகொண்டு களம் நோக்கிச் சென்றனர். வேறுசிலர் தமது முகத்தைக் காண்பிக்கவில்லை. இன்னும் சிலர் தமது பெயர்களைக்கூட தெரிவிக்கவில்லை . ஆனால் , தமது ஆற்றலை நிருபித்தனர். களத்தில். இத்தகைய எல்லாவீரமும் ஈழத் தமிழரின் சுதந்திரப்போராட்டக் களத்தை , ஏவுகணை வேகத்தில் உலக அரங்கின் உச்சியில் கொண்டு சென்று வெளிச்சமிட்டது . இவ்வாறான ஒரு களப்பயணத்தை தொடங்கி அதனை வழிநடத்தி , இயக்கி தலைமை வகித்துக்கொண்டவர் எத்தகைய

சிறப்பான ஆற்றல்களுக்கும் ஆளுமைக்கும் உரித்துடையவராக இருந்திருக்க முடியும் என்பதை புரிந்து கொள்வதற்கு யோசிக்கவேண்டிய அவசியமில்லை .

மேற்படி பேராற்றல் கொண்ட இளைஞர் இயக்கம் . கிழக்கு மாகாணத்தில் மாவிலாற்றுச் சிக்கல் ஆரம்பிப்பதற்கு முன்னான காலப்பகுதியில் தமிழர் தாயகப்பகுதியின் 70 சதவீத நிலப்பரப்பை தனது கட்டுப்பாட்டின் கீழ் கொண்டுவந்திருந்தது என்பதை இவ்விடத்தில் நாம் நினைவிற்கொள்ளவேண்டும் மேலும் கூறப்போனால் , சமாதானப் பேச்சுக்கள் நடக்கும் போது ஈழத்தமிழருடைய இந்த பேரியக்கமான தமிழ்தேசிய இயக்கமான த.வி.பு இயக்கம் வலுவான நிலையிலேயே இருந்தது என்பதற்கு மேற்படி கூற்று சான்று.

ஆம் , உலகெங்கிலும் வாழும் தமிழ்மக்களது மன ஆவேசமும் , பொருளாதாரப் பங்களிப்பும் தாயகத்தின் சுயசார்பும் , எளிமையான வாழ்வும் , இளைஞரது ஆற்றலும் ஈகமும் , தாங்கொணா துன்பத்தையெல்லாம் தாங்க தயாரான சகிப்புத்தன்மையும் -இவ்விடத்தில் இலங்கை இராணுவத்தால் மேற்கொள்ளப்பட்ட ‘சூரியக்கதிர்’ நடவடிக்கையின்போது , யாழ் மக்கள் மேற்கொண்ட வன்னிமண் நோக்கிய பயணம் மனங்கொள்ளத்தக்கது- ஆகிய எல்லா விதமான ஆற்றல்களையும் வெளிப்படுத்தி ஒரு இனம் தனது விடுதலைக்காக ஆற்றக்கூடிய அனைத்தையும் ஆற்றினார்கள் . ஆனாலும் அதற்கு மேலும் நாம் விலை கொடுக்கவேண்டியதாயிற்று . அதுதான் வன்னிமண்ணில் இறுதிப்போரின்போது நிகழ்ந்தது . முள்ளிவாய்க்காலில் நிகழ்ந்தது இச்சமயத்தில் எம்மவர் , கொடுத்தது உபரி (மிகைஇழப்பு) ஒரு விடுதலை இயக்கம் , விடுதலைக்காகப் போராடும் ஒரு இனம் கொடுக்க வேண்டியதிலும், இழக்கவேண்டியதிலும் அதிகம்

ஆம் , சின்னஞ்சிறு பாலகர்கள் , கர்ப்பிணிப்பெண்கள் , தள்ளாடும் வயதில் இந்த நாட்டிற்காய் உழைத்து ஓடாகி ஓய்ந்திருந்தவர்கள் , தாய்மண்ணில் உற்சாகம் புரள ஓடியாடி விளையாடிக்கொண்டு தமது விழிகளில் கனவுகளைச் சுமந்து துள்ளித்திரிந்த பள்ளிப்பருவத்தினர், எல்லோரும் எந்தப் பாகுபாடுமின்றி தங்கள் இரத்தத்தையும் சதையையும் கொட்டிக்கொடுத்தார்கள் தாயின் மடியில். தங்கள் ஆவி துடிக்கத் தலை சாய்த்தார்கள் அன்னை மண்ணின் காலடியில் . இது உபரி . இது ஒரு தேசத்தின் விடுதலைக்காய் கொடுக்கவேண்டிய விலையிலும் அதிகம் . உற்பத்தியில் உபரி பார்த்த, இலாபத்தில் உபரி பார்த்த, சுகபோகத்தில் உபரி பார்த்த, ஏமாற்று , தந்திரம் . அதர்மம் ஆகியவற்றைக் கைங்கரியமாகக் கொண்டு உடலை வளைக்காது உலக வளங்களை ஏப்பம்விடும் அந்த உபரி பிரியர்கள், எங்கள் மண்ணில் ஏற்படுத்திய அழிவுகளும் அட்டூமியங்களும்கூட உபரிதான்.

உண்மையில் இந்த அழிவுகளை நேரடியாக எம்மண்ணில் இறங்கி செயற்படுத்திய படையாட்கள் இனவாத , மதவாத அரசிடம் கூலிவாங்கும் அடிமைகள்தான் . இந்த இனவாத அரச தலைவர்களும்கூட உலகமக்களின்

பொது எதிரிகளான மூலதன ஆதிக்க , சந்தை ஆதிக்க கும்பலின் அடிவருடும் பொம்மைகள்தான் . கட்சி அரசியல் நடத்தி ஊழல்மோசடி செய்து மக்களின் பணத்தை மக்களுக்கு சேரவிடமால் , தமது குடும்பச்சொத்துகளாகத் திரட்டிக்கொள்ளும் திருடர்கள். தாய்நாட்டின் வளங்கள் முழுவதையும் மூலதன ஆதிக்கக் கும்பலுக்கு விலைபேசுவது , அந்த வியாபாரத்தில் மோசடி செய்து தமக்கான பணத்தைச் சுருட்டிக் கொள்வது, வெறும் கண்துடைப்புக்கு மக்களின் போக்குவரத்து சௌகரியத்துக்காக ரோடு போடுவதாக காண்பிப்பது, அந்த ரோடு மூலம் சந்தை ஆதிக்கக் கும்பலின் அடிமைகளை மக்களின் வீட்டுக்குள் அனுப்புவது, ஆயினும் பசியோடு இருக்கும் மக்களுக்கு உணவுதானே தேவை . ஆனால், இங்கோ தினமும் ஒரு பொருளைக் காவிக்கொண்டு " அம்மா " " அக்கா " என்று அழைத்துக்கொண்டு இளைஞர் , யுவதிகள் வருவார்கள். கையில் பிளாஸ்டிக் புதுமைகளுடன் அதன் நுட்பங்களை வேறு தொண்டைத்தண்ணி வற்ற விளக்கிக்கொண்டு நிற்பார்கள். இந்த பிளாஸ்டிக்குகளையா மக்கள் சாப்பிட முடியும்.

விவசாயம், பாதி உயிரில் துடித்துக்கொண்டிருக்கிறது . பனை மரங்களுக்கு அடியில் மக்கள் போவதேயில்லை . கள்ளிறக்குவதற்காக மட்டும், எண்ணி ஒருசிலர் மரத்தடிக்குச் செல்கிறார்கள். விவசாய நிலங்களின் மீது கடைகளும் கல்யாண மண்டபங்களும் தெருவுக்குத் தெரு முளைத்திருக்கிறது . இதையா கேட்டோம் . இப்படியே கட்சி அரசியலில் ஊழல் செய்த்து பணம் திரட்டும் பிழைப்பை நம்பித்தான் அரசாங்கத்தை இயக்குகிறார்கள். வாக்குகள் பெறுவதற்காக மட்டும் மக்களிடம் வருகிறார்கள். இத்தகைய சீர்கெட்ட பொம்மை அரசியலை மக்கள் விளங்கிக் கொள்வதாக இல்லை . மக்களை விழிப்படையாமல் , தெளிவடையாமல் மயக்க நிலைக்குள் வைத்திருப்பதற்காகத்தானே ஊடகங்களின் வண்ணத்திரை, சின்னத்திரை, சர்வதேச வலைத்தளம் . சமூகவலைத்தளங்கள் என பலவண்ண மாயத்திரைகள். கண்களினூடு மூளைக்குள் நுழைந்து மயக்க ஊசிமருந்து மாதிரி செயற்படுகின்றன. இவையெல்லாம் திட்டமிட்ட வகையில் தம்மீது ஏவப்பட்டுள்ள பண்பாட்டுச் சிதைப்பு விசவாயு எறிகணைகள் என்பதை மக்கள் புரிந்துகொள்வதாக இல்லை . ஊடகங்களை மக்கள் நலப்பணிகளுக்கு ஏற்றவையாக மாற்றியமைக்கவும் இங்கு யாரும் இல்லை. மக்கள் தமக்குள் கூறுபடுகிறார்கள். அதற்கான போட்டி மனப்பான்மை அவர்களிடம் விதைக்கப்பட்டுவருகிறது . " எங்கே செல்கிறோம் நாம் " என்ற கேள்வி மக்கள் மனதில் எழும்வரை விடிவுக்கான புதியபாதை திறக்கப்படுவது என்பது மேற்கில் சூரியோதயம்தான்.

உலக சரித்திரத்தில் எமக்குப் பாடம் புகட்டும் பல உண்மைகள் உள்ளன. அவற்றில் ஒன்று , தமது தாய்தேசத்துக்கு இடர் வந்தபோதெல்லாம் எதிர்த்து நின்று போராடாமல் புறமுதுகிட்டு ஓடிச்சென்று , வேற்றினத்தவர்களின் தேசத்தில் சென்று வாழ்ந்த யூத இனத்தவரின் கதை. இன்று இஸ்ரேல் என்று

கூறப்படுகிற நாட்டில் சில ஆயிரம் ஆண்டுகளுக்கு முன்பு யூத இனத்தவரும் . இஸ்லாமிய இனத்தவரும் வாழ்ந்துவந்தனர் . யூதர்கள் தமக்குத்தாமே விதைத்துக்கொண்ட வினையாலும் ,வேறு பொருளாதாரக் காரணங்களாலும் , உலகின் பலபாகங்களிலிருந்தும் இவர்களது நாட்டின் மீது போர் தொடுக்கப்பட்டது. இவற்றுள் பலதடவைகள் நடந்த சிலுவைப்போர்களும் அடங்கும் (யேசுகிறிஸ்து பெத்தலகேமில் பிறந்தார் . இங்கேதான் தனது போதனைகளை மேற்கொண்டார் . இங்கேதான சிலுவைமீதும் அறையப்பட்டார் என்பதும் பலரும் அறிந்தவிடயம்) இவர்களது இந்த இஸ்ரேல் நாட்டின் மீது போர்கள் மேற்கொள்ளப்பட்ட ஒவ்வொரு தடவையும் இவர்கள் நாட்டைவிட்டு ஓடிச்சென்று வேறுநாடுகளில் தஞ்சம்புதந்திருந்தனர். எதிர்த்து நின்று தாய்தேசத்திற்காக போராடவில்லை என்று இந்நாட்டின் வரலாற்றுப் புத்தகங்கள் கூறுவதாக ஆய்வாளர்கள் தெரிவிக்கின்றனர் யூதர்கள் தமது புத்திசாலித்தனத்தின் மீது நம்பிக்கை வைத்திருந்ததால் இப்படி நடந்திருக்கலாம் என்றும் எண்ணத் தோன்றுகிறது. ஏனெனில் இவர்கள் நாடோடிகளாகச் சென்று தாம் வாழ்ந்த நாடுகளில் எல்லாம் தமது புத்திசாதுரியத்தினால் . பணக்காரர்களாக வாழ்ந்தார்கள் . என்று தெரியவருகிறது. இருந்தாலும் ஒரு இனம் தான்னை இந்த உலகத்தில் நிலைநிறுத்கிக்கொள்வதற்கு பணம் மட்டும் போதாது . தாய் தேசம் தாய்நாடு வேண்டும் என்ற உண்மையை அவர்களுக்கு இரண்டாம் உலகயுத்தம் புரிய வைத்தது. அதன்பிறகு அவர்கள் தமது நிலத்தை சிறிது சிறிதாக பணம் கொடுத்து வங்கினார்கள் , போர்புரிந்து தமது நிலத்தைக் காப்பாறி அங்கு வாழ்ந்துவந்த இஸ்லாமியர்களை எமாறியும் வாங்கிக்கொண்டார்கள் என்பது வரலாறு. ஈழத்தமிழர்கள் இன்னும் அந்த நிலைக்குப் போகவில்லை . அத்தகைய நிலையொன்று வராமல் இன்றுவரை தமிழீழத்தில் விளைந்த மாவீரம் காத்து நிற்கிறது என்பதுதான் உண்மை

எமது நிலத்தில் விழுதெறிந்து கிளைபரப்பி நின்ற ஈகப்பெருமரத்தின் வேரைக்கிளறி . இலங்கைப்படையினரின் முகாங்கள் அமைக்கப்பட்டிருக்கிறது. எம்மக்கள் தமது உயிரையும் உடலையும் உரமாக்கி தற்காத்த எமது நிலங்களைக் கீறி இன்று பேரினவாத தொல்லியல் ஆய்வுக் கூடாரங்கள் முளைக்கின்றன . அபிவிருத்தி என்ற பெயரில் சிங்களக்குடிகளின் ஆக்கிரமிப்புகள் நிகழ்த்தப்படுகின்றன . இது அரச பேரினவாதம். இன்று அரசற்றவர்களாக இருக்கும் எம்மினத்தை எதிர்காலத்தில் முற்றுமுழுதாக நாடற்றவர்களாக்கும் திட்டத்தின் ஆரம்பபடியாகவும் இருக்கலாம் . ஏனெனில் இன்று அரசாங்கத்தின் அநீதிகளை எதிர்ப்பதற்கு யாரும் முன்வருவதில்லை . காணாமலாக்கப்பட்டவர் நாளிலும் மாவீரர்களை நினைவேற்றும் நாட்களில் ஏற்படுத்தப்படும் தடங்கல்களின்போது மட்டுமே நாம் எதிர்ப்பைக்காட்டுகிறோம். ஏனைய ஜனநாயக உரிமைகளை மீட்டெடுப்பது பற்றி கவலை கொண்டவர்களாக நாம் காணப்படவில்லை. நாம் விழித்துக்கொள்ளவேண்டியது மிக அவசியம் . இவ்விடத்தில் தியாகி திலீபனின் அரசியல் பணிகளை

நினைவில் கொள்வதுடன் ஒரு இக்கட்டான சூழலில் போராட்டவடிவத்தை மாற்றி மக்களை விழிப்படையச் செய்து , தன்னையே அர்ப்பணித்து புதுப்பாதை காட்டிய புத்திபூர்வமான அவரது முன்னெடுப்பு எக்காலத்துக்கும் பொருத்தமுடையது என்பதைப் புரிந்து செயற்படவேண்டும் .

உலகநாடுகளின் அரசியல் நிலைப்பாடுகள் காலத்துக்குக் காலம் மாறுகின்றன என்பதை நாம் யாவரும் அறிவோம் . உலகத்தின் பணபலத்தை , குறித்த சில குடும்பப் பாரம்பரியத்துக்குள் முடக்கிக் கொள்ளும் ஒரு கும்பலைப் பற்றி பலரும் கேள்விப்பட்டிருக்க வாய்ப்பில்லாமல் இருக்கலாம் . எந்த இனத்தவர் , தமது புத்தியை நம்பி நாட்டுக்காக உயிரைக்கொடுக்கத் தயங்கினரோ . எந்தக்கும்பல் தமது நாட்டை காசு கொடுத்தும் அருகில் இருந்த ஏனைய இனத்தவரை ஏமாற்றியும் குறைந்த பணத்தைக்கொடுத்து தமது நிலத்தை மீட்டுக்கொண்டார்களோ அந்த இனத்தைச் சேர்ந்த கும்பலே இன்று உலகத்தை விலைக்கு வாங்கும் திட்டத்தில் — வியாபாரத்தத்துவத்தில் , மனச்சாட்சியற்ற வாழ்க்கைத் தத்துவத்தில் வித்தை புரிபவர்களாக . பொருளாதார விதிகளை இயக்கிக்கொண்டிருக்கிறார்கள் . இவர்களே மேற்சொல்லப்பட்ட மூலதன ஆதிக்கநாயகர்களைக் கொண்ட இனம் .

எமது தாய்நிலத்திற்கான போராட்டத்தை பயங்கரவாதம் என்றும் , போராடும் தலைமையும் போராளிகளும் பயங்கரவாதிகள் என்றும் உலக அரசுகள் முத்திரரை குத்தக் காரணமானவர்கள், எமது போராட்டத்தை வேவுபார்ப்பதற்கு தம்நாட்டு வேவுப்படையை இலங்கை இனவாத அரசுக்கு உதவியவர்களும் இவர்களே. இறுதிப்போரில் நேரடியாக நின்று இலங்கை இனவாதப் படைகளுக்கு திட்டங்கள் வகுத்து களத்தில் நின்று உதவியவர்கள் என்பதும் , ஆயுதப்போர் முடிவுக்குவந்த பிற்காலத்தில் கசிந்த தகவல்கள். அன்றும் இன்றும்கூட இந்திய ஆட்சியாளரின் பின்னால் உள்ள பொருளாதாரபலமும் இந்த இனத்தவர்களதே . இதனால் , இந்த மூலதன ஆதிக்கக் கும்பலின் உதவியினாலேயே தமிழீழத்தின் ஆயுதப்போராட்டம் ஓய்வு நிலை எய்தியது என்பது பல நேர்மையான அரசியல் ஆய்வாளர்களது கருத்து.

வியர்வை சிந்தி உழைக்காமல் தமது புத்தியால் பலவிதமான கம்பனிச்சட்டங்கள் , பங்கு சந்தையில் பங்குகளைய் கைப்பற்றும் மர்மவிதிகள் , இயற்கைச் சூழலை மாசடையச்செய்து உயிர்களின் நிலவுகைக்கும் , உயிர்களின் பல்வகைமைக்கும் அச்சுறுத்தலைத் தரும் தொழில்நுட்பங்களைப் பயன்படுத்தி மக்களை மந்தைகளாக்கி மேய்ப்பதற்கு முயன்றுகொண்டிருப்பவர்களும் — உலகப்பணத்தை தமது குறுகிய வட்டத்துக்குள் தேக்கிக்கொள்ளுபவர்களும் , சுருட்டிக்கொள்ளுபவர்களுமான இந்த கும்பல் , இன்று சீனாவும் இதேபாதையில் மனச்சாட்சியற்ற தத்துவத்தில் முன்னேறுகிறபோது , உலகப்பொருளாதாரத்தின் பெரும்பகுதியை சீனா தனதாக்கிக்கொள்ள முனைகிறபொழுது , இவர்கள் , தாம் சீனாவை எதிர்க்கும் பலவழிகளில் பின்வரும் விடயத்தையும் ஒரு வழியாக மேற்கொள்கின்றனர் . அதாவது சீனாவின்

பொம்மை அரசாங்கமான இலங்கையின் குடும்ப ஆட்சியாளருக்கு சவால் விடும் நாடகத்தை அரங்கேற்றத் தலைப்படுகிறார்கள் . அதனூடு சீன அரசுக்கு இடைஞ்சல்களைக் கொடுக்க முற்படுகிறார்கள் இதற்கான சான்றுகளாக , அண்மையில் நிகழ்ந்த — இலங்கைக்கு அமெரிக்க இராஜாங்க அமைச்சரின் வருகையும் அவரது கூற்றுக்களும் அமைந்திருந்தன. அமெரிக்க அரசாங்கம் என்பது ஒரு வல்லாதிக்க பலம் கொண்ட பொம்மை அரசு என்பதை நாம் இங்கு நினைவுபடுத்திக் கொள்ளவேண்டும்) அடுத்து பேசப்படும் இன்னொரு விடயம் , முன்னைநாள் அமெரிக்க ஜனாதிபதி ஒபாமா எழுதிய புத்தகமொன்றிலிருந்து ஊடகங்கள் எடுத்தாளும் விடயம்- இலங்கையில் 2009 இல் நடந்தது “ இனப்படுகொலை ” என்ற தனது கருத்தை அவர் அதில் பதிவு செய்துள்ளார் என்பதாகும் .

இறுதி யுத்தத்தின்போது முள்ளிவாய்க்கால் சம்பவம் நிகழுகையில்ஒபாமா அமெரிக்காவின் ஜனாதிபதியாக பதிவியேற்றுவிட்டார் என்பது இங்கு நினைத்துப்பார்க்கவேண்டியது . அத்துடன் இவர் அடுத்த தடவையும் ஜனாதிபதியாக வெற்றியீட்டியிருந்தார். எமது மண்ணில் ஆயுதப்போராட்டம் ஓய்வுக்கு வந்தபோதும் அதன்பின்னாலுமாக இவர் , எட்டாண்டுகள் உலகத்தின் முக்கியமான ஒரு தலைவராக பதவியில் இருந்தார் . அந்த காலப்பகுதிக்குரிய 2920 இற்கு மேற்பட்ட நாட்களில் ஒருநாள் கூட ஒபாமாவிற்கு ஈழத்தமிழர் பற்றி சிந்திக்கப்பார்க்க நேரம் இருக்கவில்லையா ? அல்லது இக்கருத்தை ஐக்கியநாடுகள் சபையில் சொல்வதற்கு அவருக்கு நேரம் இருக்கவில்லையா ? உண்மையில் அன்று அவருக்கு அக்கருத்தை வெளியிடும் தேவை இருக்கவில்லை. இன்று மீண்டும் இலங்கை இனப்பிரச்சினையை கையிலெடுத்து சீனாவைச் சீண்டிப்பார்க்கும் தேவை அவருக்கு ஏற்பட்டுள்ளது . ஏனெனில் அமெரிக்காவில் இப்பொழுது ஆட்சியிலிருப்பது அவர் சார்ந்த கட்சி . மீண்டும் ஒருமுறை அமெரிக்க அதிபராவதற்கு சந்தர்ப்பத்தை ஏற்படுத்திக் கொள்வதற்கு இந்தக் கருத்துப் பதிவு அவருக்கு அல்லது அவரது கட்சிக்கு அமெரிக்காவில் ஆதரவுத்தளத்தை உருவாக்கலாம் . பதவியில் இருந்தபோது எம்மக்களுக்கு நிகழ்ந்த படுகொலையை தடுக்க முடியாதவர் , அல்லது அதன் பிறகாவது தனது பதவிக்காலத்தில் இது இனப்படுகொலை என்ற தகவலை உலகின் முன்னால் கூறமுடியாதிருந்தவர் , பதவியில் இல்லாதபோது , வெளிப்படுத்தியிருக்கும் கருத்துக்கு எவ்வளவு பெறுமதி வந்துவிடப்போகிறது என்பதை நாம் புரிந்துகொள்ள வேண்டும் .

இந்த வகையில் உலகத்தின் ஒரு குறித்த மூலதனவாதிக்கக் குழுமத்தின் சகித்துக்கொள்ளமுடியாத விந்தைளாக பின்வருவன காணப்படுகின்றன. இயந்திரங்களின் உதவியுடன் இரசாயனக் கலப்பூட்டப்பட்ட மிகை உற்பத்திகளைச் செய்து , சிறுவிவசாயிகளை மரணவாயிலுக்குத் தள்ளுதல் , குடிசைக்கைத் தொழில்களைச் சிதைத்து ஏழைமக்களின் வயிற்றில் அடித்தல் , ஆடம்பரப்பொருட்களின் மிகையற்பத்தி மூலம் , மக்கள் மத்தியில் தீவிர

நுகர்வுக்கலாச்சாரத்தை ஊக்குவித்து அவர்களிடம் சுரண்டுதல், போட்டிமனப்பான்மையைத் தூண்டி , கடன்களை வழங்கி மக்களை தமது வலையில் வீழ்த்துவது . மக்கள் குடிகளின் சுயசார்பு வாழ்க்கைமுறையையும் தனித்துவமான வாழ்க்கைமுறையையும் சிதைத்து ஓரேவிதமான வாழ்க்கைமுறைக்கு மக்களை இட்டுச்சென்று மனச்சோர்வுக்கும் கடன் சுமைக்கும் ஆளாக்குவது ,இளைஞர் உலகத்தை போதையில் நீந்தவைப்பது , தமது இலாபம் , சுகபோகம் , அந்தஸ்தை உயர்த்திக்கொள்வது போன்ற நோக்கங்களுக்காக இளையவரது கல்வியை அவர்களுக்குச் சுமையாக்கியது போன்றவைகள் அத்தகைய விந்தைகளாக அமைகின்றன .

அத்தோடு வாழ்க்கைச்செலவை ஈடுசெய்ய முடியாத மக்கள் உற்சாகமின்றி மன அழுத்தத்தாலும் , மனவிரக்தியாலும் உடல் உழைப்பின்மை யாலும் சிறுநீரகநோய் , புற்றுநோய் , இதயநோய் என்பவற்றுக்கு ஆளாகுவதும் கண்கூடு. இவை மருத்துவ உலகம் சொல்லும் உண்மையும்கூட. இதுமட்டுமல்ல இந்நோயாளிகளை ஆங்கில மருந்துகளுக்கு அடிமையாக்கி மருந்து விற்பனையில் கொடிகட்டிப்பறக்கும் பணம்பார்க்கும் கும்பலும் மேலே சொல்லப்பட்ட புத்திசாலிக் கும்பல்தான். மேற்படி விடயங்களில் இருந்து நாம் புரிந்து கொள்ளக்கூடியது , எமது தாய்தேசத்தின் மாவீரம் போராடியது .தனியே சிங்கள பௌத்த பேரினவாதத்தை எதிர்த்து அல்ல- உலகமக்களை அமைதியாக , சுதந்திரமாக வாழவிடாது மக்களினங்களை கசக்கிப் பிழிந்துகொண்டிருக்கும் — தம்மை அதிமேதாவிகள் என தமக்குத் தாமே பட்டஞ்சூட்டிக்கொண்டு , இவ்வுலகை தாமே தம் முதுகில் சுமப்பதாக பூச்சாண்டி காட்டும் — உலக வளங்களையெல்லாம் அழிக்கமுடியாத குப்பைகளாகவும் மாசுகளாகவும் மாற்றி பூமித்தாயின் உயிர்ப்பெருக்கத்தின் , உயிர்ப்பல்வகைமையின் இயற்கையின் இயக்கச் சூத்திரங்களை மதியாது அதற்கு முரணாகச் செயற்படும் . மனிதகுலத்தின் , உலகமக்களின் பொது எதிரியான மூலதன ஆதிக்கர்களுக்கு எதிராகவே என்பதை பெருமையோடு நாம் நினைவு கொள்ள முடியும் . மக்களினத்தை இயற்கையையோடு இணையவிடாது தடுத்து , தனது செயற்கை உருவாக்கங்களுடன் இறக்கி விலங்கிட்டு ,தனது மூலதன ஆதிக்கத்தின் நவீன அடிமைகளாக உலகமக்களை ஏய்த்துக்கொண்டிருக்கும் . உலக அரசாங்கங்களை தமது ஆதிக்கத்தின் கீழுள்ள பொம்மையாக தனது காலடிகளின் கீழ் நசுக்கிக்கொண்டிருக்கும் — ஒரு பணபலம் பொருந்திய உலகமக்களின் பொது எதிரியான மூலதன ஆதித்தக் கும்பலுக்கு எதிராகவே தமழிழத்தின் வீரமறவர்களின் வீரஞ்செற்றிந்த போர் நிகழ்த்தப்பட்டது என்பதை ஒருபோதும் நினைவிருத்த நாம் மறந்து விடக்கூடாது .

இவ்வாறு நாம் மட்டுமல்ல உலகில் வேறும்பல அரசற்ற தேசிய இனங்களும் நாடற்றவர்களுங்கூட இந்த மூலதனவாதிக்கக் கும்பலுக்கெதிராகப் போராடினார்கள், போராடிக்கொண்டிருக்கிறார்கள் . தமிழினம் நாடற்றவர்கள் அல்ல அரசை இழந்தவர்கள் . குமரியும் ஈழமும் பாரதமும் தமிழினத்தின் பாரம்பரிய

பூமி.

தமிழீழ மாவீரர்கள் இந்த நவதாராளவாத ஏகாதிபத்தியக் கும்பலின் அடிவருடிகளான பொம்மைத் தலைமைகளிடம் மண்டியிடவில்லை. மாறாக எம் அன்னை தேசத்தின் அன்புப் பாதங்களை இறுகக் கட்டியணைத்து முத்தமிட்டவாறே... வலி நிறைந்த தம் இறுதிக்கணங்களைக் கடந்தார்கள். மாவீரம் படைத்தார்கள்.

18. நியூ கலிடோனிய

பிரான்ஸில் இருந்து தனிநாடாகப் பிரிந்துபோவதற்கான இரண்டாவது கருத்துக்கணிப்பு வாக்கெடுப்பில் நியூ கலிடோனிய மக்கள் (Nouvelle-Calédonie) மும்முரமாகப் பங்குகொண்டு (85.85வீதம்) வாக்களித்திருக்கிறார்கள். எனினும் மீண்டும் பிரிவினைக்கு எதிராக 50 வீதத்துக்கு மேற்பட்ட வாக்குகள் ("NO") பதிவாகி உள்ளன. பிரெஞ்சு நேரப்படி நேற்று ஞாயிற்றுக்கிழமை பிற்பகல் வெளியிடப்பட்ட முடிவுகளின் படி 53.26 வீதமானோர் பிரிந்து செல்வதை எதிர்த்து வாக்களித்திருப்பது தெரியவந்துள்ளது.

நியூ கலிடோனிய மக்கள் பிரான்ஸுடன் சேர்ந்திருப்பதற்கான தமது விருப்பத்தை மீண்டும் வெளியிட்டிருப்பதை அதிபர் மக்ரோன் வரவேற்றுள்ளார்.

"பிரெஞ்சுக் குடியரசு மீதான ஆழ்ந்த நம்பிக்கையை வாக்கெடுப்பில் வெளிப்படுத்தியமைக்காக அரசுத் தலைவர் என்ற ரீதியில் அந்த மக்களது முடிவை நன்றியுணர்வுடன் வரவேற்கின்றேன்" என்று அவர் தெரிவித்திருக்கிறார்.

பிரான்ஸில் இருந்து மிகத் தொலைவில் — 18ஆயிரம் கிலோமீற்றர்கள் தூரத்தில்- தென் பசுபிக் சமுத்திரத்தில் ஆஸ்திரேலியாவுக்கு அருகே அமைந்துள்ள அழகிய தீவுக் கூட்டம் நியூ கலிடோனியா. பிரான்ஸின் காலனித்துவ ஆளுகைக்குட்பட்ட இத் தீவில் இரண்டு லட்சத்து 70 ஆயிரம் பேர் வசிக்கின்றனர்.

"பிரான்ஸில் இருந்து பிரிந்து இறைமையுள்ள சுதந்திர தனித் தேசமாக வாழ விரும்புகின்றீர்களா" என்ற கேள்விக்கு அந்த மக்களது விருப்பத்தைக் கோரும் கருத்துக் கணிப்பை மூன்று கட்டங்களில் நடத்த தீர்மானிக்கப்பட்டது. முதலாவது கட்டம் 2018 இல் நடந்தது. அதில் 56.7 வீதமானோர் பிரிவினையை மறுத்து (NO) வாக்களித்திருந்தனர். எனினும் வாக்காளர்களில் சுமார் அரைவாசிப் பங்கினர் பிரிந்து செல்வதை ஆதரிப்பதை அந்த முடிவுகள் வெளிக்காட்டி இருந்தன.

"கலிடோனியா இல்லாத பிரான்ஸின் அழகு முழுமை பெறாது" என்று அதிபர் மக்ரோன் அச்சமயம் கருத்து வெளியிட்டிருந்தார்.

இந்நிலையில் கருத்துக்கணிப்பின் இரண்டாவது வாக்களிப்பு ஞாயிற்றுக்கிழமை 304 நிலையங்களில் நடத்தப்பட்டது. கொரோனா நெருக்கடிக்குப் பின்னர் நடைபெற்ற இந்த இரண்டாவது கட்டத்தில் வாக்களிப்பு மிக அமோகமாக இருந்தது ஆனால் இம்முறையும் வாக்கெடுப்பில் தனிநாட்டுத் தீர்மானம் வெற்றி பெறவில்லை. இதனால் மூன்றாவது கட்ட வாக்களிப்பு 2022 ஆம் ஆண்டு நடத்தப்பட வாய்ப்புள்ளது.

சுமார் 170 ஆண்டுகாலமாக நீடித்துவரும் பிரான்ஸின் காலனித்துவ ஆளுகையை முடிவுக்குக் கொண்டுவரும் ஓர் உடன்படிக்கை (Noumea Accord) 1998 ஆம் ஆண்டில் நியூ கலிடோனியத் தலைநகர் நௌமியாவில் உருவாக்கப்பட்டது. சுயவிருப்பத்தின் பேரில் தனிநாடாகப் பிரிந்து செல்வதற்கான விருப்பத்தை அறியும் வாக்கெடுப்புகள் அந்த உடன்படிக்கையின் கீழேயே நடத்தப்பட்டுவருகின்றன.

உடன்படிக்கை எட்டப்படுவதற்கு முந்திய காலப்பகுதியில் 1988 இல் கலிடோனிய தீவுக் கூட்டங்களில் ஒன்றான ஊவியாவில் (Ouvéa) பிரெஞ்சு ஜொந்தாம் துருப்பினர் நால்வர் கிளர்ச்சியாளர்களால் கொல்லப்பட்டனர். நிராயுதபாணிகளான 27 ஜொந்தாமினர் அங்குள்ள குகை ஒன்றினுள் சிறைப்பிடிக்கப்பட்டனர்.

நியூ கலிடோனியாவுக்கு பிரான்ஸிடம் இருந்து சுதந்திரம் கோரிப் போராடிய கனாக்(Kanak) பழங்குடி இனக் கிளர்ச்சியாளர்களே இத்தாக்குதலை நடத்தியிருந்தனர். “ஊவியா பணயக் கைதிகள் சிறைப்பிடிப்பு ” என அழைக்கப்பட்ட அந்தப் பணய நாடகம் இருவாரங்கள் நீடித்தது. கைதிகளை விடுவிப்பதற்காக கிளர்ச்சியாளர்களுடன் சமரசம் செய்ய மறுத்த பிரெஞ்சு அரசு, தனது கொமாண்டோக்களை அங்கு அனுப்பி பணயக்கைதிகளான ஜொந்தாமினரை படை நடவடிக்கை மூலம் மீட்டது.

பணயக் கைதிகளை மீட்பதற்காக காடுகளில் நடந்த சண்டையில் பிரெஞ்சுப் படைகளால் உயிருடன் பிடிக்கப்பட்ட “கனாக்” கிளர்ச்சியாளர்கள் பலர் பின்னர் கொல்லப்பட்டனர் என்று குற்றச்சாட்டுகள் உள்ளன.

19. தற்கொலை குண்டுதாரி புலஸ்தினி

ஊயிர்த்த ஞாயிறு தற்கொலை குண்டு தாக்குதலின் ஸாரானின் குழுவைச் சேர்ந்த ஸாரா என்றழைக்கப்படும் தற்கொலை குண்டுதாரியான புலத்தினி புலனாய்வு பிரிவிரின் கண்களுக்கு மண்தூவிட்டு தப்பி ஓடிய ஒருவருடம் கடந்த பின்னரே அவர் தப்பி ஓடியுள்ளதாக தேசிய புலனாய்வு பிரிவினர் கண்டுபிடித்துள்ளனர். அவர் எவ்வாறு தப்பி ஓடியுள்ளார் என புலனாய்வின் துப்பு துலக்கலில் தெரியவந்துள்ளது.

இது தொடர்பாக புலனாய்வு வட்டாரங்களில் இருந்து தெரியவருவதாவது

தயார இருந்து ஸாரா மற்றும் ஜாரானின் சகோதரர்கள் சாய்ந்தமருதில் மறைந்திருந்த தயாராக இருந்த போது தேசிய புலனாய்வு பிரிவின் தகவலாளியான லொறி சாரதி மாச் மாதம் 30 ம் திகதி கொழும்பில் இருந்து சம்மாந்துறை பிரதேசத்தில் களஞ்சியசாலை ஒன்றுக்கு கொண்டுவரப்பட்டு இறக்கப்பட்ட பொருட்கள் தொடர்பாக தேசிய புலனாய்வு பிரிவுக்கு வழங்கிய தகவலின் அடிப்படையில் சம்மாந்துறையிறையை முதலில் புலனாய்வு பிரிவினர் முற்றுகையிட்டன.

கொழும்பைச் சேர்ந்த குறித்த தகவலாளி கடந்த 2019 மாச் 30 திகதி கொழும்பில் இருந்து லொறி ஒன்றில் சம்மாந்துறை பிரதேசத்திற்கு ராண்போட் மூலம் பொருட்களை கொண்டுவந்து இறக்கியுள்ளார். அப்போது பொருட்களை இறக்கும்போது என்ன பொருட்கள் என வினாவியபோது சர்பாத்து தயாரிக்கும் தெரிற்சாலைக்கான பொருட்கள் என அவருக்கு தெரிவிக்கப்பட்டது.

அவரை பொருட்களை இறக்கும் போது அதில் திரவம் உள்ள ஒரு போத்தலின் மூடி களன்று அவரின் வலக்கையில் ஒரு துளி திரவம் வீழ்ந்ததில் அவரின் கையை சுட்டடுள்ளது. அப்போது அவர் சந்தேகப்படவில்லை. ஏதே ஒரு திரவம் என அந்த பொருட்களை பறித்துவிட்டு கொழும்புக்கு திரும்பி சென்றுள்ளார்.

பினனர் 21ம் ஏப்பில் குண்டு வெடிப்பு இடம்பெற்ற பிற்பாடு இவருக்கு ஒரு சந்தேகம் ஏற்பட்டது. அதாவது பறிக்கப்பட்ட பொருட்களுக்கும் இவர்களுக்கும் சம்மந்தம் இருக்க வாய்ப்பு இருக்கின்றது என்ற அடிப்படையில் அவர் சம்மாந்துறைக்கு முதல் தரம் வந்துள்ளதால் குறித்த பகுதியில் தண்ணீர் ஓடும் ஒரு வாய்க்கால் பகுதிக்கு அருகில் சர்பத் கடையுள்ளதாகவும் அந்த கடையில் சர்பத் வாங்கி குடித்த போது இனிப்பு அதிகமாக இருப்பதால் மிகுதியை அந்த நீராடும் வாய்க்காலில் ஊற்றியதாகவும் அவருக்கு ஞாபகத்தில் இருந்த இந்த தகவலை தேசிய புலனாய்வு பிரிவுக்கு வழங்கினார்.

இந்த தகவலை வைத்து அம்பாறை மாவட்ட தேசிய புலனாய்வு பிரிவினர் அந்த பகுதியை சல்லடைபோட்டு தேடிய நிலையில் 2019 ஏப்பில் 26ம் திகதி அந்த நீரோடை மற்றும் சர்பத் கடையை கண்டுபிடித்து பொருட்களை இறக்கிய வீட்டை கண்டுபிடித்தனர்.

கண்டுபிடிக்கப்பட்ட வீட்டை முற்றுகையிட்ட புலனாய்வு துறையினர் வீட்டின் கார் பாக் ஒன்றை கல்முனையில் மரக்கறி வியாபாரம் செய்துவந்தவரும் ஸாரானின் குழுவின் வழிகாட்டியாக செயற்பட்ட நியாஸ் என்பவர் அம்பாறையில் சப்பாத்து தொழிற்சாலை வைத்திருப்பதாகவும் அந்த தொழிற்சாலையை அங்கிருந்து அகற்றுமாறு தெரிவித்ததையடுத்து அந்த தொழிற்சாலை பொருட்களை வைப்பதற்கான களஞ்சியசாலையாக 5 ஆயிரம் ரூபாவுக்கு வாடகைக்கு வழங்கியயுள்ளதுடன் அந்த களஞ்சியசாலை பூட்-

டியிருந்துள்ளது. குறித்த களஞ்சியசாலையை திறப்பதற்காக வீட்டின் உரிமையாளரிமிருந்த டம்மி சாவியை பயன்படுத்தி அந்த களஞ்சியசாலையை திறக்க முற்பட்டபோது அங்கு பொலிசார் விசேட அதிரடிப்படையினர் சென்ற நிலையில் அந்த களஞ்சியசாலை திறக்கப்பட்ட போது அங்கு குண்டு தயாரிப்பதற்கான வெடிபொருட்கள், ஐ.எஸ்.ஐ.எஸ் அமைப்பின் கொடிகளை மீட்கப்பட்டன.

குண்டு வெடிப்பு நடப்பதற்கு முன்னர் சாய்ந்தமருது, நிந்தவூர், அட்டாளைச்சேனை பகுதியில் வாடகை வீடுகள் தங்குவதற்கு பயன்படுத்தப்பட்டதுடன்; சம்மாந்துறையில் வாடகைக்கு எடுக்கப்பட்ட வீட்டின் கராச் மட்டும் ஆயுத களஞ்சியசாலையாக பயன்படுத்தப்பட்டுள்ளது என்ற தகவலின் அடிப்படையில் இதே நேரத்தில் தேசிய புலனாய்வு பிரிவின் இன்னொரு குழுவினர் நிந்தவூர், அட்டாளைச்சேனையில் தங்கியிருந்த வீடுகளை முற்றுகையிட்ட போது அவர்கள் அங்கிருந்து தப்பி வான் ஒன்றில் சாய்ந்தமருது வெரிவேரியன் கிராமத்தில் உள்ள வீட்டை சென்றடைந்துள்ளனர்

அப்போது ஸாரா என்றழைக்கப்படும் புலஸ்த்தினி 5 கிலோ எடை கொண்ட குண்டை அவரது இடுப்பில் கட்டியவாறு வானில் சென்றதாகவும் அந்த வாகனத்தை இடையில் பாதுகாப்பு படையினர் வழிமறித்து சோதனையிட்டால் அந்த இடத்தில் தற்கொலை தாக்குதல் நடாத்த திட்டமிட்டுள்ளதாக கைது செய்யப்பட்ட ஸாரானின் மனைவி மற்றும் பலனாய்வு விசாரணையில் தெரியவந்துள்ளது.

இந்த நிலையில் ஏப்பில் 26ம் திகதி மாலையில் வீதி போக்குவரத்து பிரிவில் கடமையாற்றிய பொலிஸ் உத்தியோகத்தர் ஒருவர் பொலிஸ் நிலையத்திற்கு தொலைபேசியில் வெரிவேரியன் கிராமத்தில் ஒருவர் துப்பாக்கியால் துப்பாக்கிபிரயோகம் செய்வதாக தெரிவிக்கப்பட்டதையடுத்து அந்த பகுதிக்கு இராணுவத்தினர் விசேட அதிரடிப்படையின் தேசிய புலனாய்வு பிரிவினர் பொலிசார் நகர்ந்தபோது அங்கு 3 குண்டு வெடிப்பு இடம்பெற்றதுடன் துப்பாக்கி சூட்டுச் சம்பவமும் இடம்பெற்ற நிலையில் ஸாரானின் மனைவி குழந்தை காப்பாற்றப்பட்டதுடன் அதில் 17 பேர் உயிரிழந்த நிலையல் சடலமாக மீட்கப்பட்டதுடன் ஆயுதங்களையும் மீட்டனர்.

இதன் பின்னர் இதில் கைது செய்யப்பட்ட ஸாரானின் மனைவி மற்றும் ஏனையவர்களிடம் சி.ஐ.டி யினர் மேற்கொண்ட விசாரணையின் அடிப்படையில் சி.ஐ.டி. விசாரணையில் ஸாராவும் இறந்து விட்டதாக தீர்மானிக்கின்றனர்.

இதன் பின்னர் சடலமாக மீட்கப்பட்வர்கள் தொடர்பான அவர்களை உறுதிப்படுத்துவதற்கான ஸாராவின் தாயார் வரவழைக்;கப்பட்டு அவரின் இரத்தம் எடுக்கப்பட்டதுடன் ஏனையவர்களின் உறவினரது இரத்தம் எடுக்கப்பட்டு மரபணு பரிசோதனை நடாத்தப்பட்ட நிலையில் ஏனையவர்களின் மரபணு பரிசோதனை பொருந்திய நிலையில் ஸாராவின் தாயாரின் மரபணு பரிசோ-

தனையில் எதுவும் பொருந்த வில்லை அடுத்த தரம் அரத்தம் எடுக்கப்பட்டு மரபபணு பர்pசோதனையாக இரண்டாம் தரமும் பொருந்த வில்லை.

இந்த நிலையில் புலனாய்வு பிரிவினர் அடுத்த கட்டமாக ஸாரா பிறந்த-போது வைத்தியசாலையில் சிலவேளை குழந்தை மாற்றப்பட்டிருக்கலாம் என சந்தேகம் கொண்டு அவர் பிறந்த களுவாஞ்சிக்குடி வைத்தியசாலையில் பழயை பதிவுகளான ஏடுகளை தேடி ஆராயந்தபோது அன்றை தினம் அந்த வைத்தியசாலையில் அவர் மட்டும் தான் பிறந்துள்ளதாக ஆவணங்கள் மூலம் கண்டறியப்பட்டதையடுத்து புலனாய்வு துறையினர் ஸாரா தப்பி ஓடக்-கூடிய வாய்ப்பு இருப்பதாக முடிவுக்கு வருகின்றனர்.

அதன் பின்னர் தேசிய புலனாய்வுத் துறையினர் அவரை தேடத் தொடங்-குகின்றனர். அதில் முதற்கட்டமாக ஸாராவின் ஊரான மட்டக்களப்பு மாங்-காடு பிரதேசத்தில் தேடியபோது அவர்களுக்கு ஒரு தகவல் கிடைத்தது அதில் ஸாரா உயிருடன் இருப்பதுடன் புலனாய்வு துறையினரின் கண்களிள் மண்ணைத்தூவி தப்பியுள்ளார் என தெரியவந்தது. இந்த நிலையில் அந்த பகுதியில் 3 வீடுகளில் மாறிமாறி தங்கவைக்கப்பட்டதான நிரந்தர சாட்சி ஒன்றின் மூலம் தகவல் கிடைத்தது.

அதனை தொடர்ந்து புலனாய்வு பிரிவினர் தேடிய தகவலுக்கு அமைய ஸாராவின் தாயாரின் சகோதரியான கீதாவின் கணவரின் சகோதரான தேவ-குமார் கடந்த காலங்களில் படகு மூலம் அவுஸ்ரேலியாவுக்கு லெவினி என்கின்ற பெண்ணுடன் சேர்ந்து ஆட்கடத்தலில் ஈடுபட்டுவந்துள்ளதாகவும் அதன் அடிப்படையில் அவர் மன்னார். யாழ்ப்பாணம் போன்ற இலங்கையின் கரையோராப் பிரதேசங்களில் உள்ளவர்களுடன் தொடர்பு உள்ளதன் அடிப்-படையில் இலங்கையில் ஏதே ஒரு கடற்கரைபரப்பில் இருந்து இந்தியாவுக்கு அனுப்பப்பட்டுள்ளதாக தகவலின் பிரகாரம் அவரை சி.ஐ.டி யினர் வீட்டில் வைத்து கைது செய்தனர்.

அதேவேளை ஸாராவின் கணவரான கட்டுவாப்பிட்டியில் தற்கொலை குண்டுதாக்குதலில் உயிரிழந்த வாழைச்சேனையைச் சேர்ந்த முகமது ஹாஸ்-தூன் திருமனம் முடிப்பதற்கு முன்னர் அவருடன் தனியார் கல்வி நிலையத்-தில் கல்விகற்றுவந்து முஸ்லிம் இளைஞர் ஒருவர் அவரை முஸ்லீம் மதத்-திற்கு மதமாற்றம் செய்யமுற்படுவதாக ஸாராவின் தாயார் களுவாஞ்சிக்குடி பொலிஸ் நிலையத்தில் முறைப்பாடு செய்யசென்ற போது அங்கு கடமை-யாற்றிய பொலிஸ் உப பரிசோதகர் நாகூர்தம்பி அபூபக்கர் அந்த முறைப்-பாடை அவர் விசாரித்த நிலையில் ஸாராவின் குடும்பத்துடன் உறவு ஏற்-படுத்தப்பட்டு அவர் அந்த குடும்பத்துடன் ஒட்டி உறவாடி உண்டு மகிழ்ந்து உறவை இறுதிவரை பேணிவந்த நிலையில் மாங்காட்டில் தலைமறைவாகி இருந்த ஸாராவை அவர் காரில் ஏற்றி சென்றுள்ளார் என தேசிய புலனாய்வு பிரிவுக்கு கிடைத்த நிரந்தர சாட்சி ஒன்றின் தகவலின் பிரகாரம் அவரை அக்கரைப்பற்றில் அவரது வீட்டில்வைத்து கடந்த 13 ம் திகதி அதிகாலை 5

மணியளவில் சி.ஐ.டி. யினர் கைது செய்தனர்.

தேசிய புலனாய்வு பிரிவின் தகவல்களின் அடிப்படையில் ஸாரா அங்கிருந்து தப்பி இந்தியாவுக்கு ஓடியுள்ளதாக புலனாய்வு பிரிவினர் தகவல்கள் மூலம் தெரிய வந்துள்ளதுடன் தொடர் விசாரணைகள் முன்னெடுக்கப்பட்டு வருகின்றதுடன் இதனுடன் தொடர்புபட்ட பலர் மிக விரைவில் கைது செய்யப்படும் என உயர் அதிகாரி ஒருவர் தெரிவித்தார்.

இதேவேளை ஊயிர்த்த ஞாயிறு குண்டு வெடிப்பு இடம்பெறுவதற்கு இரு வாரங்களுக்கு முன்னார் தேசிய புலனாய்வு பிரிவுக்கு கிடைத்த தகவலின் அடிப்படையில் அம்பாறை மாவட்ட தேசிய புலனாய்வு பிரிவின் தமிழ் உத்தியோகத்தர் ஒருவர் முதல் முதலாக ஸாரா தொடர்பாக அவரை தேடி அவரது மட்டக்களப்பு மாங்காடு வீட்டிற்கு சென்று விசாணை மேற்கொண்டு தேசிய புலனாய்வு தலைமையத்துக்கு அறித்துள்ளபோதும் அப்போது அவர்கள் அதில் கவனம் செலுத்தவில்லை என்பது குறிப்பிடத்தக்கது.

20. தாயின் பசி

“ஐநா எனப்படுவது எங்கள் எல்லோரையும் இணைக்கும் ஒரு அற்புதமான கருத்து. அது மேலும் பலம் அடைவதை மேலும் சிறப்பானதாகஉறுதியான நிலைப்பாடுடைய ஒன்றாக வருவதை விரும்புகிறேன். ஆனால் இப்பொழுதும் ஐ.நா.மனித உரிமைகளோடு தொடர்பே இல்லாத அரசியல் நலன்களின் செல்வாக்குக்கு உள்ளாகிறது. அது ஐநாவை அமைப்பு ரீதியாக ஊழல் மிகுந்தது ஆக்கிவிட்டது. நான் நம்புகிறேன் நாங்கள் ஐநாவை மக்களுக்கு சேவை செய்யும் ஒன்றாக மாற்றவேண்டும். அரசியல்வாதிகளுக்கு சேவை செய்யும் ஒன்றாக அல்ல. எனது படம் ஆகிய Quo Vadis Aida ஐநாவின் முடிவுகளின் சுயாதீனம் மற்றும் மனித உரிமைகளை பாதுகாப்பதற்கான உறுதியான நிலைப்பாடு குறித்த கேள்விகளை எழுப்ப உதவும் என்று நான் உண்மையாகவே நம்புகிறேன் .....”

இவ்வாறு தெரிவித்திருக்கிறார் Quo Vadis Aida என்ற திரைப்படத்தின் நெறியாளர் ஆகிய ஜஸ்மிலா ஸ்பானிக். அவர் ஸ்ரெபெர்னிகா.

இனப்படுகொலையில் தனது 17வது வயதில் தப்பிப்பிழைத்த ஒரு பெண். ஐநாவில் பல ஆண்டுகள் வேலை செய்தவர். அண்மையில் அனைத்துலக மகளிர் தினத்தையொட்டி டைம்ஸ் சஞ்சிகை அவரை நேர்கண்ட பொழுது அவர் மேற்கண்டவாறு கூறியிருக்கிறார். அவருடைய சர்ச்சைகளோடு பாராட்டப்பட்ட திரைப்படம் ஆகிய Quo Vadis Aida இப்பொழுது ஒஸ்கார் விருதுக்கு பரிந்துரைக்கப்பட்டிருக்கிறது.

1995இல் ஸ்ரெபெர்னிகா இனப் படுகொலையில் எண்ணாயிரத்துக்கும் குறையாதவர்கள் கொல்லப்பட்டார்கள் பெண்கள் சிதைக்கப்பட்டார்கள். அதில் தப்பிப் பிழைத்த ஜஸ்மிலா கூறுகிறார் ஸ்ரெபெர்னிகாவில் இப்பொழு-

தும் அன்னையர் தங்கள்பிள்ளைகளின் அல்லது கணவன்மார்களின் அல்லது உறவினர்களின் எலும்புத் துண்டுகளை தேடிக் கொண்டிருப்பதாக. ஏதாவது ஒரு எலும்பு மிச்சம் கிடைத்தால் அதைப் புதைத்து ஒரு கல்லறையை கட்டி-விடலாம் என்று காத்திருப்பதாக. அந்தப் பெண்களின் உறுதியை கௌரவித்து அவர்களுக்கு சமாதானத்துக்கான நோபல் பரிசு கொடுக்க வேண்டும் என்றும் கூறுகிறார்.

அன்னையரின் துக்கம் அல்லது அன்னையரின் ஆவேசம் அல்லது அன்னையரின் காத்திருப்பு உலகம் முழுவதிலும் போராட்டங்களை பின்னி-ருந்து இயக்கியிருகிறது. தேற்றப்படவியலாத தாய்மாரின் துக்கம் ரஷ்யாவின் ஸ்தெப்பி வெளியில் தொடங்கி வல்லை வெளி வாகரை வெளி கைதடி வெளி வரையிலும் நிரம்பியிருக்கிறது. தமிழ் மக்களுடைய ஆயுதப் போராட்-டத்தில் அடைக்கலம் தந்த வீடுகள் என்று அழைக்கப்படும் அனேகமான வீடுகளில் தாய்மாரின் தியாகத்தை அர்ப்பணிப்பை துணிச்சலை காணலாம். போருக்குப் போன தமது பிள்ளைகளுக்காகவும் அல்லது காணாமல் ஆக்-கப்பட்ட தமது பிள்ளைகளுக்காகவும் உபவாசம் இருக்கும் ஆயிரக்கணக்கான அன்னையர்களின் கதை வெளியே தெரியவருவதில்லை.

எனக்குத் தெரிந்து பல அன்னையர் இரு வேளை உணவைத் துறந்து அல்லது ஒருவேளை உணவைத் துறந்து அல்லது சோற்றைத் துறந்து பாண் மட்டும் சாப்பிட்டு கொண்டு பிள்ளைகளுக்காக காத்திருப்பதை கண்டிருக்கி-றேன். ஏற்கனவே பிள்ளை வரம் கேட்டு மண்சோறு சாப்பிடும் ஒரு பாரம்-பரியத்தை கொண்ட மக்கள் நாங்கள். எனவே தவமிருந்து பெற்ற பிள்-ளைகளை காப்பாற்றுவதற்காக தவமிருக்கும் அன்னையரின் தியாகத்தை கழித்துவிட்டு ஒரு விடுதலைப் போராட்டத்தின் ஒட்டுமொத்த தியாகத்தை குறித்து கதைக்க முடியாது. அண்மையில் கூட புன்னாலைக்கட்டுவனைச் சேர்ந்த ஓர் அன்னை காலமானார். அவருடைய வீடு ஆயுதப் போராட்-டத்தின் தொடக்க காலங்களில் பலருக்கு புகலிடமாக இருந்த ஒரு வீடு என்பதை முகநூல் பதிவுகளை பார்த்தால் தெரியும். இப்பொழுதும் அவ்-வாறு அடைக்கலம் கொடுத்த பல வீடுகள் அமைதியாக நிகழ்கால அரசி-யல் போக்கில் தலையிடாது அமைதியாக சாட்சிகளாக பார்த்துக் கொண்டி-ருக்கின்றன. அதேசமயம் காணாமலாக்கப்பட்ட தமது பிள்ளைகளைத் தேடி மற்றொரு தொகுதி அன்னையர்கள் வீதியோர குடில்களில் அல்லது தீச்சட்டி தலையில் சுமந்தபடி போராடிக் கொண்டிருக்கிறார்கள். அன்னையரின் தியா-கம் பசி தூக்கம் காயம்'கண்ணீர் என்பவற்றால் வனையப்பட்டதே எந்த ஒரு போராட்டமும்.

அப்படி ஓர் அன்னைதான் இப்பொழுது பிரித்தானியாவில் உண்ணாவிர-தம் இருக்கிறார். இக்கட்டுரை முதலாவதாக அவருடைய பசியை மதிக்கி-றது அவருடைய ஓர்மத்தைக் கௌரவிக்கிறது. அவருடைய போராட்டத்துக்கு பக்கபலமாக யாழ்பாணத்திலும் கிழக்கிலும் சுழற்சி முறையில் உண்ணாவிரதப்

போராட்டங்கள் முன்னெடுக்கப்படுகின்றன. புலம் பெயர்ந்த தமிழ்ப் பரப்பிலும் போராட்டங்கள் முன்னெடுக்கப்படுகின்றன. பல்கலைக்கழக மாணவர்களின் சுழற்சி முறை உண்ணாவிரதப் போராட்டத்தில் பெரும்பாலான நேரத்தில் மிகச்சிலரையே போராட்ட மேடையில் காணமுடிகிறது. சில சமயங்களில் காணாமல் ஆக்கப்பட்டவர்களின் உறவினர்கள் அங்கே வந்து இருப்பார்கள். கட்சிகளின் உறுப்பினர்கள் அங்கே வந்து இருப்பார்கள். அண்மையில் தென்னிலங்கையிலிருந்து மதகுருக்கள் வந்து இருந்தார்கள். ஆனாலும் பெரும்பாலான நேரங்களில் அந்த மேடை மிகச் சிலரோடு வெறிச்சோடிக் காணப்படும்.

இரவுகளில் உண்ணாவிரதம் இருக்கும் மாணவர்களோடு தமிழ்த் தேசிய மக்கள் முன்னணியை சேர்ந்த சிலர் வந்து தங்குகிறார்கள். மற்றும்படி கட்சிகள் இது விடயத்தில் தங்கள் பங்களிப்பை போதிய அளவு செய்யவில்லை என்று உணரப்படுகிறது. சில கட்சித் தலைவர்களிடம் கேட்டேன். அவர்கள் கூறுகிறார்கள் இந்த போராட்டத்தை தொடங்கும்போது மாணவர்கள் தம்மோடு கலந்துபேசவில்லை என்றும் அதற்குரிய கட்டமைப்பு எதையும் உருவாக்கவில்லை என்றும். மாணவர் அமைப்புக்குள்ளும் ஒன்றிணைந்த செயற்பாடு இல்லை. மாணவர்கள் அழைத்தாலும் அழைக்காவிட்டாலும் கட்சிகள் பங்களிப்புச் செய்யலாம் தானே?

இப்போராட்டத்தில் முன்நின்று செயல்படும் ஒரு மாணவர் தன்னுடைய இரண்டு நாள் பரீட்சைகளை எழுதவில்லை என்று தெரிகிறது. அந்த நாட்களில் அவருக்கு பதிலாக போராட்டத்தை பொறுப்பேற்க வேறு மாணவர்கள் இல்லை? இதுதான் நிலைமை.

மிகச் சிலரின் தியாகத்தை பெருந்திரள் மக்கள் வேடிக்கை பார்த்துக் கொண்டிருக்கிறார்களா? அல்லது மக்களைப் பங்காளிகளாக மாற்றத் தேவையான அரசியல் தரிசனம் சம்பந்தப்பட்ட மாணவர்களிடம் இல்லையா? தாயகத்தில் மக்கள் போராட்டங்கள் எந்த அளவுக்கு மக்கள் மயப்பட்டிருக்கின்றன என்பதற்கு இப்பொழுது முன்னெடுக்கப்படும் போராட்டங்கள் ஆகப் பிந்திய எடுத்துக்காட்டு. அதிலும் குறிப்பாக பொத்துவில் தொடக்கம் பொலிகண்டி வரையிலுமான போராட்டத்தின் பின்னரான எடுத்துக்காட்டு.

இவ்வாறான ஒரு போராட்டச்சூழலை முன்வைத்து இக்கட்டுரை பின்வரும் கேள்விகளை எழுப்புகிறது.

முதலாவது கேள்வி. உலக சமூகத்திடம் நீதி கேட்டுப் போராடுவது என்பது ஐநா நோக்கிப் போராடுவதா?அது தனிய ஜெனீவா மைய அரசியல் மட்டுமா? இக்கட்டுரையின் தொடக்கத்தில் கூறப்பட்ட திரைக் கலைஞரின் கூற்றை இங்கு சுட்டிக்காட்ட வேண்டும். ஐ.நாவை நம்புவதில் இருக்கும் ஆபத்தை அவர் உணர்த்துகிறார். அவர் ஐநாவில் பல ஆண்டுகள் வேலை செய்தவர் என்பதையும் இங்கு சேர்த்துக் கவனிக்கவேண்டும்.

இரண்டாவது கேள்வி. கடந்த பத்தாண்டுகளில் ஈழத்தமிழர்கள் மத்தியில் நிகழ்ந்த சாகும் வரையிலான உண்ணாவிரதங்கள் ஏன் வெற்றி பெறவில்லை? அரசியல் கைதிகளும் காணாமல் ஆக்கப்பட்டவர்களின் பெற்றோரும் சாகும் வரையிலும் உண்ணாவிரதம் இருந்தார்கள். ஆனால் வெற்றி பெறவில்லை. கடந்த பத்தாண்டுகளில் யாரும் இறுதிவரை போராடவில்லை. அதற்காக இக்கட்டுரை உண்ணாவிரதிகள் சாகவேண்டும் என்று கேட்கவில்லை. சாகும் வரை உண்ணாவிரதம் என்பது ஒரு கடைசிப் போராடம்.

மூன்றாவதுகேள்வி. இவ்வாறான போராட்டங்களை யார் முன்னெடுப்பது ஒப்பீடளவில் சிறந்தது? அதை பிரபல்யமாக இருக்கும் அரசியல்வாதிகள் முன்னெடுப்பதே சிறப்பு என்று மு.திருநாவுகரசு அண்மையில் கூறியிருக்கிறார். மக்கள் பிரதிநிகளுக்கு ஊடகக்கவர்ச்சி உண்டு. அனைத்துலக் அளவில் அங்கீகாரம் உண்டு. அவர்களை மக்கள் தமக்காகப் போராடத்தானே தெரிந்தெடுத்தார்கள்? எனவே அவர்கள் தியாகம் செய்யட்டும். அதன்மூலம் முன்னுதாரணமாகட்டும். அவர்களுக்குள்ள ஊடகக்கவர்ச்சி மற்றும் அங்கீகாரம் என்பவற்றை முதலீடாக்கி அவர்கள் சாகும் வரையிலும் உண்ணாவிரதம் இருக்கும் பொழுது அது உலகத்தைத் திரும்பிப் பார்க்க வைக்கும். அவர்களுக்கு வாக்களித்த மக்களையும் ஏதோ ஒரு உணர்ச்சி புள்ளியில் இணைக்கும். எனவே மக்கள் பிரதிநிதிகள்தான் சாகும் வரையிலான உண்ணாவிரதத்தை முன்னெடுக்க வேண்டும். ஆனால் கடந்த பத்தாண்டுகளில் தமிழ் மக்கள் மத்தியில் எந்த ஒரு கட்சித் தலைவரும் அவ்வாறு சாகும்வரை உண்ணாவிரதம் இருக்க வில்லை. அது மட்டுமல்ல சட்ட மறுப்பாக போராடிய காரணத்தால் யாருமே இதுவரை சிறைக்கும் போகவில்லை. தலைவர்களும் சிறைகளை நிரப்பவில்லை. தொண்டர்களும் சிறைகளை நிரப்பவில்லை. இப்படிப்பட்ட மிக வறுமையான ஒரு போராட்டச் சூழலில்தான் யார்யாரோ தன்னார்வமாக சாகும் வரை உண்ணாவிரதம் இருக்கிறார்கள். யார் யாரோ போராட்டத்தை முன்னெடுக்கிறார்கள். தலைவர்கள் அவர்களின் பின் இழுபடுகிறார்கள்.

நாலாவது கேள்வி.இது போன்ற போராட்டங்களை உலகம் எப்படிப் பார்க்கிறது? சீனாவால் ஆக்கிரமிக்கப்பட்ட தீபெத் பிரதேசத்தில் இதுவரையிலும் நூற்றுக்கு மேற்பட்டவர்கள் தீபெத்தின் விடுதலைக்காக தீக்குளித்து இறந்திருக்கிறார்கள். ஆனால் அந்த தியாகங்களெவையும் உலகத்தின் மனச்சாட்சியை உலுப்பவில்லை. ஏன் அதிகம் போவான்? உலகப் பேரூடகங்கள் அத்தீக்குளிப்புக்களைக் கண்டுகொள்வதேயில்லை. ஏன்? ஏனெனில் ஒரு போராட்டத்தில் எவ்வளவு தியாகம் செய்யப்படுகிறது என்பதல்ல இங்கு முக்கியம் எவ்வளவு புத்திசாலித்தனமாக பிராந்திய மற்றும் பூகோள அரசியல் நிலைமைகள் கையாளப்படுகின்றன என்பதே முக்கியமானது என்பதாலா? இக்கேள்விகளை முன்வைத்து தமிழ்ச் சமூகம் ஆழமாக உரையாட வேண்டும். தமிழ் மக்கள் ஏற்கனவே நிறைய இழக்க கொடுத்துவிட்டார்கள். கிட்-

டத்தட்ட நால்வருக்கு ஒருவர் புலம்பெயர்ந்து விட்டார். எனவே தமிழ் சக்தி தொடர்ந்தும் சிதறக்கூடாது. அது சேமிக்கப்படவேண்டும். திரட்டப்பட வேண்டும். இந்த அடிப்படையில் சிந்தித்து நீதிக்கான தமது போராட்டத்துக்கென்று தமிழ் மக்கள் ஒரு பொதுக்கட்டமைப்பை உருவாக்க வேண்டும். தமிழ் மக்களின் ஒட்டுமொத்த அரசியல் செயற்பாடுகளை முன்னெடுக்கவல்ல ஒரு மக்கள் அமைப்பைக் கட்டியெழுப்ப வேண்டும். அது தாயகம்;தமிழ் புலம்பெயர்ந்த சமூகம் மற்றும் தமிழகத்தில் இருக்கும் தரப்ப்புக்களையும் இணைக்க வேண்டும். அவ்வாறு இணைக்கும் பொழுது ஒரு முக்கியமான முன் நிபந்தனையை நிறைவேற்ற வேண்டும். அது என்னவெனில் புலம்பெயர்ந்த தமிழ் பரப்பில் போராட்டத்தை முன்னெடுப்பவர்கள் அங்கே முன்வைக்கும் கோஷங்கள் முன்நிறுத்தும் சின்னங்கள் கொடிகள் போன்றன தாயகத்தில் தடை செய்யப்பட்டுள்ளன. எனவே அவர்களோடு இணைவது தாயகத்தில் இருப்பவர்களுக்கு ஆபத்தானது. தமிழகத்திலும் அப்படித்தான். இதனால் தாயகம்-தமிழகம்-புலம் பெயர்ந்த தமிழ்ச்சமூகம் ஆகிய மூன்று பரப்புகளும் ஒன்றிணையத் தக்க ஒரு பொதுக்கட்டமைப்பை அனைத்துலக அளவில் ஏற்றுக்கொள்ளப்பட்ட ஒரு சிவில் வெளியை திறக்க வேண்டும். அதன் மூலமாகவே புலம்பெயர்ந்த தமிழ் பரப்பிலிருந்து அறிவும் பணமும் ஏனைய உதவிகளும் பரிமாறப்பட வேண்டும்.

இல்லையென்றால் தாயகத்தில் மிக அரிதாக தோன்றும் அரசியல் மற்றும் சமூக செயற்பாட்டாளர்கள் புலம் பெயர்ந்த தமிழ் சமூகத்தோடு கொண்டிருக்கும் உறவுகள் காரணமாக ஆபத்துக்குள்ளாகும் நிலைமைகள் ஏற்படலாம். எனவே இங்கு முக்கியமாக எடுக்கப்பட வேண்டிய முடிவு அதுதான்.

தாயகம் — தமிழகம்-புலம்பெயர்ந்த தமிழ்ப்பரப்பு ஆகிய மூன்று பரப்புகளையும் ஒன்றிணைக்கும் ஒரு இடையூடாட்டத் தளமாக கருதத்தக்க ஒரு கட்டமைப்பை முதலில் உருவாக்க வேண்டும். அந்த கட்டமைப்புக் கூடாவே நீதிக்கான தமிழ்மக்களின் போராட்டங்கள் பொருத்தமான வடிவத்தில் பொருத்தமான நேரத்தில்தீர்மானிக்கப்பட வேண்டும். சில தனிநபர்களின் தன்னார்வமான போராட்டங்கள் அல்லது தியாகங்கள் மக்களை ஒரு உணர்ச்சி புள்ளியில் இணைக்க உதவும். ஆனால் சில சமயம் ஒருங்கிணைக்கப் படாத போராட்டங்கள் தொடர்ச்சியற்ற போராட்டங்கள் தமிழ் மக்களின் ஒட்டுமொத்த போராட்ட உணர்வை நீர்த்துப் போகச் செய்துவிடும். எனவே இது விடயத்தில் உடனடியாக ஒரு பொதுக் கட்டமைப்பை உருவாக்க வேண்டும். உண்ணாவிரதம் இருக்கும் அப்பெண்மணியின் பசியை முன்னிறுத்தியாவது தமிழ்ச்சமூகம் இது குறித்து சிந்திக்குமா?

8

Mao Tse-tung

On Guerrilla Warfare
1. What Is Guerrilla Warfare?

In a war of revolutionary character, guerrilla operations are a necessary part. This is particularly true in war waged for the emancipation of a people who inhabit a vast nation. China is such a nation, a nation whose techniques are undeveloped and whose communications are poor. She finds herself confronted with a strong and victorious Japanese imperialism. Under these circumstances, the development of the type of guerrilla warfare characterized by the quality of mass is both necessary and natural. This warfare must be developed to an unprecedented degree and it must co-ordinate with the operations of our regular armies. If we fail to do this, we will find it difficult to defeat the enemy.

These guerrilla operations must not be considered as an independent form of warfare. They are but one step in the total war, one aspect of the revolutionary struggle. They are the inevitable result of the clash between oppressor and oppressed when the latter reach the limits of their endurance. In our case, these hostilities began at a time when the people were unable to endure any more from the Japanese imperialists. Lenin, in People and Revolution,[A] said: 'A people's insurrection and a people's revolution are not only natural but inevitable.' We consider guerrilla operations as but one aspect of our total or mass war because they, lacking the quality of independence, are of themselves incapable of providing a solution to the struggle.

Guerrilla warfare has qualities and objectives peculiar to itself. It is a weapon that a nation inferior in arms and military equipment may employ against a more powerful aggressor nation. When the invader pierces deep into the heart of the weaker country and occupies her territory in a cruel and oppressive manner, there is no doubt that conditions of terrain, climate, and society in general offer obstacles to his progress and may be used to advantage by those who oppose him. In guerrilla warfare we turn these advantages to the purpose of resisting and defeating the enemy.

During the progress of hostilities, guerrillas gradually develop into orthodox forces that operate in conjunction with other units of the regular army. Thus the regularly organized troops, those guerrillas who have attained that status, and those who have not reached that level of development combine to form the military power of a national revolutionary war. There can be no doubt that the ultimate result of this will be victory.

Both in its development and in its method of application, guerrilla warfare has certain distinctive characteristics. We first will discuss the relationship of guerrilla warfare to national policy. Because ours is the resistance of a semi colonial country against an imperialism, our hostilities must have a clearly defined political goal and firmly established political responsibilities. Our basic policy is the creation of a national united anti-Japanese front. This policy we pursue in order to gain our political goal, which is the complete emancipation of the Chinese people. There are certain fundamental steps necessary in the realization of this policy, to wit:

1. Arousing and organizing the people.
2. Achieving internal unification politically.
3. Establishing bases.
4. Equipping forces.

5. Recovering national strength.
6. Destroying enemy's national strength.
7. Regaining lost territories.

There is no reason to consider guerrilla warfare separately from national policy. On the contrary, it must be organized and conducted in complete accord with national anti-Japanese policy. It is only who misinterpret guerrilla action who say, as does Jen Ch'i Shan, "The question of guerrilla hostilities is purely a military matter and not a political one." Those who maintain this simple point of view have lost sight of the political goal and the political effects of guerrilla action. Such a simple point of view will cause the people to lose confidence and will result in our defeat.

What is the relationship of guerrilla warfare to the people? Without a political goal, guerrilla warfare must fail, as it must, if its political objectives do not coincide with the aspirations of the people and their sympathy, co-operation, and assistance cannot be gained. The essence of guerrilla warfare is thus revolutionary in character. On the other hand, in a war of counter-revolutionary nature, there is no place for guerrilla hostilities. Because guerrilla warfare basically derives from the masses and is supported by them, it can neither exist nor flourish if it separates itself from their sympathies and co-operation. There are those who do not comprehend guerrilla action, and who therefore do not understand the distinguishing qualities of a people's guerrilla war, who say: 'Only regular troops can carry on guerrilla operations.' There are others who, because they do not believe in the ultimate success of guerilla action, mistakenly say: 'Guerrilla warfare is an insignificant and highly specialized type of operation in which there is no place for the masses of the people' (Jen Ch'i Shan). Then there are those who ridicule the masses and undermine resistance by wildly asserting that the people have no understanding of the war of resistance (Yeh Ch'ing, for one). The moment that this war of resistance dissociates itself from the masses of the people is the precise moment that it dissociates itself from hope of ultimate victory over the

Japanese.

What is the organization for guerrilla warfare? Though all guerrilla bands that spring from the masses of the people suffer from lack of organization at the time of their formation, they all have in common a basic quality that makes organization possible. All guerrilla units must have political and military leadership. This is true regardless of the source or size of such units. Such units may originate locally, in the masses of the people; they may be formed from an admixture of regular troops with groups of the people, or they may consist of regular army units intact. And mere quantity does not affect this matter. Such units may consist of a squad of a few men, a battalion of several hundred men, or a regiment of several thousand men.

All these must have leaders who are unyielding in their policies—resolute, loyal, sincere, and robust. These men must be well-educated in revolutionary technique, self confident, able to establish severe discipline, and able to cope with counter-propaganda. In short, these leaders must be models for the people. As the war progresses, such leaders lack of discipline which at first will gradually overcome the lack of discipline which at first prevails; they will establish discipline in their forces, strengthening them and increasing their combat efficiency. Thus eventual victory will be attained.

Unorganized guerrilla warfare cannot contribute to victory and those who attack the movement as a combination of banditry and anarchism do not understand the nature of guerrilla action. They say, 'This movement is a haven for disappointed militarists, vagabonds, and bandits' (Jen Ch'i Shan), hoping thus to bring the movement into disrepute. We do not deny that there are corrupt guerrillas, nor that there are people who under the guise of guerrillas indulge in unlawful activities. Neither do we deny that the movement has at the present time symptoms of a lack of organization, symptoms that might indeed be serious were we to judge guerrilla warfare solely by the corrupt and temporary phenomena we have mentioned. We should study the corrupt phenomena and attempt to eradicate them in order to encourage guerilla warfare, and to increase its military efficiency. 'This is hard work, there is no help for it, and the problem cannot be solved immediately. The whole people must try to reform themselves during the course of the war. We must educate them and reform them in the light of past experience. Evil does not exist in guerrilla warfare but only in the unorganized and undisciplined activities that are anarchism,' said Lenin, in On Guerrilla Warfare.[B]

What is basic guerrilla strategy? Guerrilla strategy must be based primarily on alertness, mobility, and attack. It must be adjusted to the enemy situation, the terrain, the existing lines of communication, the relative strengths, the weather and the situation of the people.

In guerrilla warfare, select the tactic of seeming to come from the east and attacking from the west; avoid the solid, attack the hollow; attack; withdraw; deliver a lightning blow, seek a lightning decision. When guerrillas engage a stronger enemy, they withdraw when he advances; harass him when he stops; strike him when he is weary; pursue him when he withdraws. In guerilla strategy, the enemy's rear, flanks, and other vulnerable spots are his vital points, and there he must be harassed, attacked, dispersed, exhausted and annihilated. Only in this way can guerrillas carry out their mission of independent guerrilla action and coordination with the effort of the regular armies. But, in spite of the most complete preparation, there can be no victory if mistakes are made in the matter of command. Guerilla warfare based on the principles we have mentioned and carried out over a vast extent of territory in which communications are inconvenient will contribute tremendously towards ultimate defeat of the Japanese and consequent emancipation of the Chinese people.

A careful distinction must be made between two types of guerrilla warfare. The fact that revolutionary guerrilla warfare is based on the masses of the people does not in itself mean that the organization of guerrilla units is impossible in a war of counter-revolutionary character. As examples of the former type we may cite Red guerilla hostilities during the Russian Revolution; those of the Reds China; of the Abyssinians against the Italians for the past three years; those of the last seven years in Manchuria, and the vast anti-Japanese guerrilla war that is carried on in China today. All these struggles have been carried on in the interest of the whole people or the greater part of them; all had a broad basis in the national manpower and all have been in accord with the laws of historical development. They have existed and will continue to exist, flourish, and develop as long as they are not contrary to national policy.

The second type of guerrilla warfare directly contradicts the law of historical development. Of this type, we may cite the examples furnished by the White Russian guerrilla units organized by Denikin and Kolchak; those organized by the Japanese; those organized by the Italians in Abyssinia; those supported by the puppet governments in Manchuria and Mongolia, and those that will be organized here by Chinese traitors. All such have oppressed the masses and have been contrary to the true interests of the people. They must be firmly opposed. They are easy to destroy because they lack a broad foundation in the people.

If we fail to differentiate between the two types of guerrilla hostilities mentioned, it is likely that we will exaggerate their effect when applied by an invader. We might arrive at the conclusion that 'the invader can organize guerrilla units from among the people'. Such a conclusion might well diminish our confidence in guerrilla warfare. As far as this matter is concerned, we have but to remember the historical experience of revolutionary struggles.

Further, we must distinguish general revolutionary wars from those of a purely 'class' type. In the former case, the whole people of a nation, without regard to class or party, carry on a guerrilla struggle that is an instrument of the national policy. Its basis is, therefore, much broader than is the basis of a struggle of class type. Of a general guerrilla war, it has been said: 'When a nation is invaded, the people become sympathetic to one another and all aid in organizing guerrilla units. In civil war, no matter to what extent guerrillas are developed, they do not produce the same results as when they are formed to resist an invasion by foreigners' (Civil War in Russia). The one strong feature of guerrilla warfare in a civil struggle is its quality of internal purity. One class may be easily united and perhaps fight with great effect, whereas in a national revolutionary war, guerrilla units are faced with the problem of internal unification of different class groups. This necessitates the use of propaganda. Both types of guerrilla war are, however, similar in that they both employ the same military methods.

National guerrilla warfare, though historically of the same consistency, has employed varying implements as times, peoples, and conditions differ. The guerrilla aspects of the Opium War, those of the fighting in Manchuria since the Mukden incident, and those employed in China today are all slightly different. The guerrilla warfare conducted by the Moroccans against the French and the Spanish was not exactly similar to that which we conduct today in China. These differences express the characteristics of different peoples in different periods. Although there is a general similarity in the quality of all these struggles, there are dissimilarities in form. This fact we must recognize. Clausewitz wrote, in On War: 'Wars in every period have independent forms and independent conditions, and, therefore, every period must have its independent theory of war.' Lenin, in On Guerrilla Warfare said: 'As regards the form of fighting, it is unconditionally requisite that history be investigated in order to discover the conditions of environment, the state of economic progress and the political ideas that obtained, the national characteristics, customs, and degree of civilization.' Again: 'It is necessary to be completely unsympathetic to abstract formulas and rules and to study with sympathy the conditions of the actual fighting, for these will change in accordance with the political and economic situations and the realization of the people's aspirations. These progressive changes in conditions create new methods.'

If, in today's struggle, we fail to apply the historical truths of revolutionary guerrilla war, we will fall into the error of believing with T'ou Hsi Sheng that under the impact of Japan's mechanized army, 'the guerrilla unit has lost its historical function'. Jen Ch'i Shan writes: 'In olden days guerrilla warfare was part of regular strategy but there is almost no chance that it can be applied today.' These opinions are harmful. If we do not make an estimate of the characteristics peculiar to our anti-Japanese guerrilla war, but insist on applying to it mechanical formulas derived from past history, we are making the mistake of placing our hostilities in the same category as all other national guerrilla struggles. If we hold this view, we will simply be beating our heads against a stone wall and we will be unable to profit from guerrilla hostilities.

To summarize: What is the guerrilla war of resistance against Japan? It is one aspect of the entire war, which, although alone incapable of producing the decision, attacks the enemy in every quarter, diminishes the extent of area under his control, increases our national strength, and assists our regular armies. It is one of the strategic instruments used to inflict defeat on our enemy. It is the one pure expression of anti-Japanese policy, that is to say, it is military strength organized by the active people and inseparable from them. It is a powerful special weapon with which we resist the Japanese and without which we cannot defeat them.

2. The Relation Of Guerrilla Hostilitiesto Regular Operations

The general features of orthodox hostilities, that is, the war of position and the war of movement, differ fundamentally from guerrilla warfare. There are other readily apparent differences such as those in organization, armament, equipment supply, tactics, command; in conception of the terms 'front' and 'rear'; in the matter of military responsibilities.

When considered from the point of view of total numbers, guerrilla units are many, as individual combat units, they may vary in size from the smallest, of several score or several hundred men, to the battalion or the regiment, of several thousand. This is not the case in regularly organized units. A primary feature of guerrilla operations is their dependence upon the people themselves to organize battalions and other units. As a result of this, organization depends largely upon local circumstances. In the case of guerrilla groups, the standard of equipment is of a low order and they must depend for their sustenance primarily upon what the locality affords.

The strategy of guerrilla warfare is manifestly unlike that employed in orthodox operations, as the basic tactic of the former is constant activity and movement. There is in guerrilla warfare no such thing as a decisive battle; there is nothing comparable to the fixed, passive defence that characterizes orthodox war. In guerrilla warfare, the transformation of a moving situation into a positional defensive situation never arises. The general features of reconnaissance, partial deployment, general deployment, and development of the attack that are usual in mobile warfare are not common in guerrilla war.

There are differences also in the matter of leadership and command. In guerrilla warfare, small units acting independently play the principal role and there must be no excessive interference with their activities. In orthodox warfare particularly in a moving situation, a certain degree of initiative is accorded subordinates, but in principle, command is centralized. This is done because all units and all supporting arms in all districts must co-ordinate to the highest degree. In the case of guerrilla warfare, this is not only undesirable but impossible. Only adjacent guerrilla units can coordinate their activities to any degree. Strategically, their activities can be roughly correlated with those of the regular forces, and tactically, they must co-operate with adjacent units of the regular army. But there are no strictures on the extent of guerrilla activity nor is it primarily characterized by the quality of co-operation of many units.

When we discuss the terms 'front' and 'rear' it must be remembered, that while guerrillas do have bases, their primary field of activity is in the enemy's rear areas. They themselves have no rear. Because an orthodox army has rear installations (except in some special cases as during the 10,000-mile Long march of the Red Army or as in the case of certain units operating in Shansi Province), it cannot operate as guerrillas can.

As to the matter of military responsibilities, those of the guerrillas are to exterminate small forces of the enemy; to harass and weaken large forces; to attack enemy lines of communications; to establish bases capable of supporting independent operations in the enemy's rear, to force the enemy to disperse his strength; and to co-ordinate all these activities with those of the regular armies on distant battle fronts.

From the foregoing summary of differences that exist between guerrilla warfare and orthodox warfare, it can be seen that it is improper to compare the two. Further distinction must be made in order to clarify this matter. While the Eighth Route Army is a regular army, its North China campaign is essentially guerrilla in nature, for it operates in enemy's rear. On occasion, however, Eighth Route Army commanders have concentrated powerful forces to strike an enemy in motion and the characteristics of orthodox mobile warfare were evident in the battle at P'ing Hsing Kuan and in other engagements.

On the other hand, after the fall of Feng Ling Tu, the operations of Central Shansi, and Suiyuan, troops were more guerrilla than orthodox in nature. In this connection the precise character of Generalissimo Chiang's instructions to the effect that independent brigades would carry out guerrilla operations should be recalled. In spite of such temporary activities these orthodox units retained their identity and after the fall of Feng Line Tu, they were not only able to fight along orthodox lines but often found it necessary to do so. This is an example of the fact that orthodox armies may, due to changes in the situation, temporarily function as guerrillas.

Likewise, guerrilla units formed from the people may gradually develop into regular units and, when operating as such, employ the tactics of orthodox mobile war. While these units function as guerrillas, they may be compared to innumerable gnats, which, by biting a giant both in front and in rear, ultimately exhaust him. They make themselves as unendurable as a group of cruel and hateful devils, and as they grow and attain gigantic proportions, they will find that their victim is not only exhausted but practically perishing. It is for this very reason that our guerrilla activities are a source of constant mental worry to Imperial Japan.

While it is improper to confuse orthodox with guerrilla operations, it is equally improper to consider that there is a chasm between the two. While differences do exist, similarities appear under certain conditions and this fact must be appreciated if we wish to establish clearly the relationship between the two. If we consider both types of warfare as a single subject, or if we confuse guerrilla warfare with the mobile operations of orthodox war, we fall into this error : We exaggerate the function of guerrillas and minimize that of the regular armies. If we agree with Chang Tso Hua, who says - 'Guerrilla warfare is the primary war strategy of a people seeking to emancipate itself,' or with Kao Kang, who believes that 'Guerrilla strategy is the only strategy possible for oppressed people', we are exaggerating the importance of guerrilla hostilities. What these zealous friends I have just quoted do not realize is this: If we do not fit guerrilla operations into their proper niche, we cannot promote them realistically. Then, not only would those who oppose take advantage of our varying opinions to turn them to the own uses to undermine us, but guerrillas would be led assume responsibilities they could not successfully discharge and that should properly be carried out by orthodox force. In the meantime, the important guerrilla function of co-ordinating activities with the regular forces would be neglected.

Furthermore, if the theory that guerrilla warfare is our only strategy were actually applied, the regular forces would be weakened, we would be divided in purpose, and guerrilla hostilities would decline. If we say, ' Let us transform the regular forces into guerrillas', and do not place our first reliance on a victory to be gained by the regular armies over the enemy, we may certainly expect to see as a result the failure of the anti-Japanese war of resistance. The concept that guerrilla warfare is an end in itself and that guerrilla activities can be divorced from those of the regular forces is incorrect. If we assume that guerrilla warfare does not progress from beginning to end beyond its elementary forms, we have failed to recognize the fact that guerrilla hostilities can, under specific conditions, develop and assume orthodox characteristics. An opinion that admits the existence of guerrilla war, but isolates it, is one that does not properly estimate the potentialities of such war.

Equally dangerous is the concept that condemns guerrilla war on the ground that war has no other aspects than the purely orthodox. This opinion is often expressed by those who have seen the corrupt phenomena of some guerrilla regimes, observed their lack of discipline, and have seen them used as a screen behind which certain persons have indulged in bribery and other corrupt practices. These people will not admit the fundamental necessity for guerrilla bands that spring from the armed people. They say, 'Only the regular forces are capable of conducting guerrilla operations.' This theory is a mistaken one and would lead to the abolition of the people's guerrilla war.

A proper conception of the relationship that exists between guerrilla effort and that of the regular forces is essential. We believe it can be stated this way: 'Guerrilla operations during the anti-Japanese war may for certain time and temporarily become its paramount feature, particularly insofar as the enemy's rear is concerned. However, if we view the war as a whole, there can be no doubt that our regular forces are of primary importance, because it is they who are alone capable of producing the decision. Guerrilla warfare assists them in producing this favourable decision. Orthodox forces may under certain conditions operate as guerrillas, and the latter may, under certain conditions, develop to the status of the former. However, both guerrilla forces and regular forces have their own respective development and their proper combinations.'

To clarify the relationship between the mobile aspect of orthodox war and guerrilla war, we may say that general agreement exists that the principal element of our strategy must be mobility. With the war of movement, we may at times combine the war of position. Both of these are assisted by general guerrilla hostilities. It is true that on the battlefield mobile war often becomes positional; it is true that this situation may be reversed; it is equally true that each form may combine with the other. The possibility of such combination will become more evident after the prevailing standards of equipment have been raised. For example, in a general strategical counter-attack to recapture key cities and lines of communication, it would be normal to use both mobile and positional methods. However, the point must again be made that our fundamental strategical form must be the war of movement. If we deny this, we cannot arrive at the victorious solution of the war. In sum, while we must promote guerrilla warfare as a necessary strategical auxiliary to orthodox operations, we must neither assign it the primary position in our war strategy nor substitute it for mobile and positional warfare as conducted by orthodox forces.

3. Guerrilla Warfare In History

Guerrilla warfare is neither a product of China nor peculiar to the present day. From the earliest historical days, it has been a feature of wars fought by every class of men against invaders and oppressors. Under suitable conditions, it has great possibilities. The many guerrilla wars in history have their points of difference, their peculiar characteristics, their varying processes and conclusions, and we must respect and profit by the experience of those whose blood was shed in them. What a pity it is that the priceless experience gained during the several hundred wars waged by the peasants of China cannot be marshaled today to guide us. Our only experience in guerrilla hostilities has been that gained from the several conflicts that have been carried on against us by foreign imperialists. But that experience should help the fighting Chinese recognize the necessity for guerrilla warfare and should confirm them in confidence of ultimate victory.

In September 1812, Napoleon, in the course of swallowing all of Europe, invaded Russia at the head of a great army totaling several hundred thousand infantry, cavalry, and artillery. At that time, Russia was weak and her ill-prepared army was not concentrated. The most important phase of her strategy was the use made of Cossack cavalry and detachments of peasants to carry on guerrilla operations. After giving up Moscow, the Russians formed nine guerrilla divisions of about five hundred men each. These, and vast groups of organized peasants, carried on partisan warfare and continually harassed the French Army. When the French Army was withdrawing, cold and starving, Russian guerrillas blocked the way and, in combination with regular troops, carried out counterattacks on the French rear, pursuing and defeating them. The army of the heroic Napoleon was almost entirely annihilated, and the guerrillas captured many officers, men, cannon, and rifles. Though the victory was the result of various factors and depended largely on the activities of the regular army the function of the partisan groups was extremely important. The corrupt and poorly organized country that was Russia defeated and destroyed an army led by the most famous soldier of Europe and won the war in spite of the fact that her ability to organize guerrilla regimes was not fully developed. At times, guerrilla groups were hindered in their operations and the supply of equipment and arms was insufficient. If we use the Russian saying, it was a case of a battle between "the fist and the axe" [Ivanov].

From 1918 to 1920, the Russian Soviets, because of the opposition and intervention of foreign imperialists and the internal disturbances of White Russian groups, were forced to organize themselves in occupied territories and fight a real war. In Siberia and Alashan, in the rear of the army of the traitor Denikin and in the rear of the Poles, there were many Red Russian guerrillas. These not only disrupted and destroyed the communications in the enemy's rear but also frequently prevented his advance. On one occasion, the guerrillas completely destroyed a retreating White Army that had previously been defeated by regular Red forces. Kolchak, Denikin, the Japanese, and the Poles, owing to the necessity of staving off the attacks of guerrillas, were forced to withdraw regular troops from the front. 'Thus not only was the enemy's manpower impoverished but he found himself unable to cope with the ever-moving guerrilla' [The Nature of Guerrilla Action].

The development of guerrillas at that time had only reached the stage where there were detached groups of several thousands in strength, old, middle-aged, and young. The old men organized themselves into propaganda groups known as 'silver-haired units'; there was a suitable guerrilla activity for the middle-aged; the young men formed combat units, and there were even groups for the children. Among the leaders were determined Communists who carried on general political work among the people. These, although they opposed the doctrine of extreme guerrilla warfare, were quick to oppose those who condemned it. Experience tells us that 'Orthodox armies are the fundamental and principal power, guerrilla units are secondary to them and assist in the accomplishment of the mission assigned the regular forces [Gusev, Lessons of Civil War.]. Many of the guerrilla regimes in Russia gradually developed until in battle they were able to discharge functions of organized regulars. The army of the famous General Galen was entirely derived from guerrillas.

During seven months in 1935 and 1936, the Abyssinians lost their war against Italy. The cause of defeat — aside from the most important political reasons that there were dissentient political groups, no strong government party, and unstable policy—was the failure to adopt a positive policy of mobile warfare. There was never a combination of the war of movement with large-scale guerrilla operations. Ultimately, the Abyssinians adopted a purely passive defence, with the result that they were unable to defeat the Italians. In addition to this, the fact that Abyssinia is a relatively small and sparsely populated country was contributory. Even in spite of the fact that the Abyssinian Army and its equipment were not modern, she was able to withstand a mechanized Italian force of 400,000 for seven months. During that period, there were several occasions when a war of movement was combined with large-scale guerrilla operations to strike the Italians heavy blows. Moreover, several cities were retaken and casualties totaling 140,000 were inflicted. Had this policy been steadfastly continued, it would have been difficult to have named the ultimate winner. At the present time, guerrilla activities continue in Abyssinia, and if the internal political questions can be solved, an extension of such activities is probable.

In 1841 and 1842, when brave people from San Yuan Li fought the English; again from 1850 to 1864, during the Taiping War, and for a third time in 1899 in the Boxer Uprising, guerrilla tactics were employed to a remarkable degree. Particularly was this so during the Taiping War, when guerrilla operations were most extensive and the Ch'ing troops were often completely exhausted and forced to flee for their lives.

In these wars, there were no guiding principles of guerrilla action. Perhaps these guerrilla hostilities were not carried out in conjunction with regular operations, or perhaps there was a lack of co-ordination. But the fact that victory was not gained was not because of any lack in guerrilla activity but rather because of the interference of politics in military affairs. Experience shows that if precedence is not given to the question of conquering the enemy in both political and military affairs, and if regular hostilities are not conducted with tenacity, guerrilla operations alone cannot produce final victory.

From 1927 to 1936, the Chinese Red Army fought almost continually and employed guerrilla tactics contently. At the very beginning, a positive policy was adopted. Many bases were established, and from guerrilla bands, the Reds were able to develop into regular armies. As these armies fought, new guerrilla regimes were developed over a wide area. These regimes co-ordinated their efforts with those of the regular forces This policy accounted for the many victories gained by the guerrilla troops relatively few in number, who were armed with weapons inferior to those of their opponents. The leaders of that period properly combined guerrilla operations with a war of movement both strategically and tactically. They depended primarily upon alertness. They stressed the correct basis for both political affaires and military operations. They developed their guerrilla bands into trained units. They then determined upon a ten year period of resistance during which time they overcame innumerable difficulties and have only lately reached their goal of direct participation in the anti-Japanese war. There is no doubt that the internal unification of China is now a permanent and definite fact, and that the experience gained during our internal struggles has proved to be both necessary and advantageous to us in the struggle against Japanese imperialism. There are many valuable lessons we can learn from the experience of those years. Principle among them is the fact that guerrilla success largely depend upon powerful political leaders who work unceasingly to bring about internal unification. Such leaders must work with the people; they must have a correct conception of the policy to be adopted as regards both the people and the enemy.

After 18 September 1931, strong anti-Japanese guerrilla campaigns were opened in each of the three north-east provinces. Guerrilla activity persists there in spite of the cruelties and deceits practiced by the Japanese at the expense of the people, and in spite of the fact that her armies have occupied the land and oppressed the people for the last seven years. The struggle can be divided into two periods . During the first, which extended from 18 September 1931 to January 1933, anti-Japanese guerrilla activity exploded constantly in all three provinces. Ma Chan Shan and Su Ping Wei established an anti-Japanese regime in Heilungkiang. In Chi Lin. the National Salvation Army and the Self-Defence Army were led by Wang Te Lin and Li Tu respectively. In Feng T'ien, Chu Lu and others commanded guerrilla units The influence of these forces was great. They harassed the Japanese unceasingly, but because there was an indefinite political goal, improper leadership, failure to co ordinate military command and operations and to work with the people, and, finally, failure to delegate proper political functions to the army, the whole organization was feeble, and its strength was not unified. As a direct result of these conditions, the campaigns failed and the troops were finally defeated by our enemy.

During the second period, which has extended from January 1933 to the present time, the situation has greatly improved, This has come about because great numbers of people who have been oppressed by the enemy have decided to resist him, because of the participation of the Chinese Communists in the anti-Japanese warm and because of the fine work of the volunteer units. The guerrillas have finally educated the people to the meaning of guerrilla warfare, and in the north-east, it has again become an important and powerful influence. Already seven or eight guerrilla regiments and a number of independent platoons have been formed, and their activities make it necessary for the Japanese to send troops after them month after month. These units hamper the Japanese and undermine their control in the north-east, while, at the same time they inspire a Nationalist revolution in Korea. Such activities are not merely of transient and local importance but directly contribute to our ultimate victory.

However, there are still some weak points. For instance: National defence policy has not been sufficiently developed; participation of the people is not general; internal political organization is still in its primary stages, and the force used to attack the Japanese and the puppet governments is not yet sufficient. But if present policy is continued tenaciously, all these weaknesses will be overcome. Experience proves that guerrilla war will develop to even greater proportions and that, in spite of the cruelty o the Japanese and the many methods they have device to cheat the people, they cannot extinguish guerrilla activities extinguish guerrilla activities in the three north-eastern provinces.

The guerrilla experiences of China and of other countries that have been outlined; prove that in a war of revolutionary nature such hostilities are possible, natural and necessary. They prove that if the present anti-Japanese war for the emancipation of the masses of the Chinese people is to gain ultimate victory, such hostilities must expand tremendously.

Historical experience is written in iron and blood. We must point out that the guerrilla campaigns being waged in China today are a page in history that has no precedent. Their influence will not be confined solely to China in her present anti-Japanese war but will be world-wide.

4. Can Victory Be Attained By Guerrilla Operations?

Guerrilla hostilities are but one phase of the war of resistance against Japan and the answer to the question of whether or not they can produce ultimate victory can be given only after investigation and comparison of all elements of our own strength with those of the enemy. The particulars of such a comparison are several. First, the strong Japanese bandit nation is an absolute monarchy. During the course of her invasion of China, she had made comparative progress in the techniques of industrial production and in the development of excellence and skill in her army, navy, and airforce. But in spite of this industrial progress, she remains an absolute monarchy of inferior physical endowments. Her manpower, her raw materials, and her financial resources are all inadequate and insufficient to maintain her in protracted warfare or to meet the situation presented by a war prosecuted over a vast area. Added to this is the anti-war feeling now manifested by the Japanese people, a feeling that is shared by the junior officers and, more extensively, by the soldiers of the invading army. Furthermore, China is not Japan's only enemy. Japan is unable to employ her entire strength in the attack on China; she cannot, at most, spare more than a million men for this purpose, as she must hold any in excess of that number for use against other possible opponents. Because of these important primary considerations, the invading Japanese bandits can hope neither to be victorious in a protracted struggle nor to conquer a vast area. Their strategy must be one of lightning war and speedy decision. If we can hold out for three or more years, it will be most difficult for Japan to bear up under the strain.

In the war, the Japanese brigands must depend upon lines of communication linking the principal cities as routes for the transport of war materials. The most important considerations for her are that her rear be stable and peaceful and that her lines of communication be intact. It is not to her an advantage to wage war over a vast area with disrupted lines of communication. She cannot disperse her strength and fight in a number of places, and her greatest fears are these eruptions in her rear and disruption of her lines of communication. If she can maintain communications, she will be able at will to concentrate powerful forces speedily at strategic points to engage our organized units in decisive battle. Another important Japanese objective is to profit from the industries, finances, and manpower in captured areas and with them to augment her own insufficient strength. Certainly, it is not to her advantage to forgo these benefits, not to be forced to dissipate her energies in a type of warfare in which the gains will not compensate for the losses. It is for these reasons that guerrilla warfare conducted in each bit of conquered territory over a wide area will be a heavy blow struck at the Japanese bandits. Experience in the five northern provinces as well as in Kiangsu, Chekiang and Anhwei has absolutely established the truth of this assertion.

China is a country half colonial and half feudal; it is a country that is politically, militarily, and economically backward. This is an inescapable conclusion. It is a vast country with great resources and tremendous population, a country in which the terrain is complicated and the facilities for communication are poor. All theses factors favour a protracted war, they all favour the application of mobile warfare and guerilla operations. The establishment of innumerable anti-Japanese bases behind the enemy's lines will force him to fight unceasingly in many places at once, both to his front and his rear. He thus endlessly expends his resources.

We must unite the strength of the army with that of the people, we must strike the weak spots in the enemy's flanks, in his front, in his rear. We must make war everywhere and cause dispersal of his forces and dissipation of his strength. Thus the time will come when a gradual change will become evident in the relative position of ourselves and our enemy, and when that day comes, it will be the beginning of our ultimate victory over the Japanese.

Although China's population is great, it is unorganized. This is a weakness which must be then into account.

The Japanese bandits have merely to conquer territory but rapacious, and murderous policy of the extinction of the Chinese race. We must unite the nation without regard to parties and follow our policy of resistance to the end. China today is not the China of old. It is not like Abyssinia. China today is at the point of her greatest historical progress. The standards of literacy among the masses have been raised; the rapprochement of Communists and Nationalists has laid the foundation for an anti-Japanese war front that is constantly being strengthened and expanded; government, army and people are all working with great energy; the raw material resources and the economic strength of the nation are waiting to be used; the unorganized people are becoming an organized nation.

These energies must be directed toward the goal of protracted war so that should the Japanese occupy much of our territory or even most of it, we shall still gain final victory. Not only must those behind our lines organize for resistance but also those who live in Japanese-occupied territory in every part of the country. The traitors who accept the Japanese as fathers are few in number, and those who have taken oath that they would prefer death to abject slavery are many. If we resist with this spirit, what enemy can we not conquer and who can say that ultimate victory will not be ours?

The Japanese are waging a barbaric war along uncivilized lines. For that reason, Japanese of all classes oppose the policies of their government, as do vast international groups. On the other hand, because China's cause is righteous, our countrymen of all classes and parties are united to oppose the invader; we have sympathy in many foreign countries including even Japan itself. This is perhaps the most important reason why Japan will lose and China will win.

The progress of the war for the emancipation of the Chinese people will be in accord with these facts. The guerrilla war of resistance will be in accord with these facts, and that guerrilla operations correlated with those of our regular forces will produce victory is the conviction of the many patriots who devote their entire strength to guerrilla hostilities.

5. Organization For Guerilla Warfare

Four points must be considered under this subject. These are:

How are guerrilla bands formed?
How are guerrilla bands organized?
What are the methods of arming guerrilla bands?
What elements constitute a guerrilla band?

These are all questions pertaining to the organization armed guerrilla units; they are questions which those who had no experience in guerilla hostilities do not understand and on which they can arrive at no sound decisions; indeed, they would not know in what manner to begin.

How Guerrilla Units Are Originally Formed

The unit may originate in any one of the following ways:

a) From the masses of the people.
b) From regular army units temporarily detailed for the purpose.
c) From regular army units permanently detailed.
d) From the combination of a regular army unit and a unit recruited from the people.
e) From the local militia.
f) From deserters from the ranks of the enemy.
g) From former bandits and bandit groups.

In the present hostilities, no doubt, all these sources will be employed.

In the first case above, the guerrilla unit is formed from the people. This is the fundamental type. Upon the arrival of the enemy army to oppress and slaughter the people, their leaders call upon them to resist. They assemble the most valorous elements, arm them with old rifles or whatever firearms they can, and thus a guerrilla unit begins. Orders have already been issued throughout the nation that call upon the people to form guerrilla units both for local defense and for other combat. If the local governments approve and aid such movements, they cannot fail to prosper. In some places, where the local government is not determined or where its officers have all fled, the leaders among the masses (relying on the sympathy of the people and their sincere desire to resist Japan and succor the country) call upon the people to resist, and they respond. Thus, many guerrilla units are organized. In circumstances of this kind, the duties of leadership usually fall upon the shoulders of young students, teachers, professors, other educators, local soldiery, professional men, artisans, and those without a fixed profession, who are willing to exert themselves to the last drop of their blood. Recently, in Shansi, Hopeh, Chahar, Suiyuan, Shantung, Chekiang, Anhwei, Kiangsu, and other provinces, extensive guerrilla hostilities have broken out. All these are organized and led by patriots. The amount of such activity is the best proof of the foregoing statement. The more such bands there are, the better will the situation be. Each district, each county, should be able to organize a great number of guerrilla squads, which, when assembled, form a guerrilla company.

There are those who say: 'I am a farmer', or, 'I am a student'; 'I can discuss literature but not military arts.' This is incorrect. There is no profound difference between the farmer and the soldier. You must have courage. You simply leave your farms and become soldiers. That you are farmers is of no difference, and if you have education, that is so much the better. When you take your arms in hand, you become soldiers; when you are organized, you become military units.

Guerrilla hostilities are the university of war, and after you have fought several times valiantly and aggressively, you may become a leader of troops and there will be many well-known regular soldiers who will not be your peers. Without question, the fountainhead of guerrilla warfare is in the masses of the people, who organize guerrilla units directly from themselves.

The second type of guerrilla unit is that which is organized from small units of the regular forces temporarily detached for the purpose. For example, since hostilities commenced, many groups have been temporarily detached from armies, divisions, and brigades and have been assigned guerrilla duties. A regiment of the regular army may, if circumstances warrant, be dispersed into groups for the purpose of carrying on guerrilla operations. As an example of this, there is the Eighth Route Army, in North China. Excluding the periods when it carries on mobile operations as an army, it is divided into its elements and these carry on guerrilla hostilities. This type of guerrilla unit is essential for two reasons. First, in mobile-warfare situations, the co-ordination of guerrilla activities with regular operations is necessary. Second, until guerrilla hostilities can be developed on a grand scale, there is no one to carry out guerrilla missions but regulars. Historical experience shows us that regular army units are not able to undergo the hardships of guerrilla campaigning over long periods. The leaders of regular units engaged in guerrilla operations must be extremely adaptable. They must study the methods of guerrilla war. They must understand that initiative, discipline, and the employment of stratagems are all of the utmost importance. As the guerrilla status of regular units is but temporary, their leaders must lend all possible support to the organization of guerrilla units from among the people. These units must be so disciplined that they hold together after the departure of the regulars.

The third type of unit consists of a detachment of regulars who are permanently assigned guerrilla duties. This type of small detachment does not have to be prepared to rejoin the regular forces. Its post is somewhere in the rear of the enemy, and there it becomes the backbone of guerrilla organization. As an example of this type of organization we may take the Wu Tat Shan district in the heart of the Hopeh-Chahar-Shansi area. Along the borders of these provinces, units from the Eighth Route Army have established a framework or guerrilla operations. Around these small cores, many detachments have been organized and the area of guerrilla activity greatly expanded. In areas in which there is a possibility of cutting the enemy's lines of supply, this system should be used. Severing enemy, supply routes destroys his lifeline; this is one feature that cannot be neglected. If, at the time the regular forces withdraw from a certain area, some units left behind, these should conduct guerrilla operations in the enemy's rear. As an example of this, we have the guerrilla bands now continuing their independent operations in the Shanghai- Woosung area in spite of the withdrawal of regular forces.

The fourth type of organization is the result of a merger between small regular detachments and local guerrilla units. The regular forces may dispatch a squad, a platoon, or a company, which is placed at the disposal of the local guerrilla commander. If a small group experienced in military and political affairs is sent, it becomes the core of the local guerrilla unit. These several methods are all excellent, and if properly applied, the intensity of guerilla warfare can be extended. In the Wu Tat Shan area, each of these methods has been used.

The fifth type mentioned above is from the local militia, from police and home guards. In every North China province, there are now many of these groups, and they should be formed in every locality. The government has issued mandate to the effect that the people are not to depart from war areas. The officer in command of the county, the commander of the peace-preservation unit, the chief of police are all required to obey this mandate. They cannot retreat with their forces but must remain at their stations and resist.

The sixth type of unit is that organized from troops that come over from the enemy—the Chinese 'traitor' troops employed by the Japanese. It is always possible to produce disaffection in their ranks, and we must increase our propaganda efforts and foment mutinies among such troops. Immediately after mutinying, they must be received into our ranks and organized. The concord of the leaders and the assent of the men must be gained, and the units rebuilt politically and reorganized militarily. Once this has been accomplished, they become successful guerrilla units. In regard to this type of unit, it may be said that political work among them is of utmost importance.

The seventh type of guerrilla organization is that formed from bands of bandits and brigands. This, although difficult, must be carried out with utmost vigour lest the enemy use such bands to his own advantages. Many bandit groups pose as anti-Japanese guerrillas, and it is only necessary to correct their political beliefs to convert them.

In spite of inescapable differences in the fundamental types of guerrilla bands, it is possible to unite them to form a vast sea of guerrillas. The ancients said, 'Tai Shan is a great mountain because it does not scorn the merest handful of dirt; the rivers and seas are deep because they absorb the waters of small streams.' Attention paid to the enlistment and organization of guerrillas of every type and from every source will increase the potentialities of guerrilla action in the anti-Japanese war. This is something that patriots will not neglect.

THE METHOD OF ORGANIZING GUERRILLA REGIMES

Many of those who decide to participate in guerrilla activities do not know the methods of organization. For such people, as well as for students who have no knowledge of military affairs, the matter of organization is a problem that requires solution. Even among those who have military knowledge, there are some who know nothing of guerrilla regimes use they are lacking in that particular type of experience. The subject of the organization of such regimes is not confined to the organization of specific units but includes all guerrilla activities within the area where the regime functions.

As an example of such organization, we may take a geographical area in the enemy's rear. This area may comprise many counties. It must be sub-divided and individual companies or battalions formed to accord with the sub-divisions. To this 'military area', a military commander and political commissioners are appointed.

Under these, the necessary officers both military and political, are appointed. In the military headquarters, there will be the staff, the aides, the supply officers, and the medical personnel. These are controlled by the chief of staff, who acts in accordance with orders from the commander. In the political headquarters, there are bureaus of propaganda organization, people's mass movements, and miscellaneous affairs. Control of these is vested in the political chairman.

The military areas are sub-divided into smaller districts in accordance with local geography, the enemy situation locally, and the state of guerrilla development. Each of these smaller divisions within the area is a district, each of which may consist of from two to six counties. To each district, a military commander and several political commissioners are appointed. Under their direction, military and political headquarters are organized. Tasks are assigned in accordance with the number of guerrilla troops available. Although the names of the officers in the 'district' correspond to those in the larger 'area', the number of the functionaries assigned in the former case should be reduced to the least possible. In order to unify control, to handle guerrilla troops that come from different sources, and to harmonize military operations and local political affairs, a committee of from seven to nine members should be organized in each area and district. This committee, the members of which are selected by the troops and the local political officers, should function as a forum for the discussion of both military and political matters.

All the people in an area should arm themselves and be organized into two groups. One of these groups is a combat group, the other a self-defence unit with but limited military quality. Regular combatant guerrillas are organized into one of three general types of units. The first of these is the small unit, the platoon or company. In each county, three to six units may be organized. The second type is the battalion of from two to four companies. One such unit should be organized in each county. While the unit fundamentally belongs to the county in it was organized, it may operate in other counties. While in areas other than its own, it must operate in conjunction with local units in order to take advantage of their manpower, their knowledge of local terrain and local customs, and their information of the enemy.

The third type is the guerrilla regiment, which consists of from two to four of the above-mentioned battalion units. If sufficient manpower is available, a guerrilla a brigade of from two to four regiments may be formed.

Each of the units has its own peculiarities of organization. A squad, the smallest unit, has a strength of from nine to eleven men, including the leader and the assistant leader. Its arms may be from two to five Western-style rifles, with the remaining men armed with rifles of local manufacture, fowling-pieces, etc., spears, or big swords. Two to four such squads form a platoon. This too has a leader and an assistant leader, and when acting independently, it is assigned a political officer to carry on political propaganda work. The platoon may have about ten rifles, with the remainder of its four of such units from a company, which, like the platoon, has a leader, an assistant leader, and a political officer. All these units are under the direct supervision of the military commanders of the areas in which they operate.

The battalion unit must be more thoroughly organized and better equipped than the smaller units. Its discipline and its personnel should be superior. If a battalion is formed from company units, it should not deprive subordinate units entirely of their manpower and their arms. If in a small area, there is a peace-preservation corps, a branch of the militia, or police, regular guerrilla units should not be dispersed over it.

The guerrilla unit next in size to the battalion is the regiment. This must be under more severe discipline than the battalion. In an independent guerrilla regiment, there may be ten men per squad, three squad per platoon, three platoons per company, three companies per battalion, and three battalions to the regiment. Two of such regiments form a brigade. Each of these units has a commander, a vice-commander, and a political officer.

In North China, guerrilla cavalry units should be established. These may be regiments of from two to four companies, or battalions.

All these units from the lowest to the highest are combatant guerrilla units and receive their supplies from the central government. Details of their organization are shown in the tables.

All the people of both sexes from the ages of sixteen to forty-five must be organized into anti-Japanese self-defence units, the basis of which is voluntary service. As a first step, they must procure arms, then they must be given both military and political training. Their responsibilities are : local sentry duties, securing information of the enemy, arresting traitors, and preventing the dissemination of enemy propaganda. When the enemy launches a guerrilla-suppression drive, these units, armed with what weapons there are, are assigned to certain areas to deceive, hinder, and harass him. Thus, the defence units assist the combatant guerrillas. They have other functions. They furnish stretcher-bearers to transport the wounded , carriers to take food to the troops, and comfort missions to provide the troops with tea and rice. If a locality can organize such a self-defence unit as we have described, the traitors cannot hide nor can bandits and robbers disturb the peace of the people. Thus the people will continue to assist the guerrilla and supply manpower to our regular armies. 'The organization of self-defence units is a transitional step in the development of universal conscription. Such units are reservoirs of manpower for the orthodox forces.'

There have been such organizations for some time in Shansi, Shensi, Honan, and Suiyuan. The youth organizations in different provinces were formed for the purpose of educating the young. They have been of some help. However, they were not voluntary, and confidence of the people was thus not gained. These organizations were not widespread, and their effect was almost negligible.

This system was, therefore, supplanted by the new-type organizations,. Which are organized on the principles of voluntary co-operation and non-separation of the members from their native localities. When the members of these organizations are in their native towns, they support themselves . Only in case of military necessity are they ordered to remote places, and when this is done, the government must support them. Each member of these groups must have a weapon even if the weapon is only a knife, a pistol, a lance, or a spear.

In all places where the enemy operates, these self-defence units should organize within themselves a small guerrilla group of perhaps from three to ten men armed with pistols or revolvers. This group is not required to leave its native locality.

The organization of these self-defence units is mentioned in this book because such units are useful for the purposes of inculcating the people with military and political knowledge, keeping order in the rear, and replenishing the ranks of the regulars. These groups should be organized not only in the active war zones but in every province in China. 'The people must be inspired to co-operate voluntarily. We must not force them, for if we do, it will be ineffectual.' This is extremely important.

In order to control anti-Japanese military organization as a whole, it is necessary to establish a system of military areas and districts along the lines we have indicated.

EQUIPMENT OF GUERRILLAS

In regard to the problem of guerrilla equipment, it must be understood that guerrillas are lightly-armed attack groups, which require simple equipment. The standard of equipment is based upon the nature of duties assigned; the equipment of low-class guerrilla units is not as good as that of higher-class units. For example, those who are assigned the task of destroying rail communications are better equipped than those who do not have that task. The equipment of guerrillas cannot be based on what the guerrillas want, to even what they need, but must be based on what is available for their use. Equipment cannot be furnished immediately but must be acquired gradually. These are points to be kept in mind .

The question of equipment includes the collection, supply, distribution, and replacement of weapons, ammunition, blankets, communication materials, transport, and facilities for propaganda work. The supply of weapons and ammunition is most difficult, particularly at the time the unit is established, but this problem can always be solved eventually. Guerrilla bands that originate in the people are furnished with revolvers, pistols, rifles, spears, big swords, and land mines and mortars of local manufacture. Other elementary weapons are added and as many new-type rifles as are available are distributed. After a period of resistance, it is possible to increase the supply of equipment by capturing it from the enemy. In this respect, the transport companies are the easiest to equip, for in any successful attack, we will capture the enemy's transport.

An armory should be established in each guerrilla district for the manufacture and repair of rifles and for the production of cartridge, hand grenades and bayonets. Guerrillas must not depend to much on an armory. The enemy is the principal source of their supply.

For destruction of railway tracks, bridges, and stations in enemy-controlled territory, it is necessary to gather together demolition materials. Troops must be trained in the preparation and use of demolitions, and a demolition unit must be organized in each regiment.

As for minimum clothing requirements, these are that each man shall have at least two summer-weight uniforms, one suit of winter clothing, two hats, a pair of wrap puttees, and blanket. Each man must have a pack or a bag for food. In the north, each man must have an overcoat. In acquiring this clothing, we cannot depend on captures made by the enemy, for it is forbidden for captors to take clothing from their prisoners. In order to maintain high morale in guerrilla forces, all the clothing and equipment mentioned should be furnished by the representatives of the government in each guerrilla district. These men may confiscate clothing from traitors or ask contributions from those best able to afford them. In subordinate groups, uniforms are unnecessary.

Telephone and radio equipment is not necessary in lower groups, but all units from regiment up are equipped with both. This material can be obtained by contributions from the regular forces and by capture from the enemy.

In the guerrilla army in general, and at bases in particular, there must be a high standard of medical equipment. Besides the services of the doctors, medicines must be procured. Although guerrillas can depend on the enemy for some portion of their medical supplies, they must, in general, depend upon contributions. If Western medicines are not available, local medicines must be made to suffice.

The problem of transport is more vital in North-China than in the south, for in the south all that are necessary are mules and horses. Small guerrilla units need no animals, but regiments and brigades will find them necessary. Commanders and staffs of units from companies up should be furnished a riding animal each. At times, two officers will have to share a horse. Officers whose duties are of minor nature do not have to be mounted.

Propaganda materials are very important. Every large guerrilla unit should have a printing press and a mimeograph stone. They must also have paper on which to print propaganda leaflets and notices. They must be supplied with large brushes. In guerrilla areas, there should be a printing press or a lead-type press.

For the purpose of printing training instructions, this material is of the greatest importance.

In addition to the equipment listed above, it is necessary to have field-glasses, compasses, and military maps. An accomplished guerrilla group will acquire these things.

Because of the proved importance of guerrilla hostilities in the anti-Japanese war, the headquarters of the Nationalist

Government and the commanding officers of the various war zones should do their best to supply the guerrillas with what they actually need and are unable to get for themselves. However, it must be repeated that guerrilla equipment will in the main depend on the efforts of the guerrillas themselves. If they depend on higher officers too much, the psychological effect will be to weaken the guerrilla spirit of resistance.

ELEMENTS OF THE GUERRILLA ARMY

The term 'element' as used in the title to this section refers to the personnel, both officers and men, of the guerrilla army. Since each guerrilla group fights in a protracted war, its officers must be brave and positive men whose entire loyalty is dedicated to the cause of emancipation of the people. An officer should have the following qualities: great powers of endurance so that in spite of any hardship he sets an example to his men and be a model for them; he must be able to mix easily with the people; his spirit and that of the men must be one in strengthening the policy of resistance to the Japanese. If he wishes to gain victories, he must study tactics. A guerrilla group with officers of this calibre would be unbeatable. I do not mean that every guerrilla group can have, at its inception, officers of such qualities. The officers must be men naturally endowed with good qualities which can be developed during the course of campaigning. The most important natural quality is that of complete loyalty to the idea of people's emancipation. If this is present, the others will develop; if it is not present, nothing can be done. When officers are first selected from a group, it is this quality that should receive particular attention. The officers in a group should be inhabitants of the locality in which the group is organized, as this will facilitate relations between them and the local civilians. In addition, officers so chosen would be familiar with conditions. If in any locality there are not enough men of sufficiently high qualifications to become officers, an effort must be made to train and educate the people so these qualities may be developed and the potential officer material increased. There can be no disagreements between officers native to one place and those from other localities.

A guerrilla group ought to operate on the principle that only volunteers are acceptable for service. It is a mistake to impress people into service. As long as a person is willing to fight, his social condition or position is no consideration, but only men who are courageous and determined can bear the hardships of guerrilla campaigning in a protracted war.

A soldier who habitually breaks regulations must be dismissed from the army. Vagabonds and vicious people must not be accepted for service. The opium habit must be forbidden, and a soldier who cannot break himself of the habit should be dismissed. Victory in guerrilla war is conditioned upon keeping the membership pure and clean.

It is a fact that during the war the enemy may take advantage of certain people who are lacking in conscience and patriotism and induce them to join the guerrillas for the purpose of betraying them. Officers must, therefore, continually educate the soldiers and inculcate patriotism in them. This will prevent the success of traitors. The traitors who are in the ranks must be discovered and expelled, and punishment and expulsion meted out to those who have been influenced by them. In all such cases, the officers should summon the soldiers and relate the facts to them, thus arousing their hatred and detestation for traitors. This procedure will serve as well as a warning to the other soldiers. If an officer is discovered to be a traitor, some prudence must be used in the punishment adjudged. However, the work of eliminating traitors in the army begins with their elimination from among the people.

Chinese soldiers who have served under puppet governments and bandits who have been converted should be welcomed as individuals or as groups. They should be well-treated and repatriated. But care should be used during their reorientation to distinguish those whose idea is to fight the Japanese from those who may be present for other reasons.

6. The Political Problems Of Guerrilla Warfare

In Chapter 1, I mentioned the fact that guerrilla troops should have a precise conception of the political goal of the struggle and the political organization to be used in attaining that goal. This means that both organization and discipline of guerrilla troops must be at a high level so that they can carry out the political activities that are the life of both the guerilla armies and of revolutionary warfare.

First of all, political activities depend upon the indoctrination of both military and political leaders with the idea of anti-Japanism. Through them, the idea is transmitted to the troops. One must not feel that he is anti-Japanese merely because he is a member of a guerrilla unit. The anti-Japanese idea must be an ever-present conviction, and if it is forgotten, we may succumb to the temptations of the enemy or be overcome with discouragement. In a war of long duration, those whose conviction that the people must be emancipated is not deep rooted are likely to become shaken in their faith or actually revolt. Without the general education that enables everyone to understand our goal of driving out Japanese imperialism and establishing a free and happy China, the soldiers fight without conviction and lose their determination.

The political goal must be clearly and precisely indicated to inhabitants of guerrilla zones and their national consciousness awakened. Hence, a concrete explanation of the political systems used is important not only to guerrilla troops but to all those who are concerned with the realization of our political goal. The Kuomintang has issued a pamphlet entitled System of National Organization for War, which should be widely distributed throughout guerrilla zones. If we lack national organization, we will lack the essential unity that should exist between the soldiers and the people.

A study and comprehension of the political objectives of this war and of the anti-Japanese front is particularly important for officers of guerrilla troops. There are some militarists who say: 'We are not interested in politics but only in the profession of arms.' It is vital that these simple-minded militarists be made to realize the relationship that exists between politics and military affairs. Military action is a method used to attain a political goal. While military affairs and political affairs are not identical, it is impossible to isolate one from the other.

It is to be hoped that the world is in the last era of strife. The vast majority of human beings have already prepared or are preparing to fight a war that will bring justice to the oppressed peopled of the world. No matter how long this war may last, there is no doubt that it will be followed by an unprecedented epoch of peace The war that we are fighting today for the freedom of all human beings, and the independent, happy, and liberal China that we are fighting to establish will be a part of that new world order. A conception like this is difficult for the simple-minded militarist to grasp and it must therefore be carefully explained to him.

There are three additional matters that must be considered under the broad question of political activities. These are political activities, first, as applied to the troops; second, as applied to the people; and, third, as applied to the enemy. The fundamental problems are: first, spiritual unification of officers and men within the army; second spiritual unification of the army and the people; of the army and the people; and, last, destruction of the unity of the enemy. The concrete methods for achieving these unities are discussed in detail in pamphlet Number 4 of this series, entitled Political Activities in Anti-Japanese Guerrilla Warfare.

A revolutionary army must have discipline that is established on a limited democratic basis. In all armies, obedience the subordinates to their superiors must be exacted. This is true in the case of guerrilla discipline, but the basis for guerrilla discipline must be the individual conscience. With guerrillas, a discipline of compulsion is ineffective. In any revolutionary army, there is unity of purpose as far as both officers and men are concerned, and, therefore, within such an army, discipline is self-imposed. Although discipline in guerrilla ranks is not as severe as in the ranks of orthodox forces, the necessity for discipline exists. This must be self-imposed, because only when it is, is the soldier able to understand completely, why he fights and why he must obey. This type of discipline becomes a tower of strength within the army, and it is the only type that can truly harmonize the relationship that exists between officers and soldiers.

In any system where discipline is externally imposed, the relationship that exists between officer and man is characterized by indifference of the one to the other. The idea that officers can physically beat or severely tongue-lash their men is a feudal one and is not in accord with the conception of self-imposed discipline. Discipline of the feudal type will destroy internal unity and fighting strength. A discipline self-imposed is the primary characteristic of a democratic system in the army .

A secondary characteristic is found in the degree of liberties accorded officers and soldiers. In a revolutionary army, all individuals enjoy political liberty and the question, for example, of the emancipation of the people must not only be tolerated but discussed, and propaganda must encouraged. Further, in such an army, the mode of living of the officers and the soldiers must not differ too much, and this is particularly true in the case of guerilla troops. Officers should live under the same conditions as their men, for that is the only way in which they can gain from their men the admiration and confidence so vital in war. It is incorrect to hold to a theory of equality in all things. But there must be equality of existence in accepting the hardships and dangers of war, thus we may attain to the unification of the officer and soldier groups a unity both horizontal within the group itself, and vertical, that is, from lower to higher echelons. It is only when such unity is present that units can be said to be powerful combat factors.

There is also a unity of spirit that should exist between troops and local inhabitants. The Eighth Route Army put into practice a code known as 'Three Rules and the Eight Remarks', which we list here:

Rules:

All actions are subject to command.
Do not steal from the people.
Be neither selfish nor unjust.

Remarks:

Replace the door when you leave the house.
Roll up the bedding on which you have slept.
Be courteous.
Be honest in your transactions.
Return what you borrow.
Replace what you break.
Do not bathe in the presence of women.
Do not without authority search those you arrest.

The Red Army adhered to this code for ten years and the Eighth Route Army and other units have since adopted it.

Many people think it impossible for guerrillas to exist for long in the enemy's rear. Such a belief reveals lack of comprehension of the relationship that should exist between the people and the troops. The former may be likened to water the latter to the fish who inhabit it. How may it be said that these two cannot exist together? It is only undisciplined troops who make the people their enemies and who, like the fish out of its native element cannot live.

We further our mission of destroying the enemy by propagandizing his troops, by treating his captured soldiers with consideration, and by caring for those of his wounded who fall into our hands. If we fail in these respects, we strengthen the solidarity of our enemy.

7. The Strategy Of Guerrilla Resistance Against Japan

It has been definitely decided that in the strategy of our war against Japan, guerrilla strategy must be auxiliary to fundamental orthodox methods. If this were a small country, guerrilla activities could be carried out close to the scene of operations of the regular army and directly complementary to them. In such a case, there would be no question of guerrilla strategy as such. Nor would the question arise if our country were as strong as Russia, for example, and able speedily to eject an invader. The question exists because China, a weak country of vast size, has today progressed to the point where it has become possible to adopt the policy of a protracted war characterized by guerrilla operations. Although these may at first glance seem to be abnormal or heterodox, such is not actually the case.

Because Japanese military power is inadequate, much of the territory her armies have overrun is without sufficient garrison troops. Under such circumstances the primary functions of guerrillas are three: first, to conduct a war on exterior lines, that is, in the rear of the enemy; second, to establish bases, and, last, to extend the war areas. Thus, guerrilla participation in the war is not merely a matter of purely local guerrilla tactics but involves strategical considerations.

Such war, with its vast time and space factors, establishes a new military process, the focal point of which is China today. The Japanese are apparently attempting to recall a past that saw the Yuan extinguish the Sung and the Ch'ing conquer the Ming; that witnessed the extension of the British Empire to North America and India; that saw the Latins overrun Central and South America. As far as China today is concerned, such dreams of conquest are fantastic and without reality. Today's China is better equipped than was the China of yesterday, and a new type of guerrilla hostilities is a part of that equipment. If our enemy fails to take these facts into consideration and makes too optimistic an estimate of the situation, he courts disaster.

Though the strategy of guerrillas is inseparable from war strategy as a whole, the actual conduct of these hostilities differs from the conduct of orthodox operations. Each type of warfare has methods peculiar to itself, and methods suitable to regular warfare cannot be applied with success to the special situations that confront guerrillas.

Before we treat the practical aspects of guerrilla war, it might be well to recall the fundamental axiom of combat on which all military action is based. This can be stated: 'Conservation of one's own strength; destruction of enemy strength.' A military policy based on this axiom is consonant with a national policy directed towards the building of a free and prosperous Chinese state and the destruction of Japanese imperialism. It is in furtherance of this policy that government applies in military strength. Is the sacrifice demanded by war in conflict with the idea of self-preservation? Not at all. The sacrifices demanded are necessary both to destroy the enemy and to preserve ourselves; the sacrifice of a part of the people is necessary to preserve the whole. All the considerations of military action are derived from this axiom. Its application is as apparent in all tactical and strategical conceptions as it is in the simple case of the soldier who shoots at his enemy from a covered position.

All guerrilla units start from nothing and grow. What methods should we select to ensure the conservation and development of our own strength and the destruction of that of the enemy? The essential requirements are the six listed below:

Retention of the initiative; alertness; carefully planned tactical attacks in a war of strategical defence; tactical speed in a war strategically protracted, tactical operations on exterior lines in a war conducts strategically on interior lines.

Conduct of operations to complement those of the regular army.

The establishment of bases.

A clear understanding of the relationship that exits between the attack and the defence.
The development of mobile operations.
Correct command.

The enemy, though numerically weak, is strong in the quality of his troops and their equipment; we, on the other hand, are strong numerically but weak as to quality. These considerations have been taken into account in the development of the policy of tactical offence, tactical speed, and tactical operations on exterior lines in a war that, strategically speaking, is defensive in character, protracted in nature, and conducted along interior lines. Our strategy is based on these conceptions. They must be kept in mind in the conduct of all operations.

Although the element of surprise is not absent in orthodox warfare, there are fewer opportunities to apply it than there are during guerrilla hostilities. In the latter, speed is essential. The movements of guerrilla troops must be secret and of supernatural rapidity; the enemy must be taken unaware, and the action entered speedily. There can be no procrastination in the execution of plans; no assumption of a negative or passive defence; no great dispersion of forces in many local engagements. The basic method is the attack in a violent and deceptive form.

While there may be cases where the attack will extend over a period of several days (if that length of time in necessary to annihilate an enemy group), it is more profitable to launch and push an attack with maximum speed. The tactics of defence have no place in the realm of guerrilla warfare. If a delaying action is necessary, such places as defiles, river crossings, and villages offer the most suitable conditions, for it is in such places that the enemy's arrangements may be disrupted and he may be annihilated.

The enemy is much stronger than we are, and it is true that we can hinder, distract, disperse, and destroy him only if we disperse our own forces. Although guerrilla warfare is the warfare of such dispersed units, it is sometimes desirable to concentrate in order to destroy an enemy. Thus, the principle of concentration of force against a relatively weaker enemy is applicable to guerrilla warfare.

We can prolong this struggle and make of it a protracted war only by gaining positive and lightning-like tactical decisions; by employing our manpower in proper concentrations and dispersions; and by operation on exterior lines in order to surround and destroy our enemy. If we cannot surround whole armies, we can at least partially destroy them, if we cannot kill the Japanese, we can capture them. The total effect of many local successes will be to change the relative strengths of the opposing forces. The destruction of Japan's military power, combined with the international sympathy for China's cause and the revolutionary tendencies evident in Japan, will be sufficient to destroy Japanese imperialism.

We will next discuss initiative, alertness, and the matter of careful planning. What is meant by initiative in warfare? In all battles and wars, a struggle to gain and retain the initiative goes on between the opposing sides, for it is the side that holds the initiative that has liberty of action. When an army loses the initiative, it loses its liberty; its role becomes passive; it faces the danger of defeat and destruction.

It is more difficult to obtain the initiative when defending on interior lines than it is while attacking on exterior lines. This is what Japan is doing. There are, however, several weak points as far as Japan is concerned. One of these is lack of sufficient manpower for the task; another is her cruelty to the inhabitants of conquered areas; a third is the underestimation of Chinese strength, which has resulted in the differences between military cliques, which, in turn, have been productive of many mistakes in the direction of her military forces. For instance, she has been gradually compelled to increase her manpower in China while, at the same time. the many arguments over plans of operations and disposition of troops have resulted in the loss of good opportunities for improvement of her strategical position. This explains the fact that although the Japanese are frequently able to surround large bodies of Chinese troops, they have never yet been able to capture more than a few. The Japanese military machine is thus being weakened by insufficiency of manpower, inadequacy of resources, the barbarism of her troops, and the general stupidity that has characterized the conduct of operations. Her offensive continues unabated, but because of the weaknesses pointed out, her attack must be limited in extent. She can never conquer China. The day will come — indeed already has in some areas — when she will be forced into a passive role. When hostilities commenced, China was passive, but as we enter the second phase of the war we find ourselves pursuing a strategy of mobile warfare, with both guerrillas and regulars operating on exterior lines. Thus, with each passing day, we seize some degree of initiative from the Japanese.

The matter of initiative is especially serious for guerrilla forces, who must face critical situations unknown to regular troops. The superiority of the enemy and the lack of unity and experience within our own ranks may be cited. Guerrillas can, however, gain the initiative if they keep in mind the weak points of the enemy. Because of the enemy's insufficient manpower, guerrillas can operate over vast territories, because he is a foreigner and a barbarian, guerrillas can gain the confidence of millions of their countrymen; because of the stupidity of enemy commanders, guerrillas can make full use of their own cleverness. Both guerrillas and regulars must exploit these enemy weaknesses while, at the same time, our own are remedied. Some of our weaknesses are apparent only and are, in actuality, sources of strength. For example, the very fact that most guerrilla groups are small makes it desirable and advantageous for them to appear and disappear in the enemy's rear. With such activities, the enemy is simply unable to cope. A similar liberty of action can rarely be obtained by regular forces.

When the enemy attacks the guerrillas with more than one column, it is difficult for the latter to retain the initiative. Any error, no matter how slight, in the estimation of the situation is likely to result in forcing the guerrillas into a passive role. They will then find themselves unable to beat oft the attacks of the enemy.

It is apparent that we can gain and retain the initiative only by a correct estimation of the situation and a proper arrangement of all military and political factors. A too pessimistic estimate will operate to force us into a passive position, with consequent loss of initiative; an overly optimistic estimate, with its rash ordering of factors, will produce the same result.

No military leader is endowed by heaven with an ability to seize the initiative. It is the intelligent leader who does so after a careful study and estimate of the situation and arrangement of the military and political factors involved. When a guerrilla unit, through either a poor estimate on the part of its leader or pressure from the enemy, is forced into a passive position, its first duty is to extricate itself. No method can be prescribed for this, as the method to be employed will, in every case, depend on the situation. One can, if necessary, run away. But there are times when the situation seems hopeless and, in reality, is not so at all. It is at such times that the good leader recognizes and seizes the moment when he can regain the lost initiative.

Let us revert to alertness. To conduct one's troops with alertness is an essential of guerrilla command. Leaders must realize that to operate alertly is the most important factor in gaining the initiative and vital in its effect of the relative situation that exists between our forces and those of the enemy. Guerrilla commanders adjust their operations to the enemy situation, to the terrain, and to prevailing local conditions. Leaders must be alert to sense changes in these factors and make necessary modifications in troop dispositions to accord with them. The leader must be like a fisherman, who, with his nets, is able both to cast them and to pull them out in awareness of the depth of the water, the strength of the current or the presence of any obstructions that may foul them. As the fisherman controls his nets through the lead ropes, so the guerrilla leader maintains contact with control over his units. As the fisherman must change his position, so must the guerrilla commander. Dispersion, concentration, constant change of position—it is in these ways that guerrillas employ, their strength.

In general, guerrilla units disperse to operate:

When the enemy is in over-extended defence, and sufficient force cannot be concentrated against him, guerrillas must disperse, harass him, and demoralize him.

When encircled by the enemy, guerrillas disperse to withdraw.

When the nature of the ground limits action, guerrillas disperse.

When the availability of supplies limits action, they disperse.

Guerrillas disperse in order to promote mass movements over a wide area.

Regardless of the circumstances that prevail at the time of dispersal, caution must be exercised in certain matters:

A relatively large group should be retained as a central force. The remainder of the troops should not be divided into groups of absolutely equal size. In this way, the leader is in a position to deal with any circumstances that may arise.

Each dispersed unit should have clear and definite responsibilities. Orders should specify a place to which to proceed, the time of proceeding, and the place, time, and method of assembly.

Guerrillas concentrate when the enemy is advancing upon them, and there is opportunity to fall upon him and destroy him. Concentration may be desirable when the enemy is on the defensive and guerrillas wish to destroy isolated detachments in particular localities. By the term 'concentrate', we do not mean the assembly of all manpower but rather of only that necessary for the task. The remaining guerrillas are assigned missions of hindering and delaying the enemy, of destroys isolated groups, or of conducting mass propaganda.

In addition to the dispersion and concentration of forces, the leader must understand what is termed 'alert shifting'. When the enemy feels the danger of guerrillas, he will generally send troops out to attack them. The guerrillas must consider the situation and decide at what time and at what place they wish to fight. If they find that they cannot fight, they must immediately shift. Then the enemy may be destroyed piecemeal. For example; after a guerrilla group has destroyed an enemy detachment at one place, it may be shifted to another area to attack and destroy a second detachment. Sometimes, it will not be profitable for a unit to become engaged in a certain area, and in that case, it must move immediately.

When the situation is serious, the guerrilla must move with the fluidity of water and the ease of the blowing wind. Their tactics must deceive, tempt, and confuse the enemy. They must lead the enemy to believe that they will attack him from the east and north, and they must then strike him from the west and the south. They must strike, then rapidly disperse. They must move at night.

Guerrilla initiative is expressed in dispersion, concentration, and the alert shifting of forces. If guerrillas are stupid and obstinate, they will be led to passive positions and severely damaged. Skill in conducting guerrilla operations, however, lies not in merely understanding the things we have discussed but rather in their actual application on the field of battle. The quick intelligence that constantly watches the ever-changing situation and is able to seize on the right moment for decisive action is found only in keen and thoughtful observers.

Careful planning is necessary if victory is to be won in guerrilla war, and those who fight without method do not understand the nature of guerrilla action. A plan is necessary regardless of the size of the unit involved; a prudent plan is as necessary in the case of the squad as in the case of the regiment. The situation must be carefully studied, then an assignment of duties made. Plans must include both political and military instruction; the matter of supply and equipment, and the matter of co-operation with local civilians. Without study of these factors, it is impossible either to seize the initiative or to operate alertly. It is true that guerrillas can make only limited plans, but even so, the factors we have mentioned must be considered.

The initiative can be secured and retained only following a positive victory that results from attack. The attack must be made on guerrilla initiative; that is, guerrillas must not permit themselves to be maneuvered into a position where they are robbed of initiative and where the decision to attack is forced upon them. Any victory will result from careful planning and alert control. Even in defence, all our efforts must be directed toward a resumption of the attack, for it is only by attack that we can extinguish our enemies an preserve ourselves. A defence or a withdrawal is entirely useless as far as extinguishing our enemies is concerned and of only temporary value. as far as the conservation of our forces is concerned. This principle is valid both for guerrillas and regular troops. The differences are of degree only; that is to say, in the manner of execution.

The relationship that exists between guerrilla and the orthodox forces is important and must be appreciated. Generally speaking, there are types of co-operation between guerrillas and orthodox groups. These are:

Strategical co-operation.
Tactical co-operation.
Battle co-operation.

Guerrillas who harass the enemy's rear installations and hinder his transport are weakening him and encouraging the national spirit of resistance. They are co-operating strategically. For example, the guerrillas in Manchuria had no functions of strategical co-operation with orthodox forces until the war in China started. Since that time, their faction of strategical co-operation is evident, for if they can kill one enemy, make the enemy expend one round of ammunition, or hinder one enemy group in its advance southward, our powers of resistance here are proportionately increased. Such guerrilla action has a positive action on the enemy nation and on its troops, while, at the same time, it encourages our own countrymen. Another example of strategical co-operation is furnished by the guerrillas who operate along the P'ing-Sui, P'ing-Han, Chin-P'u, T'ung-Pu, and Cheng-T'ai railways. This co-operation began when the invader attacked, continued during the period when he held garrisoned cities in the areas, and was intensified when our regular forces counter-attacked, in an effort to restore the lost territories.

As an example of tactical co-operation, we may cite the operations at Hsing-K'ou, when guerrillas both north and south of Yeh Men destroyed the T'ung-P'u railway and the motor roads near P'ing Hosing Pass and Yang Fang K'ou. A number of small operating base were established, and organized guerrilla action in Shansi complemented the activities of the regular forces both there and in the defence of Honan. similarly, during the south Shantung campaign, guerrillas in the five northern provinces co-operated with the army's operation on the Hsuchow front.

Guerrilla commanders in rear areas and those in command of regiments assigned to operate with orthodox units must co-operate in accordance with the situation. It is their function to determine weak points in the enemy dispositions, harass them, to disrupt their transport, and to undermine their morale, If guerrilla action were independent, the results to be obtained from tactical co-operation would be lost and those that result from strategical co-operation greatly diminished. In order to accomplish their mission and improve the degree of co-operation, guerrilla units must be equipped with some means of rapid communication. For this purpose, two way radio sets are recommended.

Guerrilla forces in the immediate battle area are responsible for close co-operation with regular forces, Their principal functions are to hinder enemy transport to gather information, and to act as outposts and sentinels. Even without precise instructions from the commander of the regular forces, these missions, as well as any others that contribute to the general success, should be assumed.

The problem of establishment of bases is of particular importance. This is so because this war is a cruel and protracted struggle. The lost territories can be restored only by a strategical counter-attack and this we cannot carry out until the enemy is well into China. Consequently, some part of our country — or, indeed, most of it — may be captured by the enemy and become his rear area. It is our task to develop intensive guerrilla warfare over this vast area and convert the enemy's rear into an additional front. Thus the enemy will never be able to stop fighting. In order to subdue the occupied territory, the enemy will have to become increasingly severe and oppressive.

A guerrilla base may be defined as an area, strategically located, in which the guerrillas can carry out their duties of training, self-preservation and development. Ability to fight a war without a rear area is a fundamental characteristic of guerrilla action, but this does not mean that guerrilla can exist and function over a long period of time without the development of base areas. History shows us many example of peasant revolts that were unsuccessful, and it is fanciful to believe that such movements, characterized by banditry and brigandage, could succeed in this era of improved communications and military equipment. Some guerrilla leaders seem to think that those qualities are present in today's movement, and before such leaders can comprehend the importance of base areas in the long-term war, their mind must be disabused of this idea.

The subject of bases may be better understood if we consider:

The various categories of bases.
Guerrilla areas and base areas.
The establishment of bases.
The development of bases.

Guerrilla bases may be classified according to their location as: first, mountain bases; second, plains bases; and last, river, lake, and bay bases. The advantages of bases in mountainous areas are evident. Those which are now established are at Ch'ang P'o Chan, Wu Tai Shan, Taiheng Shan, Tai Shan, Yen Shan, and Mao Shan. These bases are strongly protected. Similar bases should be established in all enemy rear areas.

Plains country is generally not satisfactory for guerrilla operating bases, but this does not mean that guerrilla warfare cannot flourish in such country or that bases cannot be established there. The extent of guerrilla development in Hopeh and west Shantung proves the opposite to be the case Whether we can count on the use of these bases over long periods of time is questionable. We can, however, establish small bases of a seasonal or temporary nature. This we can do because our barbaric enemy simply does not have the manpower to occupy all the areas he has overrun and because the population of China is so numerous that a base can established anywhere. Seasonal bases in plains country may be established in the winter when the rivers are frozen over, and in the summer when the crops are growing. Temporary bases may be established when the enemy is otherwise occupied. When the enemy advances, the guerrillas who have established bases in the plains area are the first to engage him. Upon their withdrawal into mountainous country, they should leave behind them guerrilla groups dispersed over the entire area. Guerrillas shift from base to base on the theory that they must be in one place one day and another place the next.

There are many historical examples of the establishment of bases in river, bay, and lake country, and this is one aspect of our activity that has so far received little attention. Red guerrillas held out for many years in the Hungtze Lake region. We should establish bases in the Hungtze and Tai areas and along rivers and watercourses in territory controlled by the enemy so as to deny him access to, and free use of, the water routes.

There is a difference between the terms base area and guerrilla area. An area completely surrounded by territory occupied by the enemy is a 'base area'. Wu Tai Shan, and Taiheng Shan are examples of base areas. On the other hand, the area east and north of Wu Tai Shan (the Shansi-Hopeh-Chahar border zone) is a guerrilla area. Such areas can be controlled by guerrillas only while they actually physically occupy them. Upon their departure, control reverts to a puppet pro-Japanese government. East Hopeh. for example, was at first a guerrilla area rather than a base area. A puppet government functioned there. Eventually, the people, organized and inspired by guerrillas from the Wu Tai mountains, assisted in the transformation of this guerrilla area into a real base area. Such a task is extremely difficult, for it is largely dependent upon the degree to which the people can be inspired. In certain garrisoned areas, such as the cities and zones contiguous to the railways, the guerrillas see unable to drive the Japanese and puppets out. These areas remain guerrilla areas. At other times, base areas might become guerrilla areas due either to our own mistakes or to the activities of the enemy.

Obviously, in any given area in the war zone, any one or three situations may develop: The area may remain in Chinese hands; it may be lost to the Japanese and puppets or it may be divided between the combatants. Guerrilla leaders should endeavour to see that either the first or the last of these situations is assured.

Another point essential in the establishment of bases is the co-operation that must exist between the armed guerrilla bands and the people. All our strength must be used to spread the doctrine of armed resistance to Japan, to arm the people, to organize self-defence units, and to train guerrilla bands. This doctrine must be spread among the people, who must be organized into anti-Japanese groups. Their political instincts must be sharpened and their martial ardour increased If the workers, the farmers, the lovers of liberty, the young men, the women, and the children are not organized, they will never realize their own anti-Japanese power. Only the united strength of the people can eliminate traitors, recover the measure of political power that has been lost, and conserve and improve what we still retain.

We have already touched on geographic factors in our discussion of bases, and we must also mention the economic aspects of the problem. What economic policy should be adopted? Any such policy must offer reasonable protection to commerce and business. We interpret 'reasonable protection' to mean the people must contribute money in proportion to the money they have. Farmers will be required to furnish a certain share of their crops to guerrilla troops. Confiscation, except in the case of business run by traitors, is prohibited .

Our activities must be extended over the entire periphery of the base area if we wish to attack the enemy's bases and thus strengthen and develop our own. This will afford us opportunity to organize, equip, and train the people, thus furthering guerrilla policy as well as the national policy of protected war. At times, we must emphasize the development and extension of base areas; at other times, the organization, training, or equipment of the people.

Each guerrilla base will have its own peculiar problems of attack and defence. In general, the enemy, in an endeavour to consolidate his gains, will attempt to extinguish guerrilla bases by dispatching numerous bodies of troops over a number of different routes. This must be anticipated and the encirclement broken by counter-attacks As such enemy columns are without reserves, we should plan on using our main forces to attack one of them by surprise and devote our secondary effort to continual hindrance and harassment. At the same time, other forces should isolate enemy garrison troops and operate on their lines of supply and communication. When one column has been disposed of, we may turn our attention to one of the others. In a base area as large as Wu Tat Shan, for example, there are four or five military sub-divisions. Guerrillas in these sub-divisions must co-operate to form a primary force to counterattack the enemy, or the area from which he came, while a secondary force harasses and hinders him.

After defeating the enemy in any area, we must take advantage of the period he requires for reorganization to press home our attacks. we must not attack an objective we are not certain of winning. We must confine our operations to relatively small areas and destroy the enemy and traitors in those places.

When the inhabitants have been inspired, new volunteers accepted trained, equipped, and organized, our operations may be extended to include cities and lines of communication not strongly held. We may hold these at least for temporary (if not for permanent) periods. All these are our duties in offensive strategy. Their object is to lengthen the period that the enemy must remain on the defensive. Then our military activities and our organization work among the masses of the people must be zealously expanded; and with equal zeal, the strength of the enemy attacked and diminished. It is of great importance that guerrilla units be rested and instructed. During such times as the enemy is on the defensive, the troops may get some rest and instruction may be carried out.

The development of mobile warfare is not only possible but essential. This is the case because our current war is a desperate and protracted struggle. If China were able to conquer the Japanese bandits speedily and to recover her lost territories, there would there would be no question of long-term war on a national scale. Hence there would no question of the relation of guerrilla hostilities into mobile warfare of an orthodox nature, both the quantity and quality of guerrilla must be improved. Primarily, more men must join the armies; then the quality of equipment and standards of training must be improved. Political training must be emphasized and our organization, the technique of handling our weapons, our tactics — all must be improved. Our internal discipline must be strengthened. The soldiers must be educated politically. There must be a gradual change from guerrilla formations to orthodox regimental organization. The necessary bureaus and staffs, both political and military, must be provided. At the same time, attention must be paid to the creation of suitable supply, medical, and hygiene units. The standards of equipment must be raised and types of weapons increased. Communication equipment must not be forgotten. Orthodox standards of discipline must be established.

Because guerrilla formations act independently and because they are the most elementary of armed formations, command cannot be too highly centralized. If it were, guerilla action would be too limited in scope. At the same time, guerrilla activities, to be most effective, must be co-ordinated, not only in so far as they themselves are concerned, but additionally with regular troops operating in the same areas. This co-ordination is a function of the war zone commander and his staff.

In guerrilla base areas, the command must be centralized for strategical purposes and decentralized for tactical purposes. Centralized strategical command takes care of the general management of all guerrilla units, their co-ordination within war zones, and the general policy regarding guerrilla base areas. Beyond this, centralization of command will result in interference with subordinate units, as, naturally, the tactics to apply to concrete situations can be determined only as these various situations arise. This is true in orthodox warfare when communications between lower and higher echelons break down. In a word, proper guerrilla policy will provide for unified strategy and independent activity.

Each guerrilla area is divided into districts and these in turn are divided into sub-districts. Each sub-division has its appointed commander, and while general plans are made by higher commanders, the nature of actions is determined by inferior commanders. The former may suggest the nature of the action to be taken but cannot define it. Thus inferior groups heave more or less complete local control.

9

LTTE

1. Beaten but not Broken:

Tamil Women Struggle through Conflict and 'Peace' in Sri Lanka

By Tasha Manoranjan, The Georgetown Journal of International Affairs, September 2010

Women, traditionally responsible for taking care of their families, watched helplessly as Colombo's final military advance in early 2009 forced their loved ones to become refugees. Tamil women struggled throughout the assault, which comprised a ground advance, aerial bombardment, heavy artillery shelling, and a government-imposed embargo that restricted food and medical supplies from entering the LTTE-controlled area. This genocidal assault, as well as the conflict as a whole, has had profound ramifications for the cultural and political roles of Tamil women in Sri Lanka, who have reacted in diverse and diametric ways to these dire circumstances.

Walking past an Army checkpoint towards her house, a woman snaps at the soldiers harassing her. These soldiers have taken any opportunity to verbally accost her since she filed an official complaint against police officers stealing her property. Neighbors and friends told Murugesapillai Koneswari, a Tamil mother of four, to simply forget about the police's crimes and ignore the daily injustices. However, her actions had already aggravated the military forces in her village. On 17 May 1997, two months after she filed the complaint, police officers barged into her house in the middle of the night, and then proceeded to gang rape and kill her.

Koneswari's story exemplifies the precarious position of Tamil women in Sri Lanka, who have been a particularly vulnerable population during the island's half-century—long conflict. Between 2004 and 2007, I spent a year and a half in the territory formerly controlled by the Liberation Tigers of Tamil Eelam (LTTE), documenting Sri Lanka's human rights violations and growing familiar with Tamil stories of suffering. I discovered Sri Lanka's brutal civil war had caused an erosion of societal norms that disparately impacted Tamil women. Some women had even assumed unconventional societal roles by joining the LTTE's armed struggle for independence, and fiercely fought against the government. Women who abstained from taking up arms also remained under extreme pressure, as the government relentlessly attacked the LTTE de facto government and its populace in the northern and eastern regions of Sri Lanka.

Women, traditionally responsible for taking care of their families, watched helplessly as Colombo's final military advance in early 2009 forced their loved ones to become refugees. Tamil women struggled throughout the assault, which comprised a ground advance, aerial bombardment, heavy artillery shelling, and a government-imposed embargo that restricted food and medical supplies from entering the LTTE-controlled area. This genocidal assault, as well as the conflict as a whole, has had profound ramifications for the cultural and political roles of Tamil women in Sri Lanka, who have reacted in diverse and diametric ways to these dire circumstances.

Women in Tamil Society: Traditional Norms of Patriarchy

Sri Lanka's recent civil war, which claimed the lives of 20,000 civilians, is only one phase of the country's violent past.1 Immediately following national independence in 1948, the Sinhalese majority began to marginalize Tamils. The Sri Lankan Parliament passed laws in 1949 to strip citizenship from nearly one million Tamil laborers of Indian descent. Seven years later, the government declared Sinhalese the national language, which privileged native Sinhalese speakers for advancement in education and employment. Sri Lanka further institutionalized discrimination against Tamils when the Parliament passed the "standardization" acts, which established quotas restricting the number of Tamils able to pursue higher education.2

This structural inequality led to peaceful protests by the Tamil community, which the government police forces swiftly crushed. These events arguably served as the catalyst for subsequent decades of conflict, as they prompted Tamils to view armed struggle as the only path to freedom. The LTTE and other armed Tamil militant groups formed in the 1970s, with the first phase of the civil war breaking out in 1983. The LTTE used a variety of tactics during the conflict, including suicide bombers known as the "Black Tigers," which prompted the United States to brand the group a terrorist organization. While the LTTE occasionally struck in government-controlled territory, the majority of the fighting occurred in the heavily Tamil-populated northern and eastern regions of the island.

As a result of prolonged exposure to this conflict, traditional Tamil gender relations shifted dramatically. Within Tamil society, women were historically valued as the bearers of culture, responsible primarily for maintaining the home. Parents carefully "protected" or controlled women from childhood until marriage, when authority over them would transfer to their husbands. Due to the fact that women's domains did not typically extend beyond their households, they were generally excluded from the political process. Society rigorously maintained the image of women as sacred bearers of family and community, utilizing females as symbolic markers to measure purity and respect. This cherished image of women rendered the violent experiences they faced during the civil war traumatic not only for them as individuals, but for the entire Tamil society as well.

Rape as a Weapon: The Significance of Sexual Assault in the Tamil Conflict

Sexual assault is often considered a fate worse than death in the Tamil community. One female LTTE cadre described to me the strict policy of never leaving a fallen cadre's body behind. She remarked, "It is worth risking my life to save the lifeless body of another female cadre.... It would be easier to accept my own death, than the mutilation of their bodies and spirits."3 Stories concerning the rape and mutilation of women are well-known among Tamils; Krishanthi Kumaraswami's death is particularly infamous. Kumaraswami was an eighteen year old Tamil student who was arrested while passing through a Sri Lankan Army checkpoint in 1996. Her mother, younger brother, and a neighbor went to the checkpoint that afternoon to find her, refusing to leave until she returned safely with them. The soldiers killed all three of them. An hour later, they gang raped Krishanthi and buried her body. Reflecting the importance of this event within the Tamil community, a Tamil schoolteacher Padmini Ganesan, told the Washington Post, "Every Tamil remembers the Krishanthi case.... For us, the checkpoints are sort of a slow-motion thing, the trauma and the fear that we go through."

However, these stories do more than reflect on the vulnerable position of women in conflict. For many Tamils, the high rates of sexual assault against Tamil women in the civil war represented an attack on the integrity of their community. As UN Special Rapporteur on Violence

Against Women Radhika Coomaraswamy reported, sexual assault in the context of ethnic conflict has community-wide implications. She states: "To rape or mutilate women in ethnic conflict is to raid the inner sanctum, the spiritual core of ethnic identity and to defile it.... The female body is a symbol of a community's honor and its inner sanctum. To rape women with impunity... is to assert domination and to symbolically assault ethnic identity in is most protected space."

Fighting Back: Tamil Women Take Arms for Empowerment

In recent years, Tamil women joined the LTTE in greater numbers than their male peers. Though female cadres had different personal reasons for enlisting, many joined after experiencing some form of injustice at the hands of the Sri Lankan Army. Most women came from the heavily militarized north. The permanent insecurity of this environment inculcated a desire for freedom and statehood, which included the motivation to take up arms. One LTTE fighter, Senthulasi, described coming of age in Jaffna, a heavily-militarized city. Her own cousin was raped and killed on her way home. Senthulasi said she ran away from home to join the LTTE and fight against the helplessness she felt daily.

Although most women initially joined the LTTE to find respite from this suffocating physical insecurity, their involvement in the armed movement had unintended, yet profound, cultural and social consequences. Local psychologists noted that for Tamil women, "joining the militants [has been a] liberating act, promising them more freedom and power.... Tamil society had always suppressed women into a subservient position... it was the war that has had a liberating role."7 Many of the female Tamil cadres with whom I spoke expressed their desire to fight for the liberation of both their ethnic community and also their subservient position in Tamil society.

When women first began to join the LTTE, they primarily worked in service and support roles as caregivers for the wounded, but later advanced to positions as frontline soldiers. This initially met with opposition from the conservative Tamil community. Many of the earlier female cadres reported that male Tigers "wanted them to flee with the civilians."[8] Women had to demonstrate their equal competence to earn the respect of the other LTTE cadres as they were "challenged to lift bigger bombs."[9] One can also attribute the acceptance of women's participation in the war to the government's indiscriminate bombings of civilian homes and schools: "a clear sexual division of labor in war... usually disappears when there is no clear differentiation between the 'battle front' and the 'home front' or 'rear'."[10] Women were forced to protect not simply their own physical integrity, but also that of their children. Female cadres eventually prided themselves on performing all tasks of their male counterparts. The LTTE even established male and female artillery divisions, which was long considered impossible for women to handle due to their weight. Some female cadres remarked with pride that they surpassed male cadres in certain areas of fighting, such as sharp shooting.

The LTTE also explicitly committed itself to gender equality and women's empowerment. 11 October is celebrated as Tamil Eelam Women's Day, which marks the anniversary of the first female cadre battle casualty in 1987. On International Women's Day in 1992, LTTE chief-commander Vellupilai Pirabakaran stated: "With pride I can say that the origin, the development and the rise of women's military wing of the Liberation Tigers is one of the greatest accomplishments of our movement. This marks a revolutionary turning point in the history of the liberation struggle of the women of Tamil Eelam."[12] The LTTE further expanded the agency of both female cadres and civilian women within its territory by abolishing the dowry system and promoting education.

As Tamil women advanced to new roles in society, they strove to realize their political aspirations. The female cadres with whom I spoke said that Sri Lankan soldiers fought only for a paycheck, whereas the LTTE fought for the freedom of their people and land. One female cadre, Isaimozhi, said she aimed to kill on the battlefield, but simultaneously regretted that violence was the only way to actualize Eelam.14 Isaimozhi cited the decades of police brutality, ethnic discrimination by the government, and repression of Tamil rights, and finally accepted that war was the only path to freedom.

Current Situation: Ongoing Trauma in Internment Camps & High Security Zones

In September 2008, the Sri Lankan government ordered all international aid agencies to leave the northern region controlled by the LTTE.15 This action paved the way for an intense military onslaught against Tamil civilians and combatants alike. United Nations sources initially estimated that 7,000 civilians were killed between January and March 2009.16 However, the former UN spokesman in Colombo, Gordon Weiss, stated that he received reports from reliable sources that up to 40,000 Tamil civilians were killed during the final stages of war.17 The significance of this death-toll can not be over-looked, especially when compared to other conflicts that have garnered much more media attention. For instance, 1,788 people have been killed since January 2009 in Afghanistan.

In the months during Sri Lanka's most intense conflict, from January to May 2009, the conditions became desperate. There was no neatly delineated "battle front," and the fighting trapped 300,000 Tamil civilians in Mulaivaikkal. Starvation and malnourishment were widespread, according to UNHCR assessments.19 The government's embargo against the region was total and indiscriminate, and women could not search for food without dodging gunfire.

The conflict reached a deadly and dramatic end in May, when the government regained all territory previously controlled by the LTTE. Up to 300,000 Tamils, who had fled from their homes due to the military campaign, were interned in government-run camps in the northern areas of Jaffna, Mannar, Trincomalee, and Vavuniya.20 The government intended to detain these refugees for three years, but began releasing them into High Security Zones across the north after an international outcry.21 Currently, over 106,000 Tamil civilians are still trapped in these camps.22 Tamil parliamentarian Suresh Premachandran expressed concern about the lack of institutional support for resettling refugees, since they return to war-torn villages where most, if not all, structures have been destroyed.

Women remain particularly affected by the conflict. Conditions in the internment camps are poor, as access to aid agencies and journalists is sporadic and insufficient. Local sources report that families are often divided, because male and female refugees are separated upon arrival. Sri Lanka is notorious for its use of extra-judicial disappearances, and families must worry whether this is the fate of their sons and daughters. This constant mental anguish exerts further strain in an already tense environment.

The internment camps are heavily militarized. Human Rights Watch researcher Anna Neistat described them as "machine gun nests" due to the massive military and paramilitary presence in and around them.24 Sexual assault is also reported to be prevalent. Journalists from the United Kingdom's Channel 4 News managed to enter a camp and were shocked by what they found. According to journalist Nick Paton Walsh, there were "[b]odies left for days; children crushed in the rush for food; the sexual abuse of women; disappearances."25 He also reported that after three dead female bodies were found in the bathing area of the camp, refugees requested that they be guarded by female police guards instead of soldiers in the future.26 After the report aired, Walsh and his team were arrested and deported, reflecting the government's harsh tactics to suppress media coverage of the suffering of Tamils.

On 26 January 2010, Sri Lanka held its presidential election. The candidates were sitting President Mahinda Rajapakse and former Army Commander Sarath Fonseka. The Tamil National Alliance pledged its support for Fonseka, having reached an agreement for greater regional autonomy if he won.27 However, there was great ambivalence for Tamils voting in this election: vote for the president, the chief architect of the military onslaught that destroyed their homeland, or vote for the army general, the chief executor of the military offensive? Despite Tamils' hesitant support for Fonseka, Rajapakse won with fifty-seven percent of the vote. Fonseka received 40 percent of the vote.

Following the election, Fonseka said he was prepared to give evidence in international courts on Sri Lankan soldiers committing war crimes. "I am definitely going to reveal what I know, what I was told and what I heard. Anyone who has committed war crimes should definitely be brought into the courts."28 Later that day, Sri Lankan military police arrested him. He remains in custody.

Moving Forward: Recommendations for a Sustainable Peace

Accountability for Sri Lanka's egregious human rights violations against Tamils is a necessary first step towards re-building Tamil society and recovering from the devastating conflict. The Army General has conceded that war crimes were committed as Sri Lanka prosecuted its final offensive; however, there has been no attempt to hold any soldiers or officials accountable for the thousands of deaths that occurred in a matter of weeks. Until this occurs, every Tamil will continue to feel insecure on the island, and fear yet another wave of violence. Fonseka's arrest reveals the limited political space that exists even for dissidents of the ethnic majority in Sri Lanka. When even Sinhalese critics of the government face repression, Tamils feel too threatened to openly express their political aspirations. This suffocating political environment will only breed further violence and instability.

As Sri Lankan courts are loathe to hold officials and soldiers responsible for their crimes against humanity, justice must be sought through a number of extra-territorial means. First, the UN Security Council should refer Sri Lanka to the International Criminal Court for a full investigation into war crimes, crimes against humanity and genocide. Second, given that Fonseka holds a United States Green Card, and Sri Lanka Secretary of Defense Gothabaya Rajapakse is a United States citizen, the U.S. government should use domestic legal mechanisms to prosecute them under the law of command responsibility. Third, American companies such as Victoria's Secret and The Gap should move factories off the island to pressure the Sri Lankan government into respecting international norms of human rights. With exports constituting nearly one-fourth of Sri Lanka's economy, these companies have significant leverage over the policies of the government.

Tamil women must play a greater role in the economic and political development of the northern and eastern regions of the country; a just political solution must address their historically disadvantaged situation. The LTTE made strides in this direction when it conscientiously embraced a policy of gender equality, both in its armed movement and in its state-building apparatus. In LTTE-controlled territory, I witnessed billboards denouncing the dowry system, encouraging families to value children of both genders equally. Female civilians and cadres confidently drove motorcycles in saris and helmets — unheard of a decade ago. The lives of women in LTTE-controlled areas appear to have gradually but markedly improved over time.

These advances disappeared with the government's military assault in early 2009. If Sri Lanka wishes to truly empower Tamil women within a post-conflict context, the government must institutionalize Tamil rights and women's rights by means of a just political solution. It must normalize the north and east through the maintenance of a minimal military presence and with strong socio-economic development. It must also transfer "High Security Zones" to civilian control, so that rightful owners can finally return to their homes. All new programs must encourage the participation of women. Finally, since the government has regained control of LTTE territory, it is now obligated to promote the welfare of Tamils. If the regime continues to deny freedom of movement and the right of self-determination to Tamils, the region could quickly descend back into war. As Isaimozhi told me, "Tamils have been living as slaves for the Sinhalese for decades. We can't live like that anymore. We have to all achieve freedom or we have to all die trying."30

As the government claims victory over its most recent conflict with the LTTE, it is urgent that the equal rights for which Tamil women fought are not lost. Sri Lanka now stands at a crossroads, between a continuing conflict exacerbated by the bitterness of life in internment camps, and a just peace that respects the political and human rights of all its communities. Women have and will continue to play a role in determining which path is pursued.

About the Author: Tasha Manoranjan is the founder and director of People for Equality and Relief in Lanka (PEARL), a non-profit advocacy organization dedicated to ending human rights violations in Sri Lanka. Manoranjan received her bachelor's degree from the Georgetown School of Foreign Service and is currently pursuing a J.D. at Yale Law School.

1 Catherine Philip, "The Hidden Massacre: Sri Lanka's Final Offensive against Tamil Tigers," Times Online, 29 May 2009, Internet, http://www.timesonline.co.uk/tol/news/world/asia/article6383449.ece. 2 March 2010.

2. The Tigers' Fighter Journalist

by Tehelka.com, October 14, 2006

A mesmerising story of innocence and brutality. Gajaani became an LTTE member at 19, and has spent the last 13 years as one of its official war photographers. Scorching in its simplicity, her highly unusual account tracks the making of a soldier.

I grew up in the 1970s in Kilinochchi, Sri Lanka, where I was born. Kilinochchi was a remote area then, a place with a small population and very poor infrastructure. My parents talk of it as a peaceful time, but the problems in my country were already beginning.

The homeland's toll: Mullaitivu, 1996

During the riots in 1983, we had relatives in Colombo who were taken in by Sinhalese friends. But a mob stormed the house where they were hiding — six of my family members were killed that day.

We in Kilinochchi were sheltered from such atrocities then. Kilinochchi was one hundred percent Tamil; there were some military camps around, but there were no riots. We would all listen to the radio and the elders would talk about the stories coming through. I remember my family crying and being very upset through these times. The stories were horrific, but I couldn't understand or relate to what was going on. I was just a child.

At that time, the Liberation Tigers of Tamil Eelam (LTTE) were still very young. I remember their fighters coming to my house. Like many families in Kilinochchi, we would help them as best we could, my Amma would dress their wounds, we would look after them like they were our own family. They seemed like such big people, they would tell me and my siblings about the fighting, what it was about, what the problems were with the country and why the Sinhalese were treating us Tamils like this. I remember hearing stories from the riots when babies were put in boiling tar and women had their breasts cut off and the symbol of 'Sri' branded in the wound where their breasts had been. Those awful days made us mad with fear and confusion. We were sheltered in Kilinochchi, but we were very aware of events in Sri Lanka and the grief they were creating.

What remains: Kilinochchi, 2006 - In 1984, the military started an operation to wipe out the LTTE. The military had many weapons and the LTTE had small arms, nothing sophisticated, but they were quick and clever and knew the jungle well. Within a few days there were dead military bodies all over Kilinochchi — they tried to kill the LTTE, but the LTTE finished them. From this moment, we knew that we could take them on, that they were weak and we were strong, clever and strong.

Through 1984 to '85, Tamil people were being displaced from Jaffna, Mannar, Trincomalee and other places, and were coming to Kilinochchi. We made space for them in our schools, and I used to talk with them a lot and help distribute food and blankets. I met many children my own age in these camps and they would be really scared and upset; they had seen many horrific things and they told me their stories. In the camps there were many LTTE fighters too. They would talk about Prabhakaran.

At the border: Jaffna 1998 - I didn't really understand why he was such a hero but, like many of my friends, I was completely enamoured of him. I used to ask the fighters if they had ever seen him and most would reply that they had not but they fully believed in what he was doing and the way he led them. He was 16 when he started fighting, just 16. I was nearly that age, and I wondered what made him so special and so brave. So I too tried to join the LTTE at age 16 — why not, I thought. But the fighters kept telling me I was too young.

After a while, the LTTE came into Kilinochchi. They had only been in the jungle before this, but now they began to set up bases in the town. My friends and I were very excited; we made plans for joining a base, and finally managed to enter one. It was a hard day; from morning to evening, LTTE cadres talked to us, mocking us, telling us we were too small, too weak, testing our resolve. I remember telling them that if they could do it, I could too and that I wasn't scared by them or their discipline.

Bunker life: LTTE women cadres, Palai 2006 - By evening, our families were very worried and came in search of us. We all hid and begged the cadres not to tell our families we were there. We could see our parents talking to the cadres; their eyes were full of tears, and we too were crying; our hearts felt we had lost something. But, at the same time, we felt we were about to achieve something better. At one point, our parents came near the room we were hiding in; if they had looked through the window, they would have seen us. We crouched low and stayed very still, we were completely silent. In that moment, I realised that my life had completely changed. We have a saying in Tamil: peththamanam piththu, pillaimanam kallu. It means: the parents' hearts are soft, but the children's hearts are like stone. I thought of this saying as our families finally went away.

The next night, we heard the sounds of shelling and shooting very close to us. My friends and I were rounded up by the cadres; they were frantic, running about, preparing everything very quickly. Someone told us the second Eelam war had started. Two vehicles arrived at the base; my friends and I got in one and the cadres got in the other. One cadre told us that they were off to attack the Kilinochchi military camp and that we were being taken to a base for our training. I can still recall her face, she was ready for battle, she was hard and focused. It was the first time I had seen that face, but I have seen it and worn it many times since.

What is remembered: Kilinochchi 2001 - We arrived that night at a base in the jungle. I had never stayed in the jungle before; I kept waking up through the night with the strange sounds around me. As dawn broke, I looked about. I saw the cadres sleeping nearby. I also saw many tomb stones and realised we were in an LTTE martyrs' graveyard.

I froze. I had gone to sleep a civilian and had woken up in the LTTE graveyard a cadre. It was like a rebirth. I was 19.

The base became a second school to me. There were many new friends to meet, people from all over the country, so many different faces and stories, people with the different accents of my Tamil language. Our leaders became like our parents. They treated us very well, and helped and encouraged us to succeed. The training itself was very hard. I was not used to so much exercise, and we had to learn to become strong and prepare ourselves for battle. It was hard and heavy work. I remember crying with pain and exhaustion, but our leaders would say that the boys could do it, so we girls had to as well — and then our determination would make us succeed. We would also do drama and painting workshops and, as we were the juniors, we had to cook too. I had never cooked in my life, but here we sometimes had to cook for 700 people. I remember one night the leaders came to the kitchen with a goat and asked us to prepare a mutton curry. We had never handled dead animals before; we did not even know how to skin it. So we hung the goat from the ceiling and one at a time jumped and hung onto its cut parts to rip the skin off. It was difficult but we had great fun.

After our training, we were divided into groups. I was the leader for one of them. My first posting was the Palaly Front Defence Line in Jaffna. We were to block the military from moving forward.

Tell us where they've gone: Seambianpattu beach, 2006 - The first battle was very difficult. I was used to the sound of guns and bombs and I had no fear for myself, but when a fellow cadre is killed, it is a terrible moment. These were girls that I had known and been through so much with, and then suddenly they were gone and I was left alone on the battlefield. I cannot really describe the feeling very well — we have a Tamil word, urayinthu. It means to freeze with emotion. At these moments, I had to recover very quickly as I still had a job to do and needed to get focused. Afterwards, I would always fight much harder, I just wanted to fight and fight and fight.

I participated in many battles in my first couple of years with the LTTE. All through this time, I still had such a desire to meet Prabhakaran. In the middle of a battle, I would sometimes think, 'How can I die before meeting our national leader,' for this is why I was fighting, for him and our people.

I remember in earlier times, before I joined the LTTE, I would ask the fighters I met how they could be in the LTTE without meeting Prabhakaran. I had now been in battles for one-and-a-half years, and I still hadn't met him. Then came 1991; I was being trained for Aniyiravu (the Battle of Elephant Pass), and Prabhakaran came to the base. As soon as I met him, I felt ready to go to battle and die for my people. I was so happy that no matter what happened from then on, I had met Prabhakaran. My aspiration in life had been fulfilled.

He was there on the morning of the battle, sending us off into war. We fought so hard that day because of this. It was the most unforgettable day of my life. I was 20 years old and the battle was called Akaya Kadal Veli Samar (the Sky-Sea-Ground Battle). Elephant Pass is a very difficult place to fight, and the Sri Lankan Army had planes, boats and ground troops; we just had ground troops and had to defend and attack against all types of weaponry.

I was injured in the Elephant Pass Battle and was taken to the LTTE medical wing for treatment. I was there for three months. During this time, the LTTE began to develop its Media Wing and Prabhakaran asked leaders to find cadres to join it. The leaders of my team put my name on the list, but I was not interested in photography then — I was just focused on being a fighter. However, I finally agreed. I arrived for my first lesson just as the class was taking their first practice with a camera. I was handed the one camera we had at that time, and was told about the focus. I took the camera and twisted the focus from left to right, unaware that it is a very delicate and sensitive manoeuvre. It was the first time I had handled a camera, I didn't know what I was doing but I enjoyed it.

I was asked to take a picture. I felt shy as I didn't know what to do. Behind me, there were many other cadres waiting their turn. Then I gently applied the shutter button, and the camera took the picture. When the photos were printed, mine were not so good — the exposures were all right but everything was out of focus! But, after a few weeks, when we had an examination, I got the highest mark in the group. I even got a prize — a camera of my own.

After this, I could not stop taking pictures. The year was 1993. I remember the most important picture I took. I went to visit an Internally Displaced Persons' (IDP) camp; outside a hut, a small child was eating raw fish and there were flies and blood all over his face and body. I think this was the first time I had been exposed to extreme poverty. Kilinochchi is not an affluent place but these IDPs were so poor, they didn't have anything. The sight really upset me. I began to think about poverty, what it was about, how this situation happened to people and, most importantly, what I could do to change it.

I took a photograph of this child and sent the image to Prabhakaran. I asked for his opinion of what I was seeing and photographing. He was very pleased and said that Tamil people and the world needed to see such things.

The two greatest influences in my life have been Prabhakaran and Col Kittu, a photographer and artist based in London. He would send us photographic assignments and give me so much encouragement that it was a joy taking pictures of things he asked for. Due to the security situation, it was very difficult for me to send the pictures to him, so I would send them to Prabhakaran. He would choose the good ones and would send back advice and comments.

My first photography field experience was on Thavalai Pachchal (Operation Frog Jumping) in 1993 in Poonakary. I already had much battle experience and knew my place on the battleground, so I was comfortable being there.

However, being a photographer on the battleground is very different. I only had my camera, I had no rifle. It felt very strange at first to be there with no gun. I was excited and ready to take good photographs, but it rained all day and I couldn't get any pictures.

Since then, I have taken photographs of many battles and it is a very dangerous job. The real danger is where I have to stand to take pictures. When you are a fighter, you get to stay in camouflage, undercover and in the bunkers. When you are a photographer, you have to be outside getting the pictures of the fighters. I don't think about death when I'm on the battlefield, I just try and get the best pictures of my cadres — that is my mission and I don't feel any fear.

I remember one time the LTTE started attacking Jaffna, they were moving forward and the Sri Lankan Army was in retreat. I reached a beach I thought had already been captured by the LTTE. I was walking without any fear; it was difficult to walk because I was tired from the battle, but it helped me gather my thoughts after the past days and hours of war. I saw some coconut trees, they were very beautiful, they were bending as they grew. I wanted to take a picture of them, after so many photographs of the fighting. I began to move closer to them. Suddenly, I noticed a bunker under the trees and, at almost that moment, bullets came towards me. I froze, realising it was a military bunker. I dived behind a nearby tree and took cover, my heart pounding. There were only 10 metres between the military and me. I had no choice but to run, and I did so as fast as I could. A rocket-propelled grenade (RPG) passed over me and exploded in front of me. As I ran, I laughed to myself — they had used an RPG shell for one girl!

About 50 metres from the military bunker, I reached the cadre bunker. I was breathing heavily and then I heard the sound of a different gun, a sniper. I looked at a female cadre who was beside me. She smiled at me. I understood at that moment that someone in the bunker had taken the bullet. I checked myself to see if I was injured. I was not bleeding, I was okay. The girl beside me was slumped against the side of the bunker, still smiling at me. The other fighters were frozen still. I shook her. There was no reaction from her; I couldn't bear it. Those rounds had been aimed at me but they had hit her. I cannot describe what I felt at that moment.

I can never get over the feeling when a cadre is killed. We share meals, laughter and adventure together, and then they are gone. I never get over that loss. I too can die in the next second when I think of the people who died, and when I see them die, I grow strong and fierce — like a Tiger. I touched her gently, she rolled onto her back. There was no bleeding. I released the holster around her chest and suddenly the blood shot out. Everyone understood what had happened. Immediately they began first aid. We stopped the bleeding, and sent her with the other cadres towards the medic. The military kept shooting at them as they ran. I took up the girl's rifle and started to fire to give them cover. Other cadres also began to shoot and then the military stopped firing. My camera was hanging around my neck, I didn't even think to take it up. In this situation I failed to take good pictures. It is very difficult to be in battle as a fighting photographer and a journalist.

I've met many difficulties when I try to take pictures of fighters when they are under cover, under trees and in the bunkers. I have to use my brain well. I have to observe the enemy, where they are, what they are doing, what weapons they are using, what formation they have formed. When the time comes, within a split second, I have to take good pictures and get back to safety. My eyes and ears are completely focused on the objective.

There is a high respect for photography in the LTTE and among the Tamil people. I show my pictures to my whole team and to Prabhakaran and the other commanders. They all encourage me, and say that I should do more. Some of my photographs have appeared in newspapers in Sri Lanka, but they don't always take the full picture, they edit and cut the image. I remember how I once sent pictures of the Point Pedro killings, there was so much bombing and shelling at that time. They put the photographs in the newspaper, but censored them; they only showed the faces of people, not the wounds or the amputations — it upset me because it did not represent the truth.

My dream is Tamil Eelam. I have heard my people, men and women, crying and screaming, I have seen them dying, I have experienced the tragedy of my people and my society. I have experienced far too much violence and so many people suffering — from all this, my dream is to see these people smile, living in a free homeland, living a happy and good life.

Within the LTTE, I have gained many experiences, I have studied about the world, about other struggles and wars, I have got to know many things. One thing that we learn in the LTTE is that when you are given a job, you should do it one hundred percent perfectly. There is little room for mistakes in the LTTE.

I am very proud that people are taking my photographs seriously now and that they are going to other countries. I am very pleased that people are taking an interest in my war-torn homeland. I am very thankful and happy that this is happening, and I hope that people will understand them without discrimination.

3. LTTE and Women Warriors

by Sachi Sri Kantha, October 12, 2025

Front Note by Sachi

In 2010, I wrote a humorous verse 'Six Blind Women of Gringo Land who went to see the Tiger' [https://sangam.org/2010/03/Blind_Women.php?uid=3867], about the six American journalist who covered the Eelam war. It was inspired by John Godfrey Saxe's poem. Subsequently, I also wrote an appreciation to the only American woman academic ,Prof Margaret Trawick (1948 — 2022) [https://sangam.org/memoriam-professor-margaret-trawick-1948-2022/], who learnt Tamil and covered the

Eelam war from the angle of Tamil side. Another notable companion, in the mold of Prof. Trawick is Prof. Dagmar Hellmann-Rajanayagam (b. 1931), from Germany.

Eelam Tamils were blessed to have scholars like Dagmar Hellmann-Rajanayagam, who is chronologically senior to Margaret Trawick. While some confused 'human rights flag waving' Sri LankanTamil women academics (likes of Radhika Coomaraswamy, Rajasingham sisters — Nirmala, Rajani and Sumathy, Rajeswary Balasubramaniam) were foul mouthing the LTTE's women warriors for their self-serving purposes, non-Tamil academics like Trawick and Hellmann-Rajanayagam viewed LTTE women from a distinct perspective. Among the many academic articles contributed by Hellmann-Rajanayagam, I selected her 2008 paper here, for a singular reason to rebut the bias of Dr. Sharika Thiranagama (daughter of Rajani Thiranagama, born in 1980) on the ideals of LTTE warriors, expressed recently in a September 2025 'Jaffna Monitor' interview. [https://www.jaffnamonitor.com/featured/jvp-still-denies-the-tamil-ethnic-question-sharika-thiranagama-speaks-to-jaffna-monitor/].

Dagmar Hellmann-Rajanayagam

There are numerous plus points in this study of Dagmar Hellmann-Rajanayagam. First, she highlighted the military activism of leading LTTE women; including that of 2nd Lieutenant Malathi (aka Sakayasili Pedrupillai, 1967-1987; a Catholic from Mannar), Col. Thamilini (aka Subramaniam Sivakamy, 1972-2015), Lieutenant Col Bhavaniti and Major Kecari. Secondly, she had rebutted the claim promoted by Prof. Neloufer de Mel that 'rape was the only reason for women to join LTTE', by inferring that this is an oversimplification.

Thirdly, in opposition to the views currently promoted by Dr, Sharika Thiranagama and her coterie of women academics that LTTE warriors were brain-washed to die for Prabhakaran's ideals, Prof. Dagmar Hellmann-Rajanayagam asserted "Tamil women join the Tigers not to die, but to fight. Death is taken into account, but is not necessarily anticipated. This is a decisive difference to the situation of Muslim women [fighters]." Fourthly, Prof Hellmann-Rajanayagam also separated the ideals of LTTE from the Islamic militant movements in Mid East, in generating the specific armory derisively tagged as 'suicide bombers' by the Western analysts of warfare. Fifthly, Prof Hellmann-Rajanayagam also rebutted the logic of human rights barkers and influential feminists from Sri Lanka (such as Radhika Coomaraswamy and Neloufur de Mel) that the LTTE was a sham movement to advance women's rights. Sixthly, Dagmar also exposed the cultural ignorance of dumb journalists such as Jonathan Hillel Kay from Canada, who falsely claimed in 2002 that "Palestinian leader Yasser Arafat has copied the Tigers' strategy of using the mass media' in an opinionated column about the strategy of using female suicide bombers!

Naysum Saravanamuttu 1897-1941

On the minus side of this study, I may add that Dagmar Hellmann-Rajanayagam, in her review of pre-LTTE political activism among Tamil women, inadvertently overlooked the electoral record of the first Tamil woman from Jaffna, Mrs Naysum Saravanamuttu (1897-1941), who won elections in Colombo during 1930s. Naysum was elected to the First State Council in a by-election held on May 30, 1932, from Colombo North constituency, following the unseating of her husband, the popular physician Dr. Ratnajothi Saravanamuttu due to 'statutory disqualification'. Naysum Saravanamuttu achieved this distinction at the age of 35 years. She had to face another by-election on Nov 12, 1932. This also, she won. Subsequently, in the 1936 general election for State Council, Naysum won for the third time. Quite an unblemished record for a Tamil woman, to win consecutively three times in Colombo. Women were allowed to vote in Ceylon, only in 1931! Naysum died on Jan 19, 1941, at a young age of 41. Dagmar is indeed correct in her

Note 5, that between 1942 and 1980, no Tamil woman was a member of Parliament.

It should also be noted the meager details presented by Dagmar about Lakshmi Saghal nee Swaminathan (1914-2012) identified as 'a Tamil doctor from Malaya' is misleading. In reality, Lakshmi was of Kerala origin, though her father Swaminathan practised law at Madras High Court. Lakshmi also practised as a gynecologist in Chennai following her medical degree, and went to Singapore only in 1940; there only she was recruited into Indian National Army, after her meeting with Subhash Chandra Bose.

A reformatted version (prepared by Sachi Sri Kantha in 2025), of this vital contribution to Eelam Tamil studies by Dagmar Hellmann-Rajanayagam in 2008, is presented below. The paper also carries 21 'Notes', indicated in the text by superscript numbers. These notes are reproduced at the end of the main text, and are valuable additions in rebutting the half-baked anti-LTTE views, expressed by other women scholars. For their relevance and vitality in checking valid facts, do not ignore reading Notes 11, 13, 19, 20 and 21. These Notes are followed by 'References' in alphabetical order. These references are also reproduced faithfully. The subtitles, spellings of names and places, and words in italics are retained as in the original. Four Figures and five photos incorporated in the original version have been eliminated. Instead, I include three photos of LTTE celebrated women. Inadvertent type-setting error(s) have been silently corrected.

I submit this to the memories of 2nd Lieut Malathy, aka Sakayacili Pedropillai (1967-1987), whose 38th anniversary of death is marked on October 10th, and that of Col. Thamilini, aka Subramaniam Sivakamy (1972-2015), whose death occurred on Oct 18, 2015.

4. Female Warriors, Martyrs and Suicide Attackers' Women in the LTTE*

Dagmar Hellmann-Rajanayagam

Universitat Passaw

[International Review of Modern Sociology, spring 2008; 34(1): 1-25]

Abstract

In this article, I undertake two things. First, I present an overview of the concept of women's nature and roles in traditional and contemporary Tamil society in Sri Lanka. Second, I introduce the LTTE, its history, programme, ideas and way of governing in the areas under its control with a particular emphasis on developments since 2002. In this context, I analyze the LTTE's concept of women and female warriors, followed by some case descriptions.

Introduction

On 28th November 2007 a Tamil woman handicapped by polio gained access to the vicinity of a minister in the cabinet of Sri Lankan President Mahinda Rajapakse and Leader of the EPDP (Eelam People's Democratic Party), Douglas Devananda and detonated a bomb she had reportedly hidden in her bra (www.iht2007, www.spiegel.de). While she and some of her bodyguards died, the minister remained unharmed. This incident was the last in a long list of suicide attacks performed by female members of the LTTE, the Liberation Tigers of Tamil Eelam. Before that, on 25th April 2006, another woman pretending to be pregnant had blown herself up near Lt. Gen. Sarath Fonseka who was severely injured in the attack (www.bbc.co.uk).

Female suicide bombers have become notorious in several Islamic movements. Women in the LTTE came on the scene earlier (though they were not the first female suicide attackers), and have made their mark equally. The young woman who allegedly assassinated Rajiv Gandhi on 21st May 1991, Dhanu, is the most famous among them. The phenomenon of women suicide bombers has led several authors to lump all movements together and attribute the same or similar motives to all of them (Skaine, 2006; Bloom, 2005; Chenoy, 2002, 2004).1 This, however, is a misperception. For one thing, female fighters or female warriors are nothing new in various libration movements the world over, at least in modern times, e.g. in Latin America, in the Spanish Civil War, the Communist movement, the Italian Red Brigades in Italy and the Red Army Faction in Germany, and not least Laila Khaled, the PFLP (People's Front for the Liberation of Palestine) member, who became famous in the 1970s. What is astonishing is that again in modern times this fact should have attracted attention as something out of the ordinary, something not fit for women. Women, as Sandra Whitworth (2006) and others have pointed out, are considered as opposite of fighters and warriors by nature, a species or group that need special persuastion or inducement to become violent (Coomaraswamy, 2002). Chenoy (2002), Mukta (2004) and de Mel (2001) among others, have argued that this is not the case. Especially in the Indian context, examples of fighting women and warrior goddesses abound (e.g., the Rani of Jhansi or Amba of the Mahabharata, or, nearer to our time, the women of the Indian National Army (Gopinath and Shivadas, 2007; Ward Fay, 1991). The phenomenon of female suicide attackers, however, is more recent.

In this article, I shall undertake two things. First I will outline the concept of women's nature and roles in traditional and contemporary Tamil society in Sri Lanka. Since I have done this in detail in earlier pieces, I shall keep this short. Second, I shall introduce the LTTE, its history, programme, ideas and way of governing in the areas under its control and mainly outline related developments since 2002, as prior developments have been more extensively documented in Hellmann-Rajanayagam

(1994). In this context, I will emphasize the LTTE's concept of women and female warriors in greater detail, followed by some case descriptions.

The Concept of Woman in Tamil Society

Women in Tamil society in general have a respected but simultaneously ambivalent and somewhat restricted status. Early Tamil classical literature knows educated women in the shape of poetesses like Auvaiyar of the Purananuru and in later centuries devadasis (temple dancers) like Madhavi of Cilappatikaram fame (1978). Queens are mentioned in the literature and in inscriptions by name as socially and economically powerful in their own right. The Tirukkural mentions the wife as the helpmate of her husband and on a more or less equal footing with him. Epics and folk tales from the later pre-colonial centuries, however, portray women as ideally weak, chaste, shut up in the home and ignorant about the outside world, and shy (Beck, 1982).2 In these tales, however, women have or acquire special powers as women, especially as married women and are labelled as the saviouresses of their menfolk (Viswanathan-Peterson, 1998). Folk wisdom and proverbs particularly in Northern Sri Lanka forbade education for women, and corporeal punishment of wives (though never of the honoured mother, who was a temple) was considered an honourable act (Hellmann-Rajanayagam, 2007a).

Mother Pupati Kanapathipillai in 'Fast unto Death' 1988 - In any case, like in many traditional societies, women could gain social standing primarily as wives and mothers of sons, even though the famed poetesses were thought to have been unmarried. In spite of this very restrictive attitude education of women and girls was introduced in Jaffna quite early: with the foundation of the first girls' school in Vattukottai by the American Mission in 1823. This school became extremely successful in a short time, because even traditional Jaffna recognized the value of education for women. The most well-known religious reformer4 of Jaffna,

Arumuka Navalar (Hellman-Rajanayagam, 1989), argued for the education of girls already in the 1850s, because, he said, only then would they become good wives and mothers and would be able to conduct the affairs of their husbands in an emergency (Hellmann-Rajanayagam, 2007a). The Sinhalese areas traditionally granted more freedom to women, yet it took much longer for girls' schools to get accepted there.

Whereas classical Tamil literature and mythology do know warrior goddesses like Durga, the slayer of demons and Kali, the goddess of war and of the cremation ground (to name only a few), neither heroic literature nor reality give us any hint about female fighters or warriors: men fight and women induce them to it (Purananuru; Trawick, 1999; de Mel, 2004). The goddesses are, however, not considered role models for women, they are wild and dangerous virgins; rather the married and thus tamed goddesses like Lakshmi and Parvati are emulated (Hellmann-Rajanayagam/ Fleschenberg, 2008). We do not, e.g. find a figure like the Rani of Jhansi.

The LTTE-A Short Outline

Let us briefly look at the LTTE, the Liberation Tigers of Tamil Eelam or Tamil Tigers for short (Hellmann-Rajanayagam, 1994, 2007a). The movement was established in 1976 and originated out of several student wings of the respective Tamil parties in the North and Northeast of Sri Lanka. The militant movements — and there were far more than one — were dissatisfied with the slow and hesitant progress of the established parties to achieve justice and equal treatment for the Tamils in Sri Lanka. While the parent parties relied — unsuccessfully — on parliamentary methods, the youth came to believe that only militant methods would ensure that the Tamils would no longer be treated as second-class citizens in their own country as had been the case for decades after independence. If the long-standing demand for autonomy would not serve, why not ask for an independent Tamil state straight away? This had been the election demand of the Tamil coalition TULF (Tamil United Liberation Front, established in 1974) in 1977; they pursued this goal by parliamentary and non-violent means, though. In the face of the coalition's failure, the LTTE adopted the call for independence and fought for it since 1983 in a bloody and brutal war with the Sri Lankan Armed Forces. Fortunes repeatedly changed for both sides. Suicide attacks and assassinations were means of choice for the Tigers, at least as long as they conducted a guerrilla war. In later years they fought increasingly conventional campaigns, complemented by daring attacks on military and economic targets. The Sri Lankan armed forces, in turn, employed arbitrary arrests, harsh anti-terror laws (which created the terrorists they were aimed to eradicate), rape and torture, all to no avail.

In 2002 both sides had fought each other had fought each other to a stand-still, and a ceasefire was negotiated with the help of the Norwegians. Since then the LTTE is officially in political and administrative, not only military, control of the Northern Tamil areas with the exception of the Jaffna peninsula which is under army occupation. The truce, however, held only for four years, some say even less, and since 2006, the 'shadow war' has, as admitted by both sides, turned into full-fledged war again. The Sri Lanka Government officially annulled the agreement on 2nd January 2007 (www.tamilnet.com 2008). A renewed offensive by the Sri Lankan Armed Forces in the North, announced since the summer of 2007, when it had purportedly regained the East, has not really got off the ground, partly because of fierce resistance by the LTTE, partly because of second thoughts by the Sinhalese. The situation has turned into the usual stale-mate, well-known since two decades.

Women in the LTTE

To what extent did the LTTE take into account or further feminist aspirations or 'women's concerns'? Like other militant groups among the Tamils and in Sri Lanka in general, the LTTE propagated equal rights and treatment for women from the start in its writings and propaganda statements. But it was one of the first militant groups to go beyond that and to actively call and recruit women into the movement as active members and fighters from the late 70s and early 80s onwards. The argument was that only in this way would it be possible to further and ensure women's emancipation.

This was a radical step, and it may be compared with the situation in some Islamic countries. As stated above, women had traditionally been relegated to the domestic sphere in Tamil Sri Lanka and active female warriors were quite unknown. The TULF, while politically radical in its demands for an independent Tamil state, showed a strange restraint where women's questions were concerned and rarely recruited women even for political work. In the early 20th century, voting rights for women had been fiercely opposed by the conservative elite of Jaffna, led by politician P. Ramanathan, and when universal suffrage was granted to Sri Lanka in 1931, this meant the end of the world as he knew it for him (Hellmann-Rajanayagam, 2007a). Very few Tamil women were active in the Ceylonese parties and the struggle for independence, whatever little there was of it (Jayawardena/Kodikara, 2002, Goonesekere, 2002).6 This did not change even when Sirima Bandaranaike became the successor of her husband after the latter's assassination. She was more an exception than a role model.

2nd Lieut. Malathy aka Sakayacili Pedropillai (1967–1987) - The LTTE, when it gradually turned into the only militant organization that had any weight in the Tamil areas in the 90s and could spread its ideas in the North, first rather unthinkingly and naively demanded 'emancipation of women' without clearly spelling out what this might mean under the circumstances. It seems to have been a slogan rather than a programme that was part of the propaganda of a credible militant movement, particularly, since all other militant organisations pouted the same phrases. There was little consideration of actual social and political conditions and traditions. Demands and accusations remained generalized and insufficiently took into account the actual social situation in Jaffna. They originated from a vaguely leftist and socialist attitude, influenced to a not inconsiderable extent by corresponding developments among the Sinhalese, especially in the JVP. Here, too, 'emancipation of women' was part of the baggge without its contents being always clearly spelt out.

An example for the confusion would be the demand for the abolition of the 'dowry evil', no doubt taken from similar demands in India. The 'dowry evil' is certainly one such in India and has justly attracted attention and opprobrium not only from women's organisations and movements. Dowry is interdicted by law there. The topic was unquestioningly adopted in Sri Lanka without considering the rather different situation there.7 Adele Balasingham (1993) authored besides her portrayal of female fighters in the LTTE a pamphlet entitled 'unbroken chains', that described the dire situation of women in Jaffna and the alleged dowry evil — without wasting a word of explanation on the original meaning and legal constitution of dowry in traditional Jaffna society (Balasingham, 1994). According to the Tecavalamai, the traditional law of Jaffna, dowry was given to daughters in lieu of inheritance, because they were not entitled to inherit. The brothers in a family were not able to marry before they had earned the dowries for all their sisters. This dowry was intended to ensure that the daughter and wife was economically secure even if the husband died or left her. It was only inheritable in the female line: from mother to daughter or granddaughter, or to the niece and grandniece. If the wife died without issue, it fell back to her mother or other female relatives (Muttukistna, 1862). The husband could manage his wife's property only with her consent. Only in 1911 the British administration changed this by law and enabled the husband to dispose of his wife's property without her consent (Hellmann-Rajanayagam 2007a, 1994; Thambiah, 1950). There is no doubt that after this legislation dowry really became an 'evil' and now considerably limits the marriage prospects of many girls in Jaffna (Canmukalinkan, 2002).

Which is why the LTTE forbade it while administering Jaffna and forbids or at least discourages it nowadays in Killinochi, on pain of severe penalities. Adele Balasingham (19998) has considerably changed her view of dowry in later publications. But even in her study 'Will to Freedom' she laments the fate of Tamil women who are only allowed to be wives and mothers and demarcates herself from them explicitly — simultaneously and by her own admission profiting from the help and care of precisely these wives and daughters.

The image of women in the LTTE changed only very gradually and with a growing number of female members. At the same time, demands and programmes became more specific. Nowadays it is not so much the dowry that is considered evil, but how it is demanded and used (see below). A similar change has occurred with the attitude towards rape. In the 80s, when brutal rapes of Tamil women and girls by Sinhalese soldiers were wide spread (they still are common) and feared, the LTTE condemned these incidents with the explicit argument that the violated women were not longer fit to marry Tamil men (Hellmann-Rajanayagam, 1986; de Mel, 2001).8 The alleged sexual impurity and loss of chastity were the only factors considered important, not the violation of the physical integrity of the woman. This led to severe criticism of the machismo of the LTTE. But it was only when a women's wing of the LTTE was established that the argument of shame and impurity gradually faded into the background. Nowadays rape is still little talked about, but this is a conscious policy of the women's organisations; rape should not be made into a political instrument as has been the case in Bosnia (Trawick, 1990).9 Women who are raped are told in consultation that this is nothing to be ashamed of, it should be considered on the level of an accident for which the woman could not be blamed (Yo. Kalaivilly, 2004). The

LTTE encourages its veterans to marry women who have been raped to ensure their social standing.

Women Fighters of the LTTE

Under the conditions described the recruitment of women for combat was not really easy. Only the efforts of Lt. Col. Tilipan, a high-ranking LTTE member, bore fruit in the 80s. Tilipan (Rasiah Parthipan) was a third-year medical student from Urelu and student leader who joined the LTTE in 1983 and quickly became first its propagandist and then political head of Jaffna. IN 1987 he fasted to death in protest against the actions (or rather lack of action) of the IPKF in Jaffna and violations of the ceasefire. He focused on recruiting young women for the movement.

Today it is assumed that between 30-40% of LTTE fighters are women who are organized in separate women's regiments under female leadership. In the suicide cadres, the number of men and women are said to be equal (though this is questionable: in the lists of martyrs given out every year on Heroes' Day, there are still far fewer women listed than men).

Individual reasons for joining the LTTE varied considerably. In the early 80s women became members of the LTTE (and other militant organisations) to escape or pre-empt rape by Sinhalese or Indian soldiers. Others joined precisely because they had been raped. This led to the claim that rape was the only reason for women to join a militant movement or become a suicide bomber (de Mel, 2004).10 This, however, appears to be an oversimplification. Rape might have been a reason to join or turn into a suicide bomber in some cases, but not the major one. Besides when the character of the armed struggle and the organization changed in late 80s and 90s from a guerrilla group to a virtually conventional force, women's motivations to join the organization also changed. They currently cover a wide spectrum: the efficiency and appeal of LTTE propaganda to come to the aid of the motherland made young women want to be part of the movement; yet equally frequently it was the experience of violent attacks by the Sri Lankan Army, injury and death of near relatives and friends that induced them to violent struggle. One young student told:

'In 1997 the Sri Lankan Army flew a bomb attack on the school I was attending. We ran into the jungle and some of my class mates and teachers died. The next day most of our class went to the LTTE camp to join. I was 16 at the time. Unfortunately they rejected me as too small and weak. They told me to go on studying and then work for the country in some other way (personal communication, 2007).'

Military tank captured by Tiger women in Muhamali battle, Oct. 2006 - In many cases, however, particularly in the 90s and after 2002, it was simply the desire for adventure or to do something 'cool' which all her peers were doing as well that made young, sometimes underage, girls to show up as recruits in the LTTE camps. In more serious cases they sometimes tried to escape a family situation that had become unbearable: either because of an alcoholic, abusive father, extreme poverty or the threat to be forced into marriage with somebody they did not like. A member of the SLMM, the Sri Lanka Monitoring Mission who was in charge of returning underage LTTE members to their families, told me that sometimes she did this with a heavy heart, since the family situation was not such that she would willingly expose them again to a broken home. Most of these children, however, or so she said, came from quite good and intact families, but thought it the 'in thing' to join the LTTE, since all their friends did the same. We agreed that it could be compared to the fashion of body piercing in Europe, which induces similar horror in parents (personal communication 2003). Frequently it is impossible to tell why a particular woman joined the movement, and general explanations cannot be given. Most women I talked to cited the experience of oppression by the Sinhalese armed forces or the persuasive power of LTTE leader V. Prabhakaran's speeches. Some followed the call to arms in order to enable an elder or younger brother to study. This was at the time when the LTTE asked for one child of each family to join the movement.

With the growing power of the LTTE female fighters have become increasingly visible. They have remained easily identifiable in public life after the ceasefire due to their distinctive 'civil uniform': loose dark trousers, a long men's shirt in sober colours tightly belted and short hair or long plaits would tightly round the head. Nothing could be more different from the traditional dress of Tamil women and girls: the sari or long skirt and blouse and long plaits or a bun adorned with flowers. Only when they leave the movement to return to civil life do they revert to more or less traditional clothes: long skirts, shalwar kameez or jeans and shirts. Former female fighters are seldom seen in saris, except for functions or in the temple. The ressing habits are a clear statement and they give the lie to rumours that made the rounds in the 80s and early 90s, that the LTTE had put out a leaflet to force women to wear only saries on pain of severe punishment (de Mel, 2001).11

As soon as the first female fighters fell victim to armed battle, they were given the status and title of Mavirar, as was done for their male comrades. The term may be translated as Great Hero, it is, however, mostly rendered as 'martyr' by the LTTE. And thus we come to the female martyrs.

Female Martyrs

The first to be granted this title was 2nd Lt. Malathy (Malthi, Malathi) from Mannar. She is honoured by statues and monuments in Killinoichi and the day of her death has become Tamil Eelam Women's Awakening Day (www.tamilnet.com). Her real Catholic name was Cakayacili Peturuppillai. She died on 10th October 1987 at the age of twenty in a battle between the LTTE and the IPKF at Kopay by her own hand. Her comrade Janani told how she was wounded in both legs and could not escape, so she sent the other women away and took cyanide (Balasingham, www.tamilnation). Malathy was only the first in a long line of women martyrs of the LTTE like Major Kecari who died in the attack at Elephant Pass. The first and the early martyrs commonly attain a particularly high status. Brigades and Regiments are named after them. Unfortunately, none of the eloges and articles on Malathy tell us anything about her reasons to join the LTTE or about her biography. She seems to have come on the scene like Aphrodite, born of foam. On the other hand, every year on her memorial day, it is reported that her parents publicly garland her tomb stone and her statue (www.tamilnet).

On another level altogether is Annai Pupati (Mother Pupati). Her full name was Kanapatipillai Pupati, and she died in a temple in Batticaloa on 19th April 1988 at the age of 56 — after refusing both food and fluids for 30 days. She seems, according to all accounts, to have been a very inconspicuous, traditional Tamil woman, married at twelve and widowed soon after. She remarried a widower with three children, something not totally unheard of in Jaffna, and had altogether ten children. She turned radical after two of her sons had been killed by the army and a third been arrested and tortured in Boosa camp. She became a member of the Mothers' Front in Navatkeni, a women's group who non-violently protested against the army occupation and violation of human rights and enquired after the fate of 'disappeared' Tamil youth in army and police camps. On 19th March 1988 she commenced her fast unto death in protest against the actions of the IPKF and to demand a ceasefire and negotiations between the combatants (www.tamilnation.org). She is honoured by special ceremonies every year in the Northeast and in Jaffna.

I have dealt with the question of martyrs and gender differences in the evaluation of martyrs in another place and shall therefore only briefly discuss the question here (Hellmann-Rajanayagam, 2008a). To put it shortly, men become pure by dying a martyr's death, women retain their purity. While this applies particularly to the Indian cultural area, the same concept is not unknown even in the Christian tradition. In India, this becomes especially clear in the concept of theSati who immolates herself after her husband's death on his funeral pyre. For satis, occasionally hero or memorial stones were erected like for a fallen warrior. This statement is, however, problematic within the context of LTTE ideology, since it demands chastity (karpu) from both sexes. Karpu is here understood less as virginity and/or sexual purity, than as (sexual) self control and restraint (Schalk, 1994; Viswanathan-Peterson, 1998).12 As a secular movement (that is how it portrays and presents itself quite aggressively in public) it strictly rejects the concept and practice of Sati. Female and male martyrs are honoured in exactly the same way: through monuments, memorial stones and statues and anniversary celebratins on the day of their death each year.

Suicide Bombers

Suicide assassins (karumpuli), though labelled and honoured as martyrs (Mavirar) by the LTTE and often equated in the media, particularly when dealing with Islamic violence, must be distinguished from the latter. All fighters who fall in battle or during special actions, are martyrs. Thus, suicide attackers count as martyrs as a matter of course, but they belong in another category. Only occasionally named monuments are erected for them, and in many cases, suicide attackers remain anonymous. Named monuments exist, like for normal martyrs, for the first suicide tigers, Sivakumaran and Capt. Miller. The most well known suicide bomber, however, never got a monument: Dhanu, who allegedly assassinated Rajiv Gandhi (Sarvan, 1998).13 Officially, the LTTE has never acknowledged her as one of their own. Suicide bombers or, to give them their proper name, Black Tigers are selected and trained specially (Hellmann-Rajanayagam, 2007). They apply of their own volition, but very few are chosen. They are taught to consider their lives as weapon and as a special gift: tankotai,14 which they donate for a higher goal, viz. the liberation of the Tamil Motherland. Reason and goal of dying are national, not religious ones, whether for men or for women (Hellmann-Rajanayagam, 2005). It is important to emphasise this point: moral or religious reasons are never adduced for suicide attacks, we find no idea of karma, of rebirth or entry into a paradise. The only reward for a black Tiger is the idea of contributing to the liberation of the motherland. This is a decisive and conspicuous difference to the ideals current in Islamic militant movements (Victor, 2003).

Ideals and Role Models

Before discussing the question of women's emancipation or 'empowerment' through militancy, it will be instructive to investigate to which ideals or role models the LTTE harks back in its efforts to bring women into the organization. For the struggle in general and its support by women classical heroic literature is consciously, albeit, selectively, chosen. The Purananuru furnishes enough blood-soaked examples for this kind of event.15 But classical literature cannot be used to justify the recruitment of women nor can religious models be applied. Active combat by women is not sanctioned by tradition and is indeed considered and propagated as something new and somehow a break with the past. Instead, the Indian freedom struggle provides suitable examples to follow. This applies both to the struggle led by Gandhi and the Indian National Congress and — even more — to the movement led by Subhas Chandra Bose and the Indian National Army. The INA is the Indian organization on which the LTTE consciously wants to model itself, and this applies also to its treatment and employment of women. The INA contained a very active women's regiment, the Rani of Jhansi regiment which was led by Lakshmi Sahgal nee Swaminathan, a Tamil doctor from Malaya. She drew numerous Tamil women into the INA, among them Bupalan Rasammah (Gawankar, 2003; Ward Fay, 1995). This regiment gave women for the first time, according to their own statements, a feeling of being humans and not redundant and superfluous chattels. Similar statements we have from Tamil men from Malaya as well, who gave this as a reason to join the INA: they were for the first time in their lives treated as human beings.

Women Fighters: Empowerment

The significance of female militancy for women's emancipation is fiercely debated. To set the scene for the discussion, I describe here several of my 'encounters with tigresses':

Shortly after the ceasefire agreement in February 2002 I could, after a long interruption, again travel to the Tamil areas. LTTE cadres were conducting me to the town of Mullaitivu when out jeep's axle broke roughly half-way. Until a new vehicle could be organized, I was conveyed (a rather highflown term for a bumpy journey riding pillion on the motorcycle of the camp commander into the interior of scrub jungle) to a women's camp near Utaiyarkadu. The commander was 28 years old Lt. Col.Bhavaniti. She had fought in the battle of Elephant Pass in 2000, when the LTTE overran the Sri Lanka Army base camp there and reconquered the pass with heavy casualties for the Sinhalese and in Pallai some months later. She had commanded a battalion of 500 soldiers. She led the Kutti Sri Regiment16 and had been a member of the LTTE since 1993. She explained that she had sustained hundred casualties, both dead and injured, in the various battles. In early 2003 the camp had been virtually closed down, only ten fighters were still administering it. Bhavaniti was extremely pleased by my visit and by the interest I took in the camp and in her personal story and insisted that I could not leave before I had had lunch with her. She came across as a very pleasant, self-assured young women with a natural authority. All women in the camp wore the typical uniform of the tigresses; only one girl was dressed in skirt and blouse on account of a landmine having torn of her calf. She told me that she was 21 years old and had taken part in battles for Elephant Pass and in Chavakacheri in 2001 (if this was the case, she must have been recruited at an age of 18 or even 17). Bhavaniti hailed from Chavakacheri where most of her family still lived. Some of her brothers and sisters had gone to live in Canada and Switzerland. She herself stayed in a pleasantly furnished little bungalow with floor and steps constructed from ammunition boxes on which one could still discern the writing 'Sri Lankan Armed Forces'. She was happy about the ceasefire, but ready to go into battle again for her leader and the country. Once peace came she would like to study computer science. Would she want to marry? Oh yes, surely, one day, but not yet. The entrance into the camp was strictly controlled not so much for reasons of security, but for those of propriety: only women could enter the sanctus sanctorum, the commander's bungalow. The young men accompanying me had to wait beyond the fence in the visitors' room which simultaneously functioned as a memorial room for the founder-martyr of the regiment: Kutti Sri. It was, as one of the SLMM-officers later put it, a rather monastic atmosphere with the commander as the mother Abbess. Not a bad comparison: both the atmosphere of dedication and the segregation of males and females reminded one of monastic conditions. The military training likewise is conducted in a strictly segregated manner, even though the trainers of the women cadres are sometimes still male fighters (Trawick 1999)17

I had later occasion to meet Thamilini, the leader of the women's wing of the LTTE, and her assistants, several times on each of my subsequent visits between 2004 and 2007. Thamilini is a very bubbly and energetic young lady in her mid-thirties belonging to a Karaiyar family from the Vanni. The Kariyar are the second largest caste among the Sri Lankan Tamils, the highest and most numerous caste being the Vellalar. The Kariyar are originally fisher people and for centuries funished the military forces of the Jaffna kings. They have a reputation of pride and ferocity. They do not fit easily in the caste hierarchy of Tamil Sri Lanka, since they consider themselves as standing and acting outside or alongside it (Pfaffenberger, 1982; Hellmann-Rajanayagam, 2007a, 2004). A large number of them are Catholics. Quite a number of the female fighters are, by their own statements, Karaiyar from very humble backgrounds (Kalaivilly, 2004). At the time of the first interview Thamilini had just finished a very active military career and had got involved in politics to the extent that she supported the election campaign of the female candidates of the TNA, the Tamil National Alliance, especially Pathmini Sithamparanathan. She also supported or was a member in several women's organisations and NGOs. She has, however, not left the LTTE yet. At the last meeting she stated matter-of-factly that she would probably have to take part in military operations again soon.

In Thamilini's view the war has provided a significant change of roles for women, this could, however, not be considered final. The gains of the war would have to be cemented in peace negotiations — if ever they would be resumed — through a new definition of the role of women and in legislation. A most interesting development in this regard was the close contacts and cooperation of the LTTE women's wing with the Social Scientists' Association in Colombo and one of its fellows, Kumari Jayewardene. These contacts were kept up long after the ceasefire had been suspended and many other contacts had broken down. Thamilini emphasized that she was less interested in the abolition of dowry, but in its correct, i.e. traditional interpretation according to the Tesavalamai, whose regulations have been outlined above (Thamilini, 2004, 2004a, 2007).

LTTE women, who have left active service may remain in the movement or return to civil life. In the former case they may become members of the politbureau like Thamilini, work in the Peace Secretariat, like Selvy, its Human Rights spokeswoman, the PDS, like Gita, or the TRO, as principals of LTTE-children's homes, like Jayanani or, as was the case especially after the tsunami, they work as doctors in the Tilipan Primary Health Centres and other health institutions with limited means but great dedication. 40% of Tamil Eelam Police personnel are women, and many health, education and administrative institutions are led and run by former LTTE women with great efficiency. LTTE women are marked off from the remainder of the female population not only by their dress and hair style, but much more by their demeanour and comportment. They spread an aura of determination and self assurance which is not commonly shown by women in Sri Lanka publicly. Margaret Trawick (1999), whose study is one of the first and most comprehensive ones about women members of the LTTE claims that the women fighters still follow old role patterns in interactions with men as well as with others of their own sex. Only during active fights, which for them are a necessary task to be fulfilled as well as possible including the annihilation of the adversary, she says, they become different personalities (Trawick, 1999). While it is true that frequently traditional patterns of interaction are still enacted, especially in encounters with superiors, the self-confidence and self-assurance of LTTE women in all areas of daily life is visible: they would, e.g. never hesitate to move anywhere alone even at night, something unthinkable for even the most confident Tamil woman in Jaffna and Killinochi. While men would not dare to trifle with these women, they are nothing like their description in the Sinhalese media: dour, humourless fighting robots, but rather pleasant-spoken, merry and friendly young women, who treat the inquisitive visitor with great kindliness and courteous firmness.

Autonomy Through Militancy?

LTTE women cadres trained for police duty, Jaffna 1994?

Can membership in a militant group at all have an emancipatory effect? The segregated training and fighting situation of the LTTE&s regiments and the participation of women in suicide attacks have attracted reproaches that the LTTE's concern for women's liberation were dishonest and superficial and that it tried to recruit women merely since there were, for various reasons, not enough young men to join. Besides, sexual segregation and forced recruitment were no means to overcome women's disadvantages (Coomaraswamy, 2005).18 It is not quite easy to follow these arguments if one at the same time considers another one often voiced (frequently by precisely the same commentators) that describes the LTTE as one of the most forceful and most committed militant movements existing. A movement that is able to generate a willingness for struggle and sacrifice to such an extent as the LTTE, without the prospects of future rewards or a glorious hereafter, would be hard put to it to use unlimited coercion to recruit new blood.

Sexual segregation may be (or may have been) a first step to get women on the same level as men (de Mel, 2001, Trawick, 1999).19 A more grievous accusation has been that recruitment into militant organisations in order to exert violence cannot be a true move in the direction of women's liberation (de Cataldo-Neuberger/ Valentini, 1996). This argument proceeds from the above-mentioned assumption that women are by nature peaceful and virtually born for mediation, peace-building and healing. Within the specific context of Sri Lankan Tamil women, Darini Rajasingham-Senanayake (2001) and Adele Balasingham (1998) have, from widely diverging perspectives, shown that many of the women joining the LTTE feel autonomous and able to decide about their destiny for themselves for the first time in their lives. They retain this feeling and this attitude on their return to civil life. We earlier mentioned the same happening in the INA, when many Tamils felt for the first time acknowledged and treated as humans by a movement considered fascist and treasonable by the British.

A New Age of Woman?

Susanne Schroter has recently outlined the reasons why Muslim women might become suicide attackers (Schroter, 2008, forthcoming). These reasons turn on social marginalization and oppression or on perceived^sexual-shame and guilt as well as increasingly religious motivations. The latter is in contrast to the women, like Laila Khaled who played a prominent role in the militant Palestine movement in the 70s, and who were secular and autonomous. Secular and autonomous is also fitting description of Tamil Tigresses (whether they are religious in private life or not); The LTTE does not recruit women to expiate some alleged disgrace, but to fight for the motherland. Suicide attacks are incidental, not, as in Islamic movements, an end in themselves. Tigresses do precisely not become Satis by other means. Even if sometimes their reasons for joining armed struggle derive from a difficult or broken family situation, they are not triggered by banishment from the family due to some alleged misdemeanor or wrong-doing. Surviving women fighters return to civil life, become professionals, marry and have children. But: they mostly choose their husbands instead of bowing down to their parents' wishes. Some, like Thamilini and Bhavaniti, reject marriage for the time being, even though, as Kumari Jayawardene emphasizes, familial pressure to marry is often very strong even for women Tigers: they have more important things to do and the taste of freedom is addictive. Participation in armed struggle involves overwhelmingly an element of voluntariness, much less despair about the hopelessness of personal circumstances.

To put it briefly, Tamil women join the Tigers not to die, but to fight. Death is taken into account, but is not necessarily anticipated. This is a decisive difference to the situation of Muslim women (de Mel, 2001; Schroter, 2008; Victor 2003).20

The problem for female LTTE-fighters lies elsewhere. It is two fold: on the one side a clear awareness of a tradition and social ideology disadvantageous to women that has been exacerbated by British legislation of the late 19th century. LTTE women want to re-establish freedoms granted them in pre-colonial times. On the other side, and Tamilini thinks this is far more serious — we see that female LTTE members are not really acknowledged as role models for most Tamil women in Sri Lanka: they are being admired, but they are not emulated. They seem to be predestined to do things for women that other women are not able or not prepared to achieve. Thamilini put it pithily: most women still clin to the KKK-ideal.21 Moreover, there are reports that many families do not like to marry their sons to female Tigers (which is not easily to be wondered at!).

Tigresses act, like the goddess, outside of a social structure handed down for centuries and thus, cannot be role models. Many women feel uncomfortable in the presence of Tigresses, maybe because they feel inadequate themselves (or because they do not consider them real women?). Or it might be because many female fighters, like male ones belong in the Karaiyar caste. On the other hand some Tigresses seem to nurse slight contempt for the KKK-women who are trapped in out-dated ideas and anxieties. Yet these attitudes, Thamilini thinks, are the ones most difficult to overcome. The Tigresses thus perceive the problems of transition from a war to a peace culture very acutely, but they are still in the process of envisaging how to achieve this transition in a manner that is just and satisfactory for women.

So, we come around again to the persistent question whether membership in radical groups can be liberating or not. It is impossible to decide on this question generally and finally, and the debate will probably rage for a long time to come. At the end, however, a somewhat uncomfortable observation: even in Germany, the rethinking of customary female roles only really began with 68ers' movement and the establishment of the violent Baader-Meinhof-group. Is then, to misquote Herodot, battle really the mother of all things?

5. Anton

Life and Times of Anton Stanislaus Balasingham the LTTE Political Strategist

Posted by Administrator on 20 December 2020

by D.B.S.Jeyaraj

Anton Stanislaus Balasingham the political strategist of the Liberation Tigers of Tamil Eelam(LTTE) and political adviser to tiger leader Veluppillai Prabhakaran died 14 years ago in his South London residence, His death was not unexpected as it was known, the doctors had given him four to six weeks to live. Bala 'Annai' (elder brother) as he was generally known among Tamils was diagnosed with bile duct cancer , a rare and aggressive malignancy of the biliary system. LTTE supremo Prabhakaran conferred the title "Thesathin Kural" (Voice of the nation)upon him posthumously. "I am proud to bestow the title of 'Voice Of The Nation' on Bala Annai." Stated the LTTE chief and went on to say "Bala Annai has not left us. He will live permanently in our thoughts. "

Anton Balasingham & Adele Balasingham - The life and times of Balasingham is interesting . He was a colourful yet controversial figure. He was admired by some and despised by others. This writer's relationship with Balasingham too has had its up's and down's. I have both criticised and praised him depending of course on the issue at hand. I have written about this man and his role in Tamil affairs on several occasions. I shall rely on some of these writings while focusing on the occasion of his 14th death anniversary. I shall however abide by the dictum "De mortuis nil nisi bonum dicendum est" (of the dead nothing is to be said except good!) while writing about him at this point of time.

Balasingham born on March 4th 1938 was a blend of many strands. His father was from the east and mother from the north. His mother was a Christian and father a Hindu.

His parents were also of different castes. Though raised as a Catholic Balasingham soon became a rationalist and agnostic. Yet he was deeply moved and inspired by the teachings of Lord Buddha. Balasingham's first wife was a Jaffna Tamil protestant. His second wife was an Australian woman of Anglo — Saxon extraction. He was a British citizen but yearned for his homeland "Tamil Eelam" which he believed was a state in formation.

Balasingham's grandfather was a "saiva kurukkal" (non — Brahmin priest) from Mandur in Batticaloa District. His father was an electrical foreman at the Batticaloa hospital. Bala's mother was from Jaffna town and a former resident of Martins Road. She was a midwife by profession and was working at the Batticaloa hospital when she met. Loved and married Bala 's father.

She was later separated and then widowed at an early age. Balasingham along with mother and elder sister moved to the north as a child. They settled down at Karaveddy in the Vadamaratchy sector. Bala's mother worked as a midwife at the "Ambam clinic" in Karaveddy near the Athulu water tank. They rented out a house near the clinic which belonged to former Palaly Training College Principal , Kandasamy. Two of Balasingham's nephews were working at the "Virakesari" during the time I was a journalist at the Tamil newspaper. Incidently my mother too was from Kaddaively in the greater Karaveddy area. The postal address was Thunnalai South,Karaveddy. In later years Balasingham would often emphasise this and declare that he and I were from the same place.

A.B.Stanislaus - In his childhood and early youth Balasingham was known as A.B. Stanislaus. He attended Sacred Heart College in Karaveddy and Nelliaddy Central College (later MMV) in Nelliaddy. Karaveddy — was a leftist bastion those days. The legendary Pon. Kandiah and many other 'communists' hailed from there. Young "Stanny" as he was known then also subscribed to leftist ideologies.

Another of his favourite pastimes was to sip tea and play cards at the tea boutique at Nelliaddy junction run by 'Sangunni' who was a Malayalee from India. The well-known Sangunni was killed by the LTTE during the IPKF period. There was an Indian army officer from Kerala who frequented Sangunni's tea boutique and chatted in Malayalam. The paranoid tigers suspected Sangunni of being an informant and killed him. Upon hering of Sangunni's demise Balasingham was furious but utterly helpless.

One man who profoundly influenced Stanislaus in those days was the doyen of Tamil cartoonists Sivagnanasundaram who ran the reputed magazine Sirithiran later. Cartoonist 'Sundar' as he was known was famous for his "Savari Thambar" strip. He too was from Karaveddy. It was due to Sivagnasundaram's efforts that Stanislaus was appointed sub — editor at the Colombo Tamil newspaper Virakesari in the early '60s.

Stanny stayed in a Grandpass chummery close to the Virakesari during those days. Former colleagues at the Virakesari speak of him as a man engrossed in reading most of the time. He was not concerned about his appearance and not very particular about clothes. Meals too were not at regular times. At the Virakesari Stanislaus was soon put in charge of foreign news. This entailed translation of Reuters copy and other articles on foreign affairs. Balasingham however was keenly interested in philosophy and psychology. He also dabbled in hypnotism. Ex — colleagues describe him as being spiritual but not religious.

Things changed soon as Stanislaus got a job as translator at the British High Commission. There was a transformation in his appearance as he opted for smart clothes now. This was not entirely due to the new job alone. Cupid too had struck. He was enamoured of a beautiful Tamil woman at the British Council adjacent then to the HC. She was Pearl Rasaratnam the daughter of Rasaratnam master at Hartley College,Point Pedro. The family was well-known to my Mother's family. I remember addressing Pearl as "Poo

Aunty" in my childhood. One of my sisters was a flower girl at the wedding of Pearl's sister.The romance between Pearl and Anton resulted in their marriage on 16th July 1968 at the Methodist Church in Kollupitiya.

"I am Balasingham" - Many years later there was an amusing incident in 1985 concerning Balasingham and myself in Madras now Chennai. I was then working at "The Island" and had been given the assignment of obtaining interviews from Sri Lankan Tamil militant leaders based in India by Vijitha Yapa who was the Editor at that time. I had met with most militant groups but the LTTE was playing hard to get. Finally I was asked to be at a particular spot near a statue along the Marina beach at 5.30 PM. I did so.

A vehicle drew up at 5.30 PM and the LTTE stalwart "Nesan"(an ex-seminarian) driving the vehicle asked me to get in front. He then drove the car to another spot and parked. After a while another vehicle came up behind. A man got down and walked up to our vehicle and seated himself behind. As I turned around ,he stretched his hand out and said " I am Balasingham".

Nesan then began driving the vehicle in a seemingly aimless fashion through many roads and streets. Balasingham kept quizzing me in a curt manner.The hostile questions indicated he was suspicious of me. I changed track and told him about my family and his deceased wife's family. I also said" like you I too worked at the Virakesari".Balasingham beamed and said " So you are one of us". He told Nesan lets go to "Buhari's" restaurant., So we went there and had a Buriyani dinner while exchanging reminiscences about the past and discussing current politics.

Anton's Wife Pearl - The post-marriage happiness of the newly wed Balasingham was short-lived. Anton's wife Pearl became extremely ill requiring advanced treatment abroad. British authorities were very sympathetic and generous . Both were allowed to go to England. They left Sri Lanka on August 3rd 1971. Balasingham continued his higher education in England. But his wife's condition deteriorated. She had chronic renal failure, ending with her requiring life sustaining haemodialysis. Balasingham discovered in London that he too had diabetes.

It was a life of hardship and sacrifice then with Balasingham having to work, study and care for his ailing wife. She died in November 1976. Soon Balasingham became acquainted with a hospital staff nurse who was also a 'stranger' in Britain as she was from Australia. A second romance flourished between the young widower Anton and the nurse Adele Anne Wilby. They married very simply at the registrar's office in Brixton , South London on September 1, 1978.

Balasingham's MA dissertation at the South Bank London Polytechnic was on the psychology of marxism. Later he began reading for his PhD on alienation under John Taylor. He never completed his Ph D. But the media generally refer to him as Dr. Balasingham. Why did he not complete his Ph D? Adele Balasingham says in her book "The Will to Freedom" -" But the demands of the revolutionary politics of the national liberation struggle of his (Balasingham's) people constantly intervened in his research and teaching. A time came when he was compelled to choose between an academic life and revolutionary politics. He chose the latter for he viewed the cause of his people as just and to serve that cause was meaningful."

Balasingham began dabbling in politics in London. He was essentially a marxist then and identified with progressive causes like the Anti-apartheid movement.. The Tamil Eelam goal was becoming fashionable among Tamil youths and students in London then. Balasingham was initially involved with the Eelam Revolutionary Organisation of Students (EROS) founder Eliyathamby Ratnasabapathy. Bala also interacted with Padmanabha, the EPRLF leader then a student in London.It was the then Tiger representative in London, Krishnan who enticed Balasingham into the LTTE. Initially Balasingham was commissioned to write tracts, leaflets, pamphlets etc. for the LTTE in English and Tamil. Later he did a lot of translation for the Tigers.

The Balasinghams made frequent trips to Tamil Nadu where they met LTTE leaders like Umamaheswaran and Prabhakaran. At that time Uma was the LTTE leader while Prabha was the military commander.Balasingham and Prabha drew close. The Prabhakaran — Uma Maheswaran clash split the LTTE and resulted in the formation of the PLOTE. When the LTTE split occurred Balasingham was requested initially to reconcile the factions. He failed to do so. After the split became permanent Balasingham threw in his lot with Prabhakaran though the Prabha loyalists were very few when compared to the Uma group at that time. It was in this way that the marxist was transformed into an Eelam Tamil nationalist.

LTTE Ideologue - The 1983 July anti — Tamil pogrom was a watershed. The Tamil guerillas backed by New Delhi became a visible presence in Tamil Nadu. The Balasinghams relocated to Chennai. The Balasinghams stayed in Pattinapakkam, Thiruvanmiyoor and later at Adaiyar. "Dr. A. S. Balasingham" became the LTTE's theoretician, chief propagandist and premier spokesperson. Balasingham described then as the LTTE ideologue accompanied Prabhakaran for important meetings in his dual capacity as translator /interpreter and political adviser.

He was present with Prabha at the Bangalore meeting with Rajiv Gandhi in 1986. The year 1987 saw Prabha moving to Jaffna leaving Bala to oversee political work in Chennai. In July Prabhakaran himself was brought to India by helicopter. Together with Balasingham, the LTTE chief went to New Delhi. Despite the LTTE's non -cooperation India decided to go ahead with the Indo — Lanka accord.

With LTTE leader - The Balasinghams now went to Jaffna. Balasingham himself was in the Thirunelvely office organising political work. But war erupted soon. Both husband and wife were targets of the Indian army. Adele being a white woman would have been conspicuous in Jaffna. Yet they eluded capture by being constantly on the move and staying with different people at different times.

There was a time when both lay flat on their faces for hours in a paddy field. At one stage they had to go to the 'toilet' in the dark and in the open. Balasingham would stand guard over his wife. Adele writes of these experiences vividly in her book" The Will To Freedom."

The Balasinghams made their way back to India and from there to Britain. But Balasingham was back in Colombo again for talks with President Ranasinghe Premadasa. The Govt — LTTE talks started and Balasingham led the Tiger delegation. An understanding was arrived at and soon the Indian army was forced to withdraw from Sri Lanka. Once the Indians left the Colombo — Jaffna relationship collapsed. War broke out again.

The Balasinghams were now resident in Jaffna with the greater part of the north being under LTTE control. While Adele Anne helped out with the medical unit and the women's wing Balasingham attended to political matters. The Jaffna media too came under his indirect control. . Old acquaintances and friends were entertained well by Balasingham who had a nostalgic yearning for re — living the past. He also wrote extensively . Among these were many metaphysical articles under the pseudonym "Brahma Gnani" for the Velicham journal.

Balasingham's Pet Dog - The advent of Chandrika Kumaratunga in 1994 saw peace talks on the horizon again. The team led by Chandrika's Secretary Balapatabendi met the LTTE delegation led by its political commissar Thamilselvan for talks at Chundikuli. Balasingham himself was in another room monitoring and advising Thamilselvan. A flurry of notes were exchanged between 'visible' Thamilselvan and 'invisible' Balasingham. The game was given away when 'Jimmy' the Balasingham's pet dog emerged from the 'control' room. But the very same Thamilselvan 'grew' with the years and in a later development backstabbed Balasingham. But that's another story.

Once again war broke out within a year in April 1995. "Operation Riviresa" saw the LTTE withdrawing from Jaffna peninsula into the northern mainland Wanni. Anton and Adele too re- located. They stayed at Thiruvaiyaaru near Kilinochchi town initially. Later they moved to a house in Puthukudiyiruppu with a large compound of shady trees. It was like blissful retirement for Balasingham. But soon a fresh problem surfaced.

Acute Renal Afflictions - Years of diabetes and an unorthodox life- style had taken their toll. Balasingham was suffering from acute renal afflictions. Medical doctors in the Wanni felt that he had to go abroad for advanced treatment. Otherwise he was a goner they said. Prabhakaran assured Adele Balasingham that he would do everything possible to send Bala abroad for medical treatment. A daring option was pursued.

Balasingham and wife were taken on January 23, 1999 by a Sea Tiger boat personally captained by Sea Tiger Commander Soosai to a LTTE ship at mid sea. Thereafter, the ship proceeded to Phukhet in Thailand. After recovering from the strenuous journey which could have been fatal, Balasingham was admitted to a hospital in Bangkok for examination and treatment. This indicated that an enlarged kidney had to be removed soon.

They moved to Singapore and proceeded to London. After interacting with Norwegian officials, Balasingham relocated to Oslo for surgery and kidney transplant. A young Sri Lankan Tamil in Norway 'Donald' volunteered to donate one. After recuperation and recovery Balasingham plunged in zestfully into promoting the peace process. His first public appearance in London was on December 2 ,1999 , at the Arena in London Docklands of the Maaveerar Naal observances.

Erik Solheim - The LTTE political adviser established very good relations with Nowegian peace envoy Erik Solheim. He represented the LTTE in all discussions with Norway while communicating regularly with Prabhakaran. Balasingham was primarily responsible on the LTTE side for getting the ceasefire adopted. It came into force from February 23, 2002. The ceasefire was very much to the favour of the LTTE and afforded much scope for resolving the national question.

Balasingham then made a triumphant re- entry into the Wanni by travelling on a sea plane from Maldives that landed on the Iranaimadhu tank. He was at Prabha's side in meetings with the Muslim Congress, Up Country People's Front and Ceylon Workers Congress. Balasingham was also at the at the international press conference held by the tiger supremo. At one point when journalists wanted Prabhakaran to answer instead of the LTTE political adviser, Balasingham told the media that he and the LTTE Chief were of the "same mind " and "spoke with the same voice."

An unforeseen development was the Karuna revolt. Once again Balasingham tried hard to patch up the split as he realised the long — term consequences of a north — east divide and an alignment of Karuna with the state. A temporary truce was effected and Karuna was prepared to quit the Country. But the mainstream LTTE adopted a hard — line thereby driving Karuna into the arms of the state. The rest is recent history.

Due to health conditions Balasingham could not stay for prolonged periods in the Wanni but he made occasional visits for consultations. He also led the LTTE delegation at talks with the Government in Thailand, Norway, Germany and Japan. With the LTTE adopting a change of course in the talks Balasingham began adopting a low profile. Deteriorating health also contributed to this state of affairs.

Mahinda Rajapaksa - The 2005 Presidential polls saw Mahinda Rajapakse win mainly due to the LTTE enforced boycott. Yet again Balasingham was back to lead the LTTE again at talks in Geneva in early 2006. Balasingham obtained a major concession from Colombo when the Government agreed to disarm' paramilitaries'. But the assurance was not honoured. The situation got worse and war intensified.

Meanwhile Balasingham's condition got worse. He was diagnosed with cancer and given four to six weeks to live.

Despite the terminal illness he wrote the "Great Heroes Day" speech for the LTTE leader in November 2006, That was his swansong. He got worse day by day. Still he met people personally and also talked on the telephone to people. He renewed his friendships and made his peace with those old but estranged friends of his.

Telephone Call - I too received a telephone call from Bala in the third week of November 2006. I was surprised as we had not been on speaking terms for nearly three years due to sharp political differences. I was however happy to talk to "Bala Annai" (Elder brother Bala) as many of us called him because I had heard earlier that he was terminally ill and that his days were numbered. Bala Annai said at the outset that he was telephoning and talking to some of his old colleagues, friends and contacts. I fell under the category of contact in my journalistic capacity as Balasingham had been a very important source of information for many years. Although he did not explicitly say so, I realised that it was a farewell call from a man who was to "go out gently into that good night" soon.

Anton Balasingham (4 March 1938 — 14 December 2006) - Balasingham was his customary jovial self with jokes and jibes.As the conversation progressed I sensed that he was seriously worried. It was certainly not over his impending death but something else. Soon it came blurting out. "Thambikku oru Ilavum vilanguthillai. Nilaimai Padu moasamaahuthu. Muzhu Ulagamum Saernthu Puligalai Mongappoaguthu"(Younger brother is not understanding anything. The situation is becoming worse. The whole world will get together and clobber the tigers) Younger brother referred to LTTE supremo Veluppillai Prabhakaran who was known as Thamby to those of an earlier vintage.

Balasingham went on to say that the so called international community was infuriated at the conduct of the LTTE. Unless the tigers did an urgent course correction and acted in an acceptable manner the western nations, China,Japan, Pakistan and India were going to back the

Rajapaksa regime and ensure that the LTTE was militarily defeated and destroyed .I asked Balasingham as to why he was unable to make Prabhakaran see the writing on the wall and act accordingly. Bala Annai replied ruefully that he had tried and failed.

"Autograph" Film - Speaking further Balasingham said that he had in a direct one to one meeting at Kaeppaapulavu in the Northern mainland of Wanni entreated Prabhakaran to see reason and understand the situation.But Prabhakaran did not budge lamented Bala Annai. "You know how "Veeramaarthaandan" (This was how Balasingham referred to Prabhakaran when annoyed) behaved with me"? asked Bala Annai in Tamil. He then continued to elaborate-

"When I kept on broaching the subject, Prabhakaran abruptly asked me whether I had seen the Tamil movie 'Autograph' directed by famous Tamil Nadu film maker Cheran. When I said 'no' Prabhakaran said then we must watch it now. So a DVD of the film was played and we watched it on TV in silence. After it was over , I again tried to talk about the situation. Prabhakaran said 'let's watch the film again'.So we watched it again. Once it was over I tried again to re-open the topic.Prabhakaran with an impish grin said 'Innorukkaa Paarppam' meaning 'lets see it again. I took the hint and left. When he behaves like that I know from experience that nothing would make him relent".

When I asked Balasingham whether he did not try to make other senior LTTE leaders understand the situation. He replied that people like Thamilselvan, Castro, Pottu Ammaan in the Wanni and Ruthirakumaaran in New York had prejudiced Prabhakaran's mind against him after the Oslo facilitated peace talks between the Ranil Wickremesinghe Govt and LTTE. Moreover they had also misinformed Prabhakaran into believing that the Sri Lankan armed forces could be defeated and that the world would back the tigers against Rajapaksa. Balasingham also said that senior leaders like Soosai, 'Baby' Subramaniam, Balakumaran and Para understood the predicament but were powerless to persuade Prabhakaran to see reality.

Anton Balasingham - We had talked for about 15 to 20 minutes when Balasingham began coughing ceaselessly. He could not continue further and we had to end our talk on the telephone. I was extremely saddened by the conversation as I could see that intensification of the war was going to be inevitable. Such escalation could only result in large scale deaths, displacement and destruction. The wretched of the Wanni earth —innocent Tamil civilians- were going to suffer immense hardship and sorrow.Subsequent events demonstrated that my fears were justified. The beleaguered civilian population experienced a humanitarian catastrophe. Furthermore Balasingham's ominous foreboding that the International community was going to clobber the tigers also proved correct. Only they let Colombo do the "dirty work" and now want to probe alleged war crimes.

Breathed his Last - A few weeks after he spoke to me, Bala "Annai" passed away peacefully at 1. 45 PM (British time) on Thursday, December 14., 2006 His loving and devoted Australia — born wife Adele Anne was by his side. as the 68 year old Balasingham breathed his last. The funeral was held at the Alexandra Palace in London on December 20th 2006.

And what better epitaph for Anton Stanislaus Balasingham other than what his wife Adele Anne Wilby wrote about her 'new' life in her book "The Will to Freedom"- " It all began when I married a Tamil man, Anton Balasingham, from the island of Sri Lanka, in 1978. In that union, I married the collective consciousness and history of a people: a man who embodied the Tamil psyche with all its strengths and weaknesses greatness and failings."

6. Assassination of Rajiv Gandhi Revisited

Sivarasan Cover-Up

by Sachi Sri Kantha, May 10, 2011

I provide the pro and con views relating to the LTTE's involvement in the Rajiv Gandhi assassination. The 'Pro' view as it appeared in the India Today magazine, before Sivarasan's death, was authored by Anirudhya Mitra; but, one can easily assume that it received the full endorsement of the Special Investigation Team (SIT), then headed by D.R. Kartigeyan. What I find intriguing is that the article mentions that, "Shivarasan then selected his human bombs — Dhanu alias Gayatri and Shubha alias Shalini, two women members of the LTTE's shadow squad. Incidentally, both the girls happened to be his cousins."

May 21st marks the 20th death anniversary of Rajiv Gandhi, the prime minister of India from 1984 to 1989. Among my book collections on President John F. Kennedy's assassination (which only amount to a dozen, among the hundreds already published), was the book 'The Ruby Cover-Up' (1992) by journalist Seth Kantor (1926-1993). It was originally published as 'Who was Jack Ruby?' (1978). According to Kantor's obituary that appeared in the New York Times, at the time of President Kennedy assassination, Kantor was affiliated to the the Scripps-Howard chain of newspapers as the Washington correspondent. He was also one of the journalists who was in President Kennedy's media entourage to Dallas. Reading Kantor's book prompted me to study the Sivarasan angle in the Rajiv Gandhi assassination.

Consider this equivalent. In President Kennedy assassination on November 22, 1963, the assassin was Lee Harvey Oswald, who himself was assassinated by Jack Ruby, two days later on November 24, 1963. In Rajiv Gandhi's assassination that happened on May 21, 1991, the assassin was 'Dhanu' (who instantly died during the assassination), who was handled by Sivarasan. As the links of Jack Ruby to various sinister characters have been traced by many Americans, Sivarasan's links to similar sinister characters have only been partially hinted, but still remain hidden.

I provide the pro and con views relating to the LTTE's involvement in the Rajiv Gandhi assassination. The 'Pro' view as it appeared in the India Today magazine, before Sivarasan's death, was authored by Anirudhya Mitra; but, one can easily assume that it received the full endorsement of the Special Investigation Team (SIT), then headed by D.R. Kartigeyan. What I find intriguing is that the article mentions that, "Shivarasan then selected his human bombs — Dhanu alias Gayatri and Shubha alias Shalini, two women members of the LTTE's shadow squad. Incidentally, both the girls happened to be his cousins." This contradicts with the 'confessions' extricated by the SIT team from other accused that when it came to decision-making on who should be the assassin (in other occasions), Prabhakaran made the final decision. If Sivarasan was in charge of selecting the human bombs for the Rajiv Gandhi assassination, the responsibility of Prabhakaran for this job was marginal at best.

Also, make a note that according to this account, three times Sivarasan had crossed the Palk Strait cavalierly, before the assassination. He left for Madras from Jaffna in the first week of March 1991. Then, returned to Jaffna. Then, within a week, returned again to Madras on May 2, 1991 with Dhanu (the assassin) and Subha (substitute assassin), according to D.R. Kartikeyan and Radhavinod Raju. If this was the pattern, how come he opted not to return to Jaffna immediately after the assassination, during the 8 days of 'window period', before his photo was splashed in the Indian print media? Kartigeyan and Raju, in their 2004 book on the Rajiv Gandhi assassination, state that "On May 29, Sivarasan's photograph was published for the first time in the media." (page 67). After all, Sivarasan had successfully completed the 'mission' for which he was chosen. That he was hopping around for three months (June, July and August 1991) in South India, before being cornered in Bangalore, tells us that his non-LTTE sponsors wanted him to be in India!

The 'Con' view presented by Dr. Norman Baker, which appeared in the Illustrated Weekly of India one year after Sivarasan's death, offered some serious questions relating to the activity and movements of Sivarasan.

To supplement these portrayals of Sivarasan, I also include two interesting features, in which the 'know-all Tamil journalist' D.B.S.Jeyaraj played a lead role. The first item, provides background information on Sivarasan written after his death by D.B.S.Jeyaraj in 1991. This item first appeared in the Frontline (Madras) magazine, and was republished in the Lanka Guardian (Colombo) in Sept.15, 1991. To the best of my knowledge, this remains as the one of the good published treatments about Sivarasan's career upto May 1991. Before reading this item, please read my comment relating to Jeyaraj's description of the caste group to which Sivarasan belonged. However, I'm unable to confirm the veracity of some of the details presented by Jeyaraj, relating to when Sivarasan joined the LTTE, and the reasons why the LTTE accommodated him, how he "became a senior member of the LTTE" and got "promoted" as the "acting Vadamarachchi commander". The second item also was linked to the first item penned by D.B.S.Jeyaraj in 1991. This unsigned item appeared in the Tamil Times of April 1999, just before the Supreme Court verdict on the appeal of the Rajiv Gandhi assassination case was delivered. It cryptically mentions that the 1991 item by Jeyaraj "had been written on the request of Sivarasan's relatives in Canada who wanted something written about him in the papers so that he would not be 'forgotten'. Much of the information was supplied by them. The articles had nothing whatsoever about Sivarasan's involvement in Rajiv's killing and in any case was published only after his death."

7. THE PRO-VIEW:

Rajiv Assassination: The Inside Story
by Anirudhya Mitra
[source: India Today, July 15, 1991

[Note: The spellings of the names have been retained, as they appeared in the original.]

One month after the brutal assassination of former prime minister Rajiv Gandhi, the crack special investigation team (SIT) has managed to edge considerably closer to unraveling the complex plot behind the shocking crime that stunned the nation.

The exhaustive investigation process and interrogation of key suspects picked up so far have established that the plot to kill Rajiv Gandhi was first hatched in October 1990 deep in the jungles of Jaffna. The motive is now understood to have been related to the political tremors then emanating from New Delhi. The then prime minister V.P. Singh was battling for survival following a threat by the BJP to withdraw support to his minority National Front government. Across the Palk Straits, in the forest hide-outs of Jaffna in north-eastern Sri Lanka, the LTTE leadership met for a crucial assessment of the situation. The meeting decided that the chances of Congress (I) president Rajiv Gandhi returning to power were now almost certain. For the extremist organization struggling for Tamil Eelam, this meant a possible re-induction of the IPKF in Sri Lanka and a certain crackdown on the elaborate LTTE network established in Tamil Nadu.

Even before the National Front government finally collapsed, the LTTE had made up its mind to prevent Rajiv Gandhi from regaining power even if it required the ultimate deterrent — his assassination. By early November 1990, the V.P. Singh government was voted out and Rajiv Gandhi was virtually back in power, shooting from behind Chandra Sekhar's shoulder. The possibility of a mid-term poll loomed ever larger. The LTTE was getting desperate.

Realising that Rajiv as prime minister would be near-impossible target, it was decided that they should strike while his security status was still that of an opposition leader and election campaigning would render him even more vulnerable. In end November, the elusive LTTE supremo Pirabhakaran, having decided on the physical elimination of Rajiv Gandhi, summoned four trusted lieutenants — Baby Subramaniyam, Murugan, Muthuraja and Shivarasan — to finalise the contours of an assassination plot. Subramaniyam and Muthuraja were summoned from Madras where they were staying at the time.

In the first week of December, Pirabhakaran made his decision known to the four members of the team he had summoned. The actual details of the operation were left to them but each was assigned a specific task.

Baby Subramaniyam, a prominent ideologue of the LTTE, was operating from Madras running a printing press publishing LTTE literature. His task was to prepare a back-up team that would arrange shelter for the assassins before and after the killing.

Muthuraja was asked to prepare a base in Madras to ensure proper communication facilities, couriers for messages and the smooth distribution of money for the assassins.

Murugan, a key instructor and an explosive expert of the LTTE, was asked to take over the assignments from Subramaniyam and Muthuraja after their departure for Jaffna.

Shivarasan, the much wanted man today, who has been labeled 'one-eyed Jack' was given the most important task — the actual assassination.

The assassination plot received further impetus with the dismissal of the DMK government led by M. Karunanidhi in Tamil Nadu. Karunanidhi's government was dismissed on grounds of having encouraged the LTTE movement in the state — not entirely baseless as Karunanidhi on his campaign trail, before the assassination, portrayed the fellow

Tamils' cause in Sri Lanka as just and noble.

Imposition of Central rule in Tamil Nadu was a major setback for the LTTE. The decision to dissolve the DMK government — though essentially political and under tremendous pressure from the Congress (I) and the AIADMK — was taken following a series of reports filed by the Intelligence Bureau (IB) revealing the growing informal relationship between the followers of the DMK and the LTTE.

But even though the IB had established Karunanidhi's sympathy towards the LTTE and its links with the DMK, it was utterly in the dark regarding the extremist group's plan to liquidate Rajiv Gandhi. The external intelligence organization, Research and Analysis Wing (RAW), was equally clueless about the existence of the plot.

Meanwhile, by the beginning of 1991, the four lieutenants of Pirabhakaran had already set the plan in motion. Baby Subramaniyam and Muthuraja were back in Madras. Both were engaged in the crucial first stage of the plot — identifying and recruiting local people who would eventually harbor the assassination squad.

A key recruiting centre was a photo agency which had developed into an LTTE hub in Madras. Shubha News and Photo Agency was run by Shubha Sundaram who is considered to be a godfather for most of the budding photographers in Madras. Shubha's agency was visited by many Dravida Kazhagam (DK) members also. The DK, which is an extremist sibling of the DMK, has been openly sympathetic towards the LTTE.

Muthuraja and Baby Subramaniyam picked their first target — Bhagynathan — a young DK activist from Shubaha's place. Bhagynathan had expressed ambitions of bringing out a political journal but lack the financial resources. Bhagynathan's family was heavily steeped in debt and had meager means of support. He himself managed to earn a living by supplying stationery items to a firm where his sister, Nalini, was employed as a secretary. His mother, a nurse, was working in Kalyani Nursing Home.

The crunch came when his mother was asked to vacate the quarter provided by the nursing home authorities. The family was desperate, lack of money meant they could not afford to rent a place to live in Madras. The first recruit for the assassination plot had fallen into the LTTE's lap. Baby Subramaniyam casually mentioned to Bhagynathan that he was looking for a customer for his printing press as he was thinking of switching to another business. Bhagynathan offered to take over the press provided the price was paid in instalments. Seeing Bhagynathan falling into the trap, Baby readily agreed. He sold the press to Bhagynathan at a ridiculously low price of Rs 5,000 payable in small instalments.

Baby now had also gained access to Bhagynathan's entire family which had shifted to the area where the press was located. He advised Nalini to help Bhagynathan in his new venture after her normal office hours. The press premises, in any event, offered the perfect cover for a suitable hide-out. The second stage of the operation — recruiting the entire family — had begun. Baby's strategy of convincing Nalini to help Bhagynathan run the press was starting to pay off. Nalini was exposed to the LTTE literature which was then being churned out and conveyed one key message: Rajiv Gandhi was solely responsible for the 'crimes' perpetrated by the IPKF in Sri Lanka.

Nalini was easy to recruit. She was soon working on a book titled Satanic Forces and sub-titled Heinous Crimes of the Indian Peace Keeping Force. The book carried no comment from the LTTE except one innocuous message from Pirabhakaran: 'Work is worship'. The book itself was merely a compilation of sundry news reports, photographs, cartoons and editorials published in the Indian media about the negative aspects of the IPKF in Sri Lanka and the mishandling of the situation by Rajiv Gandhi's government.

Meanwhile, the second member of the recruiting team, Muthuraja, had been equally busy in Shubha Sundaram's agency. Shubha had already received a message from Pirabhakaran to cooperate with Muthuraja in a secret operation of the LTTE for which recruitment of some unknown faces was necessary. Two young photographers, Ravi Shankaran and Haribabu, fitted the requirements. Even though Shubha had fired Haribabu for being inattentive, he was deeply indebted to the LTTE for the financial support they had given him for photographic assignments. Haribabu had joined a new agency, Vigneshwar Video, but was well aware that the money being paid to him was much more than the normal assignment fee.

This was when Muthuraja informed Haribabu that someone who needed to be trained in photography was arriving from Jaffna and would stay with Haribabu as a paying guest. The new entrant in Haribabu's life, Balan, did much more than allow Haribabu to earn some extra money. He gradually brainwashed the young photographer into believing that Rajiv Gandhi was solely responsible for the brutality inflicted on the Sri Lankan Tamils and that his return to power would mean yet another bout of atrocities.

Back in Jaffna, Murugan was preparing to make his entry onto the stage that had been set by his two accomplices in Madras. The plot was proceeding satisfactorily and according to schedule. After a series of meetings with Shivarasan in Jaffna, Murugan decided to send two young LTTE boys from Shivarasan's village, Jayakumaran and Robert Pias, to Madras. They arrived in early February. Initially they stayed at Jayakumaran's brother-in-law Arivu Perulibalan's house at Savri Nagar Extension in Porur, a suburb of Madras. Arivu, a diploma holder in computer science, had been living in Madras since early 1990. Although a dedicated member of the LTTE, he had played no active role in its subterranean activities till he was approached by Murugan. Arivu's electronic expertise was to be of deadly significance.

Murugan entered the scene in mid-February when he arrived in Madras. His first move was to shift Pias and Jayakumaran to new accommodation with the help of Arivu who had been told about the 'special mission' without disclosing the target. Murugan's primary task was to give logistical support apart from providing sufficient financial support to all three. By shifting Pias and Jaykumaran to a new residence, he had also provided another hide-out for the team. Pias and Arivu were told to organize a fake licence for a two-wheeler.

In end-February, Muthuraja introduced Murugan to Bhagynathan's family. By then, Nalini had developed a deep sense of hatred for Rajiv Gandhi at a time when his return to power was becoming imminent. Murugan thus had no problem in finalizing the third hide-out. With three safe shelters, an electronic expert in Arivu who had been asked to improvise a bomb out of grenades that could be detonated by a suicide bomber, three converts in Nalini, Padma and Bhagynathan, and a recruiter in Shubha Sundaram, the plot was in place. Murugan sent a message to Shivarasan in Jaffna asking him to come to Madras. Shivarasan arrived in the first week of March. He first stayed at Pias' house in Porur where he was given a detailed briefing on the shelters and the people who had been recruited by Muthuraja and Baby Subramaniyam.

Shivarasan's arrival in Madras completed the elaborate web spun by Pirabhakaran in the jungles of Jaffna for the execution of Rajiv Gandhi. From now on, the key role in the plot would be played by Shivarasan. Everything was working to plan. Shivarasan, himself an expert on explosives, examined Arivu's design for a human bomb and pronounced it suitable. He asked Baby Subramaniyam and Muthuraja to leave for Sri Lanka as it would not be safe for them to live in India any longer. By the end of March, Muthuraja and Baby Subramaniyam left for Jaffna.

Shivarasan moved to the Bhagynathan household where he discussed the plan with Murugan, Nalini and Bhagynathan. He told them that he had somebody in mind who would act as the human-bomb. He also asked Bhagynathan to look for a photographer who could be trusted. However, the target was still kept secret. Ravi Shankaran and Haribabu, old time friends, were then brought into the picture. Sensing that they were being involved in a specific operation of the LTTE, both realized that they had reached a point of no-return.

The next step was to prove the most fateful — Shivarasan returned to Jaffna to bring back his human-bomb. In Jaffna, he met Pirabhakaran and briefed him on the progress that had taken place in Madras. Pirabhakaran asked Shivarasan to make sure that they undertake dry-runs before the actual operation and ordered that the whole exercise be photographed for his viewing.

Shivarasan then selected his human bombs — Dhanu alias Gayatri and Shubha alias Shalini, two women members of the LTTE's shadow squad. Incidentally, both the girls happened to be his cousins. He was back in Madras within a week with the two girls in tow. The next step was to procure the explosives (C4 variety of RDX), the same yellow-coloured plastic explosives he had used to kill the EPRLF leader J. Padmanabha. With the LTTE's vast network in Tamil Nadu, obtaining the explosive was the least of the problems. Shivarasan was now all set to carry out his leaders' orders — the assassination of Rajiv Gandhi.

In Madras, Dhanu and Shubha had been taken to Nalini's house where Murugan was awaiting them. Shivarasan kept the others — Pias, Jaykumaran and Arivu — away from the planning sessions which were to follow. But in a separate meeting, Shivarasan explained to Arivu the specifics of the bomb he required. Without disclosing the operation in detail, he asked for a bomb that could be easily hidden beneath the clothes and fitted around the waist of a female person.

Arivu got down to work and came up with an ingenious design for a belt-bomb. Six grenades could be fitted in a series on the belt. Each grenade would be made up of 80 gm of the C4 RDX (2,800 splinters of 2.0mm each) enclosed within a casing of TNT. The grenades were connected in parallel with silver wires and the circuit was completed with two toggle switches, one for arming and the other for triggering the bomb. The device was charged with a 9 mm battery.

After approving the bomb, Shivarasan instructed Murugan to find a tailor to stitch the vest. Murugan found a local tailor and had the vest made of blue denim, a fabric heavy enough to support the one-kilo bomb. Once the vest was ready, Arivu carefully fixed the bomb onto the vest. The weapon that would reduce Rajiv Gandhi and at least 16 ohters to a mangled heap was now ready to be put to use.

With this, Shivarasan was ready to stage the dry-runs ordered by Pirabhakaran. The first dry-run took place on April 18 at the favourite spot for political rallies — Marina Beach in Madras. Marina Beach was the venue for Rajiv Gandhi's first campaign meeting in Tamil Nadu which was also addressed by the AIADMK leader Jayalalitha. The meeting was photographed by Ravi Shankaran while Shubha Sundaram's agency took a video recording. However, the potential assassins did not attempt to get too close to the two leaders. Incidentally, Haribabu, who was present at the trial run along with Ravi Shankaran, had his first inkling that the target was going to be a politician.

The next dry-run was executed on May 12 at a meeting featuring V.P. Singh and Karunanidhi at Thiruvallur in Arkonam, 40 km away from Madras. This time, the exercise was more fruitful as Dhanu was able to touch the feet of V.P. Singh in much the same manner as she would do with Rajiv Gandhi on the fateful night of May 21. This session was also shot on video by the Shubha Photo Agency. The video film is now in possession of the investigating team.

Following two successful rehearsals, Shivarasan now looked for the right opportunity for the actual assassination. Time was running out. The May 21 meeting at Sriperumbudur was announced two days in advance and it provided the best — and the last — opportunity. On the morning of May 20, Shivarasan reached Nalini's house with a newspaper clipping which detailed Rajiv's public meetings on May 21 ending at Sriperumbudur that night. The venue was decided.

Ravi Shankaran called Haribabu and asked him to purchase the garland and then meet Shivarasan and others at Nalini's house on the afternoon of May 21. Haribabu then asked Ravi Shankaran to get him a camera along with a film roll. Ravi Shankaran, instead of giving Haribabu one of his own cameras, borrowed one from a friend Deepak, and gave it to Haribabu along with a Konika colour roll.

The night of May 20 was spent in a relaxed mood. The conspirators watched a film. None of the girls, particularly Dhanu, showed any sign of nervousness. Shubha tried out the denim vest on Dhanu. She also tried on the spectacles she would wear for disguise for the first time. The next day at 4.30 PM, Nalini, Shubha, Dhanu and Shivarasan left for Parry's Corner for their rendevouz with Haribabu.

At Parry's Corner, near the main bus stand of Madras city, Haribabu was waiting with the sandalwood garland which he had bought an hour earlier from the state emporium Poompuhar. The five conspirators boarded a bus for Sripeumbudur where they reached around 8 o'clock in the evening.

All five, with Dhanu holding the garland, positioned themselves around the VIP enclosure. At one point, they were questioned by a woman sub-inspector on duty, Anusuya Kumari. Haribabu said he was a press cameraman and was there to take the photograph of the girl (Dhanu) garlanding Rajiv Gandhi. The sub-inspector told them that Rajiv was coming much later and hence there was no need for them to be around so early and the photographer should go to the press enclosure. They moved away. Shubha and Nalini sat in the crowd. Shivarasan took his position near the dais. He carried a pistol as he was the lone member of the back-up team. Dhanu and Haribabu stood close to the red carpet on which Rajiv would walk on his way to the dais.

Rajiv arrived at around 10 PM and was immediately surrounded by people trying to garland him. The sub-inspector, Anusuya, once again tried to prevent Dhanu from getting close to Rajiv. She had almost caught hold of the assassin but for Rajiv Gandhi, who, according to Anusuya, said: "Let everybody get a chance." Anusuya moved away

— thus saving her own life. Dhanu bent down as if she wanted to touch Rajiv's feet. Rajiv in turn bent to lift her up. Dhanu's right finger activated the bomb.

Soon after the blast, Nalini and Shubha walked towards the bus stand where they were to meet Shivarasan who told them that Rajiv Gandhi, Dhanu and Haribabu were dead and they better make a getaway. They took an auto-rickshaw till Poonamali from where they took another to reach Shivarasan's Porur house. Shivarasan rang up Shubha Sundaram and told him that though Haribabu had died in the blast, his camera was intact and Sundaram should try and recover it.

But because of the disturbance in the city, they were confined to the house all through the day. On the night of May 21, Sundaram swung into action. He rang up the house of a photographer, T.Ramamurthy, and was told that Ramamurthy had called from the Poonamali police station to say that he was slightly injured in the blast and would take some time to reach home. Sundaram then rang up the Poonamali police station and asked Ramamurthy if he had brought the camera from Haribabu. Ramamurthy told him that was "not his job". Meanwhile, Sundaram had informed Ravi Shankaran about the necessity of recovering Haribabu's camera and the crucial film roll.

By then, the SIT had launched its massive investigation. Officials had visited the Madras General Hospital to get an eyewitness account from the victims. Anusuya gave them a description of some 'suspicious characters' she had seen roaming around with the photographer. By then, the photographs taken by Haribabu had been developed. Anusuya's account had made them suspicious about certain characters featured in the pictures including that of the woman holding a sandalwood garland along with Shivarasan. Next day, Anusuya confirmed that they were the same people she had spotted.

The next morning, the SIT visited the scene of crime where they found parts of Dhanu's dress, strips of the vest and the belt-bomb she wore with pieces of flesh attached, two toggle switches, wires used in the bomb and a half-burnt 9-volt battery. The experts carried out DNA printing of the pieces of flesh found at the spot. The flesh piece attached to the belt matched with the portion of the woman's body found. That established convincingly the theory of the assassin being a human-bomb.

Next, the bomb experts of the National Security Guards reconstructed the denim vest and part of the belt. Meanwhile, on May 25, the arrest of an LTTE member, Shankar, at Vedaraniam port, provided another breakthrough. Shankar, when intercepted, told the local police that he had been sent to India by Pirabhakaran in order to kill Varadaraja Perumal who has been given refuge by the Indian Government in Bhopal.

The matter was immediately brought to the notice of the SIT in Madras. Shankar, when shown the pictures taken by Haribabu, identified the kurta-pyjama clad man in the photographs as Raghuvaran, an explosive expert and a trusted lieutenant of Pirabhakaran who was involved in the killing of EPRLF leader Padmanabha. Of the several LTTE activists and sympathizers rounded up for interrogation, one Jagdishan from Vedaraniam also identified the kurta-pyjama clad man as Raghu adding that he had travelled during the Padmanabha killing in his speedboat between Vedaraniam and Point Pedro of Jaffna.

A notebook from Shankaran's possession carried a Madras telephone number with two names: Nalini and Murugan. The telephone authorities confirmed the identity of the holders of the number. Meanwhile, a study of Padmanabha's killing revealed that the two unexploded grenades found from the spot contained C4-RDX explosives. The SIT also received a tip-off about two photographers, Shubha Sundaram and Ravi Shankaran, who were desperately looking for Haribabu's camera. Haribabu's mother, Laxmi, told the SIT that Ravi Shankaran had visited their house on May 22 morning to inquire about the camera but never told them about his death. Another friend of Haribabu, Kannan, also told the SIT the same story. This led the SIT to tap the phones of the two photographers. Both were put under surveillance.

The SIT officials visited Sriperumbudur again with the pictures shot by Haribabu of the crowd which was circulated among the local population. Through a painstaking process of elimination, only four or five characters were left unidentified and two of them turned out to be Shubha and Nalini.

A study of the photo album seized from Ravi Shankaran also showed Nalini along with a few others. During questioning, Ravi Shankaran told the SIT that he knew one of the characters in the photograph from his album. It turned out to be Nalini's brother, Bhagynathan. Bhagynathan was picked up from his printing press but Nalini and Murugan managed to flee. Bhagynathan told the SIT how he came under the influence of Baby Subramaniyam and about the operatives he had harboured. He identified the mysterious kurta-pygama clad man as Shivarasan.

Working around the clock, the SIT had managed to establish thee identities of the kurta-pyjama clad man, the actual assassin, her accomplices Shubha, Murugan and Nalini. Further interrogation of Bhagynathan, Shubha Sundaram and Ravi Shankaran revealed more details of the plot. While this was going on, Murugan and Nalini were in Tirupati where he planned to shave his head to celebrate the success of the operation. They also planned to get married. But by now, Nalini's photograph had been splashed all over the state so they gave up the idea. Presuming the coastal areas would be heavily patrolled, both of them decided to return to Madras.

They were unaware that scores of police teams were waiting for them at all the railway and bus stations in Madras. The arrest of Murugan and Nalini was the biggest breakthrough in the investigation. Their interrogation not only revealed the entire plot but also pointed a conclusive finger at Pirabhakaran as the mastermind. Murugan admitted that he had direct orders from Pirabhakaran. With their confession, the arrests of Arivu and Robert Pias quickly followed.

But despite the successes notched up so far, SIT chief D.R. Kartikeyan still feel that "thee is a long way to go". As he told India Today: "We are yet to catch the main culprit (now popularly known as one-eyed Jack because of his one glass eye) which might help us stretchthe arm of law deep inside the forest of Jaffna. I am not jumping to any conclusion about the motive or conspiracy behind the crime. But we have solved how the assassination was executed. I must say that my colleagues have been doing a remarkable job." Judging by the chilling and detailed reconstruction of the plot to kill Rajiv Gandhi, that is clearly no idle boast."

8. THE CON-VIEW:

Who really killed Rajiv Gandhi?

by Dr. Norman Baker

[source: The Illustrated Weekly of India, August 22-28, 1992]

As a student of the history and politics of India, the events following the assassination of the former Indian prime minister, Rajiv Gandhi, have been a subject of intense interests to me. This piece provides my views about the conduct of the post-assasination investigation by the Special Investigation Team (SIT).

In my opinion, the investigation by the SIT was flawed from the very beginning. As one looks into statements made by SIT officials, leaks from SIT sources and the general direction which the investigation took, it is rather evident that the SIT had started with the assumption (maybe even the conclusion) that the Liberation Tigers of Tamil Eelam (LTTE) was responsible for the assassination. Instead of looking for and analyzing evidence in order to find who the culprits behind the assassination were, the SIT seems to have been looking for and analyzing evidence to prove their assumption that the LTTE was guilty. Even when some pieces of evidence at hand suggested that the LTTE might not have anything to do with the assassination, the SIT tried to force-fit such evidence to support their pre-conceived notion that the LTTE was guilty. Having stated my general observations, let me elaborate on them.

Suspects: the LTTE and who else?

The LTTE was suspected from the very beginning because it had the motive and the means to carry out the assassination. The LTTE's animosity towards Rajiv Gandhi because of his military intervention against it in the Sri Lankan civil war is well known. The LTTE feared that Rajiv might help the Sri Lankan government again in some form or another if he were to come to power in India again. Thus the LTTE had a motive.

It also had many operatives in Tamil Nadu for many years and its expertise with explosives is well known. The LTTE also had motivated volunteers who would sacrifice their lives gladly if they thought that it was in the interest of their cause — the achievement of a homeland for the Sri Lankan Tamils. Thus, the LTTE had the means to assassinate Rajiv Gandhi in Tamil Nadu.

But, because it had the motive and the means, it does not necessarily follow that it was guilty of the crime. Is there anyone else who had the motive and the means to assassinate Rajiv Gandhi? There may be a few but I will concentrate on just one such suspect — the Sri Lankan government.

One suspect - Sri Lankan Government

The Sri Lankan government under President Premadasa was as anti-Rajiv Gandhi as the LTTE. Premadasa opposed the India-Sri Lankan Peace Accord of 1987 and the induction of Indian troops into Sri Lanka in 1987 from the very beginning. His presidential election campaign included a pledge to get the Indian troops out of Sri Lanka. His first foreign policy initiative as the newly elected president was to request India to withdraw its troops from Sri Lanka. When Rajiv Gandhi procrastinated, Premadasa did the unexpected and the unthinkable — he secretly supplied large quantities of arms to the Sri Lankan government's long-term enemy, the LTTE. Finally, the Indian troops were withdrawn in 1990 and the new Indian prime minister V.P.Singh, pursued a hands-off policy on the Sri Lankan civil war.

Premadasa likened Singh's hands-off policy to Gandhi's activist policy. Premadasa feared the latter's return to power. He feared that Rajiv Gandhi might interfere in the Sri Lankan civil war again, possibly in support of the LTTE, as he and his mother Indira Gandhi did until July 1987. Thus, the Sri Lankan government under President Premadasa had a motive to see that Rajiv Gandhi did not come to power again. Did the Sri Lankan government have the means (the ability) to assassinate Rajiv Gandhi in Tamil Nadu?

The Sri Lankan government might not have had the means to assassinate Rajiv Gandhi directly but it had close relationships with some Sri Lankan Tamil guerrilla groups, namely the EPRLF, the PLOTE and the TELO. At least two of these groups (PLOTE and TELO) were helping the Sri Lankan army in its civil war with the LTTE. These groups had operatives in Tamil Nadu for many years and thus had the ability to plan and execute the assassination. These groups also had the necessary expertise with explosives. Moreover, these groups are armed militants without a cause. (They had long given up the cause of creating a homeland for the Sri Lankan Tamils.) The history of mercenary operations tells us that such groups are fertile grounds for mercenaries.

In fact, a few years ago PLOTE was involved in an unsuccessful mercenary operation to overthrow the government of the tiny island nation, Maldives. In addition to these Tamil guerrilla groups, it is believed that the Sri Lankan government also had some Tamils in its intelligence service and the Sri Lankan government did not hesitate to use them on Indian soil when necessary.

During the mid-'80s, the LTTE's political advisor, Balasingham lived in Madras. A Tamil Sri Lankan intelligence operative named Kandaswamy Naidu —a former Sri Lankan government employee — allegedly tried to blow up Balasingham's Madras residence. A case was filed against them in Tamil Nadu but he escaped to Sri Lanka. Interestingly, Sivarasan, the mastermind of the Rajiv Gandhi assassination, was allegedly a former Sri Lankan government employee.

An experienced covert operative — whether a Sri Lankan Tamil guerrilla or a Sri Lankan intelligence operative — could have 'persuaded' a suitable young Tamil lady raped by Indian soldiers and thus enraged against Rajiv Gandhi, to act as a sucide-assassin. (The assassin, Dhanu, allegedly told her friend, Nalini, that Indian soldiers had raped her. The fact that Indian soldiers raped some Tamil women has been established beyond any doubt; if Dhanu was a rape victim may never be known for sure.)

Thus the LTTE is not the only organization with the ability to assassinate Rajiv Gandhi in Tamil Nadu. The Sri Lankan government also had that ability. It also had that ability through its surrogates. Is it not within the realm of possibility that the Sri Lankan government, which dared to provide arms to the LTTE to fight the Indian army in 1989, fearing Indian domination of Sri Lanka, might also dare to assassinate Rajiv Gandhi to prevent him from interfering in Sri Lankan affairs again?

Biased investigation

This writer is not necessarily advocating that the LTTE is innocent and the Sri Lankan government is guilty. This writer is of the opinion that both the LTTE and the Sri Lankan government should have been treated as suspects. There is a prima facie case against both in terms of motive, ability and mode of operation.

However, from the very beginning, the investigation was conducted as if the LTTE was the only suspect and the

Sri Lankan government was beyond suspicion. Within weeks of the assassination, a team of SIT officers visited the Sri Lankan capital, Colombo, and sought the help of the Sri Lankan government, the EPRLF, PLOTE, and TELO in identifying the mastermind of the assassination Sivarasan. (Naturally they said that Sivarasan belonged to their arch enemy, the LTTE).

In the meantime, the LTTE volunteered to help the SIT and this help was rebuffed; a clear indication that the SIT was biased against the LTTE vis-à-vis the Sri Lankan government and the other guerrilla groups. This was at a time when there was absolutely no evidence to link the LTTE to the assassination. Throughout the investigation, while every piece of evidence that could possibly link the LTTE with the assassination was painstakingly pursued, other evidence was not given serious attention. One piece of information was that Sivarasan was a former Sri Lanka government employee. Especially in view of the Kandaswamy Naidu episode mentioned earlier, the SIT should have investigated any possible connections between Sivarasan and Sri Lankan intelligence agencies. But this was not done. Also, the question remains unanswered: Why did the Sri Lankan government tell the SIT in May-June 1991 that Sivarasan was an LTTE operative but failed to mention his former employment with them?

The Sri Lankan government distributed Sivarasan's photograph to its offices in eastern Sri Lanka. Why wasn't his past government employment revealed? Was it a case of incompetency or cover-up? While the SIT was quick to examine the LTTE's bank transactions in European banks to uncover any incriminating financial transactions between the LTTE and foreign governments, it made no such attempt to investigate if the Sri Lankan government had any questionable financial dealings with the EPRLF, PLOTE, TELO or other mercenaries.

Was there a cover-up?

If any evidence linking the Sri Lankan government's involvement in the assassination were to become public, there would surely have been an outcry from the Indian public and the opposition parties for military action against Sri Lanka. Failure to take military action would should the ruling party to be a coward and opposition parties could topple the government. Military action, on the other hand, would bring international condemnation. Thus, the revelation of any evidence suggesting the Sri Lankan government's hand in the assassination would put the Indian government in an unenviable position. Did these considerations enter into the investigation? Did the SIT fear looking in the direction of the Sri Lankan government lest some evidence of the Sri Lankan government's involvement be uncovered? How else can one explain the SIT holding the Sri Lankan government beyond suspicion from the very beginning and seeking its help with the investigation while rebuffing the LTTE's help?

Political Pressures and Investigative Bias

How did the political climate prevailing in Tamil Nadu at the time of and after the assassination affect the investigation? Did it at least indirectly influence the SIT's single-minded, one-track pursuit of the LTTE at the expense of investigating other suspects? The LTTE had become a pawn in Tamil Nadu politics years before the assassination. From the mid-'80s onwards, both the DMK and the AIADMK used the LTTE and the Sri Lankan civil war for selfish political purposes. The more recent, and the most blatant use of the LTTE as a whipping boy in pre-assassination days started sometime after the 1989 Tamil Nadu assembly elections, the DMK won and the AIADMK and the Congress lost.

Just a few months after the elections, the AIADMK chief, Jayalalitha Jayaram, wanted the DMK state government dismissed by the Central government on one pretence or another so that her party could face the DMK again in an election, 'this time with the Congress as her electoral ally'. The AIADMK and the Congress demanded that the DMK government be dismissed because the LTTE was creating a law and order problem in Tamil Nadu and the DMK government was not doing anything about it. In reality, no law-and-order problem existed in Tamil Nadu in 1989 or 1990. Most Indian newspapers did point this out. However, under pressure from the AIADMK and the Congress, the Central government dismissed the DMK government. The 'LTTE bogeyman' served its purpose for Jayalalitha. Soon elections were called for both the Tamil Nadu state assembly and the Indian parliament.

Since the 'LTTE scare tactic served will in getting the DMK government dismissed, the AIADMK-Congress alliance tried to use it again to defeat the DMK in the elections. The LTTE became a 'whipping boy' in the election campaign. It was portrayed as a group of thugs and the DMK was painted as its ally. Of course, the latter was the real target of the attack, with the LTTE simply being the political pawn. It was in such a political climate that Rajiv was assassinated in Tamil Nadu. Even before the dust from the explosion that killed him settled, some AIADMK and Congress leaders blamed the LTTE without a single piece of evidence to support their statements. They also held their political rival, the DMK, indirectly responsible for the assassination because of its alleged closeness to the LTTE. The night and day following assassination, DMK party offices were ransacked and burned. Just before the elections, held less than a month afte the assassination, posters calling the DMK, the killers of Rajiv Gandhi appeared in Tamil Nadu. Also displayed in some parts of Tamil Nadu were posters of the DMK chief, M. Karunanidhi, pointing gun at Rajiv Gandhi. Just days after the assassination, even before the identity or the nationality of the suicide assassin was known, the Tamil Nadu state Congress party chief, V. Ramamurthy, claimed that he saw a woman carrying a basket at the meeting site and the bomb was in that basket. He added that the woman was from the LTTE's suicide squad. Everyone now knows that the assassin did not carry a basket but had a garland in her hands. Also, how did Ramamurthy know that the woman he supposedly saw was from the LTTE suicide squad? Was she wearing the LTTE uniform? Surely not.

Ramamurthy was not alone in making such irresponsible statements. The then Indian law minister Subramanian Swamy, a personal friend of Jayalalitha Jayaram, said in less than 48 hours after the assassination that the LTTE was responsible for the assassination. What was his basis? The Sri Lankan defence minister told him so. The Sri Lankan army was at war with the LTTE for over a decade, and for the law minister of India to accuse the LTTE publicly on the basis of the Sri Lankan defence minister's say-so was totally irresponsible. The then Indian prime minister Chandra Sekhar also publicly blamed the LTTE but without giving any supporting evidence. The new Indian home minister S.B. Chavan, under whose jurisdiction the law and order of the nation falls, also publicly blamed the LTTE without providing any evidence. The new Tamil Nadu chief minister, Jayalalitha Jayaram, was another influential politician to blame the LTTE publicly. These accusations were made at a time when no solid evidence linking the LTTE to the assassination had been uncovered.

Such public statements by important government and political leaders do surely have an impact on the conduct of the assassination investigation. Senior officers of the SIT and the CBI are all career law-enforcement officers of the Indian government. Their assignments and promotions depend on the goodwill of the cabinet ministers and senior leaders of the ruling party. So, these officers have to be in the good graces of the ministers and ruling party politicians to get ahead in their careers. With cabinet ministers and ruling party leaders having stated publicly that the LTTE was guilty, how embarrassing it would be for them if the SIT were to come up with evidence showing the LTTE to be innocent. It would be a pie in their face. This surely would have an impact on the conduct of the investigation. It does not necessarily mean that the SIT officers would do something illegal to please their political bosses. But it is quite possible that SIT officers would concentrate on evidence that suggested an LTTE involvement at the expense of other lines of investigation. The conduct of the investigation, in fact, suggests that it has happened.

Not only the prestige of a few politicians but also the very image of the Indian government was put at risk by public statements by the likes of the then law minister Subramanian Swamy, the then prime minister Chandra Shekhar and the present home minister S.B. Chavan. The words of the Home minister, who is responsible for law and order, could be and should be treated as the official position of the Indian government. If the SIT were to find the LTTE innocent, how embarrassing it would be for the Indian government in front of the nations of the world. Also, if the LTTE were to be found innocent, opposition parties would surely demand the resignation of the government. All these considerations put indirect pressure on the investigators to purse evidence leading to the LTTE at the expense of other leads. It may explain why the SIT was trying to force-fit even seemingly unsupportive evidence to support the 'LTTE is guilty' hypothesis.

Was Sivarasan a mercenary?

The SIT had information that Sivarasan smoked cigarettes and drank alcohol. This does not fit the profile of an LTTE operative. LTTE militants are prohibited from smoking and drinking. This code of conduct is strictly enforced from the very top to the newest recruit. The fact that Sivarasan smoked and drank would seriously undermine the theory that Sivarasan was an LTTE operative. However, the SIT simply brushed it aside. Was Sivarasan a former LTTE, EPRLF, PLOTE or TELO operative? Did he become a mercenary, using the skills he learned from these groups and the connections he made when he was with these groups?

In fact, there was evidence to suggest that Sivarasan might have been involved in a mercenary operation. According to the SIT, Sivarasan had visited Sweden, Singapore, Saudi Arabia and the United Arab Emirates some months before the assassination. The LTTE had representatives in all these countries. If Sivarasan was planning the assassination on behalf of the LTTE, there was no reason for him to visit these countries to meet foreign government agencies or collect monies or secure explosives; LTTE networks in these countries are better suited to do these back-up tasks. It is highly unlikely that the LTTE would send Sivarasan to foreign countries for this purpose.

Sivarasan's foreign trips would make sense if he were a mercenary. But the SIT chose to go around this piece of evidence and tried to force-fit it to its 'LTTE is guilty' hypothesis. What was the SIT's analysis? It concluded that Sivarasan, while planning the assassination for the LTTE, was at the same time on the payroll of (under contract to) an unidentified foreign government without the knowledge of the LTTE.

Is such a scenario plausible? Highly unlikely. The LTTE is a well-disciplined, tightly-knit organization and it is highly unlikely that an operative assigned for the most sensitive and critical operation in the history of the LTTE (namely the assassination of Rajiv Gandhi) would be able to establish contact with a foreign government and travel to many foreign countries for weeks without the knowledge of the LTTE. It is more likely that Sivarasan was a mercenary than a mercenary and an LTTE operative at the same time. However, the SIT chose to propound the latter theory. There are a few more pieces of evidence that would suggest that Sivarasan was not working for the LTTE. Instead of exploring these to see where they lead, the SIT chose to go on the beaten path towards the LTTE, brushing aside unsupportive evidence.

EPRLF man initially identified as LTTE!

Another seemingly unimportant incident is worth noting. On September 2, 1991, the police arrested a one-legged Sri Lankan Tamil male named Rajaram at the Avaniyapuram refugee camp in Tamil Nadu. He had come from Bangalore just a few days earlier. Immediately, the SIT declared that he belonged to an LTTE suicide squad and he had links with Sivarasan who had committed suicide in Bangalore on August 20, 1991. Later, it became evident that the one-legged man did not belong to the LTTE but to the rival guerrilla group, the EPRLF.

This incident is indicative of the SIT's rush to link everyone and everything even remotely associated with the assassination to the LTTE. Had the man been unable to prove that he belonged to the EPRLF, a guerrilla group which collaborated with the Indian army during its peace-keeping years (1987-1990) in Sri Lanka, his proclamations of innocence would not have been believed. Such was the 'LTTE phobia' under which the SIT conducted the investigation. Where did the SIT get the idea that this one-legged man belonged to the LTTE's suicide squad?

Confessions obtained in the absence of lawyers and after torture? - Though the LTTE was blamed by politicians and the police from the very beginning, the first concrete evidence that the SIT presented linking the LTTE to the assassination was Murugan's confession; Murugan was allegedly a key player in the assassination. Murugan confessed that the LTTE chief, Velupillai Pirabhakaran, ordered the assassination.

This confession was made when Murugan was under SIT custody. No lawyer was present during the interrogation. In fact, Murugan was not allowed to see a lawyer after his arrest for months. He did not have the counsel of a lawyer before his interrogation or for months after it (in countries like the US, confessions of prisoners without the counsel of a lawyer are not admissible evidence: the court cannot consider such evidence in determining guilt or innocence.)

After the very first time he was allowed to see a lawyer, Murugan claimed that he made the 'confession' under torture. Nalini, Padma, Bhagyanathan and Perarivalan (all suspects under SIT custody) also claimed that they were forced to make statements against their will and that those statements were false. The SIT brushes aside these allegations of 'forced confessions' on the grounds that all these people were presented before a judge periodically and they did not make the charges to the judge.

One should remember that to these prisoners in custody, the judge would seem like part of the government apparatus. They would feel more free and comfortable to discuss their charges of 'forced confessions' with an independent lawyer than with a judge. In fact, Nalini did ask the judge for a lawyer more than once and the judge refused to let her see a lawyer for months. The world may never know for sure if Murugan, Nalini, Padma, Bhagyanathan and Perarivalan were tortured in SIT custody. However, it is an established fact that the Indian police and other security forces do torture prisoners occasionally to extract confessions.

Documentary evidence forged?

Two documents in the possession of the SIT are said to provide clinching evidence of the LTTE involvement in the assassination. One is a letter allegedly written by Peria Santhan, an alleged high-level LTTE operative in Tamil Nadu. This letter was addressed to the LTTE chief and was dated September 7, 1991 (about two weeks after Sivarasan's suicide). It informs the LTTE chief that Santhan had met Sivarasan in his Bangalore hide-out and ordered him and his associates there to commit suicide. Was this letter really written by Peria Santhan? Or, was it a forgery by someone who wanted to implicate the LTTE? This question deserves serious scrutiny.

Santhan's letter was allegedly taken from an LTTE courier named Irumporai who was on his way to the Tamil Nadu coast to take a boat to Jaffna. At that time, the Tamil Nadu coast was heavily patrolled by Indian security forces and the Palk Straits between Tamil Nadu and Jaffna was patrolled by the Indian navy. Would the LTTE send an uncoded letter through a courier under these circumstances? This was not some urgent message that had to reach Jaffna. In fact, the message in the letter was 'old news': everything in the letter was already known to LYYE headquarters in Jaffna. Sivarasan's sucide was broadcast on both the Indian and the Sri Lankan radio, both of which were monitored by the LTTE. If Santhan indeed ordered Sivarasan to commit suicide, he would have done so only according to instructions from LTTE headquarters in Jaffna (assuming that Sivarasan was an LTTE operative who assassinated Rajiv Gandhi under LTTE orders, it would be surprising if he did not have a standing order to commit suicide if he was cornered by the Indian police).

So, with real message to be sent to Jaffna, would Santhan send an uncoded, written message which clearly and unequivocally links the LTTE to the assassination when everyone knew very well of the tight security on the Tamil Nadu coast? (The routine message could have been transmitted orally through the courier without leaving the 'hard evidence' of the letter.) All these considerations make one pause and think if Santhan's letter was a forgery.

The second letter, dated May 10, 1991, was allegedly written by the assassin Dhanu. The SIT discovered it about three months after the date of the letter. In this letter, addressed to the LTTE chief, Dhanu thanks him for giving her the opportunity to assassinate Rajiv Gandhi. Why did the LTTE keep such an incriminating letter in Tamil Nadu for three months, at a time when the police were searching and flushing out all LTTE safe-houses in Tamil Nadu and the nearby states? If they were unable to take it to Jaffna, they would simply have burnt the letter long ago and not have risked its falling into police hands. This again makes one wonder if this letter was also a forgery.

Forgeries do discredit political enemies are not new. When Rajiv Gandhi was the prime minister, certain foreign banking documents were forged to implicate the opposition leader V.P. Singh in illegal business dealings. So the possibility of forged letters being used to implicate the LTTE in the Rajiv Gandhi assassination should not be brushed aside so lightly.

Police and the Politicians - an unholy alliance

The newly elected (June 1991) AIADMK government of Tamil Nadu alleged that the previous DMK government, including the former chief minister Karunanidhi, interfered in police investigations and the police officers obliged. R.Nagarajan was the Tamil Nadu state home secretary at that time. Law and order in the state came under his purview. He was arrested on November 21, 1991. It was charged, among other things, that Nagarajan knew of the alleged LTTE plot to murder the EPRLF chief, Padmanabha in 1990 and assured the murderers that they would not be apprehended. Nagarajan allegedly asked the then DCP (law and order) for Madras and the then DIG of Ramnad (Tamil Nadu) to take it easy in pursuing the murderers, and these senior police officers allegedly obliged.

While Nagarajan denied everything initially, after a few days in police custody, he told the police that the then chief minister, Karunanidhi, asked high-ranking police officers not to evince keen interest in tracing the murderers of Padmanabha. The former DIG for intelligence under the DMK government was suspended in January 1992 for dereliction of duty with respect to that murder.

If even some of the allegations were true, it means that high-ranking police officers protected the murderers from prosecution because their political bosses asked them to do so. Of course, the high-ranking police officers would have needed the cooperation of middle- and lower-level officers in protecting the murderers; it could not be done without their cooperation.

These alleged immoral and illegal activities in the police department during the former DMK government's reign raise an interesting corollary question. If the Tamil Nadu police under the DMK government during 1989 and 1990 had such total disregard for the laws of the land and would protect LTTE murderers to please their then political bosses, can we consider the possibility that the Tamil Nadu police under the AIADMK government during 1991 and 1992 would disregard the laws of the land to implicate the LTTE in the Rajiv Gandhi assassination?

If the DMK chief minister, Karunanidhi, "loved" the LTTE (he denies it), the AIADMK chief minister Jayalalitha "hates" the LTTE and leaves no stones unturned to eradicate it. In such a situation, one has to but wonder if some police officers today might have gone beyond legal bounds to please the present chief minister, Jayalalitha.

While the few top officers under the DMK government no longer hold those positions, many of the middle- and lower-level officers who have obliged their superiors and allegedly let the Padmanabha murderers escape are still in their jobs (this writer is not charging anyone with breaking the law but wonders if anyone did, given the past record of the Tamil Nadu police).

It is with these considerations in mind that one should look with some suspicion on prisoner's confessions and the incriminating letters that link the LTTE to the assassination. The Verma Commission proceedings give some glimpses into the working of the Tamil Nadu police well after the AIADMK came to power in Tamil Nadu. There is a feud between the police and the Congress Party organizers of the fateful Sriperumbudur meeting as to who was responsible for the security lapses at the meeting. A Congress Party worker, Ranganathan, testified on behalf of the police and blamed the meeting organizers. During the cross-examination, he contradicted his sworn affidavit. Ranganathan further damaged his credibility by admitting that he signed his sworn affidavit without reading it. So the lawyer for the meeting organizers charged that the police had 'tutored' the witness.

This raises a question: if the police indeed tutored a witness before the Verma Commission, would they also be inclined to tutor witnesses or forge documents in the Rajiv Gandhi assassination investigation? Such questions should not be swept under the carpet. There are also a few disquieting incidents in the Rajiv Gandhi assassination investigation. The death of a key witness, Shanmugham, when he was under SIT custody was officially cleared as suicide. Quite a few observers have serious doubts about the suicide theory. Available physical evidence seems to suggest murder rather than suicide.

Another incident: there was a dispute between the Bangalore city police department and the Mandya district police department as to who should get the reward for finally locating the ever-evasive Sivarasan. Each gave a different version of how Sivarasan was located. Both versions cannot be true. One of the police departments is fudging the truth.

Central government agencies such as the Central Bureau of Investigation (CBI), under whose jurisdiction the SIT operates, have also served the interests of the ruling parties in the past. The infamous St.Kitts bank documents linking the Opposition leader V.P.Singh to illegal business dealings were allegedly forged by one of the central government agencies (they deny it). A number of other misdeeds of these agencies to help the ruling party are discussed in the October 14, 1990 issue of the Illustrated Weekly of India.

Ever since the assassination, spotty reports appeared in the press suggesting possible links between the alleged assassins and some Congress Party leaders. Whenever evidence suggesting such links turned up, the SIT brushed it aside as false or unimportant.

SIT brushed aside Congress Party links

Within weeks after the assassination, a DMK party newspaper, Murasoli published a report that Sivarasan was related to a Congress leader. No one paid much attention to the report because it came from the DMK which was being indirectly blamed for the assassination. But in February 1992, Murugan, who was still under SIT custody, filed an affidavit stating that Sivarasan and one of his alleged accomplices, Hari Babu, had contact with Tamil Nadu Congress Party leaders including the state party president, V. Ramamurthy. The SIT simply brushed that affidavit aside as a lie.

Murugan was not the only one to suggest links between Congress leaders and the assassins. Soon after the assassination some newspapers reported that the Congress MP, Maragathan Chandrasekhar, and her daughter Latha Priyakumar (a Congress MLA) might have known Latha Kannan who allowed the assassin Dhanu to stand in the line of people waiting to garland Rajiv Gandhi at the Sriperumbudur meeting. The SIT did not give much credence to it, neither did it investigate this matter seriously.

Many months later, in 1991, a Congress Party worker, Kumudavalli, told the Verma Commission that Latha Priyakumar brought Latha Kannan to the Sriperumbudur meeting. Did the SIT know that? Kumudavalli also told the Verma Commission that Latha Kannan addressed Subha (an accomplice to the assassination) as 'sister', thus indicating that Latha Kannan knew Subha previously. The questions are: did the SIT know of Kumudavalli's allegations before? If not, why not? Did the SIT turn a blind eye because a ruling party MP and MLA were involved? (This writer is not necessarily implicating either the MP or MLA in the assassination. Their interaction with Latha Kannan, if true, could be totally innocent.)

Rajiv-LTTE meeting

Within days of the assassination, the Hindu reported that an LTTE emissary met Rajiv Gandhi earlier in 1991 to re-establish a cordial relationship. The Congress Party spokesman, Pranab Mukherjee, denied that such a meeting took place. Later, it became evident that the meeting in fact took place on March 5, 1991, at Rajiv Gandhi's New Delhi residence. This is a critical piece of evidence. If the meeting ended amicably and if the LTTE believed that Rajiv Gandhi would not be hostile to the LTTE, then it would no longer have a motive to assassinate Rajiv Gandhi. (If the LTTE's foes were to know of the meeting, they might have a motive to assassinate Rajiv.)

By giving false information that no such meeting took place, the Congress spokesman essentially misled the investigation until the truth emerged from other sources. Why did the Congress Party spokesman mislead the investigation? The only one to be adversely affected by the denial is the LTTE. Were the anti-LTTE leaders within the Congress Party and its ally, the AIADMK, responsible for the denial?

The Rajiv-LTTE meeting is an important piece of evidence and the gist of the conversation could be useful in assessing the LTTE's motives. The SIT simply brushed it aside as a diversive tactic used by the LTTE. But there is some prima facie evidence to suggest that the Rajiv-LTTE meeting did go well. The very fact that Rajiv Gandhi agreed to meet an LTTE emissary indicates that he had an open mind about the LTTE.

Furthermore, the June 1, 1991 issue of the Illustrated Weekly of India reported that 'intelligence sources, on condition of anonymity, confirm this (the meeting) and are inclined to view that the compromise worked out between Rajiv and the LTTE could have been the cause for the assassination and that international forces who stood to lose by Rajiv becoming prime minister, standing by the LTTE's demand for an independent Tamil Eelam could have been behind the blast (assassination)' Who has more to lose by a rapproachment between Rajiv and the LTTE than the Sri Lankan government?

The Verdict

A SIT official was reported as saying in late August that "in the court of world opinion, the LTTE stands connected". Not necessarily so. The LTTE might very well be guilty of the crime. But the euphoria among the ruling political parties (the Congress at the Centre and the AIADMK in the state) to "get the LTTE", the past record of the police, security and intelligence agencies of doing the bidding of the ruling parties even if it amounted to illegalities, the real or perceived bias in the investigation and the court's refusal to grant permission to the suspects in custody to consult a lawyer for many months, all shed a shadow of doubt on the integrity of the investigation.

Even if the LTTE chief is found guilty by an Indian court, there will always be a lingering doubt about whether the LTTE was really guilty of assassinating Rajiv Gandhi. The recent order by Judge Siddick prohibiting the publication of the proceedings of the court is more cause for concern.

9. The Gandhi Assassination:

Who was 'Sivarajan'? An exclusive investigation

by D.B.S.Jeyaraj

[source: Lanka Guardian, Sept.15, 1991

[Note by Sachi: Originally, this material was published in Frontline (Madras) magazine, but the date of its appearance was omitted in the Lanka Guardian's re-publication. I guess, it should have appeared in early September 1991, as the first sentence notes the death of Sivarasan (in August 1991). The by-line provided states, "D.B.S. Jeyaraj, was The Hindu's Colombo correspondent. He now edits Senthamarai, a Tamil weekly in Toronto. He worked for the Island.

I add the following detail. Jeyaraj had been a 'master' in wielding his 'words' to suit the need of his sponsors. How he describes Sivarasan's social origins and caste affiliations, for his Brahmin sponsors is of interest here. In fact, as one may guess so, Jeyaraj's information from 'hearsay' about the origins of Thanakkarar caste is erroneous! Jeyaraj had noted that Sivarasan "belonged to a sub-division of Chettis called Thanakkarar, a small trading caste which traces its origins to the Thana Vaisya Chettiars in India". The fact is, Thanakkarar were elephant keepers, according to the classification on Tamil castes, provided by the 19th century authority Simon Casie Chitty Modliar, in the Ceylon Gazetteer (1834). Prof. A.Jeyaratnam Wilson, in his Sri Lankan Tamil Nationalism: Its origins and development in the Nineteenth Century (2000), also records the following: "Thanakkarar, managers of temple property; they took to elephant trapping in the areas south of the peninsula, trade in elephants being a paying concern in those times." (p.18) The sentences in italics, are as in the original.]

The 90-day manhunt is over. Sivarajan or 'One-eyed Jack', the mastermind behind the Rajiv Gandhi assassination is dead. Who was this Sivarajan? What was his real name and background?

Here is a brief life-sketch compiled from telephone interviews with close relatives, schoolmates, former Udupiddy residents and ex-comrades from various militant groups.

'One-eyed Jack' used many aliases, including Sivarajan, Rajan, Rajah, Arumai, Aravinth, Raghuvaran, Raghu and Raghu-appah. His real name however was Packiachandran, and he hailed from Udupiddy, a town about 32 km from Jaffna city and about 3 km inland from coastal Valvettithurai.

Packiachandran's father was Chandrasekharam Pillai, a teacher of English at the Udupiddy American Mission School, leading educational institution in the area. Chandrasekharam Pillai was a native of Udupiddy and lived in the northern part of the twon near the Veerapathira Temple. The postal address was Verapathira Koyiladdy Vadakku or Veerapathiran Temple, North Area). Packiachandran was named afte his parents, taking Packia from his mother's name, Sivapakiam, and the Chandran from his father's. He was the eldest child and born in 1958, the year of the first major anti-Tamil pogrom in Sri Lanka.

Packiachandran's social origins are interesting. He was neither a Vellala, the numerically dominant caste in Jaffna, nor a Karayar, a numerically smaller caste heavily concentrated in the coastal region. He belonged to a sub-division of Chettis called Thanakkarar, a small trading caste which traces its origins to the Thana Vaisya Chettiars in India. The Thanakkarar community in Udupiddy is concentrated in the Veerapathira Koyiladdy, Mottaipulliyady and Vasigasalaiady areas. Interestingly, the Thanakkarar of Udupiddy claim that they are superior to both Vellalas and Karayars and they have certainly enjoyed some power and influence in the vicinity.

Young Packiachandran was inculcated with Tamil nationalist feelings at a very tender age by his father. Chandrasekharam Pillai, although an English scholar, was a staunch supporter of the Federal Party and later of the Tamil United Liberation Front. In this, he strayed from the beaten track of politics in Udupiddy. The political star of Udupiddy in those days was a leftist called R.R.Dharmaratnam who belonged to the 'Trotskyite' Lanka Sama Samaja Party. The people of Udupiddy were not enamoured of Leon Trotsky, but they strongly supported the 'son-of-the-soil' Dharmaratnam when he contested the Udupiddy parliamentary constituency. The votes from Udupiddy town, however, accounted for only 11 percent of the Udupiddy electorate. Dharmaratnam never won, but he always gained the electoral support of the people of the town.

Chandrasekharam Pillai and his young son, however, defied the local current and supported the Tamil nationalist candidates K. Jeyakkody of the Federal Party and T. Rasalingam of the TULF, against Dharmaratnam. This tendency to defy local opinion incurred the displeasure of the people of Udupiddy. This tendency or trait became more pronounced later when Packiachandran joined the LTTE and incurred the wrath of many a Udupiddy resident.

Packiyachandran was a clever student at the local American Mission School. He had an aptitude for languages and passed his General Certificate of Education (Ordinary Level) examination with flying colours. He was studying for the GCE Advanced Level which would have enabled him to enter the university, when his father died in late 1977. Being the eldest child, he had to bear the family burden and dropped out of school.

The family paid a large amount of money to an agent from Udupiddy who promised Packiachandran a lucrative job in west Asia. The agent defaulted and the young man became extremely frustrated. He then entered government service as a worker attached to the Electricity Board. He served as an Electricity Board employee in Trincomalee and Batticaloa in the Eastern Province for some time.

While working in the East, Packiachandran was once arrested for distributing leaflets containing pro-Eelam views. While in custody, he scribbled 'Long Live Tamil Eelam' slogans on the walls of his cell and his plate. He was severely assaulted for this and had to be hospitalized. Later, in Jaffna, he was arrested once again for posting Tamil Eelam posters and was detained at the Jaffna Fort Camp prison. When the large-scale anti-Tamil violence occurred in July 1983, Packiachandran was apparently locked up inside the Dutch Fort. He was released shortly afterwards and promptly joined the ranks of the militants.

Strange as it may seem, Packichandran's first choice of group was the Tamil Eelam Liberation Organisation (TELO) and not the LTTE. There had been for several decades an undercurrent of hostility between the predominantly 'Karayar' Valvettithurai and the predominantly 'non-Karayar' Udupiddy. The original leaders of TELO, Thangathurai, Kuttimani and Jegan of Valvettithurai (VVT), had all been killed in the Welikade prison massacre. The new leader was Sri Sabaratnam from Kalviyankadu, whereas the top leadership of the LTTE was essentially from Valvettithurai.

A second reason for a large influx of Udupiddy youth into TELO was the phenomenon of Das, the TELO military commander. Das was himself from Udupiddy and because of this, many local lads joined his movement. Packiyachandran and Das were of the same stock but not directly related. (Das was murdered in 1986 by the Bobby faction of TELO at the Jaffna hospital premises.)

Packiyachandran joined TELO and left for India in October 1983. He is said to have received military training at a camp near Kumbakonam in Tamil Nadu. He was then posted to the propaganda wing of TELO and interacted with a lot of students in Tamil Nadu as well as Kerala, Karnataka and Andra Pradesh. Fluent in English, Packiachandran also had a smattering of Malayalam, Telugu, Kannada and Hindi and spoke Tamil with an Indian accent.

While in the TELO, Packiachandran was closely associated with the group's Valvettithurai component. Unlike most Udupiddy youth, Packiachandran had great rapport with the VVT group. His political mentor within TELO was Mano Master from Valvettithurai. Soon problems arose within the TELO and a large number of Valvettithurai youth led by Mano Master broke away, left South India and returned to Sri Lanka. In late 1984, 'Sivarajan' or Packiyachandran was one of them.

Back in Sri Lanka, Mano Master continued to function within TELO, claiming he was the rightful heir to the Thangathurai-Kuttimani tradition, Packiachandran, while still sympathetic, no longer functioned within the Mano Master —led faction of TELO. When TELO robbed the Kilinochchi bank, the LTTE reacted sharply. Mano Master was killed by Ravindran alias Pandithar, the then LTTE leader. With Mano Master's death, Valvettithurai became the monopoly of the LTTE. TELO militants from VVT either dropped out of militancy, or joined the LTTE.

Packiyachandran, along with other ex-TELO militants like Sathi, Ramesh, Rangan and Babu, joined the LTTE. His new LTTE nom-de guerre was Raghu. He functioned for a long time within the political wing and was responsible for the collection of funds from Udupiddy and adjacent areas.

Packiyachandran was, according to Udupiddy residents, extremely ruthless in extracting money. Udupiddy was not traditionally supportive of the Tigers and Packiachandran was the only person from his clan who was a senior member of the LTTE. This did not endear him to many. He is reported to have virtually terrorized the local population, at times even pointing a gun at the victim. He was apparently impartial in this fund collecting, on one occasion sizeing (SL) Rs. 25,000 from the dowry money of an aunt on her wedding day and diverting portions of the wedding feast to nearby LTTE camps. An uncle who had just sold some property found his Tiger nephew appropriating one lakh of rupees.

Raghu also earned the hatred of Udupiddy residents for his part in the killing of Pooranashanthi, the widowed mother of five children who was allegedly an informant working for the IPKF. Although Raghu did not kill her personally, he is said to have warned her one day before her death. The children are now in an orphanage and the town people remain very angry over the whole affair. Another killing, that of an Udupiddy youth Kamaradas, who belong to a rival militant group, is also ascribed to Raghu. Packiyachandran alias Raghu is also reported to have warned his first cousin who was an ex-TELO militant to flee the country. The man took the cousinly 'advice' and is now in the West.

According to informed sources, Packiachandran alias Raghu seems to have been the 'visible target' for the subterranean hostility in Udupiddy towards the LTTE. His own high-handed behavior, on top of the maverick attitude of both father and son, has contributed to this sentiment. Raghu's unpopularity in his native place can be gauged by an Udupiddy woman's reaction upon hearing that 'Sivarajan' was dead. She quoted from the ancient Tamil pet Auvaiyar's Kondraiventhan: 'Oorudan pahaikkin verudan kedum' ('Incurring the enemity of the village will result in destruction down to the roots').

In 1987, Raghu was injured during a skirmish near the Jaffna Fort. He lost his left eye, thereby earning the sobriquet, 'One-eyed Jack'. When the confrontation with the Indian army began, Raghu is said to have shifted from the peninsula into the Eastern province. He came back in early 1988 and functioned under the Vadamarachchi commander Ruthrapathy Sridhar alias Major James of Valvettithurai.

On one occasion, Major James launched a successful attack on an IPKF sentry post. The first rocket-propelled grenade was fired by Packiyachandran alias Raghu. Later, when Major James was summoned by LTTE supremo Prabhakaran to the jungles of the Wanni for consultations, Raghu functioned for about a month as acting Vadamarachchi commander. Despite this, Raghu was not promoted and continued as a lieutenant.

Mystery surrounds Raghu's movements after the departure of the Indian troops. He was not sighted in the North afterwards and one view is that he was in Batticaloa. According to an account put out in Sri Lanka, he had bungled some assignment relating to the Muslim population and had been 'thrown out of the movement'. He then left for India. Another version is that he had 'dropped out of the movement' in late 1989 or early 1990 and left for India. The question raised by both versions is: Was this hard core LTTE cadre, trained in the use of various types of weapons, working for some other powerful external 'agency' in addition to the Tigers? But the versions put out in Tiger country could be a cunning camouflage or cover-up story.

The more prevalent view among Sri Lankan Tamils from the Udupiddy area is that Packiachandran never stopped working for the LTTE. His assignment subject to a particular time frame, would have been perhaps to eliminate certain persons and indeed this seemed his area of expertise. It is vital for the SIT investigation to establish, beyond a shadow of a doubt, the status of Packiachandran alias Raghu alias Sivarajan in the LTTE organization and hierarchy.

Contrary to the reports put out in the Indian media citing investigative or intelligence agencies Sivarajan was not the LTTE's 'intelligence chief'. At least until recently, the head of the LTTE's intelligence wing has been 'Pottu Amman', who is well known among Sri Lankan Tamil militant groups and is a very senior functionary. Further, contrary to reports which have appeared in some sections of the Indian press, even Packiachandran's many detractors from Sri Lanka say that he did not smoke or drink — at least publicly. Also, he was not known to have had any relationship with any woman or women in Sri Lanka.

Packiachandran's mother is still alive. So are his three brothers and two sisters, all younger to him. One brother is living abroad, another is a technician in Sri Lanka, and a third is a member of the LTTE. All three are married. One sister was born mentally handicapped while the other, a schoolteacher, is unmarried.

There have been reports in the Indian press that both the 'human bomb' Dhanu and 'Subha' were relatives of Packiachandran on his mother's side. The mother, Sivapackiyam, is from Chavakachcheri. The relatives whom this writer interviewed (from Canada) were all on Packiachandran's paternal side; while confirming that Sivarajan's mother was from Chavakachcheri, they could not shed much light on his maternal relatives at this point.

10. journal Faces Legal Action

An Anonymous report

[source: Tamil Times, London, April 15, 1999

The Canadian-based well known journalist D.B.S.Jeyaraj is in the process of launching legal action, both in the Canadian and Sri Lankan courts against the Tamil weekly Thinamurasu, published from Colombo, its publishers and editor. According to Jeyaraj, the paper had published material defamatory of his character and reputation by alleging that he was "an informant" of the Indian Criminal Bureau of Investigation.

Thinamurasu is not only read in Sri Lanka, but also is relatively popular among expatriate Sri Lankan Tamils. The historical anecdotes published every week as a serial titled 'Alfred Duraiappah to Gamini Dissanayake' though a high popular column is termed by knowledgeable critics as a rewriting of contemporary history. Besides the normal news items, the paper revels in publishing tidbits of 'secrets' of past and present events and personalities that are interesting to read but according to informed circles are replete with distortions, exaggerations and in some instances plain inventions. Some of the 'secrets' tantamount to slanderous allegations against individuals.

The latest target of such malicious allegation is D.B.S.Jeyaraj. The Thinamurasu (March 14-20) has alleged that Jeyaraj had informed N.Ram, the editor of the Indian weekly Frontline, about 'One eyed Sivarasan', the alleged mastermind behind the Rajiv Gandhi's assassination. The paper says that Ram had published an article in Frontline on the basis of the information supplied by Jeyaraj. It also says that the article was of use to the Special Investigating Team probing Rajiv's killing. It also alleges that Jeyaraj had obtained the information about Sivarasan from Kanagartnam alias Raheem — LTTE's one time military leader in Jaffna, resident in Canada from the early 1990s. It further claims that Indian national daily, The Hindu, and the Frontline changed their attitude towards the LTTE following the information given about Sivarasan by Jeyaraj.

The defamatory insinuation against Jeyaraj appears to be that he passed information obtained from Raheem to Ram of Frontline which in turn was utilized by the CBI special investigators to bring about Sivarasan's detection and identification. According to sources close to Jeyaraj, allegation by Thinamurasu might have dangerous consequences for him and Raheem. Not only it would undermine the professional integrity of Jeyaraj as serious and independent journalist, but also would make him and Raheem vulnerable to accusations of 'treachery' and possible reprisals in regard to their personal and physical safety.

According to a non-governmental organization in Canada protecting the rights of individual journalists Jeyaraj had never passed information of any type about Sivarasan to Ram in a personal capacity as alleged by the Thinamurasu. Jeyaraj however had written an article for Frontline on the topic 'Who is Sivarasan?' under his own name after Sivarasan committed suicide in Bangalore when he and his associates were cornered by the Indian police. This again was an English version of an article 'Yaar Intha Sivarasan' in Tamil weekly Sentamarai edited by him then. The article was basically about Sivarasan's childhood and early past. It had been written on the request of Sivarasan's relatives in Canada who wanted something written about him in the papers so that he would not be 'forgotten'. Much of the information was supplied by them. The articles had nothing whatsoever about Sivarasan's involvement in Rajiv's killing and in any case was published only after his death.

Jeyaraj is reported to be angry that by twisting and suppressing the real chronology of events, Thinamurasu has now subjected him to what he considers as scurrilous and dangerous charges. The paper has sought to characterize him by insinuation as an 'informant' of the Indian law enforcement agencies. Engaging in open journalistic expression has been converted into a sinister and secret act by an 'informant'. Its allegation that the Hindu and Frontline changed course after learning about the details about Sivarasan from Jeyaraj is again downright distortion as those reading these journals would have known that this development occurred right after the LTTE-IPKF military confrontation began in October 1987, some four years before Rajiv Gandhi's murder.

Sources close to Raheem assert that involving Raheem in this by the editor of the paper who is also the author of the defamatory article, Ramesh, was motivated by the latter's long-standing enmity towards the former. It would seem that during a LTTE-EPRLF (of which Ramesh was a member) skirmish in Jaffna, Raheem had shot Ramesh in the leg and back.

Incidentally, Ramesh is a parliamentarian belonging to the Eelam Peoples Democratic Party (EPDP), the leader of which is Douglas Devananda who escaped murder, but suffering very serious injuries, by LTTE prisoners held in in Kalutara jail after being invited to visit them on a 'mercy mission' last year. Questions have been raised as to whether Devananda has lost control both of the paper which was founded and continues to be financed by the EPDP and of its editor Ramesh.

A journal in Canada noted for its pro-LTTE views has reproduced the Thinamurasu allegation against Jeyaraj and added its own view by calling him a traitor and urging the people to beware of enemies who are delaying and obstructing the liberation struggle. This has also been followed by the customary cavalcade of abusive threats to which Jeyaraj has become accustomed over a period of years."

A footnote excerpt to this 1999 report is appended below. It was authored by none other than D.B.S. Jeyaraj, and entitled, "Assassinating Tamil parliamentarians; Unceasing Waves" [The Nation, March 16, 2008].

"One of those elected on the EPDP ticket was Nadarajah Atputharajah, alias Ramesh, who edited the Thinamurasu weekly. Serious differences arose between Douglas and Ramesh with the latter gradually following a pro-Tiger line in the Thinamurasu tabloid. Douglas found it increasingly difficult to control Ramesh. Then Ramesh and his brother-in-law were shot dead at Wellawatte. With that killing, Douglas re-established control over the paper. Though the LTTE was blamed by Douglas, it was widely suspected that it was an internal EPDP killing. Ramesh's death triggered off an exodus of EPDP Parliamentarians to foreign countries. Today Devananda is the lone EPDP MP in Parliament. None of those elected as MPs from the EPDP are in the party today except for Devananda's uncle Sivathasan and Batticaloa's Rasamanickam. Most of the EPDP ex-parliamentarians are abroad and many of them, in their refugee claims, have blamed the Ramesh killing on Douglas. This speaks volumes about the inner democracy within the

EPDP."

Coda

Less said about D.B.J. Jeyaraj's dalliance with the House of Hindu publishers and the Indian officials, the better I feel. Despite his denials to the media, his actions speak louder. Here is an issue of interest, raised by politician Subramanian Swamy (noted for his anti-LTTE sentiments) in 2000. To quote,

"Sivarasan, for whom a massive manhunt was mounted by SIT, was finally tracked down to a house on the outskirts of Bangalore. He was admittedly the leader of the killer squad and should have been aware of the highlights of the conspiracy. But the intriguing point was that, while eight others of the squad were found dead by consuming cyanide (in accordance with the LTTE dictum) Sivarasan was found dead with bullet injuries. Sivarasan's mortal remains were quickly cremated, while belt-bomb girl Dhanu's remains had been preserved in Chennai as a prosecution exhibit. Why the difference?"

As one would have expected, Karthikeyan who led the SIT team's inquiry should have answered Swamy's pointed question in his 2004 book. Admittedly, Karthikeyan never even mentioned about what happened to Sivarasan's corpse!

Additional Sources

Subramanian Swamy: The Assassination of Rajiv Gandhi — Unanswered Questions and Unasked Queries, Konark Publishers, Delhi, 2000.

D.R.Kaarthikeyan and Radhavinod Raju: The Rajiv Gandhi Assassination: The Investigation, New Dawn Press Group, New Delhi, 2004.

www.ingramcontent.com/pod-product-compliance
Lightning Source LLC
LaVergne TN
LVHW100245210926
848480LV00003B/830

* 9 7 9 8 8 8 7 1 7 6 6 4 2 *